அந்தமான் சிறை அனுபவங்கள்
இரட்டை ஆயுள் தண்டனையும் நாடு கடத்தப்படுதலும்

அந்தமான் சிறை அனுபவங்கள்

இரட்டை ஆயுள் தண்டனையும்
நாடு கடத்தப்படுதலும்

சாவர்க்கர்

தமிழில்: **SG சூர்யா**

அந்தமான் சிறை அனுபவங்கள்
Anthaman Sirai Anubavangal

by *Savarkar* (Satyaki Savarkar ©)

Translated in Tamil by *SG Suryah*

© First published in Tamil by Footprints Publications in arrangement with *Satyaki Savarkar - Savarkar Smarak Trust*.

Published in English as *My Transportation for Life*.

First Edition: September 2019
632 Pages
Printed in India.

ISBN: 978-93-5135-027-9
Kizhakku 1164

Published by Footprints Publications LLP
3/568 GVD Nagar, Perur ChettiPalayam, Coimbatore 641010

Co-Published with Kizhakku Pathippagam
177/103, Ambal's Building, Lloyds Road,
Royapettah, Chennai - 600 014.
Ph: +91-44-4200-9603 | WhatsApp 95000 45609
Email : support@nhm.in Website : www.nhm.in

kizhakkupathippagam kizhakku_nhm

Translator's Email: suryah@suryah.in

Wrapper image: © Savarkar Smarak Trust, Mumbai.

The views and opinions expressed in this book are the author's own and the facts are as reported by the author, and the publishers are not in any way liable for the same.

All rights reserved. No part of this publication may be reproduced, stored in a retrieval system, or transmitted, in any form or by any means, electronic, mechanical, photocopying, recording or otherwise, without the prior permission of the publishers.

இந்நூல் மொழிபெயர்ப்பில் உதவிய VV.பாலா, ஹரன் பிரசன்னா ஆகியோருக்கு நன்றி.

உள்ளே

	முன்னுரை	....	09
	ஆங்கிலப் பதிப்பின் முன்னுரை	....	15
1.	பம்பாய் டோங்க்ரியில் உள்ள சிறை	....	23
2.	பைகுல்லா சிறையில்	....	42
3.	தானா சிறையில்	....	48
4.	செல்லும் வழியில்	....	64
5.	கருங்கடல்	....	78
6.	அந்தமான்	....	88
7.	அந்தமானை அடைந்தோம்	....	105
8.	சிறையில் என் முதல் வாரம்	....	112
9.	அரசியல் கைதிகளின் ஆரம்பகால வரலாறு	....	133
10.	மூத்த சகோதரரைப் பார்த்தேன்	....	164
11.	எண்ணெய்ச் செக்கிற்கு அனுப்பப்பட்டேன்	....	169
12.	அந்தமானில் ஒருங்கிணைப்பும் பிரசாரமும்	....	179
13.	இந்தியாவுடன் தகவல்தொடர்பும் தகவல் பெறுவதற்கான வழிமுறைகளும்	....	196
14.	1911ல் நடைபெற்ற முடிசூட்டல் விழாவும் அந்தமான் சிறையில் அதன் தாக்கமும்	....	215
15.	அந்தமான் கைதியின் உணவு	....	226
16.	தற்கொலை, மனநிலை பாதிப்பு, கைதுகள், இரண்டாவது, மூன்றாவது வேலை நிறுத்தம்	....	238

இரண்டாம் பாகம்

1.	அந்தமானில் பிரசாரம்	 293
2.	அந்தமானில் சுத்தி இயக்கம்	 312
3.	உலகப் போரும் (1914) அந்தமானில் அதன் விளைவுகளும்	 364
4.	(1914-1918) அந்தமானுக்கு மீண்டும் அதிகம் வந்த அரசியல் கைதிகள்	 406
5.	நான்காவது வேலை நிறுத்தமும் என் உடல்நலக் குறைவும்	 429
6.	மரணப்படுக்கையில்	 466
7.	பஞ்சாப், குஜராத் கலவரங்கள் (1919-1920)	 484
8.	பொதுமன்னிப்பும் அரசியல் கைதிகளும்	 513
9.	அந்தமானில் ஹிந்தியின் பரவல்	 526
10.	மாதிரி ஹிந்து ராஜ்ஜியம்	 544
11.	குடும்பத்தை மீண்டும் சந்தித்தேன் அந்தமானில் கடைசி நாட்கள்	 578
12.	ரத்னகிரி சிறை	 592
13.	அன்பார்ந்த வாசகரே	 629

முன்னுரை

சமகால அரசியல் தலைவர்களில் நரேந்திர மோடியே அக்காலங் களிலும், இக்காலத்திலும் வினாயக் தாமோதர் சாவர்க்கர். இந்த ஒப்பீடு வாசகர்களின்முன் ஒரு எளிய கண்ணோட்டத்தை நிறுத்து வதற்காகவே. மோடிக்கோ, சாவர்க்கருக்கோ எந்த அளவு வெறிகொண்ட ஆதரவாளர்கள் இருக்கின்றனரோ அதே அளவு கடுமையான எதிர்ப்பாளர்களும் இருக்கின்றனர். ஆதரவாளர்கள் அவர்களைப் பற்றி வியக்கவும், பின்பற்றவும் ஆயிரம் காரணங் களைக் கூறுவர். அதேவேளையில் எதிர்ப்பாளர்களும் அவர்களை எதிர்க்க ஆயிரம் காரணங்களை அடுக்குவர்.

வினாயக் தாமோதர் சாவர்க்கர் இந்திய வரலாற்றின் ஒரு மிகப்பெரிய polarised figure என்பதில் எவ்வித மாற்றுக் கருத்தும் இல்லை.

திராவிட சித்தாந்தம் தழைத்தோங்கியுள்ள தமிழகத்தில் குழந்தைப் பருவம் முதல் பள்ளி, கல்லூரிப் பருவம் வரை திராவிடத் தலைவர் களை மட்டுமே கேட்டுத்தெரிந்து கொள்ளாமல், கோல்வல்கர், சாவர்க்கர், ஷியாமா பிரசாத் முகர்ஜி, வாஜ்பாய், அத்வானி ஆகியோரது வாழ்க்கைகளையும் தினந்தோறும் கேட்டு வளர்ந்த பாக்கியம் எனக்குக் கிடைத்தது. அதற்குக் காரணம் ஹிந்து மகா சபையின் மிகவும் மூத்த தலைவராக இன்று இருக்கும் 98 வயதுடைய எனது தாத்தா ரங்கநாதனும் அவரது சகோதரர் சுந்தரமும். இவர்கள், தமிழக ஹிந்து மகாசபாவை 1950, 60, 70-களில் கட்டமைத்தவர்கள். எனது தாத்தா அரசாங்க உத்தியோகத்தில் இருந்ததால் நேரடி ஈடுபாட்டைக் குறைவாக வைத்துக்கொண்டார். மற்றொரு சுந்தரம்

தாத்தா அரசியல் முகமாக இருந்தார். இருவரும் பல ஆண்டுகள் ஹிந்து மகா சபாவிற்கு சேவை புரிந்தனர். சுந்தரம் தாத்தா திருமணமே செய்து கொள்ளாமல், தமிழகத்தில் ஹிந்து மகாசபாவின் தலைசிறந்த, மிகவும் அறியப்பட்ட பேச்சாளராகவே தன் கடைசி மூச்சு வரை வாழ்ந்தவர்.

நான் ஐந்தாம் வகுப்பில் காந்தியடிகள் பற்றிய பள்ளிப் பாடத்தை வீட்டில் படித்துக்கொண்டிருந்தபோது எனது தாத்தா சாவர்க்கரை பற்றி முதன்முதலில் எனக்குக் கூறினார். சாவர்க்கர் மிகச்சிறந்த தலைவர் என்றும் வரலாறு அவரை மிகவும் கொடியதாக நடத்தியது என்றும் 18 ஆண்டுகளுக்கு முன்பு எனது கோவை செல்வபுரம் இல்லத்தில் அவர் கூறியது இன்றும் என் கண்முன்னே இருக்கிறது. ''அவ்வளவு பெரிய தலைவர் என்றால் அவரைப் பற்றி ஏன் புத்தகத்தில் இல்லை? காந்தியடிகள், நேரு குறித்தெல்லாம் பாடங்கள் இருக்கிறதே?'' என்ற மழலைக் கேள்வியை அப்போது கேட்டதும் என் நினைவில் இருக்கிறது. அப்போது அறிமுகமான சாவர்க்கரை நான் தேடித் தேடி படிக்க ஆரம்பித்த எட்டாம் வகுப்புக் காலங்களிலேயே அவரின் ரசிகனாக உலா வரத் துவங்கினேன்.

பிற்காலங்களில் அரசியல் ஈடுபாடும், அரசியல் அனுபவங்களும், இந்தியாவில் வரலாறு எப்படிக் கட்டமைக்கப்படுகிறது என்ற விஷயங்கள் தெரிய தெரிய, சாவர்க்கர் திட்டமிட்டு இந்திய வரலாற்றிலற்றில் மழுங்கடிக்கப்பட்ட ஒரு கதாபாத்திரம் என்பதை எனது இறுதி பள்ளி நாட்களிலேயே புரிந்துகொண்டேன். அதுவும் குறிப்பாகத் தமிழகத்தில் வலதுசாரி சித்தாந்த தலைவர்களுக்கு எந்த அங்கீகாரமும் ஒருபோதும் கிடைக்கப் போவதில்லை என்பதையும் உணர்ந்துகொண்டேன். அப்போது நான் எடுத்த உறுதிமொழி, பிற்காலங்களில் மறைக்கப்பட்ட சாவர்க்கர் வாழ்க்கையின் உண்மையை ஏதேனும் ஒரு வழியில் மக்களுக்கு எடுத்துச் செல்ல வேண்டும், இதை நிச்சயம் ஒருநாள் செய்யவேண்டும் என்று எண்ணினேன். அந்த எண்ண ஓட்டங்கள் என் மனதில் வருடக் கணக்கில் இருந்துகொண்டே இருக்கின்றன.

எனது முதுநிலை பட்டப்படிப்பை கோவை பி.எஸ்.ஜி கலை அறிவியல் கல்லூரியில் முடித்துவிட்டு சட்ட மேற்படிப்பிற்காக பூனா ILS சட்டக் கல்லூரியில் சேர்ந்தேன். சாவர்க்கரைக் கடவுளாக வழிப்படக் கூடிய மராட்டியத்தில் அதுவும் சாவர்க்கர் கல்லூரிப்

படிப்பு படித்த பூனாவில் படிக்க இருந்தது எனக்குக் காலில் சலங்கை கட்டியது போல் தோன்றியது.

சாவர்க்கரைத் தேடி தேடிப் படித்தேன். மராட்டியில் அவர் எழுத்துக்கள், கவிதைகளை மராட்டிய நண்பர்களின் துணையுடன் படித்துத் தெரிந்துகொள்ள முற்பட்டேன். சாவர்க்கர் படித்த பூனா Fergusson கல்லூரியில் அவர் தங்கியிருந்த அறை ஆண்டுக்கு ஒருமுறை திறக்கப்படும், ஒவ்வொரு வருடமும் அங்கு சென்று அந்த அறையில் நேரம் செலவழிப்பேன். சாவர்க்கரின் குடும்பம் பூனாவில் வசிக்கிறது. அவர்களைச் சென்று சந்திப்பேன் - இவ்வாறு சாவர்க்கர் என் வாழ்வில் அசைக்க முடியாத ஆளுமையாக உருவெடுத்தார்.

ஒரு தமிழ் இளைஞர் சாவர்க்கர் மீது வெறி பிடித்து இருக்கிறார் என்பது எனது பூனா சட்டக்கல்லூரி நண்பர்களுக்கு மிகவும் ஆச்சரியம். சாவர்க்கர் அந்தமான் மற்றும் மற்ற சிறைகளில் கழித்த 14 ஆண்டுகளின் அனுபவங்கள் அடங்கிய "My Transportation for Life" என்ற ஆங்கிலப் புத்தகத்தை எனது பூனா நண்பன் எனக்கு வழங்கியதை சட்டக்கல்லூரி முதலாம் ஆண்டு மாணவனாக இருக்கும் சமயத்தில் படித்தேன்.

இந்தப் புத்தகத்திற்கே சாவர்க்கரைப் போல மிகப்பெரிய வரலாறு உள்ளது என்பதுதான் ஆச்சரியம். அது குறித்து இந்தப் புத்தகத்தின் ஆங்கிலப் பதிப்பின் முன்னுரையில் விரிவாக விளக்கப்பட்டு இருக்கிறது. சாவர்க்கரிடம் பலர் கேட்டுக்கொண்டதால் அந்தமான் சிறை அனுபவங்களை அவர் எழுத, அது திலகர் நடத்தி வந்த 'கேசரி' என்ற வார இதழில் 1925-26ல் தொடராக வெளிவந்தது; அது இந்தப் புத்தகத்தின் முதல் பாகம். இந்தப் புத்தகத்தின் இரண்டாம் பாகம் 'ஷ்ராத்தானந்த்' என்ற பத்திரிகையில் 1927 ஜனவரி 20ம் தேதியிலிருந்து வெளி வந்தது. கடைசியில் 1927ம் ஆண்டு மே மாதம் மொத்த எழுத்துகளும் முதல்முறையாக வெளியிடப்பட்டது.

மராட்டி மொழியில் இருந்து குஜராத்தி மொழிக்கு 1930களில் மொழிபெயர்க்கப்பட்ட இந்தப் புத்தகம் மிகுந்த வரவேற்பைப் பெற்றது. பிறகு பல கட்டங்களில் தடை விதிக்கப்பட்டது. இறுதியாக 1946ம் ஆண்டு மே 22ம் தேதி இந்தப் புத்தகத்தின் மீதான தடை ஒருவழியாக விலக்கிக்கொள்ளப்பட்டது, அதன் பிறகு குஜராத்திப் பதிப்பு மட்டுமில்லாமல் கன்னடம் மற்றும் ஆங்கிலப்

பதிப்புகளும் விரைவிலேயே வெளிவந்தன; ஆயிரக்கணக்கில் விற்றுத் தீர்த்தன.

தற்போது தமிழுக்கு மொழிபெயர்க்கப்பட்டுள்ள இந்த ஆங்கில மொழிபெயர்ப்பு பம்பாய் முலுந்த் பகுதியில் இருக்கும் நாராயன் டோபிவாலா கல்லூரியின் முதல்வர் பேராசிரியர் வீ.என்.நாயக் என்பவரால் எழுதப்பட்டது. இது 1949ம் ஆண்டு பம்பாயில் உள்ள சத்பக்தி பிரகாஷன் என்ற பதிப்பகத்தால் வெளியிடப்பட்டது.

ஹிந்தியில் இந்தப் புத்தகம் நாக்பூரில் உள்ள பிரித்விராஜ் பிரகாஷன் என்ற பதிப்பகத்தால் 1966ம் ஆண்டுதான் பதிப்பிக்கப்பட்டது.

மத்திய அரசாங்கத்தின் ஆதரவோடு இயங்கும் சாகித்ய அகாடமி பதிப்பகமும் இதனை 14 இந்திய மொழிகளில் வெளியிட உத்தேசம் உள்ளதாக அறிவித்தது. ஆனால், பின்னர் இந்தத் திட்டம் கைவிடப் பட்டது. என்ன காரணம்? அது அரசாங்கத்துக்குத்தான் தெரியும்.

இந்தப் புத்தகத்தின் தமிழ்ப் பதிப்பு, சாவர்க்கர் மராட்டியில் எழுதி 93 ஆண்டுகளுக்குப் பின் 2019ம் ஆண்டு தற்போது உங்கள் கைகளில்.

சாவர்க்கர் சிறையில் பல கொடுமைகளை அனுபவித்தார் என்பதை அவரது தீவிர எதிர்ப்பாளர்களே தற்போது ஒப்புக்கொண்டுள்ள நிலையில், அந்தக் கொடுமையின் வீரியம் என்ன, அந்தக் கொடுமைகளை சந்திக்க சாவர்க்கரின் மனோதிடம் எத்தனை இன்னல்களுற்றிருக்கும் என்பதெல்லாம் எவரும் கண்டுகொள்ளாத சோக வரலாறு.

சரியான சாப்பாடு, குடிநீர், காற்று, பேச மனிதர்கள், மலம் கழிக்க வசதிகள் இன்றித் தான் தங்கிய அறையில் தரையிலேயே மலத்தைக் கழித்து அதன் அருகே தினமும் உறக்கம் எனத் தொடர்ச்சியாக 14 ஆண்டுகளாக எண்ணிலடங்காத் துயரங்களைத் தாங்கி, சாவர்க்கர் உயிர் பிழைத்ததே பெரும் பாக்கியம். சுதந்திர இந்தியாவின் எந்தத் தலைவரும் இவ்வளவு கொடுமைகளை அனுபவித்ததில்லை. ஏன், சாவர்க்கர் அனுபவித்த கொடுமைகளில் 20% கூட அனுபவிக்க-வில்லை என்பதே நிதர்சனமான உண்மை. சாவர்க்கர் மன்னிப்புக் கடிதம் எழுதியதால் அவர் ஒரு கோழை என்ற பிம்பம் கிட்டத்தட்ட நூறு வருடங்களாக இந்தியாவில் கட்டமைக்கப்பட்டு, அவரது தியாகங்கள் மழுங்கடிக்கப்பட்டுள்ளன. அந்தக் கடிதங்கள் ஏன் எழுதப்பட்டன? அவை உண்மையில் மன்னிப்பு கடிதங்களா? சாவர்க்கர் தன் விடுதலைக்காக மட்டும் அந்தக் கடிதங்களை எழுதினாரா? எத்தகைய சூழ்நிலையில் அந்தக் கடிதங்கள் எழுதப்பட்டன? அதற்கான உண்மையான காரணங்கள் என்ன?

இந்த அனைத்துக் கேள்விகளுக்கும் விடையாகத் தமிழ் வாசகர் களுக்கு இந்தப் புத்தகத்தை சமர்ப்பிக்கின்றேன். இந்தச் சிறை அனுபவங்கள் மிகவும் கொடுமையாகவும், வேதனையாகவும் இருக்கக் கூடிய அனுபவங்கள். இதைப் படிக்கும்போதும், மொழிபெயர்க்கும்போதும் பலமுறை கண்களில் கண்ணீர் தானாகப் பீரிட்டு வருவதைத் தடுக்கவே முடியவில்லை, அத்தனை துயரங்கள், கூடவே இப்படிப்பட்ட ஒரு தலைவரை நம் சமூகம் அங்கீகரிக்காமல் போய்விட்டதே என்ற வெறுப்பு. சாவர்க்கரின் கருத்துக்கள் இன்னும் பல நூறு ஆண்டுகளானாலும் இந்தியாவில் ஒலித்துக்கொண்டே இருக்கும் என்பதில் எனக்கு எந்தவித மாற்றுக் கருத்தும் இருந்ததே இல்லை. இந்தப் புத்தகம் சாவர்க்கரின் 14 ஆண்டுகாலச் சிறை அனுபவங்கள் மட்டுமே. அவரின் முந்தைய தண்டனை மற்றும் சிறைத் தண்டனைக்குப் பிறகான வாழ்க்கை குறித்தும் பின்னாட் களில் புத்தகம் எழுத நான் மிகவும் ஆவலுடன் இருக்கிறேன் என்பதை இங்கு அழுத்தமாகப் பதிவிட விரும்புகிறேன்.

சாவர்க்கர் ஒரு தீர்க்கதரிசி. அவரின் எழுத்தைத் தமிழில் மொழி பெயர்த்தது எனது வாழ்நாள் பாக்கியம். இதற்கு சட்டப்படி அனுமதி வழங்கிய சாவர்க்கர் குடும்ப வழி சொந்தம் சாத்யகி சாவர்க்கருக்கு எனது மனமார்ந்த நன்றி. இந்த விஷயத்தில் எனக்கு உதவிகளைப் புரிந்த எனது பூனே தோழி ஸ்நேகல் குல்கர்னிக்கு எனது நன்றிகள். இந்தப் புத்தகத்தை மொழிபெயர்க்க உதவிய VV பாலா, ஹரன் பிரசன்னா ஆகியோருக்கு எனது மிக முக்கியமான நன்றிகள். இந்தப் புத்தகத்தை பதிப்பிக்க சம்மதம் தெரிவித்த பத்ரி சேஷாத்ரிக்கும் கிழக்கு பதிப்பகத்திற்கும் எனது மன்மார்ந்த நன்றி. சாவர்க்கர் வேட்கையை எனது மனதில் பற்ற வைத்த எனது தாத்தா ரங்கநாதன் அவர்களுக்கும், இந்த மொழிபெயர்ப்பு காலங்களில் எனக்குப் பக்கப்பலமாக இருந்து உதவிய எனது மனைவி கிருத்திகா சூர்யா அவர்களுக்கும் எனது மனமார்ந்த நன்றி.

எனது வாழ்வின் பல்வேறு கட்டங்களில் எனக்குப் பேருதவியாக இருக்கும் எனது அருமை நண்பர்கள் பிரதீப், கார்த்திக், கிருஷ்ண குமார், ஹரிஹரன், ஹர்ஷா, ரமேஷ் சிவா, சரவணன் ஆகியோருக்கும் எனது அன்பார்ந்த நன்றிகள்.

இந்தப் புத்தகத்திற்காக சிறிய பொருளுதவி தேவைப்பட்டபோது எந்தக் கேள்வியும் கேட்காமல் முதல் நபராக உடனடியாக வந்து உதவிய, சிங்கப்பூரில் வசிக்கும் எனது இணையத் தோழர் இராமசந்திரன் கிருஷ்ணன் அவர்களுக்கு எனது மனமார்ந்த நன்றிகள்.

இந்தத் தமிழ்ப் புத்தகம் வரலாற்றில் நிச்சயம் அதற்குரிய இடத்தைப் பிடிக்கும் என்ற நம்பிக்கையோடு சாவர்க்கரின் வலிமிகுந்த அந்தமான் சிறை அனுபவ எழுத்துக்களை வாசகர்கள் முன் வைக்கிறேன்; இந்தப் புத்தகத்தை சாவர்க்கராக நினைத்துப் படியுங்கள் - அவரின் வலிகள் நம் தூக்கத்தைக் கெடுக்கும், அவரின் சுதந்திர வேட்கை நம்மைக் காற்றாக சுவாசிக்க வைக்கும்.

4 ஆகஸ்ட் 2019 S.G. சூர்யா

ஆங்கிலப் பதிப்பின் முன்னுரை

மராத்திய மொழியில் முதலில் எழுதப்பட்ட இந்தப் புத்தகத்தைப் பதிப்பிக்க, இதன் ஆசிரியர் சிறையில் பட்ட இன்னல்களைப் போலவே, மிகுந்த சிரமங்கள் ஏற்பட்டன.

சுதந்திரப் போரில் சிறிய பங்கை மட்டுமே ஆற்றிய பல சுதந்திரப் போராட்ட வீரர்கள், விடுதலைப் போரில் தாங்கள் சிறைப்பட்ட கதைகளை மிகைப்படுத்திச் சொல்லிக்கொண்டிருக்கையில், மிகப் பெரும் இன்னல்களையும் சித்திரவதைகளையும் நெஞ்சுரத்துடன் எதிர்கொண்ட ஸ்வந்திர வீர் சாவர்க்கர் என்று நம்மால் அழைக்கப்படும் சாவர்க்கர், தனக்கும் தன்னுடன் இருந்த சக கைதிகளுக்கும் அந்தமான் செல்லுலர் சிறையில் இழைக்கப்பட்ட அநீதிகளைப் பற்றி எதுவும் வெளியில் கூறாமல் இருந்தார். அப்படிச் செய்வது நாகரிகமாக இராது என்றும், அது தற்பெருமையாகக் கருதப்படும் என்றும், அந்தமானில் தங்களுக்கு இழைக்கப்பட்ட கொடுமைகளை அதீதமானது என்று கூறி மக்கள் நம்பாமல்கூடப் போகலாம் என்றும் அவர் அஞ்சினார். அது மட்டுமில்லாமல் சுதந்திரப் போராட்டத்திற்காகத் தங்கள் உயிரையும்கூடப் பொருட் படுத்தாமல் தியாகம் செய்த சக போராளிகளை ஒப்பிடும்போது இது ஒன்றும் அவ்வளவு பெரிதல்ல என்றும் அவர் கருதினார்.

பருந்திடம் மாட்டிக்கொண்ட ஒரு பறவையின் கூக்குரலாகட்டும், செயின்ட் ஹெலினா-வில் இருந்து பாரீஸுக்குக் கொண்டுவரப் பட்ட தங்கள் மன்னன் மாவீரன் நெப்போலியனின் உடலைப் பார்த்துக் கதறிய பிரெஞ்சு மக்களின் அழுகுரலாகட்டும், அவை ஒரு சோகத்தின் இயல்பான உணர்ச்சி வெளிப்பாடுகளாகத்தான்

பார்க்கப்படும். ஆனால் அத்தகைய உணர்ச்சி வெளிப்பாடுகள்கூட பிரிட்டிஷ் அரசாங்கத்தின் கடுமையான நடைமுறைகளால் வெளிப் படுத்த முடியாதபடி இருந்தது. அதனையும் மீறி வெளியே சொல்லப் படப் போவது அங்கே அனுபவித்த கொடுமைகளின் உண்மையான தீவிரத்தைப் பிரதிபலிக்கப் போவதில்லை. அதனால் தன் மனதில் உள்ளவற்றை எந்தத் தடையுமில்லாமல் வெளியில் சொல்ல அதற்கென சரியான ஒரு தருணத்தை எதிர்பார்த்து அவர் காத்திருந்ததை நாம் குறைகூற முடியாது. ஆனால் ஒருவேளை அப்படி ஒரு தருணம் அமையாமலேயே போயிருந்தால்? அவருடைய அமைதியினால் வரலாற்றில் நிகழ்ந்த ஒரு மாபெரும் அநீதியை நாம் தெரிந்துகொள்ள வாய்ப்பே இல்லாமல் போயிருக்கும். ஆனால் அவரோ அரைகுறையாக அங்கு நடந்தவற்றைப் பற்றிச் சொல்வது தற்பெருமை போல் அமைந்துவிடும் என்றே கருதினார்.

அவர்மேல் மதிப்பு வைத்திருப்பவர்களும், அவருக்கு நெருக்க மானவர்களும் அவரிடம் பலமுறை வேண்டுகோள் விடுத்ததால், அவர் தனது போராட்டத்தைப் பற்றிய முழுமை பெறாத இந்த விவரிப்பைப் பதிப்பிக்கச் சம்மதித்தார். இதன்மூலம் நம் மக்களுக்குச் சுதந்திரப் போராட்டத்தில் ஈடுபட்டவர்கள் எத்தகைய கொடுமைகளை அனுபவித்தார்கள் என்பது ஓரளவாவது தெரிய வரும் என்று எல்லோரும் வற்புறுத்தியதால் ஆசிரியர் வீர சாவர்க்கர் அந்தக் கோரிக்கைக்கு இணங்கினார். இதனால் 'அந்தமான் சிறை அனுபவங்கள்' மறைந்த லோகமான்ய பால கங்காதர திலகர் நடத்தி வந்த 'கேசரி' என்ற வார இதழில் 1925-26ல் தொடராக வெளிவந்தது.

ஆனால் எதற்கும் அஞ்சாத அந்தத் தேசிய இதழும் கூட இதில் இடம் பெற்றிருந்த சில பகுதிகளைப் பிரசுரிக்கத் தயங்கியது. ஆகவே இந்தக் கதையின் இரண்டாவது பாகத்தை வேறொரு பத்திரிகையில் பிரசுரிக்க வேண்டி வந்தது. 'ஷ்ராத்தானந்த்' என்ற பத்திரிகையில் 1927 ஜனவரி 20ம் தேதியிலிருந்து இது வெளிவந்தது. கடைசியில் 1927ம் ஆண்டு மே மாதம் மொத்தக் கதையும் முதல்முறையாக வெளியிடப்பட்டது.

ஆசிரியர் ஸ்வதந்திர வீர் சாவர்க்கர் அப்போது 1909ம் ஆண்டு ஜாக்சன் கொலை வழக்கில் குற்றம் சாட்டப்பட்டு இந்தியக் குற்றவியல் சட்டத்தின் பிரிவு 302, 109 ஆகியவற்றின் கீழ் தண்டனை வழங்கப்பட்டிருந்தார். அவருக்கு முதல் ஆயுள் தண்டனை 1910ம் ஆண்டு டிசம்பர் 24ம் தேதியும், பின்னர் 1911ம் ஆண்டு ஜனவரி 30ம் தேதி இரண்டாவது ஆயுள் தண்டனையும் வழங்கப்பட்டன. 50 ஆண்டுகாலக் கடுங்காவல் சிறைத்தண்டனை பெற்ற அவர் 1960ம்

ஆண்டுதான் விடுதலை செய்யப்படவிருந்தார். 1911ம் ஆண்டு ஜூலை 4ம் தேதி வீர் சாவர்க்கர் அந்தமான் கொடும்சிறையில் அடைக்கப்பட்டார். அந்தச் சிறையில் இழைக்கப்படப்போகும் கொடுமைகளினால் அவர் அங்கிருந்து வெளிவர மாட்டார் என்றே எல்லோரும் நினைத்தனர். ஆனால் அதற்கு மாறாகச் சிறையில் எழுந்த ஒவ்வொரு பிரச்சினைக்கும் எதிராக எல்லோரையும் ஒருங்கிணைத்து அவர் போராடினார். இதன் காரணமாக அந்தச் சிறைக்கு ஆயுள் தண்டனைக் கைதிகளை இந்தியாவிலிருந்து அனுப்புவது கொஞ்சம் கொஞ்சமாக நின்று போயிற்று. அங்கிருந்த கொடுங்கோலனான ஜெயிலரும் தன் இறுக்கத்தைத் தளர்த்திக் கொள்ள வேண்டி வந்தது. வீர சாவர்க்கர் அதன் பிறகு கல்கத்தா, ரத்னகிரி மற்றும் எரவாடா சிறைகளுக்கு மாற்றபட்டார். பிறகு கடைசியாக இரண்டு நிபந்தனைகளின் பேரில் அவர் விடுதலையும் செய்யபட்டார்.

இந்த புத்தகம் 1927ம் ஆண்டு மே மாதம் முதலில் பதிப்பிக்கப் பட்டாலும், 1927ம் ஆண்டு ஜூன் 23ம் தேதி தான் ஷ்ரத்தானந்த் பத்திரிக்கையில் முதலில் இதுகுறித்து அறிவிப்பு வந்தது. அப்போது தான் பம்பாய், அகோலா, நாக்பூர்,அமராவதி போன்ற மையங்களில் இந்தப் புத்தகம் பற்றிய அறிவிப்புகள் வெளியாயின. ஒருவேளை, அதற்கு முன்பு வரை பிரதிகள் தயார் செய்யப்பட்டு ரகசியமாக விற்பனை செய்யப்பட்டிருக்கலாம். பதிப்பித்த முதல் மூன்று வருடங்களுக்குள் அதாவது 1930ம் ஆண்டிற்குள் முதல் பதிப்பு விற்றுத் தீர்ந்திருக்கவேண்டும். ஏனென்றால் ஷ்ரத்தானந்த் பத்திரிக்கையில் 1930ம் ஆண்டு மார்ச் 29ம் தேதி இந்தப் புத்தகத்தின் இரண்டாவது பதிப்பையும் ஆசிரியரின் கவிதைகள் மற்றும் வாழ்க்கை பற்றிய நூல்களையும் வெளியிட பதிப்பகங்களை வரவேற்று அறிவிப்புகள் வெளிவந்தன.

விரைவிலேயே இந்தப் புத்தகத்தின் குஜராத்தி மொழிபெயர்ப்பு வெளியாகியது. உடனடியாக 1934ம் ஆண்டு ஏப்ரல் 17ம் தேதி பிரஸ் ஆக்ட் (அவசர நிலை அதிகாரங்கள்) 1931, விதி 19ன் கீழ் இந்தப் புத்தகம் தடை செய்யப்பட்டது. பல பத்திரிகைகள் இந்தத் தடையைக் கண்டித்தன. உதாரணத்திற்கு, 1934ம் ஆண்டு ஏப்ரல் 20ம் தேதி வந்த 'கேசரி' இதழில், 'இது மராத்தி வாசகர்களால் பல வருடங்களாகப் படிக்கப்பட்டு வந்திருக்கிறது. அதனால் நாட்டில் எந்தச் சட்ட ஒழுங்கு சீர்குலைவும் ஏற்படவில்லை. இந்தச் சட்டம் அப்போதே மூன்று வருடங்களாக அமலில் இருந்து வந்திருக்கிறது. மூன்று வருடங்களாக இந்தச் சட்டத்திற்கு முரணாக எதுவும்

நடக்கவில்லை எனும்போது இப்போது இதனைத் தடை செய்ய திடீரென்று என்ன நடந்துவிட்டது' வாதிடப்பட்டது. தடை செய்யப்பட்டு ஒன்பது நாட்கள் கழித்து, அதாவது 1934ம் ஆண்டு 26ம் தேதி பம்பாயில் தோபி தாலோ என்ற இடத்தில் ஒரு பிரிட்டிஷ் அதிகாரி ரத்னகிரியில் உள்ள வீர் சாவர்க்கரின் தொண்டர்களில் ஒருவரால் சுடப்பட்டார். சுட்டவர், மறைந்த வாமன் ராவ் சவான். இது நடந்த 24 மணி நேரத்திற்குள் ரத்னகிரியில் இருந்த வீர் சாவர்க்கரின் வீட்டில் சோதனை நடத்தப்பட்டது. தடைக்கான எதிர்ப்பே அந்த பிரிட்டிஷ் அதிகாரியின் மீது நடந்த கொலை முயற்சி.

தடை செய்யப்பட்டவுடன் இந்தப் புத்தகத்தின் குஜராத்திப் பதிப்பை வெளியிட்ட பிரஸ்தான் பப்ளிஷிங் ஹவுஸ் பதிப்பகத்தின் அலுவலகத்தில் சோதனைகள் மேற்கொள்ளப்பட்டு இந்தப் புத்தகத்தின் பிரதிகள் கைப்பற்றப்பட்டன. அதேபோல பிரஜாபந்து என்ற வார பத்திரிகையின் பதிப்பாளரும் அச்சிடுபவருமாகிய இந்திரனந்தன் பல்வந்த்ராய் தாக்கூர் என்பவருக்கு இரண்டாயிரம் ரூபாய் காப்புத் தொகை செலுத்துமாறு நோட்டீஸ் அனுப்பப் பட்டது.

மராத்தியில் வெளியானபோது எந்தப் பிரச்சினையும் இல்லை, குஜராத்தியில் வெளியானவுடன் தடை செய்யப்படுகிறது என்றால், இந்த புத்தகத்தைக் குறித்து யார் புகார் அளித்திருக்கக் கூடும் என்ற சந்தேகம் பலர் மனதில் எழுந்தது. ஒருவேளை இது, சிவாஜியையும் ராணா பிரதாப்பையும் ஆயுதம் தாங்கிப் புரட்சி செய்தவர்கள் என்ற காரணத்திற்காகக் குறை கூறிய, பிரத்வி சிங் மற்றும் இதர புரட்சியாளர்களை அரசாங்கத்திடம் ஒப்படைக்கவேண்டும் என்று கூறிய, இந்து முஸ்லிம் ஒற்றுமை என்ற பெயரில் முஸ்லிம்களை தாஜா செய்து கொண்டிருந்த எவரோ ஒருவராக இருக்கக்கூடும்.

1937ம் ஆண்டு மறைந்த நாராயண் ராவ் சாவர்க்கர் இந்தப் புத்தகத்தின் பதிப்பாளர் என்ற முறையில் இந்தப் புத்தகத்தின் மீதான தடையை நீக்கக் கோரி விண்ணப்பித்தார். அதேபோல பல தனி நபர்களும் நிறுவனங்களும்கூடக் கோரிக்கை விடுத்தன. 1937ம் ஆண்டு ஆகஸ்ட் மாதம் வீ.வீ.சாத்தே என்பவர் அந்தமான் சிறையில் உண்ணாவிரதம் இருக்கும் கைதிகளுக்கு ஆதரவாக ஒரு பேரணி ஒன்றை நடத்தினார். அந்தப் பேரணியின் முடிவில் புனேவில் உள்ள ஷன்வர் வாதாவிற்கு எதிரே நடந்த மாபெரும் பொதுக்கூட்டத்தில் அவர் வீர் சாவர்க்கர் எழுதிய புத்தகத்தின் 191ம் பக்கத்திலிருந்து ஒரு பகுதியை, புத்தகத்தின் மீதான அநியாயமான தடையை எதிர்க்கும் விதமாக,

வாசிக்கப் போவதாக அறிவித்தார். உடனேயே அப்போதைய சப் இன்ஸ்பெக்டர் ஸ்ரீ தேவுல்கொவங்கர் என்பவர் அவர் கைகளிலிருந்து அப்புத்தகத்தைப் பறித்தார். உடனேயே வீர் சாவர்க்கரால் சின்காத் வெற்றியைக் குறித்து எழுதப்பட்ட மற்றொரு தடை செய்யப்பட்ட பாடலான 'தன்யா சிவாஜி முதல் ரனகாச்சி தன்யாச்சி தானாஜி' என்ற பாடலை அவரும் மற்றவர்களும் பாட ஆரம்பித்தனர். கைப்பற்றப்பட்ட வீர் சாவர்க்கரின் புத்தகங் களைத் திரும்ப ஒப்படைக்கவேண்டும் என மற்றவர்கள் கோரிக்கை விடுத்தனர். அரசாங்கம் அந்தக் கோரிக்கையைப் பரிசீலிப்பதாகச் சொன்னது. ஆனால் உண்மையில் எதுவும் நடக்கவில்லை.

1945ம் ஆண்டு காங்கிரஸ் அரசு பொறுப்பேற்றதும் அந்தக் கோரிக்கை மீண்டும் வலுப்பெற்றது. சிலர் தடையை மீறி அந்தப் புத்தகங்களைப் பதிப்பிப்போம் என்று கூறினர். 1946ம் ஆண்டு மே 22ம் தேதி ஒருவழியாகத் தடை விலக்கிக்கொள்ளப்பட்டது. ஆனால் தடை இருந்ததோ இல்லையோ, வீர் சாவர்க்கரின் புத்தகங்கள் ரகசியமாகப் பதிப்பிக்கப்பட்டுப் பெருவாரியான மக்களால் படிக்கப்பட்டும் வந்தன. இரண்டாவது முறையாக, சட்டபூர்வமான பதிப்பு 1947ம் ஆண்டு வெளிவந்தது. ஹிந்து ராஷ்ட்ர க்ரந்தமாலா-வின் ஐந்தாவது வெளியீடாக பர்சுரே புரானிக் அனி மண்டலி என்ற இயக்கம் இதனை வெளியிட்டது.

1948ம் ஆண்டு ஜனவரி 30ம் தேதி காந்திஜி கொல்லப்பட்டார். அந்தக் கொலை வழக்கில் சுதந்திர இந்தியாவை ஆண்ட முதல் அரசு உள்நோக்கத்துடன் வீர் சாவர்க்கரையும் குற்றம்சாட்டி இணைத்தது. ஆனால் பின்னர் அவர் நீதிமன்றத்தால் நிரபராதி என்று கூறி விடுவிக்கபட்டார். ஆனால் அரசாங்கத்தின் நடவடிக்கைக்குப் பயந்து மக்கள் அவரது புத்தகங்களை வாங்கப் பயந்தனர். அதனால் பம்பாயில் உள்ள நடைபாதைகளில் மிகக் குறைந்த விலைக்கு, அதாவது ஒரு ரூபாய்க்கு அந்தப் புத்தகங்கள் விற்கப்பட்டன. ஆனால் புத்தகத்தின் விற்பனை மேலும் அதிகரித்தது. பிறகு அது அதன் உண்மையான விலைக்கே விற்கப்பட்டது.

குஜராத்திப் பதிப்பு மட்டுமில்லாமல் கன்னடம் மற்றும் ஆங்கிலப் பதிப்புகளும் விரைவிலேயே வெளிவந்தன. தற்போதைய ஆங்கில மொழிபெயர்ப்பு பம்பாய் முலுந்த் பகுதியில் இருக்கும் நாராயன் டோபிவாலா கல்லூரியின் முதல்வர் பேராசிரியர் வீ.என்.நாயக் என்பவரால் செய்யப்பட்டது. இது 1949ம் ஆண்டு பம்பாயில் உள்ள சத்பக்தி பிரகாஷன் என்ற பதிப்பகத்தால் வெளியிடப்பட்டு தற்போது இரண்டாவது பதிப்பு வெளிவந்திருக்கிறது. ஆனால்

காந்தி கொலை வழக்கினால் ஏற்பட்ட பிரச்சினைகளை இதுவும் சந்திக்க வேண்டியிருந்ததால் இந்தப் புத்தகத்தின் ஹிந்திப் பதிப்பை அப்போது கொண்ட வர இயலவில்லை. அது பிற்பாடு நாக்பூரில் உள்ள பிரித்விராஜ் பிரகாஷன் என்ற பதிப்பகத்தால் 1966ம் ஆண்டு பதிப்பிக்கப்பட்டது. இதன் சுருக்கப்பட்ட பதிப்பு ஹிந்துவாணி என்ற பத்திரிகையில் தொடராக வெளிவந்தது. மத்திய அரசாங்கத்தின் ஆதரவோடு இயங்கும் சாஹித்ய அகாதமி பதிப்பகமும் இதனை 14 இந்திய மொழிகளில் வெளியிட உத்தேசம் உள்ளதாக அறிவித்தது. ஆனால் பின்னர் இந்தத் திட்டம் கைவிடப்பட்டது. என்ன காரணம்? அது அரசாங்கத்துக்குத்தான் தெரியும்.

இந்தப் புத்தகத்தின் முதல் பகுதியை 1963ம் ஆண்டு சமக்ர சாவர்க்கர் வாங்மயா என்ற நிறுவனம் பதிப்பித்தது. பிறகு 1968ம் ஆண்டு இது தனி புத்தகமாக ஜி.பி.பராசுரே பிரகாஷன் மந்திர் என்ற நிறுவனத்தால் வெளியிடப்பட்டது. அப்போது வீர் சாவர்க்கரின் விடுதலைக்குப் பல நிபந்தனைகள் விதிக்கப்பட்டிருந்ததால், அவரால் தன்னுடைய பல கருத்துக்களுக்கு விரிவான விளக்கங்கள் கொடுக்க இயலவில்லை. அதனால் ஸ்ரீ பாலாராவ் சாவர்க்கர் இந்தப் பதிப்பில் பல அடிக்குறிப்புக்களைக் கொடுத்திருந்தார்.

இந்தப் புத்தகம் அந்தமானிலும் ரத்னகிரி, எரவாடா சிறைகளிலும் வீர் சாவர்க்கருக்கு இழைக்கப்பட்ட மனிதாபிமானமற்ற சித்திரவதைகளையும் கொடுமைகளையும் சித்தரித்திருந்தது. அதேபோல எந்த விதமான அனுகூலமான சூழ்நிலைகளும் இல்லாத நிலையில் 13 ஆண்டுகள் எல்லா விதமான கொடுமைகளையும் எதிர்த்து நின்று சளைக்காமல் போராடிய அவரது தீரத்தையும் அது பறைசாற்றியது. தன் இளமைக்காலம் சிறையில் வீணாகியபோதும், எந்த விதமான நம்பிக்கையும் இன்றி அந்தமான் சிறையில் நிர்கதியான சூழலில் அவர் வாடியபோதும், மற்ற கைதிகளைப் போல மனம் உடைந்து அவர் தற்கொலை செய்து கொள்ள முயற்சிக்கவில்லை. மாறாக மனதைச் சம நிலையில் வைத்திருந்தார். இதனால் அவரால் ஆயிரக்கணக்கான வரிகள் கவிதைகளாக எழுத முடிந்தது. தத்வார்தமாய்ச் சிந்திக்க முடிந்தது. இன்று நாட்டைப் பீடித்திருக்கும் பல இன்னல்களுக்கான தீர்வை அந்தச் சூழ்நிலையிலும் அவரால் சிந்தித்துச் சொல்ல முடிந்தது. அவற்றை நம் ஆட்சியாளர்கள் ஏற்றுக்கொள்ள மறுத்தாலும் நிலைமை மேலும் மோசமாகும்போது அவற்றைக் கடைப்பிடித்தே ஆகவேண்டும். தேசத்தை முன்னேற்றுவதற்கான பல பரிமாணங்களை அவர்

சிந்தித்தார். அவரது இத்தகைய தீர்கமான கருத்துக்களைப் படிக்கும் போது நமக்கு அவர் எழுதிய கவிதை வரிகளான

'கற்சுவர்களோ இரும்புக் கதவுகளோ நம்மைச் சிறைப்படுத்தாது'

என்பது நினைவுக்கு வருகிறது. இது அவருடைய அசைக்கமுடியாத மன உறுதியையும் தேசப்பற்றையும் குறிக்கிறது. தீர்க்கதரிசியான அவர் மிகச் சிறந்த செயல்வீரரும் ஆவார். நாடு அடிமைத்தளையின் உச்சத்தில் இருந்தபோதிலும் அவர் தன் வாழ்நாளின் எந்தவொரு நிமிடத்தையும் வீணாக்காமல் தன் தாய்நாட்டின் மீட்சி குறித்தே சிந்தித்துச் செயல்பட்டுக்கொண்டிருந்தார். பாரதத் தாயின் இப்படிப் பட்ட ஒரு மகத்தான புதல்வனை நாம் இதுநாள்வரை முட்டாள் தனமாக உதாசீனப்படுத்தி வந்தோம் என்பதுதான் இதிலே மிகவும் வருந்தத்தக்க விஷயம். இதனால் நஷ்டம் நமக்குத்தான். இனி வரும்காலங்களிலாவது நமக்குத் தெளிவு கிடைக்கும் என்று நாம் நம்புகிறேன்.

போரிவில்லி, பம்பாய்.
எஸ்.டி. கோட்போலே.

அத்தியாயம் 1

பம்பாய் டோங்க்ரியில் உள்ள சிறை

"உங்களுக்கு ஐம்பது ஆண்டுகால 'நாடு கடத்தப்படும் தண்டனை' கொடுக்கப்பட்டிருக்கிறது. 'உங்களை பிரான்ஸிடம் ஒப்படைக்கச் சொல்லி இங்கிலாந்தைக் கட்டுப்படுத்தமுடியாது' என்று ஹேக்-ல் உள்ள பன்னாட்டு நீதிமன்றம் தீர்ப்பளித்திருக்கிறது" என்று அந்த நபர் என்னிடம் கூறினார்.

"நல்லது, நான் அதனைப் பெரிதாக நம்பியிருக்கவில்லை. இருந்தாலும், எனக்கு அந்தத் தீர்ப்பின் நகல் ஒன்று பார்க்கக் கிடைக்குமா?"

"அது நான் முடிவு செய்யக்கூடிய விஷயம் அல்ல. இருந்தாலும் உங்களுக்காக என்னால் இயன்ற முயற்சியைச் செய்கிறேன். இந்தச் செய்தியை மனஉறுதியோடு நீங்கள் எதிர்கொண்ட விதம் உங்களிடம் பரிச்சயம் இல்லாத என்னையே கவர்கிறது. அதுமட்டு மின்றி, நீங்கள் என்னைப் போன்ற அந்நியரிடம் எந்த உதவியும் எதிர்பார்த்துக் காத்திருக்க மாட்டீர்கள் என்று நினைக்க வைக்கிறது" என்று என்னிடம் பேசிய அந்த நபர் உணர்ச்சிவசப்பட்டுக் கூறினார்.

"இந்தச் செய்தியோ அல்லது இதுபோன்ற செய்திகளோ எனக்கு அச்சத்தை ஏற்படுத்தாது என்றா நினைக்கிறீர்கள். ஆனால் நான் இந்த அபாயத்தை எதிர்கொள்ள உறுதியோடு இருக்கிறேன். இது நானாக வருத்திக்கொண்டதுதான். இதனால் பாதிக்கப்படாத வண்ணம் நான் வளர்ந்துள்ளேன். என் நிலையில் இருந்தால் நீங்களும் இதேபோல

உறுதியோடு இருப்பீர்கள். இத்தகைய அனுபவங்களை நம் மனவலிமையின் மூலம் நாம் எதிர்கொள்ளமுடியும். உங்கள் உதவிக்கும் அனுதாபத்திற்கும் நான் நன்றிக்கடன் பட்டுள்ளேன்.''

அப்போது யாரோ அங்கே வரும் ஓசை கேட்டது. அந்த மனிதர் என் அறையைவிட்டு வெளியே எதிர்த் திசையில் சென்றார். என் மனதில் ஐம்பது என்ற எண் திரும்ப திரும்ப ரீங்காரமிட்டுக் கொண்டிருந்தது.

காதில் அதுவரை கேட்ட காலடிச் சத்தத்துக்குச் சொந்தக்காரர் என் அறைக்கு வந்தார். அந்த அதிகாரி கதவைத் திறந்ததும் அவரது உதவியாளர் எனக்கு உணவைப் பரிமாறினார். ஹேக் தீர்ப்பாயத்தின் தீர்ப்பு வரும்வரை, உணவிலும் சரி, உடையிலும் சரி, என்னை இவர்கள் ஒரு கைதிபோல நடத்தவில்லை. வழக்கமான உணவை இன்று உண்டேன். ஒருவேளை சிறை அதிகாரிக்கு இன்னும் நீதிமன்றத் தீர்ப்பு வந்துசேரவில்லை போல. நான் என் உணவை உண்டாலும் அதில் இருந்த சிறப்புப் பொருட்களைத் தவிர்த்து விட்டேன். சிறை அதிகாரி என்னிடம் கேட்டார். ''ஸார், ஏன் நீங்கள் இவற்றைத் தவிர்த்து விட்டீர்கள்? ஏன் நீங்கள் வழக்கம்போல உணவு உண்ணவில்லை?''

''எனக்கு வேண்டிய அளவு சாப்பிட்டேன். ஆனால், இங்கு எல்லாக் கைதிகளுக்கும் பொதுவான உணவு எதுவோ அதை மட்டுமே எடுத்துக்கொண்டேன். நாளையே நானும் அவர்களைப்போல எல்லா வேலைகளையும் செய்ய நேரிடலாம். அப்போது இது போன்ற உணவு கிடைக்காமல் போகலாம். வழக்கமாகக் கைதி களுக்குக் கிடைக்கும் சுத்தமில்லாத உணவே எனக்கும் கொடுக்கப் படலாம். அதற்கு இப்போதே பழக வேண்டாமா? அதைத்தானே பிறகு எப்போதும் உண்ணவேண்டும்'' என்று புன்சிரிப்புடன் கூறினேன். அதற்கு அந்த அதிகாரி, ''இல்லை இல்லை. அப்படி இல்லை. உங்களை பிரான்ஸுக்கு மீண்டும் அனுப்பும் உத்தரவு ஏற்கெனவே வந்துவிட்டது என்று கேள்விப்பட்டேன். நீங்கள் உங்கள் சிறைவாழ்வை அங்கே கைதியாகக் கழிக்க வேண்டி யிருக்கும். கடவுள் என்றும் இதை அனுமதிக்க மாட்டார்'' என்று பதற்றத்துடன் பதில் சொன்னார்.

அப்போது ஒரு காவலாளி ஓடி வந்து, ஜமாதார்* வருவதாகக் கூறினார்.

---

* ஜூனியர் காவல் அதிகாரி

கதவு அறைந்து சாத்தப்பட்டது. வார்டனும் அவர் உதவியாளரும் அங்கிருந்து சென்றனர். சிறிது நேரத்தில் கண்காணிப்பாளர்* அங்கு வந்தார். என்னிடம் மரியாதையாய்ப் பேசினார். நான் இனிமேல் கைதிகளுக்கான சீருடையை அணியவேண்டும் என்றும் அவர் களுக்குக் கொடுக்கப்படும் உணவே எனக்கும் கொடுக்கப்படும் என்றும் எனது ஐம்பது ஆண்டுகாலச் சிறைத்தண்டனை அன்றிலிருந்து துவங்குவதாகவும் தெரிவித்தார்.

நான் எழுந்து அதுவரை அணிந்திருந்த ஆடைகளைக் களைந்து விட்டு, கைதிகளுக்கான ஆடையை அணிந்துகொண்டேன். என்னுள் ஒரு பயம் தொற்றிக்கொண்டது. இந்த ஆடைகளையே இனி என் வாழ்நாள் முழுவதும் அணிந்திருக்கவேண்டும். இவற்றை இனி பிரிய முடியாது. நான் இறந்தாலும் என் உடல் இந்த ஆடை களிலேயே சிறையிலிருந்து வெளியே எடுத்துச் செல்லப்படலாம். இதைப் போன்ற மயக்குறு எண்ணங்களே என் மனதை ஆக்கிரமித்தன. கண்காணிப்பாளர் வேறு ஏதேதோ சொல்லிக் கொண்டிருந்தார். நான் அந்த உரையாடலில் கலந்துகொண்டு என் மனதை வேறு திசையில் செலுத்த முயன்றுகொண்டிருந்தேன்.

அப்போது எனக்கு ஆறுதல் தரும் வகையில் ஒரு சிப்பாய் கண்காணிப்பாளருக்கு இரும்புத் தட்டுப் போன்ற ஒன்றைக் கொண்டுவந்து கொடுத்தார். அது கைதிகள் தங்கள் மார்பில் அணிய வேண்டிய பேட்ஜ். அதில் அவர்களது எண் பொறிக்கப்பட்டிருக்கும். அந்த பேட்ஜில் அவர் விடுதலையாகப் போகும் நாள் எழுதப் பட்டிருக்கும். என்னுடையது எந்தத் தேதி? நான் எப்போதாவது விடுதலையாவேனா அல்லது மரணம்தான் எனக்கு விடுதலை வாங்கித் தருமா? ஏக்கத்துடனும் கேலியுடனும் ஆர்வத்துடனும் அந்த பேட்ஜைப் பார்த்தேன். எனது விடுதலை ஆண்டு 1960 எனக் குறிப்பிடப்பட்டிருந்தது. ஒரு கணம் அதன் முழு அர்த்தத்தையும் உணரவில்லை. ஒன்றிரண்டு நிமிடங்களில் உறைத்தது. எனக்குத் தண்டனை அளிக்கப்பட்டது 1910ம் ஆண்டு. விடுதலையாகப் போவது 1960ம் ஆண்டு.

அந்த பிரிட்டிஷ் அதிகாரி கடுமையாக முகத்தை வைத்துக்கொண்டு சொன்னார், ''அதைப்பற்றிப் பயப்படவேண்டாம், கருணையுள்ள இந்த அரசு உங்களை நிச்சயம் 1960ம் ஆண்டு விடுதலை செய்துவிடும்!''

---

* சூப்பரின்டெண்டன்ட்

அதே தொனியில் அவருக்குச் சொன்னேன், ''மரணம் அதைவிடக் கருணையானது. ஒருவேளை அது எனக்கு முன்னதாகவே விடுதலை கொடுத்தால்?''

இருவரும் சிரித்தோம். அவர் இயல்பாகச் சிரித்தார். நானோ செயற்கையாகச் சிரித்தேன். என்னுடன் சில விஷயங்களை விவாதித்துவிட்டு அவர் அங்கிருந்து சென்றார். நான் கீழே அமர்ந்தேன். இப்போது அந்தச் சிறையில் நானும் என் தண்டனையும் மட்டும்தான். கவலை தோய்ந்த அந்த அறையில் நாங்கள் ஒருவரை ஒருவர் பார்த்துக்கொண்டிருந்தோம்.

அன்று நடந்த மற்ற விஷயங்களையும் என் மனதின் குழப்பங்களையும் நான் எழுதிய 'சப்தரிஷி' என்ற கவிதையில் முதல் பகுதியில் எழுதியிருக்கிறேன். அதனால் அதைப்பற்றி இங்கு விவரிக்கவில்லை.

இரண்டாம் நாள்

''உங்கள் தண்டனை நேற்றே துவங்கி இருந்தாலும் சாஹிப் உங்களை வழக்கம்போலக் காலை நடைப்பயிற்சிக்குக் கூட்டிச் செல்லச் சொன்னார். அதற்குதான் வந்திருக்கிறேன்'' என்று ஜமாதார் சொன்னார்.

நான் அவருடன் என் நியமங்களைப் பின்பற்றச் சென்றேன். நான் இல்லாத நேரம் எனது அறை முழுவதுமாக, ஓரிடம் விடாமல் சோதனை செய்யப்பட்டது. என் பொருட்களும் புத்தகங்களும் அங்கிருந்து அகற்றப்பட்டன. கீழே இருந்த திறந்த வெளியில் நடந்து கொண்டிருந்தேன். கைதிகளுக்கான ஆடையையே அணிந்திருந்தேன். பழைய ஆடைகளை அணியவில்லை. அந்தப் புதிய ஆடையில் என்னைச் சிலர் ஆர்வத்துடன் பார்த்துக் கொண்டிருந்தார்கள். நான் போகும் பாதையில் இருக்கும் மருத்துவமனை, ஜன்னல்கள் எல்லாவற்றிலும் இருந்து என்னை ஆர்வத்துடன் பார்த்துக்கொண்டிருந்தனர். சிலருக்கு என்னைப் பார்க்க ஆர்வம், சிலருக்கு என்பால் இரக்கம். டோங்க்ரி சிறை ஊருக்கு மத்தியில் இருந்தது. அதனைச் சுற்றிலும் பல குடித்தனப் பகுதிகள், பெரிய கட்டடங்கள் இருந்தது அங்கிருந்து தெரிந்தது. ஒவ்வொரு நாளும் என்னை உடற்பயிற்சிக்காகக் கீழே அழைத்து வரும்போது அருகில் உள்ள வீடுகளில் ஜன்னல்கள் வழியே என்னைக் காண மக்கள் கூடியிருப்பர். அங்கிருக்கும் ஆண்களும் பெண்களும் என்னைப் பார்த்தபடியே ரகசியமாக ஏதோ பேசிக்கொள்வர். நான் காலை நடைப்பயிற்சியை முடிக்கும்வரை

அவர்கள் அங்கேயே இருப்பார்கள். சில சமயம் காவலாளியையும் மீறி, அவர்களைப் பார்ப்பேன். நாங்கள் பரஸ்பரம் வணக்கங்களைப் பரிமாறிக்கொள்வோம். அவர்கள் என்மேல் வைத்திருக்கும் மதிப்பு எனக்கு மகிழ்ச்சியைத் தந்தது. ஆனால் சில நேரம், "இவர்களுடைய விடுதலைக்காகப் போராடித்தானே நாம் இப்போது சிறைத் தண்டனை அனுபவித்துக்கொண்டிருக்கிறோம். இவர்களோ அதற்குப் பழி வாங்குவதை விட்டுவிட்டு அமைதியாக வேடிக்கை பார்த்துக்கொண்டிருக்கிறார்களே" என்று தோன்றும். ஒருமுறை அருகில் இருந்த வீட்டு உரிமையாளர் ஒருவரைக் காவலாளி கடுமையாக எச்சரித்தார் என்பதைத் தெரிந்துகொண்டேன். அதிலிருந்து நடைப்பயிற்சி செய்யும்போது அவர்களைப் பார்ப்பதை நிறுத்திக்கொண்டேன். என்னால் அவர்களுக்கு எந்த வகையிலும் கஷ்டம் எதுவும் ஏற்படக்கூடாது. நடைப்பயிற்சியின் போது யோக சூத்திரங்களைச் சொல்வதை வழக்கமாகக் கொண்டிருந்தேன். சூத்திரங்கள் ஒவ்வொன்றையும் மனதில் சொல்லி தியானம் செய்வேன். இன்று அப்படித் தியானம் செய்கையில் காவலாளி என்னை எழுப்பி, 'நேரமாகிவிட்டது, சிறைக்குத் திரும்பவேண்டும்' என்று சொன்னார். நான் எழுந்து என் அறைக்குச் சென்றேன். தியானம் கலைந்ததால் என் அறையின் ஒரு மூலையில் வெகு நேரம் சும்மா உட்கார்ந்திருந்தேன். திடீரென்று கதவு தட்டப்படும் சத்தம் கேட்டது. எழுந்து பார்த்தபோது ஹவில்தார் உள்ளே வந்து கொண்டிருந்தார். அவருடன் வந்த கைதியின் தலையில் ஒரு மூட்டை இருந்தது. ஹவில்தார் என்னிடம், "சார், கவலைப்படாதீர்கள், கடவுள் உங்களுக்கு துன்பங்கள் நேராமல் பார்த்துக்கொள்வார். நீங்கள் படும் கஷ்டங்களை அவர் பார்த்துக்கொண்டுதான் இருக்கிறார். செய்தி கேட்டதும் எங்கள் எல்லோருக்கும் கண்கள் கலங்கிவிட்டன. ஆனால் இதனா லெல்லாம் நீங்கள் துவண்டுவிட மாட்டீர்கள் என்று எல்லோரிடமும் உறுதி அளித்தேன். ஆகவே நீங்கள் ஏன் சோர்வாக இருக்கிறீர்கள்? அதைப்பற்றி சிந்திக்காதீர்கள்" என்று கூறினார். அவர் ஆறுதலாகப் பேசியது என் மனதுக்கு வேறு விதமாகத் தோன்றியது. எனக்கு ஏதோ மோசமான ஒன்று நிகழ்ந்துவிட்டதாகவே உணர்ந்தேன். மனம் வலித்தது. நான் அந்த அதிகாரியிடம் அந்த மூட்டையில் என்ன இருக்கிறது என்று கேட்டேன். அவர் ஒரு செயற்கையான புன்னகை யோடு, "அது ஒன்றுமில்லை. சிறை விதிமுறைகளின்படி நான் உங்களுக்குச் சில வேலைகளைத் தருகிறேன். அவற்றை நீங்கள் செய்யலாம், செய்யாமலும் இருக்கலாம், அல்லது எவ்வளவு முடிகிறதோ அவ்வளவு செய்யலாம். அது ஒரு பிரச்சினையே இல்லை" என்றார். பிறகு அவர் அங்கு சுற்றி வைக்கப்பட்டிருந்த

கயிற்றை எடுத்தார். அதைத் துண்டுகளாக்கினார். அந்தக் கைதியிடம் எப்படித் துண்டாக்குவது, பிறகு மறுபடி சுற்றி அதை எப்படித் திரிப்பது என்று எனக்குக் காட்டச் சொன்னார். இதனை அவர்கள் கயிறு திரித்தல் (picking oakum) என்று சொன்னார்கள்.

''அப்படியென்றால் இது சாதாரண ஆயுள் தண்டனை அல்ல, கடுங்காவல் தண்டனை'' என்று அவரிடம் நான் சொன்னேன்.

சோர்வடைய வைக்கும் வேலை

''இதைச் செய்தே ஆகவேண்டும், கயிறு திரிக்கவேண்டும் என்று விதிக்கப்பட்டிருக்கிறாய். என்ன ஒரு முட்டாள் நீ? ஓ, என் மனமா? இதில் மரியாதை இழக்க என்ன இருக்கிறது? உன் வாழ்வே வீணாகப் போகிறது என்று நீ நினைக்கிறாய். ஆனால் வாழ்வே இப்படி திரும்ப திரும்ப ஒன்றைச் செய்வதுதான். சோர்வான சுருள், அதில் சிக்கல். சிக்கலை அவிழ்க்க மீண்டும் சிக்கல், மீண்டும் அவிழ்க்க, மேலெழுவதும் அதில் உழல்வதும், வேறு வழியே இல்லை என்று சொல்லலாமா? பல காரியங்களைத் திரும்ப திரும்பச் செய்வதில் நம் வாழ்வின் பெரும்பகுதி கழிந்து விடுகிறது. பஞ்ச பூதங்களினால் ஆன இவ்வுடல் இப்படி உழைத்து உழைத்து அழிவை நெருங்குகிறது. மரணமென்னும் சுத்தியல் உடலைக் கூழாக்க, எங்கிருந்து வந்ததோ அதே பஞ்ச பூதங்களிலேயே கலந்தும் விடுகிறது. 'எங்கிருந்து பெறப்பெற்றதோ அங்கேயே நிறைவுபெறுகிறது.'

''காலை மாலை இரவு என்று ஒவ்வொரு நாளும் இதே சோர்வடைய வைக்கும் வேலைகள்தான். இலைகளை உண்டு வாழும் நாம் இறந்தவுடன் மண்ணுடன் கலக்கிறோம். நம் உடல் மண்ணோடு மண்ணாகிறது. அது திரும்ப இலைகளுக்கு உணவாகிறது. திரும்ப திரும்ப இது நிகழ்கிறது. இந்தச் சூரியக் குடும்பம், பல ஜொலிக்கும் நட்சத்திரங்கள், கொழுந்துவிட்டு எரியும் நெபுலாக்கள், அந்தச் சூரியக் குடும்பத்தின் ஒரு அங்கமான இந்தப் பூமி, ஒருநாள் இந்த பூமியும் எரிந்து அழிந்து அந்த நெபுலாவில் கலக்கும். மறுபடியும் அதே சோர்வடைய வைக்கும் சுழற்சி. ஆனால் நானோ இந்தச் சுற்றி வைக்கப்பட்டிருக்கும் கயிற்றை மட்டும் பிரித்து மறுபடியும் திரித்து வைத்தால் போதும். இந்தப் பிரபஞ்சத்தின் சுழற்சிக்கு அர்த்தம் இருக்குமானால், அது நேர விரயம் இல்லை என்றால், நான் மட்டும் இந்த வேலையை ஏன் நேர விரயம் என்று நினைக்கவேண்டும்? இது ஒரு பெரிய நாடகத்தின் ஒரு சிறிய பகுதிதானே. நான் இதை எதிர்கொள்ளத்தானே வேண்டும்?''

நான் கயிற்றைத் திரிக்க ஆரம்பித்தேன். ஹவில்தாரும் மற்றவர்களும் அங்கிருந்து சென்றார்கள். தனிமையில் இருக்கும்போதுதான் ஒருவரை ஒருவர் நன்கு புரிந்துகொள்ளமுடியும் என்பதைப் போல, மறுபடியும் நானும் என் தண்டனையும் மட்டுமே அந்த அறையில் இருந்தோம்.

விரைவில் நாங்கள் நல்ல நண்பர்கள் ஆனோம். அதில் சந்தேகமே இல்லை. நம்பிக்கையே இல்லை என்றாலும்கூட, ஹேக் தீர்ப்பாயம் என்னைக் காப்பாற்ற வரும் என்று நம்பியிருந்தேன். ஆனால் அதற்கும் ஒரு முடிவு வந்துவிட்டது. என் வாழ்நாளின் மீதமிருக்கும் நாட்களை இந்தச் சிறையிலோ அல்லது வேறு ஒரு சிறையிலோ கழித்தாகவேண்டும் என்பது சந்தேகமின்றித் தெரிந்துவிட்டது. பிறகென்ன? என்ன நடந்தாலும் சரி, நான் இதை எதிர்கொண்டே ஆகவேண்டும்.

சோதனை காலத்து விதிகள்

என் வாழ்க்கையில் எப்போதும் சோதனைகள்தான். நானாகத் தேடிக் கொண்டவை போக எனக்கு நிகழ்பவை பெரும்பாலும் சோதனைகளாகவே அமையும். அவற்றிற்கு நான் பழகியாகவேண்டும். இதுவே முதல் விதி. நான் சோதனைகளை எதிர்கொள்ளவும் அதைச் சகித்துக்கொள்ளவும் எதற்கும் எப்போதும் தயாராகவே இருக்கவும் என் மனதைப் பழக்கப்படுத்தி வைத்திருக்கிறேன்.

எங்கள் தேசத்தில் இப்போது மிகவும் துரதிர்ஷ்டமான சூழ்நிலை நிலவுகிறது. இதுபோன்ற சூழ்நிலைகளில் இதில் இருந்து மீண்டு எழுந்து புதிய விடியலை நோக்கிச் செல்ல விரும்புபவர்களுக்கு, கொடூரமான விதி விஷத்தைப் புகட்டினாலும் அதை ஜீரணிக்கத் தயாரான நிலையில் இருக்கவேண்டும். கடினமான சூழ்நிலைகளை எதிர்த்து நின்று போராட நாம் தயாரானோமானால், வழியில் வரும் சாதகமான சிறிய விஷயங்கள்கூட நமக்கு மிகுந்த சந்தோஷத்தைத் தரும். ஆனால் நல்லதே நடக்கும் என்று எதிர்பார்த்து இருந்தோமானால் நமக்கு வரக்கூடிய கஷ்டங்கள் இரட்டிப்புத் துன்பத்தைக் கொடுக்கும். இதுபோன்ற நிராதரவான துர்பாக்கிய சூழலில் பிறந்த எங்களைப் போன்றோருக்கு விதியும் கொடுமையானதாகத்தான் இருக்கும். பெருத்த நம்பிக்கையுடன் இருந்தால் பேரதிர்ச்சிகள் நம்மைத் தாக்கும்போது துவண்டு விடுவோம். அமைதியான மகிழ்ச்சியான வாழ்க்கை எல்லோருக்கும் அமைந்துவிடுவதில்லை. அதிர்ஷ்டம் மிகுந்த அன்னப் பறவைகள் மானசரோவரில் பிறந்து, தாமரை நார்களை உண்டு, அடியாழத்துத் தூய நீரைப் பருகி, அந்த

அமைதியான பளிங்கு நீரில் மிதக்கின்றன. ஆனால் எங்களைப் போன்றவர்கள், அபாயகரமான நீர் எழுப்பும் நச்சுக் காற்றுக்குச் செவி கொடுக்கவேண்டியவர்களாக இருக்கிறோம். எந்தக் கடினமான சூழ்நிலையையும் எதிர்த்து நிற்கும் எங்களைப் போன்ற மனிதர்களுக்கு வாழ்க்கை எப்போதும் போராட்டம் நிறைந்ததாகத் தான் இருக்கின்றது. நாங்கள் இந்தக் கடினமான சூழ்நிலைக்கு எங்கள் உடலையும் மனதையும் தயார்ப்படுத்திக்கொள்ளவேண்டும்.

விழுந்த அடி

என்னதான் திடமான மனம் கொண்டவனாக இருந்தாலும் அந்த அடி என்னைப் புரட்டிப்போட்டது. பலமான அடி என்றுதான் உடனே தோன்றியது. அதுவும் திடீரென்று வந்ததால் நிலைகுலைந்து போனேன். லண்டனில் கைதானபோது அந்தமானில் 25 வருட சிறைவாசத்திற்குத் தயாராக இருந்தேன். நான் மார்சிலஸ் துறைமுகத்தில் பிடிபட்டபோது, அந்த வழக்கில் விடுவிக்கப்பட்டு பிரான்ஸிடமே ஒப்படைக்கப்படுவேன் என்று உலகமே எதிர்பார்த்தது. ஆனால் இரண்டு எதிர்பார்ப்புகளும் பொய்யாயின. இப்போது நான் எதிர்பார்த்த தண்டனையைவிடக் கொடியதான ஒரு தண்டனையை அனுபவிக்கக் காத்திருக்கிறேன். ஐம்பது ஆண்டுகாலம் இதுபோன்றதொரு தனிமைச் சிறையில் கழிக்க வேண்டும். இந்த ஐம்பதாண்டு கால இருட்டுச் சிறைவாழ்க்கையை அணுவணுவாக ஒவ்வொரு நிமிடமும் கடந்தாகவேண்டும். இப்படித்தான் மாதங்களையும் வருடங்களையும் காத்திருந்து கழிக்கவேண்டும். இது ஒரு நரகம்தான். ஆனால் இதை நான் அனுபவித்தே ஆகவேண்டும். நல்லது, அப்படியானால் எப்படி வாழ்வது என்பதை நான் திட்டமிடவேண்டும்.

என் தண்டனைக் காலம் 25 ஆண்டுகளாக இருக்கும் என்று நினைத்து அதை எப்படிக் கழிப்பது என்று நான் ஏற்கெனவே திட்டமிட்டு வைத்திருந்தேன். ஹேக் தீர்ப்பு 50 ஆண்டுகளுக்கு என்று வந்தாகி விட்டது. 25 ஆண்டுகள் என்பதை நான் ஐம்பது ஆண்டுகளுக்கு நீட்டித்துத் திட்டமிடவேண்டும். என் தாய்நாட்டிற்கு நான் பட்ட கடனை திரும்பச் செலுத்தவேண்டும். சிறையில் இருக்கும் மற்ற குடிமகன்களுக்கும் என்னாலான உதவிகளைச் செய்யவேண்டும். என் வாழ்வை முழுமையானதாக்க என்ன செய்ய வேண்டுமோ அதைச் செய்யவேண்டும். அவற்றைச் செய்ய இங்கு எந்த உதவியும் ஆதரவும் கிடைக்காது. சிறையில் வாழ்க்கையைக் கழித்த சர் வால்டர் ராலேவில் (Sir Walter Raleigh) தொடங்கி, இளவரசர் குரோபட்கின் (Prince Kuropatkin) வரையிலான பெரிய

மனிதர்களின் வாழ்க்கையை நான் எண்ணிப் பார்த்தேன். சிறையில் 'பில்க்ரிம்ஸ் ப்ராக்ரஸ்' (Pilgrim's Progress) எழுதிய பன்யனுக்கு (Bunyan) குறைந்தபட்சம் எழுதுவதற்கான பொருட்களாவது இருந்தன. என்னிடமோ ஒரு உடைந்த பென்சில்கூட இல்லை. அவற்றைப் பயன்படுத்த என்னை அனுமதிக்கவில்லை. ஸ்டீட் (W.T.Stead) சிறையில் இருந்தபோது அரசியல் சாரா கட்டுரைகளை எழுதினார். என்னால் அதுகூட முடியாது. ஒரு சிறு குருவிகூட என்னருகில் வர முடியாது. அதனால் நான் எந்தத் தகவலையும் பரப்ப முடியாது, எந்தப் பிரசாரத்தையும் செய்ய முடியாது. கிழிந்த காகிதத்தை வைத்திருப்பதுகூடக் குற்றமாகக் கருதப்பட்டது. எனவே எழுதுவது என்ற கேள்விக்கே இடமில்லை. எதையாவது படித்து என் அறிவை வளர்த்துக் கொள்ளலாம் என்றால் எனக்கு எப்போதாவது ஒரு புத்தகம்தான் கிடைக்கும். அதற்கே பெரும்பாடு படவேண்டும். ஆனால் வெறுமனே படித்து அறிவை வளர்த்துக் கொள்வது என்பது பூக்காத, காய்க்காத மரத்தைப் போன்றது; பல ஆயிரம் பேர் தாகத்தில் தவிக்கையில் யாருடைய தாகத்தையும் பசியையும் தீர்க்காத ஓர் குளத்து நீரின் பயன் என்ன? சிறையில் இருக்கும்போதும் எதாவது உருப்படியான காரியத்தை செய்யும் பாக்கியம் மற்றவர்களைப்போல எனக்குக் கிடைக்காதா? மற்றவர்களைவிட அதிக கஷ்டங்களை அனுபவிக்கப்போகும் நான் அதற்கு வடிகாலாக நான் விரும்பும் எந்த ஒரு நல்ல காரியத்தையும் செய்ய முடியாத நிலையில் இருக்கிறேன். நான் என்ன செய்யமுடியும்? நான் என்ன திட்டங்களை வகுக்கமுடியும்?

ஒரு காவியம்

நான் சிறுவனாக இருந்தபோது எனக்கு ஒரு காவியம் எழுத வேண்டும் என்ற எண்ணம் இருந்தது. எழுதவேண்டும் என்று தீர்மானித்த எனக்கு எப்படி எழுதுவது, எதைப் பற்றி எழுதுவது என்றெல்லாம் தெரிந்திருக்கவில்லை. அந்த ஆசை என்னுள் தொடர்ந்து வளர்ந்துகொண்டே வந்தது. ஆனால் வாழ்க்கையின் பல நெருக்கடியான தருணங்கள் அந்த ஆசையை நிறைவேற்ற விடாமல் தடுத்தன. ஆனால் இங்கே சிறையில் அமைதியாக இருக்கும் இடத்தில் அந்த எண்ணம் எனக்குத் திரும்பவும் மனதில் தோன்றியது. பகல் முழுக்க கடினமான வேலையைச் செய்துவிட்டு அறைக்கு வந்தவுடன் இரவில் கவிதை எழுதலாமென நினைத்தேன். ஆனால் எழுதுவதற்கு என்னிடம் துண்டுக் காகிதமோ அல்லது பென்சிலோ எதுவும் கிடையாது. கவிதைகளை வரிசையாக என் மனதில் வடிப்பதை யாராலும் தடுக்க முடியாது. சிறை வாழ்க்கை எவ்வளவு

கொடுமையானதாக இருந்தாலும் என்னால் இந்தக் காரியத்தைச் செய்யமுடியும். அப்படி ஒரு கவிதையை எழுத முடிந்தாலும் என் தண்டனைக் காலம் முடிந்து நான் வெளியே வரும்போது அதனை என் தாய்நாட்டின் பாதக்கமலத்தில் சமர்ப்பணம் செய்வேன். என் இருபத்து ஐந்து கால சிறை வாழ்க்கை அனுபவத்தின் பலனாக அந்தப் படைப்பை நான் அர்ப்பணிப்பேன். அது என் தாய்நாட்டிற்கு நான் ஆற்றக்கூடிய ஒரு பெரும் சேவையாக இருக்கும்.

அப்படியென்றால் நான் ஏன் அதை உடனடியாகத் துவங்கக்கூடாது? என் தாய்நாட்டிற்காக நான் இப்போது வேறு எந்தப் பணியும் செய்ய முடியாத நிலையில் இருக்கிறேன். அது எனக்குத் தெரியும். எனவே நான் தீர்மானம் செய்தேன். இந்த சிறைத் தண்டனைக் காலத்தில் நான் ஒரு காவியமாவது எழுதியாகவேண்டும். ஹேக் தீர்ப்பு எனக்கு எதிரானதாக வந்தாலும்கூட நான் எனது கடுங்காவல் தண்டனையின் போது குறைந்தபட்சம் இதையாவது செய்யவேண்டும். ஏக்கத்தில் இருந்த என் மனதிற்கு இந்த எண்ணம் அப்போதைக்குக் கொஞ்சம் ஆறுதலைத் தந்தது. நீதிமன்றத் தீர்ப்பு எனக்கு எதிராக வந்தது என்பதை நான் தெரிந்துகொண்டேன். என் தண்டனைக் காலம் இரண்டு மடங்காக அதிகரித்தது. எனக்கு அந்தச் செய்தி பேரிடியாக இருந்தது. இருந்தாலும் நான் உறுதியோடு இருந்தேன். என் கனவை நிறைவேற்ற இயலும் என்ற எண்ணம் என் மன அழுத்தத்தைக் கொஞ்சம் குறைத்தது. என் வாழ்க்கை அத்தோடு முடிந்தது என்ற எண்ணம் என்னைவிட்டுப் போயிற்று. மனதின் பாரம் குறைந்தது. நான் நாட்களை எண்ணிக்கொண்டே ஒவ்வொரு நாளும் எவ்வளவு வரிகளை எழுதலாம் என்று கணக்குப் போட்டுக்கொண்டிருந்தேன். ஒரு நாளைக்குப் பத்து அல்லது இருபது வரிகள் என்றால் தண்டனைக் காலம் முடிந்து வெளியே வரும்போது ஐம்பதினாயிரம் அல்லது ஒரு லட்சம் வரிகள் எழுதி முடித்திருப்பேன். நான் வரிகளை மனதில் எழுதி அவற்றைத் திரும்ப திரும்பச் சொல்லி மனப்பாடம் செய்யவேண்டும். இப்படியே ஒவ்வொரு நாள் எழுதுவதையும் மனப்பாடம் செய்யவேண்டும். அது முடிக்கப்படும் வரை இதைச் செய்யவேண்டும். எனக்குள்ளேயே யோசித்துக்கொண்டேன். காவியத்தை உடனே துவங்க முடிவு செய்தேன். குரு கோவிந்த் சிங்கின் வாழ்க்கையைக் கவிதையாக எழுத நான் முடிவு செய்தேன்.

குரு கோவிந்த் சிங்கின் வாழ்க்கை

தியாகிகளிலேயே மிகச் சிறந்தவர் என்பதால் நான் அவருடைய வாழ்க்கையைக் கவிதையாக எழுத முடிவு செய்தேன். தாங்கள் கொண்ட கொள்கைக்காகப் போராடி வெற்றி பெற்ற மாமனிதர்கள்

எல்லோரும் கோபுரத்தில் ஜொலிக்கும் தங்கக் கலசத்தைப்போல பிரகாசிப்பவர்கள். அவர்கள் புகழின் உச்சத்தை அடைந்தவர்கள். ஆனால் நான் இப்போதிருக்கும் நிலையில் அவர்களைப் புகழ்ந்து பாடி எனக்கு எந்தவொரு மன நிம்மதியும் கிடைக்கப் போவ தில்லை. அதே நேரம் விதி எனக்குத் தந்துள்ள தோல்வியைப் பற்றிப் பாடுவது எனக்கு ஆறுதலைத் தரும். அதனால் மற்றவர்கள் வெற்றிக்குத் தங்கள் தோல்வியை அடித்தளமாக இட்டுத் தந்த பெரிய மனிதர்களைப் பற்றிப் பாடுவதே சரியானதாக இருக்கும். அத்தகைய தியாகிகளைப் பற்றிச் சிந்திப்பது அவர்களது வழியைப் பின்பற்றிச் செல்ல எனக்கு உதவும். தோல்வியில் துவளாமல் வெற்றியை எட்டிய மனிதர்களில் எனக்கு குரு கோவிந்த் சிங் மிக முக்கியமானவராகத் தோன்றினார். அவர் மாபெரும் தோல்வியைச் சந்தித்து, சம்கோர் கோட்டையில் இருந்து வெளியேற வேண்டி வந்தது. அவருடைய குடும்ப வாழ்க்கை முற்றிலுமாகச் சிதைக்கப் பட்டது. தன் தாயிடமிருந்து பிரிய நேரிட்டது. தன் மனைவி மற்றும் மகனைவிட்டுப் பிரிந்து வெகு தொலைவுக்குச் செல்ல வேண்டி வந்தது. அவருக்கு உதவி தேவைப்பட்ட நேரத்தில் அவருடைய சீடர்கள் அவரைக் கைவிட்டனர். அதுமட்டுமில்லாமல் எந்த நோக்கத்திற்காக அவர்கள் இணைந்து போராடினார்களோ அந்த நோக்கம் தோல்வியடைய அவரே காரணம் என்று குற்றம் சாட்டினார்கள். ஆனால் தான் எத்தகைய வீரமுள்ள ஆண்மகன் என்பதை அவர் நிரூபித்தார். ஆலகால விஷத்தைக் குடித்த ருத்திரனைப்போல அவர் விதி தனக்களித்த தோல்வியை ஏற்றுக் கொண்டதோடு அல்லாமல், ஒரு நாயகனாக விளங்கி, ஒரு சிங்கத்தைப் போல, வரும் தலைமுறைகளுக்கு ஒரு உதாரண ஆண்மகனாக விளங்கினார். அதனால் அந்த மனிதரின் தோல்வி எனது கவிதைக்கான சரியான கருவாக இருக்கும் என்று நான் தீர்மானித்தேன். கவலையினாலும் துக்கத்தினாலும் துவண்டிருக்கும் எனக்கு இது உத்வேகமளிக்கும். எனது தலைமுறை அனுபவித்த துன்பங்கள் மற்றும் தோல்விகளுக்கு ஒரு நினைவுச் சின்னத்தை வருங்காலத் தலைமுறை எழுப்ப இது உதவியாயிருக்கும்.

எதிர்காலத்தைப் பற்றிய சிந்தனையில் என் மனம் லயித்திருந்தாலும் என் கைகள் கயிறு திரிப்பதில் முழு மூச்சாக ஈடுபட்டிருந்தது. அன்றைய தினமே எனக்குக் கொடுக்கப்பட்ட பணியை முடிக்கும்முன் நான் என் கவிதையின் பதினைந்து வரிகளை எழுதிவிட்டேன். என் கைகள் அந்தப் பணியினால் புண்ணாகி ரத்தம் கசிந்து கொண்டிருந்தது.

ஹேக் தீர்ப்பு எனக்கு எதிரானதாக வந்த பிறகு இந்த டோங்க்ரி சிறையில் எவ்வளவு நாள் நான் இருப்பேன் என்பதை என்னால் கூற முடியவில்லை. என் தினப்படி வேலைகள் என்னென்ன என்று நீங்கள் கேட்கலாம். அவை பின்வருமாறு:

ஒவ்வொரு நாளும் நான் கீழே உள்ள சதுக்கத்தில் நடைப்பயிற்சி செய்வேன். அப்போது நான் யோக சூத்திரங்களைச் சொல்வது வழக்கம். அவற்றின் அர்த்தம் குறித்துச் சிந்தித்துக் கொண்டிருப்பேன். பிறகு என் அறைக்கு வந்து, கைதியாக எனக்குக் கொடுக்கப்பட்டுள்ள கடினமான பணிகளைச் செய்ய ஆரம்பிப்பேன். அந்த வேலையைச் செய்யும்போது நான் என் மனதில் அந்தக் காவியத்தைக் கவிதையாக வடிக்க ஆரம்பிப்பேன். முதல் நாள் வடித்த வரிகளை நினைவு கூர்ந்து பிறகு புதிய வரிகளை வடிக்க ஆரம்பிப்பேன். மாலை உணவு முடிந்து என் அறைக்கு வந்து கதவுகள் மூடப்பட்டபின் அந்த அமைதியான சூழலில் நான் யோக முறைப்படி தியானம் செய்வேன். தினமும் இரவு ஒன்பது மணிக்குத் தூங்கச் சென்று விடுவேன். இந்த எல்லா நாட்களிலும் நான் நன்றாகத் தூங்கினேன். இந்தத் தனிமை வாழ்க்கையில் எனக்கு ஒரே மாதிரியான பணிகள் விதிக்கப்பட்டிருந்தன. இந்தக் கடினமான காலத்தை என் எண்ணத்தின் மூலம் கட்டுப்படுத்த முயன்றேன். சில சமயங்களில் துன்பமும் மன அழுத்தமும் ஒரு கொடுங்கனவைப் போல என் நெஞ்சின் மீது ஏறியமர்ந்து என் குரல்வளையைப் பிடித்து நெறித்தன. கிட்டத்தட்ட என்னைக் கொன்றன. இதுபோன்ற சமயங்களில் என்னால் நிம்மதிகொள்ளவே முடியவில்லை. ஆனாலும், என் நோக்கம் வெற்றியாகும் என்றால், இத்தகைய துன்பங்களைத் தாங்குவதில் தவறில்லை என்று, துக்கம் தொண்டையை அடைக்கும் அந்தத் தருணங்களில் நான் நினைத்துக் கொள்வேன். உடனே நான் என் மன அழுத்தத்தில் இருந்து விடுபடுவேன். என் மனம் அதில் பாதிக்கப்படாமல் அமைதியடையும்.

சர் ஹென்றி காட்டன்

ஒருநாள் ஒரு பெரிய இங்கிலாந்து அதிகாரி தனது பென்ஷன் பணத்தை என் பொருட்டு இழந்ததாக செய்தி ஒன்று வந்தது. எனக்கு இந்தத் தகவலைச் சரியாகப் புரிந்துகொள்ள முடியவில்லை. ஒருநாள் பூனாவில் இருந்து வரும் 'கேசரி' என்ற பத்திரிகையின் பகுதி ஒன்றை என் அறையில் நான் பார்த்தேன். அதில் லண்டனில் இந்தியர்கள் புத்தாண்டு தொடர்பாகப் பொதுக்கூட்டம் ஒன்றை நடத்தியதாகவும் அந்த நிகழ்ச்சிக்குச் சிறப்பு விருந்தினராக 'நியூ இந்தியா' என்ற புத்தகத்தை எழுதியவரும் 1904ம் ஆண்டு பம்பாய்

காங்கிரஸ் மாநாட்டின் தலைவராகவும் இருந்த சர் ஹென்றி காட்டன் வந்திருந்ததாகவும் அறிந்தேன். கூட்டம் நடந்த ஹாலில் எனது படத்தை அவர்கள் வைத்திருக்கின்றனர். அதை சர் ஹென்றி காட்டன் பார்த்திருக்கிறார். என் படத்தைப் பார்த்து என்னைப் பாராட்டியதோடு, 'தேசப்பற்றும் வீரமும் நிறைந்த இந்த இளைஞன் இனி வாழ்நாள் முழுவதும் சிறையில் இருக்க வேண்டுமே' என்று வருந்தியதாகவும் அறிந்தேன். ஹேக்கில் உள்ள சர்வதேச நீதிமன்றத்தில் எனக்கு நீதி கிடைக்கும் என்றும், நான் திரும்பவும் பிரான்ஸுக்கு அனுப்பப்படுவேன் என்றும், அரசின் அதிகார துஷ்பிரயோகத்தின் மூலம் கருத்துச் சுதந்திரம் நசுக்கப்படாமல் பாதுகாக்கப்படும் என்றும், ஒவ்வொரு தனிமனிதனுக்கும் அரசு அதிகாரத்தால் கட்டுப்படுத்தப்படாமல் தன் கருத்தைச் சொல்லும் சுதந்திரம் உண்டு என்றும் தான் நம்புவதாக அவர் தெரிவித்திருந்தார். என்னைப் பற்றி சர் ஹென்றி காட்டன் கூறிய இக்கருத்துகள் அவருக்கு இங்கிலாந்து அரசியல் வட்டாரத்தில் எதிர்ப்புகளை உருவாக்கியது. சாவர்க்கரை ஆதரிப்பது அவ்வளவு பெரிய குற்றம்! இத்தனைக்கும் அந்தப் பாராட்டு தணிக்கைக்குப் பின்னர்தான் வெளியாகியிருந்தது. ஒரு சிலர் அவருக்குக் கொடுக்கப்பட்ட சர் பட்டத்தைத் திரும்பப் பெறவேண்டும் எனக் கோரிக்கை விடுத்தனர். வேறு சிலர் அவருடைய பென்ஷனை ரத்து செய்யவேண்டும் என கூறினர். அந்தச் சிறிய சலசலப்பிற்குப் பிறகு அந்தப் பிரச்சினை, தேநீர்க் குவளையினுள்ளே அடித்த சிறிய வார்த்தைப் புயலாக ஓய்ந்தது என்றாலும் அதன் பின்விளைவுகள் இந்தியாவில் தோன்றின. இந்த நிகழ்வினால் இந்திய தேசிய காங்கிரஸ் கொஞ்சம் நிலை தடுமாறிப் போயிற்று. அந்த வருட காங்கிரஸ் மாநாட்டின் தலைவராக இருந்த சர் வில்லியம் வெடர்பன் மற்றும் காங்கிரஸின் முக்கியப் பேச்சாளர்களில் ஒருவரான சுரேந்தரநாத் பானர்ஜி இருவரும் காங்கிரஸ் மாநாட்டிலிருந்து திரும்புகையில் கல்கத்தாவில் பொதுக்கூட்டம் ஒன்றில் பேசினர். அதில் அவர்கள் சர் ஹென்றி காட்டன் என்னைப் பற்றிப் பேசியதைக் குறிப்பிட்டு, காங்கிரஸுக்கும் சாவர்க்கர் போன்றோருக்கும் எந்தத் தொடர்பும் கிடையாது என்றும் அவர் மேலோ அவரது செயல்கள் மேலோ தங்களுக்கு எந்த அனுதாபமும் கிடையாது என்றும் கூறினர். இந்தச் செய்தியை நான் 'கேசரி' பத்திரிகையின் அந்தப் பகுதியில் படித்தேன். இதில் வினோதம் என்னவென்றால் 'கேசரி' பத்திரிகையே சர் ஹென்றி காட்டனை இந்த விஷயத்தில் பழி சொல்லக்கூடாது என்றும், அதே நேரம் என்னைத் தரக்குறைவாக விமர்சித்தும் கட்டுரை வெளியிட்டிருந்தது. அதில், ''சர் ஹென்றி காட்டனுக்கு சாவர்க்கர் யார் என்பதே தெரியாது. அவர் கருப்பாக இருப்பாரா

வெள்ளையாக இருப்பாரா என்றுகூடத் தெரியாது'' என்றும் குறிப்பிடப்பட்டிருந்தது. பூனாவில் இருந்து வெளிவந்த தேசியவாதப் பத்திரிகையான 'கேசரி'கூட இத்தகைய தொனியில் எழுத வேண்டிய சூழல் அப்போது இருந்தது. தன்னை நல்லவனாகக் காட்டிக்கொள்ள சாவர்க்கரைத் துரோகி என்றும் குற்றவாளி என்றும் பழித்துக் கூறவேண்டிய அவல நிலை அன்று அவர்கள் எல்லோருக்கும் இருந்தது. அந்தக் காலகட்டத்தில் ஒவ்வொரு அரசியல் இயக்கமும் தன்னைக் காத்துக்கொள்ள இத்தகைய காரியங்களைச் செய்ய வேண்டி இருந்தது. இதில் கொடுமை என்னவென்றால் ஒரு ஆங்கிலேயர் சாவர்க்கரைப் பற்றி உயர்வாகப் புகழ்ந்து பேச, அவருடைய சக நாட்டினரோ அவரைக் குறை கூறியும் அவமானப்படுத்தியும் எழுதி வந்தனர். ஆனால் இந்த விஷயத்தில் பத்திரிகைகளைக் குறை கூறிப் பலனில்லை. அந்நிய நாட்டின் பிடியில் இருந்த நாடு எந்த அளவு அடிமைத்தளையில் இருந்தது என்பதற்கு இது ஒரு உதாரணம். நாம் நம் சக மனிதர் களிடையே காட்டவேண்டிய அடிப்படை மனிதாபிமான உணர்வு களைக்கூட இழந்திருந்தோம். உயிர் பிழைத்திருக்க எத்தகைய இழிவான காரியங்களை எல்லாம் செய்ய வேண்டி இருக்கிறது.

தியாகி அல்லது பாவி

சிறைக் கதவின் கம்பிகளின் ஊடே யாரோ எட்டிப் பார்த்துக் கேட்டார்கள். ''எப்படி இருக்கீங்க பாரிஸ்டர்?'' ''உங்கள் தயவில் நன்றாக இருக்கிறேன்'' என்று பதிலளித்தேன். அதற்கு அவர், ''என்ன சொல்கிறீர்கள்? நீங்கள் எத்தகையவர்! உங்கள் முன் நான் யார்?'' என்றார். மொத்த ஐரோப்பாவும் என்னைத் தியாகி என்று பாராட்டுவதாக, இங்கிலாந்தில் உள்ள அவர் நண்பர் மூலம் அறிந்து கொண்டதாக அவர் கூறினார். பிரான்ஸிலும் ஜெர்மனியிலும் உள்ள பத்திரிகைகள் என்னை வுல்ப்டோன், ராபர்ட் எம்மட் மற்றும் மாஸினி போன்ற ஒப்பற்ற தேசப்பற்று மிக்க தியாகிகளுடன் என்னை ஒப்பிட்டு எழுதிக்கொண்டிருந்தனவாம். தொலைவில் இருக்கும் போர்ச்சுகல் நாட்டில்கூட பத்திரிகைகள் என் வாழ்க்கையைப் பற்றிக் கட்டுரைகள் வெளியிட்டுக் கொண்டிருந்தனவாம். ஐரோப்பாவில் இருந்த அந்த நபர் என்னைச் சந்திக்க விரும்பினாராம், ஆனால் என்னுடன் பேசிக்கொண்டிருந்த அந்த நபர் அவரின் அந்த வேண்டுகோளை ஏற்பது கஷ்டம் என்று கூறிவிட்டாராம். ஆனால் அந்த நபர் நான் காலை நடைப்பயிற்சி மேற்கொள்ளும் இடத்திற்கு எதிரே உள்ள குடியிருப்பில் தங்கியிருக்கிறாராம். அதனால் அவருடைய ஆசையை நிறைவேற்ற என்னை அந்தத் திசையில்

பார்க்கச் சொன்னார். என்னுடன் பேசிக்கொண்டிருந்த அந்த நபர் திடீர் என, ''அய்யா ஆங்கிலோ-இந்தியப் பத்திரிகை ஒன்றில் கடைசியாக வந்த இதழில் உங்களைப் பற்றி என்ன எழுதியிருக்கிறார்கள் என்று தெரியுமா? ஹேக் தீர்ப்பை மேற்கோள் காட்டி உங்கள் மேல் நஞ்சை வாரி இறைத்திருக்கிறார்கள்'' என்றார். நான் இடைமறித்துச் சொன்னேன், ''என்னைப் பற்றி என்ன எழுதி இருக்கிறார்கள் என்று சொல்லுங்கள். பொது வாழ்க்கையில் ஈடுபட்டிருக்கும் ஒருவனுக்கு, தன் நண்பர்கள் தன்னைப் பற்றி என்ன சொல்கிறார்கள் என்பதைவிட தன் எதிரிகள் தன்னைப் பற்றி என்ன சொல்கிறார்கள் என்பது முக்கியமானது.'' ''உங்களுக்குக் கிடைத்த தண்டனை குறித்து மகிழ்ச்சி தெரிவித்திருக்கிறது அந்தப் பத்திரிகை. 'அந்தப் படுபாவி கடைசியாகத் தன் விதிப்பயனைச் சந்தித்தான்' என்று எழுதி உள்ளது.'' நான் சொன்னேன், ''ஐரோப்பியப் பத்திரிகைகளோ என்னைத் தியாகி என்று சித்தரிக்கின்றன. ஆனால் இந்தப் பத்திரிகை என்னைப் படுபாவி என்று சித்தரிக்கின்றது. இரண்டு அதீதமான சித்தரிப்புகளும் ஒன்றை ஒன்று சமன் செய்து விட்டன. உண்மையான நான் எப்போதும்போல் இருக்கிறேன்.''

காலையில் மூடப்படும் சிறைக் கதவு பிறகு பத்து மணிக்குதான் திறக்கப்படும். அதற்கு முன்னால் திறக்க சிறிதும் வாய்ப்பில்லை. இது எனக்குப் பழக்கப்பட்ட நியதி என்பதால், இந்த வேளையில் எதையும் எதிர்பார்க்காமல் இருக்க நான் பழக்கப்படுத்திக் கொண்டேன். அதேபோல ஆரம்பத்தில் எனக்கு இருந்த மன உளைச்சல் இப்போது முழுவதுமாகக் குறைந்து போயிருந்தது. தனிமைதான் எனக்குப் பழகிவிட்டதே. என் தனிமை தரும் மனச்சோர்வைத் தீர்க்கும் வழியைத் தாமதமாகத்தான் கண்டறிந்தேன். என் அறையில் தலைக்கு மேலே இருந்த டைல்ஸின் கீழேயும் வெளியே இருந்த ஒரு தாங்குத்தூணிலும் இரண்டு புறாக்கள் வந்து அமர்ந்து தங்கள் கூட்டைக் கட்ட ஆரம்பித்து இருந்தன. அவற்றைப் பார்த்தவாறு நான் பொழுதைப் போக்கிக் கொண்டிருந்தேன். என் பணிகள் வழக்கம்போலப் போய்க்கொண்டிருந்தன. எனக்குப் பொழுதைப் போக்க இந்த ஒரு விஷயம் மட்டும்தான் இருந்தது. இன்றைக்கு நான் என் பணியில் ஈடுபட்டிருந்தபோது கதவருகே ஒரு சத்தம் கேட்டது. அது வழக்கமான ஒன்றல்ல. உண்மையில் ஏதோ ஒன்று நடக்கப்போகிறது. எனக்கு வித்தியாசமாகப் பட்டது. நான் ஆவலுடன் மேலே பார்த்தபோது ஹவில்தார் வந்திருந்தார். சாஹிப் என்னைப் பார்க்க விரும்புவதாகவும் கீழே உள்ள அவரது அலுவலகத்துக்கு வரவேண்டும் என்றும் சொன்னார். கீழே என்ற வார்த்தை என் மனதில் மின்சாரத்தைப் பாய்ச்சியது போல இருந்தது.

எல்லாக் கைதிகளையும்போல எனக்கு அந்த அழைப்பு உற்சாகமாக இருந்தது. ஏனென்றால் எங்கள் அலுப்பு தரும் வாழ்க்கையில் அது ஏதோ ஒரு விதத்தில் ஒரு மாற்றத்தைத் தரும். கட்டிவைக்கப் பட்டிருக்கும் ஒரு விலங்கை அவிழ்த்து விடுவதுபோலத்தான் இது. நான் எழுந்துகொண்டேன். சாஹிப் என்னை எதற்காக அழைத்திருக் கிறார் என்று தெரிந்துகொள்ள ஆவல் இருந்தாலும் நான் அதை அடக்கிக்கொண்டேன். எதையும் கேட்கக்கூடாது என்பதை என்னளவில் ஒரு விதியாகக் கடைப்பிடித்தேன். ஆனால் அந்தக் காவல்காரர் என்னிடம் கருணை கொண்டவராக, ''உங்கள் மனைவி உங்களைப் பார்க்க வந்திருக்கிறார்'' என்று கூறினார்.

மனைவியைச் சந்தித்தேன்

நான் அவரது அலுவலகத்துக்கு வந்தேன். அங்கே என்ன பார்த்தேன்? கம்பிகளுக்கு அந்தப் பக்கம் என் மனைவியும் அவளுடைய சகோதரனும் நின்றுகொண்டிருந்தார்கள். காலில் பிணைக்கப்பட்ட சங்கிலியுடன் மிக மோசமான நிலையில் கைதி உடையில் நான் அவர்களை நோக்கி நடந்தேன். மனம் வலித்தது. நான்கு ஆண்டு களுக்கு முன் மேற்படிப்புக்காக நான் பம்பாயில் இருந்து லண்டன் சென்றபோது அவர்கள் பல கனவுகளைக் கண்டிருப்பார்கள். ஒரு சட்டம் படித்து முழு வக்கீலாகத் திரும்பி வந்து பெரும் செல்வமும் புகழும் ஈட்டுவேன் என்று நினைத்திருப்பார்கள். ஆனால் இப்போது அவர்கள் என்னை ஒரு கைதியாக, எதிர்காலம் சூனியமான நிலையில் காண்கிறார்கள். என் மனைவிக்குப் பத்தொன்பது வயது. என்னை இந்த நிலையில் பார்ப்பது அவளுக்குப் பெரிய அதிர்ச்சியை ஏற்படுத்தியிருக்கும். கம்பிக்கு அந்தப் பக்கம் நின்றிருந்த அவர்களுக்கு என் கைகளைத் தொடக்கூட தைரியம் இருக்க வில்லை. பக்கத்தில் கண்டிப்பு மிக்க காவலர்கள் வேறு நின்று கொண்டிருந்தார்கள். மனதில் ஏராளமான எண்ணங்கள். ஆனால் வெளியில் சொல்ல முடியாத சூழ்நிலை. இதுதான் எங்களது கடைசிச் சந்திப்பாக இருக்கக்கூடும். இதற்குப் பிறகு ஐம்பது வருடங்களுக்குச் சந்திக்க முடியாது. ஆயுள் முழுமைக்குமான பிரிவாகக்கூட இது அமையலாம். வேறு நாட்டைச் சேர்ந்த சிறை அதிகாரி முன் நாங்கள் விடைபெறவேண்டிய நிலை. அவரோ எந்தவிதக் கருணையும் இல்லாத கண்களில் எங்களைப் பார்த்துக் கொண்டிருந்தார். வாழ்வில் இதற்குப் பிறகு ஒருவரை ஒருவர் பார்க்கவே முடியாது என்பதை நாங்கள் அந்தச் சந்திப்பின்போது உணர்ந்தோம்.

கோடைக் காலத்தில் வானத்தில் நகரும் மேகங்களைப் போல இந்த எண்ணங்கள் என்னை மிகவும் சோகத்தில் ஆழ்த்தின. ஆனால் அங்கிருந்த காவல்காரர் அவர்கள் செல்லவிருந்த கதவை மூடினார். நாங்கள் ஒருவரை ஒருவர் பார்த்துக்கொண்டோம். நான் அவள் முன்னர் உட்கார்ந்தேன். என்னை அடையாளம் கண்டுகொள்ள முடிந்ததா என்று கேட்டேன். "உடை மட்டும்தான் மாறியிருக்கிறது. நான் அப்படியேதான் இருக்கிறேன்" என்றேன். "இந்த உடைகள் என்னைக் குளிரில் இருந்து நன்றாகப் பாதுகாக்கின்றன" என்று சொன்னேன். அவர்கள் இருவரும் அதைக் கேட்டுப் புன்னகைத் தார்கள். நாங்கள் எங்கள் வீட்டில் இருப்பதுபோல மனம்விட்டுப் பேசிக்கொண்டிருந்தோம். விதி நம்மை மீண்டும் ஒன்றாகச் சேர்க்கும் என்று நான் கூறினேன். அதுவரை அவர்கள் வாழ்க்கை என்பதை வெறும் குழந்தைகளைப் பெற்றுக் கொள்வதாகவோ, பறவைகள் கூடு கட்டி வாழ்வதுபோல வீடு ஒன்றைக் கட்டுவ தாகவோ பார்க்கக்கூடாது என்று கூறினேன். அதைவிட உயர்ந்த, உன்னதமான லட்சியம் ஒன்று உண்டு என்பதையும் சொன்னேன். இதைப் போன்ற சாதாரண வாழ்க்கையைக் காக்கைகளும் பறவைகளும்கூட வாழ்ந்து கொண்டிருக்கின்றன. அர்ப்பணிப்பும் சேவையும்தான் வாழ்க்கை என்றால் அவர்கள் அதை ஏற்கெனவே செய்துவிட்டிருந்தார்கள். குடும்பத்தைத் தியாகம் செய்திருந்தார்கள். பலர் மகிழ்ச்சியாக வாழ இவர்கள் அந்தத் தியாகத்தைச் செய்திருந்தார்கள். அவர்கள் தங்களுடைய பாதுகாப்பையும் வசதியையும் மட்டும் எண்ணி இருந்தார்கள் என்றால் பிளேக் மற்றும் கொள்ளை நோயினால் பாதிக்கப்பட்ட குடும்பங்களை எண்ணிப் பார்க்கட்டும். எத்தனை புதுமணத் தம்பதிகள் அதில் பாதிக்கப்பட்டு இறக்கவில்லையா? தவிர்க்க முடியாததைத் துணிவுடன் எதிர்கொள்ளவேண்டும். ஒரு சில வருடங்கள் சிறைத் தண்டனை அனுபவித்த பிறகு குடும்பத்தை அந்தமானுக்கு வர வழைத்துக் கொள்ளலாம் என்று இங்கு சிலர் கூறுகிறார்கள். அது உண்மையாக இருந்தால் நான் என் குடும்பத்தை இங்கு வரவழைத்து அவர்களுடன் மகிழ்ச்சியாக வாழ்வேன் என்று அவர்களிடம் கூறினேன். அப்படி இல்லையென்றால் அவர்கள் இதையெல்லாம் பொறுமையுடனும் துணிவுடனும் எதிர்கொள்ளவேண்டும் என்றேன். அவர்கள் அதைத் துணிவுடன் எதிர்கொள்ள முயல்வோம் என்று கூறினார்கள். சகோதரனும் சகோதரியும் ஒருவரை ஒருவர் பார்த்துக் கொள்வோம் என்று சொன்னார்கள். அவர்களைப் பற்றிக் கவலைப் படவேண்டாம் என்றும் நான் என்னை ஒழுங்காகக் கவனித்துக்கொண்டால் போதும் என்றும் சொன்னார்கள். அவர்கள் எதிர்பார்ப்பது எல்லாம் அதற்கான உறுதிமொழிதான் என்றார்கள்.

நாங்கள் இதைப் பேசிக் கொண்டிருக்கும்போது, இன்னும் பேசாத வார்த்தைகள் பலவும் எங்கள் உதடுகளில் குவிந்திருந்தபோது, அதிகாரி எங்களிடம் வந்து எங்களுக்கான நேரம் முடியப் போகிறது என்று கூறினார். நான் உடனே அமைதியானேன். என் மனைவியின் சகோதரர் கிளம்ப எழுந்திருக்கும்போது என்னிடம் வந்து மெல்லிய குரலில் தான் சொல்லிக் கொடுத்த மந்திரத்தைத் தொடர்ந்து சொல்ல மறந்து விடாதீர்கள் என்று கூறினார். ஒவ்வொரு நாள் காலையும் நான் அந்த மந்திரத்தைச் சொல்லவேண்டும்.

கிருஷ்ணாய வாசுதேவாய ஹரயே பரமாத்மனே, ப்ரனதஹ: க்லேஷனாசாய கோவிந்தாய நமோஸ்துதே II

அவரை ஏக்கத்துடன் பார்த்த நான் அதைத் தொடர்ந்து கூறுவேன் என்று உறுதியளித்தேன்.

அவர்கள் கிளம்பிச் சென்றார்கள். நானும் திரும்பிப் பார்க்காமல் நடந்தேன். என் உடம்பில் போடப்பட்டிருந்த சங்கிலிகளைப் பற்றிக் கொண்டே, எளிதாக நடப்பதுபோல உள்ளே வந்தேன். ஆனால் என் மனது கலக்கமடைந்து இருந்தது. அவர்களுடன் பேசிய விஷயங்கள் திரும்ப திரும்ப என் மனதில் வந்து எனக்கு அச்சமூட்டிக் கொண்டிருந்தன. வன விலங்கை வழிக்குக் கொண்டு வரும் நுகத்தடியைப் போல என் மன உறுதி அந்த அச்சத்தைக் கொஞ்சம் மட்டுப்படுத்தியது என்றாலும், சோர்வு என்னை ஆக்கிரமித்தது. என் அறைக்கு வரவும், ஹவில்தார் அறையைப் பூட்டியதும், நான் அப்படியே தரையில் சாய்ந்தேன். கிட்டத்தட்ட மயக்க நிலையில் நான் இருந்தபோது என் தலைக்கு மேல் ஏதோ சத்தம் கேட்டேன். புறாக் கூட்டில் இருந்த குஞ்சுகள் பசியினால் கதறிக் கொண்டிருந்தன. அவற்றிற்கு உணவு கொண்டு வரும்போது அவற்றின் தாய்ப் புறாவை அன்று காலை சிறைக் காவலாளி துப்பாக்கியால் சுட்டுக் கொன்றுவிட்டார் என்று பின்னர் தெரிந்து கொண்டேன். குஞ்சுகள் காத்திருந்து காத்திருந்து பசி தாங்க முடியாமல் இறக்கைகளை அடித்துக் கத்த ஆரம்பித்தன. அதைப் பார்க்க, நான் படும் துன்பத்தைச் சித்திரமாக வரைந்ததுபோல் என் கண்களுக்குத் தோன்றியது. என்னைச் சுற்றிலும் துன்பமான விஷயங்களே நடக்கவேண்டும் என்று கடவுள் தீர்மானித்து இருக்கிறார் போலும். அதைப் பார்க்கவே மிகவும் கஷ்டமாக இருந்தது. நான் அப்படியே தரையில் தூங்கிப் போனேன்.

"எழுந்திரு, எவ்வளவு தைரியம் இருந்தால் வேலை நேரத்தில் தூங்குவாய்? உயர் அதிகாரி இதைப் பார்த்தால் நீ செய்த தவறுக்கு

எங்களுக்குத் தண்டனை தருவார்" என்று வார்டன் சிறைக் கம்பிகளைச் சத்தப்படுத்தியவாறே என்னைத் தூக்கத்தில் இருந்து எழுப்பினார்.

நான் எழுந்து மறுபடியும் கயிறு திரிக்க ஆரம்பித்தேன். அதைப் பிரித்துச் சுற்றி அதிலிருந்து இழைகளை எடுக்கும் பணியைச் செய்யத் துவங்கினேன். சோர்வடைய வைக்கும் இந்தப் பணியை நான் திரும்ப திரும்பச் செய்தேன்.

நான் இந்தச் சிறைக்கு வந்து தண்டனையை அனுபவிக்க ஆரம்பித்து ஒரு மாதம் ஆகப் போகிறது. இந்த ஒரு மாதமும், இங்கிருக்கும் தண்டனைக் கைதிகளில் நானும் ஒருவனாகும் முன்பு அளிக்கப்பட்ட அதே உணவுதான் எனக்கு தினமும் வழங்கப்பட்டது. அதனால் எனக்கு தினமும் உணவில் பால் கிடைத்துவிடும். நான் என் உணவைச் சாப்பிட்டு முடிக்குமுன் ஹவில்தார் அங்கு வந்து என்னை அழைத்தார். என் முன்னே கண்காணிப்பாளர் நின்று கொண்டிருந்தார். ''உன் படுக்கையை எடுத்துக்கொள்'' என்று அவர் கூறினார். நான் அந்தமானுக்குச் செல்லவேண்டிய நேரம் வந்துவிட்டது என்பதை உணர்ந்தேன். நான் கீழே வந்தேன். அங்கே சிறை வண்டி தயாராக இருந்தது. என்னை உள்ளே தள்ளி, ஷட்டரை இழுத்துவிட்டுக் கதவைப் பூட்டினார்கள். சுற்றி இருப்பது எதுவும் தெரியவில்லை. சத்தத்தை வைத்து வண்டி சிறையைவிட்டு வெளியே நகர்ந்து கொண்டிருக்கிறது என்பது தெரிந்தது. திடீரென்று வண்டி நின்றது. நான் கீழே இறக்கப்பட்டேன். இன்னொரு சிறைக் கதவின் முன்பு நின்றிருந்தேன். ஒரு சிறைக்குக் கைதி புதிதாக வரும்போது செய்ய வேண்டிய நடைமுறைகள் அத்தனையும் அங்கு செய்யப்பட்டன. இந்தப் புதிய சிறைச்சாலையில் ஒரு அறையில் அடைக்கப் பட்டேன். ஏற்கெனவே இருந்த சிறையைக் காட்டிலும் இது இன்னும் மோசமானதாகவும் தனிமையானதாகவும் இருந்தது. தூரத்திலிருந்து ஒரு வார்டர் என்னை நோக்கி வருவதைக் கண்டேன். எனக்கு உணவு வழங்கப்பட்டது. என்னைச் சிறையில் அடைத்த வார்டர் இந்தியர் அல்ல. அந்நிய நாட்டவர். தன்னைச் சுற்றி ஒருமுறை பார்த்துக்கொண்ட அந்த ஐரோப்பிய அதிகாரி என்னிடம் தன் வாழ்த்துகளைக் கூறினார். நான் அவரிடம் மெல்லிய குரலில் ''இது எந்த இடம்? எந்தச் சிறை?'' என்று கேட்டேன். தான் சொல்வது வார்டனுக்குக் கேட்டுவிடக்கூடாது என்பதற்காக அந்த அதிகாரி என்னிடம் நான் இருந்த சிறைப் பெயரை ஒவ்வொரு எழுத்தாகச் சொன்னார். அவர் கூறிய வார்த்தை பைகுல்லா.

அத்தியாயம் 2

பைகுல்லா சிறையில்

பைகுல்லா சிறையின் படிகளில் ஏறிச் செல்லும்போது, தனிமையையும் துன்பத்தையும் இங்கே இன்னும் ஒரு படி கூடுதலாக அனுபவிக்க வேண்டியிருக்கும் என்பதை உணர்ந்தேன். டோங்க்ரி சிறையைக் காட்டிலும் இது தனிமை மிகுந்ததாகவும் சோகம் நிரம்பியதாகவும் தோன்றிற்று. டோங்க்ரியில் என்னுடன் யாரும் இருக்கவில்லை என்றாலும் எனக்கு வெளியில் இருந்து சத்தங்கள் கேட்கும், படிக்க ஒன்றிரண்டு புத்தகங்கள் இருந்தன, எனக்கான சில பொருட்களும் இருந்தன. இங்கே அதுபோல எதுவும் இல்லை. வெளியில் இருந்து எந்தச் சத்தமும் கேட்காது. தினப்படி உபயோகிக்கும் பொருட்கள் எதுவும் இங்கே இல்லை. எனக்குத் துணை என்று எதுவுமில்லை. மன ரீதியாகவும் உடல் ரீதியாகவும் தனிமை அதிகமாகி, முற்றிலும் கைவிடப்பட்டதாக உணர்ந்தேன். என் அறையை ஆராய்ந்தேன், அங்கே எதுவும் இல்லை. நான் மேலும் கீழும் பார்த்தேன். நான் ஆரம்பித்த புரட்சி இயக்கமும் என்னுடன் இருந்த சக புரட்சியாளர்களும் என்னவானார்கள்? அதன் எதிர்காலத்திற்கு நாங்கள் என்னென்ன திட்டங்கள் தீட்டவேண்டும்? இந்த எண்ணங்களே என் மனதை அப்போது ஆட்கொண்டிருந்தன.

மாலை உணவு வழங்கப்பட்டது. கொந்தளிக்கும் அரசியலைப் பற்றிச் சிந்தித்துக் குழம்பிப் போயிருந்த மனதுக்குக் கொஞ்சம் ஆசுவாசம் கிடைத்தது. உணவு உண்டபின் என் பாத்திரங்களைக் கழுவி வைத்தேன். பிறகு கதவருகில் வந்து கம்பிகளுக்குப் பின்னால் நின்றேன். அந்தி மயங்க, அமைதியாக இரவு கவிழத்

தொடங்கியது. அந்த மாலையும் அன்று தோன்றிய எண்ணங்களும் தான் என் கவிதையின் இரண்டாவது பகுதியான 'சப்தரிஷி'க்குக் கருவாக அமைந்தன.

நான் இன்று அதிகாரிகளிடம் இரண்டு மனுக்களை அளித்தேன். அதில் ஒன்றில் எனக்கு டோங்க்ரியில் வழங்கப்பட்ட அளவு பாலை இங்கும் வழங்குமாறு கோரிக்கை விடுத்திருந்தேன். பைகுல்லாவில் அது இல்லாததால் நான் காய்ந்த ரொட்டிகளை உண்டு அதனால் எனக்கு வயிற்று வலி வந்திருக்கிறது. இரண்டாவது, என்னிட மிருந்து எடுத்துச் செல்லப்பட்ட என் புத்தகங்களைப் பயன்படுத்த அனுமதி கேட்டிருந்தேன். குறைந்தபட்சம் ஒரு புத்தகமாவது கொடுக்கப்படவேண்டும் என்றும், அவை எதுவும் அனுமதிக்கப் படவில்லை என்றால், குறைந்தபட்சம் ஆங்கில பைபிளாவது தரப்படவேண்டும் என்றேன். அவர்களிடமிருந்து வந்த பதில்: ''பால் கிடையாது. பைபிள் குறித்து பின்னர் பார்க்கலாம்.''

சில நாட்கள் கழித்து எனக்கு ஒரு பைபிள் பிரதி கொடுக்கப்பட்டது. நீண்ட நாட்களாக எதையும் நான் படிக்கவில்லை. அதனால் பைபிள் கையில் கிடைத்தவுடனேயே அதைப் படிக்க ஆரம்பித்தேன். பகலிலும் வேலை நேரங்களிலும் நான் படிக்கக்கூடாது என்று வார்டர் எச்சரித்து இருந்தார். பைபிளை அறையில் வைத்துக் கொள்ளக் கூடாது. என் வேலை முடிந்ததும் இரண்டு மணி நேரத்திற்கு அதை என்னிடம் படிக்கத் தருவார். நான் புத்தகத்தை அவரிடம் திருப்பி கொடுத்துவிட்டு என் வேலையைத் தொடருவேன். வழக்கம்போல, என் கைகள் வேலையைச் செய்யும்போதே, கவிதையை மனதில் எழுத ஆரம்பித்தேன். அன்றைய பணி முடிந்ததும், பைபிள் என்னிடம் கொடுக்கப்பட்டது.

இயேசு கிறிஸ்துவின் வாழ்க்கையும் அவரது மலைப்பிரசங்கமும் எனக்குப் பிடித்தவை. அவற்றின் மேல் எனக்கு ஆழ்ந்த மரியாதை உண்டு. நான் பிரான்ஸில் இருந்தபோது புதிய ஏற்பாட்டை ஆழ்ந்து படித்தேன். அதைத் தினமும் படித்து தியானிக்கும் வழக்கத்தைக் கொண்டிருந்தேன். குரு கோவிந்த் சிங்கைப் பற்றிய என் காவியம் இப்போது நிறைவடைந்துவிட்டது. 'சப்தரிஷி' இறுதிக் கட்டத்தை நெருங்கிக்கொண்டிருக்கிறது. முந்தையதைத் தொடர என்னிடம் போதுமான வரலாற்றுத் தகவல்கள் இல்லை. புதிதாகக் கவிதை இயற்ற எனக்குக் கரு எதுவும் தோன்றவில்லை. இந்நிலையில், இயேசு கிறிஸ்துவின் வாழ்க்கையைக் கவிதையாக எழுதலாம் என்று எனக்குத் தோன்றியது. பழைய ஏற்பாட்டைப் படிக்கும்போது யூதர்களின் வரலாற்றையும் படித்திருக்கிறேன். அந்தத் தேசத்திற்கும்

அதன் வீரர்களுக்கும் நேர்ந்த சோகங்களையும் அவர்களது துரதிர்ஷ்டமான வரலாற்றையும் வாசித்திருக்கிறேன். நிர்க்கதியாக இருந்த அவர்கள் தங்கள் இன விடுதலைக்காகப் போராடியது எனக்குள் இந்த நேரத்தில் பெரிய தாக்கத்தை ஏற்படுத்தியது.

ஆனால் என்னை ஏன் அந்தமானுக்கு உடனடியாக அனுப்பாமல் இருக்கிறார்கள்? தண்டனைக் காலம் துவங்கி ஆறுமாதக் காலத்திற்குள் ஒரு கைதி அந்தமானுக்கு அனுப்பப்படவில்லை என்றால் அந்தமானுக்கு வெளியில் இருக்கும் இந்தத் தண்டனைக் காலகட்டம் தண்டனையில் சேர்க்கப்படாது என்று நான் கேள்விப் பட்டிருக்கிறேன். அதேபோல அந்தமான் விதிமுறைகளின்படி ஆறு மாதங்களுக்குப் பிறகு தீவிற்கு உள்ளேயே சுதந்திரமாக இருக்க அனுமதிப்பார்கள் என்றும், தங்களுக்குப் பிடித்தமான வேலையைச் செய்துகொள்ளலாம் என்றும் கேள்விப்பட்டிருக்கிறேன். முக்கிய மான மூன்று 'ஆர்'களைத்* தெரிந்து வைத்திருந்தால் நூறு கைதிகள் கொண்ட பிரிவை மேற்பார்வை இடும் பணி அல்லது அதுபோன்ற ஏதாவது ஒன்று கொடுக்கப்படும். நான் கேள்விப்பட்டவற்றில் ஏதாவது கொஞ்சம் உண்மை இருக்கும் என்றாலும் அங்கு வாழ்க்கை இங்கிருப்பதைவிட நன்றாகவே இருக்கும். குறைந்தபட்சம் அந்தமானில் நான் கடற்கரையோரம் உட்கார்ந்து, என் கால்களை வருடும் கடல் அலைகளை வேடிக்கை பார்க்கமுடியும். சுத்தமான காற்றைச் சுவாசிக்கமுடியும். பலருடன் பழகுவதற்கான சந்தர்ப்பமும் கிடைக்கும். நான் அவர்களுக்கு விழிப்புணர்வை ஏற்படுத்த முடியும். அவர்களுக்குப் பயனுள்ள வகைகளில் ஏதாவது செய்யலாம். பத்து வருடங்கள் ஆனபிறகு நான் என் குடும்பத்தை அங்கு அழைத்துச் செல்லலாம். எனக்கென்று ஒரு வீடு அமைத்துக்கொள்ளலாம். வாழ்க்கை என்பது இப்போது போலக் கடினமாக இருக்காது. இந்த பயனற்ற யோசனைகளுக்கு இடையே, சட்டென, என்னுடன் போராடி பத்து அல்லது பதினைந்து வருடங்கள் சிறைத் தண்டனை கொடுக்கப்பட்டவர்களைப் பற்றிய நினைவு வந்தது. அவர்கள் என்ன ஆனார்கள்? நான் யோசிக்க ஆரம்பித்தேன். அவர்கள் வாழ்க்கை இருட்டுச் சிறையில் முடக்கப்பட்டதே. அதில் சிலர் என் பால்ய சிநேகிதர்கள். சிலர் என் நம்பிக்கைக்குப் பாத்திரமானவர்கள். சிலர் என்னைத் தீவிரமாகப் பின்பற்றுபவர்கள். அவர்கள் என் மேல் நம்பிக்கை வைத்திருந்தார்கள். என்னிடம் மிகுந்த அன்பு கொண்டவர்கள். அவர்களுக்கோ அவர்களைப் பிரிந்து வாடும்

---

* Reading, wRiting and aRithmetic (மொழிபெயர்ப்பாளர் குறிப்பு)

குடும்பங்களுக்கோ என்னால் எதுவும் செய்ய முடியவில்லை. ஆனால் அவர்களுக்கு இன்று நேர்ந்திருக்கும் சோகம் என்னால் ஏற்பட்டது. சரியோ தவறோ, அவர்கள் என் மீது வருத்தத்துடன் இருக்கலாம். அதிலும் வயதான பெற்றோர்களைக் கொண்ட குடும்பங்களை நான் நினைத்துப் பார்க்கிறேன். விதி அவர்களை அவர்கள் குடும்பத்திலிருந்து பிரித்து வைத்திருக்கிறது. அதிலும் இரண்டு பேரையும் அவர்களது பெற்றோர்களையும் நினைத்து மிகவும் கவலைகொண்டேன். அதேபோல என் நண்பன் ஒருவன் எனக்காக, வெளியில் சொல்லமுடியாத பல துன்பங்களைத் தாங்கிக் கொண்டான். உண்மையில் அவன் ஒரு ஹீரோ. எல்லாவற்றையும் துணிவுடன் எதிர்கொண்ட அவன் என்னைப் பற்றிக் குறை எதுவும் இன்றுவரை சொல்லவில்லை. இந்த இளைஞர்களை நினைத்தால், ஐயகோ, என் மனது கனக்கிறது. இவர்களை நினைத்துப் பார்க்கையில் என் துன்பங்கள் எல்லாம் ஒன்றுமே இல்லை. எனக்குக் கிடைத்திருக்கும் தண்டனையும் பெரிதாகத் தோன்றவில்லை. அவர்களை நினைத்து, என் துன்பங்களை நான் மறந்தாகவேண்டும். ஆனால் மனம் தவிர்க்க முடியாத இந்த விஷயங்களைப் பற்றித் திரும்ப திரும்பச் சிந்திக்கிறது. நான் ஒரே விஷயத்தைப் பற்றி அதிகம் யோசிக்கிறேனா? நானும் இதையெல்லாம் எதிர் கொண்டேனே? தவிர்க்கமுடியாத இவற்றையெல்லாம் யோசித்து ஏன் துன்பத்தில் உழலவேண்டும்? என் பணி என்பது அவர்களது பணியே. இதில் வரும் துன்பங்கள் அனைத்தையும் நாங்கள் அனைவரும் பகிர்ந்து கொள்ளத்தான் வேண்டும். இது துவக்கம் தான். இனிமேல்தான் பெரிய துன்பங்களெல்லாம் வரவிருக்கின்றன. ஆனால் முடிவு? அதைப் பற்றி யாருக்குத் தெரியும்? யாரால் அதை முன்கூட்டியே சொல்லமுடியும்?

என் தண்டனைக் காலங்கள் ஒரே நேரத்தில் கணக்கிடப் படவேண்டும் என்று இதற்கு முன்பு ஒரு மனு கொடுத்திருந்தேன். என் கோரிக்கைக்கு வலுச் சேர்க்கும் வகையில் பீனல் கோடின் சம்பந்தப்பட்ட பகுதிகளை உதாரணமாகக் காட்டியிருந்தேன். அதில், ஆயுள் தண்டனை என்பது ஒரு மனிதன் பணி செய்யக் கூடிய காலகட்டத்தையே குறிக்கும் என்று இருக்கிறது. இங்கிலாந்தில் அப்போது அத்தகைய தண்டனைக் காலம் பதினான்கு ஆண்டு களுக்கு மேல் இருக்கக்கூடாது என்று இருந்தது. இந்தியாவில், தண்டனைக்குத் தக்கவாறு அது எப்படியிருந்தாலும், இருபத்தைந்து ஆண்டுகளுக்கு மேல் இருக்கக்கூடாது என்று இருந்தது. எனக்கோ ஐம்பது ஆண்டு காலம் கடுமையான பணியுடன் கூடிய சிறைத் தண்டனை வழங்கப்பட்டிருந்தது. பீனல் கோடுக்குக் கொடுக்கப்

பட்ட விளக்கங்களின்படிப் பார்த்தால் நான் என் தண்டனையைத் தொடர்ச்சியாக அனுபவிக்க இரண்டு பிறவிகள் எடுத்தாக வேண்டும். பார்த்தாலே தெரியும், இது அபத்தமானது. நான் இந்த அந்தமான் தீவுகளில் ஐம்பது ஆண்டு காலம் பிழைத்திருந்தேன் என்றால் அது மறுபிறப்பிற்குச் சமம். என் இரண்டாவது ஆயுள் தண்டனையை அனுபவிக்க நான் இறந்து, மீண்டும் பிறந்து வரவேண்டும். அதிலும் இந்த முதல் இருபத்தைந்து ஆண்டு காலச் சிறை வாழ்க்கையை இங்கே அந்தமான் சிறைகளில் கழிப்பது என்பது எத்தகைய கொடுமையான நிலை. அதனால் நான் என் இரண்டு தண்டனைகளையும் ஒரே நேரத்தில் கணக்கிடும்படியாக அவர்களிடம் கோரிக்கை விடுத்திருந்தேன். நான் விடுதலையாக வேண்டிய வருடம் 1960 என்றில்லாமல் அதற்கு இருபத்தைந்து வருடங்கள் முன்னால் இருக்கவேண்டும். அவர்கள் எடுத்திருக்கும் நடவடிக்கையின் அபத்தம் அப்போதுதான் விலகும்.

இன்று அரசாங்கத்திடம் இருந்து ஒரு தகவல் வந்தது. அதில் எனக்கு விதிக்கப்பட்டிருந்த தொடர்ச்சியான இரு ஆயுள் தண்டனை என்பது இறுதியான தீர்ப்பு என்றும் அதை மாற்றுவதற்கான முகாந்திரம் எதுவும் இல்லை என்றும் குறிப்பிடப்பட்டு இருந்தது. இந்தத் தகவலை என்னிடம் நேரடியாகத் தெரிவிக்க ஒருவர் வந்திருந்தார். அதில் குறிப்பிட்டிருந்ததை என்னிடம் சொல்ல, நிர்வாக மொழியில் தமாஷாக, ''எனதருமை சாவார்க்கரே... உங்களுக்கு விதிக்கப் பட்டுள்ள ஆயுள் தண்டனையில் முதல் தண்டனையை முடித்து விட்டு அடுத்த ஆயுள் தண்டனையை அனுபவிக்கவேண்டும் என்று அரசு முடிவெடுத்திருக்கிறது. அதாவது அதை முழுமையாக அனுபவிக்க, நீங்கள் மறு பிறவி எடுத்து வரவேண்டும்'' என்று கூறினார். அதற்கு நான் அவரிடம் அதே தொனியில், ''ஆமாம், ஆனால் இதற்காகவாவது உங்கள் அரசு எங்கள் ஹிந்து நம்பிக்கை யான மறு பிறப்பை ஒத்துக்கொண்டு கிறித்தவக் கோட்பாடான உயிர்த்தெழுதலை மறுதலித்து இருக்கிறதே'' என்றேன்.

இன்று இரவு உணவு சீக்கிரமே வந்துவிட்டதோ? அது எப்படி சாத்தியம்? சிறை என்பது கட்டுப்பாடுகள் நிறைந்தது. இங்கு ஒவ்வொன்றும் சரியான நேரத்திற்கு நடக்கவேண்டும். ஒரு நிமிடம் முன்னதாகவோ அல்லது தாமதமாகவோ நடக்கக்கூடாது. கைதி மரணத்தின் விளிம்பில் இருந்தாலும் சரி. பட்டினியால் இறக்கும் தருவாயில் இருந்தாலும்கூட குறித்த நேரத்திற்கு முன்னால் உணவு கொடுக்க மாட்டார்கள். மரணம்தான் காத்திருக்க வேண்டுமே ஒழிய உணவு முன்னரே வழங்கப்படாது. அப்படி இருக்க இன்று எப்படி உணவு சீக்கிரமே வழங்கப்பட்டு இருக்கிறது? ஏதோ ஒன்று நடக்கப்

போகிறது என்று எனக்குத் தெரிந்தது. பணியில் இருந்த ஐரோப்பிய அதிகாரியை எதிர்பார்ப்பு நிறைந்த விழிகளுடன் பார்த்தேன். அவர் தன் தொப்பியைப் பின்னுக்குத் தள்ளுவதுபோல பாவனை செய்து கையைப் பின்னால் கொண்டுபோய் இரண்டு முறை அசைத்தார். என்னை அங்கிருந்து தொலை தூரத்திற்குக் கொண்டுபோவதற்கான சைகை அது.

என் உணவைச் சாப்பிட்டு முடித்தேன். கூரிய கல் ஒன்றின் மூலம் சிறையின் சுவரில் நான் எழுதிய கவிதை வரிகளை அவசர அவசரமாகப் படித்து நினைவில் ஏற்றிக்கொண்டேன். படித்து முடித்தவுடன் நான் அவற்றை அவசரமாக அழித்தேன். இங்கு எந்தச் சுவடையும் விட்டுச்செல்ல விரும்பவில்லை. நான் அதைச் செய்து முடிக்குமுன் ஹவில்தார் அங்கே வந்து, ''வெளியே வா'' என்று அழைத்தார். கதவைத் திறந்து என்னை வெளியே வரவழைத்தார். ஏதோ பொருளை ஒப்படைப்பதுபோலச் சிறை அதிகாரி என்னை ஐரோப்பிய சார்ஜென்ட்டிடம் ஒப்படைத்தார். திரும்பவும் மோட்டார் வண்டி, ஸ்டேஷன், ரயில், மீண்டும் ஸ்டேஷன். இவைதான் எனக்குத் தெரியும். அவர்கள் என்னை இறக்கிய ஸ்டேஷன் பெயர் தானா. அங்கிருந்து நான் செல்லவேண்டியது தானாவில் உள்ள சிறைக்கு.

அத்தியாயம் 3

தானா சிறையில்

தானா சிறைச்சாலை ஒரே அமளி துமளியாக இருந்தது. எல்லோரும் எதிர்பார்ப்பின் உச்சத்தில் இருந்தார்கள். ஐம்பது ஆண்டு காலம் அந்தமானுக்கு நாடுகடத்தல் தண்டனை விதிக்கப்பட்ட வக்கீல் வருகிறார்! அங்கிருந்த அதிகாரிகள் கைதிகளுக்கு என்னை ஏறெடுத்தும் பார்க்கக்கூடாது என்று உத்தரவு போட்டிருந்தார்கள். சிறையின் ஒரு பகுதியில் இருந்த கைதிகளையும் வார்டர்களையும் வேறு இடத்திற்கு மாற்றி இருந்தனர். அந்த இடம் எனக்கு ஒதுக்கப் பட்டிருந்தது. ஆனால், என்னை எப்படியாவது பார்க்கவேண்டும் என்ற ஆவலைக் கைதிகளால் தவிர்க்கமுடியவில்லை. சிறையில் இருந்த வார்டர்களிலேயே மிக மோசமானவர் என்று அறியப் பட்டவர் எனக்குக் காவலுக்கு இருந்தார். அவர்கள் எல்லோரும் முஸ்லிம்கள். அதில் மிகவும் மோசமானவரே எனக்குக் காவல். என்னைச் சுற்றி செயற்கையான அமைதி நிலவியது. நேரத்திற்கு உணவு வழங்கப்பட்டது. ஆனால் அதைச் சாப்பிடதான் முடிய வில்லை. கடினமாகச் சுடப்பட்ட ஜ்வாரி ரொட்டியும் முழுமையாக வேக வைக்கப்படாத, அதீத புளிப்புடன் கூடிய காய்கறிகள் கொஞ்சமும் உணவாக அளிக்கப்பட்டன. ரொட்டியைக் கொஞ்சம் பிய்த்து வாய்க்குள் போட்டுக் கொள்வேன். கடிக்கக் கடினமாக இருக்கும். தண்ணீரைக் குடித்து முழுங்குவேன். இதனால் என்னால் கொஞ்சமாகத்தான் சாப்பிட முடிந்தது. பிறகு மாலை வேளை வந்தது, கதவு சாத்தப்பட்டது. படுக்கையில் படுத்து உறங்கப் போனேன். இரவு நெருங்கவும் அங்கு முழு இருட்டு நிலவியது. அப்போது அறைக்கதவு மெதுவாகத் தட்டப்படும் சத்தம் கேட்டது.

திரும்பிப் பார்த்தபோது அந்தக் கொடிய வார்டர் அங்கு நின்று கொண்டிருந்தார். நான் கதவருகே சென்றேன். அவர் என்னிடம் ரகசியமாக, ''ஸார், நான் உங்கள் தீரத்தைப் பற்றிக் கேள்விபட்டிருக் கிறேன். உங்களைப் போன்ற வீரர்களுக்கு நான் அடிமை. பயப்பட வேண்டாம். உங்களுக்காக என்னால் முடிந்தவற்றைச் செய்வேன். உங்களுக்கு ஒரு தகவல் சொல்கிறேன். ஆனால், நீங்கள் அதனை யாரிடமும் பகிர்ந்து கொள்ளக்கூடாது. வெளியே தெரிந்தால் எனக்குத்தான் ஆபத்து. நீங்கள் ஒரு ஹீரோ, என்னைக் கைவிட மாட்டீர்கள் என்று நம்புகிறேன். இருந்தாலும் எச்சரிக்கவேண்டியது என் கடமை'' என்று கூறினார். பிறகு அவர் மெல்லிய குரலில், ''உங்கள் சகோதரர் இங்கேதான் இருக்கிறார்'' என்றார். ''எந்த சகோதரர்?'' என்று கேட்டேன். எனது இளைய சகோதரன் என்று பதிலளித்தார். சாதாரணமாகப் பார்க்கும் யாருக்கும் சந்தேகம் வந்து விடக்கூடாது என்ற பயத்தில் அங்கிருந்து வேகமாகச் சென்று விட்டார். நானும் உள்ளே வந்தேன்.

இளைய சகோதரன்

என் இளைய சகோதரன்! இருபது வயதுகூட நிரம்பாத இளைஞன். அவனுடன் இருப்பவர்களுக்கும் அதே வயதுதான். இந்தியாவின் வைஸ்ராயான லார்ட் மின்டோ மீது அகமதாபாத்தில் ஒரு குண்டு வீசப்பட்டது. என் தம்பியை அந்த வழக்கில் சந்தேகத்தின் பேரில் கைது செய்திருந்தனர். எவ்வளவோ கொடுமைப்படுத்தியபோதும் அவன் எதற்கும் அசரவில்லை. அப்போது அவனுக்குப் பதினெட்டு வயதுதான் ஆகியிருந்தது. பிறகு அந்த வழக்கில் அவன் நிரபராதி என்று விடுவிக்கப்பட்டு வீட்டிற்கு வந்துவிட்டான். ஆனால், வீட்டிற்கு வந்து ஓய்வெடுப்பதற்குள், இன்னொரு அரசியல் சதி வழக்கில் குற்றம் சாட்டப்பட்டு, விசாரணைக் கைதியாகச் சிறைக்கு அனுப்பப்பட்டான். ஒரு வருட காலத்திற்கு அவன் உடல் ரீதியாகவும் மன ரீதியாகவும் பல கொடுமைகளை அனுபவிக்க வேண்டியிருந்தது. மிரட்டல்கள், சித்திரவதை என்று எல்லாவற்றையும் உறுதியோடு தாங்கிக்கொண்டான். சிறு வயதே ஆனாலும் அவன் கொண்டிருந்த உறுதியை விடவில்லை. இத்தகையவனே என் தம்பி. என் தம்பி சிறு வயதிலேயே பெற்றோரை இழந்தவன். அண்ணனான நான்தான் அப்பா போல அவனைப் பார்த்துக்கொண்டேன். அவன் என்னை விட்டுப் பிரிந்ததே கிடையாது. ஒருநாள் பிரிய நேரிட்டாலும் குழந்தைபோல அழுவான். இது சமீப காலம் வரை தொடர்ந்தது. அப்படிப்பட்ட தம்பி, என்னைப் போலவே கடுமையான சிறைதண்டனையை அனுபவித்துக்கொண்டு, சோளம் அரைக்கும்

கடினமான பணியைச் செய்துகொண்டு இந்த இடத்திலிருப்பதைப் பார்ப்பது ஒரு துயரமான அனுபவமாக இருந்தது. இது போதாதென்று நான் இன்று தெரிந்து கொண்டதைப் போல, ஆயுள் தண்டனை பெற்று அந்தமானுக்கு நான் போய்க்கொண்டிருக்கிறேன் என்று அவனுக்கும் தெரியப் போகிறது. அவனுக்குத் தண்டனையைப் பற்றித் தெரியும். இருந்தாலும் அவர்கள் எல்லோரும் ஹேக் தீர்ப்பாயம் என்னை விடுவித்து பிரான்ஸிடம் ஒப்படைத்துவிடும் என்றே எதிர்பார்த்து இருப்பார்கள். அந்த எதிர்பார்ப்பே அவர்களுக்குத் துன்பத்தைக் குறைக்க உதவியிருக்கும். இப்போது நான் அந்தமானுக்கு அனுப்பப்பட இருப்பது தெரிந்தால் அந்த நம்பிக்கையும் போய் அவர்களுக்கு அது பேரிடியாக இருக்கும். இந்தத் தகவலை நானே வேறு அவனிடம் சொல்ல வேண்டுமா? அவனுடைய ஒரு அண்ணன் ஏற்கெனவே அந்தமானுக்கு அனுப்பப்பட்டு இருந்தார். இப்போது அவரைத் தொடர்ந்து நானும் போகப் போகிறேன். இனி இவனைச் சந்திக்கவும் முடியாது. ஏற்கெனவே பெற்றோரை இழந்து வாடும் அவனுக்கு இப்போது மேலும் ஒரு இழப்பு. அந்தமானுக்கு நான் போன பிறகு என்னைப் பார்க்கவே முடியாது என்பது அவனுக்குப் பேரதிர்ச்சியாக இருக்கும். அவனுடைய இளகிய இதயம் நொறுங்கிப் போகும். ஒருவேளை அவன் விடுதலை செய்யப்பட்டால் யாரிடம் ஆதரவு தேடிச் செல்வான்? யார் அவனுக்கு ஆதரவு தருவார்கள்? அவனுடைய படிப்பை யார் பார்த்துக் கொள்வார்கள்? அவன் வீடு வீடாக ஏறி இறங்க வேண்டியிருக்கும். யாரும் அவனுக்கு ஆதரவு தர மாட்டார்கள். அவன் ஒரு குற்றவாளி, கைதி என்பதால் இந்தச் சமூகம் அவனை ஒதுக்கி வைக்கும்.

இப்படி துக்கம் நிறைந்த சிந்தனைகள் ஒவ்வொன்றாக என் மனதில் தோன்றிக்கொண்டே இருந்தன. அவை என் மன அழுத்தத்தை அதிகரித்தன.

தலைவனுக்கு உபசாரம்

வார்டன் மீண்டும் வந்தார். அப்போது மிகவும் இருட்டி இருந்தது. அவர் என்னருகில் வந்து ரகசியக் குரலில், "தலைவா, இதை வெச்சுக்குங்க" என்று கூறி ஒரு சிலேட்டை என்னிடம் தந்தார். "உங்க தம்பிக்குக் கொடுக்கப்பட்டுள்ள பத்து ஆண்டு கடுங்காவல் தண்டனையைப் பற்றி எந்த வார்டனும் யாரிடமும் பேசக்கூடாது என்று கண்காணிப்பாளர் எச்சரித்திருக்கிறார். நீங்கள் வெளியே சொன்னால் அப்புறம் நான் காலி" என்று அவர் கூறினார். இதைச்

சொல்லிவிட்டு அவர் அங்கிருந்து உடனடியாக வெளியே சென்று விட்டார்.

அந்த சிலேட் எனக்கு என் தம்பி கொடுத்த கடிதம். என் இளைய தம்பியை பால்* என்று கூப்பிடுவோம். தூரத்தில் ஒரு விளக்கு எரிந்து கொண்டிருந்தது. அதில் இது மங்கலாக தெரிந்தது. நான் அந்தக் கடிதத்தை ஆசையோடு படிக்க ஆரம்பித்தேன். அதில் ஒரு வார்த்தைகூட சோகமோ, தோல்வியோ வருத்தமோ இருக்க வில்லை. மாறாக அதில் அவனது மன உறுதி தெரிந்தது. எடுத்துக் கொண்ட சபதத்தை முடிப்பதில் அவன் சிறிதும் பின்வாங்க மாட்டான் என்று தெரிந்தது. சபதத்தை நிறைவேற்ற அவன் எந்தத் துன்பத்தையும் தாங்கத் தயாராக இருந்தான். நான் அதற்கு பதில் அளிக்க முடிவு செய்தேன். அந்தமானில் எங்களுக்கு வருடத்திற்கு ஒரு கடிதம் மட்டுமே அனுப்ப அனுமதி வழங்கப்பட்டிருந்தது. சில சமயம் அந்த வாய்ப்பும் மறுக்கப்படும். அதனால் எனதருமை பாலுக்கு பதில் அனுப்பக்கூடிய கடைசி வாய்ப்பாக இது அமையும் என்று கருதினேன். தாழ்வாரத்தில் இருந்த வார்டனை அழைத்தேன். அவர் மெதுவாக என்னருகில் வந்து, ''நன்றாக இருட்டட்டும், அதன்பிறகு நான் நீங்கள் கூறுவதை என்னால் இயன்றமட்டும் செய்கிறேன்'' என்று கூறிவிட்டுச் சென்றார்.

நான் பாதித் தூக்கத்தில் இருந்தேன். அப்போது என் கதவருகே ஏதோ சத்தம் வந்ததைக் கேட்டுத் திடுக்கிட்டு எழுந்தேன். அங்கே வார்டன் சிறைக் கம்பிகளில் தன் கம்பை வைத்து ஒலி எழுப்பிக் கொண்டிருந்தார். தூரத்தில் இருந்த லாந்தர் விளக்கை என்னருகில் கொண்டுவந்து என்னை எழுதச் சொன்னார். என்மேல் அவர் காண்பித்த பரிவு ஆச்சரியத்தை அளித்தது. என்னுடன் அவர் பேசுவதை யாராவது பார்த்தார்கள் என்றால் அவருக்கு அது பெரும் ஆபத்தை ஏற்படுத்தும். அவர் யார்? அவர் ஒரு குற்றவாளி, பெரிய கொள்ளைக் காரன், கனிவு என்றால் என்னவென்றே அறியாதவர். அவரது செய்கை எனக்குப் பெரிய ஆச்சரியத்தை அளித்தது. என் வாழ்க்கையின் பின்னாளில் இதேபோன்று இன்னொரு சம்பவமும் ஆச்சரியத்தைத் தந்தது. இப்படி நிகழ்ந்த சிறிய சிறிய ஆச்சரியங்களுக்கு என் வாழ்க்கையில் அளவே இல்லை. நான் அவருக்கு நன்றி சொல்ல முயன்றபோது என்னைத் தடுத்து, முதலில் கடிதம் எழுதுமாறு கூறினார்.

---

* Bal

செய் அல்லது செத்து மடி

ஒருவேளை அவர் என்னை ஏமாற்றுகிறாரோ என்ற சந்தேகம் எனக்குள் இருந்தது. நான் எழுதிய சிலேட்டை நேரடியாகக் கொண்டு சிறை அதிகாரியிடம் கொடுத்து என்னை மேலும் சிக்கலில் மாட்டி வைக்கலாம், யார் கண்டது? என் இளம் வயதினில் இருந்தே என்னைத் தேடி வரும் ஒற்றர்களிடமிருந்து தப்பிப்பதை வழக்கமாகக் கொண்டவன் நான். அதனால் நான் அந்தக் கடிதத்தில் எந்தப் பெயரையும் எழுதவில்லை. அதில் எந்த இடத்தையும்கூட குறிப்பிடவில்லை. எதிர்காலத்தைக் குறித்த எந்தத் திட்டத்தையும் அதில் எழுதவில்லை. என் பெயருக்கு பதிலாக நட்சத்திரக் குறியீடு போட்டு அந்தமானுக்குச் செல்கிறேன் என்று எழுதியிருந்தேன். மேலும் ''..அந்த சிறைகளின் விதிகளின்படி ஐந்து அல்லது பத்து வருடங்களுக்குப் பிறகு என் குடும்பத்தை அழைத்து வைத்துக் கொள்ளலாம் என்றால் நான் அப்படிச் செய்து என் மீதமுள்ள நாட்களை அறிவைப் பெருக்கிக் கொள்வதில் செலவழிப்பேன். திரும்பவும் என் தாய்நாட்டிற்குள் காலடி எடுத்து வைக்க முடியவில்லை என்றால் என் காவியத்தை, என் லவ குசர்கள், வால்மீகி முனிவரின் காப்பியத்தை உலகிற்கு அந்தக் காலத்தில் அறிவித்ததுபோல தாய்நாடு முழுக்கப் பரப்புவார்கள். அந்தச் சேவை என் பணியை முழுமையாக்கும். ஆனால் ஒருவேளை அவர்கள் முதல் ஆயுள் தண்டனை முடிந்தவுடன் என்னை விடுதலை செய்யவில்லை என்றால்? அப்போது எப்படியாவது தப்பிச் செல்ல முயல்வேன். அல்லது அந்த முயற்சியில் செத்து மடிவேன். இந்த எண்ணத்தில் உறுதியாய் இருக்கிறேன். என்னைப் பற்றிக் கவலைப் படவேண்டாம். உன் வாழ்க்கையில் தோற்றுவிட்டோமே என்று கண்ணீர்விடவேண்டாம். நீராவி இயந்திரத்தில் ஏதேனும் ஒரு எரிபொருள் எரியவேண்டும், அப்போதுதான் ஆவி வந்து அதன்மூலம் இயந்திரம் வேலை செய்து வண்டி நகர ஆரம்பிக்கும். அப்படி எரிந்து ஜோதியைப் பரப்பவேண்டிய எரிபொருள் நாமல்லவா? இப்படி எரிவதே ஒரு பெரிய தியாகமாயிற்றே…'' வார்டன் ஒருமுறை இருமி நேரமாயிற்று என்பதை எனக்கு உணர்த்தினார். நான் சிலேட்டைக் கதவருகே வைத்துவிட்டு உள்ளே ஒதுங்கி நின்றேன். வார்டன் அங்கிருந்து செல்லவிருக்கையில் அவரிடம் சொன்னேன், ''எனக்காக நீங்கள் கஷ்டப்படுவதை நான் விரும்பவில்லை. இந்தத் தீரமான செயலை நீங்கள் விரும்பினால் மட்டுமே செய்யவும், ரிஸ்க் எடுக்கவேண்டாம்.'' ''இதில் என்ன தீரமிருக்கிறது?'' என்று புன்னகைத்தபடியே சொன்ன அவர், ''ஸார், நான் சாதாரணத் திருடன் அல்ல. ஒரு கிராமத்தின் மீதே தாக்குதல்

நடத்தியவன். கோழை அல்ல. அங்கு எல்லோரிடமும் கொள்ளையடித்துவிட்டு அவர்கள் துரத்தியபோது சண்டை போட்டுத் தப்பித்து வந்தவன். எனக்கு பயம் கிடையாது. உங்களுக்குச் சேவை செய்யவே வந்தேன். இன்னும் இரண்டு மாதங்களில் விடுதலை ஆகிவிடுவேன். ஆனால் நீங்கள் இந்தக் கஷ்டத்திலும் புன்னகையோடு இருக்கிறீர்களே, அதுதான் தீரம்'' என்றார்.

கடிதத்தைக் கொடுத்தார்

அவர் கடிதத்தை என் தம்பியிடம் முறையாகக் கொண்டுபோய்ச் சேர்த்தார். அவர் என் வீரத்திற்குக் கொடுத்த விளக்கத்தை நினைவில் வைத்திருந்தேன். தாழ்த்தப்பட்டவர்களில் மேங் சாதியினர் டோம்பா சாதியினரைத் தொடுவதைத் தவிர்ப்பதைப் போல, கொள்ளைக்காரன், திருடனைத் தன்னைவிடத் தாழ்ந்தவனாக நினைத்து அவனை வெறுக்கிறான். கொள்ளையடிப்பது தைரியம் தேவைப்படும் காரியமாக இருக்கலாம், ஆனால் அது சுயநலத்தின் காரணமாகச் செய்யப்படுவதால் அதில் சந்தோஷம் கொள்ளவோ பெருமைப்படவோ ஒன்றுமில்லை என்பதை அடுத்தநாள் அவருக்குச் சொல்ல நினைத்தேன். அதை நேரடியாகச் சொல்லாமல் ஒரு கதை மூலம் சொல்லிச் சரி செய்தேன். அவருக்கும் அது புரிந்தது போல்தான் இருந்தது. அதற்குப்பின் அவர் என்னிடம் தன் கொள்ளைக்கூட்டக் கதைகளைப் பெருமையாகப் பேசவில்லை.

நான் தானாவிற்கு வந்து இரண்டு நாட்கள்கூட ஆகவில்லை, என் சகோதரர் டாக்டர் சாவர்க்கரை அங்கிருந்து வேறு இடத்திற்கு மாற்றினார்கள். நாங்கள் இதற்குப் பிறகு ஒருவரை ஒருவர் சந்திக்க முடியாது என்பது அதிகாரிகளுக்குத் தெரியும். ஆனாலும் அவர்கள் சிறையில் நாங்கள் சந்திக்க ஏற்பாடு எதுவும் செய்யவில்லை. எங்களைப் பிரித்திருந்தது ஒரு சிறைச்சுவர் மட்டுமே. இந்தச் சம்பவம் நடந்து பல வருடங்கள் ஆகியும், அவர் எப்போது விடுதலை ஆனார், எங்கே போனார், என்ன செய்தார் என்பது எதுவும் எனக்குத் தெரியாது. அதிகாரிகளோ அல்லது அவரைப் பற்றிய விவரம் அறிந்தவர்களோ எவரும் எனக்கு எந்தத் தகவலும் அளிக்கவில்லை.

இதோ என் புலி

நான் தற்காலிகமாகக் காவலில் வைக்கப்பட்டிருந்த தனிமைச் சிறைக்கென ஒரு தலைமை வார்டன் நியமிக்கப்பட்டிருந்தார். எப்போதும் சிரித்த முகத்துடன், பருத்த உடல்வாகு கொண்ட அவர் கொஞ்சம் நகைச்சுவை உணர்வு கொண்டவராக இருந்தார். ஆனால்

அதே நேரம் அந்தச் சிறையில் இருந்த வார்டன்களிலேயே ரகசியத்தைக் காப்பவராகவும் இருந்தார். அதனால் இயல்பாகவே அங்கிருந்த ஐரோப்பிய அதிகாரிகள் அவர் மீது நம்பிக்கை வைத்தனர். அவர் எப்போதும் என்னிடம் பேச்சை வளர்க்க முற்படுவார். நிஜமோ நடிப்போ அல்லது இரண்டும் கலந்திருந்ததோ தெரியாது, அவர் என் மீது கருணை கொண்டிருந்தார். கூடிய வரைக்கும் நல்ல உணவுகளை எனக்கு வழங்க இயன்ற அளவுக்கு முயன்றார். எனக்கு எந்தப் பிரச்சினையும் அவரால் ஏற்படவில்லை. வேறு எவருடனும் பேசி எந்தச் சூழ்ச்சியும் செய்யவில்லை. என்னுடன் அவர் அரசியல் பேசுவார். அப்போதெல்லாம் நான் அடைய முடியாத இலக்கிற்காக என் வாழ்க்கையை வீணடித்துக்கொண்டேன் என்று கூறுவார். அங்கே வரும்போதெல்லாம் மற்ற வார்டன்களை அழைத்து என்னைக் காண்பித்து, "இதோ பார் எந்தன் புலி. மனிதன் என்றால் இவரைப்போல இருக்கவேண்டும்" என்று கூறுவார். பிறகு என்னைப் பார்த்து ஒரு பாட்டைப் பாட ஆரம்பிப்பார். "விதியே உன் மகிமைதான் என்ன! புலியைக் கொண்டுவந்து சிலந்தி வலையில் அடைத்த விளையாட்டுத்தான் என்ன!" என்று அந்தப் பாடல் போகும். பிறகு என்னை உற்றுப் பார்த்துவிட்டுத் திரும்ப திரும்ப அந்த வரிகளைப் பாடியபடியே ஆடுவார். சில சமயம் அவரே கேள்வி பதில் சொல்லி, அதன் நிறை குறைகள் எல்லாவற்றையும் கூறி, ஒரு விவாதம் போலப் பேசுவார். "எவ்வளவு வலிமை மிகுந்தது இந்த பிரிட்டிஷ் அரசு. அதனை எதிர்க்கத் துணிந்த இந்த சூரர்களைப் பார். என்ன ஒரு வேடிக்கை! பிரிட்டிஷ் அரசைத் துரத்தி சுதந்திரத்தைப் பெற ஆசைப்படுகிறார்கள்" என்று கூறியபடி தன் கையில் இருக்கும் கம்பைச் சுற்றியபடியே நடனம் ஆடுவார். பிறகு அருகிலிருக்கும் மற்ற வார்டர்களிடம் "இப்போது நான் கம்பைச் சுழற்றியபோது காற்றைக் கிழித்தேனா?" என்று கேட்பார். அவர்கள் அதற்குச் சிரிப்பார்கள். வேறு வழி? கேட்டவர் அவர்களுக்கு மேல் இருக்கும் ஹவில்தார் ஆயிற்றே. எதிர்த்தால் அவர்களுக்குப் பிரச்சினை வரலாம். அவரோ அவர்களிடம், "முட்டாள்களே, எதற்குச் சிரிக்கிறீர்கள்? இதோ இங்கிருக்கும் போக்கிரிகளும் பிரிட்டிஷ் அரசிற்கு அதை தானே செய்ய முயன்றார்கள்? நான் என் கம்பைக் கொண்டு காற்றை அடித்தேன். இவர்களோ பிரிட்டிஷ் அரசிற்கு எதிராக தைரியமாக சதி செய்தார்கள். நான் செய்ததைவிட இவர்கள் செய்தது முட்டாள் தனமான காரியம்தானே?" என்று கேட்பார்.

மயக்கும் பேச்சு

சில சமயம் நான் குளிக்கும்போது அவர் என்னை உற்றுப் பார்ப்பார், பிறகு அவருக்குக் கீழே பணியாற்றும் மற்ற வார்டர்களையும்

அழைப்பார். அவர்களிடம், "ஓ கோண்டியா, இந்த உடம்பைப் பார், தங்கச் சிலைபோல இருக்கிறது. நன்கு திரண்ட கைகளையும் மார்பையும் பார், இவர் கண்டிப்பாக ஒரு நல்ல மல்யுத்த வீரராகத்தான் இருப்பார்" என்பார். திடீர் என்று குரலை மாற்றி, வாஞ்சையோடு என்னைப் பார்த்து, "நீங்கள் எவ்வளவு அருமை யான இளமையுடன் இருக்கிறீர்கள். ஆனால் இப்படி ஒரு காரியம் செய்து உங்கள் இளமையை வீணடித்து விட்டீர்களே. ஒரு அழகான பெண்ணை அரவணைத்து அவள் அன்பில் மூழ்கி இருக்கவேண்டிய காலம் அல்லவா இது. இங்கிலாந்தில் நல்லபடியாக வாழ்ந்திருக் கலாமே. உங்களுக்கு வயது இருபத்து ஐந்துதானே ஆகிறது. இப்போது தானே மீசையே முளைக்க ஆரம்பித்து இருக்கிறது. இந்த வயதில் இரும்புச் சங்கிலியால் கட்டப்பட்டு இருக்கிறீர்களே. அவர்களிடம் எப்படிச் சேர்ந்தீர்கள்?" என்று கேட்பார். சில சமயம் அவர் வெடித்து, "இது உங்கள் தவறில்லை. உங்களை யாரோ பெரிய மனிதர்கள் பகடைக் காயாகப் பயன்படுத்தி இருக்கிறார்கள். உங்களைக் காவு கொடுத்துவிட்டு அவர்கள் சுகமாக வாழ்ந்து கொண்டிருக்கிறார்கள். உங்களுக்கு வாக்குறுதி கொடுத்துவிட்டு சரியான நேரத்தில் உங்கள் காலை வாரி இருக்கிறார்கள். அய்யா, உங்களைவிட நான் மகிழ்ச்சியாக இருக்கிறேன். எனக்கு என் கூலி கிடைக்கின்றது. ஓய்வு பெற்ற ஊழியன் என்பதால் எனக்கு பென்ஷன் வருகிறது. எனக்கு மாதத்திற்கு ஐம்பதில் இருந்து அறுபது ரூபாய் வரை கிடைக்கிறது. என் பாக்கட்டில் எப்போதும் பணம் இருக்கிறது. எனக்குக் கவலையே இல்லை. ஆனால் நீங்கள் இவ்வளவு அழகும் இளமையும் இருந்தும் உங்கள் மதிப்பு மிக்க பணி, சமுதாயத்தில் உங்கள் உயர்ந்த நிலை, அழகான மனைவி, அதுவும் முக்கியஸ்தரின் மகள் என்று எல்லாம் இருந்தும், வாழ்க்கையின் சுகங்கள் அனைத்தையும் இழந்து நிற்கிறீர்கள். பூமியில் உள்ள வாழ்வின் சொர்க்கத்தை நிராகரித்துவிட்டீர்கள். எல்லாம் எதற்காக? இந்தத் தேசத்திற்காக என்பீர்கள்... ஃபூஊஊ" என்று ஏளனமாகக் கூறுவார். பொறுமையாகக் கேட்டுக் கொண்டிருப்பேன். சில சமயங்களில் எனக்கு இந்த முட்டாள் தனத்தைக் கேட்கச் சகிக்காது. அவர் என்னிடம் கையைக் கூப்பிக் கொண்டு, "சொல்லுங்கள், நீங்கள் எப்படி சுயராஜ்யத்தை அடைவீர்கள்? நீங்கள் எப்போது வெல்வீர்கள்? வருகின்ற டிசம்பர் மாதம் டில்லியில் பெரிய தர்பார்கூட இருக்கின்றது. (அவர் மன்னர் ஐந்தாம் ஜார்ஜின் முடிசூட்டுதலைக் குறிப்பிடுகின்றார்.) அந்த நேரத்தில் உங்களுக்குக் கருணையும் மன்னிப்பும் வழங்கப்படும் என்று நினைக்கிறீர்களா?" என்று கேட்பார். அதற்கு நான் பொறுமையாக, "இந்த விழாவுக்கும் எங்களுக்கும் என்ன சம்பந்தம்? இருந்தாலும்,

அந்தமான் சிறை அனுபவங்கள் | 55

காலம் கனிந்தால் பத்து அல்லது பன்னிரண்டு வருடங்களில் வெளியே வருவேன் என்று எதிர்பார்க்கிறேன்'' என்பேன். அதற்கு அவர் முகத்தை இறுக்கமாக வைத்துக்கொண்டு, ''இல்லை, இவர்கள் உங்களை விடுதலை செய்ய மாட்டார்கள். உங்களைக் கொடுமைப்படுத்தி இந்தச் சிறையிலேயே வைத்திருப்பார்கள். நீங்கள் இறந்து உங்கள் உடல்தான் வெளியே செல்லும். அதற்கு ஒரு நிமிடம் முன்புகூட உங்களால் வெளியே போகமுடியாது'' என்பார். இந்த மனிதரின் இத்தகைய கொடூரமான ஹாஸ்யம் எனக்கு ரசிக்கவில்லை. ஒவ்வொரு முறையும் அவர் ஐந்து அல்லது பத்து வார்டன்களைக் கூப்பிட்டு என்னை நிற்க வைத்து, என்னைக் காட்டி, ''என் ஹீரோவைப் பார்'' என்று சொல்லி, நடனமாடி, ஏளனம் செய்யும்போதெல்லாம் உயிரை விட்டுவிடலாம் என்ற எண்ணம் என் இதயத்தைக் குத்திக் கிழிக்கும். அவர் செய்வதைக் காணக் கொடுமையாக இருக்கும். சர்க்கஸ் புலியைக் கூண்டிலிருந்து காட்சிக்குக் கொண்டுபோவதுபோல அவர் என்னைக் கொண்டுபோவார். மற்றவர்களுக்குச் சிரிப்பை வரவழைக்கும் இந்தச் செயல் எனக்கு மிகுந்த வலியை ஏற்படுத்தும். அந்த நிலையில் வாழ்வதைக் காட்டிலும் தூக்கு மேடைக்குப் போவது எவ்வளவோ மேல் என்று தோன்றும். ஏற்கெனவே காயம்பட்ட என் இதயத்தில் சூடான இரும்புக் கம்பியைச் செலுத்தியதுபோல இருக்கும்.

முட்கிரீடம்

யோக சூத்திரத்தின் ஒரு செய்யுள், 'மனிதனுக்கு உடல் ரீதியாக வரக்கூடிய துன்பங்களைப் போலவே உளரீதியாக வரக்கூடிய துன்பங்களுக்கும் தயாராக இருக்கவேண்டும்' என்ற பொருள் கொண்டு வரும். சிறையில் இருக்கும்போது நான் அதைத் திரும்ப திரும்ப நினைவுபடுத்திக் கொள்வேன். அந்தக் கஷ்டங்கள் ஒருவனது மன உறுதியைக் குலைக்கும் விதத்தில் இருக்குமானால், அவை நிரந்தரமானவை அல்ல என்பதை நினைவில் கொள்ளவேண்டும். உன் கஷ்டத்தைப் பார்க்கும் மற்றவர்களால் அதை ரசிக்கமுடியும் என்றால் உன்னால் ஏன் முடியாது? ஏனென்றால் உன் மனம் நான் என்ற பந்தத்தில் இருந்து விடுபடவில்லை. தனிப்பட்ட எண்ணத்தி லிருந்து மேலெழவில்லை. நீ யாரென்றும் நீ என்ன காரியம் செய்தாய் என்றும் அதனை எதற்காகச் செய்தாய் என்றும் உனக்குப் புரிந்திருந்தால் இந்தக் கிண்டல்களுக்கு ஏன் பயப்படவேண்டும்? அதனால் உனக்கு என்ன நஷ்டம்? உனக்கு முன்னால் வந்த கடவுளின் தூதுவர்கள் முட்கிரீடங்களை அணிந்ததில்லையா? அவர்கள் சிறையில் இருந்தபோது, உடனிருந்த குற்றவாளிகள் அவர்களைக் கிண்டல்

கேலி செய்யாமலா இருந்திருப்பார்கள்? அந்தக் கிண்டல்களை மீறி உலகம் இன்று அவர்களை ஞானிகளாகவும், முனிவர்களாகவும், தீர்க்கதரிசிகளாகவும் மன்னர்களாகவும் வழிபட்டு வருகிறது. அவர்கள் பாதம் தொட்டு வணங்குகிறது. இந்த எண்ணங்கள் என்னை அந்தக் கிண்டல்களில் இருந்து ஆசுவாசப்படுத்தின. இது நடந்து இன்று பதினாறு வருடங்கள் ஆகின்றன. அன்று என் மன உறுதியைக் குலைக்கவேண்டும் என்றே அங்கே பணியில் அவரை அமர்த்தினார்கள் என்று சிலர் சொல்வர். அது உண்மையா அல்லது அந்த ஆள் உண்மையிலேயே என்மேல் அனுதாபம்கொண்டு ஆர்வக்கோளாறினால் அப்படிச் செய்தாரா என்று எனக்குத் தெரியாது. எது எப்படியோ, அவர் பாடிய பாடல் இன்னும் என் காதில் ஒலித்துக்கொண்டே இருக்கிறது. "உன் செயல் அற்புதம் தான், விதியே, அற்புதமே, உன் மகிமைதான் என்ன! புலியைக் கொண்டுவந்து சிலந்தி வலையில் அடைத்த விளையாட்டுதான் என்ன?"

நான் ஒருநாள் அவரிடம் "என்ன செய்தி?" என்று கேட்டேன். "நான் உங்களுக்கு என்ன செய்தி சொல்லமுடியும், ஐயா? நீ அவர் களுக்காகத் தியாகம் செய்திருக்கிறாய், அவர்களை இன்னும் மறக்காமல் இருக்கிறாய். ஆனால் அவர்கள் என்ன மாதிரியான மனிதர்கள்? நீ கைது செய்யப்படுகிறாய், அவர்கள் மறைந்திருக் கிறார்கள், அவர்கள் முகங்களை மறைத்துக்கொண்டுவிட்டார்கள். அவர்களில் ஒருவன்கூட உன்னைக் குறித்துக் கவலைப்பட வில்லையே. அப்படியிருக்க, நான் உனக்கு என்ன செய்தி சொல்வது? எனக்குப் பிறகு பெரும் குழப்பம் ஏற்படும், அது மட்டுமே நான் சொல்லக்கூடிய செய்தி" என்றார்.

உறுதியான முரடன்

இங்கிலாந்தில் முடிசூட்டு விழா நடந்து முடிந்துவிட்டது. பல கைதிகளுக்கு அப்போது விடுதலை கிடைக்கும் என்ற வதந்தி பரவி இருந்தது. ஹவில்தார் அப்போதுதான் என்னிடம் அதைப் பற்றிப் பேசிக்கொண்டிருந்தார். வெளி உலகச் செய்திகளை அவ்வப்போது என்னிடம் தெரிவிக்கும் அதிகாரி ஒருவர் என்னிடம் வேகமாக வந்து, "சென்னையில் சாக்த பிராமணர்* ஒருவர் கலெக்டர் மிஸ்டர் ஆஷ்ஷை ரைஃபிள் துப்பாக்கியால் சுட்டுக் கொன்றிருக்கிறார். சிதம்பரம் பிள்ளையின் விசாரணையுடன் தொடர்புடைய அதிகாரி அவர். அதைப் பற்றி உங்கள் கருத்து என்ன?" என்று கேட்டார்.

---

* சக்தி வழிபாடு செய்யும் பிராமணர்

அன்று பிற்பகலில் ஹவில்தார் என்னைப் பார்த்தபோது, ''அவரும் அதே கேள்வியைக் கேட்டார். ''சரி, உனக்கு மெட்ராஸில் நண்பர்கள் இருக்கிறார்களா?'' என்றார். அதற்கு நான், ''எனக்குத் தெரியாது. நான் எதுவும் சொல்ல முடியாது. நான் இந்தச் சிறையின் நான்கு மதில்களுக்குள் அடைக்கப்பட்டுள்ளேன். அவற்றைப் பற்றி எனக்கு எதுவும் தெரியாது'' என்று பதில் சொன்னேன். ''தவிர, நீங்கள் இப்போதுதான் சொன்னீர்கள், மறந்துவிட்டீர்கள் என நினைக்கிறேன். அவர்கள் எல்லோரும் தலைமறைவாகிவிட்டனர் என்றும், அவர்கள் அடையாளங்களை மறைத்தது மட்டுமில்லாமல், என்னைப் பற்றி ஒரு வார்த்தைகூடப் பேசவில்லை என்றும் சொன்னீர்கள்.'' ஹவில்தார் அவரது நண்பர்களைப் பார்த்துத் தலையசைத்து என்னைச் சுட்டி, ''என்ன ஒரு முரட்டுத்தனம், எந்த விவரத்தையும் இவரிடம் இருந்து பெற முடியாது, சரியான கல்லூளிமங்கன்'' என்று கூறினார். அவர் கூறியதின் உட்பொருளை முழுதாகப் புரிந்து கொள்ள முடியவில்லை. அவர் கூறிய விவரங்கள் எனக்கு ஏற்கெனவே தெரிந்திருக்கும் என்று நினைத்திருப்பார் போல. நான் கூறிய பதில் என்னிடமிருந்து எந்த விஷயத்தையும் அத்தனை எளிதாகப் பெற்றுவிடமுடியாது என்பதை அவருக்கு உணர்த்தி இருக்கும்.

என் கண்ணாடிகள் விற்பனைக்கு

இங்கே எனது உடைமைகள் என்பது என் கண்ணாடியும், பகவத் கீதையின் சிறிய பிரதியும் மட்டுமே. இன்று காலை ஹவில்தார் என்னிடம் அவற்றைக் கேட்டார். ''சாகேப் அவற்றைக் கேட்கிறார்.'' எனக்கு அது ஏன் என்று தெரியவில்லை. மேற்பார்வையாளர் வந்தார். நான் அவரிடம் ஏன் என் இரண்டு கண்ணாடிகளைப் பறித்துக் கொண்டீர்கள் என்று கேட்டேன். அதற்கு அவர், நான் அரசுக்கு எதிராகச் சதி செய்த குற்றவாளி; அந்த வகையிலான ஒரு குற்றவாளி, தனது அனைத்துச் சொத்துக்களையும் இழந்துவிட்டார் என்று அர்த்தம், அவை நாட்டுடைமை ஆக்கப்படும் என்பதுதான் சட்டம்; ஆகையால் எனது அனைத்துப் பொருட்களையும் அரசாங்கம் கைப்பற்றியது என்றார். என் டிரங்க்குகள், ஆடை மற்றும் புத்தகங்கள் ஏற்கெனவே லண்டனில் பறிக்கப்பட்டுவிட்டன. தற்போது இந்தப் பொருட்கள் பொது ஏலத்தில் விற்கப்பட உள்ளன. கிடைக்கும் பணத்தை அரசு எடுத்துக்கொள்ளும். ஒரு அணா மதிப்புக்கூட பெறாத இந்தச் சிறிய கீதை புத்தகமும் என் கண்ணாடிகளும்கூட இப்போது ஜப்தி செய்யப்படவேண்டும். என்னுடன் இருந்தவர்களுக்குக்கூட இச்செயல் சங்கடத்தை உண்டாக்கியது. அங்கிருந்த சக வார்டன்கள் ஏலத்தின்போது என்

எந்த ஒரு பொருளையும் வாங்கக்கூடாது என்று தீர்மானித்தனர். தங்கள் மனதை மாற்றிக்கொள்ளும்படி அவர்களிடம் சொன்னேன், ''இங்கே பாருங்கள், அந்த சாமான்களில், விலை உயர்ந்த துணிகள் இருக்கின்றன. வேறு யாரும் அவற்றை அற்ப விலைக்கு வாங்கி விடக்கூடாது. நீங்கள் அவற்றை வாங்கினால் நான் மகிழ்ச்சி அடைவேன். நீங்கள் வாங்கவில்லை என்றால் ஒரு வெளிநாட்டுக்காரன் அவற்றை அற்ப விலைக்கு வாங்கிச் சென்று விடுவான். கிட்டத் தட்ட இது ஒரு கொள்ளைதான். அதற்குப் பதிலாக என் நாட்டுக்காரர் களுக்கே அவை கிடைத்தால் எனக்கு மகிழ்ச்சி. நீங்களும் உங்கள் பிள்ளைகளும் என் ஆடைகளையும் மற்ற பொருட்களையும் உபயோகித்தால் அது முழுமையான பயனை அடையும்'' என்றேன். நான் பொருட்படுத்தத்தக்க சில வார்டன்களை என் பொருட்களை வாங்குமாறு வற்புறுத்தினேன். அடுத்த நாள் என் பகவத் கீதை புத்தகமும் என் கண்ணாடியும் என்னிடம் வழங்கப்பட்டன. அவை அரசுக்குச் சொந்தமானவை என்பதை நான் மனதில் இருத்தி அவற்றை உபயோகிக்கவேண்டும் என்று என்னிடம் கூறப்பட்டது.

அந்தமானுக்குச் செல்லும் நபர்கள் வந்தனர்

இன்று சிறையே ஒரே பரபரப்பாக இருந்தது. அந்தமானுக்குக் கொண்டுசெல்லப்படவேண்டிய நபர்கள் வரவிருந்தனர். சிறையில் அவர்களை சலான் என்று அழைப்பார்கள். இதுபோன்ற குற்றவாளி கள் பெரும் குற்றங்களைச் செய்தவர்களாக இருப்பார்கள். அத்தகையவர்களையே நாடு கடத்தும் வழக்கம் இருந்தது. இருப்பதிலேயே மிக மோசமான குற்றவாளிகள் தேர்ந்தெடுக்கப் பட்டு மாநிலமெங்கும் பரவலாக அனுப்பப்படுவார்கள். சில நாட்கள் கழித்து அவர்கள் வரிசையாக அழைக்கப்பட்டுச் சோதிக்கப் படுவார்கள். சொந்த ஊரில் வைத்துக்கொள்ள தகுதி இல்லாதவர்கள் தானாவில் உள்ள சிறைக்கு அனுப்பப்படுவார்கள். இங்கே சில நாட்கள் இருக்கும் அவர்கள், பிறகு கப்பலில் அந்தமானுக்கு அனுப்பப்படுவார்கள். கடல் கடந்து அனுப்பப்படும் இது போன்றவர்களையே சலான் என்று அழைப்பார்கள். பெரும் குற்றம் செய்தவர்கள், திருடர்கள், கொலைகாரார்கள், இரக்கமில்லாக் கொள்ளைக்காரார்கள் என்று ஒரு கூட்டம் இன்று இங்கு தானா சிறைக்கு வருகிறது. அதுதான் இங்கு பரபரப்பிற்குக் காரணம்.

அத்தகைய கும்பல் வந்தாலே இங்கு சிறையில் ஒரே கும்மாளமாகத் தான் இருக்கும். அவர்களது வழக்கமான கடுமையான பணிகளில் இருந்து அன்று ஒருநாள் ஓய்வு கிடைக்கும். அவர்களும் அத்தகைய ஓய்வை எதிர்பார்த்துக் காத்து இருப்பார்கள். அவர்களது சலிப்பு

நிறைந்த தினப்படி வாழ்வில் இது ஒரு மாற்றத்தைக் கொடுக்கும். மேலே பறந்து செல்லும் காக்கை ஒன்று எங்கோ மோதி அதன் சிறகுகளில் ஒன்று கீழே விழுகிறது. குருவிகள் ஒன்றை ஒன்று கொத்திக்கொண்டிருக்கின்றன. கைதிகளும் தங்கள் கவலைகள் எல்லாவற்றையும் மறந்து இதையெல்லாம் ஆர்வத்தோடு பார்த்துக்கொண்டிருக்கின்றனர். இன்று சலான்களின் வருகை. ஜமாதாரில் இருந்து கடைநிலைப் பணியாளர் வரை எல்லோருமே பரபரப்பில் இருந்தனர். வெளியில் இருந்து வரும் இந்தக் கைதிகளுக்கென்று சில அறைகள் ஒதுக்கப்பட்டிருந்தன. அந்தச் சிறைச்சாலையின் கிழக்குப் பகுதியில் அவை இருந்தன. இன்று அந்த அறைகள் எல்லாம் சுத்தம் செய்யப்பட்டு, உடைகள் எல்லாம் எண்ணி அடுக்கப்பட்டிருந்தன. சலான்களின் வருகையை ஒட்டி எல்லா ஏற்பாடுகளும் தயார் நிலையில் இருந்தன. கைதிகளில் பாதிக்கும் மேற்பட்டவர்கள் இந்த வேலைகளில் பரபரப்பாக இருந்தனர். மற்றவர்களும் இதே சிந்தனையில்தான் இருந்தனர். வேறு எதைப் பற்றியும் பேச்சோ சிந்தனையோ இருக்கவில்லை. அன்று வரப்போகின்றவர்களைப் பற்றியே அவர்கள் எண்ணம் முழுக்க இருந்தது.

கூட்டம் வந்திறங்கியது

மதியம் மணி மூன்று ஆகியிருந்தது. சிறையில் உள்ள எல்லோரும் இன்னும் ஏன் சலான்கள் வரவில்லை என்று கேட்டுக் கொண்டிருந்தார்கள். அப்போது மெயின் கேட்டில் ஏதோ சத்தம் கேட்டது. உள்ளே இருந்த கைதிகள் எல்லாம் பரபரப்பாக அங்குமிங்கும் அலைந்துகொண்டிருந்தார்கள். "சலான்கள் வந்து விட்டார்களா? அது என்ன வாசலில்? எத்தனை பேர் இருக்கிறார்கள்? அவர்கள் பார்க்க எப்படி இருக்கிறார்கள்?" இதுபோன்ற கேள்விகள், அங்கிருந்த பரபரப்பிற்கும் குழப்பத்திற்கும் இடையே கேட்கப் பட்டுக் கொண்டிருந்தன. கைதிகள் மட்டுமில்லாமல் வார்டன்களும் பரபரப்பாக இருந்தார்கள். கைதிகளைப்போலவே அவர்களும் தங்கள் பணிகளால் சோர்ந்து போயிருந்தார்கள். திடீர் என்று சங்கிலிகளின் சத்தமும் காலடிகளின் சத்தமும் கேட்க ஆரம்பித்தன. அந்தச் சத்தம் கொஞ்சம் கொஞ்சமாக எங்களை நெருங்கி வந்தது. கைதிகளும் வார்டன்களும் குழுக்களாக வழியில் நின்று கொண்டிருந்தனர். அவர்கள் கவலைகளை மறந்து, வருகின்றவர் களைப் பார்க்க நின்று கொண்டிருந்தனர். தாங்கள் பணி செய்யாமல் நின்று கொண்டிருப்பதை யாரும் பார்த்துவிடக்கூடாது என்பதற்காக அவர்கள் மறைந்து நின்றிருந்தனர். ஒரு வழியாக சலான்கள் அங்கு

வந்தனர். அவர்கள் பார்க்கவே கொடூரமாக இருந்தனர். ஒவ்வொரு வரும் ஒரு விதம். ஒருவன் பார்க்க கொடூரமான குற்றவாளிபோல இருந்தான். இன்னொருவன் பார்க்கவே பயங்கரமாக இருந்தான், இன்னொரு ஆள் மிகவும் கருப்பாக இருந்தான். ஒவ்வொருவரும் ஒவ்வொரு தினுசில் இருந்தனர். அவர்கள் நடந்து வருவதும் வித்தியாசமாக இருந்தது. ஒருவன் நெஞ்சை நிமிர்த்தி நடந்து வந்தான். மற்றொருவன் ஏதோ போரில் வென்று களைத்தவன் போல நடந்து வந்தான். இன்னொருவன் உலகமே என் காலின் கீழே என்பதுபோல மிதப்போடு நடந்து வந்தான். வேறொருவன் அவமானத்தில் தலையைக் குனிந்துகொண்டு நடந்து வந்தான். அவர்கள் இரண்டு வரிசையில் தங்கள் பகுதிக்குச் சென்று கொண்டிருந்தனர். இரண்டு பக்கமும் ஆயுதம் தாங்கிய காவலர்கள் இருந்தனர். காவலர்கள் சீரான இடைவெளியில் சூழ்ந்து செல்ல, சங்கிலிகளின் சத்தத்துடன் கைதிகள் நடந்து செல்வதைப் பார்க்க, சிரிப்பாக இருந்தது. இல்லை, பெரும் நகைச்சுவையாகத் தெரிந்தது.

பெரிய குற்றவாளி

சிந்து பகுதியில் இருந்து வந்திருக்கும் அந்த முஸ்லிம் ஒரு பெரிய கொள்ளைக்காரன். கடுமையான முகமுடைய அவன் அடர்த்தியான முடியும், அடர் மீசையும் அதற்கேற்ற தாடியும் வைத்திருந்தான். அவன் தலைமுடி கழுத்தின் பின்பக்கத்தில் வழிந்தது. தன்னைச் சுற்றி இருந்தவர்களை, தன் கண்களை உருட்டி உருட்டிப் பார்த்துக் கொண்டிருந்தான். கைதி உடையில் இருந்த அவன் தன் சங்கிலியை தன் இடுப்பைச் சுற்றி வைத்திருந்தான். கைகளுக்கு இடையே தன் படுக்கையை மடக்கிக்கொண்டு ஏதோ ராஜாபோல நடந்து வந்து கொண்டிருந்தான். யாரையோ சத்தமாக அழைத்துக்கொண்டிருந் தான். ஏதோ போட்டியில் வெற்றி வாகை சூடி திரும்பி வருவதைப் போல வந்து கொண்டிருந்தான். அவன் அந்தமானுக்குச் செல்வது இது மூன்றாவது முறை என்று வார்டன்கள் கூறினர். ஏற்கெனவே இரண்டு முறை கடுங்காவல் தண்டனை விதிக்கப்பட்டு நாடு கடத்தப் பட்டவன். இப்போது ஆயுள் தண்டனை பெற்றுச் செல்கிறான். தான் அங்கு ஜமாதாராக இருந்ததாகவும் மற்ற கைதிகளுக்குத் தான் ஒரு சிம்ம சொப்பனம் என்றும் பெருமையாகக் கூறிக் கொண்டிருந்தான். ஒருமுறை கோபத்தில் ஒரு இளைஞனை அடித்ததில் அவன் மண்டை உடைந்து அடுத்த நாளே இறந்ததாக அவன் கூறியதாக என்னிடம் வார்டன்கள் கூறினர். தன் எதிரியுடன் நெருங்கிப் பழகியதால் அவனை அடித்தானாம். ஜமாதாரிடம் அனுமதி வாங்காமல் அவனிடம் சென்று பேசினானாம். மேலிருந்து கீழே

விழுந்துவிட்டான். இது விபத்தால் ஏற்பட்ட மரணம் என்று கூறித் தப்பித்துக்கொண்டுவிட்டானாம். அந்தமானில் உள்ள சிறையில் உள்ள அதிகாரிகள் எல்லாம் தனக்கு நண்பர்கள் என்று கூறி மற்ற கைதிகளைப் பீதியில் ஆழ்த்திக் கொண்டிருந்தான். மீண்டும் அங்கே செல்வதால் திரும்பவும் அதே பொறுப்பு அவனுக்கு வழங்கப்பட வாய்ப்பு இருக்கிறது. தனக்குத் தெரிந்தவர்கள் பெயரை எல்லாம் சொல்லிக்கொண்டே வந்தான். இவனுடைய பெருமையான பேச்சில் கவரப்பட்ட இளைஞர்கள் அவனுக்குப் பணிவிடை செய்ய ஆரம்பித்தனர். தங்களுக்கு எந்த ஆபத்தும் வரக்கூடாது என்பதால் தான் அவர்கள் அவற்றைச் செய்தனர். தானாவுக்கு வந்த இந்தக் கூட்டத்திற்கு, வரும் வழியில் பலர், பழங்கள், இனிப்புகள், பணம் போன்றவற்றைக் கொடுத்திருந்தனர். அப்படிக் கிடைத்த பணத்தை அந்த இளைஞர்கள் தங்கள் எதிர்கால ஜமாதாரிடம் கொடுத்தனர். அவனும் தனக்கு மிஸ்டர் டிக்கின், மிஸ்டர் மாண்ட்போர்ட் ஆகியோரிடம் இருக்கும் நெருக்கத்தின் காரணமாக அவர்களுக்கு எளிதான பணிகளை வழங்குவதாக உறுதி அளித்துக்கொண்டிருந்தான். அவன் சரடுவிட்டுக்கொண்டே மகிழ்ச்சியாக இருந்தான். ஏதும் அறியா அப்பாவிகள் அதை நம்பி ஏமாந்துகொண்டிருந்தனர்.

சகோதரியைக் குத்திக் கொன்றவன்

அந்தக் கூட்டத்திலே பத்தொன்பது வயதுகூட நிரம்பியிராத ஒரு பையனும் இருந்தான். இந்தக் கொடூரமான குற்றவாளிகளின் கூட்டத்தில் அவன் எப்படி வந்தான்? போதைப் பொருள்கள் பயன்படுத்தும் தவறான நபர்களுடன் அவனுக்குப் பழக்கம் இருந்திருக்கிறது. அதை அவன் சகோதரி கண்டித்திருக்கிறாள். போதையில் இருந்த அவன் அப்போது அவளைக் குத்திக் கொன்றிருக்கிறான். இப்போது தலையில் பெரும் பாரத்தைச் சுமக்க முடியாமல் சுமந்துகொண்டு நொண்டிக்கொண்டே நடந்து வருகிறான். தலையில் பாரத்துடனும் காலில் சங்கிலியுடனும் அவனால் ஒழுங்காக நடக்க முடியவில்லை. மேலும் நாடு கடத்தப்பட்டால் அதற்குப் பிறகு தன் உடன் பிறந்தவர்களையும் வீட்டில் உள்ளவர் களையும் எப்போதும் பார்க்க முடியாது என்ற பயமும் அவனுக்கு இருந்தது. இப்படிக் கொள்ளைக்காரர்கள் ஒரு முனையிலும் இந்தப் பையன் மறுமுனையிலும் என வினோதமான அணிவகுப்பாக அது இருந்தது. சங்கிலிகள் சத்தம் எழுப்ப ஒன்றன்பின் ஒன்றாக அவர்கள் வரிசையில் வந்து கொண்டிருந்தனர். அவர்களை எல்லோரும் வெறுப்பும் அவமானமும் கலந்த பார்வையுடன் பார்த்துக் கொண்டிருந்தனர்.

கடைசியில் அவர்கள் மெயின் கேட் வழியாக வந்தனர். சிறை அதிகாரி அவர்களைச் சோதனையிட வந்தார். இவர்களுடைய வருகையைக் காண எல்லோரும் அங்குமிங்கும் நடந்த வண்ணம் இருந்தனர். வேலை செய்வதுபோல பாவ்லா பண்ணிக்கொண்டு இவர்களையே கவனித்துக் கொண்டிருந்தனர். ''சத்தம் போடாதீர்கள், எல்லோரும் அவரவர் வேலையைச் செய்யுங்கள்'' என்று வார்டன்கள் எச்சரிக்கை செய்தனர். அங்கு நடப்பது எதுவும் தங்களுக்குத் தெரியாததுபோலவும், ஏதோ அங்கே எல்லாமே முறைப்படி நடப்பதுபோலவும், அங்கே வேடிக்கை பார்த்தவர் களைத் தண்டிப்போம் எனக் குரல் கொடுத்தனர்.

கருணையான அதிகாரி

அடுத்த நாள் என்னை கமிட்டி முன் பரிசோதனைக்காகக் கொண்டு சென்றனர். நான் உடலாலும் மனதாலும் ஆரோக்கியமாக இருந்தால் தான் என்னை அந்தமானுக்கு அனுப்பமுடியும். அப்போது என்மீது கருணைகொண்ட ஒரு அதிகாரி என்னிடம், ''அங்கே போக விருப்பம் இல்லையென்றால் கூறுங்கள், நான் என்னால் முடிந்த வரை உங்களை இங்கேயே வைக்க ஏற்பாடு செய்கிறேன். உங்களைக் கைவிடமாட்டேன்'' என்றார். ''உங்கள் கருணைக்கு நன்றி என்று கூறிய நான், ''என்னை அங்கே வைத்திருக்க முடிவு செய்யவேண்டியது பம்பாய் நிர்வாகம் அல்ல. நான் உங்களைத் தொந்தரவு செய்யமாட்டேன். நீங்களும் சிரமப்படவேண்டாம். இது நம் கையாலாகாத நிலை'' என்று கூறினேன். பின்னர் கமிட்டியினர் என்னைப் பரிசோதித்தார்கள். அந்த அதிகாரியும் அப்போது உடனிருந்தார். எனக்கு அன்று நல்ல ஜுரம் இருந்தது. ஆனால் என்னைப் பரிசோதித்த கமிட்டி நான் ஆரோக்கியமாக இருக்கிறேன் என்று சான்றளித்தது. என் எடையைக் குறித்துக்கொண்டார்கள். நான் அந்தமானுக்கு அனுப்ப உத்தரவிடப்பட்டேன். என் படுக்கையை மடக்கி கை இடுக்கில் வைத்துக்கொண்டு, என் பாத்திரங்களை எடுத்துக்கொண்டு, சலான்கள் இருக்கும்,பழைய சிறைச்சாலையின் கிழக்குப் பகுதி நோக்கி நடந்து போகலானேன். இது நான் அந்தமானுக்குப் போகவேண்டிய தருணம். இந்தியாவை இழக்கப் போகிறேன். இந்தியா என்னை இழக்கப் போகிறது. நான் அந்தமானை நோக்கிப் பயணப்பட போகிறேன்.

அத்தியாயம் 4

செல்லும் வழியில்

தானா சிறையில் சலான்களுக்காக ஒதுக்கப்பட்டிருந்த இடத்திற்குப் போகும்போதே எனக்கு அந்தமானுக்குப் போவதுபோல இருந்தது. நான் அடைக்கப்பட்டிருந்த அறை மற்ற சலான்களின் சிறைக்குப் பக்கத்திலேயே கேட்கும் தூரத்தில் இருந்தது. அவர்கள் எழுப்பிக் கொண்டிருந்த சத்தங்களும் கூச்சல்களும் சிரிப்புகளும் பேச்சுகளும் என் அறையிலிருந்தே நன்றாகக் கேட்டன. தனிமையில் இருந்த எனக்கு அது ஒரு வடிகாலாக இருந்தது. துன்பத்திலும் விரக்தியிலும் இருந்த எனக்கு இந்தக் கைதிகளின் அருகில் இருந்தது ஆறுதலாக இருந்தது. மனிதன் எத்தகைய சோகமான நிலையில் இருந்தாலும் அவனால் சிரித்துக்கொண்டிருக்கமுடியும் என்பதை அவர்கள் நிரூபித்துக்கொண்டிருந்தார்கள். சிறை வாழ்வின் கொடுமைகளி லிருந்து அந்தச் சிரிப்பு அவர்களுக்கு ஆறுதலைத் தருவதாக இருக்கலாம். துன்பம் வரும் வேளையில் சிரிக்க மனிதனால் முடியும். அப்படி அவன் சிரிக்கும்போது அந்தத் துன்பம் மறைந்து விடும். அதீத சந்தோஷத்தில் ஒருவருக்கு அழுகை வரும். அதே போல அதீத துன்பம் ஒருவருக்குச் சிரிப்பை வரவழைக்கும். பிரெஞ்சுப் புரட்சி நடந்த சமயத்தில் ரத்தம் ஆறாக ஓடிக்கொண்டிருக்கும் போது, கொடுங்கொலைகள் நடக்கும்போது, யாருடைய உயிருக்கும் உத்தரவாதம் இல்லாத நிலை இருந்தபோது, இன்று தலைவனாக இருப்பவன் நாளை துரோகி என்று பட்டம் கட்டப்பட்டுத் தண்டனை கொடுக்கப்படும்போது, அதற்கு முன்னர் இல்லாத வகையில் பாரிஸின் தியேட்டர்களில் கூட்டம் நிரம்பி வழிந்ததாம். நகரெங்கும் மது வழிந்து ஓடியதாம். மகிழ்ச்சியும் கொடூரக்

கொலைகளும் ஒன்றுக்கொன்று துணை செய்ய, மக்கள் ஒருவருக்/கொருவர் மகிழ்ச்சியாக ஆடிப்பாடிக்கொண்டு, 'நாளை நாம் இறக்கலாம்; அதனால் இன்று நாம் மகிழ்ச்சியாக இருப்போம்' என்று குடித்துக் கும்மாளம் அடித்துக்கொண்டிருந்தனராம்.

பொறுப்பில்லாத சிரிப்பு

*1914-1918*ல் நடந்த உலகப் போரிலும் இதே கதைதான். ஜெர்மானிய நீர்மூழ்கிக் கப்பலில் இருந்த அதிகாரிகளும் பணியாளர்களும் மிகக் கடுமையான ஆபத்து நிறைந்த வேலையைச் செய்ய வேண்டி இருந்தது, ஆழ்கடலில் குதித்து நீந்தி அங்கேயே காத்திருந்து மேலே போட்-களும் ஸ்டீமர்-களும் வரும்போது அவற்றைக் குண்டு வைத்துத் தகர்க்கவேண்டிய சாகசச் செயலைச் செய்து கொண்டிருந்தார்கள். அந்த ஆபத்தான சூழ்நிலையில் அவர்கள் அவ்வப்போது ஓய்விற்கும், புத்துணர்ச்சிக்கும் மேலே வருவார்கள். அவர்களுக்கென இருந்த விசேட விடுதிகளில் அவர்கள் வயிறு முட்டக் குடித்தனர். அவர்களின் ஒரே முழக்கம், 'நாளையே நாம் இறக்கலாம். அதனால் மதி மயங்கும் வரை மகிழ்ச்சியாக இருங்கள். நாளையே மரணத்தின் பற்களில் நாம் சிக்க நேரலாம். எனவே மதி மயங்கும் வரை குடியுங்கள்' என்பதே. இத்தகைய உல்லாச விடுதிகளில் சிலசமயம் சிரிப்பு நாகரிக எல்லைகளை மீறலாம். பொறுப்பற்ற முறையில் ஆடிக் கொண்டாடுவார்கள். ஏனென்றால் இன்று ஆடிக்கொண்டிருக்கும் தான் நாளையே இறக்க நேரிடலாம் என்பது அவர்கள் எல்லோருக்கும் நன்றாகத் தெரியும். துன்பத்தில் சிரிக்கும் சிரிப்புதான் சிரிப்புகளிலேயே மிகவும் பயங்கரமானது.

இந்தக் கைதிகள், கைகளும் கால்களும் சங்கிலிகளால் பிணைக்கப் பட்டு விலங்குகளைப் போன்ற நிலையில் இருப்பவர்கள். சிலர் இத்தகைய குற்றங்களைப் பலமுறை செய்திருப்பவர்கள். சிலருக்குக் குற்றம் முதல் முறையாக இருக்கும். மனசாட்சி அவர்களை உறுத்திக்கொண்டிருக்கும். துன்பத்தில் இருந்தாலும் அவர்களில் சிலர் பலமாகச் சிரித்துக்கொண்டிருக்கிறார்கள். சிலர் முகத்தில் சிரிப்பு அழுகை இரண்டையும் சேர்த்தே பார்க்கமுடியும். சிலர் கோபத்தில் இருக்கிறார்கள். ஆனாலும் அவர்கள் வெறித்தனமாகச் சிரித்துக்கொண்டிருந்தார்கள். அவர்களது துன்பத்தின் கடுமையை சிறிய நகைச்சுவைகளில் அவர்களால் மறக்கமுடியவில்லை. இந்த நரகத்தின் கொடுமையை அவர்கள் வெறிச் சிரிப்பில் கரைக்கப் பார்த்தார்கள். அவர்களில் சிலர் சிந்து மாகாணத்தில் இருந்தும், சிலர் தார்வாரில் இருந்தும், சிலர் கதியாவாட்டில் இருந்தும், சிலர் குஜராத்தில் இருந்தும், மற்றவர்கள் கொங்கன் பகுதியில் இருந்தும்

வந்தவர்கள். அவர்கள் பல மொழிகளைப் பேசுபவர்கள். சிந்தனைகளும் வேறுபட்டவை. ஒருவரை ஒருவர் புரிந்து கொள்வதும் கடினம். ஆனால் தண்டனை கொடுத்த மனச்சுமை அவர்களுக்குள் பொதுவானது. அது அவர்களுக்கான பொது மொழியானது. அது அவர்களை ஒன்றாக இணைத்துக்கூடிக் குலாவ வைத்தது. இந்த பந்தம் அவர்களை மகிழ்ச்சியுடன் ஆடிப்பாட வைத்தது. மாலை வேளை இந்த மாதிரி கூத்துகளுக்கான நேரம். சிறையின் அந்தப் பகுதி முழுக்கக் கூச்சலும் சிரிப்பும் கெட்ட வார்த்தைகளும் உரத்துக் கேட்கும். ஆனால் இப்படிக் கூச்சல் போட்டுக் கும்மாளம் அடிப்பதையும் இவர்கள் ஏதோ தாங்கள் செய்யவேண்டிய பணிபோலப் பொறுப்புடன் செய்வார்கள். இதில் யாரேனும் கும்மாளத்தில் ஈடுபட முடியாமல் தள்ளி இருந்தார்கள் என்றால், அந்தக் கும்பலில் பெரும் குற்றங்களைச் செய்தவர்கள் அவர்களை வற்புறுத்தி அதில் ஈடுபடச் செய்வார்கள். அவர்கள் சென்ற முறை வந்தபோது சிறைக் கம்பிகளைச் சத்தப்படுத்தி, அங்கிருந்த மண்பாண்டங்களை உடைத்து, அமைதியைக் குலைத்ததையும், அதைக் கட்டுப்படுத்த வார்டன்கள் பெரும்பாடு படவேண்டி இருந்ததையும் பெருமையாகக் கூறுவார்கள். எல்லோருக்கும் கொஞ்சம் புகையிலை பரிமாறப்படும். எல்லோரும் அந்தக் கும்மாளத்தில் பங்கெடுத்துக் கொள்ள வற்புறுத்தப் படுவார்கள். ''ஓலமிடு, ஓலமிடு, ஓ முட்டாளே, இந்தக் கூட்டத்தின் பெருமையைக் குலைத்துவிடாதே.''

இது ஒரு பெருமை

அந்தமானில் உள்ள சிறைக்குச் செல்ல சலான் கூட்டத்தில் இடம் பெறுவது தனிப்பெருமை வாய்ந்தது. அது சாதாரணக் கூட்ட மில்லை. அந்தக் கூட்டத்தில் இடம்பெறுவது சாதாரண விஷயமில்லை. இதற்குப் பல நிலைகளைத் தாண்டி வரவேண்டும். சாதாரண லாக் அப்பில் இருந்து, மாஜிஸ்ட்ரேட் கோர்ட், ஹை கோர்ட்டின் கிரிமினல் செஷன், ஜூரி, அதன்பிறகு இறுதித் தீர்ப்பு என்று பல நிலைகள். ஆயுளுக்கும் நாடுகடத்தல் என்ற தண்டனை பெற்று அந்தமானுக்குப் போக அப்போதுதான் தகுதி கிடைக்கும். இங்கிருக்கும் இந்தக் கூட்டத்தில் பல மாநிலங்களில் இருந்தும் ஆட்கள் இருக்கிறார்கள். இவர்கள் குற்றவாளிகளில் மிக முக்கிய மானவர்கள். இவர்கள் எப்போது தானா சிறைக்கு வந்தாலும் இங்கிருக்கும் வார்டன், ஹவில்தார், சிறை அதிகாரி, மற்றும் சூப்பரின்டென்டன்ட் ஆகியோரிடம் சண்டை போடுவார்கள். சிறைக் கம்பிகள் வளைக்கப்படும். சுவர்கள் இடிபடும். ஒரு சில

வார்டன்கள் அடிபடுவார்கள். இந்தக் கூட்டத்தில் இருப்பவர்களுக்குத் தண்டனையாகக் கசையடி கொடுக்கப்படும். இருபதுக்கும் மேற்பட்ட கூட்டத்தினர் அடிபட்டு, தோல் கிழிந்து ரத்தம் சிந்திய பின்னரே இங்கு அமைதி ஏற்படும். இது சலானின் பாரம்பரியம். இத்தகைய நிகழ்வுகள் நடக்கவில்லை என்றால் அது சலான்களுக்கு அவமானம். உயிர்மேல் அக்கறை உள்ள வார்டன்கள் இவர்களை தாஜா செய்தாகவேண்டும். இந்தப் பெருமையைக் காப்பாற்றா விட்டால் அது சலான்களுக்கு அவமானம். கூட்டத்தில் மூத்தவர்கள் இளையவர்களைப் பார்த்து, ''இந்தப் பாரம்பரியத்தை நிலைநாட்ட முடியவில்லை என்றால் நீங்கள் எதற்காகக் குற்றங்களைப் புரிந்தீர்கள்? நாம் இந்தப் பாரம்பரியத்தின் வழி வந்தவர்கள். இதனை நாம் காப்பாற்றியாகவேண்டும். அதனைக் குலைக்கக் கூடாது. அதனால் கூச்சல் போடுங்கள், ஆடுங்கள், திட்டுங்கள். நம் பெருமையை இழக்கலாகாது'' என்று கூறுவார்கள்.

ஏச்சுகளும் பாட்டும் கூத்துமாக நடப்பதுதான் அவர்களது மரியாதை என்று அவர்கள் கருதினார்கள். யாராவது சலானின் மரியாதையைக் காப்பாற்றுங்கள் என்று சொன்னால் உடனே சங்கிலிகளின் ஒலியும், விசில் சத்தமும், கூச்சலும் கேட்க ஆரம்பிக்கும். அந்த இடமே கூச்சலால் நிரம்பும். குற்றவாளிகளான அவர்களின் உள்ளுணர்வு அவர்களை இதையெல்லாம் செய்யத் தூண்டியது. இந்தக் கும்மாளம் நடு இரவு வரை தொடரும். சலான்களின் இந்தக் காரியங்கள் வார்டன்களை அவர்கள் முன் மண்டியிட வைத்தது. இந்தக் கும்பலின் முன்னால் சூப்பரின்டெண்டன்ட்டும் தன் மரியாதையை இழப்பார். அவர்களுக்குப் புகையிலையைக் கொடுத்து, 'பேசிக் கொள்ளுங்கள், ஆனால் மற்றவர்களுக்குத் தொந்தரவு ஏற்படும் வகையில் சத்தம் போடாமல் இருங்கள்' எனச் சொல்லி மன்றாடுவதே அவர்களை அமைதிப்படுத்த ஒரே வழி. இவர்களைப் பத்திரமாக அவர்கள் சேருமிடத்திற்கு அனுப்பவேண்டியதே அதிகாரிகளின் ஒரே எண்ணம். இது அவர்களுக்குப் பெரிய மன உளைச்சலைத் தரும் விஷயம். சலான்கள் எத்தனை பேர் எப்படி வந்தார்களோ அதே எண்ணிக்கையில் அப்படியே வெளியே சென்றால், அதுதான் அவர்களுக்குப் பெரிய மன ஆறுதல்.

நாம் இருக்கும் சமூகத்தின் வழக்கங்களை நாம் எப்போதும் பின்பற்றுவோம். குழுவாக இருக்கும்போது நாம் ஒருவருக்கு ஒருவர் ஒத்துழைத்து உதவிக் கொள்வோம் என்பதற்கு சலான்களின் இந்த நடவடிக்கைகளே சிறந்த உதாரணம். இத்தகைய மோசமான நடவடிக்கைகளில் ஈடுபடுவதே இங்கு நியதி, இதிலிருந்து விலகி

இருப்பது குற்றமாகப் பார்க்கப்படும். ஹோலி பண்டிகையின்போது வர்ணங்களை மற்றவர்கள் மீது வீசாதவன் அந்தப் பண்டிகையை அவமதிப்பதாகவே அர்த்தம். அதற்காக மற்றவர்கள் அவனைக் கடிந்து கொள்வார்கள், கேலி செய்வார்கள். குழுவாக இருக்கும் போது மனிதனின் மனப்பான்மை உலகெங்கிலும் இதுபோலத்தான் இருக்கும். இதுதான் எல்லோருடைய இயல்பும்.

பாரிஸ்டரின் கௌரவம்

எனக்கும் இதுதான் நேர்ந்திருக்கும். ஆனால், நான் பார்-அட்-லா-வாக இருந்து கௌரவம் மிகுந்த வழக்கறிஞனாக இருந்ததால், இந்தக் காரியங்களைச் செய்ய வற்புறுத்தப்படவில்லை. கிரிமினல்களுக்கு இலக்கியவாதிகள், ஞானிகள், அரசியல்வாதிகள், அவர் இங்கிலாந்தின் பிரதமராகவே இருந்தாலும், அவர்கள் மேலெல்லாம் பயம் கிடையாது, ஆனால் அவர்கள் வழக்கறிஞர்களைக்கண்டு பயப்படுவார்கள். வழக்கறிஞர் என்று கூறினால், அப்படியா என்று எந்த கிரிமினலாக இருந்தாலும் புருவத்தை உயர்த்துவான். காரணம் இதுதான். இவர்கள் செய்யும் கிரிமினல் காரியங்களை அலசி ஆராய்ந்து இவர்களுக்குத் தண்டனை வாங்கிக் கொடுப்பதும், இவர்களை அத்தகைய குற்றச் செயல்களுக்கான தண்டனைகளில் இருந்து தப்பிக்க வைப்பதும், இரண்டும் அவர்களின் கைகளிலேதான் இருக்கிறது. தன் வாதாடும் திறமையின் மூலம் ஒரு ஆளைக் குற்றவாளி என்றோ குற்றமற்றவர் என்றோ அவர்களால் நிரூபிக்க முடியும். அவர்களைக் காப்பாற்றக்கூடிய ஆள் என்பதால் வழக்கறிஞரின் மேல் அவர்களுக்கு மரியாதை உண்டு. மரியாதை மட்டுமின்றி அவர்மீது பயமும் அவர்களுக்கு உண்டு. பீர்பல் கதைகளைப்போல வழக்கறிஞர் கதைகளும் சிறைகளில் நிறைய உலவும். பீர்பலைக் கண்டு அந்தக் காலத்தில் மக்கள் நடுங்கியதைப்போல கைதிகளும் வழக்கறிஞரைப் பார்த்து நடுங்குவார்கள். எதற்கு உதவியதோ இல்லையோ, என் வழக்கறிஞர் பட்டம் சிறையில் எனக்கு இதற்கு உதவியது. மற்ற கைதிகளின் அச்சுறுத்தலில் இருந்து என்னைக் காத்தது. சிறையில் இருந்த மிகப் பெரிய கிரிமினல்கூட என்னிடம் அடக்கமாகவே இருந்தான்.

அன்றிரவு என் அறையின் கதவுப் பக்கத்தில் நின்று கொண்டிருந்தேன். அவர்களது ஆட்டம் பாட்டம் கூத்துகளை எல்லாம் அமைதியாகப் பார்த்துக்கொண்டிருந்தேன். பல நாட்களாக இங்கே இதுபோன்ற கூச்சலையும் கும்மாளத்தையும் பார்த்ததில்லை. தனிமையில் இருந்த எனக்கு இந்தச் சத்தங்கள் ஒரு பாதிப்பை ஏற்படுத்தி இருக்க

வேண்டும். எனக்குள் இருந்த வெறுமை இப்போது பெரும் ஜ்வாலை போல அதிகரித்தது. என் மனம் போகும் போக்கைக் கவனிக்க ஆரம்பித்தேன். என் இதயம் ஆறுதலுக்காக ஏங்கிக் கொண்டிருந்த நேரம் அது. அதனாலேயே நான் அந்தக் கூச்சல் கும்மாளங்களில் நேரடியாகக் கலந்து கொள்ளவில்லை. என் மனதில் இருந்த துன்பங்களில் இருந்து தப்பித்துக்கொள்ள வேறு எதையும் செய்ய முடியாது என்பதால் அவர்களைப் பார்த்துக்கொண்டிருந்தேன். அதன் தலைவர் என்னைத் தொந்தரவு செய்யவேண்டாம் என்று எல்லோரையும் அதட்டியபின் அவர்கள் அமைதியானார்கள். அதன் பிறகு நான் தூங்கப் போனேன். நான் அதில் கலந்துகொள்ளாததை அவர் மன்னித்துவிட்டார் போலும். பதினோரு மணி ஆனபோது கூச்சல் சத்தம் உச்சத்திற்குப் போனது, அப்போது வார்டன்கள் அவர்களது அந்தச் சத்தம் என்னைத் தொந்தரவு செய்யும் என்று அவர்களிடம் சொன்னார்கள். அவர்களும் நல்லபடியாக அதைக் கேட்டுக்கொண்டு கூச்சல் போடுவதை நிறுத்திக்கொண்டனர். இரவு பன்னிரண்டு மணி அளவில் நான் தூங்கிப் போனேன்.

நான் காலையில் எழுந்தபோது எனது மூத்த சகோதரரைப் பற்றிய எண்ணம் வந்தது. அவர் இப்போது அந்தமான் சிறையில் கைதியாக இருக்கிறார். அவரும் இதுபோல சலானாகதான் அழைத்துச் செல்லப்பட்டிருப்பார். அந்தமான் செல்வதற்கு முன்பு இங்கே இதே போல்தான் இருந்திருக்கவேண்டும். நான் வார்டரிடம் அவரைப் பற்றிக் கேட்டேன். அவர் இந்தப் பொறுப்பிற்குப் புதிது என்பதால் அவரைப் பற்றி எந்தத் தகவலும் அறிந்திருக்கவில்லை. ஆனால் ஒரு வயதான கைதியிடம் விசாரித்தபோது, நான் இப்போதிருக்கும் அறையிலேதான் அவரும் இருந்ததாகக் கூறினார். அந்த வயதான கைதி அங்கிருந்து செல்ல, நான் என் சகோதரரைப் பற்றி எண்ணத் துவங்கினேன். அவர் இங்கே சிறையில் நிறையக் கஷ்டங்களை அனுபவித்ததாக என்னுடன் தண்டனை பெற்ற கைதி ஒருவர் கூறினார். அவர் அந்தக் கொடுமைகளை எல்லாம் பொறுமையாகச் சமாளித்திருப்பார் என்று நினைக்கிறேன். அடங்க மறுக்கும்போது பாகன் அடிப்பதைத் தாங்கிக்கொள்ளும் யானைபோல அவர் எல்லாவற்றையும் தாங்கிக்கொண்டிருந்திருப்பார். அவர் என்னைப் பற்றிச் சிந்தித்துக் கொண்டிருந்திருக்கலாம். பணிகளைச் செய்ய நான் இருப்பதால் கவலை இன்றி அவர் அந்தமான் சிறைத் தண்டனையை ஏற்றுக்கொண்டிருக்கலாம். இப்போது நானும் அவரைப் பின்பற்றி அங்கே கைதியாய் வருவது தெரிந்தால் அவர் மனம் என்ன பாடுபடும்? எவ்வளவு பெரிய அதிர்ச்சியாக அது

அவருக்கு இருக்கக்கூடும்? அங்கே நான் அவரைச் சந்திக்காமல் தீவின் வேறு பகுதியில் இருந்தால் நல்லது.

நான் மட்டுமே கஷ்டப்பட்டிருந்தால், இப்போது நான் அனுபவிக்கும் வேதனையில் ஐந்தில் ஒரு பங்கைக்கூட அனுபவித்திருக்கமாட்டேன். ஆனால் என் சகோதரரும் இதேபோல மாட்டிக்கொண்டு கஷ்டப் படுகிறார் என்பதைத் தெரிந்துகொண்ட பின்னால் எனக்கு அது தாங்க முடியாத வேதனையைத் தருகிறது. ஒரு ஆலமரம் திடீரென வேரோடு கீழே விழுவதுபோல என் மனம் நொறுங்கிப் போனது.

என் சகோதரர் இங்கே ஏதேனும் சித்திரவதைகளை அனுபவித்தாரா என்று நம்பிக்கையான அதிகாரி ஒருவரிடம் கேட்டேன். அதற்கு அவர், ''இங்கே இல்லை, ஆனால் எரவாடா சிறையில் அனுபவித்தார். உன்னுடன் இருந்த சக குற்றவாளிகள் எனக்கு அதைத் தெரிவித்தனர்'' என்று கூறினார். எனக்கு அது ஓரளவு ஆறுதலைத் தந்தது. குறைந்த பட்சம் இந்தச் சிறையிலாவது அவர் நிம்மதியாக உறங்கியிருப்பார். அதே அதிகாரியிடம் வாமன் ராவ் ஜோஷி, சோமன், மற்றும் தானா சிறையில் தண்டனை அனுபவித்த மற்ற சக தொண்டர்களைப் பற்றிக் கேட்டேன்.

சகோதரர்களே, கடல் பயணத்திற்குத் தயாராகுங்கள்

அதற்குப் பின் இரண்டு அல்லது மூன்று நாட்களுக்குள் எங்கள் கைதிக் கூட்டத்தை அந்தமானுக்கு கூட்டிச் செல்ல ஆரம்பித்தனர். என் கால்கள் கட்டப்பட்டிருந்தன. ஒரு பனியன், மேலே ஒரு அங்கி, தலையைச் சுற்றி ஒரு துணி போட்டிருந்தேன். நாங்கள் கப்பலுக்குப் போவதற்கான சீருடை அதுதான். என்னிடம் படுக்க ஒரு போர்வையும் ஒரு கம்பளியும் இருந்தன. சுருட்டக் கடினமாக இருந்ததால் அவற்றை எடுத்துச் செல்வது கஷ்டமாக இருந்தது. எப்படியோ நான் அவற்றை என் கைகளுக்கு இடையே சொருகி என் தகரப் பானையையும் தகரத் தட்டையும் இன்னொரு கையில் எடுத்துச் சென்றேன். வரிசையில் சேரத் தயாராக என் அறை வாசல் அருகே நின்றிருந்தேன். அந்தக் கூட்டம் வரிசையில் வந்தது. அவர்களின் சங்கிலிகள் ஒலி எழுப்ப அவர்கள் வந்து கொண்டிருந்தனர். எல்லோரையும் பார்த்து அவர்கள் வணக்கம் சொல்லியவாறே, ''சகோதரா, நாங்கள் அந்தமானுக்குச் செல்கிறோம்'' என்று கூறிக்கொண்டே வந்தனர். வரிசை மெயின் கேட் அருகே வந்தது. வெளியே ஜவான்கள் பாதுகாப்பிற்குத் தயாராக இருந்தனர். ஜவான்கள் புடைசூழ அந்தக் கூட்டம் மெல்ல ஸ்டேஷனை நோக்கிச் சென்றது.

என்னை அங்கேயே விட்டுவிட்டார்கள். ஏன் என்று எனக்குத் தெரியவில்லை. வாசல் அருகே ஒரு மோட்டார் கார் வந்தது. அதிலிருந்து இரண்டு பெரிய சார்ஜென்ட்கள் இறங்கி வந்தனர். என்னை அதில் ஏற்றிய பின்னர் அவர்களும் அதில் ஏறிக்கொண்டனர். என்னை மற்றவர்களை அழைத்துச் சென்ற சாலையில் கொண்டு செல்லவில்லை. ஏனென்றால் நாங்கள் வருவது தெரிந்து என்னைப் பார்க்க அங்கே மக்கள் கூடியிருப்பார்கள் என்பது அவர்களுக்குத் தெரியும். மேலும் நான் மார்சிலஸில் இருந்து தப்பி ஓடிய கைதி வேறு. நாட்டில் அங்கங்கே முளைத்திருந்த ரகசியக் குழுக்கள் ஏதேனும் ஒன்றின் மூலம் நான் மறுபடியும் தப்பிக்க முயலக்கூடும். என் காலடியில் ஒரு சுரங்கம் தோன்றி நான் காணாமல் போகலாம். இதுபோன்ற பல பாதுகாப்புக் காரணங்களுக்காக அதிகாரிகள் என்னைத் தனியாக ஒரு காரில் வேறு பாதையில் கொண்டு செல்லத் தீர்மானித்தனர். மார்சிலஸில் செய்த தவறைத் திரும்பச் செய்து விடக்கூடாது என்பதில் அவர்கள் உறுதியாய் இருந்தனர்.

நான் இதுபோல விசேடப் பாதுகாப்புடன் தனி காரில் அழைத்துச் செல்லப்படும்போதெல்லாம் என் சக கைதிகள் என்னை மதிப்புடன் பார்ப்பார்கள். அவர்கள், "அவர் ராஜா. அதனால் அவரை காரில் அழைத்துச் செல்கிறார்கள். அவர் ஏன் நம்முடன் கும்பலில் சாலை வழியாக வரவேண்டும்?" என்று சொல்வார்கள். வேறு சிலரோ, "நிச்சயமாக அரசாங்கம் இவரைப் பார்த்து பயந்து போய் இருக்கிறது. இல்லையென்றால் எதற்கு இவரை காரில் அழைத்துச் செல்ல வேண்டும்?" என்பார்கள். நான் மார்சிலேஸில் நீராவிக் கப்பலில் இருந்து தப்பிக்க முயற்சி செய்ததன் பலன் எனக்கு கார் பயணம் கிடைத்தது. மற்ற கைதிகளின் மனதில் என்னைப் பற்றிய மதிப்பை அதிகரித்தது. அது மட்டுமில்லாமல் அதிகாரிகள் என்னை அவமதிக்க முயலும் போதெல்லாம் என் மதிப்பு என்னவோ கூடிக்கொண்டே வந்தது.

நாங்கள் ஸ்டேஷனுக்கு வந்தவுடன் நான் ஒரு தனி கம்பார்ட் மென்ட்டில் உட்கார வைக்கப்பட்டேன். என் கை விலங்கின் மறுமுனை, என்னை அழைத்துச் செல்ல வந்திருந்த அதிகாரியின் கைகளில் கட்டப்பட்டிருந்தது. பாவம், என்னால் அவரும் கைதி போலத் தோற்றமளிக்கிறார். என் கால்களும் கட்டப்பட்டிருந்தன. என் கைகள் விலங்கிடப்பட்டிருந்தன. இரு கைகளும் சங்கிலியால் பிணைக்கப்பட்டிருந்தன. என்னால் என் வேட்டியை மடித்துக் கட்டக்கூட முடியவில்லை. அந்த அதிகாரிதான் அதைச் செய்ய வேண்டி இருந்தது. நான் கழிப்பறைக்குச் செல்லவேண்டும் என்றாலும் அவர்

என்னுடன் பிணைக்கப்பட்டிருந்ததால், கூடவே வர வேண்டி இருந்தது. தூங்கும்போதும் இதே நிலைதான். ஓரிடத்தில் இருந்து இன்னோர் இடத்திற்குப் பயணப்படும்போது இத்தகைய கொடுமை களை நான் அனுபவிக்கவேண்டி இருந்தது.

என்னை அவர்கள் தனி கம்பார்ட்மென்ட்டில் உட்கார வைத்திருந்தாலும் மக்களுக்கு என் பயணம் பற்றித் தெரிந்து இரவு முழுக்க கவனித்து வந்திருக்கின்றனர். என்னைக் காண ஆர்வமாக வந்த அவர்கள் வலுக்கட்டாயமாகத் துரத்தி அடிக்கப்பட்டனர். அதில் இந்தியர்கள் மட்டுமில்லாமல் சில ஐரோப்பியர்களும்கூட இருந்தனர். அவர்கள் என்னிடம் நெருங்கி வந்து என் கம்பார்ட்மென்ட் ஷட்டரைத் திறந்து சிலர் கனிவாகவும் சிலர் கோபமாகவும் பேசினார்கள். அவர்களை யாரும் தடுத்து நிறுத்தவில்லை. புகைவண்டி கிளம்பியது, ஆனால் அது ஒவ்வொரு ஸ்டேஷனில் நிற்கும்போதும் என் ஷட்டர் கீழிறக்கப்படும். நான் இங்கிலாந்தில் இருந்து கிளம்பி வந்த பிறகு எந்தப் பயணத்திலும் என் கம்பார்ட்மென்ட் ஷட்டர்கள் திறக்கப்பட அனுமதிக்கப்பட வில்லை. ஆனால் இம்முறை என்னுடன் வந்த அதிகாரி ஏதோ முன்னரே ஏற்பாடு செய்ததைப்போல ஷட்டரைத் திறந்தே வைத்திருந்தார். அப்போதுதானே ஐரோப்பியர்கள் என்னைப் பார்க்கமுடியும். அவர்கள் என் கம்பார்ட்மென்ட் அருகே வந்து என்னைப் பார்த்தனர். சிலர் தங்கள் பெண்களைத் தூக்கி என்னைக் காண்பித்தனர். ஒருவர் என்னை எழுந்து நிற்கச் சொன்னார். நான் எழுந்து நின்றபோது ''அதோ அவர்தான் சாவர்க்கர்'' என்ற கூச்சல் எங்கும் கேட்டது. ஐரோப்பியப் பெண்களும் ஆண்களும் நான் அவர்களிடம் பேசும் அளவிற்கு எனதருகில் வரவில்லை. நான்கு அல்லது ஐந்து பேர் எனதருகில் வந்திருப்பார்கள். அவர்களிடம் ஒரு வார்த்தைகூட நான் பேசவில்லை. அவர்கள் பொதுவாக என்னிடம் மரியாதையாக நடந்து கொண்டனர். எப்போதாவது ஒரு சிலர் கொஞ்சம் கடுமையான வார்த்தைகளைப் பயன்படுத்தினர். அப்படி யாராவது பேசினால், பதிலுக்கு நானும் பேசுவேன். சிலசமயம் நான் அவர்களை மதிக்காமல் கண்டும் காணாதபடி இருந்துவிடுவேன். அப்போது அவர்கள் இறங்கி வருவார்கள்.

அந்தக் கொடிய குற்றம்

என் ரயில் பெட்டியின் ஜன்னல்கள் எப்போதும் மூடியே வைக்கப் பட்டிருக்கும். இன்னொரு பெட்டியில் அந்தமானுக்குப் போக வேண்டிய மற்ற கைதிகள் இருந்தார்கள். அவர்கள் எல்லாம் அங்கே கூச்சல் போட்டுக்கொண்டிருந்தனர். அப்போது வெயில் காலமாதலால்

நல்ல சூடு இருந்தது. ரயில் பெட்டிக்குள் இருப்பது ஏதோ அடுப்பிற்குள் இருப்பதுபோலத் தோன்றும். மகிழ்ச்சியாகச் செல்லும் ஒரு கல்யாணக் கூட்டம்கூட அந்தப் புகைவண்டியில் கஷ்டத்தை அனுபவித்திருப்பார்கள். அப்போது ஆயுள் தண்டனை பெற்ற கைதியான எனக்கு எப்படி இருந்திருக்கும்? உள்ளே வெப்பமும் அனலும் அதிகமாக இருந்தன. அதைத் தாக்குப்பிடிப்பது என் உடலுக்கும் உள்ளத்திற்கும் கஷ்டமாக இருந்தது. அந்தப் புகைவண்டி மிக வேகமாக மெட்ராஸ் நோக்கிச் சென்று கொண்டிருந்தது. ரஷ்யாவில் இருந்து சைபீரியாவுக்குக் கொண்டு செல்லப்பட்ட கைதிகளின் நினைவு எனக்கு வந்தது. அவர்களது கஷ்டங்களை நினைத்தால் கண்ணீர் வரும். அதில் ஒரு பகுதிகூட நான் அனுபவிக்கவில்லை. இவை வெறும் வார்த்தைகளல்ல. நாம் என்ன செயலைச் செய்தோமோ அதற்கான பலனை அனுபவித்தாக வேண்டும். விதைக்கத் தைரியம் கொண்டவன் மட்டுமே அந்தப் பலனை அனுபவிப்பான்.

அந்தப் புகைவண்டி பல கிராமங்களையும் நகரங்களையும் தோட்டங்களையும் காடுகளையும் நதிகளையும் மலைகளையும் தாண்டி வேகமாகச் சென்றுகொண்டிருந்தது. எங்களை அந்தமானுக்குக் கொண்டுசெல்வதற்காக இது வேகமாகச் செல்கிறதா? எங்களைத் திரும்ப அழைத்து வரும்போது இது இதேபோல வேகமாக வருமா? திரும்பக் கொண்டுவருமா? அது எப்போது, எப்படி என்னைக் கொண்டுவரும்? வெற்றுச் சிந்தனைகள், தேவையற்ற கேள்விகள். ஆனால் என் மனதால் அவற்றை நினைக்காமல் இருக்கமுடிய வில்லை. சைபீரியச் சிறைகளில் பலர் ரஷ்யாவுக்காகப் போராடி மாண்டிருக்கின்றனர். அதுபோல நானும் என் தாய்நாட்டை நினைத்துக்கொண்டே எங்கோ தொலைவில் இருக்கும் அந்தமானில் என் கடைசி மூச்சை விட நேரலாம்.

புகைவண்டி மெட்ராஸ் வந்து சேர்ந்தது. என்னையும் மற்ற கைதிகளையும் பெட்டிகளில் இருந்து இறக்கி, என்னைத் தனியாகப் பாதுகாப்போடு நிற்க வைத்திருந்தனர். ரயிலில் எங்களுடன் ஒரு அதிகாரி உடன் வந்திருந்தார். இரண்டு ஸ்டேஷனுக்கு ஒருமுறை எங்கள் கம்பார்ட்மெண்டுக்கு வந்து என்னைப் பார்த்து என்னுடன் இருந்த அதிகாரியிடம் பேசிவிட்டுச் செல்வார். நாங்கள் சென்னை வந்து சேர்ந்துவிட்டதால் அவர் சென்றுவிடுவார் என்று நினைத்தேன். அவர் என்னிடம் வந்து என்னை வழியனுப்பினார். கொஞ்சம் உணர்ச்சி வயப்பட்டவராக என்னிடம், ''நண்பரே, டெல்லியில் நடக்கப் போகும் முடிசூட்டு விழாவின்போது உங்களை விடுதலை செய்து விடுவார்கள் என்று நம்புகிறேன்'' என்று கூறினார். அது

டிசம்பரில் நடக்க இருந்தது. நான் அவரிடம், ''உங்கள் எண்ணங் களுக்கு நன்றி. என் காயங்கள் அவ்வளவு எளிதில் ஆறக் கூடியவை அல்ல. இதுபோன்ற நம்பிக்கைகள் அவற்றை ஆற்றாது'' என்றேன். அந்த அதிகாரியோ நான் சொன்னதை மறுத்து எனக்கு நம்பிக்கை கொடுத்துக்கொண்டிருந்தார். அவருக்கு நடக்கும் விஷயங்கள் எல்லாம் தெரியும் என்பதைப்போலப் பேசிக்கொண்டிருந்தார். ''என்னை நம்புங்கள், நீங்கள் கூடிய விரைவில் விடுதலை ஆகிவிடுவீர்கள். இதுபோன்ற கம்பீரமான தைர்யசாலியை நான் கண்டதில்லை'' என்று கூறிச் சென்றார். மற்ற அதிகாரிகளும் அதேபோல என்னிடம் இருந்து விடைபெற்றுச் சென்றனர். மார்சிலஸில் நடந்தவற்றைக் கேள்விப்பட்டிருந்த அவர்கள் என்னைக் கொண்டுவரும்போது நான் பல தொந்தரவுகளை விளைவிப்பேன் என்று எண்ணியிருப்பார்கள். ஆங்கிலேயர்களை நான் வெறுப்பேன் என்றும் அவர்களைக் கண்டால் அழிக்க முனைவேன் என்றும் நினைத்திருப்பார்கள். என்னை ஒரு அடியாள் என்றோ, கீழ்த்தரமான குற்றங்களைச் செய்யும் ஒரு கிரிமினல் என்றோ அவர்கள் நினைத்திருப்பார்கள். ஆனால் நான் அவர்களுக்கு எந்தத் தொந்தரவும் கொடுக்கவில்லை. என்னை அவர்கள் பாதுகாப் பாக மெட்ராஸில் இருந்த அதிகாரிகளிடம் ஒப்படைத்தார்கள். என்னை ஒப்படைத்ததும் அவர்களுக்கு பரம நிம்மதி. அவர்கள் கணிப்பிற்கு நேர்மாறாக நல்லவனாக இருந்த என்னைப் பார்த்து தங்கள் தொப்பியைக் கழற்றி மரியாதை செய்துவிட்டு அங்கிருந்து சென்றனர்.

மெட்ராஸில் அப்போது கலெக்டர் ஆஷ் என்பவரை அபிநவ பாரதம் என்ற அமைப்பின் உறுப்பினர் ஒருவர் சுட்டுக் கொன்றிருந்தார். ஐரோப்பாவில் அதே பெயரில் இயங்கிய அமைப்பில் நான் முக்கியப் பொறுப்பில் இருந்தேன். ஆகவே எனக்கும் அந்தக் கொலைக்கும் தொடர்பிருக்கும் என அதிகாரிகள் நம்பினர். என்னிடம் அது குறித்துக் கேள்விகள் கேட்பார்கள் என்று நான் நினைத்தேன். நான் கைது செய்யப்பட்டு இந்தியாவுக்குக் கொண்டு வரப்படும்போதுதான் அந்த அபிநவ பாரதம் அமைப்பின் தலைவரான திரு அய்யர் என்பவரும் அங்கிருந்து இந்தியா நோக்கிப் பயணப்பட்டிருக்கிறார். இது எனக்குத் தெரியாது. இப்போது ஐயரின் அகால மரணத்திற்காக நாடே அஞ்சலி செலுத்திக் கொண்டிருக்கிறது. ஐயர் ஐரோப்பாவில் இருந்து பாண்டிச்சேரி வந்து சேர்ந்தார். அவரைக் கைது செய்ய வாரன்ட் பிறப்பிக்கப் பட்டிருந்தது. போலிஸ் அவரைப் பின்தொடர்ந்து வந்து கொண்டிருந்தது. அவரோ மாறுவேஷங்கள் போட்டு அவர்கள்

கண்ணில் மண்ணைத் தூவி எப்படியோ பாண்டிச்சேரி வந்து சேர்ந்து விட்டார். அங்கு அபிநவ பாரதம் இயக்கத்தின் பொறுப்பை எடுத்துக் கொண்ட அவர், ஒரு சாக்த பிராமணர் மூலம் ஆஷ் என்பவரைக் கொல்லத் திட்டமிட்டார். இது போலிஸுக்கு அவர் மேல் இருந்த சந்தேகம். இதை நான் அந்தமான் சிறைக்குச் சென்று ஏழு அல்லது எட்டு வருடங்களுக்குப் பின்பு ஒரு ரகசிய அறிக்கையைப் படித்துத் தெரிந்துகொண்டேன். ஆனால் நான் அந்தமானுக்குக் கொண்டு செல்லப்படும்போது அய்யர் இந்தியாவுக்குத் திரும்பி வந்ததைப் பற்றி எனக்கு எதுவும் தெரியாது. நானும் அபிநவ பாரதம் அமைப்பில் இருந்த யாரோ ஒருவர் இந்தக் காரியத்தைச் செய்து விட்டார் என்றே நினைத்திருந்தேன். மெட்ராஸில் இயங்கும் அந்த அமைப்பின் கிளையைப் பற்றி என்னிடம் விசாரித்து விவரங்கள் பெறலாம் என்று எண்ணி ஒரு அதிகாரி, ஐரோப்பிய ஸ்டைலில் உடை அணிந்து, அப்போது மெட்ராஸில் இருந்த என்னிடம் வந்தார். எங்களை அந்தமானுக்குக் கொண்டுசெல்ல மகாராஜா என்ற கப்பல் காத்துக்கொண்டிருந்தது. என்னைத் தவிர எல்லாக் கைதிகளும் அந்தக் கப்பலில் ஏற்றப்பட்டனர். இந்த அதிகாரி உட்பட சில அதிகாரிகள் என்னை மட்டும் தனியாக ஒரு நீராவிக் கப்பலில் அழைத்துச் செல்ல வந்தனர். நான் அந்தப் படகில் ஏறிக்கொண்டேன். இதுபோன்ற சூழல்களில் நான் யாருடனும் பேசக்கூடாது என்று உத்தரவு. நான் பேச ஆரம்பித்தால் யார் வேண்டுமானாலும் என்னைத் தடுக்கலாம். இந்த இந்திய அதிகாரி பல சாதாரண விஷயங்களைப் பற்றிப் பேசினார். திடீர் என்று அவர் இங்கிலாந்தில் உள்ள அந்த இயக்கத்தையும் அதன் தற்போதைய நிலையையும் பற்றி ஆர்வமாகக் கேட்டார். நான் சிறையில் இருப்பதால் அதைப் பற்றி நீங்கள்தான் எனக்குச் சொல்லவேண்டும் என்று சொன்னேன். அவர் அது உண்மைதான் என்று கூறிவிட்டு, இயக்கத்தவர் மேல் அனுதாபம் உள்ளவர்போல, அவர்கள் நிலை பரிதாபம், அவர்களுக்கு ஆதரவு தெரிவிக்க நான்கு பேர்தான் உள்ளனர் என்றார். அப்படி யென்றால் அந்த எண்ணிக்கையை நீங்கள்தான் அதிகரிக்கவேண்டும் என்று சொன்னேன். அதற்கு அவர், ''பைத்தியக்காரத்தனம், இங்கே மெட்ராஸில் உள்ளவர்கள் அதுபோல நிதானம் தவறுபவர்கள் இல்லை. உங்கள் இளைஞர்கள்போல மூடத்தனமான காரியங்களை நாங்கள் செய்ய மாட்டோம்'' என்றார். இங்கு யாராவது பிரிவினை வாதம் பேசினால் அவனுக்கு எவரிடமும் இருந்து ஆதரவு கிடைக்காது என்றார். இப்படிக் கூறினால் நான் மெட்ராஸில் உள்ள போராளிகளின் பெயர்களைப் பட்டியலிடுவேன் என்று அவர் எதிர்பார்த்திருப்பார் போலும். இந்த வலையில் நான் விழுவேன்

என்று அவர் வெகுநேரம் காத்திருந்தார். ''இந்த விஷயம் குறித்து உங்கள் கருத்து என்ன?'' என்று கேட்டார். ''என்னைவிட உங்களுக்கு இதைப் பற்றி அதிகமாகத் தெரியும்'' என்றேன். ''இங்கு மெட்ராஸில் எல்லாம் அமைதியாக இருக்கிறது'' என்று என்னிடம் சொன்னார். அதற்கு அவரிடம், ''ஆமாம், உங்களால் உறுதியாகச் சொல்ல முடியுமா?'' என்று கேட்டேன். நான் கேட்டதன் உள்ளர்த்தம் அவருக்குப் புரிந்துவிட்டது. அப்போது மற்ற அதிகாரிகள் சிரித்துக் கொண்டே அவரிடம், ''இவருக்கு ஆஷ் சம்பவம் குறித்து எல்லாம் தெரியும். நீங்கள் இவருக்குத் தூண்டில் போடுவதுபோல இவரும் உங்களுக்குத் தூண்டில் போடுகிறார்'' என்றனர்.

படகு அந்தமானில் இருந்து வந்திருந்த மகாராஜா என்ற கப்பலை நெருங்கியது. கைகளில் விலங்குடன் அதில் ஏற்றப்பட்டேன். கப்பலில் ஒரு ஏணி வழியாக உள்ளே இறக்கப்பட்டேன். நான் மேலே ஏறும்போது ஒரு பெரிய கும்பல் கூடி என்னை வேடிக்கை பார்த்தது. கப்பலில் இருந்த மற்ற பயணிகள், அதிகாரிகள், சுற்றி இருந்த படகுகளில் இருந்த ஆட்கள் என்று எல்லோரும் வேடிக்கை பார்க்கக் குழுமிவிட்டனர். நான் கப்பலுக்குள் செல்வதை அவர்கள் வேடிக்கை பார்த்தனர். ஆர்வமும் கையாலாகாத்தனமும் ஒருசேர அவர்கள் என்னை ஏதோ பிணத்தைப் பாடையில் கிடத்துவதைப் பார்ப்பதுபோல, ஆர்வமான கண்களுடனும், வெட்கம் பிடுங்கித் தின்னும் வெற்று முகத்துடனும் உன்னிப்பாகப் பார்த்துக் கொண்டிருந்தனர்.

ஆமாம், ஆயுள் தண்டனை பெற்று அந்தக் கப்பலில் ஏறுவது என்பது சவக்குழிக்குள் இறங்குவது போலத்தான். அந்தமான் தீவுகளுக்குக் கடந்த சில வருடங்களில் ஆயிரக்கணக்கான பேர் கொண்டு செல்ல பட்டிருப்பர். ஆனால் ஆயிரத்தில் பதினைந்து பேர்கூட அங்கிருந்து உயிருடன் திரும்பி வந்ததில்லை. 18 வயதே ஆன இளைஞர்கள்கூட அந்தக் கப்பலில் ஏற்றப்பட்டவுடன் வயதானவர்கள்போல தோற்ற மளிப்பார்கள். அவர்கள் முகத்தில் சவக்களை வந்துவிடும். ஒரு மனிதன் இறந்த பிறகு பாடையில் கிடத்தப்படும்போது அவன் உறவினர்கள் அவன் இந்த உலகைவிட்டுச் சென்றுவிட்டான் என்பதை உணர்ந்து அந்த உடலை வெறித்துப் பார்த்துக் கொண்டிருப்பார்கள். அதுபோல நாங்கள் அந்தக் கப்பலில் ஏற்றப்படும்போது எங்களை அவர்கள் பார்த்துக் கொண்டிருந்தனர். என்னைக் குறித்தும் அவர்கள் எண்ணம் அதுவாகத்தான் இருக்கும். வெளி உலகத்தைப் பொருத்தவரை நான் இறந்துவிட்டேன். அது அவர்கள் முகத்தில் நன்றாகத் தெரிந்தது. உண்மையாகவே எனக்குப்

பிணத்தைப் பாடையில் கிடத்துவதைப்போலத்தான் இருந்தது. ஒரே வித்தியாசம் நான் நடப்பதை உணர்ந்து கொண்டிருக்கிறேன். பிணத்திற்கு அது தெரியாது. ஆயிரக்கணக்கானோர் என்னை எந்த உணர்ச்சியும் இன்றிப் பார்த்துக்கொண்டிருக்கின்றனர். சாலையில் பிணம் போகும்போது எப்படிப் பார்ப்பார்களோ அதேபோல என்னைப் பார்த்துக்கொண்டிருந்தனர். ''பாவம், இறந்துவிட்டான்'' என்று கூறி அடுத்த கணமே மறந்து விடுவார்கள். அவர்கள் அப்படி வெறுமனே என்னையும் மற்றவர்களையும் பார்த்துக் கொண்டிருந்தது எனக்கு வேதனையாக இருந்தது. அதில் ஒருவராவது, ''சகோதரா நீ போய்வா, நம் தாய் நாட்டிற்கு விடுதலை கிடைக்க நாங்கள் உறுதி யோடு உழைப்போம்'' என்று சொல்லியிருந்தால் எனக்கு அந்தப் பாடை போன்ற உணர்வு போய் அதுவே மலர்கள் தூவிய பஞ்சு மெத்தை போன்று இருந்திருக்கும்.

அத்தியாயம் 5

கருங்கடல்

என்னை ஏணியில் ஏற்றி அந்தக் கப்பலின் தரைத் தளத்தில் இருக்க வைத்தனர். அங்கே பலமான இரும்புக் கம்பிகளால் அமைக்கப் பட்ட ஒரு பகுதி இருந்தது. அதில் இருபது அல்லது முப்பது பேர் இருக்கலாம். நாடு கடத்தப்பட்ட கைதிகளின் எண்ணிக்கை குறைந்தது ஐம்பதாவது இருக்கும். அந்தக் கப்பலில் நாங்கள் கால்நடைகளைப்போல அடைக்கப்பட்டோம். அந்த இரும்புச் சிறையில் தானாவிலிருந்து வந்த சலான் கைதிகள் அனைவரும் வரிசையாக இருப்பதை நான் கண்டேன். இடம் போதாமையினால் அவர்கள் ஒருவரை ஒருவர் நெருக்கியபடி இருந்தனர். அந்த அறையின் கதவு திறக்கப்பட்டபோது என்னையும் அங்கேதான் வைக்கப் போகிறார்களோ என்று நினைத்தேன். ஆமாம், அந்த வரிசையில் நானும் இடம் பிடித்தேன். நான் இங்கிலாந்தில் இருந்தபோது எனக்கு ப்ரான்கிடிஸ்* பாதிப்பு ஏற்பட்டது. அதனால் எனக்கு இதுபோன்ற சிறிய காற்றோட்டமில்லாத அறைகளில் மூச்சு விடுவது சிரமமாக இருந்தது. பலமாக மூச்சு விடுவதனால் எனக்கு மார்புப் பகுதியில் வலி வேறு வரும். அதனால் என்னை அந்த அறையில் அடைப்பது எனக்கு ஆபத்தை ஏற்படுத்தும் என்று என்னுடன் வந்த ஐரோப்பிய அதிகாரியிடம் தெரிவித்தேன். அவர் அந்தத் தகவலைக் கப்பலில் இருந்த டாக்டரிடம் தெரிவித்தார். அந்த டாக்டர் என்னை அங்கேயே கொஞ்சம் தங்குமாறும் பிறகு அதைப்

---

* bronchitis

பற்றித் தெரிவிப்பதாகவும் சொன்னார். ஏதேனும் பிரச்சினை யென்றால் எனக்கு வேறு இடம் ஏற்பாடு செய்வதாகவும் உறுதி அளித்தார். அந்த அறையிலேயே ஒரு மூலையில் என்னை இருக்கு மாறு கூறிய அவர் என் படுக்கையை அங்கே விரிக்குமாறு கூறினார். இந்த விசேட சலுகை பின் எப்படி முடிந்தது என்பதைப் பிறகு கூறுகிறேன்.

இதெல்லாம் நடந்து கொண்டிருக்கும்போது ஒரு ஆள் என்னிடம், நான் மார்சிலஸில் இருந்து தப்பித்துப் பிறகு கைதான கதை பற்றிப் பேச வந்தார். நான் அதைப்பற்றி அவரிடம் வெளிப்படையாகப் பேசினேன். அதற்குப் பின் அவர் "நாங்கள் இங்கே உங்களைப் பார்க்கத்தான் வந்தோம். நீங்கள் நலமாகத் தாய்நாட்டிற்குத் திரும்ப கடவுள் உங்களுக்கு அருள் புரியட்டும். இதுவே எங்களது வேண்டுதல்" என்று கூறினார். பிறகு அந்த ஐரோப்பிய அதிகாரியும் மற்றவர்களும் எனக்குத் தொப்பியைக் கழற்றி வணக்கம் செலுத்திவிட்டு விடைபெற்றுச் சென்றனர். ஒரு கைதியிடம் இப்படி மரியாதை காண்பித்தது அவர்களில் ஒரே ஒருவருக்கு மட்டும் பிடிக்கவில்லை. அதற்கு நான் தகுதி இல்லாதவன் என்று கருதி அவர் என்னை வெறுத்தார். என்னை வெறுப்புடன் பார்த்து என்னிடம் சொல்லாமல் அவர் அங்கிருந்து சென்றார்.

கப்பல் கிளம்பியது

பெருத்த சைரன் ஒலியுடன் கப்பல் கிளம்பியது. எங்களுக்கு அது பெரிய அதிர்ச்சியாக இருந்தது. நாங்கள் அடைக்கப்பட்டிருந்த அறையில் மேலே இரண்டு அல்லது மூன்று கண்ணாடியிலான ஜன்னல்கள் இருந்தன. கரையில் இருந்து கப்பல் விலகிச் செல்வதை அதன்மூலமாகச் சிலர் பார்த்துக்கொண்டிருந்தனர். அந்தச் சிறைச் சுவர் கண்ணிலிருந்து மறைந்ததும் அதில் ஒருவர், "சகோதரர்களே, நாம் நம் தாய்நாட்டைவிட்டு விலகுகிறோம்" என்று கூறியபடியே தரையில் சாய்ந்தார். அவர் அப்படிக் கூறியதும் சதாராவில் இருந்து வந்த இரண்டு விவசாயக் கைதிகள் கண்ணீர்விட ஆரம்பித்து விட்டனர். இனிமேல் நம் நாட்டைப் பார்க்கவே முடியாது என்று கதற ஆரம்பித்தனர். அப்போது ஒரு குரல், "அழாதீர்கள் சகோதரர்களே, நாம் நாடு கடத்தப்படவேண்டும் என்பது நம் தலைவிதி. அழுகை எல்லாம் நம்மைக் காப்பாற்றாது" என்றது. அந்தக் கூட்டத்தில் இருந்த கடும் குற்றவாளிகளில் ஒருவரது குரல் அது. அவர் ஏற்கெனவே ஒருமுறை அந்தமான் சிறையில் தண்டனை அனுபவித்து இப்போது திரும்பவும் அங்கே செல்கிறார். மற்றவர் களுக்கு அவர் ஏதோ ஞானிபோல ஆறுதல் சொல்லித்

தேற்றிக்கொண்டிருந்தார். அதில் ஒருவர் என்னைக் காண்பித்து, ''இதோ இவரைப் பாருங்கள். இவர் ஒரு பாரிஸ்டர். அதிகாரிகள் இவருக்குத் தொப்பியைக் கழற்றி மரியாதை செய்கின்றனர். அவரது சோகத்திற்கு முன்னால் நம்முடையது ஒன்றுமே இல்லை. நம்மைப் பற்றிச் சிந்திக்காது அவரைப் பற்றி சிந்திப்போம்'' என்று கூறினார். அவர்கள் மெதுவாக என்னைச் சூழ்ந்தனர். அனைவருக்கும் விடை தெரியும் என்றாலும், ஒவ்வொருவரும் என்னிடம் அதே கேள்வியைத் தான் கேட்டார்கள், ''அய்யா உங்கள் தண்டனைக் காலம் என்ன?'' அவர்களுக்கு என் இரும்புத் தட்டில் தண்டனைக் காலத்தை எழுதிக் காண்பித்தேன். ஐம்பது என்று சொல்லி சொல்லி எனக்கு அலுத்துப் போய்விட்டது. அதில் ஐம்பது என்று எழுதியதைப் பார்த்து, பதினைந்து ஆண்டு தண்டனை பெற்றவர்களுக்குக் கொஞ்சம் தெம்பு வந்து, ஆசுவாசப்படுத்திக்கொண்டனர். என்னைப் பார்த்து அவர்கள் கவலையை மறக்க ஆரம்பித்தார்கள்.

கப்பலில் இருந்த அழுக்கு

மாலை வேளை வந்தது. வெயிலும் கூட்ட நெரிசலும் தாங்க முடியாதபடி இருந்தன. என்னுடன் இருந்த ஐம்பது பேரும் இந்தியாவின் மிக மோசமான சூழலில் இருந்து வந்தவர்கள். ஹிந்துக்கள், முஸ்லிம்கள், திருடர்கள், கொள்ளைக்காரர்கள் பல விதமான குற்றங்களைச் செய்தவர்கள் என்று பல வகையினர் இருந்தனர். சிலருக்குக் கொடும் நோய்கள் இருந்தன. சிலர் பல் விளக்குவது என்றால் என்னவென்றே தெரியாதவர்கள். அவர்கள் இடைவெளி விடாமல் படுக்கையை அடுக்கிப் படுத்திருந்தனர். இந்தக் கூட்டத்தின் நடுவே நானும் என் படுக்கையை விரித்துப் படுத்திருந்தேன். என் கால்கள் அவர்கள் தலை மேல் பட்டன, அவர்கள் கால்கள் என் வாய்க்கருகில் இருந்தன. திரும்பிப் படுத்தால் மற்றொருவனின் வாய் என் வாய்க்கருகே இருக்கும். எனக்கு எதிரே ஒரு பெரிய அண்டா பாதி திறந்த நிலையில் இருந்தது. அது இந்தக் கூட்டத்தில் இருந்து சற்றுத் தள்ளி வைக்கப்பட்டிருந்தது. அதற்கு அருகில் கொஞ்சம் இடம் இருந்தது. நான் இருந்த மூலையில் நிறையப் பேர் இருக்கவில்லை. அங்குக் கொஞ்சம் இடம் இருந்ததால்தான் நான் அங்கு உட்கார வைக்கப் பட்டேன். ஆனால் அந்த இடத்தில் ஒரு பயங்கரமான நாற்றம் அடித்தது. நான் என் மூக்கைப் பொத்திக் கொள்ள வேண்டியதாயிற்று. எனக்கு முன்னால் இருந்த அண்டாவை ஒருவர் சுட்டிக் காட்டினார். அதைத்தான் இரவு முழுவதும் எல்லோரும் மலம் கழிக்கப் பயன்படுத்தி இருந்தனர். ஒருவர் அதன் மேல் உட்கார்ந்து மலம் கழித்துக் கொண்டிருந்தார். நான் பார்த்ததும் அவர்

வெட்கப்பட்டு எழுந்து போக முயன்றார். நான் அவரைத் தடுத்தேன். ''மலம் சிறுநீர் போன்ற உடல் கழிவுகளை அடக்கக்கூடாது. இதில் வெட்கப்பட ஒன்றுமில்லை. இன்னும் கொஞ்ச நேரத்தில் நான் அதைச் செய்யலாம். கூச்சப்படாமல் கழியுங்கள். வேறு வழியில்லை. நாம் இருக்கும் நிலையில் இதற்கெல்லாம் வெட்கப்பட்டுக் கொண்டிருக்க முடியாது. நாற்றம் எனக்கும் உங்களுக்கும் ஒரே போலத்தான் அடிக்கும். உங்களுக்கு மட்டும் மூக்கு இல்லையா என்ன? உங்களைவிட எனக்கு மட்டும் அதிகம் நாற்றம் அடிப்பதாக நான் ஏன் நினைக்கவேண்டும்?'' என்றேன். அப்போது அதில் அனுபவம் உள்ளவர்போல இருந்த ஒருவர், ''ஐயா, எங்களுக்கு இது பழக்கமானதுதான். நான் ஏற்கெனவே இந்தத் தீவுக்குப் போயிருக்கிறேன். ஆனால் உங்களுக்கு அப்படியில்லை. அழுக்கு குறைவாக இருக்கும் வேறொரு இடத்திற்கு வாருங்கள். நான் இங்கே உங்கள் இடத்தில் இருந்து கொள்கிறேன்'' என்று அழைத்தார். அவர் அப்படிச் சொன்னதும் எனக்கு மிகவும் வருத்த மாக இருந்தது. இப்படிப்பட்ட குற்றவாளிகளுக்குக்கூடக் கடவுளின் கருணையால் அன்பும் பச்சாதாபமும் வருகிறதே என்று நினைத்துக் கொண்டேன். எனக்கு அவர் அழைத்தது ஆச்சரியமாக இருந்தது. கடவுள் எப்பேற்பட்ட தீட்டுக் கொண்ட ஒன்றையும் வழிபாட்டுக் குரிய புனிதமான ஒன்றாக ஆக்கிவிடுகிறாரே என்று எண்ணி வியந்தேன். கடவுள் மோசமான தீட்டுக்குரிய ஒன்றை புனிதத்திலும் புனிதமான ஒன்றாக ஆக்கிவிடும்போது, அதன் குற்றமும் தீமையும் அதிலிருந்து இல்லாமல் ஆகிவிடுகின்றன.

அவரது அழைப்பிற்கு நன்றி சொல்லி, ''இந்த இடத்தில் கொஞ்சம் காற்று வருகிறது. அதனால் டாக்டர் என்னை இங்கு இருக்க வைத்திருக்கிறார்'' என்று சொன்னேன். அவர்கள் எல்லோரையும் காட்டிலும் நான் இங்கு கொஞ்சம் காலை நீட்டி உட்காரலாம் என்று சொன்னேன். ''இங்கு இந்த அண்டா இருப்பது அதிகாரிக்குத் தெரியாமல் இருந்திருக்கலாம். ஆனால் இதையும் நான் ஒரு சலுகையாகவே நினைத்துக்கொள்கிறேன். அதனால் நீங்கள் கவலைப் படவேண்டாம். நீங்கள் எதற்கு நான் இருக்கும் இந்த அழுக்கு நிறைந்த பகுதிக்கு வந்து அவதிப்படவேண்டும். இதை நானே அனுபவித்துக்கொள்கிறேன்'' என்றேன். அன்று இரவு ஒவ்வொருவராக அதில் வந்து மலம் கழித்தனர். நாற்றம் அதிகமாகிக் குடலைப் புரட்டி வாந்தி வந்தது. நான் கண்ணை மூடிக்கொண்டு தூங்க முயற்சி செய்தேன். அந்த நரக வேதனையை அனுபவித்துக்கொண்டிருந்தேன். இதனை சலுகை என்று கூறியபிறகு எதற்காக வேதனைப்படவேண்டும் என்று என்னை

நானே கேட்டுக்கொண்டேன். என் ஆணவம், உயர்வு மனப்பான்மை, மற்ற துர்குணங்கள் ஆகியவற்றைத் துறக்க கடவுள் எனக்குக் கொடுத்த தண்டனையாகவும் இருக்கலாம். குலம், கோத்திரம், வர்க்கம், குணம் போன்ற பெருமைகளை மறந்து இறைவன் படைப்பில் எல்லாம் ஒன்றே என்ற எண்ணம் ஏற்பட எனக்குக் கிடைத்திருக்கும் இந்த அனுபவம் பல பெரும் ஞானிகளுக்கும் யோகிகளுக்கும்கூட கிடைத்திருக்காது. இதனைப் பயன்படுத்த நான் ஏன் தயங்கவேண்டும்? திரிலிங்க சுவாமியின் கதை தெரியுமா உங்களுக்கு? ஆபாச நடத்தைக்காக அவர் ஒரு நீதிபதியின் முன் நிறுத்தப்பட்டார். அப்போது அந்த நீதிபதி 'இவர்கள் தங்களை அத்வைதிகள் என்று கூறிக்கொள்கிறார்கள். அப்படியென்றால் இவர்கள் ஏன் உணவுக்குப் பதிலாக சாணத்தை உண்ணக்கூடாது' என்று எகத்தாளமாகக் கேட்டார். அதற்குச் சிரித்த சுவாமி அங்கேயே நீதிபதி முன் மலம் கழித்து யாரும் தடுக்கும் முன் அதை உண்ணவும் செய்தார்.

ராமகிருஷ்ண பரமஹம்சர்

இதேபோல இதே நீதியை வலியுறுத்தும் ராமகிருஷ்ண பரமஹம்சரைப் பற்றிய கதையும் ஒன்று உண்டு. அவர் ஆன்மிக தவங்கள் எல்லா வற்றையும் செய்துவிட்டார். ஒன்றே ஒன்று மட்டும் பாக்கி இருந்தது. அதைப் பயிற்சி செய்ய அவர் கொல்கத்தாவிற்குச் சென்றார். நகரத்தில் எல்லோரும் குப்பையைக் கொட்டும் இடத்திற்குச் சென்று அங்கு குப்பைக்குள் கையைவிட்டு அதைக் கிளறினார். பிறகு ஐந்து வைக்கோல்களால் அதை எடுத்துத் தன் வாயால் அதை உறிஞ்சினார். இங்கோ வெறும் நாற்றம் மட்டும்தான். அதைக்கூடப் பொறுத்துக் கொள்ளவில்லை என்றால் எப்படி? இதில் இருந்து நாம் விலகலாம், ஆனால் நாம் எப்போதும் சுமந்துகொண்டு அலையும் நம் உடம்பில் உள்ளே இருக்கும் மலத்தில் இருந்து நாம் விலக முடியாதே. ஆடைகொண்டு அதை மறைக்கலாம். ஆனால் ஞானி ஒருவர் கூறியதுபோல, அதை மறைக்க மறைக்க நாற்றம் அதிகமாகிக் கொண்டே வந்து, அந்த துர்நாற்றம் வெளியை நிறைக்கும். ராமதாசர் இதை இன்னும் தெளிவாகக் கூறுகிறார். 'நீங்கள் எவ்வளவு உயர்ந்த உணவை வேண்டுமானாலும் உண்ணலாம். ஆனால் அது உள்ளே போய் மலமாக மாறத்தான் போகிறது. கங்கை போன்ற புனித நதியின் தண்ணீரைக் குடித்தாலும் அது சிறுநீராகத்தான் மாறப்போகிறது.' இது அரசன் ஆண்டி என்று எல்லோருக்கும் பொதுவான ஒன்று. நம் வயிற்றில் இருக்கும் மலத்தை யாராலும் சுத்தம் செய்ய இயலாது. இந்த உண்மையை உணர்ந்தால் நாம்

வெளியில் இருக்கும் அசுத்தங்களைப் பொறுத்துக்கொள்ள பழகிக் கொள்வோம். இது தொந்தரவு இல்லையென்றால் அதுவும் தொந்தரவாக இருக்கக்கூடாது. உணவு உண்பதைப்போலவே மலம் கழிப்பதும் அவசியமான ஒன்று. இரண்டுமே மனித உடலுக்கு நன்மை செய்பவை. இந்த உலகம் ஏன் ஒரு சில விஷயங்களை விரும்பவும் சில விஷயங்களை வெறுக்கவும் செய்கிறது? இது யாருக்கும் விளங்காத ஒன்று. இயற்கைதான் இதனை விளக்க முடியும். இந்த வெறுப்பு மனித அறிவுக்கு அப்பாற்பட்டது. இது இயற்கையின் விளையாட்டு. அல்லது இயற்கைக்கு இதைத் தவிர வேறு வழி இல்லையோ என்னவோ.

காரண காரியம் இல்லாத இதுபோன்ற குழப்பங்கள் மனதில் தோன்றும்போது நான் அதை ரசிப்பேன். அந்த நாற்றம் பற்றிய சிந்தனை எதுவும் இல்லாமல் நான் நடு இரவில் தூங்கிப் போனேன். தூங்கும்போது இரவு ஒரு மணி இருக்கும் என்று நினைக்கிறேன். அதன்பிறகு அந்தக் கப்பலில் நான் எந்தச் சங்கடமும் படவில்லை. நான் அமைதியாக இருந்தது மற்ற கைதிகளுக்கு ஆச்சரியத்தை ஏற்படுத்தியது. ஒரு சிலர் என்னைக் கண்டிக்கவும் செய்தார்கள். என் நடத்தை, நான் ஒரு மிகத் தாழ்த்தப்பட்ட சாதியைச் சேர்ந்தவனாக இருப்பேன் என்ற அவர்களது சந்தேகத்தை நிரூபிக்கும் வண்ணம் இருப்பதாக அவர்கள் கூறினர். இதனை என் முதுகுக்குப் பின்னால் அவர்களுக்குள்ளேயே பேசிக்கொண்டனர்.

ஐரோப்பியர்களின் அணுகுமுறை

கப்பலில் இருந்த பயணிகளும் சில இந்திய அதிகாரிகளும் என்மேல் இருந்த மரியாதை காரணமாக எனக்குப் பணிவிடைகள் செய்ய முன்வந்தனர். அவர்கள் அவ்வப்போது என்னைப் பார்க்க வருவார்கள். சில ஐரோப்பியப் படைவீரர்களும் என்னை ஒழுங்காக நடத்தினர். எனக்குப் படிக்க சில ஆங்கில தினசரிகளும் சில பத்திரிகைகளும் வழங்கப்பட்டன. எங்களுக்கு உண்ண கடலையும் பட்டாணியும் மட்டுமே வழங்கப்பட்டன. ஆனால் அதிகாரிகள் எனக்கு வேறு ஏதாவது நல்லதாக கொடுக்கப்படவேண்டும் எனக் கூறினார். வேறு நல்லதாக எதைக் கேட்பது என எனக்குத் தெரிய வில்லை. மேலும் என்னை மட்டும் விதிவிலக்காகக் கவனிப்பதும் அவர்களால் முடியாததாக இருந்தது. கப்பலில் இருந்த சில தாராள மனம் படைத்த வியாபாரிகள் கப்பல் கேப்டன் அனுமதியுடன் எங்களுக்கு விருந்து ஒன்றிற்கு ஏற்பாடு செய்தனர். அதில் சாதம், மீன், ஊறுகாய் தவிர வேறு உணவுகளும் இருந்தன. இரண்டு நாட்கள் எதுவும் உண்ணாமல் இருந்ததால் கப்பலில் இருந்த

எல்லாக் கைதிகளும் விரும்பி உண்டனர். அதற்குக் காரணம் நான் என்பதால் என்னிடம் நன்றியுடன் இருந்தனர். என்னுடன் சேர்த்து அவர்கள் எல்லோரையும் அரை மணி நேரம் கப்பலின் மேல் தளத்திற்குக் கொண்டுசென்று நல்ல காற்றைச் சுவாசிக்கச் செய்தனர். அப்போது கைதிகளாகிய எங்கள் எல்லோரையும் நல்லபடியாகவே நடத்தினர். அந்நேரம் சில கைதிகள் என்னிடம் வந்து, ''உங்களுடன் பிரயாணம் செய்வது நாங்கள் செய்த அதிர்ஷ்டம்'' என்று கூறினர். அவர்களிடம், ''எனக்கு ஆயுள் தண்டனை கொடுத்திருக்கிறார்கள், நீங்கள் அதை வரவேற்கிறீர்கள்போல இருக்கிறது'' என்றேன்.

நாள் முழுக்க நான் அவர்களிடம் உரையாடலில் ஈடுபடுவேன். அப்போதெல்லாம் அவர்களிடம் நாட்டைப் பற்றியும் அவர்கள் சிந்திக்கவேண்டும் என்று கூறுவேன். நாட்டின் விடுதலைக்காகப் போராடுவது அவர்களின் கடமை என்பதை வலியுறுத்துவேன். என் இந்தச் சோகமான நிலையைப் பார்த்து வருந்தி என்னிடம் யாராவது பேச வரும்போது அவர்களிடம், ''நீங்கள் இந்தியாவுக்காகப் போராடத் தயாராக இருக்கவேண்டும். இந்தியா போராடி தன் விடுதலையைப் பெறவேண்டும். அது எத்தகைய போராட்டமாக இருந்தாலும் சரி, அதற்கு எவ்வித தடை ஏற்பட்டாலும் சரி. இல்லையென்றால் நான் மட்டும் அல்ல, என்னைப்போல பலர், இதுபோல பல நூறு கப்பலில் கொண்டு சிறையில் அடைக்கப்படுவார்கள். இதை நாம் உணரவேண்டும். நாம் எதை விதைக்கிறோமோ அதைத்தான் அறுவடை செய்வோம்'' என்று சொல்வேன். கப்பலில் உள்ள அதிகாரிகள், வீரர்கள் முதல் கைதிகள் வரை எல்லோரிடமும் இத்தகைய அரசியல் விவாதங்களைச் செய்து வந்தேன். அதில் பலர் இதுபோன்ற கருத்துகளை முதன்முதலாகக் கேட்டார்கள். அவர்களுக்கு இதுவரை யாராலும் சொல்லப்படாத கருத்துகள் இப்போது சொல்லப்பட்டன. இதற்கு முன்பு அவர்களால் ஏற்றுக்கொள்ள முடியாத கருத்துகளெல்லாம் அவர்களால் இப்போது ஏற்றுக் கொள்ளப்பட்டன.

பாரி பாபா

அந்தப் பயணத்தின்போது என் மனதை உறுத்திக் கொண்டிருந்த விஷயம், அந்தமானில் கைதிகளை நடத்தும் விதம் பற்றி நான் கேள்விப்பட்டதுதான். நான் பார்க்கும் நபர்களிடம் எல்லாம் அதைப் பற்றித்தான் விசாரித்துக்கொண்டிருந்தேன். கைதிகளைக் கொண்டு செல்ல வந்த படைவீரர்களிடமும் இதைப் பற்றித்தான் கேட்டேன். அவர்கள் சொல்வது உண்மையாக இருக்கும் என்பதால்

அவர்களிடம் கேட்டேன். ஆயுள் தண்டனை என்றதும் எல்லோரும் கூறிய முதல் வார்த்தை பாரி பாபா* யாரேனும் ஒரு கைதி கப்பலில் அடங்க மறுத்து ரவுடித்தனமாக நடந்துகொண்டால் உடனே அவர்கள், ''ரொம்ப திமிருடன் நடக்கவேண்டாம். பாரி பாபாவைச் சந்தித்தால் இது எல்லாம் அடங்கிவிடும்'' என்று கூறுவர். நான் ஆயுள் தண்டனைக் கைதி என்பதால் அந்த பாரி பாபாவைப் பற்றித் தெரிந்துகொள்ள விரும்பினேன். ஆனால் அவரைப் பற்றிப் படைவீரர்களிடம் கேட்கவேண்டாம் என்று தீர்மானித்தேன். அந்தமானில் எனக்குக் கடுமையான வேலைகள் முதல் ஆறு மாதங்களுக்குத்தான் இருக்குமென்றும், அதன்பிறகு வேலைப் பளு குறைக்கப்படும் என்றும், அலுவலகத்திலேயே ஏதாவது பணி வழங்கப்படும் என்றும் அவர்கள் என்னிடம் தெரிவித்தனர். என்னைப்போல ஒரு படித்த புத்திசாலியான ஆளுக்கு ஒரு மாவட்டத்தின் பொறுப்புகூட வழங்கப்படலாம் என்றும், பத்து வருடத்தில் நான் நிறைய சம்பாதித்து, சொந்தமாக வீடு வாங்கி, மீதமுள்ள நாட்களை அங்கு நிம்மதியாகக் கழிக்கலாம் என்றும் கூறினார்கள். என்னிடம் பேசும்போதெல்லாம் அவர்கள் இதையே மீண்டும் மீண்டும் கூறிக்கொண்டிருந்தனர். என் புரட்சிகரமான நடவடிக்கைகளுக்கு எனக்குப் பரிசளிப்பதுபோல இருக்கப்போகிறதா இந்த அந்தமான் வாசம் என்று நான் யோசிக்க ஆரம்பித்தேன். மெர்சிலியில் பிடிபட்டது நல்லதாகப் போயிற்றோ! இவர்கள் கூறுவதுபோல அங்கு வாழ்க்கை இருக்குமேயானால் ஐரோப்பாவில் அடைக்கலம் கேட்டு வீடு வீடாகக் கெஞ்சியதைவிட இங்கு பரவாயில்லாமல் இருக்கும் என்று தோன்றியது. அவர்கள் கூறுவது உண்மையாக இருக்கலாம். ஆனால் எனக்கு அவையெல்லாம் வாய்க்குமா? இல்லை, எனக்கு அதுபோல எதுவும் வாய்க்காது. கானல் நீரைப் போலவே எனக்கு அமையும். என் சகோதரருக்கும் முதல்முறையாக அங்கு அனுப்பப்பட்ட மற்ற அரசியல் கைதிகளுக்கும் நடந்தது என்னவென்று எனக்குத் தெரியும். நான் அவர்களைச் சந்திக்க முடியுமா? என் அண்ணனுக்கு என்ன வாயிற்று? நான் அவரைப் பார்க்க முடியுமா? யாருக்குத் தெரியும்?

அதைப் பற்றி யாராலும் கூற முடியாது. ஆனால் அவர் அங்கிருப்பதாக என்னிடம் கூறினார்கள். என்னையும் அதே இடத்தில்தான் வைக்கப்போவதாகச் சொன்னார்கள். அதில் அவர்களுக்குச் சந்தேகம் எதுவும் இருக்கவில்லை.

---

* Barrie Baba

இன்று கப்பல் அந்தமான் தீவைச் சென்றடையும் என்று கூறினார்கள். காலை ஆறு மணிக்குக் கைதிகளை வரிசையாகக் கொண்டுவந்து நிற்க வைத்தார்கள். கப்பலில் இருந்த லஸ்கர்களும் மற்ற பணியாளர்களும் கப்பலைச் சுத்தம் செய்துகொண்டிருந்தனர். சூரியன் மேலே சென்றதும் மேல்தளத்தில் வெயில் கொதிக்கத் தொடங்கியது. தீவை நெருங்க நெருங்க நாடு கடத்தப்பட்ட கைதிகளுக்குக் கவலை அதிகமாயிற்று. நிர்க்கதியான சூழல், பிரிவு எல்லாமாகச் சேர்ந்து துக்கத்தை அதிகப்படுத்தியது. கடல் கொந்தளிக்கும்போது பெரிய மீன்கள் மேலே தூக்கியடிக்கப்படுவது போல எங்கள் மனமும் கொந்தளித்தது. இந்த நாடுகடத்தல் தண்டனை என் ஆன்மாவை நிலைகுலையச் செய்துவிட்டது.

கடல் ஏரிபோல அமைதியாக இருந்தது. பனியில் சறுக்கிச் செல்லும் குழந்தைகளைப்போல கப்பல் அதில் வழுக்கிச் சென்றது. வெயில் நன்றாக அடித்துக் கொண்டிருந்தது. சூரியன் தன் விலகாத கண்களால் பூமியைப் பார்த்துக் கொண்டிருந்தான். இயற்கையை வென்ற மனிதனை ஆச்சரியத்துடன் பார்ப்பதுபோல, அந்த மாபெரும் கடலில் கப்பல் செல்வதை சூரியன் பார்த்தது. முடிவற்ற நீரின் பெரும்பரப்புதான் கடல். 'ஆழத்துக்குள் அழைக்கும் ஆழம்'. இந்தப் பெரும் பரப்பின் முன் கப்பல் என்பது எத்தனை சிறிய நகைப்புக்குரிய ஒன்று. அந்தக் கப்பலில் இருக்கும் சிறிய அறையான கேப்டனின் காபின்தான் முக்கியமான அறை. அந்த அறையில் இருந்த நபர்தான் யானையை நடத்திச் செல்லும் பாகன்போலக் கப்பலைச் செலுத்திக்கொண்டிருப்பவர். யானைக்கு அங்குசம் போல இங்கே உதவுவது திசைக்காட்டி. இது மனிதனின் எவ்வளவு பெரிய சாதனை. ஒருநாள் இதே சூரியன் மனிதன் எல்லாவற்றையும் தன்னையும் வெற்றி கொள்வதைப் பார்க்கப் போகிறான். மனிதன் தனக்குள் இருக்கும் மிருகத்தனத்தையும் அன்று வெற்றிகொண்டிருப்பான். கொடூர மனம் படைத்த மனிதர்களே இல்லாத காலம் ஒன்று வரும். அது ஒரு அற்புதமான காலமாக இருக்கும். அன்பும் சுதந்திரமும் உலகை ஆளும் நாள் ஒன்று வரும். அன்று இந்தப் பூவுலகை சூரியன் மகிழ்ச்சியுடன் பார்க்கும் நாளாக இருக்கும். தியாகிகளின் போராட்டங்களும், நம்பிக்கைகளும், தியாகங்களும் எல்லாம் பலனளிக்கக் கூடிய நாளாக அது இருக்கும். தியாகிகளின் ஆத்மாக்களுக்கு எல்லாம் விடை கொடுக்கும் நாளாக அது அமையும். அந்த நாளை தன் தீர்க்கதரிசனத்தில் கண்டவன் மகிழ்ச்சியானவனாக இருப்பான். அதற்காக உழைத்தவன் அதைவிட மகிழ்ச்சியானவனாக இருப்பான். அதை அனுபவிப்பவன் எல்லாரையும்விட மகிழ்ச்சியானவனாக

இருப்பான். நான் அந்தக் கூட்டத்தில் ஒருவனாக இருப்பேனா? எனக்கும் அதில் கொஞ்சமாவது பங்கு இருக்கும். அது எவ்வளவு அற்புதமான எதிர்காலமாக இருக்கும்.

இன்றைய நிலை

ஆனால் இன்று? இன்று நம் நிலை என்னவாக இருக்கிறது? அந்தப் பொற்காலத்தை நினைத்து கனவு மட்டுமே காண்கிறோம். அந்தப் பொற்காலத்தை நம் கண் முன்னே வேதகால ரிஷிகள் நிறுத்திச் சென்று பல ஆயிரம் ஆண்டுகள் ஆகிவிட்டன. ஆனால் அது இன்னமும் நிறைவேறாத கனவாகவே இருக்கிறது. ஆனால் அது இந்த இருள்சூழ்ந்த தற்போதைய சூழ்நிலையிலும் ஒரு நம்பிக்கை ஒளிக்கீற்றைத் தருகிறது. ஆழம் நிறைந்த இந்தக் கடல் புரிந்துகொள்ள முடியாததாக இருக்கிறது. அதன் மேல் அமைதியாக இந்தக் கப்பல் சென்று கொண்டிருக்கிறது. அப்படி அது செல்ல இந்தக் கடல் அனுமதிக்கிறது. ஒரு நிமிட சீற்றமும் கொந்தளிப்பும் போதும், இந்தக் கப்பலை மூழ்கடிக்க. அதேபோல்தான் மனிதனுடைய கண்டுபிடிப்புகளும். ஒரு பெரிய அலை இந்தக் கப்பலைச் சிதற அடித்துவிடும். கண்டங்களே காணாமல் போய்விடும். ஆசியா, ஐரோப்பா எல்லாம் எங்கே என்று தேட வேண்டி வரும். மனிதன் எத்தனை சிறியவன்! மனித இனத்தின் அலட்சியப்படுத்தத்தக்க ஒருவனாக நான் அமர்ந்திருக்கிறேன். இங்கே கப்பலில் ஒரு மூலையில், நான் உலகத்தின் மிகக் கொடூரமான குற்றவாளிகளின் நடுவே, கால் மடக்கி உட்கார்ந்து கொண்டிருக்கிறேன். நான் அவர்களுடன் வரிசையில் உட்கார வேண்டும். யாரும் பார்க்காமல், அழக்கூட முடியாமல், எவ்விதப் புகழையும் அடையாமல் இவர்களுடன் இருக்கவேண்டும். கைகளும் கால்களும் விலங்கினால் பூட்டப்பட்டு அவர்களுள் ஒருவனாக இருக்கிறேன். கப்பலில் துப்புரவு வேலை செய்யும் பணியாளர்கள் என்னைப் பார்த்து, ''ஏ கைதியே, இங்கே இருந்து அங்கே போய் உட்கார்'' என்று சொன்னால் நான் கேட்டாக வேண்டும்.

கடல் அமைதியாக இருந்தது. அதன் மேல் கப்பல் நிதானமாகச் சென்று கொண்டிருந்தது. தலைக்கு மேலே வெயில் நன்றாக அடித்துக்கொண்டிருந்தது. நல்ல சூடு. நாங்கள் அந்தமானை நெருங்கிக் கொண்டிருந்தோம். பயணிகளும் அதிகாரிகளும் இப்போது என்னிடம் விநோதமாக நடந்துகொள்ள ஆரம்பித்தனர். திடீரென அவர்கள் நடத்தையில் ஒரு கறாரர்த்தனம் தென்பட்டது. என்னிடம் இருந்து கொஞ்சம் விலகியே இருந்தனர். நாடுகடத்தல் தண்டனை அப்போதுதான் என்னைச் சூழ்ந்ததாக நான் உணர்ந்தேன்.

அத்தியாயம் 6

அந்தமான்

அந்தமான் நிகோபார் தீவுகள் இந்தியாவின் வரலாற்றோடு தொடர்புகொண்டவை. அதுமட்டுமில்லாமல் அதன் எதிர்கால வளர்ச்சியிலும் தொடர்பு கொள்ளப் போகும் ஒன்று. அதனால் இந்தியர்கள் இந்தத் தீவுகளைப் பற்றித் தெரிந்து வைத்திருத்தல் அவசியம். இந்தியாவிற்கு உலகின் பல இடங்களோடு கலாசார ரீதியாகத் தொடர்பு உண்டு. இந்தியா ஆதிக்கம் செலுத்த இயலும் இடங்களில் அந்தமானும் உண்டு.

கல்கத்தாவில் இருந்து அறுநூறு மைல் தொலைவில் வங்காள விரிகுடாவில் இந்தத் தீவுகள் உள்ளன. இவை தொடர்ச்சியாக இருப்பவை அல்ல. விரிகுடா கடலில் புள்ளி புள்ளியாகத் தொடர்ந்து இருப்பவை. இவற்றில் அந்தமான் மிகப் பெரியது. வரைபடத்தில் பார்த்தால் இவை வடக்கு தெற்கு மற்றும் மத்திய என்று பிரிந்திருப்பது தெரியும். பார்ப்பதற்கு ஒரு முட்டை வடிவில் இருப்பதால் இவற்றிற்கு அந்தமான் என்று பெயர். சிலர் இந்தப் பெயருக்கும் ராமாயணத்தில் வரும் அனுமாருக்கும் தொடர்பு உண்டு என்று கூறுகிறார்கள். ஆனால் அதற்கு எந்த ஆதாரமும் இல்லை. வடக்கு அந்தமான் 51 மைல் நீளமும் மத்தியப் பகுதி 59 மைல் நீளமும் தெற்குப் பகுதி 49 மைல் நீளமும் உள்ளவை. ரட்லாந்து தீவு பதினொரு மைல் நீளம் கொண்டது. இந்த மொத்தப் பகுதியும் விரிந்த அந்தமான்* என்று அழைக்கப்படுகிறது. இதன் தெற்குக் கோடியில்

---

* கிரேட்டர் அந்தமான்

லெஸ்ஸர் அந்தமான் என்னும் பகுதி முப்பதுக்கு பதினேழு எனும் மைல் பரப்பில் உள்ளது. இது மக்கள் வசிக்காத பகுதி. முழுவதும் அடர்ந்த காடுகளாக இருக்கும். பகலில்கூட சூரிய வெளிச்சம் படாத அளவுக்கு அடர்த்தியான காட்டுப் பகுதிகள் இங்கு உண்டு. ஒருபுறம் கடலும் மறுபுறம் மழையும் கொண்ட பகுதி இது. நடுவில் மனித வாடையே படாத அடர்ந்த காடுகள். இந்தப் பகுதியை மெனக்கெட்டு சுற்றி, பெரிய உழைப்பில் அதிகம் செலவழித்து ஆராய்ந்து வரைபடத்தை வன இலாகா அதிகாரிகள் வரைந்திருக்கின்றனர். இங்குள்ள உயரமான மலை கடல் மட்டத்தில் இருந்து மூவாயிரம் அடி உயரத்தில் இருக்கும் சந்தால் மலை. காட்டுக்குள்ளே பெரிய நதிகள் எதுவும் கிடையாது. மலையில் இருந்து வடிந்து வரும் சிறிய நீரோடைகள் மட்டுமே உள்ளன.

மலேரியா பரவும் இடம்

இங்கு அடர்த்தியான காடுகள் இருப்பதால் வருடம் முழுவதும் மழை பெய்துகொண்டிருக்கும். இலையுதிர்க் காலத்திலும்கூட மழை இருக்கும். இடையிடையே நல்ல வெயிலும் அடிக்கும். விவசாயம், குடியிருப்பு, தென்னந்தோப்பு ஆகியவற்றிற்காகக் காடுகள் அழிக்கப்பட்ட இடங்களில் நம்மூர்போல வெப்பமாக இருக்கும். ஆனால் மழைக்காலமும் வெயில் காலமும்தான் அதிகம். குளிர் காலம் கொஞ்ச நாள்கள் மட்டும்தான். கடல் தீவுகளைச் சுற்றி மட்டும் இல்லாமல் தீவுகளுக்கு உள்ளேயும் வந்து அவற்றைப் பிரிக்கும். தீவுகள் அகலத்தைவிட நீளம் அதிகமாக இருக்கும். ஆகவே இங்கு சிற்றோடைகளும் சதுப்பு நிலங்களும் அதிகம். காட்டில் இருந்து காய்ந்த இலைகள் இந்த நீர் தேங்கிய சதுப்பு நிலங்களில் வந்து குவியும். அந்த இடங்கள் மலேரியா கொசுக்களின் உற்பத்திக் கூடங்களாக ஆகும். மலேரியா கொசுக்கள் மட்டு மில்லாமல் இந்தக் காட்டுப் பகுதியில் வேறு பல விதமான பூச்சிகளும் உண்டு. அதனால் இங்கே மனிதர்கள் வசிக்க முடிவதில்லை. இந்த இடங்களில் பூச்சிகள் கூட்டமாகப் படர்ந்து ஒரு வலை போலக் குவிந்திருக்கும். தங்கள் நீண்ட கால்களைத் தூக்கிப் பறந்து அவை ரீங்காரத்தை உருவாக்கும். ஒரே ஈ பெரியதாகப் பறக்கிறதா அல்லது அவை கூட்டமாகப் பறக்கின்றனவா என்று சந்தேகம் வரும் அளவுக்கு வரிசையாகச் சுற்றி சுற்றிப் பறந்து கொண்டிருக்கும்.

அட்டைகளும் பாம்புகளும்

மலேரியாவைப் பரப்பும் கொசுக்களும் பூச்சிகளும் மட்டுமில்லாமல் இந்தப் பகுதியில் எல்லா இடங்களிலும் அட்டைகளும் உண்டு.

மண்ணிலும், இலைகளிலும், காய்ந்த இலைகளின் பின்புறத்திலும் இவை ஏராளமாக ஒட்டிக்கொண்டிருக்கும். அதேபோல மரக்கிளைகளிலும் நிறைய இருக்கும். வெயில் அடிக்கும்போது மறைவிடத்தில் இருக்கும் இவை மழை பெய்யும்போது வெளியில் வரும். மனித வாடை இவற்றிற்கு மிகவும் பிடிக்கும். மழை போல மரங்களில் இருந்து கீழே விழும் இவை நம் கால்களில் ஒட்டிக்கொண்டு ரத்தத்தை உறிஞ்ச ஆரம்பிக்கும். இவை நம் கெண்டைக் கால்களிலும் தொடைகளிலும் நன்றாக ஒட்டிக் கொள்ளும். மிக பயங்கரமான குற்றங்களைச் செய்த குற்றவாளிகள்கூட காடுகளைச் சுத்தம் செய்யும் பணி கொடுக்கப்பட்டால் இந்த அட்டைகளுக்குப் பயந்து அதைச் செய்யத் தயங்குவார்கள். மாலையில் அவர்கள் வேலையை முடித்துவிட்டு வரும்போது அவர்கள் உடம்பு முழுக்க ரத்தக்களறியாய் இருக்கும். அட்டைகள் கடித்த ஓட்டைகளில் ரத்தம் வழியும். அவை ஏதோ ஒன்றிரண்டு வந்து நம்மைக் கடிக்காது. மொத்தமாகப் பெருங்கூட்டமாக வரும். நாம் அவற்றை நம் உடம்பில் இருந்து பிடுங்கிப் போட்டுக்கொண்டிருக்கும்போதே மேலிருந்து நம் மேல் மொத்தமாக வந்து விழும். அல்லது கீழே மண்ணில் இருந்து காலில் ஏறும். உடம்பின் எல்லாப் பக்கத்திலும் ஒட்டிக்கொண்டு நம் ரத்தத்தை உறிஞ்சும்.

இந்தக் காடுகளில் உள்ள ஒரு வகைப் பாம்பு இந்த அட்டைகளுக்கு எந்த விதத்திலும் குறைந்ததல்ல. அவை கடித்தால் நமக்கு மரணம் நிச்சயம். ஒரு அடி நீளமும் ஒரு இன்ச் தடிமனும் இருக்கும் இந்த வகைப் பாம்புகள். கடுமையான விஷம் உள்ளவை. கடித்தால் மனிதனுக்கு உடனே பக்கவாதம் வந்துவிடும். அது கடித்தால் ஏற்படும் வேதனை சொல்லி மாளாது. இங்கு சாதாரணப் பாம்புகள் காணக் கிடைக்காது. இங்கு கொடிய விஷம் உள்ள ஒரு வகை விரியன் பாம்புகள் உண்டு. ஒரு வகை மலைப்பாம்பும் உண்டு. மனிதர்கள் இல்லாத இடமாதலால் இவற்றின் எண்ணிக்கை மிகவும் அதிகம். அவை ஒன்றை ஒன்று உண்ணும் என்பதனால் அவற்றின் எண்ணிக்கை கட்டுக்குள் இருக்கிறது. இங்கு புலி, சிங்கம், கரடி போன்ற ஊன் உண்ணிகள் கிடையாது. எங்காவது ஒன்றிரண்டு காட்டுப் பன்றிகளைக் காணலாம். இந்தக் காட்டில் இந்தியப் பறவைகளே கிடையாது. பிரிட்டிஷ் அரசு இங்கு குயில், மயில், கிளி, அணில், மைனா போன்றவற்றைக் கொண்டுவந்து வளர்க்க முயற்சி செய்கிறது. எல்லா இடத்திலும் காணக் கிடைக்கும் காக்கையையும் கொண்டுவந்து விட்டிருக்கிறார்கள். அதேபோல நாய், நரி, மான் போன்ற பழக்கப்படுத்தப்பட்ட மிருகங்களையும் கொண்டுவந்து விட்டிருக்கின்றனர். அதனால் இந்தியப் பறவைகள்

மற்றும் விலங்குகளின் சத்தத்தை இந்தக் காடுகளில் நிறையக் கேட்க முடியும்.

காடுகளைப் போலவே இந்தப் பகுதியில் உள்ள கடலும் அற்புதமானது. பல வண்ணங்களிலும் வடிவங்களிலும் சங்கு மற்றும் கிளிஞ்சல்கள் இங்கு கிடைக்கும். கடற்கரை மணல் எங்கும் இவற்றை நிறைய பார்க்கமுடியும். கடவுளின் படைப்புதான் எத்தனை அற்புதமானது. இதன் அழகையும் பிரமாண்டத்தையும் எப்படி விவரிப்பது? வரிகளுடனும் வரிகள் இல்லாமலும் உள்ள சங்குகள் மற்றும் சிப்பிகளின் நிறங்கள் வானவில்லையும் மிஞ்சுகின்றன. இதில் ஒரு சிறு அளவை நாம் வடிவத்தில் கொண்டுவந்தாலும் காலத்தை வென்ற படைப்பை உருவாக்கிய கலைஞனாவோம். அவை உலகத்தின் எந்த அருங்காட்சியகத்திலும் இடம்பெறத்தக்க வண்ணம் இருக்கும். இயற்கையின் படைப்பில் இந்தக் கனிமங்கள், கற்கள், ஊர்வன மற்றும் இதர உயிரினங்கள் எல்லாம் அற்புதமாக வடிவமைக்கப்பட்டுக் கடற்கரையெங்கும் கொட்டிக் கிடக்கின்றன. அரசன் நடந்து சென்ற பாதையில் இறைக்கப்பட்ட முத்துக்கள் மற்றும் தங்கங்களைப் போல அவை இங்கு இறைந்து கிடக்கின்றன. சங்குகளும் சிப்பிகளும் அதேபோல ஒரு கலைஞனின் கையில் இருந்து சிதறிய வண்ணங்களைப்போல இங்கு எங்கும் இறைந்து கிடக்கின்றன. மீன்களும் முதலைகளும் கடல் பாம்புகளும் கடல் அலையில் கரைக்கு வந்து ஒதுங்குகின்றன. அவற்றில்தான் எத்தனை விதம். சிலவற்றின் வால் கத்திபோல நீண்டிருக்கும். நம் காலை வெட்டிவிடுமோ என்று நமக்கு அச்சமாக இருக்கும். சிலவற்றின் வாய் குதிரை முகம்போல இருக்கும். ஒரு சிலவற்றுக்கு வாலில் விளக்கு போட்டாற்போல எரியும். ஒரு சிலவற்றுக்கோ முகம் மனிதனுடையதைப்போல இருக்கும். ஏராளமான வகைகள் உள்ளன, ஆனால் இவற்றைப் பார்த்து விவரித்து எழுதியவர்களின் எண்ணிக்கை மிகவும் குறைவு. தீவின் கரையில் அலைகள் மூலம் ஒதுங்கும் இத்தகைய உயிரினங்களின் எண்ணிக்கை மற்றும் வகைகள் எக்கச்சக்கம்.

அந்தமானும் ஹிந்துஸ்தானமும்

இந்தத் தீவைப் பற்றிய குறிப்புகள் மார்கோ போலோ எழுதிய புத்தகத்திலும் மற்றும் ஐரோப்பிய மற்றும் அராபியப் பயணிகளின் ஆரம்பகால எழுத்துகளிலும் காணக்கிடைக்கின்றன. ஆனால் இந்தியாவிற்கு இந்தத் தீவுகளுடன் அதற்குப் பல காலம் முன்னதாகவே தொடர்புகள் இருந்திருக்க வேண்டும். வடக்கில் மகத நாடுகளில் இருந்தும் தெற்கே இலங்கையில் இருந்தும் இங்கே

மக்கள் பயணித்திருப்பது வரலாறுகளில் குறிப்புகளாகப் பதியப் பட்டு இருக்கின்றன. அதேபோல ஆந்திரத்தில் இருந்தும் தமிழகத்தில் இருந்தும் தெற்கின் மற்ற பகுதிகளில் இருந்தும் மக்கள் பர்மா, சியாம், பெகு மற்றும் ஜாவா பகுதிகளில் ஊடுருவி இருப்பதை நாம் பண்டைய வரலாறுகளின் மூலம் தெரிந்து கொள்ளலாம். அதனால் இந்தியாவின் பண்டையக் காலப் பயணிகளுக்கு இந்த இடத்தைப் பற்றித் தெரிந்திருக்கவேண்டும். பாண்டிய மன்னர்களின் வரலாற்றுக் குறிப்புகளிலும் பதினொன்றாம் நூற்றாண்டில் நடந்த கடற்போர் பற்றிய குறிப்புகளிலும் இந்தத் தீவுகளைப் பற்றிச் செய்திகள் உள்ளன. அந்த வம்சத்தைச் சேர்ந்த அரசர்கள் பெகு நாட்டை ஊடுருவிக் கைப்பற்றினார்கள். போர் முடிந்து தன் கப்பல் படையுடன் திரும்பி வரும்போது அந்தமான் நிகோபார் தீவுகளில் இறங்கிக் கொடியை நட்டுத் தன் ஆட்சியை இங்கு பறைசாற்றி இருக்கிறான். இது அந்த அரசர்களின் வரலாற்றுக் குறிப்புகளில் இடம்பெற்றுள்ளது. ஆனால் இன்று இங்கு அவர்கள் பயணித்ததற்கோ அல்லது ஆட்சி புரிந்ததற்கோ எந்தத் தடயமும் இல்லை. நான் சிறையில் இருந்தபோது அதிகாரி ஒருவர் இங்கு அகழ்வாராய்ச்சியில் பழைய அரண்மனைகளின் பொருட்கள் சில கிடைத்ததாகக் கூறினார். அது உண்மையா என்று எனக்குத் தெரியாது, அதைப் பற்றி ஆராயவும் எனக்கு நேரமிருக்கவில்லை. ஆனால் இந்தியாவில் இருந்தவர்களுக்கு இந்தத் தீவைப் பற்றித் தெரிந்திருந்தது. அவர்கள் இங்கு தங்கி இருந்திருக்கிறார்கள் என்பதை நம்ப ஆதாரமிருக்கிறது.

இந்தத் தீவுகளின் நிலை

எது எப்படியோ, இந்தத் தீவுகளில் இருக்கும் பூர்வகுடிகளின் வாழ்க்கையில் அது எந்தவித மாற்றத்தையும் ஏற்படுத்தவில்லை. இந்தத் தீவுகளைப் பார்க்கும்போது இங்கு ஏற்கெனவே குடியேறியவர்கள் விவசாயமோ அல்லது வேறு எந்தச் சாகுபடியோ செய்ததற்கான அடையாளங்கள் இல்லை. இந்தத் தீவில் உள்ள பூர்வகுடிகளின் வாழ்க்கையைப் பார்த்தால் இந்தியர்களுடைய மதம், கலாசாரம் போன்றவை இவர்களிடையே எந்தவிதப் பாதிப்பையும் ஏற்படுத்தவில்லை என்பதைத் தெரிந்துகொள்ளலாம்.

அந்தமான் கடலால் சூழப்பட்ட ஒரு சிறு தீவு. அதன் வனாந்தரங் களில் நாகரிகம் பரவ இந்தியாவின் ஆதிக்கம் நெடுங்காலத்திற்கு நீடித்திருக்கவேண்டும். நாகரிக வாழ்க்கை நெடுங்காலத்திற்குத் தொடர்வது மூலமாக மட்டுமே அங்குள்ள காட்டுமிராண்டி வாழ்க்கை முடிவுக்கு வரும். அதற்குத் தேவையான அத்தியாவசியங்கள் யாவும் தொடர்ந்து கிடைத்த வண்ணம் இருக்கவேண்டும். நாகரிக

உலகின் தொடர்பும் ஆதிக்கமும் விடுபட்டால் அந்த இடம் தன் பழைய வாழ்க்கை முறைக்கே திரும்பும். இது அங்குள்ள பூர்வகுடிகளுக்கு மட்டுமல்லாது அங்கு சென்று குடியேறியவர் களுக்கும் பொருந்தும். *1914-18*ல் நடந்த பெரிய போரின்போது நான்கு மாதங்களுக்கு அந்தமானுக்கும் இந்தியாவுக்கும் இடையே கப்பல் போக்குவரத்து நடத்த இயலவில்லை. தீவுக்கு அத்தியாவசியப் பொருட்களின் வருகை அதனால் முழுக்க நின்று போனது. அப்போது அங்குள்ளவர்கள் உடுத்தத் துணி இல்லாமல் இருந்தனர். அரிசி, பருப்பு ஆகியவை கிடைக்காததால் அவர்கள் மாமிசத்தை உண்டனர். விதைகள் கிடைக்காததால் விவசாயம் நடக்கவில்லை. நாகரிக வாழ்க்கைக்குத் தடை ஏற்பட்டபோது தீவு ஐம்பது ஆண்டுகள் பின்னோக்கிப் போனது. அப்படியென்றால் பல ஆண்டுகளுக்கு முன்பு அங்கு சென்ற ஹிந்துக்கள் வெளி உலகத் தொடர்பே இல்லாது என்ன பாடுபட்டிருப்பார்கள் என்று நினைத்துப் பாருங்கள். அந்தக் காலங்களில் கடல் கடந்து செல்வது பாவம் என்று கருதப்பட்டது. நாகரிகத்தைப் புகட்ட வந்த ஹிந்துக்களும் வேறு வழியில்லாமல் இங்கு வந்தபின் காட்டுமிராண்டிகளாக ஆகியிருக் கலாம். சொந்த நாட்டு மக்களோடு தொடர்பு விட்டுப்போன பின் வேறு வழியில்லாமல் இங்குள்ள மக்களின் வாழ்க்கை முறையை அவர்களும் அனுசரித்துத் தங்களை மாற்றிக்கொண்டிருக்கலாம்.

இங்குள்ள பழங்குடியினரின் வாழ்க்கையும் பழக்க வழக்கங்களும் உலகின் மற்ற பகுதிகளில் உள்ள பழங்குடியினரின் வாழ்க்கையைப் போன்றே உள்ளன. ஜாவா தீவைச் சுற்றி உள்ள தீவுகளில் உள்ள பழங்குடியினர் சிலர் பார்க்க குரங்கு போலவே உள்ளனர். நிகோபாரில் இருந்து கைதிகளாகக் கொண்டுவரப்பட்ட ஒன்றிரண்டு பழங்குடியினருக்கு முதுகெலும்பின் கடைசியில் மூன்று இன்ச் நீள எலும்பு உள்ளது. அங்கிருந்த டாக்டர் ஒருவர் எனக்கு அதைக் காண்பித்தார். அந்த எலும்பின் மேல் முடியோ ரோமமோ இருக்க வில்லை. அவர்களது முகமும் தாடையும் குரங்குகளைப் போலவே இருந்தன. அதுபோல வாலும் குரங்கு முகமும் கொண்ட பழங்குடியினரை அந்தமானில் எப்போதாவதுதான் காணமுடியும். இவர்களுக்கும் மற்ற பழங்குடியினருக்கும் உள்ள ஒரே வித்தியாசம் மற்றவர்கள் ஏதோ ஒரு மொழியைப் பயன்படுத்துகிறார்கள், இவர்களுக்கு எந்த மொழியும் இல்லை என்பதுதான். அந்தமானில் ஜாவ்ரா* என்றறியப்படும் இந்தப் பழங்குடியினரில் ஆண்களும்

---

* Javra

பெண்களும் நான்கு முதல் நான்கரை அடி உயரம் வரை இருப்பார்கள். அவர்கள் நல்ல கரிய நிறத்தில் இருப்பார்கள். தலையில் முடி கடினமாகச் சிறியதாக இருக்கும். அதை அவர்கள் ஆப்ரிக்காவில் உள்ள நீக்ரோக்கள்போலத் தலையில் கட்டி இருப்பார்கள். அவர்களுக்குத் தாடையிலும் மேலுதட்டிலும் முடி இருக்காது. அவர்கள் எந்த உடையும் அணியாமல் நிர்வாணமாகவே திரிவார்கள். இந்தியாவில் உள்ள சில சாதுக்கள்போலவே அவர்களும் தங்கள் உடலில் செம்மண்ணைக் கொண்டு பூசிக்கொண்டிருப்பார்கள். இதுவே அவர்களது உடை. இவர்களில் பெண்கள்தான் ஏதோ கொஞ்சமாவது அலங்காரம் பண்ணிக்கொள்பவர்கள். அவர்கள் தங்கள் இடுப்பைச் சுற்றி ஒரு இலையைக் கட்டிக்கொண்டிருப்பார்கள். ஜாவ்ராக்கள் சன்யாசிகளும் பொறாமைப்படும் அளவுக்கு மிகவும் எளிமையான வாழ்க்கையை வாழ்பவர்கள். பழங்குடி மக்களான இவர்களுக்கு நாகரிகத்தின் எந்த விதமான தாக்கமும் இதுவரை ஏற்படவில்லை. உடைகள், தீப்பெட்டி, மாட்டுவண்டி போன்றவற்றைக்கூட அறிந்திராத இவர்களுக்கு, ரயில்வே, கப்பல்கள், விமானங்கள், மில்கள் போன்றவை பற்றித் தெரிந்திருக்க வாய்ப்பே இல்லை. உட்கார சேர்களை பயன்படுத்துவதோ கால்களில் ஷூக்களை அணிவதோ, வீடு கட்டுவது, விவசாயம் பார்ப்பது போன்ற எதையுமே அறியாதவர்கள் இவர்கள். இவர்கள் சமைத்து உண்பதில்லை, நூல் நூற்பதோ ராட்டினம் பற்றியோ அறியாதவர்கள். மனித வாழ்வின் உச்சம் என்று மக்களில் பலர் கருதும் நாகரிகம் பற்றி இவர்களுக்கு எதுவும் தெரியாது. இவர்கள் அறிந்துகொள்ள முனையவும் இல்லை. அவர்களுக்கு அது தெரியாமல் இல்லை. ஆனால் அவர்கள் அதனை விரும்பவில்லை. நம்மில் மிக எளிமையான சந்நியாசிகூட இடுப்பில் ஒரு கோவணமாவது அணிந்து இருப்பார். ஆனால் ஜாவ்ராக்கள் அதைக்கூட அணிவது இல்லை. அதை விரும்புவதும் இல்லை. அப்படியென்றால் அவர்கள் திருப்தியான மகிழ்ச்சியான வாழ்க்கையை வாழ்ந்து வருகிறார்களா? கண்டிப்பாக இல்லை. அவர்கள் விவசாயம் செய்யாமல் இருக்கலாம். பணத்தைப் பயன்படுத்தாமல் இருக்கலாம். ஆனால் ஓடையில் மீன் பிடிக்கும் அவர்கள் அந்த இடத்தைத் தன் சொந்தமாகப் பாவிப்பவர்கள். தன் உடைமையைக் காக்க அவர்கள் எந்த மனிதனைப் போலவும் கடினமாகப் போராடுவார்கள். ஜெர்மனியின் கைசரோ அல்லது ரஷ்யாவின் ஸாரோகூட அந்த அளவுக்குத் தன் உடைமைகளைக் காக்கப் போராட மாட்டார்கள். ஜாவ்ராக்களின் உணவு, மண்ணின் கீழ் விளையும் கிழங்குகள், மரத்தின் மேல் விளையும் பழங்கள், மீன் மற்றும் வேட்டையாடப்பட்ட விலங்குகள். இதற்காக அவர்கள் பெரிதும்

போராடவேண்டும். தனது தினப்படி வாழ்க்கைக்காக அவர்கள் நாகரிக மனிதனைப்போலவே மிகவும் கடினமாகப் போராட வேண்டும். விவசாயம் செய்து அறுவடை செய்வதைப்போலவே கடினமான வேலைதான் இதுவும். தினசரி தேவைகளுக்காக, நம்மை விட அதிர்ஷ்டம் அதிகமாக இவர்களுக்குத் தேவைப்படும்.

அம்பு மழை

ஜாவ்ராக்களைப் போலவே காட்டுமிராண்டிகளான இன்னொரு பழங்குடி இனமும் இங்கு இருக்கிறது. அவர்கள் ஜாவ்ராக்களைவிட கொஞ்சம் உயரமாகவும் சொல்லப் போனால் கொஞ்சம் முன்னேறியவர்கள் என்றும் கூறலாம். இந்தப் பழங்குடி இனம் இங்கு முதலில் குடியேறியவர்களுக்கும் இங்கிருந்த பழங்குடி இனத்தவருக்கும் இடையே ஏற்பட்ட கலப்பினம் எனலாம். ஜாவ்ராக்கள் ஒரு தார மணம் செய்பவர்கள். அவர்கள் வில்லையும் அம்பையும் நன்றாகக் கையாளத் தெரிந்தவர்கள். அவர்கள் பயன்படுத்தும் வில் ஆறடி நீளம் இருக்கும். நன்றாக அம்பு எய்யக்கூடிய திறமை படைத்தவர்கள். இந்த ஆயுதத்தைக் கொண்டே அவர்கள் இன்னமும் சுதந்திரமாக இருக்கிறார்கள். விமானத்தையும் துப்பாக்கியையும் எதிர்த்து அவர்களால் தாக்குப் பிடிக்க முடியாது என்றாலும்கூட அவர்கள் இன்னமும் சுதந்திரமாகத்தான் இருக்கிறார்கள். ஆங்கிலேயர்களால் அவர்களை அடக்கியாள முடியவில்லை. திடீரெனக் காட்டிலிருந்து கும்பலாக வந்து அரசு முகாம்களை அவர்கள் தாக்குவார்கள். திருப்பித் தாக்கும்போது அவர்கள் காட்டுக்குள்ளே ஓடினாலும் பின்தொடர்ந்து துரத்திச் செல்வதில்லை. அது மிகவும் ஆபத்தானது. இந்தியாவின் ஒரு பகுதியைப் போரிட்டு வெல்வதைப் போலல்ல இது. அதனால் ஜாவ்ராக்கள் காட்டின் எந்தப் பகுதியிலும் தைரியமாக உலா வருவார்கள். காட்டின் வெற்றிடங்களில் அவர்கள் கூட்டமாக வாழ்வார்கள். ஜாவ்ராக்களைப்போல துணிச்சல் மிகுந்த மக்களை வெல்வது கடினம். அதிலும் அவர்களது அம்பு மழையை எதிர்த்து நிற்பது மிகவும் கடினம். தங்கள் மூதாதையர்கள் வாழ்ந்ததைப் போலவே அவர்களும் வாழ்ந்து வருகிறார்கள். நிர்வாணமாகத் திரிந்து, காட்டுப் பன்றிகளை வேட்டையாடி, அவற்றின் மாமிசத்தைப் பச்சையாக உண்டு, பேய்களையும் பிணங்களையும் வழிபடுவார்கள். தங்கள் வாழ்க்கையை மிகவும் மகிழ்ச்சியாக அனுபவித்து வாழ்பவர்கள். அவர்களை யாராவது காட்டு மிராண்டிகள் என்று குறை கூறினால் கூட்டத்தில் இருக்கும் மூத்தவர் அந்த நபரை உயிரோடு விட்டு வைக்கமாட்டார். கொல்வதோடு நில்லாமல் அவர் மாமிசத்தை ருசித்து உண்ணவும் செய்வார்கள்.

நர மாமிசம் உண்பவர்கள்

ஜாவ்ராக்கள் இன்னமும் நர மாமிசம் உண்பவர்களே. சில ஐரோப்பியப் பயணிகள் தைரியமாக இந்தப் பகுதிகளுக்குள் நுழைந்து ஜாவ்ராக்களுடன் நட்பும் கொண்டிருக்கின்றனர். ஜாவ்ராக்களின் வாழ்க்கை, மொழி, பழக்க வழக்கங்கள் குறித்த சுவாரசியமான தகவல்களை அவர்கள் தந்திருக்கிறார்கள். அந்தமானில் இருந்த கைதிகள் சிலரும்கூட இந்த நர மாமிசம் உண்பவர்களுடன் நட்பை வளர்த்துக் கொண்டிருந்திருக்கிறார்கள். அவர்களும் இவர்களுக்கு விருந்தோம்பலைச் செய்திருக்கிறார்கள். உயிரோடு திரும்பி வந்த அவர்கள் இவர்களைப் பற்றிய விவரங்களைக் கூறியிருக்கிறார்கள். இவர்கள் கூறியுள்ளதன் மூலம் ஜாவ்ராக்களைப் பற்றிய ஒரு நல்ல விஷயம் நமக்குத் தெரிய வருகிறது. தங்களிடம் முழுமையாக சரணடைந்தவர்களை அவர்கள் கொல்வதில்லை. ஆனாலும் அவர்கள் பிரிட்டிஷ் அதிகாரிகளையும் நாகரிக மக்களையும் தங்கள் எதிரிகளாகவே கருதி வந்துள்ளனர். அவர்களைக் காத்திருந்து வேட்டையாடி கொல்லவும் செய்துள்ளனர். அவர்கள் மனிதனைப் பச்சையாக உண்பார்கள். அல்லது நெருப்பின்மேல் கட்டி வைத்துச் சுட்டும் உண்பார்கள். அவர்கள் மாலை வேளையில் வேட்டையாடக் கிளம்புவார்கள். ஒவ்வொருவரும் தோளில் வில்லையும் அம்பையும் தாங்கிக்கொண்டு போவார்கள். பெண்கள் மீன் பிடிக்க வெளியே செல்வார்கள். இந்த இனம் வழக்கமாக ஒரே இடத்தில் கூட்டமாக இருக்கும். வேட்டையாடுவது எல்லோருக்கும் பொதுவாகப் பகிரப்படும். பழங்களும் தேனும் அவரவர்கள் வைத்துக் கொள்வார்கள். சூரியன் அஸ்தமனமானதும் அவர்கள் தங்கள் வேட்டையினைத் துவங்குவார்கள். வேட்டையாடிய பொருளை நெருப்பு மூட்டி அதன்மேல் கட்டி வைப்பார்கள். நெருப்பில் சுடப்பட்ட பகுதி வெட்டியெடுக்கப்பட்டு எல்லோருக்கும் பகிர்ந்து கொடுக்கப்படும். சில சமயங்களில் உணவு உண்டபின் ஆண்களும் பெண்களுமாகச் சேர்ந்து நடனமாடுவார்கள். அவர்களுக்குள் ஒரு ராஜாவை நியமித்து அவருக்குப் பெரும் மதிப்பு கொடுப்பார்கள். நடனமாடி முடித்ததற்குப் பிறகு நெருப்பைச் சுற்றி வட்டமாக, நிர்வாணமாக அனைவரும் படுத்து உறங்குவார்கள்.

சிறையிலிருந்து வெளியே ஓடிச் சென்ற சிலர் தாங்கள் விளைவித்த காய்கறிகளை அவர்களுக்கு கொடுத்திருக்கிறார்கள். அது அவர்களுக்குப் பெரிய ஆச்சரியத்தை ஏற்படுத்தியதாக அவர்கள் கூறியிருக்கிறார்கள். அவர்களில் யாரேனும் இறந்து போனால், அவரது இறந்த உடலைச் சில நாட்களுக்கு மரத்தில் தொங்க

விடுவார்கள். பிறகு அதைக் கல்லால் அடித்துக் கீழே தள்ளுவார்கள். அவர்கள் எந்த விதமான அந்திமக் கிரியைகளைச் செய்கிறார்கள் என்று யாருக்குமே தெரியாது. அவர்களது மத நம்பிக்கைகள் மற்றும் பழக்க வழக்கங்கள் குறித்து யாருக்கும் தெரியாது. ஆனால் அவர்கள் இறந்த உடலைப் பார்த்துப் பயப்படுபவர்கள். பேய்களைப் பார்த்தும் பயப்படுவார்கள். அவர்கள் நம்பிக்கையிலும் வழிபாட்டிலும் பயம் ஒரு முக்கிய அம்சம். அதற்கு மேல் அவர்களுக்குக் கடவுளைப் பற்றியோ மதத்தைப் பற்றியோ எதுவும் தெரியாது. இவர்களது சமூகங்களில் உள்ள ஒரு சமூகத்தைச் சேர்ந்த ஒருவர் பல வருடங் களுக்கு முன்பு பிரிட்டிஷாரிடம் அடைக்கலம் புகுந்து அவர்களது பாதுகாப்பில் இருந்தார். மற்ற நாகரிக மனிதர்களைப்போலவே அந்த சமூகத்தைச் சேர்ந்தவர்களையும் மற்ற பழங்குடியினர் வெறுத்து ஒதுக்க ஆரம்பித்துவிட்டனர். ஜாவ்ராக்கள் வெளி உலகத்திலிருந்து விலகி இருந்து தனிமையில் வாழ்ந்து வந்தாலும் சாராயம் மற்றும் அந்நிய நாட்டு மதுபானங்கள் கொஞ்சம் கொஞ்சமாக அவர்களது வாழ்க்கையிலும் உள்ளத்திலும் நுழைய ஆரம்பித்துவிட்டன.

அவர்களது தொழில்

அந்தமானில் உள்ள பிரிட்டிஷ் அதிகாரிகளிடம் நட்புறவு பூண்ட ஜாவ்ராக்கள் அவர்களிடமிருந்து ஒரு சில வியாபார உத்திகளைக் கற்றுக் கொண்டிருக்கின்றனர். அவர்கள் அழகான சங்கு மற்றும் சிற்பிகள் இவற்றைக் கடற்கரையிலிருந்து சேகரித்து ஆங்கிலேய அதிகாரிகளிடம் அவர்களது அலுவலகத்தில் கொண்டுவந்து கொடுப்பார்கள். அதற்குப் பதிலாக கண்ணாடியிலான பொம்மைகள், மாலைகள், சர்க்கரை, புகையிலை போன்றவற்றை வாங்கிச் செல்வார்கள். இதற்கெனக் கட்டப்பட்டிருக்கும் குடியிருப்புகளில் அவர்கள் சிறிது நேரம் தங்கி இருப்பார்கள். பண்டமாற்று செய்தவுடன் பொருட்களுடன் தங்கள் இருப்பிடம் நோக்கிக் காடுகளுக்குள் சென்று மறைந்து விடுவார்கள். சில நேரங்களில் விற்பனைக்குத் தேனைக் கொண்டு வருவார்கள். அரசாங்கம் இவர்களிடமிருந்து இந்தப் பொருட்களை எல்லாம் பெற்று அவற்றை மற்ற நாடுகளுக்கு ஏற்றுமதி செய்யும். பட்டை தீட்டப் பட்ட வெள்ளியிலோ அல்லது தங்கத்திலோ பொதியப்பட்ட சங்குகள் ஐரோப்பியச் சந்தைகளில் நல்ல விலை பெறும். ஐரோப்பியர்கள் தொடர்பால் இந்த ஜாவ்ராக்கள் தங்கள் இடுப்பைச் சுற்றி ஒரு சிறிய துணியை இப்போது கட்டிக்கொள்ள ஆரம்பித்திருக் கிறார்கள். அதேபோல் பெண்களும் இடுப்பைச் சுற்றி பெரிய

இலைகளை அல்லது இலைகளினால் ஆன மாலைகளையோ சுற்றிக்கொள்ள ஆரம்பித்திருக்கிறார்கள். இங்கு குடியேறியவர்களின் தொடர்பு மூலம் இந்த இரண்டு இனங்களும் கலந்த ஒரு கலப்பினம் உருவாகியுள்ளது. இங்குள்ள ராணுவ வீரர்களுடனும் மற்ற ஐரோப்பியர்களுடனும் ஜாவ்ரா பெண்கள் உறவு வைத்துக் கொண்டுள்ளனர். அவர்களுக்குப் பிறந்த குழந்தைகள் இந்த இணைப்பினால் பார்க்க வித்தியாசமாக இருப்பார்கள். அவர்கள் வெள்ளை நிறத்தில் ஐரோப்பியர்களுடைய அங்க அடையாளங்களுடன் இருப்பார்கள். இங்கு குடியேறிய ஹிந்துக்களும் ஜாவ்ரா பெண்களுடன் உறவுகொண்டுள்ளனர். அவர்களுக்குப் பிறந்த குழந்தைகள் தங்கள் பெற்றோரைக் காட்டிலும் வெள்ளையாக உள்ளனர். இந்தக் குழந்தைகள் பெரிதாகும்போது கல்வி கற்று அரசு வேலைகளில் சேர்கின்றனர். ஒரு சில பெண்கள் செவிலியர்களாகவும் வீட்டில் குழந்தைகளுக்கு டியூஷன் எடுப்பவர்களாகவும் பணி புரிகிறார்கள். அந்தமானின் சீஃப் கமிஷனரின் மனைவி இதுபோன்ற பயிற்சி பெற்ற ஜாவ்ரா பெண்ணைத் தனது உதவியாளராக வைத்துக்கொண்டுள்ளார்.

அந்தமானின் சமீப வரலாறு கிட்டத்தட்ட 1766ம் ஆண்டு வாக்கில் துவங்குகிறது. அதற்கு முன்பு இந்தியாவிலிருந்து கைதிகளை சிங்கப்பூர், பினாங்கு, மலாக்கா, டென்னசரிம் தீவுகள் போன்ற இடங்களுக்கு, தண்டனைக் காலத்தைக் கழிக்க அனுப்பிக் கொண்டிருந்தார்கள். 1766ம் ஆண்டு இஞ்சினீயர் கோல்ப்ரூக்கும் கேப்டன் ப்ளைரும் அந்தமானை நிரந்தர வசிப்பிடமாக மாற்ற முயற்சி செய்தனர். அதற்குமுன் இந்த முயற்சியைச் செய்த பிரிட்டிஷ் படகுகள் இந்தக் கரையிலேயே தங்கிவிட்டன. அவர்களைப் பற்றிய கதைகள் மிகப் பயங்கரமானவை. கேப்டன் ப்ளைர் இந்தப் பகுதியைத் தங்குமிடமாகத் தேர்வு செய்யும்போது இந்த இடத்தின் சீதோஷ்ணம் தங்குபவர்களுக்குப் பெரும் உடல் உபாதைகளை விளைவிப்பதாக இருந்தது. இந்த இடத்திற்கு முதல்முதலாகக் கொண்டுவரப்பட்ட கைதிகளில் ஒருவர்கூட உயிர் தப்பவில்லை. அந்தமானின் தற்போதைய துறைமுகம் போர்ட்ப்ளைர் என்ற பெயர் வரக் காரணம் கேப்டன் ப்ளைர்தான். 1857-1858ல் நடந்த சிப்பாய்க் கலகத்தில் கலந்துகொண்ட ஆயிரக்கணக்கான சிப்பாய்கள் கைது செய்யப்பட்டபின் தண்டனையை அனுபவிக்க இங்குதான் அனுப்பப்பட்டனர். அப்போதுதான் அந்தமானில் முதல் குடியேற்றம் ஆரம்பித்தது. நான் அந்தமான் சிறையிலிருக்கும்போது சிப்பாய்க் கலகத்தில் கலந்துகொண்டு தண்டனை பெற்ற ஒரு முதியவர், பிரிட்டிஷ் அரசை எதிர்த்து விடுதலைக்காகப் போரிட்டு

தண்டனை பெற்றதற்காக எனக்கு வாழ்த்துச் செய்தி அனுப்பி இருந்தார். பிறகு ஏதோ ஒரு விழாவின்போது அறுபது ஆண்டு காலத் தண்டனையை முடித்த அவரை விடுதலை செய்தார்கள் என்றும் கேள்விப்பட்டேன். *1857* சிப்பாய்க் கலகத்தில் ஈடுபட்ட சிப்பாய்களின் கைது மற்றும் சிறைவாசம் மூலம் இங்கு குடியேற்றம் ஆரம்பமானது. *1907-1908* ஆண்டுகளில் நடைபெற்ற சதி வழக்கில் தண்டனை பெற்ற நான் வரும்போது அவர்களது தண்டனைக் காலம் முடிவடைகிறது. இது என்ன வினோதம்! வாசுதேவ் பல்வந்த் பட்கேவுடன் சதியில் ஈடுபட்டதாகக் கூறி கைது செய்யப்பட்ட சிலரும்கூட இங்குதான் அனுப்பப்பட்டார்கள். நான் வந்தவுடன் அவர்களில் ஓரிருவர் விடுதலை செய்யப்பட்டனர். *1893*ம் ஆண்டு நடைபெற்ற ஹிந்து முஸ்லிம் கலவரத்தில் ஈடுபட்ட ஹிந்துக் குற்றவாளிகள்கூட இங்குதான் அடைக்கப்பட்டனராம். மணிப்பூர் சதி வழக்கில் கைதானவர்களும் இங்குதான் அடைக்கப்பட்டார் களாம். மணிப்பூர் அரச குடும்பத்தைச் சேர்ந்தவர்கள் பரோலில் இங்கு அதற்கென ஏற்படுத்தப்பட்ட ஒரு தனி இடத்தில் வாழ்ந்து வந்தனர். அரசியல் கைதிகள் மற்றும் அதுபோன்ற குற்றங்களில் ஈடுபடுபவர்களுக்காக ஏற்படுத்தப்பட்ட இந்தத் தீவுச் சிறையின் கதை இதுதான். எனக்கு முன்னால் நூற்றுக்கணக்கானோர் இந்தக் கொடுஞ்சிறையில் கஷ்டங்களை அனுபவித்துள்ளனர். ஆனால் நான் இப்போது செய்ய முனைவதுபோல் வேறு எவரும் தங்களுடைய அனுபவங்களைப் பதிவு செய்ய முற்பட்டதில்லை. இந்தியாவின் ஞாபகத்தில் இவற்றைப் பதிய முனைந்ததில்லை. நான் இவற்றைப் பதிவு செய்வதற்குக் காரணங்கள் உண்டு. இங்குள்ள இந்தியர்கள் இந்தியாவின்மேல் பெரு மதிப்பும் ஈடுபாடும் கொண்டவர்கள். சாதியினாலும் பின்னணியினாலும் வேறுபட்டாலும் அவர்கள் எல்லோரும் பாரதத் தாயின் மேல் அளவுகடந்த பாசம் கொண்டவர்கள். இந்த உண்மை இந்திய வரலாற்றில் இப்போது உணரப்படுகிறது. இந்தியாவின் அரசியல் கைதிகளாலேயே இந்த இடம் இந்திய மக்களின் மனதில் நீங்கா இடம் பெற்றிருக்கிறது.

போர்ட் பிளேயர்

இங்குள்ள துறைமுகத்திற்கும் முக்கியக் குடியிருப்புப் பகுதியுள்ள தீவிற்கும் போர்ட் பிளேயர் என்று பெயர். அந்தமானில் பர்மா மற்றும் இந்தியாவைச் சேர்ந்த கைதிகள் பெருமளவில் இருக்கின்றனர். கடந்த அறுபது அல்லது எழுபது வருடங்களில் இங்குள்ள மக்கள்தொகையில் பெரும்பகுதி இந்தியர்களாகவே உள்ளனர். நிகோபார் தீவுகளில் பெருமளவில் பர்மாக்காரர்களும் மலாய்க்காரர்களும் குடியேறியுள்ளனர்.

இந்தத் தீவுகள் இன்று ஹிந்து சமுதாயத்தில் இருந்தும் ஹிந்துக் கலாசாரத்தில் இருந்தும் விலகி இருக்கின்றது. அந்தமானில் இப்போது இந்தியாவைச் சேர்ந்த கைதிகள் குறைந்துகொண்டே வருகின்றனர். ஆகவே இந்தியாவில் இருந்து விலகி வருகிறோமோ என்று அவர்கள் அச்சப்படுவதற்கு முகாந்திரங்கள் உள்ளன. ஆகவே இந்த மிக முக்கியமான விஷயத்தில் இந்திய மக்களின் கவனத்தை ஈர்க்க நான் சில விஷயங்கள் குறித்து எழுதப் போகிறேன். இதுகுறித்து இதுவரை கவனம் செலுத்தப்படாததற்கு நானே முழுப் பொறுப்பையும் ஏற்கிறேன்.

இந்தியக் கைதிகளின் எண்ணிக்கை குறையத் துவங்கியபோது இந்த இடத்தில் இருக்கும் அதிகாரிகள் இந்த இடத்தைப் பிரித்து பிளாட் போட்டு விற்பனை செய்யலாம் என்ற முடிவுக்கு வந்தனர். தென்னை மற்றும் பாக்கு மரங்கள் சாகுபடியில் அரசின் உரிமையை விற்க முன்வந்தனர். அதனைத் தாங்களே வாங்கி இதனைத் தங்களுடைய சொந்த தனிப்பட்ட எஸ்டேட்டாக மாற்ற முனைந்தனர். அதன் காரணமாக இந்தத் தீவுகளின் தோட்டங்கள் மற்றும் விளைநிலங்கள் நிறைந்த மிக நல்ல பகுதிகள் ஐரோப்பியர்கள் மற்றும் இங்கு குடியேறிய ஆங்கிலோ இந்தியர்கள் கைகளில் கொஞ்சம் கொஞ்சமாகப் போய்ச் சேர்கிறது. இந்த எஸ்டேட்களை வாங்கும் அளவுக்கு வசதி படைத்த இந்திய வியாபாரிகள் எவரும் அந்தமானில் இல்லை. இந்தியாவில் உள்ள வியாபாரிகளுக்கோ இந்த விற்பனை குறித்து எந்தத் தகவலும் தெரியாது. அதனால் இங்கு குடியேறியவர்களுக்கு இங்குள்ள நிலங்கள் குறைந்த விலையில் விற்கப்பட்டுக் கொண்டிருக்கின்றன. அதனால் கூடிய விரைவில் இந்தத் தீவில் உள்ள நிலங்கள் இந்தியாவின் கைகளை விட்டுப் போய்விடும் அபாயம் இருக்கிறது. இதில் ஒரு சில நிலங்களை வாங்கியுள்ள உள்ளூர் வியாபாரிகளும் அதைப் பயன்படுத்த சரியான வேலையாட்கள் இன்றித் தவிக்கின்றனர். அதன்மூலம் பணம் சம்பாதிக்க முடியாமல் இருக்கின்றனர். இந்த நிலங்களைக் கொண்டு நல்ல விளைச்சலைச் செய்து அதன்மூலம் நல்ல லாபத்தைப் பெறும் ஒரு அருமையான வாய்ப்பை இந்தியா இதன்மூலம் இழந்து நிற்கின்றது. இங்குள்ள காடுகளையும் மிகக் குறைந்த விலைக்கு வாடகைக்கு விடுகின்றனர். கிறிஸ்தவ மிஷனரிகளும் அவர்களது சமூகங்களும் இந்த வாய்ப்பை நன்றாகப் பயன்படுத்திக் கொள்கின்றனர். அவர்கள் இங்குள்ள பழங்குடியினரை மதம் மாற்றி அவர்கள் மூலமே இங்குள்ள காடுகளை அழித்து மரங்களை வெட்டி எடுத்துச் செல்ல திட்டம் போட்டிருக்கின்றனர். இதுபோல ஒரு வாய்ப்பைப் பயன்படுத்த எந்த இந்திய அல்லது

ஹிந்து வியாபாரியும் எண்ணியதில்லை. இதன்மூலம் வரக்கூடிய அனுகூலங்கள் குறித்தும் அவர்கள் எவரும் யோசித்ததில்லை.

போய் குடியேறுங்கள்

அந்தமான் முழுக்க முழுக்க சிறைத் தண்டனைக்கு மட்டுமே பயன்படுத்தப்பட்ட நாட்களில் மற்றவர்களுக்கு இங்கு தொழில் செய்வது சிரமமாக இருந்தது. ஆனால் இப்போது இந்தச் சிரமம் இல்லை. அதனால் இந்திய வியாபாரிகள் இப்போது இங்குள்ள நிலங்களை வாங்கி இங்கு கிடைக்கும் இந்த வாய்ப்பை முழுமை யாகப் பயன்படுத்திக் கொள்ளவேண்டும். இதைப் பற்றிய முழுத் தகவல்களையும் இங்கு தர இயலாது. அவர்கள் அந்தமானின் சீஃப் கமிஷனருக்கு எழுதினால் அவர்களுக்கு வேண்டிய தகவல்கள் கிடைக்கும். இந்தியாவில் உள்ள சிறு நிலங்களுக்காக வழக்காடி கோர்ட் படி ஏறுவதைவிட இங்கு விலை குறைவாகக் கிடைக்கும் நிலங்களை ஏக்கர் கணக்கில் வாங்குவது சிறந்தது. இனிமேலும் கிணற்றுத் தவளைகள்போல இருத்தலாகாது. அது எங்கள் முன்னோர்கள் சொத்து, அதற்காகத்தான் போராடுகிறோம் என்று சிலர் கூறலாம். ஆனால் மூதாதையர் சொத்துக்குப் போராடுவதை விட நம் முயற்சியில் நாமே சம்பாதித்துச் சொத்துக்களை வாங்குவது பெருமைதானே. இதுமூலம் நாட்டிற்கும் நல்லது, அவர்களுக்குக் கடவுளின் ஆசியும் கிடைக்கும். உழைப்பவர்களுக்குக் கடவுளின் ஆசி என்றுமே உண்டு. இந்தியக் கைதிகள் அந்தமானுக்குக் கொண்டுவரப்படும் வரை இந்திய நாடாளுமன்ற உறுப்பினர்கள் அந்தமானின் பிரச்சினைகள் குறித்துப் பேசிக்கொண்டிருந்தார்கள். அவர்கள் இங்கு வருவது குறைந்ததும் அந்தமானைப் பற்றி அவர்கள் அக்கறை கொள்வதும் குறைந்துவிட்டது. இது மிகவும் வருத்தத்திற்குரிய ஒரு விஷயமாகும். ஏனென்றால் இன்னமும் அந்தமானில் பத்தாயிரம் இந்தியர்கள் இருக்கிறார்கள். அதுமட்டு மில்லாமல் நான்கு தலைமுறைகளைச் சேர்ந்த இந்தியக் கைதிகள் இங்கு தங்கள் வாழ்க்கையைத் தியாகம் செய்திருக்கிறார்கள். அவர்கள் ரத்தம் இந்த மண்ணோடு கலந்திருக்கிறது. இப்படிப் பல இந்தியர்கள் இங்கு வந்து பட்ட இன்னல்கள் எல்லாம் மறக்கப்பட்டு விடக்கூடாது. இப்படிப்பட்ட தேசிய மற்றும் அரசியல் காரணங்கள் மட்டுமின்றி இந்த மண் நன்கு விளையும் பூமி. இங்கு தேயிலை, ரப்பர், கரும்பு, தேங்காய், பாக்கு போன்றவை அபரிமிதமாக விளையும். இப்போது இங்கு தேயிலைத் தோட்டங்களும் ரப்பர் சாகுபடியும், கரும்பு விளைச்சலும், தென்னந்தோப்புகளும், பாக்கு மரங்கள் விளைச்சலும் பல முன்னேற்றங்களைக் கண்டு கொண்டிருக்கின்றன. இங்கு இவற்றின் வளர்ச்சி மேலும் அதிகரிக்கவும் போகின்றது. இந்த வளர்ச்சியில் இந்தியாவிற்கும்

பங்கு இருக்கவேண்டும் அல்லவா? இந்த வளங்கள் மொத்தமும் அந்நியர் கைக்கே போய்ச் சேர வேண்டுமா? கடந்த ஐம்பது வருடங்களில் இந்தத் தீவில் ஒரு சிறிய பகுதியே விவசாயத்திற்கு எடுத்துக் கொள்ளப்பட்டிருக்கிறது. இதன் பெரிய அடர்ந்த காடுகள் அழிக்கப்பட்டால் இன்னமும் மக்கள் குடியேற வாய்ப்புகள் உள்ளன. இந்தக் காடுகளிலிருந்து இப்போது கிடைப்பதைவிட இரண்டு மடங்கு வளங்கள் நமக்குக் கிடைக்க வாய்ப்பு இருக்கிறது. நம்முடைய மத்திய நாடாளுமன்ற உறுப்பினர்கள் இங்கு வளர்ச்சிக்கான வாய்ப்புகள் என்னென்ன என்பது பற்றிய தகவல்களைக் கேட்டுப் பெறவேண்டும். அரசாங்கத்தின் எதிர்காலத் திட்டங்கள் என்ன என்பதையும் அவர்கள் தெரிந்துகொள்ளவேண்டும். அந்தத் திட்டங்களின் பின்னணியில், இங்குள்ள வளங்களை, இங்கு வந்து தங்கி இருக்கும் அந்நிய நாட்டவர் சுரண்ட வாய்ப்பு இருக்கிறதா என்பதை ஆராயவேண்டும். இதை விற்பது பற்றிய தகவலை வெளிப்படையாக இந்தியாவில் அறிவிப்பார்களா என்பதையும் தெரிந்துகொள்ளவேண்டும். அவர்கள் இங்கு நேரடியாக வந்து இங்குள்ள ஆயிரகணக்கான இந்தியர்களைச் சந்தித்து அவர்களது பொருளாதார நிலை குறித்து உண்மையான நிலவரம் என்ன என்பதைத் தெரிந்துகொள்ளவேண்டும். அவர்கள் இங்குள்ளவர்களின் உரிமைக்காகக் குரல் கொடுக்கவேண்டும். இந்தியாவின் உரிமைகளையும் நிலைநாட்டவேண்டும். ஆர்ய சமாஜைச் சேர்ந்த ஒருவர் இங்கு வருகை தந்து தங்களுடைய தாய் மொழியையும் மதத்தையும் இங்கு போதிக்கவேண்டும். இங்குள்ள இந்தியர்கள் தங்கள் தாய்மொழி தவிர ஹிந்தியைக் கற்க விரும்புகின்றனர். ஆனால் அவர்களுக்கு உருது வலுக்கட்டாயமாகப் போதிக்கப் படுகிறது. இங்குள்ள பள்ளிகளில் உருதுவழிக் கல்விதான் இருக்கிறது. ஹிந்தி அல்லது ஹிந்துஸ்தானிவழிக் கல்வி இல்லை. தலைவர்கள் இங்கு வந்து இங்குள்ளவர்களின் உரிமைக்காகப் போராடினால், அதிகாரிகளுக்குச் சரியான உத்தரவுகள் பிறப்பிக்கப் பட்டால், இங்கு கண்டுகொள்ளாமல் விடப்பட்டு, அதனால் பிரச்சினை ஆகி இருக்கும் பல விஷயங்கள் தீர்க்கப்படும். தற்போது அதிகாரத்தில் உள்ளவர்களின் சுரண்டல்கள் குறையும். இந்த அத்தியாயத்தில் இங்குள்ள நிலைமை குறித்து வாசகரின் கவனத்தை ஈர்க்க சில விஷயங்களைச் சொல்லி உள்ளேன். அதேபோல மிக முக்கியமான வேறு சில விஷயங்களைப் போக போகச் சொல்கிறேன்.

ஐரோப்பியப் பெயர்களை இந்தியப் பெயர்களாக்குங்கள்

அந்தமான் தீவுகளில் உள்ள பல இடங்களுக்கு இன்று ஆங்கிலேயப் பெயர்களே உள்ளன. ஆனால் இங்கு குடியேறி இருக்கும்

இந்தியர்கள் அவற்றிற்கான இந்தியப் பெயர்களையே பயன்படுத்து கின்றனர். அவர்கள் இங்குள்ள பல இடங்களின் பெயர்களை மிகவும் நேர்த்தியாக இந்தியப் பெயர்களாக ஆக்கி இருக்கின்றனர். உதாரணத்திற்கு, ஷோர் பாயின்ட் என்னும் இடத்திற்கு சுவர் பேத் என்று பெயர் சூட்டியிருக்கின்றனர். டன்டாஸ் பாயின்ட் தண்டா பேத் என அழைக்கப்படுகிறது. கோகுல்பான், பாராதான்க், காலாதான்க் போன்றவை சில இந்தியமயமாக்கப்பட்ட பெயர்கள். தெரியாத மொழியில் பெயர்கள் இருப்பதைவிட தெரிந்த மொழியில் இருப்பது எப்பவுமே நல்லதுதான். இப்படிப் பல இந்தியப் பெயர்கள் இங்கு இருப்பது இங்கு மொழி அடைந்துள்ள பரிணாம வளர்ச்சியையும் காட்டுகிறது. அந்நிய வார்த்தைகளை இந்தியப் படுத்துவது இயற்கையாக இங்குள்ள மக்களிடையே நடந்து வரும் ஒரு விஷயம்.

இந்தத் தீவுகளின் ஒவ்வொரு பகுதியிலும் ஒரு முகாமும் அதை ஒட்டி ஒரு தொழிற்சாலையும் அமைக்கப்படுகிறது. அங்குதான் கைதிகள் அடைக்கப்பட்டு அவர்களுக்குப் பணியும் வழங்கப்பட்டு வருகிறது. இங்குள்ள பினிக்ஸ் பே முகாமில் உலோகக் கைவினைஞர்களான நானூறு கைதிகள் பணியாற்றிக் கொண்டிருக்கிறார்கள். இரும்பு, பித்தளை மற்றும் ஆமை ஓடு ஆகியவை இங்குள்ள கைவினைஞர் களால் கலைநயத்துடன் உருவாக்கப்படுகின்றன. சாத்தம் பிரிவில் மர அறுவை ஆலை உள்ளது. காட்டில் உள்ள மரங்கள் வெட்டப் பட்டு, இங்கு கொண்டுவரப்பட்டு, இங்கு அவை துண்டுகளாக அறுக்கப்படும். காலாடன்க் தேயிலைத் தோட்டங்களுக்குப் பேர் போனது. இங்கு வேலை மிகவும் கடினமாக இருக்கும் என்பதால் பணி செய்ய கைதிகள் மிகவும் தயங்குவார்கள். ஆனால் தேயிலைத் தோட்டங்களில் பணி புரிவதைவிட காட்டில் உள்ள மரங்களை வெட்டி அகற்றுவது மிகவும் கடினமான வேலை. அந்தமானில் ஆரம்பக் காலங்களில் இங்கு கைதிகளைக் கொண்டுவந்து அவர் களைச் சுதந்திரமாக உலவவிட்டு விடுவார்கள். ஆனால் பிற்பாடு அவர்களைச் சிறையில் அடைத்து அரசின் மேற்பார்வையில் அவர்களை வேலை வாங்கும் வழக்கம் உண்டாயிற்று. சுதந்திரமாக இருந்தவர்கள் இங்கு நிலங்களை விண்ணப்பம் செய்து பெற்றுக் கொண்டார்கள், பிறகு அவற்றில் அவர்கள் விவசாயம் மேற்கொண்டு அரிசியை விளைய வைத்தார்கள். அவர்களது வம்சம் பெருகியபோது அவர்களது வம்சாவளிகள், அப்போது சமீபமாக வந்த கைதிகளில் இருந்து வேறுபடுத்தி அறிவதற்காக, சுதந்திர மானவர்களாகக் கருதப்பட்டார்கள். இன்று அவர்களது வம்சாவளி களில், நிறையப் படித்த, சமூகத்தில் மரியாதை உள்ளவர்கள்

இருக்கிறார்கள். இதன் கடைசிக்கட்டமாக, ஒரு பெரிய சிறைச்சாலை கட்டி, இந்தியாவில் இருந்து கைதிகளை அதில் நேரடியாக அவர்கள் தண்டனைக் காலம்முடியும் வரை அல்லது ஆயுள் முழுவதும் என்று அடைத்து வைப்பார்கள். அவர்களது தண்டனைக் காலமோ விடுதலையோ அதிகாரிகளின் விருப்பத்தைப் பொருத்தது. உள்ளூர் கிரிமினல்களும் இங்கே அடைக்கப் பட்டார்கள். இதற்கு சில்வர் ஜெயில் அல்லது செல்லுலார் ஜெயில் என்ற பெயர் பிரபலமாக விளங்கியது. அதற்குக் காரணம், இங்கு வந்து அடைக்கப்படும் அரசியல் கைதிகளின் அவலக்குரல் வெளி உலகிற்குக் கேட்கவே கேட்காது என்பதே. ஆனால் விதி வேறு விதமாகத் தன் வேலையைக் காட்ட ஆரம்பித்தது. இன்று இந்த அரசியல் கைதியின் கூக்குரலே இந்தியத் தேசமெங்கும் பலமாக எதிரொலிக்கிறது.

அத்தியாயம் 7

அந்தமானை அடைந்தோம்

எங்கள் கப்பல் அந்தமான் துறைமுகத்தில் நுழைந்து நங்கூரம் பாய்ச்சி நிறுத்தப்பட்டது. அது நின்றவுடன் படகுகளும் அதிகாரிகளின் லாஞ்ச்களும்* கைதிகளை அழைத்துச் செல்ல அருகில் வந்தன. நாங்கள் படகில் அழைத்துச் செல்லப்பட வெகுநேரம் காத்திருந்தோம். நான் இனி என் வாழ்நாளைக் கழிக்கவேண்டிய அந்த இடத்தைச் சுற்றுமுற்றும் பார்த்தேன். இங்கு ஏற்கெனவே வந்திருந்த சில கைதிகளும் ஒரு சில சிப்பாய்களும் எனக்கு அந்த இடத்தைப் பற்றி ஓரளவிற்குச் சொல்லி இருக்கின்றனர். சீஃப் கமிஷனருடைய தலைமையகம் ராஸ் தீவில் இருந்தது. அது கடல் நடுவே தேவதைகளின் இருப்பிடத்தில் கட்டப்பட்ட அரண்மனை போலக் காட்சியளித்தது. அது மற்ற தீவுகளைக் காட்டிலும் அளவில் சிறியது. ஆனால் அதன் கொள்ளை அழகு இரும்புச் சங்கிலிகளால் பிணைக்கப்பட்டிருந்த என் போன்றோருக்கும் பிரமிப்பை ஏற்படுத்தியது. தீவின் மறுபக்கத்தில் கரை நெடுகிலும் தென்னை மரங்கள் காற்றில் அழகாக அசைந்து கொண்டிருந்தன. அவற்றிற்குப் பின்னால் மாமரங்களும், பாக்கு மரங்களும் அரச மரங்களும் இருந்தன. துறைமுக மேடையில் மக்கள் கூட்டத்தின் பேச்சுக் குரல்கள் கேட்டன. ஒரு மேடான பகுதியில் ஒரு பெரிய கட்டடம் தனியாக வட்ட வடிவச் சுற்றுச் சுவருடன் இருந்தது. அதைச் சுற்றிலும் நிறையத் தென்னை மரங்கள் இருந்தன. அதைச் சுற்றிலும்

---
* சிறுபடகுகள்

தென்னந்தோப்புகளும் பாக்குத்தோப்புகளும் வாழைத்தோப்பு களும் இருந்தன. அரசனுக்கு சாமரம் வீசும் சேவகர்களைப்போல, அந்த மாபெரும் கட்டடத்தின் மேல் ஒரு குடையைப் போல அவை கவிந்திருந்தன. அது தனிமையையும் கச்சிதமான அமைதியையும் விரும்பும் ஒரு பெரிய பணக்காரனின் மாளிகையைப்போல இருந்தது. அது என்ன இடம் என்று அருகில் இருந்தவர்களிடம் விசாரித்தபோது அதுதான் பாரி பாபாவின் சில்வர் ஜெயில் என்று சொன்னார்கள். கப்பலில் வந்தபோது கட்டுக்கடங்காத கைதிகளிடம் பலமுறை அந்தப் பெயரைச் சொல்லிக் காவலர்கள் மிரட்டி வந்தார்கள். அந்தப் பெயரைச் சொன்னதுமே பயப்படுவார்கள் என்று சிப்பாய்கள் நினைத்தது சரிதான். எங்களிடம் அந்தப் பெயரைக் கூறியவர், இப்போது அங்கேதான் போகப் போகிறோம் என்பதால், மேற்கொண்டு பாரி பாபாவைப் பற்றியும் அவரது இல்லத்தைப் பற்றியும் எதுவும் கூறத் தேவையில்லை என்றார். நாங்கள் படகில் இருந்து ஒருவர் பின் ஒருவராக இறக்கப்பட்டோம். கைகளில் படுக்கையையும் பானையையும் தட்டையும் சுமந்து சென்றோம். படகுத்துறையில் இறங்கிய கைதிகள் வரிசையாக அந்த மேடான பகுதிக்கு ஏறிச் செல்ல ஆரம்பித்தோம். சிறை வார்டர்கள் எங்களை வழிநடத்திச் சென்றார்கள். படகுத்துறையில் நான் மட்டும் ஐரோப்பிய அதிகாரிகளுடன் காக்க வைக்கப்பட்டேன். மற்றவர் களிடமிருந்து தனியாகப் பிரிக்கப்பட்டதால் நான் அங்கேயே உட்கார்ந்தேன். கிழக்குப் பக்கமாக இந்தியக் கடற்படையை வலுவாக்கக் கூடிய விதத்தில் வாகாக அந்தத் தீவுகள் அமைந்திருப்பதை அப்போதுதான் நான் உணர்ந்தேன். அதனால் நம் நாட்டின் எதிர்காலப் பாதுகாப்பிற்கு இந்தத் தீவுகள் மிக முக்கியமானவை.

அந்தமான் நிகோபாரில் கிழக்குப் பகுதியில் இருக்கும் தீவுகள் இப்பகுதிக்கு நுழைவாயிலாகும். இவை இந்தியாவின் கட்டுப் பாட்டில் கொண்டுவரப்பட்டு ஒழுங்காகப் பாதுகாக்கப்படவில்லை என்றால் கிழக்குப் பகுதியிலிருந்து எந்த எதிரியும் தாக்கி நேரடியாக கல்கத்தா வரை வந்துவிடமுடியும். ஆனால் அது இந்தியாவின் கட்டுப்பாட்டில் இருந்தால் கிழக்குப் பகுதியில் ஒரு வலிமையான கப்பற்படைத் தளமாக உருவாக்கப்படலாம். அப்போது அங்கு எந்த நேரத்திலும் எந்தவிதத் தாக்குதலையும் சமாளிக்க நிறைய விமானங்களும் போர்க்கப்பல்களும் நிறுத்தப்படலாம். இங்குள்ள மக்கள்தொகையில் பெரும்பகுதி இந்தியர்கள் என்பதால் இது இந்தியாவின் மாநிலங்களில் ஒன்றாக ஆக்கப்படலாம். லக்ஷத்தீவு களையும் மாலத்தீவுகளையும் இந்தியா இழந்ததால் பம்பாய் மற்றும் கோவா வழியாக ஐரோப்பிய ஊடுருவல்கள் நடந்ததை நமக்கு

வரலாறு சொல்கிறது. அத்தகைய ஊடுருவல்களைத் தடுக்க அப்போது அரசாண்டவர்களால் எதுவும் செய்ய இயலவில்லை. இந்தத் தவறுகளிலிருந்து நாம் பாடம் கற்கவேண்டும். இந்தியாவின் மேற்கே லக்ஷத்தீவுகள் மற்றும் மாலத்தீவுகளில், தெற்கே இலங்கை யில், கிழக்கே அந்தமான் நிகோபார் தீவுகள் ஆகியவற்றில் நாம் நம் பாதுகாப்பு அரணை ஏற்படுத்திக்கொள்ளவேண்டும். வரலாற்றின் புகழ் ஏடுகளில் இடம்பெற்ற சிவாஜியின் ஆட்சிக் காலத்தில் இருந்த சிந்து துர்காபோல நாமும் இந்தப் பகுதிகளில் நமது கப்பற்படைத் தளத்தை ஏற்படுத்தவேண்டும். இன்று நமது பாதுகாப்பு அரணின் முதல் வரிசையில் சிங்கப்பூர் இருக்கிறது. அந்தமான் இயற்கையி லேயே அதற்கு முதல் வரிசையில் அமைந்துள்ளது. இலங்கையைப் போல அவற்றையும் இந்தியாவுடன் இயற்கையாகவே ஒரு கலாசார இழை பிணைத்திருக்கிறது.

படுக்கையுடன் எழுந்திருங்கள்

சிந்து துர்காவைப்போல, எதிர்காலத்தில் அந்தமானை மையமாகக் கொண்ட ஒரு பாதுகாப்பு அரணைப்பற்றி நான் யோசித்துக் கொண்டிருக்கையில் ஒரு சிப்பாய் என்னிடம், ''எழுந்திருங்கள், படுக்கையைக் கையில் எடுத்துக்கொள்ளுங்கள்'' என்று கடுமையான குரலில் கூறினான். அவன் சொல்வதை அவனுடைய உயர் அதிகாரி கேட்டுக்கொண்டிருக்கிறார் என்பதால் உரத்த குரலில் அதட்டினான் போலும். எந்த அளவுக்கு எங்களைக் கீழ்த்தரமாக நடத்துகிறார்களோ அந்த அளவுக்கு வேகமாக அவர்களுக்குப் பதவி உயர்வு கிடைக்கும் என்று அவர்கள் நம்பினார்கள். அந்தமான் சிறையில் நான் இனி படப்போகும் அவமானங்களுக்குக் கட்டியம் கூறுவதுபோல அந்த அதட்டல் இருந்தது. நான் எழுந்தேன். தலையின்மேல் சுருட்டிய படுக்கையையும், கைகளில் பானையையும் தட்டையும் எடுத்துக்கொண்டு இடுப்பைச் சுற்றி இருக்கும் சங்கிலியையும் எடுத்துக்கொண்டு, மேற்கொண்டு உத்தரவுகளுக்காகக் காத்திருந்தேன். ஒரு மலை உச்சியில் இருந்து விழுந்தால் உடம்பிற்கு எவ்வளவு வலிக்குமோ அதுபோல மனது வலித்தது. வளமான எதிர்காலத்தைக் கற்பனை செய்திருந்த எனக்கு இப்போது குழப்பமும் சோகமுமே மனதை நிறைத்தன. அந்தப் படகுத்துறையில் இருந்து என்னை அந்த மேட்டுப் பகுதிக்கு அழைத்துச் சென்றார்கள். கால்களில் பாரம் அதிகமாக இருந்ததாலும் செருப்பு அணியாததாலும் என்னால் வேகமாக நடக்க முடியவில்லை. வார்டர் என்னை வேகமாக நடக்கச் சொல்லி வற்புறுத்தினார். அந்த ஐரோப்பிய அதிகாரி அவரிடம் ஒருமுறை

‘அப்படி வற்புறுத்தவேண்டாம்’ என்று கண்டித்தார். மேமேலே ஏறும்போது என் மனதில் ஒரே சிந்தனைதான் இருந்தது. ‘சிறைக்குப் போக இவ்வளவு தூரம் மேலே ஏற வேண்டி இருக்கிறது. இங்கிருந்து விடுதலை ஆகி இந்தப் பாதையில் நான் கீழே இறங்குவேனா?’ கொஞ்ச நேரத்தில் நாங்கள் மேலே சென்றடைந் தோம். சில்வர் ஜெயிலின் முக்கிய வாயிலை நான் பார்த்தேன். அந்தக் கதவு மெதுவாகத் திறந்தது. நான் உள்ளே சென்றேன். பிறகு அது மூடப்பட்டது. நான் மரணத்தின் குகைக்குள் நுழைந்ததைப் போல உணர்ந்தேன்.

மிஸ்டர் பாரி

நான் உள்ளே நுழைந்தவுடன் இரண்டு சார்ஜென்ட்டுகள் என்னை இருபுறமும் பிடித்து நிற்க வைத்தனர். அதே நேரம் வார்டர்கள் தங்களுக்குள்ளே மிஸ்டர் பாரி* வருவதாகப் பேசிக்கொண்டதைக் கேட்டேன். அவரைவிடக் கொடுங்கோலனான இறுகிய மனம் படைத்த ஒரு நபரை அவர்கள் பார்த்ததில்லை போலும். அந்தப் பெயரைக் கேட்டதும் என் முகத்தில் என்ன உணர்ச்சிகள் தோன்றுகின்றன என்று என் முகத்தைப் பார்த்தனர். ஆனால் நானோ அங்கிருந்த மிகப்பெரிய இரும்புக் கதவில் இருந்த வேலைப் பாடுகளை ரசித்துப் பார்த்துக்கொண்டிருந்தேன். அந்தச் சிறையின் மிகப் பெரிய சுவர்கள் முழுக்கப் பலவித அளவுகளில் இருந்த பிணைக்கும் சங்கிலிகளால் அலங்கரிக்கப்பட்டிருந்தன. அவை பார்க்க பயங்கரமான பூக்களைப்போல இருந்தன. காலுக்குப் போட எடை அதிகமான விலங்குகள், கைகளுக்கான இரும்புப் பட்டைகள் மற்றும் பல விதமாகச் சித்திரவதை செய்யப் பயன்படுத்தப்படும் கருவிகளும் அங்கு இருந்தன. முனையில் கத்தி பொருத்தப்பட்ட ரைஃபிள்கள், கைவிலங்குகள் என்று பலவும் அந்தக் கூடத்தை அலங்கரித்துக்கொண்டிருந்தன. சித்திரவதைக் கூடத்திற்குப் பொருத்தமான வகையில்தான் அவை இருந்தன. உலகெங்கிலும் உள்ள பல புரட்சி இயக்கங்கள் மற்றும் அந்தப் புரட்சிகளில் பங்கெடுத்த தியாகிகளின் சுயசரிதைகளை நான் படித்திருக்கிறேன். அவற்றில் விவரிக்கப்பட்டிருந்த சிறைகளே பயங்கரமாக இருக்கும். இங்கு பார்ப்பது அதேபோல இருந்தது. நான் அதைப் பார்த்து அச்சமுறவேண்டும் என்று அந்த இரண்டு சார்ஜென்ட்களும் என்னை எழுப்பி நிற்க வைத்தனர். நான் அதிலிருந்து என் பார்வையை விலக்காமல் நேரடியாகப் பார்த்தேன். அந்தப் பயங்கரமான

* Barrie Baba

காட்சிகளை அதே பயங்கரத்துடன் நானும் பார்த்தேன். அந்த சார்ஜென்ட்டும் என்னை நேரடியாகப் பார்த்தார். நானும் அவரை அதேபோல் பார்த்தேன். இருவரும் ஒருவரை ஒருவர் புரிந்து கொண்டதுபோல் தோன்றியது. இருவரின் பலத்தையும் இருவரும் அறிந்துகொண்டோம் என்றே நினைக்கிறேன். நான் இதுவரை புத்தகங்களில் படித்ததை இப்போது நேரில் பார்ப்பதால் எனக்கு ஏனோ விநோதமாக மகிழ்ச்சியாகவே இருந்தது. அந்தக் கொடூரமானவரை நான் எந்தவிதப் பயமும் இல்லாமல் பார்த்துக் கொண்டிருந்தேன். மரணத்தின் பற்களுக்கு இடையில் மாட்டிக் கொண்டிருக்கிறேன், ஆனால் அதன் பற்கள் இன்னும் கடிக்க வில்லை என நினைத்துக்கொண்டேன். நான் அமைதியாக எந்தவித நடுக்கமும் இல்லாமல், உடலிலும் மனதிலும் அச்சம் இல்லாமல் நின்று கொண்டிருந்தேன். லண்டனில் உள்ள பிரிஸ்டன் சிறையில் இருந்தபோது 'இரண்டு உருவங்கள்'* என்ற கவிதையை எழுதி யிருந்தேன். அந்தக் கவிதையின் வரிகள் இப்போது நினைவுக்கு வந்தன. அந்தக் கவிதையின் வரிகளை நினைவுபடுத்திக் கொண்டிருந்தேன். என் உதடுகள் 'சுதந்திர தேவிக்கு ஜெயம்' என்று முணுமுணுத்துக்கொண்டிருந்தன.

மிஸ்டர் பாரியின் கச்சிதமான அறிவுரை

இந்த நினைவுகளில் இருந்து விடுபட்ட நான், என் எதிரே கையில் ஒரு கம்பை வைத்துக்கொண்டு நின்ற, திடகாத்திரமான, குண்டான ஒரு ஐரோப்பிய அதிகாரியைப் பார்த்தேன். அவர் என்னை ஏற இறங்கப் பார்த்துக்கொண்டிருந்தார். அவர் வரும்போதே எனக்குத் தெரியவேண்டும் என்பதற்காகத் தன் பெயரைக் கூறிக்கொண்டே வந்தார். நான் அவரைப் பார்த்து பயந்து மண்டியிடுவேன் என்று அவர் எண்ணியிருக்கக் கூடும். ஆனால் நான் அங்கு சுற்றி இருந்த வற்றைக் கவனித்தபடி இருந்ததால் அவரைக் கவனிக்கவில்லை. அவர் என்னையே பார்த்துக்கொண்டிருந்தார். நான் அவரைப் பார்த்த போது அவர் சார்ஜென்ட்டிடம், ''அவரைவிட்டு விடுங்கள், அவர் ஒன்றும் புலியல்ல'' என்றார். பிறகு கம்பை என் முகத்திற்கு நேராக நீட்டியபடியே, ''நீதான் மார்சிலஸில் இருந்து தப்பிக்க முயற்சி செய்த ஆளா?'' என்று கேட்டார். அந்த நேரடியான கேள்விக்கு நானும் அதே தொனியில், ஆனால் கொஞ்சம் அடக்கமாக, ''ஆமாம், அதை ஏன் என்னிடம் கேட்கிறீர்கள்?'' என்று கேட்டேன். என் தொனி அவரது கோபத்தைக் கொஞ்சம் குறைத்திருக்கும் என்று

---

* The two images

நினைக்கிறேன். அவர் மேற்கொண்டு ஆர்வத்துடன் ''எதற்காக அப்படிச் செய்தாய்?'' என்று கேட்டார். நான் அதற்கு, ''என்ன காரணம் என்றா கேட்கிறீர்கள்? எதிர்காலத்தில் எந்தப் பிரச்சினையும் இருக்கக்கூடாது என்பதற்காகதான் அப்படிச் செய்தேன்'' என்றேன். ''ஆனால் வீணாக பிரச்சினையை இழுத்துக்கொண்டு விட்டாயே'' என்றார். அதற்கு, ''ஆம் மிஸ்டர் பாரி, அப்படிச் செய்வது என் கடமை என்று நினைத்தேன்'' என்று சொல்லி, கூடவே, ''அப்படி தப்பிப்பதும் என் கடமை என்றே நினைத்தேன்.'' அதற்கு அவர், ''இங்கே பார், நான் ஆங்கிலேயன் அல்ல. நான் ஒரு ஐரிஷ்க்காரன்.'' நான் அவரிடம் வெளிப்படையாக இருந்ததைப்போல அவரும் வெளிப்படையாக இருப்பதாகக் காட்டிக்கொண்டார். அதற்கு நான் அவரிடம், ''நீங்கள் ஆங்கிலேயராக இருந்திருந்தாலும் நான் உங்களை வெறுத்திருக்கமாட்டேன். நான் நிறைய ஆண்டுகள் இங்கிலாந்தில் கழித்திருக்கிறேன். ஆங்கிலேயர்களின் அடிப்படை குணாதிசயங்களை மெச்சுபவன் நான்'' என்றேன். அதற்கு அவர் ''நான் ஒரு ஐரிஷ்க்காரன் என்று கூறினேன்'' என்றார். ''எதற்கு இதைச் சொல்கிறேன் என்றால் உன்னைப்போல இளமையாக இருந்தபோது நானும் அயர்லாந்தின் விடுதலைக்காக இதுபோன்ற காரியங்களில் ஈடுபட்டிருக்கிறேன். ஆனால் இப்போது நான் முற்றிலும் மாறுபட்ட மனிதன். நான் உனக்கு ஒரு நண்பனாக இதைச் சொல்கிறேன். எனக்கு வயதாகிவிட்டது. ஆனால் நீ இளைஞன். உன்னைவிட எனக்கு நெறைய அனுபவம் இருக்கிறது'' என்றார். நான் புன்சிரிப்புடன் அவரை இடைமறித்து, ''ஒருவேளை உங்கள் மாற்றத்துக்கு அதுதான் காரணமாக இருக்குமோ? வயதானதால், ஞானம் கூடாமல், உங்களுக்கு உடம்பில் தெம்பு குறைந்ததும் ஒரு காரணமாக இருக்கலாம்'' என்றேன். அவர், ''நீ வழக்கறிஞர். நான் சாதாரணமானவன். எனக்குக் கல்வியும் குறைவுதான். ஆனால் நீ இங்கு கைதி. நான் சிறை அதிகாரி. ஆகவே என் அறிவுரைகளைப் புறந்தள்ளாதே. நோக்கம் எதுவானாலும் கொலைகள் கொலைகள் தான். அவற்றின் மூலம் சுதந்திரம் கிடைக்காது'' என்றார். நான், ''எனக்கும் அது தெரியும். நீங்கள் ஏன் இதை அயர்லாந்தில் உள்ள சின்பெய்னர்களிடம் கூறக்கூடாது? மேலும் நான் கொலைகளை ஆதரித்தேன் என்று உங்களிடம் யார் சொன்னது?'' என்று கேட்டேன். அவர் உடனே பேச்சை மாற்றி, ''சூப்பரின்டெண்டன்ட் இங்கு வந்து கொண்டிருக்கிறார். என்னைப் போன்ற பதவியில் உள்ளவர்கள் உன்னைப் போன்றவர்களிடம் அரசியல் பேசக்கூடாது என்பது இங்குள்ள விதி. ஆனால் உன்னைப் போன்ற படித்த அறிவுள்ள பிரபலமான ஒருவன் இதுபோன்ற கடைந்தெடுத்த கிரிமினல்களுடன் இருக்க வேண்டி இருக்கிறதே என்ற எண்ணம்

பேச வைத்தது. சரி நடந்தவை நடந்ததாக இருக்கட்டும். எனக்கும் அவற்றிற்கும் சம்பந்தம் கிடையாது. இங்குள்ள விதிமுறைகளை நீ ஒழுங்காகக் கடைப்பிடிக்கவேண்டும். நீ இங்கு ஒரு கைதி. உன்னை எச்சரிப்பது என் கடமை. விதிகளை மீறவில்லை என்றால் நானும் எதிலும் குறுக்கிடமாட்டேன். இல்லையென்றால் நான் தண்டிக்க வேண்டியிருக்கும்." என்னைப் போன்ற ஒரு அரசியல் கைதியிடம் அவர் விதிமுறைகளை மீறக்கூடாது என்று கூறிக் கொண்டிருந்ததை விதி என்றுதான் சொல்லவேண்டும்.

அவர் என்னிடம், "இன்னொன்றும் சொல்கிறேன். இங்கிருந்து தப்பிக்க முயற்சி செய்தால் பெரும் சிக்கலில் மாட்டிக்கொள்வாய். இந்தச் சிறையின் நாலாப் பக்கத்திலும் பரந்த அடர்ந்த நுழைய முடியாத காடுகள் இருக்கின்றன. அந்தக் காடுகளில் மிகக் கொடூரமான பழங்குடியினர் இருக்கிறார்கள். அவர்கள் நரமாமிசம் உண்பவர்கள். அவர்களிடம் நீ மாட்டினால் உன்னைக் கொன்று நல்ல உணவாக்கிவிடுவார்கள். உன்னைப் போன்ற உடலை வெள்ளரிக்காய் தின்பதுபோலத் தின்பார்கள். தயவுசெய்து இதை தமாஷாக எண்ணவேண்டாம். நான் சொல்வதில் சந்தேகம் இருந்தால் இதோ இந்த ஜமாதாரை கேட்கலாம். நான் சொல்வது உண்மை என்பதை அவர் உனக்குச் சொல்வார்" என்றார். ஜமாதார் அவரைப் பார்த்து சல்யூட் அடித்து, "சாஹெப், நீங்கள் சொன்ன வார்த்தைகள் ஒவ்வொன்றும் உண்மை" என்றார்.

"எனக்கு அது நன்றாகத் தெரியும். அந்தமானுக்கு அனுப்பப்படப் போகிறோம் என்றவுடன் நான் இந்தத் தீவுகளைப் பற்றிய அரசாங்க அறிக்கைகளைப் படித்தேன். போர்ட் பிளேயர், மார்சிலஸ் போல அல்ல என்று எனக்குத் தெரியும்" என்று அவரிடம் கூறினேன்.

"அதெல்லாம் சரி, நான் கூறியதுபோல நடந்தால் நான் உதவிகரமாய் இருப்பேன். ஜமாதார், இவரை உள்ளே கொண்டு செல்லுங்கள். மேலே உள்ள முகாமில் எண் ஏழில் உள்ள இவரின் அறையைக் காண்பியுங்கள். அங்கே விட்டுவிட்டுப் பூட்டுங்கள்" என்றார்.

அத்தியாயம் 8

சிறையில் என் முதல் வாரம்

ஜமாதார் என்னை முகாம் எண் 7க்கு அழைத்துச் சென்றார். போகிற வழியில் ஒரு பெரிய தண்ணீர்த் தொட்டி இருந்தது. ஜமாதார் என்னை அங்கு குளிக்கச் சொன்னார். நான் குளித்து நான்கைந்து நாட்கள் ஆகியிருந்தன. கடல் பயணத்தினால் வியர்வையும் அழுக்கும் என் உடம்பெல்லாம் அப்பி இருந்தது. குளிக்க அனுமதி கொடுத்தவுடன் எனக்கு மகிழ்ச்சியாக இருந்தது. ஆனால் என்னிடம் உடுக்க மாற்றுத் துணி இருக்கவில்லை. ஜமாதார் எனக்கு ஒரு கோமணம் போன்ற ஒரு துண்டைக் கொடுத்தார். நான் அந்த மாதிரி துணியில்லாமல் குளியலறைக்குள் இதற்குமுன்னர் போனதேயில்லை. ஆனால் குளிக்கவும் மற்ற வேலைகளைச் செய்யவும் இனிமேல் எனக்கு இதுதான் உடை போலும். மனதிற்கு என்னவோபோல இருந்தது, ஆனால் சமர்த ராமதாஸ் சுவாமிகூட இதேபோலத்தானே இருந்தார் என்று நினைத்து என்னைத் தேற்றிக்கொண்டேன். உள்ளே என்ன இருக்கிறது என்பது எல்லோருக்கும் தெரியும். யாருக்காக இதையெல்லாம் மறைக்கவேண்டும்? மானம் அவமானம் பற்றி மில்டன்கூட விவரித்திருக்கிறார். ஐரோப்பாவில் ஒரு பிரிவு மக்கள் உடை அணிவதே பாவம் என்று கருதுபவர்கள். ஏனென்றால் ஆதாமும் ஏவாளும் உடை அணியவில்லையாம். அதனால் அவர்களும் அதேபோன்ற வாழ்க்கையை வாழ்வார்கள். அவர்கள் தங்களை ஆதாமைட்ஸ் என்று அழைத்துக்கொள்வார்கள். இப்போதும்கூட மதம் குறுக்கிடவில்லை என்றால் குளிர் காலங்களைத் தவிர மற்ற நாட்களில் சுகாதாரக் காரணங்களுக்காக நிறைய மக்கள் ஆடையணியாமல் இருப்பதை விரும்புகிறார்கள்.

சூரிய வெளிச்சத்தில் தங்கள் உடல் படுவது ஆரோக்கியம் என்று கருதுகிறார்கள். அளவுக்கு அதிகமாக உடை அணிவது ஆரோக்கியத்துக்கு நல்லதல்ல என்று சில டாக்டர்களும் கூறுகிறார்கள். ஐரோப்பாவில் நாகரிகம் என்ற பெயரில் நிறைய உடை அணியும் வழக்கம் இருக்கிறது. அதனால் பிறந்ததிலிருந்தே சூரிய ஒளி உடம்பில் படுவதே இல்லை. அதனால் உடல் ஆரோக்கியம் பாதிக்கப்படுகின்றது. ஆகவே டாக்டர்களின் அறிவுரைப்படி அவர்கள் உடம்பை சூரிய ஒளி படும்படி வைக்கிறார்கள். ஜமாதார் எனக்குக் கொடுத்த துணியை உடுத்திக் கொள்ளும்போது நான் இதையெல்லாம் எண்ணிக்கொண்டிருந்தேன். இதுபோன்ற உடையைக் கைதிகளிடம் கொடுக்கும்போது அவர்கள் நாணிக் குறுகுவதை ஜமாதார் பார்த்து மகிழ்ச்சி அடைவார் போலிருக்கிறது. ஆனால் என்னிடத்தில் அவர் ஏமாற்றமடைந்தார். எனக்குக் கொஞ்சம்கூட வெட்கமே கிடையாது என்று அவர் எண்ணி இருக்கவேண்டும். நான் தொட்டிக்குச் சென்று பானையை முக்கி தண்ணீர் எடுக்க முயன்றபோது அவர் என்னருகே வந்து சத்தமாக, "இங்கே அதெல்லாம் நடக்காது. நீ ஒரு கைதி. முதலில் நிமிர்ந்து நில். நான் தண்ணீர் எடு என்று சொல்லும்போதுதான் நீ தண்ணீர் எடுக்கலாம். பிறகு நான் உடம்பை தேய்த்துக் கொள் என்று கூறுவேன். அப்போது நீ உடம்பைத் தேய்த்துக் கொள்ளலாம். நான் மீண்டும் இன்னொரு முறை தண்ணீர் எடு என்று சொல்லுவேன். அப்போது இரண்டாவது முறையாக நீ தண்ணீர் எடுக்கலாம். மொத்தக் குளியலையும் மூன்று குடம் தண்ணீரில் முடித்துவிட வேண்டும்" என்று கூறினார். அந்த பதான் ஜமாதார் கொடுத்த அந்த உத்தரவு எனக்கு ஆச்சரியத்தை வரவழைத்தது. நான் நாசிக்கில் வசித்தவன். அது நூற்றுக்கணக்கான யாத்திரிகர்கள் வந்து கோதாவரி நதிக்கரையில் நீராடும் இடம். ஆனால் நான் தண்ணீரைச் சிக்கன மாகப் பயன்படுத்திக் குளித்தும் பழகியிருக்கிறேன். இங்கேயும் அதே மனநிலையில் குளித்து முடித்தேன். அங்கு செய்தது புனித நீராடல். இது நாடுகடத்தப்பட்ட இடத்தில் செய்தது. தண்ணீர் ஒன்று வெள்ளை நிறத்திலும் இன்னொன்று கருமையாகவும் இருந்தன. அதுதான் அவற்றுக்குள்ளே இருந்த வித்தியாசம். இங்கிருந்த பூசாரி ஒரு தாடி வைத்த முகமதியர். நான் தண்ணீரை மேலே ஊற்றிக் கொண்டதும் விநோதமாய் உணர்ந்தேன். கண்ணை மூடி இருந்ததால் எனக்கு எதுவும் தெரியவில்லை. உடம்பு முழுக்க எரிச்சலாக இருந்தது. ஜமாதார் எதுவும் தவறாகச் சொல்லி விட்டாரோ என்று நினைத்தேன். கொஞ்சம் தண்ணீரை வாய்க்குள் விட்டுக் கொப்பளித்தேன். உடனடியாக அதைத் துப்பினேன். ஒரே உப்பாக இருந்தது. "நான் குளிப்பது உப்புத் தண்ணீரிலா?" என்று

கேட்டேன். அதற்கு ஜமாதார், ‘‘கடல் தண்ணீர் எப்போதாவது இனிப்பாக இருந்திருக்கிறதா?’’ என்று கேலியாகக் கேட்டார். அப்போதுதான் நான் கடல் தண்ணீரில் குளித்ததை உணர்ந்தேன். நல்ல தண்ணீருக்கு அந்தமானில் பெரும் பஞ்சம். அவர்கள் குளிக்க, துணி துவைக்க வேறு பல காரியங்களுக்கும் கடல் தண்ணீரைத்தான் உபயோகிக்கிறார்கள். தண்ணீர் பைப்புகளில் கொண்டு செல்லப் பட்டு நீர்த் தேக்கங்களில் சேமித்து வைக்கப்படுகிறது.

உடம்பு முழுவதும் கசகசவென ஒட்டிக்கொள்ள ஆரம்பித்தது. முடி கெட்டியாக ஆகிவிட்டது. குளிக்காமலேயே இருந்திருக்கலாம். பிறகு யோசித்தேன். இதை இந்தச் சிறையில் தினமும் செய்தாக வேண்டும். லண்டனிலும் பாரிஸிலும் டர்கிஷ் குளியலை அனுபவித்தேன். இங்கு ஒரு மாற்றத்திற்கு இந்தியாவில் அந்தமான் குளியலை அனுபவிக்கக் கூடாதா என்ன? ஒரு தேசப்பற்றாளனாக நான் செய்த பாவத்தை வாசனைத் திரவியங்கள் மூலமும் சோப் மூலமும் கழுவிவிட முடியாது. அதற்கு இந்த ஜமாதாரின் ‘குனிந்து தண்ணீரை எடு’ என்ற மந்திரத்தைக் கேட்டபடி உப்புத் தண்ணீரில் குளித்தால்தான் அது போகும். அந்த மந்திரமும் மூன்று முறை மட்டுமே, அதற்கு மேல் கிடையாது.

என் உடைகளை அணிந்துகொண்டு நடந்து ஒரு மூன்று மாடிக் கட்டடத்தின் முன்னால் வந்து நின்றேன். ஒவ்வொரு மாடியிலும் சுவர்கள் வலுவாக எழுப்பப்பட்டிருந்த கட்டடம் அது. தனிப்பட்ட அறைகள் ஒவ்வொன்றும் அதேபோல தடுப்புச் சுவர்களால் மறைக்கப்பட்டிருந்தன. அந்தக் கட்டடத்தில் மரவேலைப் பாடுகளே இருக்கவில்லை. தீ பிடிக்க வாய்ப்பே இல்லை. மாடிப்படிக்கட்டுகள் நல்ல அகலமாக இருந்தன. நன்றாக வெள்ளையடிக்கப்பட்டு வெளியில் சுத்தமாக இருந்தது. படிக்கட்டு களையும் அறைகளையும் பார்த்தபோது அது ஒரு பெரிய கட்டடமாக இருக்கும் என்று தோன்றியது. அதைப் பார்க்க மகிழ்ச்சியாக இருந்தது. ‘‘இதுதான் அறை எண் 7. மேல் மாடியில் இருக்கும் இந்த அறையில்தான் நான் தனியாக இருக்கவேண்டும். இந்த அறை முழுக்க எனக்குத்தான். கதவு வெளியில் தாழிடப்பட்டிருக்கும்.’’ எனக்கு நானே சொல்லிக்கொண்டேன். நல்ல இடம் என்று நினைத்துக்கொண்டேன். காற்று நன்றாக வரும். நிறைய வெளிச்சமும் வரும். இது என் சொந்த இடமாக இருந்தால் என்னைப் பெரிய பணக்காரன் என்று எல்லோரும் சொல்வார்கள். சுற்றிலும் புல் தரை படர்ந்திருக்கும் இதை, வெயில் காலங்களில் நான்கு மாதங்களுக்குஓய்வெடுக்கப் பயன்படுத்தி இருப்பேன். இது சிறை

என்ற எண்ணத்தை நீக்கிவிட்டால் இங்கு நான் மகிழ்ச்சியாகவே இருக்கலாம். வேதாந்திகள் கூறுவதைப்போல இது நமக்கு உரியதா இல்லையா என்பதைப் பொருத்தே மகிழ்ச்சி அல்லது வருத்தம் வருவதும். ஆகவே சோகத்திற்கு மூலகாரணமான என்னுடையது என்ற எண்ணம் எனக்கு வராமல் இருக்கட்டும். அத்தகைய எண்ணங்கள் இல்லாதிருந்தால் மகிழ்ச்சியோடு இருப்பேன். இங்கு இருக்கும்வரை இந்தக் கட்டடம் என்னுடையதுதான். இது ஒரு அருமையான கட்டடம், நான் இதற்கு வாடகை எதுவும் செலுத்தப் போவதில்லை. அவர்கள் இதனைச் சிறை என்று அழைத்தால் எனக்கென்ன? இங்குள்ள நாட்களை நான் மகிழ்ச்சியாகக் கழிக்கப் போகிறேன்.

ஆனால் இது இன்னும் எவ்வளவு நாளைக்கு? அங்குதான் விஷயமே இருக்கிறது. சிறை விதிமுறைகளின்படி நான் ஆறு மாதத்தில் விடுவிக்கப்படலாம். சிறை அதிகாரி என்னிடம் கடுமையாக நடந்துகொண்டால் அது ஒரு வருடம் ஆகலாம். இங்கு அதிகபட்சம் மூன்று வருடங்கள் என்று வார்டன்கள் கூறினார்கள். இந்த சில்வர் ஜெயிலில் மூன்று வருடங்களுக்கு மேல் எவரும் இருந்தது கிடையாது. ஆகவே என்னையும் மூன்று வருடங்களில் விடுவித்து விடுவார்கள் என்று நினைத்தேன். அதே நேரம் எவ்வளவு இக்கட்டான நிலை என்றாலும் அதிகபட்சம் ஐந்து வருடங்களுக்கு மேல் வைத்திருக்க மாட்டார்கள் என்று எண்ணினேன். ஆகவே இந்தக் கட்டடத்தில் ஐந்து வருடங்கள் இருக்கப் போகிறோம் என்று மனதைத் தேற்றிக்கொண்டேன். டோங்க்ரி சிறையில் எழுதத் திட்டமிட்டிருந்த காவியத்தை இந்தக் காலத்தில் எழுதுவது என்று தீர்மானித்தேன். இதை அரசின் உத்தரவாக மட்டுமல்லாமல் என் தனிப்பட்ட தேர்வாகவும் எடுத்துக்கொண்டேன்.

இதை நினைத்துக்கொண்டே மூன்றாவது மாடியில் இருந்த என் அறைக்குச் சென்றேன். நான் வரப்போகிறேன் என்பதால் அங்கிருந்த எல்லோரையும் வெளியேற்றியிருந்தார்கள். அந்த அறையில் நூற்று ஐம்பது கைதிகள் இருந்தனர். அங்கே என்னைக் காவல் செய்ய, கைதிகளிலேயே மிகக் கொடூரமானவர்களும் மிகப் பயங்கரமான குற்றங்களைச் செய்தவர்களும் அதனாலேயே அதிகாரிகளுக்கு நெருக்கமானவர்களுமான மூன்று பேர் வார்டன்களாக அங்கு தங்கி இருந்தனர். அவர்களை எதிர்த்த மற்ற எல்லாக் கைதிகளும் அங்கிருந்து வெளியேற்றப்பட்டனர். அவர்கள் மூன்று பேரும் முகமதியர்கள். இருவர் பலூச்சிகள், ஒருவர் பதான். எல்லா அரசியல் கைதிகளுக்கும் வார்டன்களாக முஸ்லிம்களே இருந்தனர்.

என்னையும் அவர்கள் கண்காணிப்பிலேயே விட்டனர். என் அறையைக் கண்காணிக்கும் பொறுப்பை எடுத்துக் கொண்டவர்கள் அதை மிகப் பெருமையுடன் செய்தனர். அதன்மூலம் அவர்கள் அதிகாரிகளின் நம்பிக்கையைப் பெற்றதாகச் சிறை வளாகம் முழுக்கப் பறைசாற்றிக் கொள்ளலாம். அரசியல் கைதிகளைக் குறித்த எல்லாத் தகவல்களையும் அவர்கள் மூலம் பெறுவதற்காகவே அவர்களை அந்தப் பொறுப்பில் நியமித்திருந்தனர். அவர்கள் ஏதேனும் ரகசியமாக யாரிடமாவது தொடர்பு கொள்கிறார்களா என்ற தகவலையும் கவனித்துச் சொல்லவேண்டும். அதிகாரிகள் வார்டன்களைக் கொண்டு சித்திரவதைகளை மேற்கொள்ளலாம். கைதிகள் மேல் எந்த விதமான குற்றச்சாட்டையும் புனையலாம். அவர்கள் அங்கிருந்த ஹிந்துக் கைதிகளைக் கண்காணித்து அவர்கள் எதுவும் ரகளை செய்யாமல் பார்த்துக்கொண்டால் போதும். அதற்குப் பதிலாக அவர்கள் என்ன விதமான கொடுமைகளை இழைத்தாலும் அதை அதிகாரிகள் கண்டும் காணாததுபோல இருந்து விடுவார்கள். அந்தச் சிறையில் நான் உட்பட பெரும் பான்மையானவர்கள் ஹிந்துக் கைதிகள்தான். எங்களுக்கு இந்த வார்டன்கள் பெரிய அச்சுறுத்தலாக இருந்தார்கள். ஒரு வீரியமிக்க காவல்தெய்வத்தின் மீதான பயத்தைப் போல அது இருந்தது. நாங்கள் ஹிந்துக்கள் என்பதால் ஒரு ஹிந்துவை வார்டனாகப் போட்டால் அவர் எங்கள் மீது கரிசனம்கொண்டு நடக்கலாம். அதனால், எங்கள் நடவடிக்கைகளைக் கொஞ்சம் ஊதிப் பெரிதாக்கிச் சொல்வார்கள் அல்லது பொய்யாகக் குற்றச்சாட்டுகளைச் சொல்வார்கள் என்றாலும், அதிகாரிகள் முஸ்லிம்களையே வார்டன்களாகப் நியமித்து வந்தார்கள். இந்த சில்வர் ஜெயிலில் அரசியல் கைதிகளைக் கொண்டுவர ஆரம்பித்ததும் இங்கு ஹிந்து வார்டன்களின் எண்ணிக்கை குறைந்தது. அதனால் அவர்களுக்குப் பதவி உயர்வு கிடைப்பதும் கடினமாயிற்று.

மேலும் பதான்கள் மதவெறி கொண்டவர்கள். ஹிந்துக்களை வெறுப்பதில் பெயர்பெற்றவர்கள். அதிகாரிகள் அவர்களுக்குப் பல சலுகைகளை வழங்கி வந்தார்கள். ஹிந்துக்களைப் பழிவாங்குவது அவர்கள் இயல்பாகச் செய்யும் ஒரு காரியம். அதனால் அவர்கள் எல்லோரையும் கொடுமைப்படுத்துவது மட்டுமல்லாமல் ஹிந்து வார்டன்களைப் பற்றிப் புளுகான குற்றச்சாட்டுகளையும் சொல்வர். பாரி பாபா என்று அழைக்கப்பட்ட சிறை அதிகாரி தனக்குப் பிடித்த மானவர்கள்மேல் யார் எந்தக் குற்றச்சாட்டு சொல்வதையும் விரும்பமாட்டார். அதனால் அங்கிருந்த பதான் வார்டன்கள் எதற்கும் பயப்படவேண்டிய அவசியம் இல்லாமல் இருந்தனர்.

ஹிந்து வார்டன்கள் பதவி உயர்வு கிடைக்காமல் தவித்தது மட்டுமின்றி, முஸ்லிம் வார்டன்கள் அவர்களை அந்தப் பொறுப்பில் இருந்து நீக்குவதில் வெற்றியும் பெற்று வந்தார்கள். நீக்கிவிட்டு, அதற்குப் பதில் அங்கு ஒரு பதானை நியமிப்பார்கள். பதான்கள் எப்போதும் இன்னொரு பதானுக்கு ஆதரவளிப்பார்கள். அவர்கள் மட்டும் நல்லவர்களாக இருந்தால் இங்கு எல்லாமே நல்லபடியாக நடந்து கொண்டிருக்கும். ஆனால் அவர்கள் இங்கே தங்கள் இனத்தவர் ஹிந்துக்களுக்கு இழைக்கும் அநீதிக்குத் துணை போய்க் கொண்டிருந்தார்கள். பலூச்சி, சிந்தி, பதான் கைதிகளுக்கு அவர்களைச் சேர்ந்தவரே ஒருவர் வார்டனாக இருப்பார். ஆனால் ஹிந்துக்களுக்கு மட்டும் இந்தச் சலுகை கிடையாது. சக கைதிகள் முஸ்லிம்கள், பிறகு முஸ்லிம் வார்டன்கள் என்று ஹிந்துக்களுக்கு இரட்டிப்புச் சிரமம். நாங்கள் அங்கு சென்ற பிறகு இந்த நிலைமை மேலும் மோசமாகியது. ஹிந்துக் கைதிகளுக்கும் ஹிந்து வார்டன் களுக்கும் தாக்குப் பிடிப்பது மிகவும் சிரமமாயிற்று. இதன் தவிர்க்க முடியாத பின்விளைவுகள் என்னென்ன என்பதை நீங்கள் போகப் போகப் படிக்கும்போது புரிந்துகொள்வீர்கள். இதன் முக்கியத்துவத்தை வாசகர்கள் பின்னால் புரிந்துகொள்ளவேண்டும் என்பதாலேயே இதனை இங்கு குறிப்பிடுகிறேன். ஒரு சிலரைத்தவிர, பதான்களும், சிந்திகளும், பலூச்சி முஸ்லிம்களும் மிகவும் கொடூரமானவர்களாக இருந்தார்கள். அவர்கள் ஹிந்துக்களை அறவே வெறுத்தார்கள். பஞ்சாபில் இருந்தும், வங்காளத்தில் இருந்தும், தமிழகம் மற்றும் மகாராஷ்ட்ரத்தில் இருந்தும் வந்த முஸ்லிம்கள் அந்த அளவுக்கு மோசமானவர்களாக இருக்கவில்லை. ஆனால் மதவெறி பிடித்தவர்கள் மற்ற பகுதி முஸ்லிம்களோடு சேர்ந்து ஹிந்துக்களைச் சிறுமைப்படுத்துவதில் ஒன்று சேர்ந்தார்கள். தங்களோடு சேராதவர்களை அவர்கள் பாதி காஃபிர் என்று கேலி செய்தனர். இதனாலேயே மற்றவர்களும் அத்தகைய கொடூரமான சகோதரர் களுடன் சேர்ந்துகொள்ளும் அவல நிலை உருவாயிற்று. அப்படிச் சேர்ந்ததனால் அவர்களுக்கு ஐரோப்பிய அதிகாரிகளிடம் இருந்து சலுகை எதுவும் கிடைக்கவில்லை. அத்தகைய சலுகைகள் ஐரோப்பிய அதிகாரிகளின் நம்பிக்கைக்கு உரிய கொடூரமான பணியாளர்களுக்கு மட்டுமே கிடைத்தன.

அனுபவமிக்க இந்த பதான் வார்டன்களின் நெருங்கிய கண்காணிப்பில் என்னை விட்டுவைப்பதற்கு அதுவும் ஒரு காரணம். அவர் ஜமாதார் அல்லது துணை அதிகாரி என்ற பொறுப்பில் வார்டனாக இருந்தார். அவரும் ஒரு கைதிதான். இங்கு வந்து பதவி உயர்வு பெற்றவர். என் நடவடிக்கைகளைக் கண்காணிக்க

அதுபோல மூன்று ஜமாதார்கள் நியமிக்கப்பட்டிருந்தனர். என்னை இந்த அறைக்குக் கொண்டுவந்து இந்த வார்டன்களிடம் ஒப்படைத்த ஜமாதார் அறையைப் பூட்டியபின் அங்கிருந்து சென்றார்.

அடுத்த நாள் இந்த வார்டன்கள் என் அறைக்கு வந்து சாஹிப் வருவதால் நான் எழுந்து நிற்கவேண்டும் என்று கூறினர். என் அறையில் இருந்த ஒரு தடுப்புதான் கதவு. நான் அதனருகே வந்தேன். மிஸ்டர் பாரி தன் ஐரோப்பிய நண்பர்களுடன் வந்திருந்தார். நான் இங்கு வந்த பிறகு அவரது மதிப்பு கூடிவிட்டது. அந்தப் பகுதியில் இருந்த ஐரோப்பிய ஆண்களும் பெண்களும் என்னைப் பார்க்க ஆவலுடன் இருந்தனர். அதற்கு அவர்களுக்கு மிஸ்டர் பாரியின் தயவுவேண்டும். மிஸ்டர் பாரியோ அது மிகவும் ஆபத்தான விஷயம் என்று கூறுவார். அவர்களோ மீண்டும் மீண்டும் வேண்டுகோள் விடுத்தபடி இருப்பர். கடைசியில் அவர் அவர்களது வேண்டுகோளுக்குச் செவி சாய்ப்பார். அவர்களை ரகசியமாகக் கூட்டி வந்து என்னைத் தொலைவிலிருந்து காண்பிப்பார். சில சமயம் நெருங்கி வரவும் அனுமதிப்பார். ஆனால் அப்படிச் செய்யும்போது அவர்களுக்குப் பெரிய உதவி செய்வதாகக் காண்பித்துக் கொள்வார். இது தன் உயர் அதிகாரிகளுக்குத் தெரியவந்தால் பெரிய சிக்கல் என்ற ரீதியில் பேசுவார். பிறகு 'போதும் போதும் பார்த்தது' என்று கூறியபடி அவர்களை அங்கிருந்து அழைத்துச் செல்வார். இதற்கு அவர்கள் மிஸ்டர் பாரியின் பங்களாவுக்குப் பதினைந்து முறையாவது படை எடுத்தாகவேண்டும். அப்போதுதான் அவர் சம்மதிப்பார். அவரை இப்படி தாஜா செய்த பல ஐரோப்பியத் தம்பதிகளையும் அவர்களது மகளையும் நான் அறிவேன்.

சர்க்கார் என்ற வார்த்தை என்னை எழுந்து நிற்க வைத்தது. சிறை விதிகளின்படி கதவிற்கு அருகில் போய் நின்றேன். அந்தத் தடுப்பின் வழியே முதலில் கண்டது மிஸ்டர் பாரியை அல்ல, மாறாக அவரது தொப்பையை. அளவில் பெரிதான அது சட்டைக்குள் அடங்காமல் பிதுங்கி வெளியே வழிந்து அவருக்கு முன்னே வந்தது. அதனைத் தனது லெதர் பெல்ட்டின் மூலம் கட்டி இறுக்கி வைத்திருந்தார் மிஸ்டர் பாரி. அது பூமியின் மீது பூமத்திய ரேகை இருப்பது போல இருந்தது.

இந்தியக் கலகம் பற்றிய விவாதம்

மிஸ்டர் பாரி என்னிடம் பேசத் துவங்கினார். "நான் உன்னுடைய ஜெயிலர் என்று அவர்கள் உன்னிடம் கூறியிருப்பார்கள் இல்லையா?" என்றார் அவர். நான் பதில் கூறாமல் புன்னகைத்தேன். "நான் உன் நண்பன், இதை உறுதியாகக் கூறுகிறேன்" என்றார் அவர்.

அவருடன் வந்த ஐரோப்பிய நண்பர்கள் அமைதியாக இருந்தனர். என்னுடன் நேரடியாகப் பேச மிஸ்டர் பாரி யாரையும் அனுமதிக்க மாட்டார். ஒரு சிலருக்கே அந்த அனுமதி உண்டு. ''உங்களைப்போல படித்த ஒருவருடன் பேச எனக்குப் பிடிக்கும். அதனால்தான் சில சமயம் வேறு காரணங்கள் எதுவும் இல்லையென்றாலும் நான் இங்கு வருவது. 1857ல் நடந்த இந்தியக் கலகத்தைப் பற்றி நீங்கள் ஒரு புத்தகம் எழுதியுள்ளதாகக் கூறுகிறார்கள். அது உண்மையா?'' என்று கேட்டார். அவர் பேசும்போது பதில் எதுவும் கூறாமல் அவர் முகத்தையே புன்னகைத்தபடி பார்த்துக் கொண்டிருப்பேன். அந்த விஷயத்தைக் குறித்து நான் என்ன நினைக்கிறேன் என்று தெரிந்து கொள்ளத்தான் அவர் இந்தப் பேச்சைத் துவக்குகிறார் என்று புரிந்துகொண்டேன். தனிமையில் இருந்த நான், அலுப்பு தீர அவர் கூறுவதைக் கேட்கலாம் என்று நினைத்தேன். ஆனாலும் இடைமறித்து, ''அது குறித்து நிறையப் படித்திருக்கிறேன். அது உண்மைதான்'' என்றேன். அதற்கு அவர், ''அந்தக் கொடூரங்களை உங்களால் சகித்துக்கொள்ள முடிந்ததா? எத்தகைய கொடுமைகளை அவர்கள் செய்தனர்? என் தந்தைகூட அந்தக் கலகத்தில் பாதிக்கப் பட்டவர்தான். கேவலமான புத்தி கொண்ட நானா சாஹேப் ஐரோப்பியப் பெண்களைச் சித்திரவதை செய்து அவர்கள் வாயில் பலவந்தமாக XXX ஐ ஊற்றியதைக் கூறியிருக்கிறார். அவர்கள் கொடூரமானவர்கள் என்று அழைக்கமாட்டீர்களா? இது கொடூரம் இல்லையென்றால் வேறு எதுதான் கொடூரம்?'' என்றார். நான் அவரிடம் அவர் தந்தை லக்னோவில் அது நடந்தபோது நேரில் பார்த்தாரா என்று கேட்டேன். அதற்கு அவர் அதை நேரில் பார்த்த கர்னல் ஒருவர் என் தந்தையிடம் வந்து கூறினார் என்றார். ''அப்படியென்றால் அது ஒரு அப்பட்டமான பொய். ஏனென்றால் நானா சாஹேப் அப்போது லக்னோவில் இருக்கவில்லை. ஆங்கிலேய ஆண்களும் பெண்களும் லக்னோவில் சிறை பிடிக்கப் பட்டபோது அவர் கான்பூரில் இருந்தார்'' என்றேன். நான் சொன்னதைக் காதில் போட்டுக்கொள்ளாமல் மிஸ்டர் பாரி இதுபோல ஆயிரக்கணக்கான சம்பவங்கள் நடைபெற்றன என்றார். நான் அவரிடம், ''உண்மை. அதேபோல ஆயிரக்கணக்கான பொய்களும் கூடவே உலவி வந்தன. நீங்கள் கூறும் செவிவழிச் செய்தியும் அவற்றில் ஒன்றாக இருக்கக் கூடும்'' என்றேன்.

அவருடன் வந்த ஒருவர் நாகரிகமாக இடைமறித்து, ''ஆனால் மொத்தத்தில் நானா சாஹேப், தாந்தியா தோபே மற்றும் இதர கலகக்காரர்கள் எல்லாம் சுயநலவாதிகள் என்று நீங்கள் கருதவில்லையா? அவர்களை நினைத்து நீங்கள் நாணிக்

குறுகவில்லையா?" என்று கேட்டார். அவரிடம், "நீங்கள் இந்த இடத்தில் நான் கைதியாக இருக்கும் இத்தருணத்தில் இந்தியக் கலகத்தைப் பற்றி விவாதிக்கப் போகிறீர்கள் என்றால் நானும் தயார்தான். ஆனால், நான் என் ஜெயிலர் முன்னால் நின்று கொண்டிருக்கிறேன் என்பதை மறந்துவிட்டு நாம் இருவரும் சமம் என நீங்கள் கருதவேண்டும். இல்லையென்றால் நீங்கள் என் நாட்டையும் அவளது சரித்திரத்தையும் பற்றிக் குறை கூறும்போது நான் வாய் மூடி மௌனியாக இருக்க வேண்டி இருக்கும். அப்படிப் பட்ட ஒருதலைபட்சமான விவாதத்தை மதிப்பு மிக்க மனிதரான நீங்களும் விரும்ப மாட்டீர்கள். அது தவறான நடத்தை மட்டு மில்லாமல் கோழைத்தனமும் ஆகும்" என்றேன். அதற்கு மிஸ்டர் பாரி, "கவலைப்படவேண்டாம் சாவர்க்கர். உங்கள் நண்பனாக இங்கே வந்திருக்கிறேன் என்று ஏற்கெனவே சொன்னேன். என்னவாக இருந்தாலும் மனதைவிட்டுப் பேசுங்கள்" என்றார்.

"அப்படியென்றால் நான் என் மனதில் உள்ளதை எவ்வித ஒளிவுமறைவுமின்றிச் சொல்லுகிறேன். என்னை ஒரு தீவிரவாதி என்று நினைத்துக்கொண்டிருக்கிறீர்கள் என்பது தெரியும். அதனால் நான் சொல்லும் கருத்துகள் உங்களுக்கு ஒருதலைபட்சமானதும் ஜீரணிக்க முடியாததாகவும் இருக்கலாம். ஆனால் அவை உண்மையி லேயே அப்படித்தான் என்பதை நீங்கள் உணரவேண்டும். நான் எப்போதும் என் கருத்தை மறைத்தது கிடையாது, இப்போதும் மறைக்கப் போவதில்லை. இது சரித்திரம் சம்பந்தப்பட்டது, இதில் நான் என் கருத்தை மறைக்க விரும்பவில்லை. என் நாட்டின் சரித்திரத்தில் புரட்டுகளைச் சேர்க்க எவரையும் நான் அனுமதிக்க மாட்டேன். அப்படி அனுமதிப்பது கோழைத்தனமும் பாவமும் ஆகும். நானா சாஹேப்பின் நடவடிக்கைகளை ஆராய பிரிட்டிஷ் அரசு ஒரு கமிஷனை நிறுவியது. அந்த கமிஷனின் அறிக்கை அவரைக் குற்றமற்றவர் என்று கூறியது. இந்தக் குறிப்பிட்ட சம்பவத்தில் நீங்கள் குறிப்பிட்ட குற்றச்சாட்டு ஆதாரமற்றது என்றும் மிகைப்படுத்தப்பட்டது என்றும் அந்த அறிக்கை கூறியது. ஆங்கிலப் படையின் சில வீரர்களின் மனதில் தோன்றிய குயுக்தியே அந்தக் குற்றச்சாட்டுகள் என்று அது கூறியது" என்றேன்.

சுயநலம் யாருக்குத்தான் இல்லை

"நீங்கள் நானா சாஹேப்பையும் தாந்தியா தோபேவையும் சுயநலவாதிகள் என்றீர்கள்" என்றேன். "ஆமாம், நானா சாஹேபுக்கு தன் ராஜ்ஜியம் வேண்டியிருந்தது. தாந்தியா ஒரு ஹீரோவாக ஆகவேண்டும் என ஆசைப்பட்டார்" என்றார் அவர். அதற்கு நான்,

"ஆமாம் உண்மைதான். ஆனால், விக்டர் எமானுவேல் இத்தாலியின் ராஜாவாக ஆசைப்படவில்லையா? அமெரிக்கக் குடியரசின் முதல் ஜனாதிபதி ஆக ஜார்ஜ் வாஷிங்டன் ஆசைப்பட வில்லையா? கரிபால்டி ஹீரோவாக ஆசைப்படவில்லையா? ஆனால் உண்மையில் அவர்கள் எல்லோரும் தங்கள் நாட்டின் சுதந்திரத்திற்குத்தானே போராடினார்கள்?" என்றேன். மிஸ்டர் பாரி இடைமறித்து, "அது விஷயமே வேறு. நீங்களும் இந்திய விடுதலைக்காக புரட்சியைக் கையில் எடுத்தீர்களே" என்றார். "1857 இந்தியக் கலகத்தை வைத்துக்கொண்டு இன்று எந்தப் புரட்சிகர நடவடிக்கையையும் நாம் நியாயப்படுத்த முடியாது. 1857ல் அப்படி எதுவும் நடக்கவில்லை என்ற முடிவுக்கும் வர இயலாது. இந்த இரு தரப்பு ஊகங்களும் தவறானது மட்டுமல்ல, முட்டாள்தனமானதும் கூட" என்று மேலும் சொன்னார். உடனிருந்த அந்தப் பார்வையாளர் இந்தியக் கலகத்தைப் பற்றி ஒன்றிரண்டு புத்தகங்களைப் படித்திருப்பார் போலும். அவர் அதற்கு, "அப்படியென்றால் கான்பூரில் ஆங்கிலேயப் பெண்கள் மீது கொலைவெறித் தாக்குதல் நடத்தியது கட்டுக்கதை என்கிறீர்களா?" என்றார். "நான் அப்படிச் சொல்லவேயில்லை" என்றேன். "அது உண்மை, கண்டிக் கத்தக்கதும்கூட. ஆனால் அந்தக் கொடுமையான சம்பவத்திற்கு யார் காரணம்? அது எப்படி நடந்தது?" என்று கேட்டேன். அந்தச் சிறை முகாமிலிருந்த பெண்கள் முதலில் போர்க் கைதிகளாகவே கருதப் பட்டனர். இது தப்பித்தவர்களின் சாட்சியங்கள் மற்றும் தனிப் பட்டவர்களின் சாட்சியங்கள் மூலம் நிரூபணம் ஆகியிருக்கிறது. என் புத்தகத்தில் நான் அந்த சாட்சியங்களைப் பதிந்திருக்கிறேன். பிரிட்டிஷ் படை கான்பூரை நெருங்கியவுடன் அலஹாபாத்தைச் சுற்றியுள்ள கிராமங்களைத் தீயிட்டுக் கொளுத்தியது. அந்தத் தீயில் இந்தியப் புரட்சியில் பங்கெடுத்த பல பெண்கள் மாண்டனர். இந்தச் செய்தி கலகத்தில் ஈடுபட்டிருந்த இந்தியப் படைகளைக் கோப மூட்டியது. இதற்கிடையே போர்க் கைதிகளாகப் பிடிக்கப் பட்டிருந்த ஆங்கிலேயப் பெண்கள் கான்பூரில் இருந்த ஆங்கிலப் படைக்கு ரகசியத் தகவல்கள் அனுப்பினர். அந்தத் தகவல்களை இந்திய முகாமில் இருந்த வீரர்கள் இடைமறித்துப் படித்து அறிந்தனர். இது எரியும் நெருப்பில் எண்ணெய்யை ஊற்றியதுபோல் ஆயிற்று. அதன் காரணமாகத்தான் ஆங்கிலேயப் பெண்கள் இந்திய வீரர்களால் கொலை செய்யப்பட்டனர்.

இருவரும் குற்றவாளிகள் அல்லது குற்றமற்றவர்கள்

இதனைக் குற்றம் என்று நாம் கருதினால் இந்தச் சம்பவத்திற்குக் காரணமான ஆங்கிலேயப் படை செய்த காரியத்தையும் நாம் குற்றம்

அந்தமான் சிறை அனுபவங்கள் | 121

என்றே சொல்லவேண்டும். அயர்லாந்தில் கிராம்வெல் துரோகேடாவில் செய்த படுகொலைகளைக் கொடுஞ்செயல்கள் என்றா நினைக்கிறீர்கள்? அதற்காக நீங்கள் வெட்கப்படுகிறீர்களா? தேசம் அபாயத்தில் இருக்கும்போதும் புரட்சி நடக்கும்போதும் இத்தகைய சம்பவங்கள் நடக்கத்தான் செய்யும். ஆனால் இத்தகைய வருந்தத்தக்க சம்பவங்கள், புரட்சி மற்றும் போராட்டத்தின் காரணமாக நடைபெற்றாலும், அதிலிருக்கும் கேவலமான நடத்தையை நியாயப்படுத்த முடியாது. நானாவின் படைகள் அவருக்குத் தெரியாமல் பல ஆங்கிலேயப் பெண்களைக் கொன்றிருக்கலாம். ஆனால் அலஹாபாத்தை அடுத்துள்ள கிராமங்களில் கொலை, தீயிட்டுக் கொளுத்துதல், கொள்ளை, இவற்றின் மூலம் அதைவிடப் பத்து மடங்கு அதிகமாகக் கொலை செய்த பிரிட்டிஷ் ராணுவத்தை என்னென்று சொல்வது? இந்த ராணுவத்தின் ஜெனரல்களுக்கு இங்கிலாந்தில் சிலைகளை எழுப்பி உள்ளார்கள். நீல் தனது டயரியில் இது குறித்து எழுதுகையில், 'என் தேசத்தின் நலனுக்காக இத்தகைய கொடுமையான கொள்கையைப் பின்தொடர வேண்டியது என் கடமை' என்று குறிப்பிட்டுள்ளார். அதே வாதத்தைக் கூறி, கலகம் செய்தவர்களின் செய்கையையும் நியாயப்படுத்த முடியாதா? இந்தச் செய்கைகளில் தவறு இருந்தால் இரண்டு தரப்பையுமே குறை கூறவேண்டும், அல்லது இரண்டு தரப்பையும் குற்றமற்றவர்கள் என்று கூறவேண்டும். அதற்கு அந்தப் பார்வையாளர் "அந்தக் கலகம் சுதந்திரத்திற்கான போர் என்றே வைத்துக் கொள்வோம். இதில் ஒரு தரப்பு மற்றொரு தரப்பைக் குறித்துச் சொல்வது எல்லாம் கட்டுக்கதை என்றும் வைத்துக்கொள்வோம். இந்திய வீரர்கள் மீது வைக்கப்படும் குற்றச்சாட்டுகளைப்போல அவர்கள் உண்மையில் எதுவும் செய்யவில்லை என்றே வைத்துக்கொள்வோம். ஆனால் இதிலிருந்து நாம் அறியும் நீதி என்ன? இன்று நாம் இதில் கற்கக்கூடிய பாடம் என்ன?'' என்று கேட்டார்.

"அது என் வேலை அல்ல. உண்மையான சரித்திரத்தின் அடிப்படையில் நான் இந்த விஷயத்தை விவாதித்தேன். அதன் இன்றையப் பயன்பாடு பற்றி எல்லாம் பேசவில்லை. என் நிலைப்பாட்டைத் தெளிவாகக் கூறிவிட்டேன் என்று நினைக்கிறேன். இது குறித்து மேற்கொண்டு இப்போது எதுவும் என்னால் பேச முடியாது'' என்றேன்.

மிஸ்டர் பாரி, "இன்று இதனை இத்தோடு நிறுத்திக்கொள்வோம். வேறொரு நாள் இதைத் தொடரலாம்'' என்றார். பிறகு என் உடல்நலம் குறித்துக் கருணையுடன் விசாரித்துவிட்டு உடனே அங்கிருந்து சென்றுவிட்டார்.

கவிதைகள் தொடர்ந்தன

சிறையில் செய்ய வேலைகள் இல்லாததால், படிக்கச் சில புத்தகங்கள் கேட்டேன். அதற்கு ஒரு கைதியாக என் நடவடிக்கைகள் ஓரிரு மாதங்களுக்குக் கண்காணிக்கப்படும் என்றும் அதன்பிறகே எனக்குப் புத்தகங்கள் தரப்படும் என்றும் சொன்னார்கள். இங்கு பேசுவதற்கு யாருமே இருக்கவில்லை. என் பழைய திட்டப்படி கவிதை எழுத ஆரம்பித்தேன்.

நான் மற்ற இடங்களில் செய்ததைத் தொடர்ந்தேன். ஆனால் காவியம் எழுதுவதற்குத் தேவையான உபகரணங்கள் இருக்கவில்லை. அதற்கு மிகவும் சிரமப்பட வேண்டியிருந்தது. ஒரு சரியான வார்த்தைக்குப் பல வாரங்கள் யோசிக்க வேண்டியிருந்தது. அதனால் எவ்வளவுதான் கற்பனைகள் இருந்தாலும் அதை எழுத்தில் வடிக்க இயலவில்லை. என் ஞாபகத்தின் அடிப்படையிலேயே எதையும் எழுத வேண்டி இருந்தது. பல வருடங்களுக்கு இதுவே என் மூலதனமாக இருந்தது.

முதல் ரகசியக் கடிதம்

இங்கு வந்த நான்காவது அல்லது ஐந்தாவது நாளாக இருக்கலாம். எந்தக் கைதியும் என்னருகில் அனுமதிக்கப்படவில்லை. அதனால் எந்தச் செய்தியும் எனக்குத் தெரியவில்லை. காலை உணவை முடித்துக்கொண்டு என் அறையில் ஓய்வெடுத்துக் கொண்டிருந்தேன். மதிய நேரம். சட்டென்று என் அறையின் கம்பிகள் கல்கொண்டு சத்தப்படுத்தப்படுவதைக் கேட்டேன். அந்தக் கல் தரையில் விழுந்தது. அது என்னை நோக்கி வீசப்பட்டது. கம்பி வழியாக வீசப்பட்ட அது கதவுக்கு முன்னால் வந்து விழுந்தது. அது என்ன என்று பார்க்கப் போனபோது அதை வீசிய வார்டன் என்னிடம் அதை எடுக்கும்படி கூறினார். பிறகு அங்கிருந்து விலகிப் போனார். அந்தக் கல்லோடு ஒரு காகிதம் கட்டப்பட்டிருந்ததைக் கண்டேன். அது எனக்கான ஒரு ரகசியக் கடிதம். அதை எடுத்தபோது ஒரு பெரிய சத்தத்தைக் கீழ்த்தளத்தில் கேட்டேன். துணுக்குற்று எழுந்தேன். என் வார்டன் தனக்கு மேலுள்ள அதிகாரியை அழைப்பதைப் பார்த்தேன். என் அறையில் வீசப்பட்ட கல் சம்பந்தமாகத்தான் இருக்கும் என ஊகித்தேன். என் அறையில் கல் எரியப்பட்டதை அந்த பதான் வார்டன் பார்த்திருக்கக்கூடும். அதைப் பற்றிப் புகார் அளிப்பதற்கோ அல்லது என் அறையைச் சோதனையிடவோ அவர் அதிகாரியை அழைத்திருக்க வேண்டும். அதிகாரி உடனே என் அறையருகில் வந்தார். அந்தக் கடிதத்தை அழிக்கும் எண்ணம் எனக்கு வரவில்லை.

இவ்வளவு ஆபத்து இருக்கையில் துணிந்து என் அறையில் அதை வீசியதால் அதில் ஏதேனும் முக்கியமான விஷயம் இருக்கலாம். அதே நேரம் அதை எங்கும் மறைக்கவும் முடியவில்லை. இப்போது அவர்கள் கதவைத் திறந்து இந்தக் கடிதத்தைக் கண்டுபிடிக்கப் போகிறார்கள். இந்தக் கடிதத்தைக் கொண்டு வந்தவர், இதை எழுதியவர், நான் என்று எல்லோருமே மாட்டிக்கொள்ளப் போகிறோம். நான் ஜமாதாருக்கு முகத்தைக் காட்டியபடி, உடம்பை மறைத்துக்கொண்டு, அறையின் மூலையில் நின்றேன். எனக்கு வேறு வழியில்லை. அதைச் சுருட்டி, அதில் எழுதியிருப்பது தெரியாதவாறு, தூய்மையான வெற்றுக் காகிதம் போல வைத்துக் கொண்டேன். அதிகாரி உள்ளே வந்தார். அவரால் எதையும் கண்டுபிடிக்கமுடியவில்லை. கல்லை யார் எடுத்தது என்று என்னிடம் குரலை உயர்த்தியபடி விசாரித்தார். எனக்கு ஒன்றும் தெரியாது என்றேன். அந்த பதான் வார்டன் சத்தம் கேட்டுத் தான் எழுந்ததாகவும் அப்போது இந்த வார்டன் என்னிடம் ஏதோ சொல்லிக்கொண்டிருந்ததைப் பார்த்ததாகவும் சந்தேகப்பட்டதால் தான் ஜமாதாரை அழைத்ததாகவும் கூறினார். அந்த வார்டன் ஒரு ஹிந்து. அவருக்கு ஏதேனும் பிரச்சினை என்றால் பதான்களுக்கு மகிழ்ச்சி. அவர் இடத்தை ஒரு பதானைக் கொண்டு நிரப்பலாம். இந்த கலாட்டாவுக்கு இன்னொரு காரணமும் உண்டு, அந்தத் துணை அதிகாரியும் முஸ்லிம்தான். அவர் என்னை முழுமையாகச் சோதனை செய்தார். என் உடைகள் அனைத்தையும் சோதனை செய்தார். அவருக்கு எதுவும் கிடைக்கவில்லை. அந்த ஹிந்து வார்டனிடமும் எதுவும் கிடைக்கவில்லை. விஷயம் அத்தோடு முடிந்தது.

ஒரு எச்சரிக்கை

அவர்கள் அந்த இடத்தைவிட்டுச் சென்றுவிட்டார்கள் என்பதை உறுதி செய்தபின் அந்தக் கடிதத்தை எடுத்துப் படித்தேன். அந்தக் கடிதம் சிறையில் நிலவி வரும் சூழ்நிலையை விவரித்து என்னை மிகவும் ஜாக்கிரதையாக இருக்கச் சொல்லி எச்சரித்திருந்தது. வங்கத்தில் நடந்த மாணிக் தோலா வெடிகுண்டு வழக்கின் குற்றவாளிகள் மூன்று பேர் மற்றும் அலஹாபாத்தில் இருந்த ஸ்வராஜ்யா பத்திரிகையின் ஆசிரியர்கள் மூன்று அல்லது நான்கு பேர் அப்போது அங்கே அரசியல் கைதிகளாகச் சிறையில் இருந்தார்கள். கடிதத்தை எழுதியவர் என் பழைய வங்காள நண்பர். அரசியல் கைதிகள் என்பதாலேயே ஒருவரையும் நம்பவேண்டாம் என்று எச்சரித்திருந்தார். அவர்களில் சிலர் தங்களைக் காப்பாற்றிக் கொள்வதற்காக அரசின் ஒற்றர்களாக மாறிவிட்டார்கள் என்றும் அவர்களின் வேலையே சிறை அதிகாரியின் விருப்பத்திற்கு இணங்க

நடப்பதுதான் என்றும், எண்ணெய் மில்லில் கடுமையான வேலை செய்வதிலிருந்து தங்களைப் பாதுகாத்துக்கொள்ள அவர்கள் இதுபோல மாறிவிட்டதாகவும், அவர்கள் சதியில் ஈடுபட்டு இப்போது வெளியில் இருப்பவர்களை மட்டுமல்லாது உள்ளே இருப்பவர்களையும் காட்டிக்கொடுப்பதாகவும் எழுதப்பட்டிருந்தது. அவர்களை எக்காரணம் கொண்டும் நம்பக்கூடாது என்று அது எச்சரித்திருந்தது.

வங்காளப் புரட்சியாளர்களிடையே ஏற்பட்டிருக்கும் இந்தப் பிளவு எனக்கு ஆச்சரியத்தை அளிக்கவில்லை. அவர்களது தலைவர் கைதானதில் அவர்களுக்கு உத்வேகம் குறைந்து போனது. அவர்கள் ஒருவரை ஒருவர் காட்டிக்கொடுத்துக்கொண்டு உள்ளனர். கல்கத்தா சிறையிலும் இதைச் செய்கின்றனர். இது மன்னிக்க முடியாத தலைக்குனிவை ஏற்படுத்தும் துரோகம்தான். அதே நேரத்தில் அவர்கள் எல்லோரையும் குறை கூறுவதும் தவறுதான். அவர்களில் இன்னமும் பலர் அசாத்தியத் துணிச்சலுடனும், கொண்ட கொள்கைக்கு விசுவாசமாகவும் உள்ளனர். அதேபோல வழி தவறியவர்களையும், அவர்கள் ஒரு காலத்தில் செய்த தியாகத்தை நினைவில் வைத்து, அதற்கான மரியாதையைக் கொடுக்கவேண்டும். அவர்களது தேசப்பற்றை யாரும் மறுக்கவோ மறக்கவோ கூடாது.

ஒற்றர்களின் பணி

வங்காளச் சதி வழக்கில் குற்றவாளிகள் என்று தீர்ப்பளிக்கப்பட்டு அந்தமானுக்கு நாடு கடத்தப்பட்டவர்கள், இங்கு வந்து இந்தச் சிறை வாழ்க்கையை அனுபவிக்கச் சிரமப்பட்டனர். இந்தக் கொடுமையிலிருந்து தப்பிக்க அவர்களில் சிலர் தங்கள் நாட்டவரையே காட்டிக் கொடுக்கவும் துணிந்தனர். நான் உட்பட பல கைதிகளின் நடவடிக்கைகளை அவர்கள் ஒற்று வேலை செய்து கண்காணித்தனர். அதை ரகசியமாகச் சிறை அதிகாரிகளிடம் தெரிவித்தனர். அவர்கள் இதை எந்தத் தயக்கமும் இன்றிச் செய்தனர். ஆனால் அவர்களுக்கு இந்தச் சிறையில் பல சித்திரவதைகள், அவமானங்கள், கொடுமைகள் இழைக்கப்பட்டன என்பதை நாம் மறக்கக்கூடாது. இந்தக் கொடுமைகளால் மனம் மாறாதவர்கள் எவரேனும் இருந்தால் அவர்களுக்கு மட்டுமே இவர்களைக் குறை கூறும் உரிமை உள்ளது. இதை எல்லாம் அனுபவிக்காத வேறு எவருக்கும் அவர்களைக் குறை கூற அருகதை இல்லை. வசதியான இடத்தில் உட்கார்ந்து கொண்டு உலகத்தைப் பார்த்துக் குரைத்துக்கொண்டிருக்கக் கூடாது.

இத்தாலியிலும் அயர்லாந்திலும் ரஷ்யாவிலும் இதுபோல மனம் மாறிய அரசியல் கைதிகளைக் குறித்துக் கேள்விப் பட்டிருக்கிறேன்.

உடல் மற்றும் மனதிற்கு ஏற்படும் கொடுமைகளைத் தாங்க முடியாமல் அவர்கள் அந்த மாதிரி மாறி விட்டிருந்தார்கள். காட்டிக் கொடுத்தலும் துரோகமும் இங்கு நடப்பதைக் காட்டிலும் மோசமானவற்றைக் கேள்விப்பட்டிருக்கிறேன். அரசியல் மட்டு மல்ல, மதத்திலும் இதுபோல வெட்கத்திற்குரிய காரியங்கள் நடைபெற்றிருக்கின்றன. அதனால் ஒரு சமூகத்தையோ அல்லது ஒரு ஊரையோ பொதுவாகக் குறை கூறுவது சரியாகாது. அதை நினைத்து வருத்தப்படுவதும் தவறு.

வெளியில் சொல்லிவிடு

அதனால் நான் படித்தது எனக்கு அதிர்ச்சியை அளிக்கவில்லை. மாறாக அவர்கள்மேல் பரிதாபத்தையே உண்டு பண்ணியது. ஒரு உதாரணத்தை இங்கு கூறுகிறேன். வங்காளச் சதி வழக்கின் ஒரு முக்கியமான குற்றவாளி, அவருக்கு அப்போது முப்பது வயதுதான் ஆகியிருக்கும். தன்னைப் பின்பற்றுபவருக்கு அவர் 'இந்த உடல் அழியக்கூடியது, ஆனால் ஆன்மா அழிவற்றது' என்பதை பகவத் கீதை மூலம் மேற்கோள் காட்டி விளக்குவார். 'கத்தியால் பிளக்க முடியாது. நெருப்பினால் சுட முடியாது' என்ற வரிகளை மேற்கோள் காட்டிக் கூறுவார். அவர் கூறுவதைக் கேட்ட இளைஞர்கள் மரணத்தைப் பற்றிய பயம் விலகித் தாங்கள் கொண்ட கொள்கைக்காக எந்தக் கடினமான சூழ்நிலையையும் சந்திக்கத் தயாரானார்கள். கனல் பறக்க எழுதும் அந்த எழுத்தாளர் பிடிபட்டுச் சிறைக்கு அனுப்பப் பட்டார். அங்கு எண்ணெய் மில்லில் இரண்டு வலிமையான எருமை களால்கூடச் செய்ய இயலாத கடுமையான வேலைகளைக் கண்டவுடன் மயக்கம் போட்டு விழுந்தார். இது ஏதோ ஒருநாள் இரண்டு நாள் பிரச்சினை அல்ல. தினமும் இதே கதைதான். வேலை செய்ய மறுத்தால் கூடுதல் வேலைகளும் கஷ்டங்களும்தான் கிடைக்கும். இந்த தினப்படி கொடுமைகளில் இருந்து விடுதலை கிடைக்காதா? இதற்கு விடிவுதான் என்ன? இதில் இருந்து தப்பிக்க ஒரே வழிதான் உள்ளது. அது நம்முடன் இருக்கும் மற்றவர்களைக் காட்டிகொடுப்பது. மற்றவர்களைப் பற்றி வெளியில் சொல்லிவிடு என்பதுதான் இதிலிருந்து விடிவு கிடைக்க ஒரே வழி. அவரை அப்படிக் காட்டிக்கொடுத்தது யாராக இருக்கும். அவரது நண்பன் தான். அந்த நண்பனும் ஒருமுறை தப்பிக்க முயன்றவரே. இது கல்கத்தாவில் உள்ள சிறை அதிகாரிகளுக்குத் தெரிவிக்கப்பட்டது. அவருக்காக ஒரு வலை விரிக்கப்பட்டது. அந்த வங்காள எழுத்தாளர் அந்த வலையில் விழுந்து ஜெயிலுக்குச் சென்றார். இதை நாடகமாக நடித்துக் காட்ட தீவில் இருந்த ஜெயில் உயர் அதிகாரியை ஒருநாள் அழைத்திருந்தனர். அதிகாரி இந்த நபரின் அறைக்கு அருகில்

வந்தார். ஒரு மனு இருக்கிறது சார் என்று கைதி கத்தினார். என்னவேண்டும் உனக்கு என்று அதிகாரி உரக்கக் கேட்டார். இவர் மண்டியிட்டுக் கைகளைக் கூப்பியவாறே ‘‘உங்களுக்கு என்ன வேண்டுமோ அதைச் செய்யுங்கள். ஆனால் என்னை இந்த சித்திரவதையில் இருந்து விடுவியுங்கள். நான் வேண்டுவதெல்லாம் அதுதான்’’ என்றார். ‘‘நீங்கள் சிறை அதிகாரியிடம் முறையிடலாம்’’ என்று அதிகாரி கூறினார். திரை கீழே இறங்கியது. நாடகம் முடிந்தது.

துரோகம்

அதிகாரி சென்றவுடன் சிறைக் காவலர் அவருக்கு முன்பே திட்டமிட்டபடி காகிதமும் மையும் கொண்டுவந்து கொடுத்தார். அந்த நபர் கல்கத்தா சதிவழக்கைப் பற்றிக் கூற ஆரம்பித்தார். சரியோ, தவறோ, அதைப் பற்றிய எல்லாத் தகவல்களையும் அவர் அளித்தார். அந்தச் சதியில் ஈடுபட்ட அனைவரும் அதை ஒரு பெரிய துரோகமாகவே பார்த்தனர். அந்த நபருக்கும் தான் செய்வது துரோகம் என அவரது மனசாட்சி கூறியது. ஆனால் அவர் அனுபவித்த கொடுமைகளின் காரணமாக அவரால் அதனைச் செய்யாமல் இருக்க முடியவில்லை. அவர் தன் நண்பர்களுக்கு ஒரு கடிதம் எழுதினார். அதில் அவர், ‘‘என்னால் இந்தக் கொடுமைகளைத் தாங்க முடியவில்லை. நான் தற்கொலைக்கு முயன்றேன். ஆனால் இன்னொரு முறை அதற்கு முயற்சி செய்யமாட்டேன். துரோகம் செய்த மற்றவர்களைக் கொன்றது போல நீங்கள் என்னையும் கொல்லலாம். நான் உங்களைக் குறை கூறமாட்டேன். என் அதிகாரியைத் திருப்திப்படுத்த உங்களுக்குத் துரோகம் செய்தாக வேண்டும். எனக்கு நேரும் சித்திரவதைகளில் இருந்து தப்பிக்க நான் அவருக்கு எல்லாத் தகவல்களையும் கொடுத்தாகவேண்டும். எனக்கு மனதின் மீது இப்போது கட்டுப்பாடு இல்லை’’ என்று எழுதி, அதைத் தன் நண்பருக்கு அனுப்பினார். இன்னொரு கடிதம் ஜெயிலருக்கு எழுதி அதில் எல்லாத் தகவல்களையும் கொடுத்தார்.

மூன்றாவது நாள் அவர் கடினமான எண்ணெய்ச் செக்கு வேலையிலிருந்து விடுவிக்கப்பட்டார். பளு குறைவான நார் பிரிக்கும் வேலை கொடுக்கப்பட்டது. அவர் அங்கிருந்து விடுதலை செய்யப்படவில்லை.

அந்த நபருக்குத் தான் செய்யும் காரியம் தவறானது என்ற குற்ற உணர்வாவது இருந்தது. அதனால் உண்மையை ஒப்புக்கொண்டார். ஆனால் அவருடன் இருந்த இரண்டு பேர் தங்கள் மனசாட்சியை அடகு வைத்துவிட்டனர். இந்தச் சிறைக்கு நான் வந்தவுடன் அவர்களுக்குப் பெரிய வாய்ப்புக் கிடைத்தது. என்னைப்பற்றி

எல்லாவற்றையும் ஜெயிலரிடம் போட்டுக் கொடுப்பது, அப்படி உண்மை எதுவும் இல்லையென்றால் கட்டுக்கதைகளைச் சொல்வது என்று மனசாட்சிக்கு விரோதமாக நடந்து கொண்டிருந்தனர். வெட்கம், நாகரிகம் போன்ற எதுவும் அவர்கள் நடத்தையில் தெரியவில்லை.

தவிர்க்கமுடியாத இந்த இரண்டு விஷயங்களுக்கு இடையே நான் மாட்டிக்கொண்டிருந்தேன். இந்தக் குழப்பங்களுக்கு இடையே என் வாழ்க்கை தொடர்ந்து கொண்டிருந்தது. என்னைப் பற்றிய தகவல்களைச் சொல்பவர்கள் ஜெயிலருக்கு நெருக்கமானவர்களாக ஆனார்கள். ஆகவே என்னைப் பற்றிய கதைகள் எதாவது சொல்வது அவர்களுக்கு வாடிக்கையாகிவிட்டது. குறுகிய மனம் படைத்தவர்கள் இப்படிச் செய்வது எனக்கு ஆச்சரியத்தைத் தராது. ஆனால் நல்ல குடும்பத்தில் பிறந்த இந்த நல்ல மனிதர்கள் சில சலுகைகளைப் பெறுவதற்காக இப்படித் தரம் தாழ்ந்து நடந்து கொள்வது பெரிய ஆச்சரியத்தைக் கொடுத்தது. ஆனால் அவர்கள் சந்தர்ப்பம் கிடைக்கும்போது அதைப் பயன்படுத்திக்கொண்டார்கள். அவர்களுக்குக் கிடைத்த ஒவ்வொரு வசதியும் எனக்கு மேலும் கஷ்டத்தைக் கொண்டுவந்தது. அதைப் போக போகச் சொல்கிறேன்.

எனக்கு வந்த குறிப்பில் இந்த ஜெயிலில் நடக்கும் அத்தனை குளறுபடிகளைப் பற்றியும் இருந்தது. ஒரு பகுதியினர் இன்னொரு பகுதியினரைப் பற்றிக் குற்றம் சொல்லுவதால், நான் துரோகிகள் குறித்து எச்சரிக்கையாக இருக்கவேண்டும் என்று குறிப்பிடப்பட்டு இருந்தது. அந்தக் கடிதம் நல்ல எண்ணத்தோடு எழுதப்பட்டது தான். எந்த ஆதாரமும் இல்லாதபோது எவரையும் சந்தேகப்படக் கூடாது என்பதை நான் வழக்கமாக வைத்துக் கொண்டிருந்தேன். அதிலும் தேசத்திற்காக, துணிச்சல், அர்ப்பணிப்பு உணர்வு ஆகிய வற்றோடு ஒரு காலத்தில் இருந்தவர்களைத் தேவையில்லாமல் சந்தேகிக்கக் கூடாது. அவர்கள் இப்போது தவறிழைத்தாலும் அவர்களைக் குறித்துத் தவறாக எண்ணத் தேவையில்லை. அவர்களையோ, அவர்கள் முன்பு செய்த தன்னலமற்ற சேவையையோ அவமதிக்கும் எண்ணம் எனக்கில்லை. என்னால் செய்யமுடிந்ததெல்லாம், இச்சிறையில் இருக்கும்வரை, அப்படிப் பட்டவர்களிடம் கொஞ்சம் விலகி இருப்பது மட்டுமே.

போதும் போதும், தயவுசெய்து விட்டுவிடு

இந்தச் சம்பவம் நடந்து ஒன்றிரண்டு நாட்களுக்குப் பிறகு அரசியல் கைதிகள் அல்லாமல் மற்ற கைதிகள் இருநூறு பேர் என் அறைக்கு

முன் இருந்த தாழ்வாரத்தில் கூடி இருந்தனர். அவர்கள் தேங்காய் நார் உரிப்பது, தேங்காயைத் துண்டு துண்டாக உடைப்பது போன்ற பணிகளைச் செய்து வந்தனர். நான் இருந்த கட்டடத்தின் மூன்றாவது மாடியிலிருந்து அந்த பதான் வார்டன் அவர்களை மேற்பார்வை பார்த்துக் கொண்டிருந்தான். அதிலிருந்து ஒன்றிரண்டு தேங்காய்களைச் சாப்பிடவேண்டும் என்று அவன் விரும்பினான். அவற்றின் இளநீரைக் குடிக்கவேண்டும், உள்ளே இருக்கும் இனிப்பான தேங்காயையும் சாப்பிடவேண்டும் என்ற ஆவல் அவனுக்கு இருந்தது. அவன் கண்ட காட்சி அவன் ஆசையை மேலும் தூண்டியது. அவன் உயர் அதிகாரிக்கு நெருக்கம் என்பதால் அவனைப் பார்த்து எல்லோரும் பயப்படுவார்கள். அவன் என்ன செய்தாலும் யாரும் எதிர்த்துக் கேட்க மாட்டார்கள். அந்த பதான் கீழே சென்று ஒரு கைதியை, அவன் தேங்காயைச் சாப்பிட்டான் என்று குற்றம்சாட்டிக் கன்னத்தில் அறைந்தான். 'இவன் வாயைப் பாருங்கள். அது முழுக்கத் தேங்காயாக இருக்கிறது' என்றான். இந்தப் பயமுறுத்தல் மூலம் தான் செய்யவேண்டியதைச் சாதிக்க சரியான சூழல் ஏற்பட்டுவிட்டது என்று அவன் நினைத்தான். இப்போது அவன் அந்தக் குவியலில் இருந்து நல்ல தேங்காயைக் கேட்டால் யாரும் இல்லையென்று சொல்ல மாட்டார்கள். நல்ல கனிந்த இளநீரை தஹி நாரல் என்று சொல்லுவார்கள். அதற்கு இளநீர் தயிர் போலச் சுவையாக இருக்கும் என்று பொருள். அத்தகைய காயை ஒரு மதராசி தன் கையில் வைத்திருப்பதை அவன் பார்த்தான். அந்தக் கைதி சமீபத்தில்தான் இங்கு வந்திருக்கிறான். நேரடியாக அவனிடம் சென்ற அந்த பதான் வார்டன், "ஏய் போக்கிரியே, அந்தத் தேங்காயை என்னிடத்தில் கொடு" என்று கேட்டான். ஆனால் அந்த மதராசிக்காரனோ இவனைக் கண்டு பயப்படுபவன் போலத் தோன்றவில்லை. அவன் அவர்கள் ஊரில் மிகப் பிரபலமான கொள்ளைக்காரன் போலும். இங்கு நாடுகடத்தப்படுவதற்கு முன் அவன் பல சிறைகளைப் பார்த்தவன். அவனுக்குப் பத்தாண்டுகள் தண்டனை கொடுத்திருந்தார்கள். ஆனால் அவன் அதைப் பற்றிக் கவலைப்பட்டதாகவே தெரியவில்லை. அவனுக்கு ஹிந்தி தெரியாததால் வார்டன் கூறியது புரியாததுபோல நின்றிருந்தான். அவன் நேரடியாக வார்டனைப் பார்த்துத் தன் கையில் தேங்காய் இல்லை என்பதைக் குறிக்க 'இல்லெ இல்லெ' என்று தமிழில் சொன்னான். தன்னிடம் இருப்பதை யாராவது வாங்க வந்தால் இப்படிச் சொல்வது அவன் வழக்கம். அவன் இந்தக் காயை உடைத்துக் கொண்டிருந்த நபரிடமிருந்து இதனை ஒரு அணா மதிப்புள்ள புகையிலையைக் கொடுத்துதான் வாங்கியுள்ளான். கடைந்தெடுத்த கிரிமினலான அவன், அப்படித் தான் வாங்கியதை

இந்த பதான் வார்டன் கேட்டால் கொடுத்து விடுவானா? ஆனால் அந்தத் தலைக்கனம் பிடித்த வார்டன், தான் கேட்டும் கொடுக்காததால் ஆத்திரம் அடைந்தான். அதிலும் ஒரு ஹிந்து தான் சொல்வதைக் கேட்டு அடிபணியாமல் இருப்பதா? அவன் அந்தத் தமிழனைத் திட்டித் தேங்காயைக் கொடுக்கச் சொல்லி உத்தர விட்டான். அந்தத் தமிழ்க் கைதி தனக்கு எதுவும் தெரியாதது போல நடித்து, 'என்னிடம் இல்லை, என்னிடம் நிஜமாகவே இல்லை' என்று மறுத்துக்கொண்டிருந்தான். பதானின் கோபம் அதிகமாயிற்று. அவன் ஆத்திரம் அடைந்தான். இந்தத் தமிழன் ஹிந்துவாக இருந்ததால் அவர்கள் சண்டை மதச் சண்டையாக மாறிற்று. பதான் இவனைத் திட்டிக்கொண்டே இருந்தான். "நீ ஒரு காபிர், போக்கிரி, உன் குடுமியை வெட்டுகிறேன் பார்" என்று கத்தினான். அப்படிக் கத்திக்கொண்டே அந்தத் தமிழனின் குடுமியைப் பிடித்தான். அதுவரை அவன் கத்திக்கொண்டிருந்தது எதுவும் அந்தத் தமிழனுக்கு ஹிந்தி தெரியாததால் புரியவில்லை. தன்னை ஒழுங்காக வேலை செய்யச் சொல்கிறான் என்றுதான் நினைத்துக்கொண்டிருந்தான். ஆனால் அந்த பதான் அவனிடமிருந்த அந்தத் தேங்காயைப் பறிக்க வந்தபோது அதைக் கொடுக்காமல் சண்டை போட ஆரம்பித்தான். இருவரும் சண்டை போடத் துவங்கினர். இருவரும் நிறுத்துவதாகத் தெரியவில்லை. இரண்டு பேருக்குமே அந்தத் தயிர் போன்ற சுவை கொண்ட தேங்காய் மேல் அப்படி ஒரு ஈர்ப்பு.

மொத்தக் கும்பலும் அந்தச் சண்டையை நன்றாக ரசித்துப் பார்த்துக் கொண்டிருந்தது. பதான் நன்றாக அடி வாங்கிக் கொண்டிருந்தான். கும்பல் அவனைத் திட்டிக்கொண்டும் அந்தத் தமிழனை உற்சாகப் படுத்திக்கொண்டும் இருந்தது. வார்டனின் நிலைமை மோசமாகிக் கொண்டே போனது. அவன் திடீரென்று அந்தக் கைதியின் மண்டை மேல் அடித்தான். பலமான அடி. பிறகு அவனுடைய மண்டையி லிருந்த குடுமியைப் பிடித்து, கிட்டத்தட்ட அது கையோடு வரும் அளவுக்கு இழுத்தான். காபிர், போக்கிரி என்று திட்டிக்கொண்டே அவன் தொடர்ந்து அடித்தான். ஒரு கட்டத்தில் தமிழன் பொறுமை இழந்தான். காட்சி மாறியது. பதானின் தாடியைப் பிடித்தவன் அவனை ஒரேயடியாய்த் தூக்கித் தரையில் வீசினான். தரையில் மொத்தமாகப் போய் விழுந்தான் அந்த பதான் வார்டன். உடனே அவன் மேலே ஏறி நெஞ்சில் உட்கார்ந்துகொண்டு அவன் முகத்தில் மாறி மாறி அடிக்க ஆரம்பித்தான். தன் கால்களால் அவனை அழுத்தியபடி தொடர்ந்து அவன் முகத்தில் அடித்தான். கும்பல் இந்தக் காட்சியைத் திகைப்புடன் பார்த்தது. ஆனால் யாரும்

எதிர்த்துக் குரல் கொடுக்கவில்லை. அந்த பதான் மேல் அவர்கள் எல்லோருக்குமே வெறுப்பு உண்டு. இதை எல்லாம் என் அறையிலிருந்து பார்த்துக் கொண்டிருந்தேன். எனக்குச் சிரிப்பாக வந்தது. வார்டனின் டர்பன் அவிழ்ந்து அதிலெல்லாம் மண் ஒட்டிக் கொண்டிருந்தது. எதையோ முணுமுணுத்தபடியே அந்தத் தமிழ்க் கைதி தொடர்ந்து அவனை அடித்துக் கொண்டிருந்தான். பதான் அவனைத் திட்டுவதை நிறுத்திவிட்டான். இப்போது அவனுக்கு அந்தத் தேங்காயைப் பற்றிய நினைவே இருக்காது. குதிரை மேல் சவாரி செய்வதுபோல அந்தத் தமிழன் இவன்மேல் உட்கார்ந்து அடித்துக்கொண்டிருந்தான். அந்த பதானால் மேற்கொண்டு அடி தாங்க முடியவில்லை. அவன் முகமெல்லாம் சிவந்து போயிருந்தது. ''போதும் போதும் என்னை விட்டுவிடு. உன்னைக் கெஞ்சிக் கேட்டுக் கொள்கிறேன்'' என்று அவன் கெஞ்சிக் கொண்டிருந்தான். அவன் குரல் தழுதழுத்தது. அந்த மதராசிக்கு மொழி தெரியாது என்பது நிலைமையை மேலும் மோசமாக்கிக் கொண்டிருந்தது. அந்த பதான் ஹிந்தியில் மன்னித்து விடு என்பதற்கு மாப் கரோ என்று கதறிக்கொண்டிருந்தான். ஆனால் மதராசிக்கோ அதில் முதல் எழுத்தான மா மட்டுமே கேட்டது. தன் அம்மாவைப் பற்றி ஏதோ சொல்கிறான் என்று நினைத்துக்கொண்டு மேலும் ஆத்திரத்துடன் அவனை அடிக்க ஆரம்பித்தான். தன்னிடம் மன்னிப்புக் கேட்டு மன்றாடுகிறான் என்பதைப் புரிந்து கொள்ளாமல் ''மா மா'' என்று கூறிக்கொண்டே, ஒவ்வொரு மா சொல்லும்போதும் அடித்தான். ஒருவழியாக அந்தச் சண்டைக்கு ஒரு முடிவு வந்தது. உயர் அதிகாரி அங்கே வந்தார். உடனே கூட்டம் இவர்களைப் பிரித்துவிட்டது. மதராசி அந்த பதானை, ''அதிகாரியிடம் இதுபற்றிச் சொன்னால் உன்னைக் கொன்று விடுவேன்'' என்று தனக்குத் தெரிந்த ஹிந்தி வார்த்தைகள் மூலம் 'சாஹேப் ஹம் தும் மார்' என்று மிரட்டிக் கொண்டிருந்தான். பதான் அடுத்தவரைத் துன்புறுத்துபவன், ஆனால் கோழை. தன்னைவிட பலசாலியான அந்த மதராசியின் அச்சுறுத்தல் அவனைத் திடுக்குறச் செய்தது. மேலும், அவனே சட்டத்தை மீறி இருக்கிறான். மூன்றாம் மாடியில் இருந்த தன் இடத்தைவிட்டுத் தேங்காய்க்காகக் கீழே இறங்கி வந்திருக்கிறான். இது அவனுக்கு எதிராகச் சொல்லப்படும். அதனால் அவன் பிரச்சினையை அத்தோடு விட்டுவிட்டுத் தன் தலைப்பாகையைச் சரிசெய்துகொண்டு என் கட்டடத்தின் மேல் மாடியில் இருந்த அவனுடைய இடத்திற்குச் சென்றுவிட்டான். அவனது பேராசையே காரணம். இரண்டு மூன்று தேங்காய்களுக்காக வாயில் அடிமேல் அடி வாங்கி, அனைத்தையும் அடக்கிக்கொண்டு சென்றான்.

அந்தமான் சிறை அனுபவங்கள் | 131

"என்ன ஆயிற்று? என்ன சத்தம்?" என்று நான் கேட்டேன். நான் அங்கு நடந்ததைப் பார்க்கவில்லை என்று நினைத்துக்கொண்டிருந்த வார்டன், "அங்கு ஒருவன் தேங்காய்களைத் திருட முயன்றான். நான் அவனுக்குச் சரியான உதை கொடுத்தேன்" என்றான். "நல்லது செய்தீர்கள்" என்றேன். "ஏற்கெனவே திருடிச் சிறைக்கு வந்து இங்கும் திருட முயற்சித்தால் எப்படி? அவனுக்கு இந்த உதை தேவைதான்" என்றேன். பதானுக்கும் எனக்கும்தான் தெரியும், யார் திருடன் யாருக்கு உதை விழுந்தது என்று.

அத்தியாயம் 9

அரசியல் கைதிகளின் ஆரம்பகால வரலாறு

வெடிகுண்டுக் கலாசாரம்

அந்தமானுக்கு முதல்முறையாக அனுப்பப்பட்ட அரசியல் கைதிகளில் மணிக் டோலோ பாம் வழக்கில் சம்பந்தப்பட்ட வங்காளிகளும் மகாராஷ்டிராவைச் சேர்ந்த கணேஷ் சாவர்க்கர் மற்றும் வாமன் ராவ் ஜோஷி ஆகிய இரண்டு பேரும் அடங்குவர். அவர்களுக்குப் பிறகு, அரசியல் கொள்ளை வழக்கு ஒன்றில் சம்பந்தப்பட்ட ஆறு வங்காளிகள் கொண்டுவரப்பட்டனர். இவர்களில் வங்காளத்தைச் சேர்ந்த மூவருக்கும் மகாராஷ்டிராவைச் சேர்ந்த இருவருக்கும் ஆயுள் தண்டனை விதிக்கப்பட்டிருந்தது. மற்ற அனைத்து வங்காளி களுக்கும் மூன்றில் இருந்து பத்து ஆண்டுகள் வரை சிறைத் தண்டனை விதிக்கப்பட்டிருந்தது. நான் அந்தமானுக்கு வந்து சேர்ந்தபோது அந்த வங்காளிகள் அங்கு இருந்தனர். ஏழு முதல் பத்து ஆண்டுகள் வரை தண்டனை விதிக்கப்பட்ட, அலகாபாத்தைச் சேர்ந்த ஸ்வராஜ்யா ஆசிரியர்கள் நான்கு பேரும் இருந்தனர். அவர்கள் பிரிவினைவாதக் குற்றம் புரிந்ததற்காக தண்டனை விதிக்கப்பட்டவர்கள். எங்களைப்போல புரட்சி செய்தற்காக அல்ல. அதில் சிலர் புரட்சிக்கு எதிரானவர்கள். அதைப் பற்றி எதுவுமே தெரியாதவர்கள். ஆனால் எங்களுடன் பழகியதில் அவர்களுக்குப் புரட்சி இயக்கத்தின் கொள்கை மற்றும் செயல்பாடுகளைப் பற்றித் தெரிந்துகொள்ள வாய்ப்புக் கிடைத்தது. அவர்களைப் பற்றி எனக்கு இப்போது நினைவில் இருப்பது இவ்வளவுதான். அவர்கள் பெயரோ, அவர்கள் சந்தித்த விசாரணையோ அவர்கள் கருத்துகளோ எதுவும் நினைவில் இல்லை. நான் ஏற்கெனவே குறிப்பிட்டதைத்

தவிர, மேலும் ஒரு ஆள் வந்தது நினைவில் இருக்கிறது. முதல்முறை கொண்டுவரப்பட்டவர்களில் பெரும்பாலானவர்கள் வங்காளிகள். அதன்பிறகு பஞ்சாப்பில் இருந்து நூற்றுக்கணக்கானவர்களும், மற்ற மாநிலங்களில் இருந்தும் கைதிகள் கொண்டுவரப்பட்டனர். எங்களை இப்போது குண்டு செய்பவர்கள் என்று புதுப் பெயரிட்டு அழைக்க ஆரம்பித்தனர்.

அரசியல் கைதிகள் அல்லது சுதந்திரத்திற்குக் குரல் கொடுத்தவர்கள்

அரசியல் கைதிகள் என்ற வார்த்தையையே கேள்விப்படாதவர்களுக்கு அதன் அர்த்தம் புரியாதுதான். அதனால் குண்டு செய்பவர்கள் என்று பொதுவாக அழைப்பதனால் எங்களை எல்லாம் குண்டு எறிபவர்கள் என்று, இங்கு ஆயிரக்கணக்கில் இருக்கும் மற்ற கைதிகள் தவறாக நினைக்கக்கூடும். எங்களில் ஒருவரையோ அல்லது எல்லாரையுமோ அழைக்கவேண்டும் என்றால் மிஸ்டர் பாரி 'அந்த ஏழாம் நம்பர் குண்டு தயாரிப்பவனைக் கூட்டிக்கொண்டு வா' என்றோ அல்லது 'போய் எல்லா குண்டு எறிபவர்களையும் கூட்டி வந்து பூட்டி வை' என்றோதான் சொல்லுவார். அவர் சொல்லுவதைப் புரிந்துகொண்டு அவர்களும் செயல்படுவார்கள். நான் அங்கு வந்தவுடன், என்னுடன் இருந்த நம் நாட்டைச் சேர்ந்த சக கைதிகளுக்குக் குண்டு எறிபவனுக்கும் அரசியல் கைதிக்கும் இடையே உள்ள வித்தியாசத்தைப் புரிய வைத்தேன். எங்கள் மீது குண்டு எறிந்ததற்கான குற்றச்சாட்டு இல்லை என்று சொன்னேன். ''நாங்கள் சுயராஜ்ஜியத்திற்காகவும் அரசை எதிர்த்துப் போராடியதற்காகவும் தண்டிக்கப்பட்டவர்கள். எங்களில் சிலர் பிஸ்டல், குண்டு, ரைபிள் போன்றவற்றைப் பயன்படுத்தியதில்லை. நாங்கள் பேனாவைக் கொண்டு போராடுபவர்கள். எங்களில் பலர் குண்டுகளைப் பயன்படுத்தாதது மட்டுமல்ல, அவற்றைப் பார்த்ததுகூடக் கிடையாது. நாங்கள் அதிகமாகப் பயன்படுத்தியது எங்கள் நாக்கைத்தான். அதனால் எங்களை உரிமைக்குக் குரல் கொடுத்தவர்கள் என்று வேண்டுமானால் அழைக்கலாம்'' என்றேன். அதற்கு, ''குண்டு எறிபவன் என்ற பெயர் உங்களுக்குச் சிறிதும் பொருத்தமில்லாதது. உங்களை எப்படி அழைக்கவேண்டும் என்று கூறுங்கள். அப்படியே அழைக்கிறோம்'' என்று சிரித்துக்கொண்டே கேட்டார்கள். ''எங்களை அரசியல் கைதிகள் என்று அழையுங்கள். அதைச் சொல்வது கடினமாக இருந்தால் ராஜ் கைதி என்று அழையுங்கள்'' என்றேன். இந்த வார்த்தை வேகமாகப் பரவியது. அவர்களும் அதனை எளிதாக உச்சரித்தார்கள். அதன்பிறகு எங்களுக்கு அரசியல் கைதிகள் என்ற பெயரே நிலைத்தது. மிஸ்டர் பாரிக்கு இந்த மாற்றம்

பிடிக்கவில்லை. அவர் இதனை ஏற்றுக்கொள்ளவில்லை. எங்களை யாராவது பாபு என்று அழைத்தால், அவருக்குக் கோபம் வந்து ''என்ன பாபு, யார் இங்கே பாபு? அவர்கள் எல்லோரும் கைதிகள், மடையர்களே'' என்று கத்துவார். ஆனால் அவர் எழுதப் படிக்கத் தெரிந்தவர்களையும் தெரியாதவர்களையும் வேறுபடுத்திப் பார்ப்பார். படிப்பறிவு உள்ளவர்களை பாபு என்று அழைப்பதில் அவருக்கு ஆட்சேபணை இருந்ததில்லை. ஆனால் அந்தப் பெயர் எங்களைக் குறிப்பதை அவர் விரும்பவில்லை. அப்படி இருக்க, மற்றவர்கள் அப்படி அழைப்பதை அவர் எப்படி அனுமதிப்பார்?

D டிக்கட்

இந்த விஷயத்தைப் பொருத்தவரை, ''நீங்கள் அரசியல் கைதிகள் அல்ல'' என்பதே முடிவாக மிஸ்டர் பாரி கூறுவது. அவர் முன்னே யாராவது கைதி அப்படி அழைத்தால் கோபம் கொள்வார். ''ஆஹ், என்ன அரசியல் கைதி? அப்படி யாரும் இங்கு இல்லை. எல்லோரும் உன்னைபோலச் சாதாரணமானவர்கள்தான். நீ குறிப்பிடும் அரசியல் கைதிகளுக்கு டிக்கட் D கொடுக்கப்பட்டுள்ளது. அதுவே உங்கள் எல்லோரையும் உங்களில் மோசமானவர்களையும் குறிக்கும்.'' அந்த எழுத்துக்கு அர்த்தம் ஆபத்தானவன் என்பதே. எங்களுக்குக் கொடுக்கப்பட்ட பேட்ஜில் அந்த D எழுத்து பொறிக்கப்பட்டிருக்கும். எங்களுக்குக் கொடுக்கப்பட்ட உடைகளிலும் அந்த எழுத்து பொறிக்கப்பட்ட பேட்ஜ் இணைக்கப்பட்டிருக்கும். மிஸ்டர் பாரியின் இந்த மாதிரியான எதிர்ப்புகளுக்கிடையே வந்த நாள்முதல் நான் படா பாபு* என்று அழைக்கப்பட்டேன். சில சமயம் மிஸ்டர் பாரியே கூட, ''ஹவில்தார், அரை எண் 7க்குச் சென்று பெரிய பாபுவைக் கூட்டி வா'' என்று கூறுவார். அரசியல் கைதிகளுக்கும் சாதாரணக் கைதிகளுக்கும் இடையே உள்ள வித்தியாசத்தை உணர்ந்த என் நாட்டின் சக கைதிகள் என்னை அந்தப் பெயர்கொண்டே அழைக்க ஆரம்பித்தனர். அந்த வார்த்தையிலேயே கொஞ்சம் ஸ்வராஜ்ய வாடை அடித்ததன் காரணமோ என்னமோ, அதனை மிஸ்டர் பாரி அறவே வெறுத்தார். அதே நேரம் நான் அவர்கள் மனதில் சுயராஜ்ஜியத்தைப் பற்றிய சிந்தனையை விதைக்க நினைத்தேன். அதனால் அவர்களிடம் எங்களை அழைக்கும்போது அரசியல் கைதிகள் என்றே அழைக்கவேண்டும் என்று வற்புறுத்தினேன். கொஞ்ச நாட்களில் அந்த வார்த்தை சில்வர் ஜெயில் எங்கும் புழங்கலாயிற்று.

---

* பெரிய பாபு

துர்தேவதைக்குப் படையல்

எனக்கு முன்பு அந்தமானுக்கு வந்த அரசியல் கைதிகள் எல்லோரும் ஒரே இடத்தில் தங்க வைக்கப்பட்டனர். அவர்களைக் கண்காணிக்க ஒரு பதான் வார்டர் இருந்தார். தேங்காய் மட்டைகள் உரிக்கப்பட்டு வெயிலில் காயவைக்கப்பட்டு நார் உரிப்பதற்காகக் கைதிகளிடம் கொடுக்கப்படும். இந்தக் கடினமான வேலையை பிக்கிங் ஒக்கம்* என்று அழைப்பார்கள். அதாவது நார் உரித்தல். இது கடினமான வேலைதான் என்றாலும் எண்ணெய்ச் செக்கை ஆட்டுவதுபோலக் கடினமானதல்ல. சாதாரணக் கைதிகளுக்கு எளிதான மேசை வேலைகள் தரப்படும். அவர்கள் உடனடியாக 'பாபுக்கள்' ஆவார்கள். ஆனால் அரசியல் கைதிகளுக்கு எவ்வளவு செய்தாலும் முடியவே முடியாத, அவர்கள் இதற்கு முன்பு செய்தே இராத கடினமான வேலைகள்தான் கொடுக்கப்படும். அவர்களுக்குச் சாதாரணக் கைதிகளைவிட எழுதவும் படிக்கவும் நன்றாகவே தெரியும். இருந்தாலும் அந்த வேலைகள் அவர்களுக்கு மறுக்கப்பட்டன. இதற்கு, அவர்களுக்குப் படிக்கத் தெரிந்ததும்கூட ஒரு காரணமாக இருக்கலாம்.

நார் உரிப்பது அல்லது கயிறு திரிப்பது ஒரு கடினமான வேலை என்றாலும் எல்லோரும் ஒன்றாக ஒரே இடத்தில் அதைச் செய்யும்போது கொஞ்சம் ஆசுவாசமாக இருக்கும். படித்த மனிதன் தன்னைப்போலப் படித்தவர்களுடன் இருப்பதையே விரும்புவான். அதனால் இந்த வேலையில் அவனுக்கு ஆறுதல் கிடைக்கும். இதில் ஒரு சிலருக்கு உடல்நலமில்லாமல் இருந்தது. அவர்களுக்கு மட்டும் பால் வழங்கப்பட்டது. அவர்கள் அதைக் கடவுளுக்குக் கொடுப்பது போல அந்த பதான் வார்டருக்குக் கொடுத்து விடுவார்கள். அதனால் அந்த பதான் வார்டர் அவர்களிடம் கொஞ்சம் கடுமையைக் குறைத்துக்கொண்டு நடப்பார். இவையெல்லாம் சிறை வாழ்க்கையை இன்றிருப்பதைவிட கடினமானதாக ஆக்கின. என் மூத்த சகோதரரும் இதே இடத்தில்தான் இருந்தார்.

இப்படியே சில மாதங்கள் கழிந்தன. ஒருநாள் கல்கத்தாவில் இருந்து ஒரு உயர் அதிகாரி அந்தமானுக்குச் சோதனைக்கு வந்தார். அவர் இங்கு அரசியல் கைதிகள் நார் உரிப்பதைக் கண்டவுடன் கோபமடைந்தார். அதற்கான உத்தரவுகளைப் பிறப்பித்த உள்ளூர் அதிகாரிகளை அவர் கடிந்துகொண்டார். இவர்கள் சாதாரணக் குற்றவாளிகள் அல்ல. இவர்கள் திருடர்களோ, கொலைகாரர்களோ

---

* Picking Oakum

அல்லது கொள்ளைக்காரர்களோ அல்ல. இவர்கள் அடங்கி நடப்பவர்கள், அதனால் மரியாதைக்கு உரியவர்கள். ஆனால் அதே நேரம் இவர்கள் அரசியல் கைதிகள். இவர்கள் உலகிலேயே மிக மோசமான கைதிகளைப்போல நடத்தப்படவேண்டும். அவர்களது உள்ள உறுதி குலையும் வண்ணம் அவர்களுக்கு வேலை கொடுக்கப் படவேண்டும் என்றார். ஏற்கெனவே எங்களிடம் கடுமையாக நடந்துகொள்ளும் அதிகாரிகள், கல்கத்தாவில் இருந்து வந்த உயர் அதிகாரி இப்படிக் கூறியதும் மகிழ்ச்சி அடைந்தனர்.

எண்ணெய் மில்

அதற்குப் பிறகு சிறையில் எல்லாமே மாறிற்று. புது யுகம் துவங்கியது. அரசியல் கைதிகள் பிரிக்கப்பட்டு வெவ்வேறு இருப்பிடங்களில் தங்க வைக்கப்பட்டார்கள். ஒரு அறையில் ஒருவர் மட்டுமே தங்க வேண்டும். அவர்கள் மற்றவர்களுடன் பேசுவதுபோல ஏதேனும் சந்தேகம் வந்தால் அவர்களுக்குக் கைவிலங்கு போடப்படும். அவர்களுக்கு எல்லா விதமான தண்டனைகளும் வழங்கப்படும். குளிப்பதற்கு வரிசையில் நிற்கும்போதோ அல்லது உணவிற்கு வரிசையில் நிற்கும்போதோ அவர்கள் உடல்நலம் குறித்து சைகையில் கேட்டால்கூட, தண்டனையாக ஏழு நாட்கள் கைவிலங்குடன் இருக்கவேண்டும் என்று விதிக்கப்பட்டது. இதைவிட மோசம் என்னவென்றால் நார் உரிக்கும் வேலையை மாற்றி, இப்போது எண்ணெய்ச் செக்கில் எண்ணெய் ஆட்டும் வேலை வழங்கப் பட்டது. ஆமாம், எங்கள் உள்ள உறுதியைக் குலைப்பதில் அவர்கள் குறியாக இருந்தனர். ஆகவே அவர்கள் எங்களுக்கு இரண்டு மாதங்கள் எண்ணெய் ஆட்டும் வேலையும், பிறகு ஒரு மாதம் நார் உரிக்கும் வேலையும், பிறகு மீண்டும் எண்ணெய் ஆட்டும் வேலையும் கொடுத்தனர். எண்ணெய்ச் செக்கைச் சுற்றி இருக்கும் சக்கரத்தை நாங்கள் மிருகங்களைப்போல கட்டி இழுத்து வரவேண்டும். படுக்கையிலிருந்து எழுந்திருப்பதற்குள்ளாகவே, எங்களுக்கு உடுத்திக்கொள்ள ஒரு துண்டு கொடுக்கப்படும். எங்களை அறையில் போட்டு அடைப்பார்கள். அதன்பின் நாங்கள் எண்ணெய்ச் செக்கில் அந்தச் சக்கரத்தைச் சுற்ற வேண்டும். காலியாக இருக்கும் இடத்தில் தேங்காய்த் துண்டுகளைப் போடுவார்கள். இந்தச் சக்கரம் சுற்றும்போது அது நசுங்கும். முழுவதும் தேங்காயைக் கொட்டி இருந்தால் சக்கரத்தைச் சுற்றுவதே கஷ்டமாக இருக்கும். மிக வலிமையான ஆள்கூட இருபது சுற்று சுற்றினால் சோர்ந்து போய்விடுவான். சாதாரணக் குற்றவாளிகளில் இருபது வயதுக்கு மேல் உள்ள எவரையும் செக்கை இழுக்க வைப்பதில்லை.

ஆனால் அரசியல் கைதிகள்தான் பாவம், இந்தக் கடுமையான வேலையை எந்த வயதானாலும் செய்யவேண்டும். இங்குள்ள டாக்டரும் அவரால் அந்த வேலையைச் செய்யமுடியும் என்று சான்றிதழ் கொடுப்பார். அது அந்தமானில் உள்ள நடைமுறை. பாவப்பட்ட அரசியல் கைதிகள் ஒரு கையால் தேங்காயை உள்ளே தள்ளிவிட்டுக்கொண்டே இன்னொரு கையால் செக்கைப் பிடித்துச் சுற்றி வரவேண்டும். தேங்காயில் இருந்து எண்ணெய் எடுப்பதற்கு ஏராளமான உடல் வலு வேண்டும். அதுவரை வாழ்க்கையில் எந்தக் கடினமான வேலையும் செய்த அனுபவம் இல்லாத இருபது வயதுக்கு மேலான இளைஞர்கள் இந்த வேலையைச் செய்ய ஈடுபடுத்தப் பட்டார்கள். அவர்கள் எல்லோருமே நன்கு படித்தவர்கள். ஆனால் தேகத்தில் அவ்வளவாக வலிமை இல்லாதவர்கள். காலை ஆறு மணியிலிருந்து பத்து மணி வரை அவர்கள் இந்தச் சக்கரத்தில் கட்டப்பட்டிருப்பார்கள். அவர்கள் மூச்சு வாங்கிச் சோர்வடையும் வரை இந்த வேலையைச் செய்யவேண்டும். பிறகு அவர்கள் முடியாமல் உட்கார்ந்து விடுவார்கள். சிலர் பலமுறை மயக்கம் போட்டுவிடுவார்கள். வழக்கமாக எந்த வேலையாக இருந்தாலும் பத்தில் இருந்து பன்னிரண்டு மணி வரை நிறுத்தப்பட்டுவிடும். ஆனால் 'கோலு' என்று அழைக்கப்பட்ட இந்த எண்ணெய்ச் செக்கு வேலை மட்டும் எப்போதும் தொடர்ந்துகொண்டே இருக்க வேண்டும். சாப்பாட்டு நேரத்தில் மட்டும்தான் கதவு திறக்கும். உள்ளே ஒரு ஆள் வந்து உணவு கொடுத்துவிட்டுச் சென்றவுடன் மறுபடியும் கதவு மூடப்படும். கைகளைக் கழுவியபின் உடம்பில் உள்ள வியர்வையை யாராவது துடைத்தால் ஜமாதார் அவர்களைப் பயங்கரமாகத் திட்டுவான். அவன்தான் இந்தக் கூட்டத்திலேயே மிகப் பெரிய குற்றவாளி. கை கழுவ தண்ணீர் இருக்காது. குடிக்கத் தண்ணீர், ஜமாதாரைக் கெஞ்சினால்தான் கிடைக்கும். ஆனால் கோலுவில் இருக்கும்போது மிகவும் தாகம் எடுக்கும். தண்ணீர் கொடுப்பவன் உடனடியாகத் தண்ணீர் தர மாட்டான். அவனுக்கு லஞ்சமாகப் புகையிலை கொஞ்சம் தர வேண்டியிருக்கும். இதைப் பற்றி ஜமாதாரிடம் புகார் சொன்னால், ''ஒரு கைதிக்கு அனுமதிக்கப்பட்டுள்ளது இரண்டு குவளை தண்ணீர்தான். ஆனால் நீயோ ஏற்கெனவே மூன்று குவளை தண்ணீர் குடித்தாகிவிட்டது. எங்கிருந்து உனக்கு தண்ணீர் கொண்டு வருவது? உன் அப்பாவிடம் இருந்தா?'' என்று கேட்பான். அவன் கூறுவதை அப்படியே கூற முடியாது என்பதால் நான் நாகரிகமாகக் கூறியுள்ளேன். குடிக்கவும் கை கழுவவுமே தண்ணீர் இல்லையென்றால் குளிப்பதற்குக் கேட்கவா வேண்டும்.

உங்கள் கோட்டாவை முடிக்கவேண்டும்

குளியல் என்ன? எங்கள் வழக்கமான சாப்பாடே இந்தக் கதைதான். இரவு உணவு கொடுக்கப்பட்டவுடன் சிறைக் கதவு மூடப்படும். அப்போது ஜமாதார் எங்களைப் பார்க்க வருவார். நாங்கள் சாப்பிட்டுவிட்டோமா என்று பார்ப்பதற்காக அல்ல, நாங்கள் மறுபடி எண்ணெய்ச் செக்கை இழுக்க ஆரம்பித்து விட்டோமா என்று பார்க்கத்தான். எங்கள் இடத்தில் நடந்து வந்து பார்க்கும் அவர் ஒவ்வொரு அறைக்கு முன்னும் நின்று அங்குள்ள கைதியை அசிங்கமான வார்த்தைகளால் திட்டி, என்ன ஆனாலும் சரி, மாலைக்குள் அன்றைய கோட்டாவை நாங்கள் முடிக்கவேண்டும் என்று கூறுவார். இல்லையென்றால் அவரிடம் அடி வாங்குவதோடு உயர் அதிகாரியிடம் கூடுதல் தண்டனையும் பெறவேண்டும். நாங்கள் சாப்பிட்டுக் கொண்டிருக்கும்போது ஜமாதார் கத்தும் சத்தம் கேட்டால் எங்களுக்கு உணவு உள்ளே இறங்காது. உடனே சாப்பிடுவதை நிறுத்தி விடுவோம். ஏனென்றால், கோட்டாவை முடிக்காத ஆள் எப்படி ஜமாதாரிடம் கைகளாலும் கம்புகளாலும் அடி வாங்குவான் என்பதைப் பார்த்திருக்கிறோம். அந்தப் பயத்திலேயே எங்கள் பசியெல்லாம் பறந்து போய்விடும். நாங்கள் உடனே எழுந்து போய் மாட்டைப்போல அந்தச் செக்கை இழுக்க ஆரம்பிப்போம். முகத்தில் இருந்து வியர்வை வழிந்து, நாங்கள் இன்னொரு கையில் வைத்துக் கொண்டிருக்கும் சாப்பாட்டுத் தட்டில் விழும். இந்தக் கொடுமையான சூழலில் கைதிகள் வேலை செய்வதை நான் பார்த்திருக்கிறேன். அப்படியும் அவர்கள் செக்கை இழுத்தபடியே அந்த உணவை உண்பார்கள். வேலை எவ்வளவு கடினமானதாக இருந்தாலும் பசியைப் பொறுத்துக்கொள்ள முடியாது. கொலுவில் இந்த நிலையிலேயே மாலை ஐந்து மணி வரை வேலை தொடர்ந்தாகவேண்டும். இதற்கிடையே அவசர அவசரமாக நான் முன்பு சொன்னதுபோல உணவையும் உட்கொள்ள வேண்டும். ஒரு நாளைக்கு முப்பது பவுண்டு தேங்காய் எண்ணெய் எடுக்கவேண்டும். ஆனால் உடல் வலு உள்ள நூறில் ஒருவரால் மட்டுமே அது முடியும். மற்றவர்களுக்கு அந்தக் கொப்பரையில் இருந்து அந்த அளவு எண்ணெய் எடுக்க குறைந்தபட்சம் இரண்டு நாட்களாவது ஆகும். அனுபவம் இல்லாதவர்களும் நேர்மையானவர்களும் புதிதாக வந்தவர்களும் இதில் மிகவும் கஷ்டப் படுவார்கள். தாங்கள் எடுத்த எண்ணெய்யை ஜமாதாரிடம் கொண்டு கொட்டும்போது அவர்கள் பயங்கரமாக அடி வாங்குவார்கள். வலி தாங்க முடியாமல் அழுதுகொண்டே தங்கள் அறைக்குச் செல்வார்கள். அவர்களது கண்ணீர் தோய்ந்த முகம் இன்றும் என் நினைவில் அப்படியே இருக்கிறது.

இரவிலும் நடக்கும் கூலி வேலை

இதையெல்லாம் மீறி அன்றைய கோட்டாவை யாராவது செய்து முடிக்கவில்லை என்றால் மிஸ்டர் பாரி அங்கு வருவார். எல்லோரும் மாலை உணவுக்காக உட்கார்ந்திருக்கும்போது வேலையைச் செய்து முடிக்கவில்லை என்பதால் அவர்களுக்கு உணவில்லை என்று அறிவிப்பார். அவர்கள் கோட்டாவைச் செய்து முடிக்கும் வரை அவர்களுக்கு உணவில்லை என்பார். காலையில் எழுந்து 6 மணி முதல் 11 மணி வரை வேலை செய்து, பிறகு மாலை 5 மணி வரை தொடர்ந்து வேலை செய்த ஒருவனின் நிலைமையை யோசித்துப் பாருங்கள். காலை உணவையும் அரைகுறையாகச் சாப்பிட்டிருப்பார். மதிய உணவு எதுவும் எடுத்துக்கொண்டிருக்க மாட்டார். இது மிகக் கொடுமையான ஒரு தண்டனை. ஒரு 40 அல்லது 50 பேருக்கு அவர்கள் வேலையை எப்போதுமே செய்து முடிக்க முடியவில்லை. ஆனால் இந்த வேலை எவ்வளவு கடினமானது என்பதை மிஸ்டர் பாரி உணரவே இல்லை. அவர் தனது அறையில் இருந்து நாற்காலியைக் கொண்டுவந்து போட்டு உட்கார்ந்து கொண்டு, இந்த 50 பேர் இரவிலும் வேலை செய்வதைப் பார்த்துக் கொண்டிருப்பார். சிறையில் மற்ற பகுதிகளில் எல்லாம் பணிகளை முடித்துவிட்டு இரவு எல்லோரும் தூங்கியே போயிருப்பர். யாரும் மிஸ்டர் பாரி குறித்துக் குற்றச்சாட்டு எதுவும் சொல்ல என்றுமே துணிந்ததில்லை. அப்படி யாராவது துணிந்து சொன்னாலும் அவர்கள் மீது ஏதாவது பொய்க் குற்றச்சாட்டு போடப்பட்டு அவர்களுக்குத் தண்டனை வழங்கப்படும். எல்லா இடங்களிலும் இரவு நிசப்தமாக இருக்க இங்கு மட்டும் இரவு 8 அல்லது 9 மணி வரை செக்கு அரைக்கப்படும் சப்தம் கேட்டுக் கொண்டிருக்கும். அதேநேரம் மிஸ்டர் பாரி தனது நாற்காலியில் தூங்கிக் கொண்டிருப்பார். அவ்வப்போது எழுந்து, வேலை செய்து கொண்டிருக்கும் கைதிகளைத் திட்டிவிட்டு, திரும்பவும் தூக்கத்தைத் தொடர்வார். "இந்தக் கைதிகள் சோம்பேறிகள். இவர்கள் ஒழுங்காக வேலை செய்வதில்லை. இவர்களுக்குக் கருணையே காட்டவேண்டாம், ஜமாதார், இவர்களை நன்றாக அடி" என்று கூறிவிட்டு, மறுபடியும் குறட்டைவிட்டுத் தூங்க ஆரம்பிப்பார்.

உடம்பு சரியில்லை என்ற சாக்கில்

இந்த மனிதாபிமானமற்ற தண்டனையிலிருந்து எந்த அரசியல் கைதியும் தப்பிக்கமுடியாது. அவர்களில் பெரும்பாலானோருக்கு இத்தகைய கடுமையான உடல் உழைப்புப் பழக்கமே இல்லை.

அவர்களில் பெரும்பாலானவர்கள் கல்லூரி படிக்கும் வயதில் இருந்த இளைஞர்கள். ஒரு சிலருக்கு 16 அல்லது 17 வயதே ஆகியிருந்தது. ஆனால் அவர்கள் இந்தக் குழுவில் இருந்த கடுமை யான வேலையில் பல மாதங்களுக்கு உட்படுத்தப்பட்டார்கள். சித்திரவதைகளுக்கு எல்லையே இல்லை. பயங்கரமான சித்திரவதை களுக்கு உள்ளான அவர்களில் பலருக்கு உடல் பலவீனப்பட்டது. இங்கு இருப்பதற்குப் பதில் இறந்தே போய்விடலாம் என்று அவர்கள் நினைத்தார்கள். சிலருக்கு உடல்நிலை மிகவும் மோசமானபோதும் அவர்களது அறையிலேயே அடைத்து வைக்கப் பட்டார்களே ஒழிய, மருத்துவத்திற்காகச் சிறைச்சாலையில் உள்ள ஆஸ்பத்திரிக்குக் கொண்டு செல்லப்படவில்லை. ஏனென்றால் அவர்கள் எல்லாம் மதிப்புக்குரிய அரசியல் கைதிகள்! இந்தச் சிறையில் இருந்த திருடன், கொலைகாரன், கொள்ளைக்காரன் ஆகியோருக்குக்கூட மருத்துவ சிகிச்சை கிடைத்தது. ஆனால் அரசியல் கைதிகளுக்கு வழங்கப்படவில்லை. அதுதான் போர்ட் பிளேயரில் இருந்த இந்தச் சிறை வாழ்வின் சிறப்பம்சம்! காய்ச்சல், வாந்தி, பேதி எல்லாம் தெளிவாகத் தெரிந்த வியாதிகள். ஆனால் தலைவலி, நெஞ்சு வலி, வயிற்று வலி, மூச்சுத்திணறல் போன்றவை அப்படியல்ல. அரசியல் கைதிகளுக்கு இதுபோன்ற பிரச்சினைகள் வந்தால் அவர்கள் நடிக்கிறார்கள் என்று பெரும்பாலான நேரம் கருதப்பட்டது. அதற்குக் காரணம் அவர்கள் வேலை செய்ய சுணங்குபவர்கள் என்பதே. இந்தச் சிறையில் உள்ள மிக மோசமான குற்றவாளிகளுக்குக்கூட எந்த மருந்தை உட்கொண்டால் வாந்தி பேதி அல்லது காய்ச்சல் வரும் என்பது தெரியும் அதை அவர்கள் தந்திரமாகப் பயன்படுத்தி இந்தச் சிறையிலிருந்து ஆஸ்பத்திரி கட்டில்களுக்குப் போய்விடுவர். வேலையைச் செய்ய மறுத்து அதற்காக நடிக்கிறார்கள் என்று அவர்களை யாரும் குற்றம் சொல்ல மாட்டார்கள். எண்ணெய்ச் செக்கு பணி செய்வதைவிட 103 அல்லது 104 டிகிரி காய்ச்சல் தேவலாம் என்று ஒரு கைதி நினைக்கிறான் என்றால், அதற்குக் காரணம் இங்கு சிறையில் கொடுக்கப்படும் அளவற்ற சித்திரவதைகளே. இங்குள்ள அரசியல் கைதிகள் அப்படிப்பட்ட சித்திரவதைகளை அனுபவித்துக் கொண்டிருந்தார் கள். அதில் கொடுமை என்னவென்றால் அரசியல் கைதிகள் அப்படி நோய்வாய்ப்பட்டால் கருணையே இல்லாமல் மீண்டும் அதே வேலையைச் செய்ய அனுப்புவார்கள். அவர்கள் நடிக்கிறார்கள் என்று அவர்கள் நம்பியதே காரணம். உயிரை உருக்கும் அப்படிப் பட்ட கொடுமையான சித்திரவதைத் தண்டனையில்தான் என் மூத்த சகோதரரும் மாட்டிக்கொண்டிருந்தார். அவர் அந்தமானுக்குக் கொண்டுவரப்பட்ட முதல் கட்ட அரசியல் கைதிகளில் ஒருவர்.

அவரை அடக்க ஒரு உத்தி

என் சகோதரருக்கு, சிறைக்கு வருவதற்கு முன்பே நீண்ட நாட்களாக ஒற்றைத் தலைவலி பிரச்சினை இருந்தது. சிறைக்கு வந்து உடல் ரீதியாகவும் மனரீதியாகவும் கொடுமைகளை அனுபவித்த பிறகும், கூடுதலாகச் செக்கை இழுத்த பின்பும், அவர் அடங்கவில்லை. மாறாக இன்னும் தீரம் மிக்கவராகவும் பயம் இல்லாதவராகவும் மாறிப்போனார். அவனிடமிருந்து சக கைதிகளைப் பற்றி எந்த ஒரு தகவலையும் பெற முடியவில்லை. அவர் சிறை அதிகாரிகளிடம் தண்டனையைக் குறைக்க என்றுமே கோரிக்கை விடுக்கவில்லை. அதன் காரணமாகவே மிஸ்டர் பாரி அவரை 'மாற்ற' முயன்று கொண்டிருந்தார். ஆனாலும் தனக்குக் கீழ் இருக்கும் எல்லா அரசியல் கைதிகளையும் மிருகங்களைப் போல நடத்துவதில் அவருக்கு எந்த மன உளைச்சலும் இருந்திருக்கவில்லை. இந்தச் சூழ்நிலையில் ஒருநாள் மிஸ்டர் பாரி அவரை வற்புறுத்திக் கொண்டிருந்தபோது, அவருக்கு அதிகமாக தலைவலியும் வந்தது. செக்கில் வேலை செய்து கொண்டிருந்தபோது, அங்கிருந்த அதீத சூடும் சேர்ந்து தலைவலி அதிகமாகி அவரைச் சோர்வடையச் செய்தது. ஆனாலும் வியர்வை வழிய வேலை செய்தாகவேண்டும். அவர் பின்னாலிருந்து ஜமாதார் "நன்றாக அரை, நன்றாக எண்ணெய் வரவேண்டும், ஓய்வு எடுக்காதே, எனக்குத் தேவை வேலைதான், வேறு எதுவும் கிடையாது, தொடர்ந்து செய்'' என்று வற்புறுத்திக் கொண்டிருந்தார். இதனைத் தாங்க முடியாத என் சகோதரர் சூப்பரின்டென்டன்ட்-டிடம் தனக்கு ஒற்றைத் தலைவலி இருப்பதாக மனு கொடுத்தார். சூப்பரின்டென்டன்ட், அவரைக் கவனிப்பது தனது வேலை அல்ல என்றும் அதற்கு டாக்டர் இருக்கிறார் என்றும் கூறி, அந்த டாக்டரிடம் அனுப்பி வைத்தார். அந்த டாக்டர் ஒரு இந்தியர். கைதிகளுக்குக் காய்ச்சல் இல்லை என்றால் அவர்களுக்கு எந்தப் பிரச்சினையும் இல்லை என்று கூறுவதை வழக்கமாகக் கொண்டவர். அப்படிப்பட்ட பேஷண்ட்டு களை ஜெயிலரிடம் அனுப்பவேண்டும் என்பவர். தெர்மாமீட்டரில் காய்ச்சல் எதுவும் தெரியவில்லை. ஒற்றைத் தலைவலியைக் கண்டுபிடிக்க வேறு எந்தச் சோதனையும் செய்யப்படவில்லை. அதனால் இது நடிப்பாகத்தான் இருக்கவேண்டும், ஏனென்றால் கணேஷ் சாவர்க்கர் ஒரு அரசியல் கைதி அல்லவா!

யாருக்கு உடல்நலமில்லை என்று நான் மட்டுமே சொல்லமுடியும்

டாக்டருக்குத் தான் சொல்வது உண்மையல்ல என்பது தெரியும். ஆனால் அவருக்குப் பொய்யைவிட மிஸ்டர் பாரி மேல் உள்ள

பயம்தான் பெரியது. ஏனென்றால் அவர் டாக்டரிடம், ''நீங்கள் ஹிந்து, இந்த அரசியல் கைதிகளும் ஹிந்துக்கள். அவர்கள் உங்களை எப்போது ஏமாற்றுவார்கள் என்று தெரியாது. அதனால் ஜாக்கிரதை யாக இருங்கள். நீங்கள் என் அனுமதி இன்றி அவர்களிடம் பேசிக் கொண்டிருப்பதை யாராவது பார்த்து அதிகாரிகளிடம் சொன்னால் உங்கள் வேலை போய்விடும். உங்களுக்கு வேலை வேண்டுமென்றால், அவர்களைப் பற்றி எதுவும் சொல்லாதீர்கள். அவர்களுக்கு எதுவும் செய்யாதீர்கள். உங்களிடம் பட்டப்படிப்பு இருக்கிறது. ஆனால் என்னிடம் உங்களைக் காட்டிலும் அனுபவம் இருக்கிறது. யார் நடிக்கிறார்கள், யாருக்கு உடம்பு சரியில்லை என்பது எனக்குத் தெரியும். அதனால் இந்த விஷயங்களில் நான் சொல்வதை நீங்கள் கேளுங்கள். ஒருவனுக்கு உடம்பு சரியில்லை என்று நான் சொன்னால் அது சரியில்லைதான். ஒருவன் நன்றாக இருக்கிறான் என்று நான் சொன்னேன் என்றால், அவன் நன்றாகத்தான் இருக்கிறான் என்று பொருள். நான் சொல்வது புரிகிறதா?'' என்று சொல்வார். மென்மையாகவும், தனக்குள் சிரித்துக்கொண்டும் இதைக் கூறிவிட்டு அவர் முன்னே சென்று விடுவார். ஒருமுறை மருத்துவமனையில் இருந்த உதவி மருத்துவர் ஒருவர் என் சகோதரரின் மோசமான நிலையைக் கண்டு வருந்தினார். என் சகோதரருக்கு அப்போது மிகக் கடுமையான தலைவலி இருந்தது. அவர் தன் தலையைச் சுவரில் முட்டிக்கொண்டு, தொடர்ந்து அரைக்கும் வேலையைச் செய்து கொண்டிருந்ததை அந்த உதவி மருத்துவர் பார்த்தார். அந்த மருத்துவர் சகோதரரிடம் வந்து அவரை அங்கிருந்து பரிசோதனைக்காக மருத்துவமனைக்குக் கூட்டிக்கொண்டு செல்வதாகக் கூறினார். அவரிடம் படுக்கையை எடுத்துக்கொண்டு கூடவரும்படி கூறினார். என் சகோதரரும் கிளம்புவதற்குத் தயாரானார். அப்போது திடீரென அங்கு மிஸ்டர் பாரி தரையில் கம்பைத் தட்டிக்கொண்டே எதிரே வந்தார். அவர் ஜமாதாரை முறைத்தபடியே, ''இந்த குண்டு எறிபவன் எங்கே போகிறான்?'' என்று கேட்டார். அதற்கு ஜமாதார் நடுங்கியபடியே டாக்டரின் உத்தரவுப்படி இவரைப் பரிசோதனைக்காக மருத்துவமனைக்குக் கொண்டு செல்கிறேன் என்று கூறினார். அதற்கு அவர், ''ஏன் என்னைக் கேட்கவில்லை? அந்த டாக்டருக்குச் சட்டத்தைப் பற்றி என்ன தெரியும்?'' என்று கோபமாகக் கேட்டார். மிஸ்டர் பாரியின் குரல் சிறையின் சுவர்கள் எங்கும் ஒலித்தது. ''அவனை உடனடியாக வேலைக்குக் கொண்டு செல்லுங்கள்'' என்று உத்தரவு போட்டார். ''அந்த டாக்டரை நான் கவனித்துக் கொள்கிறேன். உன்னையும் கவனிக்கவேண்டும். என் அனுமதி

இல்லாமல் இவரை வெளியில் கொண்டு செல்கிறாயா?'' என்று கேட்டார். அந்த நோயாளி திரும்பவும் தனது அறைக்குச் சென்று வேலையைத் தொடர்ந்து செய்வதை அவர் பார்த்தார். அந்த அறையின் கதவைப் பூட்டிவிட்டு அவர் சென்றார். உண்மையில் பார்த்தால், டாக்டர் இந்தச் சிறை அதிகாரியின் அதிகாரத்தின் கீழ் இல்லை. அவர் ஜெயில் சுப்பரின்ட்டென்டன்ட் கீழ் பணிபுரிபவர். ஆனால் ஹிந்துச் செயலரும் அவரது ஹிந்து உதவியாளர்களும் அரசியல் கைதிகளைப் பற்றிய எந்தச் செய்தியும் சுப்பரின்ட்டென்டன்ட் காதுகளை எட்டி விடாதபடி பார்த்துக்கொண்டார்கள். அதன் காரணமாக டாக்டர் பின்வாங்க வேண்டி வந்தது. அவர் செயலரிடம் மன்னிப்புக் கேட்டார். 'இனிமேல் அரசியல் கைதிகள் விஷயத்தில் நான் தலையிடமாட்டேன்' என்று உறுதி கொடுத்தார். அதன்பிறகு அவர் ஒரு நோயாளியைக்கூட சிகிச்சைக்காக மருத்துவமனைக்கு சூப்பரின்டென்டன்ட் அனுமதி இன்றிக் கொண்டு செல்லவில்லை. மற்ற எல்லோருக்கும் மருத்துவமனையின் கதவுகள் திறந்தே இருந்தன. பத்து வருடச் சிறைத் தண்டனை பெற்றவர்கள், சிறைக் கதவை உடைத்துத் தப்பிக்க முயற்சி செய்தவர்கள் எல்லோரும் ஏதேனும் ஒரு நோய் என்ற காரணத்தைக் கூறி மருத்துவமனையில் சென்று படுத்தார்கள். அவர்களுக்கு என்றுமே அனுமதி மறுக்கப் படவில்லை. அவர்கள் எப்போது மருத்துவமனையிலிருந்து வெளியேற்றப்படவேண்டும் என்பதை டாக்டர் தீர்மானித்தார். அந்த முடிவில் ஜெயிலர் தலையிட முடியாது. ஆனால் அரசியல் கைதிகள் விஷயத்தில் மருத்துவமனையின் கதவுகள் எப்போதும் மூடப்பட்டே இருந்தன. உச்சத்தில் இருந்த ஒற்றைத் தலைவலியும் கடினமான வேலையும் என் சகோதரரை மிகவும் சோர்வடையச் செய்தன. அவர் தான் தினமும் கொடுக்கவேண்டிய எண்ணெய்யைக் கொடுப்பதற்குள் மிகவும் சோர்வடைந்து போயிருப்பார். தனது அறைக்குச் சென்றவுடன் அங்கே இருக்கும் மரப்பலகையில் படுத்து உறங்குவார். இரவெல்லாம் உடல் வலியால் முனகிக்கொண்டே இருப்பார். மறுநாள் காலை விடிந்ததும் மறுபடியும் ஒற்றைத் தலைவலி ஆரம்பமாகிவிடும். அந்த ஜமாதார், அந்த இந்திய டாக்டருக்குக் கிடைத்த அவமானம், எண்ணெய்ச் செக்கில் இருந்த கடினமான வேலை, இவை எல்லாம் அவர் மனதில் வந்து அவரை மேலும் சோகத்தில் மூழ்கடித்தன. தொடர்ந்து பல மாதங்களுக்கு அவர் இந்த மோசமான நிலையிலேயே இருந்தார். பின்னர் வாழ்க்கை முழுமைக்கும் இதன் பாதிப்பு தவிர்க்க முடியாததாக இருந்தது.

போதும் இந்தக் கஷ்டம்

இந்தச் சித்திரவதைகளால் உடலும் மனமும் படும் கஷ்டத்தை யாரால் விவரிக்க இயலும்? நான் ஒரு உதாரணத்தைச் சொல்கிறேன். அந்தமானில் இருக்கும் சில்வர் ஜெயில் சிறை வாழ்க்கையில் கொடூரமான கடுமையான பல விஷயங்கள் உண்டு. பிழிந்தெடுக்கும் வேலை, குறைந்த அளவு சாப்பாடு மற்றும் குறைந்த அளவு துணி, அவ்வப்போது கிடைக்கும் அடி, இவை எல்லாவற்றையும்விட மோசமானது அங்கிருக்கும் கழிப்பறைகள். சிறைகளில் இவற்றுக்கான வசதிகள் குறைவு என்பதால் கைதிகள் இந்த இயற்கை உபாதைகளைக்கூடப் பல மணி நேரம் பொறுத்துக் கொண்டிருக்கவேண்டும். காலை மதியம் மாலை என்று மூன்று நேரத்தில் மட்டும்தான் கைதிகள் இதற்காக அனுமதிக்கப்படுவர். மற்ற நேரங்களில் ஜமாதாரிடம் சென்று இதற்காக அனுமதி கேட்பது பெரும் குற்றமாகக் கருதப்பட்டது. கைதிகள் தங்கள் அறைகளில் மாலை ஆறு அல்லது ஏழு மணிக்கு அடைக்கப்படுவார்கள். அதன் பின்னர் மறுநாள் காலை 6 மணிக்குத்தான் கதவுகள் திறக்கப்படும். அந்த நேரத்தில் அவர்களுக்குக் கழிப்பறைக்குப் பதிலாக ஒரு மண் பானை கொடுக்கப்பட்டிருந்தது. இரவு நேரத்தில் அவர்கள் அதைத்தான் பயன்படுத்திக் கொள்ளவேண்டும். நான் ஏற்கெனவே கூறியபடி இந்தச் சிறைக்கு செல்லுலர் ஜெயில் என்று பெயர்; ஏனென்றால் இங்குள்ள கைதிகள் தனி அறையில் அடைக்கப்பட்டு இருப்பார்கள். இரவில் 12 மணி நேரம் அவர்கள் கழிப்பறைக்குச் செல்ல வார்டர்கள் அனுமதிக்க மாட்டார்கள். அந்த மண் பானை அளவில் மிகச் சிறியதாக இருக்கும். அது ஒருமுறை கழிப்பதற்கே போதுமானதாக இருக்காது. ஆகவே இயற்கை உபாதை வந்தால் ஜமாதாரிடம் மண்டியிட்டுக் கெஞ்சவேண்டும். வார்டர் அதனை சில நேரம் பொருட்படுத்தலாம், சில நேரம் கவனிக்காமல் இருக்கலாம். சில சமயம் அதிகாரிகளை நினைத்துப் பயந்து அவர் அனுமதிக்காமல் இருப்பார். அதனால் கைதி காலை வரை பொறுத்துக் கொண்டிருக்கவேண்டும். வார்டர் கொஞ்சம் பணிந்து அந்த விஷயத்தை ஜமாதாரிடம் எடுத்துச் சென்றால், ஜமாதார் அந்தக் கைதியை, அந்த அகால நேரத்தில் கழிவறைக்குச் செல்லவேண்டும் என்று கேட்டதற்காகத் தண்டிப்பார். அதுமட்டுமல்லாமல் கைதியின் வேண்டுகோளுக்குச் செவி சாய்த்த வார்டனையும் தண்டிப்பார். அவர் டாக்டருக்குச் சிலவேளை அறிக்கை கொடுப்பார். சிலவேளை கொடுக்காமலும் இருப்பார். அவர் மனம் போன போக்கில் செயல்படுவார். அந்த நோய் குறித்த டாக்டரின் அறிக்கை வெளியிடப்படவே படாது அல்லது நூறில் ஒரு சமயத்தில்

வெளியிடப்படலாம். அந்த அறிக்கையும் மிஸ்டர் பாரியிடம்தான் கொடுக்கப்படும். பாரி தனது இஷ்டம்போல் அதன்மேல் நடவடிக்கை எடுப்பார். இத்தகைய கடுமையான கட்டுப்பாடுகள் இருக்கும்போது, கைதிகள் இருந்த நிலைமையைக் கொஞ்சம் யோசித்துப் பாருங்கள். அதுவும் அது சாதாரண இயற்கை உபாதைக்காக அல்லாமல், ஏதேனும் நோயாக இருந்தால், அதுவும் அவசர சிகிச்சை தேவையான நோயாக இருக்குமானால், நோயாளியின் நிலைமை என்ன என்று நினைத்துப் பாருங்கள். காலையில் அதைப் பற்றித் தீர்மானிக்க பாரி வருவார். அவர் வார்டனையும் ஜமாதாரையும் தங்களுடைய கடமையில் இருந்து தவறியதற்காகக் கடுமையாகத் தண்டிப்பார். அவர் இப்படி எல்லாம் அத்துமீறும்போது அவரைக் கேள்வி கேட்க யாருமே இருந்ததில்லை. மிஸ்டர் பாரி கைதியையும் குறுக்கு விசாரணை செய்வார். ''சனியனே, உனக்கு ஏன் அப்படி ஒரு உந்துதல் வந்தது?'' என்று கைதியை எகத்தாளமாகக் கேட்பார். ''எனக்கு வந்ததுன்னா வந்ததுதான்'' என்று கைதி தைரியமாக ஒருவேளை சொன்னால், ஜமாதார் அவன் கன்னத்திலேயே ஒரு அறை விடுவார். பிறகு கைதியைத் திட்டிவிட்டு, அந்த ஆணவமான பதிலுக்காக மன்னித்து விடுவார். தொடர்ச்சியாகத் திட்டியபின்பு, பொதுவாகக் கைதியை திருப்பி அனுப்பிவிடுவார். ஆனார் மிஸ்டர் பாரியின் தனிப்பட்ட கருணை இருக்குமானால், அவர் கண்டிப்பாக உடனடியாகச் செக்கிற்குச் சென்று பணியாற்ற வேண்டி இருக்கும்.

ஒரு துளி புகையிலை

இதுபோன்ற தாங்க முடியாத ஒரு சூழலில் இருக்கும்போது சில கைதிகள் தங்களுடைய இயற்கை உபாதைகளை அடக்கமுடியாமல் தங்கள் சிறைத் தரைகளிலேயே கழித்து விடுவர். சிறை அறை எட்டுக்குப் பத்து என்ற அளவில் இருக்கும். கைதிகள் தாங்கள் மலம் கழித்த இடத்திலேயே தலை வைத்துப் படுத்து உறங்கவேண்டும். மறுநாள் காலை கதவு திறந்தவுடன் அவர் துப்புரவுப் பணியாளரிடம் அறையைச் சுத்தம் செய்யச் சொல்லி மன்றாடவேண்டும். அதற்கு உபகாரமாக புகையிலை தருவதாக கைதி கெஞ்சுவார். துப்புரவுப் பணியாளர் ஒப்புக்கொண்டால் நல்லது. இல்லையென்றால் அவர் ஜமாதாரை அழைத்து இந்த விஷயத்தைச் சொல்லிவிடுவார். அந்தக் கைதி பலம் இல்லாதவனாக இருந்தால் ஜமாதார் அவனை நன்றாக அடித்து விடுவார். அவன் எதிர்த்து நிற்பவனாக இருந்தால் அவனைப் பற்றி மிஸ்டர் பாரியிடம் புகார் கொடுப்பார். கழிவறையை அசுத்தம் செய்ததாக அவர் மீது புகார் கொடுக்கப்படும். மிஸ்டர் பாரி அந்தக்

கைதியை சிறையைச் சுத்தப்படுத்தச் சொல்லி உத்தரவு போடுவார். அல்லது 3 அல்லது 4 நாட்களுக்கு ‘ஸ்டாக்கில்’ இருக்கச் சொல்லி உத்தரவு போடுவார். ஸ்டாக்கில் நிற்பது என்பது மலஜலம் கழிக்காமல் தொடர்ந்து நான்கு அல்லது ஐந்து மணி நேரத்திற்கு நின்று கொண்டிருப்பது. இந்தத் தண்டனை காலை ஆறிலிருந்து பத்து வரைக்கும் மதியம் 12 லிருந்து 5 வரைக்கும் கொடுக்கப்படும். அந்த நேரத்தில் கைகள் மேல்நோக்கிக் கட்டப்பட்டிருக்கும். அப்போது அவருக்கு மலஜலம் கழிக்க அனுமதி இல்லை.

இந்தக் கடுமையான தண்டனையை எல்லோருமே அனுபவித்தாக வேண்டும். ஆனாலும் இது அரசியல் கைதிகளுக்குதான் தீவிரமாக விதிக்கப்படும். அவர்கள் பகல் நேரத்தில் வேலை செய்கிறார்களோ இல்லையோ, இரவில் தனியாக இருக்கவேண்டும். ஆகவே பகலிலும் இரவிலும் அவர்கள் இயற்கை உபாதைகளைக் கழிப்பது தடைசெய்யப்படும். மற்றவர்களுக்கு அதுபோல தடுக்க இயலாது. ஏனென்றால் அவர்கள் தரையிலோ அல்லது சுவரிலோ கழிப்பார்கள். அதைப்பற்றிய ஒரு கூச்சமோ அவமானமோ அவர்களுக்குக் கிடையாது. அவர்கள் யாரேனும் வரும்போது வழியில் மலம் கழித்துவிட்டுப் பெரிதாகச் சிரிக்கவும் செய்வார்கள். ஆனால் அரசியல் கைதிகள் அதுபோல நாகரிகமில்லாமல் நடந்துகொள்ள மாட்டார்கள். அதனால் அவர்களுக்கு இது கடுமையாகப் பின்பற்றப் பட்டது. இருந்தாலும், அவர்களாலும் மற்றவர் எதிரிலோ தங்கள் சிறையின் தரையிலோ அல்லது சுவரிலோ கழிக்காமல் இருக்க இயலவில்லை. இது இயற்கையாக மனித உடம்பில் இருந்து வெளிவரும் கழிவு. கண்ணியமாக இதை வெளியேற்ற கண்ணியமான வழிமுறைகளைச் செய்திருக்கவேண்டும். ஆனால் இதைச் செய்வது ஒரு பெரும் குற்றம் எனச் சிறையின் விதிமுறைகள் கூறின. நல்ல உணவையும் நல்ல உடையையும் சிறையில் தடை செய்ததுபோலவே இதையும் தடை செய்தது. இந்த மூன்றையுமே அது தேவையற்ற வசதிகள் என்று கருதியது.

அந்தமானின் நெறிகள்

என் மூத்த சகோதரர் இந்தக் குற்றத்தைச் செய்ததற்காக மிகவும் அவதிப்பட்டார். ஆனால் அவனுக்கு நார் உரிக்கும் பணி மாற்றாக வழங்கப்பட்டது. அப்போது அவருக்கு வயிற்றுப்போக்கு தொற்றிக் கொண்டது. அதன் காரணமாக கடுமையான வயிற்று வலி வந்தது. ஒவ்வொரு முறை உணவு உண்ட பிறகும் கடுமையான வலி வரும். காலையில் அறைக்கதவு சாத்தப்பட்டதும் மாலை உணவிற்காகதான் அது திறக்கப்படும். மற்ற நோயாளிகள் இந்த நோய்க்காக

மருத்துவமனைக்குக் கொண்டு செல்லப்பட்டுச் சிகிச்சை செய்யப் பட்டனர். சிகிச்சையின் மூலம் அவர்களுக்குத் தீர்வு கிடைத்தது. ஆனால் அரசியல் கைதிகள் இதிலிருந்து விலக்கப்பட்டனர். இந்த நோயால் அவர்கள் படுத்த படுக்கையாக ஆனபின்னர்தான் அவர்களுக்குச் சிகிச்சை அளிக்கப்பட்டது. அவரது அறையில் இருந்தபோது அவருக்குக் கொடுக்கப்பட்ட பானை மிகவும் மோசமான நிலையில் இருந்தது. நோய் மிகவும் முற்றிய நிலையில் இருந்தால் ஒழிய டாக்டரால் அங்கிருந்து வெளியில்கொண்டு செல்ல சான்றிதழ் கொடுக்க முடியாது. அதனால் என் சகோதரர் அந்த நோயின்போது மிகுந்த அவதிக்குள்ளானார். ஜமாதாரிடமும் வார்டரிடமும் தனது கடுமையான வயிற்று வலியைப் பற்றிச் சொன்னார். ஆனால் அது டாக்டருக்கு இரண்டு நாட்கள் கழித்துத்தான் சொல்லப்பட்டது. அதற்குள் வயிற்றுப்போக்கு மிகவும் முற்றிய நிலையில் இருந்தது. மிகவும் மோசமாக வேக வைக்கப்பட்ட அரிசி அவருடைய பிரச்சினையை மேலும் அதிகமாக்கியது. அதுமட்டுமில்லாமல், பூட்டிய அறையில் நார் உறிப்பது அவருக்கு மேலும் சிக்கலைக் கொடுத்தது. அவர் தனது அறை முழுவதும் மலம் கழித்து இருந்தார். மாலை வேளையில் அது வெளியே தெரிந்ததும் அதற்கான திட்டுக்களையும் அவர் வாங்க வேண்டியிருந்தது. அந்தத் தகவல் சிறை முழுவதும் பரவியது. அவருக்குக் கூடுதல் தண்டனையும் கொடுக்கப்பட்டது. இதையெல்லாம் தவிர்ப்பதற்காக என் சகோதரர் அந்த அறையில் இருந்த குப்பைகளைக் கொண்டு கழிவுகளை மூடி வைத்திருந்தார். மாலையில் கதவு திறந்தது. அந்தக் குப்பைகளுடன் சேர்த்து மலத்தையும் சுத்தம் செய்து தன் அறையைச் சுத்தமாக்கி வைப்பார். அவருக்கு ஸ்டாக்கில் நிற்கும் தண்டனை கொடுக்கப்படும் போதெல்லாம் தொடர்ந்து சில நாட்கள் அதில் நிற்க வேண்டி இருக்கும். ஆனால் வயிற்றுப்போக்கை அடக்க முடியாது. அதனால் ஸ்டாக்கில் அவர் இருக்கும்போதே மலம் கழித்ததற்காகக் கூடுதலாக இரட்டைத் தண்டனை வழங்கப்பட்டது. இது அவருக்கு எப்போதோ ஒருமுறை நடந்த ஒரு விஷயம் அல்ல. பல வருடங் களுக்கு இந்தக் கொடுமை தொடர்ந்தது. அவர் தனது மோசமான நாற்றமடிக்கும் அறையிலேயே இருக்கவேண்டியிருந்தது. செல்லுலர் ஜெயிலில் அவர் இருந்த பல ஆண்டுகள் அந்த மோசமான சூழ்நிலையில்தான் கழித்தார்.

வண்டியிலோ அல்லது ஏரியிலோ பூட்டப்பட்டிருக்கும் மாடுகள்கூட இந்தச் சிறையில் உள்ள மனிதர்களைவிட நல்ல முறையில் நடத்தப்படும். அவை மலம் கழிக்கும்போது தடுத்து நிறுத்தப் படாது. ஆனால் எங்கள் நிலைமை அதைவிட மோசம். மலஜலம்

கழிப்பதற்கான சுதந்திரத்தைக் கேட்பது, அதிலும் மதியம் பன்னிரண்டு மணியிலிருந்து ஆறு, பிறகு இரவில் அதைக் கேட்பது, அந்தமான் சிறை வாழ்க்கையின் நெறிகளுக்கு எதிரானது. நாங்கள் சிறையின் கமிஷனரிடம் இது குறித்து மனு அளித்தோம். ஆனால் மிஸ்டர் பாரி இடைமறித்து அந்தக் குற்றச்சாட்டு பொய்யானது என்று கூறி அதனைத் தள்ளுபடி செய்ய வைத்தார். அவர் தனது தரப்புச் சாட்சியாக அங்கிருந்த ஜமாதாரைக் கூட்டிவந்தார். அவர், ''நான் இவர்களை மோசமாக நடத்தியிருந்தால் இவரைக் கேளுங்கள். இவை எல்லாம் என் மீது பொய்யாகப் புனையப்பட்ட குற்றச்சாட்டுகள். என்னை அவமானப் படுத்தவேண்டும் என்ற நோக்கில் அவர்கள் இந்தக் குற்றச்சாட்டைக் கொடுத்திருக் கிறார்கள்'' என்று கூறினார். கமிஷனரும் மற்ற அதிகாரிகளும் அவரை அந்தக் குற்றச்சாட்டிலிருந்து விடுவித்து, அரசாங்கத்திற்கு நேர்மையாக உழைக்கும் இதுபோன்ற ஒரு அதிகாரி மீது இத்தகைய புகார்களைக் கொடுப்பது தவறு என்று குற்றம் சாட்டியவர்களை எச்சரித்து அனுப்பினார். இத்தனை பேர் இருக்கும்போது ஏன் அரசியல் கைதிகள் இத்தகைய மனுவை அளிக்கவேண்டும்? ஏன் மற்றவர்கள் இதுபோன்ற ஒரு புகாரைச் சொல்லவில்லை? ஏனென்றால் அவர்கள் இதுபோலத் துன்பப்படவில்லை. அவர்களுக்கு இந்தக் கஷ்டமெல்லாம் இல்லை அல்லது மிஸ்டர் பாரி கம்பைக்கொண்டு அடிப்பார் என்பதற்காக அவர்கள் பயந்துகொண்டு பொறுத்துக்கொண்டார்கள். எண்ணெய்ச் செக்கில் கடுமையான வேலை செய்யவேண்டி வரும் அல்லது 'கொலு'வில் பணி செய்யவேண்டும் என்பதற்காக பாரியை எதிர்த்து ஒரு வார்த்தைகூட அவர்கள் சொல்லவில்லை.

இயற்கை அழைப்பிற்கான உரிமை

இந்த அரசியல் உரிமை எந்தவிதமான தடையும் இல்லாமல் கிடைக்கவேண்டும் என்பதற்காக இந்திய அரசாங்கத்தை நாங்கள் அணுகினோம். இதற்கென நாங்கள் எங்கள் குறைகளைச் சொல்லி, இயற்கை அழைப்புக்கான எங்கள் உரிமையை வலியுறுத்தி, அவை அரசின் காதுகளுக்கு எட்டும் வரை போராடினோம். அந்தப் போராட்டத்தைப் பற்றிய செய்தி அரசாங்கத்தை அடைந்தது. நாங்கள் எப்படி இதனைச் சாதித்தோம் என்பதை பிறகு சொல்கிறேன். எங்கள் சிறைக்கு உள்துறைச் செயலாளர்* விஜயம் செய்தார். அப்போது எங்களில் சிலர் இந்தக் குற்றச்சாட்டை

---

* ஹோம் செக்ரட்டரி

அவரிடம் கொண்டுசென்றோம். நந்தகோபால் என்ற பஞ்சாப்பைச் சேர்ந்த கைதி குற்றச்சாட்டைக் கூறி அந்த உறுப்பினரை, சிறையைச் சுற்றிக் காண்பிக்கத் தான் தயாராக இருப்பதாகவும், அதைப் பார்த்தால் அவரே புரிந்துகொள்வார் என்றும் கூறினார். ''நீங்கள் உள்ளே நுழைந்தால்போதும். அங்கு வீசும் நாற்றம், மலஜலம் கழிக்க இங்கு எந்த மாதிரியான வசதிகள் இருக்கின்றன, கழிப்பறைகள் போதுமானவையா அல்லது எங்கள் அறைகளில்தான் கழிக்கவேண்டி இருக்குமா என்பதையெல்லாம் உங்களுக்குப் புரிய வைக்கும். உங்கள் மூக்குதான் எங்களுக்கு இதில் சரியான சாட்சி'' என்று கூறினார். வழக்கம்போல மிஸ்டர் பாரி தனது எதிர்ப்பைத் தெரிவித்தார். நந்தகோபாலின் இந்த வெளிப்படையான பேச்சு அவருக்கு அதிகாரிகளிடம் இருந்தும் ஒரு சில அரசியல் கைதி களிடம் இருந்தும்கூடக் கண்டனத்தைப் பெற்றுத் தந்தது. பாரியை தாஜா செய்வதற்காக அரசியல் கைதிகளில் சிலர் நந்தகோபாலின் இந்தப் பேச்சை ஆணவம் பிடித்த பேச்சு எனக் கண்டித்தார்கள். ஆனால் அந்த அரசு அதிகாரி திடீரென ஒரு உத்வேகம் கொண்டு அறைகளைச் சுற்றிப் பார்த்தார். பிறகு மிஸ்டர் பாரியை மோசமான சிறை நிர்வாகத்திற்காகக் கடிந்துகொண்டார். அதன்பிறகு அந்த அருவருக்கத்தக்க பழக்கம் கிட்டத்தட்ட முடிவுக்கு வந்தது. முன்புபோல் அவ்வளவு கொடூரமாக அது பின்பற்றப்படவில்லை. எனக்கு அது யோக சூத்திரத்தில் இருந்து ஒரு வரியை நினைவு படுத்திக்கொண்டே இருந்தது. நம் உடலின் மீது உள்ள வெறுப்பு, இன்னொரு உடலின் மீது உள்ள பற்று இரண்டும் ஒரே நேரத்தில் வெளிப்படுகிறது என்பதே அது. நந்தகோபாலுக்கு என் சகோதரரைப்போலவே ஒரு அனுபவம் ஏற்பட்டது. அதனால் மிஸ்டர் பாரி அவரது வெளிப்படையான பேச்சு தன்னைப் பழிவாங்கப் பேசிய பேச்சு என்று கண்டித்தார்.

முதல் வேலை நிறுத்தம்

மேற்கூறிய இன்னல்கள் எல்லாம் ஒரு முடிவுக்கு வந்தது, சிறை நிர்வாகிகளுக்கு ஆச்சரியமாகவே இருந்தது. அரசியல் கைதிகள் ஒவ்வொருவரும் விதவிதமாக அதற்கு எதிர்வினை ஆற்றினர். பொதுவாக, பெரும்பாலானவர்கள் தங்களுக்கு விதிக்கப்பட்ட வேலையை ஒழுங்காக மதித்துச் செய்துவிடுவார்கள். ஆனால் ஏதேனும் கடுமையான விதிமுறைகள் விதிக்கப்படும்போது, அது தாங்கமுடியாமல் போகும்போது, வாழ்வதா அல்லது மடிவதா என்ற கேள்வி அவர்கள் முன் வந்துவிடும்.

இது ஆழமாக விவாதம் செய்யவேண்டிய விஷயமோ தத்துவ விளக்கம் கோரும் விஷயமோ அல்ல. யதார்த்தம். இரண்டு தீவிர விதங்களில் இது பாதிப்பை ஏற்படுத்தும். முதலாவது, சிலர் தாஜா செய்து தண்டனையிலிருந்து தப்பித்துக்கொள்வது. இவர்களுக்கு இதயமும் இல்லை, எந்தவிதமான மனக்கட்டுப்பாடும் இல்லை. இவர்களுடைய சிந்தனை எல்லாம் பாதுகாப்பைக் குறித்து மட்டுமே. பாதுகாப்பை மட்டுமே யோசித்து யோசித்து அதிலேயே திளைப்பவர்கள். ஆனால் இதன் எதிர்த்திசையில் இருக்கும் வேறு சிலருக்கோ தன்மானமும் மரியாதையுமே முக்கியமாக இருந்தன. அவர்கள் எது வந்தாலும் எதிர்த்துப் போராடுபவர்கள். போராடு, போராடு, இறுதிவரை போராடு. இதுதான் அவர்களது முழக்கமே. இதற்கு இடைப்பட்ட சிலர், வாழவேண்டும், அதே நேரத்தில் கொள்கைகளுக்கு முரணாக எதையும் செய்யக்கூடாது என்றிருப்பவர்கள். சுயமரியாதைக்கு இழுக்கு ஏற்படும் என்றால் அதைக் காட்டிலும் மரணமே மேல் என்று தயங்காமல் முடிவெடுக்கக்கூடிய நிலையில் இருந்தார்கள்.

நான் உங்களுக்கு முன்னரே, பாதுகாப்பையே முக்கியமாகக் கருதுபவர்களைப் பற்றிக் கூறியிருந்தேன். எதிர்த்துப் போராடும் பிரிவைச் சேர்ந்தவர்கள், சிறையில் இழைக்கப்பட்ட தாங்கமுடியாத கொடுமைகளை எதிர்த்து அமைதியான முறையில் போராடி, தங்கள் குரலை வெளிப்படுத்திக் கொண்டிருக்கிறார்கள். அதன் முதல் படியாக அவர்கள் எந்தக் கடினமான வேலையையும் செய்ய மறுத்தார்கள். அதற்குப் பலன் கிடைத்தது. அரசியல் கைதிகள் கொலுவின் எண்ணெய்ச் செக்கில் பணியாற்ற மறுத்தார்கள். இது சில்வர் ஜெயிலின் வரலாற்றிலேயே நடைபெற்ற முதல் வேலைநிறுத்தம். இது சிறிய அளவில்தான் நடந்தது என்றாலும் மிஸ்டர் பாரியின் கடுமையான நிர்வாகத்தின் கீழ் இது கிட்டத்தட்ட இயலவே இயலாத காரியம் என்று கருதப்பட்டது. ஆகவே இது முதலில் துவங்கியவுடன் சிறையில் அதற்கு முன் இல்லாத அளவு ஒரு பெரிய எதிர்பார்ப்பை ஏற்படுத்தியது. மிஸ்டர் பாரி இதனைத் தனக்கு ஏற்பட்ட தனிப்பட்ட அவமானமாகக் கருதிக் கோபமடைந்தார். ஆனால், பாவப்பட்ட பாரியே, இது ஒரு தொடக்கம்தான்! இனி பின்வரப்போகும் தொடர்ச்சியான நடவடிக்கைகளை ஒப்பிட்டுப் பார்க்கும்போது இந்த அவமானம் மிகவும் சிறியதுதான்.

போர்ட் பிளேயரின் சிறு தேவதைகள்

எல்லாக் கைதிகளிடம், சில சமயம் எங்களிடமும், மிஸ்டர் பாரி இதைச் சொல்லுவார். ''நான் சொல்வதைக் கவனியுங்கள். இந்தப் பிரபஞ்சத்தில் ஒரே ஒரு கடவுள்தான் இருக்கிறார். அவர் மேலே

சொர்க்கத்தில் இருக்கிறார். ஆனால் இங்கே போர்ட் பிளேயரில் இரண்டு கடவுள்கள் இருக்கிறார்கள். சொர்க்கத்தில் இருக்கும் கடவுள் ஒருவர். இன்னொன்று பூமியில் இருக்கும் கடவுள். போர்ட் பிளேயரில் உள்ள அந்த பூமியில் இருக்கும் கடவுள் வேறு யாருமில்லை, நான்தான். சொர்க்கத்தில் இருக்கும் கடவுள் நீங்கள் மேல் உலகத்திற்குச் செல்லும்போது உங்களுக்குத் தண்டனை கொடுப்பார். ஆனால் இந்த போர்ட் பிளேயரின் கடவுள் இங்கேயே இப்போதே தண்டனை கொடுப்பார். ஆமாம், ஒழுங்காக நடந்து கொள்ளுங்கள். நீங்கள் என்னைப் பற்றி உயரதிகாரிகளிடம் புகார் கூறலாம். ஆனால் நான் சொல்வதே இங்கு சட்டம். என் வாக்கே இங்கு செல்லுபடியாகும்'' என்பார். ஒருநாள் தனது செல்வாக்கு என்ன என்று காண்பிப்பதற்கும், எல்லோரும் தன்னைப் பார்த்து எப்படி நடுங்குகிறார்கள் என்று காண்பிப்பதற்கும், மிஸ்டர் பாரி எல்லாக் கைதிகளையும் தனக்கு முன்னால் இரண்டு வரிசையில் நிற்கச் சொன்னார். அவர்களுக்கு முன்னால் சில துணை அதிகாரிகளும் ஜமாதார்களும் நின்று கொண்டிருந்தனர். திடீரென்று அவர் அவர்களுக்கு முன் சென்று அந்தத் துணை அதிகாரியிடம் இப்போது பகலா அல்லது இரவா என்று கேட்டார். அதற்கு அந்த அதிகாரி பகல் என்று கூறினார். அவர் வேலையில் புதிதாகச் சேர்ந்தவர். ஆத்திரம் கொண்ட மிஸ்டர் பாரி, அதை மறுத்து, அது இரவு என்று கூறினார். புதிதாக வேலைக்குச் சேர்ந்திருந்த அந்த அதிகாரி பகல் என்று திரும்பவும் சொன்னார். உடனே மிஸ்டர் பாரி தன் நம்பிக்கைக்குப் பாத்திரமான ஜமாதாரிடம் திரும்பி, ''இப்போது பகலா அல்லது இரவா? கருமை படர்ந்து நிச்சயமாக இரவு போலத்தான் தெரிகிறது'' என்று கேட்டார். அதற்கு ஜமாதார், ''ஆம் ஐயா, இது இரவுதான்'' என்று கூறினார். அதற்கு மிஸ்டர் பாரி, ''நீங்கள் சரியாகப் பேசுகிறீர்கள். ஆனால் உங்கள் உதவியாளருக்கு ஒழுங்காகக் கற்றுக் கொடுக்கவில்லை. இனிமேல் இதுபோல் நடக்காமல் பார்த்துக் கொள்ளுங்கள்'' என்று கூறினார். 'பாரி பாபா'வின் நம்பிக்கைக்குரிய பணியாளரும் அவரை ஏமாற்றவே இல்லை.

கடவுளுக்கு ஏற்பட்ட அவமானம்

ஒரு காலத்தில் இரும்புக்கரம் கொண்டு சிறையை நிர்வகித்து வந்த மனிதருக்கு, கைதிகளை நடுங்க வைத்த அதிகாரிக்கு, தனது அதிகாரம் தற்போது இந்த அரசியல் கைதிகளால் கேள்விக் குறியாக்கப்படுவதைச் சகித்துக்கொள்ள முடியவில்லை. அதனால் அவர் மிகவும் எரிச்சலில் இருந்ததில் எந்த ஆச்சரியமும் இல்லை. அதுவரை ஜமாதார்கூட எங்கள் மீது வசை பொழிவார். மிஸ்டர் பாரி

அப்படித் திட்டச் சொல்லி அவரைத் தூண்டுவார். யாரேனும் பேசிக் கொண்டிருந்தாலோ அல்லது அன்றைய வேலையை முடிக்காமல் இருந்தாலோ ஜமாதாரும் அவரது உதவியாளரும் அவர்களை அடிக்கவும் செய்வார்கள். அதைப் பற்றி ஜெயிலரிடம் புகார் அளித்தால் அவர் முகத்துக்கு நேராகவே எகத்தாளமாகச் சிரிப்பார். ஆனால் இப்போது அதே அரசியல் கைதிகள் இந்த பதான் வார்டர்களை எதிர்த்துக் குரல் கொடுக்கின்றனர். திட்டினால் திருப்பித் திட்டுகின்றனர். அடித்தால் திருப்பி அடிக்கின்றனர். எந்த வேலையையும் செய்யாமல் நிறுத்திவிட்ட இரண்டு அரசியல் கைதிகள் இப்படிப்பட்ட சித்திரவதைக்காக மிஸ்டர் பாரியையும் விட்டுவைக்கவில்லை. இதுவரை காட்டியிராத எதிர்ப்பை அவர்கள் காட்டத் தொடங்கினார்கள்.

மிஸ்டர் பாரியின் சங்கடம்

மிஸ்டர் பாரியை எப்படி அவமதித்தார்கள் என்பதற்கு நான் ஒரு உதாரணம் கூறுகிறேன். மிஸ்டர் ..... என்னும் கைதி இந்தச் சிறையில் பத்து வருடச் சிறைத் தண்டனை விதிக்கப்பட்டிருக் கிறார். அவர் பஞ்சாப்பில் உள்ள ஒரு மதிப்பு மிக்க குடும்பத்தி லிருந்து வருபவர். நன்றாகப் படித்தவர். நல்ல பண்பாடு உடையவர். அவரை முதல்முறையாக எண்ணெய்ச் செக்கில் வேலை செய்ய வைத்தனர். அவர் தனது அறைக்குள் நுழைந்து நிதானமாக 10 மணி வரை இந்த வேலையைச் செய்தார். பிறகு கீழே உணவுக்காகச் சரியான நேரத்திற்கு வந்தார். எண்ணெய்ச் செக்கில் வேலை கொடுக்கப்பட்டிருக்கும் கைதிகள் அவர்களது வேலையை முடிப்பதற்கு முன் குளிக்கவும் உணவு உட்கொள்ளவும் அனுமதி கிடையாது. ஆனால் அவர் அதைப் பற்றியெல்லாம் கவலைப்பட வில்லை. நேரடியாகக் குளிப்பதற்காகச் சென்றார். நிதானமாகக் குளித்தார். பிறகு உணவு உட்கொள்ள அமர்ந்தார். இதற்குள் மற்ற கைதிகளை எல்லாம் திரும்ப வேலை செய்யத் திட்டி அடித்து அனுப்பி இருந்தனர். இவரையும் அதேபோலத் திட்டிக் கொண்டிருந்தனர். ஆனால் இவர் அதைப் பற்றிக் கவலையே படாமல் உணவு சாப்பிட்டுக்கொண்டிருந்தார். வார்டரும் அவருடன் இருந்த துணை அதிகாரியும் இவரை எழுந்து போய் வேலை செய்ய நிர்ப்பந்தித்தனர். அவர்கள் ஹவில்தாரை அழைத்தனர். அவரும் இவரை வந்து எழுப்ப முயன்றார். ஆனால் ஹவில்தாரிடம் நிதானமாக, "இங்கே பாருங்கள், நான் வாயில் போட்டுக்கொள்ளும் ஒவ்வொரு கவளத்தையும் நன்றாக மென்று விழுங்கவேண்டும். இல்லையென்றால் அது ஜீரணம் ஆகாது. அவசர அவசரமாக விழுங்குவது தவறு. ஏனென்றால் அது வயிற்றுக்கு நல்லதல்ல.

அதை நான் செய்யமாட்டேன்'' என்று அவர் கூறினார். அதனால் அவரைப் பற்றி மிஸ்டர் பாரியிடம் புகார் கூறினர். மிஸ்டர் பாரி வருகிறார் என்றால் எல்லோரும் பயந்து நடுங்குவர். ஆனால் மிஸ்டர் பாரி அருகில் வந்தும்கூட இந்த நபர் ஏதும் நடக்காததுபோல் தொடர்ந்து சாப்பிட்டுக் கொண்டிருந்தார். மிஸ்டர் பாரி எரிச்சலடைந்து அவரைப் பார்த்துக் கத்தத் தொடங்கினார். ''எல்லாக் கைதிகளும் வேலைக்குச் சென்றுவிட்டனர். நீ இன்னமும் சாப்பிட்டுக் கொண்டிருக்கிறாயா? நீ என்ன நினைத்துக் கொண்டிருக்கிறாய்? உன் வேலையை யார் முடிப்பார்கள்? எலும்பை உடைத்து விடுவேன். ஞாபகம் இருக்கட்டும்'' என்று கத்தினார். அதற்கு அவர் நிதானமாக, ''ஐயா, நான் வெட்டியாக பொழுது போக்கவில்லை, நன்றாக மென்று முழுங்கினால்தான் உணவு ஜீரணம் ஆகும் என்று அறிவியல் கூறுகிறது. நம்முடைய ஜீரணம் நம் வாயிலிருந்து ஆரம்பிக்கிறது. அதனால் அவசரப்படக்கூடாது'' என்று கூறினார். ஆத்திரமடைந்த மிஸ்டர் பாரி அவரை மேலும் திட்டினார். இப்படி ஒழுங்கீனமாக நடந்து கொண்டதற்கு அடுத்த நாள் அவருக்குத் தண்டனை வழங்கப் போவதாகக் கூறினார். அதற்கு அந்தக் கைதி மிக அமைதியாக, ''இங்கே பாருங்கள் ஐயா, 10 லிருந்து 12 மணி வரை எங்களுக்கு ஓய்வு நேரம். அந்த நேரத்தில் நீங்கள் எங்களை வேலை செய்யுமாறு நிர்ப்பந்தித்து வந்திருக்கிறீர்கள். இதில் சட்டத்தை யாராவது மீறி இருக்கிறார்கள் என்றால், அது நீங்கள்தான். நான் சட்டத்தை மீறவில்லை'' என்று கூறினார். மிஸ்டர் பாரிக்கு அதிர்ச்சியாக இருந்தது. ஏனென்றால் அந்தக் கைதி கூறியதுபோல அவர்தான் சட்டத்தை மீறி இருந்தார்.

மிஸ்டர் பாரி அவரிடம் அவர் எவ்வளவு நேரம் வேண்டுமானாலும் சாப்பிட்டுக் கொள்ளலாம் என்றும், ஆனால் சாப்பிட்டு முடித்ததும் உடனடியாக வேலைக்குத் திரும்பவேண்டும் என்றும், கொடுக்கப் பட்ட வேலையைச் செய்து முடிக்கவில்லை என்றால் அவருக்குத் தண்டனை உண்டு என்றும், கண்டிப்பாக கம்பினால் அடிப்பேன் என்றும் கூறினார். இதைச் சொல்லிவிட்டு அவர் அங்கிருந்து சென்றுவிட்டார். ஆனால் அவருக்குச் சிறைக்கைதிகளின் முன் தான் பட்ட அவமானத்தினால் பெரிய கவலை உண்டாகி இருந்தது. அந்தக் கைதியை அடிப்பதன் மூலம் மற்றவர்களுக்கு ஒரு படிப்பினையை அவர் கொடுத்திருக்கலாம். ஆனால் இந்த அரசியல் கைதிகள் தனது கட்டுப்பாட்டை மீறிச் சென்று கொண்டிருப்பது அவருக்கு நன்றாகவே புரிந்தது. தான் அத்துமீறினால் அவர்கள் எந்த நேரத்திலும் வேலை நிறுத்தத்தில் ஈடுபடுவார்கள் என்பதும் அவருக்குத் தெரிந்திருந்தது.

மற்றொரு கொள்கை

அந்த நபர் நிதானமாகச் சாப்பிட்டு முடித்தார். அந்தத் துணை அதிகாரிக்கும் ஜமாதாருக்கும் ஹவில்தாருக்கும் அது ஆறுதலாக இருந்தது. அவரது வழக்கமான வேலைகளைச் செய்வதற்காக அவரை அவரது சிறைக்குள் கொண்டுவந்து பூட்டினர். தன் விருப்பப்படி உணவு உட்கொண்டு முடித்துவிட்டதால் இனி அவர் வேலையைச் செய்யவேண்டும் என்று கண்டிப்பாகக் கூறினர். கைதி தன் வேலையை ஒழுங்காகச் செய்யவில்லை என்றால் ஜமாதார்தான் அதற்காக மிஸ்டர் பாரியிடம் திட்டு வாங்கவேண்டும். அவரை தாஜா செய்து வழிக்குக் கொண்டு வந்துவிட்டோம் என்று நினைத்துக்கொண்டு அவர்கள் சிறையைச் சுற்றி வரக் கிளம்பினார்கள். ஆனால் திரும்பி வந்து பார்க்கும்போது அவர்களுக்கு ஒரு அதிர்ச்சி காத்திருந்தது. வேலையைச் செய்வதற்குப் பதிலாக, அவரது படுக்கையில் காலை நீட்டி, முகத்தையும் உடலையும் மூடிக்கொண்டு, நன்றாகக் குறட்டைவிட்டுத் தூங்கிக்கொண்டிருந்தார். ஜமாதார் அவரிடம் கோபத்தோடு, ''ஏய் பிசாசே, என்னை ஏன் தொந்தரவு செய்கிறாய்? மணி 12 ஆகிவிட்டது நீயும் சாப்பிட்டுவிட்டாய். வேலையைச் செய்யவேண்டியதுதானே?'' என்று கத்தினார். கண்ணைத் திறந்து பார்த்த அந்தக் கைதி ஜமாதாரிடம் கத்த வேண்டாம் என்று சைகை செய்தார். பிறகு, ''நான் சாப்பிட்ட உடன் எண்ணெய்ச் செக்கைச் சுற்ற ஆரம்பித்தால் எனக்கு ஜீரணமாகாது. சாப்பிட்டவுடன் கொஞ்சம் தூங்குவது உடல் ஆரோக்கியத்திற்கு நல்லது என்று என் தாத்தா என்னிடம் அடிக்கடி சொல்வார்'' என்றார். இதைக் கேட்ட மற்ற கைதிகள் எல்லோரும் விழுந்து விழுந்து சிரித்தனர். ஜமாதாருக்குக் கோபம் அதிகமாயிற்று. ஆனாலும் கைதியை அடிப்பதற்குத் தைரியம் வரவில்லை. அதற்குப் பதிலாக சிரித்துக் கொண்டிருந்த ஒரு சிலரைக் கன்னத்தில் அடித்தார். அன்று மாலை அந்தக் கைதி ஜமாதாரிடம் தான் எண்ணெய்ச் செக்கில் ஆட்டி எடுத்த 15 பவுண்ட் தேங்காய் எண்ணெய்யைக் கொடுத்தார். அது சிறைக் கணக்கின்படி பாதி நாள் வேலைதான். ஆனால் மற்றவர்களால் அதைக்கூடக் கொடுத்திருக்க முடியாது. ஆனால் அவர் நல்ல வலுவுள்ள திடகாத்திரமான ஆசாமி. அதனால் அவரால் முடிந்தது. நாம் ஏற்கெனவே அவரது தைரியத்தைப் பற்றிச் சொல்லி உள்ளோம். அவர் அதற்காகத் தண்டிக்கப்பட்டார். அவரது உணவின் அளவு குறைக்கப்பட்டது. ஆனால் கடைசியில் சூப்பரின்டெண்டன்ட் அவர் மூன்று நாள்களுக்குத் தொடர்ந்து தன் முழு கோட்டா அளவு எண்ணெய்யைக் கொடுத்தார் என்றால் அவரை எண்ணெய்ச் செக்கு வேலையிலிருந்து விடுவிப்பதாக உத்தரவாதம் கொடுக்க வேண்டி

யிருந்தது. அந்தக் கைதி சொன்னபடி 3 நாளில் தனக்கு இடப்பட்ட கட்டளையைச் செய்துமுடித்தார். ஆனால் மிஸ்டர் பாரி வெற்றி பெற்ற பெருமிதத்தில் தான் கொடுத்த உறுதிமொழியை மறந்து அவரைத் திரும்பவும் எண்ணெய்ச் செக்கிற்கு வேலை செய்ய அனுப்பினார். அந்தக் கைதி அங்கு சென்று வேலை செய்ய மறுத்தார். செக்கில் சுற்றி வர தான் ஒன்றும் காளை மாடல்ல என்று அவர் கூறினார். ''நாங்கள் எல்லோரும் மனிதர்கள். எங்களை மனிதர் களைப்போல நடத்துங்கள்'' என்றார். இப்படியாக அந்தமானில் முதல்முறையாகக் கைதிகளின் வேலைநிறுத்தம் துவங்கியது.

வேலை நிறுத்தம் செய்த அரசியல் கைதிகளுக்குத் தொடர்ந்து பல தண்டனைகள் வழங்கப்பட்டன. தனிப்பட்ட சிறையில் அடைக்கப் படுவது, கைவிலங்கிடப்படுவது, கால் விலங்கிடப்படுவது மற்றும் பல வழக்கமான தண்டனைகளும் ஒரு வார காலத்திற்கு அவர் களுக்குக் கொடுக்கப்பட்டன. வேலை நிறுத்தத்தை ஒடுக்குவதற் காக அவர்களுக்கு மேலும் கடினமான தண்டனைகளைச் சிறை அதிகாரிகள் கொடுத்தனர். அவற்றில் சில தண்டனைகள் சிறை விதிமுறைகளுக்கு முரணானவை. நாம் குறிப்பிட்டிருந்த அந்தக் கைதியை, வேறு எந்தத் தண்டனையும் வழிக்குக் கொண்டுவர வில்லை என்பதனால், தொடர்ந்து பத்து நாள்களுக்குக் கஞ்சி மட்டுமே கொடுத்தனர். ஆனால் எந்தக் கைதிக்கும் தொடர்ந்து 10 நாட்களுக்குக் கஞ்சி மட்டுமே கொடுக்கப்படுவது தவறு. சிறை விதிமுறைகளுக்கு முரணானது. அதிகபட்சம் மூன்று நாள்களுக்குக் கஞ்சி கொடுப்பது இங்குள்ள முறை. ஆனால் இந்தக் கைதியின் எதிர்ப்பு சக்தியைக் குறைப்பதற்காக அப்படிச் செய்தார்கள். சிறைக் குறிப்பேட்டில் இந்தத் தண்டனையைக் குறிக்கவில்லை. பிறகு ஒருநாள் இந்தியாவிலிருந்து ஒரு உயர் அதிகாரி அங்கு பார்வையிட வந்தபோது இது குறித்துப் புகார் தெரிவிக்கப்பட்டது. ஆனால் மிஸ்டர் பாரி அதை அடியோடு மறுத்து, தான் அவ்வாறு செய்யவே இல்லை என்றார். இத்தகைய தண்டனைக்கு ஆளான கைதிகள் என்னிடம் கஞ்சி மட்டும் அல்லாது, அவர்களுக்கு அதிகமாக குயினைன் மருந்தும் கொடுக்கப்பட்டது என்றனர். அதனால் அவர்களுக்குத் தலைச்சுற்றல், வயிற்று வலி என்று பலவித உபாதைகளும் ஏற்பட்டன. ஆனால் இதன்மூலம் அவர்களது போராட்டத்தை முறியடிக்க முடியவில்லை. அவர்களது ஒற்றுமை யும் தைரியமும் மற்ற கைதிகளிடத்தும் தொற்றிக்கொண்டன. இதனால் அதிகாரிகள் அவர்களது கோரிக்கைக்குச் செவி சாய்க்க வேண்டிய நிர்ப்பந்தத்திற்கு ஆளானார்கள். அதற்குப் பிறகு

அரசியல் கைதிகளை எண்ணெய்ச் செக்கில் பணி செய்ய அனுப்ப வில்லை. வேலைநிறுத்தத்தைத் திரும்பப் பெற இந்த உறுதி மொழியை அதிகாரிகள் கொடுக்க வேண்டியிருந்தது. கோலு எனப்படும் இந்தத் தண்டனை மிக அரிதாகத்தான் கொடுக்கப்படும் என்றும், அரசியல் கைதிகளுக்கு எளிதான வேலைகள் கொடுக்கப் படும் என்றும் அவர்கள் உறுதியளித்தனர். இது அரசியல் கைதிகளுக்கு மேலும் சுதந்திரத்தை அளித்தது. இந்தக் கோரிக்கை அனுமதிக்கப்பட்ட உடன் மேலும் சில சலுகைகள் வழங்கப்பட அது வழிவகுத்தது. அதில் ஒன்று 5 வருட சிறைத் தண்டனைக் கைதிகள் விடுவிக்கப்பட்டுத் தீவிலேயே எந்த வேலை வேண்டுமானாலும் செய்துகொள்ள அனுமதிக்கப்படுவார்கள் என்பது. பத்து வருடங்கள் கழித்து, சிறை அதிகாரிகளிடம் தேவையான அனுமதி பெற்று, சொந்தமாக வீடு கட்டிக்கொண்டு குடியமரவும் அனுமதிக்கப் படுவார்கள். இத்தகைய சலுகைகள், செக்கிழுக்கும் பிரச்சினைக்கு எதிராக அரசியல் கைதிகள் செய்த வேலை நிறுத்தத்தின் மூலம் கிடைத்த பலன். இந்தப் பலன்கள் ஒரேயடியாக உடனே கிடைக்க வில்லை, மெல்ல மெல்லக் கிடைத்தது என்றாலும், இந்த வேலை நிறுத்தத்தைத் திரும்பப் பெற்றதை கோழைத்தனம் என்றோ முட்டாள்தனமானது என்றோ சொல்வது சரியாகாது. ஏற்கெனவே சில கைதிகள் ஒரு வருடத் தண்டனையை முடித்திருந்தனர். அவர்கள் படிப்படியாக வெளியே சென்று வேலை செய்ய அனுமதிக்கப்பட்டனர். இதன் தொடர்ச்சியாக வேலை நிறுத்தம் ஒரு முடிவுக்கு வந்தது. கொஞ்ச நாட்களில் முதல் தொகுப்பில் வந்த அரசியல் கைதிகள் அனைவரும் வேறு வேலைகளைச் செய்ய அனுமதிக்கப்பட்டு வெளியே அனுப்பப்பட்டனர். அதில் ஒரு சிலருக்குக் குழி வெட்டுவது, சிலருக்கு மண்ணை அள்ளிப் போடுவது, சிலருக்கு தெரு பெருக்குவது, சிலருக்கு இளநீரைச் சுமந்துகொண்டு செல்வது போன்ற வேலைகள் கொடுக்கப்பட்டன.

நுகத்தடியில்

அந்தமானில் காளை மாடுகள் அல்லது குதிரை இவற்றிற்குப் பதிலாக சில்வர் ஜெயிலில் இருக்கும் கைதிகளைக் கட்டி வண்டி இழுக்கச் சொல்வது ஒரு சில அரசு அதிகாரிகளின் வழக்கம். அங்குள்ள தெருக்களில் இதுபோலக் கைதிகள் வண்டிகளை இழுத்துச் செல்வதைச் சாதாரணமாகப் பார்க்கலாம். கைதிகள் மேட்டுப் பகுதிகளில் மூச்சிரைக்க அவற்றை இழுத்துச் செல்வார்கள். அவர் களை மற்ற கைதிகள், "போ போ, முட்டாளே, சீக்கிரம் ஓட்டு"

என்று கேலி செய்வார்கள். ஆனாலும் அங்கே ஒருசிலர் இதுபோல மனிதர்கள் இழுக்கும் வண்டியில் பயணம் செய்ய மறுத்தார்கள் என்பது எனக்குத் தெரியும். ஆனால் கைதிகள் எவரும் இதை எதிர்த்ததில்லை. இந்தத் தவறு பிற்பாடு மிஸ்டர் பாரிக்குச் சுட்டிக் காட்டப்பட்டது. ஆனாலும் அவர் தன் தவறை உணர்ந்ததாகத் தெரியவில்லை. ஒருமுறை அரசியல் கைதிகள் எப்படி எந்தக் கட்டளைக்கும் அடிபணிவதில்லை என்பதைக் காட்டுவதற்காக, சூப்பரின்டென்டன்ட் வரும்போது, அவர் வலிமையான கைதிகளைக்கொண்டு வண்டியை இழுக்கும்படி, ஜமாதார் மூலம் ஏற்பாடு செய்திருந்தார். இதற்கு வெளிப்படையான எதிர்ப்பு எழுந்தது. சமீபத்தில் வெளியே வேலை செய்ய அனுமதிக்கப் பட்டிருந்த ஒரு குழுவிடம் இந்தப் பரிசோதனையை அவர் மேற்கொண்டார். ஆனால் இந்தப் பரிசோதனை பயங்கரமான தோல்வியில் முடிந்தது. ஜமாதார் உத்தரவு கொடுத்தவுடன் அங்கிருந்த கைதிகள் வேலை செய்ய மறுத்தனர். மாடுகளைப்போல அந்த வண்டியில் பூட்டப்படுவதை எதிர்த்தனர். "நாங்கள் ஒன்றும் மாடுகளோ அல்லது குதிரைகளோ அல்ல, இதுபோல வண்டியை இழுப்பதற்கு" என்று உறுதியான பதிலை அவர்கள் அளித்தனர். மிஸ்டர் பாரி எதிர்பார்த்தது அதைத்தான். கைதிகள் எப்படி அடிபணிய மறுக்கிறார்கள் என்பதை இப்போது சூப்பரின்டென்டன்ட் நேரடியாகவே பார்த்துவிட்டார். "அவர்கள் எப்படிப்பட்டவர்கள் என்பதை நீங்கள் பார்த்து விட்டீர்கள். இனி நீங்களே ஒரு முடிவெடுக்கலாம். அவர்கள் கொஞ்சம் சுதந்திரம் கேட்டார்கள், நாமும் கொடுத்தோம். ஆனால் நாம் சொன்னதை அவர்கள் செய்வதில்லை. வண்டியை இழுக்க மாட்டார்கள் என்றால் வேறு என்ன வேலை நாம் கொடுக்கமுடியும்? அவர்கள் ஏற்றுக்கொள்ளும் வேறு ஏதேனும் எளிதான வேலை கொடுத்தால் இவர்களிடம் நாம் கரிசனம் காட்டுகிறோம் என்று மற்றவர்கள் தவறாக நினைப்பார்கள். எனக்குப் பெரிய பிரச்சினையாக இருக்கிறது" என்றார்.

கடவுளுக்குப் பயப்படும் மிஸ்டர் பாரி

ஆனால் கடவுளுக்குப் பயப்படும் இதே மிஸ்டர் பாரி, கொஞ்சம் கூடத் தகுதி இல்லாதவர்களுக்கு மிக எளிதான வேலைகளைக் கொடுத்திருந்தார். தனது அலுவலகத்திலும் வீட்டிலும் அவர் நியமித்திருந்த ஆட்களுக்கு அந்த வேலைகளைப் பற்றி எதுவுமே தெரியாது. அதேபோல அலுவலக வேலைகளுக்குச் சிறையிலிருந்த மிக மோசமான நபர்களை அவர் தேர்ந்தெடுத்திருந்தார். தனக்கு தாஜா செய்தவர்களுக்கும் ஒற்றர் வேலை செய்தவர்களுக்கும் அவர்

எளிதான வேலைகளைக் கொடுத்திருந்தார். அப்போதெல்லாம் அவரது மனசாட்சி எங்கே போயிற்று? நான் அந்த சிறைக்குச் சென்ற போது அரசியல் கைதிகளின் நிலைமை நான் குறிப்பிட்டபடித்தான் இருந்தது. நான் அங்கு சென்ற ஒரு மாதத்தில் அந்த நிலையை உணர்ந்தேன். இங்குள்ள சில கைதிகளுக்கு வேலைநிறுத்தம் செய்வதில் ஒப்புதல் இல்லை. மற்றவர்களும் கீழ்ப்படிதலைக் கடமையாகச் செய்ய முனைபவர்களே. அவர்கள் மூலம் மிஸ்டர் பாரி கைதிகளுக்கிடையே பிரிவினையை உண்டாக்க முயன்றார். இப்படி அடங்க மறுப்பது சரியல்ல என்று அவர் சில இளைஞர் களிடம் கூறினார். திட்டுக்குத் திட்டு, அவமானத்துக்கு பதில் அவமானம் என்று செயல்பட்ட தீவிர எதிர்ப்பாளர்களின் செயல்கள் மீது இளைஞர்களிடையே வெறுப்பைப் பரப்பினார். இயல்பாகவே இந்த இளைஞர்கள் இந்த விஷயத்தில் என் கருத்தைத் தெரிந்து கொள்ள ஆவலாக இருந்தனர். அவர்கள் மட்டுமல்ல, மிஸ்டர் பாரியும் ஆவலாக இருந்தார். அதை அறிந்துகொள்ள பெரிதும் முயன்றார். 15 நாட்கள் என் அறையில் நான் தனியாக இருந்த பிறகு, அவர் என்னை அருகிலிருந்த ஒரு இருப்பிடத்திற்கு அழைத்துச் சென்றார். அங்கே தரைத்தளத்தில் பகல் நேரத்தில் நான் வேலை செய்யவேண்டும்.

நார் உரிப்பது

நான் அங்கு முதல் நாளில் ஒரு பவுண்டு நார் உரிக்கவேண்டும். வழக்கமாக ஒரு சாதாரணக் கைதிக்கு ஒரு நாளைக்கு ஒன்றரை அல்லது இரண்டு பவுண்டுகள் நார் உரிக்கவேண்டும். மிஸ்டர் பாரி என் உயர்ந்த நிலையைக் கருதி அது எனக்கான விசேஷச் சலுகை என்று கூறினார். அவர் கருணை காட்டுவதுபோல் கூறினாலும், அந்த வேலை ஒன்றும் எளிதானதல்ல. என் கைகள் அந்த வேலையைச் செய்து வீங்கிவிட்டன. வலி தாங்க முடியாதபடி இருந்தது. உள்ளங்கைகளில் வெடிப்புவிட்டு ரத்தம் வர ஆரம்பித்துவிட்டது. என் கைகளை சூப்பரின்டென்டன்ட்டிடம் காண்பித்து, ஒரு சில நாட்கள் ஓய்வு கொடுக்குமாறு வேண்டுகோள் விடுத்தேன். அதற்கு அவர், ''இங்குள்ள எல்லோரது அனுபவமும் இதுதான். மற்றவர் களைப்போல் ஒன்றரை அல்லது இரண்டு பவுண்டுகள் உரிக்க வேண்டும் என்று சொல்லாமல் ஒரு பவுண்டு மட்டும் போதும் என்று சொன்னேன் என்பதற்காக மகிழ்ச்சி அடையுங்கள்'' என்று கூறிவிட்டுச் சென்றுவிட்டார். நான் உரித்த நார்களில் என் கைகளிலிருந்து சிந்திய ரத்தம் இருந்தது. பாரி அது ஒரு பவுண்ட் இருக்கிறதா என்பதைக் கவனமாக எடை போட்டுப் பார்த்தார்.

ஆனால் அதில் ரத்தம் சிந்தி இருப்பதை அவர் கவனிக்கவே இல்லை. அதற்கெல்லாம் அவருக்கு நேரம் கிடையாது.

கயவர்களே, உங்களைக் கம்பால் அடிப்பேன்

அந்த நாள் முழுக்க அவர் என்னிடம் எதுவும் பேசவில்லை. பிறகு மெல்லப் பேசத் தொடங்கினார். தினமும் பத்து நிமிடம் என்னிடம் பேசினார். அப்போது தனக்குக் கீழ் உள்ள அரசியல் கைதிகளின் மனப்பான்மையைப் பற்றிக் குறிப்பிடுவார். மற்றவர்கள் ஒருவருக்கொருவர் சாதாரணமாகப் பேசிக் கொள்வதுகூட அங்கு தடை செய்யப்பட்டிருந்தது. அப்படி யாரேனும் பேசினால் அவர்களுக்குத் தண்டனை. அவர்களது வார்டன் பதவியிலிருந்து ஒரு வாரம் நீக்கப் படுவார்கள் அல்லது எண்ணெய்ச் செக்கில் கடினமான வேலை செய்ய வேண்டி இருக்கும். ஆனால் அதே விஷயங்களை மிஸ்டர் பாரியாரிடம் வேண்டுமானாலும் பேசலாம். பிரிவினையை ஏற்படுத்தும் வகையில் அடுத்தவர்களைப் பற்றிய தகவல்களைக் கூறலாம். ஆனால் எத்தகைய தடை இருந்தபோதிலும் இந்தக் கைதிகளைப் பற்றிய தகவல்கள் எல்லாம் எனக்கு வந்து கொண்டிருந்தன என்பது மிஸ்டர் பாரிக்குத் தெரியும். அதனால் அவர் தன் தரப்புக் கருத்தையும் என்னிடம் கூறுவார். தன்னிடம் தகவல்களைக் கூறித் தனக்கு உதவியாக இருப்பவர்களை மிகவும் பாராட்டியும், வேலைநிறுத்தம் செய்தவர்களையும் தனது அதிகாரத்தைக் கேள்வி கேட்பவர் களையும் தனது திட்டுக்களைப் பொறுத்துக் கொள்ளாதவர்களையும் அவர் குற்றம் சொல்வார். அவர் யாரிடம் பேசினாலும் அவர்கள் இந்தக் கலகக்காரர்களைப் பின்பற்றக்கூடாது என்றும், நல்ல கல்வியும் பண்பும் கொண்டவர்களாதலால் அவர்கள் நல்ல முறையில் நடந்துகொள்ளவேண்டும் என்றும் கூறுவார். எனக்கும் அதேபோல் வேண்டுகோள் விடுத்தார். அதை அமைதியாகக் கேட்டுக்கொண்டேன். அவர் கூறியதை ஆதரிக்கவோ மறுத்துப் பேசவோ இல்லை. ஆனால் சில நேரம் நல்லவர்களைப் பற்றி அவர் கூறும் பொய்களும் அபவாதங்கள் நிறைந்த பேச்சுக்களும் தாங்கிக்கொள்ள முடியாதபடி இருக்கும். அதை ஆமோதிப்பது என்னால் இயலாத காரியம். அதேநேரம் அமைதியாக இருப்பதும் மன்னிக்க முடியாத ஒரு குற்றம். ஆனால் மிஸ்டர் பாரியோ, "இதைப் பற்றி உங்கள் கருத்தென்ன? நீங்கள் என்ன நினைக்கிறீர்கள்?" என்று தொடர்ந்து கேட்டுக்கொண்டே இருப்பார். உதாரணத்திற்கு, நான் ஏற்கெனவே கூறிய, இங்கே வேலை நிறுத்தத்தைத் தொடங்கிய அந்தக் கைதியைப் பற்றிப் பேசுகையில், 'அவர் பைத்தியம்' என்றும் 'தாழ்ந்த ஜாதியில் பிறந்தவர்' என்றும் கூறுவார். பிறகு என்னைப்

பற்றி உயர்வாகப் பேசி, 'நான் அவரைப் பற்றி என்ன நினைக்கிறேன்' என்று கேட்பார். அவர் செய்தது ஒரு பைத்தியக் காரத்தனமான காரியம்தானே என்று விடாமல் கேட்பார்.

மிஸ்டர் பாரியின் திட்டம்

அவர் சொல்வதை என்னால் அதற்கு மேல் பொறுமையாகக் கேட்க முடியவில்லை. அவர் கூறும் சில நபர்களைப் பற்றி எனக்குத் தெரியும் என்றும் அவர் கூறுவதுபோல் அவர்கள் செய்தது பைத்தியக்காரத்தனமான காரியங்கள் அல்ல என்றும் நேரடியாகக் கூறினேன். "அவர்களது துன்பங்கள் தாங்க முடியாத அளவில் போகும் போதும், சிறை அதிகாரிகள் விதிமுறைகளை மீறி அவர்களைத் தண்டிக்கும்போதும், அவர்களுக்கு வேறு என்ன நிவாரணம் இருக்கின்றது? வேலைநிறுத்தம் செய்வது, ஒத்துழைக்காமல் இருப்பது, இவை மட்டும்தானே அவர்களிடமுள்ள வழிமுறை? இது சாதாரணக் கைதிகள் மற்றும் அரசியல் கைதிகள் இருவருக்கும் பொருந்தும். தீவிரமான நோய்களுக்குத் தீவிரமான சிகிச்சை செய்தாகவேண்டும். நீங்கள் அந்தக் கைதி மிஸ்டர் ...... ஐப் பற்றி என்ன வேண்டுமானாலும் சொல்லலாம். ஆனால் எனக்கு அவரைப் பார்த்தால் நல்லவர் போலத்தான் தெரிகிறது. அவர் ஒன்றும் பொறுக்கி அல்ல" என்றேன். என் வெளிப்படையான பதில் மிஸ்டர் பாரிக்கு ஆத்திரத்தை மூட்டியது. அவர் முகம் சிவந்தது. என்னுடனான பேச்சை அவர் உடனடியாக நிறுத்தினார். ஆனால் அடுத்தநாள் என்னை நம்ப வைக்கவேண்டும் என்பதற்காக ஒரு நாடகத்தை நடத்தினார். வேலைக்கு வெளியே அனுப்பப்பட்டிருந்த அரசியல் கைதிகள் மதியம் 11 மணிக்கு உணவு உட்கொள்ளத் தங்கள் சிறைக்குத் திரும்பினர். அன்று அவர்கள் என்னருகில் உட்கார்ந்து உணவு உட்கொள்ளுமாறு கேட்டுக்கொள்ளப்பட்டனர். அவர்கள் இன்னமும் குளித்திருக்கவில்லை. அவர்களது உடை அழுக்காகவும் மண் ஒட்டிக்கொண்டும் இருந்தது. அவர்கள் அந்த மோசமான நிலையிலேயே நின்று கொண்டிருந்தனர். திடீரென்று அங்கு வந்த மிஸ்டர் பாரி அவர்களைத் திட்டத் தொடங்கினார். என்னைப் பார்த்த அவர், திரும்பி நின்றுகொண்டு, கடுமையான குரலில், "ஜமாதார் அள்ளச் சொன்ன அளவு மண்ணை நீங்கள் ஏன் அள்ளவில்லை? என்னால் இதற்குமேல் பொறுத்துக் கொண்டிருக்க முடியாது. உங்களுக்கு எல்லோருக்கும் சரியான தண்டனை தருவேன்" என்று கூறினார். பிறகு ஜமாதாரை நோக்கி, "இவர்கள் மதியத்திற்குள் வேலையைச் செய்து முடிக்கவில்லை என்றால் என்னிடம் கூட்டி வா. நான் இவர்களை கம்பால் அடிக்கிறேன். இவர்கள் அழுது

கதறும் வரை இவர்கள் புட்டத்தில் கம்பால் அடிப்பேன்'' என்றார். பிறகு என் காதுபட மோசமாகப் பேசி விட்டோமே என்பதற்காக என் பக்கம் திரும்பி, "மிஸ்டர் சாவர்க்கர், உங்களைப் போன்ற ஒரு நபர் இதுபோன்ற மக்களுடன் பழகக்கூடாது. இவர்கள் இழிவானவர்கள். ஆனால் நீங்களோ நல்ல முறையில் வளர்க்கப்பட்டவர். இந்தப் பொறுக்கிகள் 8 அல்லது பத்து வருடங்கள் தங்கள் தண்டனையை முடித்துவிட்டுத் தங்கள் வீட்டிற்குத் திரும்பிச் செல்வார்கள். உலகமும் இவர்களை அத்துடன் மறந்துவிடும். ஆனால் நீங்கள் அப்படி அல்ல. உங்களது பொன்னான வாழ்வில் 50 ஆண்டு காலத்தை இங்கேதான் கழிக்கவேண்டும். நீங்கள் ஒரு அரசியல் கைதி மட்டுமல்ல. நீங்கள் இவர்களுடன் சேர்ந்து வேலைநிறுத்தம் செய்தால், இவர்களுக்காக அனுதாபப்பட்டால், உங்களுக்குப் பெருத்த நஷ்டம் ஏற்படும். இவர்களுடன் பேசுவதுகூட உங்கள் எதிர்காலத்திற்கு ஆபத்தை விளைவிக்கும். நீங்கள் என்ன செய்ய வேண்டும் என்று நினைக்கிறீர்களோ அதைத் தனியாகச் செய்யுங்கள். உங்களது தண்டனையை எப்போதும் நினைவில் வைத்திருங்கள். புரிகிறதா?'' என்றார்.

நீங்கள் அரசியல் கைதி அல்ல

அவர் கேள்விக்குப் பதில் ஏதும் கூறாமல் சாப்பிடச் சென்றேன். அது அவரைக் கலங்கடித்தது. அவர் என்னைப் பார்த்து, "உங்கள் நலன் கருதித்தான் சொல்கிறேன். நீங்கள் ஒரு அரசியல் கைதி அல்ல. நீங்கள் 50 ஆண்டு சிறைத் தண்டனை பெற்ற ஒரு சாதாரணக் குற்றவாளி'' என்று கூறியபடியே சென்றார். நான் அரசியல் கைதி அல்ல என்பதை அப்போதுதான் முதல் தடவையாகக் கேட்டேன். அதன் பிறகு அங்குள்ள அதிகாரிகளும் ஜெயிலரும் சூப்பரின்டென்டன்ட்டும் இதனை பலமுறை என் காதுபடக் கூறினர்.

மிஸ்டர் பாரி அங்கிருந்து சென்றுவிட்டார். அவர் இந்த அரசியல் கைதிகளின் தண்டனை நாடகத்தை என்னைப் பணிய வைக்கவே ஏற்பாடு செய்திருந்தார். அவர் சொல்வதைக் கேட்டு நடக்கவில்லை என்றால் எனக்கு என்ன நேரும் என்பதைப் புரிய வைக்கவே இந்த ஏற்பாடு. இதற்காகத் திட்டு வாங்கிய அந்த அரசியல் கைதிகளை நினைத்து பரிதாபமாக இருந்தது. ஆனால் அதன் விளைவு மிஸ்டர் பாரி நினைத்ததற்கு நேர்மாறாக இருந்தது. அது என் தைரியத்தைக் குலைக்கவில்லை. மாறாக அவரது ஏச்சுக்கள், அவர்கள் எல்லோருக்காகவும் சேர்த்துப் போராடவேண்டும் என்ற உறுதியை எனக்குள் ஏற்படுத்தியது. அவர்களது மனம் எப்படியெல்லாம் கஷ்டப்பட்டிருக்கும் என்று நினைத்துப் பார்த்தேன். இதுவரை நான்

நினைத்துப் பார்க்காத ஒன்றை யோசிக்க பாரியின் ஏச்சுக்கள் உதவி விட்டன. அவர்களிடம் நேரடியாகப் பேச ஆரம்பித்தேன். அவர்கள் பெயரைக் கேட்டேன். வெளிறிப் போயிருந்த அவர்கள் முகத்தைப் பார்த்து, "வருத்தப்படாதீர்கள். என் எதிரில் மிஸ்டர் பாரி உங்களைத் திட்டினார் என்று நினைக்கவேண்டாம். இன்று உங்களைச் சொன்னது போலவே நாளை அவர் என்னையும் சொல்வார். அதன்மூலம் அவர் உங்களையோ என்னையோ அவமானப்படுத்தவில்லை. அவர் தன்னையே தாழ்த்திக் கொள்கிறார். இன்று நாம் ஆதரவற்ற நிலையில் இருக்கிறோம். உலகமே நம்மைக் குற்றவாளிகளாகப் பார்க்கிறது. ஆனால் ஒருநாள் இந்த உலகம் உங்களுக்கு மரியாதை செய்யும். நீங்கள் திட்டு வாங்கிய இதே இடத்தில் உங்களுக்காகச் சிலை வைக்கும். அப்போது ஆயிரக்கணக்கான மக்கள் இங்கு வந்து தியாகிகளான உங்களைப் பார்த்து மரியாதை செலுத்துவார்கள்."

நான் பேசியது அவர்களுக்குப் புரியவில்லை. நான் என்ன சொல்கிறேன் என்பதைப் புரிந்துகொள்ளும் நிலையில் அவர்கள் இல்லை. ஆனால் அவர்களிடம் பேசும்போது நான் மிகவும் உணர்ச்சிவசப்பட்டேன். அவர்கள் முகத்தில் எந்த ஒரு மாற்றமோ தைரியமோ தென்படவில்லை. மாறாக அவர்கள் மிகவும் வருத்தத்தில் இருந்தார்கள். அதில் ஒருவர் என்னிடம் நிஜமாகவே, "இப்படி எல்லாம் நடக்கும் என்று நீங்கள் நினைக்கிறீர்களா?" என்று கேட்டார். அவரிடம், "நான் கூறியபடியே நடக்கலாம். நிச்சயம் நடக்கும் என்றுதான் நினைக்கிறேன்" என்றேன்.

நான் அவர்களிடம் இதைச் சொல்லி முடிப்பதற்குள்ளாகவே, அருகிலிருந்த துணை அதிகாரியும் வார்டனும் என்னிடம், "பாபு, உங்களுக்கு என்ன ஆகிவிட்டது? நீங்கள் இவர்களுடன் பேசுவது மிஸ்டர் பாரிக்குத் தெரிந்தால் எங்கள் நிலைமை அவ்வளவுதான். வந்து விடுங்கள். என்ன நடந்தாலும், நாங்கள் உங்களை மிகவும் மதிக்கிறோம். ஆனால் நீங்கள் இப்படியே தொடர்ந்து செய்தால், பிறகு..." என்று கூறியபடியே என்னை அங்கிருந்து இழுத்துச் சென்று என் அறைக்குள் அனுப்பிப் பூட்டினார்கள்.

அத்தியாயம் 10

மூத்த சகோதரரைப் பார்த்தேன்

நானும் என் அண்ணனும் ஒரே சிறையில் இருந்தாலும் ஒருவரை ஒருவர் இதுவரை பார்த்துக் கொண்டதில்லை. நான் இங்கு இருக்கிறேன் என்ற செய்தி கேட்டு அவர் பெரிதும் அதிர்ச்சி அடைந்தார். அதேபோல அவர் பட்ட துன்பங்களைக் கேள்விப் பட்டு நானும் துவண்டு போனேன். ஆனால் இதுவெல்லாம் ஒன்றுமே இல்லை எனும் அளவுக்கு ஒரு அனுபவம் எனக்கு வாய்த்தது. துன்பத்திலும் இன்பம் இருப்பதை நாங்கள் இருவரும் அன்று உணர்ந்தோம்.

நான் என் சகோதரரைச் சந்திக்க மிகவும் ஆர்வமாக இருந்தேன். வார்டனையும் அந்தத் துணை அதிகாரியையும் எப்படியாவது சமாளித்து யாரும் அருகில் இல்லாதபோது அவரைப் பார்த்துவிட வேண்டும் என்று நினைத்தேன். அதனை ரகசியமாகச் செய்ய வேண்டும். ஏனென்றால் நான் அவரைப் பற்றி விசாரித்த மிஸ்டர் பாரி உட்பட பல அதிகாரிகள் எல்லோருக்கும், 'என் சகோதரர் அந்தச் சிறையில் இருக்கிறாரா இல்லையா என்பது குறித்து என்னிடம் எதுவும் கூறக்கூடாது' என்று உத்தரவு இருப்பதாகச் சொன்னார்கள். அப்படி இருக்கும்போது எப்படிச் சந்திப்பது? ஒருமுறை என் சகோதரருக்கு மிகமோசமான தலைவலி இருந்ததாகக் கேள்விப் பட்டபோது, அது உண்மையா என்றும், ஒருவேளை உண்மை என்றால் அவரை மருத்துவமனைக்கு ஏன் அழைத்துச் செல்ல வில்லை என்றும், அவரை அந்தச் சூழலில் தனிச் சிறையில் வைத்திருப்பது தவறல்லவா என்றும் கேட்டேன். அதற்கு

சூப்பரின்டென்டன்ட் என்னிடம், ''நீங்கள் உங்கள் வேலையைப் பாருங்கள். இதில் தலையிடவேண்டாம்'' என்று கூறினார். எனக்கு எப்படி என் சகோதரர் பற்றிய தகவல் கிடைத்தது என்று ஜமாதாரை கோபித்துக்கொண்டார். அவரது கவனக்குறைவுக்காக அவரைக் கண்டித்தார். எனக்கு யார் அந்தத் தகவலைத் தந்திருப்பார்கள் என்று கண்டறியச் சொன்னார். அவரை மீண்டும் அதற்குப் பிறகு பார்க்கவே முடியாது என்பதால் எப்படியாவது அவரைப் பார்த்து விடவேண்டும் என்று முயன்றேன். நான் 1906ல் இங்கிலாந்து சென்ற போது என் சகோதரர் என்னை வழியனுப்ப வந்தார். அதற்குப் பிறகு அவரை நான் பார்க்கவே இல்லை. பிறகு இங்குதான் பார்க்கிறேன். என்னைப் பார்ப்பது அவருக்கு மிகுந்த மனவேதனையைத் தரும் என்பதால், அவரைப் பார்க்காமல் இருப்பதும் நல்லதுதான் என்று சில சமயம் நினைத்தேன். ஆனால் பார்க்காமலேயே இருப்பது கோழைத்தனம். பிரச்சினையை எதிர்கொள்ள எனக்கு வலு இல்லை என்றே அர்த்தம். ஏற்கெனவே பெரிய இன்னல்களை அனுபவித்துக் கொண்டிருக்கிறோம். இதில் நேரில் பார்ப்பதால் என்ன பெரிய கஷ்டம் வந்துவிடப் போகிறது? துக்கத்தையும் கண்ணீரையும் தவிர்க்க வேண்டுமானால் அது உதவலாம். சகோதரர்கள் சந்திக்கும் போது கண்ணீர் விடுவதற்கு ஏன் வெட்கப்படவேண்டும். அப்படிக் கண்ணீர் விடுவது காலம் காலமாக நடப்பதுதான். ஒரு வழியாக எனக்கு ஒரு வார்டன் உதவி செய்தார். ஒருநாள் மாலை தினசரி அணிவகுப்பின்போது எங்கள் சந்திப்பிற்கு ஏற்பாடு செய்தார். அப்போதுகூட எல்லோரையும் ஒரே நேரத்தில் அங்கே அனுப்ப மாட்டார்கள். ஒரு அணி வெளியே அனுப்பப்படும்போது இன்னொரு அணி உள்ளே வரவழைக்கப்படும். என் சகோதரருடைய அணி ஜமாதாரிடம் தங்கள் தினசரி கோட்டாவைக் காண்பித்துக் கொண்டிருந்தபோது எங்கள் அணி உள்ளே வருமாறு அவர் ஏற்பாடு செய்தார். நானும் உடனடியாக வரிசையில் நின்று அவரைப் பார்க்க முடிகிறதா என்று பார்த்தேன். அவர் திரும்பி வரும்போது எங்கள் கண்கள் சந்தித்துக் கொண்டன. பெரிய எதிர்பார்ப்புகளுடனும் பெருமையுடனும் நான் இங்கிலாந்திற்குச் சென்றதை அவர் பார்த்திருந்தார். இப்போது என் நம்பிக்கைகள் எல்லாம் பொய்த்துப் போய், தோல்விகளால் துவண்டவனாக, தோல்வியின் சாம்பல் என் உடலெல்லாம் பூசப்பட்டவனாக என்னை அவர் பார்க்கிறார். அந்தச் சந்திப்பும் காட்சியும் அவருக்குப் பெரிய அதிர்ச்சியை ஏற்படுத்தி இருக்கவேண்டும். அவர் தனது வேதனையை இந்த வார்த்தைகளின் மூலம் வெளிப்படுத்தினார்.

"தாத்தியா, நீ எப்படி இங்க?"

அந்தக் கேள்வி என் மனதில் கத்தியைப் பாய்ச்சியதுபோல் இருந்தது. நாங்கள் தொடர்ந்து பேசி விடுவோமோ, எங்களை யாராவது பார்த்துவிடுவார்களோ என்று எண்ணி என் வார்டன் என்னை உடனடியாகப் பின்னால் இழுத்தார். எங்கள் பேச்சு கூட்டத்தில் ஒருவேளை சலசலப்பை ஏற்படுத்தி, அதன்மூலம் எல்லோருமே ஜெயிலரிடம் மாட்டிக்கொண்டு தண்டனை பெறுவோம் என்று அவருக்குப் பயம். நாங்கள் எதிரெதிரே ஒருவரை ஒருவர் பார்த்துக் கொண்டோம். உடனே பிரிந்து விட்டோம். என் சகோதரருடன் எனக்கு ஏற்பட்ட சந்திப்பு அவ்வளவுதான். ஆனால் நான் அவர் கூறிய வார்த்தைகளை என்றும் மறக்கமாட்டேன். அவர் எனக்குப் பிற்பாடு கண்ணீரில் தோய்ந்த ஒரு கடிதத்தை அனுப்பினார். "இந்தியாவிற்கு சுதந்திரம் கிடைக்கப் போராடுவதற்கு நம்முடைய வேலையைத் தொடர்ந்து செய்ய நீ இருக்கிறாய் என்ற நம்பிக்கை யோடு இருந்தேன். அதனால் எனக்குக் கிடைத்த இந்த நாடு கடத்தல் தண்டனையைக்கூடப் பெரிதாக எண்ணவில்லை. அதைத் துச்சமாக மதித்தேன். அது என் தேசத்திற்காகச் செய்த தியாகம். எப்படியும் நீ வெற்றியைப் பெற்றுத் தருவாய் என்று எண்ணி இருந்தேன். அந்த எண்ணம் என் துன்பங்களையெல்லாம்கூட மறைத்து எனக்கு மகிழ்ச்சியைத் தந்தது. ஆனால் இப்போது? நீ பாரீஸில்தானே இருந்தாய்? பின் எப்படி மாட்டிக்கொண்டாய்? உனக்குப் பிறகு அபினவ பாரதத்தின் செயல்பாடுகளை யார் கவனித்துக் கொள்வார்? அது எப்படி நடக்கும்? உனது திறமை, உனது சக்தி எல்லாம் வீணாகப் போய்விட்டதே. எல்லாம் இந்தச் சிறையில் புதைக்கப் பட்டுவிட்டதே. நம் இளைய சகோதரன் பால் என்ன ஆனான்? நான் உன்னை நேருக்கு நேர் பார்த்தேன். நான் கண்ட காட்சியை என்னால் இன்னமும் நம்ப முடியவில்லை. அந்தக் கொடுமையை என்னென்று சொல்வது. நீ எப்படி இங்கு வந்தாய்?" என்று எழுதியிருந்தார். அதற்குப் பதில் எழுதுவதற்கு எனக்கு நிறையப் பொறுமை தேவைப் பட்டது. அவர் எழுப்பிய கேள்விகள் ஒவ்வொன்றும் என் மனதில் இன்னும் பல கேள்விகளை எழுப்பியது. என் சோகங்களைத் தள்ளி வைக்கவும், என் தனிப்பட்ட தோல்விகளை மறந்து என் சகோதரருக்கு ஆறுதல் கூறுவது அந்த நேரத்தில் எனக்கு மிகவும் அவசியமாகப் பட்டது. என் மன உறுதி எனக்குத் துணை நின்றது. துரதிர்ஷ்டம் தந்த கசப்பான அனுபவங்களை ஜீரணித்தபடியே, "நமக்கு வெற்றி நிச்சயம் கிட்டும். இத்தகைய ஒரு போராட்டத்தில் தோல்வி அவமானம் என்பதெல்லாம் பெரிய விஷயம் இல்லை. இப்படிப்பட்ட போராட்டமே கடவுள் நமக்கு அளித்த ஒரு

மிகப்பெரிய வாய்ப்பு'' என்று அவருக்கு ஆறுதல் கூறி ஒரு கடிதம் எழுதினேன்.

கிடைத்தற்கரிய வாய்ப்பு

''நாம் நம் கடமையைத்தானே செய்தோம்? பின் எதற்காக நடந்த வற்றைப் பற்றிக் கவலைப்படவேண்டும்? குருக்ஷேத்திரத்தில் அர்ஜுனன் நடுங்கியதுபோல் நானும் நடுங்கி இருந்தால், எனக்கு அறிவும் சக்தியும் இருந்து என்ன பயன்? நான் தர்மத்தைக் காக்கும் என் கடமையில் இருந்து விலகவில்லை. யாருக்கும் துரோகம் இழைக்கவில்லை. சவால்களை எதிர்கொண்டு அந்த அக்னியில் என்னைச் சாம்பலாக்கிக்கொண்டேன். என்னுடன் இருந்தவர்களை ஆபத்தை எதிர்கொள்ளுமாறு உற்சாகப்படுத்தினேன். அஞ்சாமை, பொறுமை, சோதனையில் மன உறுதி என எதையெல்லாம் மற்றவர் களுக்குச் சொன்னேனோ, அதையெல்லாம் நானும் கடைப் பிடித்தேன். என்னைப்போலவே நீங்களும் இதை எல்லாம் செய்தீர்கள். நம்முடையது வெற்றியே அன்றி தோல்வி அல்ல. குறிக்கோள் இல்லாமல் வாழ்வதைக் காட்டிலும் குறிக்கோளை அடைவதில் தோல்வி அடைவது எவ்வளவோ மேல். நெப்போலியன் அந்நிய மண்ணில் செயின்ட் ஹெலினாவில் தோல்வி அடைந்து இறந்தார். அதனால் அவர் பெற்ற வெற்றிகளும் அவரது பெருமையும் குறைந்துவிடுமா? ஆஸ்டர்லிட்ஸ் போரில் அவர் பெற்ற வெற்றி அவரது வீரத்திற்கு என்றென்றும் சான்றாக விளங்கும். நூற்றுக்கணக்கான வெற்றிகளைப் பெற்றவர் அவர். ஜான்சி ராணி லக்ஷ்மி பாய்கூடப் போரின் இரண்டாவது அல்லது மூன்றாவது தாக்குதலிலேயே தோல்வி அடைந்தார். முகம் தெரியாத ஒரு படைவீரன் களம் புகுந்த உடன் முதல் தாக்குதலிலேயே இறந்து போகலாம். இதுபோன்ற தோல்வியும் மரணமும் அவர்கள் பெருமையைக் குறைத்துவிடுமா என்ன? மற்றவர்களைக் காட்டிக் கொடுத்து, மற்றவர்கள் உயிரைப் பணயம் வைத்துப் போராடுபவன் தலைவனே அல்ல. முன்நின்று போராடிப் பிரச்சினைகளை எதிர் கொள்வது வீரம். நாம் அந்தத் தேர்வில் வெற்றி பெற்றிருக்கிறோம். அதை நினைத்து நான் பெருமைப்படுகிறேன். வெற்றியும் அதன் பின் கிடைக்கும் புகழ் மட்டுமே முக்கியமல்ல. நாம் இருவரும் இந்தச் சிறையில் இருக்கிறோம். நம் இருவர் நிலையும் ஒன்றுதான். நாம் இங்கேயே கிடந்து அழுகித்தான் மடியவேண்டும் என்பது நமக்குத் தெரியும். நாம் யாருக்காகப் போராடினோமோ அவர்களே கூட நம்மைக் குற்றம் சொல்லலாம் என்பதில் எனக்குச் சந்தேகமே இல்லை. நாம் போராடி வெற்றியைப் பெற்று மக்களின்

ஆரவாரத்தையும் வெற்றி முரசின் முழக்கத்தையும் ஒருவேளை கேட்கலாம். தோல்விதான் வெற்றிக்கான படிகள். நாம் நம்முடைய தேசத்திற்கு நம்முடைய தோல்விகள் மூலம் சேவை செய்து தருகிறோம், மற்றவர்கள் அவர்களது வெற்றியின் மூலம் சேவை செய்யட்டும். நம் தோல்வியைக்கூட வெற்றியைப் போன்ற புகழ் கொண்டதாகவே கருதுகிறோம். இந்த நாளில் நாம் படும் துன்பமும் நாம் சிந்தும் இரத்தமும் நமக்கு மறுக்கப்பட்ட வாழ்க்கையும், இறுதியில் கிடைக்கப்போகும் வெற்றிக்கு இணையானதுதான்.

நம்முடைய நோக்கம் என்னாவது

''நீங்கள் என்னிடம் அந்தக் கேள்வியைக் கேட்டீர்கள். அதற்குப் பதிலாக நான் ஒரு கவிதை எழுதி உள்ளேன். இந்தக் கவிதை, உயர்நீதிமன்றம் எனக்கெதிரான தீர்ப்பை வழங்கியபோது எழுதியது. இந்த எண்ணங்கள் எனக்கு எப்போதுமே, நான் நாடுகடத்தப்பட்டு மரணத்தின் வாயிலில் நிறுத்தப்பட்டபோதும்கூட, உத்வேகத்தைக் கொடுக்கும். நான் எழுதிய அந்தக் கவிதை: '30 கோடி வீரர்களைக் கொண்ட இந்தியப் படைக்குத் தேரோட்டியாக ஸ்ரீ கிருஷ்ணரும் தளபதியாக ஸ்ரீராமரும் இருக்கிறார்கள். நமக்கு வழிகாட்ட நம் தர்மம் இருக்கிறது. அதனால் நமக்குத் தோல்வி கிடையாது. எந்த எதிரியையும் அது வெற்றி கொள்ளும். நம் தேசத்தின் மீது வெற்றிக்கொடி பறக்கும். நம்முடைய மும்மூர்த்திகளான பிரம்மா விஷ்ணு சிவன் ஆகியோரின் இருப்பிடமான இமயமலை மீது அந்தக் கொடி பட்டொளி வீசிப் பறக்கும். சுதந்திர பாரதத்தின் 30 கோடி வீரர்களுக்கும் வெற்றி கிட்டும். இது என் நம்பிக்கை. இதுவே எனக்கு ஆறுதல்.''

இதுதான் என் சகோதரருக்கு எழுதிய கடிதம். இது, பத்திரமாக அவரிடம் சேரும்படி பார்த்துக்கொண்டேன். அது அவருக்கு ஆறுதல் தந்தது. என் வேலையைச் செய்ய எனக்குப் புதிய நம்பிக்கையையும் உற்சாகத்தையும் தைரியத்தையும் தந்தது.

அத்தியாயம் 11

எண்ணெய்ச் செக்கிற்கு அனுப்பப்பட்டேன்

இந்த சில்வர் ஜெயிலுக்கு வந்த பிறகு கிட்டத்தட்ட ஒரு மாதம் நார் உரிக்கும் வேலையைச் செய்து வந்தேன். என்னை எப்படி எண்ணெய்ச் செக்கிற்கு அனுப்பாமல் இருக்கிறார்கள் என்று எல்லோரும் ஆச்சரியப்பட்டார்கள். அதில் ஒருவர், ''அவர் பாரிஸ்டர் பாபு ஆயிற்றே. அவரை எப்படி எண்ணெய்ச் செக்கிற்கு அனுப்புவார்கள்?'' என்று சொன்னார். அவரிடம், ''நாடுகடத்தப் பட தண்டனை எப்படிக் கொடுத்தார்களோ அதேபோல எண்ணெய்ச் செக்கிற்கும் அனுப்புவார்கள்'' என்று சொன்னேன். அதேபோல் ஒருநாள் சூப்பரின்டென்டன்ட் என்னிடம் வந்து, ''நாளையிலிருந்து நீங்கள் எண்ணெய்ச் செக்கில் வேலை செய்யவேண்டும். நார் உரிக்கும் வேலை உங்கள் கைகளை உறுதி ஆக்கி இருக்கும். அதனால் நீங்கள் அந்த வேலையைச் செய்யமுடியும்'' என்றார். அப்போது மிஸ்டர் பாரி சிரித்துக்கொண்டே கிண்டலாக, ''இப்போது உங்களுக்குப் பதவி உயர்வு கொடுக்கப்பட்டிருக்கிறது'' என்றார். அன்று மாலை மிஸ்டர் பாரி என்னை அவரது அலுவலகத்துக்கு அழைத்தார். என்னுடன் பேசிக் கொண்டிருந்தபோது, வேலை நிறுத்தம் செய்து கொண்டிருந்த கைதிகளுக்கு என் ஆதரவு இருக்கிறது என்பதைத் தெரிந்துகொண்டார். அந்த வேலை நிறுத்தத்தை மடத்தனம் என்றும் தவறானது என்றும் கூறியவர்களை நான் கண்டித்தேன் என்பதையும் தெரிந்துகொண்டார். வேலை நிறுத்தத்தைப் பற்றி நான் கொண்டிருந்த கருத்தை அறிந்து கொண்டபின் அவர்கள் வாயைத் திறக்கவில்லை. மிஸ்டர் பாரி மடத்தனம் என்று கருதிய அந்த வேலைநிறுத்தத்தில் கூடிய

விரைவில் நானும் சேர்ந்து கொள்வேன் என்று அவருக்குச் சில ரகசிய அறிக்கைகள் தெரிவித்திருந்தன. அதனால் எனக்குக் கொடுக்கப்பட்ட இந்தப் புதிய வேலையை நான் செய்ய மறுப்பேனா என்பதைத் தெரிந்துகொள்ள மிஸ்டர் பாரி என்னை அழைத்திருந்தார். அப்படி ஒரு எண்ணம் இருந்தால் அதைத் தவிர்க்குமாறு என்னை வற்புறுத்த முனைந்தார். ஏதேதோ விஷயங்களையெல்லாம் பேசி விட்டுக் கடைசியில் அவர் அந்த விஷயத்துக்கு வந்தார். அவர் என்னிடம், "என்னால் ஒன்றும் செய்ய முடியாது. எனக்கு மேல் உள்ளவர்களின் உத்தரவுகளை நான் பின்பற்றியாகவேண்டும் என்பதைப் புரிந்து கொள்ளுங்கள். நீங்கள் எண்ணெய்ச் செக்கில் வேலை செய்யவேண்டும் என்று அவர்கள் உத்தரவிட்டுள்ளார்கள். எனக்கும் இதற்கும் சம்பந்தம் கிடையாது. ஆனாலும் நான் உங்கள் மதிப்பைச் சுட்டிக்காட்டி உங்கள் வேலைப் பளுவைக் குறைக்கு மாறு சூப்பரின்டென்டன்ட்டிடம் முறையிட்டிருக்கிறேன். அதனால் இந்த வேலையை நீங்கள் 15 நாட்களுக்குச் செய்தால்போதும். மற்றவர்களைப்போல் நான் உங்களை இதைத் தொடர்ந்து செய்ய வைக்கமாட்டேன். அதனால் இந்த வேலையைச் செய்ய மறுக்காமல் ஒத்துழையுங்கள். என்னால் முடிந்த உதவி எல்லாவற்றையும் உங்களுக்குச் செய்வேன். உங்களைத் தண்டிக்கும்படி என்னை நிர்ப்பந்திக்கிறார்கள்" என்று கூறினார். அதற்கு நான், "என்னால் முடிந்த வரை ஒத்துழைக்கிறேன். எந்த அளவு முடியுமோ அந்த அளவு வேலை செய்கிறேன். என் வாழ்க்கை ஏற்கெனவே சர்வ நாசம் ஆகிவிட்டது. அதனால் மேற்கொண்டு பிரச்சினைகளை வரவழைத்துக்கொள்ள நான் விரும்பவில்லை" என்று கூறினேன். அதற்கு மிஸ்டர் பாரி கொஞ்சம் ஆறுதல் அடைந்தவராக, "பாருங்கள், உங்கள் நன்மையைக் கருதித்தான் இதைக் கூறுகிறேன். நீங்கள் இந்தச் சிறையில் 50 ஆண்டு காலம் இருக்கவேண்டும். அது எனக்கு அதிர்ச்சியாக இருக்கிறது. ஆகவே மேற்கொண்டு பிரச்சினைகளை நீங்கள் வரவழைத்துக் கொள்ளவேண்டாம். மற்றவர்கள் என்ன வேண்டுமானாலும் செய்யட்டும். நீங்கள் அவர்களுடன் சேரவேண்டாம்" என்று கூறினார். அவர் அடிக்கடி என் 50 ஆண்டுக்கால தண்டனையைப் பற்றிக் கூறுவது எனக்கு அதிர்ச்சியையும் கவலையையும் அளிக்கவில்லை, மாறாக, அதைப்பற்றிக் கவலைப்படாமல் இருக்க ஆரம்பித்தேன். பீரங்கிப் படையில் இருப்பவனுக்குக் குண்டுச் சத்தம் எப்படிப் பழகி விடுமோ அதுபோல. அடுத்த நாள் காலை நான் எண்ணெய்ச் செக்கில் கட்டப்பட்டேன்.

எண்ணெய்ச் செக்கில்

என் தனிச் சிறை, முகாம் எண் 7ல் இருந்தது. எனக்கு வேலை, முகாம் எண் 6ல் உள்ள சிறையில் இருந்தது. ஆகவே அவர்கள் என்னைக் காலையில் அந்த இடத்திற்கு மாற்றினார்கள். இடம் மாற்றியது எனக்கு ஒரு விதத்தில் மகிழ்ச்சியை அளித்தது. சில அரசியல் கைதிகளைப் பார்த்து அவர்களுடன் ஒரு சில வார்த்தைகள் பேசினேன். என் அறையில் பர்மாவைச் சேர்ந்த ஒரு கைதியைப் பார்த்தேன். அவரும் என்னுடன் எண்ணெய்ச் செக்கில் பணி ஆற்றக் கொண்டு வரப்பட்டிருந்தார். அவர் என் பணியை எளிதாக்க அனுப்பப் பட்டதாக என்னிடம் சொன்னார்கள். இருவராக இருந்ததால் எண்ணெய்ச் செக்கை சுலபமாக இழுக்கலாம்தானே. ஆனால் அதற்காக நான் வேலை செய்யாமல் இருக்கக்கூடாது என்றும் சொன்னார்கள். நான் அதனுடைய கைப்பிடியைப் பிடித்துக் கொண்டு எண்ணெய்ச் செக்கை விடாமல் சுற்றி சுற்றி வரவேண்டும். மற்ற அரசியல் கைதிகளைவிட என்னை நல்லபடியே நடத்தினார் கள் என்றாலும் அது 'கோலு'தான். அதில் உள்ள வேலை எவ்வளவு தான் குறைந்தாலும் அது பழக்கமில்லாத ஒருவரைக் கண்டிப்பாகச் சோர்வடையச் செய்துவிடும். நான் இடுப்பைச் சுற்றி ஒரே ஒரு துணி மட்டும் அணிந்து கொண்டிருந்தேன். என் வேலை சரியாக காலை 6 மணிக்குத் துவங்கி 10 மணி வரை இருக்கும். தொடர்ந்து வேலை செய்ததனால் எனக்கு உடல் வலியும் தலை சுற்றலும் ஏற்பட்டன. அங்குள்ள மரக் கட்டிலில் படுத்து ஓய்வெடுக்க எத்தனித்தேன். ஆனால் எனக்குக் காய்ச்சல் வந்ததுபோல் இருந்தது. அதனால் எப்போதும்போல ஒழுங்காகத் தூங்க முடியவில்லை. அடுத்த நாள் காலை எழுந்தவுடன் அந்த வேலையைத் தொடர்ந்து செய்ய வேண்டும். இப்படி ஒரு வார காலம் அது தொடர்ந்தது. ஆனாலும் நான் என் கோட்டாவைச் செய்து முடிக்க முடியவில்லை. ஒருநாள் மிஸ்டர் பாரி என் அறைக்கு வந்தார். அவர் என்னிடம், ''பக்கத்து அறையில் உள்ள கைதி தனது தினப்படி கோட்டா முப்பது பவுண்டு தேங்காய் எண்ணெய்யை மதியம் 2 மணிக்குள் கொடுத்துவிடுகிறார். ஆனால் நீங்கள் மாலை வரை வேலை செய்து செய்தும் 2 பவுண்டுக்குக் குறைவாகவே கொடுக்கிறீர்கள். இதற்காக நீங்கள் வெட்கப்படவேண்டும்'' என்றார். அதற்கு நான் ''ஆமாம், அவரைப் போலக் கடின உழைப்பிற்குச் சின்ன வயதிலிருந்தே பழகி இருந்தால்தான் நான் வெட்கப்படவேண்டும். ஒவ்வொருவரும் தாங்கள் பழகிய வேலையை எளிதாக செய்யமுடியும். அவரை ஒரு மணி நேரத்தில் ஒரு கவிதை எழுதச் சொல்லுங்கள் பார்ப்போம். நான் அரை மணி நேரத்தில் எழுதிக் கொடுப்பேன். அப்போது நீங்கள்

அவரைக் குற்றம் சொல்வீர்களா? அவர் வேலையை ஒழுங்காகச் செய்யவில்லை என்று கூறுவீர்களா? எனக்கு யாரும் சிறு வயதிலேயே கவிதை எழுதக் கற்றுக் கொடுக்கவில்லை என்று அவர் பதில் கூறலாம். அதேபோலத்தான் என் நிலையும். அவர்போல நான் வேலை செய்வேன் என்று எதிர்பார்க்காதீர்கள். உங்கள் அலுவலகத்தில் எழுதப் படிக்கத் தெரியாத திருடர்களை, கொலைகாரர்களை வேலைக்கு வைத்திருக்கிறீர்கள். அவர்கள் உங்களைப்போல ஆங்கிலம் பேசுவதில்லை. ஆனால் நீங்கள் அவர்களை அதற்காகக் குற்றம் கூறுவதில்லை. அந்தக் குறைகளைப் பற்றி அவர்களுக்கும் எந்தவிதமான சங்கடமும் இல்லை. அதேபோல எண்ணெய்ச் செக்கில் மற்ற கைதிகளைப்போல வேலை செய்ய முடியவில்லை என்றால் நானும் அதற்காக வெட்கப்படவேண்டியதில்லை. படிக்காத முட்டாள்களை அலுவலகத்தில் வேலைக்கு வைத்து, என்னைப் போன்ற ஒரு அறிவாளியை எண்ணெய்ச் செக்கில் வேலை செய்ய வைத்தவர்களே வெட்கப்படவேண்டும். ஏனென்றால் எங்கள் இருவராலும் அந்தந்த இடங்களில் ஒழுங்காகப் பணியாற்ற முடியாது'' என்றேன்.

நல்ல நண்பர்களின் உதவி

நான் எண்ணெய்ச் செக்கில் வேலை செய்து கொண்டிருந்தபோது எனக்கு அருகில் இருந்த ஒன்றிரண்டு அரசியல் கைதிகள் அவ்வப் போது உதவி செய்வார்கள். நான் மறுத்தாலும் அவர்கள் என் துணியைத் துவைத்துப் போடுவார்கள். அவர்களுக்கு ஏற்கெனவே நிறைய வேலைகள் இருந்தன. அவர்கள் என் குடிநீர்ப் பானையையும் சாப்பிடும் தட்டையும் கழுவி வைப்பார்கள். அந்த துணை அதிகாரியும் ஜமாதாரும் அப்படிச் செய்யக்கூடாது என்று அவர்களைக் கண்டித்தார்கள். சில சமயம் அடிக்கவும் செய்தார்கள். ஆனாலும் நல்ல நண்பர்களான அவர்கள் எனது தினப்படி வேலையில் உதவி செய்தார்கள். பலமுறை அவர்களிடம் அப்படிச் செய்யவேண்டாம் என்று தடுக்க முயன்றேன். அவர்களுக்குத் தெரியாமல் என் துணியை நானே துவைப்பேன். ஆனால் அது அவர்களுக்குத் தெரிந்தது என்றால் மிகவும் வருத்தப்படுவார்கள். என்னிடம் அப்படிச் செய்யவேண்டாம் என்று கெஞ்சாத குறையாக முறையிடுவார்கள். அது அவர்களுக்கு மிகுந்த வருத்தத்தைக் கொடுக்கிறது என்று தெரிந்தவுடன் நானும் அவர்கள் போக்கிலேயே விட்டுவிட்டேன். அவர்கள் எல்லோரும் என் மீது அளவு கடந்த அன்பைக் கொண்டிருந்தார்கள். அவர்கள் என் மீது வைத்திருந்த பாசம் என்னை உணர்ச்சிவசப்பட வைத்தது. சில சமயம் எனக்குப் பணிவிடை செய்ய அவர்களிடையே பெரும் போட்டியே இருக்கும்.

அதனால் ஒருவருக்கு ஒருவர் பொறாமைகூட ஏற்படும். அதனால் நான் அவர்களை தினமும் ஒவ்வொருவராக என் துணியைத் துவைக்க அனுமதித்தேன். அவர்கள் என்மீது வைத்திருந்த பாசத்திற்கும் எனக்குச் செய்த தொண்டுக்கும் நான் என்றென்றும் அவர்களுக்கு நன்றிக்கடன் பட்டிருக்கிறேன். அவர்கள் எனக்கு அன்புடன் செய்த பணிவிடைகளை இங்கு பதிவது என் கடமை என்று நான் நினைக்கிறேன். அவர்கள் எனக்குச் செய்த அன்பான பணிவிடைகளைப் பற்றி நான் பல கதைகளைச் சொல்லலாம். ஆனால் எல்லா வற்றையும் என்னால் கூற முடியாது. அதனால் அவர்களுக்கு என் நெஞ்சார்ந்த நன்றியைத் தெரிவித்துக் கொள்கிறேன்.

மனது முரண்டு பிடிக்கிறது

யாரிடமும் பேசவோ விவாதிக்கவோ கூடாது. என் வெற்றுடல் வியர்வையும் அழுக்குமாக இருக்கும். நாள் முழுக்க எண்ணெய்ச் செக்கில் வேலை செய்ததனால் உடல் முழுக்க அழுக்காக இருக்கும். செக்கிலிருந்து காய்ந்த தேங்காய்த் தூசி வந்து உடல் முழுதும் ஒட்டிக்கொண்டிருக்கும். இத்துடன் வேறு தூசிகளும் சேர்ந்து படர்ந்திருக்கும். இந்த அனுபவம் என் மனதில் ஒரு எரிச்சலை ஏற்படுத்தி இருந்தது. இந்த நிலை தினமும் தொடர்ந்தது. யார் கண்டது இது அப்படியே மணிக்கணக்கில், நாள்கணக்கில், மாதக்கணக்கில் அல்லது வருடக்கணக்கில்கூட நீடிக்கலாம். எனக்கு என் மேலேயே வெறுப்பு வந்தது. "நான் ஏன் இதையெல்லாம் தாங்கிக் கொள்ளவேண்டும்?" என்று என் மனம் கேட்டது. "இது உன் உடல். இது உன் சக்தி. ஆனால் இதனால் இப்போது என்ன பயன்? இதனைக்கொண்டு உன் தேசத்திற்கு விடுதலை பெற்றுத்தர முடியுமா? இல்லை, முடியவே முடியாது. உன் உடல், மனது, சக்தி எல்லாம் இந்தச் சிறையில் வீணாகப் போய்விட்டது. இதிலிருந்து விடிவுகாலமே கிடையாது. நீ படும் துன்பங்களை இந்த உலகம் அறியாது. இதனால் எந்த ஒரு விளைவும் இந்த உலகத்திற்கு ஏற்படாது. அதனால் இப்போது எந்தப் பிரயோஜனமும் கிடையாது. உலகத்துக்கு எந்தப் பயனும் கிடையாது. மனித குலத்திற்கு எந்த நன்மையும் கிடையாது. நீ உலகத்திற்கே ஒரு சுமை. அதனால் நீ எதற்கு வாழவேண்டும்? ஏன் சாகக்கூடாது? இந்தச் சித்திரவதைகள் எல்லாம் முடிந்துவிடும் ஒரு கயிறு, ஒரு சுருக்கு, ஒரு இழுப்பு, முடிந்தது" என்று என் மனது என்னிடம் விவாதம் செய்ய ஆரம்பித்தது

எல்லாவற்றுக்கும் ஒரு முற்றுப்புள்ளி

உன்னுடைய மனோதிடத்தைக்கொண்டு உன் நாட்டு மக்களின் மனதில் விழிப்புணர்ச்சியை ஏற்படுத்தவேண்டும். மேரு

மலையைக்கொண்டு தேவர்களும் அசுரர்களும் கடலைக் கடைந்தார்களே அதுபோல். ஆனால் இப்போது அதைக்கொண்டு எதைக் கடையப் போகிறாய்? மேரு மலையைக்கொண்டு தயிர் கடையப் போகிறாயா? உன்னுடைய திறமைகள் இப்படி வீணாகலாமா? இப்படி என் மனது திரும்ப திரும்பக் கூறிக் கொண்டிருக்கும். வாழ்வது வீண், மடிவது பெருமை என்று அது தொடர்ந்து சொல்லிக் கொண்டிருக்கும். நொவாலிஸும் மற்ற வெளிநாட்டு எழுத்தாளர்களும் தற்கொலையை நியாயப்படுத்தி நிறைய எழுதியிருக்கிறார்கள். சில சமயம் அது ஒரு கடமை என்று அவர்கள் கூறி இருக்கிறார்கள். அவை எல்லாம் என் மனதிற்கு, அந்தக் குழம்பிப் போன நிலையில் நினைவுக்கு வந்தது.

ஒருநாள் மதியம். வெயில் மிகவும் உச்சத்தில் இருந்தது. நான் கோலுவில் மூச்சிரைக்க வேலை செய்துகொண்டிருந்தேன். திடீரென்று மயக்கமாக இருந்ததால் தரையில் உட்கார்ந்து கொண்டேன். என் வயிறு கல்போல இருந்தது. உள்ளுக்குள்ளே எல்லாம் இறுகிப்போய் இருந்தது. நான் சுவரைப் பிடித்துக்கொண்டு சாய்ந்துகொண்டேன். கண்ணை மூடி மயக்கமானேன். எவ்வளவு நேரம் அந்த நிலையிலேயே கிடந்தேன் என்று எனக்குத் தெரியாது. திடீரென்று அந்த மயக்க நிலையில் இருந்து எனக்கு விழிப்பு வந்தது. ஒரு சில நிமிடங்களுக்கு நான் எங்கிருக்கிறேன் என்ன செய்து கொண்டிருந்தேன் என்று எனக்குத் தெரியவில்லை. எல்லாம் மறந்து விட்டது. உடம்பைப் பற்றிய பிரக்ஞையே இல்லாமல், உடல் மனம் ஆத்மா எல்லாம் ஒருங்கிணைந்த ஒரு ஆனந்த நிலைபோல அது இருந்தது. அந்த சந்தோஷ நிலை ஒரு சில நிமிடங்களுக்கு நீடித்தது. வாழும்போது கிடைத்த ஒரு மரண அனுபவம் அது. கொஞ்ச நேரம் ஆனதும் எனக்கு உணர்வு வந்தது. என்னைச் சுற்றி இருக்கும் பொருட்கள் எல்லாம் தெளிவாகத் தெரிந்தன. நான் என் வேலையைத் தொடர்ந்து செய்தேன். அப்போது என் மனம், "நீ ஏன் அதைச் செய்யக்கூடாது? மரணம் ஒன்றும் சித்திரவதை அல்ல. இப்போது அதை நீ அனுபவித்திருக்கிறாய். முழுமையாக சுயத்தை மறந்த நிலை. உணர்வற்ற நிலை. எத்தனையோ ஆயிரம் கைதிகள் அதைப் பயன்படுத்தி நிர்வாண நிலையை அடைந்திருக்கிறார்கள். நீ மட்டும் ஏன் தயங்கவேண்டும்? ஒரு கயிற்றை எடுத்து உன் கழுத்தை இறுக்கிக் கொள். இந்த கஷ்டங்களுக்கெல்லாம் ஒரு முடிவைக் கொண்டு வா. ஏன் அதை நீ செய்யக்கூடாது?" என்று என்னிடம் தொடர்ந்து கூறிக் கொண்டிருந்தது.

தற்கொலைக்கான ஈர்ப்பு

அன்று முழுதும் மனதில் இந்தச் சிந்தனை ஆட்கொண்டிருந்தது. தற்கொலை என்ற ஒரே எண்ணம் மனதை ஆக்கிரமித்திருந்தது. மரணம் என்பது ஒன்றுமில்லை என்று நான் உணர்ந்துவிட்டேன். இப்போது நான் இருக்கும் நிலையைவிட அது எவ்வளவோ மேல். எனக்கு இந்தச் சிந்தனை இரு முறை வந்தது. முதல்முறை நான் மார்செலஸ் துறைமுகத்தில் திரும்பவும் கைது செய்யப்பட்டவுடன், ஏடன் வழியாக இந்தியாவுக்குக் கொண்டுவரப்பட்டபோது. கடல் அப்போது நெருப்பு போல் கொதித்தது. ஏடன் அவ்வளவு சூடாக இருந்தது. நான் அப்போது ஒரு அறையில் அடைக்கப்பட்டிருந்தேன். மனதும் உடலும் துவண்டு போயிருந்தன. இரண்டாவது முறை, இப்போது அந்தமானில் கோலுவில் வேலை செய்யும்போது. மூளையும் மனதும் இப்போதும் வேலை செய்யவில்லை. என் மனம் சிந்திக்கும் திறனைக் கொஞ்சம் கொஞ்சமாக இழந்து வருகிறது. பின்னரும் இதுபோல மேலும் இரண்டு முறை எனக்கு நடந்தது. அன்றிரவு நான் படுக்கையில் படுத்திருக்கும்போது என் கண்கள் ஜன்னலை நோக்கியே இருந்தன. அந்த ஜன்னலில்தான் எனக்கு முன் அந்த அறையில் இருந்த கைதிகள் தூக்கு மாட்டிக்கொண்டு இறந்தனர். அறிவுக்கும் மனதுக்கும் ஏற்பட்ட சிக்கலைப் பற்றி நான் பிறகு ஒரு கவிதை எழுதினேன். திரும்ப திரும்ப அறிவு வந்து மனதின் அந்த இச்சையைக் கடுமையான வார்த்தைகளால் சாடும். ''முட்டாளே, நீ எவ்வளவு பெருமை மிக்கவன்! எவ்வளவு பெரிய காரியங்களைச் செய்ய பிறந்தவன்! ஆனால் இப்போது என்ன நிலை? இந்த மனித உடல் பயனின்றி இருக்கிறது. இருக்கலாம், ஆனால் கடவுள் கொடுத்த இதைக்கொண்டு சாதாரண வேலை செய்ய முடியாதா? இதை ஏன் உன் கையாலேயே அழிக்க வேண்டும்? சித்திரவதைகளும் துன்பங்களும் வேலையின் ஒரு பகுதிதானே? தேசத்திற்காக நம்மை அர்ப்பணம் செய்யும்போது இதையெல்லாம் தாங்கிக் கொள்ளத்தானே வேண்டும்? இது வெற்றிக்கான பயணத்தில் ஒரு படி அல்லவா? இது கடினமான பகுதியாக இருக்கலாம். கஷ்டத்தைக் கொடுக்கலாம். ஆனால் அதற்காகக் கடமையை விட்டுவிட முடியுமா? எதிர்த்துப் போராடு. அதுதான் இந்த உடலுக்கு நீ கொடுக்கும் மரியாதை. ஒருவேளை இறக்க வேண்டி இருந்தால். போராடி மடிந்து போ'' என்று அது கூறியது.

போராடி மடி

''தேசத்தின் எதிரி ஒருவனையாவது கொன்றுவிட்டுப் பிறகு இறந்து போகலாம். எதற்கு கோழை போல் மடியவேண்டும்? உன்னுடைய

துன்பங்கள் இந்தத் தேசத்தில் ஒரு எழுச்சியை ஏற்படுத்தவேண்டும். அது எவ்வளவு சிறியதாக இருந்தாலும் சரி.ஆனால் உனக்கு இதிலெல்லாம் நம்பிக்கை இல்லை. அப்படி ஒரு எழுச்சியை ஏற்படுத்த முடியாது என்று சொன்னாலும்கூட, எதற்காகத் தூக்குப் போட்டுக் கொள்ளவேண்டும்? எதற்கு ஒரு நாயைப்போல மடிய வேண்டும்? அவர்கள் ஏன் உன்னைத் தூக்குமேடைக்கு அனுப்ப வில்லை? அவர்களுக்கு என்ன உன் மேல் கருணையா? கிடையாது. தூக்குத் தண்டனை கொடுப்பது அரசியல்ரீதியாகத் தவறு என்று அவர்கள் நினைக்கிறார்கள். ஆனால் இப்போது நீ தூக்கில் தொங்கினால் அவர்கள் போட்ட திட்டப்படியே நடந்து கொண்டதாக ஆகும். இதுவும் ஒரு தோல்விதான். இது உன் கட்சியைப் பாதிக்கும். அதனால் எதற்காக இப்படி உலகைவிட்டு வெளியேறவேண்டும்? இது நம்முடைய கொள்கைக்கு எந்த விதத்திலும் நன்மை பயக்காது. இந்தச் சுதந்திரப் போராட்டத்தில் நீ ஒரு வீரன். ஒரு வீரனைப் போலவே மடியவேண்டும். தற்கொலை செய்து கொள்ளக்கூடாது. போராடும்போது கொன்றுவிட்டு மடியலாம்.'' அறிவு என் மனதோடு இந்த ரீதியில் விவாதம் செய்து என்னைத் தன் பக்கம் ஈர்த்தது. அப்போது விரக்தியின் உச்சத்தில் இருந்தேன். அதனால் அப்போது அந்த மன நிலைக்குத் தள்ளப்பட்டேன். இப்போது கொஞ்சம் கொஞ்சமாக நிதானமான நிலைக்குத் திரும்பி இருக்கிறேன்.

இறப்பது என்று முடிவெடுத்தால் இப்படித்தான் இறப்பேன்

நான் தைரியமாக இறப்பது என்று முடிவெடுத்த பின்னர், சிறையிலிருந்த என் நண்பர்கள் மற்றும் சிஷ்யர்களிடம், அவர்கள் வீரர்கள் போல் இருக்கவேண்டும் என்று வற்புறுத்தினேன். அதுதான் அவர்கள் எடுத்துக்கொண்ட உறுதிமொழி என்பதை நினைவு படுத்தினேன். அதன்மூலம் அந்தக் கொடுமையான சிறையில் தற்கொலைக்குத் தூண்டப்பட்ட பல மனிதர்களை, தற்கொலையில் இருந்து காப்பாற்றினேன்.

உடலையும் மனதையும் கசக்கிப் பிழியும் எண்ணெய்ச் செக்கில் நான் வேலை செய்து கொண்டிருந்தபோது அங்கிருந்த அரசியல் கைதிகளுடன் பேசுவது ஒன்றுதான் எனக்குக் கிடைத்த ஆறுதல். அவர்கள் ஒன்று ஜமாதார் அல்லது வார்டன்களிடம் ரகசிய அனுமதி பெற்று வருவார்கள் அல்லது அவர்கள் கண்ணில் மண்ணைத் தூவிவிட்டு வருவார்கள். எவ்வளவு நேரம் என்னிடம் பாதுகாப்பாகப் பேச முடியுமோ அவ்வளவு நேரம் பேசுவார்கள். இந்த உரையாடல்கள், எங்களுக்கு உணவு ஏற்பாடு செய்து கொண்டிருக்கும் போது மாலை 5 மணிக்குப் பிறகு நடக்கும். எல்லோரும் உணவு

ஏற்பாடு செய்வதில் மும்முரமாக இருப்பார்கள். அங்கே எதிரே ஓய்வெடுக்க ஒரு இடம் இருக்கும். அங்கே நாங்கள் ஒன்றாகக் கூடுவோம். ஒருவர் கண்காணித்துக் கொண்டிருக்க மற்றவர்கள் உரையாடலில் ஈடுபடுவோம். நாங்கள் எதற்காக வாழ்க்கையை அர்ப்பணித்தோமா அதுகுறித்து எங்களுடைய கருத்துப் பரிமாற்றங்கள் இருக்கும். அந்த உரையாடல்கள் எங்கள் ஆன்மாவில் தவழும் தென்றல் போலப் பெரிய ஆசுவாசத்தைக் கொடுக்கும். பழைய உத்வேகம் திரும்பவும் பீறிட்டுக் கிளம்பும். எங்களுக்கு அங்கு கிடைக்கும் அவமானங்களும் துன்பங்களும் கருணைகொண்ட செயல்களைப் போல் வரவேற்கப்பட்டன. அதுவரை நாங்கள் பட்ட கஷ்டங்கள் முக்கியமற்றவையாக மறைந்து போயின. இனி வரவிருப்பதை நாங்கள் அனைவரும் ஒன்று சேர்ந்து எதிர்கொண்டு தேசத்துக்காகப் போராடுவது என்று எடுத்துக்கொண்ட உறுதியின் முன் இத்தகைய துன்பங்கள் ஒன்றுமே இல்லை.

கோலுவின் கோரப்பிடியில்

இத்தகைய ஆசுவாசம் எங்களுக்குக் கடவுளின் அருள் என்றே நினைத்துக்கொண்டிருந்தேன். எங்களிடையே இருந்த அரசியல் கைதிகளில் பெரும்பாலானோர் 25 வயதுக்கு மிகாதவர்கள். அவர்கள் கல்வியில் குறைபாடு இருந்ததையும், அது முழுமையடையாமல் இருந்ததையும் கவனித்தேன். அவர்கள் வரலாறு அரசியல் பொருளாதாரம் போன்றவற்றில் எதையும் படிக்கவில்லை. ஆனால் அவர்களின் தியாகமும் தேசப்பற்றும் எந்த அளவிலும் குறைய வில்லை. மாறாக அவர்கள் தாங்கள் கொண்ட உயர்ந்த கொள்கைக் காக அவ்வளவு தியாகம் செய்திருந்தது எனக்கு அவர்கள்மேல் ஒரு மரியாதையை ஏற்படுத்தியது. அவர்களுக்கு மட்டும் கூடுதல் விஷயஞானம் இருந்தால் அவர்கள் ஏற்றுக்கொண்ட கொள்கைக்கு இன்னும் நன்றாகவே உழைத்திருப்பார்கள். அதனால் அவர்களிடம் இருந்த குறைபாட்டை நீக்க அவர்களுக்கு நல்ல படிப்பையும் வழிகாட்டுதலையும் வழங்கவேண்டும் என்று தீர்மானித்தேன். அதற்கு முதலில் அவர்களுக்கு இந்தப் படிப்பு மற்றும் வழிகாட்டுதலில் ஒரு ஈடுபாட்டை ஏற்படுத்தவேண்டும். அவர்களுடனான எனது சம்பாஷனைக்குப் பின்னர் இந்த நோக்கமே முக்கியமாக இருந்தது. எனக்கு எண்ணெய்ச் செக்கில் வேலை கொடுக்கப்பட்டவுடன், நான் இந்த வேலையைத் தொடங்கினேன். அவர்களில் சிலர் தங்கள் வாழ்க்கை வீணாகிவிட்டதாக வருத்தம் கொண்டிருந்தனர். அவர்களை வருத்தப்படவேண்டாம் என்று கூறித் தேற்றினேன். அவர்களுக்கு வரலாற்றில் இருந்து மேற்கோள்கள் காட்டினேன்.

குழப்பத்தில் இருந்தவர்களை, குழப்பத்திலிருந்து விடுபடச் செய்தேன். போராடும் எண்ணத்தில் இருந்தவர்களுக்கு அவர்கள் அன்று எடுத்த முடிவு சரியானது என்பதை உறுதிப்படுத்தினேன். அவர்கள் செய்த காரியம் சரியானதுதான் என்பதை அவர்களுக்குப் புரிய வைத்தேன். இதனால் அவர்களது மன உறுதியைக் கூட்டி, அவர்களது இலக்கையும் உறுதி செய்ய முடிந்தது. நாள் முழுக்க கடுமையாக உழைத்தபின் மாலையில் அந்தச் சிறிய சந்திப்பு மிகுந்த மகிழ்ச்சியையும் ஆறுதலையும் எல்லோருக்கும் அளித்தது. அவர்கள் மனம்விட்டுப் பேசினர். தைரியமாகச் சிந்தித்தனர். எதிர்காலத்தைக் குறித்துக் கனவு கண்டனர். மனதின் சமநிலையையும் ஆன்மாவின் வசீகரத்தையும் மீட்டெடுத்தனர். எதிர்த்துப் போராடவேண்டும் என்ற அவர்களது மன உறுதி அதிகமாயிற்று. முனை மழுங்கிக் கிடந்த கத்தி தன் கூர்மையைத் திரும்பப் பெற்றது. வேலை முடிந்ததும், ஒவ்வொருவரும் மற்றவர்களிடமிருந்து விடைபெற்றுக்கொண்டு, சகோதரர்களைப் போல, நம்பிக்கையுடன் தங்கள் அறைக்குச் சென்றனர். அங்கேதான் நான் சிறையிலிருந்த அவர்களை அபிநவ பாரதத்தின் உறுப்பினர்களாக ஆக்கினேன். இங்கேதான் அவர்கள் 'தங்கள் வாழ்நாள் முழுக்க இந்த உயர்ந்த கொள்கைக்காக உழைப்போம்' என்று உறுதிமொழி எடுத்துக்கொண்டனர்.

அத்தியாயம் 12

அந்தமானில் ஒருங்கிணைப்பும் பிரசாரமும்

நான் கோலுவில் வேலை செய்யும்போது அந்தமானில் இருக்கும் நிலையையும் அங்குள்ள அரசியல் கைதிகளின் நிலையையும் பற்றித் தெரிந்துகொள்ள ஒரு வாய்ப்புக் கிடைத்தது. எவ்வளவு தடைகள் இருந்தபோதிலும் என்னிடம் அன்பு கொண்டவர்கள் என்னிடம் தொடர்புகொண்டு இந்தத் தீவைப் பற்றிய செய்திகளைத் தந்தார்கள். அதனால், இந்த அந்தமான் தீவில் இருக்கும்போதுகூட நம்முடைய மக்களை ஒருங்கிணைக்கும் பணியை என்னால் செய்யமுடியும் என்று நினைத்தேன். அதற்குக் கடினமான முயற்சிகள் தேவைப் பட்டன. நானும் அதற்குத் தயாராக இருந்தேன்.

வேலை துவங்கிற்று

இங்கிருந்து சித்திரவதைப்படுவது எங்கள் வாழ்வில் தினசரி ஒரு அங்கம் ஆயிற்று. இதை நாங்கள் ஆயுள் முழுக்க அனுபவிக்கவேண்டும். அப்படி இருக்கும்போது எங்கள் தேசத்திற்குத் தொண்டு செய்வதற் காகக் கூடுதல் பாரத்தை நாங்கள் ஏன் சுமக்கக்கூடாது? இந்தச் சேவை செய்யும் பெருமை நம்மைத் தேடி வரும்போது நாங்கள் ஏன் அதை மறுதலிக்கவேண்டும்? தேசத்திற்காக நாங்கள் மகிழ்ச்சியுடன் துன்பங் களை ஏற்போம் என்ற இந்த உத்வேகத்துடன், என்னுடன் முதலில் தொடர்புகொண்ட கைதிகளுக்குக் கற்றுக்கொடுக்க ஆரம்பித்தேன்.

அரசியல் கைதிகளுக்குப் பாடம்

15 நாட்களுக்குள்ளாகவே என்னுடன் தொடர்புகொண்ட அத்தகைய அரசியல் கைதிகளுக்குப் பாடம் எடுக்க ஆரம்பித்தேன். நாங்கள்

கையாண்ட முறைகள் குறித்து அவர்களுக்குச் சில சந்தேகங்கள் இருந்தன. விடுதலை பெறுவதற்காக வன்முறையைக் கையில் எடுப்பது குறித்து அவர்களில் சிலருக்கு மாற்றுக் கருத்துகள் இருந்தன. அவர்களுக்கு முழு நிலையையும் விவரமாகச் சொன்னேன். ஜெயிலர் என்னைக் கட்டுக்குள் கொண்டுவர முயற்சிக்கும் அதேவேளையில், நான் இவர்களை ஒருங்கிணைக்கும் பணியில் ஈடுபட ஆரம்பித்தேன். இதுதான் அந்தமானில் என் பணியின் தொடக்கம். அந்தப் பணி எவ்வாறு வளர்ந்து பரவியது என்பதை இப்போது முழுமையாகக் கூற முடியாது. போக போக அவற்றை உங்களுக்கு விளக்குகிறேன்.

பதினைந்து நாட்களுக்குப் பிறகு எனக்கு எண்ணெய்ச் செக்கு வேலையிலிருந்து விலக்கு அளிக்கப்பட்டது. கயிறு திரிக்கும் பணிக்கு அனுப்பப்பட்டேன். ஜெயிலில் உள்ள பணிகளிலேயே கொஞ்சம் எளிதானது இந்தப் பணிதான். இது கிடைப்பதற்குக் கொஞ்சம் அதிர்ஷ்டம் வேண்டும் என்று சொல்வார்கள். ஒரு சில நாட்கள் பயிற்சி கிடைத்தபின் கயிறு திரிக்கும் பணி எனக்கு எளிதாக இருந்தது. உடலிலும் மனதிலும் இருந்த பணிச்சுமை பெருமளவில் குறைந்தது. என்னை மறுபடியும் மேல்தளத்தில் உள்ள முகாம் எண் 7க்கு மாற்றினார்கள். ஆனால் இந்த முறை எனக்கு அருகில், இரண்டு முதல் நான்கு அரசியல் கைதிகள் வரை இருந்தார்கள். என்னுடன் தொடர்பு கொள்ளக்கூடாது என்று எல்லோருக்கும் அறிவுறுத்தப் பட்டிருந்தது. ஜெயிலர் உத்தரவையும் மீறி அவர்கள் அங்கே இருந்தார்கள். எல்லா அறைகளிலும் கைதிகள் நிரப்பப்பட்டு விட்டதால் வேறு வழி இல்லாமல் நான் இருந்த கட்டடத்திற்கும் கைதிகளைக் கொண்டுவந்தார்கள். சூப்பரின்டென்டன்ட்டும் ஜெயிலரும் என்னிடம் வந்து அவர்களை மிதவாதிகளாக மாற்றினால், என்னை இடம் மாற்றிப் படித்தவர்களின் சிறையில் அவர்களோடு தங்க வைப்பதாகக் கூறினர். இந்தச் சிறைக்கு எந்தப் புதுக் கைதி வந்தாலும் அவரைப் படித்த அரசியல் கைதிகளுடன் முதலில் தங்க வைப்பார்கள். ஆனால் எவரையும் ஒரே சிறையில் அல்லது ஒரே குழுவில் நீண்ட நாட்கள் தங்க வைப்பதில்லை. ஆபத்தைத் தவிர்ப்பதற்காக அவர்களது இடமும் குழுவும் அவ்வப்போது மாற்றப்பட்டுக் கொண்டிருக்கும்.

சிறையில் ஒரு விடுமுறை தினம்

அதுபோன்ற நாட்கள் சிறையில் எப்போதுமே எங்கள் எல்லோருக்கும் விடுமுறை தினமாகதான் இருக்கும். இடத்தை மாற்றுவது, குழுவை மாற்றுவது என்பது ஒருநாள் முழுக்க நடக்கும். அப்போது எங்களுக்கு வேலை எதுவும் இருக்காது. அதுமட்டும் இல்லாமல்

ஒரு இடத்தில் இருந்து இன்னொரு இடத்திற்குப் போகும் கைதிகள், ஒருவரையொருவர் நெருக்கித் தள்ளிக்கொண்டிருப்பர். அப்போது தான் ஒருவரையொருவர் பார்த்துக் கொள்ளவும், ஒரு சில வார்த்தைகள் பேசிக் கொள்ளவும் முடியும். புதியவர்கள் யாரேனும் சிறைக்கு வந்திருந்தால் அவர்களையும் பார்க்கமுடியும். அவர்களைப் பரிச்சயம் செய்து கொள்ளவும் உறுப்பினர்களாக்கவும் இயலும். நான் எப்போதும் ஏழாவது முகாமில் இருந்தாலும், என் அறையின் அருகில் எந்தச் செய்தியும் வர அனுமதிக்கப்படவில்லை என்றாலும் கூட, நான் இந்த நாளை விடுமுறைத் தினமாக அனுபவிப்பேன். ஏனென்றால் என் மூத்த சகோதரர் ஒரு இடத்திலிருந்து இன்னொரு இடத்திற்குப் போகும்போது அவரைப் பார்க்கும் சந்தர்ப்பம் கிடைக்கும். ஏதேனும் முன்னேற்பாடு செய்திருந்தால் அவருடன் ஒரு சில வார்த்தைகள் பேசவும் வாய்ப்புக் கிடைக்கும்.

இப்படி, ஓரிரு மாதங்களுக்கு ஒருமுறை இடங்களை மாற்றும்போது கைதிகளான எங்களுக்குள் ஓரிரு வார்த்தைகள் பேசிக்கொள்ள சந்தர்ப்பம் கிடைக்கும். அதுமட்டுமல்லாமல் நாங்கள் ஒருவருக் கொருவர் தொடர்புகொள்ள வேறு சில உத்திகளையும் வைத்திருந் தோம். இங்குள்ள எல்லா அறைகளிலும் காற்றோட்டத்திற்காக மேலே கம்பி போட்ட ஜன்னல் ஒன்று இருக்கும். அதேபோல கீழேயும் பக்கச் சுவர்களிலும் ஒரு கம்பித் தட்டி இருக்கும். இந்த சில்வர் ஜெயிலில் ஏழு பிரிவுகள். ஒரு மலரின் இதழ்களை நடுவிலிருந்து விரித்தாற் போல் இருக்கும். அதனால் ஒரு பிரிவின் முற்றம் இன்னொரு பிரிவின் கொல்லைப்புறமாக இருக்கும். அதனால் ஒரு பிரிவின் முகாமில் நின்று கொண்டிருக்கும் ஒருவருடன், இன்னொரு பிரிவின் முகாமில் இருக்கும் ஒரு நபருடன் தொடர்புகொள்ள முடியும். ஒரு பகுதியின் முன்புறம் இருப்பவர் இன்னொரு பகுதியின் பின்புறம் இருப்பவரோடு தொடர்புகொள்ள முடியும். அவர்கள் மேலிருக்கும் ஜன்னல் கம்பியைப் பிடித்துத் தொங்கிக்கொண்டோ அல்லது கீழே இருக்கும் கம்பித்தட்டியின் மூலமாகவோ தொடர்பு கொள்ளலாம்.

மேல் ஜன்னல் வழியாகப் பேசுவது

மேலே இருக்கும் ஜன்னலில் தொங்குவது என்பது ஆபத்தான விஷயம். அதனால் நாங்கள் தூங்குவதற்குப் பயன்படுத்தும் மரக்கட்டிலை ஜன்னலுக்குக் கீழே போட்டுக்கொண்டு அதன்மீது ஏறி ஜன்னல் வழியாகத் தொங்கிக்கொண்டே அடுத்தவரிடம் பேசுவோம். ஆனால் இதிலும் கைகளிலும் கால்களிலும் பெரிய வலி ஏற்படும். பெரும்பாலும் நாங்கள் எங்களுக்குக் கீழ்தளத்தில் உள்ள நபருடன்

பேசுவோம். சில சமயம் இந்தச் சிறிய உரையாடலின்போது நாங்கள் அரசியல், பொருளாதாரம் குறித்த சந்தேகங்களை தீர்த்துக் கொள்வோம். திடீரென்று ஜமாதார் வரும் சத்தம் கேட்டால், நாங்கள் 12 அடி உயரத்திலிருந்து கீழே குதிக்க வேண்டியிருக்கும். அப்போது எங்கள் பின்புறத்தில் அடிபடும். ஆசிரியரும் மாணவனும் தங்களை யாரும் கவனிக்காமல் இருக்கவேண்டும் என்றால், தங்கள் உரையாடலை உடனடியாக நிறுத்திக் கொள்ளவேண்டும். இந்த விதமான உரையாடல் காரணமாகப் பல அரசியல் கைதிகளுக்குத் தங்கள் பின்புறத்தில் காயம் ஏற்பட்டிருக்கிறது. நாங்கள் தொடர்புகொள்ளும் இன்னொரு முறை பக்கவாட்டுச் சுவரில், தரைப் பக்கத்தில் உள்ள கம்பித்தட்டி மூலம் பேசுவது. அந்தத் தட்டி தரைப்பகுதியில் பொருத்தப்பட்டிருப்பதால் அது வழியாகப் பேசுவது யாருக்கும் தெரியாது. அது காற்றோட்டத்திற்காகச் சுவரில் ஏற்படுத்தப் பட்டிருக்கும் ஒரு பிளவு போன்ற அமைப்பு. சில சமயம் அந்தத் தட்டிக்கு அந்தப் பக்கம் கைதிகள் உணவுக்காக உட்கார வைக்கப் படுவார்கள். அப்போதும் எங்களுக்குத் தகவல்களைப் பரிமாறிக் கொள்ள வாய்ப்பு கிடைக்கும். அவர்கள் நிதானமாக உணவு உண்ண, நாங்கள் கம்பி அமைப்பின் அருகே வாயை வைத்துக்கொண்டு அவர்களிடம் பேசிக் கொண்டிருப்போம். அது எங்கள் இருவருக்கு மிடையே நடக்கும் ஒரு தொலைபேசி உரையாடலைப் போன்றது.

தொலைபேசி உரையாடல்

சிறையில் அந்த இரும்புத் தட்டியை நாங்கள் தொலைபேசி என்றே குறிப்பிடுவோம். நம்பிக்கைக்குப் பாத்திரமானவர்களிடம் மட்டுமே இந்தத் தொலைபேசி மூலம் தகவல்களைப் பகிர்ந்து கொள்வோம். தட்டை வைத்து அந்தக் கம்பியில் ஒலி எழுப்புவதன் மூலம் அந்த உரையாடல் துவங்கும். தொலைபேசி வேலை செய்யாத நேரத்தில் நாங்கள் தந்தியைப் பயன்படுத்துவோம்.

இப்படியாக இங்கிருக்கும் பல பொருட்களைக்கொண்டு நாங்கள் ஒருவரோடு ஒருவர் தொடர்புகொண்டோம். எங்களைத் தடுக்க நினைக்கும்போது எங்கள் தொடர்புகள் அதிகமாயின. எங்களை ஒன்று சேர விடாமல் பிரித்து வைப்பார்கள். நாங்கள் சைகைகள் மூலம் பேசிக் கொள்வது தடை செய்யப்பட்டது. ஆனாலும் சிறையில் எங்கள் பிரசாரம் தொடர்ந்து நடைபெற்றது. நான் முன்பே சொன்னதுபோல் என் சிறைக்குப் பக்கத்தில் இருந்த இரண்டு மூன்று அரசியல் கைதிகள் மூலம் இது துவங்கியது. அதன்பிறகு நான் எண்ணெய்ச் செக்கில் வேலை செய்யும் பணியில் இருந்து மாற்றப் பட்டேன். அப்போது நான் அவர்களுக்குக் கற்பிக்க ஆரம்பித்தேன்.

அவர்கள் ஒன்றும் படிப்பறிவில்லாதவர்கள் அல்ல. அவர்கள் எல்லாம் மெட்ரிகுலேஷன் பரிட்சையில் தேர்வு பெற்றவர்கள். சிலகாலம் கல்லூரியில் படித்தவர்கள். ஆனால் அவர்களுக்கு அரசியல் பற்றியோ அரசியல் சட்டத்தின் வரலாறு பற்றியோ தெரியாது. நான் அதைப்பற்றி அவர்களுக்குச் சொல்ல ஆரம்பிக்கும்போது, நான் சந்தித்த முதல் கஷ்டம், அதற்கான சரியான புத்தகங்கள் இல்லாததுதான்.

போதிய புத்தகங்கள் இல்லை

தானாவில் என்னிடம் இருந்த புத்தகங்கள் எனக்குத் தரப்பட வில்லை. அந்தமானில் சில கைதிகள் வைத்திருந்த புத்தகங்கள் அவ்வளவு முக்கியத்துவம் இல்லாத புத்தகங்கள். ராமகிருஷ்ண பரமஹம்சர், சுவாமி விவேகானந்தர், டால்ஸ்டாய் எழுதிய 'மை ரிலிஜியன்' போன்ற புத்தகங்கள், அன்னிபெசன்ட் எழுதிய ஆன்மிகம் பற்றிய புத்தகங்கள் மற்றும் பத்திரிகைகள் - இவையே எங்களிடம் இருந்தன. இந்தப் புத்தகங்களும் ஞாயிற்றுக்கிழமை மட்டுமே எங்களுக்குப் படிக்கக் கிடைத்தன. அவற்றைக் காய்கறிகளைக் கொண்டுவருவது போலப் பையில் கொண்டுவந்து, ஒவ்வொரு அறையாக வார்டர் கொடுத்துவிட்டுப் போவார். மாலையில் வந்து அவற்றைத் திரும்பப் பெற்றுக் கொள்வார். ஒவ்வொரு கைதிக்கும் தனது சொந்தத் தொகுப்பிலிருந்து ஒரு புத்தகம் தினமும் கொடுக்கப்படும். மாலை நான்கிலிருந்து ஆறு மணி வரை அது படிக்கக் கொடுக்கப்படும். குறித்த நேரத்தில் அது வார்டரிடம் திருப்பிக் கொடுக்கப்படவேண்டும். கைதிகள் வேலை நேரத்தில் படிப்பது தடை செய்யப்பட்டிருந்தது. இரவு நேரத்தில் இருட்டாக இருப்பதால் எதையும் படிக்க முடியாது. ஒரு அரசியல் கைதி தனது புத்தகத்தை இன்னொரு கைதிக்குக் கொடுப்பதும் தடை செய்யப் பட்டிருந்தது. ஒவ்வொருவரும் தனது புத்தகத்தை மட்டுமே படிக்க வேண்டும் என்றும், புத்தகங்களை மற்றவர்களுடன் பரிமாறிக் கொள்வது கூடாது என்றும் மிஸ்டர் பாரி ஒரு விதிமுறை வைத்திருந்தார். படிப்பறிவில்லாத சாதாரணக் கைதி ஒருவர், ஒரு வாரத்தில் ஒரு புத்தகத்தைப் படித்து முடிப்பது என்பது பெரிய விஷயம். ஆனால் அதே நேரத்தில் ஒரு அரசியல் கைதி ஒரு வாரம் முழுவதும் ஒரு சிறிய புத்தகத்தை மட்டுமே படிக்கவேண்டும் என்று சொல்வது பெரிய கொடுமை. யாராவது இந்த விதியை மீறினால் ஜமாதாரும் வார்டரும் அவரை காட்டிக் கொடுப்பர். அவரை மிஸ்டர் பாரியிடம் இழுத்துச் செல்வர். அவருக்கு எதிராகத் தண்டனை வழங்குவதற்கு அவரிடமிருந்து பறிக்கப்பட்ட புத்தகம் மட்டுமே போதும். ஜமாதார் குற்றவாளியைக் கண்டுபிடித்த பெருமையில்

இருப்பார். மிஸ்டர் பாரி தன் வேலைக்காரனின் கண்காணிப்புத் திறனை நினைத்துப் பெருமைப்பட்டுக் கொள்வார்.

இவன் கொடுத்தானாம் அவன் வாங்கிக்கொண்டானாம்

இவன் கொடுத்தானாம் அவன் வாங்கிக்கொண்டானாம் என்று அவர்கள் கூச்சலிடுவார்கள். சூப்பரின்டென்டன்ட் அதைக் கேட்டுக் கோபப்படுவார். அவர்கள் மீது விசாரணை நடத்தப்படும். தவறு செய்தவர்களுக்கு நான்கு நாட்கள் தொடர்ந்து சங்கிலியால் கட்டுண்டு கிடக்கும் தண்டனை வழங்கப்படும். தனக்குச் சொந்த மில்லாத ஒரு புத்தகத்தை ஒரு சில மணி நேரம் படித்ததற்குத் தண்டனையாக, நான்கு நாட்கள் தலைக்கு மேல் இருக்கும் சங்கிலியில் கட்டுண்டு கிடக்கவேண்டும். அந்த நான்கு நாட்களும் அவர்கள் தாங்கள் படித்த ராமகிருஷ்ண பரமஹம்சரின் புத்தகத்தில் சொல்லப்பட்ட விஷயங்கள் குறித்துத் தியானம் செய்து கொண்டிருக்க வேண்டும். இந்த விஷயத்தில் மிஸ்டர் பாரி கைதிகளுக்கு ஒரு பெரிய எதிரி. அவருக்கு ஆன்மிகப் புத்தகங்கள் என்றாலே அலர்ஜி. ஒரு குறிப்பிட்ட அரசியல் கைதி இதுபோன்ற புத்தகங்களைப் படித்துத் தான் பைத்தியம்போல ஆனார் என்று அவர் கூறுவார். அவர் குறிப்பிட்ட அரசியல் கைதி, எல்லாச் சிறை உத்தரவுகளையும் கீழ்ப்படிய மறுத்தார். உணவு, ஓய்வு, கோலுவில் பணிபுரிவது என்று எல்லாவற்றையும் செய்ய மறுத்தார். மிஸ்டர் பாரிக்கு ராமகிருஷ்ண பரமஹம்சரின் புத்தகங்கள் மற்றும் இதர ஆன்மிகப் புத்தகங்கள் எல்லாம் படிக்க லர்யக்கற்றவை என்ற எண்ணம் உண்டு. அதே போலத்தான் அரசியல் குறித்த புத்தகங்களும். அவற்றையும் அவர் அனுமதிக்கமாட்டார். ஐந்தாம் வகுப்பிற்கு மேல் படிக்காத அவர் தன்னை ஒரு படிப்பாளி என்று நினைத்துக் கொண்டிருப்பவர். கைதிகள் எந்தப் புத்தகத்தைப் படிக்கலாம், எதைப் படிக்கக்கூடாது என்பதை அவர்தான் தீர்மானிப்பார். மிஸ்டர் பாரி ஒரு புத்தகத்தைத் திறந்து ஒருசில பக்கங்களைப் புரட்டிப் பார்ப்பார். அவருக்கு அதில் ஏதேனும் புரியவில்லை என்றால் உடனே அந்தப் புத்தகத்தை லாயக்கில்லை என்று கூறி, வீசி எறிந்து விடுவார். அதேநேரம் ஒரு புத்தகம் எவ்வளவு சாதாரணமானதாக இருந்தாலும் அவர் ஒப்புதல் அளிப்பார். ஆனால் அதில் தேசம், தேசியம் போன்ற வார்த்தைகள் இருந்தால் உடனடியாக அது தடை செய்யப்படும். மிஸ்டர் பாரி அதை ஏதோ தொடக்கூடாத கிருமி போன்று தள்ளி வைப்பார். ‘‘எங்கள் கைதிகளுக்கு இதுபோன்ற ஆபத்தான புத்தகங்களைக் கொடுக்க இயலாது. ஏற்கெனவே அவர்கள் தேசம், தேசியம் என்றெல்லாம் கூறிக் கொண்டிருக்கிறார்கள். இது அவர்களைப்

போராளிகளாக மாற்றிவிடும்'' என்று மிஸ்டர் பாரி கூறுவார். அப்படி என்றால் ஆன்மிகம் மற்றும் யோகா குறித்த புத்தகங்கள்? அதற்கு மிஸ்டர் பாரியின் பதில், ''நான் இதையும் அனுமதிக்க மாட்டேன். ஆனால் சூப்பரின்டென்டன்ட் அனுமதித்திருக்கிறார். அதனால் நானும் ஒப்புக்கொள்ள வேண்டி இருக்கிறது'' என்பார்.

புத்தகங்களை வெறுப்பவர்

மிஸ்டர் பாரி புத்தகங்களை வெறுத்ததற்குப் பல காரணங்கள் இருந்தன. அதில் ஒரு காரணம், அவருக்குக் கல்வியறிவு குறைவு. இங்கிருந்த பல அரசியல் கைதிகள் அவரைக் காட்டிலும் கூடுதலாகப் படித்தவர்கள். அதனால் அவருக்கு அவர்கள் மீது பொறாமை. இரண்டாவது காரணம், அவர்கள் அவருக்கு முன் அடிபணியாததும், அவரை தாஜா செய்யாததும்தான். ஒரு சில சூப்பரின்டென்டன்ட் களும் படிப்பதைக் கடுமையாக எதிர்த்தனர். ஒரு கைதி அவர்கள் எதிரில் புகையிலையை மெல்லலாம். அதைக்கூட மிஸ்டர் பாரி கண்டுகொள்ளாமல் விட்டுவிடுவார். அதை அவர்கள் மீது தான் காட்டும் கருணை என்றுகூட கூறுவார். ஆனால் ஒரு கைதி ஒரு புத்தகத்தையோ அல்லது ஒரு சிலேட்டையோ அல்லது ஒரு பென்சிலையோ கையில் வைத்திருந்ததைப் பார்த்தால் மிஸ்டர் பாரி கோபம்கொண்டு, ''ஏய் போக்கிரியே, உனக்குப் படிக்கவும் எழுதவும் வேண்டுமா? இது ஒன்றும் பள்ளிக்கூடம் அல்ல. உன்னுடைய அப்பா படிக்க வைக்கும்போது படிக்கவேண்டியதுதானே? இவரை உடனடியாக எண்ணெய்ச் செக்குக்கு அனுப்புங்கள். இவன் கோலுவுக்குச் செல்லட்டும். இவனிடம் இருந்த புத்தகம், பென்சில், சிலேட் ஆகியவற்றைப் பறிமுதல் செய்யுங்கள்'' என்று எரிந்து விழுவார்.

அவற்றின் தாக்கம்

அவரது கண்ணோட்டத்தில் மிஸ்டர் பாரி சொல்வது சரிதான். பாண்டவர்கள் வனவாசத்தின்போது எப்படித் தங்களைத் தாங்களே வருத்திக்கொண்டார்கள் என்பதை நாம் அறிவோம். மிகுந்த துன்பத்திலும் குழப்பத்திலும் இருந்த அவர்கள் தங்களுடைய வீரத்தையும் பெருமையையும் மறந்து விட்டிருந்தார்கள். அப்போது தவ்மியா என்ற முனிவரும் மற்ற முனிவர்களும் அவர்களுக்கு நய்யா மற்றும் ராமர் கதைகளைக் கூறி, அவர்களுக்கு மனதில் தைரியத்தைத் திரும்ப வரவழைத்தனர். அந்தக் கதைகளைக் கேட்ட பாண்டவர் களுக்கு உத்வேகம் கிடைத்தது. அதேபோல வரலாறுகளில் இருக்கும் வீரர்களைப் பற்றிய கதைகளும் கவிதைகளும், ஆன்மா

அழிவற்றது என்று கூறும் உபநிஷதம் மற்றும் பகவத் கீதை உபதேசங்களும், இங்குள்ள நொந்துபோன அரசியல் கைதிகளின் மனதிற்குத் தெம்பைக் கொடுக்கக்கூடும். எதிர்த்துப் போராடக் கூடிய மனவலிமையை அவர்களுக்கு அளிக்கும். எப்பேறப்பட்ட சித்திரவதையையும் தாங்கக்கூடிய மனவலிமையை அவர்களுக்குக் கொடுக்கும். ஆனால் அதற்காகவா அவர்கள் அந்தமானுக்கு அனுப்பப்பட்டார்கள்? அப்படி இருக்கும்போது சில்வர் ஜெயிலின் காப்பாளர் எப்படி அத்தகைய விஷயங்களை அனுமதிக்கமுடியும்? அப்படிச் செய்தால் அவர் தனது கடமையில் இருந்து தவறியவர் ஆக மாட்டாரா? கைதிகளின் மனதைத் திடப்படுத்தும் அத்தகைய விஷயங் களை அனுமதிப்பது அவரது கடமைக்கு எதிரானது அல்லவா?

ஆனால் அவர்கள் எந்தக் காரணத்திற்காக எங்களைப் படிக்க வேண்டாம் என்று சொல்கிறார்களோ, அதே காரணத்திற்காகத்தான் நாங்கள் படிக்கவேண்டும் என்றும் சொல்கிறோம்.

முதலில் அவர்களுக்குப் புத்தகங்கள் எதுவும் இல்லாமலே சொல்லிக்கொடுக்க ஆரம்பித்தேன். வாய் வார்த்தையாக நான் சொல்வதை அவர்கள் கேட்டுக்கொண்டார்கள். எங்கள் சிறையின் எதிரே உள்ள தாழ்வாரத்தில் நாங்கள் கூடுவோம். அந்தச் சந்தர்ப்பத்தைப் பயன்படுத்திக்கொண்டு நான் அவர்களுக்குச் சரித்திரத்தைப் பற்றிக் கூறுவேன். அப்படிப் பேசும்போது சில சமயம் நாங்கள் தடை செய்யப்படுவோம். சில சமயம் ஒழுங்கீனத்திற்காகத் தண்டிக்கப் பட்டோம். சில சமயம் இந்த மாலைநேரச் சந்திப்புகள் வார்டனின் ரகசிய ஒத்துழைப்போடு நடந்தன. சில சமயம் மாட்டிக் கொள்ளும் போது அரசியல் கைதிகள் அவர்களிடம் தைரியமாக 'நாங்கள் சாதாரணமாகத்தான் பேசிக்கொண்டிருந்தோம்' என்று கூறுவார்கள். எப்படி இருந்தாலும் சங்கிலியால் கட்டித் தொங்கவிடப்படும் தண்டனையை அவர்கள் அனுபவித்தாகவேண்டும். இப்படியாக ஒவ்வொரு வாரமும் நாங்கள் தொடர்ந்து சந்தித்துக் கொண்டிருந்தோம். அரசியல் கைதிகளுக்கு இந்தியாவின் வரலாற்றை, அதன் வேத காலத்திலிருந்து ஆரம்பித்து இன்று வரையில் கூறுவேன். அதிலும் குறிப்பாக அற்புதமான வாழ்க்கையை வாழ்ந்த பெரிய நாயகர்களின் வாழ்க்கையைப் பற்றிச் சொல்வேன். அதேபோல ஐரோப்பிய வரலாறு, அங்கே உள்ள நெப்போலியன், மாஜினி, கரிபால்டி போன்ற மாபெரும் மனிதர்களைப் பற்றியும் கூறுவேன். சமீபகால வரலாறு, ரஷ்யாவில் நடக்கும் மன்னர் ஆட்சியை எதிர்த்த புரட்சி போன்றவற்றையும் அவர்களுக்குச் சொல்வேன். அதுமட்டு மல்லாமல் பொருளாதாரம், அரசியல், அரசு நிர்வாகம் போன்ற வற்றைக் கற்றுக் கொடுத்தேன். அந்த உரைகளுக்குப் பிறகு

எல்லோரும் கூடி அமர்ந்து விவாதம் செய்வோம். அரசியல் கைதிகள் அதில் பெருத்த ஆர்வம் காட்டினர். அவர்களது எண்ணிக்கை அதிகமாக, வேலைநிறுத்தம், சித்திரவதையை எதிர்த்துப் போராடுவது போன்றவையும் அவர்களிடையே பெரிய அளவில் பரவியது. அவர்களைச் சமாதானப்படுத்துவதற்காக அதிகாரிகள் கூடுதலான நேரம் உட்கார்ந்து படிக்கவும் பேசவும் எங்களை அனுமதித்தார்கள். அதனால் நாங்கள் அவர்களை மேற்கொண்டு தொந்தரவு செய்ய மாட்டோம் என்று அவர்கள் நினைத்தார்கள். இந்த நிலையில் மாலை நேரம் கூடி சாதாரணமாகப் பேசுவது, எங்களுக்கு வழக்கமாகப் படிக்கும் நேரம் ஆயிற்று.

ஞாயிற்றுக்கிழமை சந்திப்பு

வாரம் முழுவதும் நாங்கள் ஒவ்வொரு நாளும் மாலையில் அந்தத் தாழ்வாரத்தில் சந்திப்போம். ஆனால் கூடுதலாக ஞாயிற்றுக்கிழமை அன்று காலையில் 9 மணி வரை, ஒன்பது அல்லது பத்து கைதிகளுடன் அமர்ந்து அவர்களுக்கு குறிப்பிட்ட தலைப்புகளில் வகுப்பு எடுப்பேன். ஒன்பது மணிக்கு எங்களை உடல் எடை போடவும், புல் வெட்டும் பணியைச் செய்யவும் அழைத்துச் செல்வார்கள். நான் அவர்கள் ஒவ்வொருவருக்கும் ஒரு குறிப்பிட்ட தலைப்பைக் கொடுத்துப் படிக்கச் சொல்லுவேன். மாணவன் தனக்கு அதைப் பற்றி ஏற்கெனவே என்ன தெரியும் என்பதை என்னிடம் கூறவேண்டும். அதன்பிறகு அவனிடம் விவாதத்தைத் தொடர்வேன். பிறகு நாங்கள் தேசியப் பாடலைப் பாடி, சந்திப்பை முடிப்போம். இந்தச் சந்திப்பு, வகுப்பறையில் நிதானமாகப் படிப்பது போல் அல்லாமல் ஒரு அவசர கதியில் நடக்கும். இதற்கு நடுவிலேயே யாராவது ஒருவர், மிஸ்டர் பாரி வருகிறார் என்று அறிவிப்பார். அல்லது யாராவது ஒரு ஜமாதார் வந்து விடுவாரோ என்று பயந்த படியே இருப்போம். பிறகு எங்களைப் புல் வெட்டச் சொல்லி அனுப்புவார்கள். நாங்களும் கலைந்து செல்வோம். யாரேனும் வருகிறார்கள் என்று தெரிந்தால், பூனை வருவது தெரிந்தவுடன் ஓடி ஒளியும் எலிபோல நாங்கள் ஓடிவிடுவோம். அதுபோன்ற சமயங்களில் ஆசிரியரும் மாணவர்களும் தங்கள் சந்திப்பை உடனடியாக நிறுத்திவிட்டுப் பிரிந்து செல்லவேண்டும். சிலர் புல் வெட்டவும், சிலர் பாத்திரம் தேய்க்கவும் சென்றுவிடுவோம். யாரும் வரவில்லை என்று தெரிந்ததும் மீண்டும் நாங்கள் கூடுவோம். இப்படி எல்லாம் கஷ்டப்படுவதால் என்ன பயன் என்று ஒருசில இளகிய மனம் படைத்தவர்கள் நொந்து கொள்வார்கள். அவர்களிடம் நான் ஆரம்பகால கிறிஸ்தவர்களின் பிரார்த்தனை பற்றி நினைவு படுத்துவது வழக்கம். அவர்கள் ரோமானியர்களின் அராஜகத்தையும்

யூதர்களின் துன்புறுத்துதலையும் மீறி கிறிஸ்துவைப் பின்பற்ற வேண்டி இருந்தபோது, அவர்கள் 5 பேர் கூடி, சிறையின் தாழ்வாரத்தில் அல்லது மயானத்தில் பிரார்த்தனை செய்வர். சில சமயம் தங்களுடைய ரகசிய இடத்தில் முழங்காலிட்டுக் கடவுளிடம் பிரார்த்தனை செய்வர். அப்போது யாரேனும் ரோம வீரர் வரும் சத்தம் கேட்டால் உடனே அங்கிருந்து பிரிந்து சென்று மறைந்து கொள்வார்கள். வீரர்கள் கடந்து சென்றதும் திரும்பவும் அங்கு வந்து பிரார்த்தனையைத் தொடர்வார்கள்.

நம் பிரார்த்தனையும் அதுபோலத்தான்

ஞாயிற்றுக்கிழமை சந்திப்புகள் எப்போதும் பிரார்த்தனைகள் மற்றும் பஜனையுடன் முடியும். சிறையில் எங்களுக்கிருக்கும் மிகவும் அழுத்தமான சூழ்நிலையில், ஒரு உத்வேகம் பெற வேண்டி ஆரம்பகால கிறிஸ்தவர்கள்போல இந்தப் பிரார்த்தனையை, எங்கள் சந்திப்பின்போது செய்யலாம் என்று நான் சேர்த்தேன். என் சிறை வாழ்வில் பல வருடங்களுக்கு இந்த ஞாயிற்றுக்கிழமை பஜனை தொடர்ந்து நடந்தது. நாங்கள் அரசியல், மதம், இலக்கியம், மொழி, விஞ்ஞானம் போன்ற பலவற்றை எங்கள் வாரச் சந்திப்பின்போது விவாதிப்போம். நாசிக்கில் என் ஆரம்ப கால வாழ்க்கையின்போதும் பின்னர் பூனாவிலும் பம்பாயிலும் தொடர்ந்த விஷயங்களும், பின்னர் நான் இங்கிலாந்து சென்றபோது அங்கு செய்தவற்றையும், இந்த அந்தமானில் சில்வர் ஜெயிலில் மிஸ்டர் பாரி என்பவரின் முன்னிலையில் செய்வதில் எனக்கு மகிழ்ச்சியாகவே இருந்தது. இதன்மூலம் என் உறுதிப்பாடு தொடர்ந்தது. நான் என் தினப்படி அர்ப்பணத்தைச் செய்ய முடிந்தது. என் சிறையில் இருந்த அந்தச் சிறிய இடத்தில், வெளியில் இருக்கும்போது எப்படிச் செய்து கொண்டிருந்தேனோ, அதேபோல தினப்படி யக்ஞத்தைத் தொடர முடிந்தது. கடவுளின் கருணையால் அப்படித்தான் என் வேட்கையைத் தக்க வைத்துக்கொண்டேன். இதுபோன்ற அவசரக் கூட்டங்களைத் தவிர, ஞானத்தைப் பரப்ப வேறு சில வழிகளையும் கண்டுபிடித்திருந்தோம். எங்கள் அறையின் சுவர்கள் உயரமாகப் பெரிதாக வெள்ளையடிக்கப்பட்டிருந்தன. செடிகளின் பெரிய முட்களைக்கொண்டு அவற்றில் பலகைபோல எழுதுவோம். ஏனென்றால் சிறைக்குள் எந்த அரசியல் கைதியும் பென்சிலோ காகிதமோ உபயோகிக்க அனுமதி இல்லை. முள்தான் எங்களுடைய எழுதுகோல். சுவர்தான் எங்களுடைய காகிதம். சில கைதிகள் எவ்வளவுதான் கண்காணித்தாலும் எப்படியாவது காகிதத்தையும் பென்சிலையும் தங்கள் அறைக்குள் கொண்டு வந்துவிடுவர்.

அதனைத் தங்கள் தலை முடியிலோ, வாயிலோ அல்லது கைகளிலோ அல்லது சந்தேகப்படமுடியாத ஒரு இடத்திலோ மறைத்து வைத்துக் கொண்டிருப்பர். எவ்வளவு தேடினாலும் அது கிடைக்காது. ஆனால் அவையெல்லாம் அறிவைப் பரப்புவதற்காகப் பயன்படுத்தப்படவில்லை. எங்களுடைய சில ரகசியங்களை நான் உங்களுக்குச் சொல்லப் போவதில்லை. சில தந்திரங்கள், சில உத்திகள் எல்லாம் எதிர்கால உபயோகத்திற்காக எப்போதும் ரகசியமாக வைக்கப்படவேண்டும். எங்களுக்கு இருந்த தடைகளை எல்லாம் மீறி, சிறையின் சுவர் எங்களுக்கு, படித்த விஷயங்களைக் குறித்துக் குறிப்பு எழுதுவதற்கு மிகவும் பயனுள்ளதாக இருந்தது. முதல் வருடம் எங்கள் உற்சாகத்தைக் குறைக்கும் வகையில் ஒரு சிக்கல் ஏற்பட்டது. நாங்கள் ஆர்.பி.ஏ. சீரிஸ் வெளியிட்ட நிலவியல் (ஜியாலஜி) தொடர்பான புத்தகத்திலிருந்து சில பகுதிகளைப் படித்துக் கொண்டிருந்தோம். சிறு வயதிலிருந்தே எனக்கு ஒரு பழக்கம் இருந்தது. ஒரு புத்தகத்தைப் படித்தவுடன் அதன் சுருக்கத்தை எழுதி முக்கியமான பகுதிகளைத் தனியாக ஒரு நோட்டுப் புத்தகத்தில் எழுதி வைப்பது, எனக்கு மிகவும் பயனுள்ள ஒரு பழக்கமாக இருந்தது. பல விஷயங்களை நினைவில் வைத்துக் கொள்ளவும் அவற்றைத் திரும்ப நினைவுகூரவும், அதிலிருக்கும் முக்கியமான கருத்துகளை எடுத்துக் கூறவும் இது உதவியது. அதேபோல இந்தப் புத்தகத்தையும் எனக்குக் கிடைத்த ஒரு காகிதத்தில் குறிப்பெடுத்துக் கொண்டேன். அந்தப் புத்தகத்தை அடுத்தநாள் திருப்பிக் கொடுத்து விட்டு, மாலை என் அறை பூட்டி இருந்தபோது அதை எடுத்துப் படிக்க ஆரம்பித்தேன். திடீரென்று கண்காணிப்பாளர் அங்கு வந்து என் அறைக் கதவைத் திறந்தார். என் அறையை முழுவதும் சோதனை இட்டார். அது ஒன்றும் எனக்குப் புதிதல்ல. அதற்குமுன் மூன்று முறை அதுபோல எனது அறையில் இன்றைக்குப் போலவே சோதனை இடப்பட்டிருக்கிறது. 'படா பாபு' தன்னிடம் எதையோ வைத்துக் கொண்டிருக்கிறார் என்று யாராவது புகார் அளித்தால் போதும், மிஸ்டர் பாரி உடனே தேடுதலுக்கு உத்தரவிடுவார். அதுபோன்ற புகார்கள் எல்லாம் பொய்யானவை என்று தெரிந்ததும் அவர் அந்த வழக்கத்தைக் கைவிட்டார். ஆனால் இந்த மாற்றம் ஏழு அல்லது எட்டு ஆண்டுகளுக்குப் பிறகே வந்தது. அன்று கண்காணிப்பாளர் நான் காகிதத்தைப் படிக்கும்போது திடீரென்று வந்ததும் எனக்கு அதனை மறைக்க முடியவில்லை.

திடீர்த் தாக்குதல்

அந்தக் கண்காணிப்பாளர் அதனை எடுத்து, ''என்ன இது?'' என்று கேட்டார். அது என் குறிப்புகள் என்று சொன்னேன். அதுபோல,

சிறையில் தரப்படும் எந்தப் புத்தகத்திலிருந்தும் குறிப்புகள் எடுக்கக்கூடாது என்று கண்டிப்பாகக் கூறினார். ஆனால் அதிலிருந்து ஏதேனும் அரசியல் ஆதாயம் கிடைக்கிறதா என்று பார்க்க அந்தக் காகிதத்தை ஆராய்ந்தார். விளக்கின் பக்கத்தில் கொண்டு சென்று, அதைப் படிக்க ஆரம்பித்தார். அதில் அவர் கண்டது என்ன? Pliocene, machine, Neolithic போன்ற அவருக்குப் புரியாத வார்த்தைகள் இருந்தன. ''என்ன ரகசியம் இது?'' என்று அவர் கேட்டார். ''இது நிலவியலின் மொழி'' என்று கூறினேன். அவர் முணுமுணுத்துக் கொண்டே ஜமாதாரை அழைத்து அடுத்த நாள் காலை தனது அலுவலகத்திற்கு என்னைக் கூட்டி வரும்படி கூறினார். என்னைத் தண்டிக்கப் போவதாகவும் சொன்னார். அதேபோல அடுத்த நாள் அவரது அலுவலகத்திற்கு அழைத்துச் செல்லப்பட்டேன். நான் செய்த குற்றத்திற்கு என்னை விசாரித்தார்கள். ஆனால் அந்தச் சிறையில் நான் செய்த முதல் தவறு அது என்பதால் என்னை எச்சரித்து விடுவித்தார்கள். அடுத்த இரண்டு வாரங்களுக்குப் படிப்பதற்கு எனக்கு எந்தப் புத்தகமும் கொடுக்கப்படவில்லை. இனி படிக்கப்போகும் புத்தகங்களை எப்படிக் குறிப்பெடுத்துக் கொள்வது என்ற கேள்வி எழுந்தது. அரசியல் கைதிகள் நான் ஆற்றிய உரைகளைக் குறிப்பெடுத்து வைத்துக்கொள்ளவேண்டும். இல்லையென்றால் அவற்றை நினைவில் வைத்திருக்க முடியாது. எங்கிருந்து அத்தனை காகிதமும் பென்சிலும் கிடைக்கும்? அப்படியே கிடைத்தாலும் அதை எப்படி மறைத்து வைப்பேன்? பக்கம் பக்கமாக நான் எழுதினால் கண்காணிக்க வார்டர் மற்றும் ஜமாதார் இருக்கும்போது எப்படி மற்றவர்கள் படிக்கமுடியும்? இந்தப் பிரச்சினைக்காக என் மூளையைக் கசக்கிக்கொண்டிருந்தபோது, எதிரே இருந்த சுவரில் காகிதம் தெரிந்தது. வெள்ளையடிக்கப்பட்ட பெரிய சுவர்! இதில் எழுதலாம் என்ற அந்தக் கண்டுபிடிப்பு எனக்குப் பெரிய ஆறுதலைக் கொடுத்தது.

சுவரே காகிதம், முள்ளே பென்சில்

நான் பைகுல்லா சிறையில் இருந்தபோதே சுவரில் ஒரு கூர்மையான கல்லைக்கொண்டு எழுதுவதற்கு முயற்சி செய்திருக்கிறேன். இங்கே அந்தமானில் சில்வர் ஜெயிலில் அதே காரியத்தை மேலும் மெருகேற்றிச் செய்ய முயலப்போகிறேன். 14 ஆண்டுகாலம் சிறையில், நான் விடுதலையாகும் வரை, இந்தப் பயிற்சியைத் தொடர்ந்து செய்திருக்கிறேன். என் அறைக் கதவில் தாழ்ப்பாளில் ஒரு கூரிய ஆணியை மறைத்து வைத்திருந்தேன். நான் அறைக்குள் வந்து, அது வெளியே பூட்டப்பட்டதும், அந்த ஆணியைக்கொண்டு சுவரில் எழுத ஆரம்பித்தேன். ஏழாவது முகாமில் இருந்த அனைத்துச்

சுவர்களிலும் அதுபோல எழுதியிருந்தேன். ஒவ்வொரு சுவரும் எனக்கு ஒரு புத்தகம் போன்றது. உதாரணத்திற்கு, கயிறு திரிப்பதற்காக அடைக்கப்பட்டிருந்த அறையில் ஸ்பென்சரின் 'ஃபர்ஸ்ட் ப்ரின்ஸிபில்ஸ்'* புத்தகத்தைப் பற்றிய முழுமையான குறிப்புகளை எழுதி இருந்தேன். அதே கட்டடத்தின் ஒரு அறையின் சுவர்களில்தான் 'கமலா' என்ற கவிதையை எழுதினேன். இன்னொரு சிறை அறையில் மில் எழுதிய அரசியல் பொருளாதாரம் புத்தகத்தின் விளக்கங்களை எழுதியிருந்தேன். என் நோக்கம் என்னவென்றால் நான் அந்த அறையிலிருந்து மாற்றப்பட்டு வேறு அறைக்குச் சென்றதும், அந்த அறைக்குக் கொண்டுவரப்படும் அரசியல் கைதி, அவற்றையெல்லாம் நான் கற்றுக் கொடுப்பது போலவே படித்துத் தெரிந்து கொள்ளமுடியும். சிறிது முயற்சி செய்தாலே அவர் எல்லாவற்றையும் புரிந்து கொள்ளமுடியும். ஒரு மாத காலம் அவர் அதைப் படித்துத் தெரிந்துகொள்ளலாம். பின்பு வேறு அறைக்கு மாற்றப்படுவார். நான் ஒவ்வொரு பகுதியாக மாற்றப்பட்டுக் கொண்டிருக்கும்போது அந்த ஒவ்வொரு பகுதியில் உள்ள சிறை அறையிலும், அந்த ஆணியைக்கொண்டு எழுதி வைத்திருந்தேன். என் மாணவர்களான அரசியல் கைதிகள், இப்படி நான் சுவரில் எழுதியதை, சிறையின் தனிமையில் நன்றாகப் பயன்படுத்திக்கொண்டார்கள்.

அவர்களுக்குப் பயிற்சி கொடுக்க இந்த வழிமுறையை நன்கு பயன்படுத்திக்கொண்டேன். அந்தக் கல்விமுறையில் மூன்று முறைகளைப் பயன்படுத்தினேன். ஒன்று, ஞாயிற்றுக்கிழமை சந்திப்பின்போது கொடுக்கப்படும் உரைகள், இன்னொன்று, நேரடிச் சந்திப்பின்போது கொடுக்கப்படும் அறிவுரைகள், கடைசியாக சிறைச் சுவரில் எழுதுவது.

ஒரு பெரிய சிக்கல்

இதுபோல சுவரில் எழுதி வைக்கப்படும் குறிப்புகளுக்கு ஒரு வருடம்தான் அதிகபட்ச ஆயுள். அவை பாபிலோனில் உள்ள செங்கற்களைப்போல பல நூற்றாண்டு காலத்திற்கு நீடித்து நிற்கக்கூடிய எழுத்துகள் அல்ல. ஏனென்றால் சிறையில் ஒவ்வொரு வருடமும் வெள்ளையடிப்பார்கள். அப்போது சுவரில் நான் செதுக்கியவை எல்லாம் முற்றிலுமாக அழிக்கப்படும். அதனால் வெள்ளையடிப்பதற்கு ஒரு மாதத்திற்கு முன்னால் அவற்றைத்

* First Principles

தீவிரமாகத் திரும்ப திரும்பப் படித்தேன். வேத காலத்தில் ரிக் வேதத்தைப் படித்ததுபோல. இந்த வெள்ளையடிக்கும் காலத்திற்குள் நான் எழுதிய கவிதைகளை மனப்பாடம் செய்துவிடவேண்டும். இதுபோல சுவரில் எழுதுவதில் ஒரு அனுகூலமும் இருந்தது. அது ஒவ்வொரு வருடமும் எனக்கு எழுதுவதற்குப் புதிதாக ஒரு சுவர் கிடைக்கும். காகிதம் பழையதாகி அழிந்து போகலாம் அல்லது செல் அரிக்கலாம். ஆனால் இந்தச் சுவர்கள் 14 ஆண்டுகளுக்கு எனக்கு ஒரு புதிய வெள்ளைக் காகிதம் போல் பயன்பட்டது. சில சமயம் வெள்ளை அடிக்கும்போது எங்களது இந்த ரகசியம் வெளிச்சத்திற்கு வரும். ஆனால் அப்படி ஒரு சம்பவம் அரிதாகவே நடந்தது. ஏனென்றால் அவர்கள் வெள்ளை அடிப்பதற்கு முன் நாங்களே அவற்றை ஜாக்கிரதையாக அழித்து விடுவோம். அதனால் அவற்றைப் படிக்க முடியாது. அது மட்டுமல்லாமல், அரசியல் பொருளாதாரத்தைப் பற்றி மராத்திய மொழியில் எழுதியிருந்தேன். அதனால் அதைப் படித்துப் புரிந்து கொள்வது இயலாத காரியமாக இருந்தது. மிஸ்டர் பாரியினால் அவற்றைப் படிக்கவே முடியாது. பிறகு எப்படிப் புரிந்து கொள்வது? அரசு சொத்தை நாங்கள் நாசம் செய்ய முயற்சித்திருக்கிறோம் என்று மட்டுமே அவர் கருதினார். அவர் புரிந்துகொண்டது அவ்வளவுதான். என் சகோதரர் இந்தச் சுவரில் முள்ளைக் கொண்டு எழுதும்போது மாட்டிக் கொண்டிருக் கிறார். அதற்காகத் தண்டனை பெற்றார். அவர் செய்த தவறு, விவேகானந்தரின் வேதாந்தம் குறித்த உரைகளைப் பற்றிச் சில கருத்துகள் எழுதியிருந்தார். அதில் சில சந்தேகங்களை எழுப்பி, சில கேள்விகளுக்கு விடை அளித்திருந்தார். அது அவருடைய சொந்தப் புத்தகம். அந்தப் புத்தகத்தின் பக்கங்களில் முள்ளைக்கொண்டு அவர் அதிலும் சில குறிப்புகள் எழுதியிருந்தார். இது சிறைவிதிகளின்படி ஒரு குற்றம். மிஸ்டர் பாரி அவரிடம், ''இது ஒரு சிறை. இது பள்ளிக்கூடம் அல்ல. உனக்குக் கற்கவேண்டும் என்றால் அதை வீட்டிலேயே செய்திருக்கலாமே, இங்கு ஏன் வந்தாய்? சண்டை போடாதே, படிக்காதே, வேலை மட்டும் செய்! வேறு எதுவும் எனக்குத் தேவையில்லை'' என்றார்.

எதற்குக் கற்கவேண்டும்

கற்பதற்கு இருந்த இந்தத் தடைகள் எல்லாம் வெளியிலிருந்து வந்தவை. ஆனால் அதுபோக, உள்ளேயேயும் ஒரு பெரிய தடை இருந்தது. அது, சில கைதிகளுக்குக் கற்பதன் மேல் இருந்த ஒரு வெறுப்பு. அவர்கள் அரசியல் கைதிகள். ஆனாலும் அறிவைப் பெறுவதற்குக் கவலைப்படவில்லை. அவர்களது குறிக்கோள்

எல்லாம் செயல்பாடுதான். அறிவை வைத்துக்கொண்டு நாங்கள் என்ன செய்வது என்று கேட்பார்கள். செயல் மற்றும் தியாகம், இது மட்டுமே நமக்குத் தேவை. நான் அவர்களிடம் நம்மைப் போன்றவர்கள் ஏழு அல்லது எட்டு ஆண்டுகளுக்குப் பிறகு விடுதலை ஆனதும், இந்தியாவில் சென்று ஆற்றவேண்டிய பணி நிறைய இருக்கிறது என்று கூறி, அவர்களைப் புரிந்துகொள்ள வைப்பேன். படிப்பதால் பயனில்லை என்று அவர்கள் கருதினால் அவர்கள் படிக்க வேண்டாம். ஆனால் அவர்கள் கொண்ட கொள்கைக்காக, அவர்கள் அறிவை வளர்த்துக் கொள்ளவேண்டும். அவர்களது மனமும் அப்போது தான் தீவிரமாக இயங்கும். இல்லையென்றால் குறிப்பிட்ட எல்லைக்குட்பட்ட அறிவுடன் உழலவேண்டி இருக்கும். நான் அவர்களிடம், சுதந்திரம் பெறுவது எவ்வளவு கடினமோ அதைவிடக் கடினம் அதனைத் தக்கவைத்துக் கொள்வது என்று விளக்குவேன். அவர்கள் மனமும் அறிவும் அதற்கான பயிற்சியையும் பக்குவத்தையும் பெறவில்லை என்றால், எந்த வித அரசியல் முன்னேற்றத்தையும் என்றுமே காண முடியாது என்பேன். ஒரு சுதந்திர நாட்டில், வரலாறு, பொருளாதாரம், அரசியல், நிர்வாகம் குறித்த விஷயங்களில் அறியாமையில் இருக்கும் மக்களால் எந்தவிதமான ஆக்கபூர்வமான காரியத்தையும் செய்ய முடியாது. அவர்களுக்கு பெர்சியாவின் உதாரணத்தைச் சுட்டிக் காட்டினேன். பெர்சியாவில் புரட்சியின் மூலம் மக்களுக்கு சுதந்திரம் கிடைத்தது. ஆனால் அரசியல் புரட்சியாளர்கள் அரசு நிர்வாகத்தைக் குறித்து எதுவும் தெரியாதவர்களாக இருந்தனர். அவர்களுக்கு அதிகாரம் கிடைத்தும் கூட, அவர்கள் பொருளாதாரம், வர்த்தகம் போன்ற விஷயங்களில், அந்நிய நாட்டு வல்லுநர்களின் உதவியை நாட வேண்டியிருந்தது. அதன்மூலம் தொழில், பொருளாதாரம், பொது வாழ்க்கை என்று எல்லாத் துறையிலும் தவறான நிர்வாகமும் குழப்பமும் ஏற்பட்டன. இந்தப் பிரச்சினைகளுக்கெல்லாம் மூல காரணம், அதைப் பற்றிய அறிவு இல்லாதது. வெறும் புரட்சி, அதன்மூலம் ஒரு சர்வாதிகாரியின் ஆட்சி என்பது ஒரு தேசத்திற்கு நன்மை பயக்காது. மாறாக அது அந்தத் தேசத்தைப் பல மடங்கு பின்னோக்கிக் கொண்டு போய்விடும். இதுதான் சரித்திரம் நமக்கு உணர்த்தும் பாடம். 1789ல் நடந்த பிரெஞ்சுப் புரட்சி இன்னொரு சிறந்த உதாரணம். கண்மூடித் தனமான வெறி, ஒரு தேசத்தைத் தற்கொலைப் பாதைக்குக் கொண்டு போகும். அது கட்டுப்படுத்தப்படவில்லை என்றால், வெளியிலிருந்து மட்டுமல்லாமல் உள்ளே இருந்தும் தேசத்திற்கு ஆபத்துதான். சீனப் புரட்சியும் நமக்குக் கற்றுக் கொடுக்கும் பாடம் இதுதான். ஏனென்றால் சீனப் புரட்சியில் ஈடுபட்ட தலைவர்கள் அரசியல் நிர்வாகத்தைப் பற்றி ஏதும் அறியாதவர்கள். அதனால் அவர்கள்

அமைதி மற்றும் நல்லாட்சியைத் தர, வெளியிலிருந்து நிர்வாகி களைக் கூட்டி வர வேண்டியிருந்தது. அவர்களோ தங்கள் நாட்டின் நலனில் கவனம் செலுத்தி, சீனாவிலிருந்த குழப்பத்தைத் தங்களுக்குச் சாதகமாக பயன்படுத்திக்கொண்டார்கள். அதனால் சீனா புரட்சிக்கு முன்னால் எப்படி இருந்ததோ அதே நிலைக்குச் சென்றுவிட்டது. அதனால் தனது தேசத்தை நேசிக்கும் எந்த ஒரு அரசியல் புரட்சியாளரும், அரசியல் நிர்வாகம் குறித்த அறிவை வளர்த்துக் கொள்ளாமல் இருக்கலாகாது. அவர்கள் நல்ல நிர்வாகம் குறித்து எந்த அளவுக்குத் தெரிந்து கொள்கிறார்களோ, அந்த அளவுக்கு சுதந்திரம் கிடைத்தபின் அவர்கள் நாட்டிற்கு நல்லது. இந்த விஷயத்தில் புரட்சியாளர்களைவிட மிதவாதிகள் எவ்வளவோ மேல். அரசியல் கைதிகள் அவர்களிடமிருந்து இந்த விஷயத்தில் பாடம் கற்கவேண்டும். மிதவாதிகள் தங்களிடையே இருக்கும் கோகலே, ஆர்.சி.தத், ரானடே மற்றும் சர் டி.மாதவ ராவ் போன்ற பொருளாதார வல்லுநர்கள் மற்றும் நிர்வாகத் திறன் படைத்தவர்கள் குறித்துப் பெருமை கொள்ளலாம். அவர்களுக்கு நிகராக உங்களிடம் யாராவது உள்ளார்களா என்று அவர்களிடம் கேட்பேன். அதனால் சிறையில் இருக்கும்போது அவர்கள் தங்கள் நேரத்தை வீணடிப்பது மடத்தனம். தொலைநோக்குப் பார்வையற்ற செயல். கவலைப் பட்டு மனம் உடைந்து உட்கார்ந்திருப்பது பலன் தராது. அதற்குப் பதிலாக, படிப்பதிலும், எதிர்காலத்தில் வரும் முக்கியப் பிரச்சினை களை எப்படித் தீர்ப்பது என்பது குறித்துச் சிந்திப்பதிலும் தங்கள் மனதைச் செலுத்தவேண்டும். எதிர்காலத்திற்கு மிகவும் அவசிய மாகத் தேவைப்படும் துறைகள்: *அரசியல் சட்ட வரலாறு, அரசியல் மற்றும் பொருளாதாரம்.*

அரசியல் சட்ட வரலாறு, அரசியல் மற்றும் பொருளாதாரம்

"தன் தேசத்தைப் பற்றி நினைக்கும் ஒவ்வொருவரும், அரசியலில் பங்கேற்க விரும்பும் ஒவ்வொருவரும், அரசியலில் தலைமை ஏற்று நடத்த விரும்பும் ஒவ்வொருவரும் அவசியம் தெரிந்து கொள்ள வேண்டிய துறைகள் என்று பொருளாதாரம், அரசியல் சட்ட வரலாறு மற்றும் அரசியல் என்று நான் கூறுவேன். இவை பற்றித் தெரியாமல் இருந்தால் நீங்கள் நிர்வாகம் செய்ய அருகதை யற்றவர்கள். அரசியலில் மதத்தை அறிவுபூர்வமாகச் செயல்படுத்தினால், அது மாற்றத்தைப் பெற்றுத்தரும். இப்போது நீங்கள் தேசத்தின் விடுதலைக்காக தியாகம் செய்துகொண்டிருக்கிறீர்கள். இதில் இதுவரை தோல்விதான் கண்டிருக்கிறீர்கள். ஆனால் இந்தச் சேவையும் தியாகமும் பலன் தரவேண்டும் என்றால், நீங்கள்

செய்யவேண்டியது இதைத்தான். இந்தச் சிறையில் சும்மா இருக்கும் போது நீங்கள் உங்கள் அறிவை வளர்த்துக் கொள்ளவேண்டும். சேவை மற்றும் தியாகத்தைப் போலவே அறிவும் மிக முக்கியமானது. தடாலடியாக ஏதேனும் செய்து உயிரை விடுவது பெரிய விஷயம் அல்ல. அறிவைப் பெற்று அதன்மூலம் செயலாற்றுவதே மிக முக்கியம்'' என்று அவர்களிடம் கூறுவேன். இங்கு வந்து குழம்பிப்போய், துவண்டு போய் உட்கார்ந்து இருப்பதை விட்டு விட்டு தங்கள் அறிவை வளர்த்துக் கொள்வதுதான் அவர்கள் செய்ய வேண்டிய வேலை.

அத்தியாயம் 13

இந்தியாவுடன் தகவல்தொடர்பும் தகவல் பெறுவதற்கான வழிமுறைகளும்

அந்தமானில் இருந்த கைதிகள் வருடத்துக்கு ஒருமுறைதான் தங்கள் வீட்டிற்குக் கடிதம் எழுதுவதற்கு அனுமதி உண்டு. அந்தக் கடிதமும் சுருக்கமாக இருக்கவேண்டும். மூடப்படாமல் ஜெயிலரிடம் கொடுக்கப்படவேண்டும். முதலில் அவர் அதைப் படித்துப்பார்த்துத் தணிக்கை செய்வார். பிறகு பிரிட்டிஷ் ஆபீசர் அதனைத் தணிக்கை செய்வார். அவர்கள் ஒப்புதல் கொடுத்தால்தான் கடிதம் அனுப்பப் படும். ஜெயில் அதிகாரிகளைக் குறை கூறி ஒரு வார்த்தை இருந்தால் கூடக் கடிதத்தை அனுப்ப மாட்டோம் என்று கைதிகளிடம் அவர்கள் எச்சரிக்கை செய்திருந்தனர். அதனால் வருடத்திற்கு ஒரேயொரு கடிதத்தைத்தான் கைதியால் அனுப்பமுடியும். அதிலும் சக கைதியுடன் பேசுவது, சிறையில் தொந்தரவு செய்வது, வரிசையில் உட்காராமல் இருப்பது போன்ற ஏதேனும் ஒரு சிறு தவறு செய்திருந்தால்கூட அதற்குத் தண்டனையாக அந்த வருடம் அவர்கள் கடிதம் அனுப்பும் உரிமை பறிக்கப்படும். இதுபோன்ற சிறு தவறுகளைக்கூட வருடத்தின் 365 நாளும் இழைக்காமல் இருப்பது எவ்வளவு கஷ்டம் என்பதை யோசித்துப் பாருங்கள். அதனால் அந்தமானில் இருந்த கைதிகள் வெளிவுலகத்திற்கு ஏதேனும் தகவல் தெரிவிப்பது மிகக் கடினமாக இருந்தது. அதேபோல் வெளியில் இருப்பவர்களும் கைதிகளுடன் தொடர்புகொள்ள முடியாது. இந்தச் சூழ்நிலையில் கைதிகள் தாங்கள் உயிரோடு இருக்கிறோம் என்று இரு வரிகூடத் தங்கள் வீட்டில் உள்ளவர்களுக்கு ஒவ்வொரு வருடமும் எழுத முடியாது.

மிக மோசமான தணிக்கை

அதுமட்டுமில்லாமல் இங்கிருந்து இந்திய அரசின் மூலமாக அதிகாரபூர்வமாக அனுப்பப்படும் கடிதங்களில்கூட, எங்களுக்கு இழைக்கப்படும் கொடுமைகள் பற்றியோ, நாங்கள் எவ்வளவு மோசமாக நடத்தப்படுகிறோம் என்பது பற்றியோ எதுவும் கூறப்பட்டிருக்காது. எந்தச் சிறையிலும் அதுபோலக் கூறப்படு வதற்கான வாய்ப்புகள் கிடையாது. ஏனென்றால் சிறையை ஆராயும் கமிட்டி எங்கள் சிறைக்கு வந்ததே இல்லை. எப்போதாவது ஒருமுறை ஒரு மாஜிஸ்ட்ரேட் இங்கு வருவார். ஆனாலும் அவர் மிஸ்டர் பாரியின் நடவடிக்கைகள் குறித்து எதுவும் அறிக்கையில் குறிப்பிடமாட்டார். இந்திய அரசுக்கு நாங்கள் கொடுக்கும் மனுக்கள் எல்லாம் இங்கிருக்கும் காலனிய அதிகாரியான கமிஷனர் மூலமாகத்தான் போகவேண்டும். அவர், நிர்வாகத்தைக் குறித்து எந்தப் புகாராக இருந்தாலும் அவற்றை அங்கேயே நிராகரித்து விடுவார். அப்படி இருக்கும்போது எங்களைப் பற்றி யார்தான் கவலைப்படுவார்? ஜெயில் கமிட்டியோ வருவதே இல்லை. மிஸ்டர் பாரி மற்றும் சூப்பிரண்டுகள் கமிஷனரின் ஆதரவைப் பெற்றவர்கள். இங்கு ஏதாவது போராட்டமும் புரட்சியும் நடந்தால் தான் உயரதிகாரி தலையிடுவார். ஆனால் உயர் அதிகாரியின் காதுகளுக்கு எந்தச் செய்தியும் எட்டாதபடி இங்குள்ளவர்கள் பார்த்துக்கொண்டார்கள். ஆகவே சில்வர் ஜெயிலில் இருந்த 5 அதிகாரிகள்தான் முழுக் கட்டுப்பாட்டையும் வைத்திருந்தனர். இங்குள்ள உண்மை நிலவரம் பற்றி வெளியில் எவருக்கும் தகவல்கள் போகாது. வெளியுலகத்தின் தலையீடு இல்லாமல் இவர்களே எல்லாப் புகார்கள், மனுக்கள் மற்றும் மறுப்புரைகள் ஆகியவற்றைப் பரிசீலித்து வந்தார்கள். அவர்களது பரிசீலனையில் நியாயம் கிடைக்கவில்லை எனில், உயர் அதிகாரிகளுக்கு அதைக் குறித்துப் புகார் தெரிவிப்பது கடினமான காரியமாக இருந்தது. இந்தியாவில் இருந்த தங்கள் உறவினர்களுக்குத் தகவல் அனுப்ப கைதிகளுக்கு இருந்த ஒரே வழி, விடுதலை ஆகிச் செல்பவர்களிடம் தகவல் தெரிவிப்பது. ஆனால் அதுவும் இங்குள்ள கைதிகளுக்கு 20 அல்லது 25 ஆண்டு காலம் தண்டனை என்று வரும்போது சாத்திய மில்லாமல் போயிற்று. குறைந்தபட்ச தண்டனையே பத்தாண்டுக் காலம். உயிரோடு வெளியில் செல்வது என்பது நிச்சயமில்லாத ஒரு நிலை. ஏனென்றால் அந்தமான் சிறை வாசம் அவ்வளவு கொடுமை யான ஒன்று. அப்படி இருக்கும்போது எங்கள் புகார்களை எப்படிப் பொது வெளிக்குக் கொண்டுசெல்வது, எப்படி அவற்றை இந்திய நுழைவாயிலில் தொங்கவிடுவது?

அதற்கான வழிகள்

தங்கள் நிலையைப் பொதுமக்களுக்கு எப்படித் தெரிவிப்பது என்பது அந்தமான் கைதிகளுக்கு முன்னிருந்த ஒரு சவால். இந்த இடத்தில் நடக்கும் சித்திரவதைகளில் இருந்து மீண்டு உயிரோடு விடுதலையாக வேண்டும் என்றால் இங்கு நடக்கும் கொடுமைகளைப் பற்றி இந்தியாவில் உள்ள உயர் அதிகாரிகளுக்குத் தெரியப்படுத்தவேண்டும். ஏனென்றால் இங்குள்ள அதிகாரிகள் இந்திய அரசாங்கத்தின் உத்தரவின் பேரிலேயே அப்படி நடந்து கொள்வதாக எங்களிடம் கூறுகிறார்கள். இது உண்மையா பொய்யா என்று தெரிந்து கொள்வதற் காகவாவது எங்கள் நிலையை நாங்கள் உயரதிகாரிகளிடம் வெளிப் படுத்தவேண்டும். அந்தமானுக்கு ஒருவர் நாடு கடத்தப்படுகிறார் என்றால் இந்தியாவில் இருப்பவர்களுக்கு அதைப் பற்றி ஒன்றுமே தெரியாது. இந்தத் தீவுக்கு வந்து தண்டனை அனுபவித்து விடுதலையாகி வந்த அரசியல் கைதிகள் மூலமாகத்தான் இந்தத் தீவைப் பற்றி இந்தியர்களுக்கு ஏதோ கொஞ்சமாவது தெரிந்திருக்கிறது. ஆனால் பொது மக்களுக்கும் பத்திரிகைகளுக்கும் இதைப் பற்றி எதுவுமே தெரியாது. இந்திய அரசும் அதேபோலத்தான். இந்த இடத்தில் 'எல்லாம் நல்லபடியாக' இருப்பதாக வருடாந்திர அறிக்கை சொல்லுவது உண்மையா என்று ஆராய எந்த அதிகாரியும் முனைந்ததில்லை. இங்கு அரசியல் கைதிகள்தான் நாடுகடத்தப் படுகிறார்கள் என்பதால், அவர்களைப் பற்றி மேற்கொண்டு கவலைப்பட வேண்டியதில்லை என்று அவர்கள் நினைத்தார்களோ என்னவோ.

இப்படிப்பட்ட சூழலில் அரசியல் கைதிகள் இந்திய அரசாங்கத்துடன் தொடர்புகொள்ள தீவிரமாக முயன்று கொண்டிருந்தனர். ஏனென்றால் இந்தச் சிறையிலிருந்து தப்புவதற்கு அவர்களுக்கு வேறு எந்த வழியும் இல்லை. ஆனால் எப்படித் தொடர்பு கொள்வது என்ற பிரச்சினைக்குத் தீர்வு கிடைக்கவில்லை. எங்களுடன் உத்திரப் பிரதேசத்தில் இருந்து வந்திருந்த ஹோதிலால் என்ற கைதி இருந்தார். அவருக்குப் பத்து வருடச் சிறைத் தண்டனை விதிக்கப்பட்டிருந்தது. அவர் தன் நண்பனின் துணையோடு இந்தப் பிரச்சினைக்கு ஒரு தீர்வு காண்பதாகச் சொல்லியிருந்தார். அரசியல் கைதிகள் செய்த வேலைநிறுத்தம், அதிகாரிகளுடன் அவர்களுக்கு ஏற்பட்ட மோதல், அதன் பின் நடந்த சம்பவங்கள், இவை சாதாரணக் கைதிகளிடையே எந்தவிதமான பாதிப்பையும் ஏற்படுத்தவில்லை. அதில் சிலர், இந்த ஆசிரியர்களும் பேராசிரியர்களும் வக்கீல்களும் போராடி அதிகாரி களைத் தங்கள் வழிக்குக் கொண்டுவருவார்கள் என்று கற்பனையில் இருந்தார்கள். சரியான சமயத்தில் இந்த அரசியல் கைதிகளுக்குத் தாங்களும் ஏதாவது உதவி செய்தால், இந்தச் சிறையிலிருந்து

தாங்களும் தண்டனைக் காலத்துக்கு முன்பாகவே விடுதலையாக உதவும் என்று எண்ணினார்கள். அத்தகைய நபர்களிடமிருந்து ஹோதிலால் சில காகிதங்களை வாங்கிக்கொண்டு வந்தார். அதில் எங்கள் பிரச்சினைகளையெல்லாம் ஒரு நீண்ட கடிதமாக எழுதினார்.

ஹோதிலாலின் கடிதம்

கோலுவில் நாங்கள் செய்த வேலை நிறுத்தத்தின்போது இந்த ஹோதிலால், மிஸ்டர் பாரி உட்பட எல்லா அதிகாரிகளுக்கும் ஏராளமான பிரச்சினைகளைக் கொடுத்தார். வட இந்தியாவில் இருந்து வந்தவர். ஹிந்தி அவரது தாய்மொழி. ஆனால் அவருக்கு உருதுவும் ஆங்கிலமும் நன்றாகத் தெரிந்திருந்தது. ரஷ்யா, சீனா, ஜப்பான் உட்பட பல நாடுகளுக்குப் பயணித்திருக்கிறார். வாழ்க்கையை முழுமையாக அனுபவித்திருக்கிறார். அவர் ஒரு தனிச் சிறையில் அடைக்கப்பட்டிருந்தார். அவரது நடவடிக்கைகள் உன்னிப்பாகக் கண்காணிக்கப்பட்டன. அந்தச் சிறையில் கண்காணிப்பு இருந்த போதும் அவர் எங்களைப் பற்றி மூன்று பத்திகள் கொண்ட கடிதத்தை எழுதினார். அவரது இரண்டு அல்லது மூன்று நம்பிக்கையான நண்பர்களைத் தவிர, வேறு எவருக்கும் அதைப் பற்றி ஒன்றும் தெரியாது. ஒருநாள் ஹோதிலால் அந்தக் கடிதத்தைச் சிறைக்கு வெளியே வேலை செய்யச் சென்ற ஒரு கைதி மூலமாகக் கொண்டு சென்றார். ஹோதிலால் அதில் தன் கையெழுத்தைப் போட்டுத் தனது சிறை எண்ணையும் எழுதியிருந்தார். தான் தீவிரமாகக் கண்காணிக்கப் படுகிறோம் என்று தெரிந்திருந்தும் அவர் இதைச் செய்யத் துணிந்தார். கைதிகள் வேலை செய்யப் போகும்போது அந்த அவசரத்தில் அவர் அதைச் செய்தார். அது சில்வர் ஜெயிலைவிட்டு வெளியே சென்றது. ஆனாலும் அது அந்தமான் தீவைக் கடந்தாகவேண்டும். இந்தத் தீவே ஒரு பெரிய சிறை போன்றதுதான். ஆனால் அது தீவையும் தாண்டிச் சென்றது. ஒரு நம்பிக்கையான நண்பரின் மூலம் அது பாதுகாப்பாகக் கல்கத்தாவிற்குச் சென்றது. அது பொதுவாழ்வில் ஈடுபட்ட மிகப் பிரபலமான ஒரு தலைவரும், பெங்காலி பத்திரிகையின் ஆசிரியரு மான சுரேந்தர்நாத் பானர்ஜியின் கைகளுக்குச் சென்றது. தீவிரவாதம் மற்றும் பத்திரிகைகளுக்கான சட்டங்கள் இருந்த அந்தக் கால கட்டத்திலேயே மிஸ்டர் பானர்ஜி அந்தக் கடிதத்தை பிரபலமான தனது தினசரிப் பத்திரிகையில் பிரசுரித்தார். அதுமட்டுமில்லாமல் அதைப் பற்றி ஒரு கட்டுரையும் எழுதினார். பெங்காலி பத்திரிகையில் அது வெளிவந்தவுடன் மற்ற பத்திரிகைகளும் அதை மேற்கோள்காட்டிக் கருத்துகளை எழுத ஆரம்பித்தன. ஒருவழியாக அந்தக் கடிதம் எல்லோருடைய கவனத்துக்கும் வந்தது. அதன்மூலம்

அது இம்பீரியல் லெஜிஸ்லேடிவ் கவுன்சில் (Imperial legislative Council) விவாதத்திற்கும் வந்தது.

அந்தமானிலிருந்து செய்திகளை அனுப்புவது எவ்வளவு கடினமோ அதேபோல இந்தியாவிலிருந்து செய்திகளைப் பெறுவதும் கடினம் தான். அதிலும் கைதிகளான எங்களுக்கு அது மிகவும் கடினம். எனவே இந்தச் சதியைத் திட்டமிட்டு நடத்தியவர்கள், அந்தக் கடிதம் போய்ச் சேரவேண்டிய இடத்திற்குப் போய்ச் சேர்ந்ததா அல்லது அந்த நண்பர் அதைக் கடலில் போட்டாரா அல்லது நேரடியாக அரசின் கைகளில் சென்றடைந்ததா என்பதைத் தெரிந்துகொள்ள ஆவலாக இருந்தனர். அதைத் தெரிந்துகொள்ள நாங்களும் அதீத ஆர்வத்தில் இருந்தபோது மிஸ்டர் பாரியே எங்களிடம் வந்து அதைப் பற்றிச் சொன்னார். இந்த விஷயத்தில் அவர் எங்களது தபால்காரர் போல நடந்துகொண்டார்.

ஆத்திரமடைந்த மிஸ்டர் பாரி

ஒருநாள் காலை எந்தவிதக் காரணமும் இல்லாமல் மிஸ்டர் பாரி எங்கள் சிறைக்கு மிகுந்த கோபத்துடன் வந்தார். அவர் சிறையில் ஏழு பிரிவுகளுக்கும் சென்றுவிட்டு வந்து கொண்டிருந்தார். கோபத்தில் தனது கம்பைத் தரையில் தட்டியவாறு எதிரே பார்க்கும் எல்லோரையும் திட்டிக்கொண்டே வந்து கொண்டிருந்தார். வார்டர், துணை அதிகாரிகள் என்று எல்லோரும் அவரிடம் திட்டு வாங்கிக் கொண்டிருந்தனர். அவர் ஏன் திட்டுகிறார் என்று துணை அதிகாரிகளுக்குத் தெரியவில்லை. மிஸ்டர் பாரி, ''பொறுக்கிகளே, உங்களுக்குச் சரியான பாடத்தை நான் கற்பிப்பேன், என்ன நினைத்துக் கொண்டிருக்கிறீர்கள்? உங்களை எல்லாம் தவிடுபொடியாக்கி விடுவேன்'' என்று கத்திக் கொண்டிருந்தார். ஆனால் என்ன நடந்தது என்பதை அவர் சொல்லவில்லை. மிஸ்டர் பாரி கோபத்தில் துடித்துக் கொண்டிருந்தது, அந்தமானின் பூரான் ஒன்று அவரைக் கடித்தால் எப்படித் துடிப்பாரோ அதுபோல் இருந்தது. கைதிகள் அதைப் பார்த்துச் சிரித்தனர். அவர் ஹோதிலாலின் சிறை அருகே வந்து கத்த ஆரம்பித்தார். ''நீ எழுந்து நிற்க மாட்டாயா? இந்த உலகத்திலேயே நீதான் மிகப்பெரிய பொய்யன்'' என்று கூறினார். மற்றவர்களுக்கு அதற்கான காரணம் புரியவில்லை. ஆனால் ஹோதிலாலுக்கு அவர் கத்துவதன் காரணம் தெரியும். மிஸ்டர் பாரியைக் கடித்தது பூரான் அல்ல, மாறாகத் தான் அனுப்பிய கடிதம் என்பது அவருக்கு நன்றாகத் தெரியும். அந்தக் கடிதம் சேரவேண்டிய இடத்திற்குச் சென்று சேர்ந்து பிரபலமும் ஆகிவிட்டது. அந்தச் செய்திதான் இப்போது இவரது கோபத்திற்குக் காரணம்.

ஹோதிலாலைப் பார்த்துக் கத்தியபின் மிஸ்டர் பாரி அரசியல் கைதிகள் ஒருவருக்கொருவர் பத்தடி இடைவெளிவிட்டுத்தான் இருக்கவேண்டும், நெருங்கக்கூடாது என்று உத்தரவிட்டார். அப்படி மீறினால் வார்டர், துணை அதிகாரிகள், ஜமாதார் ஆகியோர் எவ்விதக் கருணையும் இன்றிப் பணி நீக்கம் செய்யப்படுவர் என்று கூறினார். கைதிகள் இனிமேல் உணவிற்கு ஒன்றாக வரக்கூடாது, அவர்கள் தனித்தனியாகத்தான் உட்காரவேண்டும், ஒருவரது நிழல் இன்னொருவர் மேல் படக்கூடாது என்று கண்டிப்பான உத்தரவுகளைப் போட்டு விட்டுச் சென்றார். சதியில் ஈடுபட்டவர்களுக்கு இதன் காரணம் என்னவென்று தெரியும். இரண்டு நாட்கள் கழித்துத் தனக்கு நம்பிக்கையான 'நாகரிக' அரசியல் கைதிகளிடம் அந்தக் கடிதத்தைக் குறிப்பிட்டுப் பேசினாராம். அந்தக் கடிதம் எப்படி மேலே போயிற்று, யார் எடுத்துச் சென்றார்கள் என்று கேட்டாராம். அதைக் காட்டிலும் முட்டாள்தனமான காரியம் வேறு எதுவும் இல்லை என்று அந்த நாகரிகக் கைதிகள் எங்களிடம் கூறினார்கள். அதுமட்டு மல்லாமல் அதைப் பிரசுரித்த பெங்காலி பத்திரிகை மீது வழக்கு போடப்பட்டு அதன் அச்சகம் மூடப்பட்டுவிட்டது என்றும் அவர்கள் சொன்னார்கள். "ஹோதிலாலின் முட்டாள்தனத்தால் அந்த பெங்காலி பத்திரிகைக்கு இரண்டு அல்லது மூன்று லட்ச ரூபாய் நஷ்டம். அதுமட்டுமல்லாமல் அதன் பின்விளைவாக நாம் எல்லோரும் இங்கு கடுமையான தண்டனைக்கு உள்ளாகப் போகிறோம். பொய்யான குற்றச்சாட்டு கூறியதற்காக ஹோதிலால் தண்டிக்கப் படுகிறார். நாமும் தண்டிக்கப்படுகிறோம். இது எவ்வளவு ஒரு பொறுப்பில்லாத செயல்" என்று அவர்கள் எங்களிடம் கூறினார்கள். மிஸ்டர் பாரி கூறியதை அப்படியே எங்களிடம் வந்து ஒப்பித்தார்கள். அவர் சொன்னது எங்களை அடைந்து பயமுறுத்தும் என்று அவருக்கு நிச்சயம் தெரியும்.

மிஸ்டர் பாரியின் எதிரொலிகள்

ஆனால் இந்த நாகரிக அரசியல் கைதிகள் தங்களுடைய துன்பங்களை அந்தக் கடிதம் வெளி உலகத்திற்குச் சொன்னது என்ற உண்மையை மறந்துவிட்டார்கள். அவர்கள் கண்டித்த இதே செயலை அவர்களுக்கு வாய்ப்புக் கிடைக்கும்போது செய்தார்கள். ஹோதிலாலைக் கண்டித்து மிஸ்டர் பாரியைத் திருப்திப்படுத்த முயன்ற அதேவேளையில், அந்தக் கடிதம் பத்திரிகையில் பிரசுரிக்கப்பட்டதன் மூலமாகத் தங்களுக்கு ஏதேனும் விடிவு கிடைத்தால், அதனையும் வரவேற்கத் தயாராக இருந்தார்கள். எல்லா அரசியல் கைதிகளும் ஹோதிலாலை அவரது தைரியமான செயலுக்காகப் பாராட்டத் தயங்கவில்லை.

பின்விளைவுகளைப் பற்றிக் கவலைப்படாமல் அவர்கள் அதனைச் செய்தனர். அப்படிப் பாராட்டும்போது அதனை எதிர்த்தவர்களிடம், இதனால் நமக்கு இழக்க எதுவும் இல்லை; மாறாக நன்மைதான் கிடைக்கும் என்று கூறினார்கள். ஏனென்றால் சிறையில் உள்ள அதிகாரிகள் ஏற்கெனவே நம்மை மிகவும் கொடூரமாகத்தான் நடத்தி வருகிறார்கள். இதற்குமேல் நம்மைக் கொடுமைப்படுத்த எதுவுமில்லை. அந்த மனிதாபிமானமற்ற தண்டனைகளுக்கு முற்றுப்புள்ளி வைக்க வேண்டும் என்றால் உலகத்திற்கு இந்தக் கொடுமைகளைத் தெரியப் படுத்தவேண்டும். அதற்கு இப்போது இந்தத் துன்பங்களைத் தாங்கிக் கொள்ளத்தான் வேண்டும். இது ஒரு தனிமனிதனின் பிரச்சினை அல்ல. இது இங்குள்ள அனைத்து அரசியல் கைதிகளின் எதிர்காலத்தையும் பாதிக்கும் ஒரு விஷயம்.

அரசியல் கைதிகள் என்ற ஒரு பிரிவு

அரசியல் கைதிகளில் முதல் குழு அந்தமானுக்கு நாடுகடத்தப்பட்ட பிறகு இந்தியாவில் நிலவிய சூழ்நிலை மேலும் பல அரசியல் கைதிகளை உருவாக்கியது. அவர்கள் 10 அல்லது 20 என்ற எண்ணிக்கை கொண்ட குழுக்களாக வந்தது வளர்ந்துகொண்டே போய் நூற்றுக்கணக்கிலும் ஆயிரக் கணக்கிலும் கைதிகளாக அந்தமானுக்கு வரத் தொடங்கினர். அதனால் முன்பே கைதாகி இங்கு வந்தவர்கள் எதிர்த்துப் போராடியதன் காரணமாகப் பின்னால் வந்தவர்களுக்கு ஓரளவு தண்டனையின் இறுக்கம் குறைந்திருந்தது என்பது வெளிப்படையான விஷயம். ஒன்று, அவர்கள் துன்பத்தை ஏற்றுக் கொள்ளவேண்டும் அல்லது எதிர்த்துப் போராடவேண்டும். அப்படி இருக்கும்போது இப்போது நாமே போராடி அதன் விளைவுகளை ஏன் நாமே சந்திக்கக்கூடாது? நமக்குப் பின் வருபவர் களுக்குப் பாதையை ஏன் எழுதக்கூடாது? அரசியல் கைதிகளை ஒரு தனிப்பிரிவாக மாற்றி, அவர்களது நிலையை மேம்படுத்த நாம் ஏன் போராடக்கூடாது? இது எங்களுக்குள்ள ஒரு உன்னதமான விரிவான செயல் என்றே கூறுவேன். இது, அரசியல் கைதிகளுக்கு மட்டு மில்லாமல், எல்லாக் கைதிகளின் துன்பங்களையும் குறைப்பதற்காக நடத்தப்பட்ட போராட்டம்.

எல்லோருடைய நிலையையும் மேம்படுத்தவேண்டும்

சிறையில் நிலவிய பொதுவான நிலவரங்களை மேம்படுத்தவே நாங்கள் போராடினோம். எப்படியெல்லாம் போராட முடியுமோ அப்படியெல்லாம் போராடினோம். கடிதங்கள், மனுக்கள், வேலை நிறுத்தங்கள், ஒத்துழையாமை என்று பின்விளைவுகளைப் பற்றிக்

கவலைப்படாமல் எல்லாவற்றையும் உபயோகித்தோம். இதன் விளைவாகப் பெரிய பலன் எதுவும் உடனடியாகக் கிடைக்கவில்லை என்றாலும், நாங்கள் கடமைபோலப் போராடத் தயாராக இருந்தோம். இது அரசியல் கைதிகளின் மனதில் பெரிய தாக்கத்தை ஏற்படுத்தியது. அவர்கள் ஹோதிலால் செய்த தைரியமான செயலை வெளிப்படையாக ஆதரித்தார்கள். அவர் கல்கத்தாவுக்குக் கடிதத்தை அனுப்பியது சரியான காரியம் என்று அவருக்காக ஆதரவு தெரிவிக்கப் பெரிய அளவில் கூடினார்கள். அந்தக் கடிதத்தைப் பற்றிய இந்தப் பேச்சும் உற்சாகமும் கிட்டத்தட்ட இரண்டு வாரங்களுக்கு நீடித்தன. ஆரம்பகால பேச்சுகள் முடிந்தபின்பு, அந்தக் கடிதத்தை அனுப்பியது யார் என்று தெரிந்துகொள்ள மிஸ்டர் பாரி வேறு சில உத்திகளைக் கையாள ஆரம்பித்தார். அவர் எங்களிடம் வந்து, ''நாங்கள் என்ன செய்யமுடியும்? இங்கு நடப்பவை எல்லாம் இந்திய அரசின் உத்தரவுப்படி நடக்கின்றன'' என்று கூறுவார். ஒருமுறை அவர் என்னிடம், ''இங்கே பாருங்கள், அந்த ஹோதிலால் செய்த காரியத்தின் விளைவாக அந்த பெங்காலி பத்திரிகை மூடப்பட்டுவிட்டது. அந்தக் கடிதத்தின் காரணமாகத் தான் அரசு அந்த பிரஸ்ஸை மூடியது'' என்று கூற, நான், ''அது ஏன் என்று எனக்கும் புரியவில்லை. அந்தச் செய்தி பொய்யாக இருக்கும் என்று நினைக்கிறேன். அப்படியே அது உண்மையாக இருந்தாலும் அதற்காக மற்ற பதிப்பாளர்கள் அதுபோன்ற உண்மையான செய்திகளை வெளியிடாமல் இருக்கக்கூடாது. அரசு ஒன்றல்ல, பத்து பிரஸ்களை மூடலாம். ஆனால் இங்குள்ள அரசியல் கைதிகளின் நிலைமையை மேம்படுத்த உதவுமானால் அதைப் பொறுத்துக் கொண்டே ஆகவேண்டும். இங்குள்ள நிலைமைகளை மேம்படுத்த அது ஒன்றுதான் வழி. அந்தக் கடிதத்தில் குறிப்பிடப்பட்டுள்ள விஷயங்களைக் கருத்தில்கொண்டு அரசாங்கம் விசாரணை மேற்கொண்டிருக்கவேண்டும். அந்தக் குற்றச்சாட்டுகள் உண்மை என்றால் அந்தக் குறைகளை நீக்குவதற்கான நடவடிக்கைகளை எடுக்கவேண்டும். ஒருவேளை அவை தவறு என்று நிரூபணமானால் அந்தப் புகாரை கூறிய ஹோதிலால் மீது கடும் நடவடிக்கை எடுத்திருக்கவேண்டும். பிரஸ்ஸை பறிமுதல் செய்வதினால் என்ன பலன்'' என்று சொல்லி முடித்தேன்.

ஆனால் உண்மையிலேயே அந்த பிரஸ் பறிமுதல் செய்யப்பட்டதா? அதனை எப்படி நாம் தெரிந்து கொள்வது? இந்தியாவில் இருந்து எந்தச் செய்தியையும் பெறுவது மிகவும் கஷ்டமாக இருந்தது. தங்கள் குடும்பங்களைப் பற்றி, தாங்கள் வந்த பிறகு தங்களுடைய சொத்துக்கள் என்ன ஆயிற்று என்பதையெல்லாம் தெரிந்துகொள்ள

அரசியல் கைதிகள் எப்போதும் ஆவலாக இருந்தார்கள். ஆனால் அவர்களது தேசத்தைப் பற்றியும், அதனுடைய அரசியல் நிலையைப் பற்றியும், அவர்கள் பங்குகொண்ட போராட்டத்தின் தற்போதைய நிலையைப் பற்றியும் தெரிந்துகொள்ள அவர்கள் அதையும்விட ஆர்வமாக இருந்தார்கள்.

என் தேசம் எப்படி இருக்கிறது?

அதுதான் பல அரசியல் கைதிகளின் மனதிலும் இருந்த கேள்வி. நான் வரும்போது அங்கே புரட்சி செய்யும் கட்சி நன்கு வளர்ந்து கொண்டிருந்தது. ஆனால் இப்போது அரசியல் கைதிகள் எல்லாம் தண்டிக்கப்பட்டுச் சிறைக்கு அனுப்பப்பட்ட பின் அதன் நிலைமை எவ்வாறு இருக்கிறது? அரசியல் அதிகாரத்தால் நசுக்கப்பட்டு அழிக்கப்பட்டுவிட்டதா? அதிகாரவர்க்கத்தின் கடைக்கண் பார்வையைப் பெற்ற மற்ற அரசியல் கட்சிகள், தேசத்தின் விடுதலைக்காக ஏதேனும் செய்கின்றனவா? இந்தச் செயல்களை தெரிந்துகொள்ள நாம் என்ன செய்யவேண்டும்? ஒரு அரசியல் கைதி இன்னொரு அரசியல் கைதியைச் சந்திக்கும்போது கேட்கும் முதல் கேள்வி, இப்போது நம் நாடு எப்படி இருக்கிறது என்பதுதான். ஏதேனும் ஒரு சிறு தகவல் கிடைத்தாலும் அதை நாள்முழுக்க, சிறு குழுக்களாக விவாதித்துக்கொண்டிருப்போம். இங்குள்ள இளைஞர்களின் மனதில் அப்பேற்பட்ட ஆர்வம் இருந்தது. நாட்டில் உள்ள அரசியல் நிலைமை அவர்களது தனிப்பட்ட பிரச்சினைகளைப் பின்னுக்குத் தள்ளிவிட்டது. ஒரு காதலன் தன் காதலியைப் பற்றித் தெரிந்துகொள்ள எப்போதும் ஆர்வமாக இருப்பார். நம் அரசியல் கைதிகளோ தாங்கள் தொண்டுபுரிந்து தியாகம் செய்த தங்கள் தாய்நாட்டைப் பற்றித் தெரிந்துகொள்ள ஆர்வமாக இருந்தனர். கடிதங்கள் செய்தித்தாள்கள், எதுவும் அவர்களுக்குக் கிடைக்காது. அரசியல் செய்திகளும் அவர்களுக்குத் தடைசெய்யப்பட்டிருந்தன. அதனால் செய்திகளைத் தெரிந்து கொள்வதில் அவர்களுக்குப் பெரிய ஆர்வம் இருந்தது.

சலான் மூலம் செய்தி

ஆனாலும் அவர்கள் செய்திகளைப் பெற பல்வேறு உத்திகளைக் கையாண்டார்கள். செய்திகளைப் பெறும் ஒரு மூலமாக சலான் இருந்தது. ஒவ்வொரு மாதமும் நாடுகடத்தப்பட்ட கைதிகள் அந்தமான் செல்லுலர் ஜெயிலுக்கு வருவதற்காக அந்தமானின் கடற்கரையில் வந்து இறங்குவார்கள். ஒரு குழுவில் 50 பேர் இருப்பர். வந்து இறங்கிய முதல் ஒரு மாத காலத்திற்கு துணை

அதிகாரிகளும் வார்டன்களும் ஜமாதார்களும் அவர்களை நன்றாகக் கவனித்து நல்ல பெயர் வாங்கிக் கொள்வார்கள். தங்கள் கிராமத்தி லிருந்தும் நகரத்திலிருந்தும் வந்திருக்கும் கைதிகளிடமிருந்து தங்கள் ஊரைப்பற்றி ஏதேனும் தகவல் கிடைக்காதா என்று முயற்சிப்பார் கள். ஒரே ஊர், ஒரே மொழி என்றால் அவர்களுக்கிடையே ஒரு பந்தம் உண்டாகும். தனது உறவினர்கள் மற்றும் நண்பர்களைப் பற்றி ஏதேனும் தெரிந்துகொள்ள வசதியாக இருக்கும். நம் ஊரைச் சேர்ந்த, நம் மொழியைப் பேசக்கூடிய ஒரு ஆளைப் பார்த்தால் நமக்கு ஒரு ஆர்வம் ஏற்படத்தான் செய்யும். கணவன் வீட்டில் இருக்கும் பெண்களுக்குத் தன் பிறந்த வீட்டிலிருந்து யாரேனும் வந்தால் எப்படிப்பட்ட மகிழ்ச்சியைக் கொடுக்குமோ அது போன்றது இது. இந்தியா மட்டுமல்லாமல் ஐரோப்பாவிலும் பெண்களுக்கு இருக்கக்கூடிய உணர்வுதான். இந்தியாவிலிருந்து நாடு கடத்தப்பட்டு நாங்கள் இங்கு தனிமைச் சிறையில் எங்கள் வாழ்வைக் கழிக்கவேண்டும் என்ற தண்டனைக்கு ஆளாகி வந்திருக்கிறோம். அதனால் இங்கு யாராவது வெளியிலிருந்து வந்தார் என்றால், பல ஆண்டுகளை இங்கே கழித்த எங்களுக்கு அப்படிப்பட்ட ஆர்வம் ஏற்படுவது இயல்பே. எங்கள் பந்தத்தைக் குறித்து நாங்கள் செய்யும் முழக்கம் என்னவாக இருக்குமென்றால், 'என் நாட்டைச் சேர்ந்தவன், என் ஊரைச் சேர்ந்தவன்.'

என் நாட்டைச் சேர்ந்தவன், என் ஊரைச் சேர்ந்தவன்

சில்வர் ஜெயிலுக்குப் புதிதாக வருபவனை ஏற்கெனவே அங்கிருப்பவர்கள் இப்படிச் சொல்லித்தான் அழைப்பார்கள். வருபவர்களுக்கும் அது கேட்பதற்கு இனிமையாக இருக்கும். அவர்களை நாங்கள் மூல்கி என்று அழைப்போம். அதற்கு எங்கள் ஊரைச் சேர்ந்தவன் என்று பொருள். இன்றிருக்கும் பிரிவுகளைவிட மொழிவாரியான பிரிவுகள் இயல்பானவை என்பது எங்களுக்கு இந்தச் சிறையில் புரிந்தது. மகாராஷ்டிராவில் இருந்து வந்த ஒரு மராத்தி பேசும் மகர் ஜாதி மனிதரை ஒரு மராத்திய பிராமணர் தனது சகோதரராகப் பாவிப்பார். அவர் தனது ஊரில் தீண்டத்தகாதவராக இருப்பார். ஆனால் இங்கு அவருக்கு எல்லா உதவிகளும் கிடைக்கும். ஜாதிகளை மீறி இங்கு இந்த சகோதரத்துவம் நிலவியது. இந்தியாவில் இருந்து எப்போது ஒரு புது சலான் இங்கு வந்து இறங்கினாலும் இங்குள்ள அரசியல் கைதிகள் தங்களுடைய சொந்த பந்தங்களைக் குறித்து விசாரிப்பர். ஆனால் அதற்குமுன் அவர்கள் தங்கள் தாய்நாட்டில் நிலவிவரும் அரசியல் சூழ்நிலைகளைக் குறித்துத் தெரிந்து கொள்வர்.

அந்தக் குழுவில் பெரும்பாலான ஆட்களுக்கு இந்தியாவில் நடக்கும் அரசியல் புரட்சி குறித்து ஏதும் தெரிந்திருக்காது. அதனால் அரசியல் கைதிகளுக்குத் தேவைப்படும் தகவல்களை அவர்களால் வழங்க இயலாது. பெரிய அரசியல் வழக்கு ஏதேனும் நடந்து, அப்போது அதே நீதிமன்றத்தில் பல்வேறு குற்றங்களுக்காக வழக்கு நடந்து, அல்லது நீண்ட காலத்துக்கு ஒரே சிறையில் அரசியல் கைதிகள் அடைக்கப்பட்டிருந்து, அப்போது அவர்கள் காதில் ஏதேனும் செய்திகள் விழுந்திருந்தால், அவர்கள் இங்கே அரசியல் கைதிகளாக வரும்போது, அவர்கள் மூலமாக இங்கிருக்கும் கைதிகளுக்கு முக்கியமான தகவல்கள் அரைகுறையாகக் கிடைக்கும். அதுகூட அரைகுறையாகதான் இருக்கும். அந்தக் குழுவில் படித்த யாரேனும் இருந்தால் அவரிடமிருந்து தகவல்களைக் கறப்பது கடினம். அவர் எந்தப் பிரிவில் அடைக்கப்பட்டிருக்கிறார் என்று தெரிந்து அரசியல் கைதிகள் அங்கு சென்று அவரைத் தொடர்பு கொண்டு தகவல் ஏதும் இருக்கிறதா என்று கேட்பார்கள். அல்லது யார் மூலமாவது வாய்மொழியாகக் கேட்டு அனுப்புவார்கள். அவர் ஏதேனும் சொல்லும் வரை அவரை ஓய விட மாட்டார்கள். அதற்காக அவரை தாஜா செய்வார்கள். அவர் செய்யவேண்டிய நார் உரிக்கும் பணியை அவருக்குப் பதில் செய்து உதவுவார்கள். எல்லாம் அவரிடமிருந்து செய்திகளைப் பெறத்தான். ஆனால் படித்த கைதிகளுக்குக்கூடப் பல நேரம் அரசியல் செய்திகளைப் பற்றி எதுவும் தெரிந்திருக்காது. நாங்கள் ஏதேனும் அரசியல் கட்சி மற்றும் அது நடத்தும் போராட்டம் குறித்துக் கேட்டால் பதில் சொல்ல முடியாமல் விழிப்பார்கள். அதைப் பற்றித் தனக்கு எதுவும் தெரியாது என்பார்கள். அது இங்குள்ள அரசியல் கைதிகளின் உற்சாகத்தைக் குறைக்கும். பெரிய அரசியல் தலைவர்கள் யாரேனும் கைதானால் அதுகுறித்த விவரங்களையோ அல்லது சக்கரவர்த்தி இந்தியாவுக்கு வருவதைப் பற்றியோ அவர்கள் கூறுவார்கள். சக்கரவர்த்தி வந்திருந்தார், டெல்லியில் மிகப்பெரிய நிகழ்ச்சி நடந்தது, ஒரு பெரிய பிரபு கொல்லப்பட்டார் போன்ற வற்றையே அவர்கள் கூறுவார்கள். இது இந்தியா முழுக்கப் பரவிய செய்தி என்பதால் அவர்களுக்குத் தெரிந்திருக்கும். இதைத் தவிர அவர்களுக்கு இந்தியத் தேசிய காங்கிரஸ் பற்றியோ அல்லது சுதேசி பற்றியோ சுயராஜ்ஜியத்திற்கான போராட்டத்தைப் பற்றியோ, இம்பீரியல் லெஜிஸ்லேடிவ் கவுன்சில் பற்றியோ ஏதும் தெரிந்திருக்காது. இது என் முதல் 5 வருட சிறை வாழ்க்கை அனுபவம். பின்னர் என்ன மாற்றம் வந்தது என்பதை இந்தப் புத்தகத்தின் பிற்பகுதியில் கூறுகிறேன்.

சலான்களிடமிருந்து தகவலைப் பெற நாங்கள் கையாண்ட சில உத்திகளைப் பற்றி இங்குக் கூறுகிறேன். இந்தியாவிலிருக்கும் சில அரசியல் கைதிகள் அந்தமானுக்குச் செல்லும் கைதிகளிடம் கடிதங்களைக் கொடுத்துவிட்டு அதை சில்வர் ஜெயிலில் இருக்கும் தங்கள் நண்பர்களிடம் கொடுக்கச் சொல்வார்கள். அத்தகைய கடிதங்கள் அதிகாரிகளிடம் கண்காணிப்பில் மாட்டிக்கொள்ளும் என்பது அவர்களுக்கு நன்றாகத் தெரியும். எனவே அவர்கள் அந்தக் கடிதங்களைப் புத்தகங்களுக்கிடையே வைத்து மறைத்து எடுத்து வருவார்கள். அந்தப் புத்தகங்கள் அதற்கெனவே தனியாக பைண்ட் செய்யப்பட்டிருக்கும். அதனால் கடிதம் உள்ளது வெளியே தெரியாது. அந்தப் புத்தகத்துடன் கடிதமும் சம்பந்தப்பட்ட அரசியல் கைதிக்கு முறையாகச் சென்று சேர்க்கப்படும்.

பேட்ஜுக்குப் பின்னால் ஒரு கடிதம்

அந்த உத்தி கொஞ்ச நாட்களுக்குப் பயன்பட்டது. பிறகு அதனைக் கண்டுபிடித்துவிட்டார்கள். அதன்பிறகு நாங்கள் வேறு ஒரு உத்தியைக் கையாண்டோம். அது பேட்ஜ் பின்னால் கடிதத்தை மறைத்து எடுத்து வருவது. ஒரு கைதி, கைதியின் எண் பொறிக்கப் பட்ட தன் பேட்ஜை மார்பில் அணிந்திருக்கவேண்டும். அந்த இரும்பு பேட்ஜின் பின்புறம்தான் கடிதம் எழுதப்பட்டது. வெளியில் இருந்து பார்த்தால் அது தெரியாது. இதனால் தகவல் பாதுகாப்பாக சரியான நபரிடம் தெரிவிக்கப்படும். 7 ஆண்டுச் சிறைத் தண்டனை அனுபவித்துக்கொண்டிருந்த பஞ்சாப்பைச் சேர்ந்த ஒரு பெரிய தலைவரின் மகன் எனக்கு பஞ்சாப் சிறையிலிருந்து ஒரு கடிதத்தை இதே முறையில் அனுப்பி இருந்தார். அந்தமான் சிறைக்கு வருவதற்கு முன்பு பஞ்சாப் சிறையில் இருந்த ஒரு கைதி மூலம் அதனை அனுப்பி இருந்தார். அவரை 50 தடவைக்கு மேலே அதிகாரிகள் பரிசோதனை செய்தும், நிர்வாணமாக்கித் தேடியும், அவரிடமிருந்து எதுவும் கிடைக்கவில்லை. அது என்னிடம் பாதுகாப்பாக வந்து சேர்ந்தது. யாரும் அந்த இரும்பு பேட்ஜை சந்தேகப்படவில்லை. அந்த பேட்ஜ் பின்னால் எழுதியிருந்ததை அந்தக் கைதி அழியாமல் பத்திரமாகப் பார்த்துக்கொண்டார். இங்கே வந்ததும் அதனை என்னிடம் கொடுத்தார். நான் அதனைப் படித்துப் பிறகு அழித்துவிட்டு அவரிடம் திருப்பிக் கொடுத்தேன். இந்தச் செய்தி சிறையிலிருந்த அனைத்துக் கைதிகளுக்கும் பரவியது. இதுபோலத் தகவல்களைக் கொண்டு வருவதற்கு சலான்கள் பெரிதும் உதவிகரமாக இருந்தனர். ஆனால் தகவல்கள் முழுமை யாக இருக்கவில்லை. எங்களுக்குத் தெரிந்து கொள்ளவேண்டிய

விஷயங்களை அது முழுமையாகத் தரவில்லை. இது ஒரு சிக்கலாக இருந்தது. நான் இருந்த காலத்தில் சிறையில் ஒரு சிறு துண்டு செய்தித்தாளைக்கூடக் காணமுடியாத நிலை இருந்தது. இந்தச் சிறையில் ஒரு யானையைக்கூட உள்ளே கொண்டு வந்துவிடலாம். ஆனால் ஒரு செய்தித்தாளைக் கொண்டுவருவது இயலவே இயலாது. யானையைக் கொண்டு வந்தததற்குக்கூட மன்னிக்கப்படலாம், ஆனால் செய்தித்தாளை கொண்டு வந்ததற்கு மன்னிப்பே கிடையாது. அதனால் அந்தச் சூழ்நிலையில் எவ்வளவு சிறிய செய்தித்தாள் உள்ளே கொண்டுவரப்பட்டாலும் அதைக்கொண்டு நாங்கள் திருப்தி அடைவோம். சில அரசியல் கைதிகள் அதிகாரிகளுக்கு ஒரு இடத்திலிருந்து இன்னொரு இடத்திற்கு வண்டிகளை ஓட்டிச் செல்வர். அவர்கள் குப்பைகளை அதிகாரிகளின் வீட்டிலிருந்து கொண்டு சென்றுவிடுவர். அதற்குக் காரணம் அதில் ஏதாவது பழைய செய்தித்தாள் அல்லது அதன் துண்டங்கள் இருக்காதா என்ற நப்பாசைதான். அதிலிருந்து கிடைக்கும் செய்தித்தாள் துண்டுகளை அவர்கள் ரகசியமாகச் சிறைக்குக் கொண்டுவருவார்கள். அதனை சிறையில் இருக்கும் கழிவுநீர்க் குழாயில் ஒளித்து வைப்பார்கள். பிறகு யாரும் இல்லாத நேரத்தில் அதனை எடுத்துப் படிப்பார்கள். அதில் ஏதேதோ செய்திகள் எல்லாம் இருக்கும். அதைப் படிப்பதே நகைச்சுவையாக இருக்கும். ஒன்றில் எடின்பரோ பற்றி இருக்கும். இன்னொன்றில் இங்கிலாந்தில் நடைபெறும் கிரிக்கெட் பற்றி இருக்கும். வேறொன்றில் தொடர்கதை இருக்கும். பழைய ஷூ சுற்றப்பட்ட காகிதம் இருக்கும். சில சமயம் சலவைக்காரருக்குக் கொடுத்த துணியின் பட்டியல் எழுதப்பட்ட காகிதம்கூட இருக்கும். ஆனால் இதிலெல்லாம் இந்தியாவைப் பற்றிய செய்தி எதுவும் இருக்காது. டைம்ஸ் ஆஃப் இந்தியா அல்லது 'லண்டன் வயர்' செய்தித்தாளின் துண்டுகள் கிடைக்கும். ஆனால் அவற்றைப் படித்து உங்களுக்கு ஏமாற்றமே மிஞ்சும்.

வெளிநாட்டுச் செய்தித்தாள்

சில சமயம் இதுபோலச் சிறைக்குள் கொண்டுவரப்படும் செய்தித்தாள் துண்டுகள், நாங்கள் எதிர்பாராத ஆச்சரியமான தகவல்களைக் கொடுக்கும். அப்படி ஒரு கட்டுரை இந்தியப் புரட்சியாளர்களைப் பற்றி 'லண்டன் டைம்ஸ்' பத்திரிகையில் சர் வாலண்டைன் சிரோல் எழுதியது. இன்னொன்று காங்கிரஸ் தலைவரின் உரை ஒன்று முழுவதுமாகக் கொடுக்கப்பட்டிருந்தது. என் நினைவில் இருப்பது சரியானால், அது தூத்துக்குடி வழக்கைப் பற்றிய செய்தி என்று நினைக்கிறேன். அது கிடைத்தவுடன்

அவர்கள் ஆர்வத்துடன் என்னிடம் கொடுத்தார்கள். இப்படிப்பட்ட செய்திகள் எங்களுக்குக் கிடைத்துக் கொண்டிருந்த காரணத்தால், அதற்கெனப் பல மாதங்கள் கஷ்டப்பட்டுக் குப்பைகளை அதிகாரிகளின் வீட்டிலிருந்தும் சிறையிலிருந்தும் கொண்டு சென்று பணிபுரிந்ததெல்லாம் அரசியல் கைதிகளுக்கு ஒரு பெரிய விஷயமாகப் படவில்லை. இத்தகைய வெளிநாட்டுச் செய்தித்தாள்கள் அதிகாரிகளுடைய பங்களாவின் கழிப்பறையில் கொட்டப்பட்டிருக்கும். தினசரி வரும் 'டைம்ஸ்' அங்கே இருக்கும் அல்லது அதிகாரிகள் படித்த பின் அவற்றைத் தூக்கி வீசி இருந்திருப்பார்கள். அங்கே சுத்தம் செய்யும் பணியாளருக்கு லஞ்சம் கொடுத்து அரசியல் கைதிகள் அவற்றைக் குப்பை வண்டியில் போடச் சொல்வார்கள். பிறகு அவற்றை எடுத்துக்கொண்டு எங்களிடம் கொண்டுவந்து தருவார்கள்.

சில சமயம் வெளிநாட்டுப் பத்திரிகைகளோடு உள்நாட்டுச் செய்தித்தாள்களும் எங்களுக்குக் கொண்டுவரப்படும். எங்களோடு இணைக்கப்பட்டிருந்த தொழிற்சாலையில் இத்தகைய செய்தித்தாள்கள் மற்றும் கட்டுரைகள் பயன்படுத்தப்பட்டன. தொழிற்சாலை பார்சல்கள் காகிதத்தால் மூடப்பட்டுக் கொண்டுவரப்படும். கைதிகள் அந்தக் காகிதங்களை எடுத்துக்கொண்டு வருவார்கள். அதில் இந்தியா பற்றி ஏதாவது குறிப்பிட்டிருந்தால் போதும், உடனே அதை எடுத்துக்கொண்டு அரசியல் கைதியிடம் கொண்டு வந்து கொடுப்பார்கள். அத்தகைய காகிதங்கள் பெரும்பாலும் மிகவும் அழுக்காக இருக்கும். குப்பையில் வைக்கோல் ஒட்டிக் கிடக்கும். காய்ந்த தேங்காய்ச் சிரட்டைகளின் துணைகொண்டு அவற்றைத் தரையில் விரித்து வைத்துக்கொண்டு படிப்போம். அப்படியும் படிக்கமுடியாது. அப்படிப் படித்ததில் ஒன்று, இலவச மற்றும் கட்டாயக் கல்வி மசோதா தாக்கலின்போது கோகலே அவர்களின் கடைசி உரை. இந்த மசோதாவிற்கு எதிர்ப்புத் தெரிவித்த அரசாங்கத்தைக் கடிந்து அவர் பேசியிருந்தார். அதேபோல அந்த மசோதா இம்பீரியல் லெஜிஸ்லேடிவ் கவுன்சிலில் நிறைவேற்றப்பட்டது என்பதையும் இதேபோல் கிடைத்த செய்தித்தாளில் அறிந்து கொண்டோம். எங்கள் மனம் மகிழ்ச்சியில் ஆழ்ந்தது. இந்தியாவில் இலவச மற்றும் கட்டாயக் கல்வி எல்லோருக்கும் இப்போது கிடைக்கும். இது இந்தியாவில் கல்வி அறிவை வளர்க்கும். புதிதாகத் திறக்கப்பட்ட ஒரு மில், நீக்கப்பட்ட ஒரு பழைய வரி, நடந்து கொண்டிருக்கும் ஒரு விசாரணை, புரட்சியாளர்களின் நடவடிக்கைகள், நடந்த கலவரங்கள், புதிதாக வெளியிடப்பட்ட புத்தகங்கள், வளர்ந்துவரும் ஒரு கவிஞர், இப்படிப் பலதரப்பட்ட

செய்திகள் எங்கோ அந்தமானில் இருந்த எங்களுக்கு எட்டிக் கொண்டிருந்தன. இது ஏதோ ஒருவிதத்தில் எங்கள் நாட்டுடன் நாங்கள் தொடர்பு கொள்வது போன்ற உணர்வை எனக்குக் கொடுத்தது. அரசியல் கைதிகளுக்கு இதுபோன்ற செய்திகளை, அது நல்லதாக இருந்தாலும் கெட்டதாக இருந்தாலும் தெரிந்து கொள்ள வேண்டும் என்ற ஆர்வம் இருந்தது. அந்தமானின் அந்தத் தனிமைச் சிறையில் அந்தச் செய்திகளைப் பற்றி நாங்கள் விவாதிப்போம். இந்தியாவிலிருந்து நாடு கடத்தப்பட்டாலும் எங்கள் சிந்தனை யெல்லாம் இந்தியா பற்றியே இருந்தது. எங்கள் தாய்நாட்டிலிருந்து நாங்கள் பிரிக்கப்பட்டாலும் நாங்கள் அதனை மறக்கவே இல்லை. தேசத்தைப் பற்றிய சிந்தனையிலும் தேசத்தைப் பற்றிப் படிப்பதிலும் எங்கள் தனிப்பட்ட சோகங்களை மறந்தோம். இப்படிச் செய்திகளைத் தெரிந்துகொண்டு இந்தச் சிறையில் எங்கள் நாட்களை நாங்கள் ஓட்டினோம்.

இன்னொரு தகவலுக்கான மூலம்

சலான் மற்றும் மெயில் இவற்றைத் தவிர நாங்கள் வெளி உலகோடு தொடர்புகொள்ள இன்னொரு வழியைக் கண்டுபிடித்தோம். அந்தமானில் குடியேறியிருக்கும் இந்தியர்களிடையே வேலை செய்ய இங்கிருக்கும் சில கைதிகளை அனுப்புவார்கள். அந்தக் குடியிருப்புவாசிகள் எங்கள் மீது மிகுந்த கருணை கொண்டவர்கள். ஆனால் அவர்கள் தொடர்ந்து செய்தித்தாள் படிக்கும் பழக்கம் உடையவர்கள் அல்ல. எங்களுக்காக அவற்றைப் படிக்க அவர்கள் ஒத்துக்கொண்டாலும் அதிலுள்ள தகவல்களை அவர்களால் எங்கள் ஆட்களுக்குத் தெரிவிக்க முடியவில்லை. அவர்களுக்கு அதற்கான பழக்கமில்லை. அதில் ஒரு சிலர் எங்களுடன் தொடர்பில் இருந்தார்கள். ஆனால் அவர்கள் முயன்றாலும்கூட சிறையி லிருக்கும் எங்களுக்குக் கடிதங்களைக் கொடுப்பது மிகவும் சிரமமான ஒரு காரியம். ஏனென்றால் அப்படிச் செய்யும்போது மாட்டிக்கொண்டால் அவர்களுக்குக் கடுமையான தண்டனை உண்டு. அவர்கள் பணி நீக்கம் செய்யப்படுவார்கள். வேறு பல துன்பங்களும் அவர்களுக்கு வந்து சேரும். அதனால் அவர்களை அப்படிச் செய்யவேண்டாம் என்று நான் அறிவுறுத்தி இருந்தேன். இருந்தாலும் அவர்களில் சிலர் தங்களுடைய தேசப்பற்றின் காரணமாக ஆபத்தை எதிர்கொண்டு அரசியல் கைதிகளுடன் தொடர்பு கொண்டனர். அவர்கள் இதனை தங்கள் கடமையாகச் செய்தனர். நான் சிறையில் இருந்த முதல் மூன்று வருடம் இவையெல்லாம் நடக்கவில்லை. அப்போது இதைச் செய்ய

நாங்கள் அவர்களிடம் கெஞ்சவேண்டும். அவர்களுக்கு பதிலுக்கு எதாவது செய்ய அரசியல் கைதிகள் கையில் ஒன்றுமில்லை. ஆனால் அவர்கள் தங்களிடம் இருந்த தங்கள் தினப்படி ரொட்டியை அவர்களுக்குக் கொடுத்துச் செய்திகளைத் தெரிந்து கொண்டனர். இதனால் அவர்கள் அரை வயிற்றுக்குத்தான் உண்டனர். அப்போது தான் அவர்களுக்குத் தாய்நாட்டைப் பற்றி ஏதாவது செய்தி கிடைக்கும்.

இந்த மேற்கூறிய வழிகளிலெல்லாம் கிடைத்துக்கொண்டிருந்த செய்திகள் போக, சில சமயம் அதிகாரிகளே சில செய்திகளைக் கூறுவர். மிஸ்டர் பாரி சில செய்திகளை எங்களிடம் கூறியிருக்கிறார். மற்றவர்களும் ஞாபக மறதியினால் அல்லது எங்கள் மீது கொண்ட கருணையினால் சில செய்திகளைச் சொல்லியிருக்கிறார்கள். மிஸ்டர் பாரி எப்போதுமே கெட்ட செய்தியைத்தான் சொல்லுவார். இந்தியாவுக்கு எது கெட்டதோ, எது எங்கள் கொள்கையை பாதிக்குமோ, எது எங்கள் இதயத்தில் துக்கத்தை ஏற்படுத்துமோ, அதைத்தான் அவர் சொல்வார். அதை அவர் மகிழ்ச்சியுடன் வந்து எங்களிடம் பகிர்ந்து கொள்வார். அதைச் சொல்லி, அதற்கு நாங்கள் என்ன பதில் கூறுகிறோம் என்று கவனிப்பார். பிறகு அதைத் தனது டைரியில் கவனமாக எழுதிக் கொள்வார். நாங்கள் அவருக்கு நன்றி சொல்வோம். நல்ல செய்திகள் எங்களுக்குச் சந்தோஷத்தைத் தரும் என்றால், கெட்ட செய்திகள் எங்கள் மன உறுதியை அதிகரிக்கும். கொண்ட கொள்கைக்காக எப்பேற்பட்ட சிக்கலையும் எதிர்த்துப் போராடவேண்டும் என்ற உறுதியை வளர்க்கும். அதற்கு ஒரு உதாரணத்தைக் கூறுகிறேன். இந்தியாவின் மிகச்சிறந்த தேசப் பற்றாளர்களில் ஒருவரான மிஸ்டர் கோகலே இறந்துபோனார். அப்போது மிஸ்டர் பாரி என்னிடம், "மிஸ்டர் சாவர்க்கர், நீங்கள் எப்போதும் ஏதாவது செய்தி உண்டா என்று கேட்பீர்களே, இதோ இப்போது ஒரு செய்தி கொண்டுவந்திருக்கிறேன். கோகலே காலமானார்'' என்று கூறினார்.

கோகலே காலமானார்

நான் மாலையில் உணவருந்த உட்கார்ந்திருந்தபோது அவர் இந்தத் துக்கச் செய்தியைக் கொண்டு வந்தார். எதிர்பாராத அதிர்ச்சிகரமான செய்தி என்பதால் அதனை நம்பவே முடியவில்லை. உடனடியாகக் கண்ணீர் வந்தது. அதைப் பார்த்து மிஸ்டர் பாரி, "அவர் உங்களுக்கு எதிராக அல்லவா இருந்தார்?'' என்று கேட்டார். நான், "இல்லவே இல்லை. அவர் பணியாற்றிக் கொண்டிருந்த கல்லூரியில்தான் நான் படித்தேன். எங்களுக்குள்ளே கருத்து வேறுபாடுகள் உண்டு. ஆனால்

அந்தமான் சிறை அனுபவங்கள் | 211

நாங்கள் எதிரிகள் அல்ல. அவர் ஒரு சிறந்த தேசப்பற்றாளர். இந்தியாவிற்குத் தொண்டுபுரிந்த ஒரு அருமையான மனிதர்'' என்றேன். அதற்கு மிஸ்டர் பாரி, ''உங்கள் விசாரணையின்போது அவருக்கு எதிராகச் சதி செய்ததாகச் சாட்சி கூறப்பட்டது, அப்போது அவரும் நீங்கள் பிடிபட்டுத் தண்டிக்கப்பட்டால் ஒழிய இந்தியாவில் அமைதி இருக்காது என்று கூறினாரே'' என்று கேட்டார். அதற்கு நான், ''தயவுசெய்து இதுபோன்ற வதந்திகளை நம்பாதீர்கள். அதனால் பலன் ஏதும் கிடையாது. நாங்கள் ஒருவருக்கொருவர் மிகவும் அற்புதமான உரையாடல்களை நடத்தியிருக்கிறோம். எங்களிடையே பரஸ்பரம் அன்பும் மரியாதையும் உண்டு. என் வழிமுறை அவருக்கு ஏற்புடையதாக இல்லாமல் இருக்கலாம். அது தேசத்துக்குப் பணி செய்வது குறித்த அவரது கண்ணோட்டத்தில் விளைந்த ஒரு சிந்தனை. ஆனால் அதற்காக அவரது தேசப்பற்றை நான் குறைத்து எடை போடமாட்டேன். இங்கிலாந்தில் புரட்சியாளர்களை எதிர்த்து அவர் பேசியபோது அபிநவ் பாரத மண்டலின் சில உறுப்பினர்கள் அவரைத் தீர்த்துக் கட்டிவிடலாமா என்று கேட்டனர். அவர்களை நான் தீவிரமாகக் கண்டித்தேன். அவருக்கு எந்த ஒரு தீங்கும் நேரக்கூடாது என்று அவர்களிடம் கூறினேன். கருத்து வேறுபாடு கொண்டிருக்கும் ஒரு நபரைத் தாக்குவது என்பது கண்டனத்துக்கு உரியது என்றேன். அதிலும் நம்மைப்போலத் தேசத்திற்குத் தொண்டு புரியும் நம் இனத்தைச் சேர்ந்த நம் ரத்தமான ஒருவரைப் பற்றி அப்படி நினைப்பது தவறு. இந்தச் சிந்தனை மன்னிக்க முடியாத ஒரு குற்றம் என்று கூறி அந்தக் கருத்தை மறுத்தேன். இதற்கு இங்குள்ள என் நண்பர்களே சாட்சி. மிஸ்டர் கோகலேவைப் போல ஒவ்வொரு இந்தியனும் தேசப்பற்றுடன், தியாக உணர்வுடன் இருந்தால் இந்தியா விரைவில் எல்லாத் துறைகளிலும் பன்மடங்கு முன்னேற்றம் பெறும்'' என்றேன்.

நான் கூறியதை மிஸ்டர் பாரி முழுவதுமாகக் குறிப்பெடுத்துக் கொண்டார். அதன்பிறகு அவர் எழுதி வைத்த நீண்ட குறிப்புகளை நான் பார்த்தேன். அந்தக் குறிப்புகளில், 'இந்த மகாராஷ்டிராகாரர்கள் வெளியில் எவ்வளவு வேறுபாடுகளைக் கொண்டிருந்தாலும் உள்ளுக்குள் எல்லோரும் ஒன்றோடு ஒன்றுதான்' என்று ஒரு வினோதமான கருத்தைப் பதிவு செய்திருந்தார்.

இந்தச் சம்பவத்தைக் பற்றிக் கூறும்போது இன்னொரு மிகப்பெரிய இந்தியப் பற்றாளர் ஒருவரைப் பற்றி ஞாபகம் வருகிறது. நான் இங்கிலாந்தில் இருந்தபோது ஹர் தயால் எனக்கு திலகரைப் பற்றி நிறையக் கூறியிருக்கிறார். அவரைப் பற்றிய பின்வரும்

கதையையும் சொன்னார். இந்தியாவில் இருந்தபோது தயால் ஒருமுறை அவரைப் பார்க்க பூனாவிற்குச் சென்றிருந்தார். அதன் பிறகு அவரது எதிரணியில் இருந்த கோகலேவையும் பார்க்கச் சென்றார். இந்தியாவில் உள்ள பல தலைவர்களை அவர் சந்தித்திருக்கிறார். ஒருவருக்கு ஒருவர் குற்றம் சொல்வதை மட்டுமே அவர் அதுவரை கேட்டிருந்தார். ஆனால் திலகர், கோகலே இருவரும் இதுபோன்ற காரியங்களில் ஈடுபடவில்லை. இருவரும் அவர்களுக்கு உரித்தான முறையில் ஹர்தயாலிடம் தங்கள் கட்சியில் சேரச் சொல்லி வற்புறுத்தினார்கள். ஆனால் எதிரணியில் இருந்தவர் களைப் பற்றி ஒரு வார்த்தைகூடக் குற்றம் சொல்லவில்லை. எந்தப் புகாரும் சொல்லவில்லை. அதேநேரம் அவர்களைப் பற்றி மிகவும் புகழ்ச்சியாகத்தான் பேசினார்கள். திலகர், ''கோகலேவை ஒருமுறை பார்த்துவிடுங்கள்'' என்றார். அதேபோல் கோகலே, ''நீங்கள் திலகரைப் பார்த்துவிட்டு வந்தது நல்லது'' என்றார். ''அடுத்த தலைமுறை அவரைத்தான் பின்பற்றிச் செல்லப் போகிறது'' என்றும் சொன்னார் என ஹர்தயால் என்னிடம் கூறினார்.

100ம் 5ம்

ஹர்தயால், ''மகாராஷ்டிரர்களிடம் பொது எதிரியை எதிர்க்க நாம் ஒன்றாக இருக்கவேண்டும் என்ற எண்ணம் ஆழப் பதிந்திருந்தது. இதனை இந்தியாவில் வேறு எங்கும் நான் காணவில்லை. மராட்டியர்கள் தங்களிடையே உள்ள போட்டி பொறாமை எல்லாவற்றையும், தேசம் என்று வந்துவிட்டால் மறந்துவிடுகிறார் கள். இந்தக் கலையை அவர்களது தலைவர்கள் நன்றாக கற்றுக் கொண்டிருக்கிறார்கள். நானும் பல முறை என் வாழ்க்கையில் அனுபவித்திருக்கிறேன்'' என்றார்.

இந்தச் சிறையில் நான் இருந்த முதல் மூன்று வருடங்கள், அரசியல் கைதிகள் இந்தியாவிலிருந்து அந்தமானுக்குச் செய்திகள் கொண்டுவர மிகுந்த கஷ்டப்பட்டார்கள். காலம் போக போக நிலைமையில் முன்னேற்றம் ஏற்பட்டது. இந்தியாவில் இருப்பவர்களுடன் தொடர்பு கொள்வது அதிகமாயிற்று. பழைய முறைகளுடன் பல புதிய முறைகள் சேர்ந்தன. அவற்றைப் பற்றிப் பிற்பாடு விளக்குகிறேன்.

இந்தப் புதிய மூலத்தின் வழியே கிடைத்த செய்திகளைக் கொண்டு நாங்கள் ஒன்று தெரிந்துகொண்டோம். அது பெங்காலி பத்திரிகை ஹோதிலால் கடிதத்தைப் பிரசுரித்ததற்காகப் பறிமுதல் செய்யப் பட்டது என்ற செய்தி மிஸ்டர் பாரியின் கற்பனையில் உருவானது என்பது. அந்தச் செய்தியை அவர் சிறையில் உள்ள அரசியல்

கைதிகளிடம் தனது அடியாட்கள் மூலம் இதைப் பரப்பினார். ஒரு சில நாட்கள் கழித்து எங்களுக்கு அந்தப் பத்திரிகையின் ஒரு பகுதி கிடைத்தது. அதில் அந்தச் செய்தியைப் பிரசுரித்த முதல் செய்தித்தாள் அது என்பதும், இந்தச் சிறையில் கைதியாக நான் எண்ணெய்ச் செக்கில் பணி செய்யச் சொல்லப்பட்டிருக்கிறேன் என்ற செய்தி வெளியிடப்பட்டது என்பதும், அந்தச் செய்தி பிறகு அமெரிக்கச் செய்தித்தாள்களிலும் வெளியானது என்பதும் தெரிந்தது. அந்தப் பகுதியில் இருந்த எங்கள் அபிநவ பாரதத் தொண்டர்கள், அத்துடன் ஒரு கேலிச்சித்திரம் வரைந்து அதனை அங்குள்ள பிரஸ்ஸுக்கு அனுப்பினர். அந்தச் செய்தித்தாள்களை எல்லா இடங்களுக்கும் விநியோகித்தனர். லாகூர் சதிவழக்கின் குற்றவாளி களைக் குறித்துச் சொல்லும்போது, இதன் தாக்கம் இந்தியாவில் எப்படி இருந்தது என்பது பற்றியும் கூறுகிறேன்.

அத்தியாயம் 14

1911ல் நடைபெற்ற முடிசூட்டல் விழாவும் அந்தமான் சிறையில் அதன் தாக்கமும்

போன அத்தியாயத்தில் கூறியதுபோல பெங்காலி பத்திரிகையில் ஹோதிலால் எழுதிய கடிதம் பிரசுரமானது, இங்கிருக்கும் அதிகாரிகளிடையே ஒரு பெரிய கலக்கத்தை ஏற்படுத்தியது. அந்தச் சூழ்நிலை அந்தமான் சிறையில் ஓரளவு நம்பிக்கையையும் ஏற்படுத்தியிருந்தது. சக்கரவர்த்தியின் முடிசூட்டல் தர்பார் டெல்லியில் நடைபெற்ற பின்னர் ஓரிரு மாதங்களில் நான் உட்பட எல்லா அரசியல் கைதிகளும் விடுதலை செய்யப்படுவோம் என்ற ஒரு வதந்தி பரவியது. விழாவிற்கான நாள் டிசம்பர் 1911.

விடுதலை குறித்த நம்பிக்கை

பஞ்ச காலத்தின்போது பட்டினியால் வாடிக் கொண்டிருப்பவர்கள் உணவுக்காகப் பிச்சை எடுப்பார்கள். அப்போது யாரேனும் உணவை விநியோகிக்க வந்தால், அவர்கள் மனது ஒருபுறம் நம்பிக்கையுடனும் மறுபுறம் பயத்துடன் ஊசலாடும். ஒவ்வொருவரும் தனக்குச் சோளம் கிடைக்கும் என்ற நம்பிக்கையுடன் இருப்பர். அதே நேரத்தில் தன் முறை வரும் முன் அது தீர்ந்து விடுமோ என்ற பயமும் அவர்களை நடுங்கவைக்கும். அதனால் மற்றவர்களை முந்திக் கொண்டு வாங்குவதற்கு ஒரு போராட்டம் நடக்கும். தர்பார் பற்றிய செய்தியைக் கேட்டதும் சிறையிலிருந்த எங்களுக்கும் அதே போலத்தான் தோன்றியது அப்போதெல்லாம் எங்களிடையே விழா வருகிறது என்கிற வார்த்தை மிக அதிகமாகப் புழக்கத்தில் இருந்தது. அதன் பொருள் எங்களுக்கு விடுதலை அல்லது தண்டனைக் குறைப்பு

வரப்போகிறது என்பதுதான். இந்தச் செய்தி சிறை முழுக்கப் பரவியது. எல்லாருடைய முகத்திலும் நம்பிக்கையுடன் கூடிய ஒரு பிரகாசம் மின்னியது. தனது நம்பர் விடுதலை ஆகப் போகிறவர்களின் பட்டியலில் வந்துவிட்டதென்றால், சிறையில் இருந்து விடுதலையாக அதற்குமேல் யாரையும் புதிதாக தாஜா செய்யவேண்டாம் என்பது கைதிகளின் மகிழ்ச்சிக்குக் காரணம். ஏனென்றால் பரிந்துரை செய்வதற்கு நல்ல நடத்தைதான் அளவு கோல். அந்த நல்ல நடத்தை என்பதை யார் சொல்வார்கள் என்றால், ஜெயிலிலும் மற்ற சிறை நிர்வாகத்திலும் இருந்த அதிகாரிகள்தான். அதனால் கைதிகள், அதிகாரிகள் எவ்வளவு கடினமான வேலை களைக் கொடுத்தாலும் அவர்கள் திருப்தி அடையும் வகையில் அதைச் செய்து கொடுத்துக் கொண்டிருந்தார்கள். யாரேனும் வேலையை ஒழுங்காகச் செய்யவில்லை என்றால் அவர்களிடம் சொல்லப்படும் வார்த்தை இதுதான். ''சகோதரா, இன்னும் கொஞ்ச நாள்தான் நீ இங்கேயே தங்க வேண்டி இருக்கும். உன்னுடைய பெயரும் ஏற்கெனவே அனுப்பப்பட்டு இருக்கிறது'' என்பதுதான். வருத்தும் மனநிலையிலும் அந்த விழா பற்றிய செய்தி கைதிகளுக்கு ஒன்றிரண்டு மாதங்களுக்குப் பெரிய மகிழ்ச்சியைக் கொடுத்தது. நம்பிக்கை மனிதனுக்குப் பெரிய உற்சாகத்தைக் கொடுக்கக் கூடியது. ஆயுள் தண்டனை பெற்று, நாடு கடத்தப்பட்டு, சுதந்திரம் பெற்று வீடு திரும்புவதற்கு எந்த வாய்ப்பும் இல்லாத கைதிகள், இதுபோன்ற ஏதாவது ஆச்சரியங்கள் நடந்தால்தான் விடுதலை பெறமுடியும்.

விழா நெருங்குகிறது

சாத்தியமில்லாத ஏதேனும் ஒரு விஷயம் குறித்த செய்தி எங்களுக்குக் கிடைக்கும்போதெல்லாம் எங்கள் மனம் அது நிஜமாக நடக்காதா என்று ஏங்கும். அது எப்படியும் நடக்கும் என்ற எண்ணமும் நம்பிக்கையுமே எங்கள் எல்லோருடைய மனத்திலும் இருக்கும். அதனால், கிட்டத்தட்ட ஒவ்வொரு வருடமும், அல்லது சர்வ நிச்சயமாக இரண்டு அல்லது மூன்று வருடங்களுக்கு ஒருமுறை, இந்த விழா வருகிறது என்ற வார்த்தை, தண்டனைக் குறைப்பு அல்லது விடுதலை என்ற விஷயங்களைச் சிறை முழுவதும் பேச வைத்துக்கொண்டிருக்கும். பாவம் அந்தக் கைதிகள். இந்த வதந்தியை நம்பி மனதிற்குள் ஒரு நம்பிக்கையை வளர்த்துக் கொண்டிருப்பார்கள். அந்தச் செய்தி பொய் என்று நிரூபணம் ஆகும் வரை அந்த நம்பிக்கையின் காரணமாக அவர்கள் மனதிற்குச் சிறிது ஆசுவாசம் கிடைக்கும். இது பலமுறை நடந்திருக்கிறது. ஆனாலும் ஒவ்வொரு முறை இந்த வதந்தி பரப்பப்படும்போதும் கைதிகள்

அதை நம்பிக் கொண்டிருந்தார்கள். அதை நம்பவேண்டாம் என்று யாரேனும் அவர்களிடம் எடுத்துச் சொன்னால் தங்களுடைய நம்பிக்கையைக் குலைத்ததற்காக அந்த நபரிடம் கோபம் கொள்வார்கள்.

வதந்தியை மறுத்துப் பேசுபவர்களையும் அல்லது விடுதலையா வதற்கு எந்த வாய்ப்பும் இல்லை என்று சொல்பவர்களையும் எல்லோரும் கோபிப்பார்கள். கொஞ்சம் அமைதியாக உட்கார்ந்து யோசித்தால் அவர்களுக்கு அது உண்மை என்று புரியும். இது மனித மனதின் இயல்பு. இதற்கு வெகு சிலரே விதிவிலக்காக இருக்கிறார்கள். எனக்கும் இதுபோன்ற அனுபவங்கள் ஏற்பட்டிருக் கின்றன. முதலில் பாம்பே உயர்நீதிமன்றத்தில் முதல் குற்றச் சாட்டின் பேரில் 25 ஆண்டுகாலம் நாடுகடத்தப்படும் தண்டனை விதிக்கப்பட்டபோது, இரண்டாவது குற்றச்சாட்டு நிரூபிக்கப் பட்டால் நான் ஆயுள் தண்டனை பெறுவேன் என்பது எனக்கு 99% உறுதியாகத் தெரிந்திருந்தது. நானும் அப்படி ஒரு நிலைமைக்கு என்னைத் தயார்படுத்திக்கொண்டேன். ஆனாலும் டோங்க்ரி சிறையில் என்னைப் பார்க்க வந்த ஒரு நபர் அதைக் கூறியபோது நான் கோபம்கொண்டு அவரிடம் கடும் வார்த்தைகளால் பேசிவிட்டேன். அந்தச் சம்பவம் எனக்கு இன்னமும் நன்றாக நினைவில் இருக்கிறது.

அந்தச் சம்பவத்தின் நினைவு, டெல்லியில் நடக்கவிருக்கும் தர்பார் நிகழ்ச்சியில் விடுதலையாவது குறித்து எந்த நம்பிக்கையும் கொள்ளாமல் இருக்கச் செய்தது. ஆனால் மற்ற கைதிகள் அதனை நம்பினார்கள். பெரும்பாலானோர் தங்கள் வீடு திரும்பும் பயணத்தைத் திட்டமிட்டு, நேரத்தைக் குறிக்க ஆரம்பித்து விட்டார்கள். எந்த வழியால் போவது என்றெல்லாம் தீர்மானித்து விட்டார்கள். அது மட்டுமல்ல, தங்கள் இடத்துக்குப் போய்ச் சேர்ந்தவுடன் என்ன செய்யவேண்டும் என்பதையும் தீர்மானித்து விட்டார்கள். இதில் என்ன ஆச்சரியம் என்றால், அவர்களில் சிலருக்கு 7 முதல் 10 அல்லது 14 வருடங்கள் வரை கடுமையான சிறைத் தண்டனை விதிக்கப்பட்டிருந்தது. அதில் ஒன்று அல்லது இரண்டு வருடங்கள்தான் முடித்திருந்தார்கள். அவர்கள் விடுதலையாகிப் போவார்கள் என்று நான் நம்பவில்லை. அரசாங்கம் அவர்களைப் பிடித்து வழக்கு நடத்தித் தீர்ப்பைப் பெற்று இந்தத் தண்டனையை வாங்கிக் கொடுத்துவிட்டு, அத்தனை கஷ்டப்பட்டு அதற்குப் பெரும் செலவும் செய்துவிட்டு, அவ்வளவு விரைவில் விடுதலை செய்யும் என்று நான் நம்பவில்லை. அரசாங்கம் இவர்களை மிக ஆபத்தானவர்கள் என்று கருதியது. இவர்கள் என்றுமே விடுதலை ஆக மாட்டார்கள் என்று எனக்குத் தெரியும். ஆனாலும் இப்படிப் பட்ட சிலருக்கு சில சமயங்களில் ஆச்சரியங்கள் நடப்பதுண்டு.

அயர்லாந்து, இத்தாலி மற்றும் ரஷ்யாவில் இதுபோன்ற உதாரணங்கள் உண்டு. நம்புவது நமக்கான உரிமை என்றாலும்கூட இத்தகைய ஆச்சரியங்களை நம்பிக்கொண்டிருக்க முடியாது. இதுபோன்ற நம்பிக்கைகளை ஏற்படுத்திக் கொள்ளாமல் இருந்தால் நம்மால் பணிகளை ஒழுங்காகச் செய்யமுடியும். நான் சென்றதும் கைதிகளுக்கு இத்தகைய முட்டாள்தனமான வதந்திகளை நம்ப வேண்டாம் என்றும், எப்போதும் மோசமான விளைவுகளுக்குத் தயாராக இருக்கவேண்டும் என்றும் கூறுவேன். நான் நம்பிக்கையற்றவன் என்று அவர்கள் கூறுவார்கள். அவர்கள் அரவிந்த கோஷின் தீர்க்கதரிசன வார்த்தைகளை நம்பினார்கள். அரவிந்தர் விடுதலையானபோது அவருடன் கைதானவர்கள் நீண்ட தண்டனைக்கு உட்படுத்தப்பட்டார்கள். அப்போது அவர் கைதிகளுக்கான மேடையில் நின்று அவர்களிடம் பேசினார். ''இளைஞர்களே, இன்று உங்களுக்குத் தண்டனை கொடுக்கப்பட்டிருக்கலாம். ஆனால் நீங்கள் இன்னும் மூன்றே வருடத்தில் விடுதலை ஆவீர்கள் என்பதை நான் உறுதியாகக் கூறுகிறேன்'' என்றார்.

அரவிந்தரின் கிருஷ்ண தரிசனம்

அரவிந்தர் விசாரணைக் கைதியாக இருக்கும்போது ஒருநாள் அவருக்கு கிருஷ்ண தரிசனம் கிடைத்தது என்று ஒரு வதந்தி இருந்தது. அந்த தரிசனத்தின் காரணமாகத்தான் அவர் அப்படி ஒரு தீர்க்கதரிசன வார்த்தையைக் கூறினார் என்றும் சொல்வார்கள். இந்தக் கைதிகள் எல்லோரும் அதில் நம்பிக்கை வைத்தது இயல்பான ஒன்றுதான். கல்கத்தாவில் இப்படிப்பட்ட வெடிகுண்டு சதி வழக்குக் கைதிகள் விடுதலை செய்யப்படுவார்கள் என்றால், பஞ்சாப்பிலும் ஆக்ராவிலும் தங்கள் எழுத்துகள் மூலமாகப் பிரிவினையைத் தூண்டியதற்காகக் கைது செய்யப்பட்டவர்கள் ஏன் விடுதலை செய்யப்படக்கூடாது? அப்படி இவர்கள் எல்லோரும் விடுதலை செய்யப்படுவார்கள் என்றால், இந்த மூன்று மகாராஷ்டிராக்காரர்கள் மட்டும் ஏன் இங்கு தங்கவைக்கப் படவேண்டும்? இப்படியாக முழுமையான ஒரு லாஜிக்கை உருவாக்கி, அரவிந்த கோஷின் தீர்க்கதரிசன வார்த்தையை எல்லோரும் நம்பினார்கள். எல்லோரும் விடுதலை ஆவார்கள் என்பது அவரது தீவிர நம்பிக்கை. இப்போது கேள்வி என்னவென்றால் இந்த மூன்று வருடத்தை எப்படிக் கணக்கிடுவது? எந்தத் தேதியில் இருந்து எந்தத் தேதி வரை? நாங்கள் எப்படிக் கணக்குப் போட்டாலும் அது டெல்லியில் நடைபெற இருக்கும் முடிசூட்டல் தர்பார் விழாவோடு ஒத்துப் போகவில்லை. ஆனால் விடுதலையாகவேண்டும் என்ற ஆர்வத்தில் எல்லோரும் எப்படியோ தேதியைக் கொடுத்தார்கள். அவர்களைப்

பொருத்தவரை மூன்று வருடம் என்பது டிசம்பர் மாதம் முடிவடைகிறது. அப்போதுதான் முடிசூட்டல் தர்பார் விழாவும் நடைபெற இருக்கிறது. அதனால் தங்களுக்குப் பொது மன்னிப்பு வழங்கப்பட்டு விடுதலை செய்யப்படுவோம் என்று நம்பினார்கள். இப்படியாக எங்கள் நம்பிக்கைக்கு முடிவே இல்லாமல் இருந்தது. நாங்கள் முதலில் விடுதலை ஆகப்போகிறோம். எங்கள் அன்பிற்குரியவர்களைப் பார்க்கப் போகிறோம். இந்த இரண்டு அல்லது மூன்று வருடப் பிரிவு அவர்களிடையே எந்த மாற்றத்தையும் ஏற்படுத்தி இருக்காது. நாங்கள் எங்கள் சிறை வாழ்வின் கதைகளையெல்லாம், விடுதலையாகி மகிழ்ச்சியோடு எங்கள் வீட்டில் எல்லோரிடமும் சொல்வோம். இப்படியான அருமையான கனவுகளைக் கண்டுகொண்டிருந்தார்கள். அது மட்டுமில்லாமல் வங்காளத்தைச் சேர்ந்தவர்கள், மகாராஷ்டிரா நண்பர்களைத் தங்கள் மாநிலத்துக்கு, தங்கள் வீட்டிற்கு வருமாறு அழைத்தார்கள். அதே போல பஞ்சாப்பைச் சேர்ந்தவர்களும் என்னை அழைத்தார்கள். எந்தத் தடங்கலும் இல்லாமல் எல்லோரும் பயணத்தைக் குறித்துத் திட்டமிட்டுக் கொண்டிருந்தார்கள்.

நானும் அழைக்கப்பட்டவர்களில் ஒருவனாக இருந்தேன். என் முகாமில் இருந்த கைதிகள் என்னுடன் மிகவும் அன்புடனும் பாசத்துடனும் பேசிக்கொண்டிருந்தார்கள். ஒவ்வொருவராக என்னிடம் வந்து, ''தாத்தியா, என்னுடன் வாருங்கள். எங்கள் ஊருக்கு ஒருமுறையாவது விஜயம் செய்யுங்கள்'' என்று கூறினார்கள். வங்காளத்தைச் சேர்ந்தவர்களும் பஞ்சாப்பைச் சேர்ந்தவர்களும் என்னை உற்சாகத்துடன் வரவேற்றார்கள். அவர்களிடம் நம்பிக்கை இல்லாமல் பேசினால், என்னை நம்ப வைக்கக் கடும் முயற்சி எடுப்பார்கள். எனக்குக் கொடுக்கப்பட்டிருக்கும் 50 ஆண்டுகால தண்டனையின் கொடுமையை அவர்கள் ஒவ்வொருவரும் உணர்ந்திருந்தார்கள். அதனால் என் மீது அவர்களுக்கு மிகுந்த அனுதாபம் இருந்தது. நான் விடுதலை ஆவேன் என்ற செய்தி அவர்களது விடுதலையைக் காட்டிலும் அவர்களுக்கு மகிழ்ச்சியைக் கொடுத்தது.

அந்த முக்கியமான நாள் நெருங்கிக்கொண்டிருந்தது. அது நாளை விடியப் போகிறது. நாளை எங்கள் விடுதலைக்கான உத்தரவுகள் ஏற்கெனவே பிறப்பிக்கப்பட்டுவிட்டதாகச் செய்திகள் வெளிநாடுகளுக்குக்கூடப் பரவிற்று. அதிகாரிகளும் அதனை நம்பினர். ஏதோ ஒன்று நடக்கப் போகிறது என்பதை நாங்கள் அறிந்திருந்தோம். அதற்கு முந்தின நாள் மாலை நாங்கள் எல்லோரும் எங்கள் மாலை உணவுக்காக வரிசையில் நின்று கொண்டிருந்தோம். என் அரசியல் நண்பர்கள் எனக்குப் பக்கத்தில் உட்கார்ந்து கொண்டிருந்தார்கள்.

ஜமாதார் மகிழ்ச்சியுடன் இருந்தார். ஏனென்றால் எங்களுடன் சேர்ந்து அவரும் விடுதலையாவார் என்று நம்பிக் கொண்டிருந்தார். அவரவர் வீட்டுக்குச் செல்ல எந்தப் புகைவண்டி மூலம் நாங்கள் கல்கத்தா போவது என்பது மட்டுமே தீர்மானிக்கப்பட வேண்டியிருந்தது! அந்த அளவுக்கு நாங்கள் நம்பிக்கையுடன் இருந்தோம். அப்போது மிர்ஸா கான் என்பவன் வேகமாக ஓடி என் அருகில் வந்து மூச்சிரைக்க, என் கைகளைப் பற்றிக்கொண்டு, ''பாரிஸ்டர் பாபு, நீங்கள் விடுதலையாகப் போகிறீர்கள்'' என்று கூறினான். இந்த ஆள் சிறை வார்டர்களிலேயே மிக மோசமான ஆள். மிஸ்டர் பாரி எங்கள் மீது காட்டும் கரிசனங்கள் இந்த ஆள் மூலமாகத்தான் வரும். எங்களுக்குச் செய்தி சொல்ல இதுபோல மூன்று பேர் இருந்தனர். போர்ட் பிளேயர் சிறு தெய்வத்தின் கையிலிருந்த திரிசூலம் இவர்கள். இந்தத் திரிசூலத்தின் மூலமாகத்தான் சிறையிலிருந்த எங்களின் இதயத்தை அவர் எப்போதும் கூறு போடுவார். ஆனால் இன்று அந்த கான் என்னிடம் கனிவாகப் பேசினான். இந்த அடியாட்கள் எல்லோரும் சந்தர்ப்பவாதிகள். சமயத்திற்குத் தகுந்தாற்போல் அவர்கள் கனிவாகவோ அல்லது கொடூரமாகவோ மாறுவார்கள். நாங்கள் எல்லோரும் நாளை விடுதலையாகப் போகிறோம். அப்படி இருக்க என்னிடம் கொடூரமாக நடந்தால் அவனுக்கு என்ன லாபம்? நான் விடுதலையானால் அவனுக்கு உதவியாக இருப்பேன் என்று நினைத்திருக்கலாம். நான் சட்டம் படித்தவன் என்பதால் அவன் எதிர்காலத்தில் கொலையோ அல்லது வேறு ஏதேனும் குற்றமோ செய்து மாட்டினால் அவனுக்காக வாதாடுவேன் என்று நினைத்திருக்கலாம். அதனால் இப்போது என்னிடம் அன்பாக இருப்பதிலும் ஏதேனும் காரணம் இருக்கும். குறைந்தபட்சம் அதனால் அவனுக்கு எந்த நஷ்டமும் கிடையாது. அதனால் கான் ஆர்வத்துடன் என் கையைப் பிடித்துக் குலுக்கி என்னைப் பாராட்டினான். பிறகு எல்லோருக்கும் அந்தச் செய்தியைச் சொன்னான்.

பெரிய பாபு விடுதலையாகப் போகிறார் என்றான். ''உனக்கு யார் சொன்னார்கள்?'' என்று புன்னகையுடன் கேட்டேன். ''யார் சொல்ல வேண்டும்? மிஸ்டர் பாரி எல்லா அதிகாரிகளையும் அலுவலகத்திற்கு வரும்படி உத்தரவு போட்டிருக்கிறார். கைதிகள் வரிசையாகக் கொண்டுவரப்பட்டு, தீவிலிருந்து படகில் அவரவர் ஊர்களுக்கு அனுப்பப்படப் போகின்றார்கள்'' என்றான். ஆனால், ''அதில் நான் இருக்கிறேன் என்று நீ எப்படிக் கூறுகிறாய்?'' என்று கேட்டேன். அதற்கு கான், ''நான் அதுகுறித்து மிஸ்டர் பாரியிடம் கேட்டேன், அவர் அதற்குப் பதில் சொல்லாமல் சிரித்தார்'' என்றான். இந்தச் சிறு நம்பிக்கையில்தான் அவன் அந்தச் செய்தியை உருவாக்கி

இருக்கிறான். அது எனக்குச் சந்தோஷத்தைக் கொடுத்தது என்பதை நான் ஒத்துக்கொள்ளத்தான்வேண்டும். நானும் மனக்கோட்டை களைக் கட்டினேன். நான் வீட்டுக்குச் சென்றுவிடுவேன், என் சகோதரனைச் சந்தித்து ஆரத்தழுவுவேன் என்றெல்லாம் எண்ணினேன். கைதிகளுக்குச் சிறையிலிருந்து விடுதலையாவது, முதலில் ஒரு கெட்ட கனவிலிருந்து எழுந்து வருவது போல் இருக்கும். அவர்கள் பெரு மகிழ்ச்சியுடன் இருப்பர். எனக்கும் அந்தக் கனவு அமைதியையும் மகிழ்ச்சியையும் கொடுத்தது. இங்கு இருக்கும் துர்பாக்கிய சூழலில் ஏதேனும் ஒரு நல்ல செய்தி வந்தால் யாருக்கு தான் அதை நம்பத் தோன்றாது? எங்களுக்கிருக்கும் துன்பங்களை மறக்க இது பயன்படும்.

அந்த மகிழ்ச்சியான செய்தியைக் கேட்டதும் எல்லோரும் என்னை வந்து கட்டிக்கொள்ள ஆரம்பித்தனர். "ஒவ்வொருவரும் என்னிடம் வந்து இப்பொழுதாவது நீங்கள் இதை நம்புவீர்கள் இல்லையா? விஷயம் உறுதியாயிற்றா?" என்று கேட்பார்கள். நான் என் தலையை ஆட்டி "இல்லை" என்று கூறினேன். அவர்களில் மிக நம்பிக்கையுடன் இருந்த ராம் ஹரி என்பவன், என் இரும்புச் சங்கிலியையும், என் மார்பில் மாட்டப்பட்டிருக்கும் என் எண் பொறித்த தகடையும் பிடித்துக்கொண்டு, "இந்தத் தகடு நாளை உடைக்கப்படும். இந்தச் சங்கிலிகள் சுக்கு சுக்காக தெறித்து விழும்" என்று கூறினான். அவனிடம், "உனக்கு வேண்டுமானால் அது நடக்கலாம். எனக்கு அது நிச்சயம் இல்லை. ஆனாலும் உங்கள் விடுதலை எனக்கு என் விடுதலை போலவே மகிழ்ச்சியைக் கொடுக்கிறது. ஏனென்றால் அது என் தேசத்திற்கு நன்மை பயக்கும்" என்ற என் பதில் அவனுடைய உற்சாகத்தைக் குலைத்தது. அவன் அன்புடன் என் கழுத்தில் இருந்த தகடைப் பிடித்து இழுத்ததில் அது கீழே விழுந்துவிட்டது. என் கழுத்திலும் ஒரு சிறு சிராய்ப்பை ஏற்படுத்தியது. அவன் அதை நல்ல சகுனம் என்று கருதினான்.

நல்ல சகுனம்

இந்தச் செய்தி காட்டுத் தீ போல் பரவியது. மற்ற குழுவில் இருந்தவர்கள் இதை உறுதியாக நம்பினார்கள். நான் அவனிடம், "இந்த நல்ல சகுனம் எனக்குத் தண்டனையைக் கொடுக்கப்போகிறது. இதனால் என் தண்டனையும் கஷ்டங்களும் கூடப் போகின்றன" என்றேன். கடைசியில் அரவிந்த கோஷின் தீர்க்கதரிசன வார்த்தைகளைவிட நான் சொன்னதே நிஜமாக ஆயிற்று.

பொழுது விடிந்தது

அடுத்த நாள் எங்கள் எல்லோரையும் சிறையின் மெயின் கேட் அருகே அழைத்தார்கள். ஆனால் என்னையும் வங்காளத்தில் இருந்து வந்திருந்த ஒரு இளைஞனையும் மட்டும் அழைக்கவில்லை. அங்கு நின்றுகொண்டிருந்தவர்கள் எல்லோரும் தங்களது விடுதலையைப் பற்றித் தெரிந்துகொள்ள ஆர்வமாக இருந்தார்கள். எந்நேரமும் அந்தக் கதவு திறக்கப்பட்டு, தங்கள் விடுதலை பற்றிய செய்தி சொல்லப்படலாம் அல்லது தங்களுடைய தண்டனை எந்த அளவு குறைக்கப்பட்டது என்று தெரிந்து கொள்ளலாம் எனக் காத்திருந்தார்கள். அப்போது சூப்பரின்டென்டன்ட் அவர்களை நோக்கி வருவதை அவர்கள் பார்த்தார்கள். அவருக்குப் பின்னால் அந்தச் சிறையின் அதிகாரியான மிஸ்டர் பாரி முழு சீருடையில் வந்து கொண்டிருந்தார். அவர்கள் ஒவ்வொருவராக அழைத்தார்கள். என் பெயர் அதில் இல்லை. ஆனால் எனக்கு மகிழ்ச்சி தரக்கூடிய விஷயம், என் சகோதரர் பெயர் அதில் இருந்தது. கடைசியாக அவருடைய பெயரை அழைத்தார்கள். அழைக்கப்பட்ட கைதிகள் எல்லோருக்கும், அவர்களுக்கு எத்தனை வருடங்கள் தண்டனை விதிக்கப்பட்டிருக்கிறதோ, அதில் வருடத்திற்கு ஒரு மாதம் தண்டனை குறைக்கப்பட்டுள்ளதாகக் கூறினார்கள். அப்படியென்றால் எனக்கு ஐம்பது மாதம் தண்டனைக் குறைப்பு கிடைத்திருக்கும். ஆனால் எனக்கு விடுதலையும் இல்லை, தண்டனைக் குறைப்பும் இல்லை என்று சொன்னார்கள்.

விடுதலையும் இல்லை, தண்டனைக் குறைப்பும் இல்லை

சாதாரண சிறைத் தண்டனை பெற்ற கைதிகளுக்கு தண்டனைக் குறைப்பு இருந்தது. ஆனால் எனக்கு மட்டும் எதுவும் இல்லை. அன்று அதனைக் கொண்டாட, வேக வைத்த உருளைக்கிழங்கும் சாதமும் விருந்தாக வழங்கப்பட்டது. எனக்கும் வழங்கப்பட்டது. ஆக 5ம் ஜார்ஜ் மன்னரின் முடிசூட்டு விழா என்னைப் பொருத்தவரை விடுதலையும் இல்லாமல், தண்டனைக் குறைப்பும் இல்லாமல் இருக்கப் போகிறது. என் கழுத்திலிருந்த பேட்ஜ் கீழே விழுந்ததனால் எனக்கு மட்டும் கூடுதலாகத் தண்டனையும் கிடைத்தது. அன்று மாலை எங்களிடையே பேசும்போது மிஸ்டர் பாரி, ‘‘இந்த சிறையில் மிக நீண்ட தண்டனை பெற்றிருக்கும் இவருக்கு ஒருநாள்கூட தண்டனைக் குறைப்புக் கிடைக்கவில்லை. இதற்கு நான் வருந்துகிறேன். அதே நேரத்தில் தான் செய்த காரியங்களுக்காக எந்தவிதக் குற்றவுணர்ச்சியும் இல்லாத ஒருவருக்கு அரசாங்கம் கருணை காட்டவேண்டும் என்று எதிர்பார்க்கவும்கூடாது. நீங்கள்

ஒரு சாதாரண கொலைகாரர். அரசியல் கைதி அல்ல. அதனால் இந்தப் பெரிய விழாவின்போது மற்றவர்களுக்குக் கிடைக்கும் சலுகை உங்களுக்குக் கிடைக்கவேண்டும் என்று நீங்கள் எதிர்பார்க்கக் கூடாது'' என்று கூறினார். ''நீங்கள் கூறுவதற்கு முன்பே எனக்கு இது தெரியும். புரட்சிக்காரன்,ஆபத்தான ஆள் என்று நீங்கள் நினைக்கிறீர்கள். அதனால் அரசாங்கம் என்னை விடுதலை செய்யும் என்று நான் எதிர்பார்க்கவில்லை. நான் அரசியல் கைதியாக இல்லாமல் இருக்கலாம். ஆனால் நான் சாதாரணக் கைதியும் அல்ல. அதனால் என்னிடமிருந்து இந்த உருளைக்கிழங்கையும் சாதத்தையும் எடுத்துச் செல்லுங்கள். நான் ஒரு கலகக்காரன். நீங்கள் சொல்வது போல் ஒரு சாதாரணக் கொலைகாரன். அதனால் இது எனக்கு உரித்தானது அல்ல'' என்று கூறினேன்.

1911ம் ஆண்டு நடந்த முடிசூட்டு விழா தொடர்பாக எந்த அரசியல் கைதிக்கும் விடுதலை கொடுக்கப்படவில்லை. எனக்கு ஒருநாள்கூட தண்டனைக் குறைப்பு வழங்கப்படவில்லை. காலையில் அவர்கள் சிறையிலிருந்து வெளியே கொண்டுவரப்பட்டபோது, மாலையில் தாங்கள் விடுவிக்கப்படும் செய்தி வரும் என்று அவர்கள் எதிர்பார்த்தார்கள். மாலை சூரிய அஸ்தமனத்திற்குள் அவர்கள் இந்தியாவுக்குத் திரும்பிச் செல்லப் பயணப்படுவார்கள் என்று நினைத்தார்கள். ஆனால் திரும்பவும் எல்லோரும் தங்களுடைய தனிமைச் சிறை செல்ல வேண்டி இருந்தது. எங்கள் சிறை வாழ்க்கையிலேயே மிகவும் வருத்தத்திற்குரிய சோகமான தருணம் இதுதான். நான் இதில் எதுவும் எதிர்பார்க்கவில்லை என்றாலும் என்னுடன் இருந்தவர்கள் நம்பிக்கை பொய்த்துப் போனது எனக்கு மிகுந்த வருத்தம். என்ன நடக்கும் என்று நான் கூறியது பலித்து விட்டது. எங்கள் சிறை முழுக்க சோகம் சூழ்ந்து கொண்டது.

எங்களுக்கு விடுதலை கிடைக்கும் என்ற நம்பிக்கை பொய்த்துப் போனது. ஆனால் என் தேசத்திற்கு சுதந்திரம் கிடைக்குமா? அதற்காகக் கடந்த நான்கு ஐந்து ஆண்டுகளாக நடைபெற்று வரும் புரட்சிப் போராட்டம் குறித்த தகவல்களைப் பெற நான் முயன்றேன். இந்த முடிசூட்டு விழா தருணத்தில் இந்தியாவிற்கு ஏதேனும் கூடுதலான உரிமைகள் கொடுக்கப்படுகிறதா என்பதைத் தெரிந்துகொள்ள ஆவலாக இருந்தேன். தீவின் பல்வேறு பாகத்தில் வேலை செய்ய அனுப்பப்பட்டிருந்த ஒரு சில கைதிகளுக்கு உடல்நிலை சரியில்லாதபோது சிறைக்குள்ளேயே சிகிச்சை வழங்கப்பட்டது. சிறையில் உள்ள மருத்துவமனைக்கு தங்களுடைய படுக்கை களுடன் சிகிச்சைக்கு அவர்கள் வந்தபோது, வெளி உலகச் செய்திகள் சிலவற்றைக் கொண்டுவந்தனர். அவர்களுக்குப்

படிப்பதற்குப் பத்திரிகைகள் கிடைத்தன. தன்னுடன் இருக்கும் சக கைதி ஏதேனும் தகவல் சொல்ல விரும்பினால், அரசியல் கைதிகள் தங்களது உடல்நலம் சரியில்லை என்று கூறி, மருத்துவமனைக்குச் சிகிச்சை பெற உள்ளே வருவார்கள். அது என்ன மாதிரியான நோய் என்பது எங்களுக்குத் தெரியும்! எங்களுக்கு ஏதோ முக்கியமான தகவல் சொல்ல வேண்டி இருக்கிறது என்பதால்தான் அவருக்கு உடல்நிலை சரியில்லை! மறுநாள் காலை 10 மணிக்கு நான் வழக்கம்போல் குளிக்க வந்தபோது எதிரே இருந்த கட்டடத்தி லிருந்து ஒரு கைதி என் பெயரைச் சொல்லி ஜன்னல் வழியாக அழைத்தார். அவரது அறையில் என் பக்கம் இருந்த ஜன்னலில் இருந்து என்னைப் பார்த்துக்கொண்டிருந்தார். அந்தக் கட்டடத்தின் இரண்டாவது தளத்தில் அவர் இருந்தார். நாங்கள் இருவரும் ஒருவரை ஒருவர் பார்த்துக் கொண்டபோது அவர் சொன்னது, "வங்காளப் பிரிவினை கைவிடப்பட்டது."

வங்காளப் பிரிவினை கைவிடப்பட்டது

நான் அவரிடம், "பிரச்சினை தீர்ந்துவிட்டதா?" என்று கேட்டேன். அவர் சிரித்துக்கொண்டே, "ஆமாம்" என்றார். அவரிடம் இதுவும் நம்முடைய விடுதலை போன்று பொய்த் தகவலாக இருக்கும் என்று கூறினேன். என் நண்பனும் இது நம்பத்தகுந்த செய்தி என்றான். குளிக்கும் எண்ணத்தை அப்படியே விட்டுவிட்டு, அந்த நல்ல செய்தியை, சிறையில் இருக்கும் ஏழு பிரிவுகளிலும் பரப்புவதற்குச் சென்றேன். இந்தியாவின் தலைநகரம் கல்கத்தாவிலிருந்து டெல்லிக்கு மாற்றப்பட்டுவிட்டது என்பதை அறிந்துகொண்டோம். ஆனால் இது அவ்வளவு முக்கியமான ஒரு செய்தி அல்ல. ஒருங்கிணைந்த வங்காளத்தைத் திரும்பக் கொண்டுவருவது அதைக்காட்டிலும் அரசியல்ரீதியாக முக்கியத்துவம் வாய்ந்த ஒன்று. அது எங்கள் போராட்டத்திற்குக் கிடைத்த வெற்றி என்பதால், எனக்கு மிகவும் சந்தோஷமாக இருந்தது. அந்த சந்தோஷத்தில் எங்களது தனிப்பட்ட ஏமாற்றங்களை மறந்தோம். தேசத்தைப் பாதிக்கக்கூடிய ஒரு அரசியல் பிரச்சினைக்கு நல்ல முறையில் தீர்வு கிடைத்தது என்றால் அதுவே முக்கியம். நாங்கள் சிறையில் இருப்பது, விடுதலையாவது என்பதெல்லாம் அந்த அளவு முக்கிய மான விஷயம் அல்ல.

இங்கிருப்பது பொருட்டே இல்லை

அந்தச் செய்தியைக் கேள்விப்பட்ட எல்லா இளம் கைதிகளும் இதையேதான் சொன்னார்கள். கொள்கைக்குக் கிடைத்த வெற்றி

என்பதுடன் ஒப்பிட்டு நோக்கும்போது, வங்காளம் பிரிக்கப்பட்டதா இல்லையா என்பது சிறிய விஷயம்தான். எங்கள் விருப்பத்திற்கு அரசாங்கம் செவிசாய்த்தது என்பதைத் தெரிந்து கொண்டபோது அது மிகுந்த சந்தோஷத்தை அளித்தது. அதுமட்டுமல்லாமல் இலக்கை அடைய ஒரு புது வழியையும் அது காண்பித்துக் கொடுத்தது. புதிய நம்பிக்கையையும் விதைத்தது. என்னிடம் ஒருவர் வந்து, ''இந்த ஒரு சாதனை போதுமா? இதில் நீங்கள் திருப்தி அடைந்து விடுவீர்களா? இனிமேல் புரட்சி போராட்டம் எல்லாம் ஒரு முடிவுக்கு வருமா?'' என்று கேட்டார். நான் அவரிடம், ''இல்லை, இந்த சாதனை எங்களுக்கு ஒரு தைரியத்தைக் கொடுக்கிறது. எங்களது அணுகு முறைகள் தேசத்திற்கு சுதந்திரம் வாங்கிக் கொடுக்கும் என்ற நம்பிக்கையைக் கொடுத்திருக்கிறது. வங்காளப் பிரிவினையைத் தடுத்த எங்கள் புரட்சி, கண்டிப்பாக சுதந்திரத்தையும் நமக்குப் பெற்று தரும் என மக்கள் நம்புவார்கள்'' என்றேன். மலேரியா ஜுரத்திற்கு குயினைன் மருந்து பலனளிக்கும் என்று தெரிந்து கொண்ட ஒரு நபர், மலேரியா வந்தால் அதனைப் பயன்படுத்தத் தயங்கமாட்டார் அல்லவா? அதுபோலத்தான் இதுவும்!

உஜ்ஜயினி அல்லது டெல்லி

தலைநகரம் டெல்லிக்கு மாற்றப்பட்டது குறித்து எனக்கு எந்தக் கவலையும் இல்லை. இந்தியாவின் எதிர்காலத் தலைநகரம் எதுவாக இருக்கவேண்டும் என்ற விவாதம் நடக்கும்போதெல்லாம், உஜ்ஜயினி இதன் தலைநகராக இருக்கவேண்டும் என்று கூறிவந்தேன். வரலாறு, கலாசாரம், தொழில் மற்றும் புவியியல் அமைப்பு, ராணுவ ரீதியான முக்கியத்துவம் போன்றவை காரணமாக நான் உஜ்ஜயினியைத் தேர்ந்தெடுத்தேன். ஆனால், உஜ்ஜயினியைக் காட்டிலும் டெல்லிக்கே அதிக ஆதரவு இருந்தது என்பதையும் உணர்ந்தேன். நான் எதிர்பார்த்தபடியே டெல்லி இந்தியாவின் தலைநகரம் ஆகியது. அதில் எனக்கு எந்த வருத்தமும் இருக்க வில்லை. உஜ்ஜயினி தலைநகரம் ஆகியிருந்தால் நான் கூடுதலாக மகிழ்ந்திருப்பேன் என்பது என்னவோ தனிப்பட்ட வகையில் உண்மைதான்.

அத்தியாயம் 15

அந்தமான் கைதியின் உணவு

1911 இறுதியிலும் 1912 துவக்கத்திலும் இந்தியாவில் இந்த மாற்றங்கள் எல்லாம் நடந்து கொண்டிருக்கும் வேளையில், நான் அந்தமான் சிறையில் கிட்டதட்ட ஒரு வருடம் தண்டனையை முடித்திருந்தேன். மோசமான உணவு மற்றும் சித்திரவதைகள் ஆகியவை இருந்தாலும், இந்தக் காலகட்டத்தில் என் உடல் ஆரோக்கியம் பாதிக்கப்படாமல் இருந்தது. எங்களுக்கு இங்கு சிறையில் எந்த மாதிரியான உணவு வழங்கப்பட்டது என்பதைச் சொல்கிறேன்.

கைதியின் ரேஷன்

கைதிகளுக்கு இந்தச் சிறையில் வழங்கப்பட்ட தினசரி உணவு அளவில் போதுமானதாகவும் சத்துள்ளதாகவும் இருந்தது. ஆனால் அந்த உணவை உண்ணுவதற்குக் கைதி படாதபாடு படவேண்டி இருந்தது. பஞ்சாப்பில் இருந்து வந்த கைதிகளும் பதான்களும் கோதுமையை அதிகமாகச் சாப்பிடுபவர்கள். சிறையிலிருந்த வார்டன் மற்றும் ஜமாதார்கள் போன்ற பெரும்பாலானவர்கள், பஞ்சாப் மற்றும் இந்தியாவின் வடமேற்குப் பகுதியில் இருந்து வந்த முஸ்லிம் கைதிகள். கடுமையான பணி செய்யவேண்டிய, தண்டனை பெற்ற மற்ற கைதிகளை மேற்பார்வை செய்யும் பணியை அவர்கள் செய்து வந்தார்கள். ஆனால் அவர்கள் அந்தக் கைதிகளுக்குக் கிடைக்கவேண்டிய கோதுமை ரொட்டியின் அளவைக் குறைத்து விடுவார்கள். கைதிகளை வம்பிழுக்க அல்லது வேண்டுமென்றே இப்படிச் செய்வார்கள். அதனால் கடுமையான பணிபுரிந்த கைதிகள் பல நேரம் அரிசிச் சாப்பாட்டைச் சாப்பிட வேண்டியிருக்கும்.

அவர்களுக்கு உணவு வழங்கப்படும்போது, தங்களுக்குத் தரப்படும் ரொட்டியை அந்த பதான் அல்லது பஞ்சாபி வார்டரின் தட்டில் போட்டுவிட்டு, சாதம் மட்டும் சாப்பிட வேண்டி இருக்கும். இதற்கு மறுத்தால் அவர்களுக்கு மேலும் துன்பங்கள் கொடுப்பார்கள். மறுக்கின்ற கைதிகள் மேல் பொய்யான குற்றச்சாட்டுகள் சுமத்தப் பட்டுத் தண்டனையும் வழங்கப்படும். இதுபோன்ற மோசமான வார்டன்களில் பெரும்பாலானோர் சிந்து, பஞ்சாப், வடமேற்குப் பிராந்தியத்தில் இருந்து வந்த முஸ்லிம்கள். அவர்களுக்குக்கீழ் இருந்தவர்களில் பெரும்பாலானோர் ஹிந்துக்கள்.

ஹிந்துக் கைதிகள் முஸ்லிம் வார்டர்களால் மதத்தின் காரணமாகவே பழிவாங்கப்பட்டனர். அவர்களது புகார்கள் சிறை அதிகாரிகளுக்குச் சென்று சேரவே சேராது. தங்களுடைய செயல்களைப் பற்றிய எந்தப் புகாரும் அதிகாரிகளிடம் சென்று சேராமல் அவர்களும் ஜமாதார்களும் ஒன்று சேர்ந்து பார்த்துக்கொண்டார்கள். வார்டர்கள் சிறையில் தங்கள் உணவை உட்கொண்டார்கள். அதனால் அவர்கள் ரொட்டிக்குப் பதிலாக சாதத்தைக் கைதிகளுக்குக் கொடுத்தார்கள். ஆனால் துணை அதிகாரிகளும் ஜமாதார்களும் அதிகாரிகள் என்பதால் சிறையில் உணவு உண்ணுவதில்லை. அவர்களுக்கு அதற்கு அனுமதி இல்லை. ஆனால் கைதிகளின் உணவை அவர்கள் அபகரிப்பதைச் சட்டம் தடுக்கவில்லை. அதனால் அவர்கள் கைதிகளின் ரொட்டியை எடுத்துக்கொண்டு, பதிலுக்கு ஏதும் தராமல் செல்வார்கள். இதன்மூலம் அவர்கள் தங்கள் இருப்பிடத்தில் சமைக்கவேண்டிய அவசியமும் இல்லாமல் போகும். செலவும் மிச்சம். கைதிகள் தங்களுடைய ரொட்டியை இந்த அதிகாரிகளுக்குக் கொடுத்து, பதிலுக்கு அவர்களுக்கு ஏதும் கிடைக்காத நிலையில் இருந்தார்கள். கைதிகள் தர மறுத்தால் தண்டனை உண்டு. இதில் மிர்ஸா கான் மிகவும் மோசமான ஆள். ஆனால் அவர் மிஸ்டர் பாரியின் வலது கை போல அவருக்கு உதவிகரமாக நடந்துகொண்டான்.

குட்டி பாரி

சில்வர் ஜெயிலில் மிர்ஸா கான் தன்னை ஒரு குட்டி பாரியாகவே பாவித்து நடந்து வந்தான். அவன் வார்டனிடம் ஒரு சைகையோ அல்லது கண்ணசைவோ காண்பித்தால்போதும். அவருக்கு கைதிகளின் பங்கில் இருந்து 10 அல்லது 12 சப்பாத்திகள் கொண்டுவந்து கொடுக்கப்படும். கைதிகளுக்கு உணவு வழங்கப்படும்போது அவன் அந்த வரிசையில் நடந்து வருவான். தனக்காகக் கைதிகளிடமிருந்து ரொட்டி அபகரிக்கப்படுவதைக் கவனித்துக் கொண்டிருந்தான். ஏதாவது ஒரு ஹிந்து தன் பங்கைக் கொடுக்க மறுத்தால், உடனே

அவரிடம் ஏதாவது ஒரு குறை கண்டுபிடிக்கப்படும். அவர்கள் ஒழுங்காக உட்காரவில்லை என்றோ, ஜமாதாரை முறைத்துப் பார்த்தார் என்றோ குற்றம் சாட்டப்பட்டு, குச்சியால் முதுகில் இரண்டு அடி கொடுக்கப்படும்.

ஒவ்வொரு வாரமும் கைதிகளுக்கு அரைத் தேங்காய் மூடி அளவுக்குத் தயிர் தரப்படும். அந்த நாள் துணை அதிகாரிகளுக்கும் ஜமாதார்களுக்கும் கொண்டாட்டம்தான். அவர்கள் தங்களுடைய குடுவைகளை நிரப்பி அங்கேயே குடித்துவிடுவார்கள். கைதிகளுக்கு எதுவும் கொடுக்கப்படமாட்டாது. ஒருமுறை ஒரு ஹிந்துக் கைதி வார்டரிடம் தயிரைக் கொடுக்காமல் நேராகச் சாதத்தில் ஊற்றிக் கொண்டார். இந்தச் செய்தி ஜமாதாருக்குத் தெரிவிக்கப்பட்டவுடன் அவர் உடனடியாக அந்தக் கைதி சாப்பிடும் இடத்திற்கு வந்து அவரது காலி சிரட்டையைக் கையில் எடுத்துக்கொண்டு, ''நீ ஏன் இந்த மாதிரி ஒரு ஓட்டை மூடியை வைத்துக்கொண்டிருக்கிறாய்?'' என்று கேட்டார். இந்த மாதிரி ஓட்டைச் சிரட்டையைப் பயன்படுத்துவது அந்தமான் சிறை விதிகளின்படி ஒரு குற்றம். அந்த பலூச்சி ஜமாதார், அந்தக் கைதியின் தலைமுடியைப் பிடித்து அவரை உதைக்க ஆரம்பித்தார். முடி கையோடு பிய்ந்து வரும் அளவுக்கு அதைப் பிடித்து இழுத்து, ''குடுமி வைத்துக் கொண்டிருக்கின்ற காஃபிர் காஃபிர்'' என்று திட்டிக்கொண்டே அடித்தார். கைதி போட்ட சத்தத்தில் மிர்ஸா கான் அந்த இடத்திற்கு வந்தான். தனது ஆளுக்கும் ஒரு ஹிந்துவுக்கும் இடையே பிரச்சினை என்பதைக் கவனித்தான். அவரை ஜெயிலரிடம் அழைத்துச் சென்று கைதிக்கு எதிராகப் புகார் கூறினான். இதனை என் இடத்திலிருந்து கவனித்துக் கொண்டிருந்தேன். என்னைக் கைதியின் சார்பாக சாட்சி சொல்ல அழைக்குமாறு சைகை செய்தேன். அனுமதி ஏற்றுக்கொள்ளப் பட்டது. நான் பார்த்த உண்மைகளை அதிகாரிகளிடம் சொன்னேன். அப்போது மிர்ஸா கான் என்னைப் பார்த்துச் சத்தம் போட ஆரம்பித்தான். ''சார், இந்த பெரிய பாபு எப்போதும் முஸ்லிம் வார்டர்களைக் குறித்துப் பொய்ப் புகார்கள் கூறுகிறார்'' என்றான். ஜெயிலரிடம், ''எப்போதும் பொய் சாட்சி சொல்கிறேன் என்றால், இதோ இப்போது மேலும் ஒன்றைச் சொல்கிறேன். நேராகப் போய் அந்த பலூச்சி அதிகாரியின் இடத்தைத் தேடிப் பாருங்கள். அவர் ஒளித்து வைத்திருக்கும், திருடிய தயிர்ப் பாத்திரம் கிடைக்கும். என்னுடன் வந்தால் அதைக் காட்டுகிறேன்'' என்றேன். ஜெயிலர் என்னுடன் வரச் சம்மதித்தார். என்னுடன் வந்த அவர் அங்கே தேங்காய் மூடிகளுக்கு இடையே மறைத்து வைக்கப்பட்டிருந்த பாத்திரத்தைக் கண்டார். அந்த பலூச்சி ஜமாதார் கைதியின்

குடுமியைப் பிடித்திழுத்து அவரை காஃபிர் என்று கூறி அடித்ததையும் கூறினேன். அதைக் கேட்டதும் அந்த அதிகாரி கோப மடைந்து, அந்த ஜமாதாரின் பெல்ட்டைக் கழற்றி, உடனடியாகப் பதவி நீக்கம் செய்தார். அந்த ஜமாதார் ஒரு சாதாரணக் கைதி ஆக்கப்பட்டு, கடுமையான பணிகளைச் செய்ய அனுப்பப்பட்டார். இப்படியாகத் தனது பங்குத் தயிரைத் தர மறுத்த ஒரு அப்பாவிக் கைதிக்கும் ஜமாதாருக்கும் இடையே நடந்த பிரச்சினை ஒரு முடிவுக்கு வந்தது. பிடித்திழுக்கப்பட்ட கைதியின் குடுமி, காஜி முஸல்மானின் தாடியைப் பிடித்து இழுத்துவிட்டது.

இப்படியாக நாங்கள் மிர்ஸா கான் என்று அழைக்கப்பட்ட சில்வர் ஜெயிலின் குட்டி பாரியின் சித்திரவதைகளிலிருந்து ஹிந்துக்களைக் காப்பாற்ற முயன்றோம். அவனும் எங்களைப் பழிவாங்க அவ்வப் போது முயன்று கொண்டிருந்தான். அதனால் நாங்கள் பெரிதும் பாதிக்கப்பட்டோம். அந்தச் சம்பவங்களைப் பிறகு கூறுகிறேன். ஆனால் அவனுடைய அதிகாரத்தை எதிர்த்துக் கேள்வி கேட்க அரசியல் கைதிகள் மட்டுமே முன்வந்தனர். அதிலும் ஐந்து அல்லது பத்துப் பேர் மட்டுமே அவனைப் பற்றி உயரதிகாரிகளிடம் புகார் கொடுக்க முன்வந்தனர். நான் சொல்ல வருவது என்னவென்றால், கைதிகளுக்குக் கொடுக்கப்படவேண்டிய உணவு பற்றித் தெளிவான சிறை விதிகள் இருக்கின்றன. ஆனால் உணவு எங்களிடம் வந்து சேர்வதற்கு முன் கொள்ளையடிக்கப்படுவதைப் பாதுகாக்க எந்த வழிமுறையும் இல்லை. இதனால் கைதிகள் அரைப் பட்டினி கிடக்க, ஜமாதார்களும் வார்டன்களும் நன்றாக உண்டு கொழுத்தனர்.

அதுமட்டுமில்லாமல் அதில் இன்னொரு பிரச்சினையும் இருந்தது. அது ஊட்டச்சத்துக் குறைபாடு. ஒரு மனிதனுக்கு எவ்வளவு குறைவான உணவை வேண்டுமானாலும் கொடுங்கள், அதில் ரொட்டி இல்லை யென்றாலும் பரவாயில்லை. ஆனால் அது ஒழுங்காகச் சமைக்கப் பட்டிருக்கவேண்டும். இங்கோ சாதம் அரைகுறையாக வெந்த நிலையில் இருக்கும். வேகாத சாதத்தைப் போடக்கூடாது. நாங்கள் இந்தக் குறைபாட்டை நீக்கச் சொல்லிப் பலமுறை அதிகாரிகளிடம் முறையிட்டுள்ளோம். சிறையில் 800 கைதிகளுக்கு உணவு சமைக்கப் போதுமான பெரிய சமையல் அறை உள்ளது. ஆனால் சமைப்பவர் களும் பரிமாறுபவர்களும் சுத்தமில்லாமல் இருப்பதுடன், பெரும் வியாதிகளும் கொண்டிருந்தார்கள். அவர்களது அழுக்கு உடை, வியர்வை சொட்டும் உடம்பு, அந்த வியர்வை சாப்பாட்டுப் பாத்திரங்களில் உள்ளே விழுவது என்று இவை எல்லாம் எங்கள் கண்ணெதிரே நடக்கும். எங்கள் பசியைத் தீர்த்துக்கொள்ள நாங்கள் இப்படிப்பட்ட உணவை உண்ணவேண்டும். இதில்

சமைப்பவர்களையோ பரிமாறுபவர்களையோ குறை கூற முடியாது. அவர்கள் கொதிக்கும் வெயிலில் பணியாற்றுகிறார்கள். அதிலும் 800 பேருக்கு உணவு சமைக்க அவர்கள் ஐந்து பேர்தான் இருக்கிறார்கள். அந்த வேலையை அவர்கள் எடுத்துக்கொண்டதற்குக் காரணம், அப்போதுதான் அவர்கள் சமையலறையில் நிம்மதியாக வேண்டிய அளவு சாப்பிடலாம். அவர்கள் அந்தப் பணியைச் செய்ய மறுத்தாலும், அதிலிருந்து விடுவிக்கப்பட மாட்டார்கள். ஏனென்றால், சமைப்பவர்களும் கைதிகள்தான். இத்தகைய சூழ்நிலையில் சிறையில் உணவில் சுவை என்பதே கிடையாது.

உணவில் சுவை

சிறைக்குள் நுழைந்தவுடன் ஒருவர் சுவை பற்றிய எண்ணங்களை மறந்துவிடவேண்டும். கைதிகள் ஒன்றும் விருந்தினர்கள் அல்ல. அவர்கள் விருப்பப்பட்ட உணவு பரிமாறப்பட மாட்டாது. அவர்கள் சமுதாயம் அல்லது அரசுக்கு எதிராகச் செய்த குற்றத்திற்காகத் தண்டனையை அனுபவிக்க இங்கு வந்திருக்கிறார்கள். அதனால் சுவை பற்றிச் சிந்திக்கக்கூடாது. சாதாரண குற்றவாளிகளுக்கும் பெரும் குற்றங்களைச் செய்த குற்றவாளிகளுக்கும் எந்த வித்தியாசமும் கிடையாது. அரசியல் கைதிகள் தனிப்பட்ட ரகம் என்றாலும் அவர்களை உணவு விஷயத்தில் விசேஷமான முறையில் கவனிப்பதில்லை. அதனால் நாங்கள் உணவில் சுவை இல்லை என்று புகார் எழுப்பவில்லை. எங்களுடைய ஒரே கோரிக்கை, உணவு நன்றாகச் சமைக்கப்பட்டு ஆரோக்கியமானதாக இருக்க வேண்டும் என்பதுதான்.

சுத்தமான ஆரோக்கியமான நன்கு சமைக்கப்பட்ட உணவு

அந்தமான் சிறையில் வழங்கப்பட்ட உணவு கொஞ்சம்கூட ஆரோக்கியம் இல்லாமலும் சுத்தமில்லாமலும் இருந்தது. நாங்கள் புகார் கொடுக்கும் போதெல்லாம், பொய்ப் புகார் கொடுத்தோம் என்று எங்களைத் தண்டித்திருக்கிறார்கள். ஆனால் அரசியல் கைதிகளாக நாங்கள் அங்கு நெடுங்காலம் இருந்தாகவேண்டும். அதனால் நாங்கள் தொடர்ந்து கொடுத்த புகார்கள் காரணமாகக் குறைகள் சரி செய்யப்பட்டன. அதனால் எங்களுடைய நீண்ட நெடிய போராட்டத்திற்குப் பிறகு உணவில் சிறிது முன்னேற்றம் காணப்பட்டது. அது எங்கள் எல்லோருக்கும் நன்மை பயக்கும் விதத்தில் இருந்தது. அந்த உணவு எவ்வளவு மோசமாக இருந்தது என்பதை நான் விவரிக்கிறேன்.

கஞ்சியில் மண்ணெண்ணெய்

சில சமயம் கஞ்சியில் மண்ணெண்ணெய் கலந்திருக்கும். கஞ்சியை அதிகாலையிலேயே கொதிக்க வைக்கவேண்டும். ஒரு மிகப் பெரிய பானையில் அரிசியும் தண்ணீரும் போட்டுக் கொதிக்க வைப்பார்கள். அவ்வப்போது சமைப்பவர் அது நன்றாக வெந்து கொண்டிருக்கிறதா என்று பார்ப்பார். ஆனால் அங்கே போதிய வெளிச்சம் இல்லாததால் அவரால் சரியாகப் பார்க்க முடியாது. அதனால் அவர் ஒரு மண்ணெண்ணெய் விளக்கைக் கொண்டுசென்று அந்தக் கொதிக்கும் பானையைத் திறந்து பார்ப்பார். இதை அரைத்தூக்கத்தில் அவர் செய்வார். அந்த விளக்கு சில சமயம் சரிந்து அதிலிருந்து மண்ணெண்ணெய் சமையல் பாத்திரத்தில் விழும். அந்தப் பாத்திரத்தில் 800 பேருக்கான கஞ்சி சமைக்கப்பட்டுக் கொண்டிருப்பதால் அதனைக் கொட்டவும் முடியாது. அதைப்பற்றி ஜமாதாரிடம் சொல்ல சமையல்காரர்கள் அஞ்சினர். ஜமாதாரும் நேரடியாக ஜெயிலரிடம் முறையிட முடியாது. ஏனென்றால் கவனக்குறைவாக நடந்து கொண்டதற்காக ஜமாதார் மற்றும் சமையல்காரர்கள் எல்லோருக்குமே தண்டனை கிடைக்கும். அதனால் அந்தக் கஞ்சி அப்படியே எங்களுக்கு வழங்கப்படும். இது இரண்டு மாதங்களுக்கு ஒருமுறையாவது நடக்கும். ஆனால் அரசியல் கைதிகள் இதனைப் பொறுத்துக் கொள்ளாமல் உடனடியாகப் புகார் செய்வார்கள். ஜெயிலர் வழக்கம்போல் நாங்கள் பொய் சொல்கிறோம் என்று எங்களை மிரட்டுவார். ஏதேனும் ஒரு கைதியைப் பிடித்து, "உண்மையிலேயே கஞ்சியில் கெரசின் கலந்திருக்கிறதா?" என்று மிரட்டலாகக் கேட்பார்.

இல்லை சார், பெரிய பாபு பொய் சொல்கிறார்

அப்படி அதைக் கேட்டவுடன் அந்தக் கைதி உடனடியாக, "இல்லை சார், பெரிய பாபு பொய் சொல்கிறார்" என்று கூறுவார். அப்போது மிஸ்டர் பாரி என்னிடம் வந்து கோபமாக, "அவர்களில் யாருக்கும் கஞ்சியில் மண்ணெண்ணெய் வாடை அடிக்கவில்லை. உங்களுக்கு மட்டும் எப்படி அந்த வாடை அடிக்கும்? இதற்காக உங்களுக்குத் தண்டனை கொடுக்கப் போகிறேன்" என்று கூறுவார். அவர் சென்றவுடன் கைதிகள் எல்லோரும் அந்த மண்ணெண்ணெய் கலந்த கஞ்சியைக் குடிப்பார்கள். ஏனென்றால் அதைக் குடிக்கவில்லை எனில் நாங்கள் பட்டினியுடன் வேலையைச் செய்யவேண்டி இருக்கும். அதுமட்டுமில்லாமல் சிறை விதிகளை மீறிய குற்றத்திற்கும் ஆளாக நேரிடும்.

தட்டில் என்ன போடப்பட்டதோ அதைச் சாப்பிடவேண்டும்

‘தட்டில் என்ன போடப்பட்டதோ அதைச் சாப்பிடவேண்டும்’ என்பது சிறை விதி. அதைத் தூர எறியக்கூடாது. சிலருக்குக் குறைவாக உணவு கொடுக்கப்படும். சிலருக்கு அதிகமாகக் கொடுக்கப்படும். ஆனால் என்ன கொடுக்கப்பட்டதோ அதை உண்டாகவேண்டும். பலவீனமாக இருந்தாலும், பலசாலியாக இருந்தாலும், எல்லோரும் தங்கள் பங்கை உண்டாகவேண்டும். இந்த விதி எப்போதும் கவனமாகப் பின்பற்றப்படுவதில்லை. ஆனால் அது பின்பற்றப்படும்போது கைதி மிகுந்த அவதிக்கு உள்ளாகவேண்டி இருக்கும். சில சமயம் குப்பைத்தொட்டியில் கொட்டப்பட்ட மீதி உணவைத் திரும்ப எடுத்து உண்ணுமாறு கைதிகளை வார்டர்கள் வற்புறுத்துவதைப் பார்த்திருக்கிறேன். அதனால்தான் மண்ணெண்ணெய் கலந்த கஞ்சியை நாங்கள் குடித்தோம். என்ன குறை இருந்தாலும் திரும்பவும் நான் அதனை உண்ண வேண்டியிருக்கும். உண்ண வில்லை என்றால் அடிபணியாத குற்றத்திற்காகத் தண்டிக்கவேண்டி வரும் என்று மிஸ்டர் பாரி என்னை மிரட்டினார். ஆனால் என் அதிர்ஷ்டம் அது மிரட்டலோடு நின்றுவிட்டது. அவர் பிறகு அதை யெல்லாம் மறந்தது போல நடித்தார். எனக்கும் நிம்மதியானது.

அரசியல் கைதிகள் இதுபோன்ற புகார்களை நேரடியாக சூப்பரின்டென்டன்ட்டிடம் தெரிவிப்பார்கள் ஆனால் சூப்பரின் டென்டன்ட் அதைப் பரிசீலிக்காமல் சிரித்துப் புறந்தள்ளுவார். ஆனால் சில சமயம் அவர் நல்ல மனநிலையில் இருக்கும்போது தவறு செய்தவர்களைத் தண்டிக்கவும் செய்வார். அவர் இதை வெளிப்படையாகச் செய்யமாட்டார். ஆனால் மிஸ்டர் பாரி இந்தப் புகார்களைப் பரிசீலிக்க நிர்பந்தப்படுத்தப்பட்டார். அவர் எங்கள் சிறையில் இருக்கும் சில துரோகிகள் மூலம் எங்களுக்கு அறிவுரை வழங்குவார்.

சுயநலம் உள்ளவர்களே உணவிற்காகச் சண்டை போடுவர்

அவர்கள் எங்களிடம் வந்து, சுயநலம் உள்ளவர்களே உணவிற்காகச் சண்டை போடுவர் என்று கூறுவார்கள். அதற்கு நாங்கள், எத்தகைய மோசமான உணவை உண்கிறோம் என்பதைச் சொல்லி, நாங்கள் கொடுக்கும் புகார்களுக்குப் பலன் கிடைக்கும் என்றால், பல நாட்களுக்குப் பட்டினி கிடக்கக்கூட தயார் என்றோம். நாங்கள் ஒன்றும் உணவிற்குக் கஷ்டப்பட்டுக் கொண்டிருந்த பிச்சைக்காரர் கள் அல்ல, இந்த ஜெயிலுக்கு வந்தது உணவு உண்பதற்காக அல்ல என்பதை நினைவு படுத்துவோம். இது மறைமுகமாக மிஸ்டர்

பாரியைச் சுட்டிக் காட்டுவது போல் இருக்கும். ஏனென்றால் அவர் இந்த அந்தமான் சில்வர் ஜெயிலுக்கு வருவதற்கு முன்னால் அவரது நாடான அயர்லாந்தில் கிட்டத்தட்ட பிச்சை எடுக்கும் நிலையில் தான் இருந்தார். கிடைத்த பணத்தைச் சுரண்டிக்கொண்டு, பிழைப்புத் தேடி இந்தியாவிற்கு வந்தவர். வெள்ளைத் தோல் இருந்ததனால் இந்த அளவுக்கு வந்தார். இந்த வேலை கிடைத்ததும் இதில் ஒட்டிக் கொண்டிருக்கிறார். அவருக்கு மன உறுதி உண்டு, ஆனால் கொஞ்சம்கூட மனசாட்சியே கிடையாது. இந்தச் சம்பவம் நடந்த பிறகு அரசியல் கைதிகள் மிஸ்டர் பாரியின் நம்பிக்கைக்குப் பாத்திரமான ஆட்களிடமிருந்து விலகியே இருந்தனர். மற்ற கைதிகள் அவர்களிடம் நேரடியாகவே, "கஞ்சியில் மண்ணெண்ணெய் இருப்பதை உணரவில்லையா?" என்று கேட்டனர். ஆனால் அவர்கள் உணவுக்காக இப்படி எதிர்ப்பு தெரிவிப்பது மிகவும் சுயநலம் மிகுந்த செயல் என்று வெட்கமில்லாமல் பதில் கூறினார்கள். தங்களுடைய நலனுக்காக மனசாட்சியை அடகு வைத்த அற்பமான மனிதர்கள் அவர்கள். இவர்களை ஒப்புநோக்கும்போது, தேங்காயைத் திருடும் மனிதர்கள் நேர்மையானவர்களாகவும் சுயநலமில்லாதவர் களாகவும் தெரிகிறார்கள்.

அரசியல் கைதிகளில் சுயநலம் மிக்கவர்கள்

அரசியல் கைதிகளில் ஒரு சிலர் தங்கள் எஜமானர்கள் சொல்லிக் கொடுத்ததை கிளிப்பிள்ளைகள் போல் எங்களிடம் சொல்லி வந்தார்கள். எல்லாம் அவர்கள் போடும் பிச்சைக்காக. அதேநேரம், சக கைதிகள் எல்லோருடைய உடல்நலத்தைக் கருத்தில்கொண்டு நல்ல உணவுவேண்டும் என்று நாங்கள் போராடும்போது எங்களைச் சுயநலவாதிகள் என்று குற்றம்சாட்டினார்கள். இதற்காக அவர் களுக்குக் கிடைக்கும் சிறு ஆதாயங்களை வெட்கமின்றிப் பெற்றுக் கொண்டார்கள்.

ஆனால் இந்தக் கோழைகளின் அறிவுரைகளைக் கேட்டுக்கொள்ள அரசியல் கைதிகள் ஒன்றும் முட்டாள்கள் அல்ல. தொடர்ந்து அவர்கள் அரைவேக்காட்டுச் சப்பாத்தி, மண்ணெண்ணெய் கலந்த கஞ்சி, வேகாத காய்கறிகள், அளவு குறைந்த சாப்பாடு போன்ற குறைகளை எல்லாம் உடனடியாக அதிகாரிகளின் கவனத்திற்குக் கொண்டுசென்றார்கள். இது சக கைதிகளிடையே அவர்களின் மதிப்பைக் கூட்டியது. மற்ற கைதிகளுக்கு மிஸ்டர் பாரியை எதிர்த்துச் சாட்சி சொல்ல தைரியமில்லை என்றாலும், எங்களுக்கு நன்றிக் கடனாகப் பலவிதங்களில் உதவி செய்தார்கள். அவர்களது அன்பும் நன்மதிப்பும் இல்லையென்றால் அரசியல் கைதிகளால்

தொடர்ந்து தாக்குப்பிடிக்க முடிந்திருக்காது. உண்மையில் அரசியல் கைதிகளிலேயே சில பேருக்கு மிஸ்டர் பாரியை எதிர்த்துச் சாட்சி சொல்ல தைரியம் இருக்கவில்லை. ஒருநாள் ஒரு அரசியல் கைதி கஞ்சியில் மண்ணெண்ணெய் கலந்திருந்தது. அவர் அதனைச் சாப்பிட மறுத்துவிட்டார். உடனிருந்த நான்கு பேரும் சாப்பிட மறுத்தனர். உடனே மற்றவர்களும் சாப்பிட மறுத்தனர். இது ஒரு அலை போல சிறையெங்கும் பரவியது. இந்தச் செய்தி மிஸ்டர் பாரியை எட்டியது. அவர் அங்கே வந்து மிரட்டும் தொனியில், ''வடக்கில் இருந்து வந்தவர்களே, நீங்கள் இங்கிருக்கும் ஒழுங்கைக் குலைக்கிறீர்கள். மற்றவர்களைப் போராடத் தூண்டுகிறீர்கள். வேறு யாரும் உணவைப் பற்றிச் குறை ஏதும் கூறவில்லையே?'' என்று கூறித் தனக்கு அடிபணியக்கூடிய ஒரு ஆளை நோக்கி, ''உனக்கு இதில் மண்ணெண்ணெய் வாடை வருகிறதா?'' என்று கேட்டார். அதற்கு அந்த ஆள், ''இல்லை. எனக்கு அதுபோன்ற வாடை எதுவும் வரவில்லை'' என்றார். அந்தப் பதில் ஒன்றுபோதும் மிஸ்டர் பாரிக்கு. கஞ்சிப் பானையில் ஒரு டின் மண்ணெண்ணெய் கலந்திருந்தாலும் அவர் வாடை எதுவும் வரவில்லை என்று கூறியிருப்பார். தனக்குச் சாதகமான பதிலைக் கூறிய ஆளைப் பாராட்டியபடி அவர் அங்கிருந்து சென்றார்.

காய்கறிகளில் பூரான் பாம்பு

அந்தமானில் இருக்கும் ஒரு வகை பூரானைப் பற்றி ஏற்கெனவே கூறியிருக்கிறேன். அது ஒன்றரை அடி நீளம் இருக்கும். மிகுந்த விஷம் கொண்டது. ஒவ்வொரு நாள் காலையும் கைதிகள் சிறைக்குக் காய்கறிகள் கொண்டுவர வெளியே அனுப்பப்படுவார்கள். அருகிலிருக்கும் காட்டுப் பகுதிகளில் இந்தியர்களுக்கு மிகவும் பிடித்த காய்கறிகள் விளையும். கைதிகள் அவற்றை வெட்டி எடுத்துக்கொண்டு சிறைக்கு வருவார்கள். பிறகு அவற்றைத் தனியாகக் கட்டி வைப்பார்கள். அந்தக் காய்கறிகள் சமையல் அறைக்கு எடுத்துச் செல்லப்படும். இதுதான் கைதிகளுக்குக் காய்கறிகள் எடுத்துச் செல்லும் முறை. அவசரத்தில் இதைச் செய்யும்போது பலமுறை காய்கறிகளுடன் பாம்புகளும் பூரான்களும் கலந்துவிடும். நாங்கள் சாப்பிடும்போது வேகவைத்த காய்கறிகளுடன் இந்தப் பிராணிகளின் உறுப்புகளைப் பார்ப்போம். ஆனால் மிஸ்டர் பாரி இந்த உணவை மிகவும் பாராட்டுவார். இதில் குறை கண்டுபிடிப்ப வரைத் திட்டுவார்.

நாங்கள் எப்போது உணவிலிருந்து பாம்பு மற்றும் பூரான் துண்டங்களை எடுத்துக் காண்பித்தாலும் அவர், ''இது மிகவும் சுவையாக இருக்குமே'' என்று கூறுவர். நாங்கள் சூப்பரின்டென்டன்ட்டிடம்

புகார் அளித்தால் அவரும் மிஸ்டர் பாரி கூறியதையே கூறுவார். அதனால் அவற்றைத் தூக்கி எறிந்துவிட்டு மீதமுள்ள காய்கறிகளைச் சாப்பிடுவதைத் தவிர வேறு வழி எங்களுக்கு இல்லை. ஏனென்றால் சாதம் அல்லது ரொட்டியுடன் சாப்பிட வேறு எதுவும் இருக்காது. நாங்கள் சாப்பிடாமல் இருந்தால் எங்களால் வழக்கமான பணிகளைச் செய்ய முடியாது. இது மிஸ்டர் பாரிக்கு மிக நன்றாகத் தெரியும். அதனால் அவரும் அதைப் பற்றிக் கவலைப்பட மாட்டார். நான் நண்பர்களுடன் இதுகுறித்து விவாதிக்கும்போது மிஸ்டர் பாரியைக் கண்டித்திருக்கிறேன். அப்போது ஒருமுறை அவர் என்னிடம் வந்து, ''நீங்கள் ஏன் இந்த கைதிகளுக்காகச் சிந்திக்கிறீர்கள்? உங்களுக்கு வேண்டுமென்றால் நான் தனியாக சமைக்கச் சொல்கிறேன். ஆனால் அதன் குறைகளை மற்றவர்கள் முன் சொல்லாதீர்கள். அவர்கள் மிருகங்களைப் போன்றவர்கள். கொஞ்சம்கூட கருணை காட்டக் கூடாது. இந்த வெந்த பூரான்களை இதற்குமுன் ஆயிரம் பேர் சாப்பிட்டு இருக்கிறார்கள். ஆனால் ஒருவர்கூட இறந்ததில்லை'' என்று கூறினார்.

யாராவது ஒருவர் இறந்தால்தான் மிஸ்டர் பாரி அதுகுறித்து ஏதேனும் நடவடிக்கை எடுப்பார் என்று தோன்றியது. அவர் எங்கள் வாயை அடைக்க வேறொரு தந்திரமும் வைத்திருந்தார். பயமுறுத்தியோ அல்லது தாஜா பண்ணியோ எங்களது புகார்களையும் போராட்டங் களையும் தடுக்க முடியவில்லை என்றால் அவர் பழியைத் தூக்கி எதாவது ஒரு ஹிந்து வார்டர் மேலோ அல்லது ஒரு துணை அதிகாரி மேலோ போடுவார்.

ஹிந்து ஜமாதார்தான் காரணம்

காய்கறிகளில் சில சமயம் எண்ணெய்யே இருக்காது. சமையலுக்கு வைத்திருக்கப்படும் எண்ணெய் திருடப்பட்டு விடுவதே இதற்குக் காரணம். இதைப் பற்றியோ அல்லது கஞ்சியில் மண்ணெண்ணெய் கலந்திருப்பதைப் பற்றியோ நாங்கள் எப்போது புகார் கூறினாலும் மிர்ஸா கான் மிஸ்டர் பாரியிடம் அந்தத் தவறைச் செய்தது ஒரு ஹிந்து அதிகாரி என்றும், தான் இல்லை என்றும் கூறுவான். மிஸ்டர் பாரியும் அவன் கூறுவதை ஒப்புக்கொண்டு, ''அந்த ஹிந்து சிறு அதிகாரி மீது நடவடிக்கை எடுப்பேன்'' என்பார். இப்படிப்பட்ட சூழ்நிலையில் நாங்கள் புகார் கொடுத்தால் ஒரு அப்பாவி அதிகாரி பழிவாங்கப்படக் கூடும். அதுமட்டுமல்லாமல் ஒரு முஸ்லிம் ஜமாதார் அவர் இடத்திற்கு வரக்கூடும் என்பதால், நாங்கள் பெரும்பாலான நேரம் அமைதி காத்து விடுவோம். சிறை வாழ்க்கையில் இதுபோன்ற விஷயங்களில் என் அணுகுமுறை இதுவே.

அந்தமான் சிறை அனுபவங்கள்

சில நாட்கள் கழித்து இத்தகைய புகார்களுக்கு பலன் கிடைக்க ஆரம்பித்தது. சிறையில் உள்ள கைதிகளுக்கு முன்பைவிட நல்ல உணவு பரிமாறப்பட்டது. இது, தொடர்ந்து போராடியதன் பலன். இந்த விஷயங்களை மாற்றுவது என்று நாங்கள் நான்கு அல்லது ஐந்து வருடங்கள் போராடியதற்குக் கிடைத்த பலன். சிறையில் சூப்பரின்டென்டன்ட் மாறியதும் இந்த மாற்றங்களுக்கு ஒரு காரணம். புதிய சூப்பரின்டென்டன்ட் நல்ல நேர்மையான அதிகாரி. எங்களுடைய பிரச்சினைகள் குறித்து இந்தியச் செய்தித்தாள்களில் வந்த செய்திகளும், பாராளுமன்றத்தில் அதுகுறித்து நடந்த விவாதங்களும், இவர் இங்கு வருவதற்குக் காரணமாக இருந்தன. அந்தமான் சிறையில் நிலவும் நிலைமை குறித்து இந்தியாவில் பரவலாகப் பேசப்பட்டது. நல்ல மனது கொண்ட அந்தப் புதிய சூப்பரின்டென்டன்ட் மூலமாகக் கைதிகளுக்கு கொஞ்சம் நிம்மதி கிடைத்தது.

போதுமான அளவு உணவு கிடைக்காது, ஆரோக்கியமற்ற உணவு, இவை தவிர காலையிலும் மாலையிலும் உணவு வழங்கப்படும் போது நாங்கள் மிகவும் மோசமாக நடத்தப்பட்டுக் கொண்டிருந்தோம். வெயிலானாலும் மழையானாலும் நாங்கள் வரிசையில் உட்கார வைக்கப்படுவோம். வெயிலில் உட்கார முடியாது என்று கைதிகள் நிழலில் ஒதுங்கினால் சிறை அதிகாரிகள் அவர்களைத் திட்டுவார்கள். வரிசையைவிட்டு வெளியே வந்ததற்காக மிஸ்டர் பாரி அவர்களைத் தண்டிப்பார். ஒழுங்கீனம் என்ற காரணத்திற்காக சூப்பரின்டென்டன்ட் தண்டிப்பார். ஆனால் எவ்வளவு வலிமையான ஆளாக இருந்தாலும் வெயிலுக்கும் மழைக்கும் பாதுகாப்பு தேடி ஒதுங்குவது என்பது நடந்துகொண்டுதான் இருந்தது.

இந்த விதி, உள்ளே இருப்பவர்களுக்கு மட்டும் இல்லாமல், வெளியே பணிக்காக அனுப்பப்பட்டவர்களுக்கும் பொருந்தும். மற்ற அதிகாரிகளும் அவர்களை மிஸ்டர் பாரியைப்போலவே மோசமாக நடத்தினார்கள். சில நேரம் அவர்கள் நின்றுகொண்டு உணவு உட்கொள்ள வேண்டியிருக்கும். அவர்களது உடை மழையில் நனைந்து, உடம்பு குளிரில் நடுங்கிக் கொண்டிருக்கும். ஆனாலும் அவர்கள் நின்றுகொண்டு, ஒரு கையில் தட்டைப் பிடித்துக் கொண்டு, மழையில் நடுங்கிக்கொண்டேதான் சாப்பிடவேண்டும். மழைத்துளி தட்டிலிருக்கும் உணவில் விழுந்து கொண்டிருக்கும். இது எப்போதும் கைதிகளுக்கு நடப்பதுதான். தங்களுடைய உணவைத் தாங்களே சமைத்துக்கொள்ளும் அனுமதி பெற்றவர்கள் மட்டுமே இதிலிருந்து தப்பிப்பார்கள். ஆனால் சிறைக்கு வெளியே

அனுப்பப்படும் எந்த ஒரு அரசியல் கைதிக்கும் அந்தச் சுதந்திரம் வழங்கப்படவில்லை. அவர்களும் தான் எவ்வளவு கஷ்டப் பட்டாலும் இந்தச் செயலில் தன்னுடன் இருக்கும் மற்ற கைதிகள் படும் கஷ்டத்தை எதிர்த்துப் போராட என்றுமே தயங்கியதில்லை. அரசியல் கைதிகள் தொடர்ந்து துன்பப்பட்டு வந்தாலும் தங்களுடைய போராட்டத்தை அவர்கள் நிறுத்தவில்லை. சிறையில் இருக்கும் நிலைமை மாறவேண்டும் என்பதற்காக அவர்கள் குரல் கொடுத்து வந்தார்கள். நீண்ட காலம் சிறையில் உழல வேண்டியது தாங்கள் தான் என்பதை உணர்ந்திருந்தார்கள். வெயில் மழை ஆகிய இரண்டு மட்டுமல்லாமல் அவர்களுக்கு இன்னொரு பிரச்சினையும் இருந்தது. சிறை அதிகாரிகள் அவர்களுக்கு உணவு உண்பதற்குப் போதுமான அவகாசம் எப்போதும் வழங்க மாட்டார்கள். மிகக் குறைந்த நேரமே அதற்கு ஒதுக்கப்படும். அதற்குள் அதிகாரிகள், "நேரமாகிவிட்டது, கிளம்புங்கள்" என்று குரல் கொடுத்துக் கொண்டே வருவார்கள். உடனே கைதிகள் சாப்பிட்டு முடித்திருந்தாலும் இல்லையென்றாலும் எழுந்து வரிசையில் நிற்கவேண்டும். மீதமிருக்கும் உணவைக் குப்பைத் தொட்டியில் போடவேண்டும். அதற்குத் தயங்கினால் குச்சியைக் கொண்டு அவர்கள் கையிலிருக்கும் தட்டைத் தட்டி விடுவார்கள். அவர்களையும் அடிப்பார்கள். பிறகு ஜெயிலரிடம் கொண்டுபோய் நிறுத்தப்படுவார்கள். சூப்பரின் டென்டன்ட் அவர்களைத் தண்டிப்பார். எங்களுடைய ஐந்து வருடப் போராட்டம் இவற்றையெல்லாம் ஓரளவு மாற்றியது. கைதிகள் நிழலில் உட்கார்ந்துகொண்டு உணவை உட்கொள்ள அனுமதிக்கப் பட்டனர். எந்த விதமான அவசரமுமில்லாமல் நிதானமாக உணவு உட்கொள்ள அனுமதிக்கப்பட்டனர். சிறை அதிகாரிகள் மற்றும் ஜமாதார்கள் இழைத்த கொடுமைகள் ஒருவழியாக முடிவுக்கு வந்தன. நான் சிறையிலிருந்த ஐந்தாவது அல்லது ஆறாவது வருடம் இத்தகைய மாற்றங்கள் நிகழ்ந்தன. மிஸ்டர் பாரி எங்களைப் பொறுக்கிகள் என்று அழைப்பதை நிறுத்தினார். நாங்கள் வேலை செய்யவே அனுப்பப்பட்டிருக்கிறோம், சாப்பிட அனுப்பப்பட வில்லை என்று குத்திக்காட்டுவதையும் நிறுத்தினார். இது 1914-16 வாக்கில் நடந்த விஷயங்கள். நான் அந்தச் சிறைக்குச் சென்றது 1910ம் வருடம். இனி, உணவில் என்னென்ன மாற்றங்கள் ஏற்படுகின்றன என்பது குறித்து பார்ப்போம். ஒரு முடிவின் தொடக்கமாக அது இருந்தது.

அந்தமான் சிறை அனுபவங்கள் | 237

அத்தியாயம் 16

தற்கொலை, மனநிலை பாதிப்பு, கைதுகள், இரண்டாவது மற்றும் மூன்றாவது வேலை நிறுத்தம்

அந்தமானில் என் முதல் ஆறு மாத கால தண்டனையின்போது நான் தனிச்சிறையில் அடைக்கப்பட்டிருந்தேன். எல்லாக் கைதிகளும் ஆறு மாத காலத் தண்டனைக்குப் பிறகு சிறைக்கு வெளியே வேலை செய்ய அனுப்பப்படுவார்கள். நானும் என் தனிமைச் சிறையில் இருந்து விடுவிக்கப்பட்டேன். அப்போதுகூட என்னை மற்றவர்களுடன் சேரவோ பேசவோ அனுமதிக்கவில்லை. என் அறைக்கு எதிரே இருந்த கேலரியில், என் அறையின் சுவரைப் பார்த்த வண்ணம் தனியாக அமர்ந்திருப்பேன். மற்ற அரசியல் கைதிகள் எல்லோரும் தங்கள் அருகில் இருப்பவர்களுடன் பேசுவதற்கு அனுமதிக்கப்பட்டார்கள். ஆனால் என்னை மட்டும் தனியாக இருக்கச் செய்தார்கள். நான் யாருடனும் பேசக்கூடாது என்பதற்காக, எனக்கு விசேஷமாகக் காவல் ஏற்பாடு செய்யப்பட்டிருந்தது. நான் கேலரியில் உட்கார்ந்துகொண்டு என் தினப்படி வேலையான கயிறு திரிப்பதைச் செய்து கொண்டிருப்பேன். மாலை ஆனதும் என் அறைக்குள் போகச் சொல்லுவார்கள். பிறகு பூட்டிவிடுவார்கள். இரவு முழுக்க பூட்டிய அறைக்குள்தான். இந்த அலுப்பூட்டும் விஷயங்களே பல வருடங்களுக்குத் தொடர்ந்தன. காலையிலும் மாலையிலும் சாப்பிடும் நேரம் மட்டுமே விதிவிலக்கு. அந்த இரண்டு மணி நேரம், நான் மற்ற மனிதர்களைப் பார்க்கவும் அவர்களோடு ஓரிரு வார்த்தைகள் பேசவும் முடியும்.

இந்தக் காலகட்டத்தில், நான் தானா சிறையில் இருக்கும்போது போட்டு வைத்த அட்டவணையை ஒழுங்காகப் பின்பற்றிக்

கொண்டிருந்தேன். என் நோக்கம், நாம் தேச நலனுக்காகப் போராடிச் சிறைக்கு வந்து இருக்கிறோம்; இங்கு ஒழுங்காக நடந்து கொண்டு சிறை விதிகளைப் பின்பற்றினால், நன்னடத்தைக்காக என் தண்டனை குறைக்கப்பட்டு, நான் பணிக்காக சிறைக்கு வெளியே அனுப்பப்படலாம்; அப்படி அனுப்பப்பட்டால், இந்தத் தீவில் கொஞ்சம் பிரசாரம் செய்யமுடியும்; இந்த சில்வர் ஜெயிலில் இருந்து என் விடுதலையையும் திட்டமிடமுடியும்! ஆகவே, இந்தச் சிறையின் விதிகளை மாற்றவும் இங்குள்ள சூழலை மேம்படுத்தவும் என்னாலான முயற்சிகளை செய்து கொண்டிருந்த அதே வேளையில், சட்டத்துக்குப் புறம்பாக எதையும் செய்து அதிகாரிகள் எனக்கு எதிராகக் குற்றச்சாட்டுகள் எதுவும் சொல்லாதபடி பார்த்துக் கொண்டேன். கைதிகள் வெளியே செல்வதை அனுமதிக்க மறுக்கும் அதிகாரிகள் அதற்குச் சொல்லும் காரணம், அவர்கள் சிறைக்குள் வழக்கமான பணிகளைச் செய்ய மறுக்கிறார்கள் என்பதே. அதனால் என்னைப் பற்றி அப்படி ஒரு புகார் வருவதற்கு வாய்ப்பே இல்லாமல் நான் நடந்துகொண்டேன். சக கைதிகளுக்கு என் அறைக்குள் இருந்தவாறு என்னவெல்லாம் செய்ய முடியுமோ அதைவிடப் பல மடங்கு உதவியை நான் வெளியே போனால் வெளியிலிருந்து செய்யமுடியும். ஆகவே என் அட்டவணையை ஒழுங்காகப் பின்பற்றிக்கொண்டிருந்தேன். சிறைக்கு வெளியே செல்வதற்கான காலம் எப்போது வரும் என்று காத்துக்கொண்டிருந்தேன்.

முதலில் சிறைக்கு வெளியே சென்று பணி செய்ய வாய்ப்பு கிடைத்த கைதிகள் எல்லோரும் 3 முதல் 5 ஆண்டு சிறைத் தண்டனை பெற்றவர்கள். ஆயுள் தண்டனை பெற்ற கைதிகள் எவரும் வெளியே அனுப்பப்படவில்லை. அவர்கள் வெளியே சென்று செய்த வேலை, உள்ளே அவர்கள் செய்து கொண்டிருந்த வேலையைப் போலவே கடுமையானதுதான். ஆனாலும் நான் அவர்களை வெளியே சென்று வேலை செய்யுமாறு வலியுறுத்திக் கொண்டிருந்தேன். ஏனென்றால் அவர்களைத் தொடர்ந்து மற்றவர்களும் அதேபோல் வெளியில் சென்று வேலை செய்ய வாய்ப்பு கிடைக்கும். அந்த எண்ணிக்கை உயர்ந்தால் அவர்கள் வெளியே சென்று செய்யும் பிரசாரத்தின் வலிமையும் கூடும். அதனால் அவர்களைத் திரும்பவும் சிறைக்குள்ளே வந்து வேலை செய்வதற்கான காரணங்களை எதுவும் அதிகாரிகளுக்குக் கொடுத்துவிடவேண்டாம் என்று வலியுறுத்தினேன். நான் சொன்னதை ஒப்புக்கொண்ட அவர்கள் டிசம்பர் 1911 முடிசூட்டல் நாள் வரை வெளியே வேலை செய்து கொண்டிருந்தார்கள். முதல் வேலை நிறுத்தமும், முடிசூட்டலும் நடந்து முடிந்த பிறகு, நான்கு பேர் சிறைக்கு வெளியே அனுப்பப்பட்டார்கள். நானும் என்

சகோதரரும் அதில் இருக்கவில்லை. இந்த நான்கு கைதிகள் வெளியே அனுப்பப்பட்டவுடன் அரசியல் கைதிகளும் வெளியே அனுப்பப்படுவார்கள் என்பது தெளிவாயிற்று. இதனை முன்னுதாரணமாகக்கொண்டு நானும் வெளியே வர இயலும் என்ற நம்பிக்கையை வளர்த்துக்கொண்டேன். இந்த நான்கு பேரைப் போல நானும் அவ்வழியே செல்வேன் என்ற நம்பிக்கை எனக்கு வந்தது. இந்த நான்கு அரசியல் கைதிகள் வெளியே சென்றாலும் அவர்கள் மிகவும் கஷ்டப்பட்டார்கள் என்ற செய்தி வந்தது. அவர்களுக்குக் கொடுக்கப்பட்ட வேலை மிகவும் கடினமாக இருந்ததனால் அவர்கள் ஏதேனும் ஒரு மருந்தைக் குடித்து அதன்மூலம் ஒரு நோயை வரவழைத்துக்கொண்டு திரும்பவும் உள்ளே வந்துவிட முயற்சி செய்தார்கள். இப்படிப்பட்ட விபரீதமான முடிவுகளைச் சிறை வாழ்க்கை எடுக்க வைக்கும்.

ஜுரத்திற்கும் டயரியாவுக்கும் மருந்து கொடுங்கள்

ஒரு கைதி விரக்தியான மனநிலையில் இப்படி வந்து கேட்டால், அவன் வியாதியை நீக்குவதற்காக மருந்து கேட்கவில்லை, மாறாக அந்த வியாதியை வரவழைப்பதற்காக மருந்து கேட்கிறான் என்று அர்த்தம். கனேரி வேர்களை அரைத்து முழுங்கினால் நல்ல ஜுரம் வரும் என்று சொல்வார்கள். அதேபோல கஞ்சாச் செடியின் விதைகளை அரைத்துச் சாப்பிட்டால் ரத்த பேதி உண்டாகும் என்றும் சொல்கிறார்கள். அதேபோல் ஏதோ ஒரு திரவத்தில் ஊறிய கயிறு நம்முடைய காயத்தின் மேல் பட்டால் அந்தக் காயம் ஆறு மாதங்களுக்கு மாறாமல் அப்படியே இருக்கும் என்றும் சொல்கிறார்கள். இதெல்லாம் சிறையில் உள்ளவர்கள் சொல்லும் தகவல்கள். இவை உண்மையா என்று அவர்களிடம் கேட்டதற்கு, இதை அவர்கள் முயற்சித்துப் பார்த்திருப்பதாகவும், இவை பலன் அளிக்கின்றன என்றும் கூறுகிறார்கள். எண்ணெய்ச் செக்கு வேலைக்கும் அல்லது காட்டில் மரங்களை வெட்டும் வேலைக்கும் அல்லது கயிறு திரிக்கும் வேலைக்கும் அனுப்பப்பட்ட கைதிகள் அந்த வேலைகள் செய்து அலுத்துப்போய் அதைத் தவிர வேறு எதை வேண்டுமானாலும் செய்ய தயாராக இருந்தார்கள். அதனால் தங்கள் உடலை இதுபோன்ற வேர்கள் மற்றும் செடிகளைக்கொண்டு வருத்திக் கொள்வதன் மூலம் மருத்துவமனைக்குச் சென்று படுத்துக் கொள்ள விரும்பினார்கள். தங்கள் காயங்களின் மேல் அந்தக் கயிற்றைப் போட்டுக்கொண்டு அவை ஆறாமல் பார்த்துக்கொண்டார்கள். தங்கள் தொண்டையில் ஊசியினால் குத்திக்கொண்டு டாக்டரிடம் சென்று, இருமித் துப்பும்போது மார்பிலிருந்து சளியுடன் சேர்ந்து

ரத்தமும் வருகிறது என்று சொல்லி அவரை நம்ப வைப்பார்கள். இந்தத் தந்திரங்கள் எல்லாம் அவர்கள் செய்த கடுமையான பணியிலிருந்து தப்பிப்பதற்காகச் செய்யப்பட்டன. ஒரு சிலர் தங்களுக்குப் பைத்தியம் பிடித்துவிட்டது போல் நடிப்பார்கள். மற்றவர்கள் அதனை நம்பவேண்டும் என்பதற்காக தங்கள் முகத்தில் மலத்தைத் தேய்த்துக் கொள்வார்கள். சிலவேளை அவற்றை உண்ணவும் செய்வார்கள்.

டாக்டரை நம்பவைத்து அவரிடமிருந்து சான்றிதழ் பெற்று மருத்துவமனைக்குச் செல்வது இந்தத் தண்டனையிலிருந்து தப்பிப்பதற்கான ஒரு வழி. இத்தகைய ஆட்களை நான் என் கண்ணால் பார்த்திருக்கிறேன். இங்கு வந்து நேரில் பார்த்த பயணிகளும் நான் சொல்வதை உண்மை என்று ஒப்புக் கொள்வார்கள். இத்தகைய கைதிகள் டாக்டரைத் தொடர்ந்து ஏமாற்றுவார்கள். அதனால் அவருக்கு யார் உண்மையான நோயாளி, யார் நடிக்கிறார்கள் என்று கண்டுபிடிப்பது சிரமமாக இருந்தது. இத்தகைய கிரிமினல்கள் உடல் நலமடைந்து மருத்துவமனையி லிருந்து வெளியே அனுப்பப்பட்டதும், மாஜிஸ்ட்ரேட் முன்னால் கொண்டுவரப்பட்டு அவர்களது ஏமாற்று வேலைகளுக்காகத் தண்டிக்கப்பட்டார்கள். ஆனாலும் தங்கள் உடலை வருத்திக் கொண்டு, 104 அல்லது 105 டிகிரி ஜுரத்தை வரவழைத்துக்கொண்டு, அல்லது ரத்த பேதி போன்ற நோய்களை வரவழைத்துக்கொண்டு மருத்துவமனையில் சிகிச்சை பெற்றதற்குக் காரணம், அவர்களது பணி அவ்வளவு கடுமையாக இருந்தது என்பதுதான். இதில் சில கைதிகள் ஏற்கெனவே தண்டனை பெற்று இங்கு வந்திருக்கிறவர்கள், இருந்தாலும் அவர்கள் அதைச் செய்தார்கள். இதிலிருந்து இந்தப் பணி எவ்வளவு கடுமையானதாக இருந்திருக்கும் என்பதை ஊகிக்கலாம். கொள்ளைக்காரர்களும் மிக ஆபத்தான கிரிமினல்களும் இந்தப் பணியைச் செய்ய கஷ்டப்பட்டார்கள் என்றால், அரசியல் கைதிகள் எந்த அளவுக்கு அவற்றைச் செய்ய கஷ்டப்பட்டிருப்பார்கள் என்பதைப் புரிந்து கொள்ளலாம். அந்தமான் செல்லுலர் ஜெயிலில் அவர்கள் பட்ட கஷ்டத்தைச் சொல்வது அவ்வளவு எளிதான காரியமல்ல.

இந்தப் பணியைக் காட்டிலும் நோய் சிறந்தது

நான் சில கைதிகளின் குறிப்பிட்ட அனுபவங்களை இங்கு குறிப்பிடுகிறேன். அப்படி ஒரு அரசியல் கைதிதான் பாபு உபேந்திர நாத் பானர்ஜி. அவர் தன்னைப் பற்றிக் கூறுகையில்: ''இந்தச் சிறைக்கு எனக்கு முன்னால் வந்த பெரும்பாலான கைதிகள் 1857ல் நடந்த சிப்பாய்க் கலகத்தில் பங்குகொண்டு ஆயுள் தண்டனை

பெற்றவர்கள். அவர்கள் இந்தியாவிற்கு உயிரோடு திரும்பவே இல்லை. இந்தப் பயங்கரத்தை நான் இங்கு வந்த பிறகு, இங்குள்ள கடுமையான பணிகளைச் செய்யும்போது புரிந்துகொண்டேன். பல சமயம் நான் தூக்கு போட்டுக்கொண்டு வாழ்க்கையை முடித்துக் கொண்டுவிடலாமா, இந்தக் கஷ்டங்களுக்கெல்லாம் ஒரு முற்றுப் புள்ளி வைத்துவிடலாமா என்று யோசித்திருக்கிறேன். ஆனால் எனக்கு அதற்கான தைரியம் வரவில்லை. நான் எண்ணெய்ச் செக்கில் தொடர்ந்து எந்தப் புகாரும் கூறாமல் பணியாற்றி வந்தேன். ஒருநாள் காலையிலிருந்து மாலை வரை வேலை செய்து முடித்த பின்பு, என் உடம்பு மரக்கட்டை போல் இருப்பதை உணர்ந்தேன். என் உள்ளங்கையில் வெடிப்பு விட்டிருந்தது. அதிலிருந்து ரத்தம் சொட்டிக்கொண்டிருந்தது. அன்று கொடுக்கவேண்டிய அளவான 30 பவுண்டுகளை நான் உற்பத்தி செய்திருக்கவில்லை. எனக்கு மயக்கம் வந்தது. அங்கிருந்த துணை அதிகாரி என்னைத் திட்டிக் கொண்டிருந்தார். அது என் இதயத்தில் சம்மட்டி அடி போல் விழுந்தது. கடைசியில் என்னை இழுத்துக்கொண்டு போய் ஜெயிலர் முன்பு நிறுத்தினார். அவர் என்னைக் கேவலமாகத் திட்டி, பிரம்பால் அடிக்கப் போவதாக எச்சரித்தார். அங்கிருந்து கொண்டுவந்த என்னை மாலை உணவுக்கு உட்கார வைத்தார்கள். எனக்குத் தொண்டையை அடைத்தது. என்னால் உணவை உண்ண முடியவில்லை. ஒரு ஹிந்து சிறு அதிகாரி என்மேல் கருணைகொண்டு எனக்குக் கூடுதலாகக் கொஞ்சம் சாதம் வைக்கச் சொன்னார். ''இவர் மிகவும் துக்கத்தில் இருக்கிறார். இவரால் ரொட்டியைச் சாப்பிட முடியாது. அதனால் இவருக்குக் கூடுதலாகச் சாதம் கொடுங்கள்'' என்று கூறினார். இதைக் கேட்டவுடன் பெரிதாகக் கதறி அழுதுவிட்டேன். என்னைக் கட்டுப்படுத்திக்கொள்ள எவ்வளவோ முயன்றேன். பிரம்பால் அடித்திருந்தால்கூடத் தாங்கிக் கொண்டிருப்பேன். ஆனால் இந்த ஹிந்துத் துணை அதிகாரி இரக்கத்தால் சொன்ன வார்த்தைகளை தாங்கிக்கொள்ள முடியவில்லை.

அவமானப்படுவதைவிட இறப்பதே மேல்

இந்து பூஷன் ராய் என்ற இளைஞர் மணிக்தோலா பாம் வழக்கில் கைது செய்யப்பட்டு, பத்தாண்டுகள் சிறைத் தண்டனை விதிக்கப் பட்டு அந்தமானுக்கு அனுப்பப்பட்டிருந்தார். அவர் கோலுவில் கடுமையான பணிகளைச் செய்து, இந்தத் துன்பங்களை எல்லாம் அனுபவிக்க வேண்டியிருந்தது. அவர் வெளியே சென்று வேலை செய்ய அனுப்பப்பட்டார். ஆனால் வெளியே உள்ள வேலை, உள்ளே இருக்கும் வேலையைக் காட்டிலும் மிகவும் கடுமை யானதாக இருப்பதை உணர்ந்தார். வெளியில் இருக்கும் ஒரு

கைதிக்கு உடல்நிலை சரியில்லை என்றால், அவர்களை, உள்ளே இருப்பதைக் காட்டிலும் சிறப்பான மருத்துவமனைக்கு வெளியே அனுப்பி வைப்பார்கள். ஆனால் ஒரு அரசியல் கைதிக்கு உடல்நிலை சரியில்லாமல் போனால் அந்த நோய்க்காக அவர்களுக்குக் கூடுதல் தண்டனை கிடைக்கும். அவருக்கு ஜுரமோ பேதியோ வந்தது என்றால், படுக்கையைத் தூக்கிக்கொண்டு நான்கு மைல் தொலைவில் இருக்கும் சிறைக்கு நடந்து போகச் சொல்வார்கள். அங்கேயே வைத்துப் பூட்டிவிடுவார்கள். இதில் நொந்துபோன இந்து பூஷன் தன் சிறைக்குத் தானே வந்தார். அவரது கைகளுக்கும் கால்களுக்கும் சங்கிலி போடப்பட்டது. அவரது பழைய இடத்திற்கு அவரைக் கொண்டு சென்றார்கள். ஆனால் அங்கே தன் வேலையைச் செய்ய அவர் மறுத்தார். இந்த அடிபணியாமைக்காக அவர் தண்டிக்கப் பட்டார். இந்து பூஷன் சிறையில் அடைக்கப்பட்டவுடன் மிஸ்டர் பாரி அங்கே வந்தார். அவர் ''நீ திரும்பி வந்துவிட்டாயா? திரும்பி வருவதனால் இந்தக் கடுமையான பணியிலிருந்து ஓய்வு கொடுப்போம் என்று நினைத்தாயா? கண்டிப்பாகக் கிடையாது'' என்று கூறினார். பிறகு அங்கிருந்த ஜமாதாரை நோக்கி, ''இவனை எண்ணெய்ச் செக்கில் உடனடியாகப் பணி செய்யச் சொல்லுங்கள்'' என்று கூறினார். இந்து பூஷன் உடனடியாக கோலுவிற்குக் கொண்டு செல்லப்பட்டார். அவருக்கு வாழ்க்கையே வெறுத்துவிட்டது. நான் அவரிடம் எல்லாவற்றையும் தாங்கிக் கொள்ளுமாறு வற்புறுத்திச் சொன்னேன். ''எனக்கு 50 ஆண்டுகள் சிறைத் தண்டனை. என்னோடு உன்னை ஒப்பிட்டுப் பார். உனக்கு வெறும் பத்து ஆண்டுகள்தான்'' என்று கூறி அவனைத் தேற்ற முயன்றேன். அவன் தனது பங்கு எண்ணெய்யை ஜமாதாரிடம் கொண்டு செல்லும்போது மறுபடி அவனைப் பார்த்தேன். ஓரிரு வார்த்தைகள் ஆறுதலாகப் பேசினேன். அப்போது அவன், ''என்னால் இதனைத் தாங்க முடியவில்லை இந்த அவமானத்திற்கு மரணம் எவ்வளவோ மேல்'' என்று கூறினான். தொடர்ந்து அதையே சொல்லிக்கொண்டிருந்தான். அப்படிப் பேசுவது தவறு என்று வாதிட்டேன். ''நம் நாட்டுக்காக நாம் நம் வாழ்க்கையை, நம் கௌரவத்தைத் தியாகம் செய்ய வேண்டி இருக்கிறது. இது தேசத்திற்காக நாம் கொடுக்கும் விலை. நீ வயதில் இளையவன். 25 வயதுகூட ஆகவில்லை. கிட்டத்தட்ட என் வயதுதான். ஆனால் என்னைக் காட்டிலும், வெளியே போய்ச் சுதந்திரமாக உயிர் வாழ்வதற்கான வாய்ப்பு உனக்கு அதிகமாக இருக்கிறது. எனவே இந்தக் கொடுமைகளைப் பொறுத்துக்கொண்டு, விடுதலையாகி வெளியே போனதும் தேசத்திற்காகச் சேவை செய்'' என்று கூறினேன். அவசர அவசரமாக இந்த வார்த்தைகளை அவனிடம் கூறினேன். இரண்டு அல்லது நான்கு நாட்கள்

ஆகியிருக்கும். ஒவ்வொரு நாளும் மாலை கோலுவிலிருந்து இந்து பூஷன் மிகவும் சோர்வாக வருவதைப் பார்த்தேன். வியர்வை சொட்ட, உடல் முழுக்க தேங்காய் நாரின் துகள்கள் ஒட்டிக் கொண்டிருக்க, கால்களில் சங்கிலி கட்டப்பட்டு, தலையில் 30 பவுண்ட் எண்ணெய்யைச் சுமந்து வந்து கொண்டிருப்பான். தள்ளாடியபடி வருவான். எங்கள் எல்லோருடைய நிலைமையும் இதேபோலத்தான் இருந்தது. ஒருநாள் காலையில் கதவுகள் திறக்கப்பட, நாங்கள் எல்லோரும் வெளியே வந்து கொண்டிருந் தோம். அப்போது ஒருவர் எங்களது அருகில் வந்து, தன் பெயரைச் சொல்லவேண்டாம் என்று கூறி, அந்தச் செய்தியை என்னிடம் கூறினார்.

இந்து தூக்குப் போட்டுக்கொண்டான்

இந்தச் செய்தியைக் கேட்டதும் நான் அதிர்ச்சி அடைந்தேன். முதல்நாள் மாலைதான் தனது அறைக்குப் போகும் முன் அந்த இளைஞனைப் பார்த்தேன். ஆனால் காலையில், மேலே இருக்கும் ஜன்னலில் தனது கிழிந்த துணிகளை வைத்துத் தூக்கு போட்டுக் கொண்டுவிட்டான். அவனுடைய கழுத்து உடைந்துவிட்டது. நாக்கு வெளியே தொங்கிக் கொண்டிருக்கிறது. கால்கள் ஆடியபடி, அவனுடைய கழுத்து இறுக்கப்பட்டு, அந்தச் சுவரில் பிணமாகத் தொங்கிக்கொண்டிருந்தான். அவனுக்கு இந்த வாழ்க்கை மிகவும் கடினமாக இருந்திருக்கும். சுயமரியாதையை இழந்து இப்படிப் பட்ட துன்பங்களை அனுபவிப்பது கொடுமையாக இருந்திருக்கும். சிறை முழுக்க சோகம் சூழ்ந்திருந்தது. இரண்டு மாதங்களுக்கு ஒருமுறை இதுபோன்று ஏதாவது ஒரு சம்பவம் சிறையில் நடக்கும். ஆனால் இந்து பூஷன்தான் இப்படித் தற்கொலை செய்துகொண்ட முதல் அரசியல் கைதி. ''யாருக்குத் தெரியும், ஒருநாள் என் நிலைமையும் இப்படித்தான் ஆகும்'' என்று எனக்குள் சொல்லிக் கொண்டேன். அவன் பத்து வருட தண்டனையைப் பொறுக்க முடியாமல் இருந்தான். எனக்கோ 50 வருட தண்டனை. இதே போன்ற நிலை எனக்கும் வரும் என்று என் உள் மனது சொல்லியது.

ஆனால் மிஸ்டர் பாரி என்னை வருத்தத்தில் ஆழ்ந்திருக்கவிட வில்லை. மனநிலை சரியில்லாததால்தான் இந்து பூஷன் தற்கொலை செய்துகொண்டான் என்று மூன்று மணி நேரத்திற்குள் அறிவித்து விட்டார். அவன் தன் கழுத்தைச் சுற்றி ஒரு காகிதத்தை வைத்திருந் தான். மிஸ்டர் பாரி அந்தக் காகிதத்தைத் தந்திரமாக அப்புறப்படுத்தி மறைத்துவிட்டார் என்று அங்கிருந்த கைதிகள் கூறினார்கள். ஜமாதார்களையும் வார்டன்களையும் பிரேதப் பரிசோதனைக்கு

வந்த அதிகாரிகளையும் வற்புறுத்தி, சித்திரவதையினால் வாழ்க்கை வெறுத்துப் போய் இறந்ததற்கான தடயங்களையோ சிறையில் வேலை அதிகம் இருந்ததால் தற்கொலை செய்துகொண்டதற்கான தடயங்களையோ பார்க்கவில்லை என்று அறிக்கை தர வற்புறுத்தினார். இந்து பூஷன் மனநலம் பாதிக்கப்பட்டு இறந்ததாக அவர்கள் அப்படியே மிஸ்டர் பாரியின் அறிக்கையை ஒப்புவித்தார்கள். மிஸ்டர் பாரிக்கு ஆதரவாக இருந்த அரசியல் கைதிகளும் இந்து பூஷன் மனநிலை சரியில்லாமல் இருந்தார் என்று கூறினார்கள். ஆனால் நாங்கள் அவனுக்கு மனநிலை நன்றாகத்தான் இருந்தது, அவன் திடீரென்று தற்கொலை செய்து கொள்ளவில்லை, சிறையில் கொடுக்கப்பட்ட சித்திரவதைகளைத் தாங்க முடியாமல்தான் தற்கொலை செய்துகொண்டான் என்று செய்தி அனுப்பினோம். உண்மையை அறிந்துகொள்ள அதிகாரிகள் எங்களிடம் தனிப்பட்ட முறையில் சாட்சி வாங்கவேண்டும் என்று கேட்டுக்கொண்டோம். மிஸ்டர் பாரி அதிகாரத்தால் அழுத்தம் கொடுக்க முடியாத ஒரு நபரின் பெயரைப் பரிந்துரைத்தோம். அதிகாரிகள் நாங்கள் சொன்னதை ஏற்று, அவரை அழைத்து விசாரித்தனர். அவரும் சூழ்நிலைகளைப் பற்றிக் கவலைப்படாமல் சாட்சியம் சொன்னார். அவர் அலகாபாத் செய்தித்தாளான 'ஸ்வராஜ்' பத்திரிகையின் ஒரு ஆசிரியர். பிரிவினையைத் தூண்டிய குற்றத்திற்காக அவர் கைது செய்யப் பட்டிருந்தார். இங்கு அவர் அரசியல் கைதியாக இருந்தார். தற்கொலை செய்துகொண்ட இந்து பூஷன், பாரியின் சித்திரவதை தாங்கமுடியாமல்தான் தூக்கு மாட்டிக்கொண்டான் என்பதைத் தெளிவாக அதிகாரிகளிடத்தில் கூறினார். நான் எல்லோரிடமும், இந்து பூஷனுக்கும் எனக்கும் நடந்த சம்பாஷணையைப் பற்றி ஏற்கெனவே கூறி இருந்தேன். நானும் சாட்சி சொல்ல விரும்பினேன். ஆனால் மிஸ்டர் பாரி என்னை அழைக்கவில்லை. அன்று மாலை மிஸ்டர் பாரி என்னிடம், ''இந்து பூஷன் ஒரு கடிதம் எழுதி வைத்துவிட்டு இருந்திருக்கிறான். அந்தக் கடிதத்தில் அவன் தனது தனிப்பட்ட பிரச்சினை காரணமாகத் தற்கொலை செய்து கொள்கிறேன் என்று எழுதி இருக்கிறான்'' எனக் கூறினார். நான் அவரிடம், ''அந்தக் கடிதத்தை ஏன் கொடுக்கவில்லை? உங்கள் தரப்பில் வலுவான சாட்சியமாக இருந்திருக்குமே. வேறு எந்த வாதத்தையும் விட அது உங்கள் தரப்பை வலுவாக்கி இருக்குமே? தயவுசெய்து அந்தக் கடிதத்தை இப்போது காட்டுங்கள். ஏனென்றால் இரண்டு அல்லது மூன்று நாட்கள் முன்புதான் இந்து பூஷனிடம் நான் பேசிக்கொண்டிருந்தேன். அந்தக் கஷ்டமான சூழ்நிலையில் அவன் மற்றவர்களிடம் என்ன பேசினான் என்பதும் எனக்குத் தெரியும். இதுபோன்ற கஷ்டமான சூழ்நிலையில் இங்கு 10 வருடம் வாழத்

தனக்கு விருப்பமில்லை என்று அவன் என்னிடம் சொன்னான். இதைப் பலமுறை என்னிடம் சொல்லி இருக்கிறான். அப்படி இருந்தும் நீங்கள் அவனுக்கு மனநிலை சரியில்லை என்று கூறுகிறீர்கள். நீங்கள் சொல்வதை ஒப்புக்கொண்டாலும், அப்படிப் பட்ட ஆரோக்கியமான ஒரு இளைஞன் எப்படி திடீரென்று மனநிலை சரியில்லாமல் ஆனான் என்ற கேள்வி எழுகிறது. அவன் சதிச் செயலைப் பார்த்திருக்கிறான், துரோகத்தைப் பார்த்திருக்கிறான், சிறைத் தண்டனையைப் பார்த்திருக்கிறான், நாடுகடத்தப்பட்டுச் சிறையில் உள்ள சித்திரவதை நிறைந்த வாழ்க்கையைப் பார்த்திருக் கிறான். கடைசியாக அமைதியாக முகத்தில் புன்சிரிப்புடன் மரணத்தையும் இப்போது பார்த்துவிட்டான். அவன் தன் நண்பர்களுடன் பேசும்போது எப்போதுமே கோபப்பட்டதில்லை. அவன் மனநிலை சரியில்லாதவனாக இருக்க வாய்ப்பே இல்லை. அரசியல் கைதிகள் பல்வேறு கருத்து வேறுபாடுகள் கொண்டவர்கள். ஆனாலும் அவர்கள் எவரும் இத்தகைய பலவீனத்தைக் கொண்டவர் கள் அல்ல. அப்படி இருக்கும்போது இந்துவின் மனம் மட்டும் ஏன் பாதிக்கப்படவேண்டும்? இந்து பூஷன் வலிமையான மனதைக் கொண்டவன். அவன் மனம் இப்போது ஏன் பலவீனமானது? அதற்குக் காரணம் என்ன? சிறையில் கொடுக்கப்பட்ட மோசமான சித்திரவதைதான் காரணம். மிக மோசமாக நடத்தப்பட்டதால்தான் அவன் வெளியில் சென்று வேலை செய்ய விரும்பினான். ஆனால் அங்கும் அவனுக்கு சித்திரவதையும் அவமானமும் தொடர்ந்தன. அதனால் அவன் உடல் நலமில்லாமல் இங்கு திரும்பினான். நீங்கள் நேரடியாக அவனை எண்ணெய்ச் செக்கிற்குச் சென்று பணி செய்யச் சொன்னீர்கள். இவையே அவன் பலவீனமானவனாகக் காரணம். இந்த வாழ்க்கையைச் சகித்துக்கொள்ள முடியவில்லை என்றும், இதற்கு ஒரு முடிவு கட்டவேண்டும் என்றும் வெளிப்படையாகவே என்னிடம் கூறினான். அதனால்தான் அவன் தூக்கில் தொங்கினான். நீங்கள் கூறுவதுபோல இது மனநிலை சரியில்லாததால் செய்து கொண்ட தற்கொலை அல்ல. அவன் அப்படி எழுதியிருந்தால் அதற்கு ஏதாவது ஒரு காரணம் இருக்கவேண்டும்'' என்று நான் மிஸ்டர் பாரியிடம் சொன்னேன். நான் அப்படி நேரடியாகப் பேசியதால் மிஸ்டர் பாரி என்னிடம் மிகுந்த வெறுப்பு கொண்டிருந்தார். மிஸ்டர் பாரிக்கு ஆதரவாக இந்து பூஷன் மனநிலை சரியில்லாததால்தான் தற்கொலை செய்துகொண்டான் என்று சாட்சி சொன்ன நபர்களும், இப்போது சிறையில் சூழ்நிலை மாறி விட்டதால், அவரது மரணத்திற்குக் காரணம் சிறையில் இருந்த கடினமான சூழ்நிலைதான் என்று கூறுகின்றனர். இப்போதாவது அவர்கள் உண்மையைக் கூறுகிறார்களே என்று

நினைத்துக்கொண்டேன். ஏனென்றால் பலர் தாங்கள் ஒருமுறை சொன்ன பொய்யைத் திரும்ப திரும்பச் சொல்லிக்கொண்டே இருப்பார்கள். தாங்கள் மறைத்த உண்மையை ஒப்புக்கொண்டு இப்போது சொல்வதற்கும் கொஞ்சம் தைரியம்வேண்டும். அது ஒரு சிலருக்கே உண்டு.

இந்து பூஷனின் அறையில் கிடைத்த புத்தகங்களில் ஒன்று ஆன்மிகம் தொடர்பானது. அதை மிஸ்டர் பாரி தனக்குச் சாதகமாகப் பயன்படுத்திக்கொள்ள நினைத்தார். அவர் முதன்மை கமிஷனரிடம், ஆன்மிகம் படித்ததினால் அவன் மூளை குழம்பி இருந்திருக்கும் என்றும், ஆன்மிகம் படித்ததால் யோகா பயிற்சியும் செய்துகொண்டிருந்தான் என்பதால், யோகப் பயிற்சியில் செய்யப்படும் மூச்சுப் பயிற்சிகள் அவனுடைய மூளையைப் பாதித்திருக்கும் என்றும் கூறினார். இந்த வாதத்தை இந்திய அரசாங்கம் ஏற்றுக் கொண்டதா என்று தெரியவில்லை. ஆனால் அரசாங்கம் அந்த வழக்கை மேற்கொண்டு விசாரிக்க முனைப்புக் காட்டவில்லை. இந்துவின் மூத்த சகோதரர் மேலதிக விசாரணைக்காகப் பெரும் முயற்சி எடுத்தார். இருந்தும் பலனளிக்கவில்லை. இந்து தற்கொலை செய்துகொண்ட பிறகு அங்கிருந்த மற்ற கைதிகள் தங்களுடைய நாட்களை எண்ண ஆரம்பித்துவிட்டனர். தங்களுக்கும் அதேபோல ஒரு முடிவு வரும் என்று பயப்பட ஆரம்பித்துவிட்டனர். மிஸ்டர் பாரி மிகவும் அராஜகமாக நடக்க ஆரம்பித்தார். அந்தச் சம்பவம் தனது வாழ்க்கையை எந்த விதத்திலும் பாதிக்கவில்லை என்று பெருமையாகக் கூறிக்கொள்ள ஆரம்பித்தார். அதேநேரம் அவர் அந்தமானில் உள்ள கைதிகள் மிகச் சிறப்பாகக் கவனித்துக் கொள்ளப் படுகிறார்கள் என்று அறிக்கைகள் அனுப்ப ஆரம்பித்தார். அப்போதுதான் இந்தச் சம்பவம் நடந்தது. பாவம் இந்து பூஷன். தனது கதையை அவனால் கூற இயலவில்லை. ஆனால் இப்போது நான் கூறப்போகும் நபர் தனது அனுபவங்களைப் பதிவு செய்திருக்கிறார்.

உல்லாஸ்கர் தத்

உல்லாஸ்கர் தத். நீண்ட நாள் சிறைத் தண்டனை பெற்று அந்தமானுக்கு அனுப்பப்பட்டவர். அவர் 13 ஆண்டுகாலச் சிறைத் தண்டனைக்குப் பிறகு விடுவிக்கப்பட்டார். அவர் சிறையில் தான் பட்ட சித்திரவதைகளை, தனது அனுபவங்களை எழுதியிருக்கிறார். அவரது சிறை வாழ்க்கை அனுபவங்களை அவர் சொல்லக் கேட்போம். அவர் மாணிக் தோலா பாம் வழக்கில் சதி செய்த குற்றத்திற்காகத் தண்டிக்கப்பட்டார். வழக்கை விசாரித்த நீதிபதி குற்றவாளியான உல்லாஸ்கர் தத் மிகவும் நல்லவர் என்றும் ஆனால்

அதேநேரம் மிகவும் கொள்கைப் பிடிப்புள்ளவர் என்றும் கூறியிருந்தார். அந்தச் சிறைத் தண்டனை அவரது உடலிலும் மனதில் எத்தகைய பாதிப்பை ஏற்படுத்தி இருந்தது என்பதை அவர் கூறியிருந்தார்.

அவர், "நான் எண்ணெய்ச் செக்கில் கட்டப்பட்டிருந்தேன். இந்தியாவில் தேங்காய் மற்றும் எள்ளில் இருந்து எண்ணெய் எடுக்கும் செக்குகள்போல அவை இருந்தன. இந்தியாவில் அதில் காளை மாட்டைக்கொண்டு சுற்ற வைப்பார்கள். அவற்றாலேயே 16 பவுண்டுகள்தான் ஒரு நாளைக்கு எண்ணெய் எடுக்கமுடியும். ஆனால் இங்கே அந்தமான் சிறையில் காளை மாட்டுக்குப் பதிலாக அதை இழுத்த கைதிகள் ஒரு நாளைக்கு எண்பது பவுண்டு தேங்காய் எண்ணெய் எடுத்து வரவேண்டும் என்று கூறப்பட்டது. ஒரு செக்கில் மூன்று கைதிகள் கட்டப்பட்டிருப்பர். அவர்கள் காலையிலிருந்து மாலை வரை அதைச் சுற்றி வரவேண்டும். இடையில் குளிப்பதற்கும் காலை உணவிற்கும் ஒரு சிறிய இடைவெளி மட்டுமே இருக்கும். மாடுகூட அதனை நிதானமாகத்தான் இழுக்கும். ஆனால் எங்களை வேகமாக இழுத்து வரச் சொல்வார்கள். தினசரி கோட்டாவை முடித்தாகவேண்டும் என்ற நிர்பந்தத்தில் நாங்களும் பயந்தபடியே அதனை இழுத்து வருவோம். எங்களில் யாராவது ஒருவருக்கு வேகம் குறைந்தால் அங்கு எங்களைக் கவனித்துக்கொண்டிருக்கும் ஜமாதார் குச்சியால் அந்த ஆளை நன்றாக அடிப்பார். அப்படியும் அவர் வேகமாக இழுக்கவில்லை என்றால் அவரை அதன் கைப்பிடியில் கட்டித் தொங்கவிட்டு மற்றவர்களை வேகமாக இழுக்கச் சொல்வார். அப்போது தொங்கவிடப்பட்டவர் இழுத்துச் செல்லப்படுவதால் அவர் உடல் முழுக்கச் சிராய்ப்பு ஏற்பட்டு ரத்தம் வரும். அவரது தலையில் காயம்படும். இப்படிச் சித்திரவதை செய்து வேலை வாங்குவதை நான் என் கண்ணால் பார்த்திருக்கிறேன். இந்தக் கொடுமைகளைப் பார்த்து நான் திகைத்துப் போய்விட்டேன். அந்தப் பணியை முடித்து மாலை என் அறைக்கு வந்ததும் நான் முழுவதுமாகச் சோர்ந்து போய் இருந்தேன். அடுத்த நாள் இந்த வேலையைச் செய்ய உயிரோடு இருப்பேனா என்பதே எனக்குச் சந்தேகமாக இருந்தது. ஆனால் அடுத்த நாள் அதே வேலையை நாள் முழுக்கச் செய்தேன். நாங்கள் இந்தக் கொடுமையை அனுபவித்தே தீரவேண்டும். எங்களோடு இருந்த கைதிகள் எல்லோரும் ஆறு மாதத்தில் இந்தக் கடுமையான பணியிலிருந்து விடுவிக்கப்பட்டு வெளியில் அனுப்பப்பட்டார்கள். அதற்குப் பிறகு வேறொரு கைதி உள்ளே வந்து வேலை செய்வார். ஒரு குறிப்பிட்ட காலத்திற்குப் பிறகு அவர்களும் வெளியே அனுப்பப்படுவார்கள். ஆனால் நானும் என்னைப் போன்ற அரசியல்கைதிகளும் இதைத் தொடர்ந்து செய்ய

வேண்டியிருந்தது. இந்தப் பணியில் எந்த மாற்றமும் இல்லாமல் தொடர்ந்து பல வருடங்களுக்கு இதைச் செய்யவேண்டும். பிறகு ஒருநாள் என்னை வெளியே சென்று வேலை செய்யச் சொன்னார்கள். அங்கேயும் இதேபோல கடினமான வேலைதான். என்னை ஒரு செங்கல் சூளையில் வேலை செய்யச் சொன்னார்கள். இது ஒரு சாதாரண தொழிலாளியைச் சோர்வடையச் செய்யும் வேலை. அதற்கு தினமும் கொஞ்சம் பால் கொடுத்தார்கள். ஆனால் அந்தக் கைதி பாலைக் குடிப்பதற்கு முன் அதனை ஏதேனும் ஒரு அதிகாரி அவரிடமிருந்து பிடுங்கிக் குடித்துவிடுவார். எனக்கு என் பங்கு பாலைக் கொடுத்தபோது நான் சுற்றும் முற்றும் பார்க்காமல் உடனடியாக அதைக் குடித்தேன். சில நாட்கள் கழித்து, என் பங்கு பாலை அவருக்குக் கொடுக்காததற்காக ஒரு அதிகாரி என்னிடம் கோபித்துக்கொண்டார். பால் வழங்கப்படாத ஒரு பணிக்கு என்னை மாற்றினார். பிறகு சிறையில் உள்ளதிலேயே மிகக் கடினமான பணிகளை என்னைச் செய்யச் சொன்னார். நான் ஒரு சிறு குன்றின்மேல் ஏறி, அங்கிருக்கும் கிணற்றிலிருந்து தண்ணீர் எடுத்து, இரண்டு வாளிகளில் நிரப்பி, அதனை ஒரு கம்பின் இரு முனையிலும் கட்டி, அதிகாரியின் பங்களாவிற்கு எடுத்துச் செல்லவேண்டும். தண்ணீர் வாளி எடை, செங்குத்தான இந்தக் குன்று எல்லாம் எப்போது வேண்டுமானாலும் நான் தடுக்கிக் கீழே விழும்படியாக இருந்தன. இதைச் செய்து முடித்தவுடன், ஏதோ பல நாட்கள் வேலை செய்ததுபோல சோர்ந்து போவேன். ஒருநாள் மிகவும் அலுத்துப்போய் இந்த வேலையைச் செய்யமாட்டேன் என்று மறுத்தேன். என் மீது கீழ்ப்படியாமை, வேலை செய்யாதது போன்ற குற்றங்கள் சுமத்தப்பட்டன. நீதிபதி என்னை எவ்வளவோ வற்புறுத்திப் பார்த்தார். கொஞ்ச நாள் மருத்துவமனையில் ஓய்வெடுத்துவிட்டுத் திரும்பவும் வந்து செய் என்று கூறினார். ஆனால் நான் தீர்மானமாக முடிவெடுத்துவிட்டேன். அரசியல் கைதிகளாக நாங்கள் சிறை விதிகள் என்ன உண்டோ அதை மட்டுமே பின்பற்றுவோம். எங்களுக்குச் சிறை அதிகாரிகள் எந்த ஒரு சலுகையும் காட்டவில்லை. பிறகு நாங்கள் ஏன் அவர்கள் விருப்பத்திற்கு ஏற்ப வேலை செய்யவேண்டும்? நாங்கள் கடினமாக வேலை செய்ய செய்ய அவர்கள் எங்களை மேற்கொண்டு வேலை வாங்கினார்கள். எனக்கு மூன்று மாதங்கள் கடுமையான பணியுடன் கூடிய தண்டனை கிடைத்தது. என்னை மீண்டும் சிறையில் அடைத்தார்கள். அதே சில்வர் ஜெயில், அதே மிஸ்டர் பாரி! அவர் என்னைப் பார்த்ததும், 'இது ஒன்றும் மைதானம் அல்ல. சிறை. ஒழுங்கை மீறினால் என் கையால் சரியான அடி கிடைக்கும். நான் 30 அடிகள் அடிப்பேன். ஒவ்வொன்றும் உன் சதையைப்

பிய்த்துக்கொண்டு வரும்' என்று கோபத்துடன் கத்தினார். நான் அவரிடம், 'நீங்கள் என் உடம்பைத் துண்டுதுண்டாக வெட்டினாலும் இங்கே மேற்கொண்டு வேலை செய்யப் போவதில்லை. நீங்கள் சொல்லும்படி வேலை செய்வது என் மனசாட்சிக்கு விரோதமானது' என்று கூறினேன். உடனே மிஸ்டர் பாரி என் கைகளைச் சங்கிலியால் கட்டச் சொன்னார். ஒரு வாரம் அப்படியே கட்டித் தொங்கவிடப்பட வேண்டும் என்றும் சொன்னார். அப்போது நம்பமுடியாத ஒரு காட்சி நடந்தது. நான் அவரை அவமானப்படுத்திவிட்டேன் என்பதால் என்னை அவருடன் நேருக்கு நேர் சண்டை போட மிஸ்டர் பாரி அழைத்தார்.

என் சார்பாக சண்டை போட ஒரு ஆளைத் தேர்ந்தெடுக்கச் சொன்னார். பிறகு அவரே, 'மிஸ்டர் சாவர்க்கர் உன் சார்பாகச் சண்டை போடுவார்' என்று கூறினார். தொலைபேசியில் சாவர்க்கரை அழைத்தார். சாவர்க்கரைவிட ஒல்லியான ஒரு உருவம் அங்கு வந்தது. ஜெயிலர் அவரிடம் என் சார்பாக அவருக்கு எதிராகச் சண்டை போட முடியுமா என்று கேட்டார். சாவர்க்கர் ஒப்புக்கொண்டார். உடனடியாக மிஸ்டர் பாரி அவருக்கு ஒரு கேடயத்தையும் வாளையும் கொடுத்தார். நான் அந்த இருவருக்கும் இடையே நடந்த சண்டையைப் பார்த்தேன்.

இருவரும் தீவிரமாகச் சண்டை போட்டனர். கடைசியில் என் பக்கம் ஜெயித்தது. மிஸ்டர் சாவர்க்கர் மிஸ்டர் பாரியைத் தோற்கடித்து விட்டார். என் மகிழ்ச்சிக்கு அளவே இல்லை. சந்தோஷத்தில் குதித்த நான் கை தட்ட நினைத்தேன். திடீரென்று நான் என் நிலைக்கு வந்தேன். என் கண்முன்னே கண்ட அந்தக் காட்சி மறைந்தது. நான் என் அறையில் சங்கிலியால் கட்டப்பட்டுத் தொங்கிக்கொண்டிருந்தேன். எனக்கு உடம்பில் ஜுரம் வந்தது போல் இருந்தது. நான் அப்படியே சுவரில் சாய்ந்து கொண்டிருந்தேன். சூரிய வெளிச்சம் என் உடம்பின் மீது பட்டுக்கொண்டிருந்தது. அதனால் வெப்பம் அதிகமாகி ஜுரமும் அதிகமாக இருந்தது. அப்படியே மயக்கமானேன். அந்த நிலையில் என் வாயைத் திறந்து ஒரு ஆள் விஷத்தை ஊற்றுவது போல ஒரு காட்சியைக் கண்டேன். உள்ளே டாக்டர் வந்தார். நான் ஜுரத்தில் நடுங்கிக் கொண்டிருந்தேன். சங்கிலியால் கட்டப் பட்டிருந்த என் உடல் தூக்கிப் போட்டுக்கொண்டிருந்தது. இதற்கு முன் இரு முறை இதுபோல ஜுரம் வந்தபோது, என் கையிலிருந்த சங்கிலியை அறுக்கச் சொல்லி அதிகாரிகளிடம் வேண்டினேன். ஆனால் அவர்கள் செய்யவில்லை. ஆனால் இன்று டாக்டர் அவற்றை அவிழ்த்துவிட்டார். வலிப்பு வந்து நான் அப்படியே மயங்கிப் போனேன்.'

உல்லாஸ்கர் சங்கிலியால் கட்டப்பட்டது எங்கள் எல்லோருக்கும் தெரியும். ஆனால் அவர் பின்பு கூறியபடி அவருக்கு மனதில்

தோன்றிய பிரமைகள் பற்றி எங்களுக்குத் தெரியாது. ஜுரவேகத்தில் அவருக்கு அப்படிப்பட்ட பிரமைகள் தோன்றியிருக்கலாம். அவர் அறையில் ஒரு பெரிய அலறல் சத்தம் கேட்டபோது நாங்கள் அங்கு சென்று பார்த்தோம்.

அது எங்களை அதிர்ச்சிக்குள்ளாக்கியது. இது சிறையில் வழக்கமாக நடப்பதுதான். பின்விளைவுகளும் வழக்கமானதுதான். அதனால்தான் அந்தப் பயம். ஐந்து அல்லது ஆறு துணை அதிகாரிகள், அந்த அடங்க மறுக்கும் ஒரு கைதி மேல் உட்கார்ந்துகொண்டு அவரை அடிப்பார்கள். பிறகு அங்கிருந்து ஓடிப் போவார்கள். அப்போது அடி தாங்கமுடியாமல் அந்தக் கைதிகள் கதறுவது மொத்த கட்டடத்திலும் கேட்கும். இது வழக்கமான அனுபவம். அதனால், உல்லாஸுக்கும் அதேபோன்ற தண்டனை கொடுக்கிறார்களோ என்று பயந்தோம். ஆளைச் சரியாக்குவது என்று அதனைச் சிறையில் சொல்வார்கள்.

மிஸ்டர் பாரியும் அவரது ஆட்களும் ஏதாவது ஒன்று அல்லது இரண்டு அரசியல் கைதிகளை அப்படிச் சரியாக்கினால், பிறகு சிறையில் எல்லோரும் ஒழுங்காக நடப்பார்கள், எல்லாம் அமைதியாகும் என்று வெளிப்படையாகக் கூறுவார்கள். நான் அந்த வார்டரிடம், அந்தக் கூச்சல் யார் போட்டது என்று கேட்டேன். அவர் தனக்குத் தெரியாது என்று கூறினார். மனதைக் கலங்கடிக்கும் அந்த அழுகுரல் தொடர்ந்து கேட்டுக் கொண்டிருந்தது. அறை எண் ஐந்திலிருந்து ஒரு ஆளை அவர்கள் இழுத்துக்கொண்டு போவதைப் பார்த்தேன். பத்துப் பேர் சேர்ந்து அவனைத் தூக்கிக்கொண்டு மருத்துவமனைக்குச் செல்ல முயன்றனர். அந்த ஆள்தான் அழுது கொண்டிருந்தான். அவன் அழுதுகொண்டே கீழே விழுந்தான். இதை நான் தூரத்திலிருந்து பார்த்துக் கொண்டிருந்தேன். அப்போது ஒரு வார்டர் என்னிடம் ஓடி வந்து, ''உல்லாஸ்கருக்குப் பைத்தியம் பிடித்துவிட்டது'' என்று கூறினான். 107 டிகிரி ஜுரத்தில் சங்கிலியால் கட்டப்பட்டுத் தொங்கவிடப்பட்ட ஆளுக்குப் பைத்தியம் பிடித்தால் ஆச்சரியப்பட ஒன்றுமில்லை. உடலும் மனதும் தாங்க முடியாத வலிக்கு ஆளானதால் சிதைந்து போயிருக்கும். ஏற்கெனவே அவரது மனது மிகவும் பலவீனப்பட்டிருப்பதால் பிரமைகள் எளிதாகத் தோன்றும். அவரது உடலும் மனமும் மிகவும் பாதிக்கப்பட்டிருந்தன. அவருக்கு அடிக்கடி வலிப்பு வந்தது. அப்படி வரும்போது 10 பேர் சேர்ந்தாலும் அவரைக் கட்டுப்படுத்த முடியாது. டாக்டர் எப்படியோ அவரை மருத்துவமனைக்கு அழைத்துச் சென்றார். உல்லாஸ்கர் சந்தோஷமான ஒரு இளைஞர். எப்போதும் ஜோக் அடித்தபடி, சிரித்தபடி இருப்பவர். அவருக்கு மரண தண்டனை

கொடுத்தாலும் அதைக்கேட்டுச் சிரிக்கக் கூடியவர். அவருடைய நகைச்சுவை உணர்வு, அந்த பிரமை பிடித்த மனநிலையிலும் அவரைவிட்டுப் போகவில்லை. அன்றிரவு முழுவதும் அவர் வலியால் கதறிய கத்தல்கள் சிறையை நிரப்பின. அதேசமயம் ஒரு தேர்ந்த மிமிக்ரி கலைஞன்போல அவர் பலவிதமான பறவைகளின் ஒலியையும் எழுப்பி, பிறகு சிரிக்கவும் செய்தார்.

இரவுத் தூக்கம் இல்லை

மரண தண்டனைக்குப் பயப்படாத இதுபோன்ற நகைச்சுவை உணர்வு உள்ள இளைஞரான உல்லாஸ்கர் பைத்தியமானார் என்றால், அதேபோன்று கஷ்டங்களை அனுபவிக்கும் எங்கள் நிலை என்ன? எத்தனை நாள் எங்கள் உடல் இந்தக் கொடுமைகளைத் தாக்குப் பிடிக்கும்? இப்படிப்பட்ட சிந்தனைகள் எங்கள் மனதை ஆக்கிரமித்திருந்தன. அவர் ஒவ்வொரு முறை கதறும்போதும் பயத்தால் நடுங்கினேன். அதிகாரிகள் அவரைக் கவனித்துக் கொள்வார்கள் என்று ஒரு மெலிதான நம்பிக்கையும் எங்களுக்கு இருந்தது. காலை விடிந்ததும் அவரது கதறல் அதிகமானது. அம்மா அம்மா என்று அவர் கதறியது எங்களுக்குக் கேட்டது. அது எங்கள் இதயத்தைப் பிசைந்தது. உண்மையில் என்ன நடந்தது என்பதை எங்களுக்கு யாரும் சொல்லவே இல்லை. ஒரு சிலர் அவருக்கு உண்மையிலேயே பைத்தியமா என்று தெரிந்துகொள்ள அவருக்கு பேட்டரி மூலம் மின்சார அதிர்ச்சி கொடுக்கப்படுகிறது என்று கூறினார்கள். அதை நேரில் பார்க்காததால் என்னால் நம்ப முடியவில்லை. ஆனால் அதைப்பற்றி உல்லாஸ்கரே எழுதியுள்ளார். அதைப் பற்றிக் கூறுகிறேன்.

ஒரு எலக்ட்ரிக் பேட்டரி

'இந்த அரை மயக்க நிலையிலும், உடலில் இவ்வளவு வலி இருக்கும்போதும், என்னால் அந்த மெடிக்கல் சூப்பரின்டென்டன்ட் எலக்ட்ரிக் பேட்டரி மூலம் உடம்பில் மின்சாரம் பாய்ச்சியதை என்னால் உணர முடிந்தது. அதைத் தாங்கிக் கொள்ளவே முடிய வில்லை. மின்சாரம் என் உடலுக்குள் மின்னல்போலப் பாய்ந்து சென்றது. ஒவ்வொரு நரம்பும் சதையும் கிழிபடுவதுபோல இருந்தது. அதுவரை நான் கூறாத வார்த்தைகளை அப்போது உச்சரித்தேன். இதுவரை இல்லாத முறையில் பயங்கரமாகக் கதறினேன். பிறகு திடீரென்று மயங்கிப் போனேன். அப்படி மயங்கிய நிலையிலேயே தொடர்ந்து மூன்று நாட்கள் இருந்தேன். நான் எழுந்த பிறகு என் நண்பர்கள் எனக்கு அதைச் சொன்னார்கள்.'

உல்லாஸின் நண்பர்களான நாங்கள் அவர் இறந்துவிட்டதாகவே நினைத்தோம். பேட்டரி அவர் உடம்பில் வைக்கப்பட்டபோது அவர் கதறி அழுதது எங்களுக்குக் கேட்டது. அவருக்கு எதற்காக ஷாக் கொடுத்தார்கள்? அவரது பிரமையிலிருந்து அவரை விடுவிக்க அது ஒரு சிகிச்சையா?

எட்டு அல்லது பத்து நாட்கள் கழித்து அவர் சகஜ நிலைக்கு வந்தார். தனது உறவினர்கள் கருணையுடனும் கவலையுடனும் தன்னை அழைத்ததை அப்போதுதான் அவரால் கேட்க முடிந்தது. அவர்களது கவலைகளுக்கெல்லாம் தான்தான் காரணம் என்று அவர் தீர்மானித்தார். தான் எப்பேற்பட்ட துர்பாக்கியம் செய்தவன் என்று வருத்தப்பட்டார். தன் குடும்பத்திற்கும் அதனால் அவமானம், அதனால் அவர்களுக்குப் பெரிய பிரச்சினை என்று நினைத்து வருத்தப்பட்டார். அந்த வருத்தத்திலேயே அவர் தான் அணிந்திருந்த உடையைக் கிழித்தார். கிழித்த உடையை ஒரு கயிறு போல் ஆக்கி, அதனைச் சிறையிலிருந்த ஜன்னலில் கட்டினார். பிறகு கயிற்றை எடுத்துத் தன் கழுத்தில் மாட்டிக்கொண்டு தூக்கு போட்டுக்கொள்ள முயன்றார்.

காவலாளி சரியான நேரத்தில் அதைக் கவனித்தான். உடனே உல்லாஸ்கர் சுருக்கு கயிற்றை விடுவித்துக் கீழே இறங்கி வந்தார். அதனால் உயிர் பிழைத்தார். பேட்டரியைப் பயன்படுத்திய சூப்பரின்டென்டன்ட் லீவில் இருந்தார். அவருக்குப் பதில் வேறொருவர் அந்தப் பொறுப்பில் இருந்தார். அவர் கொஞ்சம் நல்லவர். அடுத்த நாள் அவர் கிழிந்த துணிகளைப் பார்த்ததும் உல்லாஸிடம் பரிதாபத்துடன் பேசினார். அவர் உல்லாஸிடம், ''நான் ஆங்கிலேயனாக இருக்கலாம். இங்கு அரசு ஊழியராக இருக்கலாம். நம்முடைய எண்ணங்கள் வேறாக இருந்தாலும் நீ செய்த காரியத்தை என்னால் ஒப்புக்கொள்ள முடியாது. நீ புரட்சியாளன். உன்னுடைய நாட்டின் சுதந்திரத்திற்காக நீ அதை எல்லாம் செய்தாய். அதை உன் கடமையாக நினைத்துச் செய்தது. அப்படி இருக்கும்போது உன்னுடைய நடத்தைக்காக நீ உன்னை நொந்து கொள்ளத் தேவையில்லை. நீ மிகவும் இளைஞன். நிச்சயமாகத் திரும்பிப் போய் உன் நாட்டிற்குச் சேவை செய்வாய். அப்படியிருக்கும்போது எதற்காக இந்தக் கோழைத்தனமான செயலைச் செய்கிறாய்? எதற்குத் தூக்கு போட்டுக்கொண்டாய்? இந்தச் சிறையில் உனக்குள்ள கஷ்டங்கள் எல்லாம் எனக்குத் தெரியும். இங்குள்ள கடுமையான வேலை உன்னுடைய உடலை உருக்குலைத்துவிட்டது. ஆனால் இதற்கு நான் மட்டுமே ஒன்றும் செய்ய முடியாது. எனக்கு மேலுள்ள அதிகாரிகள் கொடுத்திருக்கும்

உத்தரவுகளை நான் நிறைவேற்றாமல் இருக்க முடியாது. அவற்றை நான் கடைப்பிடித்தாகவேண்டும். ஆனால் உனக்கு ஓய்வைத் தரும் என்றால் நான் வேண்டுமானால் உன்னை மனநல மருத்துவமனைக்கு அனுப்பி வைக்கிறேன்'' என்று கூறினார்.

மனநல மருத்துவமனைக்கு

உல்லாஸும் அந்த முடிவுக்கு ஒப்புக்கொண்டார். அவர் அங்கிருந்து அந்த மருத்துவமனைக்கு அனுப்பப்பட்டார். அங்கு அவருக்கு வலிப்பு வந்தது. ஆனாலும் அவர் இங்கே இருந்ததைவிட அங்கே உடலாலும் மனதாலும் நல்ல நிலையில் இருந்தார். அவர் அவ்வப்போது நல்ல மனநிலையில் இருக்கும்பொழுதெல்லாம் சிறை வாழ்வின் சித்திரவதைகளிலிருந்து தப்பித்ததற்காகச் சந்தோஷப் படுவதாகச் சொல்வார். அவர் மனநல மருத்துவமனையில் மொத்த மாக 12 லிருந்து 14 வருடங்கள் வரை இருந்தார். சில நாள் அந்தமானில் இருந்த பிறகு அவர் அங்கிருந்து மெட்ராஸுக்குக் கொண்டுசெல்லப்பட்டார். பிறகு 14 வருடங்கள் கழித்து அங்கிருந்து வெளியே அனுப்பப்பட்டார்.

உல்லாஸின் அந்தப் பயங்கரமான கூக்குரல் கேட்டதற்கு நான்கு நாட்களுக்குப் பின், என் அறைக்கு மிஸ்டர் பாரி என்னுடன் பேசுவதற்காக வந்தார். எந்த ஒரு அதிகாரியுடனும் நானாகப் பேசமாட்டேன். அவர்களாக என்னிடம் பேசும்போது தயங்காமல் என் கருத்துக்களை அவர்களிடம் கூறுவேன். இது பாரிக்கு நன்றாகத் தெரியும். ஏதேனும் வித்தியாசமாகச் சிறையில் நடந்தால் அதைப் பற்றி என் கருத்து என்ன என்பதைத் தெரிந்துகொள்ள அவர் என்னிடம் வருவார். அன்று அவர் முகம் முழுக்கப் புன்னகையுடன் வந்திருந்தார். அவர் வக்கிரம் நிறைந்தவர். அவரது சிரிப்புகூட அந்த வக்கிரத்துடன்தான் இருக்கும்.

பெருந்தன்மையிலும் வக்கிரம் நிறைந்தவர்

அவர் என்னைப் பார்த்ததும், ''சரி நீங்கள் எப்போது பைத்தியமாகப் போகிறீர்கள்?'' என்று கேட்டார். ''உங்களுக்குப் பிறகுதான்'' என்று நான் கோபமாகச் சொன்னேன். பிறகு உல்லாஸின் கதைக்கு மாறினார். அப்போது அவரிடம், ''நீங்கள் இந்து பூஷனைப் பற்றிச் சொன்னீர்கள். அவன் மனநிலை சரியில்லாததால் தூக்கு மாட்டிக் கொண்டான் என்றீர்கள். இந்தச் சிறையில் உள்ள பணிச்சுமை காரணமில்லை என்றீர்கள். அவனுடைய மனநிலை சரியில்லாததற்குக் காரணம் என்ன என்று கேட்டேன். அதேபோல உல்லாஸ்கர் மனநிலை சரியில்லாமல் போனதற்குக் காரணம் என்ன என்று

உங்களால் சொல்ல முடியுமா? சிறையின் பணிச்சுமை தவிர வேறு காரணங்கள் ஏதேனும் இருக்க முடியுமா? அவர்கள் இரவும் பகலும் இங்கு படும் சித்திரவதையும் அவமானமும் கொஞ்ச நஞ்சமல்ல. அதை எப்படி அவர்கள் தாங்குவார்கள்? அவர்கள் மனநிலை சரியில்லாமல் போனால் அதில் ஆச்சரியப்பட ஒன்றுமில்லை. தாங்க முடியாத கஷ்டங்களே அவர்கள் மனநிலை சரியில்லாமல் போகக் காரணம். அதுவே அவர்களைத் தற்கொலை எண்ணத்திற்குக் கொண்டு செல்கிறது. இதற்கு உல்லாஸின் வாழ்க்கையும் அவர் சொன்ன சாட்சியங்களுமே உதாரணம். அதை நீங்கள் மறுக்க முடியாது. நீங்கள் அவரைச் சிறையில் எட்டு நாட்களுக்குக் கட்டித் தொங்க விட்டீர்கள். வலிப்பு வந்து கதறத் துவங்கினார். அவர் மருத்துவமனைக்குச் செல்வதற்குக் காரணம் அதுதான். அதனால்தான் அவர் மனநிலை சரியில்லாமல் போய், தற்கொலைக்கு முயன்றார்'' என்று கூறினேன். உடனே மிஸ்டர் பாரி தன் நிலையை மாற்றிக்கொண்டார். ''உல்லாஸுக்குப் பைத்தியம் என்று உங்களிடம் யார் சொன்னது? அவன் பைத்தியம்போல நடிக்கிறான், அவ்வளவுதான்'' என்று கூறினார்.

நடிப்பு

''அப்படியென்றால் அவரைப் பார்க்கலாம். பிறகு நாம் தீர்மானம் செய்யலாம்'' என்று சொன்னேன். உடனே அவர், ''நான் பொய் சொல்கிறேன் என்கிறீர்களா? உல்லாஸுக்குப் பைத்தியம் இல்லை. அவன் பணியில் இருந்து தப்பிப்பதற்காக அதுபோல நடிக்கிறான்'' என்றார். ''உல்லாஸுக்குப் பைத்தியம் இல்லை என்றால் அப்படிச் சொல்பவருக்குப் பைத்தியம் என்றுதான் சொல்லவேண்டும். எங்களை ஒழுங்காக நடத்துங்கள். எங்களை அரசியல் கைதிகள் போல நடத்துங்கள். குறைந்தபட்சம் சாதாரணக் கைதிகள் போலவாவது நடத்துங்கள். இந்தக் கொடுமைகளை ஒரு முடிவுக்குக் கொண்டுவாருங்கள். இல்லையென்றால் எங்களுக்கு வேலைநிறுத்தம் செய்வதைத் தவிர வேறு வழியே இல்லை. நாங்கள் எங்கள் போராட்டத்தில் ஜெயிப்போம் என்று கூறவில்லை. ஏனென்றால் உங்களுக்கு அதிகாரபலம் இருக்கிறது. அதனால் எங்கள் போராட்டம் வெற்றி பெற முடியாமல் போகலாம். ஆனால் நாங்கள் அநீதியை வெளிப்படுத்தி எங்கள் தன்மானத்தைப் பாதுகாக்க எங்களால் முடிந்ததை செய்வோம் அதுவே எங்களுக்குப் பெரிய திருப்தி'' என்று கூறினேன்.

அதற்குப் பிறகு எட்டு மாதங்களுக்கு மிஸ்டர் பாரி என்னிடம், ''உல்லாஸுக்குப் பைத்தியம் இல்லை. அவன் நடிக்கிறான்'' என்று

திரும்ப திரும்பக் கூறிக் கொண்டிருந்தார். அதுபோல நடிப்பவர்களின் எண்ணிக்கை சிறையில் அதிகமாக இருந்திருந்தால் மிஸ்டர் பாரியின் 'எது உண்மை எது பொய்' என்று கண்டறியும் திறமை என்றோ மழுங்கிப் போயிருக்கும். அவருக்குக் கொஞ்சம்கூடப் பச்சாதாபம் கிடையாது. ஆனால் மிஸ்டர் பாரி சிறைக்கு வெளியே நடந்து கொள்வதைப் பார்த்தால் அவர் அப்படி ஒன்றும் கொடூரமானவர் இல்லையோ என்று தோன்றும். சிறைக்கு வெளியே போனதும் அவர் ஒரு மனிதனாகிவிடுகிறார். ஆனால் உள்ளுக்குள்ளே அவர் ஒரு மிருகம். சந்தர்ப்பம் கிடைக்கும்போது அவரைப் பற்றி முழுமையாக விவரிக்கிறேன்.

இதுதான் இப்போதைய நிலை. சிறைக்குள்ளே எங்களுக்கு மிகவும் கடுமையான பணி இருந்தது. சிறைக்கு வெளியிலும் அதேபோல் கடுமையான பணியிருந்தது. ஆனாலும் என் நண்பர்களான அரசியல் கைதிகளுக்கு வெளியில் சென்று வேலை செய்யுமாறு அறிவுறுத்தினேன். ஏனென்றால் வெளியே அவர்கள் கொஞ்சம் பிரசாரம் செய்யலாம். சிறையில் அதற்கெல்லாம் வாய்ப்பே கிடைக்காது.

எப்பாடுபட்டாவது வெளியில் செல்வது

சில்வர் ஜெயிலில் ஒரு வருடம் தண்டனைக் காலம் முடிந்தவுடன் வெளியில் சென்று வேலை செய்வதற்காகத் தொடர்ந்து மனு போட்டுக்கொண்டிருந்தேன். ஒன்றரை வருடங்கள் ஆகியிருந்த போது நான் ஒருமுறை மிஸ்டர் பாரியிடம் மாட்டிக்கொண்டேன். அவர் என்மீது குற்றச்சாட்டு புனைந்து இரண்டு முறை என்னை மாஜிஸ்ட்ரேட் முன்னால் கொண்டுபோய் நிறுத்தினார். முதல்முறை சிறைக்கு வெளியே உள்ள ஒரு நபருக்கு சில செய்தித்தாள் துண்டுகளை எடுத்து வருமாறு கோரி ஒரு அநாமதேயக் கடிதம் எழுதியதாகக் குற்றம். நான் கடிதம் கொடுத்த ஆள் மிஸ்டர் பாரியின் ஒற்றன். அதனால் நான் கொடுத்த கடிதம் நேரடியாக மிஸ்டர் பாரியிடம் சென்றது. யாருக்குக் கடிதம் கொடுக்கப்படவேண்டும் என்பதை நான் குறிப்பிடவில்லை. ஒரு குறிப்பிட்ட ஆள் வந்து அவரிடம் அந்தக் கடிதத்தை வாங்கிக் கொள்வார் என்று மட்டும் சொல்லி இருந்தேன். அதனால் அந்த ஆளின் பெயர் விசாரணையின் போது வெளியே வரவில்லை. ஆனால் எனக்கு அதற்கு ஒரு மாதக் கடுங்காவல் தண்டனை விதிக்கப்பட்டது. அடுத்த முறை பாரியிடம் அகப்பட்டது, முதல்முறையாக வேலை நிறுத்தம் செய்ததற்கு. எப்படி வேலைநிறுத்தம் செய்யவேண்டும், அதை எப்படித் தொடரவேண்டும் என்றெல்லாம் ஒரு கடிதத்தில் விவரித்து, அதைச் சிறையில் உள்ள அரசியல் கைதிகளிடையே பரப்ப

நினைத்திருந்தேன். திடீரென்று என் அறையைக் காவலர்கள் சோதனையிட்டார்கள். அறைக் காவலர்கள் உள்ளே நுழையும் போது, அந்தக் கடிதத்தைத் தூக்கி எறிந்துவிட்டேன். ஆனால் யாரோ அதனை எடுத்து அதிகாரிகளிடம் கொடுத்துவிட்டார்கள். அதனை மராட்டி மொழியில்* எழுதி இருந்தேன். அதனால் அதை யார் எழுதினார்கள் என்று அதிகாரிகளால் கண்டுபிடிக்க முடியவில்லை. மிஸ்டர் பாரி தனது நம்பிக்கைக்குப் பாத்திரமான ஒருவர் மூலம் அதனைப் படித்துத் தெரிந்துகொண்டார். ஆனால் அந்த அரசியல் கைதி பயந்து போய் எனக்கு எதிராக சாட்சி சொல்லவில்லை. ஆனால் மிஸ்டர் பாரி அது வங்க மொழியில் எழுதப்பட்டிருக்கும் கடிதம் என்று, தனது வங்காள காரியதரிசியைச் சொல்லச் சொல்லி, சூப்பரின்டென்டன்ட் முன்னால் படிக்கவும் சொன்னார். என் நண்பர் ஒருவர் அது வங்க மொழியில் எழுதப்பட்ட கடிதமல்ல என்று சாட்சி சொன்னார். அதில் ஒரு வங்க எழுத்து இருந்தாலும்கூட தன்னைத் தண்டித்துக் கொள்ளலாம் என்று அவர் கூறினார். சூப்பரின்டென்டன்ட் குழப்பமடைந்தார். ஆனால் பாரி, ''சார் இந்த அரசியல் கைதிகள் நமக்கு எதிராகச் சதி செய்கிறார்கள், அவர்கள் உண்மையைக் கூறவில்லை'' என்று கத்தினார். கடைசியில் காரியதரிசி சொன்னதே உண்மை என்று ஒப்புக் கொள்ளப்பட்டு, எனக்கு ஒரு வாரத்திற்குச் சங்கிலியில் கட்டித் தொங்கவிடப்படும் தண்டனை கொடுக்கப்பட்டது.

அந்தக் கடிதம் பெங்காலியில் எழுதப்பட்டதா அல்லது மோடி எழுத்தில் எழுதப்பட்டதா என்று நன்றாக விசாரித்து ஒரு முடிவுக்கு வருமாறு முதன்மை கமிஷனரிடம் முறையிட்டேன். பிரச்சினைக்குரிய அந்தக் கடிதத்தின் உண்மைத் தன்மையைக் கேள்விக்குள்ளாக்கிப் புகார் அளித்தேன். அதனால் எனக்குக் கொடுக்கப்பட்ட தண்டனை குறைக்கப்படுமா இல்லையா என்பது பற்றிப் பிரச்சினை இல்லை. கமிஷனர் அந்தக் கடிதத்தில் ஒரு வார்த்தைகூட வங்க மொழியில் இல்லை என்று பதிலளித்தார். ஆனால் அந்தக் காரியதரிசி அந்தக் கடிதத்தை முழுவதுமாக வங்க மொழியில் வாசித்து, தெளிவாகவும் சத்தமாகவும் அதற்கு விளக்கம் வேறு சொல்லி இருந்தார். நான் கைதிகளை உண்ணாவிரதம் இருக்கச் சொல்லித் தூண்டி எழுதி இருப்பதாக அவர் கூறினார். கமிஷனருடைய அறிக்கை பற்றித் தெரிந்து கொண்டதும் சூப்பரின்டென்டன்ட் மிகுந்த கோப மடைந்தார். அவர் மிஸ்டர் பாரியை வெளியே போகச் சொல்லி விட்டு அந்தக் காரியதரிசியை அழைத்தார். அந்தக் காரியதரிசியிடம்

* மோடி ஸ்கிரிப்ட்

உண்மையைச் சொல்லவில்லை என்றால் கடுமையான தண்டனை கிடைக்கும் என்று மிரட்டினார். பயந்துபோன அந்தக் காரியதரிசி, ''சார் நான் இங்கே ஒரு கைதிதான். மிஸ்டர் பாரி எனக்கு என்ன உத்தரவு போடுகிறாரோ அதை நான் செய்தாகவேண்டும். இந்தக் கடிதம் வங்க மொழியில் இருந்தது என்று நான் கூறினேன். பிறகு நான் சொந்தமாக வங்க மொழியில் இருப்பதுபோல அதனைப் படித்தேன். எல்லாம் மிஸ்டர் பாரியின் உத்தரவுப்படித்தான் செய்தேன்'' என்றார். அதைக் கேட்ட சூப்பரின்டென்டன்ட் மிகுந்த எரிச்சலடைந்தார். ஆனால் மிஸ்டர் பாரியைக் காப்பாற்றும் நோக்கத்துடன் அவர் அந்தக் காரியதரிசி மீது தவறு இருப்பதாகக் கூறி அவரைப் பணியிலிருந்து நீக்கினார். கடிதம் வங்க மொழியில் இருப்பதாகப் பொய் கூறி நீதிமன்றத்தைத் தவறாக வழிநடத்திய குற்றத்திற்காக அவர் மீது நடவடிக்கை எடுக்கப்பட்டது.

மிஸ்டர் பாரி திட்டப்பட்டார்

சூப்பரின்டென்டன்ட் மிஸ்டர் பாரியை எச்சரித்தார். இதுபோல் இனி மோசடிகள் செய்யக்கூடாது என்று கடுமையாகக் கூறினார். இதுபோல அரிதாக எப்போதாவது அரசியல் கைதிகள் மிஸ்டர் பாரிக்குப் பாடம் புகட்டும்போது அவர் அடுத்த சில வாரங்களுக்குக் கொஞ்சம் அடக்கமாக நடந்து கொள்வார். பிறகு அவருக்குத் தான் ஒரு ஐரிஷ்க்காரர் என்ற ஞாபகம் வரும். அவர்களிடம், ''நண்பர்களே, நான் ஒரு ஐரிஷ்க்காரன். நான் இளைஞனாக இருந்த போது, நீங்கள் இப்போது ஆங்கிலேயர்களை வெறுப்பதுபோலவே நானும் வெறுத்து, அவர்களுக்கு எதிராகச் சதி செய்தேன். நான் இப்போது இப்படி நடந்து கொள்வதற்குக் காரணம், நான் ஒரு அரசாங்க ஊழியன் என்பதுதான். எனக்குக் கொடுக்கப்பட்ட உத்தரவுகளைச் செய்தாகவேண்டும். என்னை ஏன் உங்கள் எதிரியாகக் கருதுகிறீர்கள்? நீங்கள் அவதிப்பட்டீர்கள் என்றால் அதற்குக் காரணம் அரசாங்கமே அன்றி நானல்ல'' என்று கூறுவார்.

''நான் அப்பாவி'' என்று கூறிவிட்டு,அதைத் தூக்கிப் பிடிக்கும் வண்ணம் எதாவது ஒரு கதையையும் சொல்லுவார். இதுபோன்ற சமயங்களில் அவர்களுக்குப் படிப்பதற்கு ஒரு செய்தித்தாளையும் கொடுத்துவிட்டுப் போவார். இது எங்கள் மீது அவர் காட்டும் கரிசனம். நாங்களும் அப்போது அந்த வாய்ப்பினைப் பயன்படுத்திக் கொண்டு, அப்போதைக்கு நேர்மையாக நடந்து கொண்டதற்கு அவருக்கு நன்றி கூறுவோம். ஆனால் அளவுக்கு அதிகமாகப் புகழ மாட்டோம். ஏனென்றால் பிசாசுதான் என்றாலும் அதற்குரியதைக் கொடுத்தாகத்தானே வேண்டும்.

அந்த இரண்டு வழக்குகளைத் தவிர மற்றபடி என் தண்டனைக் காலம் எந்தவிதப் பிரச்சினையும் இன்றி முடிந்தது. நானும் ஒன்றரை வருட காலம் தண்டனை முடிந்தபின் வெளியில் சென்று வேலை செய்வதற்காகத் தொடர்ந்து மனுக்களை அனுப்பிக்கொண்டே இருந்தேன். ஏனென்றால் எனக்கு முன்னால் வெளியே வேலைக்கு அனுப்பப்பட்ட கைதிகள் மீதும் வழக்குகள் இருந்தன. அதுமட்டு மல்லாமல் அவர்கள் வேலை நிறுத்தத்திலும் ஈடுபட்டிருந்தார்கள். என் சகோதரர் ஏற்கெனவே இரண்டரை ஆண்டுகாலத் தண்டனையை முடித்துவிட்டார். சில சமயம் எனக்கு, ''நீங்கள் அரசியல் கைதி அல்ல. நீங்கள் ஒரு சாதாரணக் கைதிதான்'' என்று பதில் வரும். அதற்கு நான், ''சாதாரணக் கைதிகள் என்றால், திருடர்கள் கொள்ளைக்காரர்கள் ஆகியோரும், சிறையை உடைத்துத் தப்பித்தவர் களும் பலமுறை தண்டனை பெற்றவர்களும் அடங்குவர். ஆனால் அவர்களும் வெளியே பணிக்கு அனுப்பப்பட்டிருக்கிறார்கள், துணை அதிகாரிகளாகவும் ஜமாதார்கள் ஆகவும் இந்தச் சிறையில் பணிபுரிகிறார்கள். நான் சாதாரணக் கைதி என்றால் எனக்கும் அதே வாய்ப்புகள் வழங்கப்படவேண்டும். நான் நெடுநாட்களுக்கு முன்பு அங்கு அனுப்பப்பட்டிருக்கவேண்டும். இந்நேரம் என்னை நீங்கள் ஒரு துணை அதிகாரியாகவோ அல்லது ஒரு ஜமாதார் ஆகவோ நியமித்திருக்கவேண்டும். ஏனென்றால் இந்தச் சிறையில் ஒழுக்கத்தை மீறிய குற்றத்திற்காக என்மேல் எந்தவிதமான புகாரும் கிடையாது'' என்று கூறினேன். நீண்ட நாட்களுக்குப் பிறகு முதன்மை கமிஷனர் திட்டவட்டமாக ஒரு பதில் எழுதினார். 'எந்த ஒரு வேலைக்காகவும் சிறைக்கு வெளியே என்னை அனுப்பக் கூடாது' என்று எழுதியிருந்தார்.

என் நடத்தை சிறையில் மிக நன்றாக இருந்தாலும் எனக்கு மிக அபாயகரமான பின்னணி இருக்கிறது என்பதால் இந்த முடிவை எடுத்ததாக அவர் கூறியிருந்தார். ஆனால் என் பழைய நடத்தை ஒரு முக்கிய அளவுகோல் என்றால், தற்போதைய எனது நன்னடத்தை பற்றி எழுதியிருக்கும் குறிப்புகளுக்கு என்ன அர்த்தம்? அதன் அர்த்தம் என்னவென்றால் நான் நன்றாக நடந்துகொண்டாலும் சரி, மோசமாக நடந்துகொண்டாலும் சரி, என்னை ஒரு கைதி போலத்தான் நடத்துவார்கள். ஒரு சிறிய சலுகையாகக்கூட அந்தச் சிறையிலிருந்து வெளியே செல்லும் அனுமதி எனக்கு வழங்கப்பட மாட்டாது என்பதே.

சிறையில் உள்ளே இருந்த என்னை இந்த வகையில் நடத்திக் கொண்டிருக்கும்போது சிறைக்கு வெளியே பணிக்குச் சென்ற

அரசியல் கைதிகள் மேலும் மோசமாக நடத்தப்பட்டார்கள். நாங்கள் எல்லோரும் பூஷன் சார்பாக ஒருங்கிணைந்து அவர்களுக்குப் பதிலடி கொடுப்பது போல் ஏதேனும் ஒரு நடவடிக்கை எடுத்தாக வேண்டும் என்று முடிவெடுத்தோம். அவனது சோகக் கதையைப் பற்றி நான் ஏற்கெனவே உங்களுக்குச் சொல்லி இருக்கிறேன். அவன் வழக்கில் அவர்கள் பொய் சொல்லி, மனநிலை சரியில்லாத காரணத்தினால் அவன் தற்கொலை செய்துகொண்டான் என்று கூறிவிட்டனர். ஆனால் இதில் ஏதேனும் செய்து நியாயத்தை வெளியே கொண்டுவரவேண்டும் என்று நினைத்தோம். மிக நீண்ட விவாதத்திற்குப் பிறகு வேலை நிறுத்தம் மட்டுமே அதிகாரிகளை ஒழுங்கான நிலைக்குக் கொண்டுவரும் என்று தீர்மானித்தோம். எங்களை அரசியல் கைதிகளாக அங்கீகரித்து, சிறைக்கு உள்ளே இருந்தாலும் வெளியே இருந்தாலும் எங்களுக்குப் பணிச்சுமை குறைக்கப்படவேண்டும் என்றும், எங்களுக்குத் தரப்படவேண்டிய சலுகைகளைத் தரவேண்டும் என்றும், எங்கள் ஆரோக்கியம் பாதிக்கப்படும் விதத்தில் இப்போது தரப்படும் பணிகள் நிறுத்தப்படவேண்டும் என்றும், திறமைக்கும் தகுதிக்கும் ஏற்ற பணி தரப்படவேண்டும் என்றும், ஆயுள் தண்டனை பெற்று இங்கு நாடுகடத்தப்பட்ட அரசியல் கைதிகளைத் தவிர மற்ற அரசியல் கைதிகளை சாதாரணக் கைதிகளாகவே நடத்தப்படவேண்டும் என்றும் கோரினோம். எங்களது இந்தக் கோரிக்கைகளை வரிசைப் படுத்தி எங்களிடையே இரண்டு பேரைப் பிரதிநிதிகளாகத் தேர்ந்தெடுத்து அவர்கள் மூலம் சிறை அதிகாரிகளுக்கு மனுவைக் கொடுக்கச் செய்தோம். அந்த மனுவில் நான் 'மற்ற கைதிகளுக்குக் கிடைக்கும் கடிதம் அனுப்புவது மற்றும் பெறுவது போன்ற சாதாரண வசதிகள்கூட ஆயுள் தண்டனை பெற்று நாடுகடத்தப்பட்ட கைதிகளுக்குக் கிடைப்பதில்லை' என்பதைக் குறிப்பிட்டிருந்தேன். எப்போதாவது உறவினர்களையோ நண்பர்களையோ பார்ப்பதற்கு அனுமதி இல்லை. புத்தகங்கள் படிப்பதற்கும் எழுதுவதற்கும் அனுமதி இல்லை. துணை அதிகாரிகளாக நியமிக்கப்படுவதும் இல்லை. இந்த வாய்ப்புகள் எல்லாம் சாதாரணக் கைதிகளுக்குக் கிடைக்கின்றன. ஆனால் விசேஷ அந்தஸ்து பெற்ற கைதிகளான எங்களுக்கு எந்த விதமான வசதிகளும் வாய்ப்புகளும் கிடைப்ப தில்லை. நாங்கள் அரசியல் கைதிகள் என்ற முறையில் ஏதேனும் உரிமையைக் கோரினால் எங்களிடம் 'உங்களுக்கு வாய்ப்பு கொடுத்தால் அது சாதாரணக் கைதிகளுக்குப் பொறாமையை உண்டாக்கும்'' என்று கூறித் தட்டிக் கழித்து விடுகின்றனர். சுருக்கமாகச் சொல்லப்போனால், அந்தமானில் உள்ள அரசியல் கைதிகளாகிய எங்களுக்கு, அந்தமான் மற்றும் இந்தியச் சிறை

களிலும் அந்தமானின் செல்லுலர் ஜெயிலிலும் மற்ற சாதாரணக் கைதிகளுக்குத் தரப்படும் சலுகைகள்கூட மறுக்கப்படுகின்றன என்று எழுதினேன். இறுதி எச்சரிக்கையாக, மிஸ்டர் பாரி தலைமையில் இத்தகைய நடவடிக்கைகள் தொடருமானால் இதனை நாங்கள் தொடர்ந்து பொறுத்துக் கொண்டிருக்க மாட்டோம் என்று முடித்திருந்தேன். 'நிவாரணமில்லை என்றால் சமரசமில்லை, வேலையும் இல்லை' என்பதே எங்கள் இறுதி முடிவாக இருந்தது. இந்த முடிவின் விளைவாக, மோசமாக என்ன நடந்தாலும் அதனை எதிர்கொள்வது எனத் தயாராக இருந்தோம். அந்த மனுவும் எங்களது வழக்கமான எல்லா மனுக்களையும் போல் எந்த நடவடிக்கையும் எடுக்கப்படாமல் புறந்தள்ளப்பட்டது. ஒருவர்பின் ஒருவராக வெளியிலிருந்த அரசியல் கைதிகள் சில்வர் ஜெயிலில் உள்ள தங்கள் அறைக்குத் திரும்ப ஆரம்பித்தனர். சிறைக்குள்ளே இருந்த கைதிகளும் ஒரு குறிப்பிட்ட நாளன்று எந்த வேலையும் செய்யாமல் வேலைநிறுத்தம் செய்ய ஆரம்பித்தனர். நான் அந்தமான் சிறையில் இருந்த காலகட்டத்தில் நடந்த இரண்டாவது வேலைநிறுத்தம் இது.

என் சகோதரர் முதல் நாள் அன்றே இந்த வேலைநிறுத்தத்தில் சேர்ந்துகொண்டார். இந்த ஒத்துழையாமை நடவடிக்கையில் கலந்து கொண்டவர்கள் கீழ்த்தரமான முறையில் நடத்தப்பட்டார்கள். ஒத்துழைக்க மறுத்த ஒவ்வொரு குழுவும் சூப்பரின்டென்டன்ட் முன்னால் கொண்டுவந்து நிறுத்தப்பட்டு, அவர்களுக்குத் தண்டனை கள் வழங்கப்பட்டன. அவர்கள் கைகள் அல்லது கால்களில் விலங்கிடுவது, தனிமைச் சிறையில் அடைப்பது போன்ற தண்டனைகள் தரப்பட்டன. சில்வர் ஜெயிலில் இருந்த ஒவ்வொரு கட்டடத்திலும் ஒவ்வொரு பிரிவிலும் கைதிகள் விலங்கிடப்பட்டுத் தொங்கவிடப்பட்ட காட்சிகளைக் காணமுடிந்தது. ஒரு சிலர் கைகளிலும் கால்களிலும் விலங்கிடப்பட்ட நிலையில் தரையில் உட்கார்ந்துகொண்டிருந்தனர். ஒரு சிலர் காலில் சங்கிலி கட்டப்படும்போது அதை எதிர்த்துப் போராடினார்கள். சிறையில் அமைதி காக்கவேண்டும் என்ற விதியை மீறி ஒரு சிலர் மற்றவர் களிடம் மிகவும் சத்தமாகப் பேசிக்கொண்டிருந்தனர். ஒரு சிலர் அவர்களைக் காண மிஸ்டர் பாரி வந்தபோது எழுந்து நிற்க மறுத்தனர். பெரும்பாலான கைதிகள் வேலை செய்வதை நிறுத்தி விட்டனர். மிஸ்டர் பாரி வரும்போது துணை அதிகாரிகள் சர்க்கார் வருகிறார் என்று அறிவிப்பார்கள். சாதாரணக் கைதிகள் அப்போது எழுந்து நிற்பார்கள். ஆனால் அரசியல் கைதிகள் எல்லோரும் அப்போது உட்கார்ந்திருப்பார்கள். அவர்களை அசைப்பதற்குக் குறைந்தபட்சம் மூன்று பேர் தேவைப்படும். அவர்களை

மெனக்கெட்டு எழுந்து நிற்க வைத்து இப்படி வலுக்கட்டாயமாக மரியாதை கொடுக்க வைப்பது மிஸ்டர் பாரிக்குப் பிடிக்கவில்லை. வேலை நிறுத்தம் செய்த காரணத்தினால் அரசியல் கைதிகளுக்கு உணவு மறுக்கப்பட்டது.

உணவுக் குறைப்பு அல்லது மறுப்பு

இதில் ஒரு சிலருக்கு மிகக் குறைந்த அளவு உணவு கொடுக்கப் பட்டது. ஒரு சிலருக்கு உப்பில்லாத கஞ்சி வாரம் முழுக்கத் தரப்பட்டது. அப்போது இந்த அதிகாரிகளுக்கும், ஒத்துழையாமை நடவடிக்கையில் ஈடுபட்டிருக்கும் கைதிகளுக்கும் இடையே சில சச்சரவுகள் ஏற்பட்டன. இவையெல்லாம் சிறையில் வரவிருக்கும் பெரிய போராட்டத்திற்கான அடையாளங்கள். இந்தச் செய்தி என் காதிற்கு வந்தவுடன் நான் மிஸ்டர் பாரியை அழைத்து அவரிடம் சரியான நடவடிக்கைகளை எடுக்குமாறு எச்சரித்தேன். ''இவர்கள் இப்போது அமைதியான முறையில் தங்கள் எதிர்ப்பைத் தெரிவித்துக் கொண்டிருக்கிறார்கள். அதற்கு அவர்களுக்குத் தண்டனை கொடுக்கிறீர்கள். நான் உங்களைக் குறை கூறமாட்டேன். ஆனால் உங்கள் விதிமுறைகளை மீறி நீங்கள் தண்டனை கொடுத்தீர்களானால் இந்த இளைஞர்கள் ஆத்திரமடைந்து பதிலடி கொடுக்கவும் தயங்க மாட்டார்கள். உங்கள் ஒவ்வொரு அடிக்கும் அவர்கள் திரும்ப அடிப்பார்கள். நீங்கள் அவர்களை நசுக்கி விடுவீர்கள் என்பது அவர்களுக்குத் தெரியும். ஆனால் அவர்கள் விரியன் பாம்பு போன்றவர்கள். ஒரு புழுகூட நசுக்கப்படும்போது எதிர்த்து நிற்கும். நீங்கள் அவர்களைத் தாக்குவதற்கு முன்பாக விரைந்து கண்டிப்பாக அவர்கள் உங்களைத் தாக்குவார்கள். இதற்கான பொறுப்பு முழுக்க உங்கள் துணை அதிகாரிகளையே சேரும். உங்களது சிறை அதிகாரிகள் மிகவும் கொடூரமானவர்கள். அவர்கள் அதிகாரத்தைத் தவறாகப் பயன்படுத்துவதோடு கைதிகளை அடிப்பார்கள். அந்த பதான், பஞ்சாப் முஸ்லிம் எல்லோரும் உங்கள் இந்த மோசமான நடவடிக்கைகளுக்குக் கூட்டாளிகள். ஆனால் ஒரு விஷயம் நிச்சயம். அடிக்கு அடி கண்டிப்பாகக் கிடைக்கும். எங்கள் அரசியல் கைதிகள் இதற்குத் தயாராக இருக்கிறார்கள். அந்த பதான் மற்றும் முஸ்லிம் அதிகாரிகள் அதுபோலத் தாக்குதலுக்கு உள்ளாகும்போது அதிர்ச்சி அடைவார்கள். இது அவர்கள் இதுவரை பார்த்திராத ஒன்றாக இருக்கும். உங்கள் கொடுமைகள் கண்டிப்பாகத் தாக்குதலுக்கு வழிவகுக்கும். நான் உங்களை முன்கூட்டியே எச்சரிக்கிறேன். அதனால் உங்கள் ஆட்களை அடக்கி வையுங்கள்'' என்று கூறினேன்.

இந்த எச்சரிக்கையை மிஸ்டர் பாரி வேறு விதமாகப் புரிந்து கொண்டார். அவர் என்னைப் பற்றித் தவறாக தன் மேலதிகாரியிடம் புகார் கொடுத்தார். நான்தான் அந்த வேலை நிறுத்தத்தைத் தூண்டி விட்டேன் என்றும், மீறினால் வன்முறை வெடிக்கும் என மிரட்டினேன் என்றும் கூறினார். நான் இன்னும் வேலைநிறுத்தத்தில் ஈடுபடவில்லை. ஏனென்றால் நான் ஒவ்வொரு நாளும் வீட்டிலிருந்து வரவேண்டிய வருடாந்திரக் கடிதத்தை எதிர்பார்த்துக்கொண்டிருந்தேன். மற்ற அரசியல் கைதிகளிடமும் அவர்களுக்குக் கடிதம் வரும் வரை காத்திருக்கச் சொன்னேன். அதுமட்டுமல்லாமல் என் கடிதம் எப்போதும் இந்தியாவில் நடக்கும் செய்திகளைப் பற்றிய முழு விவரங்களைக் கொண்டிருக்கும். அதனால் அதுகுறித்து நாங்கள் பிறகு விவாதிக்க வசதியாக இருக்கும். அந்தக் கடிதம் வரும் நேரம் நெருங்கிவிட்டது. அதை வாங்கும் வரை நான் வேலைநிறுத்தத்தில் ஈடுபடவில்லை. ஏற்கெனவே கூறியபடி என் சகோதரர் வேலை செய்வதை நிறுத்திவிட்டு வேலைநிறுத்தத்தில் ஈடுபடலானார்.

வேலைநிறுத்தம் நடக்க ஆரம்பித்தபோது மிஸ்டர் பாரி எல்லோரிட மிருந்தும் அவமானங்களைச் சந்திக்க நேரிட்டது. இது அவருக்கு ஒரு புதிய அனுபவம். கைதிகள் எல்லோரும் ஒவ்வொரு கோணத்தில் விஷயங்களைப் பார்க்க ஆரம்பித்தார்கள். அவர்கள் ஒவ்வொருவரும் வித்தியாசமாக நடந்துகொண்டார்கள். தனது ஆதிக்கத்தை மீண்டும் அவர்கள் மீது செலுத்த அவர்களைப் பயமுறுத்தி பார்த்தார் மிஸ்டர் பாரி. ஆனால் அவர் எவ்வளவு முயன்றும் பலனளிக்கவில்லை. சிலசமயம் வேடிக்கையான சம்பவங்கள் நடைபெற்றன. சிறையில் உள்ள அரசியல் கைதிகளில் சிலருக்கு ஓரளவு ஆங்கிலம் தெரியும். அவர்கள் மிஸ்டர் பாரியிடம் ஆங்கிலத்திலேயே பேசினர். அவர்கள் ஆங்கிலத்தில் பேசுவதால் மற்றவர்களிடம் அவர்கள் செல்வாக்குப் பெற்றிருப்பதாக பாரி நினைத்தார். அதனால் ஒருநாள் அவர், தன்னிடம் பேசும்போது ஆங்கிலத்தில் பேசவேண்டாம் என்று அவர்களுக்குக் கட்டளை யிட்டார். ''உங்களுக்கு நல்ல ஆங்கிலம் தெரியவில்லை. அதனால் நீங்கள் மற்ற சாதாரணக் கைதிகளைப்போல ஹிந்தியில் பேசினால் போதும்'' என்று கூறினார்.

அவர் சொன்னதை அவர்கள் ஏற்றுக்கொண்டு பின்பற்ற ஆரம்பித்தனர். அவர் சொன்னவுடன் அவர்கள் ஹிந்தியில் பேசிய முதல் வாக்கியம் இதுதான். ''நாங்கள் ஆங்கிலத்தைத் தெய்வத்தின் மொழியாக ஏற்றுக் கொள்ளவில்லை. நீங்கள் ஆங்கிலத்தில் பேசினீர்கள், அதனால் நாங்களும் ஆங்கிலத்தில் பதில்

சொன்னோம், அவ்வளவுதான். ஆங்கிலத்தில் பேச இயலவில்லை என்பது எங்களுக்கு அவமானகரமான விஷயம் கிடையாது. உண்மையைச் சொல்லப்போனால் பிறப்பால் அயர்லாந்துக்காரரான நீங்கள் உங்கள் தாய்மொழியான ஐரிஷ் மொழி தெரியாமல் இருப்பது அவமானகரமான விஷயம். எங்கள் தாய்மொழி மறந்துபோகும் அளவுக்கு அவ்வளவு சிக்கலான ஆங்கிலத்தை நாங்கள் பேசவில்லை என்பது எங்களுக்குப் பெருமையே. நீங்கள் அருமையான ஆங்கிலத்தில் பேசி உங்கள் தாய்மொழியை மறந்ததற்காக வெட்கப் படவேண்டும்'' என்று கூறினர். மிஸ்டர் பாரியிடம் இந்த ஹிந்தி வாக்கியங்களைச் சொல்லும்போது சிறையில் இருந்த எல்லோரும் அதனைக் கேட்டனர். அவர் எல்லோருக்கும் ஒரு கேலிப் பொருளானார். எல்லோரும் அவரை ஏளனமாகப் பார்த்தனர். அவர் ஆங்கிலத்தில் பேசும்போது சில கைதிகளுக்கு அது சரியாகப் புரியவில்லை. இந்தப் பதிலடியால் அவர் தடுமாறினாலும் கொஞ்சம் சுதாரித்துக்கொண்டார். இப்போது ஒவ்வொரு கைதியும் அவரிடம் ஹிந்தியில்தான் பதில் சொல்கிறான். அதிலும் அரசியல் கைதிகள் ஹிந்தி தவிர வேறு எதுவும் பேசுவதில்லை. கேள்வி கேட்டால் பதில்கள் உடனடியாகக் கொடுக்கப்படுகின்றன. எங்களுடன் இருக்கும் வடநாட்டவர்கள் ஹிந்தி சிறப்பாகப் பேசுபவர்கள். பாரி கேட்ட கேள்விகளுக்குச் சரியான பதிலை அவர்கள் கொடுத்தார்கள். அவர் மரியாதையுடன் பேசினால் அவர்களும் பதிலுக்கு மரியாதையாகப் பேசினார்கள். கோபமாகப் பேசினால் அவர்களும் அதேபோல் ஹிந்தியில் கோபமாகப் பதில் சொன்னார்கள். அதனால் அவர்களிடம் ஹிந்தியில் பேசுவதற்கு அவர் தயங்கினார். தான் சொன்ன உத்தரவைத் தானே திரும்பப் பெறுவதில் அவருக்குத் தயக்கம் இல்லாமல் இருந்திருந்தால், மீண்டும் ஆங்கிலத்திலேயே அவர் பேசியிருக்கலாம். அவருக்குத் தரப்பட்ட குத்தலான பதில்களில் சில உதாரணங்களை இங்கு கொடுக்கிறேன். அவர் அரசியல்கைதிகளைப் பார்த்து வழக்கமாக ''ஹிந்துஸ்தான் எல்லோரும் அடிமைகள்'' என்று சொல்வார். இதைச் சொல்லும்போது அவருக்கு ஒரு குதூகலம் இருக்கும். எங்களை ஏளனமாகப் பார்த்தபடியே இதைச் சொல்வார். ஆனால் தற்போது அப்படிக் கூறும்போது ஒரு அரசியல் கைதி அவரிடம், ''இந்தியர்கள் அடிமைகளாக இருந்தாலும் ஆங்கிலேயர்களின் அடிமைகளே அன்றி உங்கள் அடிமைகள் அல்ல. நீங்களோ அடிமையின் அடிமைகள். ஏனென்றால் இங்கிலாந்து அயர்லாந்தை அடிமைப்படுத்தி வைத்துள்ளது. நாங்கள் சுதந்திரத்திற்காக எங்கள் உயிரையும் கொடுக்கத் தயாராக இருக்கிறோம். ஆனால் நீங்களோ உங்களுக்குப் போடப்படும் சில எலும்புத் துண்டுகளுக்காக

அவர்களிடமே பணியாற்றுகிறீர்கள். உணவு போடும் எஜமானனுக்காகக் குரைக்கும் நாய்போல நீங்கள் இருக்கிறீர்கள். எங்களைப் போலவே உங்கள் நாட்டையும் அடிமை செய்திருக்கும் அவர்களுக்கு ஒரு காவல் நாயாக வேலை செய்வதில் பெருமை பட்டுக் கொண்டிருக்கிறீர்கள். நீங்கள் எங்களைப் பார்த்து குரைக்கவும் கடிக்கவும் காரணம், நாங்கள் அந்த சாம்ராஜ்யத்தை எங்களுடையதாக ஏற்றுக்கொள்ளவில்லை.'' மிஸ்டர் பாரியிடம் சொல்லப்பட்ட இந்த ஹிந்தி பதில் எல்லோருக்கும் சிரிப்பை ஏற்படுத்தியது. மிஸ்டர் பாரியின் முகம் கோபத்தாலும் அவமானத் தாலும் சிவந்தது. இந்த விவாதத்தை ஆரம்பித்து அதில் அரசியல் பேசியவர் அவர்தான். ஆனால் அதில் அவர் தோற்கடிக்கப்பட்டார். அவருக்கு இருந்த ஒரே வழி கத்திவிட்டு வெளியேறுவது. அவர் கத்தினார். ''இனிமேல் ஹிந்தி வேண்டாம், ஆங்கிலத்தில் பேசுங்கள்!''

ஆனால் அரசியல் கைதிகள் அவர் சொல்வதைக் கேட்கத் தயாராக. இல்லை. ''எங்களை ஹிந்தியில் பேசவேண்டும், ஆங்கிலத்தில் பேச வேண்டாம் என்று கூறினீர்கள். நாங்கள் அந்த உத்தரவுக்கே அடிபணிவோம். எங்களுக்கு இனிமேல் ஆங்கிலம் தேவை யில்லை'' என்றனர். அதன்பிறகு அவர் யாரிடமும் ஹிந்தியில் பேசுமாறு கூறவில்லை. அவருக்கு அது ஒரு நல்ல படிப்பினை. எல்லோரும் ஆங்கிலத்திலேயே பேசவேண்டும் என்பது தனது விருப்பம் என்று கூறினார்.

சிறையின் ஒழுங்கைக் குலைக்கும் வகையிலும் அதிகாரிகளின் கவனத்தைக் குறைக்கும் வகையிலும் பல விஷயங்கள் நடந்தன. அரசியல் கைதிகள் நடத்திய போராட்டம் அந்தக் கௌரவத்தையும் ஒழுங்கையும் குலைத்துவிட்டது. அதிகாரிகள் தங்களிடம் இருந்த எல்லா ஆயுதங்களையும் பயன்படுத்திப் பார்த்துவிட்டார்கள். அடிப்பது மட்டுமே அதிகமாகப் பயன்படுத்தப்படாமல் இருந்தது. அதிகாரிகள் என்ன செய்வதென்றே புரியாமல் விழித்தார்கள். அவர்கள் எங்களை அடிப்பதாகப் பயமுறுத்தினார்கள். ஆனால் நாங்கள் அந்த அச்சுறுத்தலுக்குப் பயப்படவில்லை. கடைசியாக, சூப்பரின்டென்டன்ட் மற்றும் மிஸ்டர் பாரி ஆகியோரை எங்களிடையே சமாதானம் பேசச் சொன்னார் முதன்மை கமிஷனர். அவர்கள் மூலமாகப் பணிக்குத் திரும்பச் சொன்னார். எங்களுக்குப் பணிச்சுமையைக் குறைப்பதாக அவர் வாக்குறுதி கொடுத்தார். அரசியல் கைதிகளும் சாதாரணக் கைதிகளைப்போல வெளியே வேலைக்கு அனுப்பப்படுவார்கள் என அவர் உத்தரவாதம் கொடுத்தார். கடைசியாக எங்கள் விஷயத்தை உயர் அதிகாரிகளிடம்

எடுத்துச் சென்று விவாதித்து எங்களுக்கு அரசியல் கைதிகள் என்ற அங்கீகாரத்தைக் கொடுப்பதாக உறுதி அளித்தார். அதனால் எங்களில் சிலர் வேலை செய்ய ஆரம்பித்தோம். வேலையைச் செய்ய ஆரம்பித்தவுடன் அவர்களுக்கு எளிதான வேலைகள் கொடுக்கப் பட்டு அவர்கள் வெளியிலும் அனுப்பப்பட்டார்கள் என்ற செய்தி எங்களுக்குக் கிடைத்தது. எங்களுக்கும் அதிகமாக சிரமப்படக் கூடாது என்ற எண்ணம் எழுந்தது. அரசியல் கைதிகள் வெளியே சென்று வேலை செய்வதற்கான சுதந்திரம் வேண்டும் என்று நான் எப்போதும் கருதினேன். ஏன் என்றால் அது என் பிரசாரத்திற்கு உதவும். நான் இந்தச் சிறையிலிருந்து தப்புவதற்கும் வழி வகுக்கும். அதனால் வேலை நிறுத்தத்தைக் கைவிட்டுவிட்டு எல்லோரும் வேலைக்குச் செல்லும்படி அவர்களுக்கு அறிவுறுத்தினேன். அப்படி ஒருவேளை வெளியே சென்று வேலை செய்யும்போது அவர்கள் எல்லோரும் ஒரே மாதிரியாக நடத்தப்படவில்லை என்றால் மறுபடியும் வேலைநிறுத்தத்தில் ஈடுபடலாம் என்று கருதினோம். ஒரு சில நாட்களில் கைதிகள் தங்களுடைய வழக்க மான வாழ்க்கையை வாழத் தொடங்கினார்கள். என் சகோதரரும் அதில் ஒருவர். அதிகாரிகள் தாங்கள் வாக்கு கொடுத்தபடியே பல அரசியல் கைதிகளைச் சிறைக்கு வெளியே கொஞ்சம் எளிதான வேலைகளுக்கு அனுப்பினார்கள். தெருக்களைச் சுத்தம் செய்வது, தேங்காய்களைப் பாதுகாப்பது போன்ற வேலைகளை அவர்கள் செய்தார்கள். அதிகாரிகள் இந்தக் கொள்கையைத் தொடர்ந்து கடைப்பிடித்து வந்திருந்தார்கள் என்றால் வேலைநிறுத்தம் ஒரேயடியாக முடிந்திருக்கும். ஆனால் அவர்கள் உள்ளே இருந்த பெரிய தலைவர்களை வெளியே அனுப்ப மறுத்தனர். என் சகோதரர், வாமன் ராவ் ஜோஷி, மோதிலால், நானி கோபால் மற்றும் இரண்டு மூன்று பேர்களுக்கு அந்த உரிமை மறுக்கப்பட்டது. என்னைப் பற்றிக் கேட்கவேவேண்டாம். வேலை நிறுத்தம் நடைபெற்றுக் கொண்டிருக்கும்போதுகூட நான்தான் அவர்களது தலைவன் என்றாலும், பணி செய்துகொண்டுதான் இருந்தேன். என்னைக் காட்டிலும் ஒழுங்கீனத்திற்காக அதிகளவில் தண்டிக்கப்பட்ட அரசியல் கைதிகள் வெளியே சென்று வேலை செய்வதற்காகத் தேர்ந் தெடுக்கப்பட்டனர். அவர்கள் சிறையில் அனுபவித்த சித்திரவதை களுக்கு எதிராகத் தங்களுடைய கடைசி ஆயுதமாக வேலை நிறுத்தத்தைப் பயன்படுத்தினர். நான் அதிகாரிகளிடம், அவர்களை வெளியே அனுப்பலாம் என்றால் என்னை ஏன் அனுப்பக்கூடாது என்று கேட்டேன். அதற்கு அவர்கள் முதன்மை கமிஷனர் சொன்ன பதிலையே சொன்னார்கள். அதாவது இந்தியாவில் இதற்கு முந்தைய எனது நடவடிக்கைகள்தான் என்னை வெளியே அனுப்ப

விடாமல் தடுத்தது என்றார்கள். நான் அவர்களிடம்,நான் செய்த அதே காரியத்தில் என்னோடு ஈடுபட்டு என்னைப்போலவே ஆயுள் தண்டனை பெற்றவர்கள் இருக்கிறார்கள், ஆனால் அவர்களுக்கு இந்தச் சலுகைகள் வழங்கப்படுகின்றன, ஆனால் எனக்கு மறுக்கப் பட்டிருக்கிறது என்று கூறினேன். இந்தச் சிறையில் இதற்கு முந்தைய வழக்கம் என்னவென்றால் சிறைக்கு வரும் கைதியின் முந்தைய நடவடிக்கைகளைப் பற்றிக் கவலைப்படாமல் அவனை வெளியே வேலைக்கு அனுப்புவது. அதுமட்டுமில்லாமல் இந்தியச் சிறையி லிருந்து தப்பிக்க முயற்சி செய்த குற்றத்திற்காக இங்கே 2 அல்லது 3 ஆண்டு தண்டனை பெற்று வந்தவர்களுக்குக்கூட இந்தச் சலுகைகள் வழங்கப்படுகின்றன. இதற்கு எப்போதும் அவர்கள் கூறும் பதில், இந்திய அரசாங்கம் எனக்கு அந்தச் சலுகைகளை வழங்குமாறு உத்தர விடவில்லை என்பதுதான். என் விஷயத்தில் இந்தத் தடை எத்தனை வருடங்கள் தொடரும் என்பதுதான் என் கேள்வி. அவர்களால் அதற்குப் பதில் சொல்ல இயலவில்லை. அதனால் நான் நேரடியாக இந்திய அரசாங்கத்திடம் முறையிடத் தீர்மானம் செய்தேன்.

முறையீடு செய்ய அனுமதி இல்லை

எனக்குக் குழப்பமாக இருந்தது. நான் வருவதற்கு முன்பாகவே என் சகோதரர் இந்தச் சிறையில் இருந்தார். ஆனால் அவர் இன்னும் வெளியே அனுப்பப்படவில்லை. அவருக்கு அந்தச் சலுகை வழங்கப்படும் என்று நீண்ட நாள் முன்பாகவே உறுதியளிக்கப் பட்டது. இதுகுறித்து நான் ஜெயில் சூப்பிரின்டென்டன்ட்டிடம் விவாதிக்கும்போது அவர், ‘‘உங்கள் எதிர்ப்புகளுக்குப் பதிலே சொல்லமுடியாது.ஆனால் நீங்கள்தான் இந்த வேலை நிறுத்தத்தை ஊக்குவிக்கிறீர்கள் என்பதில் சந்தேகமே கிடையாது’’ என்று கூறினார். அதற்கு நான், ‘‘ஆனால் உண்மையில் வேலைநிறுத்தத்தில் ஈடுபட்ட அவர்களே வெளியே அனுப்பப்பட்டார்கள், அப்படி இருக்கும்போது அதனை அங்கீகரித்த ஒருவனை எதற்கு நீங்கள் வெளியே அனுப்ப மறுக்கவேண்டும்? என் குற்றம் அவர்கள் குற்றத்தைவிட மோசமானதா? இது பிரிட்டிஷ் சட்டத்திற்கு எதிரானது அல்லவா? நான் ஏன் இதுநாள்வரை வேலை நிறுத்தத்தை ஆதரிக்கவில்லை அல்லது அப்படிச் செய்திருந்தாலும், என் நண்பர்கள் ஏன் அதனை ஆதரிக்கவில்லை என்று யோசித்துப் பாருங்கள். இப்போது நடந்த வேலைநிறுத்தம் எதனால் நடந்தது என்பதையும் நினைத்துப் பாருங்கள். இந்து பூஷன் தூக்கு மாட்டிக்கொள்ள நானா தூண்டிவிட்டேன்? உல்லாஸ் பைத்தியமாக ஆனதற்கு நானா காரணம்? இதற்கெல்லாம் இந்தச் சிறையின்

விதிமுறைகள்தான் காரணம். இங்குள்ள கடுமையான பணிகள், அவமானங்கள், இங்குள்ள அமைப்பு ஆகியவையே வேலை நிறுத்தத்திற்கு காரணம்'' என்று கூறினேன். இந்தப் பதில் சூப்பரின்டென்டன்ட் மட்டுமில்லாமல் மிஸ்டர் பாரிக்கும் திருப்தியை அளித்தது என்றாலும் அவர்களது, ''எங்களால் ஒன்றும் செய்ய இயலாது. எல்லாம் இந்திய அரசின் கையில்தான் இருக்கிறது. அவர்களது உத்தரவுகளைத்தான் நாங்கள் இங்கே செயல்படுத்துகிறோம்'' என்ற வழக்கமான பதிலே கிடைத்தது. எனக்கு நியாயம் கேட்டுப் போராடிக்கொண்டிருக்கும்போது, சிறையில் வேறு ஒரு சம்பவம் நடந்தது. அது நிலைமையை இன்னமும் தீவிரமாக்கியது. அரசியல் கைதிகளில் வேலை நிறுத்தம் செய்தவர்களில் ஒரு பதினாறு அல்லது பதினேழு வயதான வங்காளியும் இருந்தார். அவர் ஒரு மதிப்பு மிக்க குடும்பத்தில் இருந்து வந்த பிராமண இளைஞர். அவரது பெயர் நானி கோபால்.

நானி கோபால்

பெங்களூரில் உள்ள ஒரு உயர் போலிஸ் அதிகாரியின் வாகனத்தின் மீது குண்டு வீசியதற்காக நானி கோபாலுக்கு 14 ஆண்டுகள் கடுங்காவல் தண்டனை விதிக்கப்பட்டிருந்தது. அவருக்கு வயது 16. ஆனாலும் சிறை விதிகளை எல்லாம் மீறி அவர் எண்ணெய்ச் செக்கில் கடுமையான பணியில் வேலை செய்ய அமர்த்தப்பட்டார். அவர் அதை எதிர்த்துப் போராடினார். கடந்த வேலைநிறுத்தத்தில் அவர் கடுமையாகப் பாதிக்கப்பட்டார். அவருடன் இருந்த மூத்தவர்கள் அவரை மோசமாக்குகிறார்கள் என்று கருதி அவர்களிடமிருந்து பிரிக்கப்பட்டார். ஆனாலும் அவர் போராட்டத்தைக் கைவிடவில்லை. அவர் சங்கிலியால் கட்டி வைக்கப்பட்டார். அவருக்குத் தண்டனை அதிகமாகக் கொடுக்க கொடுக்க அவர் மேலும் முரண்டு பிடிக்க ஆரம்பித்தார். வேலை செய்யாததற்காக அவருக்குத் தண்டனை கொடுக்கப்பட்டது. ஆனால் அவர் தன் துணிகளைத் துவைக்க மறுத்தார். சாக்கு மூட்டைகளால் தைக்கப் பட்ட உடைகள் அவருக்குக் கொடுக்கப்பட்டன. அவர் முற்றிலு மாக ஆடை அணிவதையே தவிர்க்க ஆரம்பித்தார். அவர்கள் வலுக்கட்டாயமாக அந்த உடைகளை அணிவித்து, உடலோடு சேர்த்து வைத்துத் தைத்தனர். ஆனால் அன்றிரவே அதையும் கிழித்துப் போட்டார். அதன்பிறகு அவரைச் சங்கிலியால் கட்டி வைத்தனர். கைகளும் கால்களும் கட்டப்பட்டன. ஆனால் இரவானதும் அவர் பூட்டை உடைத்துச் சங்கிலியை விடுவித்து அதிலிருந்து தன்னை விடுவித்துக்கொண்டார். அந்தக் காரியத்திற்காக அவரைக்

கடுமையாகத் திட்டினார்கள். ஆனால் அவர் பதில் ஏதும் கூறவில்லை. கேள்விகளுக்குப் பதில் கூறாததற்காக அவர் மறுபடியும் தண்டிக்கப்பட்டார். அதிகாரிகளுக்கு முன் எழுந்து நிற்க மறுத்தார். பிறகு அவரைத் தனிமைச் சிறையில் அடைத்தார்கள். அவர் தன் சிறையிலிருந்து வெளிவர மறுத்தார். குளிக்கவும் மறுத்தார். அவரை குண்டுக்கட்டாகத் தூக்கிக்கொண்டுபோய் அம்மணமாக்கிக் குளிக்க வைத்தார்கள். அவரது உடலை நீட்டிப் படுக்க வைத்து, உடலைக் கழுவினார்கள். அவர் உடலைத் தேங்காய் நாரினால் தேய்த்தார்கள். உடல் சிவந்து ரத்தம் வருமளவிற்குப் போனது. ஆனால் அவரை அடிக்கவில்லை. அவர் என்னுடன் தனியாக இருக்கும்போது அந்த பதான் வார்டன் அவரை மிகவும் அசிங்கமான வார்த்தைகளால் திட்டினான். நானி கோபால் பகலில் அம்மணமாக இருந்தார். அதனால் இரவில் அவருக்குப் போர்வை கொடுக்க மறுத்தனர். அவர் அவற்றைத் தூக்கிக் கடாசினார். அதனால் அவர் காலையிலும் மாலையிலும் கடும் குளிரிலும் அவரது சிறையில் வெற்றுத் தரையில் அம்மணமாகவே இருந்தார். அவரது கோரிக்கை எல்லாம் சிறை அதிகாரிகள் அவரை அரசியல் கைதியாகக் கருதவேண்டும் என்பதுதான்.

அரசியல் கைதியாக அங்கீகரியுங்கள்

இதுதான் அவரது கோரிக்கையாக இருந்தது. தனக்குக் கொடுக்கப் பட்ட உணவைப் பற்றி எல்லாம் அவர் கவலைப்படவில்லை. அதெல்லாம் சிறிய விஷயம் என்று சொன்னார். ஆனால் தனது அங்கீகாரம் மிகவும் முக்கியமானது, ஏனென்றால் அது தனது மரியாதை சம்பந்தப்பட்ட விஷயம் என்று சொன்னார். அரசியல் கைதிகளான நாங்கள் திருடர்களோ கொள்ளைக்காரர்களோ அல்ல, இந்த விஷயம் முற்றிலுமாகத் தீர்மானிக்கப்படவேண்டிய ஒன்று என்று அவர் சொன்னார். "நீ என்ன செய்தாலும் உனக்கு அந்த அங்கீகாரம் கொடுக்கப்படமாட்டாது" என்று முதன்மை கமிஷனர் அவரிடம் தெரிவித்தார். முதன்மை கமிஷனர் அவரைத் தனிமையில் சந்தித்து, "நீ இப்படித் தொடர்ந்து போராடிக் கொண்டிருந்தால் நாங்கள் இதயம் கனிந்து அல்லது பயந்துபோய் உன்னுடைய கோரிக்கைக்குச் செவி சாய்ப்போம் என்று நினைக்கிறாயோ? அது நடக்கவே நடக்காது, நீ இறந்தாலும்கூட எங்களுக்குக் கவலை இல்லை" என்று சொன்னார். அதிகாரிகள் அவரது கோரிக்கைக்குச் செவி சாய்க்காமல் இருக்கலாம். ஆனால் அவரது நடத்தை அவர்களுக்குக் கடுமையான எரிச்சலை ஏற்படுத்தியது. அதிகாரிகள் தீவிரமாக யோசித்தார்கள். வழக்கமாக இதுபோன்று போராடும் அரசியல் கைதிகளை மிஸ்டர் பாரி தனது பிரம்பினால் இரண்டு

அந்தமான் சிறை அனுபவங்கள் | 269

மூன்று அடிகள் கொடுத்து வழிக்குக் கொண்டு வருவார். அதுதான் அவரது அனுபவம். ஆனால் அத்தகைய தண்டனைகளை அரசியல் கைதிகளுக்குக் கொடுக்கக்கூடாது என்று லார்ட் மார்லி கொடுத்த உத்தரவை நாங்கள் சுட்டிக் காட்டினோம். அதனால் மிஸ்டர் பாரியின் வார்த்தைகள் வெறும் மிரட்டல்தான் என்று நாங்கள் நினைத்தோம். ஆனால் நான் அவர்களிடம் லார்ட் மார்லியின் உத்தரவையும் மீறி மிஸ்டர் பாரி அவர்களை அடிக்கக் கூடும் என்று எச்சரிக்கவும் தவறவில்லை. ஏனென்றால் இங்கு அவரைக் கேள்வி கேட்க ஆளே கிடையாது. அவர்தான் எல்லாம். அப்படி அவர் நடந்துகொண்டால் எல்லோரும் வேலைநிறுத்தத்தில் ஈடுபட வேண்டும் என்று நான் சொன்னேன். பர்மாவிலிருந்து வந்த 16 வயதிலிருந்து 20 வயதான இளம் கைதிகள் தங்கள் உள்ளங்கைகளில் 20 அல்லது 30 பிரம்படிகளைப் பொறுத்துக்கொண்டார்கள். ஏனென்றால் இதுபோன்ற தண்டனைகளை அவர்கள் சிறுவயதி லிருந்து அனுபவித்திருக்கிறார்கள். அதனால் மிஸ்டர் பாரி கொடுத்த தண்டனை அவர்களுக்குப் பழக்கமானதுதான். இதே காரணத்தினால் முதன்மை கமிஷனரின் எச்சரிக்கையை நானி கோபால் அலட்சியம் செய்தார். அவர் யார் சொல்வதையும் கேட்கவில்லை. கோலுவில் மட்டுமல்ல, வேறு எந்த வேலையும்கூடச் செய்யவில்லை. அதனால் நொந்துபோன அதிகாரிகள் பிரம்பால் அடிப்பது என்ற மிஸ்டர் பாரியின் முடிவினை ஆதரிக்கலானார்கள்.

பிரம்பால் அடி

மிஸ்டர் பாரி என்னிடம் வந்து அதை முதலில் ரகசியமாகத் தெரிவித்தார். ரகசியமாக என்னிடம் ஒரு அதிகாரி என்ற முறையில் அவர் பேசினாலும், இந்தத் தகவலை என் நண்பர்களிடம் பரப்பவேண்டும் என்பதுதான் அவரது எண்ணம் என்பது எனக்குப் புரிந்தது. அவர் நானி கோபாலை அடித்தால், அதன் தாக்கம் எங்களிடத்திலும் இருக்கும் என்றும், அதன் பின்விளைவுகள் சிறையில் மிக மோசமானதாக இருக்கும் என்றும் அவரிடம் கூறினேன். சிறையில் உள்ள அரசியல்வாதிகள் எல்லோரும் இதுவரை இல்லாத அளவுக்கு ஒரு எழுச்சியைக் காட்டுவார்கள் என்றேன். அவர்கள் கோபமடைந்தால் அவர்களது வன்முறை எந்த அளவுக்கு மோசமாக இருக்கும் என்பதை நினைவுபடுத்தினேன். சிறை வரலாற்றில் நடந்தவற்றை நினைவுகூர்ந்தேன். நானி கோபாலை அடிப்பதற்கு முன் இனி அவர் நூறு முறை சிந்திப்பார். அவரது அதிகாரத்தின் முன் அவர்கள் எல்லோரும் நசுக்கப்படலாம், ஆனால் அதே நேரம் எதிர்த்துப் போராட அவர்கள் துளிகூடத் தயங்க மாட்டார்கள் என்று கூறினேன். இப்போதைக்கு அவர்கள் அமைதி

யான முறையில் ஒத்துழையாமையில் ஈடுபட்டுக் கொண்டிருக்கிறார்கள். அவர் மனிதாபிமானமற்ற முறையில் அடித்தால், அவர்களும் வன்முறைக்குத் தூண்டப்படுவார்கள், பிறகு என்ன வேண்டுமானாலும் நடக்கலாம்.

ரத்தம் சிந்துவார்கள், ஆனால் பின்வாங்க மாட்டார்கள்

நான் மிஸ்டர் பாரியிடம், "என்ன நடக்க வேண்டும் என்று சொல்லவில்லை. நடக்கக் கூடாத, ஆனால் என்ன நடக்குமோ அதையே சொல்கிறேன்" என்று சொன்னேன். அவர் கொஞ்சம் அதிர்ந்து போனாலும் அதை வெளிக்காட்டிக் கொள்ளாமல் சிரித்தார். தண்டனை அறிவிக்கப்பட்டது. அதற்கான முன்னேற்பாடுகள் செய்யப்பட்டன. நாங்கள் எல்லோரும் எங்கள் அறைகளில் அடைக்கப்பட்டோம். வன்முறை வெடிக்காமலிருக்க எல்லா முன்னெச்சரிக்கைகளும் மேற்கொள்ளப்பட்டன. நானி கோபாலை ரத்தம் வரும் அளவுக்கு அவர்கள் அடிக்கும்போது அவர் கதறுவதைக் கேட்க நாங்கள் அச்சத்துடன் தயாரானோம். அப்போது ஒரு வார்டர் வந்து நானி அந்தச் சிறையிலிருந்து அகற்றப்பட்டுவிட்டதாக எங்களிடம் கூறினார். அவர் கூறிவிட்டுப் போன பிறகு ஒரு மேற்பார்வையாளர் அங்கு வந்து, நானி உயிர் போகும் அளவுக்கு அடிக்கப்பட்டதாகவும் மிக மோசமான நிலையில் இருப்பதாகவும் சொன்னார். மோசமான மொழியில், "நானியை இரண்டாகக் கிழித்துவிட்டார்கள்" என்றார். நான் அவரிடம் அமைதியாக, "நானிக்கு எந்தத் துன்பமும் நேரவில்லை. அவர் நன்றாகத்தான் இருக்கிறார். இந்த அளவுக்கு மோசமான ஒரு விஷயம் நடந்திருக்குமென்றால் அது அவருக்கு இருக்காது. ஏனென்றால், அவர் அங்கிருந்து வேறு இடத்திற்கு மாற்றப்பட்டிருக்கிறார் என எனக்குத் தெரியும் என்று சொன்னேன். அதைக்கேட்டு அதிர்ச்சி அடைந்த அந்த மேற்பார்வையாளர் பதில் ஏதும் கூறாமல் திரும்பிச் சென்றார். அந்த மேற்பார்வையாளர் செய்த விஷமம் துணை அதிகாரிக்குத் தெரிய வந்தது. அவரைப் பிடித்து வரச் சொல்லிக் கோபத்துடன் உத்தரவிட்டுவிட்டு அவர் அங்கிருந்து சென்றார்.

அந்தச் செய்தி சரியானதுதான். தண்டனை அறிவிக்கப்பட்டபோதும் அதை நிறைவேற்ற யாரும் தயாராக இருக்கவில்லை. முதன்மை கமிஷனருக்கு அவர்கள் ஃபோன் செய்தபோது, அவர் இறுதி உத்தரவைக் கொடுக்கத் தயங்கியிருக்கிறார். அதன்பிறகு நானி சங்கிலியிலிருந்து அவிழ்க்கப்பட்டு அந்தச் சிறையிலிருந்து வேறொரு சிறைக்கு கொஞ்ச நாட்களுக்கு அனுப்பி வைக்கப்பட்டார். அந்த உத்தரவும் ரத்தாகிவிட்டது. இதை தொலைபேசி

மூலமே முதன்மை கமிஷனர் செய்துவிட்டார். அதனால் அபாயம் தவிர்க்கப்பட்டது. நானி கோபாலுக்குத் தண்டனை இல்லை என்பது எல்லோருக்கும் மகிழ்ச்சியைக் கொடுத்தது. உண்மையில் நானி மிகவும் ஏமாற்றமடைந்தார். ஏனென்றால் பிரம்படியை அதன் இறுதிவரை எதிர்கொள்ள மனதளவில் தயாராக இருந்தார். ஆனால் இப்போது அது இல்லை. அவரது தைரியத்தை அவரது எதிரிகள்கூட மெச்சினர். அவரை புது சிறைக்குக் கொண்டு சென்றார்கள். அங்கு அவரை வழிக்குக் கொண்டு வந்துவிடலாம் என்ற நம்பினார்கள். ஆனால் அந்த நம்பிக்கை தவறு என்பது அங்கு சென்றவுடன் அவர்களுக்குப் புரிந்தது. ஏனென்றால் அந்த இடத்திற்குப் போன உடன் அவர் உண்ணாவிரதத்தைத் தொடங்கினார்.

நானி கோபால் எங்களுடன் இருந்தபோது அதைச் செய்ய வேண்டாம் என்று நாங்கள் வற்புறுத்தினோம். அந்தச் சிறையில் அவர் எந்த உணவையும் உட்கொள்ளாமல் மூன்று நாட்கள் கழித்தார். ஆனால் யாரும் அவரைக் கண்டுகொள்ளவில்லை. அவர் சாப்பிடவும் இல்லை யாரிடமும் பேசவும் இல்லை. உணவும் தண்ணீரும் இன்றி அவர் தரையில் படுத்திருந்தார். எனவே அவர் சில்வர் ஜெயிலுக்குத் திரும்பக் கொண்டுவரப்பட்டார். ஆனாலும் அவர் தன் விரதத்தை விடவில்லை. ஐந்தாறு நாட்கள் தொடர்ந்து அப்படியே இருந்தார். அவர்கள் அவருக்கு வலுக்கட்டாயமாக ஒரு டியூப் மூலம் உணவைக் கொடுத்தனர். அது சிறை விதிகளின்படி அனுமதிக்கப்பட்ட ஒரு வழிமுறைதான். மூக்கின் வழியாக பாலைக் கொடுத்தனர். இதெல்லாம் சிறையில் நடந்து கொண்டிருக்கும் போது சிறைக்கு வெளியே நாங்கள் சற்றும் எதிர்பாராத ஒரு அதிர்ச்சிகர சம்பவம் நடந்தது.

வெளியே வேலைக்கு அனுப்பப்பட்ட அரசியல் கைதிகள் ஒவ்வொரு மாவட்டத்துக்கும் சென்று, அங்கே விடுதலையாகி வீடு கட்டிக் கொண்டு தங்கியிருப்பவர்களிடம் தொடர்புகளை ஏற்படுத்திக் கொண்டார்கள். இது சட்டப்படி தவறான ஒரு செயல். ஆனாலும் சிறையிலிருந்து வெளியே பணிக்குச் செல்லும் எல்லாக் கைதிகளும் வெளியில் உள்ள மக்களுடன் பழகுவது சகஜம். சிறையிலிருக்கும் அரசியல் கைதிகளுடன் தொடர்புகொள்பவர்களிடம் கவிதை மற்றும் கட்டுரைகள் மூலம் சுதேசி சிந்தனையை ஏற்படுத்தி, அந்தக் குடியிருப்புப் பகுதிகள் மொத்தத்திற்கும் அவற்றைப் பரப்பினோம். அவர்களிடமிருந்து தகவல் பெற்றுச் சிறையில் உள்ளவர்களுக்குத் தெரிவிப்பதையும் அரசியல் கைதிகள் செய்தார்கள். அங்கு குடியிருப்பவர்களில் சில்வர் ஜெயிலின் முன்னாள் கைதிகளும்

உண்டு. அவர்கள் குடும்பத்துடன் அங்கு குடியிருந்தனர். அவர்களது புதிய தலைமுறை சுதந்திரமாக இந்தியாவில் நடக்கும் செய்திகளை எந்தவிதமான தடைகளுமின்றிப் பெற்றுக் கொண்டிருந்தார்கள். அவர்கள் மூலம் சுதேசி கருத்துகளை, கட்டுரைகள் மற்றும் கவிதைகள் வழியாகப் பரப்பினோம். இப்படிப் பரப்பப்படும் விஷயங்கள், ஒரு செய்தித் தாளைப் போன்ற தோற்றத்தைப் பெற்றது. இது அரசியல் கைதிகளுக்கு அவர்களிடையே செல்வாக்கையும் ஏற்படுத்தியது. கைதிகளின் வளர்ந்து வரும் செல்வாக்கு குறித்த செய்தி மிகைப் படுத்தப்பட்டு அதிகாரிகளிடம் தெரிவிக்கப்பட்டது. அவர்கள் அதனை ஏதோ ஒரு சதி போன்று நினைக்க ஆரம்பித்தார்கள். இந்தச் சமயத்தில் இந்து பூஷன் தற்கொலையும், உல்லாஸின் மனநிலை சரியில்லாத நிலையும், கடிதங்கள் மூலம் இந்தியாவிற்குச் சென்று அங்குள்ள பத்திரிகைகளில் வெளியாகிவிட்டன. இது அதிகாரி களிடத்தில் ஒரு பரபரப்பை ஏற்படுத்தியது. எங்களைப்பற்றி நாடாளுமன்ற கவுன்சிலில் கேள்விகள் எழுப்பப்பட்டன. அதனால் நாங்களும் நம்பிக்கையுடன் அடுத்த ஒரு மாதம் வரை காத்திருந்தோம். எங்களுக்கென்று யாரும் இல்லை, எங்கள் மீது எந்த அடக்குமுறை நடந்தாலும் அதைக் கேட்பதற்கு நாதியில்லை என்று நாங்கள் நினைத்திருந்தோம். இது எங்கள் வாழ்க்கையை இருள் சூழ்ந்ததாக ஆக்கி இருந்தது. ஆனால் இந்தச் செய்தி எங்களிடையே ஒரு நம்பிக்கை ஒளியைக் கொடுத்தது. கூடவே எங்களுக்குத் தைரியமும் வந்தது. பட்ட கஷ்டங்கள் எல்லாம் வீணாகவில்லை என்பது தெரிந்தவுடன் மகிழ்ச்சியாக இருந்தது. எரிந்துகொண்டிருக்கும் நெருப்பில் விழும் ஒரு துளி எண்ணெய்கூட உதவுவது போல, உடனிருக்கும் ஒவ்வொருவரையும் எங்களுடன் இணைத்துக் கொள்ளும் உறுதியை இது தந்தது.

நான் இப்போது குறிப்பிடும் நாளிலும் அதேபோல் நடந்தது. இந்தியாவிற்கு யார் செய்தி அனுப்பி இருப்பார்கள் என்பது குறித்துச் சிறை அதிகாரிகள் விவாதித்துக் கொண்டிருந்தார்கள். அதைப்பற்றி எந்த விவரமும் கிடைக்காததால் மிகவும் எரிச்சல் அடைந்தார்கள். இப்படியே சில நாட்கள் கடந்தன. அப்போது நான் ஏற்கெனவே கொடுத்த மனுக்களின் அடிப்படையில் என்னை வெளியே செல்ல அனுமதிப்பதாகவும், அடுத்த திங்கட்கிழமை அதிகாரிகள் என்னை வெளியே அனுப்புவார்கள் என்று எனக்கு ஒரு பதில் வந்தது. அதைக் கேட்டு நான் ஆச்சரியமடைந்தேன். என் சகோதரரும் வெளியே செல்ல அனுமதிக்கப்படுவார் என்று நினைத்தேன். என் அறையின் சுவரில் எழுதி இருந்த கவிதையை மனப்பாடம் செய்துகொண்டேன். அந்த திங்கட்கிழமைக்காகக் காத்திருந்தேன். அவர்கள்

வார்த்தையைக் காப்பாற்றுவார்களா என்று எனக்கு உறுதியாகத் தெரியவில்லை. திங்கட்கிழமை வந்தது. சில கைதிகள் வெளியே அனுப்பப்பட்டனர். ஆனால் என்னை அனுப்பவில்லை. குழப்பத்துடன் என் அறையில் படுத்திருந்தேன். அதிலிருந்து மூன்றாவது நாள் சூப்பரின்டென்டன்ட் வந்தார். அவரிடம் என்னை வெளியே அனுப்பாததற்கான காரணத்தைக் கேட்டேன். அவர் கொஞ்சம் நேர்மையானவர். எனக்கு வெளியே போக அனுமதி கிடைத்த தகவலை அவர்தான் சொன்னார். அதற்காக அவர் இப்போது வெட்கப்பட்டார். முதன்மை கமிஷனர் ரங்கூன் சென்றிருப்பதாகவும், அவர் திரும்பி வந்தால்தான் என்ன காரணம் எனத் தெரியும் என்றும் கூறினார். கமிஷனர் லெப்டினன்ட் கவர்னரைப் பார்ப்பதற்காகச் சென்றிருந்தார். அவர் திரும்பி வந்தவுடன், என்னை வெளியே அனுப்புவதாகச் சொல்லி இருந்ததைப் பற்றி எதுவும் பேசாமல், சில்வர் ஜெயிலில் வழக்கமான கைதிகள் வருகை தொடர்பான வேலையில் ஆழ்ந்திருந்தார்.

கும்பலாக கைதிகள்

சிலர் சங்கிலியால் பிணைக்கப்பட்டனர். ஒரு சிலர் கைது செய்யப் பட்டனர். ஒரு சிலரின் அறைகள் சோதனையிடப்பட்டன. அரசியல் கைதிகளின் பிரசாரம் சுதந்திரமான குடிமக்களிடமும், ஜமாதார் மற்றும் இதர பணியாளர்களிடமும் சென்றிருந்தது. அந்தத் தேடுதல் மற்றும் கைது வேலையை முழுக்க முழுக்க ஐரோப்பிய அதிகாரிகள் தான் செய்தார்கள். அதனை மிகவும் திறமையுடன் செய்தார்கள். அந்தக் குழு கத்தி மிரட்டி பயமுறுத்தி மொத்தக் குடியிருப்பையும் அச்சத்தில் ஆழ்த்தியது. இதற்கெல்லாம் காரணம் தீவிலுள்ள அரசியல் கைதிகள் அந்தக் குடியிருப்புகளில் ஒரு வெடிகுண்டு தொழிற்சாலையை ஆரம்பித்திருக்கிறார்கள் என்ற தகவல்தான். அந்தத் தகவல் அடிப்படையற்றது அல்ல. ஆனால் அவர்களது தேடுதல் வேட்டையில் எந்தத் தடயமும் கிட்டவில்லை. வெடிகுண்டு என்ன, ஒரு பட்டாசுகூட அவர்களுக்குச் சிக்கவில்லை. அந்தத் தகவலைக் கொடுத்தது வங்காளத்தைச் சேர்ந்த லால் மோகன் என்ற ஒரு நபர். இதற்குமுன் ஏற்கெனவே அவர் இரண்டு முறை தவறான தகவல்களை அதிகாரிகளிடம் கொடுத்திருக்கிறார். அதனால் அதிகாரிகள் அவர்மேல் கோபமாக இருந்தனர். ஹோதிலாலின் கடிதத்தைச் சிறையிலிருந்து வெளியே கொண்டுசென்று உரிய இடத்தில் சேர்ப்பித்த சம்பவத்தில் சந்தேகப்படப்பட்டவர். தனக்கு மேல் உள்ள அதிகாரிகளை திருப்திப்படுத்த இப்படி ஒரு பொய்யான தகவலை அவர் சொல்லி இருக்கலாம். அவர் சொன்ன தகவலினால் அரசியல் கைதிகள் பெரும் துன்பத்திற்கு உள்ளானார்கள்.

அருகிலுள்ள ஓடைக்குப் பக்கத்தில் வெடிகுண்டு ஒன்று கிடைத்தது என்றும், தீவிலிருந்து தப்பிச்செல்ல கைதிகளைப் படகில் ஏற்றிச் செல்ல இருக்கிறார்கள் என்ற திட்டத்தை உள்ளடக்கிய கடிதம் ஒன்று சிக்கியது என்றும் வதந்திகள் உலவின. அவர் என்ன சொல்கிறார் என்பது குறித்து எவருக்கும் உறுதியாக ஏதும் தெரிய வில்லை. ஆனால் அதன் காரணமாக அனைத்து அரசியல் கைதிகளும் மொத்தமாகக் கைது செய்யப்பட்டு அவர்களது சிறையில் அடைக்கப்பட்டார்கள். அப்போதுதான் முதன்மை கமிஷனர் எதற்காக ரங்கூன் சென்றார் என்பதை நாங்கள் புரிந்துகொண்டோம். இப்போது இங்கு மிஸ்டர் பாரி வைத்ததுதான் சட்டம். அவர், இந்தக் கைதிகள் நம்பத்தகுந்தவர்கள் அல்ல, மிகவும் ஆபத்தானவர்கள் என்று எப்போதும் தான் கூறி வந்ததாகவும் ஆனால் கமிஷனர் தன்னையே குற்றம் சொன்னதாகவும், இவர்கள் கமிஷனரிடம்கூட ஒழுங்காக நடந்து கொள்ளவில்லை என்றும்,இவர்கள் தண்டிக்கப் படவேண்டியவர்கள் என்றும் கமிஷனரிடம் கூறினார்.

இந்தச் சம்பவம் என் எதிர்காலத்தைக் குறித்து பெரிய குழப்பத்தை எனக்கு ஏற்படுத்தியது. நான் ஏற்கெனவே ஒரு சதி வழக்கில் குற்றஞ்சாட்டப்பட்டு அதனால் பெரிய சிக்கலில் மாட்டிக் கொண்டேன். இனி இந்த வழக்கினால் எனக்கு என்ன நேரிடுமோ என்பது எனக்குக் கவலையாக இருந்தது. ஏற்கெனவே ஆயுள் தண்டனை விதிக்கப்பட்ட எனக்கு, தண்டனைக் காலம் 50 வருடங்கள். இப்போது என்னை இதிலும் ஈடுபடுத்தினார்கள் என்றால், என் நிலைமை இன்னும் மோசமாகும். இந்த இடத்திலிருந்து நான் வெளியேறுவது நடக்கவே நடக்காது. படகுகளைத் தயார் செய்தது, குண்டுகளை உற்பத்தி செய்தது, நான் வெளியே செல்வதைக் கேள்விக்குறியாகிவிட்டது. அதைப் பற்றி இனி நினைக்கவே கூடாது என்று அதிகாரிகள் என்னிடம் வெளிப்படையாகவே சொன்னார்கள். என் 50 ஆண்டு காலத் தண்டனை முடியும் வரையோ அல்லது இறக்கும் வரையோ நான் இங்கிருந்து விடுதலை செய்யப் படக்கூடாது என்று இந்திய அரசாங்கத்திடமிருந்து இறுதி உத்தரவு வந்திருப்பதாகச் சொன்னார்கள்.

அதிகாரிகள் இப்படிக் கூறியவுடன் அரசியல் கைதிகளின் மனநிலையை விவரிக்கவே முடியாது. ஆயுள் தண்டனை பெற்ற என்னைப் போன்ற கைதிகள் சிறையில் இருக்கின்றார்கள். இப்போது அவர்கள் மீது ஒரு புதிய குற்றச்சாட்டும் வர இருக்கிறது. அது அவர்களுக்குப் புதிராக இருக்கிறது. இப்படிப்பட்ட ஒரு குழப்ப நிலையிலேயே ஒரு சில நாட்கள் கழிந்தன. இதற்கு விடிவு கிடைப்பதாகத் தோன்றவில்லை.

ஆனால் இந்தக் குழப்பம் வெகு நாட்களுக்குத் தொடரவில்லை. நாங்கள் எதிர்கால நடவடிக்கைகளைத் திட்டமிட ஆரம்பித்தோம். முதலில் தேவையில்லாமல் பயப்படவேண்டாம் என்று முடிவெடுத்தோம். இரண்டாவதாக, எங்களில் மூன்று பேர் அதிகாரிகளுக்கு எங்கள் மீது என்ன குற்றச்சாட்டு என்பதைத் தெளிவாகக் கூறும்படி கடிதம் எழுதத் தீர்மானித்தோம். மூன்றாவதாக, எங்கள் மீது உள்ள குற்றச்சாட்டு, வெடிகுண்டு தயாரித்தது, இந்த இடத்திலிருந்து தப்பிச் செல்லத் திட்டமிடுவது, சதி செய்வது அல்லது பொதுவாகப் புரட்சி செய்வது என்றிருந்தால் எங்கள் மீது கிரிமினல் வழக்கு பதிவு செய்து விசாரிக்கச் சொன்னோம். அவர்களது சந்தேகம் எங்கள் மத்தியிலிருந்து வெளியே சென்று வேலை செய்பவர்கள் மீதுதான். ஏனென்றால் மனு அவர்கள் பெயரில்தான் அனுப்பப்பட்டிருந்தது. ஆனால் குற்றவியல் நடவடிக்கை எடுப்பதற்குப் போதுமான சாட்சியங்கள் இல்லை என்ற பதில் அதிகாரிகளிடமிருந்து வந்தது. பிறகு அவர்கள் வெளியே சென்று வேலை செய்ய அனுமதி கேட்டனர். அதைப் பற்றி நினைக்கவே கூடாது என்று எச்சரிக்கப் பட்டார்கள். அந்தமானில் சாதாரண வழக்குகள் பதிவு செய்யப்படும் நீதிமன்றத்தில் இருதரப்புக்கும் வாதாடுவதற்கு வக்கீல்களும், தீர்மானிப்பதற்கு நீதிபதிகளும் இருந்தனர். இப்படிப்பட்ட சூழ்நிலையில், எங்களுக்கு எதிராகப் பொய் சாட்சிகளைத் திரட்டும் மிஸ்டர் பாரி போன்ற ஒருவரால்கூட எங்களுக்கு எதிராக வழக்குத் தொடர முடியவில்லை. இதிலிருந்தே அந்தக் குற்றச்சாட்டு எப்பேற்பட்ட கட்டுக்கதை என்பதைப் புரிந்து கொள்ளலாம். கிடைத்த தடயங்களின் உண்மைத்தன்மை எத்தனை கேள்விக்குரிய தாக இருந்தாலும், அந்தக் குற்றச்சாட்டு அரசாங்கத்தின் மத்தியில் எங்கள் பெயரைக் கெடுப்பதற்குப் போதுமானதாக இருந்தது. சிறையில் இருக்கும் கைதிகளைக் குறித்து அச்சுறுத்தும் வகையிலான அறிக்கைகளை அனுப்பினால் அவர்கள் வாழ்நாள் முழுவதும் இங்கே தண்டனை அனுபவிக்க வேண்டி வரும். அதிலும் குறிப்பாக என் போன்றவர்களுடைய விஷயத்தில் கண்டிப்பாக அது நடக்கும்.

எங்கள் கடிதங்கள் எப்படி இந்தியாவிற்குச் சென்று சேர்ந்தன, அவை பதிப்பிக்கப்பட்ட உடன் இந்தியாவில் எப்படி ஒரு பரபரப்பை ஏற்படுத்தின என்பது பற்றி ஏற்கெனவே சொல்லியிருந்தேன். அந்தச் செய்திகளுடன் அந்தமானின் இந்த வெடிகுண்டுத் தொழிற்சாலை செய்தியும் சேர்ந்துகொண்டது. அதனால் இந்திய அரசாங்கம் இந்த இரண்டு அறிக்கைகளில் எது உண்மை எனக் கண்டுபிடிக்க, தனது அதிகாரி ஒருவரை நியமித்து இங்கு அனுப்பத் தீர்மானித்தது.

அதற்காக, பின்னாளில் பர்மாவின் கவர்னராகப் பதவி வகித்த உள்துறை உறுப்பினர் சர் ரெஜினால்ட் க்ரடாக் நியமிக்கப்பட்டார்.

வழக்கமாக இப்படி ஒரு அதிகாரி அந்தமானுக்கு வருவது மிகவும் அரிதான ஒன்று. அதனால் அவரது வருகை சில்வர் ஜெயிலில் இருந்த கைதிகளிடம் சொல்லப்படாமல் ரகசியமாக வைக்கப்படும். அவரது பெயர் யாருக்கும் தெரியாது. அவர் யாரோ ஒருவர் அந்நியன்போல வந்து செல்வார். சிறையில் இவர்கள் செய்யும் ஆய்வுகள் என்ன பலன் கொடுக்கும் என்று தெரியாது. ஏனென்றால் இவர்கள் கைதிகளிடம் எந்தக் கேள்வியும் கேட்கவில்லை. கைதிகள் இவர்களை ஒரு சாதாரணப் பார்வையாளர் போலத்தான் பார்ப்பார்கள். சீரியஸாக எடுத்துக்கொள்ள மாட்டார்கள். அதனால் வரும் அதிகாரிக்குக் கைதிகளின் உண்மையான கஷ்டங்கள் என்ன என்பது புரியாது. அவரை அழைத்துக்கொண்டு வருபவர்கள் அவரை வழிநடத்திச் செல்வார்கள். இதனால், அவர் திரும்பிச் சென்று, அந்தமானில் எல்லாம் நல்லபடியாக இருக்கிறது என்று ஒரு அறிக்கை கொடுப்பார். அத்துடன் எல்லாம் முடிவுக்கு வரும்.

ஆனால் இந்தமுறை அரசியல் கைதிகளுக்கு இந்த உள்துறை உறுப்பினர் அந்தமானுக்கு வரும் செய்தி முதலிலேயே தெரிந்து விட்டது. இந்த வாய்ப்பை முழுமையாகப் பயன்படுத்திக்கொள்ள அவர்கள் தயாராக இருந்தனர். அவர்கள் சிறை அதிகாரிகளிடம் அந்த அதிகாரியிடம் தாங்கள் தனிப்பட்ட முறையில் பேசவேண்டும் என்று விருப்பம் தெரிவித்திருந்தனர். அதிகாரிகள் அவர்களிடம் அவரது வருகை பற்றி எப்படித் தெரியும், யார் சொன்னார்கள் என்று கேட்டார்கள். ஆனால் நாங்கள் அந்த மிரட்டலுக்கெல்லாம் அடிபணியவில்லை. அந்த அதிகாரி எங்கள் சிறையைச் சுற்றி வரும்போது அவரது கவனத்தைக் கவர்வதற்காகச் சத்தம் எழுப்பத் தீர்மானித்திருந்தோம். அதற்காக நாங்கள் தண்டிக்கப்படுவதைப் பற்றிக் கவலைப்படவில்லை. இதேபோல ஒரு அணுகுமுறையை ஏற்கெனவே முயற்சித்து அதற்காக தண்டனையும் கைதிகள் பெற்றிருக்கிறார்கள். இந்த விதத்தில் மற்ற வருடங்களிலிருந்து 1913 கொஞ்சம் வித்தியாசமானது.

சர் ரெஜினால்ட் க்ரடாக் வந்தார்

க்ரடாக்கைச் சந்திக்க ஒரு சில கைதிகளை அழைத்தனர். அவர்களிடம் சில கேள்விகள் கேட்கப்பட்டன. அவர்களும் பதிலளித்தார்கள். சிலர் அரசாங்கத்தின் எதிரிகள் என்றும் அவர்களுக்கு மரண தண்டனை தேவை என்றும் சொல்லப்பட்டது. வேறு சிலரிடம்,

அவர்கள் வெளியே சென்று வேலை செய்வதைப் பற்றி யோசித்துப் பார்க்கக்கூடாது, ஏனென்றால் அவர்கள் கைது செய்யப் பட்டிருப்பது மன்னருக்கு எதிராகச் சதி செய்த குற்றத்திற்காக என்று கூறப்பட்டது. அதற்கு நாங்கள் என்ன சாட்சியங்கள் இருக்கிறது என்று கேட்டபோது, அதை நிரூபிக்க முடியாது, ஆனால் எங்களுக்குத் தெரியும் என்று பதில் வந்தது. நான் சர் ரெஜினால்ட் க்ரடாக்கிடம் பேசியது கொஞ்சம் வித்தியாசமான முறையில் அமைந்தது. அவர் என்னிடம், ''சாவர்க்கர், நீங்கள் எந்த நிலைமைக்கு உங்களை ஆளாக்கிக் கொண்டிருக்கிறீர்கள் பாருங்கள். நான் உங்கள் புத்தகங் களை எல்லாம் படித்திருக்கிறேன். உங்கள் திறமைகளை நீங்கள் நல்ல விஷயத்திற்குப் பயன்படுத்தினால், அரசாங்கத்தில் மிக உயர்ந்த நிலையில், உங்களால் நினைத்தும் பார்க்கமுடியாத இடத்தில் இருந்திருப்பீர்கள். நீங்கள் அப்படிச் செய்திருக்கமுடியும். ஆனால் நீங்கள் மாறாக இந்தத் துரதிர்ஷ்டவசமான சூழ்நிலையைத் தேர்ந்தெடுத்திருக்கிறீர்கள்'' என்றார். அதற்கு நான், ''உங்கள் கருணைக்கு நன்றி, இந்தச் சூழ்நிலையில் இருந்து என்னை மீட்பது உங்கள் கையில் இருக்கிறது. மிஸ்டர் கோகலே இம்பீரியல் லெஜிஸ்லேடிவ் கவுன்சிலில் கட்டாயக் கல்வி குறித்த தீர்மானத்தைக் கொண்டுவந்திருக்கிறார். அதை அரசாங்கமும் ஒப்புக்கொண்டு, மக்களுக்கு முன்னேற்றத்தைத் தரும், இந்தியாவை வலிமையாக்கும் இதுபோன்ற திட்டங்களை அரசாங்கம் கொண்டுவர உறுதி தந்தால், நான் மட்டுமல்ல, புரட்சியாளர்கள் என்று முத்திரை குத்தப்பட்ட என் நண்பர்கள் எல்லோரும் அமைதிப் பாதைக்குத் திரும்புவோம். அவர்களும் நான் சொல்லும் இதே விஷயத்தைதான் சிந்தித்துக் கொண்டிருப்பார்கள்'' என்று கூறினேன்.

சர் ரெஜினால்ட் க்ரடாக்: இது எப்படி உங்களுக்குத் தெரியும்? அவர்கள் எங்கிருக்கிறார்கள் என்று உங்களுக்குத் தெரியுமா?

நான்: அது எப்படி சாத்தியம்? நான் இங்கு தனிமைச் சிறையில் இருக்கிறேன். உங்கள் கண்காணிப்பில் இருக்கிறேன். ஆனால் எனக்கு அவர்களது எண்ண ஓட்டம் தெரியும். அவர்களுக்கும் என் எண்ணங்கள் தெரியும். அதனால் இந்த முடிவுக்கு வந்தேன். நாங்கள் அமைதியான முறையில் முன்னேறமுடியும் என்றால் அத்தகைய சூழலில் வன்முறையைக் கையில் எடுப்பது தவறான ஒன்று. இது என் கொள்கை. நிச்சயம் இதேயேதான் அவர்களும் நினைப்பார்கள்.

சர் ரெஜினால்ட் க்ரடாக்: மன்னிக்கவேண்டும். நீங்கள் சொல்வது முழுக்க தவறு. ஏனென்றால் அவர்கள் இப்போதும் வன்முறையைப் பின்பற்றுகிறார்கள். அவர்கள் இப்போதும் உங்களையே

வழிகாட்டியாக நினைத்துக் கொண்டிருக்கிறார்கள். இந்தியாவிலும் அமெரிக்காவிலும் உங்களைப் பின்பற்றுபவர்கள், இன்னமும் தங்களுடைய ரகசிய இயக்கங்கள் மற்றும் புரட்சிகர நடவடிக்கை களைத் தீவிரமாக நடத்திக்கொண்டுதான் இருக்கிறார்கள்

நான்: நான் முதல்முறையாக இதை கேள்விப்படுகிறேன். என்னை யாரேனும் பின்பற்றுவதை நான் எவ்வாறு தடுக்கமுடியும்? அவர்கள் என்னைத் தலைவர் என்று சொல்கிறார்கள் என்ற காரணத்திற்காக, நான்தான் இங்கிருந்து அவர்களை உபயோகப்படுத்துகிறேன் என்று நீங்கள் எப்படி முடிவுக்கு வருவீர்கள்? (இங்கு குறிப்பிடப்படுவது கடார் இயக்கம், ஹர்தயாள் துவங்கி நடத்திக்கொண்டிருந்த அமெரிக்காவிலுள்ள அதன் செய்தித்தாள் மற்றும் அபிநவ பாரத இயக்கத்தின் மற்ற உறுப்பினர்கள் குறித்து.)

சர் ரெஜினால்ட் க்ரடாக்: (சிறிது நேரம் இந்த விஷயம் குறித்துப் பேசிய பிறகு) நிஜமாகவே நீங்கள் சொல்லியபடி நடக்க விரும்பினால் இந்தச் சிந்தனைகளை வெளிப்படுத்தும் விதமாக ஒரு கடிதம் எழுதித்தர உங்களை அனுமதிப்பது பற்றி யோசிக்கிறேன்.

நான்: அப்படி ஒரு கடிதம் எழுத நானும் மகிழ்ச்சியோடு சம்மதிக் கிறேன். ஆனால் அதனை நான் தனிப்பட்ட முறையில் அனுப்ப அனுமதிக்கவேண்டும்.

சர் ரெஜினால்ட் க்ரடாக்: அது எங்கள் மூலமாக அனுப்பப்பட வேண்டும். குறைந்தபட்சம் என் மூலமாகவாவது அனுப்பப்பட வேண்டும்.

நான்: அப்படியென்றால் அது உங்கள் அழுத்தத்தின் பேரில் எழுதியதாக ஆகாதா? நான் சுதந்திரமாகச் சிந்தித்து எழுதவேண்டும்.

சர் ரெஜினால்ட் க்ரடாக்: அதனை நான் அனுமதிக்க முடியாது.

நான்: மன்னிக்கவும், அப்படியென்றால் என்னால் எழுத முடியாது. உங்கள் அரசாங்கத்தின் மூலமாக எழுதுவது சந்தேகத்திற்குரியதாக இருக்கும்.

சர் ரெஜினால்ட் க்ரடாக்: (என்னை நன்றாகப் புரிந்துகொண்டது போல் ஒரு பார்வை பார்த்தபடி) சரி, அப்படி என்றால் உங்கள் பிரச்சினைதான் என்ன? நான் அவற்றைப் பற்றித் தெரிந்து கொள்ளலாமா?

அவரிடம் சில்வர் ஜெயிலில் நாங்கள் படும் துன்பங்கள் அனைத்தையும் பற்றி விவரித்தேன். இங்கு அரசியல் கைதிகள் படும்

கஷ்டங்களையும் விவரித்தேன். அப்போது உடனிருந்த முதன்மை கமிஷனர் நடுவே இடைமறித்து, ''ஆனால் அரசியல் கைதியான நீங்கள் கொலை செய்யவில்லையா? நீங்கள் வன்முறையைக் கையாள வில்லையா? அரசாங்கத்தை எதிர்த்துச் செயல்படவில்லையா? இதுவே ரஷ்யாவாக இருந்தால் நீங்கள் எல்லோரும் சைபீரியாவுக்கு அனுப்பப்பட்டுச் சுட்டுக் கொல்லப்பட்டிருப்பீர்கள். இது பிரிட்டிஷ் அரசாக இருப்பதனால் உங்களைக் கருணையுடன் நடத்திக் கொண்டிருக்கிறது. இந்த அரசாங்கத்தின் கீழ் இருப்பது நீங்கள் செய்த பாக்கியம்'' என்று கூறினார்.

நான்: ஆனால் ரஷ்யா நிச்சயமாக இந்தியாவை நிராயுதபாணியாக ஆக்கியிருக்காது. இன்று ரஷ்யா சைபீரியா மற்றும் வெளிநாட்டி லிருந்து வருபவர்களைக்கூட தன் ராணுவத்தில் சேர்த்துக்கொண்டு அவர்களுக்குப் பொறுப்புமிக்க பதவிகளை வழங்கி வருகிறது. இந்தியர்களையும் அதேபோன்ற பதவிகளுக்கு அமர்த்தி இருக்கும். நீங்கள் எங்களை நடத்துவதுபோல அவர்களை நடத்தினால் நாங்கள் அவர்களைத் தோற்கடித்திருப்போம். இந்தியாவை ஆண்ட முகலாயச் சக்கரவர்த்திகளைத் தோற்கடித்து வெற்றி கண்டவர்கள் நாங்கள்.

சர் ரெஜினால்ட் க்ரடாக்: *உங்கள் ஹிந்து ராஜாக்கள் நாங்கள் இப்போது உங்களை நடத்துவதைவிட மோசமாக உங்களை நடத்தியிருப்பார்கள். புரட்சி செய்தவர்களை அவர்கள் யானையின் காலில் கட்டி நசுக்கிய கதைகள் எல்லாம் உங்களுக்குத் தெரியும்தானே?*

நான்: ஆமாம், தெரியும். அதேபோல இங்கிலாந்தில் திருடிய குற்றத்திற்காக ஒரு கைதியை தெருவில் இழுத்துச் சென்று தூக்கிலிட்ட கதையும் தெரியும். ஆனால் இவை எல்லாம் பழங்கதைகள். இப்போது எவரும் இதுபோல நடந்து கொள்வதில்லை. நீங்கள் இங்கிலாந்தில் திருடர்களைத் தூக்கிலிடவில்லை. நாகரிகத்தின் வளர்ச்சி எல்லா இடங்களிலும் பரவி இருக்கிறது. ஒரு காலத்தில் துரோகிகள் யானைக் கால்களில் நசுக்கப்பட்டிருக்கலாம். போரில் ஜெயித்தவர்கள் தோற்ற ராஜாவைக் கொன்றிருக்கலாம். முதலாம் சார்லஸ் மற்றும் இங்கிலாந்து புரட்சி போன்றவை இதற்கு உதாரணம். ஆனால் இப்போது இரண்டு பக்கத்திலும் நாகரிகமான நிர்வாக முறைகள் வளர்ந்து வருகின்றன. அதனால் நீங்களும் எங்களை அதே போல நடத்தும்படி கேட்டுக்கொள்கிறேன். எங்களைக் கொடூரமாக நடத்துவீர்கள் என்றால், அந்தச் சூழ்நிலையை எப்படி எதிர்கொள்ள வேண்டுமோ அப்படி எதிர்கொள்வோம்.

இப்படி வெகு நேரம் வரலாற்றைப் பற்றிப் பேசிய பிறகு நாங்கள் முக்கிய விஷயத்திற்கு மீண்டும் வந்தோம். சிறையில் கைதிகள்

நடத்தப்படும் விதம் பற்றிச் சில கேள்விகள் கேட்டார். நானும் அதற்குப் பதில் சொன்னேன். கடைசியாக என்னிடம், இவற்றுக் கெல்லாம் இந்திய அரசாங்கம் பதில் அளிக்கும் என்று கூறினார். சர் ரெஜினால்ட் க்ரடாக் வந்து சென்றார். ஆனால் இந்திய அரசிடமிருந்து எங்களுக்கு எந்தப் பதிலும் வரவில்லை. அந்தமானில் இருந்த அதிகாரிகள், அவர் வந்து எங்களிடம் கேள்வி கேட்டதற்குத் திருப்தி பட்டுக்கொள்ளும்படியும், ஆனால் நிலைமை இப்படியேதான் தொடரும் என்றும் கூறினார்கள். ஆனால், இதனை இப்படியே பொறுத்துக் கொண்டிருக்க முடியாது, ஏதேனும் ஒன்று செய்தாக வேண்டும் என்று தீர்மானித்தோம். அந்தத் தீர்மானத்துடன் நாங்கள் மூன்றாவது முறையாக வேலை நிறுத்தத்தில் ஈடுபட்டோம்.

மூன்றாவது வேலை நிறுத்தம்

ஓரிருவரைத் தவிர எங்களில் எல்லோரும் வேலைநிறுத்தத்தில் ஈடுபட்டோம். எங்களுக்குப் பல தண்டனைகள் அளிக்கப்பட்டன. ஆறு மாதங்கள் சங்கிலியில் கட்டி வைப்பது போன்ற தண்டனைகள் தரப்பட்டன. நானி கோபால் உண்ணாவிரதம் இருக்கத் துவங்கி இப்போது ஒன்றரை மாதங்கள் ஆகின்றன. அவருக்கு மூக்கு வழியாகச் சிறிதளவு பால் மட்டும் கொடுக்கப்படுகிறது. அவர் மிகவும் மெலிந்து எலும்பும் தோலுமாக இருக்கிறார். அப்படிப்பட்ட நிலையிலும் அவரை ஒருவாரத்திற்குக் கையிலும் காலிலும் சங்கலி கட்டி நிற்க வைத்தார்கள். அப்படியிருந்தும் அவரது உறுதியை அவர்களால் குலைக்க முடியவில்லை. அவரது கஷ்டத்தை பார்த்த ஆறேழு கைதிகள் அவர் மேல் அனுதாபம்கொண்டு உண்ணாவிரதம் இருக்க ஆரம்பித்தனர். அவர்களுக்கும் அதேபோல சங்கிலியால் பிணைக்கப்படும் தண்டனை கொடுக்கப்பட்டது. அந்த சமயத்தில் நான் இந்தியாவிலிருந்து எனக்கு வரவேண்டிய கடிதத்தை எதிர்பார்த்துக்கொண்டிருந்தேன். ஆனால் அதில் ஆட்சேபனைக் குரிய விஷயங்கள் இருந்ததாகக் கூறி என்னிடம் கொடுக்கப்பட வில்லை. உடனே நானும் வேலைநிறுத்தத்தில் சேர்ந்துகொண்டேன். கால்களில் சங்கிலி போடப்பட்டு இரண்டு வாரத்திற்கு நிற்குமாறு தண்டனை கொடுக்கப்பட்டது. அதன்பிறகு கைகளிலும் கால்களிலும் சங்கிலி போடப்பட்டு அவை இரண்டையும் இணைக்கும்படி ஒரு சங்கிலி போடப்பட்டு தண்டனை தரப்பட்டது. அந்த ஆட்சேபணைக் குரிய கடிதத்தில் என்ன எழுதி இருந்தது என்பதை எனக்குத் தகவல் சொல்பவர்கள் சொன்னார்கள். அதில் கீர் ஹார்டி பார்லிமென்டில் என் சிறைத் தண்டனை பற்றி விமர்சித்திருந்தது பற்றிய ஒரு குறிப்பு இருந்ததாம்.

கீர் ஹார்டியின் விமர்சனம்

அந்த விமர்சனத்தில் இருந்தது என்னவென்றால், அயர்லாந்தில் வெளிப்படையாகப் புரட்சி செய்து படைகளைத் திரட்டி இங்கிலாந்து ஆட்சிக்கு எதிராகப் போராடுபவர்களை எதிர்த்து எந்த நடவடிக்கையும் எடுக்கப்படவில்லை; ஆனால் சாவர்க்கர் தன்னுடன் சேர்ந்து சதி செய்பவர்களுக்குக் கைத்துப்பாக்கிகளை விநியோகித்தார் என்பதற்காக ஐம்பதாண்டு காலச் சிறைத் தண்டனை கொடுத்து அந்தமானுக்கு நாடு கடத்தப்படுகிறார் என்பதுதான். அந்தக் கடிதம் என் கைக்கு கிடைத்தால் அந்த விமர்சனம் என் தலைக்கு ஏறி எங்களுடைய வேலைநிறுத்தம் மேலும் தீவிரமடையும் என்று ஜெயிலர் கருதினார். அதனால் அது என்னிடம் கொடுக்கப்படாமல் தடை செய்யப்பட்டது. நாங்கள் வேலை நிறுத்தம் செய்வதற்காகக் கொடுத்த அறிக்கையில் மூன்று கோரிக்கைகள் வைத்திருந்தோம். 1. அரசியல் கைதிகளாக எங்களுக்கு முதல் வகுப்புக் கைதிகளுக்கு உண்டான அத்தனை வசதிகளும் கொடுக்கப்படவேண்டும். 2. இல்லையேல் சாதாரணக் கைதிகளைபோல வகைப்படுத்தப்பட்டு அவர்களுக்குக் கொடுக்கப்படும் வசதிகளும் கொடுக்கப்பட வேண்டும். எங்கள் குடும்பம் அவ்வப்போது வந்து எங்களைப் பார்ப்பதற்கு அனுமதிக்கப்படவேண்டும். 3. எங்களுடைய தண்டனையை அனுபவிக்க இந்தியாவுக்குத் திருப்பி அனுப்பப்பட வேண்டும். அப்படி அனுப்பப்பட்டால் எங்களுக்குச் சிறையில் கிடைக்கக்கூடிய வசதிகள் அனைத்தும் கிடைக்கும். நன்னடத்தைக் காகத் தண்டனைக் குறைப்பு என்பதும் அதில் ஒன்று. வேலை நிறுத்தத்தின்போது சிறையில் எல்லா விதிமுறைகளையும் புறக்கணித்ததால் எங்களைத் தனியாக அடைத்துத் தீவிரமாகக் கண்காணித்தனர். அதனால் ஒருவரோடு ஒருவர் தொடர்பு கொள்வது மிகவும் கடினமானது. ஏற்கெனவே கூறியதுபோன்ற தொலைபேசி முறையை இப்போது பயன்படுத்த முடியாமல் போகிறது. அதற்குக் காரணம் எங்களால் அந்த இரும்புக் கம்பிகள் அருகில் செல்லவே முடியவில்லை. தொலைபேசி முறை இல்லை என்றபோது நாங்கள் தந்தி* முறையைக் கண்டுபிடித்தோம். அதுவும் வயர்லெஸ் தந்தி. அது சில காலம் நன்றாகப் பயன்பட்டது. எங்களுக்குக் கால்களில் சங்கிலி இருந்தது. அவர்களுக்குக் கைகளில் சங்கிலி இருந்தது. நாங்கள் அதைக்கொண்டு சிறையில் கதவில் இருந்த கம்பிகளில் ஒரு

---

* டெலிகிராஃப்

குறிப்பிட்ட குறியீட்டில்* ஒலியை எழுப்பினோம். இந்தச் செய்தி அருகிலிருந்து மூன்று நான்கு அறைகளுக்குப் பரவியதோடு, சிறையிலிருந்த எல்லாப் பகுதிகளுக்கும் பரவியது. இந்த மாதிரி தொடர்புகொள்ளும் முறையில் வார்டர்கள் எங்களுக்கு நம்பிக்கைத் துரோகம் செய்யும் பேச்சுக்கே இடமில்லை. முதலில் ஆங்கிலத்தில் தொடர்புகொள்ள ஆரம்பித்தபோது என் சகோதரர் அதை நாகரி முறையில் மாற்றினார். அதனால் நாங்கள் சுத்தமான சுதேசி டெலிகிராஃப் முறையைக் கையாண்டு அதன்மூலம் மொத்தக் கட்டடத்தில் இருந்த எல்லோருடனும் தொடர்புகொண்டோம். மார்க்கோனி வயர்லெஸ்ஸைக் கண்டுபிடித்திருக்கலாம். அது அந்தமானுக்கு வரும் முன்னரே என் சகோதரர் சிறையில் அதைப் போன்ற ஒன்றைக் கண்டுபிடித்துவிட்டார்.

இப்போது நினைவுக்கு வருகிறது

இப்போது எழுதிக்கொண்டிருக்கும்போது எனக்கு கல்கத்தாவின் 'கேப்பிடல்' பத்திரிகை என் சகோதரரைப் பற்றி என்ன எழுதியது என்பது நினைவுக்கு வருகிறது. இந்த சிறையில் வயர்லெஸ் பயன்படுத்துவதற்காக என் சகோதரர் நியமிக்கப்பட்டிருக்கிறார் என்று அது செய்தியாக வெளியிட்டது. அந்தச் செய்திக்கு அடிப்படை இல்லாமல் இல்லை. நாங்கள் 'கேப்பிட'லிடம் மன்னிப்பு கேட்கும்படி கோரினோம், இல்லையென்றால் வழக்குத் தொடருவோம் என்று மிரட்டினோம். ஆம், என் சகோதரர் அந்த அந்தக் குறியீட்டைப்** பயன்படுத்திக்கொண்டிருந்தார். அதன்மூலம் அருகில் இருந்த ஓரிரு அறைகளுடன் தகவல் தொடர்பில் இருந்தார். ஆனால் 'கேப்பிடல்' பத்திரிகை முதலாம் உலகப் போரின்போது அவர் ஜெர்மனியுடன் தொடர்பு கொண்டிருந்தார் என்று செய்தி வெளியிட்டது. உண்மையைப் பற்றி 'கேபிட்டல்' பத்திரிகைக்கு என்ன அக்கறை?

நாங்கள் இந்த முறையைப் பயன்படுத்தி சிறையில் இருந்த எல்லா அரசியல் கைதிகளிடமும் தகவல்களைப் பரிமாறிக் கொண்டிருந் தோம். என்ன செய்தாலும் அதனை ஒற்றுமையாகச் செய்தோம். மிஸ்டர் பாரி எப்படி இந்தத் தகவல் தொடர்பு நடக்கிறது, எப்படி ஒருங்கிணைந்து அவர்கள் செயல்படுகிறார்கள் என்பதைத் தெரிந்து கொள்ள வார்டர்களைத் துளைத்து எடுத்துக் கொண்டிருந்தார். பதான் வார்டர்களுக்கு இதெல்லாம் புரியவே புரியாது. நாங்கள்

---

* code

** code

எழுப்பும் சத்தம் பற்றி அவர்களுக்கு எதுவுமே தெரியாது. கையிலுள்ள விலங்குகள் குறிப்பிட்ட முறையில் ஒலி எழுப்பும் என்பதை அவர்கள் புரிந்து கொள்ளவில்லை. அவர்கள் எங்களிடம் வந்து விசாரித்தார்கள். நாங்கள் ஒரு பக்திப் பாடலைப் பாடிக் கொண்டிருக்கிறோம், அதற்காகத் தாளம் போட்டுக்கொண்டிருக் கிறோம் என்று அவர்களிடம் சொன்னோம். அதில் ஒருவனுக்குச் சந்தேகம் ஏற்பட்டது. நாங்கள் ஒலி எழுப்பும்போது அதற்குப் பதிலாக கட்டடத்தின் பல்வேறு இடங்களில் இருந்து ஒலி எழுப்பப் படுவது அவனுக்கு புரிந்தது. இந்தச் சந்தேகத்தை அவன் மிஸ்டர் பாரியிடம் தெரிவித்தான். ஒருநாள் இரவு மிஸ்டர் பாரி ரகசியமாகச் சிறையில் இருந்த எல்லா இடங்களுக்கும் சென்று பார்த்தார். சரியான ஒத்திசைவுடன் எழுப்பப்பட்ட இந்தச் சத்தங்களை அவர் கேட்டார். அவருக்கு அது என்ன என்று புரிந்துவிட்டது. வார்டர்களிடம் கைதிகள் இதுபோலச் சத்தங்களை எழுப்பக்கூடாது என்று உத்தரவு போட்டார். ஆனால் அவர்கள் சொல்வதை யார் கேட்கப் போகிறார்கள்? அவர்களது உத்தரவை யார் மதிப்பார்கள்? நாங்கள் ஏற்கெனவே ஒத்துழையாமை போராட்டத்தை நடத்திக்கொண்டிருக்கிறோமே.

இந்த ஒத்துழையாமை மற்றும் கூச்சல் நிறைந்த காலகட்டத்தின் போது ஒவ்வொரு நாளும் காலையிலும் மாலையிலும் உணவுக்காக வெளியே அழைத்துச் செல்லப்படுவோம். நாங்கள் ஒருவரோடு ஒருவர் பேசிக் கொள்ளக்கூடாது என்பதற்காக மிஸ்டர் பாரி எங்கள் எதிரில் வந்து நின்று கொண்டிருப்பார். முதல் இரண்டு மூன்று நாட்களுக்கு எல்லாம் அமைதியாகச் சென்றது. ஆனால் ஐந்தாவது நாள் நாங்கள் அவரவர் இடத்தில் அமர்ந்துகொண்டு சாப்பிட்டுக் கொண்டிருக்கும்போது யாரோ ஒருவர் எங்களுடன் பேசுவது கேட்டது. அதன் தொடக்கம் இப்படி இருந்தது: ''சகோதரர்களே நாம் சுதந்திரமாக உள்ளோம்.''

எல்லோரும் அதிர்ச்சி அடைந்து மேலே பார்த்தார்கள். அங்கே நானி கோபால் நின்றுகொண்டு, அமைதியாக இருக்கவேண்டுமென்ற மிஸ்டர் பாரியின் உத்தரவை மீறிக் கொண்டிருந்தார். அவர் தொடர்ந்து, ''சகோதரர்களே, நாம் எல்லோரும் பிறக்கும்போது சுதந்திரமாகப் பிறந்தோம். நாம் ஒருவரோடு ஒருவர் அன்போடு பேசிக் கொள்வது நம் பிறப்புரிமை. நம் எதிரிகள் அந்த உரிமையை நம்மிடமிருந்து பறிப்பார்கள் என்றால் அதை நாம் எதிர்க்க வேண்டும். இப்போது நான் உங்களுடன் பேசிக்கொண்டிருக் கிறேன். தொடர்ந்து பேசுவேன்'' என்று கூறினார். அவர் இப்படிப் பேசிக்கொண்டிருக்கும்போது கோபம்கொண்ட மிஸ்டர் பாரி,

மிர்ஸா கான் மற்றும் அந்த பதான் வார்டர் மூவரும் அவரை நோக்கி விரைந்தனர். அதைப்பற்றிக் கவலைப்படாத நானி கோபால் தொடர்ந்து பேசிக் கொண்டிருந்தார். அவரை அப்படியே குண்டுக் கட்டாகத் தூக்கிக்கொண்டு போய் அறையில் அடைத்தனர். அவர் அங்கிருந்தும் தொடர்ந்து பேசிக்கொண்டிருந்தார். அந்தக் காட்சியைக் கண்ட அரசியல் கைதிகளுக்குச் சிரிப்பை அடக்கவே முடியவில்லை. மிஸ்டர் பாரியின் கோபம் எல்லை மீறிப் போனது.

பதானா? ஹிந்துவா?

மிர்ஸா கான் என் அறைக்கு வந்தான். அவனால் அமைதியாக இருக்க முடியவில்லை. தன் மனக்கஷ்டத்தை என்னிடம் கொட்ட நினைத்தான். அவன் என்னிடம், ''பெரிய பாபு, அந்த சின்னப் பையன் உங்கள் சிஷ்யன். நான் நானி கோபாலைச் சொல்கிறேன். அவர் உங்களிடம் மிகவும் விசுவாசமாக இருப்பவர். அவரது தைரியத்தைப் பார்த்தால் அவர் ஒரு பதானாக இருக்கவேண்டும் என்று எனக்குத் தோன்றுகிறது'' என்று கூறினார். நான் அவரிடம், ''பெரிய ஜமாதார், நீங்கள் சொல்வது தவறு. உங்கள் அப்பா ஒரு பதான், அதனால் நீங்கள் ஒரு பதான். அவர் பதானாக இருந்திருந்தால் இந்தச் சிறையில் வாடிக்கொண்டிருக்கமாட்டார். அவரும் உங்களைப்போலவே மிஸ்டர் பாரியின் காலை நக்கிக் கொண்டிருந்திருப்பார். அவரை எதிர்த்துப் போராடிக் கொண்டிருக்க மாட்டார். மிஸ்டர் பாரி பகலில் வந்து இது இரவு என்று சொன்னால் நீங்கள் ஆமாம் என்று தலை ஆட்டுவீர்கள். அதனால் நானி கோபால் பிறப்பால் ஒரு ஹிந்து. அதனால்தான் அவர் தைரியசாலியாக இருக்கிறார். அவருடைய தைரியத்தையும் புத்திசாலித்தனத்தையும் நான் மெச்சுகிறேன். ஹிந்துக்களைப்போல எல்லா பதான்களும் தைரியசாலிகளாக இருந்திருந்தால், எப்படி ஹிந்துக்களால் இந்தியாவிலிருந்த முஸ்லிம் ஆட்சியைத் தூக்கி எறிந்து இருக்க முடியும்?''

உண்ணாவிரதம் முடிவுக்கு வந்தது

தற்கொலைக்கு நிகரான இந்த உண்ணாவிரதப் போராட்டத்திற்கு நான் என்றுமே எதிரானவன். இது போராடும் நபரைப் பலவீனப் படுத்துவது மட்டுமல்லாமல் எங்கள் நோக்கத்தையும் பலவீனப் படுத்தக் கூடியது. எதிரியை எதிர்த்துப் போராடும் வழிமுறை இதுவல்ல என்று நான் எப்போதும் வலியுறுத்திச் சொல்லி யிருக்கிறேன். நான் கூறிய இந்த வார்த்தைகள் என் நண்பர்கள் மனதில் ஒரு தாக்கத்தை ஏற்படுத்தியிருக்கவேண்டும். அதனால்

அவர்கள் உண்ணாவிரதப் போராட்டத்தைக் கைவிட்டார்கள். ஆனாலும் நானி கோபால் அசைந்துகொடுக்கவில்லை. அவர் போராட்டத்தைக் கைவிடவில்லை. இறக்கும் தறுவாயில் இருந்தார். அதனால் அவரது பிடிவாதத்தைக் கைவிட வைக்க அதீதமான முடிவு ஒன்றை எடுத்தேன். அவர் உண்ணாவிரதப் போராட்டத்தைக் கைவிட வில்லை என்றால் நானும் உண்ணாவிரதத்தைத் துவங்குவேன் என்று மிரட்டினேன். சொன்னதைப்போலவே அடுத்த நாள் நானும் உண்ணாவிரதத்தைத் தொடங்கினேன்.

என் உண்ணாவிரதம்

நான் உண்ணாவிரதத்தில் ஈடுபட ஆரம்பித்த செய்தி சிறையில் காட்டுத் தீ போல் பரவியது. அதிகாரிகள் அதைக் கேட்டு மிகுந்த அச்சத்தில் இருந்தனர். அவர்களிடையே மிகுந்த பரபரப்பு ஏற்பட்டது. முதன்மை கமிஷனர் சூப்பரின்டென்டன்ட்டிடம் அதனை முடிவுக்குக் கொண்டுவர வற்புறுத்தினார். இந்தப் புதிய தவறுக்காக அவர்கள் என்னை விசாரித்தனர். ஆனால் அந்த விசாரணையின்போது என்னைத் தண்டிக்காமல், உண்ணா விரதத்தைக் கைவிடும்படி வேண்டிக் கொண்டனர். நான் அவர்களிடம் நான் ஏன் உண்ணாவிரதம் இருக்கிறேன் என்று விளக்கினேன். நானி கோபாலிடம் பேசுவதற்கு அனுமதி கேட்டேன். மூன்று நாட்கள் உண்ணாவிரதம் இருக்கப் போவதாக நான் அறிவித்த செய்தி கேட்டவுடன் நானி கோபால் மிகுந்த வருத்தமடைந்தார். மிஸ்டர் பாரி என்னை அவரது அறைக்கு அழைத்துச் சென்றார். அவரைப் பார்த்துப் பேசினேன். அவர் உண்ணாவிரதத்தை முடித்துக்கொள்ளச் சம்மதித்தார். அவரைத் தனியே அழைத்துச் சென்று, "ஒரு பெண்ணைப்போல இறந்து போகாதீர்கள். இறப்பது என்று முடிவெடுத்துவிட்டால் ஒரு வீரனைப்போல இறக்கவேண்டும். எதிரியைக் கொன்று அதன்பிறகு இந்த உலகத்தைவிட்டுச் செல்லுங்கள்" என்று கிசுகிசுத்தேன்.

அவர் உணவு உட்கொண்டார். நானும் உண்ணாவிரதத்தை முடித்துக் கொண்டேன். அதிலிருந்து நாங்கள் வழக்கமான இருவேளை உணவை உண்டோம். அதுமட்டுமல்லாமல் ஏராளமான தேங்காய் களையும் கூடுதலாக உண்டோம். வேலை நிறுத்தம் செய்தவர் களுக்கு அவரது உணவுப் பங்கு குறைக்கப்பட்டிருந்தது. ஆனால் அவர்கள் எல்லாவற்றையும் உண்டுவிட்டு, பிறகு வேலை செய்ய மறுத்தார்கள். நீங்கள் எவ்வளவு உணவை அவர்களிடமிருந்து பெற முடிகிறதோ அவ்வளவு உணவைப் பெற்றுக்கொண்டு, சாப்பிட்டு, பெருத்து, உடலைத் தக்கவைத்துக் கொள்ளுங்கள், ஆனால் வேலை

மட்டும் செய்யாதீர்கள் என்று கூறினேன். நான் சொன்ன இந்த மந்திரத்தை அவர்கள் எழுத்து மாறாமல் பின்பற்றினார்கள். என்ன வெல்லாம் தண்டனை கொடுக்க முடியுமோ அதையெல்லாம் ஜெயிலர்கள் கொடுத்துப் பார்த்தார்கள். எங்களைக் கொண்டு போய் மாஜிஸ்ட்ரேட் முன்பு நிறுத்தினார்கள். சிலருக்கு இரண்டு மாதம், சிலருக்கு நான்கு மாதம், நானி கோபாலுக்கு ஒரு வருடக் கடுங்காவல் தண்டனை வழங்கப்பட்டது. ஆனாலும் வேலை நிறுத்தம் தொடர்ந்து நடந்து கொண்டிருந்தது. கடைசியாக இந்திய அரசாங்கம் இது குறித்து ஒரு விசேஷ அறிக்கை வெளியிட்டது. அதிலிருந்த புதிய விதிகள் அந்தமான் சில்வர் ஜெயிலில் இருந்த அரசியல் கைதிகளைப் பற்றி இருந்தன.

புதிய உத்தரவு

அந்த அறிக்கையில் சொல்லப்பட்டது என்ன? அதில் இருந்தவற்றை எங்களது அதிகாரிகள் பகிரங்கமாக எங்களிடம் படித்துக் காட்டினார்கள். அந்த அறிக்கையில் சில முக்கிய அம்சங்கள்:

1. ஒரு குறிப்பிட்ட காலகட்டத்திற்கு தண்டனை விதிக்கப்பட்ட எல்லாக் கைதிகளும் திரும்பவும் இந்தியாவில் உள்ள சிறைக்கு அனுப்பப்படுவார்கள். அங்கு அவர்களது தண்டனைக் குறைப்பு பற்றிய கோரிக்கைகள் பரிசீலிக்கப்பட்டு முடிவு எடுக்கப்படும்.

2. ஆயுள் தண்டனை பெற்ற கைதிகள் இந்தச் சிறையில் தொடர்ந்து 14 ஆண்டுகள் இருக்கவேண்டும். அதன்பிறகு அவர்கள் எளிய பணி செய்ய அனுமதிக்கப்படுவார்கள். இது நன்னடத்தைச் சான்று பெற்ற கைதிகளுக்கு மட்டுமே பொருந்தும்.

3. அந்த 14 ஆண்டு காலத்தில் கைதிகளுக்கு நல்ல உணவு கொடுக்கப்படும். உடுக்க நல்ல உடை கொடுக்கப்படும். ஐந்து வருடங்கள் கழிந்த பின் அவர்கள் தங்களுடைய உணவைத் தாங்களே சமைத்துக்கொள்ள அனுமதிக்கப்படுவர். மேலும் மாதத்திற்கு பன்னிரண்டு அணாவிலிருந்து ஒரு ரூபாய் வரை கைதிகளுக்கு அலவன்சாக வழங்கப்படும்.

மூன்றாம் வேலைநிறுத்தத்தின் முடிவு

அதில் சொல்லப்பட்ட சலுகைகளில் பல, வேலைநிறுத்தம் செய்தவர்களின் கோரிக்கைகளில் இருந்தவை என்பதைப் புரிந்து கொள்ளலாம். அந்த அறிக்கை அது ஒரு இறுதியான உத்தரவு என்று

கூறினாலும், அரசியல் கைதிகளுக்கு ஒரு விஷயம் நன்றாகத் தெரியும். இறுதியான முடிவு என்று எதுவும் கிடையாது என்பதுதான் அது. ஆனாலும் நாங்கள் அதனை ஏற்றுக்கொண்டு அப்போதைக்குப் பிரச்சினைக்கு ஒரு முற்றுப்புள்ளி வைப்பது என்று தீர்மானித்தோம். அதனால் நாங்கள் வேலை நிறுத்தத்தை முடித்துக்கொண்டு பணிக்குச் செல்ல ஆரம்பித்தோம்.

விரைவிலேயே குறுகிய காலத் தண்டனை பெற்ற கைதிகள் இந்தியாவுக்குத் திருப்பி அனுப்பப்பட ஆரம்பித்தார்கள். நாங்கள் அவர்களிடம் அந்தமானில் நிலவும் கொடுமையான சூழ்நிலை பற்றி அங்கு சென்று அவர்களால் முடிந்த அளவு பரப்பவேண்டும் என நினைவுறுத்தினோம். அதேபோல அந்தமானுக்கு அனுப்பப்படும் சலான் மூலமாக அவர்கள் தகவல் அனுப்பவேண்டும் என்பதையும் ஞாபகப்படுத்தினோம். அரசியல் கைதிகள் இந்தியா முழுக்க இருந்ததனால் அவர்களால் இந்தப் பணியை எளிதாகச் செய்ய முடியும். அவர்களும் இந்தப் பணியை மிக நன்றாகச் செய்தார்கள். குறிப்பிட்ட காலத் தண்டனை பெற்ற கைதிகள் எல்லோரும் போன பின்பு அங்கு என்னைப் போன்ற கைதிகள் வெகு சிலரே இருந்தனர். எங்களுடன் ஒன்றிரண்டு குறிப்பிட்ட காலத் தண்டனை பெற்ற கைதிகள் இன்னமும் இருந்தனர். நாங்கள் எல்லோரும் எங்கள் உணவைச் சமைத்துக்கொள்ள அனுமதிக்கப்பட்டது. அதனால் எங்கள் எல்லோருக்கும் நல்ல உணவு கிடைத்தது. எங்களில் சிலர் பிரிண்டிங் பிரஸ்ஸில் பணிக்கு அனுப்பப்பட்டனர். இன்னும் சில பேர் மேப் வரையும் வேலைக்கு அனுப்பப்பட்டனர். ஒவ்வொரு வரும் மாதத்திற்கு 10 ரூபாய் சம்பாதித்தனர். சிறைக்கு வந்த பிறகு ஒரு ரூபாயைக்கூட கண்ணால் காணாத நபர்களுக்கு இப்போது மாதத்திற்கு ஐந்திலிருந்து பத்து ரூபாய் வரை கிடைத்தது. இது அவர்களது நிலையை வெகுவாக மாற்றியது. அவர்களுக்குத் தேவைப்பட்ட விஷயங்களை வாங்கித் தர நிறைய பேர் இருந்தனர். இது ஒரு அதிசயம் என்று நினைக்கவேண்டாம். அந்தமானில் உள்ள சில்வர் ஜெயில் போன்ற ஒரு இடத்தில் இதுபோன்ற கதைகள் நடந்தே தீரும்.

ஆயுள் தண்டனை பெற்ற மற்ற கைதிகள்

ஒரு அரசியல் கைதியின் வாழ்வில் இதுவும் ஒரு புரட்சி போன்றது தான். ஆனால் இதன்மூலம் எனக்கு என்ன லாபம்? பெரிதாக ஒன்றுமில்லை. எழுதும் பணி எதுவும் எனக்குத் தரப்படவில்லை. எந்தத் தொழிற்சாலையையும் மேற்பார்வை பார்க்க என்னை நியமிக்கவில்லை. என் நண்பர்கள் மேம்பட்ட நிலைக்கு வந்தார்கள்

என்பதுதான் எனக்கிருந்த ஒரே ஆறுதல். நானும் என் சகோதரரும் முன்பைப் போலவே கயிறு திரித்துக்கொண்டிருந்தோம். பிறகு என் சகோதரரும் வாமன் ராவ் ஜோஷியும் சமையல் துறைக்கு மாற்றப் பட்டனர். அவர்கள் எங்கள் எல்லோருக்கும் சமைக்க ஆரம்பித்தனர். நான் அதே சிறையில், அதே ஏழாம் எண் அறையில், அதே தனிமைச் சிறையில் இருந்தேன். அப்போது சில்வர் ஜெயிலில் நிர்வாகத்திற்கு ஒரே கொள்கைதான் இருந்தது. அதை மிஸ்டர் பாரி என்னிடம் பலமுறை சொல்லியிருக்கிறார். அந்தக் கொள்கையின் முக்கிய அடிநாதம் என்னவென்றால், 'சாவர்க்கர் அந்தமானில் எழுச்சிக்கும் புரட்சிக்கும் வித்திட்டவர். அதற்கு இடம் தரவே கூடாது. அவருக்கு எந்தக் கருணையும் காட்டப்படக்கூடாது' என்பதே.

நான் இதுவரை சொல்லிக் கொண்டிருந்தது 1914ம் ஆண்டுவாக்கில் நடந்த சம்பவங்கள். அந்தமானில் எங்களது போராட்ட வரலாற்றின் முதல் பகுதி இத்துடன் முடிகிறது. சில்வர் ஜெயிலில் இருந்த அரசியல் கைதிகளே இந்தப் போராட்டத்திற்கு முக்கியக் காரணம். இப்போது நாம் முதலாம் உலகப் போரின் விளைவாக உலகத்தில் ஏற்பட்ட மாற்றங்கள் குறித்துப் பார்ப்போம். அது இந்தியாவில், குறிப்பாக அரசியல்ரீதியாகப் பல விளைவுகளை ஏற்படுத்தியது. அது, அந்தமானையும் பெரிய அளவில் பாதித்தது. அந்தமானின் எதிர்கால வாலாற்றை மாற்றியது. 1914ம் ஆண்டுவரை இருந்த அரசியல் கைதிகள் அந்தமான் சிறை வாழ்க்கையின் நிலைமையை முன்னேற்றுவதற்குத் தங்களுடைய முழு சக்தியைப் பயன்படுத்தினார்கள். அந்தப் போராட்டத்தின் கதையை முதல் பகுதி உங்களுக்கு விளக்கியது. 1914க்குப் பிறகு அவர்கள் அந்தமானில் உள்ள மக்களுக்கு விழிப்புணர்வு ஏற்படுத்துவதைத் தங்கள் முக்கியப் பணியாகக் கொண்டார்கள். அவர்களுக்குப் புது வாழ்க்கையைக் கொடுப்பதற்கு முனைந்தார்கள். இந்த முக்கியமான வித்தியாசம், இந்த இரண்டு காலகட்டங்களுக்கிடையே இருக்கின்றது. அதனால் நம் விவரிப்பும் இதனால் மாறுகிறது. நாம் முதல் பாகத்தை இத்துடன் முடித்துக்கொண்டு, மீதமுள்ள கதையை இரண்டாவது பாகத்தில் தொடர்வோம்.

இரண்டாம் பாகம்

அத்தியாயம் 1

அந்தமானில் பிரசாரம்

முதல் பாகத்தில் அந்தமானிலுள்ள சிறையிலிருக்கும் கைதிகளின் வாழ்க்கை நிலையை மட்டுமின்றி, அரசியல் கைதிகளின் வாழ்க்கையையும் இங்குள்ள சூழலையும் பற்றி விவரித்திருந்தேன். இப்போது 1914ம் ஆண்டு நடந்த சம்பவங்களுக்கு வருவோம். அரசியல் கைதிகள் இந்தக் காலகட்டத்தில் நடத்திய போராட்டங்கள், அவர்களது தைரியம், கொள்கைமேல் அவர்களுக்கிருந்த பிடிப்பு, உறுதிப்பாடு ஆகியவை, சிறையிலிருந்த மற்ற ஹிந்துக்களுக் குள்ளும் ஒருமைப்பாட்டையும் விழிப்புணர்வையும் ஏற்படுத்தின. அவர்கள் கொஞ்சம் கொஞ்சமாக, தேசம், மதம், சேவை போன்ற வார்த்தைகளின் முக்கியத்துவம் பற்றியும், சமுதாயத்தில் தங்களுக்குள்ள உறவு குறித்தும், ஒரு பெரிய சமூகத்தில் தாங்களும் ஓர் அங்கமே என்பது பற்றியும் புரிந்துகொள்ளத் தொடங்கினர். முஸ்லிம் வார்டர்களும் முஸ்லிம் கைதிகளும் படிப்பதற்கென்று தங்கள் வசம் குர்ஆன் பிரதி ஒன்று வைத்திருந்தனர். சில சமயம் அவர்கள் தங்கள் வழக்கமான வேலையைச் செய்யாமல் இருப்பதற்காக குர்ஆனைப் படித்துக்கொண்டிருப்பார்கள். இந்த வசதி சிறையி லிருந்த ஹிந்துக்களுக்கு மறுக்கப்பட்டது. அவர்கள் படிப்பதற்கும் புரிந்துகொள்வதற்கும் எந்த மதப் புத்தகமும் கொடுக்கப்பட வில்லை. அதைப் படிப்பதும் குற்றமாகக் கருதப்பட்டது. பெரிய அதிகாரிகள் அதனைத் தடை செய்திருந்தனர். இல்லை என்றாலும் துணை அதிகாரிகளான முஸ்லிம் ஜமாதார்கள் அத்தகைய மதப் புத்தகங்கள் இவர்கள் கைக்கு எட்டாதபடி பார்த்துக்கொண்டார்கள். அவர்களில் ஒரு சிலர் எப்போதாவது துளசிதாசரின் ராமாயணத்தைப்

படிப்பதற்காக ஒன்றாகச் சேர்ந்தாலும் முஸ்லிம் வார்டரோ அல்லது ஜமாதாரோ அவர்களைச் சத்தம்போட்டுத் திட்டியபடி கூட்டத்தைக் கலைத்துத் துரத்தி விடுவார்கள். இதை நானே பலமுறை பார்த்திருக்கிறேன். அத்தகைய புத்தகங்களில் உள்ள படங்களைப் பார்த்தவுடன் அவை அநாகரிகமானவை என்றும், கைதிகள் அத்தகைய புத்தகங்களைப் படிக்கக்கூடாது என்றும், அவற்றைத் தடுப்பது தங்கள் மதக் கடமை என்றும் கூறித் தடுத்து விடுவார்கள். இதனைப் பொறுத்துக்கொள்ள முடியாமல் அரசியல் கைதிகள் இந்த விஷயத்தைப் பற்றி மேலதிகாரிகளிடம் முறையிடுவார்கள். இப்படிப் பலமுறை நடந்து, அதன்பலனாகக் கைதிகளுக்கு அந்தப் புத்தகத்தை வைத்துக் கொள்வதற்கான அனுமதி கிடைத்தது. தனது வேலைநேரம் முடிந்ததும் கைதி ஒருவர் சிலேட் மற்றும் பென்சிலை வைத்துக்கொண்டு எழுதிப் பழகவும் அனுமதிக்கப்பட்டது.

அதேபோல விடுமுறை விஷயத்தில் அதிகாரிகள் மிக மோசமான ஓரவஞ்சனையைக் கடைப்பிடித்தனர். முஸ்லிம்களுக்கான விடுமுறை நாட்களில் முஸ்லிம் கைதிகள் வேலை செய்யாமல் தன்னுடன் இருப்பவர்களுடன் பேசிக்கொண்டிருக்க அனுமதிக்கப்பட்டது. ஆனால் அதேநேரம் ஹிந்துக்களுக்கு வெகு குறைந்த விடுமுறை நாட்களே கிடைத்தன. அந்தக் குறைந்த நாட்களும் சிறையில் விடுமுறை நாளாக அங்கீகரிக்கப்படவில்லை. அப்படியும் மீறி அவர்களுக்கு விடுமுறை கிடைத்தால் வார்டர்களும் ஜமாதார்களும் அவர்களுக்கு இரண்டு வாய்ப்புகளைத் தருவார்கள், ஒன்று வேலை நேரத்தில் பேசாமல் இருப்பது* அல்லது தனிமைச் சிறையில் வேலை செய்வது. இந்த மிரட்டலுக்குப் பின்னர் என்ன நடக்கும் என்பதைத் தங்கள் அனுபவத்தில் கைதிகள் உணர்ந்திருந்ததால், அமைதியாக வேலையைச் செய்ய சென்றுவிடுவார்கள். இந்த வெளிப்படையான ஓரவஞ்சனையை முடிவுக்குக் கொண்டு வருவதற்காக அவர்கள் அனைவரிடமும் வேலைநிறுத்தத்தில் ஈடுபடச் சொன்னேன். நானும் சேர்ந்துகொண்டேன். கட்டுக் கடங்காமல் போகும் நிலைமையை அங்கு வந்து பார்த்த சூப்பரின் டெண்டன்ட் என்னைப் பார்த்து வெடித்தார். ''ஹிந்துக்களுக்கு உரிய விடுமுறை நாட்கள் கொடுக்கப்படும். அவர்கள் இப்போது அதனை ஒரு பிரச்சினையாக்கக்கூடாது. மீண்டும் இப்படிச் செய்தால் கடுமையான நடவடிக்கை எடுக்கப்படும். இப்போது அவர்களை மன்னிக்கிறேன். ஏனென்றால் நான் சாதாரணமாக யாரையும் தண்டிக்கமாட்டேன்'' என்று கூறினார்.

---

* Hobson's choice

நான் ஏற்கெனவே கூறியதுபோல, கைதிகளுக்கு சிலேட்டும் பென்சிலும் வைத்துக்கொள்ள அனுமதி கொடுக்கப்பட்டிருந்தது. ஆனால் அவர்கள் புத்தகம் வைத்துக்கொள்வது பற்றி எதுவும் தீர்மானிக்கப்படவில்லை. சாதாரண மக்களுக்குப் புத்தகம் படிக்கும் வழக்கம் இருக்கவில்லை. புத்தகம் வேண்டும் என்று கேட்டாலும் அவர்களுக்குப் புத்தகங்களுக்குப் பதில் நல்ல விலையுயர்ந்த காலணிகள்தான் கொடுக்கப்படும். இரண்டு அணா மதிப்புள்ள ஒரு சிறிய புத்தகம்கூடக் கொடுக்கப்படாது. மூன்று ''ஆர்''களைக் கைதிகளுக்குக் கற்றுத்தர அனுமதி கேட்டு அரசுக்கு எழுதினால், காகிதமும் மையும் வீணாவதைத் தவிர ஒரு பலனும் இருக்காது. அதனால் வீட்டிலிருந்து என் புத்தகங்களைக் கொண்டுவந்து, கைதிகளிடையே விநியோகம் செய்தேன். புவியியல் மற்றும் வரலாறு தொடர்பான எளிய புத்தகங்களையும் கணக்குப் புத்தகங்களையும் அவர்களுக்குக் கொடுத்தேன். இந்த ஏற்பாட்டின்படி சில நாட்கள் கழிந்தன.

சில நாட்களில் ஒரு மத்திய ஒருங்கிணைப்புக் குழு ஏற்படுத்தி இதனை முறையாகச் செய்ய ஆரம்பித்தோம்.

அரசியல் பணிகளில் எந்தவிதமான அனுபவமும் இல்லாத கைதிகளை, உறுதிமொழி எடுத்துக்கொண்டபின் எங்கள் வட்டத்திற்குள் சேர்த்துக்கொண்டோம் என்பதைப் பற்றி ஏற்கெனவே சொல்லி இருக்கிறேன். அவர்களுக்கு, சமுதாய சேவை பற்றியும் தேச சேவை பற்றியும் தெரிந்துகொள்ள நாங்கள் மேற்கொண்ட முயற்சிகள் பற்றியும் கூறியிருக்கிறேன். பிறகு அந்த இயக்கத்திற்குள் சாதாரணக் கைதிகளையும் சேர்த்துக்கொள்ள ஆரம்பித்தேன். அவர்களுக்கும் அந்தக் கொள்கைகளைக் கற்றுக் கொடுத்தேன். இந்தக் கைதிகள் ஆறு மாதம் அல்லது ஒரு வருடம் சிறையில் இருந்துவிட்டு வெளியே சென்று வேலை செய்ய அனுமதிக்கப்பட்டபோது இதே போன்ற இயக்கத்தை அங்கும் ஆரம்பித்தார்கள். இப்படி ஆரம்பிக்கப்பட்ட இயக்கத்தின் பணிகளுக்கு அங்குள்ள மக்கள் கல்விப்படியாக ரூபாய்க்கு ஒரு அணாவில் இருந்து ஐந்து ரூபாய்க்கு எட்டணா வரை உயர்த்திக் கொடுத்தார்கள். சில தொழில் தெரிந்த அரசியல் கைதிகள் மாதத்திற்கு 40 ரூபாய் வரை சம்பாதித்தார்கள். அரசியல் கைதிகள் வெளியில் சென்று பணி செய்வதற்கான சுதந்திரம் கிடைத்தவுடன் அங்குள்ள வியாபாரிகள் மற்றும் சாதாரண மக்களிடம் இந்தக் கருத்துகளைப் பரப்பி அவர்களையும் இந்தக் கல்வி நிதிக்குக் கொடை அளிக்கச் செய்தார்கள். அதோடு நாட்டின் அரசியலிலும் அவர்களை ஆர்வம் கொள்ளுமாறு செய்தார்கள்.

இந்த வேலையைச் செய்வதற்கு உறுதிமொழி எடுத்துக்கொண்டவர்கள் சென்ற மாவட்டங்களில் எல்லாம் இதைத் திறம்படச் செய்தார்கள். அரசியல் கைதிகளும் மற்றவர்களும் இந்தத் தீவில் வந்து குடியேறியவர்களுடன் நல்ல தொடர்பினை ஏற்படுத்திக் கொண்டார்கள். தொழிற்சாலைகளில் பணி புரிவதற்காகவோ அல்லது தொழில் செய்வதற்காகவோ அல்லது டாக்டர்களாகவோ வக்கீல்களாகவோ அல்லது அதிகாரிகளாகவோ பணிபுரிந்து வந்தவர்கள் அவர்கள். ஓரளவு படித்தவர்கள். எங்களுடன் ஏற்பட்ட தொடர்பினால் அவர்கள் எல்லோரும் சுதேசி இயக்கத்திற்கு ஆதரவு தெரிவிப்பதாக உறுதி அளித்தார்கள். அவர்களது மாத வருமானத்தி லிருந்து ஐந்து சதவிகிதத்தை எங்கள் இயக்கத்திற்குக் கொடுத்தார்கள். சிலர் எங்களது குழுவின் தொடர்பின் மூலம் ஹிந்தி எழுதவும் படிக்கவும் கற்றுக்கொண்டார்கள். அரசியல் சட்ட வரலாறு, அரசியல் வரலாறு, பொருளாதாரம், அரசு நிர்வாகம் போன்ற தலைப்புகளில் புத்தகங்களைக் கொண்ட ஒரு நூலகத்தை நாங்கள் ஏற்படுத்தியிருந்தோம். அவர்கள் இந்தப் புத்தகங்களைப் படிப்பதற்கு வாங்கிச் சென்றார்கள். ஒரு சிலர் விலை கொடுத்தும் புத்தகங்களை வாங்கினர். அதன்மூலம் வந்த பணத்தை நாங்கள் நிர்வகித்து வந்தோம். ஆனால் எழுத்து மூலமாக எதுவும் எழுதி வைக்கவில்லை. சிறையில் உள்ள அதிகாரிகள் எங்களது நடவடிக்கைகளுக்கு எதிர்ப்பு தெரிவிப்பார்கள் என்பதால் இதனை ரகசியமாகச் செய்யவேண்டியிருந்தது.

கைதிகளுக்குப் புத்தகங்கள், சிலேட், பென்சில்கள் ஆகியவற்றை முதலில் கொடுத்தோம். அதிலும் ஒரு சிக்கல் இருந்தது. ஜெயிலர், அவர்களிடம் இந்தப் புத்தகங்கள் அவர்களுக்கு எப்படிக் கிடைத்தன என்று கண்டிப்பாகக் கேள்வி கேட்பார். புத்தகம் வைத்திருந்ததற் காகவும் எழுதும் பொருட்களை வைத்திருந்ததற்காகவும், பல கைதிகள் தண்டனை அனுபவித்திருக்கின்றனர். ஒரு வார்டர் அந்தப் புத்தகத்தை என்னிடமிருந்து வாங்கினேன் என்று சொன்னால் அவரது வேலை போய்விடும் அல்லது அவர் திரும்பவும் கோலுக்கு வேலை செய்ய அனுப்பப்படுவார். அவர் அரசியல் கைதிகளிடம் பேசுவதற்குத் தடை விதிக்கப்பட்டிருந்தது. அப்படி இருக்கும்போது எப்படிப் புத்தகத்தையும் அவர்களிடமிருந்து பெற்றுக் கொள்வது? வருட விடுமுறையில் வெளியே போய்த் திரும்பி வரும்போது தனது உறவினரிடமிருந்து பரிசாகப் பெற்றதாகக் கூறி அதனைக் கொண்டு வருவார். இப்படியாக நாங்கள் புத்தகங்களைக் கைதிகளிடையே விநியோகம் செய்தோம்.

இது மட்டுமல்லாமல் இன்னொரு தடையையும் சமாளிக்க வேண்டியிருந்தது. அது கைதிகளிடையே இருந்த தயக்கம்தான். ஒரு கைதியிடம் எழுத, படிக்கச் சொன்னால், அவர்கள் கேட்கும் கேள்வி, 'அதனால் என்ன பயன்?' என்பதுதான். நாங்கள் தேசிய முக்கியத்துவம் வாய்ந்த விஷயங்களை அவர்களிடம் பேசினால் அவர்களால் பெரும்பாலும் அதனைப் புரிந்துகொள்ளவே முடியாது. அதுமட்டு மல்லாமல் மிஸ்டர் பாரிக்கே எழுதப் படிக்க விரும்புபவர்களைக் கண்டாலே பிடிக்காது. அவரது வெறுப்பைச் சம்பாதித்துக்கொள்ள எந்தக் கைதியும் விரும்பமாட்டார். இருந்தாலும் எங்களுடன் தொடர்பில் வந்தவர்களுக்கு விழிப்புணர்ச்சியை ஏற்படுத்துவதற்கு முயற்சி மேற்கொண்டோம். அவர்கள் மராத்தி படித்து முடித்தவுடன் ஆங்கிலம் கற்றுக் கொடுக்க நாங்கள் தயாராக இருப்பதாகச் சொன்னேன். அப்படிப் படிப்பதால் அவர்களுக்கு ஒரு முன்ஷியாகவோ அல்லது கிளார்க்காகவோ பணி கிடைக்கும் என்பதையும் சொன்னோம். அது அவர்களுக்குப் பெருமை தரக்கூடிய விஷயம். பல கைதிகள் அத்தகைய பதவி கிடைக்கவேண்டும் என்பதற்காகவே எழுதப் படிக்கக் கற்றுக்கொண்டார்கள். ஒரு சிலர் ஒரு மொழியை அது தங்களுடைய தாய்மொழி என்பதனால் கற்றுக்கொள்ள முன்வந்தனர். அதோடு, அந்த மொழியில் உள்ள மதப் புத்தகங் களைப் படிக்க இயலும் என்பதற்காகவும் முன்வந்தார்கள். இளமைப் பருவத்தைக் கடந்துவிட்ட ஒரு சிலர், இது தேசத்திற்கு சேவை செய்யப் பயன்படும் என்பதால் கற்க முன்வந்தார்கள்.

நாங்கள் எல்லாவற்றையும் ஆரம்பத்திலிருந்து துவங்க வேண்டி யிருந்தது. இதனால் எங்களுடைய பணி மிகக் கடினமாக இருந்தது. அவர்களது மொழியில் முதல் எழுத்துகளிலிருந்து கற்றுக்கொடுக்க வேண்டியிருந்தது. அவர்கள் அவற்றை நினைவில் வைத்துக் கொள்ள நாங்கள் மிகவும் மெனக்கெட வேண்டியிருந்தது. இத்தனையையும் ரகசியமாகவும் அதே நேரம் தொடர்ந்தும் செய்ய வேண்டி இருந்தது. தினமும் படிப்பதற்கு அவர்களை வற்புறுத்த வேண்டியிருந்தது. சில சமயம் கைதிகள் நாங்கள் எழுதிப் பழகுவதற்காகக் கொடுக்கும் சிலேட் மற்றும் பென்சில்களைப் பெற்றுக்கொள்ள மறுப்பார்கள். வேறு சிலர் கல்வி கற்கச் சொல்லு வோம் என்று பயந்துகொண்டு எங்களிடம் பேசவே மறுப்பார்கள். அவர்களுக்கு ஆசை காட்டிப் படிக்க சம்மதிக்க வைக்கவேண்டும். அதற்காக அவர்களுக்கு அந்தமானின் நாணயங்களைக் கொடுத்தோம். ரூபாய் அணா எல்லாம் அவர்களுக்கு ஒரு பொருட்டே அல்ல. அவர்களுக்குத் தேவைப்பட்ட பணம், 'சுக்கா' என்றழைக்கப்பட்ட புகையிலைதான். ஒரு கைதிக்கு இரண்டு சிட்டிகை புகையிலை

கொடுத்தால் அவர் எங்களுடன் 15 அல்லது 20 நிமிடங்களுக்குப் படிப்பதற்கு ஒப்புக்கொள்வார். இப்படிப்பட்ட சிரமமான வேலையை ஒவ்வொரு நாளும் செய்ய வேண்டியிருந்தது. ஒரு சில நாட்கள் இத்தகைய அலுப்பு ஏற்படும் அனுபவங்கள் கிடைத்ததால் என்னுடன் இருந்தவர்கள் இதனைத் தொடர்ந்து செய்ய மறுத்தார்கள். இது நேர விரயம், சக்தி விரயம் என்று கூறினார்கள். அவர்கள் எல்லோரும் பட்டப்படிப்பு அல்லது மேல் படிப்பு என்று படித்தவர்கள். இப்படி, படிக்காத முரட்டுக் கொள்ளைக்காரர்கள், திருடர்கள், கடும் குற்றவாளிகள் போன்றவர்களுக்குக் கல்வி கற்றுக் கொடுக்கும் வேலையைச் செய்த அனுபவம் இல்லாதவர்கள். அவர்களுக்கு மூன்று 'ஆர்'களைக் கற்றுத் தருவதற்கு, அவர்களைப் பலமுறை புகழ வேண்டி இருந்தது, புகையிலையை லஞ்சமாகக் கொடுக்க வேண்டியிருந்தது. அவர்களோ நானோ இப்படி மனமுடைந்து போய் இருக்கும்போது, அவர்களிடம், "இதைவிடச் சிறந்த வேலை எதனை நீங்கள் உங்கள் தேசத்திற்காகச் செய்ய முடியும்? அதிலும் இங்கிருந்துகொண்டு வேறு என்ன செய்ய முடியும்? அப்படி ஒரு வேலை இருந்தால் சொல்லுங்கள், இதை விட்டுவிட்டு அதனைச் செய்யலாம். சும்மா இருப்பதைக் காட்டிலும் அல்லது தேவையற்ற விவாதங்களில் ஈடுபடுவதைக் காட்டிலும் இந்த வேலை எவ்வளவோ மேலானது. இதன்மூலம் படிக்காதவர்களுக்கு நாம் படிப்பறிவைக் கொடுப்பது மட்டுமல்லாமல், விஷயங்களை ஒழுங்காகப் புரிந்துகொள்ளும் திறனையும் கொடுக்கிறோம். இது, சேவை செய்யும் மனப்பான்மையையும் ஒருவருக்கொரு உதவும் எண்ணத்தையும் வளர்க்கும். இது, நாட்டிற்கு நாம் செய்யும் சேவை. கடினமாக இருந்தாலும் மிக உயர்ந்த சேவை. நாம் நாடு முழுவதும் இலவச மற்றும் கட்டாயக் கல்வி கொடுப்பதற்காக ஆரம்பப் பள்ளிக்கூடங்களை ஆரம்பிக்கவேண்டும் என்று உறுதி மொழி எடுத்துக் கொண்டிருக்கிறோம். அது நினைவில் இருக்கட்டும். இவர்களில் சிலர் அந்தப் பள்ளிக்கூடங்களில் பாடம் எடுக்க முன்வர வேண்டும். சிலர் தங்கள் வாழ்க்கையையே இந்தப் பணிக்காக அர்ப்பணிக்கவேண்டும். இந்தப் பணியைச் செய்வதற்காக நம்மை நாமே பாராட்டிக் கொள்ளலாம். நாம் மிக உயர்ந்த வேலைகளையும் அதிகச் சம்பளம் தரும் வேலைகளையும் மட்டுமே செய்வதற்காகப் பிறந்தவர்களா? கடினமான வேலைகளை எல்லாம் மற்றவர்கள்தான் செய்ய வேண்டுமா? இது நியாயமா? மக்களுடைய சேவகர்கள் என்று அழைத்துக் கொள்பவர்கள் இப்படிச் சிந்திக்கலாமா? உண்மையான தேசப்பற்று என்பது அறியாமையில் இருப்பவர்களுக்கும், அடித்தளத்தில் உழல்பவர்களுக்கும் அறிவு புகட்டி மேலே கொண்டு வருவதுதானே. மேற்கத்திய நாடுகளில் பல

மிஷனரிகள் கைதிகளிடையே கல்வியைப் பரப்பவேண்டும் என்பதற்காகத் தங்களை அர்ப்பணித்துக் கொள்கிறார்கள். ரஷ்யாவில் ஆயிரக்கணக்கான புரட்சியாளர்கள் கிராமம் கிராமமாகச் சென்று மக்களிடையே விழிப்புணர்ச்சியை ஏற்படுத்தி, அவர்கள் அறியாமையிலிருந்து வெளிவருவதற்காக பாடுபட்டனர். அதற்காகத் தங்கள் வாழ்க்கையையே அர்ப்பணித்துக் கொண்டனர். அப்படி இருக்கும்போது அதே பணியை நாம் இங்கு செய்ய எதற்காக நொந்து கொள்ளவேண்டும்? நம்முடைய கல்வியினால் அவர்களுக்கு எழுதப்படிக்க மட்டுமல்லாமல் இந்த உலகத்தை ஒழுங்காகப் புரிந்து கொள்ளவும் உதவி செய்கிறோம். அவர்களுக்கு அவர்களுடைய தேசத்தைப் பற்றியும் அதன் மக்களைப் பற்றியும் புரிந்துகொள்ள நாம் உதவுகிறோம். நம்மிடமிருந்து உயர்ந்த பண்புகளை அவர்கள் கற்றுக் கொள்கிறார்கள். நம் நாட்டில் உள்ள மிகப்பெரிய மனிதர்களின் கதைகளை நாம் சொல்லும்போது அவர்கள் எவ்வளவு ஆர்வத்துடன் கண்களை விரித்துக்கொண்டு கேட்கிறார்கள் என்பதைப் பார்த்திருக்கிறீர்கள் அல்லவா? இவர்கள் அறிவில்லாதவர்கள் என்றால் நாம் யார்? நாம் பிறக்கும்போதே விழிப்புணர்வுடன் பிறந்தவர்களா? நாம் முன்னேறி 'இரட்டை பிறப்பாளர்களாக' இருக்கிறோம் என்றால், இவர்களும் முன்னேறி நம்முடைய நிலைக்கு வர இயலும். அதனால் இதைக்காட்டிலும் சிறந்த வேலை ஒன்று வரும் வரையில் நாம் இதனைத் தொடர்ந்து செய்து கொண்டிருப்போம். இது ஒரு தேச சேவை. எவ்வளவு கடினமாக இருந்தாலும் இதனைத் தொடர்ந்து செய்வோம். அறியாமையில் இருக்கும் மக்களுக்கு, கல்வி அறிவு, தேசத்தைப் பற்றிய கல்வி ஆகியவற்றைக் கொடுப்பது நம் கடமை. நாம் இந்தச் சிறையிலிருக்கும் காலம் வரை இந்தச் சேவையை செய்யவேண்டும்" என்று கூறினேன்.

நாங்கள் இந்தப் பணியைத் தொடர்ந்து நம்பிக்கையுடன் செய்து கொண்டிருந்தபோது கொஞ்சம் கொஞ்சமாக அந்தக் கைதி களிடையே, பரந்த மனப்பான்மை, சுயநலமின்மை ஆகிய நல்ல நடத்தையோடு கூடிய மனிதர்கள் உருவானார்கள். அவர்களுக்குக் கொள்கைப்பிடிப்பும் உறுதியும் தேச சேவைக்காகத் தங்களை அர்ப்பணித்துக்கொள்ளும் மனோதிடமும் இருந்தன. எங்களைப் போன்ற விழிப்புணர்ச்சி கூடியவர்களே அவர்களைக் கண்டு வெட்கப்படும் அளவுக்குத் தன்னலமற்ற சேவையில் தங்களை ஈடுபடுத்திக் கொள்வதில் மிகுந்த முனைப்புக் காட்டினார்கள். அவர்களுக்கு முன்னால் எங்கள் தற்புகழ்ச்சி முட்டாள்தனமான ஒன்றாகவும் கேலிக்குரியதாகவும் ஆகிப் போனது.

ஒரு நூலகத்தைத் துவங்கினோம்

சாதாரணக் கைதிகளுக்குப் படிப்பதற்குப் புத்தகங்களையும் எழுதுவதற்கான உபகரணங்களையும் கொடுத்தபின் அரசியல் கைதிகளின் பயன்பாட்டிற்கான ஒரு நல்ல நூலகத்தை ஏற்படுத்துவதற்காக முயற்சி செய்ய ஆரம்பித்தேன். அவர்கள் எல்லோரையும் அழைத்து அவர்களிடம் இருந்த புத்தகங்களைக் கொடுக்கச் சொன்னேன். இந்தச் சுற்றறிக்கையைப் பார்த்த மிஸ்டர் பாரி வழக்கம்போல் அதனைக் கடுமையாக எதிர்த்தார். அதனைச் செய்வதில் நாங்கள் உறுதியாக இருக்கிறோம் என்பதைத் தெரிந்து கொண்ட அவர், அரசியல் கைதிகள் தங்களுடன் வைத்திருக்கும் விலைமதிப்பற்ற புத்தகங்களை பொதுவாக வைத்திருப்பதற்குத் தர விரும்பவில்லை என்று சூப்பரின்டென்டன்ட்டிடம் தகவல் கொடுத்தார். இந்தத் திட்டத்தில் உறுதுணையாகத் தனது கைப்பாவைகளைப் பயன்படுத்திக்கொண்டார். அவர்கள் சூப்பரின்டென்டன்ட்டிடம் சென்று இப்படிப் பொதுவாகப் புத்தகங்களைச் சேகரிப்பது தவறு என்று கூறினார்கள். அதனடிப்படையில் சூப்பரின்டென்டன்ட் எங்களை அழைத்து, பெரும்பாலான அரசியல் கைதிகள் இதற்கு உடன்பட மறுக்கும்போது இப்படி ஒரு பொது நூலகம் அமைப்பதும் அதற்கான தகவல்களைச் சேகரிப்பதும் எப்படிச் சரியாகும் என்று கேட்டார். நான் அப்போது சூப்பரின்டென்டன்ட்டிடம் இந்த விஷயம் குறித்து ஒரு கருத்துக்கணிப்பு நடத்தினால் உண்மை தெரிந்துவிடும் என்றேன். அப்போது மிஸ்டர் பாரி, சிறையில் ஒவ்வொருவரிடமும் சென்று, பொது நூலகத்திற்கு ஆதரவு தெரிவிக்கக்கூடாது என்று மிரட்டினார். அப்படிக் கொடுக்கப்படும் புத்தகங்களில் புத்தகத்தின் உரிமையாளர் யாரோ அவரில்லாமல் வேறு யாராவது அதில் பென்சிலில் ஏதேனும் எழுதி இருந்தால் அந்தப் புத்தகங்கள் எரிக்கப்படும் என்றார்.

மிஸ்டர் பாரியின் இந்த மிரட்டல்கள் இருந்தபோதிலும்கூட அடுத்த நாள் எங்கள் கருத்தைக் கேட்க சூப்பரின்டென்டன்ட் வந்தவுடன் பாரியின் ஆட்கள் ஓரிருவரைத் தவிர நாங்கள் எல்லோரும் நூலகத்திற்கு ஆதரவாக ஓட்டு போட்டோம். புத்தகங்களை எரித்து விடுவேன் என்ற மிஸ்டர் பாரியின் பயமுறுத்தலுக்குப் பதில் கூறும் வகையில் அவரிடம், ''இப்போது சேகரிக்கப் போகும் புத்தகங்களில் சுமார் 300 ரூபாய் மதிப்பிலான விலைமதிப்பற்ற முக்கியமான என் புத்தகங்களைத் தரப் போகிறேன். அவற்றைத் தொகுப்பில் சேர்க்காமல் நீங்கள் எரித்தாலும் எனக்குக் கவலையில்லை. இந்தச் சிறையில் இலவசமாக ஒரு நூலகம் எங்களுக்கு வேண்டும். அரசியல்

கைதிகள் எல்லோரும் அதனைப் பொதுவாகப் பயன்படுத்தும் வகையில் இருக்கவேண்டும். ஒவ்வொரு சிறையிலும் அரசாங்கமே ஒரு நூலகத்தை வைத்திருக்கும். ஆனால் நாங்கள் யாரும் அதைப் பயன்படுத்த முடியாது. இப்போது நாங்கள் ஒரு நூலகத்தை ஆரம்பிக்கப் போகிறோம். அதற்காக எங்கள் புத்தகங்களைக் கொடுக்கப் போகிறோம். இதற்கு உதவுவதற்காக உங்கள் அனுமதியைக் கேட்கிறோம். இந்த வேண்டுகோளை அனுமதிப்பதில் உங்களுக்கு என்ன கஷ்டம்?" என்று கேட்டேன். சூப்பரின்டென்டன்ட் கொஞ்சம் முற்போக்குச் சிந்தனை உடையவர். நூலகம் ஆரம்பிக்கும் யோசனைக்கு அவர் ஒப்புதல் கொடுத்தார். அந்தத் திட்டத்திற்கு எதிர்ப்புத் தெரிவித்தவர்கள் அவர்களின் புத்தகங்களை அதில் வைக்க வேண்டாம் என்று கூறிவிட்டார். ஒவ்வொரு ஞாயிற்றுக்கிழமையும் அரசியல் கைதிகள் நூலகத்திற்குச் சென்று அவர்களுக்குத் தேவையான புத்தகத்தை ஒரு வார காலத்திற்கு வாங்கிச் செல்லலாம். பலதரப்பட்ட விஷயங்கள் அடங்கிய புத்தகங்கள் நூலகத்தில் இருந்தன. அரசியல் கைதிகளுக்கு இப்போது அவர்கள் படிப்பதற்கான வாய்ப்பு கிடைக்கின்றது. அவர்கள் வீட்டிலிருந்து புத்தகங்களை அனுப்பச் சொன்னேன். ஒவ்வொன்றாக அவை வரும்படி திட்டமிட்டு அனுப்பச் சொன்னார்கள். எனவே எல்லாம் ஒரே நேரத்தில் வராமல் ஒன்றன் பின் ஒன்றாக வந்தன. ஒவ்வொரு பார்சலிலும் வித்தியாசமான புத்தகங்கள் இருக்கும்படி நாங்கள் ஏற்பாடு செய்தோம். ஒரே தலைப்பில் பல புத்தகங்கள் வருவதைத் தடுப்பதற்கும் பலதரப்பட்ட விஷயங்களைப் படிப்பதற்கும் இந்த ஏற்பாட்டினைச் செய்தோம். இந்த வகையில் பெங்காலி, இந்தி, பஞ்சாபி மற்றும் சமஸ்கிருத மொழியில் புத்தகங்களைச் சேகரித்தோம். நிறைய இலக்கிய மற்றும் ஆன்மிகப் பத்திரிகைகளும் சேர்ந்தன. இவை, இந்தியாவில் தற்போது என்ன நடக்கிறது என்பது பற்றிய செய்திகளை எங்களுக்குத் தந்தன. மிஸ்டர் பாரி புத்தகங்களைப் பற்றி எப்படிப்பட்ட அபிப்பிராயம் கொண்டவர் என்று ஏற்கெனவே கூறி இருக்கிறேன். ஆனால் எங்களுக்கு ஒரு நல்ல சூப்பரின்டென்டன்ட் ஒருவர் சிறிது காலத்திற்கு வாய்த்தார். அதனால் அவர் பல நல்ல புத்தகங்கள் கிடைக்க ஏற்பாடு செய்தார். ஆனால் பத்திரிகைகளைப் பொருத்தவரை அவர் மிஸ்டர் பாரியின் கருத்துக்கு விரோதமாகச் செயல்பட விரும்பவில்லை. ஏனென்றால் மிஸ்டர் பாரி, 'கைதிகளுக்குப் பிரிவினைவாதக் கருத்துகளைத் தாங்கி வரும் பத்திரிகைகளை இவர் தருகிறார்' என்று தன்னைப் பற்றி முதன்மை கமிஷனரிடம் புகார் கொடுத்து விடுவார் என்று அவருக்குத் தெரியும். ஆகவே 'மாடர்ன் ரிவ்யூ' மற்றும் 'இந்தியன் ரிவ்யூ' போன்ற பத்திரிகைகளை கமிஷனரிடம் ஆலோசித்த

பிறகுதான் அவர் எங்களுக்குக் கொடுத்தார். இந்திய அரசாங்கத்தால் தடை செய்யப்படாத பத்திரிகைகள் அந்தமானிலும் தடை செய்யப் படக்கூடாது என்று அவரிடம் விவாதம் செய்வேன். அரசியல் கைதிகளைப்போலப் படிப்பறிவு உள்ள மக்கள் அவற்றை வாசிப்பதற்கு எந்தத் தடையும் இருக்கக்கூடாது, இந்தியாவில் பல ஆய்வுகளுக்கு உட்படுத்தப்பட்டுப் பிறகு அனுமதிக்கப்பட்ட புத்தகங்கள் பிரிவினைவாத கருத்துகள் கொண்டவையாக இருக்க முடியாது, ஆட்சேபணைக்குரிய வேறு எந்த விஷயமும் அவற்றில் இருக்காது, அந்தத் தணிக்கைகளுக்கு மேல் மீண்டும் மிஸ்டர் பாரி முடிவெடுப்பது சரியாகாது என்ற என் வாதம் கமிஷனரால் ஏற்றுக்கொள்ளப்பட்டது. இந்தப் பத்திரிகைகள் எல்லாம் எங்களுக்கு நூலகத்தில் படிக்கக் கிடைத்தன. ஆனால் சூப்பரின் டென்டன்ட் மாறியவுடன் மிஸ்டர் பாரி மறுபடியும் அவற்றிற்குத் தடைவிதிக்க முயற்சி செய்தார். சில சமயம் அவர் ஒரு புத்தகத்தின் பக்கங்களைக் கிழித்து விடுவார். சில சமயம் ஆட்சேபணைக்குரியது என்று கருதும் இடங்களை மைகொண்டு அழித்துவிடுவார். நிலைமை இப்படி இருந்தாலும் நாங்கள் விரும்பியது எங்களுக்குக் கிடைத்தது. ஓரிரு முறை எங்களுக்கு வந்த புத்தக பார்சல்களை மிஸ்டர் பாரி இடைமறித்துப் பெற்றுக்கொண்டு எங்களுக்கு அவற்றைப் பற்றிய தகவல்களைச் சொல்லாமல் இருந்தார். அவை வந்து சேரவில்லை என்ற தகவல் எங்களுக்குச் சொல்லப்பட்டது. ஆனால் அவை வந்து சேர்ந்துவிட்டன என்ற தகவல் எங்களுக்குக் கிடைத்தது. அதனால் அதுபற்றி சூப்பரின்டென்டன்ட்டுக்குக் கடிதம் எழுதினோம். அப்போது அவை ஒரு மாதத்திற்கு முன்பே வந்து சேர்ந்துவிட்டது என்ற விஷயத்தை அவர் கண்டுபிடித்தார். மிஸ்டர் பாரி எங்கள் முன் தலைகுனிய நேரிட்டது. சூப்பரின் டென்டன்ட்டிடம் பதில் அளிக்க அவர் சிரமப்பட்டார். சிலசமயம் புத்தகங்களும் பத்திரிகைகளும் கிடைப்பதற்காக நாங்கள் வேலைநிறுத்தம் செய்ய வேண்டியிருக்கும். அவரது விருப்பத்திற்கு மாறாக நாங்கள் நூலகத்தை ஆரம்பித்ததால் அவர் எங்களுக்கு நிறையப் பிரச்சினைகளைக் கொடுத்துக் கொண்டிருந்தார்.

இத்தனை சிக்கல்களையும் மீறி எங்கள் நூலகம் சிறையில் ஒரு உதாரண அமைப்பாக விளங்கியது. அதில் பல்வேறு தலைப்புகளில் பல்வேறு மொழிகளில் ஆயிரத்திலிருந்து இரண்டாயிரம் புத்தகங்கள் வரை இருந்தன. முதலில் அவற்றைப் பயன்படுத்தாமல் இருந்தவர்கள்கூடப் பிறகு அவர்களுடைய புத்தகத்தையும் அங்கு அனுப்பச் சொல்லி அதனைப் பயன்படுத்த ஆரம்பித்தனர். அந்த நூலகத்தைப் பற்றி சூப்பரின்டென்டன்ட் மிகவும் பெருமை

கொண்டார். அதற்கெனப் புதிய கப்போர்டுகள் வாங்க அனுமதி கொடுத்தார். அதை வைத்துக் கொள்வதற்காக ஒரு பெரிய அறையையும் கொடுத்தார். மூன்று அரசியல் கைதிகள் அதை நிர்வகிக்க நியமிக்கப்பட்டனர். அவர்களுக்குப் புத்தகங்களை பைண்டிங் செய்யும் கலை தெரியும். அதனை மிகவும் நன்றாகச் செய்தனர். அரசாங்கமும் புத்தகம் பைண்டிங் செய்யும் வேலைகளை அவர்களிடம் கொடுத்தது. அதில் சிலர் மிக அருமையாகப் புகைப்படம் எடுக்கக் கூடியவர்கள். அவர்களுக்குப் புகைப்படங் களைப் பெரிதாக்குவதற்கான ஆர்டர்கள், சிறை அதிகாரிகளின் அனுமதியுடன், அவர்களது ஐரோப்பிய அதிகாரிகளிடமிருந்து கிடைத்தன. இப்படியாக இவர்கள் கடினமான வேலை செய்வதில் இருந்து விடுவிக்கப்பட்டார்கள். அதுமட்டுமல்லாமல் அவர்களுக்குப் பிடித்த வேலையைச் செய்யத் தொடங்கினார்கள். அந்த எளிதான பணி மிஸ்டர் பாரியின் ஆட்களுக்குத்தான் நிறையக் கொடுக்கப் பட்டது. இந்த வேலைகளைச் சிறப்பாகச் செய்பவர்களுக்குத் தரப்பட வில்லை. தனக்கு உதவி செய்தவர்களுக்கு நன்றிக்கடனாக மிஸ்டர் பாரி இந்த வேலைகளைக் கொடுத்ததன்மூலம், எங்களுக்குப் பிரச்சினைகளை உருவாக்கினார்.

விநாயக விருத்தத்தின் துவக்கம்

நூலகத்தில் ராஜா ராம்மோகன்ராய், ஈஸ்வர சந்திர வித்யாசாகர் போன்றவர்களின் வாழ்க்கை வரலாறுகளும் இருந்தன. வங்க மொழியில் வங்கத்தைச் சேர்ந்த மிகப் பெரிய மனிதர்களின் புத்தகங்கள் இருந்தன. ரவீந்திர நாத் தாகூர், நவீன் சென் ராய் மற்றும் யோகேஷ் சந்திரா போன்றோரின் புத்தகங்கள் வங்க மொழியில் இருந்தன. மகாபாரதம், ராமாயணம், யோகவாசிஷ்டம் ஆகிய புத்தகங்கள் சம்ஸ்கிருதத்தில் இருந்தன. ராமகிருஷ்ண பரமஹம்சர், விவேகானந்தர் போன்றோரின் புத்தகங்களும் வாழ்க்கை வரலாறுகளும் இருந்தன. அவையும், ஆன்மிகம் தத்துவம் சம்பந்தப் பட்ட பத்திரிகைகளும் நூலகத்தின் முக்கியப் பகுதிகளாக இருந்தன. நாங்கள் அவற்றை இரண்டு அல்லது மூன்று பிரதிகள் வைத்திருந்தோம். எனவே அரசியல் கைதிகள் அவற்றைத் தொடர்ந்து தீவிரமாகப் படிக்க முடிந்தது. இந்தப் புத்தகங்களைப் படித்து வங்க மொழியை நன்றாகக் கற்றுக்கொண்டேன். லண்டனில் இருந்தபோது 1857ம் ஆண்டு நடந்த சிப்பாய்க் கலகத்தைப் பற்றிப் புத்தகம் எழுதுவதற்காக, அதைப்பற்றித் தெரிந்துகொள்ள நிறைய வங்கமொழிப் புத்தகங்களைப் படித்திருக்கிறேன். அவற்றில் ஒன்று பாபு ரஜனிகந்தா எழுதியது. புத்தகத்தின் தலைப்பு, 'சிப்பாய்ப்

போரின் வரலாறு'. அதை லண்டனில் இருந்த என் வங்க நண்பன் எனக்குப் படித்துக் காட்டினான். அப்போது எனக்கு வங்க மொழி படிக்கவும் பேசவும் தெரியும். ஆனால் எழுதுவதற்குப் பழகி இருக்கவில்லை. அதனைப் பிறகுதான் பழகினேன். இப்போது என்னால் எழுதவும் முடியும். ராமகிருஷ்ண பரமஹம்சரின் வாழ்க்கை மற்றும் உபதேசங்கள், ரவீந்திரநாத் தாகூரின் நினைவுகள், சித்ரா போன்ற அவரது நாடகங்கள் எல்லாவற்றையும் சில்வர் ஜெயிலில் இருந்த நூலகத்தில் படித்தேன். பழைய வங்கமொழியில் புழக்கத்திலிருந்த பயரா என்ற சந்தத்தில் எழுதப்பட்ட ராமாயணம் மற்றும் மகாபாரதம் ஆகியவற்றையும் படிக்க ஆரம்பித்தேன். இந்த விசேடமான சந்தம் வங்கக் கவிதைகளில் மைக்கேல் மதுசூதன் தத் அவர்களால் கையாளப்பட்டது. அவர் அதைத் தனக்குரிய வகையில் சிறிது மாற்றி அமைத்திருந்தார். அவரது கவிதைகளான 'மேக நாத வாதா', 'குருக்ஷேத்திரா' போன்றவை இந்த சந்தத்தில் எழுதப் பட்டவை. அதன்மூலம் எனக்கு ஆங்கிலக் கவிதைகளை ரசிக்கும் திறன் கிடைத்தது. கடைசியில் ஒரு வழியாக நான் அதே சந்தத்தை மராத்தியில் கையாண்டு பார்த்தேன். அதை முழுமையாக, என் நீண்ட கவிதையான 'கோமான்தக்' என்ற கவிதையில் கையாண்டேன். பிறகு அது விநாயக் விருத்தம் என்றழைக்கப்பட்டது.

மராத்திப் புத்தகங்களைப் பொருத்தவரை ஞானேஸ்வர் மொரோபந்த் உட்பட்ட பல பழைய மராத்தி கவிஞர்களின் புத்தகங்கள் அதில் இருந்தன. தீக்ஷித் போன்றவர்களின் விஞ்ஞானப் புத்தகங்களும் இருந்தன. சாதாரணக் கைதிகள் படிப்பதற்கு மராத்தித் தொடர்கள் இருந்தன. இந்திய வரலாறு மராத்தியில் இருந்தது. அதேபோல, தொடக்க காலத்தில் இருந்து சமீபத்திய மராத்தா காலம் வரையிலான மராத்தியர்களின் முழுமையான வரலாறும் இருந்தது. மகாபாரதம் முழுமையாக மராத்தியில் மொழிபெயர்க்கப்பட்டிருந்தது. பரோடா சீரிஸின், முழுமையாக மராத்தியில் மொழிபெயர்க்கப்பட்ட அத்வைத துவைத பாஷ்யங்கள் இருந்தன. அதேபோல பிரம்மசூத்திரத்தின் மராத்தி மொழிபெயர்ப்பும் இருந்தது. மொத்தத்தில் இந்தப் பிரிவில் மட்டும் கிட்டத்தட்ட 200 புத்தகங்கள் இருந்தன. என் நண்பரும் கூட்டாளியுமான, நாக்பூரைச் சேர்ந்த ராமன் ராவ் ஜோஷி இந்தப் புத்தகங்களை நன்றாகப் பயன்படுத்திக்கொண்டார்.

நூலகத்திலிருந்த ஹிந்திப் புத்தகங்களுக்கு எங்கள் கையிலிருந்து பணம் தரவேண்டி இருந்தது. நாங்கள் அவற்றை நிறைய எண்ணிக்கையில் வாங்கினோம். ஹிந்தி தேசிய மொழி என்பதால் ஒவ்வொரு இந்தியனும் அதனைப் படிக்கவேண்டும் என்பது என் கருத்து. அதற்காகவே தேர்ந்தெடுக்கப்பட்ட ஹிந்திப் புத்தகங்

களையும் பத்திரிகைகளையும் வாங்கி நூலகத்தில் சேர்த்தேன். பஞ்சாப் மற்றும் உத்தரப் பிரதேசத்தில் இருந்து வந்த அரசியல் கைதிகள் மூலமாக ஹிந்திப் புத்தகங்கள் நூலகத்தில் பெருகின.

எங்கள் நூலகத்தின் முக்கியப் பகுதி, ஆங்கிலப் புத்தகங்கள்தான். அதில் ஹெர்பர்ட் ஸ்பென்சரின் First Principle முதற்கொண்டு Synthetic Philosophy, Sociology Ethics, John Stuart Mill-ன் அனைத்துப் புத்தகங்களும், Darwin, Huxley, Tyndal Haeckel, Carlyle Emerson போன்றவர்களின் புத்தகங்களும் மெக்காலே கிப்பான் போன்ற வரலாற்றாளர்களின் புத்தகங்களும், மெக்காலே, ஷேக்ஸ்பியர், மில்டன், போப் போன்றவர்களின் புத்தகங்களும் இருந்தன. அதேபோல நெப்போலியன், பிஸ்மார்க், கரிபால்டி, மஜீனி போன்றவர்களின் வாழ்க்கை வரலாறுகளும் மஜீனியின் அனைத்துப் புத்தகங்களும் இருந்தன. இங்கிலாந்து, இத்தாலி, அமெரிக்கா, இந்தியா ஆகிய நாடுகளின் வரலாறு சம்பந்தப்பட்ட புத்தகங்களும் இருந்தன. சார்லஸ் டிக்கென்ஸ், லியோ டால்ஸ்டாய் க்ரோபாட்கின் போன்றவர்களின் நாவல்களும் இருந்தன. விவேகானந்தர், ராமதீர்த்தர் போன்றவர்களின் ஆங்கிலப் புத்தகங்களும், ஜெர்மன் வரலாற்றாசிரியர் Trietske, ஜெர்மன் தத்துவ ஞானி நீஷே போன்றவர்களின் புத்தகங்களும், பிளாட்டோவின் ரிபப்ளிக், அரிஸ்டாட்டிலின் பாலிடிக்ஸ், Plant Cell in Theory of State, சோசியல் கான்ட்ராக்ட் போன்றவையும் அதில் இருந்தன. அனைத்து இந்திய மொழிகளிலும் ஆங்கிலத்திலும் இருக்கும் கருத்தாழமிக்க மிக முக்கியமான புத்தகங்களைச் சேகரித்து இத்தகைய ஒரு நல்ல நூலகம் அமைப்பதில் எங்கள் அரசியல் நண்பர்கள் வெற்றி பெற்றனர். சில்வர் ஜெயிலில் இருந்த அனைவருக்கும் பயன்படும் வகையில் கிட்டத்தட்ட 2000 புத்தகங்களைக் கொண்ட நூலகமாக அது விளங்கியது. ஆன்மிகம் பற்றிய புத்தகங்கள் இதில் அதிகமாக இருந்தன. அரசியல் பற்றிய புத்தகங்களை நூலகத்துக்குக் கொண்டுவர மிகவும் சிரமப்பட வேண்டி இருந்தது. ஒரே ஒரு முற்போக்குப் பார்வை கொண்ட சூப்பரின்டென்டன்ட் தவிர மற்ற அனைத்துச் சிறை அதிகாரிகளும் இந்த நூலகத்தைச் சந்தேகக் கண்கொண்டே பார்த்தனர். அது அவர்கள் கண்ணை உறுத்திக்கொண்டே இருந்தது. இந்தியாவி லிருந்து ஒரு பெரிய அதிகாரி இந்தச் சிறைக்கு விஜயம் செய்யும் போது, நூலகத்தில் இருக்கும் அரசியல் புத்தகங்கள் அவர் கண்ணில் படாமல் இருக்கவேண்டும் என்பதற்கு மிஸ்டர் பாரி மிகுந்த முயற்சி எடுத்தார். இந்த நூலகம் அவர் கண்ணில் பட்டால் தங்கள் மீது நடவடிக்கை எடுக்கப்படும் என்று பயந்தார். ஆனால்

காலப்போக்கில் அதிகாரிகளே இந்த நூலகத்திற்குத் தங்களுடைய சேகரிப்பிலிருந்த புத்தகங்களை வழங்க ஆரம்பித்தனர். அதிகாரிகள் அவர்களுடைய தனிப்பட்ட பயன்பாட்டிற்கு வைத்திருந்த புத்தகங் களையும் இதற்குக் கொடுத்து உதவினர். ஒரு அதிகாரி தனது சேகரிப்பில் இருந்த திருமதி அன்னிபெசன்ட் எழுதிய அனைத்து ஆன்மிகப் புத்தகங்கள் தொடங்கி, கிருஷ்ணமூர்த்தி எழுதிய சமீபத்திய படைப்பான 'மை குருதேவ்' புத்தகம் வரை நூலகத்திற்குக் கொடுத்தார்.

இந்தப் புத்தகங்கள் எல்லாவற்றையும் நான் படித்தேன். அந்த நூலகத்தில் நான் படிக்காத புத்தகம் எதுவும் இருக்கவில்லை. சில புத்தகங்களைத் திரும்ப திரும்ப படித்தேன். என்னுடன் இருப்பவர் களை, அரசியல் வரலாறு பொருளாதாரம் போன்ற புத்தகங்களைப் படிக்குமாறு வற்புறுத்தினேன். படித்துவிட்டு அவர்கள் என்ன புரிந்துகொண்டார்களோ அதை எழுதி வைக்கச் சொன்னேன். அல்லது உரையாற்றச் சொன்னேன். அப்போதுதான் படித்தது நினைவில் என்றும் தங்கும். எங்கள் ஞாயிற்றுக்கிழமைச் சந்திப்புகள் இவர்களுடைய உரைகள் கொண்டதாக இருக்கத் துவங்கியது. கல்லூரியில் பாடம் எடுப்பதைப்போல நான் அவர்களுக்கு, Bluntchillன் The Theory of State போன்றவற்றை எடுத்தேன்.

நூலகத்திலிருந்த அனைத்து சம்ஸ்கிருதப் புத்தகங்களும் எங்களுடையவை. வெளியிலிருந்து எதுவும் கொண்டுவரப்பட வில்லை. அதில் பெரும்பாலான புத்தகங்களில் சமஸ்கிருதத்துடன் மொழிபெயர்ப்பும் இருந்தது. அவையெல்லாம் உபநிஷதங்கள், ரிக்வேதம், ராமாயணம், மகாபாரதம், பிரம்ம சூத்திரம், சாங்கியம், ஈஸ்வர சந்திரரின் காரிகா யோக சூத்திரம் போன்ற புத்தகங்கள். இவற்றின் மொழிபெயர்ப்பை மூலத்தை வைத்துக்கொண்டு படித்தோம்.

வங்கமொழி, மராத்தி, சமஸ்கிருதம் அல்லது ஆங்கிலத்தில் ஏதேனும் ஒரு புதிய புத்தகம் வெளியிடப்பட்டால், அது நல்ல நூலாக இருக்கும் பட்சத்தில் உடனே எங்கள் நூலகத்திற்கு ஒரு பிரதி வாங்கி விடுவோம். அதனால் வீட்டிலிருந்து விலகி இருந்தாலும் உலகிலிருந்து விலகி இருந்தாலும் வெளி உலகில் என்ன நடக்கிறது என்பது எங்களுக்குத் தெரிந்துகொண்டே இருந்தது. இந்தச் செய்திகள் எங்களுக்குப் புதிய நம்பிக்கையையும், எங்கள் மூளைக்குப் புதிய சக்தியையும் கொடுத்தன. இந்த நூலகம் இப்போதிருக்கும் நிலையை அடைவதற்கு முன்பே, நான் என் அரசியல் நண்பர்களுக்கு உத்வேகத்தைக் கொடுக்கப் பல வழிகளைக் கையாண்டிருக்கிறேன். உதாரணத்திற்கு, பண்டைய பேஷ்வாக்கள் காலத்திலிருந்து இப்போது வரை உள்ள தேசியத்

தலைவர்களின் பெயர்களைக் கூறுமாறு கேட்டேன். அதன்பிறகு அந்தப் பெயர்கள்மீது வாக்கெடுப்பு நடத்தினேன். அதில் வரும் முதல் 12 பேரைத் தேர்ந்தெடுத்தேன். இதற்கான விவாதம் நடந்து ஒரு வார காலத்திற்குப் பிறகு பெயர்கள் அறிவிக்கப்பட்டன. அந்தப் பட்டியலில் சிப்பாய்க் கலகத்தின் தலைவர் பெயர் எதுவும் இருக்கவில்லை. ஒரே ஒருவர் ஜான்சி ராணி லக்ஷ்மி பாய் பெயரைக் குறிப்பிட்டிருந்தார். நான் அவர்கள் எல்லோரையும் அழைத்து, அந்தக் கலகத்தைப் பற்றி விவாதித்து, அதைப் பற்றிப் பல உரைகளை ஆற்றி, பிறகு கேள்வி பதில் மூலமாகவும் அந்தக் கலகத்தைப் பற்றிப் புரிய வைத்தேன். ரஜனிகாந்த் எழுதிய 'Indian Mutiny' புத்தகத்தை வாங்கினேன். சிப்பாய்க் கலகம் என்று கூறுவது எப்படித் தவறான ஒன்று என்பதை விளக்கி, அது ஒரு புரட்சி இயக்கம் என்றும், பெரிய அளவில் நடந்த விடுதலைக்கான ஒரு போர் என்றும் விளக்கினேன். அதன்பிறகு ஒவ்வொருவரும் தாத்தியா தோப்பே, நானா சாஹேப் பேஷ்வா, குன்வர் சிங், லக்ஷ்மி பாய் போன்றோரைப் பற்றித் தெரிந்துகொண்டார்கள். இந்தப் பெயர்களெல்லாம் அவர்களுக்குப் பரிச்சயமாயின.

குர்ஆனைப் படித்தேன்

தாமஸ் கெம்பிஸ் எழுதிய Imitation of Christ புத்தகம் எனக்கு மிகவும் பிடித்த ஒன்று. நான் இங்கிலாந்தில் குர்ஆனைப் படிக்க ஆரம்பித்தபோது முதலில் அதன் ஆங்கில மொழிபெயர்ப்பைப் படித்தேன். பிறகு அதன் வங்க மொழிபெயர்ப்பைப் படித்தேன். இந்தியா வந்ததும் அதனை மராத்தியில் படித்தேன். அதன் மூலத்தை நான் ஒரு முகமதிய நண்பருடன் படித்தேன். அது எந்த மொழியில் சொல்லப்பட்டதோ அதே மொழியில் படித்தால்தான் அதன் அழகுணர்வு புரியும் என்று அவர் சொல்லுவார். அந்த நூலை அவருடன் அமர்ந்து ஒவ்வொரு பக்கமாகப் படித்தேன். அப்படிப் படிப்பதற்கு முன் கைகளையும் கால்களையும் கழுவிக்கொண்டு உட்கார்ந்து என் முழு மனதை அதில் செலுத்திப் படித்தேன். என் நண்பரைக் கொண்டு சுராக்களைப் படிக்கச் சொல்லி, அவற்றை ஹிந்தியில் எனக்கு மொழிபெயர்த்துத் தரச் சொல்லிக் கேட்பேன். நாங்கள் ஒவ்வொரு நாளும் ஒரு குறிப்பிட்ட நேரத்தில் அதனைப் படித்துக்கொண்டிருந்தோம். மிகுந்த ஈடுபாட்டுடன் அதனைப் படித்தோம். பிறகு, முகமது அலி எழுதிய ஆங்கிலத்தில் உள்ள குர்-ஆனின் நவீன பதிப்பைப் படித்தேன். ஏற்கெனவே ஆங்கிலத்தில் பைபிளை இரண்டு முறை படித்திருக்கிறேன். பத்து முக்கிய உபநிஷதங்களையும் படித்திருக்கிறேன். அவை அனைத்தையும்

மாதத்திற்கு ஒன்று என்ற விதத்தில் ஒரு வருடத்தில் படித்து முடித்தேன். அவற்றைப் படிக்கும் போதெல்லாம் அதுகுறித்து தீவிர சிந்தனையில் தியானத்தில் என்னை மறந்திருப்பேன். திடீரென்று யோக வாசிஷ்டம் படிக்க ஆரம்பித்தேன். அது எனக்குள் மிகுந்த ஆர்வத்தைத் தூண்டியது. வேதாந்தத் தத்துவங்களுக்குப் பிறகு நான் படித்த மிகவும் அற்புதமான புத்தகம் அது என்று சொல்வேன். அதில் உள்ள விளக்கங்கள் மிகவும் தர்க்கரீதியாகவும் கவித்துவமாகவும் இருந்தன. அத்தகைய கவித்துவம் கொண்ட தத்துவார்த்தக் கவிதைகளை சமஸ்கிருதத்தில் மட்டுமே இயற்றமுடியும். பகவத் கீதையின் பதினொன்றாவது அத்தியாயத்தைப் பாருங்கள். அதில் பரமாத்மா பிரபஞ்ச சக்தி உருவகத்தில் இருப்பதைப் பற்றிக் குறிப்பிடப்பட்டிருக்கும். ஒன்று பலவாக உருவாகியிருப்பதைப் பற்றியும் சொல்லப்பட்டிருக்கும். அதேபோல் காளிதாசனுடைய வரிகளில் விஷ்ணுவின் உருவாக்கத்தைப் பற்றி அல்லது அவரது குமாரசம்பவத்தில் அருமையான வரிகளில் அவர் பரமாத்மாவைப் பற்றி அழகிய ஏரியின் ஆற்றொழுக்கு நடையில் விவரித்திருப்பதைப் படித்துப் பாருங்கள்.

கவிதைக்கும் தத்துவத்திற்கும் எந்த முரண்பாடும் கிடையாது. கவிதை என்பது அழகின் சிரிப்பு. அது ஆனந்தத்தைப் பற்றி நமக்குக் கூறுகிறது. உண்மையைத் தவிர வேறு எதுவும் நமக்கு அந்த அற்புதமான ஆனந்தத்தை விளக்காது. உண்மைதான் அழகு, அழகே உண்மை. அதேபோல இந்த உலகத்தில் நாம் காண்பவை, உணர்பவை, அறிவு எல்லாவற்றையும் தாண்டி நம்முடைய ஆத்மாவிற்கு எது திருப்தியைக் கொடுக்கிறதோ அதுவே உண்மை. அதுவே அழகானதும் அமைதியானதும் மகிழ்ச்சி தரக்கூடியதும் ஆகும். எனவே உயர்தரமான கவிதை என்பது அற்புதமான உண்மையுடன் தன்னைப் பிணைத்துக்கொண்டதாக இருக்கும்.

நான் தொடர்ந்து வேதாந்தத் தத்துவங்களைப் படித்துக்கொண்டிருக்கும் போது ஒரு விஷயத்தை உணர்ந்தேன். அந்தப் புத்தகங்களைப் படிக்கும்போது அமைதி என் மனதை முழுமையாக ஆட்கொண்டது. இந்தப் பிரபஞ்சத்தைப் பற்றிச் சிந்திப்பதில் லயித்து விடுவேன். இந்த உலக வாழ்வில் நாம் செய்யும் காரியங்களில் உள்ள பயனற்ற தன்மை, என் மனதை அதிலிருந்து விலக்கி வைத்தது. இது, செயல் புரியவேண்டும் என்ற என் மனதின் உற்சாகத்தை அழித்தது. என் மனது முழுக்க அந்த தத்துவவிசாரமே ஆக்கிரமித்து இருந்தது. தேசத்திற்காகச் சேவை செய்வது, மனித நேயம் ஆகிய வார்த்தைகள் அர்த்தமில்லாத வார்த்தைகள் போல் எனக்குத் தோன்றின. இந்த

உன்னதமான உயர்ந்த லட்சியம், தற்காலிகமானதும் சிறுபிள்ளைத் தனமானதும் போலத் தோன்றியது. நிலவியல் மற்றும் வானவியல் சம்பந்தமான புத்தகங்களைப் படிக்கும்போதும் இதே போன்ற ஒரு பிடிப்பற்ற உணர்வு எனக்கு ஏற்படும். ஆனால் அவை வேறு காரணங்களுக்காக ஏற்படும். அந்தப் புத்தகங்களில் பூமியைப் பற்றி, வான மண்டலத்தைப் பற்றி விளக்கி இருப்பதைப் படிக்கும்போது, இந்தப் படைப்பில் நாம் எவ்வளவு சிறிய ஆள் என்பது புரியும். இந்தப் பிரபஞ்சத்தின் அளவில் நம்முடைய வாழ்க்கை என்பது எவ்வளவு சிறிய புள்ளி என்பதும் புரியும். அப்படி இருக்கும்போது எதற்காக நாம் போராடவேண்டும், எதற்காகப் பெருமுயற்சி எடுக்க வேண்டும் என்றெல்லாம் தோன்றும். ஏனென்றால் இவை எல்லாம் ஆழம்கொண்ட கால வெளியில் அழிந்துவிடக்கூடிய ஒன்று. ஆனால் வேதாந்தத்தைப் படிக்கும்போது இதுபோன்ற ஒரு விரக்தியும் நம்பிக்கையற்ற தன்மையும் நம் மனதில் ஏற்படாது. அது செயலற்ற நிலையைப் பரிந்துரைப்பதுதான் என்றாலும் அது நம் சுயத்தை உணர்ந்துகொண்டு ஆனந்தத்தில் திளைப்பதற்காக நம் கர்மங்களை விடச் சொல்கிறது. இந்த உலக வாழ்க்கையின் கடமை களைக் காட்டிலும் அவை மிக உயர்ந்தவை என்பதால் அதனைப் பின்பற்றச் சொல்கிறது. வேதாந்தத்தைப் பொருத்தவரையில் கர்மத்தை விடுவது என்பது மிகப்பெரிய அறிதலும் ஆனந்தமும் ஆகும். அது வானவியல் மற்றும் நிலவியல் படிக்கும்போது நமக்குக் கிடைப்பது போல் விரக்தியைக் கொடுக்காது. வேதாந்தத்தைப் பொருத்தவரை மனிதன் தனக்குத் தானே எஜமானன். அவன் அற்புதமான தெய்வ சக்தியின் ஒரு அம்சம். விஞ்ஞானத்தைப் பொருத்தவரை மனிதன் இயற்கையின் ஒரு படைப்பு. அதில் ஏற்பட்ட பல்வேறு பரிணாம வளர்ச்சியின் ஒரு பிரதிபலிப்பு. கடைசியில் இந்தப் பிரபஞ்சத்துடன் அழிந்து போகப்போகும் ஒரு படைப்பு. நான் யோக வாசிஷ்டத்தைப் படிக்கும்போது நான் நெய்து கொண்டிருக்கும் கயிறு என் கையிலிருந்து தானாகவே விழுந்து விடும். மணிக்கணக்கில் நான் என் உடலைப் பற்றிய பிரக்ஞையே இல்லாமல் உட்கார்ந்திருப்பேன். என் கால்கள் மற்றும் கைகள் ஆடாமல் அசையாமல் அப்படியே இருக்கும். சரணாகதி அடைவதற் கான ஒரு ஆழ்ந்த வேட்கை எனக்குள் இருப்பதை உணர்ந்தேன். நாம் செய்யும் இந்தப் போராட்டங்களும் வேலைகளும் பிரசாரங்களும் எல்லாமே அர்த்தமற்றவை. ஆனால் கடைசியில் மனது ஒரு வழியாக உடலைத் தன் கட்டுக்குள் கொண்டுவர, மீண்டும் வேலையைச் செய்ய ஆரம்பிப்பேன்.

அதேநேரம் வரலாற்றையோ அல்லது மற்ற விஞ்ஞானப் புத்தகங்களையோ படிக்கும்போது, மன ஆற்றல் பெறவேண்டும்

அந்தமான் சிறை அனுபவங்கள் | 309

என்ற வேட்கை எனக்குள் அதிகமாகும். மேற்கிலும் கிழக்கிலும் புரட்சி மூலமாக நடந்த எழுச்சிகள், எப்படி ராஜ்ஜியங்களைப் புரட்டிப்போட்டுப் புதிய சக்திகளை ஆட்சிக்குக் கொண்டுவந்தன என்று படிக்கும்போது பெரும் உத்வேகம் வரும். உடனடியாகச் சிறைக் கம்பிகளை உடைத்துக்கொண்டு அங்கிருந்து தப்பிப் போய், இந்தியாவிற்குச் சென்று போராடி விடுதலை பெற்று சுதந்திர இந்தியாவின் கொடியை இமயத்தின் உச்சியில் ஏற்றவேண்டும் என்ற எண்ணம் தோன்றும். உடனடியாக இந்தப் போராட்டத்தில் ஈடுபட்டு வெற்றி கொள்ளவேண்டும் என்று நினைப்பேன். இது என் மனதிற்குள் நடக்கும் உணர்ச்சிகளின் போராட்டம். இதிலிருந்து விடுபட்டவுடன் என்னை நினைத்து நானே சிரித்துக் கொள்வேன். இது இப்படிப்பட்ட கேள்விகளையும் கற்பனைகளையும் உணர்வு களையும் விளக்கிக் கொண்டிருப்பதற்கான நேரம் அல்ல. எனவே நான் இவற்றையெல்லாம் 'இருந்தாலும்' என்று முடித்துவிட்டு, முக்கியமான விஷயத்திற்கு வருகிறேன்.

நகரும் நூலகம்

சாதாரணக் கைதிகளில் சிலர் நன்கு படித்தவர்கள். நாங்கள் எழுதப் படிக்கக் கற்றுக் கொடுத்தவர்களில் சிலர், நல்ல அறிவுடன் வரலாறு மற்றும் பல முக்கியமான தலைப்புகளில் புத்தகங்களைப் படிப்பதில் ஆர்வம் கொண்டவர்களாக இருந்தனர். அவர்களுக்காக நாங்கள் ஹிந்தி மற்றும் மராத்திப் புத்தகங்கள் அடங்கிய இன்னொரு நூலகத்தை ஆரம்பிக்க வேண்டி இருந்தது. ஆனால் எங்கு ஆரம்பிப்பது? யார் அதற்குப் புத்தகங்களைக் கொடுப்பார்கள்? அதிகாரிகள் இத்தகைய சாதாரணக் கைதிகளுக்கு நூலகங்கள் அமைப்பதற்கு எதிர்க்கருத்து கொண்டிருந்தார்கள். அவர்கள், இவர்களுக்குப் புகையிலை கொடுத்துக் காரியங்களைச் சாதித்துக் கொள்வது, புரளிகளைப் பரப்புவது, மோசமான காரியங்களில் ஈடுபடுவது போன்றவற்றில் உதவுவார்கள். ஆனால் இவர்களில் 10 பேர் சேர்ந்து ஒரு நூலகம் அமைக்கவேண்டும் என்று சொன்னால் அதனை ஒரு பெரிய குற்றமாக அவர்கள் கருதினார்கள். அதனால் எங்களது நூலகத்தை அவர்களுக்கும் பகிர வேண்டி இருந்தது. நாங்கள் வெளியில் சென்று வேலை செய்வதற்கும் பிரசாரம் செய்வதற்கும் ஒரு இயக்கத்தைத் துவங்கியிருந்தோம். அது குறித்து நான் ஏற்கெனவே சொல்லி இருக்கிறேன். அந்த இயக்கத்தின் மூலமாக நாங்கள் வசூல் செய்த பணத்தைக் கொண்டு, பொருளாதாரம் வரலாறு, புதினங்கள் போன்ற நூல்களை வாங்கி அவற்றைச் சாதாரணக் கைதிகளுக்கு விநியோகித்தோம். சிறைக்கு

வெளியிலிருந்த ஹிந்து அதிகாரிகளின் விலாசத்தில் அவற்றை ஆர்டர் செய்தோம். அவற்றை ஓரிடத்தில் வைக்காமல் படிப்பவர்களிடையே சுற்றுக்கு விட்டிருந்தோம். புத்தகம் ஒவ்வொருவராகப் படித்ததும் கைகள் மாறி அடுத்தவர்களுக்குச் சென்று சேர்ந்தது. நாங்கள் இருக்கும் பகுதியில் இந்த இயக்கம் வளர்ந்தது. இந்தப் புத்தகங்களுடன் ஹிந்தி மற்றும் மராத்தி செய்தித்தாள்களையும் சுற்றுக்கு விட்டோம். அரசியல் குறித்த ஒரு புத்தகப் பட்டியலை நான் தயார் செய்திருந்தேன். அவற்றை அதிகாரிகள் படித்துப் பார்த்தார்கள். மாதச் சம்பளமாக 75 அல்லது 100 ரூபாய் சம்பாதித்த ஒவ்வொருவரும் தங்கள் வீட்டில் ஒரு சிறிய நூலகத்தை வைத்திருந்தார்கள். அதுபோன்று நூலகம் அமைக்கவேண்டும் என்று நாங்கள் எடுத்த முயற்சிக்கு பெரும் வெற்றியும் கிடைத்தது.

சாதாரண ஹிந்துக் கைதிகளுக்கு இப்படிப் பயிற்சி கொடுப்பதன் மூலம் கிடைக்கும் லாபம் என்னவென்றால், அவர்கள் ஹிந்தி மற்றும் ஆங்கிலத்தில் எழுதப் படிக்கக் கற்றுக் கொண்டவுடன், ஆங்கிலத்தில் மூன்றாவது வகுப்பு வரை படித்து முடித்தவுடன், அவர்களுக்கு முன்ஷியாக வேலை கிடைத்தது. இதன்மூலம் எங்களிடம் பயிற்சிபெற்ற கைதிகள் தீவு முழுக்கப் பல மாவட்டங்களிலும் கிளார்க், முன்ஷி, எழுத்தர் மற்றும் துணை அதிகாரிகளாகப் பணி புரிய ஆரம்பித்தனர். அவர்கள் தங்களது வழக்கமான கடுமையான பணிகளிலிருந்து விடுவிக்கப்பட்டனர். மாதம் நான்கிலிருந்து ஐந்து ரூபாய் வரை அவர்களால் சேமிக்கவும் முடிந்தது. எங்களது சுதேசி பிரசாரத்திற்கு அவர்கள் பயன்பட்டனர். அவர்களது வழக்கமான பணிகளுக்கு இதனால் எந்த இடையூறும் இருக்கவில்லை. அவர்களின் தனிப்பட்ட வாழ்விலும் ஒரு நல்ல முன்னேற்றம் இதனால் காணப்பட்டது. அவர்கள் முன்புபோல் சண்டைகள் போடுவதில்லை. திருட்டு, சண்டை போடுவது, ஏமாற்றுவது போன்ற வழக்கங்கள் எல்லாம் குறைந்தன. இவையெல்லாம் அரசாங்கம் எடுக்கவேண்டிய நடவடிக்கைகள். ஆனால் அவர்கள் அதைப் பற்றிக் கவலைப்படவில்லை. ஏனென்றால் அது அவர்களின் இலக்கல்ல. கைதிகளிடம் எப்படி வேலை வாங்குவது, அவர்களை எப்படிக் கொடூரமாகத் தண்டிப்பது என்பது குறித்தே அவர்களது சிந்தனை இருந்தது. சிறையில் நியமிக்கப்பட்ட அதிகாரிகளுக்கும் இதே சிந்தனைதான் இருந்தது. அதனால் கைதிகளின் வாழ்க்கைத் தரத்தை உயர்த்துவதற்கு நாங்கள் முயற்சிகளை மேற்கொண்டோம். அதிகாரிகள் இதைச் செய்யாததால், அவர்களுக்குத் தெரியாமல் நாங்கள் செய்தோம். இல்லையென்றால், இப்படியான ஒரு நல்ல காரியத்தை ரகசியமாகச் செய்யவேண்டிய அவசியம் இல்லை.

அத்தியாயம் 2

அந்தமானில் சுத்தி இயக்கம்

நான் அந்தமானுக்கு 1911ம் ஆண்டு அனுப்பப்பட்டேன். அங்கு, நாடுகடத்தப்பட்ட ஹிந்துக் கைதிகள் இஸ்லாமுக்கு மதம் மாற்றப்பட்டு முஸ்லிம் பெயர்களுடன் இருப்பதைக் கண்டேன். அதற்கான மூல காரணத்தைத் தேடியபோது ஹிந்துக்கள் இதனைப் பற்றிப் பெரிதாக அலட்டிக் கொள்ளவில்லை என்பதையும் இதனை ஒரு சாதாரண நிகழ்வாகக் கருதினார்கள் என்பதையும் புரிந்து கொண்டேன். இதற்கான மூல காரணத்தை எதற்குத் தேடவேண்டும் என்று அவர்கள் கருதினார்கள். அந்தமான், பிரிட்டிஷ் அரசின் முழு ஆளுகைக்கு உட்பட்ட ஒரு இடம். அங்கு ஹிந்துக்கள் மதமாற்றம் செய்யப்படுகிறார்கள் என்றால் அவர்கள் கிறிஸ்தவத்திற்குதான் மதமாற்றம் செய்யப்பட வேண்டுமே அன்றி இஸ்லாத்திற்கு அல்ல. 1857 வரை சிறைகளிலும் ராணுவத்திலும் அதிகாரிகள் கிறிஸ்தவ மதத்தைப் பரப்புவதற்குப் பெரிதும் ஊக்குவித்தார்கள். ஆனால் அந்த முதல் சுதந்திரப் போராட்டத்திற்குப் பிறகு பிரிட்டிஷ் அதிகாரிகள் மத விஷயங்களில் தலையிடுவதைக் குறைத்துக் கொண்டார்கள். மதமாற்றத்திற்கு அவர்கள் அதிகம் ஆதரவு கொடுக்கவில்லை. ஆனால் இப்போது கிறிஸ்தவ மிஷனரிகள் இந்தியாவிலுள்ள குற்றப் பரம்பரையினர் என்று சொல்லப்பட்ட மக்களைத் தங்களுடைய மதத்திற்கு மாற்றுவதற்கு முயற்சி செய்து கொண்டிருந்தனர். அவர்களது வாழ்க்கையிலும், சமூகப் பழக்க வழக்கங்களிலும் இவர்கள் ஓரளவு ஆதிக்கம் செலுத்துகின்றனர். ஆனால் என் அனுபவம் மற்றும் அறிவைக்கொண்டு நான் சொல்வது என்னவென்றால் கிறிஸ்தவர்கள் சிறையில் தங்களுடைய

அதிகாரத்தைக்கொண்டு ஹிந்துக்களைக் கிறிஸ்தவர்களாக மதம் மாற்ற முயற்சிக்கவில்லை என்பதே. ஒரு சில சமயம் யாராவது ஒரு கிறிஸ்தவ மிஷனரி இங்கு வந்து பிரார்த்தனை செய்வார். ஆனால் அந்தப் பிரார்த்தனைக்கு எல்லோரும் செல்லவேண்டும் என்ற கட்டாயம் கிடையாது. அந்தமானில் ஹிந்துக்களைக் கிறிஸ்தவ மதத்திற்கு மாற்றுவதற்கு அதிகாரபூர்வமாகவோ அல்லது வேறுவித மாகவோ பெரிய முயற்சிகள் ஏதும் எடுக்கவில்லை. எந்த ஒரு அதிகாரியும் தனது அதிகாரத்தை இதற்காகப் பயன்படுத்தியதாகத் தெரியவில்லை. இதிலும் விதிவிலக்குகள் ஒன்றிரண்டு இருந்ததை விநோதமான முறையில் பிறகு தெரிந்துகொண்டேன். அவற்றைப் பற்றி பின்னர் குறிப்பிடுகிறேன். ஆனால் என் 14 ஆண்டுகால அனுபவத்தில் கிறிஸ்தவ மிஷனரிகள் ஹிந்துக்களை மதம் மாற்றியதாக என்னால் 4 உதாரணங்களைக்கூடக் காட்ட முடியாது. அதேபோல் அவர்கள் எந்தவிதமான ஆசைகளையும் காட்டி மதமாற்ற முயற்சிகளில் ஈடுபட்டதாக நான் கேள்விப்படவில்லை.

அப்படி இருக்கும்போது இந்தச் சிறையில் பதான் மற்றும் முஸ்லிம் வார்டர்கள், துணை அதிகாரிகள் மற்றும் ஜமாதார்கள் இவர்களால் எப்படி ஹிந்துக்களைப் பயமுறுத்தியோ அல்லது வேறு வழிகளிலோ இஸ்லாமிற்கு மதம் மாற்ற முடிகிறது? தாங்கள் என்ன செய்கிறோம் என்று தெரிந்து செய்கின்ற கைதிகளை விட்டுத்தள்ளுங்கள். ஆனால் மிக இளம் வயதில் உள்ள சில கைதிகள் முஸ்லிம்களால் இஸ்லாமிற்கு மதம் மாற்றப்பட்டிருக்கிறார்கள். அதை என்ன வென்று சொல்வது? இங்குள்ள கைதிகளின் உடல்நலத்தைப் போலவே ஆன்மிக நலத்தையும் பாதுகாக்கவேண்டியது இந்த பிரிட்டிஷ் அதிகாரிகளின் கடமை அல்லவா? குறைந்தபட்சம் அவர்கள் வயது முதிர்ச்சி அடையும் வரையிலாவது அவர்களை இந்த மதமாற்றத்திலிருந்து காப்பாற்றவேண்டியது அரசின் கடமை அல்லவா? இது ஒரு மைனரின் சொத்தைப் பாதுகாப்பது போல் பாதுகாக்கப்படவேண்டியது அல்லவா? ஆனால் அந்தமானில் இந்தக் கடமை அதிகாரிகளால் முற்றிலுமாகப் புறக்கணிக்கப் பட்டது. ஜெயிலர்களின் கண்காணிப்பு இருக்கும்போதுகூட இந்தியாவில் உள்ள எல்லாச் சிறைகளிலும் இதுபோல இஸ்லாமுக்கு மதம் மாற்றும் வேலை நடந்து கொண்டிருக்கிறது என்று நான் சொல்லமுடியும். 14 வருட சிறை அனுபவத்தில் இதைச் சொல்கிறேன். டெல்லியிலுள்ள ஜும்மா மசூதி அல்லது பம்பாய் இவற்றில் ஹிந்துக்களை இஸ்லாமுக்கு எந்த அளவுக்கு மாற்றுகிறார்களோ அதைவிட கூடுதலாகச் சிறைகளில் இஸ்லாமிய மதமாற்றம் நடைபெறுகிறது. ஹசன் நிசாமி போன்றவர்களின்

ஹிந்துக்களை மதம் மாற்றுவதற்காகச் செய்யப்படும் ஒருங்கிணைந்த வேலைகளைவிட மிகவும் ஆபத்தானது சிறைகளில் நடக்கும் இத்தகைய மதமாற்றங்கள்.

மதமாற்றத்தின் முன்னேற்பாடுகள்

சிறைகளில் மதமாற்றத்தைச் செய்வதற்காக எவரும் நியமிக்கப் படுவது கிடையாது. அதற்கென எந்த இயக்கமும் செயல்படுவது கிடையாது. ஆனால் ஒவ்வொரு முஸ்லிமும் தனது குழந்தைப் பருவத்திலிருந்தே காஃபிர்களைத் தனது மதத்திற்கு மாற்றுவதை ஒரு புனிதக் கடமையாக நினைக்கும்படி பயிற்சி கொடுக்கப்படுகிறான். அப்படிச் செய்தால் அவனுடைய பாவங்கள் எல்லாம் அல்லாவால் மன்னிக்கப்பட்டு அவனுக்கு சுவனத்தில் பல இன்பங்கள் காத்திருக்கிறது என்று பயிற்றுவிக்கப்படுகிறான். இந்தியச் சிறைகளில் ஹிந்துக்கள் இஸ்லாமுக்கு மதம் மாற்றப்படுவதற்கு இது ஒரு முக்கியக் காரணம். இந்த நடவடிக்கைகள் பம்பாய், கல்கத்தா, டெல்லி, லாகூர், மதராஸ் போன்ற நகரங்களில் உள்ள திருடர்கள், கொள்ளைக்காரர்கள் ஆகியவர்களுடைய கும்பல்களில் துவங்குகின்றன. இஸ்லாமிய கிரிமினல் கும்பல்கள் ஹிந்துக்களின் கிராமங்களுக்குப் போய் அவர்களது வீடுகளைக் கொள்ளையடிப் பதையோ எரிப்பதையோ பாவ காரியமாகக் கருதவில்லை. அப்படி ஒரு காரியத்தைச் செய்வது அவர்களுக்கு மிகவும் பெருமையான விஷயம். இத்தகைய குற்றங்களை மன்னித்து அதைச் செய்தவர்களை அப்பாவிகள் என்று கூறிய மௌல்விகளை நான் சந்தித்திருக்கிறேன். இந்த விஷயங்களைப் பற்றி எதுவும் தெரியாதவர்கள், பம்பாய் போன்ற நகரங்களில் திருடர்கள் கூட்டத்தில் அவர்களை மன்னிப்பதற்காக ஒரு மதத்தலைவர் (மஹந்த்) இருக்கிறார் என்பதைச் சொன்னால் ஒப்புக்கொள்ள மாட்டார்கள். அப்படிப்பட்ட மக்கள் ஏதேனும் ஒரு கடையை நடத்திக்கொண்டு அல்லது ஒரு தொழிலைச் செய்துகொண்டிருப்பார் கள். அவர்கள் நேர்மையான ஒழுக்கமான ஆட்களாக சாதாரணமாக உலகத்தில் உலவிக் கொண்டிருப்பார்கள். அவரிடம் நிறைய இளைஞர்கள் வேலைக்குச் செல்வார்கள். கொஞ்ச நாட்களில் அவர்கள் திறமையான பிக்பாக்கெட்களாக உருவாவார்கள். அதன்பிறகு அவர்கள் அடுத்தவர்கள் வீட்டில் சென்று ஜன்னல் வழியாகவோ அல்லது கதவுகளை உடைத்து உள்ளே சென்றோ திருடுவதற்குத் தேர்ச்சி பெறுவார்கள். பிறகு பாதுகாப்புப் பெட்டகங்களை உடைப்பதற்கான தேர்ச்சி பெறுவார்கள். பின்னர் வழிப்பறிக் கொள்ளையில் ஈடுபடும் நிலைக்கு உயர்வார்கள். பிறகு பெரிய கொலைகளைச் செய்யும் கூட்டத்தில் சேர்க்கப்படுவார்கள்.

இப்படிப்பட்ட நபர்கள்தான் பெரும்பாலும் சிறைக்குச் செல்பவர்கள். அவர்களை உருவாக்கிய மதத் தலைவர் எப்போதும் பாதுகாப்பாக இருப்பார். அவர் தனது இடத்தைவிட்டு வேறு எங்கும் செல்ல மாட்டார். அவர் தொடர்ந்து இப்படிப்பட்ட இளைஞர்களைக் கூட்டத்தில் சேர்த்துப் பயிற்சி கொடுப்பதில் ஈடுபட்டிருப்பார்.

ஹிந்துத் திருடர்களின் இருப்பிடங்கள்

ஹிந்துத் திருடர்களின் இருப்பிடங்களில் நீங்கள் ஏராளமான ஆதரவற்ற அனாதைகள் இருப்பதைப் பார்க்கலாம். இவர்கள் பல்வேறு நம்பிக்கைகளைச் சேர்ந்தவர்களாக இருப்பார்கள். இவர்கள் ஒன்றாக உணவு உண்ண மாட்டார்கள். ஒருவருக்கொருவர் பழக மாட்டார்கள். ஏனென்றால் அத்தகைய வழக்கங்களை ஹிந்து மதம் ஆதரிப்பதில்லை. அதுமட்டுமல்லாமல் ஒரு மதத்திலிருந்து தங்கள் மதத்திற்கு மாற்றுவதையும் ஹிந்து மதம் ஊக்குவிக்க வில்லை. அதனால் ஹிந்துத் தலைவர்களைக் கொண்ட ஹிந்துத் திருடர் கூட்டத்தில் நீங்கள் முஸ்லிம் இளைஞர்களையும் பார்க்கலாம். வழக்கமான திருட்டு, பிக்பாக்கெட் அடிப்பது, தெருவில் ரவுடித்தனம் செய்வது போன்றவற்றை அவர்கள் செய்து கொண்டிருப்பார்கள். ஆனால் அவர்கள் இஸ்லாமை ஒருபோதும் கைவிடுவது இல்லை. அவர்கள் தங்கள் மதத்தில் ஈடுபாடுள்ளவர் களாக இருப்பார்கள். அவர்கள் ஹிந்து இளைஞர்களுடனும் ஹிந்துத் தலைவர்களுடனும் பழகுவதன் மூலம் எப்போதும் மதம் மாறுவதில்லை. மாறாக ஹிந்துக்கள் வேண்டுமானால் இஸ்லாம் பக்கம் சாயலாம். ஆனால், இஸ்லாம் கூட்டத்தில் சேரும் ஒரு ஹிந்து இளைஞன், அதன் மதத் தலைவராலும் உடனிருக்கும் இஸ்லாமிய இளைஞர்களாலும் ஈர்க்கப்பட்டு, மெல்ல மதம் மாறுவான். அவர்கள் கற்பழிப்பு, கொலை போன்ற எல்லாவிதமான குற்றங் களையும் செய்வார்கள். ஹிந்துத் திருடர்கள் தேவைக்கேற்றாற் போல் தங்களுடைய குடுமியை வெட்டி, தாடியையும் வளர்த்துக் கொள்வார்கள். ஒரு சில சமயம் தங்கள் இஸ்லாமிய நண்பர்களுடன் சேர்ந்து ஓரிரு முறை மாமிசத்தை உண்டால், உடனே அவர்கள் முஸ்லிம்கள் என்று முத்திரை குத்தப்பட்டு, முஸ்லிம் பெயர் களையும் சூட்டிக் கொள்வார்கள். போலிஸாரை ஏமாற்றுவதற்காக தங்களுக்கு சுன்னத் செய்து கொள்வார்கள். பூணூலை அறுத்தெறி வார்கள். இந்த மாற்றம் நடந்தால் பிறகு அவர்கள் எப்போதும் முஸ்லிமாகவே இருப்பார்கள். இதுபோல நூற்றுக்கணக்கான இளைஞர்கள் முஸ்லிம்களாக மாறி பம்பாயில் பல குற்றச் சம்பவங்களில் ஈடுபட்டுக் கொண்டிருக்கிறார்கள். மாமிசம் உண்பதும் முஸ்லிம்களுடன் இருப்பதும் பற்றிய தகவல் தெரிந்தால்

அவர்களது ஜாதி ஆட்கள் அவர்களை ஒதுக்கி வைத்துவிடுவார்கள். அந்த மௌல்வி அவர்களை இரு கரம்கொண்டு அணைத்து, இஸ்லாமில் சேர்க்கத் தயாராக இருப்பார். அவர் அவர்களிடம், "நீ ஏற்கெனவே ஒரு முஸ்லிம்தான். இப்போது நமாஸ் செய்யக் கற்றுக் கொள், சுன்னத் செய்து கொள், உனக்கு ஒரு அருமையான பெண் மனைவியாகக் கிடைப்பாள், உன்னை நான் மகிழ்ச்சியாக ஆக்குவேன்" என்று கூறுவார். இதுபோன்ற பொறுப்பற்ற இளைஞர் களைப் போலவே அந்த மௌல்வியிடம் நிறைய பொறுப்பற்ற பெண்களும் இருப்பார்கள். எனவே இந்தத் திருடன் கொஞ்சம் கொஞ்சமாக ஹிந்து மதத்திலிருந்து இஸ்லாம் மதத்திற்குப் போய் விடுவான். அந்தப் பாதை அவனுடைய தலைவரான மௌல்விக்கு மட்டுமல்லாமல் அந்தத் திருடனுக்கும் பரிச்சயமான பாதை யாகத்தான் இருக்கும். இப்படிப் பல நேரம் ஹிந்து இளைஞர்கள் இஸ்லாத்திற்கு ஈர்க்கப்படுகிறார்கள். இதற்கெல்லாம் முக்கியமான காரணம் ஒரு காஃபிரை முஸ்லிமாக மதம் மாற்றினால் அது தனது பாவத்திலிருந்து தன்னை விடுவித்து சொர்க்கத்துக்கு அழைத்துச் செல்லும் என்ற ஒரு மூர்க்கத்தனமான நம்பிக்கைதான். இந்தக் கூட்டத்தில் முஸ்லிமாக மாறாமல் தப்பிப்பவர்கள், சிறையில் இஸ்லாம் மதத்திற்கு மாற்றப்படுவார்கள். முஸ்லிம் வார்டர்களும் ஜமாதார்களும் மற்ற இஸ்லாமியக் கைதிகளும் இந்தக் கலையில் தேர்ந்தவர்கள். இவர்கள் சிறையில் இதற்கு உதவுவார்கள். மௌல்விகள் அச்சுறுத்தல் மூலம் அதனைச் செய்வார்கள் என்றால் இவர்கள் அதனை நைச்சியமாக, கைதிகளால் தவிர்க்கவே முடியாத அளவுக்கு மயக்கி மறைமுகமாகச் செய்வார்கள்.

இதுதான் இந்தியாவில் உள்ள நிலைமை எனும்போது அந்தமானைப் பற்றிச் சொல்லவேவேண்டாம். அங்கு துணை அதிகாரிகள், ஜமாதார்கள் எல்லோருமே இஸ்லாமிய அடிப்படைவாதிகள்தான். அவர்கள் பதான், பலூச்சி, பஞ்சாபி மற்றும் சிந்தி போன்ற பகுதிகளிலிருந்து வந்த அடிப்படைவாதிகள். இவர்களது கைகளில் ஹிந்து அரசியல் கைதிகள் சிக்கித் தவிப்பார்கள். இந்த அதிகாரிகள் அவர்களைச் சித்திரவதை செய்து கடுமையான தண்டனைகள் கொடுத்து அவர்கள் மீது பொய்ப் புகார் கொடுத்து மிரட்டுவார்கள். அவரது வாழ்க்கையை நரகம் போல் ஆக்குவார்கள். இதிலிருந்து மீள வழி அவர்கள் முஸ்லிம்கள் ஆவதுதான் என்று அவர்களுக்குச் சொல்வார்கள். அறியாமையில் இருக்கும் இளைஞர்கள் இந்த வலையில் எளிதாக விழுந்து விடுவார்கள். இது எப்படி நடத்தப் படுகிறது என்பதை இந்தப் புத்தகத்தின் முதல் பாகத்தில் ஏற்கெனவே குறிப்பிட்டுள்ளேன். இதைக் கவனித்த நான் இதற்கு

ஒரு முற்றுப்புள்ளி வைக்கவேண்டும் என்று நினைத்தேன். ஒவ்வொரு வாரமும் நான் ஒரு ஹிந்துக் கைதி முஸ்லிம்களுடன் உட்கார்ந்து உணவு உண்பதைப் பார்ப்பேன். எனக்கு அந்தக் காட்சியைக் காணவே சகிக்காது. ஆனால் நான் இங்கு வெறும் கைதிதான். அவர்களைக் காப்பாற்ற நான் என்ன செய்யமுடியும்?

இந்தத் தவறான காரியத்தைச் செய்யவேண்டாம் என்று ஹிந்துக் களிடம் நான் எவ்வளவோ வற்புறுத்திப் பார்த்தேன். ஆனால் அவர்கள் அதைப் பொருட்படுத்தவில்லை. அவர்கள் ஒவ்வொரு வரும் ''இதனால் எனக்கு என்ன? நான் எதற்குக் கவலைப்பட வேண்டும்?'' என்று கேட்டார்கள்.

எதிர்ப்பு துவங்கிற்று

சாதாரண ஹிந்துக்களை விட்டுத்தள்ளுங்கள். அரசியல் கைதிகள் விஷயத்திலும் இதுதான் நடந்தது. அவர்கள் மத மாற்றத்தை எதிர்த்துப் போராடத் துணியவில்லை. ஏனென்றால் அவர்கள் ஏற்கெனவே கஷ்டப்பட்டுக்கொண்டிருந்தார்கள். மேற்கொண்டு சிரமங்களைத் தாங்க இயலவில்லை. ஏற்கெனவே தேசத்திற்காகக் கடுமையாகப் போராடி அவர்கள் அதற்கான தண்டனையை இப்போது இங்கே சிறையில் அனுபவித்துக் கொண்டிருக்கிறார்கள். அவர்கள் உயிர் வாழவே இங்கு மிகுந்த சிரமப்பட வேண்டி யிருக்கிறது. அப்படி இருக்கும்போது நான் கூறும் இந்தக் காரியத்தின் மூலம் கூடுதலான பளுவை அவர்கள் எப்படிச் சுமக்க முடியும்? இந்த வேலையை மற்றவர்கள்தான் செய்யவேண்டும். அவர்களால் செய்ய முடியாது. எனவே அவர்கள் எப்போதும், 'இப்போதைக்கு இந்த விஷயத்தை விட்டுவிடுங்கள். நாம் தொடர்ந்து அவர்களுடன் சண்டை போட்டுக்கொண்டிருக்க வேண்டியிருக்கிறது. இந்தப் பிரச்சினையைக் கொடுத்து அவர்களுடன் மேலும் ஒரு மோதலை நாம் ஏற்படுத்தவேண்டாம்' என்று கூறுவார்கள். நான் அவர்களைக் குறை கூறமாட்டேன். ஆனால் அதில் ஒரு மூன்று அல்லது நான்கு பேர், 'இந்த முயற்சி முட்டாள்தனமானது, நேர விரயம்' என்றும் கூறினார்கள். அவர்களை நான் குறை கூறுவேன். ஏனென்றால் அவர்கள் தங்களுடைய கோழைத்தனத்தை மறைப்பதற்காக என்னைக் குறை கூறுகிறார்கள். மற்றவர்கள் ஜமாதார்களிடமிருந்து தங்களைக் காத்துக்கொள்ள என்னை எதிர்த்தார்கள். அவர்கள் தாங்களும் இஸ்லாம் மதத்திற்கு மாறப் போவதாக ஜமாதார்களிடம் கூறினார்கள். இப்படிப்பட்ட கைதிகள் எப்படி மதமாற்றத்தை எதிர்த்துப் போராட முன்வருவார்கள்? எப்போதாவது ஹிந்துக்களை இஸ்லாமிய மத

மாற்றத்தில் இருந்து தடுக்கப் போராடும்போது, அவர்கள் எங்கள் செயலை மடத்தனமானது என்று கூறி, ஜமாதாரை திருப்திப்படுத்த முயற்சிப்பார்கள். ''இதில் என்ன மாசு அல்லது சுத்தம் என்றெல்லாம் இருக்கிறது? இவர்கள் எல்லோரும் திருடர்கள். அதனால் இவர்கள் ஹிந்து மதத்தில் இருந்தால் என்ன, இல்லை என்றால் என்ன? அதன்மூலம் என்ன வித்தியாசம் ஏற்படப் போகிறது? பயமுறுத்தியோ அல்லது ஆசை காட்டியோ அதன்மூலம் இஸ்லாம் மதத்திற்கு மாறுபவர்களை ஹிந்துக்களாக இருக்க வைப்பதன் மூலம் என்ன நன்மை கிடைக்கப் போகிறது? அவர்களை ஹிந்து மதத்தில் வைத்துக் கொள்வதே முட்டாள்தனமானது'' என்று கூறுவார்கள். இதேபோலத்தான் சூப்பரின்டென்டன்ட்டும் ஜெயிலரும் கமிஷனரும் என்னிடம் விவாதிப்பார்கள். அதேபோல அந்த மத அடிப்படைவாத, குறுகிய மனம் படைத்த முஸ்லிமும் என்னிடம் அதையேதான் சொன்னார். சுத்தி இயக்கத்திற்கு எதிரானவர்கள், தாய்மதம் திரும்புதல், சுத்தி செய்தல் போன்றவற்றையும் இந்த அடிப்படையில் எதிர்த்தார்கள். போலியானவர்கள் மட்டுமில்லாமல், உண்மையான நேர்மையானவர்களும்கூட இதே போன்ற கருத்தைக் கொண்டிருந்தார்கள். அதனால் இந்த முக்கியமான பிரச்சினையில் எல்லாவிதமான தவறான கருத்துகளையும் நீக்குவது முக்கியம் என நான் கருதினேன்.

சுத்தி இயக்கம் சிறுபிள்ளைத்தனமானதா?

ஹிந்துக்களை ஹிந்து மதத்திலேயே தக்கவைக்க முயற்சிப்பது முட்டாள்தனமான சிறுபிள்ளைத்தனமான வேலையா? அவர்கள் குற்றம் செய்தவர்களாக, பாவம் செய்தவர்களாக, சமுதாயத்தில் தவறு இழைத்தவர்களாக இருக்கலாம். ஆனால் ஆயிரம் ஆண்டுகளாக நடக்கும் இஸ்லாமியப் பிரசாரம் மற்றும் இத்தகைய ஹிந்துக்களை மதம் மாற்றுவதற்கு அவர்கள் செய்யும் முயற்சிகளை என்னென்று சொல்வது? இதற்கென முஸ்லிம்கள் பல போர்களை நடத்தி உள்ளார்கள். பல ஆண்களையும் பெண்களையும் கொன்றிருக் கிறார்கள். வீடுகளை எரித்தும் கொள்ளையடித்தும் தங்களுடைய மதமாற்றத்திற்கான ஜிஹாத் என்ற போரை நடத்தி இருக்கிறார்கள். இது விளையாட்டுத்தனமான விஷயமா? முஸ்லிம்கள் அடிப்படை வாதிகளாகவும் பிடிவாதமும் கொண்டவர்களாக இருக்கலாம். ஆனால் நிதானமானவர்கள் என்று கருதப்படும் ஐரோப்பாவிலும் அமெரிக்காவிலும் உள்ள கிறிஸ்தவர்களும் இந்திய நகரங்களுக்கு மிஷனரிகளை அனுப்பி மதமாற்றத்தில் ஈடுபடுகிறார்கள். அதுமட்டு மில்லாமல் ஆப்பிரிக்காவில் உள்ள வனப் பகுதிகளுக்கும் மிஷனரிகளை அனுப்பி அங்குள்ள பழங்குடி மக்களைக் கிறிஸ்தவ

மதத்திற்கு மாற்றுகிறார்கள். அவர்கள் மிக ஏழ்மை நிலையி லிருக்கும் மக்கள் மற்றும் குற்றப் பரம்பரையினர் ஆகியோரை, சரியான முறையிலேயோ அல்லது ஆசை காட்டியோ மதம் மாற்று கிறார்கள். இதற்காக மிஷனரிகள் கடுமையாகப் பாடுபடுகிறார்கள். ஏராளமான பணம் செலவழிக்கிறார்கள். ஆசை காண்பித்தோ நைச்சியமாகப் பேசியோ மதமாற்றம் செய்கிறார்கள். இதை யெல்லாம் அவர்கள் கிறிஸ்துவுக்காகச் செய்கிறார்கள். இந்தப் பாவிகளையும் குற்றவாளிகளையும் மதம் மாற்றி அவர்களுக்கு என்ன பலன்? அப்படி பலன் உண்டென்றால் அவர்களை ஹிந்துக் களாகவே ஏன் நாம் தக்க வைத்துக் கொள்ளக்கூடாது? மதம் மாறியவர்கள் கிறித்துவத்திற்கும் இஸ்லாத்திற்கும் எந்த அளவு பயனுள்ளவர்களாக இருப்பார்கள்? அதே அளவு அவர்கள் ஹிந்து மதத்திற்கும் ஹிந்துக்களுக்கும் பயனுள்ளவர்களாக இருப்பார்கள். நான் கிறிஸ்தவ மிஷனரிகளிடமும் இஸ்லாமிய மௌல்வி களிடமும் அவர்கள் ஏன் மதமாற்றத்தில் இவ்வளவு தீவிரமாக இருக்கிறார்கள் என்று கேட்டிருக்கிறேன். அவர்களுடைய புனிதமான மதத்தில் இப்படிப்பட்ட குற்றவாளிகளைச் சேர்த்து ஏன் கறை படிய வைக்கிறீர்கள்? அவர்கள் ஏன் எங்கள் பக்கத்திலேயே இருக்கக்கூடாது? அவர்கள் ஹிந்துக்களாகப் பிறந்தவர்கள். எங்கள் சொந்த பந்தங்கள். அவர்களை மதம் மாற்றுவதற்காக நீங்கள் உங்கள் பணத்தை செலவு செய்யாதீர்கள். அப்படியென்றால் நாங்களும் தாய்மதம் திரும்புதல், சுத்தி போன்றவற்றைச் செய்ய வேண்டியிருக்காது என்று கூறுவேன்.

ஆனால் ஒவ்வொரு கிறிஸ்தவ மிஷனரியும் இஸ்லாமிய மௌல்வியும் இதனை ஒரு மதக் கடமையாகச் செய்கிறார்கள் என்பது வெளிப்படை. அவர்கள் கிரிமினல்களையும் காஃபிர்களையும் மதம் மாற்றி, அவர்களது ஆத்மாக்களைக் காப்பாற்றுவதாக நினைத்துக் கொள்கிறார்கள். அப்படி என்றால் அவர்களை அவர்களது மதத்திலேயே தக்க வைத்துக்கொண்டு, அவர்களை மேம்படுத்த நாங்கள் முயற்சிப்பதை நீங்கள் ஏன் குறை கூறுகிறீர்கள்? கீதையில் சொல்லி இருப்பது போல் ஒரு மனிதன் தன் மதத்திலேயே வாழ்ந்து மரணமடைவதுதான் மோட்சத்திற்கான வழி என்பதை நாங்கள் நம்புகிறோம். நாங்கள் அவர்களுடைய ஆத்மாக்களைக் காப்பாற்ற விழைகிறோம். இத்தகைய மறுமலர்ச்சிக்கான சக்தியை ஹிந்து மதமும் ஹிந்துக் கலாசாரமும் கொண்டிருக்கிறது. இது எங்கள் நம்பிக்கை. அதையே நாங்கள் செயலாற்றுகிறோம்.

பாவிகளுக்கு இரட்சிப்பு தேவை

நீங்கள் மதம் மாற்ற விரும்பும் நபர் ஒரு பாவியாகவோ, குடிகாரராகவோ, மோசமான ஆளாகவோ இருக்கலாம். அவரை நீங்கள் ஏமாற்றியோ அல்லது ஆசை காண்பித்தோ மதம் மாற்றி, அவர் பெயரையும் மாற்றினால், உங்களுக்கு வலுகூடுவதாக எண்ணிக் கொள்கிறீர்கள். பிறகு அவரது குடும்பத்தில் குழந்தைகள் பிறந்து எண்ணிக்கை பெருகும். அந்தக் குழந்தைகள் பிறப்பிலேயே கிறிஸ்தவர்களாக அல்லது முஸ்லிமாக இருப்பதால் கிறிஸ்தவ அல்லது முஸ்லிம் பெயரைக் கொண்டிருக்கும். அவர்கள் தங்கள் பெற்றோர்களைவிடத் தீவிர மத நம்பிக்கைகொண்டு மேலும் எண்ணிக்கையைப் பெருக்க, அதன்மூலம் நல்ல, படித்த, பண்பாடுள்ள கிறிஸ்தவ முஸ்லிம் குடிமகன்களின் எண்ணிக்கை அதிகரிக்கும். அதன்மூலம் ஹிந்து சமுதாயத்தின் எண்ணிக்கை கணிசமாகக் குறையும். கனடா மற்றும் ஆஸ்திரேலியாவின் வரலாற்றை இதற்கு உதாரணமாகச் சுட்டிக் காட்டலாம். இங்கிலாந்து தனது நாட்டில் உள்ள குற்றவாளிகளை மற்றும் வேலை இல்லாத குடும்பங்களை தனது காலனிகளுக்கு நாடு கடத்தியது. அப்படி பாட்டனி பே மற்றும் ஆஸ்திரேலியாவுக்கு நாடுகடத்தப்பட்ட குற்றவாளிகளின் பேரக்குழந்தைகள் இப்போது நல்ல நிலைமைக்கு வந்து அந்த காலனிகளில் ஆதிக்கம் செலுத்துபவர்களாக உள்ளனர். நீங்கள் ஒவ்வொரு நாளும் ஹிந்து சமுதாயத்தை குழிதோண்டிப் புதைக்க முயற்சிக்கிறீர்கள். இதை எப்படிப் பயன்படுத்திக் கொள்வது என்று உங்களுக்குத் தெரியும். இன்னும் சில தலைமுறை களில், அவர்களைப் புதைக்கும் இந்த மண் செழிப்புற்று வருங்காலத்தில் உங்களுக்கு நல்ல மதமாற்ற அறுவடையைப் பெற்றுத்தரும். அதில் வளரும் பொன்னிற சோளம் காற்றிலாடிச் சிரிக்கும்.

இத்தகைய சமுதாய வளர்ச்சி பற்றி நாங்கள் நன்கு புரிந்து கொண்டிருக்கிறோம். நாங்களும் உங்கள் வழியைப் பின்பற்றுவோம். இனிமேல் நாங்கள் எந்த ஒரு ஹிந்து ஆணையோ பெண்ணையோ மதம் மாற்றப்பட அனுமதிக்க மாட்டோம். அதேபோல மதம் மாறியவர்களைத் திரும்பவும் தாய் மதத்திற்கு அழைத்து வருவோம். இதில் தவற மாட்டோம். இதுதான் சுத்தி இயக்கத்தின் அடிப்படைக் கொள்கை. எத்தகைய வாதமும் எங்கள் குறிக்கோளில் இருந்து எங்களைத் திசைதிருப்ப முடியாது.

ஹிந்துக் கலாசாரத்திற்கு ஒரு முஸ்லிம் திருடனைவிட ஒரு ஹிந்துத் திருடன் குறைந்த ஆபத்தை விளைவிப்பான். ஹிந்துத் திருடன் திருட மட்டும்தான் செய்வான். ஆனால் முஸ்லிம் திருடனோ கோவிலை

உடைத்து, அதிலுள்ள விக்கிரகத்தை உடைத்து, அங்கிருக்கும் காஃபிரின் மண்டையில் பலத்த அடி கொடுத்துத் தப்பிச் செல்வான். தான் சொர்க்கத்திற்குப் போவதற்காக ரத்தம் சிந்தத் தயங்க மாட்டான். இந்த இருவருக்கும் உள்ள இந்த வித்தியாசத்தை நாம் எப்போதும் நினைவில் கொள்ளவேண்டும். அதனால் ஒரு திருடனிடம் திருட்டை விடும்படி கேட்டுக்கொள்ளலாம். குடிகாரனிடம் குடியை விடும்படி கேட்டுக் கொள்ளலாம். பேராசை பிடித்தவனிடம் அவனுடைய பேராசையையும் கெட்ட எண்ணங்களையும் விடும்படி கேட்டுக் கொள்ளலாம். ஆனால் எக்காரணத்தைக் கொண்டும் அவர்கள் தங்கள் மதத்தைவிட்டு வேறு மதங்களுக்குப் போவதற்கு ஒரு ஹிந்துவாக நாம் அனுமதிக்கக்கூடாது. ஒரு சக ஹிந்துவை ஹிந்துவாகவே இருக்க வற்புறுத்துவது ஒவ்வொரு ஹிந்துவின் கடமையாகும். இது நம்முடைய சமுதாயம் மற்றும் கலாசாரத்தைப் பேணிக் காப்பதற்கு மிகவும் அவசியமான ஒன்று.

ஆனால் சுத்தி இயக்கம் இந்த சமுதாயத்தில் பரப்பப்பட இன்னொரு முக்கியக் காரணமும் இருக்கிறது. அதற்காகவே, மற்ற எல்லாக் காரணங்களையும்விட, நம்முடைய ஹிந்துப் பெண்களும் இளைஞர்களும் இதனைப் பின்பற்றவேண்டும் என்று வற்புறுத்தப் படவேண்டும்.

ஒரு ஹிந்துத் திருடன் திருடுவதைக் கைவிட்டால் நல்லது. கைவிட வில்லை என்றாலும் அவன் ஹிந்துவாகவே இருப்பது உறுதி செய்யப்படவேண்டும். திருடுவது என்பது குற்றம்தான். ஆனால் ஹிந்து மதத்தைவிட்டு வெளியே போவது அதைவிடப் பெரிய குற்றம். அது ஒரு சமூக மற்றும் தேசியக் குற்றம். அந்தக் குற்றத்தைச் செய்யாமல் இருக்கும்படி ஹிந்துத் திருடனிடம், தன்னை ஹிந்துவாக நினைக்கும் ஒவ்வொருத்தரும் வற்புறுத்தவேண்டும். ஹிந்துக்கள் அனைவரும், கைவிடப்பட்ட ஹிந்துவாக இருந்தாலும், அவர் மதம் மாறக்கூடாது என்பதை வலியுறுத்திச் சொல்ல வேண்டும். அதற்காக அவர்கள் கடுமையாக உழைக்கவேண்டும். ஏனென்றால் அத்தகையோர் மதத்தைவிட்டுச் சுய கௌரவம் வேண்டி வெளியே போகும்போது அவர்களை வெளியே செல்ல அனுமதித்தது நம் முன்னோர்கள் செய்த பெரிய தவறு. "அவர்கள் எங்கு வேண்டுமானாலும் செல்லட்டும். எங்களுக்கு நாங்கள் போதும். அவன் எப்படியும் மோசமான ஆள்தான். அவன் முஸ்லிமாக இருந்தால் என்ன? கிறிஸ்தவனாக இருந்தால் என்ன? அதனால் எங்களுக்கு ஒன்றுமில்லை" என்று அவர்கள் கூறினார்கள். அதன் பலன் என்ன? நூறு வருடம் முன்னால் அதுபோல் அவர்கள் நிராகரித்த ஒரு நபருக்கு, 100 முஸ்லிம்களும் கிறிஸ்தவர்களும்

இன்று ஹிந்து மதத்துக்கும் கலாசாரத்துக்கும் எதிரிகளாக முளைத்திருக்கின்றனர். ஔரங்கசீப் அதுபோல் நிராகரிக்கப்பட்ட ஒரு ரஜபுத்திர பெண்மணிக்குப் பிறந்தவன்தான். மலபாரிலுள்ள மாப்ளாக்கள் தங்கள் ரத்தத்தால் பாதி ஹிந்துக்கள்தான். அவர்களுக்குப் பிறப்பளித்த தாய்மார்களை அவர்கள் மறந்து விட்டார்கள். ஆனால் தங்கள் தந்தையர் பெயரில் சூளுரைத்துவிட்டு ஹிந்துக்களின் எதிரிகளாக விளங்குகின்றார்கள். இந்த வித்தியாசம் ஓரிரு தலைமுறைகளுக்குள் வந்துவிட்டது. இந்த வித்தியாசத்திற்குக் காரணம் ஒரு மௌல்வி 'குழந்தைத்தனமான விளையாட்டாக' அவர்களது குடுமியை வெட்டி, தாடி வளர்க்கச் சொல்லி அவர்களை இஸ்லாமுக்கு மதம் மாற்றியதுதான்.

பெரிய மனிதர்களின் சிறுபிள்ளைத்தனமான விளையாட்டுகள்

அதனால் எவ்வளவு மோசமானவனாக இருந்தாலும் அவன் ஹிந்துவாக இருக்கும்பட்சத்தில் இந்த மதத்திலேயே இருக்கவேண்டும். மற்றவர்கள் விளையாடும் இந்த விளையாட்டை நாம் விளையாடாததால் நமக்குப் பெருத்த நஷ்டம் ஏற்பட்டிருக்கிறது. மலபார் கலவரங்களின்போது இதனால் பெரிதும் பாதிக்கப் பட்டோம். அதனால் நம் இருப்பைத் தக்கவைத்துக்கொள்ள, அவர்களைத் தாய் மதத்திற்குத் திரும்பக் கொண்டுவரும் இந்தக் 'குழந்தைத்தனமான விளையாட்டை' நாமும் விளையாட வேண்டும். கிறிஸ்தவர்கள் மற்றும் முஸ்லிம்களை ஹிந்துப் பெயரிட்டு நம் மதத்திற்குத் திரும்பக் கொண்டுவரவேண்டும். அவருக்கு ஒரு துளசி இலையைக் கொடுத்து அதைச் சாப்பிடச் சொல்லி, அவர் சுத்தம் அடைந்துவிட்டார் என்று அறிவித்து, திரும்பவும் நம் மதத்திற்குள் அவர்களைக் கொண்டுவரவேண்டும். கிறிஸ்தவ மற்றும் இஸ்லாம் மதத் தலைவர்கள் விளையாடும் இந்த விளையாட்டை நம் தலைவர்களும் விளையாடவேண்டும். இந்தப் பாவப்பட்ட மக்களை நாம் நம் சமுதாயத்தில் ஒரு அங்கமாக்க வேண்டும். அவர்களுக்காக மட்டுமல்ல, அவர்களது சந்ததியினருக் காக. இல்லையென்றால் நமக்குப் பெருத்த நஷ்டம் ஏற்படும். இது நம் சமுதாயக் கடமை. மதக் கடமையும்கூட. இந்தத் திருடர்கள் மற்றும் கொலைகாரர்களுக்கு மத்தியில் ஒரு வால்மீகி தோன்ற மாட்டார் என்று என்ன நிச்சயம்? இன்று அவர்களை சுத்த மில்லாதவர்கள் என்று கூறி நாம் ஒதுக்கலாம். ஆனால் இந்தப் பெருமையும் சுத்தமும் ஹிந்து மதத்திற்கும் நம கலாசாரத்திற்கும் மிகப்பெரும் தீங்கை விளைவிக்கும். ஒரு வழிப்பறிக் கொள்ளைக் காரன்தான் உலகமெங்கும் பாராட்டப்படும் ராமாயணத்தை எழுதியவர். அதனால் எப்பேற்பட்ட குற்றவாளியாக ஒரு நபர்

இருந்தாலும், அவரை ராம நாமத்தைச் சொல்லச் சொல்லி வற்புறுத்துங்கள். அவரை வெறுத்து ஒதுக்கவேண்டாம். நிராகரிக்க வேண்டாம். அவர்களது சகோதரர் போல் எண்ணிக்கொண்டு நம் மதத்தை அவர் நேசிக்கும்படி செய்யுங்கள். அவர் அந்தப் புனிதமான பெயரை உச்சரிப்பது கண்டிப்பாக நன்மையைக் கொண்டுவரும்.

இதில் உறுதியாக இருந்த நான், சிறையில் இருந்த கைதிகள், அதிலும் முக்கியமாக அரசியல் கைதிகளை இஸ்லாமின் பிடியிலிருந்து மீட்பதற்குச் சொல்லிக் கொடுத்தேன். பதான் ஜமாதார் களுடைய மிரட்டல் மற்றும் அச்சுறுத்தலில் இருந்து அவர்களைக் காப்பாற்றுவதற்குச் சொல்லிக் கொடுத்தேன். ஆறு அல்லது ஏழு வருடங்களாக இந்த விஷயங்கள் என் மனதில் இருக்கின்றன. நான் அந்தமானுக்கு வந்து இரண்டரை ஆண்டுகள் ஆன பின், அதாவது 1913ம் ஆண்டு, சிறையில் கட்டாய மதமாற்றம் செய்யப்படுவதை எதிர்த்து முதல் புகார் ஒன்றைக் கொடுத்தேன். இதுதான் என் முதல் எதிர்ப்பு. தொடர்ந்து அதனை எதிர்த்து வந்தேன். அதேபோல் அந்த வருடத்தில் துவங்கி 1921-22 வரை, அதாவது என்னை இந்தியாவிலுள்ள சிறைக்கு மாற்றும் வரை, சுத்தி இயக்கத்தையும் கடைப்பிடித்துக்கொண்டிருந்தேன். இதற்கு என் நண்பர்களான சாதாரணக் கைதிகளும் அரசியல் கைதிகளும் பெருமளவு ஒத்துழைப்பு தந்தனர். அதனால்தான் என் எதிர்ப்புக்கு பெரிய உத்வேகம் கிடைத்தது. இந்தியச் சிறைக்கு மாற்றலாகி வந்த பின்பும் இதனைத் தொடர்ந்து கொண்டிருந்தேன். அதனால் என்னைக் கொல்ல பதான் குண்டர்கள் அவ்வப்போது முயற்சிகள் மேற்கொண்டனர். சிறையில் இந்த விஷயத்திற்காகக் கலவரங்கள்கூட நடைபெற்றன. அப்படி ஒரு கலவரத்தின்போது என் சகோதரருக்கும் காயம் ஏற்பட்டது. ஆனால் நாங்கள் எங்கள் இயக்கத்தைக் கைவிடவே இல்லை. எங்களது இந்த விடாமுயற்சியின் காரணமாக அந்தமானில் கட்டாய மதமாற்றம் என்பது கடந்த கால வரலாறாகிப் போனது. சுத்தி இயக்கம் மூலம் தாய்மதம் திரும்புதல் நிகழ்கால உண்மையாகியது.

அந்தமானில் சுத்தி இயக்கம்

அந்தமானில் உள்ள சில்வர் ஜெயிலில் மதமாற்றம் கீழ்க்கண்ட முறையில் நடக்கும்:

சிறைக்கு சலான்கள் வந்தவுடன் முஸ்லிம் வார்டர்களும் ஜமாதார்களும் அதிலுள்ள ஹிந்து இளைஞர்களுக்குப் பொறுப்பு எடுத்துக் கொள்வார்கள். சித்திரவதைக்குப் பெயர்போன மிர்ஸா

கான் அவர்களைக் கடுமையான பணிகளைச் செய்ய வைப்பான். முஸ்லிம் வார்டர்களும் அதிகாரிகளும் அவர்களை ஒருபக்கம் கடுமையான பணி செய்ய சித்திரவதை செய்துகொண்டே இன்னொரு பக்கம் அவர்களை இஸ்லாமுக்கு மதம் மாறுவதற்கு ஆசை காட்டுவார்கள். இதற்காக அவர்களுக்குப் புகையிலை மற்றும் உண்பதற்கு மாமிசம் ஆகியவை கொடுக்கப்படும். இதுபோன்ற சமயங்களில் இந்த அப்பாவி இளைஞர்களை மிகுந்த கருணையுடன் நடத்துவார்கள். அவர்கள் பணி செய்யும்போது மிகுந்த கஷ்டத்திற் குள்ளாகும் நிலையில், இவர்கள் அவர்களிடம் சென்று, வெளிப்படையாகவே அவர்கள் முஸ்லிமாக மதம் மாறினால் இந்தக் கஷ்டங்களுக்கெல்லாம் ஒரு முடிவு வரும் என்று கூறுவார்கள். கொஞ்சம் கொஞ்சமாக இந்தப் புதிய கைதிகள் அவர்களது வலையில் விழுந்து, பிறகு முழுமையாக மதம் மாறி விடுவார்கள். பிறகு ஹிந்துக்களுடன் அமர்ந்து உணவு உண்ணாமல் முஸ்லிம் களுடன் சேர்ந்து உணவு உண்ண ஆரம்பிப்பார்கள். அவர்களுக்கு முஸ்லிம்களுக்கான உணவு பரிமாறப்படும். அதன்பிறகு அவர்களால் திரும்பவும் ஹிந்து நண்பர்களுடன் வந்து சேர இயலாது. சிறையில் ஹிந்துக்களுக்கும் முஸ்லிம்களுக்கும் தனித்தனியே சமையல் அறைகள் இருந்தன. ஒவ்வொரு சமையலறைக்கும் முறையே ஹிந்துக்களும் முஸ்லிம்களும் சமையல்காரர்களாகவும் இருந்தனர். ஹிந்துக்கள் முஸ்லிம்களுடன் சேர்ந்து உணவருந்தினார் கள் என்பது தெரிந்தவுடன், அவர்கள் ஹிந்துக்களால் விலக்கி வைக்கப்படுவார்கள். அவர்களை இஸ்லாமுக்கு மாற்ற இதுதான் இறுதி அடியாக இருக்கும். இப்படிச் செய்தவுடன் அந்த இளைஞர் களை இஸ்லாம் மதத்திற்கு இழுப்பது எளிதான வேலையாகி விடும். உடனடியாக அவர்கள் மதமாற்றம் செய்யப்பட்டு அவர்களுக்கு இஸ்லாமியப் பெயர்கள் வைக்கப்படும். அவர்களை யாராவது பழைய பெயரைச் சொல்லி அழைத்தால்,மிர்ஸா கான் அவர்களிடம் கோபித்துக்கொண்டு கடுமையான தண்டனை வழங்கப்போவதாக மிரட்டவும் செய்வான். ''அவன் இப்போது முஸ்லிம். நீங்கள் அவனுடைய புதிய பெயரைக் கொண்டுதான் அழைக்கவேண்டும், தெரிந்ததா?'' என்று மிரட்டுவான். குர்ஆன் படிப்பது, நமாஸ் செய்வது, சுன்னத் செய்வது போன்று அவர்கள் மதம் மாறிய பின் நடக்கும் நிகழ்ச்சி எதுவும் இவர்கள் விஷயத்தில் அவசியமாகப் படவில்லை. அவர்களைப் பொறுத்தவரை புகையிலை தான் அவர்களுடைய சுன்னத், கடுமையான பணிதான் அவர்களுடைய குர்ஆன். முஸ்லிம்களுடன் உணவருந்துவதுதான் அவர்களுக்கான நமாஸ்.

சுத்திக்கு எதிராக ஹிந்துக் கைதிகள்

இவையெல்லாம் வழக்கமாக அவர்களை மதமாற்றப் பயன்படுத்தப் படும் உத்திகள். ஒரு சிலர் பிறகு சுன்னத் செய்து கொள்வார்கள். அவர்கள் ஒரு சிறையிலிருந்து இன்னொரு சிறைக்குப் போகும் போது தங்கள் புதிய இஸ்லாமியப் பெயர்களைப் பதிவு செய்து கொள்வார்கள். அவர்களது பெயர் எப்படி மாறிவிட்டது என்று எந்த அதிகாரியும் கேள்வி கேட்டதில்லை. அவர்கள் வலுக்கட்டாயமாக மதம் மாற்றப்பட்டார்களா அல்லது ஆசை காட்டி மதம் மாற்றப் பட்டார்களா அல்லது குர்ஆனைப் படித்துப் புரிந்துகொண்டு அதில் ஈடுபாடு ஏற்பட்டு மதம் மாறினார்களா என்று யாரும் கேட்ட தில்லை. அவர்கள் வெளியே சென்று காலனியில் குடியமர்ந்தபோது அவர்களைக் கண்காணிக்க நியமிக்கப்பட்ட அதிகாரிகளும் ஹிந்துக்களை இதேபோன்ற உத்திகளைப் பயன்படுத்தி மதம் மாற்றினார்கள். இப்படி மதம் மாறியவர்கள் திரும்பவும் ஹிந்துக்கள் மத்தியில் பழகுவதன் மூலம் மீண்டும் ஹிந்து மதத்திற்குத் திரும்ப வரவேண்டும் என்று ஒருவேளை நினைத்தாலும், அதற்குப் பெரிய தடையாக இருந்தது ஹிந்துக்கள்தான். முஸ்லிம்களுடன் உணவு அருதியவர்களை, களங்கப்பட்டுவிட்டார்கள் என்றும், தங்கள் சாதியை இழந்துவிட்டார்கள் என்றும் அவர்களை ஒதுக்கி வைத்திருப்பார்கள். அவர்கள் உடனே தீண்டத்தகாதவர்கள் ஆகிவிடுவார்கள். ஒருமுறை, மதம் மாறிய ஒரு முஸ்லிம் தன் பழைய ஹிந்துப் பெயரை திரும்பவும் வைத்துக்கொண்டு, தனது பழைய ஹிந்து நண்பர்களுடன் சாப்பிட உட்கார்ந்தார். அப்போது முஸ்லிம்கள் அவரை எந்த அளவு எதிர்த்திருப்பார்களோ அதைவிட அதிகமாக ஹிந்துக்கள் எதிர்த்து அவரைத் துரத்திவிட்டார்கள். அவரை எப்பாடுபட்டாவது முஸ்லிம்களுடன் உட்காருமாறு செய்யாமல் ஓயமாட்டார்கள். இது மிர்ஸா கானின் வேலையை எளிதாக்கிவிட்டது. அவர் ஹிந்துக் கைதிகளுக்கு ஒரு சிக்கலை ஏற்படுத்தி, அவர்களை முஸ்லிம்களுடன் உணவருந்த வைத்தால் போதும். எல்லாம் முடிந்துவிடும். அவருக்குப் புகையிலை கொடுத்து தாஜா செய்யவேண்டிய அவசியமில்லை, நமாஸ் செய்யச் சொல்ல வேண்டிய தேவையில்லை. அவரை இஸ்லாம் மதத்தில் தொடர்ந்து இருக்கும்படி ஹிந்துக்கள் பார்த்துக் கொள்வார்கள். ஒருநாள் மட்டும் மெனக்கெட்டு ஒருவனை மதம் மாற்றினால்போதும். பிறகு அவன் ஆயுளுக்கும் ஹிந்து மதத்திற்குத் திரும்பாதபடி ஹிந்துக்களே பார்த்துக் கொள்வார்கள். இந்தியாவில் இதுபோல்தான் நடந்து கொண்டிருந்தது. அந்தமானிலும் இதே கதைதான். இந்தியாவில் இருந்த ஹிந்து மதத்தைவிட அந்தமானில் அது எந்தவிதத்திலும்

சிறப்பாக இருக்கவில்லை. அங்கிருந்த பிரச்சினைகள் எல்லாம் இங்கும் இருந்தன. இதனால் ஒவ்வொரு இரண்டு மாதத்திற்கு ஒருமுறை குறைந்தபட்சம் மூன்று அல்லது நான்கு ஹிந்துக்கள் இஸ்லாம் மதத்திற்கு மாறிக் கொண்டிருந்தார்கள். அவர்கள் பிறகு திருமணம் செய்துகொண்டு அந்தமானிலோ இந்தியாவிலோ குடியமர்ந்த பிறகு, அவர்களது குழந்தைகளும் இஸ்லாமியர்களாக வளர்ந்தார்கள். ஒரு தலைமுறைக்குப் பிறகு அவர்கள் அடிப்படை வாதிகளால் தங்களுடைய ஹிந்து வம்சாவளியை நிராகரித்து அதை மறந்தவர்கள் ஆகினர். அதுமட்டுமல்லாமல் இந்த அளவுக்கு யாரும் வெறுக்கமுடியாது என்னும் அளவுக்கு அவர்கள் இந்து மதத்தை வெறுக்க ஆரம்பித்தனர். ஒரு ஹிந்துப் பெண் முஸ்லிமை மணந்தால் அவளும் உடனடியாக முஸ்லிமாக மாறவேண்டும். ஆனால் ஒரு முஸ்லிம் பெண் ஹிந்துவை மணந்தால் அவள் ஹிந்துவாக வேண்டிய அவசியமில்லை. ஏனென்றால் அவளை ஹிந்து மதத்தில் சேர்த்துக்கொண்டால் ஹிந்துக்கள் அவளை வரவேற்க மாட்டார்கள். அதனால் அவளுடைய கணவன் முஸ்லிமாக மாறி விடுவான். அவன் முஸ்லிமாகவே கருதப்பட்டு ஹிந்து சமுதாயத்திலிருந்து ஒதுக்கி வைக்கப்படுவான். தற்கொலைக்குச் சமமான இந்த அணுகு முறைக்கு ஒரு முற்றுப்புள்ளி வைக்க உறுதி எடுத்தேன். 1910ல் ஒரு பிராமணப் பையன் முஸ்லிம்களால் ஈர்க்கப்பட்டபோது, நான் அவனைக் காப்பாற்ற முயற்சி செய்தேன். அதேபோல் பல சம்பவங்கள் நடந்திருக்கின்றன என்றாலும் இதனை உங்களுக்கு விளக்கிச் சொல்கிறேன்.

அந்தப் பையன் வட இந்தியாவில் இருந்து வந்தவன். அவனுக்கு 20 வயது இருக்கும். அவன் ஒரு திருடன். அதற்காகத் தண்டனை பெற்றுச் சிறைக்கு வந்திருந்தான். சிறு வயதிலேயே பல கெட்ட பழக்கங்களைப் பழகிக் கொண்டவன். ஆனாலும் தான் ஒரு பிராமணன் என்ற பெருமிதம் அவனுக்கு இருந்தது. அவன் அந்தமானுக்கு வந்து இந்தச் சிறையைப் பார்த்ததுமே பயந்து போனான். அவனை கோலுவில் பணி செய்ய அனுப்பினர். இத்தகைய சூழலில் முஸ்லிம் வார்டர்கள் அவனைச் சூழ்ந்துகொண்டார்கள். அவர்களது தாரக மந்திரமே இதுதான். ஒரு ஹிந்துப் பையனை முதலில் கடுமையான பணியின் மூலம் கொடுமைப்படுத்தவேண்டும். பிறகு அவனைக் கெடுக்கவேண்டும், பிறகு இஸ்லாமுக்கு மதம் மாற்றவேண்டும். ஆசை காட்டப்பட்டவுடன் எடுத்த எடுப்பிலேயே அந்தப் பையன் வலையில் விழுந்துவிட்டான். இப்போது அவனை முஸ்லிம்களுடன் உணவருந்த கூட்டிச் செல்லப் போகிறார்கள். என்ன ஆனாலும் அவன் அவர்களுடன் உணவருந்தக்கூடாது என்று

அவனுக்கு ஒரு செய்தி அனுப்பினேன். தனது மதத்தை விட்டுவிடக் கூடாது என்று அவனுக்குக் கூறினேன். அந்தப் பையன் தனக்கு வேறு வழி எதுவும் இல்லை என்றும் மிர்ஸா கான் தன்னை எண்ணெய்ச் செக்கில் பணிசெய்ய வைக்கப் போகிறான் என்றும் கூறினான். தனது மதத்திற்காக அத்தகைய சித்திரவதைகளை அவன் சகித்துக் கொள்ள வேண்டும் என்று அவனிடம் சொல்லிப் பயனில்லை. அது அவனுக்கு எந்த உத்வேகத்தையும் கொடுக்காது. நான் அவனுக்கு மிர்ஸா கானின் கொடுமைகளிலிருந்து விடுதலை வாங்கித் தரவேண்டும். இப்போது நானிருக்கும் தனிமைச் சிறையிலிருந்து அதனைச் செய்ய முடியாது. ஒரு வழியாக இந்தச் செய்தியை மிஸ்டர் பாரியிடம் அவரிடம் தனியாகப் பேசும்போது தெரிவித்தேன். அவருக்கு இந்த விஷயங்கள் எல்லாம் தெரியாமல் இல்லை. ஆனால் அவர் இது குறித்து எதுவும் செய்யாமல் இருந்தார். மாறாக எனக்கு எப்படி இந்த விஷயம் தெரியும் என்று என்னிடம் கேள்வி கேட்டார். ''இதுபோன்ற பாவிகள் குறித்து நீங்கள் ஏன் கவலைப் படுகிறீர்கள்?'' என்றார். என்னிடம் பல கேள்விகளையும் குறுக்குக் கேள்விகளையும் கேட்டுவிட்டு அங்கிருந்து சென்றுவிட்டார். பிறகு இந்த விஷயத்தை சூப்பரின்டென்டன்ட்டிடம் எடுத்துச் சென்றேன். ஆனால் அதற்கு முன்பே மிஸ்டர் பாரி அவரிடம் எல்லாவற்றையும் சொல்லி அவரைத் தயார்ப்படுத்தி வைத்திருந்தார். அவர் இத்தகைய கெட்ட நபர்கள் முஸ்லிம்களாக இருந்தாலும் ஹிந்துக்களாக இருந்தாலும் தனக்குக் கவலை இல்லை என்று கூறினார். முன்பு இதே கேள்வியைக் கேட்ட ஹிந்து நண்பர்களுக்கு என்ன பதில் சொன்னேனோ அதையே இவருக்கும் சொன்னேன். சூப்பரின் டென்டன்ட் என்னிடம் நான் எப்படி அதைத் தடுக்கப் போகிறேன் என்று கேட்டார். நான் அவரிடம், மதமாற்றம் என்பது ஒருவர் விருப்பப்பட்டு நடந்தால் எனக்கு அதில் ஆட்சேபணை இல்லை என்றும், ஆனால் திருடர்களும் ஜமாதார்களும் ஹிந்துக்களைக் கொடுமைப்படுத்தி கடும் பணிகொடுத்து அல்லது ஆசை காண்பித்து மதம் மாற்றுகிறார்கள் என்றும் கூறினேன். இது ஆட்சேபணைக் குரிய செயல், எதிர்க்கப்படவேண்டியது என்றேன். அவர்கள் அப்படிச் செய்யும்போது பிடித்துக் கொடுக்கும்படியும், அப்படிச் செய்தால் அவர்களுக்குத் தான் தண்டனை வழங்குவேன் என்றும் என்னிடம் கூறினார்.

சூப்பரின்டென்டன்ட் சென்றபிறகு மிஸ்டர் பாரியும் மிர்ஸா கானும் பெரும் கோபத்தில் இருந்தனர். ஏனென்றால் நான் அவர்களது வண்டவாளங்களை வெளிப்படுத்திவிட்டேன். அவர்கள் தவறு செய்யும்போது அவர்களைப் பிடித்துக் கொடுங்கள் என்று

என்னிடம் கூறியது, மிஸ்டர் பாரியின் கருத்துப்படி, அவரது உரிமையில் குறுக்கிடுவதும் அவர் போட்ட உத்தரவை மீறுவதும் ஆகும். எல்லா முஸ்லிம் கைதிகளும் என் மீது கோபத்தில் இருந்தனர். அவர்களுக்கு ஹிந்துக்கள் என்றால் ஒரு பொருட்டே அல்ல. நான் கொடுத்த புகார், முஸ்லிம்கள் ஹிந்துக்களை மதம் மாற்றுவதை எதிர்த்து. அப்படி ஒரு விஷயத்தை அவர்கள் அதுவரை வாழ்க்கையில் கேள்விப்பட்டதே கிடையாது. பாரி எனக்கு ஒரு பாடம் கற்பிக்கத் தீர்மானித்தார். அவர் மிர்ஸா கானிடமும் கோபத்தில் இருந்த மற்ற முஸ்லிம்களிடமும் அந்தப் பையனிடம் தானாகவே விரும்பி இஸ்லாம் மதத்தை ஏற்றுக்கொண்டதாகச் சொல்லுமாறு கற்பிக்கச் சொன்னார். அடுத்த நாள் அவனை நானிருந்த கட்டடத்திற்குக் கூட்டி வந்தனர். மிர்ஸா கான் அவனை மற்ற முஸ்லிம் கைதிகளுடன் உணவு உட்கொள்ளச் செய்தான். என் பெயரைக் குறிப்பிடாமல் அவன் என்னைத் திட்டிக்கொண்டே இருந்தான். அன்று முழுவதும் அந்த ஹிந்துப் பையனை அவனது முஸ்லிம் பெயரை வைத்து அழைத்துக் கொண்டிருந்தனர். இது என்னை அவமானப்படுத்துவதற்காகவும், என்னால் எதுவும் செய்ய இயலாது என்பதைக் காண்பிப்பதற்காகவும் செய்தார்கள். நான் அந்த அவமானத்தைப் பொறுமையாகத் தாங்கிக்கொண்டேன். அடுத்த நாள் காலை அந்தப் பிராமணப் பையனுக்கு ஒரு முஸ்லிம் வார்டர் 2 அணா மதிப்புள்ள புகையிலையைக் கொடுத்துக் கொண்டிருந்தான். அதைக் கண்ட நான் அங்கிருந்த ஹிந்து ஒருவரிடம் நடவடிக்கை எடுக்கச் சொன்னேன். ஆனால் அவரோ தன்னை இதில் ஈடுபடுத்தவேண்டாம் என்றும், முஸ்லிம் வார்டர் லஞ்சம் கொடுத்த விஷயத்தில் அவரைப் பிடித்தால் மிர்ஸா கான் தன்மீது கோபம் கொள்வான் என்றும் என்னிடம் வேண்டினார். அப்போது நான் கூச்சல் போட்டேன். அங்கு பலர் என்னவென்று பார்க்கக் கூடினர். அப்போது அங்கு வந்த ஒரு துணை அதிகாரியிடம் அந்தப் பையனைச் சோதனையிடச் சொன்னேன். தயங்கினால் இந்த விஷயத்தை சூப்பரின்டென்டன்ட்டிடம் கொண்டு போவேன் என்று கூறினேன். அவர் சோதனையிட்டபோது அந்த முஸ்லிம் வார்டர் கொடுத்த புகையிலை அவரிடம் இருந்தது கண்டுபிடிக்கப்பட்டது. இந்தக் கூச்சல்கள் மிர்ஸா கானை அந்த இடத்திற்கு வர வைத்தது. அவன் அந்தப் பையனிடம் புகையிலையை யார் கொடுத்தது என்று கேட்டான். அதற்கு அவன் அந்த வார்டரின் பெயரைச் சொன்னான். மிர்ஸா கான் என்னை லாக்கப்பில் வைத்துவிட்டு அந்தப் பையனை மிஸ்டர் பாரியிடம் மேலதிக விசாரணைக்கு அழைத்துச் சென்றான். மேற்கொண்டு விசாரித்ததில், அந்த விஷயத்தில் எதுவும் நடக்க வில்லை என்பதை அறிந்துகொண்டேன். மாலையில் மிஸ்டர்

பாரியிடம் அது குறித்துக் கேட்டேன். அதற்கு அவர் அது தனது வேலை என்றும் நான் அதில் தலையிடவேண்டியதில்லை என்றும் கூறினார். நான் மற்றவர்களைப் போல் அங்கு ஒரு கைதிதான் என்றும் எனக்குச் சம்பந்தம் இல்லாத விஷயங்களில் தலையிட்டால் அதற்குத் தண்டனை கிடைக்கும் என்றும் சொன்னார். இரண்டு நாள் கழித்து சூப்பரின்டென்டன்ட் அங்கு வழக்கம்போலப் பார்வையிட வந்தபோது, நான் அவரை அழைத்து, "ஒரு மனு இருக்கிறது" என்று கூறினேன். அந்த சூப்பரின்டென்டன்ட், ஒரு வாரத்தில் புகார் தருவதற்கென உள்ள ஒரு குறிப்பிடப்பட்ட நாளைத் தவிர வேறு நாட்களில் புகார் கொடுத்தால் கோபம் கொள்வார். ஆகவே அவர் என்னைக் கோபத்துடன் பார்த்து, மற்றவர்களைப் பற்றிப் பேச வேண்டாம் என்றும், என்னைப் பற்றி மட்டும் நான் கவலைப் பட்டால் போதும் என்றும் கூறினார். நான் நேரடியாக அவரிடம் சொன்னேன், "இந்த மனுவை அந்தப் பையனுக்காக உங்களிடம் கொடுக்கிறேன். இதை நீங்கள் என்ன வேண்டுமானாலும் செய்து கொள்ளுங்கள். அரசியல் கைதிகள் ஒருவருக்கொருவர் பேசிக் கொள்வது தவறு என்று கூறி உங்கள் முன் நிறுத்தப்படுகிறார்கள். அவர்களது கடிதங்கள் உங்களால் பறிக்கப்பட்டுப் பிரித்துப் பார்க்கப் படுகின்றன. அதனால் அதைவிடத் தீவிரமானது என்று நான் கருதும் ஒரு விஷயத்தைப் பற்றி புகார் அளிக்க எனக்கு உரிமை உள்ளது. ஒரு பையனை லஞ்சம் கொடுத்து மதம் மாற்றுகிறார்கள். இது தீவிரமான விஷயம்" என்றேன். என் இந்தச் சூடான வார்த்தைகள் சூப்பரின் டென்டன்ட்டிடம் ஒரு தாக்கத்தை ஏற்படுத்தின. கொடுக்கப்படும் புகார்களைப் பரிசீலனை செய்யவேண்டியது அவரது கடமை. அவர் என் அறைக்கு அருகில் வந்து, "என்ன விஷயம்?" என்று கேட்டார். நான் அவரிடம், "அந்தப் பிராமணப் பையனுக்குப் புகையிலை கொடுக்கும்போது முஸ்லிம் வார்டரைப் பிடித்தேன். அவரைச் சோதனையிடச் சொல்லி வலியுறுத்தினேன். மிஸ்டர் பாரியின் கவனத்திற்கும் கொண்டு சென்றோம். குற்றம் சுமத்தப்பட்டிருக்கும் அந்த வார்டர் மேல் இதுவரை எந்த நடவடிக்கையும் எடுக்கப்பட வில்லை" என்று கூறினேன். கோபமடைந்த சூப்பரின்டென்டன்ட் மிஸ்டர் பாரியை அழைத்து என்ன நடந்தது என்று கேட்டார். அதேசமயம் மிஸ்டர் பாரி கானைப் பார்த்துக் கண்ணசைத்தார். உடனே அவன், "சார், புகார் கொடுப்பவர் அந்தப் பையனிடம் புகையிலையை வைத்துவிட்டு முஸ்லிம் வார்டர் மேல் குற்றம் சாட்டுகிறார்" என்றார். சூப்பரின்டென்டன்ட் அந்தப் பையனை விசாரித்தார். அவன் அந்தக் காரியத்தை நான் செய்யவில்லை என்று நேர்மையாக ஒப்புக்கொண்டான். என்ன நடந்தது என்பதை சூப்பரின்டென்டன்ட் புரிந்துகொண்டார். கான் இடைமறிக்க

முயன்றபோது அவரைக் கடுமையாக எச்சரித்து அமைதியாக இருக்கச் சொல்லிவிட்டு, என்னிடம், "நீங்கள் மதமாற்றத்தைப் பற்றிப் பொதுவாக என்ன நினைக்கிறீர்கள்?" என்று கேட்டார். நான் அவரிடம், "இந்தச் சிறையிலிருக்கும் ஒரு கைதி விருப்பப்பட்டு பைபிளையோ அல்லது குர்ஆனையோ படிக்க விரும்பினார் என்றால் எனக்கு அதில் ஆட்சேபணை எதுவும் இல்லை. அவர் தனது மேலதிகாரியிடம் அதற்கான அனுமதி பெற்றால்போதும். அவர் உளமார ஒரு மதத்திலிருந்து இன்னொரு மதத்திற்கு மாறவேண்டும் என்றும் விரும்பினால் அதில் நான் தலையிடமாட்டேன். ஆனால் அப்படிப்பட்ட ஒரு மதமாற்றத்திற்கும், அது சிறையில் நடந்தாலும் அல்லது வெளியே குடியிருப்பில் நடந்தாலும், அதிகாரிகளின் சம்மதம் அல்லது அனுமதி தேவை. அப்படி அனுமதி அளிக்கும் முன் அதிகாரிகள் முறையாக விசாரணை செய்து அந்த மதமாற்றத்தில் லஞ்சமோ அல்லது வற்புறுத்தலோ இல்லை என்பதை உறுதி செய்து கொள்ளவேண்டும். அதேபோல் மைனர் விஷயத்தில் மதமாற்றம் அனுமதிக்கப்படக்கூடாது. இது குடியிருப்பிற்கும் பொருந்தும். சிறையில் மதமாற்றம் என்பது முற்றிலுமாகத் தடை செய்யப்பட வேண்டும்" என்றேன். அந்தமானில் மதமாற்றத்தைப் பொருத்த வரை முதன்மை கமிஷனர்தான் தீர்மானம் செய்யவேண்டும் என்றும் தான் அவரிடம் பேசுவதாகவும் சூப்பரின்டென்டன்ட் என்னிடம் உறுதியளித்தார். சிறையைப் பொருத்தவரை, ஒருவர் தானாக விருப்பப்பட்டு மதம் மாற நினைத்தால் அதனை யாரும் தடுக்க இயலாது; அதேசமயம் கட்டாய மதமாற்றம் செய்ய யாருக்கும் அனுமதி இல்லை என்று கூறினார். அப்போது குறுக்கிட்ட மிஸ்டர் பாரி, அப்படிப்பட்ட மதமாற்றத்தையும் தடுப்பது அதிகாரிகளால் இயலாத காரியம், ஏனென்றால் அவர்கள் மத விஷயங்கள் எதிலும் தலையிடுவதில்லை என்ற கொள்கையைப் பின்பற்றுபவர்கள் என்றார். அப்போது நான் மிஸ்டர் பாரியிடம், "நானும் மத சுதந்திரத்திற்காகதான் போராடுகிறேன். சிறையில் எந்த ஒரு நபரும் கட்டாயமாக மதமாற்றம் செய்யப்படக்கூடாது. சுய விருப்பத்தின் பேரில் மதம் மாறுவது என்பது வேறு விஷயம். இந்தச் சிறையில் பெரும்பாலான திருடர்களும் ஜமாதார்களும் முஸ்லிம்கள் என்பதால் தங்களுடைய நடவடிக்கைகளை அவர்கள் எப்படியாவது மறைத்து விடுவார்கள். அதேநேரம் ஹிந்துக்களுடைய பிரச்சினை கள் குறித்துக் கண்டுகொள்ளாமல் இருக்கின்றனர். உதாரணத்திற்கு நான் ஏதேனும் ஒரு கைதியுடன் பேசிக்கொண்டிருப்பதைப் பார்த்து விட்டால் இருவரையும் உடனடியாகத் தண்டிப்பார்கள். மிஸ்டர் பாரி குறுக்கிடாததில் இருந்தே ஒன்று தெளிவாகத் தெரிகிறது, மிஸ்டர் பாரியின் அடியாட்கள் என்ன வேண்டுமானாலும் செய்து

கொள்ளலாம்; அவர்களால் பாதிக்கப்படுகின்ற ஹிந்துக்கள் அவர்களுக்கு எதிராகப் புகார்கூடக் கொடுக்க முடியாது'' என்று சொன்னேன். இதற்கு மிஸ்டர் பாரி, ''என்னிடம் இங்கு நிறைய ஹிந்து வார்டர்கள் இருக்கின்றார்கள். அவர்கள் ஏன் ஹிந்துக் கைதிகளுக்கு அவர்களது கோட்பாடுகளைச் சொல்லிக் கொடுப்ப தில்லை?'' என்று கேட்டார். ''அதற்குக் காரணம் நீங்கள்தான். நீங்கள் பாரபட்சம் காட்டுகிறீர்கள். முஸ்லிம்கள் பக்கம் நின்றுகொண்டு, ஹிந்துக்களிடம் கடுமையாக நடந்து கொள்கிறீர்கள். இப்படிக் கோட்பாடுகளையும் கற்றுக் கொடுக்கலாம் என்று சிறையில் உத்தரவு போடப்பட்டது என்றால், சிறை என்பது மசூதியா கோயிலா என்ற முடிவில்லாப் பிரச்சினையில் மூழ்கும். அதுமட்டு மில்லாமல் இந்த சிறையில் வார்டர்கள் கைதிகளிடம் தேவை யின்றியும், மாற்று மதத்தைப் பற்றியும் எதுவும் பேசக்கூடாது என்றும் விதிமுறைகள் உள்ளன'' என்று கூறினேன். சூப்பரின் டென்டன்ட் ஒரு கேள்வி மூலம் இந்த வாதத்துக்கு முற்றுப்புள்ளி வைத்தார், ''ஏன் ஹிந்துக்களாகிய நீங்கள் முஸ்லிம்களை ஹிந்து மதத்திற்கு மதமாற்றம் செய்யக்கூடாது? ஏன் மற்றவர்களைப் பார்த்து சத்தம் போடுகிறீர்கள்?''

இது ஒரு நியாயமான கேள்விதான். இதற்கு நான் பதில் கூறியாக வேண்டும். நான் அவரிடம், ''ஹிந்து மதம் மதமாற்றம் செய்வ தில்லை. அது சகிப்புத்தன்மையைப் போதிக்கின்றது. அவரவர் தாம் நினைத்த போதெல்லாம் மதத்தை மாற்றிக்கொள்ள முடியாது என்று கூறுகிறது. ஆனால் இதே நிலையை ஹிந்து மதம் தொடர்ந்து கொண்டிருக்க முடியாது. மதமாற்றம் செய்யும் மதங்கள் பரவி வரும் போது இந்தச் சகிப்புத்தன்மை கோட்பாடுகள் எல்லாம் தோல்வி அடைந்துவிடும். தாய்மதம் திரும்புதல், சுத்தி போன்றவற்றிற்கு ஏற்கெனவே வரலாற்றில் சில உதாரணங்கள் இருக்கின்றன. இப்போது நவீன காலத்தில் ஆர்ய சமாஜ் இந்தியாவில் சுத்தி முறையில் தாய் மதம் திரும்பும் பணியைச் செய்து கொண்டிருக்கிறது. சுவாமி விவேகானந்தரும் அவரது சகோதரி நிவேதிதையும் சமீபகால உதாரணங்கள். அவரை கிறிஸ்தவ மதத்திலிருந்து ஹிந்து மதத்துக்கு மாற்றி, அவரது பெயரான மார்க்ரெட் நோபில் என்ற பெயருக்குப் பதிலாக, ஹிந்துப் பெயரான நிவேதிதா என்ற பெயரை அவருக்கு சுவாமி விவேகானந்தர் சூட்டினார். அவரை ராமகிருஷ்ண பரமஹம்சரின் ஆசிரமத்தில் ஒரு சீடராகவும் சேர்த்துக்கொண்டார். அவர் எழுதிய புத்தகங்கள் நம்முடைய நூலகத்தில் உள்ளன. நீங்களே அதைப் படித்துத் தெரிந்து கொள்ளலாம். ஹிந்து மதம் இதுநாள்வரை மதமாற்றத்தை ஆதரித்ததில்லை. ஏனென்றால் எந்த

மதத்தை உண்மையாகப் பின்பற்றினாலும் மோட்சத்தை அடையலாம் என்பது ஹிந்து மதத்தின் அடிப்படைகளில் ஒன்று. அதுமட்டுமல்லாமல் உலகில் பல மதங்கள் இருந்தாலும் அனைத்தும் ஒன்று என்பதும் அதன் அடிப்படைகளில் ஒன்று. ஹிந்து மதம் மதத்தைச் சமுதாய ஒருங்கிணைப்புக்கும் வலிமையைக் காட்டுவதற்கும் பயன்படுத்துவதில்லை. இன்றைய உலகத்தில் இது தவறான அணுகுமுறை என்பது என் கருத்து. ஆனால் இந்த அணுகு முறைக்கு வித்திட்ட அற்புதமான கோட்பாடுகளை நான் மறக்க முடியாது. அவை உயர்ந்த கோட்பாடுகள் என்பதை நான் ஒப்புக் கொண்டாக வேண்டும். மிக உன்னதமான பரந்த மனப்பான்மை கொண்ட அணுகுமுறை அது என்பதைப் புரிந்துகொள்ளலாம்'' என்று கூறினேன்.

சூப்பரின்டென்டன்ட் ஒரு பண்பட்ட மனிதர். எல்லோரிடத்தும் நியாயமாக நடக்க முயற்சி செய்பவர். அவரது இந்த குணத்தைப் பற்றி ஏற்கெனவே எழுதியிருக்கிறேன். மறுபடியும் சமயம் வரும் போது அதைப் பற்றிக் கூறுகிறேன். என் விளக்கத்தை அவர் பொறுமையாகக் கேட்டார். அது அவருக்குப் பிடித்திருந்தது. அவர் என்னிடம் அமைதியாக, ''நான் இதைப் பற்றிச் சிந்திக்கிறேன். இப்போதைக்கு அந்தப் பிராமணப் பையன் ஹிந்துக்களுடன் காலையும் மாலையும் உட்கார்ந்து உணவருந்தட்டும். முஸ்லிம் களுடன் உணவு அருந்தவேண்டாம். ஏதாவது முஸ்லிம் அவனுக்குத் தனது உணவைக் கொடுக்க ஆசை காட்டினால் கண்டிப்பாக அவனுக்குத் தண்டனை கொடுக்கப்படும்'' என்று கூறினார். இதை அவர் நேரடியாக மிர்ஸா கானைப் பார்த்துச் சொன்னார். கான் நடுங்கியபடியே அவரைப் பார்த்து வணங்கினான். சூப்பரின் டென்டன்ட் சிறையைவிட்டு வெளியேறினார்.

சந்தேகமே இல்லாமல் அவரது பயமுறுத்தலுக்கு பலன் இருந்தது. ஆனால் உண்மையான கஷ்டம் அதன்பிறகுதான் வந்தது. அந்தப் பையன் எங்களுடன் மட்டும்தான் உணவு உட்கொள்ளவேண்டும் என்று சூப்பரின்டென்டன்ட் உத்தரவு போடலாம்.

ஆனால் ஹிந்துக் கைதிகள் அவனை அவர்களுடன் உட்கார்ந்து உணவு உண்ண அனுமதிப்பார்களா? ஏனென்றால் அவன் ஓரிரு நாட்கள் முஸ்லிம்களுடன் அமர்ந்து உணவு உண்டுவிட்டான். நாங்கள் முஸ்லிம்களைத் தோற்கடித்து விட்டோம். ஆனால் இப்போது ஹிந்துக்களை எப்படி ஜெயிப்பது? இதுதான் முக்கியமான விஷயம். இது தெரிந்த மிஸ்டர் பாரி, முதல்நாள் அமைதியாக இருந்தார். ஏனென்றால் சூப்பரின்டென்டன்ட் அவரிடம் நேரடியாக

இதைப்பற்றிக் கூறிவிட்டார். நான் ஹிந்து சகோதரர்களுக்கு, அந்தப் பையனைத் தங்களுடன் உணவு உண்ண அனுமதிக்கவேண்டும் என்று செய்தி அனுப்பிக் கொண்டிருந்தேன். ஆனால் அதற்கு அவர்களிடத்தில் எதிர்ப்பு இருந்தது. அந்தமானில் ஹிந்துக்கள் சாதி வேறுபாடு பார்க்காமல் எல்லோரும் ஒன்றாக அமர்ந்து உணவு உண்பார்கள். அவர்கள் ஒரே வரிசையில் அமர்ந்திருப்பார்கள். முஸ்லிம்கள் தனி வரிசையில் அமர்ந்திருப்பார்கள். அதனால் அவர்களிடம், இதுபோன்ற துன்பம் இதுவரை சிறையில் மிர்ஸா கானுக்கு வந்ததில்லை என்றும், அவனிடம் ஏமாந்துபோன ஒரு அப்பாவி ஹிந்துப் பையனை மீட்பதற்கு நமக்கு ஒரு நல்ல வாய்ப்பு என்றும் கூறினேன். மிர்ஸா கான் அவனை மதம் மாற்றுவதாக இருந்தான். இப்போது ஹிந்துக்கள் அவனைக் காப்பாற்றியாக வேண்டும். இதற்கு அவர்கள் தயாரில்லை என்றால் இந்தச் சந்தர்ப்பத்தை மிஸ்டர் பாரி நன்றாகப் பயன்படுத்திக் கொள்வார். நமக்கு ஆதரவாக உத்தரவு போட்ட சூப்பரின்டென்டன்ட் செய்தது தவறு என்ற பொருள்படும்படி ஒரு அறிக்கையை அனுப்பி அவரைச் சிறுமைப்படுத்துவார். பிறகு கானின் அராஜகம் முன்பைவிட அதிகரிக்கும். அவன் இன்று துவண்டு போய் உள்ளான், ஆனால் நாளை சிலிர்த்து எழுந்து விடுவான். அதனால் நான் அவர்களிடம் தொடர்ந்து விவாதம் செய்து கொண்டிருந்தேன். ஆனால் அவர்கள் உறுதியாக எந்தப் பதிலும் கொடுக்கவில்லை. நானும் இன்னும் இருவரும் அவர்களிடம் கையெடுத்துக் கும்பிட்டு வேண்டிக் கொண்டோம். அவர்களில் ஒரு சிலருக்கு மட்டும் அவமானமாக இருந்தது. அவர்களைத் தவிர கிட்டத்தட்ட எல்லோரும், அந்தப் பையன் வரிசையின் கடைசியில் உட்காரவேண்டும் என்றும் நானும் இன்னும் இருவரும் அவனுக்கு அருகில் உட்காரவேண்டும் என்றும் சொன்னார்கள். ஒருவழியாக இந்த ஒப்புதலை நாங்கள் பெற்றோம். இதற்கே மிகுந்த சிரமப்பட வேண்டி இருந்தது. ஆனால் எப்படி இருந்தாலும் இது செய்து முடித்தாகவேண்டிய ஒன்று.

ஒருவழியாக அந்தப் பையன் ஹிந்துக்களுடன் உட்கார்ந்து உணவு உட்கொள்ள ஆரம்பித்தான். எங்களிடம் ஏற்கெனவே ஒப்புக் கொண்டிருந்த ஹிந்துக்கள் அதனை ஏற்றுக்கொண்டனர். மிஸ்டர் பாரி இந்த விஷயத்தில் தோற்றுப் போனார். சூப்பரின்டென்டன்ட் உத்தரவுப்படியே எல்லாம் நடந்ததால் முஸ்லிம்களும் பேசாமல் அவர்களது வேலையைக் கவனிக்க ஆரம்பித்தனர். ஆனால் சிறையில் ஒரு வித்தியாசம் தெரிய ஆரம்பித்தது. மிக முக்கியமான வித்தியாசம். இந்த விஷயத்தில் ஹிந்துக்களை முஸ்லிம்கள் அடக்கி ஒடுக்குவது நின்று போனது. அவர்கள் ஜாக்கிரதையாக

நடந்துகொண்டார்கள். ஆனால் அவர்களுக்கு எங்கள் மீதிருந்த வெறுப்பு அதிகமானது. மதமாற்றத்திற்காக அவர்களைத் தூண்டிவிடும் வேலையை மிஸ்டர் பாரி தொடர்ந்து செய்துகொண்டிருந்தார்.

முஸ்லிம் வார்டர்களின் வார்டுகளில் மதமாற்ற வேலையை நான் தடுத்து நிறுத்திய செய்தி அந்தமான் முழுக்கப் பரவியது. எங்கள் சிறையில் சில கைதிகள் வட இந்தியாவிலிருந்து வந்தவர்கள். அதில் சிலர் ஆர்ய சமாஜத்துடன் தொடர்புடையவர்கள். அவர்கள் எங்களுக்கு உதவ ஆரம்பித்தார்கள். நான் அந்தமானுக்கு வருவதற்கு முன்பே அந்தமான் குடியிருப்புப் பகுதியில் ஆர்ய சமாஜத்தின் கிளையைச் சிலர் நிறுவியிருந்தனர். ஆனால் அவர்களால் ஆர்ய சமாஜத்தின் கொள்கைகளைப் பிரசாரம் செய்யவும் சுத்தி இயக்கத்தின் பணிகளைச் செய்ய முடியாமலும் இருந்தது. என்ன செய்வது என்று தெரியாமல் அவர்கள் விழித்துக் கொண்டிருந்தனர். எங்களது முயற்சிகளைப் பற்றி கேட்ட அவர்கள் மகிழ்ச்சி அடைந்தனர். சுத்தி இயக்கப் பணிகளை அவர்களும் சேர்ந்து செய்ய ஆரம்பித்தனர். எங்கள் பணிகளுக்குச் சில தனிப்பட்ட அதிகாரிகளும் ஒத்துழைப்பு தர ஆரம்பித்தனர்.

ஆர்ய சமாஜத்தின் கொள்கைகளை அறிந்த ஒரு கைதி திரும்பவும் சில்வர் ஜெயிலுக்கு அந்தச் சமயத்தில் அனுப்பப்பட்டார். அவர் தனது தண்டனைக் காலத்தை முடித்திருந்தபடியால் அந்தமானின் குடியிருப்புப் பகுதிக்கு அனுப்பப்பட்டிருந்தார். ஆனால் அங்கே மீண்டும் ஒரு பெரிய குற்றத்தைச் செய்ததால் மீண்டும் சிறைக்கு அனுப்பப்பட்டார். அவரைப் பார்த்தாலே முஸ்லிம்கள், ரவுடிகள் எல்லோரும் நடுங்குவர். அவர் சிறையில் அனுபவம் பெற்றவர். பல குற்றங்கள் புரிந்து தேர்ச்சி பெற்றவர். சாதாரணத் திருட்டிலிருந்து பூட்டை உடைத்துத் தப்பிப்பது, ஓபியம் என்ற போதைப் பொருளைக் கடத்துவது, தெருச் சண்டைகள் போடுவது வரை பலவிதமான குற்றங்கள் அவருக்கு அத்துப்படி. அவருடன் நெருக்கமாக உள்ள ஹிந்துப் பையன்களிடம் முஸ்லிம்கள் நெருங்க மாட்டார்கள். ஏனென்றால் அவருக்கு நெருக்கமான நபர்கள் யாரையேனும் யாராவது கஷ்டப்படுத்தினால் சிறை விதிகளை எல்லாம் பற்றிக் கவலைப்படாமல் அவர்களை அடித்து நொறுக்குவார். அதுமட்டு மில்லாமல் அந்த ஆளின் ரகசியங்களையும் வெளியிடுவார். இதில் விநோதமான ஒரு விஷயம், அவர் ஹிந்து மதத்தில் தீவிர நம்பிக்கை உள்ளவர். அவரது முஸ்லிம் எதிரிகளோ இஸ்லாத்தில் தீவிர நம்பிக்கை உடையவர்கள். அதனால் அந்த முஸ்லிம் எதிரிகளின் எரிச்சலை அதிகரிக்க அவர் சுத்தி இயக்கத்திற்குத் தன்னாலான உதவியை அளிப்பதாக உறுதியளித்தார். இப்போது நான் எதற்கும்

பணியக்கூடாது என்று முடிவெடுத்தேன். ஏனென்றால் எங்களுடைய தினப்படி வாழ்வில் மிக மோசமான குறுகிய மனம் படைத்த நபர்களை எல்லாம் நாங்கள் சமாளிக்க வேண்டியுள்ளது. அவர்களது திட்டுக்கள், திருட்டுத்தனமான நடவடிக்கைகள், அடிகள் இவற்றை நாங்கள் சமாளிக்க வேண்டியிருந்தது. அவை எங்கள் வழிமுறைகள் அல்ல. அதனால் நான் திருடனைத் திருடனைக்கொண்டே சமாளிப்பது என முடிவெடுத்தேன். இந்த ஹிந்து ரவுடியிடம்,25 வயதான ஒரு ஹிந்து இளைஞனைக் காப்பாற்றித் திரும்ப ஹிந்து மதத்திற்குக் கொண்டுவரும் பணியினைக் கொடுத்தேன். அந்த இளைஞன் திரும்பவும் ஹிந்து மதத்திற்கு வருவதற்கு விருப்பம் தெரிவித்திருந்தார். நான் இந்த ஆளிடம் அந்தப் பணியினைச் செய்து முடிக்கும்படி கூறினேன்.

நாம் சும்மா குறை கூறிக் கொண்டிருக்கிறோம், மாறாக முஸ்லிம் களை ஹிந்து மதத்துக்கு மாற்றும்படி சூப்பரின்டென்டன்ட் கூறிய வார்த்தைகள் நினைவுக்கு வந்தன. இந்த ஆள் கிடைத்தவுடன் அந்தப் பணியைத் துவக்கிவிடுவது என்று முடிவெடுத்தேன். அந்தப் பணிக்கு நான் தேர்ந்தெடுத்த இந்தக் கைதியும் இந்த வேலையைத் தீவிரமாக எடுத்துக்கொண்டார். தான் மதமாற்றம் செய்யவேண்டிய ஆளின் மனதைப் பண்படுத்த ஆரம்பித்தார். அந்த இளைஞனின் நண்பனையும் அவர் தயார்ப்படுத்த ஆரம்பித்தார். இதை யாராவது கண்காணிக்கிறார்களா என்பது பற்றியெல்லாம் அவர் கவலைப்பட வில்லை. வெளிப்படையாகவே இதைச் செய்தார். அவர் சிறையில் அனுபவம் பெற்றவர். ஆனால் அரசியல் கைதி அல்ல. அவரை 10 கைதிகளுக்குப் பொறுப்பாளராக 'முகடம்' என்ற பொறுப்பில் நியமித்தனர். நான் தனிப்பட்ட சிறையில் இருந்தேன். சுத்தி பணிகளை அவரது தொழிற்சாலை வளாகத்திற்குள் செய்யச் சொன்னேன். அந்தமான் சிறையில் சுத்தி பணிகளில் முதல் பரிசோதனை இதுதான்.

ஒரு ஞாயிற்றுக்கிழமையன்று மிர்ஸா கானும் அவனுக்குக் கீழிருந்த முஸ்லிம் வார்டர்களும் துணி துவைக்கும் கைதிகளைக் கண்காணித்துக் கொண்டிருந்தனர். அப்போது இந்த ஹிந்து முகடம் அந்த 25 வயது இளைஞனையும் அவனுடைய நண்பனையும் கூட்டிக்கொண்டு போய், அவர்களைக் குளிக்க வைத்து, புதிய ஆடைகள் அணிய வைத்து, அவர்கள் ஹிந்து மதத்திற்குத் திரும்புவதாக முடிவெடுத்துவிட்டார்கள் என்று அறிவித்தார். அவர்கள் இருவரும் மூன்று ஹிந்துக்கள் முன்னிலையில் அதனை அறிவித்தனர். முகடம் அவர்களுக்குத் துளசி இலைகளைக் கொடுத்து சாப்பிடச் சொன்னார். பகவத் கீதையிலிருந்து சில சுலோகங்களைச் சொல்லச்

சொன்னார். பிறகு அவர் துளசிதாசரின் ராமாயணத்தில் இருந்து ஒரு அத்தியாயத்தை அவர்களுக்குப் படித்துக் காண்பித்தார். சுத்தி சடங்குகள் முடிந்தன. பிறகு இதற்கெனவே விசேடமாகத் தயார் செய்திருந்த பால் பாயசத்தைப் பிரசாதமாக விநியோகம் செய்தார். என்ன நடந்தது என்று கான் உணரும் முன் எல்லோரும் அவரவர் அறைக்குத் திரும்பிவிட்டனர். அந்த இருவரும் அதற்குப்பின் நமாஸ் செய்வதை நிறுத்திவிட்டனர். நாங்கள் எல்லோரும் அவர்களை ஹிந்துப் பெயர்களைக்கொண்டே அழைக்க ஆரம்பித்தோம். முஸ்லிம்கள் அவர்களுடைய முஸ்லிம் பெயர்களைக்கொண்டு அழைத்தபோது அவர்கள் திரும்பிப் பார்க்கவே இல்லை. அவர்கள் துளசிதாசரின் ராமாயணத்தைப் படிக்க ஆரம்பித்தனர். எங்களோடு உணவு உண்ண ஆரம்பித்தனர்.

இந்தத் தாய் மதம் திரும்பும் சடங்கும் சுத்தியும் அந்தமானில் பெரிய பரபரப்பை ஏற்படுத்தி கொண்டிருந்தன. சம்பவம் நடந்து சில நாட்களுக்கு மிஸ்டர் பாரியும் அவரது அடியாட்களும் அதைக் குறித்து எதுவும் பேசாமல் இருந்தனர். இதைப் பற்றி சூப்பரின் டென்டன்ட்டிடம் புகார் செய்தால் அவர் இவர்களுக்கு எதிராகப் பல பழைய விஷயங்களைக் கிளறுவார் என்பது அவர்களுக்குத் தெரியும். அதுமட்டுமில்லாமல் இதெல்லாம் சீக்கிரத்தில் முடிந்துவிடும், ஹிந்துக்களே இதை எதிர்ப்பார்கள் என்று முஸ்லிம்கள் எதிர்பார்த்தனர்.

அவர்கள் எதிர்பார்த்தபடியே சில சம்பவங்கள் நடந்தன. கோபம் கொண்டிருந்த கைதிகள் அவர்களது தண்ணீரைத் தொட எனக்கு அனுமதி மறுத்தனர். ஆனால் அவர்களுக்கு அரசியல் கைதிகளைப் பற்றிக் கொஞ்சம் பயம் இருந்தது. அதனால் மேற்கொண்டு எந்த எதிர்ப்பும் தெரிவிக்கவில்லை. ஆனால் என் விஷயத்தில் அவர்கள் எதிர்ப்பைக் காட்டிக் கொண்டிருந்தனர். அவர்கள் என்னைக் கிண்டலாக பாங்கி பாபு என்று அழைக்க ஆரம்பித்தனர்.

அவர்கள் என்னை எவ்வளவுதான் அவமானப்படுத்திக் கிண்டல் செய்தாலும் எங்களுக்கு ஆதரவு தெரிவிப்போர் எண்ணிக்கை அதிகமாகிக்கொண்டே இருந்தது. இரண்டு மூன்று வருடங ்களுக்குப் பிறகு, இதனை எதிர்த்த தாகூர் சமூகத்தைச் சேர்ந்த அந்த நபரே, சுத்தி மற்றும் தாய் மதம் திரும்பும் சடங்குகளை ஆதரிக்க ஆரம்பித்தார். என் மீது கவிந்த பாங்கி பாபு என்ற பெயர், முஸ்லிமாக இருந்து தாய் மதம் திரும்பிய ஒருவனுடன் உணவருந்தும் தைரியம் பெற்றவர் என்பதைக் குறிக்க வைக்கப்பட்ட பெயர்.

இந்த சுத்தி பற்றிய செய்திகளை சூப்பரின்டென்டன்ட்டிடம் தெரிவிக்கவில்லை. ஏனென்றால் எப்படி முஸ்லிம்கள் மதமாற்றம் செய்யும்போது தடுக்கவில்லையோ அதேபோல நாங்கள் செய்யும் பிரசாரத்தையும் மிஸ்டர் பாரி தடுக்கவில்லை. அதனால் இதைப் பற்றிக் கண்டனம் தெரிவிக்கவேண்டிய அவசியமில்லை என்று நினைத்தேன். அப்படிச் செய்வது மிஸ்டர் பாரியுடன் தேவையற்ற ஒரு சச்சரவை ஆரம்பிக்கும். மிஸ்டர் பாரி ஹிந்து மதம், இஸ்லாம் இவற்றின் எதிர்காலம் குறித்தெல்லாம் அக்கறை இல்லாதவராக இருந்தார். முஸ்லிம் வார்டர்கள் மற்றும் ஜமாதார்கள் ஆகியோர் தனக்கு உதவியாக இருந்ததால்தான் அவர்களை ஆதரித்தார். இப்போது எங்களை எதிர்த்தால் நாங்கள் அவரைப் பற்றி சூப்பரின் டென்டன்ட்டிடம் புகார் கொடுப்போம் என்பது அவருக்குத் தெரியும். அப்படி ஒருவேளை இதில் தலையிட்டால், இதற்காக சூப்பரின் டென்டன்ட்டிடம் மீண்டும் திட்டு வாங்கவேண்டி இருக்கலாம். அதனால் எங்களது சமீபத்திய நடவடிக்கைகளைப் பற்றி மிஸ்டர் பாரி சூப்பரின்டென்டன்ட்டிடம் எதுவும் சொல்லவில்லை.

இந்தக் காரியங்கள் நடந்து கொண்டிருக்கும்போது இலங்கையி லிருந்து மூன்று நான்கு கைதிகள் எங்கள் சிறைக்கு வந்தார்கள். அவர்கள் கலவரம் மற்றும் வன்முறையில் ஈடுபட்டதற்காகக் கைதாகி, ஆயுள் தண்டனை பெற்று நாடு கடத்தப்பட்டவர்கள். அவர்கள் எங்களுடன் நண்பர்களாகி, எங்கள் இயக்கத்தில் உறுப்பினர்களாகச் சேர்ந்தார்கள். அதில் ஒருவன் ஏற்கெனவே கிறிஸ்தவ மதத்திற்கு மாறி இருந்தான். நாங்கள் அவனிடம் பேசி அவனைத் திரும்பவும் ஹிந்து மதத்திற்கு மாறும்படி வேண்டிக் கொண்டோம். அந்த மூவரில் இருவர் கொஞ்சம் திறமை படைத்தவர்கள். அதனால் அவர்களுக்குச் சிறைக்கு வெளியே எழுத்தராக வேலை கிடைத்தது. அந்த சிலோன் கிறிஸ்தவருக்கும் நாங்கள் அதேபோல் நல்ல வேலை வாங்கித் தருவோம் என்ற உறுதி அளித்தோம். இந்த வாக்குறுதி அவரை ஹிந்துவாக மாறத் தூண்டியது. சிறையில் உள்ள கிறிஸ்தவர்களுக்காக ஒரு பாதிரி அவ்வப்போது வழிபாடு நடத்த வருவார். நாங்கள் அவரது மந்தையி லிருந்து ஒரு ஆட்டை மதமாற்றம் செய்ததனால் எங்களிடம் வந்தார். அந்த இலங்கை கிறிஸ்தவர் அவரிடம், தான் கிறிஸ்தவர் இல்லை என்று கூறியபோது அவர் அதிர்ச்சி அடைந்தார். அவர் அந்த விஷயத்தை சூப்பரின்டென்டன்ட்டிடம் முறையிட்டார். அவரும் அதுகுறித்து விசாரிக்க ஆரம்பித்தார். எங்கள் நடவடிக்கைகள் அதிகாரிகள் மத்தியில் விவாதப் பொருள் ஆனது. அதிகாரிகள் எங்கள் விஷயத்தில் கோபம் கொள்ளாமல் சிறை விதிகளின்படி விசாரணை

மேற்கொண்டார்கள். இதற்கான பாராட்டு சிறை அதிகாரிகளுக்கே போய்ச் சேரவேண்டும்.

இந்தச் சம்பவத்திற்கு முன்னால் ஒரு வங்கக் கைதியை தங்கள் வசம் முஸ்லிம்கள் எடுத்துவிட்டதாக எனக்கு ஒரு செய்தி வந்தது. அவன் ஒரு இளைஞன். கஞ்சா பழக்கத்துக்கு அடிமையாக இருந்தான். அந்தப் போதையில் அவன் ஒரு ஆளைக் கத்தியால் குத்தி இருந்தான். 18 வயதான அவன் அதற்காகத் தண்டனை பெற்றிருந்தான். அவன் சிறைக்கு வந்த உடன் மிர்ஸா கான் அவன்பேரில் ஈடுபாடு காட்ட ஆரம்பித்தான். அவனை முஸ்லிம்களின் கண்காணிப்பில் விட்டான். அவர்களும் அவனை இஸ்லாம் மதத்திற்கு மாற்ற முயற்சி செய்தனர். இந்தச் செய்தி எனக்குக் கிடைத்தது. அந்த இளைஞனுடைய மனதை மாற்றும்படி நான் ஒரு ஹிந்துக் கைதியிடம் சொன்னேன். நான் சொன்ன ஆள் அந்தமானில் உள்ள ரவுடிகளுக்கெல்லாம் ரவுடி. சிறையில் பத்தாண்டு தண்டனை கழித்தவன். அவனிடம் நிறையப் பணம் இருந்தது. நான்கு முறை அந்தமானில் உள்ள குடியிருப்புப் பகுதிகளிலிருந்து தப்பித்து காடுகளில் புகுந்து கொண்டவன். மிகுந்த தைரியசாலியான அவன் தப்பிப்பதற்காக பயங்கரமான காரியங்களைச் செய்யத் தயங்காதவன். அதேநேரம் மிகுந்த கடவுள் நம்பிக்கையும் உடையவன். நண்பர்களிடம் விசுவாசமாக இருப்பான். அந்த இளைஞன் இருக்குமிடத்தில் இவரும் தங்கி அந்த சம்பவத்தைச் வெளிச்சத்திற்குக் கொண்டுவரவேண்டும் என்று நாங்கள் தீர்மானித்தோம். மிஸ்டர் பாரியின் அனுமதி இல்லாமல் அரசியல் கைதிகள் ஓரிடத்திலிருந்து இன்னொரு இடத்திற்கு நகர முடியாது. சாதாரண மக்களை மாற்றம் செய்யும் பொறுப்பு ஒரு முன்ஷியிடம் ஒப்படைக்கப்பட்டிருந்தது. இந்த ஹிந்து அந்த முன்ஷியிடம் இரண்டு ரூபாய் லஞ்சம் கொடுத்துத் தன்னை அந்த இளைஞனின் அறைக்குப் பக்கத்தில் மாற்றும்படி சொன்னார். அங்கு சென்ற எட்டு நாட்களிலேயே அந்த இளைஞனுக்கு இவர் நெருங்கிய நண்பரானார். அந்த இளைஞனிடம் மதம் தேசம் ஜாதி பற்றிய விஷயங்களைப் பேசித் தனது கட்டுப்பாட்டுக்குள் கொண்டுவந்தார். அந்தப் பையனும் தன்னை மதம் மாற்ற அவர்கள் எடுத்த முயற்சிகள் அனைத்தையும் அவரிடம் சொன்னான். மிர்ஸா கானைத் தான் வெறுப்பதாகவும் ஆனால் அவனை வெளிப்படையாக எதிர்க்கத் தனக்கு தைரியம் இல்லை என்றும் அவன் சொன்னான். அந்த இளைஞனைக் காப்பாற்றுவதாக அந்தக் கைதி உறுதியளித்தார். அவர் என்னிடம் இதுகுறித்துக் கலந்தாலோசித்தார். என் ஒப்புதலின் பேரில் அவர்களைக் கையும் களவுமாகப் பிடிப்பதற்கு அவர் அமைதியாகக் காத்திருந்தார். ஒரு ஞாயிற்றுக்

கிழமை அன்று அந்தக் கட்டடத்தின் பொறுப்பாளராக இருந்த முஸ்லிம் அதிகாரி அந்த இளைஞரிடம் வந்து அவனை அறைக்கு வெளியே காத்திருக்கச் சொன்னார். மற்றவர்களெல்லாம் அவர் களுடைய அறைக்குள் அனுப்பப்பட்டு அறைகள் பூட்டப்பட்டிருந்தன. பிறகு அவர்களில் 5 அல்லது 10 பேர் நாங்கள் குளிக்குமிடத்தில் உட்கார்ந்துகொண்டு ஒரு பாக்கெட் ஜிலேபியை எடுத்து அந்தப் பையனிடம் கொடுத்து அவனையும் எடுத்துக்கொள்ளச் சொன்னார்கள். சடங்கிற்கான தண்ணீர், ஜிலேபி, அதனை எடுத்துக் கொடுப்பதற் காக ஆட்கள் என்று அவர்களது சடங்குக்கு எல்லாம் தயாராக இருந்தன. அந்த இளைஞன் அங்கு கூட்டி வரப்பட்டான். அவனை கல்மாவை உச்சரிக்கும்படி செய்தனர். அந்த நாளின் முக்கியத்து வத்தைப் பற்றி அவனிடம் கூறினர். அவன் இஸ்லாமுக்கு மாற மறுத்தால் இதுவரை அவனுக்குக் கிடைத்து வந்த வசதிகள் அனைத்தும் மறுக்கப்படும். அவன் துரோகி எனக் கருதப்படுவான். அவனுக்குக் கருணை காட்டப்படாது. அவனுக்கு மிகக் கடுமை யான பணி வழங்கப்படும் என்றும் கூறினார்கள். இந்தப் பயமுறுத்தல்களும் மதமாற்றத்திற்கான முஸ்தீபுகளும் நடந்து கொண்டிருக்கும்போது, அங்கு ஒரு ஐரோப்பிய அதிகாரி வந்தார். அந்த இளைஞனுக்கு நடந்து கொண்டிருப்பதை அவர் தன் கண்ணால் பார்த்தார். அந்த அதிகாரியுடன் வந்த நம்முடைய ஹிந்து நண்பரும் அதனைப் பார்த்துக் கொண்டிருந்தார்.

காலையில் அந்த முஸ்லிம் அதிகாரிகள் தங்கள் காரியத்தில் முழுமூச்சாய் ஈடுபட்டிருக்கும்போது அவர் அமைதியாகத் தனது அறையைவிட்டு வெளியே சென்றார். எல்லோரும் அந்த இளைஞனை மதமாற்றம் செய்வதில் ஈடுபட்டிருந்ததால் இவர் வெளியே சென்றதைக் கவனிக்கவில்லை. அவர் தனது கட்டடத்தை விட்டு வெளியே சென்றவுடன், அதிகாரியின் அலுவலகத்துக்குப் போய், அந்த அதிகாரியிடம் இதுகுறித்துத் தெரிவித்து, இவர்களைக் கையும் களவுமாகப் பிடிக்க அவரை நேரடியாக இந்த இடத்துக்குக் கூட்டிக்கொண்டு வந்தார். உண்மை என்ன என்பதைத் தெரிந்து கொள்ள அந்த அதிகாரியும் இவருடன் வந்தார். இந்தச் சடங்கு நடக்கப் போகும் நேரம் எனக்கு ஏற்கெனவே தெரிந்ததால் இவர்கள் எல்லோரும் சரியாக மாட்டிக்கொண்டனர். மத மாற்றம் செய்வதற் காக அவர்கள் கொண்டுவந்த பொருட்களும் அப்போது அவர்கள் கையில் இருந்தன. அந்த முஸ்லிம்கள், அந்த இளைஞன், ஒரு பானைத் தண்ணீர், ஒரு பாக்கெட் இனிப்புகள் இவையெல்லாம் போக கல்மா நமாஸ் என்று எல்லாவற்றையும் அந்த அதிகாரி நேரடியாகப் பார்த்தார். யாரும் தப்பி ஓடாதபடி சரியான நேரத்தில் அந்த ஹிந்துக் கைதி அவரை அழைத்துக்கொண்டு வந்திருந்தார்.

அதிகாரியைப் பார்த்ததும் அந்த முஸ்லிம் அந்த இடத்திலேயே நிலைகுலைந்து போனார். அவரது முந்தைய செயல்களே அவரைக் கண்டிக்கப் போதுமானவையாக இருந்தன. ஏனென்றால் அவர்தான் அந்தப் பையனிடம் நெருக்கமாகப் பழகியவர். சிறைக்குள் இனிப்பு களைக் கடத்திக்கொண்டு வந்தவர். அந்த மதமாற்றச் சடங்கிற்காக மற்ற முஸ்லிம்களை அங்கு அழைத்து வந்ததும் அவர்தான். இப்போது மதம் மாற்றும்போது அவர் கையும் களவுமாகப் பிடிபட்டார். அந்த மூத்த ஹிந்துக் கைதி அதிகாரியிடம் அங்கு நடந்த சம்பவத்தை முழுவதுமாக விவரித்தார். அந்த முஸ்லிம் மீது மதம் மாற்ற முயன்றதாக வழக்கு தொடுக்கப்பட்டது. மிஸ்டர் பாரிகூட அவரைக் காப்பாற்ற முன்வரவில்லை. சூப்பரின்டென்டன்ட் முன்னிலையில் நடந்த அந்த வழக்கில் அந்தப் பையன் எல்லா வற்றையும் சொல்லிவிட்டான். நாங்கள் சிறையில் நடக்கும் மதமாற்றம் பற்றிக் கூறியதெல்லாம் உண்மை என்பதை சூப்பரின் டென்டன்ட் புரிந்துகொண்டார். முஸ்லிம்களிடத்தில் ஹிந்துக்கள் அதேபோல் பிரசாரமும் மதமாற்றமும் செய்கிறார்கள் என்று கூறி என் மீது முஸ்லிம்கள் புகார் கொடுத்தனர். அதனால் என்னை விசாரணைக்கு அழைத்தனர். நான் அதனை ஒரு வாய்ப்பாகப் பயன்படுத்திக்கொண்டு சிறையில் நடக்கும் எல்லா விஷயங் களையும் சொன்னேன். அதுமட்டுமில்லாமல் முஸ்லிம்களை ஹிந்துக் களாக மதமாற்றம் செய்யுங்களேன் என்று சூப்பரின்டென்டன்ட் என்னிடம் கூறியதை அவருக்கு நினைவுபடுத்தினேன். முஸ்லிம்கள் ஹிந்துக்களை மதம் மாற்றுவது போல் நான் அவர்களை மதம் மாற்றுவதில்லை என்பதையும் அவரிடம் கூறினேன்.

அதிலிருந்த சவால் என்னவென்றால், முஸ்லிம்கள் வேறொரு மதத்தைத் தழுவும் அளவிற்குப் பலவீனமானவர்கள் அல்ல என்றும், அதேநேரம் ஹிந்துக்களுக்கு தங்களுடைய மதத்தைச் சார்ந்தவர் களை அதில் தக்க வைத்துக்கொள்ளும் அளவுக்கு சக்தி கிடையாது என்பதும் ஆகும். தங்கள் மதத்தவர்களையே தக்க வைத்துக் கொள்ளப் போராடும்போது எப்படி அவர்களால் முஸ்லிம்களை மதம் மாற்றமுடியும்? ஆனால் இது ஒரு தவறான கருத்து. ஹிந்துக்கள் நினைத்தால் மற்றவர்களைத் தங்கள் மதத்திற்குக் கொண்டுவரவும் முடியும். இதனை நான் சிறையில் சுத்தி இயக்கத்தின் மூலம் நிரூபித்திருக்கிறேன். இது முஸ்லிம்களுக்கும் சூப்பரின்டென்டன்ட்டுக்கும் எனக்கும் தெரியும். முன்பு ஹிந்துக் கைதிகள் முஸ்லிம்கள் தங்களை மதம் மாற வற்புறுத்துவதாகப் புகார் கொடுத்தார்கள். ஆனால் இப்போது முஸ்லிம்கள் தாங்கள்தான் இதில் மிகவும் பாதிக்கப்படுவதாகப் புகார் கொடுக்கிறார்கள்.

இந்தப் பிரச்சினைக்கு ஒரு முடிவு கட்டவேண்டும் எனில் சூப்பரின்டென்டன்ட் ஒட்டுமொத்தமாக மதமாற்றத்தைத் தடை செய்யவேண்டும். அதனை அதிகாரிகள் அங்கீகரிக்கக்கூடாது. மேலும், ஒன்றாக உட்கார்ந்து சாப்பிடுவதன் மூலம் ஒருவர் மதம் மாறிவிட்டார் என்று சொல்வது தவறு என்று நான் கூறினேன்.

கமிஷனரை ஆலோசித்துவிட்டு ஜெயிலருக்கு சூப்பரின்டென்டன்ட் விரைவிலேயே மதமாற்றத்தைத் தடை செய்வதாக ஒரு உத்தரவு பிறப்பித்தார். சிறை மதமாற்றத்திற்கான இடமில்லை என்றும், அது எந்த வகையில் நடந்தாலும் அங்கீகரிக்க முடியாது என்றும், இதனைப் பற்றிச் சிந்திக்கவும் விவாதிக்கவும்கூடாது என்றும் கூறினார். இது சிறையில் ஹிந்துக்களை மதம் மாற்றிக் கொண்டிருந்த முஸ்லிம் அதிகாரிகளின் செயலுக்கு முற்றுப்புள்ளி வைத்தது. ஹிந்துக்களுக்கு மதம் மாற்றுவதோ பிரசாரம் செய்வதோ நோக்கம் கிடையாது. எனவே சிறையில் மதவாத முஸ்லிம்கள் ஹிந்துக்களை மதம் மாற்றுவது என்பது ஒரு முடிவுக்கு வந்தது.

எனக்கு இந்தச் சம்பவத்தின் மூலம் இன்னொரு அருமையான அனுபவமும் கிடைத்தது. அது என்னவென்றால், இந்தச் சமுதாயத்தில் உள்ள நாகரிகமான மக்களைவிட எளிதாக ஒரு ரவுடியிடம் சமுதாய உணர்வு, தேசப்பற்று போன்ற விஷயங்களை உணர வைக்க முடிந்தது. இந்தக் காரியத்தைச் செய்வதற்கான தைரியமும் சேவை மனப்பான்மையும் மற்ற படித்த மக்களிடம் இருக்கவில்லை. அதற்கான காரணம் எளிதானது. அந்த ரவுடி இயல்பிலேயே மிகுந்த தைரியம் மிக்கவர். எதையும் எதிர்த்துப் போராடும் குணம் கொண்டவர். அந்தக் குணங்கள் ஆண்மையின் அடையாளம். ஆனால் அவர் ரவுடியாக இருந்ததனால் இந்த நல்ல குணங்கள் எந்தப் பயனும் இன்றி இருந்தன. சுத்தி இயக்கத்தின்போது நான் உணர்ந்து கொண்டது, நல்ல நோக்கத்தைக் கற்றுக்கொடுத்தால் ஒருவருக்குத் தனது மதம் கலாசாரம் தேசம் சமுதாயம் போன்றவற்றில் ஈடுபாடு இயல்பாக ஏற்படும் என்பதுதான். அவர்களுக்கு ஒரு குறிக்கோளைக் கொடுத்துப் பணிபுரியச் சொன்னேன். அவர்கள் தொடர்ந்து பணிபுரியும்போது அந்தக் குறிக்கோளை நேசிக்க ஆரம்பித்தனர். அதனால் தங்களை அந்தக் காரணத்திற்காகத் தன்னலமின்றி அர்ப்பணிக்கவும் ஆரம்பித்தனர். அவர்களுக்கு வேறு எதுவும் தேவையில்லை. அது அவர்களிடம் எப்பேற்ப்பட்ட மாற்றத்தை ஏற்படுத்தியிருக்கிறது! அதில் சிலர் துளசிதாசரின் ராமாயணத்தைத் தொடர்ந்து படிக்க ஆரம்பித்தனர். வேறு சிலர் கல்வி கற்க ஆரம்பித்தனர். ஒரு சிலர் சுத்தி இயக்கத்திற்குப் பணம் கொடுக்க

ஆரம்பித்தனர். இதன்மூலம் சிறைக்குப் புதிதாக வரும் ஹிந்து இளைஞன் பாதுகாப்பாக இருக்க முடிந்தது. அவர்களுக்குத் தேவைப்படுவதெல்லாம் இங்குள்ள நபர்கள் மூலம் கிடைத்தன. அதனால் அவர்களை முஸ்லிம் வார்டர்கள் ஆசை காட்டித் தங்கள் பக்கம் இழுத்து அடிமையாக்குவது நடக்காமல் போயிற்று.

ஹிந்துக் கைதிகள் தங்கள் மதத்தின் மீது நேசமும் பெருமையும் கொண்டு நடக்க ஆரம்பித்தவுடன் முஸ்லிம்கள் அவர்களை அதிகமாக வெறுக்க ஆரம்பித்தனர். மிஸ்டர் பாரி அவர்களைத் தூண்டிவிடவும் ஆரம்பித்தார். அதனால் நாங்கள் மிகவும் சிரமப்பட்டோம். அது வெறும் உடல்ரீதியான சித்திரவதை மட்டுமல்ல, உளவியல் ரீதியான சித்திரவதையும்கூட. அதனால் நான் அடைந்த பாதிப்பை என்னால் முழுமையாக விவரிக்க முடியாது. சில சமயம் அவர்கள் என்னை மிக மோசமாகத் திட்டுவார்கள். என்னை இதுபோல் அச்சுறுத்துமாறு மிஸ்டர் பாரி சிலரிடம் கூறியிருந்தார். இவர்கள் சிறையில் இருப்பவர்களிலேயே மிகவும் மோசமானவர்கள். எந்தத் தடையும் இன்றி அவர்கள் இந்த அநாகரிகமான காரியங்களைச் சிறையில் செய்து கொண்டிருந்தார்கள். அவர்கள் என் அறைக்கு முன் மணிக்கணக்கில் நின்று என்னைத் திட்டிக்கொண்டிருப்பார்கள். அருகில் உள்ள அதிகாரிகள் அதைக் கேட்டுச் சிரித்துக் கொண்டிருப்பார்கள். இந்தப் போட்டியில் நான் அவர்களுக்கு ஈடுகொடுக்க முடியாது. அவர்களிடம் திரும்ப அதுபோல் மோசமாகப் பேசப் பயிற்சி எடுத்துக்கொண்டாலும்கூட எனக்கு ஏற்பட்ட காயத்திற்கு அது மருந்தாகாது. அவர்களைக் காயப்படுத்தவும் செய்யாது. அவர்களுடைய வாழ்க்கை அப்படிப்பட்ட அசிங்கங்களால் ஆனது. அதனால் நான் பொறுமையாக இருந்தேன். ஆனால் எனக்காக ஹிந்து ரவுடிகள் இந்த விஷயத்தைக் கையில் எடுத்துக் கொண்டார்கள். அவர்கள் இவர்களை அடக்கும் பணியை ஏற்றுக் கொண்டார்கள். இதுபோல அசிங்கமாகப் பேசித் திட்டுவதில் இவர்கள் அவர்களைவிடத் திறமை வாய்ந்தவர்களாக இருந்தார்கள். அவர்கள் முஸ்லிம் ரவுடிகளைப் பற்றிப் புகார் கூறவில்லை. ஏனென்றால் மிஸ்டர் பாரி அந்தப் புகார்களைக் கவனிக்க மாட்டார் என்பது அவர்களுக்குத் தெரியும். ஆனால் ஒரு ஹிந்து வார்டர் அருமையான திட்டம் ஒன்றை வகுத்தார். அதன்படி அவர் ஒரு முஸ்லிம் வார்டரின் படுக்கையில் கத்தி, புகையிலை, பணம் போன்ற தடைசெய்யப்பட்ட பொருட்களை மறைத்து வைத்தார். ஒருநாள்

சூப்பரின்டென்டன்ட் அங்கு சோதனைக்கு வரும்போது இவர் அந்தப் படுக்கையை அதனுள் இருந்த பொருட்களோடு அவர் முன்வைத்தார். அதன் விளைவாக அந்த முஸ்லிம் வார்டர் வேலையில் இருந்து டிஸ்மிஸ் செய்யப்பட்டார். அவருக்குத் தண்டனை கொடுக்கப்பட்டுச் சிறைக்கு வெளியே கடுமையான பணிக்கு அனுப்பப்பட்டார். அங்கு அவர் சில ஹிந்துக் கைதிகளோடு பிரச்சினை செய்ததற்காகக் கம்பால் அடிக்கப்பட்டார். அந்தக் குழுவைச் சேர்ந்த மற்றவர்களையும் இதே விதத்தில் அவர்கள் சமாளித்தனர். இதற்கு அரசியல் கைதிகளின் உதவியும் இருந்தது. சிறிது நாள்களில் அந்த மக்கள் கூட்டம் அடக்கப்பட்டது. எங்கள் பிரச்சினைகளுக்கும் ஒரு முடிவு வந்தது. எங்களது சுத்தி இயக்கத்தால் கோபமடைந்த முஸ்லிம் ரவுடி ஒருவழியாக அடங்கினான்.

சிறைக்கு வெளியே சுத்தி இயக்கம்

எங்களிடம் இயக்கப் பயிற்சி பெற்ற அரசியல் கைதிகள் அதிக அளவில் அந்தமான் குடியிருப்புகளுக்குச் சென்றனர். அப்படிப் போகும்போது அவர்கள் அந்த இடங்களுக்கு சுத்தி இயக்கத்தின் அடையாளமாக ஒரு தீப்பந்தத்தை எடுத்துச் செல்வர். இயக்கம் கொஞ்சம் கொஞ்சமாக வளர்ந்து வலுவடைந்தது. மக்களுக்கு ஹிந்து மதம் மேலிருந்த அன்பின் காரணமாகவும், ஹிந்துக்களை வெறுப்புடன் நடத்திய, மதமாற்ற முயன்ற மற்றவர்கள் மேலிருந்த வெறுப்பின் காரணமாகவும் அது நன்றாக வளர்ந்தது. இந்த எழுச்சி, அவர்களிடையே சாதி, பண்பாட்டு மற்றும் வாழிட ரீதியாக இருந்த ஏற்றத்தாழ்வுகளை, முற்றிலுமாக ஒழித்துவிடவில்லை என்றாலும், குறைக்கப் பெருமளவு உதவியது. இவர்கள் ஒருங்கிணைந்து ஒற்றைச் சமூகம் ஆனார்கள். யாராவது ஒருவர் மதம் மாற்றப் படுவதாகச் செய்தி வந்தால் ஹிந்துக்கள் மொத்தமாக அந்தப் பகுதிக்குச் சென்று அவரைத் திரும்ப தாய் மதத்திற்குக் கூட்டிவரும் பணியைச் செய்ய ஆரம்பித்தனர். நான் அங்கு செல்வதற்கு எட்டு அல்லது பத்து வருடங்களுக்கு முன்பே இஸ்லாம் மதத்திற்கு மாறியவர்கள்கூட சுத்தி இயக்கத்தால் தங்களுடைய தாய் மதமான ஹிந்து மதத்திற்குத் திரும்பினர். அவர்கள் தங்களது ஹிந்துச் சகோதரர்களுடன் எந்தவிதத் தடையுமின்றி சுதந்திரமாக உணவு உண்டனர். இதற்கு நான் ஒரே ஒரு சம்பவத்தை உதாரணமாகக் கூறுகிறேன். அங்கு 50 வயதான துளசி என்றொரு நபர் இருந்தார். இவருக்கு எல்லாவிதமான கெட்ட பழக்கங்களும் இருந்தன. அவர் திருடன், சூதாட்டமும் ஆடுபவர். அந்தமானில் முஸ்லிம்களே எங்கும் அதிகாரத்தில் இருப்பதாலும், ஹிந்துக்கள் உணவு மற்றும்

குடி விஷயத்தில் நிறையத் தடைகளைக்* கொண்டிருப்பதாலும் அவர் இஸ்லாம் மதத்திற்கு மாறினார். ஆனால், எங்கள் சுத்தி இயக்கத்தில், எந்த ஒரு மதத்தை அல்லது சாதியைச் சேர்ந்த நண்பர்களுடனான உணவுப் பழக்கம் மற்றும் குடிப்பழக்கம் ஆகியவற்றைக்கொண்டு ஒருவன் ஹிந்து அல்ல எனக் கூற முடியாது என்ற கருத்தைப் பற்றி அறிந்தார். இனியும் தொடர்ந்து முஸ்லிமாக இருக்கப் பிடிக்காமல் பழையபடி ஹிந்துவாக விரும்பினார். அவர் தனது பழைய ஹிந்துப் பெயரையே மறந்து போகும் அளவுக்குத் தனது புதிய மதத்தில் மூழ்கிப் போயிருந்தார். மற்றவர்கள்தான் அவர் பெயரை அவருக்கு நினைவூட்ட வேண்டி இருந்தது. எல்லோரும் அவரை முஸ்லிம் என்றே கருதினர். அவரும் தன் முஸ்லிம் பெயரையே கையெழுத்தாகப் போட்டார். ஆனால் தன்னைச் சுற்றி நடக்கும் இந்த ஹிந்து எழுச்சியைப் பார்த்தவுடன் அவருக்குத் தனது பழைய மதத்தின் மீதிருந்த ஆழமான பற்று புதுப்பிக்கப்பட்டது. தான் கடன் வாங்கியிருந்த மதத்தின் அடையாளங்களைத் தூக்கி எறிந்தார். 15 வருடம் முஸ்லிமாக இருந்த அவர் தனது ஐம்பதாவது வயதில் திரும்பவும் தன் தாய் மதத்திற்கு வந்தார். நாங்கள் அவருக்குத் துளசி என்று பெயரிட்டோம். இப்போது துளசி என்ற பெயர் தீவு முழுக்க எல்லோருக்கும் தெரியும். அவர் ஒவ்வொரு நாளும் ராமாயணம் படிக்கிறார். அதுமட்டுமில்லாமல் தனது நெற்றியில் திலகம் வைத்துக் கொள்கிறார். இவர் தங்களுடன் உணவு உண்ணுவதை எந்த ஹிந்துவும் தடுக்கவில்லை. இந்தத் தடைகள் நீங்கியவுடன் ஒருவருக்குத் திரும்பவும் தனது மதத்திற்கு வருவது எளிதாகிறது. அதேநேரம் ஹிந்துக்களை மதம் மாற்றுவதும் முஸ்லிம்களுக்குக் கடினமாகிறது.

ஒரு முஸ்லிம் அல்லது கிறிஸ்தவர், ஹிந்துக்களுடன் உணவு உட்கொள்ளும்போது தன் ஜாதியை இழக்கவில்லை என்றால், ஹிந்து மட்டும் ஏன் முஸ்லிம் அல்லது கிறிஸ்தவர்களுடன் சாப்பிடும்போது தன் ஜாதியையும் மதத்தையும் இழக்கவேண்டும்? ஹிந்துவுக்கு செரிக்கும் சக்தி இல்லையா என்ன? இது எப்படி வந்தது என்று ஆச்சரியப்பட்டேன். ஹிந்துக்கள் இப்போது முஸ்லிம்களுடனும் கிறிஸ்தவர்களுடனும் உணவு உண்ணவேண்டும், ஆனால் ஹிந்துக்களாகவே அவர்கள் நீடித்திருக்கவேண்டும். உலகமே உங்கள் உணவை உண்கிறது, ஆனால் நீங்கள் மட்டுமே

---

* Taboo

பட்டினியில் இருக்கிறீர்கள்.ஓ, என் நண்பர்களே, நாம் இப்போது பழகிக் கொள்ளவேண்டும். உலகில் யாருடன் என்ன உணவை உண்டாலும் நாம் தொடர்ந்து ஹிந்துக்களாகவே நீடித்திருக்க வேண்டும் என்ற சிந்தனையை ஹிந்துக்கள் வளர்த்துக் கொள்ள வேண்டும். இதுதான் நாம் பிழைப்பதற்கான ஒரே வழி. ஹிந்துக் கலாசாரம், ஹிந்து மதம், ஹிந்து நாகரிகம் ஆகியவை பிழைப்பதற்கு இதுவே வழி. இதனை நான் பல்வேறு விதமாக எல்லோரிடமும் போதித்துக் கொண்டிருக்கிறேன். நான் என்னுடன் இருக்கும் மற்ற மதத்தைச் சார்ந்த நண்பர்களிடமும் சொல்லி வருகிறேன். இதற்கு உதாரணமாக ஒரு சம்பவத்தைக் கூறுகிறேன்.

அந்தமானுக்குக் கப்பலில் கரி கொண்டுவரப்படும். துறைமுகத்தில் அடுக்கி வைக்கப்பட்டு, அந்த வழியாகப் போகின்ற கப்பல் களுக்குத் தேவைப்படும் கரி கொடுக்கப்படும். ஒருமுறை கரியுடன் வந்த ஒரு கப்பல் இங்கு துறைமுகத்தில் நிறுத்தப்பட்டிருந்தது. அதிலிருந்து கரியை எடுத்துக் கொண்டுபோய் கிடங்கில் அடுக்கி வைக்க ஆயிரக்கணக்கான கைதிகள் பணிபுரிந்தனர். அவர்கள் பகல் நேரத்தில் மிகவும் மும்முரமாக வேலை செய்து கொண்டிருந்ததால் உணவு கிடைக்கவில்லை. அவர்களது காலை உணவுக்குப் பதிலாக அவர்களுக்கு 4 கைப்பிடி அளவு பருப்பு கொடுக்கப்படும். அவர்கள் காலையிலிருந்து மதியம் 3 மணி வரை வேலை செய்வார்கள். பிறகு அவர்களது இருப்பிடத்திற்கு உணவுக்காகச் செல்வார்கள். அதற்காக பருப்பு மூட்டைகள் அங்கு கொண்டுவரப்படும். ஆனால் ஹிந்துக்களும் முஸ்லிம்களும் ஒரே மூட்டையிலிருந்து எடுத்து உண்ண மாட்டார்கள். ஒரு குறிப்பிட்ட நாளன்று ஹிந்துக் கைதிகள் வேலை செய்து களைத்துப் போய் வியர்வையுடன் உடல் முழுக்க கரித்தூள் படிந்திருக்க தங்களுடைய இடத்திற்குத் திரும்பி வந்தனர். அப்போது மணி 12. அவர்களுக்கு மிகுந்த பசி. அங்கு அவர்கள் கண்டது என்னவென்றால், அவர்களுக்குமுன் அங்கு வந்திருந்த முஸ்லிம் கைதிகள் ஹிந்துக்களுக்கு என ஒதுக்கி வைக்கப்பட்டிருந்த மூட்டையைத் திறந்து அதிலிருந்து உண்ண ஆரம்பித்திருந்தார்கள். அந்த ஹிந்துக் கைதிகள் தாக்கூர் என்ற ஜாதியைச் சேர்ந்தவர்கள். அவர்கள் முஸ்லிம்கள் தொட்ட உணவை உண்ணமாட்டார்கள். அங்கே மூட்டை முழுக்கப் பருப்பும் அரிசியும் இருந்தன. ஆனால் முஸ்லிம்கள் தொட்டதால் அவர்கள் அதனைத் தொடவில்லை. அவர்களது அதிகாரி ஒரு முஸ்லிம்தான். ஹிந்துக் கைதிகள் பட்டினி கிடப்பதைப் பார்த்தவுடன் அவர் பெரிதாகச் சிரிக்க ஆரம்பித்து விட்டார். அவர்களது உணவிற்கு அவர் எந்த ஏற்பாடும் செய்ய வில்லை. முஸ்லிம் ரவுடிகள் நன்றாக வயிறு புடைக்க உண்டனர்.

அந்தமான் சிறை அனுபவங்கள் | 345

தங்களுக்கு வைத்திருந்த உணவு மட்டுமல்லாமல் ஹிந்துக்கள் உண்ணாமல் விட்டு வைத்த உணவையும் சேர்த்து உண்டனர். நாள் முழுக்க ஹிந்துக் கைதிகள் பட்டினி கிடந்தனர். அடுத்த நாளும் அங்கு அதே விஷயம்தான் நடந்தது. ஹிந்துக்களுக்காக வைக்கப் பட்டிருந்த இரண்டு பருப்பு மூட்டைகளை முஸ்லிம்கள் தொட்டனர். அதனால் ஹிந்துக்கள் உணவு உண்ணாமல் பட்டினி கிடந்தனர். ஐரோப்பிய அதிகாரிகளோ தங்கள் கண்முன்னர் அங்கு நடப்பதைப் பற்றி அலட்டிக்கொள்ளவில்லை. இந்த முட்டாள்தனமான செய்கையால் பட்டினி கிடக்கும் ஹிந்துக்களுக்காக அவர்கள் கொஞ்சம்கூடக் கவலைப்படவோ இரக்கப்படவோ இல்லை.

நான் முதல்நாள் மாலை நடந்த சம்பவத்தைப் பற்றிக் கேள்விப் பட்டேன். அதில் சிலர் நான் இருந்த கட்டடத்தில் இருந்தனர். நான் அவர்களைக் கடிந்துகொண்டேன். "உங்கள் இந்த அணுகுமுறை உங்களை எப்படிப் பாதிக்கிறது என்று பாருங்கள். நீங்கள் தாக்கூர்கள் எல்லோருமாகச் சேர்ந்து ஒருநாள் ஜிலேபி செய்கிறீர்கள், ஒருவேளை அதனை முஸ்லிம்கள் தொட்டுவிட்டால் அவர்கள் அனைத்தையும் உண்பார்கள். நீங்கள் பட்டினி கிடப்பீர்கள்! மற்றொரு நாள் நீங்கள் பேடாக்கள் கொண்டுவந்தால் அதனை கிறிஸ்தவர்கள் தொடுவார்கள். அதனால் நீங்கள் அதனை உண்ண மாட்டீர்கள். அவர்கள் உண்பார்கள். இது உங்களை எங்குகொண்டு நிறுத்தும்? இந்தச் சுத்தம் அசுத்தம் பற்றிய முட்டாள்தனமான கருத்துகள் உங்களைத் துன்பத்திற்கும் பட்டினிக்கும் மட்டுமே கொண்டுசெல்லும். கடல் கடக்கக்கூடாது என்பதால் ஏழையாக இருக்கிறோம். இன்னாருடன் சாப்பிடலாம், இன்னாருடன் சாப்பிடக்கூடாது என்பதனால் நஷ்டம் நமக்குத்தான். நம்முடைய நாட்டின் செல்வத்தை அந்நியர்கள் கொண்டுபோவது பாவமல்ல, நம்முடைய உணவை அடுத்தவர் உண்பது பாவமல்ல, நம்முடைய உழைப்பில் அடுத்தவர் கொழுப்பது பாவமல்ல, ஆனால் உங்கள் உணவை அடுத்தவர் தொட்டுவிட்ட காரணத்தினால் அதை உண்பது பாவமாகும் என்பதை ஏற்றுக்கொள்ள முடியாது. அடுத்தவருடைய உணவை உண்ணவேண்டாம் என்பதை ஒத்துக்கொள்கிறேன். ஆனால் உங்கள் உணவை மற்றவர்கள் உண்ண அனுமதிக்காதீர்கள். இது பாவமல்ல. ஒருவர் தொட்டதன் மூலமாக அது அசுத்தம் ஆகிவிடாது. முட்டாள்தனமான நடவடிக்கைகளில் இறங்காதீர்கள். முஸ்லிம்கள் தொட்டதினால் அந்தப் பருப்பும் அரிசியும் அசுத்தம் அடைந்துவிடும் என்றால் ஹிந்துக்களாகிய நீங்கள் அவற்றைத் தொட்டு மீண்டும் சுத்தமாக்கிவிடலாமே. போங்கள், நாளைக்கு உங்கள் வேலை முடிந்தவுடன் முஸ்லிம்களுக்காக

ஒதுக்கப்பட்டிருக்கும் பருப்பு மூட்டையைத் திறந்து அதில் உள்ளதை உண்ண ஆரம்பியுங்கள். அவர்கள் புகார் கொடுத்தால் உங்கள் மூட்டை திறந்திருந்ததைச் சுட்டிக் காண்பியுங்கள். இப்போது நீங்கள் அவர்களது மூட்டையைத் திறந்துள்ளதால் அது காஃபிர்களுடன் உணவாகிறது என்று கூறுங்கள். நம்முடைய உணவு அவர்கள் தொட்டதால் அசுத்தமாகாது. ஆனால் அவர்களுடைய உணவை நாம் தொட்டால் கண்டிப்பாக அவர்களைப் பொருத்தவரை அசுத்தம் தான். இதை மறக்காதீர்கள். அதனால் இரண்டையும் உண்ணுங்கள். பட்டினி கிடக்காதீர்கள். உங்களுக்கு பாவம் என்று எதுவும் வரும் என்றால் அது என்னை வந்து சேரட்டும். நீங்கள் பட்டினி கிடக்காதீர்கள்'' என்று கூறினேன்.

இப்படி வெளிப்படையாகவும் கடுமையாகவும் அறிவுறுத்தியதும் சுமார் 150 பேர் நான் சொன்னதைச் செய்வதற்கு ஒப்புக்கொண்டனர். மூன்றாவது நாள் இவர்கள் மற்ற நண்பர்களுக்காகக் காத்திருக்காமல், தங்கள் வேலை நேரம் முடிந்தவுடன் ஓடிச்சென்று முஸ்லிம் கைதிகளுக்கான உணவு மூட்டையைப் பிரித்து உண்ண ஆரம்பித்தனர். இதைப் பார்த்ததும் முஸ்லிம்களுக்குக் கோபம் வந்தது. அதற்கு முன் இரண்டு நாட்கள் நடந்த சம்பவங்களை ஹிந்துக்கள் அவர்களுக்கு நினைவுபடுத்தினர். ''நீங்கள் எங்களது உணவைத் தொட்டு அசுத்தப் படுத்திவிட்டு நாங்கள் அந்த உணவை இனி தொடமாட்டோம் என்று எண்ணினீர்கள். இப்போது நாங்கள் இந்த மூட்டையைத் தொட்டு விட்டோம். அதனால் இவை எங்களுடையவை. இவை ஹிந்துக் களுடைய உணவு'' என்று கூறினார்கள். இதைக் கேட்ட ஐரோப்பிய அதிகாரிக்குச் சிரிப்பை அடக்கமுடியவில்லை. அவர் ஹிந்துக் கைதிகளைத் தண்டிக்கவில்லை. மாறாக, இரண்டு நாள் பட்டினி கிடக்கக் காரணமான அந்த முட்டாள்தனமான சிந்தனையை விட்டொழித்ததற்காகப் பாராட்டினார். இவர்கள் நன்றாக உண்பதைப் பார்த்ததும் மற்றவர்களும் இவர்களுடன் சேர்ந்து உண்ண ஆரம்பித்தனர். அதன்பிறகு முஸ்லிம்கள் ஹிந்துக்களுடைய மூட்டைகளைத் தொடவே இல்லை. அந்தக் கேவலமான தந்திரங்கள் இனி பலிக்காது என்று அவர்களுக்குப் புரிந்தது.

உணவு, குடிப்பது, படுப்பது, உட்கார்வது இந்த விஷயத்தி லெல்லாம் சுத்தம் அசுத்தம் பற்றி அவர்களது மனதில் இருந்த அற்பமான எண்ணங்களை மாற்றுவதில் பெருமளவு வெற்றி கண்டேன். இதன் பலனாக சிறையில் கிறிஸ்தவனாகவும் முஸ்லிமாகவும் வாழ்வதைப்போல ஹிந்துவாக வாழ்வதும் எளிதான ஒன்றாக இருந்தது. ஹிந்துக்கள் தங்களுடைய பிரச்சினைகளை

அந்தமான் சிறை அனுபவங்கள் | 347

தைரியத்துடன் எதிர்கொள்ள ஆரம்பித்தனர். இதற்கு வேறொரு நன்மையும் கிடைத்தது. ஹிந்து மதத்தில் உள்ள இந்தத் தடைகளை (டாபூ) கண்டு வெறுத்து இஸ்லாமுக்கு மதம் மாறிய ஹிந்துக்கள் திரும்பவும் ஹிந்து மதத்திற்கு வந்தனர். அதேபோல் இயல்பாகவே ஹிந்து உணர்வு கொண்ட ஹிந்துக்கள் மதம் மாறாமல் ஹிந்து மதத்திலேயே தொடர்ந்து நீடித்தனர். எப்போதாவது நான் ஒரு கிறிஸ்தவனை ஹிந்து மதத்திற்கு மாற்றவும் செய்தேன். ஒரு தெலுங்கு பிராமணனின் கதையை உங்களுக்குச் சொல்கிறேன். இந்தக் கைதி 40 வயதானவர். அவர் தெலங்கானா பகுதியிலிருந்து வந்தவர். பிறப்பால் கிறிஸ்தவர். அவரது பெற்றோர்கள் அல்லது மூதாதையர்கள் கிறிஸ்தவ மதத்திற்கு மாறியவர்கள். அவர் தனது தாய்மொழியில் ராமாயணம் படிப்பதைப் பார்த்தேன். அதனால் அவர்மீது எனக்கு ஒரு ஆர்வம் உண்டாயிற்று. அவரைக் கவனிக்க ஆரம்பித்தேன் அவரைப் பற்றி மேலும் தெரிந்துகொள்ளத் தொடங்கினேன். அவருக்கு ஓரளவு ஆங்கிலம் தெரியும். அவர் மேற்கொண்டு ஆங்கிலத்தைக் கற்றுக்கொண்டால் சிறையில் மற்றவர்களுக்கும் கற்றுக் கொடுத்தால் அவருக்கு முன்ஷி பதவியும் வாங்கித் தரமுடியும் என்று நான் உறுதியளித்தேன்.

அதனால் அவர் என்னிடம் ஆங்கிலம் கற்க வந்தார். அதனால் நாங்கள் அடிக்கடி சந்திக்கவேண்டி வந்தது. விரைவிலேயே அவர் எனது தீவிரமான ஆதரவாளர் ஆகிவிட்டார். அவரிடம் நம் தேசம், அதன் வரலாறு, அதன் தலைவர்கள், நாட்டுக்காக உழைக்க வேண்டியது நம் கடமை என்பது பற்றியெல்லாம் சொன்னேன். அது அவரை மேலும் நெருக்கமானவராக ஆக்கியது. மீண்டும் ஹிந்து மதத்துக்குத் தான் திரும்ப விரும்புவதாக அவர் சொன்னார். அவர் மன உறுதி கொண்டவர். அதனால், வேண்டாம் என்று நான் மறுத்தும் அவர் கேட்கவில்லை. இறுதியில், சுத்தி சடங்கு செய்து அவரைத் திரும்பவும் ஹிந்து மதத்திற்குக் கொண்டுவரச் சம்மதித்தேன். அவர் ஹிந்துவாக மாறி ஒரு ஹிந்துப் பெயரை வைத்துக்கொண்டார். கைதிகளின் ரெஜிஸ்டரில் தன் ஹிந்துப் பெயர் பதியப்படவேண்டும் என்று அரசாங்கத்துக்கு விண்ணப்பித்தார். பாதிரி வந்தபோது அவருடன் சென்று ஜெபம் செய்ய மறுத்தார். அதைக்கேட்ட மிஸ்டர் பாரி மிகுந்த கோபம்கொண்டு அவரை வார்டர் பணியிலிருந்து நீக்கி விடுவதாகப் பயமுறுத்தினார். ஆனால் சூப்பரின்டென்டன்ட் மிஸ்டர் பாரி சொன்னதைக் காதில் போட்டுக் கொள்ளவில்லை. அவர் மதம் மாறியபின், சிறப்பு அனுமதி பெற்று, ஒரு பிராமணனாக ஹிந்துக் கோவில்களுக்கு தசரா, தீபாவளி போன்ற பண்டிகைகளின் போது செல்ல ஆரம்பித்தார். நெற்றியில் திலகம் இட்டுக்கொண்டு

விவேகானந்தரின் போதனைகளைப் படிக்க ஆரம்பித்தார். இந்திய வரலாற்றில் தீரமிக்க வீரர்களின் கதைகளைப் படிக்கத் தொடங்கினார். எங்களது இயக்கத்திற்கு மாதம் நான்கு அணா கொடுக்கத் துவங்கினார். அவரது மாத வருமானமோ வெறும் 12 ஆனாதான்.

சிறையிலிருந்து இந்த சுத்தி இயக்கம் அந்தமானில் வாழும் சுதந்திர மான மனிதர்களுக்கும் பரவியது. அங்கு ஹிந்து வியாபாரிகள், ராணுவ வீரர்கள், கைதிகளின் குழந்தைகள் என்று பலரும் தங்கியிருந்தனர். இப்படித் தங்கியிருந்தவர்கள் அந்தமானில் ஹிந்துக் கோவில்களைக் கட்டியிருந்தனர். ஆனால் ஜாதி விலக்கம் செய்யப்பட்டவர்கள் இந்தக் கோவில்களுக்குள் நுழைய முடியாது. அதனால் மதம் மாறி ஹிந்து மதத்திற்குள் வந்தவர்களை அந்தக் கோவிலுக்குள் அழைத்துச் செல்வதில் சிக்கல் இருந்தது. ஆனால் நாட்கள் போகப்போக அந்த வழக்கங்கள் ஒழிந்து, விடுமுறை நாளில் நாள் முழுக்க கோவில்கள் திறந்து வைக்கப்பட்டு, ஹிந்துக்கள் மற்றும் தாய்மதம் திரும்பிய ஹிந்துக்கள் என எல்லோரும் உள்ளே அனுமதிக்கப்பட்டனர். இந்தக் கோவில்களுக்குள் இவர்கள் நுழைய எந்தத் தடையும் இருக்கவில்லை. அவர்களும் உள்ளே வந்து ராமாயணம் ஓதுவது, தரிசனம் செய்வது, எல்லோருடனும் உணவு அருந்துவது போன்ற காரியங்களைச் செய்ய ஆரம்பித்தனர்.

இந்த சுத்தி இயக்கம் வளர்ச்சி அடைய ஆரம்பித்தபோது எங்களுக்கு முஸ்லிம்களுடன் அவ்வப்போது மோதல்கள் ஏற்பட்டன. சில சமயம் அவை கலவரத்திலும் முடிந்திருக்கின்றன. 1920ம் ஆண்டுவாக்கில் ஒரு கேடுகெட்ட முஸ்லிம் ரவுடி ஒரு குஜராத்திப் பையனைத் தனது கள்ளக் காதலனாக வைத்துக்கொண்டிருந்தான். அவர்களது உறவு வளர்ந்து கொஞ்ச நாள் கழித்து அந்தப் பையன் இஸ்லாம் மதத்திற்கு மாறினான். அவன் ஆன்மாவில் இருந்து ஹிந்து மதத்துக்குச் சமாதி கட்டப்பட்டது. இதைக் கேள்விப்பட்ட என் சகோதரர் அந்தப் பையனை அவனது ரவுடி நண்பனிடமிருந்து பிரித்தார். நான் வற்புறுத்தியதன் பேரில் ஒரு ஹிந்து முன்ஷி அவனை அந்த அறையிலிருந்து, ஹிந்துக் கைதி அருகிலிருக்கும் ஒரு அறைக்கு மாற்றினார். இதைப் பார்த்து கோபம் கொண்ட அந்த முஸ்லிம் ரவுடி, என் சகோதரர் குளித்துவிட்டுத் துண்டால் முகத்தைத் துடைத்துக்கொண்டு வரும்போது, அவரது மூக்கில் பலமாகத் தாக்கினான். அவருக்குப் பலத்த காயம் ஏற்பட்டு அங்கேயே மயக்கமானார். அவரது மூக்கிலிருந்து ரத்தம் கொட்ட, அவர் உணர்வின்றிக் கிடந்தார். அவருக்கு உதவ எல்லாப் பக்கமும் இருந்து ஓடிவந்த கைதிகள் அந்த ரவுடியைச் சுற்றி வளைத்தனர்.

அந்தமான் சிறை அனுபவங்கள்

அப்போது மிஸ்டர் பாரி என்ன செய்தார் தெரியுமா? அந்த ரவுடியை அவனது தீரச் செயலுக்காகப் பாராட்டினார். மற்றவர்களை நோக்கி, ''இதேபோல் யாராவது சாவர்க்கரைத் தாக்கினால் எவ்வளவு நன்றாக இருக்கும்'' என்று கூறினார். ஆனால் மரணத்தையே கண்டு பயப்படாத ஒருவன், மிஸ்டர் பாரியின் இதுபோன்ற அச்சுறுத்தல் களுக்கா பயப்படுவான்? அந்த அச்சுறுத்தலினால் சாவர்க்கரின் இயக்கத்திற்கு எந்தப் பிரச்சினையும் ஏற்படவில்லை, மாறாக அந்த ரவுடி செய்த குற்றத்திற்குத் தண்டனை அனுபவித்தான். இதே போன்ற குற்றங்களுக்காக அவன் இரண்டு முறை பிரம்பால் அடிக்கப்பட்டான். பிறகு என் அறைக்குப் பக்கத்தில் தனிமைச் சிறையில் அடைக்கப்பட்டான். அதன்பிறகு அடங்கிப்போனான். ஒருநாள் அவன் என்னிடம், மிஸ்டர் பாரிதான் என் சகோதரரை அடிக்கச் சொல்லித் தூண்டிவிட்டார் என்று ஒப்புக்கொண்டான். இல்லையென்றால் தனக்கு அதைச் செய்யும் தைரியம் கிடையாது என்று கூறினான். அது எந்த அளவு உண்மை என்பது அவனுக்கும் மிஸ்டர் பாரிக்கும் மட்டுமே தெரியும்.

எனக்குப் பல சிக்கல்கள் ஏற்பட்டன. சிலசமயம், இந்த வேலை களை எல்லாம் நிறுத்திவிட்டு என் வேலையை மட்டும் கவனித்துக் கொண்டிருக்கலாமா என்று நினைப்பேன். ஆனால் எனக்குள் இருக்கும் வேட்கை என்னை அப்படி ஓய்வெடுக்க விடாது. அருகில் இருப்பவர்களுக்கு உதவி செய்யாமல் என்னால் இருக்க முடியாது. என் தேச மக்களின் கல்விக்கும் முன்னேற்றத்திற்கும் ஏதேனும் செய்வது என் வாழ்வின் முக்கியக் கடமை. அதை நிறுத்தினால் நான் உயிர் வாழ்வதில் அர்த்தமே இல்லை. ஆனால் சிலசமயம், 'இப்படிச் சிறையில் வாடுவதே என் தேசத்திற்கு ஆற்றும் தொண்டு. அதனால் இதைத் தவிர வேறு எந்தச் சேவையும் செய்யவேண்டாம்' என்று தோன்றும். பாரத்தை மற்றவர்களும் சுமக்கவேண்டும் என்றும் நினைப்பேன். ஆனால் ஒரு ஹிந்துக் கைதியை ஒரு முஸ்லிம் அல்லது சிறை அதிகாரிகள் கொடுமைப்படுத்துவதைப் பார்க்கும் போது, என் வேட்கை அதிகமாகி, அதுவரை இருந்த அவநம்பிக்கை கள் மறைந்து போக, பாவப்பட்ட அவர்களுக்கு உதவி செய்யக் களத்தில் குதிப்பேன். அவர்களுக்கு ஏற்படும் காயமும் அவமானமும் எனக்குத் தனிப்பட்டு நேர்ந்ததாகக் கருதுவேன். அதனைப் பார்த்துக்கொண்டு என்னால் சும்மா இருக்க முடியாது. என் உணர்வுகளைக் கட்டுப்படுத்த தியானப் பயிற்சி செய்தேன். ஒரு மனிதன் தனது சமுதாயத்திற்கும் தேசத்திற்கும் மதத்திற்கும் அவமானம் நேரிடும்போது அதைக் காணச் சகிக்காமல், அதேநேரத்தில் எதுவும் செய்ய இயலாமல் ஒரு நிலையில்

இருந்தால் அவனுடைய நிலை கூண்டிற்குள் இருக்கும் புலி போன்றது. இதைப்போலவே மகான் ராமதாசரும் சொல்லி யிருக்கிறார். அவர் தன்னையே குறைபட்டுக்கொண்டு கூறிய வார்த்தைகள் இவை:

''நம்முடைய சுயம் என்பது ஏற்கெனவே நொறுங்கிப் போய் இருக்கிறது. இப்போது உலகத்தின் பாரமே நம் சுயமாக மாறட்டும். என் ஆன்மாவே, எழுச்சி கொள். தொடர்ச்சியான தியாகங்களுக்குத் தயாராக இரு.''

ராமதாசரின் இந்த வரிகளை மனதில் நிறுத்தி தியானிப்பேன். அது துன்பப்பட்ட என் மனதிற்கு தேவைப்பட்ட ஆறுதலை அளிக்கும். என் மனம் தினமும் என் மதமும் தேசமும் இந்தச் சிறையில் படும் அவமானங்களைக் கண்டு மிகவும் நொந்துபோய் இருந்தது.

ஹிந்து மதத்தில் உள்ள சில பழக்கங்கள் அதன் பெருமையைக் குலைத்து தரையில் வீழ்த்தி இருக்கின்றன. ஹிந்து மதத்தின் மறுமலர்ச்சிக்காக, அதிலிருக்கும் மூடப் பழக்கவழக்கங்களை ஒழிக்கும் எந்த ஒரு வேலையிலிருந்து விலகி இருக்க எனக்குப் பிடிக்கவில்லை. நான் ஹிந்து மதத்தை தேசப்பற்றுடன் கூடிய ஒரு புதிய நம்பிக்கையாக ஹிந்துக்களுக்கு அறிமுகம் செய்து, அவர்களை உத்வேகப்படுத்தியாக வேண்டும். இது ஒரு கடினமான வேலைதான். இதைச் செய்யும்போது, அதிகாரிகள் மற்றும் அவர்களது முஸ்லிம் அடியாட்களின் எதிர்ப்பை மட்டுமல்லாது, என் மதத்தைச் சார்ந்தவர்களின் எதிர்ப்பையும் சந்தித்தே ஆகவேண்டும். இதனால் எனக்கு உடல்ரீதியாகவும் மனரீதியாகவும் அழுத்தம் ஏற்பட்டது. மனிதர்களின் எவ்வித அடிப்படையும் இல்லாத எதிர்ப்புக்கும் ஆளாக வேண்டி இருந்தது.

கொஞ்ச நாட்களிலேயே நான் செய்யும் காரியத்திற்குச் சிறையில் இருந்த அரசியல் மற்றும் சாதாரணக் கைதிகளின் ஒத்துழைப்பு எனக்குக் கிடைத்தது. அவர்களது பெயர்களை என்னால் வெளியிட முடியாது. அது அவர்களுக்குப் பிடிக்குமா என்று தெரியவில்லை. பாதுகாப்பானதா என்பதும் தெரியாது. அதனால், சரியான நேரம் வரும்போது அதைச் சொல்லும் கடமையிலிருந்து நான் தவறமாட்டேன். அவர்களுக்கு நான் நன்றிக்கடன் பட்டுள்ளேன். அதேபோல பஞ்சாப்பில் இருந்து வந்த அரசியல் கைதிகளில் பலர் தங்களது மதம் மற்றும் கலாசாரம், கல்வியை ஊக்குவிப்பது, சுத்தி, தாய்மதம் திரும்புதல் போன்றவற்றுக்குத் தைரியமாக ஒத்துழைக்க முன்வந்தார்கள். அவர்கள் யாரிடம் போதனை செய்கிறோம், யாரை

மத மாற்றத்திலிருந்து காப்பாற்றித் திரும்ப ஹிந்து மதத்திற்குக் கொண்டுவருகிறோம் என்பதைப் பற்றியெல்லாம் கவலைப்பட வில்லை. அந்த நபர் எவ்வளவு தாழ்த்தப்பட்டவராக வேண்டு மானாலும் இருக்கலாம். அவர் ஹிந்துவாக இருந்து, மீண்டும் தாய்மதம் திரும்பத் தயாராக இருந்தால்போதும். ஆனால் அவர்களுக்கு சுத்தி மற்றும் சங்கம் ஆகிய கொள்கைகளை விளக்கும் வரை, இந்தப் பொறுப்புகளை நானேதான் சுமக்கவேண்டியது இருந்தது. ஆனால் இந்தச் சுமைகளை என்னால் தாங்கிக்கொள்ள முடியவில்லை. எனக்கு அப்போது உதவி செய்தவர்கள் சிறையிலிருந்த சாதாரணக் கைதிகள் மட்டுமே.

நான் எடுத்துக்கொண்ட பணிகளில் சிறைக்குள்ளே பிரச்சினைகள் தோன்றியதுபோலவே சிறைக்கு வெளியிலும் தீவின் பல மாவட்டங்களில் ஹிந்துக்களுக்கும் முஸ்லிம்களுக்கும் பிரச்சினை கள் தோன்றின. சுத்தி மற்றும் மத மாற்றப் பிரச்சினைகளில் அவை சிறைக்குள்ளேயே முன்பு நடந்திருக்கின்றன. அதில் சிலவற்றை ஏற்கெனவே கூறியுள்ளேன். சிறைக்கு வெளியே நடந்த சண்டைகளில் ஒன்றிரண்டை உதாரணமாகக் கூறுகிறேன். ஹர்து என்ற மாவட்டத்தில் இரு பிரிவினரிடையே ஏற்பட்ட பிரச்சினை அதிகாரிகளிடத்தில் கொண்டு செல்லப்பட்டது. அவர்கள், மதமாற்றத்தையோ தாய் மதம் திரும்புதலையோ நாங்கள் அங்கீகரிக்க மாட்டோம் என்றார்கள். அதாவது, அந்தமானில் நுழையும்போது ஒருவருடைய மதம் என்னவோ அதுதான் தொடரும். இது, அந்தமானுக்கு வந்த ஹிந்துக்களை மதம் மாற்றிய முஸ்லிம்களுக்குப் பேரிடியாக இருந்தது. அவர்களை மதம் மாற்றியும் பெயர்களை மாற்றியும் எதுவும் பிரயோஜனமில்லாமல் போனது. அவர்களது முஸ்லிம் பெயருக்குத் திரும்பும்படியும், ஹிந்துப் பெயருக்குத் திரும்புவதை எதிர்த்தும் அவர்களது முஸ்லிம் நண்பர்களால் சட்டப்படி நீதிமன்றத்தில் நடவடிக்கை எடுக்கவும் முடியாது. அவர்களது அதிகாரிகளின் கோபத்தைச் சம்பாதித்துக் கொண்டது மட்டுமே எஞ்சியது.

இந்தச் சூழ்நிலை மாற்றம், முஸ்லிமாக மதம் மாறியவர்களை, தங்களுடைய பழைய பெயர் மற்றும் ஜாதியை, கைதிகளின் பதிவேட்டில் தேடிப் பார்க்க வைத்தது. நானும் அந்தப் பதிவேட்டில் முஸ்லிம் என்று கூறிக்கொண்ட இளைய வயதுக் கைதிகளின் உண்மையான பெயர்கள் என்ன என்று தேட ஆரம்பித்தேன். அப்போது அங்கு சிறையிலிருந்த முஸ்லிம் காரியதரிசி பதிவேட்டில் அவர்களது பெயர் மற்றும் மதத்தைத் தவறாக எழுதுவதைக்

கவனித்தேன். அதனால் அந்தமானிலிருக்கும் கைதிகளின் மொத்தப் பதிவுகளையும் பார்த்து, அதில் உள்ள ஹிந்துக்களின் எண்ணிக்கையைக் கணக்கெடுக்க முடிவு செய்தேன். இதற்காக, அந்தமானுக்கும் அந்தமானில் உள்ள சிறைக்கும் வந்த கைதிகள், இந்தியச் சிறையி லிருந்து கொண்டுவந்த ஆவணங்களைப் பார்க்க வேண்டியிருந்தது. அப்போதுதான் யார் ஹிந்து, யார் முஸ்லிம், யார் முஸ்லிமாக மதமாற்றம் செய்யப்பட்டவர், யார் தாய்மதம் திரும்பியவர் என்பதை என்னால் கண்டுபிடிக்கமுடியும். இந்தச் சிறையிலிருக்கும் முன்ஷி யாருக்கெல்லாம் பொய்யான ஆவணங்களைத் தயார் செய்தார் என்பதையும் கண்டுபிடிக்கமுடியும். ஆனால் பல வருடங்களுக்கு முந்தைய இந்த ஆவணங்களை எப்படி எங்கே சென்று பார்ப்பது?

ஒரு அருமையான வாய்ப்பு

ஆனால் எனக்கு அதிர்ஷ்டம் அடித்தது. இந்தியாவில் மக்கள்தொகை கணக்கெடுப்பு நடந்தபின் அந்தமானில் நடந்த மக்கள் தொகை கணக்கெடுப்பில் பெருமளவு பணியைக் கைதிகள் செய்திருந்தனர். அவர்களில் நிறையப் பேர் என் நம்பிக்கைக்குப் பாத்திரமான நண்பர்கள். அந்தக் கணக்கெடுப்பு ஆவணங்களை உருவாக்கும் ஒட்டுமொத்தப் பொறுப்பை அதிகாரிகள் என்னிடம் ஒப்படைத்தார் கள். அந்தக் கதையைப் பிறகு சொல்கிறேன். சுத்தி இயக்கத்திற்குத் தொடர்புடைய ஒரு சம்பவத்தை மட்டும் இப்போது சொல்கிறேன்.

இதற்கு முந்தையக் கணக்கெடுப்பு இந்தியாவில் நடந்தபோது நாடெங்கிலும் இருந்த ஹிந்துக்களில் பெரிய வேறுபாடுகள் இருந்தன. அந்தமானும் இதற்குத் தப்பவில்லை. இங்கேயும் அதேபோல வேறுபாடுகள் இருந்தன. அந்தமானில் கணக்கெடுப்பு ஆரம்பித்தபோது, ஜாதி மதம் இனம் போன்றவற்றில் துல்லியமான விவரங்களைக் கொடுக்கும்படி அந்தக் கணக்கெடுப்பு இருக்க வேண்டும் என்பது என் நோக்கமாக இருந்தது. இதற்கு முன் இருந்த குறைகளையெல்லாம் நீக்கி, மதமாற்றம் மற்றும் தாய்மதம் திரும்புதல் போன்றவற்றினால் ஏற்பட்ட தவறான தகவல்களையும் நீக்கிட முடிவெடுத்தேன். அந்தமானில் உள்ள ஹிந்துக்கள் ஜனத்தொகை பற்றிய உண்மையான தகவலைத் தர விரும்பினேன். என்னுடன் வேலை செய்தவர்கள் அதற்காக அந்தமானில் உள்ள எல்லா மாவட்டங்களிலும் இருந்த குடியிருப்புகளுக்குச் செய்தி களை அனுப்பினர். இதில் முக்கியமான வேலையை, எங்களது அலுவலகத்தில் செய்யவேண்டியிருந்தது. முறையாகப் பூர்த்தி செய்யப்பட்ட கணக்கெடுப்புப் படிவங்கள் எங்களது மத்திய அலுவலகத்திற்கு வரவேண்டும். அதனை நாங்கள் கைதிகளின்

பழைய ஆவணங்களோடு ஒப்பிட்டுப் பார்க்கவேண்டும். அவர்களது பெயர், கிராமம், மதம், ஜாதி போன்றவற்றை, சிறை ஆவணங்களில் இருக்கும் மூலக் கைது ஆணையுடன் (வாரன்ட்) ஒப்பிட்டுப் பார்க்க வேண்டும். இந்தக் கடுமையான பணியில் எனக்கு உதவி செய்ய பல அரசியல் கைதிகள் முன்வந்தனர். சிறை அதிகாரிகளும் அவர்களை உதவி செய்ய அனுமதித்தனர்.

அந்தப் பணியில் ஒரு சிக்கல் எழுந்தது. ஆர்ய சமாஜத்தைச் சேர்ந்தவர்கள் சென்சஸ் படிவத்தில் தங்களை ஹிந்து என்று கூறிக் கொள்ளாமல் ஆரியர்கள் என்று பதிவிட்டனர். இதற்குக் காரணம் அவர்கள் ஹிந்துக்கள் மற்றும் ஹிந்து மதம் குறித்துக் கொண்டிருந்த தவறான புரிதலே. இதே காரணத்தினால், சீக்கியர்களும் ஆர்ய சமாஜ் உறுப்பினர்கள் செய்ததையே பின்பற்றினார்கள். இவர் களுடைய பிடிவாதத்தால் ஹிந்து சமுதாயத்தின் மொத்த எண்ணிக்கை கணக்கெடுப்பில் பாதிக்கப்பட இருந்தது. நான் இங்கு ஹிந்து என்ற வார்த்தையின் முழு அர்த்தத்தைப் பற்றி விவாதிக்கப் போவதில்லை. ஏனென்றால் அது நம் பண்டையக் காலம் தொடங்கி சமீபத்திய காலம் வரையிலான மொத்தப் பண்பாட்டையும் வரலாற்றையும் உள்ளடக்கியது. நான் இதுபற்றி 'ஹிந்துயிசம்' என்று மராத்தியில் எழுதிய புத்தகத்தில் விளக்கியுள்ளேன். லாலா லஜபதி ராய், சுவாமி சிரத்தானந்தா, பாஜி பண்ணாநந்தா ஆகியோர் எழுதிய புத்தகத்தின் மூலம் ஆர்ய சமாஜத்தைச் சேர்ந்தவர்களின் இப்பிரச்சினைக்குத் தீர்வு கொடுக்கப்பட்டுள்ளது. ஹிந்து சங்க ஒருங்கிணைப்பு இயக்கப் பணிகளில், ஹிந்துக்கள், சனாதனிகள், ஆர்ய சமாஜ், சீக்கியர்கள் போன்றவர்களிடையே நிலவிய சிக்கல்கள் தீர்த்து வைக்கப்பட்டுள்ளன. மேலும், நான் இங்கிலாந்தில் இருந்தபோது, ஹிந்துக்கள் மற்றும் ஹிந்து மதம் குறித்து நான் வந்தடைந்த கருத்துகள், சமுதாயத்தில் மேற்கொண்டு விளைவுகளை ஏற்படுத்தாமல் ஹிந்துக்களை ஒரு சமூகமாக ஒருங்கிணைப்பதில் முனைப்புக் கொண்டவை. அந்தமானில் உள்ள அரசியல் மற்றும் சாதாரணக் கைதிகளிடம் இத்தகைய வேறுபாடு களைக் களையுமாறு வற்புறுத்தினேன். நமக்கு ஒருங்கிணைப்பும் ஒற்றுமையும் தேவை என்பதை வலியுறுத்தினேன். ஹிந்து என்பதற்கு என் எளிதான விளக்கம் இதுதான், 'என் நாட்டை யார் தனது தாய்நாடாக மதிக்கிறானோ, தன் மதத்தின் பிறப்பிடமாக நினைக்கிறானோ, அவன் ஹிந்து.' இதனை நான் ஆர்ய சமாஜிகள், சீக்கியர்கள், ஜைனர்கள் என்று எல்லோரிடமும் சொன்னேன். என் புத்தகத்தில் அதற்கான விளக்கமும் உள்ளது. விரிவாகத் தெரிந்து கொள்ள விரும்புபவர்கள் அதைப் படிக்கலாம். என் 'ஹிந்துயிசம்' என்ற புத்தகத்தில் நான் சமஸ்கிருதத்தில் எழுதி இருந்தது இதுதான்:

> "சமுத்திரத்திலிருந்து சிந்து வரையிலான மொத்த நிலமும் பாரதம்!
> இந்தப் புனித பூமி என் தந்தை நாடு.
> அதுவே என்னை ஹிந்துவாக்குகிறது."

என் 'ஹிந்துயிசம்' என்ற புத்தகத்தில் ஹிந்துவிற்கு நான் கொடுத்த விளக்கம் இதுதான். ஹிந்து மகாசபாவின் எல்லாக் கிளைகளிலும் இருந்த எல்லா சிந்தனையாளர்களும் இதனை ஒப்புக்கொண்டனர். இதனையே அந்தமானிலும் நான் வற்புறுத்தினேன். அன்று இதிலிருந்த உண்மையையும் பயன்பாட்டையும் புரிய வைக்க நான் மிகவும் சிரமப்பட வேண்டியிருந்தது. நான் சந்தித்த ஒவ்வொருவரிடமும் இதுகுறித்து விவாதிக்க வேண்டி வந்தது. அன்று ஹிந்து சமுதாயத்தில் நிலவி வந்த வேறுபாடுகள் எப்படி ஹிந்து ஒற்றுமைக்கு ஊறு விளைவித்தன என்பதற்கு ஒரு உதாரணம் கூறுகிறேன். சீக்கியர்களுள் பல்வேறு பிரிவுகள் உள்ளன. அகாலி, சகஜதாரி, கேசதாரி போன்றவை அவற்றுள் அடங்கும். ஏற்கெனவே நடந்த கணக்கெடுப்பின்போது இந்த கேசதாரிகள் தங்களை சீக்கியர்கள் என்று பதிவிடாமல் கேசதாரிகள் என்று பதிவு செய்தனர். இது, ஒட்டுமொத்த சீக்கிய சமுதாயத்திற்கு எப்படிப்பட்ட பின்னடைவை ஏற்படுத்தும் என்பதை அவர்களுக்கு விளக்கினேன். அவர்கள் கேசதாரிகளாகவே இருந்தாலும், கேசதாரிகள் என்றுதான் பதிய வேண்டும் என்ற அழுத்தத்துக்குப் பின்னாலிருந்த பிரிவினை நோக்கத்தைத் தெளிவுபடுத்தினேன். வேற்றுமைகளை விதைத்து சமூகத்தைத் துளித்துளியாக அழிப்பதே நோக்கம். அரசியல் ரீதியாகவும் சமூக ரீதியாகவும் நமக்கு ஒன்றுபடவேண்டிய நேரத்தில், இப்படி உப சமூகமாகப் பிரிவதைவிட நமக்குத் தேவை ஒற்றுமையும் ஒருங்கிணைப்பும்தான். எனது இந்த வாதம் எடுபட்டது. என் விளக்கத்தை ஏற்றுக்கொண்ட சீக்கியர்கள், சென்சஸ் படிவத்தில் தங்களை ஹிந்துக்கள் என்று பதிந்துவிட்டு, அடைப்புக்குறிக்குள் சீக்கியர்கள் என்று பதிவிட அதிகாரிகளிடம் அனுமதி கேட்டனர். இது ஒரு நியாயமான சமரசம். அவர்களது சிறை வாரண்ட் அதே போன்ற முறையைப் பின்பற்றியது. முதலில் கைதியின் பெயர், பிறகு அவரது பிரிவு, பிறகு ஜாதி. அதாவது ஜாட் என்றோ மஹாஜாபி என்றோ குறிப்பிடப்பட்டிருக்கும். இந்த வரிசையில் தான் அவர்களது வாரண்டில் பதியப்பட்டது. ஜாதி குறிப்பிடப் பட்டிருந்தால், எந்தப் பெயரைக் கொண்டிருந்தாலும், எந்தப் பிரிவைச் சேர்ந்திருந்தாலும், அவர்கள் ஹிந்துக்கள்தான் என்பதில் சந்தேகமே இல்லாமல் போனது. ஏனென்றால், ஜாட் அல்லது ஸொதி என்ற உட்பிரிவுகள் ஹிந்து மதத்தில் உள்ள ஜாதிப் பிரிவுகள்

தான் என்பதில் மாற்றுக் கருத்தே இல்லை. தவிரவும், அனைத்து ஹிந்துக்களும் ஒன்றாக உணவு உண்ணவும் பிரச்சினை இருக்க வில்லை. ஹிந்து யார் மற்றும் ஹிந்து மதம் பற்றிய விளக்கத்தைச் சிறையிலுள்ள ஹிந்துக் கைதிகளிடையே பரப்புவது இதனால் எனக்கு எளிதானது. அதிகாரிகளும்கூட அந்த விவாதத்தில் கலந்து கொண்டு அதனை உன்னிப்பாகக் கவனிப்பதில் ஆர்வம் காட்டினர்.

ஒருவழியாக எங்கள் அலுவலகத்தில் நாங்கள் எல்லாப் படிவங் களையும் பெற்று அவற்றை வரிசைப்படுத்தும்போது இந்தச் சமுதாயத்தில் உள்ள எல்லாப் பிரிவுகளும், எல்லாச் சாதியினரும், சீக்கியர்கள் உட்பட, தங்களது உட்பிரிவுகளைக்கூடக் குறிக்காமல், தங்களை ஹிந்துக்கள் என்று எளிமையாகப் பதிவிட்டிருந்தனர். இது எங்களுக்கு மகிழ்ச்சியைத் தந்தது. நாங்கள் பல நாட்கள் சிறையிலுள்ள கைதிகளின் மூல வாரண்ட்களை ஆய்வு செய்தோம். அதில் பல வேடிக்கையான விஷயங்கள் தெரியவந்தன. ஒரு தாழ்த்தப் பட்ட சமுதாயத்தைச் சேர்ந்த நபர் ஒருவர் தனது ஜாதியை ஒவ்வொரு சிறைக்குச் செல்லும்போதும் மாற்றிக்கொண்டே இருந்து, கடைசியில் வெளியே வரும்போது பிராமணனாக வந்தார். அந்த மாறுதலை ஒரு நோக்கத்துடன்தான் அவர் செய்திருந்தார். பிராமணராய் இருந்தால் சிறையில் சமையல் வேலை கிடைக்க வாய்ப்பு அதிகம். அதனால், பங்கி ஜாதியைச் சேர்ந்த அவர் கொஞ்சம் கொஞ்சமாகத் தன்னை பிராமணன் ஆக்கிக்கொண்டார் என்பது புரிந்தது. ஆனால் அந்த ஆவணங்களை ஆய்வு செய்தபோது தென்பட்ட ஆச்சரியமான, அவமானத்துக்குரிய விஷயம் என்ன வென்றால், பல ஹிந்துக்கள் வெளியே வரும்போது இஸ்லாமியர் களாக வந்ததுதான். அதற்குக் காரணம், சிறையில் அவர்கள் பட்ட சித்திரவதைகளிலிருந்து தப்பிப்பதற்கு அவர்களுக்குத் தெரிந்த வழி அது ஒன்றுதான். அடக்குமுறையும் மோசடியும் எப்படி இதற்கு உதவுகின்றன என்பதை ஏற்கெனவே விளக்கியிருக்கிறேன். என் நண்பர்களை அழைத்து, சுத்தி இயக்கம் கடந்த இரண்டு வருடங்களில் எப்படிப்பட்ட மாற்றத்தை ஏற்படுத்தி இருக்கிறது என்பதை விளக்கினேன். இறுதி அறிக்கையில், இஸ்லாமிலிருந்து ஹிந்து மதத்திற்கு மாறியவர்கள் உள்ளிட்ட அனைத்து ஹிந்துக்களின் எண்ணிக்கையையும் குறிப்பிட்டேன். இது எங்களுக்கு சுத்தி இயக்கத்தின் வெற்றியையும், ஹிந்துக்கள் இஸ்லாத்திற்கு மதம் மாறுவது தடுக்கப்பட்டதையும் காட்டியது. ஹிந்து மதத்தில் இருந்து மதம் மாறியவர்களின் எண்ணிக்கையையும், மீண்டும் தாய் மதம் வந்தவர்களின் எண்ணிக்கையையும் கண்டுகொள்ள முடிந்தது. இன்னும் தாய்மதம் திரும்பவேண்டியவர்கள் எண்ணிக்கையும் எங்களுக்குத் தெரிந்தது.

அந்தமானில் நடந்த போராட்டங்கள் மூலம் இத்தகைய விளைவுகள் எதுவும் ஏற்படாமல், முஸ்லிம்களையும் ஹிந்து மதத்திற்கு மாற்ற முடியும் என்ற விழிப்புணர்ச்சி மட்டும் ஹிந்துக்களுக்கு ஏற்பட்டிருந்தால்கூட, என்னைப் பொருத்தவரை அது ஒரு பெரிய சாதனைதான். ஏனென்றால் அதுவரை, ''ஹிந்துக்கள் முஸ்லிமாக மாறமுடியும். இதில் சந்தேகமே இல்லை. ஆனால் ஒரு முஸ்லிம் எப்படி ஹிந்து மதத்திற்குள் வரமுடியும்?'' என்று கேட்டுக் கொண்டிருந்தார்கள். என்னிடம் நூற்றுக்கணக்கான ஹிந்துக்கள் இந்தக் கேள்வியைக் கேட்டிருக்கிறார்கள். அதற்குப் பதில் இல்லை என்றும் அவர்கள் நினைத்துக்கொண்டிருந்தார்கள். ஆனால் இனி அந்தக் கேள்வியை எங்கள் முன்னர் யாரும் கேட்கமுடியாது. ஏனென்றால் அதை எப்படிச் செய்வது என்பதை சுத்தி இயக்கம் காண்பித்துக் கொடுத்திருக்கிறது. நாங்கள் செய்து காட்டியிருக் கிறோம். முஸ்லிம்கள் தொட்ட அல்லது சமைத்த உணவை ஹிந்துக்கள் உண்டாலும், அவர்கள் தங்கள் ஜாதியையோ மதத்தையோ இழக்க மாட்டார்கள் என்பதைப் புரிய வைத்திருக்கிறது. ஹிந்து மதம் அத்தனை பலவீனமானதல்ல என்றும், இதற்கு முன் தாங்கள் இதை உணர்ந்திருக்கவில்லை என்றும் அந்தமானில் உள்ள ஹிந்துக்கள் புரிந்துகொண்டிருக்கிறார்கள். இது சுத்தி இயக்கத்தின் பெரிய சாதனை. ஏனென்றால் ஹிந்து மதத்தின் காவலர்கள் என்று கூறிக்கொள்ளும், ஹிந்து மதத்துக்குள் சுதந்திரத்தை விரும்பும் நபர்கள் இன்னும் இந்தக் கேள்விக்கு விடை தேடிக் கொண்டிருக் கிறார்கள். அந்தமானில் ஏற்பட்ட இந்த விழிப்புணர்ச்சி ஒரு சிலரிடம் மட்டுமல்லாமல் அங்கு முழுவதும் பரவி, அந்தமான் மண்ணில் வேர்கொண்டது. இதற்கு உதாரணமாக, நான் அந்தமானைவிட்டு வெளியே வந்த பிறகு நடந்த ஒன்றிரண்டு சம்பவங்களைப் பற்றிக் கூறுகிறேன்.

நாங்கள் அந்தமானில் சுத்தி இயக்கத்தை ஆரம்பிப்பதற்கு முன்னர் ஒரு ஹிந்துப் பெண் முஸ்லிமை மணக்க வேண்டுமென்றால் அவளும் முஸ்லிம் ஆகவேண்டும். அந்த முஸ்லிமை ஹிந்துவாக மாறச் சொல்லி கேட்பதற்கான தைரியம் ஹிந்துப் பெண்களுக்குக் கிடையாது. முஸ்லிம் திருமணம் செய்து கொண்டால் பிறகு ஹிந்துவாகவும் இருக்க முடியாது. திருமணத்தைப் பொருத்தவரை ஹிந்துக்களுக்கு வினோதமான சடங்குகளும் சம்பிரதாயங்களும் இருந்தன. எந்த ஹிந்துக் கைதியும் முஸ்லிம் பெண்ணை மணக்கத் தயாராக இருக்கவில்லை. அதே நேரத்தில் முஸ்லிம்கள் ஹிந்துப் பெண்களை மணப்பதற்கு மட்டுமல்லாமல், வைப்பாட்டியாக வைத்துக் கொள்ளவும் தயாராக இருந்தார்கள். அப்படி ஒரு

வாய்ப்புக் கிடைத்தால் அதனை அவர்கள் தவறவிட்டதேயில்லை. ஏனென்றால் ஒரு காஃபிர் பெண்ணை நாசம் செய்வதும், அவள் மூலம் குழந்தைகள் பெற்று முஸ்லிம்களின் எண்ணிக்கையை அதிகரிப்பதும், அவர்களது புனிதக் கடமை என்று நம்பினார்கள். அவர்களைப் பொருத்தவரை பெண் என்பவள் ஒரு பிள்ளை பெறும் இயந்திரம் மற்றும் தனது போகத்திற்கான ஒரு வடிகால். அந்தமானில் இருந்த ஹிந்துக்கள் இந்த விஷயங்களைக் குறித்து புரிந்துகொள்ள ஆரம்பித்ததும் அவர்கள் ஹிந்துப் பெண்களை இஸ்லாமுக்கு மாறவிடாமல் பார்த்துக்கொண்டார்கள். ஒருமுறை தாக்கூர் ஜாதியை சேர்ந்த ஒரு பெண், ஒரு முஸ்லிமுடன் சேர்ந்து உணவு உண்டு தன்னை அசுத்தப்படுத்திக்கொண்டார். பின்னர் அவனையே மணந்து கொள்ளவும் தீர்மானித்தார். ஹிந்துக்கள் தன்னைச் சுத்தமானவள் என்று கருதி, திரும்ப ஏற்றுக்கொண்டு, தனக்கு ஒரு ஹிந்துக் கணவனைத் தேடவில்லை என்றால், தான் முஸ்லிம் மதத்திற்கு மாறி ஒரு முஸ்லிமைத் திருமணம் செய்து கொள்வேன் என்று அவர் மிரட்டினார். அவரை ஏற்றுக்கொள்ள முஸ்லிம்கள் மிகவும் ஆர்வமாக இருந்தனர். இந்த இக்கட்டான சூழ்நிலையில் ஒரு ஹிந்து அவரைத் திருமணம் செய்து கொள்ளச் சம்மதித்தார். அவரைக் காப்பாற்றவும் அவரது குழந்தைகள் ஹிந்துக் களாக வளரவேண்டும் என்ற எண்ணத்திலும் அவர் இதைத் தெரிவித்தார். அவர் இப்படி அறிவித்ததும் முஸ்லிம்கள் எதிர்த்துக் குரல் கொடுத்தனர். அந்தப்பெண் நடைமுறையில் ஒரு முஸ்லிம் தான் என்றும், அதனால் அவர் ஹிந்துவைக் கல்யாணம் செய்து கொள்ள முடியாது என்று கூறினர். முஸ்லிம்களின் இந்த நிலைப் பாட்டை எதிர்த்து ஹிந்துக்கள் அதிகாரிகளிடம் புகார் கொடுத்தனர். ஒரு ஹிந்துப் பெண் இஸ்லாமுக்கு மதம் மாறி ஒரு முஸ்லிமைக் கல்யாணம் செய்து கொள்ளலாம். ஆனால் திருமணம் ஆகவில்லை என்றாலும் அவர் திரும்ப ஹிந்து மதத்திற்கு வந்து ஒரு ஹிந்துவைக் கல்யாணம் செய்துகொள்ள முடியாது. இதுதான் அந்தப் பிரச்சினையின் மையக்கரு. முஸ்லிம்கள் ஹிந்துக்களின் நிலைப் பாட்டை எதிர்க்க, இந்துக்களின் வழக்கத்தையே மேற்கோள் காட்டினர். இந்த உண்மையை எந்த ஹிந்துவும் மறுக்க முடியாது. ஆனால் அந்தமானில் இருந்த ஹிந்துக்கள் ஒட்டுமொத்தமாக அவர்களது இந்தக் கோரிக்கைக்கு எதிர்ப்பு தெரிவித்ததால், அதிகாரிகள் அந்தப் பெண் அந்தமானுக்கு வரும்போது ஹிந்துவாக இருந்ததால் அவள் சிறையில் கைதியாக இருக்கும்போது மதம் மாறுவதற்கு உரிமை கிடையாது என்றும், அதனால் ஹிந்துவான அவர் ஒரு ஹிந்துக் கணவனைத் தேர்ந்தெடுத்துக்கொள்ள உரிமை உண்டு என்றும் தீர்மானித்தனர். அந்தப் பெண்ணுக்கு நடந்த சுத்தி சடங்குக்கும்

திருமணத்துக்கும் எதிராக எதிர்த்தரப்புக்காரர்கள் வாயே திறக்கவில்லை. அந்த தாக்கூர் பெண்மணி அந்த ஹிந்து நபரைத் திருமணம் செய்துகொண்டு அவர்கள் ஹிந்துக்களாகவே தொடர்ந்து வாழ்ந்தனர்.

நான் இங்கு இன்னொரு விஷயத்தையும் குறிப்பிட்டாக வேண்டும். இங்குள்ள முஸ்லிம்களில் ஆயிரக்கணக்கான பேர் ஒரு நாளைக்கு ஒருமுறைகூட நமாஸ் செய்வதில்லை. ஆனால் ஹிந்துக் கைதிகளை எதிர்க்கவேண்டும் என்பதற்காக, சிறையில் அவர்கள் இந்த வழக்கத்தை வற்புறுத்துகிறார்கள். இந்தக் குறிப்பிட்ட முஸ்லிம்கள் மிக மோசமான திருடர்களும் கிரிமினல்களும் ஆவார்கள். சிறையில் உள்ள கைதிகள் வெளியே பணிசெய்ய அனுப்பப்பட்டால் அதிலுள்ள முஸ்லிம்கள் ஒரு நாளைக்கு 5 முதல் 7 முறை நமாஸ் செய்வார்கள். இதனால் அவர்களது பணியில் ஓய்வு கிடைக்கும். மதத்தின் பெயரால் அவர்களுக்கு அதிகாரிகளும் அனுமதி வழங்குவர். கொடுக்கப்பட்ட வேலையை ஹிந்துக்கள் கடுமையாக உழைத்து முடிக்கவேண்டும். முஸ்லிம்கள் அந்தக் கஷ்டத்திலிருந்து தப்பித்து விடுவார்கள். இதுபோன்ற வழிபாடுகளில் இந்த முஸ்லிம்கள் என்ன செய்கிறார்கள் என்று கவனிப்பது முக்கியமானது. அவர்கள் தங்கள் கால்களையும் கைகளையும் கழுவிக் கொள்வதற்கு நெடுநேரம் எடுத்துக் கொள்வார்கள். பிறகு அவர்கள் மெதுவாகத் தங்களது தாடியைச் சுத்தம் செய்வார்கள். நமாஸ் முடிந்தபிறகு கண்ணை மூடிக்கொண்டு மௌனமாக அமர்ந்திருப்பார்கள். அவர்களைப் பார்த்தால் ஏதோ யோகப்பயிற்சியில் பிராணாயாமம், ஜபம், தியானம், கர்மம் போன்றவற்றைச் செய்து முடித்துவிட்டு வந்தவர்களைப் போல் இருக்கும். அவர்கள் வழிபாட்டை முடித்தவுடன் அவர்கள் உண்பதற்குப் பானையில் பாலும் மீனும் அங்கே வைக்கப்பட்டிருக்கும். அவர்கள் தங்கள் வழிபாட்டில் ஈடுபாடு காட்டியதற்கு இரண்டு காரணங்கள் மட்டுமே இருக்கமுடியும், ஒன்று, இந்தப் பாலும் மீனும், இன்னொன்று, சிறையில் இருக்கும் கடினமான வேலை. முதல் காரணம் என்றால், தன் இரைக்காகக் காத்திருக்கும் பூனையோ நாரையோ இவர்களைவிட மேலானது என்றாகும். இரண்டாவது காரணம் என்றால், தங்கள் வேலையைச் செய்யாமல் தப்பிக்க இதைப் பயன்படுத்தினார்கள் என்றாகும்.

சிறை விதிகளை மீறி ஹிந்து சகோதரர்களைத் துன்பப்படுத்த அவர்கள் இன்னொரு தந்திரத்தையும் கடைப்பிடித்தார்கள். விடியற் காலையில் பாங்கு விளிப்பது. பாங்கு என்றால் வழிபாட்டிற்கான அழைப்பு என்று பொருள். இது மசூதியின் தூபிகளிலிருந்து முஸ்லிம்களுக்கு விடப்படும் அழைப்பு. அதனைச் சொல்பவர் உரத்த குரலில் கத்தவேண்டும். சிறையில் எல்லோரும் பணி

செய்துவிட்டு அசதியால் தூங்கிக் கொண்டிருக்கும் அந்த அதிகாலை வேளையில் இது மிகப்பெரிய தொந்தரவாக இருக்கும். அதிகாரிகள் இதனைத் தடை செய்திருக்கவேண்டும். சிறையின் கதவுகளைத் தயக்கத்துடன் திறந்து உடனடியாகப் பகலில் தூங்கப் போகும் நபர்தான், பல வருடங்களாக, அதிகாலையில் இந்த அழைப்பை விடுத்தார். அதிகாலையில் எழுந்து இப்படிக் கத்துவது ஒட்டு மொத்த சிறையின் அமைதியைக் குலைக்கும் செயல். இது ஹிந்துக் களைத் தொந்தரவு செய்வதற்காக அன்றி வேறு எதற்காகவும் இல்லை என்று யாரால் மறுக்க முடியும்? நமாஸ் செய்வது முஸ்லிம் களின் மதக் கடமையாக இருக்கலாம். ஆனால் விடியற்காலையில் பாங்கு விளிப்பது கண்டிப்பாக மதக் கடமை என்று கூற முடியாது. ஆனால் மதக் கடமை என்ற போர்வையில் மற்றவர்களைத் தொந்தரவு செய்ய கிடைக்கும் வாய்ப்பு அவர்களை மிகவும் ஈர்க்கிறது. பாங்கு என்ற பெயரில் இப்படிக் கிடைக்கும் வாய்ப்பை அவர்கள் தவறவிடத் தயாராக இல்லை.

ஹிந்துக்களின் சங்கநாதம்

அந்தமான் சிறையில் இருந்த முஸ்லிம் கைதிகள் இந்த விஷயத்தில் தீவிரமாக இருந்தார்கள். அவர்கள் ஒவ்வொருவரும் தனது அறையிலிருந்து அதிகாலையில் பாங்கு விளிப்பார்கள். சிறை முழுவதும் இந்தச் சத்தத்தால் அமளிப்படும். இந்தச் சத்தத்தினால் ஹிந்து மற்றும் பர்மா கைதிகள் மிகுந்த அவதிப்பட்டனர். அப்படிச் சத்தம் எழுப்புவதற்கு அதிகாரிகள் மறுப்பு தெரிவித்தார்கள். ஆனால் தடுக்கவில்லை. இன்னொரு பக்கம், தங்கள் மதக் கடமைகளைச் செய்வோம் என்று முஸ்லிம்கள் கூறினர். சுத்தி இயக்கத்திலும் சங்க இயக்கத்திலும் பர்மாக் கைதிகள் ஹிந்துக்களுடன் ஒத்துழைத்தனர். அந்தமானில் ஒரு பர்மாக் கைதியைகூட முஸ்லிம்களால் மதம் மாற்ற முடியவில்லை. ஏனென்றால் முஸ்லிம்களுடன் உணவு உண்பது தங்களை மதத்திலிருந்து விலக்கி வைக்கும் என்று பர்மா கைதிகள் நம்பவில்லை. அவர்கள் புத்தரை வழிபட்டதால் முஸ்லிம்களை விட ஹிந்துக்கள்தான் தங்களுக்கு நெருக்கமானவர்கள் என்று கருதினார்கள். அவர்கள் மாமிசம் உண்பார்கள். அதனை முஸ்லிம் களிடமிருந்து, கிறிஸ்தவர்களிடமிருந்து, யூதர்களிடமிருந்து பெற்று உண்டாலும், அவர்கள் பௌத்த மதத்தினராகவே இருந்தார்கள். அதனால் முஸ்லிம்கள் அவர்களை மதம் மாற்ற இயலவில்லை. முஸ்லிம் அல்லாதவர்களை மதம்மாற்ற முஸ்லிம்களுக்கு இரண்டு வழிகள்தான் இருந்தன. ஒன்று வாளின் மூலம் மதம் மாற்றுவது. இப்போது அந்த வாள் முறிந்துவிட்டது, எனவே இனி அது முடியாது. இன்னொன்று வற்புறுத்தி விவாதம் செய்து மாற்றுவது.

இந்த விஷயத்தில் அவர்களுக்கு ஒன்றுமே தெரியாது. முஸ்லிம்களால் எப்போதுமே விவாதம் செய்து வற்புறுத்தி மதம் மாற்ற முடியாது. அதனால் அந்தமானில் இருந்த ஹிந்துக்களை இந்த இரண்டு கருவிகளின் மூலம் அவர்களால் மாற்ற முடியவில்லை. அவர்களுக்கு இருந்த ஒரே வழி ரவுடித்தனம்தான். ஆனால் அந்த விஷயத்தில் பர்மாவைச் சார்ந்தவர்கள் இவர்களைவிட வலுவானவர்கள். அவர்கள் பன்றி மாமிசத்தைச் சாப்பிடுபவர்கள். முஸ்லிம்களுக்கு அது ஆகவே ஆகாது. அதேபோல அவர்கள் எலியையும்கூடச் சாப்பிடுவார்கள். இதை நினைத்து முஸ்லிம்கள் நடுங்குவர். நாங்கள் அவர்களிடம் வேண்டுமென்றே பௌத்த மதத்தைப் பற்றிப் பேசி அதனைப் பாராட்டுவோம். அவர்களும் மகாபாரதம் மற்றும் ராமாயண வரிகளை எங்களிடம் சொல்வார்கள். நாங்கள் அதைக் கேட்போம். அவர்களது விடுமுறைகளையும் எங்கள் விடுமுறைகளையும் சேர்ந்து அனுசரிப்போம். அதனால் அவர்கள் எங்களது சங்க இயக்கத்திற்கு நெருக்கமானார்கள். அவர்களில் இளைஞர்கள் முஸ்லிம்களுடைய சித்திரவதையை அனுபவித்தவர்கள். அதனால் சங்க இயக்கத்தைச் சேர்ந்த ஹிந்துக்கள் தங்களை இந்த இன்னல்களிலிருந்து காப்பாற்றுவார்கள் என்று அவர்கள் நம்பினார்கள். இந்த இயக்கத்தின் வலிமை அவர்களைச் சித்திரவதையிலிருந்து காப்பாற்றி, எங்களிடம் மேலும் நெருக்கமாகவும் அன்பாகவும் ஆக்கியது என்பது உண்மைதான்.

இந்த பாங்கு சம்பவம் ஹிந்துக்களைப் போலவே அவர்களுக்கும் மிகுந்த வெறுப்பை ஏற்படுத்தியது. ஹிந்துக்களும் அந்தச் சம்பவத்தினால் மிகுந்த வெறுப்பில் இருந்தார்கள். தங்கள் கண்ணெதிரே இஸ்லாம் மதத்தை வேண்டுமென்றே வெளிப்படுத்த நினைக்கும் முஸ்லிம்களின் செயலால் ஹிந்துக்கள் கோபம் அடைந்தார்கள். அதிகாரிகளும் அவர்களுக்கு எந்தப் பாதுகாப்பையும் கொடுக்கவில்லை. இப்படிப்பட்ட சூழ்நிலையில் பதிலடி கொடுக்கவேண்டும் என்பதற்காக ஹிந்துக்களும் அதிகாலையில் தங்களுடைய வழிபாட்டை ஆரம்பித்தார்கள். ஒருமுறை நமாஸை எதிர்கொள்ள ஒரு ஹிந்து பக்தன் மூலம் பஜனை பாட வைத்தேன். ஹிந்துக்களும் அதே முறையைப் பயன்படுத்தி முஸ்லிம்களை எதிர்கொள்ள ஆரம்பித்தனர். இது ஏதோ ஒன்று அல்லது இரண்டு முஸ்லிம்கள் குறித்த விஷயம் அல்ல. இரு சமுதாயங்களுக்கு இடையே நடக்கும் ஒரு பிரச்சினை. ஹிந்துக்கள் சத்தமாகத் தங்களது வழிபாடுகளை ஆரம்பித்ததும், அதுவரை இஸ்லாமியர்கள் செய்ததை அமைதியாகப் பார்த்துக்கொண்டிருந்த அதிகாரிகள், ஹிந்துக்கள் மீது நடவடிக்கை எடுக்க ஆரம்பித்தார்கள். ஒவ்வொரு

வராக ஹிந்துக்கள் தண்டிக்கப்பட்டனர். அப்படி அதிகாலையில் வழிபாடு செய்வது ஹிந்து மதத்தில் பழக்கம் இல்லை என்று அவர்கள் வாதிட்டனர். அதற்கு ஹிந்துக்கள் காலையில் வழிபாடு செய்யவில்லை என்றாலும் குறைந்தபட்சம் அதிகாலையில் சங்கு ஊதுவது வழிபாட்டில் ஒரு முக்கியமான அங்கம் என்று கூறினர். ஆகவே இந்தப் பிரச்சினையில் முக்கியப் பங்கு வகித்த எங்கள் இயக்கத்தைச் சேர்ந்த ஒரு நபர் ரகசியமாக ஒரு சங்கைச் சிறைக்குள் எப்படியோ கொண்டு வந்துவிட்டார். அடுத்த நாள் காலை முஸ்லிம்கள் அவர்களது பாங்கை ஆரம்பித்தவுடன் இந்த நபர் பலமாகச் சங்கை ஊத ஆரம்பித்தார். காஃபிரின் சங்கு ஒலி முஸ்லிம்களின் பாங்கை விடச் சத்தமாகக் கேட்டது. அவர்களது ட்ரம் சத்தம், பாத்திரங் களையே ட்ரம் போன்று பயன்படுத்திய சத்தத்தில் அமுங்கிப் போனது. முஸ்லிம்கள் தங்களுடைய பாங்கு அந்தச் சங்கு ஒலியினால் அசுத்தப்படுத்தப்பட்டுவிட்டதாக நினைத்தனர். அவர்கள் கோபத்தில் கத்த ஆரம்பித்தனர். சங்கநாதம் எழுப்பியவர் தண்டிக்கப் பட்டார். ஆனால் அதன்பிறகு ஹிந்துக் கைதிகளும் பர்மாக் கைதிகளும் பல சங்குகளைக் கொண்டு ஒலி எழுப்ப ஆரம்பித்தனர். இந்த ஒற்றுமையான தைரியமான நடவடிக்கையால் அவர்கள் பாங்கை நிறுத்தினர். அதிகாரிகளிடம் அவர்கள் செய்த முறையீடு பயனற்றுப் போனது. ஹிந்துக்கள் சங்கநாதம் எழுப்புவது அவர் களுடைய வழிபாட்டில் ஒரு பகுதி என்பது அதிகாரிகளில் ஏற்கப் பட்டது. ஹிந்துக்கள் அதை நிறுத்த வேண்டும் என்று கேட்டுக் கொள்ளப்படுவதற்கு முன்பாகவே, பாங்கை நிறுத்த முஸ்லிம்கள் கேட்டுக்கொள்ளப்பட்டார்கள். இப்படியாக பாங்கு ஒரு முடிவுக்கு வந்தது. சங்கநாதமும் ஒரு முடிவுக்கு வந்தது. விவாதங்களால் முடியாத காரியத்தை சங்கின் ஒலி சாதித்தது. அந்த ரவுடிகள் சங்கின் ஒலியில் அடங்கிப் போனார்கள். அவர்கள் வேறு எந்த வேண்டு கோளுக்கும் செவி சாய்த்திருக்க மாட்டார்கள்.

சிறை வாழ்க்கையைப் பற்றியும் சுத்தி மற்றும் சங்க இயக்கத்தைப் பற்றியும் சொல்லும்போது முஸ்லிம் சகோதரர்கள் செய்த தவறான காரியங்களைப் பட்டியலிட வேண்டிய ஒரு துரதிர்ஷ்டமான நிலைமை நமக்கு இருக்கிறது. அதற்குக் காரணம், அவர்கள் அந்தமானில் உள்ள கைதிகளின் குடியிருப்பில் மிக மோசமான மத அடிப்படைவாதக் குழுவாக உருவானார்கள். நான் அந்தத் தீவில் பார்த்த மற்ற நல்ல நேர்மையான முஸ்லிம்களுடன் எப்போதும் நல்ல நட்பு வைத்திருந்தேன். காலனியில் இருந்த மற்ற கைதிகளைப் போலவே அவர்களும் என் மீது நல்ல மதிப்பு வைத்திருந்தார்கள். கட்டாய மதமாற்றம் என்ற ஒரு விஷயத்தைத் தவிர, மற்ற

எல்லாவற்றிலும் அவர்களுக்கும் நியாயம் கிடைக்கவேண்டும் என்று அதிகாரத்தையும் அடக்குமுறையையும் எதிர்த்துச் சாதி மத பேதமின்றிப் போராடினேன். சில்வர் ஜெயிலில் இருந்த அதிகாரிகளின் கோபத்தைச் சம்பாதித்துக்கொண்டு அந்த இடத்தில் நல்ல பல மாற்றங்களை நாம் கொண்டுவந்ததில் ஹிந்துக்களைப் போலவே முஸ்லிம்களும் பயனடைந்தார்கள். இருதரப்பினரும் அதற்காக என்னிடம் நன்றியுடன் நடந்துகொண்டார்கள். முஸ்லிம்கள் கட்டாய மதமாற்றத்தில் ஈடுபட்டார்கள் என்று கூறும் அதேநேரம், அதற்குக் காரணமாக அமைந்தது ஆச்சார ஹிந்துக்களுடைய முட்டாள்தனமான பழக்க வழக்கங்களும் சடங்குகளும் என்பதையும் மறைக்காமல் கூறியிருக்கிறேன். ஹிந்து சமுதாயத்தில் இருக்கும் அசுத்தம் மற்றும் தீண்டாமை போன்றவற்றின் காரணமாக மதமாற்றம் என்பது எளிதாகப் போனது.

சுத்தி மற்றும் சங்க இயக்கங்களின் நடவடிக்கைகள் ஹிந்து சமுதாயத்தில் நடப்பது இரு சமூகங்களுக்கிடையே பிளவை ஏற்படுத்த அல்ல என்பதை நான் எப்போதும் வலியுறுத்தி வந்திருக்கிறேன். சரியான அறிவுடன் கூடிய சரியான புரிதல், இரு சமுதாயத்துக்கும் இடையே ஒற்றுமையை ஏற்படுத்தும் என்று கூறி வந்திருக்கிறேன்.

நான் அந்தமானில் போராடுவதற்கு இந்த நோக்கம்தான் உத்வேகம் அளித்தது. என் சுத்தி வேலையை 1913ம் வருடம் ஆரம்பித்தேன். என் போராட்டத்தின் முதல் வெற்றியை அதே வருடத்தில் பெற்று, அன்றிலிருந்து 1920-21 வரை நான் அந்தமானில் வேலை செய்து கொண்டிருந்தபோதும், அதன்பிறகு 1921-24 வரை இந்தியாவில் சிறை வாழ்க்கையைத் தொடர்ந்து கொண்டிருந்தபோதும், அதன் பிறகு 1924ல் என் விடுதலைக்குப் பிறகும், இன்றளவும் நான் அதனைத் தொடர்ந்து கொண்டிருக்கிறேன். எல்லோருக்கும் நியாயமான சம வாய்ப்புகள் கிடைக்கவேண்டும் என்ற எண்ணத்தில் செய்து கொண்டிருக்கிறேன். என் மனதில் கிறிஸ்தவர்களையும் முஸ்லிம்களையும் வேறு மதத்தைச் சார்ந்தவர்களையும் ஆதிகால மனிதர்களையும்கூட வெறுப்பதில்லை. யாரையும் மதிப்பற்றவர்கள் என்றோ, மற்றவர்களின் மத நம்பிக்கையையோ நான் ஏளனமாகப் பார்ப்பதில்லை. சக மனிதர்களை வன்முறையால் தாக்குபவர்களை மட்டுமே நான் எதிர்க்கிறேன். சுத்தி இயக்கம் ஹிந்துக்களுக்கும் முஸ்லிம்களுக்கும் இடையே நட்புறவை வளர்க்கும் பாலமாக இருக்கும் என்றும், இந்தியாவிற்கும் உலகத்துக்கும் நீடித்த நன்மையைப் பெற்றுத்தரும் என்றும் நம்புகிறேன்.

அத்தியாயம் 3

உலகப் போரும் (1914) அந்தமானில் அதன் விளைவுகளும்

இந்தப் பகுதியின் முதல் பாகத்தில், அரசியல் கைதிகள் இந்தியாவிலிருந்து செய்திகள் எதுவும் கிடைக்காமல் எப்படிச் சிரமப்பட்டார்கள், நான் நாடுகடத்தப்பட்டு சில்வர் ஜெயிலுக்குப் போனபின் எப்படி இந்தியாவிலிருந்து செய்திகளைக் கொண்டுவந்தோம், அவற்றை எப்படி அந்தமானில் பரப்பினோம் என்பது பற்றிக் கூறியிருக்கிறேன். மிஸ்டர் பாரி போன்ற அதிகாரிகள் இந்தியாவிலிருந்து வந்ததாகப் பொய்ச் செய்திகளை எங்களிடம் பரப்பிப் பயமுறுத்திக்கொண்டிருந்தனர். ஆனால் இரண்டு வருடங்களுக்குப் பிறகு நாங்கள் அவருக்கு இந்தியாவில் உள்ள நிலைமை குறித்த சரியான செய்திகளைக் கொடுத்தோம். அன்றிலிருந்து இதில் பொய்ச் செய்திகள் இந்த அந்தமான் மண்ணில் எடுபடாமல் போயின. எங்களை அவர்கள் எப்படி ஏமாற்றிப் பயமுறுத்தினார்கள் என்பதை விளக்க இரண்டு வேடிக்கையான நிகழ்ச்சிகளைக் கூறுகிறேன்.

கவர்னர் ஜெனரல் மீது குண்டு வீச்சு

1912ம் வருடம் முடிசூட்டல் விழாவின்போது நடந்த ஊர்வலத்தில் அப்போதைய வைஸ்ராய் லார்ட் ஹார்டிங் மீது சாந்தினி சவுக் அருகே ஒரு வெடிகுண்டு வீசப்பட்டதால், அங்கு ஒரே அமளி ஏற்பட்டது. யானை மீது அமர்ந்திருந்த லார்ட் ஹார்டிங் அதிலிருந்து இறங்கவேண்டி வந்தது. அதன்பிறகுதான் ஊர்வலம் மேற்கொண்டு செல்ல முடிந்தது. வைஸ்ராய்க்குக் காயம் ஏதும் படவில்லை என்றாலும், அந்த நிகழ்வு ஒரு பெரிய அதிர்ச்சியாக இருந்தது. இது ஒரு ரகசியத் தகவல். அந்தமானில் உள்ள முதன்மை கமிஷனருக்குச்

சொல்லப்பட்டது. அவருக்குச் சொல்லப்படும்போதே எங்கள் ஆட்கள் மூலம் எங்களுக்கும் அந்தத் தகவல் கிடைத்தது. அந்தத் தகவல் சரிதானா என்பதை உறுதிசெய்துகொள்ள அடுத்த நாள் காலை தனது வழக்கமான ஆய்வுக்கு வந்து கொண்டிருந்த ஒரு அதிகாரியிடம், ''டெல்லியில் நடந்த முடிசூட்டு விழா நன்றாக நடந்ததா?'' என்று கேட்டேன். அவருக்கு அதுவரை அதனைப் பற்றிய எந்தச் செய்தியும் வராததால், ''ஆமாம், எங்கள் பேரரசின் பெருமையைப் பறைசாற்றும் அந்த அற்புதமான நிகழ்ச்சியை உங்களைப் போன்ற புரட்சி யாளர்கள் எல்லாம் பார்த்திருந்தால் ஆடிப்போய் இருப்பீர்கள்'' என்று கூறினார். அவரது அந்த ஆணவமான பதிலைக் கேட்டு நான் சிரித்தேன். அவர் எனக்குள் ஏற்பட்ட மாற்றத்தைக் கவனித்துவிட்டு அங்கிருந்து சென்றுவிட்டார். அவர் அலுவலகத்திற்குத் திரும்பிய போது டெல்லியிலிருந்து தனக்குக் கிடைத்த அந்த விசேஷத் தந்தி அறிவித்த தகவலை மிஸ்டர் பாரி அவரிடம் கொடுத்தார். உடனே அவர் கோபம்கொண்டு, ''கண்டிப்பாக இந்த ஆட்களுக்கு அதைப் பற்றி ஏதோ தெரிந்திருக்கிறது'' என்று கூறினார். மிஸ்டர் பாரி அதைக்கேட்டு அதிர்ச்சி அடைந்தார். அவர் ஒரு ரகசிய விசாரணையைத் துவங்கினார். அப்போதுதான் சிறை முழுக்க அதைப் பற்றியே பேசிக் கொண்டிருக்கிறார்கள் என்பதைக் கண்டுபிடித்தார். அவர் தனது அலுவலகத்தில் மிகவும் கோபமாக இருந்தார். அப்போது என் நண்பர்களில் ஒருவரான மிஸ்டர் நாயர் என்பவர் அலுவலகத்தில் காரியதரிசியாகப் பணிபுரிந்து கொண்டிருந்தார். மிஸ்டர் பாரி அப்பாவியான அவரைச் சந்தேகப் பட்டார். என்னிடம் அந்தத் தகவலைச் சொன்னது யார் என்று இரண்டு நாட்கள் அவரை நச்சரித்துக் கொண்டிருந்தார். அவரை அடிக்கப் போவதாகக்கூடப் பயமுறுத்தினார். ஆனால் அந்த இளைஞர் மனதிடம் கொண்டவர். கையில் வைத்திருந்த பேனாவுடன் எழுந்து நின்று மிஸ்டர் பாரியிடம் தன்னை அடிக்க வருமாறு அழைத்தார். மிஸ்டர் நாயர் சூப்பரின்டென்டென்ட்டிடம் அழைத்துச் செல்லப் பட்டார். ஆனால் அவரோ மிஸ்டர் பாரியின் சந்தேகத்திற்கு எந்த முகாந்திரமும் இல்லை என்று சொல்லிவிட்டார். அவர் நேரம் தவறாதவர் என்றும் தனது வேலையை ஒழுங்காகச் செய்பவர் என்றும் அவரைப் பற்றி சூப்பரின்டென்டன்ட் கருத்துக் கொண்டிருந்தார். இதனால் சூப்பரின்டென்டன்ட் அவரிடம், சாவர்க்கராகிய என்னிடம் எந்தத் தொடர்பும் வைத்துக் கொள்ள வேண்டாம் என்றும் அப்படி மீறித் தொடர்புகொண்டால் அவருக்குப் பிரம்படி தண்டனையாகக் கொடுக்கப்படும் என்றும் எச்சரித்து அனுப்பிவிட்டார். அந்த மிரட்டலுக்குப் பிறகும் அந்த இளைஞர் என்னுடன் தொடர்பில் இருந்தார். நான் சிறையிலிருந்து

விடுதலையாகி வரும் வரை அவர் என்னுடன் நட்பில் இருந்தார். சிறையில் என் கடைசி வருடத்தின்போது அதிகாரிகளே எங்கள் இருவரையும் சேர்ந்து பணியாற்ற உத்தரவிட்டனர். அவரைப் பற்றி இப்போதைக்கு இவ்வளவுதான் சொல்லமுடியும்.

மிஸ்டர் பாரியிடம் டெல்லியில் நடந்த வெடிகுண்டு சம்பவத்தைப் பற்றி எங்களுக்கு ஏற்கெனவே தெரியும் என்பதைச் சொல்ல நினைத்தேன். அதேபோன்ற ஓரிரு சம்பவங்கள் மூலமாக, அவர் எங்களிடம் செய்திகளை மறைப்பது அர்த்தமற்றது என்பதைப் புரிய வைக்கவேண்டும் என்பது என் எண்ணம். நான் நினைத்தபடியே அது நடந்தது. எங்களிடம் எந்தச் செய்தியையும் மறைக்க முடியாது என்பதைத் தெரிந்துகொண்ட அவர் ஆச்சரியப்பட்டார். அரசியல் கைதிகள் ஒருவருக்கொருவர் பேசுவதைத் தன்னால் தடுக்க முடியாது என்று சூப்பரின்டென்டன்ட்டிடம் கூறிய அவர், அவர்களுக்கு செய்தி வெளி உலகத்தில் இருந்து வருவதைக்கூடத் தன்னால் தடுக்க முடியாது என்றும் சொன்னார். ''இங்கு ஜெயிலராக சாத்தானையே நியமித்தாலும் இதையெல்லாம் அவனால்கூடத் தடுக்க இயலாது'' என்றார். இந்த வாக்கியத்தை அவர் எங்களிடம் அடிக்கடி சொல்லுவார். நாளடைவில் செய்திகள் விஷயத்தில் அவர் எங்களிடம் தனது கடுமையைக் குறைத்துக்கொண்டார். மாறாக அவரும் மற்ற அதிகாரிகளும் எங்களிடம் ஒரு வித்தியாசமான கொள்கையைக் கடைப்பிடித்தனர். அது என்னவென்றால், செய்தி வந்தவுடன் முதலில் எங்களிடம் தெரிவிப்பது! உலகத்தில் நடக்கக் கூடிய எல்லாச் செய்திகளும், செய்திகளைக் கொண்டு வருபவர் களின் அறியாமை மற்றும் படிப்பறிவின்மை காரணமாகக் கொஞ்சம் மிகைப்படுத்தப்பட்ட அல்லது மாற்றப்பட்ட விதத்தில் எங்களிடம் வந்தடையும். ஒரு உதாரணத்திற்கு, டெல்லி குண்டுவெடிப்புப் பற்றிய செய்தி எங்களிடம் இவ்வாறாக வந்தது. ''குண்டுவெடிப்பில் நான்கு பெரிய அதிகாரிகள் இறந்துவிட்டனர்.'' நிச்சயம் இது ஒரு பொய்ச் செய்தியாகவே இருக்கவேண்டும். இப்படிப் பொய்ச் செய்தி வெளியிலிருந்து எங்களுக்கு வரும்போது, ஏன் உண்மைச் செய்தியைத் தடுக்கவேண்டும்? அதற்கு அதிகாரிகள் கூறிய காரணம், ''நம்பகமற்ற இடத்திலிருந்து வரும் பொய்ச் செய்தியின் விபரீத விளைவுகளைக் காட்டிலும், உண்மையான செய்தி குறைவான விளைவுகளையே ஏற்படுத்தும்'' என்பதே. இந்த அனுபவம் அதிகாரிகளை ஒருவழியாக ஒழுங்கான மனநிலைக்குக் கொண்டு வந்தது. இந்த ஞானம் முன்பே வந்திருக்கலாமே என்று நினைத்தேன். இப்போது அவர்கள் எங்களுக்குச் செய்தித்தாள்களைப் படிப்பதற்குக் கொடுக்க ஆரம்பித்தார்கள். அதுவும் மிஸ்டர் பாரியே அதை

எங்களுக்குக் கொடுக்கும்போது நாங்கள் வெளியிலிருந்து செய்தி சேகரிக்கவேண்டிய அவசியம் எதுவும் இல்லாமல் போனது. இனி இதற்கான கஷ்டம் எதுவும் தேவையில்லை. உண்மையான செய்தியை எவ்விதக் கஷ்டமும் இன்றித் தெரிந்துகொள்ள முடிந்தது.

டெல்லி செய்தி அவருக்கு முன்னால் எங்களுக்குக் கிடைத்து விட்டது என்ற கோபத்தில் மிஸ்டர் பாரி என்னைப் பழிவாங்கு வதற்காக டெல்லி சம்பவத்தில் என் சகோதரன் கைது செய்யப் பட்டிருக்கிறான் என்று ஒரு செய்தியைச் சிறையில் பரவவிட்டார்.

டெல்லி சம்பவத்தில் என் தம்பி

இது ஒன்றும் சாத்தியமில்லாத செய்தி அல்ல. என் தம்பிக்கு அந்த நிகழ்வில் தொடர்பு இருந்தது என்பதைப் பின்னர் உறுதியாகத் தெரிந்துகொண்டேன். ஆனால் அந்த நேரத்தில் அதைப் பற்றி எனக்கு எதுவும் தெரியாது. உண்மையைத் தெரிந்துகொள்ள இயல்பாகவே ஆவலாக இருந்தேன். அன்று மதியம் சூப்பரின் டென்டன்ட் என்னிடம் எனக்குத் தம்பி யாராவது இருக்கிறார்களா, அப்படி இருந்தால் அவர்கள் சுதந்திரமாக இருக்கிறார்களா என்று கேட்டார். அவரிடம் நான் பதில் சொல்வதற்குமுன் மிஸ்டர் பாரி வழக்கம்போல் ஆணவத்துடன், ''ஒருவேளை அவர் சுதந்திரமாக இருந்தால் வெகு சீக்கிரத்தில் நீங்கள் இங்கு பார்ப்பீர்கள்'' என்று கூறினார். அதைக் கேட்டுக் கொஞ்சம் வெறுப்படைந்த நான், ''இந்தியாவில் உள்ள யார் வேண்டுமானாலும் இங்கு வரலாம். ஏனென்றால் மொத்த இந்தியாவும் அயர்லாந்தைப் போலவே ஒரு பெரிய சிறைதானே, அப்படி இருக்கும்போது என் தம்பி இங்கு வருவதில் என்ன ஆச்சரியம்?'' என்று கேட்டேன். அயர்லாந்துக் காரரான மிஸ்டர் பாரியின் முகம் தொங்கிவிட்டது. சூப்பரின் டென்டன்ட் இடைமறித்து என்னிடம், ''எனக்கு அந்தச் சம்பவத்தைப் பற்றி எதுவும் தெரியாது. ஆனால் அவர் ஒரு கோழை என்று கருதுகிறேன், சரியா?'' என்றார். நான் அவர்களிடம், ''எதை வைத்து அப்படிச் சொல்கிறீர்கள்?'' என்று கேட்டேன். சூப்பரின் டென்டன்ட் அதற்கு, ''போலிஸுக்கு அந்தத் தகவல் டெல்லியில் இருந்து கிடைக்கும்போது, தான் கல்கத்தாவில் இருந்ததாகத் தந்தி அனுப்பி இருக்கிறார். அவர் போலிஸிடம் தன்னை அதில் சந்தேகப் படவேண்டாம் என்று கூறி இருக்கிறார்'' என்று சொன்னார். அதற்கு நான், ''அப்படியென்றால் கல்கத்தாவில் இருப்பதிலேயே அவனே புத்திசாலி என்றுதான் சொல்வேன். அவன் குண்டு வீசவில்லை, அப்படியே வீசி இருந்தாலும் போலிஸைத் திசைதிருப்ப இது ஒரு

நல்ல வழி. அவன் ஒன்றும் கோழையல்ல. தைரியமானவன். அவனுக்குத் தாக்கவும் தெரியும், தப்பிக்கவும் தெரியும்" என்றேன்.

இந்தப் பதில்கள் நான் உணர்ச்சிவசப்பட்டு கோபத்தில் கூறியவை என்பது வெளிப்படை. அதைக் கேட்ட சூப்பரின்டென்டன்ட் அதிர்ச்சி அடைந்து பதில் ஏதும் கூறாமல் அங்கிருந்து சென்றார். இந்த உரையாடல் நடந்த இரண்டு மூன்று நாட்களுக்கு என் தம்பியை நினைத்து மிகவும் வருத்தப்பட்டேன். என் மனதில் திரும்ப திரும்ப இந்த வார்த்தைகள் அலையடித்துக் கொண்டிருந்தன.

"நான் இந்த உறுதிமொழியைப் பெயருக்காகவோ புகழுக்காகவோ எடுத்துக்கொள்ளவில்லை. இது மிகவும் வலி நிறைந்தது. நெருப்பைப் போல் ஆன்மாவைச் சுட்டெரிப்பது என்பது தெரியும். தன் கணவனின் சிதையில் தானும் ஏறித் தன்னை மாய்த்துக் கொள்ளும் சதி போல இந்த உறுதிமொழியை எடுத்துக் கொண்டிருக்கிறேன்."

இந்த வரிகள் என் மனதில் திரும்ப திரும்ப வந்துகொண்டிருந்தன. மோசமான எதற்கும் தயாராக இருந்தேன். உண்மையைத் தெரிந்து கொண்டவுடன் நான் ஆறுதல் அடைந்தேன். என் மனதிற்கு அது பெரிய நிம்மதியை அளித்தது.

மிஸ்டர் பாரி எங்களை எப்படி ஏளனம் செய்வார் என்பதற்கு இன்னொரு உதாரணம் கூறுகிறேன். ஒருநாள் அவர் என்னிடம் வந்து, "யார் இந்த ஹர்தயாள்?" என்று கேட்டார். நான் அவரிடம், "உங்களுக்குத் தெரியுமே. உங்கள் உள்துறை உறுப்பினர் சர் ரெஜினால்ட் க்ரடாக் என்னிடம் இதே சிறையில் பேசியபோது, அவரைத்தான் அமெரிக்காவில் உள்ள புரட்சி இயக்கத்தின் தலைவர் என்று குறிப்பிட்டார்" என்றேன். மிஸ்டர் பாரியிடம் மேற்கொண்டு அவரைப் பற்றி ஏதேனும் தகவல் இருக்கிறதா என்றும் கேட்டேன். மிஸ்டர் பாரி என்னிடம் ஏதோ ரகசியம் கூறுவதைப்போல, ஹர்தயாள் ஒரு கொலை வழக்கில் குற்றவாளியாக பம்பாய்க்குக் கொண்டுவரப்பட்டிருக்கிறார் என்று கூறினார். அதைக் கேட்டு அதிர்ச்சி அடைந்தேன். எங்கள் மிகப்பெரும் புரட்சித் தலைவர்களுள் ஒருவர் அவர். அவருக்கும் எனக்கு நேர்ந்த கதியே நேர வேண்டுமா என்பது என்னால் தாங்கிக்கொள்ள முடியாத ஒன்றாக இருந்தது. நான் கைது செய்யப்பட்டது, விசாரணை, நாடு கடத்தப்பட்டது, இவை எல்லாம் என் நினைவுக்கு வந்தன. அந்தச் செய்தியில் எதாவது உண்மை உள்ளதா என்று தெரிந்துகொள்ள நான் வார்டர்களை ரகசியமாக அனுப்பினேன். அவர்களால் ஹர்தயாளின்

பெயரை நினைவில் வைத்துக்கொள்ள முடியவில்லை. அதனால் அவர்களைத் திரும்ப திரும்ப அந்தப் பெயரைச் சொல்லச் சொன்னேன். இது எப்பேற்பட்ட கொடுமை! அயல்நாட்டில் உட்கார்ந்துகொண்டு நம் நாட்டின் விடுதலைக்காகத் தன் உயிரையும் உடைமைகளையும் பொருட்படுத்தாது உழைக்கின்ற ஒரு நபரின் பெயர்கூட நம் நாட்டின் நன்றிகெட்ட மக்களுக்குத் தெரியவில்லை. இந்தச் சோகத்தில் எனக்குப் பைத்தியமே பிடித்துவிட்டது. என் ஆத்திரத்தைத் தணிக்க சக கைதிகள் என் தலை மீது தண்ணீரை ஊற்றி அமைதிப்படுத்தினார்கள். மிஸ்டர் பாரியும் சூப்பரின்டென்டன்ட்டும் வந்து என்னிடம் திரும்ப திரும்ப அதே கேள்வியைக் கேட்டார்கள். அவரை நண்பராகப் பெற்றது பெரும் பாக்கியம் என்று அவர்களிடம் சொன்னேன். அவர் கொலைக்குற்றம் சாட்டப்பட்டிருக்கிறார், டெல்லியில் நடந்த வெடிகுண்டு சம்பவத்தில் குற்றம் சுமத்தப் பட்டிருக்கிறார் என்று கூறினார்கள். ''இருக்கலாம், அதனால் அவரைப் பற்றிய என் அபிப்பிராயம் எந்தவிதத்திலும் மாறாது. எனக்கு அவருடனான நட்பு என்றும் அதேபோல்தான் இருக்கும்'' என்று கூறினேன். எனது உறுதியான பதிலைக் கேட்ட சூப்பரின் டென்டன்ட், நான் எப்போதும் போல் தமாஷான அமைதியான மனநிலையில் இல்லை என்பதையும், அந்தச் செய்தி என்னை மிகவும் கோபத்திலும் வருத்தத்திலும் ஆழ்த்தி இருக்கிறது என்பதையும் புரிந்துகொண்டார். அதனால் அவர் பேச்சை மாற்றினார். சிறிது நேரம் கழித்து அங்கிருந்து சென்றார். என்னுடன் இருந்த அரசியல் கைதிகள் நான் அவரிடம் அப்படிக் கோபமாக பதில் சொல்லி இருக்க வேண்டுமா என்று வருத்தப்பட்டார்கள். நான் அவர்களிடம், நான் என்ன செய்கிறேன் என்பது எனக்குத் தெரியும், ஹர்தயாள் போன்ற ஒருவரைப் பற்றி அவர்கள் இப்படிப் பேசும்போது அதனைக் கேட்டுக்கொண்டு நாம் பொறுமையாக இருக்கக்கூடாது, அவர் கைதாகிவிட்டார் என்பதால் அவரை எந்தவிதத்திலும் நாம் கைவிடக்கூடாது என்று கூறினேன். அது மிகுந்த கோழைத்தனமான செயல். நான் அவரது நண்பன் என்பதைச் சொல்வதனால் எந்தத் தண்டனை கொடுத்தாலும் எனக்குப் பிரச்சினை இல்லை. அரசியல் கைதிகள் இதனைக் கற்றுக்கொள்ளவேண்டும். நமது நன்றியை ஹர்தயாளுக்குக் காட்ட அது ஒன்றுதான் வழி.

கொஞ்சம் கொஞ்சமாக நான் அமைதியானேன். செய்திகள் வரத் துவங்கின. ஹர்தயாள் அமெரிக்காவில் கைதாகிப் பிறகு இரண்டு நாட்களில் பெயிலில் வெளியே வந்தார் என்று தெரிந்துகொண்டேன். நாங்கள் தொடர்ந்து மிஸ்டர் பாரியிடம் அவர் எங்கிருக்கிறார் என்று கேட்டுக் கொண்டிருந்தோம். அவர் பம்பாயில் இருக்கிறாரா,

அல்லது டெல்லிக்குக் கொண்டு செல்லப்பட்டிருக்கிறாரா, சுதந்திரமாக இருக்கிறாரா அல்லது கைதாகி இருக்கிறாரா என்று கேட்டோம். எங்களுக்கு இதைப் பற்றி எதுவும் தெரியவில்லை என்று நினைத்து அவரே அவரை ஏமாற்றிக்கொண்டார். ஒருநாள் அவர் ஹர்தயாளுக்கு விசாரணை முடிந்து தண்டனை வழங்கப் பட்டிருக்கிறது, விரைவில் அவர் போர்ட் பிளேயருக்கு அனுப்பப் படும் சலான் கும்பலோடு அனுப்பப்படுவார் என்று கூறினார். நாங்கள் எல்லோரும் அவரைப் பார்த்துச் சிரித்தோம். அப்படி யானால் அவரை எனக்கு அடுத்த அறையில் வைக்குமாறு அவரிடம் கேட்டேன். அப்போதுதான் அவரிடம் நன்றாகப் பேசமுடியும் என்று கூறினேன். பாவம் மிஸ்டர் பாரி, நான் சொன்னது எல்லாம் உண்மை என நினைத்துக்கொண்டு அதைப்பற்றி யோசிப்பதாகக் கூறிச் சென்றார். நாங்கள் எல்லோரும் அதன்பின் பெரிதாகச் சிரித்தோம். தான் கூறும் பொய்களைப் பற்றி எங்களுக்குத் தெரிந்திருக்கிறது என்பதைப் பிறகு மிஸ்டர் பாரி புரிந்துகொண்டார். பிறகு, ஹர்தயாள் அமெரிக்க போலிஸிடமிருந்து தப்பித்துவிட்டார் என்ற செய்தி எங்களுக்கு வந்தது. அப்படித் தப்பிப்பதற்கு அமெரிக்க அரசே உதவி புரிந்தது என்பதையும் அறிந்துகொண்டோம். அது எங்கள் மனதிலிருந்து ஒரு பெரிய பாரத்தை நீக்கியது. இப்போது இதே போல இன்னொரு இந்தியத் தலைவரைப் பற்றிய சம்பவத்தைக் கூறுகிறேன். இந்தியத் தலைவர்களைப் பற்றி இங்குள்ள அதிகாரிகள் எப்படி எப்போதும் ஏளனமாக எங்களிடம் பேசுவார்கள் என்பதற்கு இது இன்னொரு உதாரணம். அந்தச் சமயத்தில் என் உடல்நிலை மிகவும் மோசமாக இருந்தது. மருத்துவமனைக்குக் கொண்டு செல்லப்பட்டு அங்கு படுக்கையில் இருந்த என்னைக் காண முதன்மை கமிஷனர் வந்திருந்தார். அவர் என் விஷயத்தில் எப்போதுமே கருணையுடன் நடந்து கொள்வார். என்னுடன் பேசுகையில் அவர் கப்பலில் ஐரோப்பாவிலிருந்து இந்தியா செல்லும்போது சுரேந்தரநாத் பானர்ஜியைக் காணும் அதிர்ஷ்டம் தனக்குக் கிடைத்தது என்று கூறினார்.

சுரேந்தரநாத் பானர்ஜி

"நான் அவரை கப்பலில் சந்தித்தேன். ஒருவரை ஒருவர் அறிமுகப் படுத்திக்கொண்டோம். எங்கள் பேச்சு அந்தமானைக் குறித்தும் வந்தது. அப்போது சுரேந்தரநாத் உங்கள் உடல் ஆரோக்கியம் பற்றி என்னிடம் கேட்டார். அந்தமானுக்கு வந்து அரசியல் கைதிகளைப் பார்ப்பதற்கு அவரை அனுமதிப்போமா என்று கேட்டார். அப்படி என்றால் அவர் உங்களைப் பார்க்க விரும்புவதாகச் சொன்னார்''

என்று முதன்மை கமிஷனர் என்னிடம் கூறினார். நான் முதன்மை கமிஷனரிடம் அதற்கு அவர் என்ன பதில் சொன்னார் என்று கேட்டேன். அவர் பானர்ஜியிடம், "பானர்ஜி, நீங்கள் தாராளமாக வரலாம். இதுகுறித்து நான் நிச்சயமாக உங்களுக்கு எழுதுகிறேன்" என்று சொன்னதாகக் கூறினார். "ஆனால் சாவர்க்கர், அவரை நான் இங்கே எங்கே தங்க வைப்பேன்? நீங்கள் இருக்கும் இந்தக் கட்டடத்தைத் தவிர வேறு நல்ல இடங்கள் எதுவும் இல்லை. உங்கள் அறைக்கு அடுத்த அறையில்தான் அவரைத் தங்க வைக்க வேண்டும்" என்று சொன்னார். நான் அவரிடம் கிண்டலாக, "நீங்கள் நினைத்தால் முதன்மை கமிஷனரின் பங்களாவில் தங்க வைக்கலாம். முதன்மை கமிஷனர் இரண்டு நாட்களுக்கு இங்கு தங்கலாம். சுரேந்தரநாத் பானர்ஜி அவரது பங்களாவில் தங்கலாம்" என்று கூறினேன். ஒரு மூத்த தலைவர் அந்தமானில் உள்ள அரசியல் கைதிகள் மீது, குறிப்பாக என் மீது, அக்கறைகொண்டு விசாரித்தார் என்பதை இங்கு குறிப்பிடவேண்டும். வேறு எந்தத் தலைவரும் அதற்கு முன்போ அதற்குப் பிறகோ அப்படிச் செய்யவில்லை. அவர் தனது ஆதங்கத்தை, தான் நடத்தி வந்த பத்திரிகையான பெங்காலியில் வெளிப்படுத்தி இருந்தார். அதை அவர் லெஜிஸ்லேடிவ் கவுன்சிலிலும் கூறினார். எங்களுக்கு வேண்டிய எல்லா உதவியும் அவர் செய்தார். அவருக்கு என் நன்றியைத் தெரிவிக்கவேண்டும். ஆனால் அந்தப் பழம்பெரும் போராளி அதைப் படிக்க இப்போது இல்லை.

முதல் பகுதியில் 1914ம் ஆண்டு வரையிலான என் சிறை வாழ்க்கையைப் பற்றிக் கூறியிருந்தேன். நாங்கள் செய்த வேலை நிறுத்தம் எங்களுக்கு இங்கே பல சலுகைகளைப் பெற்றுத் தருகிறது. இதைத் தெரிந்துகொண்ட முதன்மை கமிஷனர் என்னைப் பாராட்டி தனிப்பட்ட கடிதம் ஒன்றை எழுதியிருந்தார். சிறையில் நிர்வாகத்தில் இருந்த பிரச்சினைகள் எல்லாம் அத்தோடு முடிவுக்கு வந்தது என்று அவர் கருதி இருக்கலாம். எனது மீதமுள்ள 14 வருடங்களை எப்படி இதே அறையில் கழிக்கப் போகிறேன் என்று சிந்திக்கலானேன். இந்தச் சிறைக்கு வந்தபோது இங்கு ஐந்து வருடத்திற்கு மேல் இருக்கமாட்டேன் என்று நினைத்தேன். ஆனால் இப்போது 14 வருடங்கள் என்பது ஒரு நீண்ட நெடிய இருளடைந்த பாதையைப்போல எனக்குத் தோன்றியது. இதைக் கடந்தால்தான் மறுபக்கம் தெரியும் வெளிச்சக் கீற்றை நான் தரிசிக்க முடியும்.

ஆயுள் தண்டனை பெற்று நாடுகடத்தப்படப் போகிறோம் என்பதைத் தெரிந்துகொண்டு அந்தமானில் உள்ள சிறை விதிகளை எல்லாம் படித்துத் தெரிந்துகொண்டேன். என் மனைவிக்கு ஒரு கடிதம் எழுதினேன். அதில், ஐந்து வருடங்கள் கழிந்த பின்

அந்தமானில் ஒரு வீட்டை எடுத்து அதில் தங்கலாம் என்றும் அதுவரை அவள் பொறுமையாக இருக்கவேண்டும் என்றும் எழுதினேன். நமக்கென்று ஒரு வீடு, தோட்டம், சுற்றிலும் மரவேலி, அதில் செடி கொடிகள், நறுமணம் மிக்க மல்லிகை போன்ற மலர்கள் எல்லாம் இருக்கும். இந்தியாவிலுள்ள நம்முடைய உறவினர்களிட மிருந்து விலகி இருந்தாலும், இங்கு நாம் அன்பு மயமாக நம் வாழ்க்கையை நடத்தலாம் என்றும் எழுதி இருந்தேன்.

ஆனால் இந்த நம்பிக்கை பொய்த்துப் போனது. அடுத்தடுத்த வருடங்களில் இந்த நம்பிக்கைகள் எல்லாம் பொய்த்துப்போகும்படி தொடர்ச்சியாக துரதிர்ஷ்டம் என் மீது கவிந்தது. எல்லாத் துரதிர்ஷ்டங்களையும் துரத்தும் ஒன்று என எதைக் கனவு கண்டேனோ, அதுவும் பொய்யாகிப் போனது. மலர்கள் பூத்துக் குலுங்கும் அமைதியான அன்பான ஒரு சிறிய வீடு என்பது வெறும் கனவாகிப் போனது. என் உடைந்த மனதுக்கு எந்த விதத்திலும் ஒரு துளி ஆறுதல்கூடக் கிடைக்கவில்லை.

இப்படிப்பட்ட துக்கத்தில் இருந்தபோது என்னுடன் இருந்த ஒரு சில அரசியல் கைதிகளும் இந்தியாவிற்குத் திருப்பி அனுப்பப்பட்டார்கள். அவர்கள் தண்டனை குறைக்கப் பெற்று, மீதமுள்ள சிறைவாசமும் ரத்து செய்யப்படும் கனவோடு இந்தியச் சிறைக்குச் சென்றார்கள். அந்தப் பிரிவு, எங்கள் வாழ்க்கையில் கண்ட அனுபவங்களில் மிகவும் சோகமானது. அப்போது நான் அனுபவித்த தனிமை தாங்க முடியாதது. யாரையாவது பெயர் சொல்லி அழைக்கமாட்டோமா, யாராவது அருகில் வந்து இருக்க மாட்டார்களா என்ற ஆழமான ஏக்கம் உயிரைத் துளைத்தது. ஆனால் இந்த அன்பற்ற சிறையில் எனக்கு ஆறுதல் தர யார் இருக்கிறார்கள்? இப்படி என் மனம் வேட்டையாடத் துவங்கியது. இரவுகள் மிக நீண்டன. விடியல் தாமதமாகியது. புதிய நண்பர்கள் எவருமில்லை. புதிய வேலைகள் எதுவும் இல்லை. நம்பிக்கை கொள்ளும்படியாக எந்த விஷயமும் நடத்தவில்லை. பழைய நினைவுகளில் என் மனம் ஆழ்கிறது. எப்போதோ நடந்தவையும், மறந்து போனவையுமான நிகழ்வுகள். இங்கிருந்த நண்பர்களையும், அவர்களைப் பற்றிய கதைகளையும் நினைத்து என் மனம் ஆட்டமாடியது. ஒரு காகிதத்தில் சர்க்கரை என்றும் அரிசி என்றும் எழுதி பசியாற முடியாது. கொள்ளைக் காரனைப் போல இந்த எண்ணங்கள் என்னைக் கலவரப்படுத்த, என் மனம் ஒரு போராட்டக் களமாக மாறிவிடும். அப்போது அதனை அமைதிப்படுத்த முடியாது. தீர்க்கப்படாத ஏக்கத்தால் மனம் அமைதி இழந்தது. இப்படியே சிறையில் பல நாட்கள் மாதங்கள்

தொடர்ச்சியாகக் கழிந்தன. தனிமையில் நான் எதிர்கொண்ட கொடுமை, நண்பர்களுக்கான ஏக்கம், அன்புக்கான ஏக்கம், இன்னும் செய்து தீர்க்கவேண்டிய கடமைகள், இவற்றையெல்லாம் எப்படி விவரிப்பது? என்னுடன் இருந்து இதே வலியை அனுபவித்த நண்பர்களைத் தவிர யாராலும் இதை விளக்கிவிடமுடியாது. நாம் என்ன பணி செய்தாலும் அதிகாரிகளைத் திருப்தி செய்ய முடியாது. அந்தச் சிறையிலிருந்து விடுதலை கிடைக்க வாய்ப்பே இல்லை. அந்த மோசமான சூழ்நிலையில் இருந்து வெளியே வருவதற்கு ஒரே ஒரு வழிதான் இருந்தது. அது, தினசரி வேலைகள் செய்ய சிறையிலிருந்து குடியிருப்புப் பகுதிக்கு வெளியே அனுப்பும்போது அங்கிருந்து தப்பிச் செல்வது. இந்த எண்ணத்துடன் நாங்கள் எங்கள் தினசரி வேலையைச் சரியாகச் செய்துகொண்டிருந்தோம். ஆனால் என் 14 ஆண்டுகால சிறைத் தண்டனையை சில்வர் ஜெயிலில் வளாகத்திற்குள்ளேயே கழிக்கவேண்டும் என்ற நிலையில், அந்த ஒரு வாய்ப்பும் எனக்கிருப்பதாகத் தோன்றவில்லை. நான் எப்படி என் தண்டனைக் காலத்தை அந்த இடத்தில் கழித்தேன் என்று இப்போது நினைத்துப் பார்க்கவே முடியவில்லை. அப்படியே காலம் ஓடிக் கொண்டிருந்தபோது திடீரென்று ஒருநாள் ஒளிக்கீற்றைப் போலச் செய்தி ஒன்று வந்தது. இங்கிலாந்துக்கும் வேறொரு அயல்நாட்டிற்கும் இடையே போர் மூண்டிருக்கிறது!

வெளியிலிருந்து வந்த இந்தச் செய்தியை நம்ப முடியாது. ஏனென்றால் கைதிகள் தங்களுக்குக் கிடைக்கும் எல்லாச் செய்தி களையும் உண்மை என்று நம்பிப் பரப்பும் வழக்கம் கொண்டிருந்தார் கள். அவர்களுக்கும் வேறு வழி இருக்கவில்லை. நான்கு அல்லது ஐந்து மாதங்களுக்கு ஒருமுறை ஏதேனும் ஒரு விழா காரணமாக கைதிகளுக்கு விடுதலை கிடைக்கப்போகிறது என்ற செய்தி வரும். நீரில் மூழ்கிக்கொண்டிருப்பவன் கையில் சிக்கும் வைக்கோலைப் போல, நம்பிக்கை கொண்டு கைதிகளும் அதை வரவேற்பார்கள். கடைசியில் அது பொய்யென்று தெரியவரும். அடுத்த அலையில் அதேபோல இன்னொரு செய்தி வரும். போர் என்ற செய்தி எல்லோருக்குமே அதிகம் நம்பிக்கையைக் கொடுக்கும் ஒரு செய்தி. ஆனால் யாருடன் போர் என்று எங்களுக்கு இன்னமும் தெரிய வில்லை. ஏனென்றால் சிறை உலகத்துக்கு இரண்டு அரசியல் சக்திகளைப் பற்றித்தான் தெரியும். ஒன்று இந்தியாவிலும் இங்கிலாந்திலும் இருக்கின்ற பிரிட்டிஷ் அரசு, இன்னொன்று ஆப்கானிஸ்தானின் அமீர். முஸ்லிம்களுக்கு இதுதவிர துருக்கியை யும் அதன் சுல்தானையும் தெரியும். அதனால் போர் மூண்டிருக்கிறது என்று செய்தி வந்தவுடன் பிரிட்டிஷ் அரசருக்கும் ஆமீருக்கும்

இடையே அல்லது பிரிட்டனுக்கும் துருக்கிக்கும் இடையே போர் என்பதாகத்தான் இருக்கமுடியும். பிரிட்டனுக்கு ஆப்கானிஸ் தானுடனோ அல்லது துருக்கியுடனோ போரிட்டு இழப்பதற்கு ஒன்றுமில்லை. அதனால் இரண்டு மூன்று நாட்களுக்கு நான் அந்தச் செய்தி குறித்து கவனம் செலுத்தவில்லை. பிறகு இங்கிலாந்து அரச குடும்பம் தன் மருமகனுடன் போருக்குப் போயிருக்கிறது என்ற செய்தி கசிந்தது. யார் இந்த மதிப்புமிக்க மருமகன்? வெளியி லிருப்பவர்கள் அதை ஜெர்மனி என்று சூசகமாகச் சொன்னார்கள். ஆனால் அந்தச் செய்தியைச் சொன்னவர்கள், இங்கிலாந்து இளவரசி ஐரோப்பாவிலிருக்கும் ஒரு அயல்நாட்டினரை மணந்துகொண்டார் என்பது பற்றி அடிக்கடிப் பேசுவார்கள். இப்போது அந்த இரு நாடுகளுக்கு இடையே போர் என்று சொன்னார்கள். அந்த உறவை இவர்களாகவே ஏதோ அர்த்தப்படுத்திக்கொண்டார்கள். ஆனால் எனக்கு இது புதிராக இருந்தது. மிகுந்த சிரமத்திற்குப் பிறகு எனக்கு வெளியிலிருந்து ஒரு குறிப்பு கிடைத்தது. அதன்மூலம் போர் இங்கிலாந்திற்கும் ஜெர்மனிக்கும் இடையே என்று புரிந்து கொண்டேன். ஏற்கெனவே ஜெர்மனிக்கும் பிரான்ஸுக்கும் இடையே போர் ஆரம்பித்துவிட்டது.

ஆகவே இது இங்கிலாந்துக்கும் ஜெர்மனிக்கும் இடையிலான போர்! இப்படி நடக்கும் என்று நான் பல வருடங்கள் முன்பே ஆரூடம் கூறியிருந்தேன். இது பொன்னான தருணம். ஆனால் நான் நிராதரவாகச் சிறையில் இருக்கும்போது இந்த வாய்ப்பு வந்திருக்கிறது. நான் ஏற்கெனவே சொல்லி இருக்கிறேன், நான் எழுதியிருப்ப தெல்லாம் சிறையில் இருக்கும்போது என் மனதில் அந்த நொடியில் தோன்றிய சிந்தனைகள். அன்று சிறையில் அவையே என்னை ஆக்கிரமித்திருந்தன. அவை, இப்போது நான் என்ன நினைக்கிறேன் என்பதை அப்படியே வெளிப்படுத்த வேண்டிய அவசியமில்லை. சரியாகச் சொல்லவேண்டுமென்றால், அவை என் நாட்குறிப் பேட்டின் பக்கங்களிலிருந்து வெளியாகும் வரலாறு. அவற்றை இன்று நியாயப்படுத்த முயலவில்லை.

அபிநவ பாரதத்தின் செயல்பாடு ஜெர்மனியின் கவனத்தை இந்தியா நோக்கி ஈர்த்தது. நான் ஐரோப்பாவில் இருந்தபோது ஜெர்மன், பிரெஞ்சு, ஐரிஷ் போன்ற நாடுகளின் போராளிகள் மற்றும் தேசப் பற்றாளர்களிடம் இந்த உரையாடல்களை நடத்தியிருக்கிறேன். அதன்மூலம் அவர்களுக்கு இந்தியாவைப் பற்றி எதுவும் தெரியாது என்பதைப் புரிந்துகொண்டேன். இந்தியாவைப் பற்றி அறியாத இந்தியர்களைப் போலவே உலகம் முழுக்க மனிதர்கள்

இருக்கிறார்கள். அவர்களைப் பொருத்தவரை இந்தியா என்ற ஒன்று இல்லை. இந்தியா ஒரு இறந்துபோன நாகரிகம், அதனை வைத்துக் கொண்டு இங்கிலாந்தினால் சர்வதேச அரசியலில் எதுவும் செய்ய முடியாது என்று அவர்கள் தவறாக நினைத்துக்கொண்டிருந்தார்கள். ஆனால் அபிநவ பாரத மண்டல் இங்கிலாந்தில் பத்திரிகைகள் மூலம் மேற்கொண்ட பிரசாரத்தினால் இந்தியாவின் அரசியல் முக்கியத்துவம் குறித்து ஜெர்மனி புரிந்துகொண்டது. தொலைநோக்குப் பார்வை உடைய எல்லா அரசியல்வாதிகளின் கவனத்தையும் இந்தியா ஈர்த்தது. மண்டலின் உறுப்பினர்கள் அதிகமாக வேலை செய்ததால் இந்தக் கவன ஈர்ப்பு பிரான்ஸிலும் ஜெர்மனியிலும் அதிகமாக இருந்தது. ஜெர்மனியில் மேடம் காமா நடத்திய தொடர் உரைகள் முக்கியமானவை என்பதைக் குறிப்பிட்டுச் சொல்ல வேண்டும். மேடம் காமாவைப்* பற்றி ஏற்கெனவே சொல்லி இருக்கிறேன். ஜெர்மன் செய்தித்தாள்கள் எங்கள் தொண்டர்கள் எழுதிய இந்தியா குறித்த கட்டுரைகளைத் தொடர்ந்து வெளியிட்டன. அதன்பிறகு சர் கர்சன் வைலியை மதன்லால் திங்கரா சுட்ட சம்பவம் நடந்தது. மதன்லால் திங்கரா ஒரு வீரனைப் போல சிறைக்குச் சென்றார். அதன்பிறகு எங்கள் தொண்டர்களைக் கண்காணிக்க எல்லா இடங்களிலும் பிரிட்டிஷ் சிஐடி-யின் ஆட்கள் முடுக்கிவிடப் பட்டனர். இது ஜெர்மனியிலும் பிரான்ஸிலும் இந்தியா குறித்த விழிப்புணர்ச்சியை ஏற்படுத்தியது. மதன்லால் திங்கரா நீதிமன்ற விசாரணையின்போது உணர்ச்சி பொங்கும் தனது இறுதி உரையில் ஜெர்மனி குறித்துச் சொல்லியிருந்தார். என் 1857 இந்திய சுதந்திரப் போர் குறித்த புத்தகம் அப்போது அச்சிடத் தயாராக அச்சகத்தில் இருந்தது. எந்த அச்சகத்தில் அச்சிடப்படுகிறது என்பதைத் தெரிந்து கொள்ள போலிஸ் ஆர்வமாக இருந்தனர். அதனால் அவர்கள் பெரிய எண்ணிக்கையில் ஜெர்மனிக்கு வந்து எங்கள் இயக்கத்தின் நடவடிக்கைகளைக் கண்காணித்துக் கொண்டிருந்தனர். இதுகுறித்து ஜெர்மன் அதிகாரிகள் என்னிடம் ஏற்கெனவே தகவல் தெரிவித்து விட்டனர். நான் இங்கிலாந்தைவிட்டு வெளியேறிவிடவேண்டும் என்று எச்சரிக்கப்பட்டது. இல்லையென்றால் அங்கேயே கைது செய்யப்படலாம் என்று எங்கள் தொண்டர் ஒருவர் மூலமாகச் செய்தி கிடைத்தது. அவருக்கு ஜெர்மன் போலிஸார் தெரிவித்த செய்தி அது. அபிநவ பாரதத்தின் செய்தித்தாளான 'ஸ்வார்ட்'** இங்கிலாந்தில்

---

* Cama
** Sword

பதிப்பிக்கப்பட்டபோது முதல் பிரதியில் நான், இங்கிலாந்திற்கும் ஜெர்மனிக்கும் இடையே இன்னும் ஆறு வருடங்களுக்குள் போர் மூளும் என்று ஒரு கட்டுரை எழுதினேன். கீல் கனால் பற்றி ஒரு நீண்ட கட்டுரை எழுதியிருந்தேன். அப்போது எப்படி அத்தகைய ஒரு போர் இந்தியாவிற்கு ஒரு நல்ல வாய்ப்பாக அமையும் என்பதையும் எழுதியிருந்தேன். பிறகு மார்சிலஸில் இருந்து தப்பிக்கும் முயற்சியும் அதன்மூலமாக எழுந்த சர்வதேசப் பிரச்சினைகளும், எங்கள் இயக்கத்தைப் பற்றியும் அதன் நோக்கத்தைப் பற்றியும் நாங்கள் செய்த தியாகங்களைப் பற்றியும் ஐரோப்பா முழுக்க விவாதங்களை உருவாக்கின. இந்தியாவில் மட்டுமில்லாமல் ஐரோப்பாவிலும் நடந்த இந்தப் புரட்சி, இந்தியா ஒரு துடிப்புள்ள தேசம் என்பதையும் அது இங்கிலாந்திற்கு ஒரு மிகப்பெரிய பிரச்சினையாக இருக்கும் என்பதையும் எதிர்காலத்தில் அவர்களுக்கு ஒரு நல்ல ஆயுதமாகப் பயன்படும் என்பதையும் ஐரோப்பாவுக்குப் புரிய வைத்தது. இங்கிலாந்தும் ஜெர்மனியும் எப்போதும் பகைமை பாராட்டிய நாடுகள். ஜெர்மனிக்கு இந்தச் சிந்தனை இந்தியாவின் பேரில் ஒரு நாட்டத்தைக் கொடுத்தது. ஜெர்மன் அதிகாரிகள் எங்கள் தொண்டர்களோடு நேரடியாகத் தொடர்புகொள்ள முயன்றனர். எங்கள் தலைவர்களில் மிக முக்கியமானவர்கள் ஓரிருவர் ஜெர்மனியில் இதற்காகத் தங்கியிருந்தனர். அதேபோல அமெரிக்காவில் தங்கி இருந்த பலரும் 'கடார்'* பத்திரிகையில் ஜெர்மனிக்கும் இங்கிலாந்துக்கும் இடையே விரைவிலேயே போர் மூளும் என்று எழுதி வந்தனர். அப்படிப் போர் மூண்டால் அந்த வாய்ப்பைப் பயன்படுத்தி இந்தியாவிற்கு விடுதலை பெற்றுத் தர இறுதி முயற்சி எடுக்கவேண்டும் என்றும் எழுதி இருந்தனர். அந்தமான் சிறையிலிருந்த எங்களுக்கு இது பற்றிய செய்திகள் வந்தன.

ஏன் இந்த வரலாற்றைப் பற்றிக் கூறுகிறேன் என்றால், இந்தப் போர் பற்றிய செய்தி எங்களுக்கு எப்பேற்பட்ட ஏமாற்றத்தைத் தந்திருக்கும் என்பது வாசகர்களுக்குப் புரியவேண்டும் என்பதற்காகத்தான். நாங்கள் பல வருடங்களாகப் போரை எதிர்பார்த்துக் காத்திருக்கிறோம். ஆனால் நாங்கள் ஆதரவற்று அந்தமானில் கைதிகளாக இருக்கும்போது அந்தப் போர் வந்திருக்கிறது. எங்களது நீண்ட காலத் திட்டங்கள் எதையும் செயல்படுத்த இயலவில்லை. இந்நேரத்தில் எங்கள் திட்டங்கள் ஆசைகள் குறித்து மேற்கொண்டு சொல்வது அநாவசியம்.

---

* Gadar

இப்படிப்பட்ட ஒரு நெருக்கடியான சூழலிலும், உடலாலும் மனதாலும் சோர்ந்திருந்த போதிலும், இந்த அரிய வாய்ப்பினை முழுமையாகப் பயன்படுத்திக்கொள்ளத் தீர்மானித்தேன். என் மனதோடு நெருக்கமான என் தேசத்து விடுதலைக்குப் பாடுபட இத்தகைய வாழ்நாள் வாய்ப்பு இன்னொரு முறை கிடைக்காமல் போகலாம்.

இதற்கிடையில், சிறையைப் பார்வையிட வந்த சூப்பரின் டென்டன்ட் ஒருநாள் என்னிடம் ஐரோப்பாவில் போர் மூண்டு விட்டது என்றும் துருக்கி ஜெர்மனியின் பக்கம் சேர்ந்துவிட்டது என்றும் கூறினார். மேலும் போருக்கென போர்ட் பிளேயரில் நிதி திரட்ட தீர்மானித்திருப்பதாகவும், அதற்கென ஒரு பத்திரிகையை ஆரம்பித்து இங்கிருக்கும் எழுத்தாளர்கள் அதில் எழுதவேண்டும் எனவும், அந்தப் பத்திரிகைக்காக ஒரு கட்டுரையோ அல்லது கவிதையோ என்னை எழுதித் தரச் சொன்னார்.

சூப்பரின்டென்டன்ட் கேட்டுக்கொண்டபடி நான் ஆங்கிலத்தில் ஒரு நீண்ட கவிதை எழுதிக் கொடுத்தேன். நான் அவ்வப்போது சிறிய கவிதைகள் எழுதுவேன். அது அங்குள்ள அதிகாரிகளுக்குத் தெரியாது. ஆனால் இந்தக் கவிதையில் சொல்லப்பட்டிருக்கும் உணர்வுகளை வைத்துப் பார்த்தால், இதை அவர்கள் வெளியிட ஒப்புக் கொள்வார்களா என்பது சந்தேகமே. ஆனால் அந்தப் பத்திரிகை வெளிவரவே இல்லை. அத்துடன் அந்த விஷயம் முடிவு பெற்றது.

துருக்கி ஜெர்மனியுடன் சேர்ந்து போரில் ஈடுபட்டிருக்கிறது என்பதைத் தெரிந்து கொண்டவுடன் என் திட்டங்களை மாற்ற வேண்டி வந்தது. அந்தப் போரின் மூலம் இந்திய விடுதலைக்கு என்ன ஆதாயம் என்று சிந்திக்கலானேன். துருக்கி இங்கிலாந்துக்குப் பதிலடி கொடுக்க, இங்கிலாந்துக்கு எதிராக அவர்களுடன் சேர்ந்து கொண்டது, உலகளாவிய இஸ்லாம் பற்றிய என் சந்தேகத்தை மேலும் அதிகரித்தது. அதன்மூலம் இந்தியாவிற்கு எதிர்காலத்தில் ஒரு ஆபத்து இருப்பதை உணர்ந்தேன். துருக்கி இந்தப் போரின் மூலம் ஜெர்மனியைக் கொண்டு இந்தியாவில் ஒரு விபரீதமான சூழ்நிலையை ஏற்படுத்த இருந்தது. இது என் திட்டங்களுக்கு ஆதரவாகவும் அமைந்தது. ஏனென்றால் அப்போது இங்கிலாந்து இந்தியா கேட்கும் உரிமைகளைக் கொடுக்க வேண்டியிருக்கும். அல்லது போரினால் பாதிக்கப்பட்ட இங்கிலாந்திடமிருந்து இந்தியா அதனை வலுக்கட்டாயமாக எடுத்துக்கொண்டுவிடும் நிலை உருவாகும். இரண்டு யானைகள் வாழ்வா சாவா என்று முட்டிக்கொள்வது போல, இங்கிலாந்து ஜெர்மனி இரண்டுமே வலுவான நாடுகள் என்பதால்,

இந்தப் போரின் மூலம் இரண்டு நாடுகளுக்கும் சேதம் அதிகமாக இருக்கும். முட்டி மோதி அலுத்துப்போய் எவருக்கும் வெற்றி கிடைக்காமல் போய்விடும் சூழலில் யாருக்கு லாபம் என்று மட்டுமே பார்ப்பார்கள். இந்தியாவில் உள்ள முஸ்லிம்கள் இதனை ஒரு வாய்ப்பாகக் கருதி வடக்கிலிருக்கும் முஸ்லிம்களை இந்தியாவிற்கு வரவழைத்து அதனை ஆக்கிரமிக்க முயலலாம் என்ற அச்சம் எனக்கிருந்தது. அதற்கு ரஷ்யாவிலிருந்து ஆதரவு கிடைக்கலாம்.

இப்படிப் போரினால் விளையக்கூடிய உடனடி மற்றும் நீண்டகாலப் பின்விளைவுகளைப் பற்றி அமைதியாக யோசித்துக்கொண்டிருந்தேன். என்ன செய்யவேண்டும் என்ற முடிவுக்கு வந்தேன். முதல் வேலை யாக, ஒரு நீண்ட கடிதத்தை இது விஷயமாக இந்திய அரசாங்கத்திற்கு எழுதினேன். அந்தக் கடிதத்தின் விவரங்களை இப்போது வாசகர் களுக்குத் தெரிவிக்க இயலாது. ஆனால் அந்தக் கடிதத்தின் அடிநாதம் என்ன என்பதைக் கூறலாம்.

நான் எழுதிய அந்தக் கடிதத்தை சூப்பரின்டென்டன்ட் அரசுக்கு அனுப்பி வைப்பதாக ஒத்துக்கொண்டார். அதில் இப்படி எழுதியிருந்தேன்: புரட்சிகர இயக்கங்களுடன் நெருங்கியத் தொடர்பு எனக்கு இருப்பதால், இங்கிலாந்து-ஜெர்மனி போரினால் இந்தியாவில் இப்போதிருக்கும் சூழலை விளக்குவது என் கடமை. எங்கள் கொள்கை இந்தியாவுக்கு சுதந்திரம் பெறுவது. இன்றளவும் அதுவே எங்கள் நோக்கம். ஆனால் அந்தச் சுதந்திரத்தைப் பெறுவதற்கு நாங்கள் வன்முறையை மட்டுமே கடைப்பிடிப்போம் என்று எந்த உறுதியும் எடுத்திருக்கவில்லை. வேறு ஏதேனும் வழிமுறை கிடைத்தால் இந்தப் புரட்சிகர முறைகளை விட்டுவிடுவோம்.

நோக்கத்தைப் போலவே அதன் முடிவும் மிகவும் முக்கியமானது. அரசாங்கம் மற்றும் அரசியல் இரண்டுமே மக்களின் உரிமைகளைப் பாதுகாக்க ஏற்பட்டவை. ஒவ்வொரு நாட்டின் அரசும் அந்த உரிமைகளைப் பாதுகாப்பதற்காக சட்டம் ஒழுங்கை ஏற்படுத்தி இருக்கிறது. நாமும் இத்தகைய நோக்கத்துடனே நாடாளு மன்றத்தையும் அனைத்து நாடுகளின் கூட்டமைப்பையும் உருவாக்க நோக்கம் கொண்டிருக்கிறோம். இந்த அமைப்பின் மூலம் அமைதி, நீதி, எல்லோருக்கும் சம உரிமை ஆகியவை உலகமெங்கும் எல்லோருக்கும் கிடைக்கவேண்டும் என்று விரும்புகிறோம். மொழி இன மத வேறுபாடுகளின்றி எல்லோருக்கும் அமைதியும் நன்மைகளும் இந்த நாடாளுமன்றத்திலும் உலக நாடுகளின் கூட்டமைப்பிலும் கிடைக்கவேண்டும் என்று எதிர்பார்க்கிறோம்.

ஆகவே, இந்தக் கொள்கையை ஆதரிக்கும் அனைத்து அரசியல் அமைப்புகளுக்கும் நாங்கள் நண்பர்களே. இந்த அமைதி என்னும் கோவிலுக்கான படிக்கற்களாக, எங்கள் லட்சியத்திற்கு அவர்களது உதவியை வரவேற்கிறோம். பிரிட்டிஷ் அரசின்கீழ் அவர்களுக்கு நம்பகமாக நடந்துகொண்டு வரும் நாடுகளுக்கு, இந்த நோக்கத்துக்கு உதவும் ஒத்த கருத்துள்ள அரசுகளுக்கு நாங்கள் எதிரி அல்ல. அரசின் கீழ் உள்ள நாடுகள் சுய ஆட்சி மற்றும் சுதந்திரம் ஆகியவை கிடைத்தால்தான் முன்னேற்றமும் வளர்ச்சியும் அடையமுடியும்.

இதுவே எங்கள் முக்கியக் கொள்கை. பிரிட்டிஷ் அரசு இந்தியாவின் வளர்ச்சிக்கும் முன்னேற்றத்திற்கும் தேவைப்படும் சுதந்திரத்தைக் கொண்டுவர உதவும் அரசை நிறுவ இந்தியாவுக்கு உதவ முன்வந்தால், அதனுடன் நட்பாக இருப்பதற்குத் தயாராக உள்ளோம். அப்படி சுதந்திரம் கொடுத்தால், இந்தியாவில் எங்கள் அரசை நிறுவி நாங்களே நிர்வாகம் செய்துகொள்ளத் தயாராக உள்ளோம். இது நடக்கக்கூடிய ஒரு உபாயம் என்று தோன்றினால் ஒருபக்கம் அயர்லாந்தும் இன்னொரு பக்கம் இந்தியாவும் இந்த ராஜ்ஜியத்தி லிருந்து சுதந்திரம் பெற்று வெளிவரும். இவை இனி பிரிட்டிஷ் சாம்ராஜ்யமாக இருக்காது. வேறு எந்தப் பெயரையும் அதற்குப் பொருத்தமாக வைக்கும் வரை அதனை ஆரிய சாம்ராஜ்யம் என்று அழைக்கலாம்.

இப்போது பிரிட்டிஷ் அரசில் தலைமைப் பொறுப்பில் உள்ளவர் களுக்கு இந்த மாற்றத்தை ஏற்படுத்தும் தைரியம் இருந்ததென்றால் அவர்கள் செய்யவேண்டிய முதல் பணி, இந்தியாவை காலனி சுயாட்சி நாடாக மாற்றுவது. அந்தச் சுயாட்சிக்கு முதல் படியாக டெல்லியில் தேர்ந்தெடுக்கப்பட்ட பெரும்பான்மையைப் பிரதிபலிக்கும் ஒரு அரசை நிறுவி, அதை சென்ட்ரல் லெஜிஸ்லேடிவ் கவுன்சிலில் ஏற்றுக்கொள்வது. இது நடந்தால்,கடந்த காலப் புரட்சிக்காரர்களாகிய நாங்கள் வன்முறை வழிகளையெல்லாம் கைவிட்டுவிட்டு, தற்போதைய ஜெர்மனிக்கு எதிரான போரில் இங்கிலாந்துக்கு முழுமனதாக உதவி புரிவோம்.

எங்கள் நல்ல எண்ணத்தை நிரூபிக்க அரசாங்கம் ஒரு வாய்ப்பினை வழங்கட்டும். எங்களை விடுவித்து இந்தியாவை அடிமைப்படுத்திய சங்கிலியை உடைக்க தாங்கள் தயாராக இருப்பதாக மக்கள்முன் இங்கிலாந்து நிரூபிக்கட்டும். நாங்கள், இந்திய ராணுவத்தில் உள்ள படைவீரர்களை இந்தப் போருக்குச் சம்மதிக்க வைத்து, அவர்களைக்கொண்டு வடக்கில் ஆப்கானிஸ்தான் மற்றும் துருக்கி படைகள் முன்னேறி வருவதைத் தடுத்து, அவர்களை விரட்டி

அடிப்போம் என்று உறுதி கூறுகிறேன். இந்தியாவின் படையில் சேர்ந்து இங்கிலாந்தின் வெற்றிக்காக உழைப்போம் என்று உறுதி கூறுகிறோம். எங்களை விடுவித்து இந்தியாவிற்கும் காலனி சுயாட்சி உரிமையைக் கொடுத்து அதன்மூலம் மக்களின் அன்பையும் அவர்களுடைய நம்பிக்கையையும் பெறுங்கள். இது அரசாங்கத்திற்கு இந்த இக்கட்டான சூழலில் மக்களின் ஒத்துழைப்பைப் பெற்றுத் தரும் என்று நான் உறுதியாகக் கூறுகிறேன். இந்த அற்புதமான வாய்ப்பை அரசாங்கம் தவறவிடக்கூடாது. அரசாங்கத்திற்கு என் நோக்கம் குறித்து ஏதேனும் சந்தேகம் இருந்தால் என்னை விடுதலை செய்யவேண்டாம் என்று கடிதத்தின் இறுதியில் நான் எழுதினேன். என்னைத் தவிர மற்ற அரசியல் கைதிகள் அனைவரையும் விடுதலை செய்யட்டும். நான் இங்கு அந்தமான் சிறையில் இருக்கிறேன். அவர்களுக்குச் சுதந்திரம் கிடைத்தால் எனக்குச் சுதந்திரம் கிடைத்தது போல்தான். அரசாங்கம் என்னைச் சந்தேகித்தால் அது தவறு என்று கூறமாட்டேன். விடுதலை ஆனதும் நான் இந்தியாவில் நிலவிவரும் அமைதியைக் குலைக்க ஒரு புரட்சியை ஆரம்பிக்கலாம் என்று நினைத்திருக்கலாம். என் விடுதலையைக் கேட்டோ அல்லது என்னைப் போலவே அரசியல் சதிகளில் ஈடுபட்டு உடனிருக்கும் மற்ற அரசியல் கைதிகளுடன் என்னையும் விடுவிக்க வலியுறுத்தியோ நான் கடிதத்தை எழுதவில்லை. அதனால் என்னை விடுதலை செய்யாமல் மற்ற அனைவரையும் விடுதலை செய்யுமாறு ஒரு திட்டத்தைக் கொடுத்தேன்.

எனது இந்தக் கடிதம் இந்திய அரசாங்கத்திற்கு அனுப்பப்பட்டது. எல்லா அரசாங்கங்களும் அப்போது அரசியல் கைதிகளை விடுதலை செய்து கொண்டிருந்தன. அயர்லாந்தில் இருந்த அரசியல் கைதிகள் கூட அப்போது விடுதலை செய்யப்பட்டார்கள். என் கவனத்துக்கு வந்த அந்தச் சம்பவங்களை எல்லாம் என் கடிதத்தில் சுட்டிக் காட்டியிருந்தேன். என் கடிதம் எங்களுக்கு விடுதலை பெற்றுத் தரும் என்று நம்ப நான் ஒன்றும் முட்டாள் அல்ல. ஆனால், உடனடிப் பலனைத் தாண்டி, இதுபோன்ற கடிதங்கள் நீண்டகால அடிப்படையில் எங்கள் போராட்டங்களுக்கு ஒரு பலனைப் பெற்றுத் தரும் என்று எனக்குத் தெரியும்.

நான் இந்தக் கடிதத்தை செப்டம்பர் 1914 இறுதியில் எழுதினேன். அந்த வருடம் டிசம்பர் மாதம் எனக்கு அரசாங்கத்தின் பதில் கிடைத்தது. அந்தப் பதில் சுருக்கமாக இருந்தது. கவர்னர் ஜெனரல் அந்தக் கடிதத்தை முழுமையாகப் படித்தார் என்றும், அதற்கு அதிகாரபூர்வமாக பதில் எதுவும் தற்போது கொடுக்க முடியாது

என்றும், இப்போதிருக்கும் சூழ்நிலையில் என் கோரிக்கைகளை எந்த விதத்திலும் அரசாங்கம் அனுசரிக்க முடியாது என்றும் கூறப்பட்டிருந்தது.

நான் இதில் தலையிட ஒரு காரணம் இருந்தது. இந்தச் சிறிய பதிலின் மூலம், இந்தியாவில் உள்ள தலைவர்கள் இந்தியாவிற்கு அதிக உரிமைகளைப் பெற்றுத் தருவதற்கான தொலைநோக்குப் பார்வை கொண்டவர்கள் என்பதை அவர்களுக்குப் புரிய வைத்திருந்தேன். அரசியல் சட்டத்தின் அடிப்படையில் உரிமைகளைக் கோரும் சுதந்திரப் போராட்ட வீரர்களின் கோரிக்கைகளுக்குப் பின்னணியில் எங்களைப் போன்ற புரட்சியாளர்கள் இருக்கிறார்கள் என்பது அரசாங்கத்திற்குப் புரிந்தது. அரசாங்கம் அவர்களைக் கவனித்துக் கேட்கவும், அவர்கள் கோரிக்கைகளுக்குச் செவி சாய்க்கவும் மேற்கொண்டு நெருக்கடியைக் கொடுத்தேன். ''எங்களுக்கு உரிமை கொடுத்து எங்கள் ஒத்துழைப்பையும் உதவியையும் பெற்றுக் கொள்ளுங்கள்.'' ''உரிமை கொடுக்கவில்லை என்றால் ஒத்துழைப்பும் இல்லை.'' இவைதான் என் கோரிக்கையின் சாராம்சம். சிறையிலிருந்த என் சகாக்களிடம் அதுகுறித்துச் சொன்னேன். போருக்கு உதவுவதற்காக ஒருவேளை அவர்கள் சிறையிலிருந்து விடுதலை செய்யப்பட்டால், ராணுவத்தில் இளைஞர்களைச் சேர்த்துப் பயிற்சி கொடுத்து ராணுவத்தின் ஒத்துழைப்பை அரசாங்கத்திற்குப் பெற்றுத்தர உழைக்கவேண்டும் என்று அவர்களிடம் வலியுறுத்தினேன். நான் இந்தச் சிறையில் தனிமையில் வாடினாலும் அவர்கள் இந்தக் காரியத்தைச் செய்யவேண்டும் என்று அவர்களிடம் வற்புறுத்தினேன்.

அந்தக் கடிதத்தை அனுப்பி கிட்டத்தட்ட ஒன்றரை மாதங்கள் வரை சிறையிலிருந்த அதிகாரிகளுடன் எனக்குச் சுமுகமான உறவு இருந்தது. ஆனால் ஒருமுறை எங்களிடையே தவிர்க்கமுடியாத கூர்மையான விவாதம் ஒன்று எழுந்தது. போரைப் பற்றிய தகவல் எனக்குக் கிடைத்ததும் அதனை மற்றவர்களுடன் பகிர்ந்து கொண்டேன். போரைப் பற்றி முதலில் வந்த தகவல்கள் எல்லாம் ஜெர்மனி முன்னேறி வருவதைப் பற்றித்தான் இருந்தது. அதிகாரிகள் அந்தச் செய்தியை மறைக்க விரும்பினார்கள். மிஸ்டர் பாரி சமயத்தில் வினோதமாக நடந்துகொண்டார். அவர் இங்கிலாந்து பல முனைகளில் வெற்றி பெற்று வருவதாக எல்லோரிடமும் சொல்ல ஆரம்பித்தார். அப்படி நிறையக் கதைகளை உருவாக்கினார். அவரது நோக்கம் என்னவென்றால் நாங்கள் பிரிட்டிஷ் அரசின் ஆற்றல் மீதும் நம்பிக்கை இழந்து, அதன் மீதான மரியாதையை விட்டுவிடக்கூடாது என்பது. அவர்களது வீழ்ச்சியை நாங்கள் தெரிந்துகொண்டுவிட்டால் சிறையில் வன்முறையும் கலவரமும்

குழப்பமும் நடக்கும் என்பது அவரது அச்சம். இந்த அச்சத்தைத் தெரிந்துகொண்ட அவரது அடியாட்களான இரண்டு மூன்று அரசியல் கைதிகள், அவரைவிட அதிகமாகப் பொய் சொல்ல ஆரம்பித்தனர். அவர்கள், ஜெர்மனி ஒரு பலவீனமான, மோசமான நாடு என்றும் அந்த நாடு செய்த துரோகத்திற்கு இங்கிலாந்து சரியான தண்டனையை அவர்களுக்குக் கொடுக்கும் என்றும் கூறினார்கள். இதற்கு அவர்களுக்கு உடனடியாகப் பரிசும் கிடைத்தது. ஜெயிலின் சர்வாதிகாரியான மிஸ்டர் பாரி அவர்களது பணிச் சுமையைக் குறைத்தார். மற்றவர்களுடன் சகஜமாகப் பழகப் அனுமதித்தார். அவர்களை முக்கடமாக* நியமித்தார். அந்தப் பணிகளில் எங்களில் நான்கு பேர் லாயக்கில்லாதவர்கள் என்று நிரூபித்திருந்தோம். ஏனென்றால் நாங்கள் பாரியின் கைதிகளான கைத்தடிகளான இந்த அரசியல் கைதிகளைப்போல இங்கிலாந்து ஜெர்மனியின் ஆக்கிரமிப்பிலிருந்து பெல்ஜியம் போன்ற சிறிய நாடுகளைக் காப்பாற்றிவிடும் என்பது போன்ற பொய்களைச் சொல்லவில்லை. ஜெர்மனியின் சுயநல ஆசைகளை நாங்கள் வெளிப்படுத்தினோம். ஆனால் அதே நேரத்தில் ஆதிக்க வெறி கொண்ட இங்கிலாந்தின் நோக்கத்தையும், ஜெர்மனியின் வளர்ச்சி குறித்த இங்கிலாந்தின் பொறாமையையும் அம்பலமாக்கினோம். ஜெர்மனி வெற்றிபெற்ற நாட்களை நாங்கள் துக்க தினமாகக் கடைப்பிடிக்கவில்லை. எங்களுக்கு வந்த செய்திகளை, அதில் எந்தக் கருத்தையும் விமர்சனத்தையும் சேர்க்காமல், அப்படியே கைதிகளுக்குச் சொன்னோம். போர்க்களத்தில் நடக்கும் சம்பவங்கள் இந்திய அரசியலை எந்த விதத்தில் பாதிக்கும் என்பது குறித்து மட்டுமே நாங்கள் விளக்கிக்கொண்டிருந்தோம். இந்திய அரசியலின் நிலையை அந்தமான் சிறையில் இருப்பவர்களுக்கு விளக்குவதற்கு இது ஒரு நல்ல சந்தர்ப்பம் என்றும் அதுவே முக்கியத் தேவை என்றும் நாங்கள் நினைத்தோம்.

ஐரோப்பாவில் போர் துவங்கியவுடன் அந்தமானிலிருந்த மக்கள் எல்லோரும் உற்சாகத்தில் இருந்தனர். காரணம், அவர்களது அரசியல் ஆர்வமோ தேசப்பற்றோ அல்ல; அதன்மூலம் அவர்களுக்குச் சிறையிலிருந்து விடுதலை கிடைக்கும் என்பதுதான். அவர்களது சுயநல எண்ணம்தான் அந்த உற்சாகத்திற்கு அடிப்படைக் காரணம். அதனால் போரின் முடிவு அவர்களைப் பொருத்தவரை ஒரு தனிப்பட்ட விஷயமாக இருந்தது. மிகவும்

---

* முக்கடம் - உதவியாளர்

அறியாமையில் இருந்த கைதிக்குக்கூடப் போரைப் பற்றிய விவரங்கள் தெரிந்திருந்தன. பழைய பேரரசர்களும் அரசர்களும் போரில் தோற்றபோது அவர்களது கைதிகளுக்கு விடுதலை கிடைத்த கதைகளைத் தெரிந்து வைத்திருந்தார்கள். இந்தப் புராதன மற்றும் வரலாற்றுக் கதைகள் ஒட்டுமொத்த காலனியிலும் இன்றைய வதந்தி போல் பேசப்பட்டன. இதன்மூலம் அவர்கள் தங்களுடைய எதிர்காலத்தைப் பற்றி, தங்கள் ஆசைக்கேற்றவாறு கற்பனை செய்ய ஆரம்பித்தனர். குறிப்பிட்ட ஒரு ராஜா கொல்லப் பட்டால் அந்த ராஜ்ஜியம் வேறொருவரால் கைப்பற்றப்படும். இதிலிருந்து அவர்கள் அறிந்துகொண்டது, ஜெர்மனியின் மன்னர் சிறைபிடிக்கப்பட்டால் போர் முடிவுக்கு வரும். இங்கிலாந்து தோற்கடிக்கப்பட்டால் கைதிகள் எல்லோரும் உடனடியாக விடுதலை செய்யப்படுவார்கள். கற்பனைக் கடலில் தங்கள் நம்பிக்கைக் கப்பலைக் கைதிகள் தினம் தினம் செலுத்தினார்கள்.

வார்டர்கள் கையில் லாந்தர் விளக்குடன் இரவு கண்காணிப்புக்கு வரும்போது கைதிகள் அவர்களிடம் போரைப் பற்றிய செய்திகளை ஆர்வத்துடன் கேட்பார்கள். அந்த வார்டரும் அவருக்கு அப்போது என்ன வாய்க்கு வருகிறதோ அதனைச் செய்தி போலச் சொல்வார். ஊரில் உலவி வரும் கருத்துகளை மனதில் வைத்து நேரில் பார்த்தது போல வார்டர்கள் ஏதேனும் ஒரு கதை சொல்வார்கள். பிரிட்டிஷ் அரசர் தன் கிரீடத்தை அணிந்துகொண்டு கையில் வாளுடன் மலை உச்சியில் தன் படையுடன் நிற்கிறார். அப்போது ஜெர்மன் அரசர் ஒரு அம்பின் மூலம் சட்டென அவரைக் கொன்றுவிட்டால் என்னாவது? ஆனால் அவர் அப்படிச் செய்ய மாட்டார். ஏனென்றால் அவர் பிரிட்டிஷ் அரசின் மாப்பிள்ளை அல்லவா? அவரது மனைவியான பேரரசி தன் கணவன் அப்படிச் செய்வதைத் தடுக்காமல் இருப்பார்களா? இப்படிப்பட்ட யூகங்களும் கற்பனைகளும் அவர்கள் மனதில் தோன்றி விரிந்து கொண்டிருக்கும். அவற்றைக் கேட்பதற்கு தமாஷாக இருக்கும். கைதிகளுடன் பேசிக் கொண்டிருக்கும் அவர்களுக்கு நேரம் போவதே தெரியாது. மூன்று மணி நேரம் கடந்து அவர்களது வேலை நேரம் முடிந்துவிட்டிருக்கும். அந்தப் பேச்சைக் கேட்டுக்கொண்டிருக்கும் கைதிகளுக்கும் கோலுவில் வேலை செய்த களைப்பே தெரியாது. அதில் மிகவும் ஜாலியான நபர், அந்த கோலுவின் கைப்பிடியைக் கஷ்டப்பட்டுத் தள்ளிக்கொண்டே, ''நண்பர் கோலுவே, சுற்று சுற்று, சில நாட்கள்தான் நாங்கள் உன்னைச் சுற்ற வேண்டி இருக்கும். பிறகு யாரும் உன்னைச் சீந்த மாட்டார்கள். பிறகு துருப்பிடித்துப் போவாய்'' என்று சொல்லுவார். ஒருவர் இதை ராகத்துடன்

சொல்ல, அனைவரும், "ஆமாம் ஆமாம், இனிமேல் உன்னை யார் இழுப்பார்கள். நாங்கள் இனிமேல் கொஞ்ச நாட்கள்தான் இங்கே இருக்கப் போறோம்" என்று கூட்டமாகப் பாடியபடியே வேகமாக இழுப்பார்கள். அப்படி வேகமாகச் செய்வதன் மூலம் ஒரு மணி நேர வேலையை அரை மணி நேரத்தில் முடித்துவிடுவார்கள். இது அவர்களுக்கு மட்டுமல்லாமல் அங்கு இருக்கும் துணை அதிகாரிகள் மற்றும் ஜமாதார்களுக்கும் பொருந்தும். அவர்களும் 20 அல்லது 25 வருட சிறைத்தண்டனை பெற்று வந்திருப்பவர்கள்தான். அவர்கள் தங்கள் வேலையை மூன்று அல்லது நான்கு மணி நேரத்தில் முடித்துவிட்டு மீதி நேரத்தைத் தங்கள் தலைவிதியை நொந்தபடியே கழித்துக் கொண்டிருப்பார்கள். ஆனால் போர் ஆரம்பித்த பிறகு அவர்கள் வெளியுலகில் இருந்து வரும் செய்திகளை இங்குள்ள மூத்த கைதிகளுடன் பகிர்ந்துகொண்டு, பிரிட்டிஷ் அரசு ஜெர்மனியால் தோற்கடிக்கப்படுவதன் மூலம் தங்களுக்கு உடனடியாக விடுதலை கிடைக்கும் மகிழ்ச்சியான கனவில் ஆழ்ந்து விடுவார்கள். அங்கிருக்கும் கோலு மீண்டும் மீண்டும் சுற்றித் தேங்காயைப் பிழிந்து எண்ணெய் ஆக்குவதைப் போல, இவர்கள் செய்திகளைப் பீராய்ந்துவிடுவார்கள். அந்தச் செய்தியை அவர் முடிக்கும்போது, அடுத்த அதிகாரி அங்கு வருவார். அப்போதுதான் தன் வேலை நேரம் முடிந்துவிட்டது என்பதே அந்த அதிகாரிக்குத் தெரியும். "நான் இப்போது போகவேண்டும். மூன்று மணி நேரம் போனதே தெரிய வில்லையே. எப்படி இவ்வளவு சீக்கிரம் நேரம் போனது" என்று கூறிக்கொண்டே போவார். இப்படித்தான் அந்தக் காலத்தில் வேலை செய்த அதிகாரியும், அவரை விடுவிக்க வந்த அதிகாரியும் பேசிக் கொள்வார்கள். அவர்கள் கைதிகளைக் கொடுமைப்படுத்தும் வேலையை மறந்து போனார்கள். சிறை விதிகள் தளர்த்தப்பட்டன. கைதிகளுக்கும் அதிகாரிகளுக்கும் இடையே ஒரு தோழமை உருவானது. போரும் அதன் கதைகளும் அனைவருக்கும் பொது வானவை ஆயின. இல்லையென்றால், அவர்கள் ஒருவரை ஒருவர் பார்த்துக்கொண்டதும் நாய் போலச் சண்டை போடுவார்கள். ஒருவரை ஒருவர் திட்டிக்கொள்வார்கள். மோசமான சூழ்நிலை நிலவும். போர் இதையெல்லாம் மாற்றிவிட்டது. ஏனென்றால் போர் எல்லோருக்கும் பொதுவாக ஒரு நம்பிக்கையையும் எதிர்பார்ப்பையும் ஏற்படுத்தி இருந்தது. அன்றையச் செய்தி எதுவாக இருப்பினும் முடிவில் எல்லோரும் பேசிக் கொள்வது இதுதான். "இன்னும் கொஞ்ச நாள்தான், அதன்பிறகு நாம் எல்லோரும் சுதந்திரமாக இருப்போம்." இப்படித்தான் வேலை செய்யும் அதிகாரியும் அவரிடமிருந்து பொறுப்பைப் பெற்றுக்கொள்ளும் அதிகாரியும் பேசிக்கொள்வார்கள்.

கைதிகளிடையே போரைப் பற்றிய இந்த ஆர்வத்தை முழுமை யாகப் பயன்படுத்திக்கொள்ள நினைத்தேன். அவர்கள் மனதில் இருப்பதெல்லாம் சுதந்திரம் கிடைக்கவேண்டும் என்ற சுயநல நோக்கம்தான் என்பது தெரியும். ஆனால் இந்த எழுச்சி எதற்கும் பயன்படாமல் வீணாகப் போய்விடக்கூடாது. அவர்கள் மனதில் தேசப்பற்றையும் அரசியலில் ஆர்வத்தையும் வளர்க்க ஆரம்பித்தேன். அதில்தான் இந்தியாவின் எதிர்காலம் அடங்கியுள்ளது. என்னிடம் எல்லோரும் செய்திகளைத் தெரிந்து கொள்வதற்காக வர ஆரம்பித்தார்கள். இது ஒரு பொதுவான விஷயம் என்பதால், சுத்தி இயக்கத்தால் என் மீது வெறுப்புக் கொண்டிருந்த முஸ்லிம்களும் என்னிடம் வந்தார்கள். நான் சொல்வதைக் கவனமாகவும் பொறுமையாகவும் கேட்க ஆரம்பித்தார்கள். மிஸ்டர் பாரியின் கைத்தடிகளாக இருந்த அரசியல் கைதிகள் அவர் விருப்பப்படி செய்திகளைக் கொடுத்துக் கொண்டிருந்தனர். ஆனால் நானும் என்னுடன் இருந்த சிலரும் உண்மையாக எங்களுக்கு என்ன செய்தி கிடைத்ததோ அதனைக் கொடுத்துக்கொண்டிருந்தோம். தினமும் செய்தி என்ற தூண்டிலின் மூலம், என் வழிகாட்டுதலின்படி அவர்கள் எழுதவும் படிக்கவும் ஆரம்பித்தார்கள்.

லட்சம் லட்சமாகப் பெருகிக்கொண்டிருக்கும் இந்திய மக்கள் தொகை, உலகம் முழுக்க இரண்டு அல்லது மூன்று நாடுகளில் அடங்கிவிட்டது. ஒரு நபர் ஹிந்து என்றால் அவரது உலகின் எல்லை ஒரு பக்கம் இங்கிலாந்திலும் இன்னொரு பக்கம் காபூலிலும் முடியும். அவரது அரசியல் மற்றும் புவியியல் அறிவு இதனைத் தாண்டி இருக்காது. உலகத்தில் பல்வேறு நாடுகளும் ராஜ்யங்களும் உள்ளன என்பதைக் கூறினால் அவர் ஆச்சரியப்படுவார். அவருக்கு அவற்றின் பெயர்கள்கூடத் தெரியாது. பிரிட்டிஷ், ஆப்கன், அமீர் போன்ற பெயர்கள் அவருக்குப் பரிச்சயமானதாக இருக்கும். அதுவே ஒரு நபர் முஸ்லிமாக இருந்தால் அவருக்கு துருக்கியின் பெயரும் கூடுதலாகத் தெரிந்திருக்கும். அதனால் போர் துவங்கிச் சில நாட்கள் பலரும் அந்தப் போர் இங்கிலாந்துக்கும் துருக்கிக்கும் அல்லது இங்கிலாந்து அரசருக்கும் துருக்கி சுல்தானுக்கும் இடையே நடக்கும் போர் என்று நினைத்துக் கொண்டிருந்தார்கள். இதனைத் தவிர வேறு நாடுகள் இந்தப் பூமியில் இருக்கும் என்று அவர்கள் நினைத்துக்கூடப் பார்க்கவில்லை. ஒரு பக்கம் முஸ்லிம்களும் ஒரு பக்கம் பிரிட்டிஷ்காரர்களும்தான் அவர்களுக்குத் தெரிந்திருந்தது. இந்தச் சந்தர்ப்பத்தைப் பயன்படுத்திக்கொண்டு அவர்களிடம் உலகில் உள்ள நாடுகளின் பெயர்களை ஒப்பிக்கச் சொல்வேன். உலக வரைபடத்தையும், பல நாடுகளின் வரைபடத்தையும்

புரிந்துகொள்ளச் சொல்வேன். அப்படிச் செய்தால்தான் அவருக்குச் செய்திகளைக் கொடுப்பேன் என்பேன். வெள்ளையடிக்கப்பட்ட சுவரில் செங்கல்லைக் கொண்டு அந்த வரைபடங்களை வரைவேன். என் அரசியல் கைதி நண்பர்கள் எனக்கு உதவி புரிவார்கள். அதுவரை புவியியலைப் பற்றி எதுவுமே தெரியாதவர்கள், அப்போது இங்கிலாந்து, ஆப்கானிஸ்தான், துருக்கி ஆகிய பெயர்களைத் தவிர ஜெர்மனி, பிரான்ஸ், ஆஸ்திரேலியா, ரஷ்யா, எகிப்து, பெல்ஜியம் போன்ற பெயர்களைத் தெரிந்துகொண்டார்கள். அந்த நாடுகளை, நான் வரைந்த வரைபடத்தில் சுட்டிக் காண்பிப்பேன். இப்படி அவர்கள் படித்த நாடுகளைப் பற்றிய செய்திகளைச் சொல்வேன். அதிலேயே ஓரளவு அறிவுள்ளவர்களுக்கு இந்த நாடுகளின் அரசியல் சட்டம் குறித்து விளக்கினேன். அவர்களுக்கு ராஜாவைத் தவிர வேறு எந்த வார்த்தையும் அதற்கு முன்பு தெரியாது. அதனால் அவர்கள் அந்தப் புரிதலின் அடிப்படையிலேயே செய்திகளைப் புரிந்துகொண்டார்கள். பிரான்ஸின் ராஜா பின்வாங்கினார், அமெரிக்க ராஜா கோபம் அடைந்தார் என்றே அவர்கள் பேசினார்கள். நாங்கள் யாராவது அவர்களிடம் பிரான்ஸிலும் அமெரிக்காவிலும் ராஜாக்கள் கிடையாது என்று கூறினால், "அப்படியானால் யார் இந்தப் போரை நடத்தினார்கள்?" என்று கேட்பார்கள். அவர்களுக்குத் தெரிந்த கதைகள் மூலம் அவர்கள் போரைப் பற்றிய கற்பனைகளை உருவாக்கிக் கொண்டிருந்தார்கள். மகாபாரதக் கதைகளைப் போன்று, போர் என்றால் இரண்டு நாட்டு இளவரசர்கள் சண்டை போடுவார்கள் என்று நினைத்தார்கள். ரஷ்யாவின் ராஜா பலவீனமானவர், ஜெர்மனியின் ராஜா மிகுந்த பலசாலி, அதனால் அவர் ரஷ்ய ராஜாவை ஒரு பாக்கை உடைப்பது போல அடித்து நொறுக்கி விடுவார் என்றெல்லாம் அவர்களுடைய கற்பனைகள் இருந்தன. அப்படித்தான் நம்பினார்கள். அதனால் அவர்கள் இரண்டு நாடுகளுக்கிடையேயான வெற்றி தோல்வி குறித்து விவாதிக்கும் போதெல்லாம் அந்த நாடுகளின் ராஜாவின் பராக்கிரமத்தை வைத்தே மதிப்பிட்டார்கள். பெல்ஜியத்தின் ராஜா எப்படிச் சண்டை போடுவார்? இதுபோன்ற கேள்வியைத்தான் அவர்கள் கேட்டார்கள். அவர் நன்றாகக் குதிரை ஓட்டுவாரா? இப்படி ஜெர்மனியின் ராஜா குறித்தும் அவர்கள் விவரித்தது வினோதமாக இருந்தது. அவர் மிகுந்த திடகாத்திரமான தேகத்தை உடையவர், கிட்டத்தட்ட நம்முடைய பீமனைப்போல இருப்பார், அவர் தன் கைகளினாலேயே கோட்டைகளின் கதவுகளை அடித்து உடைப்பார்! ஒருமுறை அவர் பிரான்ஸின் ராஜாவைப் பூனையைத் தூக்குவதுபோலக் கழுத்தைப் பிடித்துத் தூக்கி வீசி எறிந்தார். ரஷ்யாவின் ஜார் ஜெர்மனியின் சக்கரவர்த்தியைவிட உயரமானவரா? - இந்தக் கேள்வியை

என்னிடம் ஒருவர் கேட்டது எனக்கு இன்னமும் தெளிவாக நினைவில் இருக்கிறது. நான் அவரிடம் ரஷ்யர்கள் பொதுவாகவே ஜெர்மானியர்களைவிட உயரமாகவும் அகலமாகவும் இருப்பார்கள் என்று சொன்னேன். உடனே அவர் முகம் கவலையில் தோய்ந்து விட்டது. அவர் அப்படியென்றால் ஜெர்மனி எப்படி ரஷ்யாவைத் தோற்கடிக்கமுடியும் என்று சந்தேகப்பட ஆரம்பித்தார். முதலில் ராஜா பற்றிய எண்ணத்தை அவர்கள் நினைவில் இருந்து நீக்க வேண்டும். நாடு என்றால் என்ன, அரசியல் என்றால் என்ன என்பதை அவர்களுக்குப் புரியவைக்க வேண்டும். குடியரசு முறை என்றால் என்ன, அரசியல் சட்டப்படி ஆட்சி நடத்தும் முடியாட்சி என்றால் என்ன என்றெல்லாம் விளக்கவேண்டும். மக்கள் எப்படி அரசாங்கங்களால் நிர்வகிக்கப்படுகிறார்கள், யார் போரை அல்லது அமைதியை எல்லாம் அறிவிப்பார்கள், யார் ஒப்பந்தங்களைப் போடுவார்கள் என்றெல்லாம் அவர்களுக்கு விரிவாக விளக்கினேன். ஒரு அரசாங்கத்தின் பிரதிநிதி என்பவர் யார், பாராளுமன்றம் என்றால் என்ன, முடியாட்சி அல்லது ஜனாதிபதி அல்லது குடியரசு என்றால் என்ன என்பதை, எவ்வளவு எளிமையாக விளக்கமுடியுமோ அவ்வளவு எளிமையாக விளக்கினேன். சட்டப்படி நடக்கும் முடியாட்சிக்கும் குடியரசு ஆட்சிக்கும் உள்ள வித்தியாசங்களை விளக்கினேன். பிரான்ஸும் அமெரிக்காவும் குடியரசு ஆட்சிகள் என்பதை விவரித்தேன். அவர்களுக்குத் தேவையான செய்தியை நான் சொல்லும் முன்பாக, நான் கூறும் விஷயங்களை நன்றாக நினைவில் வைத்திருக்குமாறு வலியுறுத்தினேன். ஒரு வருடக் காலத்திற்குள் நான் கேட்கும் கேள்விகளுக்குச் சரியான பதில் கொடுக்க ஆரம்பித்தார்கள். சர்வதேச மற்றும் தேசிய அரசியல் குறித்த வித்தியாசங்களும், அவை இரண்டுக்கும் உள்ள உறவுகள் குறித்தும், உலக வரைபடத்தில் புள்ளிகளாகத் தெரியும் நாடுகளின் புவியியல் முக்கியத்துவமும் புரிய ஆரம்பித்தன. அவர்கள் அதிகம் தெரிந்துகொள்ள தெரிந்துகொள்ள, நான் அதிகம் சொல்ல ஆரம்பித்தேன். இந்தக் காலகட்டத்தில் அவர்கள் போரைப் பற்றி நிறையத் தெரிந்துகொள்ள ஆர்வம் காட்டினார்கள். புவியியல், வரைபடங்கள், அரசியல் போன்று நிறையத் தெரிந்து கொண்டதால் இப்போது அந்தச் செய்திகள் அவர்களுக்கு மேலும் ஆர்வமூட்டு பவையாக இருந்தன. அவர்களே வரைபடத்தில் ஒரு நாட்டைக் காட்டி அதைப் பற்றிக் கேட்க ஆரம்பித்தார்கள். செய்திகளை அறிந்துகொள்வதில் இருந்த ஆர்வத்தின் காரணமாக அவர்கள் வெளியிலிருந்து பத்திரிகைகளையும் செய்தித்தாள்களையும் வரவழைத்துப் படிக்க ஆரம்பித்தனர். நான் இந்த வேலையைப் போரின்போது அவர்களுக்காகச் செய்தேன்.

அவர்களுக்கு உலகத்தின் புவியியலைப் பற்றிக் கற்றுக் கொடுக்கும் போது, இந்தியாவின் புவியியலைப் பற்றியும் அதன் வரைபடத்தைப் பற்றியும் அதன் அரசியல் நிலை பற்றியும் நம்மைச் சுற்றி இருக்கும் நாடுகளின் சூழல் பற்றியும் எடுத்துரைத்தேன். முதலில் அவர்களுக்கு ஜெர்மனியைக் குறித்து ஒரு பெரிய ஆர்வம் இருந்தது. தான் கைதியாக இருந்தபோது இங்கிலாந்து ஒழுங்காக நடத்தவில்லை, அதனால் ஜெர்மனி இங்கிலாந்தைத் தோற்கடித்தால் அவர்கள் விடுதலை செய்யப்படுவார்கள் என்று நம்புவதாக ஒரு கைதி கூறினார். அதனால் யாரும் ஜெர்மனியைக் குறை கூறுவதை அவர்கள் விரும்பவில்லை. நான் அவர்களிடம், ஜெர்மனி இந்தியாவை ஆக்கிரமித்தால் அது இந்தியர்களைக் கொடுமைப் படுத்தாது என்ற எண்ணம் தவறானது என்று தெளிவாக எடுத்துக் கூறினேன். ஒரு சர்வாதிகாரி போய் இன்னொரு சர்வாதிகாரி வருவதால், நம்முடைய அடிமைத்தனம் மாறாது என்பதையும் விளக்கினேன். போரின் நெருக்கடிக்கு ஏற்ப நாம் திறம்பட நடந்து கொள்ளவேண்டும். ஜெர்மனி ஜெயிக்கவேண்டும் என்று ஆதரவு தெரிவிப்பது, நமக்குச் சுதந்திரத்தைப் பெற்றுத் தராது என்று கூறினேன். அவர்களால் அதை ஏற்றுக்கொள்ள முடியவில்லை. அதற்கு நான் அவர்களிடம் குயவன்-கழுதை பற்றிய கதையைக் கூறினேன். குயவன் கீழே விழுந்ததும் கழுதை அவரது இருக்கையில் போய் அமர்ந்தது. ஆனால் அது அப்போதும் கழுதையாகத்தான் இருந்தது. அதனால் ஜெர்மனியின் வெற்றி குறித்துக் கனவு காண வேண்டாம். அது நம் நிலையை மாற்றும் என்று நினைப்பது முட்டாள்தனம். பிறகு, இந்த உலகப் போரின் மூலம் இந்தியா எப்படி உலகப் போர் என்னும் இந்த நல்ல வாய்ப்பினைப் பயன்படுத்தி அறுவடை செய்யலாம் என்பதைப் பற்றிக் கூறினேன். ஜெர்மனி இந்தியாவை ஆள வேண்டி வந்தால், அவர்களும் நம்மை அடிமைகளாகவே நடத்துவார்கள் என்பதைச் சொன்னேன். ஆனால் துருக்கியும் ஆப்கானிஸ்தானும் நமக்கு அதேபோன்ற கொடுமையை விளைவிப்பார்கள் என்று கூறியதும் சிறையிலிருந்த முஸ்லிம்கள் அதனை எதிர்த்தார்கள். ஏனென்றால் துருக்கி சுல்தான் அவர்களைப் பொருத்தவரை ஒரு கடவுள். அவரை ஒரு கலீஃபாபோல உருவகப்படுத்தி எத்தனை புனிதக் கதைகள் புனையப்பட்டிருக் கின்றன! சுல்தான் அவர்களைப் பொருத்தவரை மிகவும் மதிக்கப்பட வேண்டிய ஒரு புனிதமான நபர் என்று தொட்டில் காலம் முதலே கற்பிக்கப்பட்டிருக்கிறார்கள். அவர் இந்தியாவின் மீது படையெடுக்க இருந்தார் என்றும், அவர் ஆட்சியால் இந்தியாவிற்கு எந்த நன்மையும் கிடையாது என்றும் கூறியவுடன் அதை மிகப்பெரிய குற்றமாகக் கருதினார்கள். கடவுளை நிந்திக்கும் ஒரு குற்றம்!

இந்தியாவில் பிரிட்டிஷ் ஆட்சியைப் போலவே சுல்தானின் ஆட்சியும் ஒரு அந்நிய ஆட்சிதான் என்பது அவர்களது புரிதலுக்கு அப்பாற்பட்டதாக இருந்தது. சிறையிலிருந்த ஒரு மௌல்வியான முஸ்லிம் கைதிக்கு, அராபியர்கள் பெர்ஷ்யாவை ஆக்கிரமித்தது, பெர்ஷியர்கள் பதான்களை ஆக்ரமித்தது, இவர்கள் அனைவருமாகச் சேர்ந்து இந்திய முஸ்லிம்களை அடக்குமுறை செய்தது எல்லாம் தெரிந்திருந்தாலும்கூட, அவர்கள் தங்கள் சொந்த மதத்தினர் மீதே கட்டவிழ்த்துவிட்ட கொடுமைகளைச் சொன்னாலும்கூட, துருக்கி இந்தியாவில் ஊடுருவுவதும் சுல்தானின் ஆட்சியும் இந்தியாவில் வரவேற்கத்தக்க ஒன்று என்றே அவர் கருதினார். அவரது இந்த அடிப்படைவாதச் சிந்தனையே தேசப்பற்றை வளரவிடாமலும், தேசியச் சிந்தனையை வர விடாமலும் தடுப்பது. கூடவே உலக அரசியல் அறியாமையும் சேர்ந்து கொள்ளும்போது அவர்கள் மிகுந்த தீவிரவாத கருத்துகளைக் கொண்டவர்களாக மாறிப் போகிறார்கள். ஒவ்வொரு முஸ்லிமுக்கும் இந்தியாவின் ராஜா பெயர் தெரியும். ஆனால் கெய்ஸர் அவர்களுக்குப் புதிதாக இருந்தார். அவரைப் பற்றி தினம் தினம் வரும் புதிய கதைகளை வாய்மொழி யாகப் பரப்பினார்கள். எப்படி அவர் இவ்வளவு வலுவானவராக ஆனார் என்று அவர்களுக்குள்ளே விவாதித்துக்கொண்டிருந்தார்கள். பிறகு முடிவாக, தங்கள் புனிதப் பிரபுவான சுல்தானுடன் சேர்ந்து கொண்டதால்தான், அவர் இத்தகைய வலுவுள்ளவர் ஆனார் என்ற முடிவுக்கு வந்தார்கள்.

சுல்தான் இந்தியாவை ஆளவும் ஹிந்துக்கள் முஸ்லிமாக மாறவும்

சுத்தி இயக்கத்திற்குப் பிறகு போர் ஆரம்பித்தது. துருக்கி போரில் பங்கெடுத்துக்கொள்ள ஆரம்பித்ததும், சுத்தி இயக்கத்தால் கோபத்திலிருந்த முஸ்லிம்கள் ஹிந்துக்களை மதம் மாற்ற சுல்தானின் பெயரைப் பயன்படுத்த ஆரம்பித்தனர். அவர்கள் ஹிந்துக் கைதிகளிடம், ''ஜெர்மனி கண்டிப்பாக இங்கிலாந்தைத் தோற்கடித்து இந்தியாவைப் கைப்பற்றும். துருக்கி சுல்தானுக்கு ஜெர்மன் கெய்ஸர் நேரடியாக வந்து இந்தியாவின் சக்கரவர்த்தியாக முடிசூட்டுவார். அதன்பிறகு இந்தியாவில் முஸ்லிம்கள் ஆதிக்கம் அதிகமாகும். முஸ்லிம்கள் இந்தியப் பேரரசில் உயர்பதவிகளில் நியமிக்கப்படுவார்கள், அப்போது முஸ்லிம் அல்லாதோர் கடுமையாகத் தண்டிக்கப்படுவார்கள்'' என்று கூற ஆரம்பித்தனர்.

இந்தப் பேச்சுக்களைப் பற்றி என்னிடம் தகவல் சொன்னவர்களிடம் யார் இதைச் சொன்னது என்று கேட்டேன். அதற்கு அவர்கள் அது பஜாரில் கிடைக்கும் ஒரு உருது நாளிதழில் அச்சாகி இருக்கிறது

என்று கூறினார்கள். அந்தச் செய்தியில் உண்மை இருக்கிறதா என்று என்னிடம் கவலையுடன் கேட்டனர். ''படாபாபு, துருக்கி சுல்தான் இந்தியாவை ஆளப் போகிறார். அவர் இந்தியாவில் உள்ள முஸ்லிம் கைதிகளுக்கெல்லாம் பொது மன்னிப்பு வழங்கப் போகிறாரா?அது உண்மையா?'' என்று கேட்டார்கள். இந்தத் தகவல்கள்கூடவே அவர்களை முஸ்லிம்கள் மதம் மாறச் சொல்லி வற்புறுத்துவது பற்றியும் சொன்னார்கள். கொஞ்சம்கூடத் தாமதிக்காமல் இந்தக் கதைகள் பொய் என்பதைச் சொல்லி, இவற்றை இந்தக் குடியிருப்புப் பகுதி முழுவதும் பரப்புபவர்கள் யார் என்பதையும் சொன்னேன். அதனால் கைதிகள் துருக்கி நாட்டைப் பற்றியும் அதன் உண்மையான வலிமை பற்றியும் ஓரளவு தெரிந்துகொண்டார்கள். முஸ்லிம் மௌல்வி கைதிகள் துருக்கி பற்றிப் பெருமையாகப் பேசும்போது, இவர்கள் என்னிடம் கற்றதை வைத்துக்கொண்டு அவர்களுக்குப் பதிலடி கொடுத்தார்கள். நான் அவர்களுக்குச் சொன்னதை வரிக்கு வரி அப்படியே சொல்லி அவர்களது வாயை அடைத்தார்கள். ''உங்கள் சுல்தான் புலி அல்ல. உமி வைத்து அடைக்கப்பட்ட புலியின் தோல் மட்டுமே. பல்கேரியா போன்ற ஒரு சிறிய தேசமே அவரைத் தோற்கடித்துவிட்டது. சிரியா அவரை மண்ணைக் கவ்வ வைத்தது. கிரீஸ் அவரைத் தூக்கி எறிந்துவிட்டது. கடந்த 10 ஆண்டுகளாக பாவப்பட்ட சுல்தான் தனது அரியாசனத்தைக் காப்பாற்றிக்கொள்ளப் படாதபாடு பட்டிருக்கிறார். அவர் இந்தியாவிற்குள் நுழைய முயற்சித்தால் இங்கிலாந்திடமிருந்து ஒரு அடிபோதும். காணாமல் போய்விடுவார். ஜெர்மனி இவரை ஏற்றுக்கொண்டாலும்தான் என்ன? நாடுகளிடையே உயர்வு தாழ்வு இருந்தாலும் அதற்கு என்ன பொருள் உள்ளது? உண்மையிலேயே அவர் வலுவானவர் என்றால் ஏன் இவ்வளவு நாட்கள் இங்கிலாந்தை எதிர்த்துப் போராடவில்லை? இப்படிப்பட்ட வலிமை இல்லாத ஒரு ஆள் வல்லமை பொருந்திய ஜெர்மனியுடன் சேர்ந்து ஜெர்மனிக்கு வெற்றியைக் கொண்டுவருவார் என்பது நகைப்புக்குரியது. ஜெர்மனியின் கெய்ஸர் எங்கே, துருக்கிய சுல்தான் எங்கே! கடவுளின் கம்பீரமான யானை எங்கே, ஒரு பிச்சைக்காரனின் பாவப்பட்ட வயதான குதிரை எங்கே!'' என்று கடுமையாகக் கூறி, அவர்களது உள்ளீடற்ற தற்பெருமையை உடைக்கும் விதமாக ஹிந்துக் கைதிகள் சரியான பதிலடி கொடுத்தனர்.

இங்கே ஓரளவுக்கு விவரம் உள்ளவர்களுக்கு, ஜெர்மனியின் வலிமையையும் துருக்கி சுல்தானின் வலிமையையும் ஒப்பிட்டு விளக்கிச் சொன்னேன். அவர்களது ராணுவம், விமானப்படை

போன்றவற்றைக் குறித்த புள்ளிவிவரங்களை, உண்மையான தகவல்களை அவர்களிடம் சொன்னேன். முஸ்லிம்கள் தங்களைத் தாங்களே தவறாக வழி நடத்தக்கூடாது என்று முஸ்லிம்களிடம் சொன்னேன். துருக்கிக்கு இதில் ஏதேனும் வெற்றி கிடைத்தாலும் அது ஜெர்மனியின் வலிமையால் கிடைத்த வெற்றி மட்டுமே. ஜெர்மனியின் போர் உத்திகள் ஆயுதங்கள்,ஜெர்மனின் தலைமை, இவற்றின் வலிமையால் துருக்கிக்கு இப்போது வலு இருப்பது போல ஒரு தோற்றம் ஏற்பட்டிருக்கிறது. நம்பத்தகுந்த வட்டாரங் களில் இருந்து வந்த தகவல்களை மட்டுமே நான் கொடுத்தேன். எனக்கு வந்த செய்திகளை அவ்வப்போது அவர்களுக்கு முழுமை யாக விளக்கிச் சொன்னேன். ஒவ்வொரு வாரமும் நாங்கள் இதுகுறித்து எங்கள் வாராந்திரக் கூடுதலின்போது விவாதிப்போம். இதைப் பற்றி முன்னரே விவரித்திருக்கிறேன். அதன்பிறகு அவர்களுக்கு துருக்கியைப் பற்றியும் அங்கு அன்வர் பாஷா என்பவரால் புதிதாக ஆரம்பிக்கப்பட்ட கட்சியைப் பற்றியும் விளக்கினேன். அது இளைஞர்களின் கட்சியாக அறியப்பட்டது. அதன் உறுப்பினர்களில் பெரும்பாலானோர் பிரான்ஸ் மற்றும் ஜெர்மனியில் படித்தவர்கள். என்வர் பெய்க் போன்ற தலைவர்கள் துருக்கியின் மறுமலர்ச்சிக்குப் பாடுபடுவதைப் புகழ்ந்து சொன்னேன். அதேபோல,இங்கிலாந்துக்கு எதிரான போரில் ஜெர்மனிக்கு துருக்கி உதவினால், அது இந்தியாவுக்கு எப்படி நன்மை விளைவிக்கும் என்று விவரித்தேன். அன்று என் பார்வையில் இதை விளக்கி, துருக்கி இயக்கத்திற்கு என் முழு ஆதரவைத் தருவதாகச் சொன்னேன். ஆனால் நான் வெட்டியாகப் புகழ் பாடுவதையோ உள்ளீடற்ற பாராட்டையோ ஒப்புக்கொள்ளமாட்டேன் என்றேன். அதனால் முஸ்லிம்கள் எப்போதும் என்னிடம் கடுப்புடன் இருந்தார்கள்.

சிரிப்பின் மூலமாகவும் கிண்டல் மூலமாகவும்தான் அவர்களை அடிக்கடி அம்பலப்படுத்துவேன். ஒருமுறை போர்ட் பிளேயரில் உள்ள முஸ்லிம்கள் ஜெர்மனியின் கெய்ஸர் இஸ்லாமிய மதத்திற்கு மாறிவிட்டதாக ஒரு வதந்தியை ஒரு வாரமாகப் பரப்பி கொண்டிருந்தார்கள். கெய்ஸர் இஸ்லாமிய மதத்திற்கு மாறா விட்டால் தங்கள் நாட்டின் ராணுவ உதவி அவருக்குக் கிடைக்காது என்று சுல்தான் கூறிவிட்டதாகச் சொன்னார்கள். ''இந்த ஒரு நிபந்தனைக்கு ஒப்புக்கொண்டால் தொடர்ந்து போர்க்களத்தில் இருப்பேன். இல்லையென்றால் ராணுவத்தைத் திரும்ப அழைத்துக் கொண்டு என் நாட்டிற்குச் சென்று விடுவேன்.'' இதுதான் சுல்தான்

கெய்ஸருக்கு விதித்த நிபந்தனை. கெய்ஸர் பயந்துபோய் முஸ்லிமாக மாறிவிட்டார்! ஹிந்துக் கைதிகளை வெறுப்பேற்றவே அவர்கள் சொன்ன பொய் இது. "இதில் உண்மை எதாவது உள்ளதா?" என்று கேட்டார்கள். இந்த வதந்தியைப் பொய் என்று நிரூபிக்கவேண்டும் என என்னிடம் ஆர்ய சமாஜத்தைச் சேர்ந்த சக கைதி ஒருவர் சொன்னார். நான் அவரிடம், "நண்பரே, நாம் எப்படி உண்மையென்றோ பொய்யென்றோ நிரூபிக்கமுடியும்? ஒரு பொய்யை இன்னொரு பொய்தான் சமன் செய்யமுடியும். முள்ளை முள்ளால்தான் எடுக்கவேண்டும். இதை எப்படிச் சமாளிப்பது என்று நான் கூறுகிறேன். நாளை சிறையில் வேலை முடிந்ததும் நீங்கள் கெய்ஸர் ஆரியனாக மாறிவிட்டார் என்று எல்லோரிடமும் அழுத்தமாகக் கூற ஆரம்பியுங்கள். அந்தமானில் இருக்கும் முஸ்லிம் ஆர்யசமாஜிகள் ஆர்யா என்ற வார்த்தையில் உள்ள ஆ-வை நீட்டி உச்சரிப்பார்கள். முஸ்லிம் கைதிகள் கூட்டமாக இருந்தால், அங்கே நீங்களும் கூட்டமாகச் சென்று, கெய்ஸர் ஆரியனாகிவிட்டார் என்று சொல்லுங்கள். அதற்கு என்ன ஆதாரம் என்று அவர்கள் கேட்டால் அதனை பஜாரில் உள்ள ஒரு ஹிந்தி நாளிதழில் படித்ததாக உறுதியாகச் சொல்லுங்கள்" என்று சொன்னேன்.

ஆர்ய சமாஜ் உறுப்பினரான கெய்ஸர்

நான் சொன்னபடியே அவரும் செய்தார். அடுத்தநாள் மாலை சிறை முழுவதும் கெய்ஸர் ஆர்ய சமாஜத்தில் சேர்ந்துவிட்டதாகச் செய்தி பரவியது. இப்படி வதந்தி பரவியதும் அதன் பின்னணி என்ன என்று தெரிந்துகொள்ள முஸ்லிம்கள் அமைதியாக இருந்தனர். அந்தச் செய்தியைக் கொண்டுவந்தவர் ஒரு ஹிந்து வார்டர் என்பதை அவர்கள் தெரிந்துகொண்டனர். மூன்றாவது நாள் எல்லோரும் ஒன்றாகப் பணி புரியும் நேரத்தில் அந்த ஹிந்து வார்டரிடம் அவர்கள் கேள்வி கேட்கத் தீர்மானித்திருந்தனர். ஆனால் அவரோ அவர்களது கேள்விக்கெல்லாம் காத்திருக்காமல் ஜெர்மனியின் கெய்ஸர் ஆர்ய சமாஜில் சேர்ந்துவிட்டதாக அறிவித்தார். முஸ்லிம்கள் அந்தச் செய்தியால் கோபம்கொண்டு அவர் சொல்லும் கதைக்கு என்ன ஆதாரம் என்று கேட்டனர். உடனே அந்த வார்டர், அவர் இதற்குமுன் முஸ்லிமாக மாறினார் என்று நீங்கள் கூறியதற்கு என்ன ஆதாரம் என்று கேட்டார். அவர்கள் தாங்கள் அதை ஒரு உருது நாளிதழில் படித்ததாகச் சொன்னார்கள். அதற்கு அந்த ஹிந்து, தான் அதனை ஒரு ஹிந்தி நாளிதழில் படித்ததாகச் சொன்னார். அந்த ஹிந்தி நாளிதழைக் காட்டுமாறு அவர்கள் கூறினர். உடனே அவர் அந்த உருது நாளிதழைக் காட்டுமாறு சொன்னார். அவரது கேள்விகளால்

கோபமடைந்த முஸ்லிம்கள் ஆர்யா காஃபிர்களின் மதம் என்று கத்த ஆரம்பித்தனர். அந்த ஹிந்துவும் சளைக்காமல் இஸ்லாம் ஹீத்தன்களின்* மதம் என்றார். கிட்டத்தட்ட அடிதடி நிலைக்குப் போன அந்த விவாதம், ஒருவழியாக நிறுத்தப்பட்டது.

அந்தப் பூசலைப் பற்றிய அறிக்கை ஜமாதாரிடம் அடுத்த நாள் கொண்டு செல்லப்பட்டது. கெய்ஸர் இஸ்லாமுக்கு மதம் மாறியதாக நம்பி, தகவல் அறிவித்தவர்களில் அவரும் ஒருவர். ஒவ்வொரு முறை கெய்ஸர் முஸ்லிமாக மதம் மாறியதாக அவர்கள் அறிவிக்கும்போதும் ஹிந்துக்கள் அவர் ஆர்ய சமாஜத்தில் சேர்ந்துவிட்டதாக அறிவித்தார்கள். அவர் என்னதான் செய்வார் பாவம். கடைசியில் முஸ்லிம்கள் அதைப் பற்றிப் பேசுவதை நிறுத்திக்கொண்டார்கள். அந்த வதந்தியும் ஒழிந்தது.

துருக்கி இங்கிலாந்துக்கு எதிராக ஜெர்மனியுடன் சேர்ந்து போரில் நுழைந்தவுடன் முஸ்லிம் ஆண்களும் பெண்களும் குழந்தைகளும் இந்தியாவில் ஒரு இஸ்லாமிய ஆட்சி ஏற்படும் என்று கனவு காண ஆரம்பித்தார்கள். அதிலும் துருக்கி மற்றும் ஜெர்மனுடன் ஆப்கானிஸ்தானும் சேர்ந்துகொண்டதை அறிந்ததும் அவர்களது உற்சாகத்திற்கு அளவே இல்லாமல் போனது. மீண்டும் நாம் ஆதிக்கம் செலுத்தப் போகிறோம் என்ற கனவில் பதான்கள் மழைக்காலத்தில் தேங்கும் நீரில் கிடந்து கத்தும் தவளைகள்போலப் பிதற்ற ஆரம்பித்தனர். பதான் ஒருவர் ஒரு வதந்தியைச் சொன்னார் என்றால், அடுத்தவர் அதனை பத்து மடங்காக்கிப் பரப்புவார். அன்வர் பாஷா ஆயிரக்கணக்கான பிரிட்டிஷ் ராணுவத்தினரைக் கொன்றதாகவோ பஸ்ரா நகரைக் கைப்பற்றிவிட்டதாகவோ சொல்லும் அளவுக்குப் பரப்பினர். ஆப்கானிஸ்தானின் ஆமீரைப் பற்றிய செய்தி என்றால், இன்னும் தீவிரமாக மிகைப்படுத்தப்பட்ட கதைகள் சுற்றிவந்தன. அவர் ஒருநாள் சிந்து நதியைத் தாண்டியதாகச் சொல்வார்கள். அது மட்டும் போதாது. அடுத்த நாள் லாகூருக்கு வந்ததாகவும் அதற்கு அடுத்தநாள் அங்கிருந்து சர்ஹிந்தைத் தாண்டி மேற்கொண்டு வருவதாகவும் கதையளப்பார்கள். சிறைக்கு வெளியே போய் வந்து கொண்டிருந்த துணை அதிகாரிகள் இது போன்ற அற்புதமான கதைகளை எல்லாம் கைதிகளுக்குச்

---

* heathens - ஹிந்துக்களை முஸ்லிம்கள் காஃபிர்கள் என்று இழிவாகச் சொல்வது போல, கிறித்துவர்கள் இஸ்லாமியர்களை இழிவாகக் குறிக்கப் பயன்படுத்தும் சொல் (மொழிபெயர்ப்பாளர் குறிப்பு)

சொல்வார்கள். ஒருநாள் ஒருவர் ஆமீர் லாகூர் நகரத்தைக் கைப்பற்றி விட்டதாகச் சொன்னார். இன்னொருவர் கெய்சர் லண்டன் நகரைக் கைப்பற்றிவிட்டதாகச் சொன்னார். அவற்றை உறுதிபடுத்தச் சொன்னபோது அவர்கள் இருவரும் தங்களுக்கு அந்தச் செய்தியைக் கொடுத்தது முன்ஷி என்று ஒருவரை கைகாட்டியோ, அதை ஒரு உருது நாளிதழில் படித்ததாகவோ கூறித் தப்பித்துக் கொள்வார்கள்.

இப்படி மடத்தனமாக நடந்துகொள்ளும் பதான்களைப் பார்த்துச் சிரிக்கும் கைதிகளிடம் நான் ஒரு விஷயத்தைச் சொல்வேன். அவர்கள் இந்தியாவில் இஸ்லாமிய அரசு அமையப் போகிறது என்ற எண்ணத்தில், ஏதேனும் ஒரு இஸ்லாமிய அரசு இந்தியா மீது படையெடுக்கும்போது எவ்வளவு உற்சாகமாக இருக்கிறார்கள் பாருங்கள்; அவர்களது இந்த மத, இனப் பற்று கண்டிப்பாக நாமும் பின்பற்றப்படவேண்டியது; இத்தகைய பெருமிதம் சரியான நேரத்தில் சரியான வாய்ப்புக் கிடைக்கும்போது செயல்பாடாக உடனே மாறும்; ஹிந்துக்களுக்கு இந்த உணர்வும் பெருமிதமும், செயலாக்கத்தில் ஒற்றுமையும் குறைவு, அதனால்தான் நாம் கஷ்டப் படுகிறோம் என்று கூறினேன்.

இது பதான்களுக்கான பாராட்டைப் போல் இருந்தாலும் உண்மையில் ஹிந்துக்களுக்கான எச்சரிக்கைதான். எப்போதும் கண்காணிப்புடன் இருக்கவேண்டியது சுதந்திரத்திற்கு நாம் கொடுக்கும் விலை. முஸ்லிம்களுக்கு இந்த உலகளாவிய மதப்பற்று தங்களுடைய தாய்ப்பாலுடன் சேர்ந்து ஊட்டப்பட்டு வருகிறது. ஒவ்வொரு முஸ்லிமின் வீட்டிலும் தன் மதத்தை எப்படி நேசிக்க வேண்டும், எப்படி இஸ்லாமிய ராஜ்ஜியம் அமைய அவன் உதவ வேண்டும் என்பது கற்றுக் கொடுக்கப்படுகிறது. அதை ஒப்பிட்டால், ஹிந்துக்களுக்கு இதுபோல் பற்றையும் உணர்வையும் ஊட்டும் விதத்தில் என்ன நடக்கிறது? 10 ஆயிரத்தில் ஒருவர்கூட ஹிந்துஸ்தானத்தில் என்ன நடக்கிறது, ஹிந்துக்களின் சக்தி என்ன, ஹிந்து ராஜ்ஜியம் என்றால் என்ன, ஹிந்து என்றால் என்ன அர்த்தம் என்பதையெல்லாம் அறிந்தவர்கள் அல்ல. இப்படி இருக்கும்போது இவர்களுக்கிடையே எப்படி ஒரு பொதுச்சரடு உருவாகும்? பதான்களுக்கு காபூல் அவர்களது புனித இடம். அவர்கள் உண்ணும் போதும் உறங்கும்போதும் அதைப் பற்றிய சிந்தனையில் இருப்பார்கள். ஹிந்துக்களுக்கும் அதுபோல் ஒரு இடம் உள்ளது. ஆனால் வெகு சிலருக்கே அதைப் பற்றி தெரியும். அந்த இடத்தின் பெயர் நேபாள். நேபாள நாட்டைச் சேர்ந்தவர்கள் ஹிந்துக்களா அல்லது முஸ்லிம்களா என்று பல பேருக்குத் தெரியாது. படித்த

மக்கள் பலர் நேபாள் ஹிந்துஸ்தானத்தின் பகுதி அல்ல என்றும், அது சைனா பெர்ஷியா ஆப்கானிஸ்தான், செர்வியா போல ஒரு தனி நாடு என்றும் கூறுவார்கள். இது குறித்து என்னிடம் சிலர் விவாதமும் நடத்தி இருக்கிறார்கள்.

சிறையில் கைதிகளிடம் பேசும்போது நேபாள் ஒரு ஹிந்து ராஜ்ஜியம் என்பதால் அதை ஹிந்து சமூகத்தின் மையமாக அமைக்கலாம் என்று சொல்வேன். அவர்கள் தங்கள் சந்தேகத்தை வெளிப்படுத்துவார்கள். அவர்களைப் பொருத்தவரை நேபாள் திபெத் போலப் பழங்குடி மக்கள் வாழும், வெளிநாட்டவர்களை பெரும்பான்மையாகக் கொண்ட ஒரு மிகச் சிறிய நாடு. ஆனால் உண்மை அதுவல்ல என்று அவர்களுக்குச் சொல்லிப் புரிய வைப்பது மிகக் கடினமாக இருக்கும்.

போர் குறித்த செய்திகளைச் சக கைதிகளிடம் தினமும் சொல்லி வரும்போது சிறையிலிருந்த துருக்கி ஆதரவாளர்களான முஸ்லிம்கள் என் மீது கடுமையான கோபம்கொண்டிருந்தார்கள். அதேபோல போரில் இங்கிலாந்துத் தரப்புச் செய்திகளைச் சொல்லும்போது மிஸ்டர் பாரி என்மீது அதேபோலக் கடுப்பில் இருந்தார். அந்தச் சமயம் அங்கிருந்த சூப்பரின்டென்டன்ட் ஒரு தீவிரமான பிரிட்டிஷ் விசுவாசி. என் நடவடிக்கை மோசமானது என்று அவர் கருதியதால் என்னைத் தன் நாட்டின் எதிரி போல் தீவிரமாகக் கண்காணித்தார். அந்த நேரம் போரின் முதல் அதிர்ச்சி அந்தமானை நெருங்கியது. ஜெர்மன் நாட்டைச் சேர்ந்த ஒரு நீர்மூழ்கிக் கப்பல் அந்தமானுக்கு அருகில் வந்திருப்பதால், எதிரிகளின் தாக்குதலில் இருந்து போர்ட் பிளேயரைத் தற்காத்துக் கொள்ள அதிகாரிகள் ஏற்பாடுகள் செய்ய ஆரம்பித்தனர். பிரிட்டிஷ் படைகள் மீது திடீரெனத் தாக்குதல் நடந்தால் அவர்களைப் பாதுகாக்க தார்ப்பாலின் போன்றவற்றைக் கொண்டு அரண் அமைக்கும் பணியைச் சிறையில் இருந்த கைதிகள் செய்து கொண்டிருந்தனர். அந்த நேரத்தில் அதிகாரிகள் என் மீது மேலும் கடுமையைக் காட்ட ஆரம்பித்தனர். ஏனென்றால் சாக்குப் பைகளைத் தயார் செய்ய நார் உரிக்கும் பணியிலிருந்த கைதிகள் அதற்குமுன் செய்ததைவிட ஐந்து அல்லது ஆறு மடங்கு கூடுதலாக வேலை செய்ய வேண்டியிருந்தது.

முன்பு ஒரு நாளைக்கு இரண்டு பவுண்டு நார் உரித்து கொண்டிருந்தவர்கள் இப்போது தினமும் பத்து பவுண்டு உரிக்க வேண்டியிருந்தது. கடுமையான பணிக்கு உள்ளாக்கப்பட்ட கைதிகள் அடித்து வேலை வாங்கப்பட்டனர். ஆயுள் தண்டனை பெற்ற அரசியல் கைதிகள் எண்ணிக்கையில் குறைவாக இருந்தனர்.

பெரும்பாலானோர் எங்கள் மூன்றாவது வேலை நிறுத்தத்திற்குப் பிறகு இந்தியாவிற்குத் திருப்பி அனுப்பப்பட்டனர். இந்த வேலையை மேற்பார்வை செய்ய மிஸ்டர் பாரி அரசியல் கைதிகளை நியமித்திருந்தார். நாங்கள் கைதிகளை வேலை வாங்குவதில் அதிகாரிகளுடன் ஒத்துழைத்தோம். அப்படியானால்தான் எங்களை வார்டர்களாக நியமிக்க வாய்ப்பு உண்டு. இதைப் புரிந்துகொண்டு காரியங்களை மேற்பார்வையிட எங்களை நியமித்தார் பாரி. "நீங்கள் ஒன்றும் செய்யவேண்டாம். இந்த இளைஞர்கள் முழுநாளும் ஒழுங்காக பணியாற்றுகிறார்களா எனக் கண்காணித்தால்போதும்" என்று கூறினார். அவரது இந்த வழிமுறை வெற்றி கண்டது. ஆனால் என் பொறுப்பில் இருந்த கைதிகளால் ஒரு நாளைக்கு மூன்று பவுண்டுகளுக்கு மேல் நார் உரிக்க முடியவில்லை. அவர்களை வற்புறுத்தியபோது அவர்கள், இந்தப் போர் இந்தியாவுக்குச் சம்பந்தம் இல்லாதது என்பதால் எதற்காகக் கூடுதலாக உழைக்க வேண்டும் என்று கேட்டார்கள். "எங்கள் கோட்டா இரண்டுதான். அதனைத் தருவது எங்கள் கடமை. ஆனால் போரைக் காரணம் காட்டிப் பத்து பவுண்டு கேட்டால் அது முடியாது" என்று சொல்லி விட்டார்கள். அவர்களுக்கு நான் என்ன பதில் சொல்லமுடியும்? அவர்கள் சொல்வது சரிதான் என்று எனக்கும் தோன்றியது. என் கண்காணிப்பின் கீழ் இருக்கும் கைதிகளை அடிக்க யாரும் துணிய மாட்டார்கள். அது கைதிகளுக்கும் நன்றாகத் தெரியும். அதனால் அவர்கள் தேவைக்கு மேல் எதுவும் செய்யவில்லை. அத்துடன் அல்லது கொஞ்சம் அதிகமாகச் செய்துவிட்டு வேலையை நிறுத்தி விடுவார்கள். மிஸ்டர் பாரி என் பிரிவு மட்டும் 10 பவுண்டுக்கு மிகக்குறைவாக உற்பத்தி செய்திருப்பதைப் பார்ப்பார். கோபம் கொண்டு திட்ட ஆரம்பிப்பார். இதன்மூலம் எனக்கு நெருக்கடி ஆரம்பித்தது. நான் அந்தக் கைதிகளிடம் பிரிவினைவாதத்தை போதிக்கிறேன் என்று முஸ்லிம் அதிகாரிகள் புகார் செய்தார்கள். அடுத்தநாள் சூப்பரின்டென்டன்ட் என்னை அந்தப் பொறுப்பி லிருந்து நீக்கி, தண்டனையாக கயிறு திரிக்கும் பணியைக் கொடுத்தார். நான் பழையபடி பணி செய்ய ஆரம்பித்தேன். அன்றைய நாள் இறுதியில் என்னால் அதிகபட்சம் ஒரு பவுண்டுகூட உற்பத்தி செய்ய முடியவில்லை. என் கோட்டாவை முடிக்க இயலவில்லை. மற்ற கைதிகளும் என் கோட்டாவை முடிக்க உதவி செய்யவில்லை. அதோடு, கூடுதலான பணி செய்வதையும் அவர்கள் நிறுத்தினார்கள். அதனால் என்னை அவர்களிடமிருந்து பிரித்து மேல்மாடியில் இருந்த ஏழாம் எண் அறையில் மீண்டும் தனியே வைத்தார்கள். அங்கே என் வேலையான கயிறு திரித்தலைச் செய்யச் சொன்னார்கள்.

பிரிவினைவாதத்தைக் கைதிகளிடையே பரப்புவதாக மிஸ்டர் பாரியிடம் புகார் கொடுத்த முஸ்லிம் அதிகாரி, அரசு முன் என் கண்ணெதிரே கடவுளின் பெயரில் உறுதிமொழி எடுத்து அதனைச் சொன்னார். வதந்தியைப் பரப்பிய மற்றவர்களும் அதே செய்தார்கள். ஆனால் நான் அவர்களுக்கு எதிராகப் புகார் செய்யவில்லை. அவர்கள் எனக்கு எதிராகப் பல குற்றங்களை உருவாக்கிச் சொன்னார்கள். அவர்களுக்கு எதிராக நான் அப்படி ஒரு நம்பிக்கைத் துரோகத்தைச் செய்யமாட்டேன் என்பது அவர்களுக்கு உறுதியாகத் தெரியும். இதனால் அவர்களுக்கு மிகவும் தொக்காகப் போய் விட்டேன். சிறை அதிகாரிகளின் உதவியோடு தங்கள் விருப்பப்படி குற்றச்சாட்டுகளைச் சுமத்தினார்கள்.

சுத்தி இயக்கத்தைப் பற்றி விளக்கிய அத்தியாயத்தில் நான் கூறியிருந்தபடி இந்தச் சமயத்தில்தான் என் அறையைச் சுற்றி முஸ்லிம் வார்டர்களும் துணை அதிகாரிகளும், என் மீது மதிப்பும் மரியாதையும் கொண்டிருந்தவர்கள் காதில் விழுமாறு, சில மணி நேரம் தொடர்ந்து என்னைக் கேவலமாகத் திட்டிப் பேச ஆரம்பித்தார்கள். சிறையில் அப்படி மோசமான முறையில் என்னைத் திட்டுவதற்கு அவர்களுக்கு முழு சுதந்திரம் வழங்கப்பட்டிருந்தது. அவர்கள் என்னைத் தொடர்ந்து தொந்தரவு செய்து கொண்டிருந்தார்கள்.

ஆனால் இதன் தொடர்ச்சியாக நடந்த சம்பவங்கள் மேற்கொண்டு உத்வேகத்துடன் பணியைச் செய்ய என்னைத் தூண்டியது.

எம்டன் நீர்மூழ்கிக் கப்பலும் கலவரமும் களேபரமும்

அந்தமான் கடலில் எம்டன் கப்பல் வந்து, எங்கள் மீது அதிகாரிகள் கொண்டிருந்த கவனத்தை மாற்றச் செய்தது. எங்களுக்கும் ஆசுவாசம் கிடைத்தது. விரைவிலேயே எம்டன் மதராஸில் குண்டு போட்ட செய்தி கிடைத்தது. அதனை ரகசியமாக வைத்துக்கொள்ள அதிகாரிகள் முயன்றனர். ஆனாலும் குடியிருப்புப் பகுதி முழுக்க அந்தச் செய்தி பரவியது. தீவிலிருந்த அதிகாரிகள் அச்சத்தில் இருந்தனர். அந்தமானின் வரலாற்றில் இதுபோன்ற பதற்றமான சூழ்நிலையில் இப்படி அதிகாரிகள் பதில் தாக்குதலுக்கு ராணுவ ரீதியாகத் தயாராகாமல் இருந்ததில்லை. தாக்குதல் ஏற்பட்டால் பாதுகாக்க ராணுவத்தினரை ஒவ்வொரு இடத்திலிருந்தும் அழைக்கும் பணி அவசர அவசரமாக மேற்கொள்ளப்பட்டது. சிறைக்கு அருகிலேயே அவர்கள் ஒரு ஆயுதக் கிடங்கை உருவாக்கினார்கள். சிறையைச் சுற்றி எல்லா இடங்களிலும் பதுங்குகுழிகள் வெட்டப்பட்டு பிரிட்டிஷ் ராணுவத்தினர் அங்குக் காவலுக்கு நிறுத்தப்பட்டனர்.

கல்கத்தாவிலிருந்து ஒரு ரெஜிமெண்ட் பிரிட்டிஷ் ராணுவத்தினர் அங்கு வந்திருந்தனர். கடற்கரையை இரவும் பகலும் அதிகாரிகள் கண்காணித்து வந்தனர். ஒரு சில நாட்களுக்குள் பிரிட்டிஷ் போர்க்கப்பல்கள் அந்தமான் கடற்கரை அருகே வந்தன. பிரெஞ்சு நீர்மூழ்கிக் கப்பல்களும் ரஷ்யக் கப்பல்களும் போர்ட் பிளேயர் அருகே வந்தன. அந்தப் போர்க் கப்பல்களில் இருந்த கப்பற்படை அதிகாரிகள் சிறைக்கு அவ்வப்போது வருகை தந்தார்கள். ரஷ்ய நீர்மூழ்கிக் கப்பலின் கேப்டன் தீவுக்கு வந்திருந்தபோது என்னுடன் வெகுநேரம் பேசிக் கொண்டிருந்தார். அவர் என்னிடம் ஐரோப்பா இன்னும் நான் அந்தமானில் கைதியாக இருப்பதை நினைவில் வைத்திருப்பதாகக் கூறினார். இந்த அதிகாரிகள் அவ்வப்போது வந்து என்னுடன் பேசும்போது தனிமையில் இருந்த எனக்கு ஆறுதல் சொல்லத் தவறவில்லை.

அதிகாரிகளின் முன்னேற்பாடு நடவடிக்கைகள் எதிரிகள் கிழக்குப் புறமாக வந்து இந்தத் தீவைத் தாக்குவார்கள் என்பது தெரிந்தது. நாங்கள் அபிநவ பாரத மண்டல் மற்றும் இதர இந்தியப் புரட்சி அமைப்புகளில் இருந்தபோது ஐரோப்பாவில் ஜெர்மனிக்கும் இங்கிலாந்திற்கும் இடையே போர் மூண்டால் இந்தத் தீவு கிழக்குப் பகுதியிலிருந்து தாக்குதலுக்குள்ளாகும் என்பதை நான் அப்போது கூறி இருந்தேன். கடற்கரையில் ராணுவத்தின் நடவடிக்கைகள் குறித்து எங்களுக்கு எதுவும் தெரியாத வண்ணம் செய்திகளை மிஸ்டர் பாரியும் மற்ற அதிகாரிகளும் மறைத்தனர். ஆனால் அவர்கள் எவ்வளவுதான் ரகசியமாக வைத்துக்கொள்ள நினைத்தாலும் அந்த இடத்தில் எம்டன் கப்பல் வந்து தாக்கக் கூடும் என்ற செய்தி எல்லோரிடமும் பரவிவிட்டது. இச்செய்தி அந்தமான் முழுக்க கவனம் பெற்றது. நகரின் துறைமுகம் தாக்குதல் நடத்தும் அளவுக்கு முக்கியத்துவம் வாய்ந்தது அல்ல. அப்படியென்றால் அந்த நீர்மூழ்கிக் கப்பல் ஏன் இந்தக் கடல் பகுதிக்கு வரவேண்டும்? ஒருவேளை சில்வர் ஜெயிலை குண்டு வைத்துத் தகர்த்து எங்களை எல்லாம் விடுதலை செய்வதற்காக இருக்கும் என்று நினைத்தேன். ஒரு செய்தியை இப்போது சொல்வதில் பிரச்சினையில்லை. என் டாக்டர் நண்பர் ஒருவர் அந்தமானுக்குச் செய்தி அனுப்பியிருந்தார். அதில் அபிநவ பாரதம் மற்றும் இதர புரட்சி அமைப்புகள் கெய்ஸரைத் தொடர்புகொண்டு, இந்த இடத்திற்கு ஒரு நீர்மூழ்கிக் கப்பலை அனுப்பிச் சிறையைத் தகர்த்து எங்களை விடுவிக்க ஏற்பாடு செய்திருப்பதாகக் கூறினார். பிறகு அது பர்மாவுக்குச் சென்று அங்கிருந்து இந்தியாவில் தேவைப்பட்டால் ஒரு வன்முறைப் புரட்சியை உருவாக்க உதவி செய்யுமாம். சாதாரணக் கைதிகள்

எல்லோரும் ஏராளமான நம்பிக்கையுடன் இருந்தனர். ''இன்னும் சில நாள்கள்'' என்ற கோஷம் மாறி, ''இன்றோ அல்லது நாளையோ'' என்ற கோஷம் வலுப்பெற்றது. அவர்கள் ஒருவருக்கொருவர் சந்தித்துக்கொள்ளும்போது இன்றோ நாளையோ விடுதலை ஆகி விடுவோம் என்று பேசிக்கொண்டனர்.

திடீரென்று ஒருவர் வந்து ஜெர்மன் நீர்மூழ்கிக் கப்பல் வந்து விட்டதாகவும் அதனை அதிகாரிகள் பார்த்துவிட்டதாகவும் கூறுவார். பைனாகுலர் மூலம் அதன் நடவடிக்கைகளை கவனித்துக் கொண்டிருப்பதாகச் சொல்வார். தீவிலிருந்த ஐரோப்பியர்கள் தங்கள் பங்களாக்களைவிட்டுப் பாதுகாப்பான இடம் தேடிப் பயந்து ஓடினர். இந்தத் தீவில் கடற்கரை பாதுகாப்புப் பணிக்கு வந்த பிரிட்டிஷ் ராணுவத்தினருக்கு அந்த ஜெர்மன் நீர்மூழ்கிக் கப்பலும் ஜெர்மன் கப்பற்படையும் சிறிது காலத்திற்குப் பெரிய அச்சுறுத்தலாக இருந்தன. அப்படி ஒரு தாக்குதல் நடக்கும், கைதிகள் அங்கிருக்கும் ஐரோப்பியர்களுக்கு எதிராக இருப்பார்கள் என்று அவர்கள் பயந்தார்கள். அவர்களது பயத்திற்குக் காரணம் இல்லாமல் இல்லை. அந்த இடத்தில் இருந்த ராணுவத்தினர் எண்ணிக்கையும் அவர்களிடமிருந்த ஆயுதங்களின் எண்ணிக்கையும் அந்த இடத்தை ஒரு சாதாரண வன்முறைக் கலவரத்திலிருந்து காப்பாற்றக்கூடப் போதுமானதாக இல்லை. அந்தமான் அந்தக் கடலின் ஒரு துளியைப் போன்றது மட்டுமே. அப்படி இருக்கும் போது ஒரு ஜெர்மன் நீர்மூழ்கிக் கப்பல் வந்து குண்டுகளை வீசித் தாக்க ஆரம்பித்தால் எப்படிச் சமாளிப்பது? ஆனால், பிரிட்டிஷ் பேரரசின் பண்பாட்டில் வளர்ந்த பிரிட்டிஷ் ராணுவத்தினர், ஒன்றாகக் கூடி இருந்து அந்த இடத்தை எப்பாடுபட்டாவது காப்பாற்றுவது என்று தீர்மானித்தனர். பயத்தைப் புறந்தள்ளிவிட்டு எதிரியைச் சமாளிக்க முழுமூச்சில் இறங்கினார்கள். அந்த நீர்மூழ்கிக் கப்பலால் ஐரோப்பியர்களின் மனைவிகளும் குழந்தைகளும் மிரண்டுபோனது எனக்கு பெரிய ஆச்சரியம் அளிக்கவில்லை. இதில் ஆச்சரியப்படவேண்டிய விஷயம் என்னவென்றால், நான்காண்டுகள் போர் நடந்தபோது, குறைந்த அளவே இருந்த பிரிட்டிஷார், போரையும் சமாளித்துக்கொண்டு, கைதிகள் மீதான தங்கள் பிடிமானத்தையும் விட்டுவிடாமல், இந்தச் சூழலில் தங்கள் மீதான நம்பிக்கை கைதிகளுக்குக் குறைந்துவிட்ட நிலையிலும், தங்களை எதிரிகளாகப் பாவித்த ஆயிரக்கணக்கான கைதிகள் மத்தியில் எப்படித் தாக்குப் பிடித்தார்கள் என்பதுதான். ஒரு தென்னை மரம்கூட நிலத்திலிருந்து பிடுங்கப்பட அனுமதிக்கப்படவில்லை. தினசரி இரண்டு பவுண்டு கயிறு திரித்தல் பணியிலிருந்து எந்த ஒரு கைதியும்

தப்பிக்க இயலவில்லை. அதே ஒழுங்குமுறைகள், அதே விதிகள், அதே கடுமையான பணிகள் என்று எல்லாம் முறைப்படி நடந்தன.

ஆங்கிலேயர்களின் இந்த உறுதியை, மனதிடத்தை, போராடும் குணத்தை பேஷ்வாக்கள் தங்களுடைய அதிகாரம் பலவீனமாகும் போது ஒழுங்காக மதிப்பிடத் தவறினார்கள். அதேபோல் இப்போது ஹிந்துஸ்தானத்தில் இருக்கும் மக்களும் அதைப்பற்றி அறியாமையில் இருக்கிறார்கள். இந்த மக்களின் அறியாமைதான் எனக்குப் பெருத்த ஏமாற்றத்தை அளிக்கிறது. போர் நடந்து கொண்டிருக்கும்போது லண்டன் விழுந்துவிட்டது, ஜெர்மன் கப்பல்கள் அன்றிரவே அந்தமானைத் தாக்கப் போகின்றன என்று வதந்திகள் உலவின. கைதிகள் அந்தச் செய்திகளை அசைக்க முடியாத உண்மை என்றே நம்பினார்கள். அந்தச் செய்தியின் ஆதாரத்தைக் கேட்கும்போது அவர்களால் பதில் சொல்ல இயலவில்லை. ஒரு சிலர் அதை அந்த அதிகாரியின் சமையல்காரர் சொன்னார் என்றோ வேறு யாரோ ஒருவர் சொன்னார் என்றோ கூறினார்கள். இன்னொருவரோ முதன்மை கமிஷனரின் சமையல்காரர் இந்தச் செய்தியைச் சொன்னதாகச் சொன்னார். முதன்மை கமிஷனருக்கு வந்த கடிதத்தை அவர் பிரித்துப் படித்துவிட்டுத் தன் நாற்காலியில் அமர்ந்து பயத்தில் அவரது தொப்பியை மேஜை மேல் விசிறி அடித்ததைத் தன் கண்ணால் பார்த்ததாக அவர் சொன்னார். மிஸ்டர் பாரி கண்ணீருடன் இருந்தாராம். அவரது சிறிய மகள் பயத்தில் தன் தலையை மடியில் புதைத்து அழ ஆரம்பித்துவிட்டாளாம்.

கைதிகள் குறித்த செய்திகள் இப்படிப்பட்டவைதான். இத்தகைய நிரூபணங்களையே அவர்கள் தந்தார்கள். பேஷ்வாவின் இரண்டாம் பாஜிராவ் இறுதிக் காலத்தில் வந்த பொய்யான தகவல்களை நான் நினைவு கூர்ந்தேன். பாஜிராவின் நம்பிக்கையான செய்தியாளர், முதலாம் யஷ்வந்த்ராவ் ஆங்கிலேயர்களை எதிர்த்து வெற்றி பெற்றுவிட்டார் என்று கூறினார். அப்போது கார்பிர் நகரில் அதன் குடியிருப்பில் அந்தச் செய்தியைப் படித்த அதிகாரி பயத்தில் தன் தொப்பியைத் தரையில் விசிறி அடித்தார். அதே நிகழ்வு, அதே நிரூபணம்தான் இன்றளவும் இந்தியாவின் ஆழ்மனங்களில் உறைந்து கிடக்கிறது. பிரிட்டிஷார் மனம் தளரவில்லை. விரைவாகத் தங்கள் தொப்பியை அணிந்துகொண்டார்கள்! அவர்கள் தோற்றுவிட்டார்கள் என்று நம்பும் நாம்தான் முட்டாள்கள்.

உண்மையில், கடந்த 150 வருட பிரிட்டிஷ் ஆட்சியில் இந்தியாவில் இந்த விஷயத்தில் பிரிட்டிஷாரின் குணாதிசயத்தில் எந்தவிதமான மாற்றங்களும் இல்லை. அவர்கள் பிறவி அரசியல்வாதிகள். மன

உறுதி கொண்ட நிர்வாகிகள். கடுமையான போராளிகள். அதே போல் நாமும் கொஞ்சம்கூட மாறவே இல்லை. அதேபோல் வதந்தி களை நம்பிக்கொண்டு அவர்களை எதிர்க்கத் துணிவில்லாமல் அவர்களது நடவடிக்கைகளைத் தாங்கிக்கொண்டிருக்கிறோம். பிரிட்டிஷ்காரர்கள் கடந்த 150 ஆண்டுகளில் எதையும் மறக்க வில்லை. நாமோ கொஞ்சம்கூட அவர்களிடமிருந்து பாடம் கற்கவில்லை. சாஹிப் தன் தொப்பியைத் தூக்கிப் போட்டார் என்று என்னிடம் செய்தி சொன்னவரிடம், ''முட்டாள்களே, அப்படிச் செய்ய சாஹிப் ஒன்றும் இந்தியனல்ல. ஆங்கிலேயன்! அவர் கோழை அல்ல. ஆங்கிலேயர்களில் ஆயிரத்தில் ஒருவரைத்தான் கோழையாக நீங்கள் பார்க்கமுடியும். மற்றவர்கள் எந்த விதத்திலும் கொஞ்சம்கூட அடிபணிய மாட்டார்கள். இறுதிவரை போராடுவார்கள். ஆயிரம் ஆடுகளாக நாம் இருக்கும்போது வெறும் ஐந்து சிங்கங்களாக அவர்கள் இங்கே இருந்து நம்மைச் சமாளித்துக் கொண்டிருக்கிறார்கள். பயத்தினால் தொப்பியைத் தூக்கித் தரையில் போட்டிருக்கமாட்டார். பாரியின் மகள் பயத்தினால் தன் முகத்தை கால்களில் மூடிக் கொண்டிருக்கமாட்டாள். அவளுக்குத் தூக்கம் வந்திருக்கும். அதனால் அப்படி செய்திருப்பாள். இந்த நீர்மூழ்கிக் கப்பல் பற்றிய செய்தியா அவளை பயமுறுத்தி இருக்கும் என நினைக்கிறீர்கள்?'' என்று கேட்டேன்.

பிரிட்டிஷார் சொல்லும் செய்தியின் உண்மைத்தன்மை அறியாமல், ''இன்றோ நாளையோ விடுதலையாகி விடுவோம்'' என்று சந்தோஷப்படுவது முட்டாள்தனம். அதை அப்படியே நம்புவது தொலைநோக்குப் பார்வையற்ற ஒரு செயல். போர் மூண்டு அரசுகளும் பேரரசுகளும் விழுகின்றன. போரின் தாக்கத்தை மீறி இந்தியாவின் தெய்வங்கள் உறுதி மாறாமல் நிற்கும். போர் இந்தியாவை எவ்வகையிலும் வீழ்ச்சியடையச் செய்யாது. ஜெர்மன் நீர்மூழ்கிக் கப்பலைப் பற்றி எனக்கு வந்த செய்திகள் மூலம், இப்போரினால் நமக்கு நன்மையே கிடையாது என்றோ, நாம் எப்போதும் வலுவற்றவர்களாக இந்தச் சிறையில் வாடிக் கொண்டிருப்போம் என்றோ சொல்வதும்கூட மடத்தனம் என்பது எனக்குப் புரிந்தது. அந்த எம்டன் கப்பல் இந்தக் கடல் பகுதிக்கு வந்தது, தாக்குதல் நடத்தி எங்களை விடுதலை செய்யத்தான் என்று நான் இன்னமும் நம்பினேன். அது வெகு சீக்கிரம் நடந்துவிடும் என்றும் எதிர்பார்த்தேன். அந்தமானுக்குப் பண உதவி தேவை என்று முதன்மை கமிஷனர் கல்கத்தாவிற்கு அனுப்பிய செய்தியை எம்டன் இடைமறித்துத் தெரிந்து கொண்டதன் மூலம் பணத்தைக் கொண்டுவந்த கப்பலை மறித்து அந்தப் பணத்தைக் கொள்ளையடிக்கவும் செய்தது.

இதனால் அந்தமானில் பொருட்களுக்கு ஒன்றிரண்டு முறை பெரிய தட்டுப்பாடு ஏற்பட்டது. அந்தமானுக்கு அருகில் ரங்கூன், கல்கத்தா, மதராஸ் போன்ற பகுதிகளிலிருந்து கப்பல்கள் எதுவும் வர முடியாத நிலை பல மாதங்களுக்கு நீடித்தது. இந்த நிலை எத்தனை நாள் நீடிக்கும் என்பதும், எப்போது நாம் எதிரியிடம் சரணடையவேண்டும் என்பதும் யாருக்கும் தெரியவில்லை. அதன் பிறகு...?

எதிர்காலத்தைச் சரியாகக் கணிக்கமுடியாத சூழலில் நம் மனம் குழப்பத்தில் இருக்கும். ஆனால் இந்த வாய்ப்போ வாழ்வில் ஒரே ஒருமுறை கிடைக்கக்கூடிய வாய்ப்பு. எனவே இப்படிய ஒரு சூழ்நிலை ஏற்படுமானால் என்ன செய்யவேண்டும் என்பது குறித்து சிந்திக்க ஆரம்பித்தோம். ஜெர்மன் நீர்மூழ்கிக் கப்பல் தாக்குதலை மேற்கொண்டு அதன்மூலம் அந்தமான் சிறையில் உள்ள கைதிகள் விடுவிக்கப்பட்டால்...?

வெளிநாட்டில் உள்ள புரட்சியாளர்கள் மூலமாகக் கப்பலின் நடவடிக்கைகள் எனக்குத் தெளிவாகத் தெரிந்தன. அதன் அடிப்படையில் என் நிலைப்பாட்டை அரசியல் கைதிகளுக்கும் மற்றவர்களுக்கும் ரகசியமாக எடுத்துச் சொன்னேன். அத்தகைய அவசர நிலையில் நாம் செய்யவேண்டிய காரியங்களையும் விளக்கினேன். அவர்கள் அஜாக்கிரதையாக இருக்கக்கூடாது, எதற்கும் தயாராக இருக்கவேண்டும். ''பிரிட்டிஷ்காரர்களை எளிதில் வெற்றிகொண்டுவிடலாம் என்று முட்டாள் போல் நினைத்துக் கொண்டிருக்காதீர்கள்'' என்று அவர்களுக்குச் சொன்னேன். ஒருவேளை எம்டன் இங்கு வந்து நம்மை விடுவித்தால் நாம் இங்கிருந்துகொண்டு இந்தியாவில் ஒரு புரட்சிக்குத் தயாராக வேண்டும். நம் தேசத்திற்காக நம் கடமையைச் செய்யவேண்டும். முட்டாள் தனமான நம்பிக்கைகளையும் பயனற்ற ஆசைகளையும் நம்பி ஏமாந்துவிடக்கூடாது. எப்போது முடிவெடுத்தாலும் சுயநலமற்று அறிவுபூர்வமாக யோசிக்கவேண்டும். கைதிகளிடையே சந்தேகம் மிகுந்திருந்த இந்த அலுப்பூட்டும் நாள்களில், ஜாக்கிரதை உணர்வு, கடமை ஆகியவற்றை வலியுறுத்திப் பேசினேன்.

சில ஆண்டுகள் கழித்து வெளியான ரவ்லட் கமிட்டி அறிக்கை மூலம் எனக்கு எம்டனுக்கு அந்தமான் குறித்த அதுபோன்ற திட்டங்கள் இருந்தது தெரியவந்தது. ஆகவே என் கணிப்பு அடிப்படையற்றது அல்ல. வெளிநாடுகளில் இந்தியப் புரட்சியாளர்களின் நடவடிக்கை, ஜெர்மனியுடன் அவர்களுக்கு இருந்த தொடர்பு ஆகியவற்றைப் பற்றி அந்த அறிக்கை சொல்லி இருந்தது. அதன்படி, போர் ஆரம்பித்த முதல் வருடம் அவர்களுக்கு அந்தமானைப் பிடித்து

எங்களை விடுவிக்கவேண்டும் என்ற எண்ணம் இருந்தது தெளிவாகத் தெரிந்தது. அவை வெற்றுப் புரளிகள் அல்ல என்பதும், அந்தமானின் கடற்கரையில் எம்டன் நடமாடியபோது அந்தத் திட்டங்கள் கிட்டத்தட்ட நிறைவேறின என்பதும் எனக்குத் தெரியும். அப்படி ஒரு தாக்குதல் நடக்க நிச்சயம் வாய்ப்பிருந்தது என்று அப்போது தீவில் இருந்த ஐரோப்பிய அதிகாரிகள் பின்னர் தங்கள் அறிக்கைகளில் தெரிவித்தார்கள்.

எம்டனைப் பிடித்த பிறகு, இந்த விஷயங்களை எல்லாம் நிச்சயமாகத் தெரிந்துகொண்ட அரசாங்கம், எப்படி இந்தச் சிறையை ஒரு ராணுவக் கோட்டையாக மாற்றியது என முன்பே குறிப்பிட்டிருக்கிறேன். எங்களுடன் இருந்த ஒரு துரோகி ஒருமுறை மிஸ்டர் பாரியிடம், ஜெர்மன் விமானம் ஒன்று கீழே வந்து சிறையிலிருந்து சாவர்க்கரை விடுவித்துச் செல்வதற்கான திட்டம் பரிசீலனையில் இருப்பதாகச் சொன்னான். இந்தக் கற்பனைச் செய்தியை முறியடிக்க மிஸ்டர் பாரி சிறையின் மத்தியப் பகுதியில் ஏராளமான ராணுவ வீரர்களை நிறுத்தி இருந்தார். சிறையைக் காவல் காப்பதற்கு ஏற்கெனவே நிறைய பிரிட்டிஷ் ராணுவ வீரர்கள் இருந்தபோதிலும், கூடுதலாக இவர்கள் நியமிக்கப்பட்டார்கள். இந்தப் பாதுகாப்புப் பணி ஐரோப்பாவில் போர் முடிந்தபிறகும் பல மாதங்களுக்குத் தொடர்ந்தது. எம்டன் சம்பவத்திற்குப் பிறகு என்னை மிகவும் தீவிரமாகக் கண்காணிக்க ஆரம்பித்தனர்.

எங்களுடன் இருந்த துரோகிகளுக்கு என்னைப் பற்றி பல வதந்திகளைக் கிளப்ப அந்தத் தருணம் அருமையான வாய்ப்பாக அமைந்தது. அவர்கள் பல பொய்க் கதைகளை உயர் அதிகாரிகளிடம் கூறினர். இந்தக் கதைகளைப் பரப்புவதில் அதிக நேரம் செலவிட்டார்கள்.

தீவில் பிரிட்டிஷ் ராணுவத்தினரின் ஒரு ரெஜிமென்ட் வந்து தங்கிய போது எங்கள் துரோகிகள் எங்களுக்கு எதிராக இதுபோன்ற பல கதைகளைக் கூறி நிம்மதியடைந்தார்கள். இந்தச் சிறையில் இத்தகைய மோசமான சூழலில் ராணுவத்தினருக்கு எந்தவிதமான பொழுதுபோக்கு அம்சங்களும் இருக்கவில்லை. அவர்களுக்குத் தேவைப்பட்ட பொழுதுபோக்கைத் தருவதற்கு எங்கள் நண்பர்கள் தயாராக இருந்தனர். என்னைப் பற்றியும் என் புரட்சிகர நடவடிக்கை களைப் பற்றியும் இந்தச் சிறையில் நான் செய்யும் காரியங்களைப் பற்றியும் ஜெர்மனியுடன் எனக்கு உள்ள ரகசியத் தொடர்புகள் பற்றியும் அவர்கள் பல கதைகளை இட்டுக் கட்டி ராணுவத்தினர் களுக்குப் பொழுதுபோகும்படியாகக் கூறினார்கள். அவர்கள் கூறிய

கதைகள், எம்டனின் நடவடிக்கைகள் குறித்த தீவிரமான விவாதங் கள் நடந்தபோது அதிகாரிகள் என்னைப் பற்றி சொன்னவை எல்லாம், உண்மையும் பொய்யும் கலந்து, கல்கத்தாவிலிருந்து வெளிவந்த 'டிச்சர்'* என்ற பத்திரிகையில் வெளியாயிற்று. நான் இதைப்பற்றிப் பிறகு கூறுகிறேன்.

எங்களை, அதிலும் குறிப்பாக அரசியல் கைதிகளைக் கட்டுப் படுத்துவது எளிதான காரியமாக இருக்கவில்லை. எங்களுக்கு ஆயுள் தண்டனை தரப்பட்டு அந்தமானுக்கு நாடுகடத்தப்பட்டவுடன் எங்கள் நடவடிக்கைகள் எல்லாம் ஒரு முடிவுக்கு வந்துவிடும் என்றும், நாங்கள் அந்தமானிலிருக்கும் சுடுகாட்டில் புதைக்கப்படு வோம் என்றும், எங்களுக்கு மீட்பே இல்லை என்றும் கருதி இருப்பார்கள். மேற்கொண்டு எங்களைப் பற்றிக் கவலைப்பட வேண்டிய அவசியமில்லை என்றும் நினைத்திருப்பார்கள். ஆனால் உலகம் எங்களை மறந்துவிடவில்லை. மாறாக, அந்தமானில் சிறை வைக்கப்பட்டிருக்கும் அரசியல் கைதிகளைப் பற்றிப் பலரும் எழுதவும் பேசவும் செய்தார்கள். சிறை ஒரு கோட்டை போல் மாற்றியமைக்கப்பட்டது. அதில் ஆயுதங்கள் குவிக்கப்பட்டுத் தீவிரமாகப் பாதுகாக்கப்பட்டுக் கண்காணிக்கப்பட்டது. கடற்கரை போர்க்கப்பல்களாலும் நீர்மூழ்கிக் கப்பல்களாலும் பாதுகாக்கப் பட்டது. நாங்கள் அங்கே இருந்து தப்பித்துவிடுவோம் என்று அஞ்சி இப்படிச் செய்தார்கள்.

அந்தமானில் சிறையில் வாடிக் கொண்டிருக்கும் எங்களை இந்தியாவிலிருந்த சகோதரர்கள் நினைவில் வைத்துக் கொண்டிருந்தார்கள் என்பது எங்களுக்கு ஆறுதல் அளித்தது. இந்தச் சிறையில் சோகத்துடன் மிகக் கொடுமையான சித்திரவதைகளுக்கு உள்ளாகி வாடிக்கொண்டிருக்கும்போது, அவர்கள் எங்களை நினைவில் வைத்துக்கொண்டிருந்தது எங்களுக்கு நம்பிக்கையையும் தைரியத்தையும் கொடுத்தது. இதை இங்கே குறிப்பிடுவதை என் கடமையாக நினைக்கிறேன். ஒவ்வொரு நாளும் எங்கள் மீது ஏதேனும் புதிதாகத் தேசத்துரோக அல்லது பிரிவினைவாதக் குற்றச்சாட்டுகள் சுமத்தப்படும் என்று பயந்து கொண்டிருந்தோம். ஏனென்றால் இந்த நாள்களில் எங்களைப்பற்றி அப்படி ஒரு திட்டமிட்ட பொய்ப் பிரசாரம் நடந்து கொண்டிருந்தது. எங்களைப் பற்றித் தவறான தகவல்களைக் கூறியவர்கள் யார்? நம் மக்களே.

---

* Ditcher

மிஸ்டர் பாரியுடன் சேர்ந்துகொண்டு, தங்களைக் காத்துக்கொள்ள, எங்களைக் காட்டிக்கொடுத்த துரோகிகள்!

இந்தக் குழப்பத்திலும் எங்களுக்கு ஒரு சந்தோஷம் என்னவென்றால் இந்தப் போர் மூலம் இந்தியாவின் விடுதலை உலக அளவில் பேசப்படும் ஒரு விஷயமாயிற்று என்பதுதான். இந்தப் போரினால் எங்கள் நம்பிக்கை கூடியது. இந்தியப் பாலைவனம் மீண்டும் சொர்க்கமாகும் என்ற எண்ணம் வளர்ந்தது. இவையே எங்களை உயிர்ப்புடன் வைத்திருந்த நினைவுகள். ஆனால் இந்தப் போர் இந்தியா உட்பட ஒட்டுமொத்த உலகத்தையும் பாலைவனம் ஆக்கும் என்ற செய்தி எங்களுக்குக் கிடைத்தது.

எங்கள் வாழ்க்கை மகிழ்ச்சிக்கும் கண்ணீருக்கும் இடையே ஊசலாடிக் கொண்டிருந்தது. ஆனாலும் நாங்கள் குழப்பங்களிலிருந்தும் சோகத்திலிருந்தும் மீண்டெழுந்து, எதிர்வரும் விடியலை நோக்கி எதிர்பார்ப்புடன் காத்திருந்தோம். கவிஞனின் வார்த்தைகளில் முடிக்கவேண்டும் என்றால், "எதிர்வரும் பொன் விடியலுக்காக நடு இரவின் சோக வானில் வண்ணமடித்துக் கொண்டிருந்தோம்."

அத்தியாயம் 4

(1914-1918) அந்தமானுக்கு மீண்டும் அதிகம் வந்த அரசியல் கைதிகள்

ஜெர்மன் நீர்மூழ்கிக் கப்பல் அந்தமான் தீவைத் தாக்குவதற்காக முயற்சிகள் செய்துகொண்டிருந்தபோது, நண்பன் ஒருவனின் மூலம், 'மீரட்டில் கலகம்' என்ற தலைப்பில் பத்திரிகைத் துண்டு ஒன்று எனக்கு வந்தது. அதை அலுவலகத்தில் எழுத்தராக வேலை செய்துகொண்டிருந்த அரசியல் கைதி ஒருவர் என் அறைக்குள் எறிந்துவிட்டுச் சென்றார்.

இந்தியாவில் மீரட்டில் உள்ள ராணுவம் மூலம் அரசாங்கத்துக்கு எதிராக ஒரு புரட்சி செய்ய ஒரு திட்டம் தீட்டப்பட்டிருந்தது, மே மாத இறுதியில் அரசால் கண்டுபிடிக்கப்பட்டது. அது தொடர்பாகப் பலர் கைது செய்யப்பட்டனர். சிலர் விசாரணை செய்யப்பட்டுச் சிறைக்கு அனுப்பப்பட்டனர். அந்தத் தலைப்பைப் படித்ததும் உடல் முழுக்க உற்சாகம் தொற்றிக்கொண்டது.

1857ல் மீரட் நகரில் மே மாதத்தில் இந்தியப் படைகள் ஆங்கிலேய எஜமானர்களுக்கு எதிராகப் புரட்சி செய்ய ஆரம்பித்தனர். நாடு முழுக்கப் பரவியிருந்த புரட்சி என்னும் கொதிகலனின் ஒரு சிறு பொறிதான் அது. தற்போதைய இந்தக் கலகத்தின் முடிவு என்னவாக இருக்கும் என்று யோசித்தேன். இது ஒரு பெரிய புரட்சியின் துவக்கமா?

இது மீரட்டில் மட்டும் நடந்த சம்பவம் என்றால் இதனைப் பற்றி அரசாங்கம் பெரிதாக அலட்டிக் கொள்ளாது. இந்தச் செய்தியை நாடு முழுக்கப் பரப்பாது. பத்து வருடங்களுக்கு முன் இருந்த

இந்தியாவிற்கும் இப்போதுள்ள இந்தியாவிற்கும் எவ்வளவு வித்தியாசம்! மனுக்கள், முறையீடுகள், எதிர்ப்புகள், சதி, வன்முறை, கலவரம், துப்பாக்கிகள், குண்டுகள், புரட்சி, ராணுவத்தின் கலகம், அதைப் பற்றிய பல்வேறு வதந்திகள். பத்து வருடக் காலத்தில் இந்தியாவில் காலம் கொண்டுவந்த மாற்றங்கள்!

1857ல் நடந்த சுதந்திரப் போராட்டத்திற்குப் பிறகு இந்திய அரசியல் களத்திலிருந்து கலகம் என்ற வார்த்தை அறவே நீக்கப்பட்டது. அந்தச் சிந்தனையே இந்திய அரசியல் வானில் மறைந்துபோனது. 1914ல் ஐரோப்பாவில் நடந்த போர் மூலமாக, ஃபீனிக்ஸ் பறவை போல, மீண்டும் அத்தகைய சிந்தனை இந்திய அரசியல் வானில் வலம் வர ஆரம்பித்திருக்கிறது. மக்களின் துணிச்சல் அதன் உச்சத்தில் இருக்கிறது.

அந்த வாரம் முழுக்க சிறையிலுள்ள எல்லோரும் மீரட் கலவரத்தைப் பற்றிப் பேசிக்கொண்டிருந்தோம். அதன்பிறகு லாகூரிலும் பஞ்சாப்பிலும் கலகம் நடந்ததாகச் செய்திகள் வந்தன. சில நாள்களில், படைக்குப் போய் பணியில் சேர மறுத்த சிப்பாய்கள் அந்தமானுக்குக் கைதிகளாக அனுப்பப்பட்டார்கள். அதன்மூலம் இந்தியாவில் நடந்து கொண்டிருக்கும் போராட்டத்தைப் பற்றிய நேரடிச் செய்திகள் எங்களுக்குக் கிடைத்தன.

நாங்கள் கடைசியாக வேலை நிறுத்தம் செய்தது 1914ம் வருடம். அதற்குப் பிறகு ஆயுள் தண்டனை பெற்ற எங்களைப் போன்ற ஒரு சிலரைத் தவிர மற்ற அனைத்து அரசியல் கைதிகளும் இந்தியாவிற்கு அனுப்பப்பட்டனர். அதைப் பற்றி நான் ஏற்கெனவே எழுதியிருக் கிறேன். ஆனால் இந்தப் போரினால் ஏற்பட்ட குழப்பத்தில் அந்த விதிகளை எல்லாம் யார் பின்பற்றப் போகிறார்கள்? புரட்சி செய்ததற்காகக் கைது செய்யப்பட்ட எல்லா அரசியல் கைதிகளும் கும்பல் கும்பலாக இந்தச் சிறைக்கு அனுப்பப்பட்டனர். அவர்கள் மூலம் நம் நாட்டிலும் ஐரோப்பாவிலும் நடந்து வரும் போர் குறித்தும் எங்களுக்கு நம்பத்தகுந்த செய்திகள் கிடைத்தன.

ஜெர்மன் நீர்மூழ்கிக் கப்பல்கள் அந்தமான் கடலில் போக்கு வரத்தைச் சில நாட்களுக்குத் தடை செய்திருந்தன. அங்கு வந்த ஒன்றிரண்டு வணிகக் கப்பல்களையும் கைப்பற்றியிருந்தார்கள். இந்தியாவிற்கும் அந்தமானுக்கும் இடையே கடல் ரீதியாக எந்தத் தொடர்பும் இருக்கவில்லை. இந்தியாவிலிருந்து எந்தக் கைதியையும் அந்தமான் சிறைக்கு அனுப்ப முடியாது. ஜப்பான், ரஷ்யா, பிரிட்டன் ஆகிய நாடுகளின் போர்க்கப்பல்கள் இந்த

நீர்மூழ்கிக் கப்பல்களை அழித்தவுடன் இந்தியாவிற்கும் அந்தமானுக்கும் இடையே பாதுகாப்பான கடல் போக்குவரத்து மீண்டும் தொடங்கியது. அதிலிருந்து அந்தமானுக்கு மீண்டும் சலான்கள் இந்தியாவிலிருந்து அனுப்பப்பட ஆரம்பித்தனர்.

ஒருநாள் சில்வர் ஜெயிலுக்கு அரசியல் கைதிகள் கும்பலாக வந்தனர். லாகூர் சதிவழக்குக் குற்றவாளிகளின் முதல் அணி இது. கடார் வழக்கில் சம்பந்தப்பட்ட அவர்களில் பெரும்பாலானோர் சீக்கியர்கள்.

அவர்களைப் பார்த்தவுடன் நான் சிறையில் இருந்த மோசமான நிலையை மறந்துவிட்டு ''இதோ சீக்கியர்கள், நான் கூறியபடியே அவர்களும் இங்கே வந்துவிட்டார்கள்'' என்று கூவினேன்.

நான் இங்கிலாந்தில் இந்தியப் புரட்சிகர நடவடிக்கைகளை நடத்திக்கொண்டிருந்தபோது ஒருநாள் சீக்கிய நண்பர் சர்தார் ஹர்னைன் சிங் இந்தியாவில் உள்ள சீக்கியர்களுக்குத் தேசிய எழுச்சி உண்டாக்குவது பற்றிப் பேசிக்கொண்டிருந்தார். அப்போது இங்கிலாந்தில் பல சீக்கிய மாணவர்கள் படித்துக் கொண்டிருந்தார்கள். இந்திய ராணுவத்திற்கு ஆள் எடுப்பதற்கு பஞ்சாப் ஒரு முக்கியமான இடமாக இருந்தது. இந்த இளைஞர்கள் இந்தியாவிற்குத் திரும்பியபின் சீக்கிய சமுதாயம் மூலம் பஞ்சாப்பில் உள்ள கிராமம்தோறும் வீடு வீடாகத் தேசியம் பற்றிய விழிப்புணர்வை எளிதில் பரப்ப முடியும். அதனை எப்படிச் செய்வது என்று என் நண்பருக்கு நான் திட்டம் வரைந்து கொடுத்தேன். சீக்கியர்கள் ஹிந்து சமுதாயத்தின் ஒரு பகுதி என்று நான் கருதியதால் அந்தப் பணிக்கு முக்கியத்துவம் கொடுத்தேன். என் நண்பர் ஹர்னைன் சிங் அதைப்பற்றி எந்த நம்பிக்கையும் இல்லாமல் இருந்தார். சீக்கியர்கள் தங்களுடைய மதத்தைத் தாண்டி வேறு எதைப் பற்றியும் சிந்திக்க மாட்டார்கள், அவர்களுக்கு பஞ்சாப்பைத் தாண்டி வேறெதிலும் ஆர்வம் கிடையாது என்று சொன்னார். அவர்களுக்குத் தேசியப் பார்வை கிடையாது, அவர்களைத் தேசிய நீரோட்டத்துக்குள் கொண்டுவருவதும் அவர்களைத் தேசியவாதிகளாக உணர வைப்பதும் மிகவும் சிரமம் என்றும் கூறினார். பந்த் மற்றும் சங்கம் ஆகியவற்றில் ஈடுபாடு கொண்ட அவர்களை அரசியல் ரீதியான ஹிந்துக்களாகவும் இந்தியர்களாகவும் சிந்திக்க வைப்பது மிகவும் கடினம் என்றார். நான் அவரிடம், ''நீங்களும் ஒரு சீக்கியர். அரசியல் பற்றி சுமாரான அபிப்பிராயம் கொண்ட ஒரு குடும்பத்தில் இருந்து வந்திருக்கிறீர்கள். இங்கிலாந்தில் கல்வி கற்ற நீங்கள் இப்போது எங்களில் ஒருவராகிப் புரட்சி செய்யத் தயாராகி, நாட்டிற்காக எல்லாவற்றையும் தியாகம் செய்ய முன்வந்திருக்கிறீர்கள்.

உங்களால் இது சாத்தியம் என்றால் ஏன் மற்ற சீக்கியர்களால் முடியாது? நான் சீக்கியர்களின் சரித்திரத்தைப் படித்திருக்கிறேன். அவர்கள் எப்படிப்பட்டவர்கள் என்று தெரியும். நான் சொன்ன திட்டத்தின்படி நீங்கள் வேலை செய்யுங்கள். இங்கும் இந்தியாவிலும் நீங்கள் பார்க்கும் ஒவ்வொரு சீக்கியரிடமும் இதைப் பற்றி விவாதம் செய்யுங்கள். இன்னும் ஐந்து வருடக் காலத்தில் அவர்களிடத்தில் நீங்கள் பெரிய மாற்றத்தைக் காண்பீர்கள். அவர்கள் எல்லோரும் நம் பக்கம் வந்து விடுவார்கள். இதில் எனக்குச் சந்தேகமே இல்லை'' என்று கூறினேன். இது 1908 அல்லது 1909ம் ஆண்டு வாக்கில் கூறியது.

சீக்கியர்கள் அந்தமான் சிறையில் குவிவதைப் பார்த்ததும் அன்று நண்பருடன் பேசியது நினைவுக்கு வந்தது. ''நான் கூறியபடியே அவர்கள் வந்துவிட்டார்கள்'' என்று நண்பர்களிடம் சொன்னேன்.

மீதமிருப்பது நேபாளிகள் மட்டுமே. அவர்களும் எங்களுடன் சேரவேண்டும். ஹிந்து சமுதாயத்தில் கூர்க்காக்களோடு சீக்கியர்களும் இணைந்துவிட்டார்கள் என்றால், ஹிந்துக்கள் ஒன்றாகிவிடுவார்கள். அது மற்றவர்களுக்கு ஒரு வலுவான முன்னணியாக இருக்கும்.

சூழலுக்கு ஏற்றார்போல் அவ்வப்போது இப்படியான சிந்தனைகள் வந்து கொண்டிருக்கும். சிக்கிய குற்றவாளிகளில் முதலில் வந்த சீக்கியக் குற்றவாளிகளின் குழுவிற்குப் பிறகு, பஞ்சாப்பின் பல்வேறு மாவட்டங்களிலும் இருந்து சதி வழக்குகளில் தண்டனை பெற்ற பல அரசியல் கைதிகள் வந்தார்கள். ரங்கூன், சிங்கப்பூர், பாஸ்ரா போன்ற இடங்களுக்குச் செல்ல மறுத்த ராணுவ வீரர்களில் சிலரும் இங்கு அனுப்பப்பட்டிருந்தார்கள். இவர்கள், கலகம் மற்றும் சதி வழக்குகளில் தண்டனை பெற்றவர்கள். அவர்களது வருகை, இந்தச் சிறைச்சாலையில் பலதரப்பட்ட அரசியல் கருத்துகள் உலவ வழிவகுத்தது. பல்வேறு வழக்குகளில் கைதான கிட்டத்தட்ட 150 அரசியல் கைதிகள் இந்தச் சிறைக்குக் கொண்டுவரப்பட்டார்கள். சிலர் சிங்கப்பூரில் கலகம் செய்தவர்கள். சிலர் ரங்கூன் வழியாக சியாம் சென்று ராணுவத்தில் கலகத்தைப் பரப்பியவர்கள். சிலர் பெனாரஸ் சதி வழக்கில் தண்டனை பெற்றவர்கள். சிலர் வங்க அரசியல் கொள்ளைகளுக்காகத் தண்டனை பெற்றவர்கள். இவர்கள் எல்லோருக்கும் நீண்ட காலச் சிறைத் தண்டனை விதிக்கப் பட்டுள்ளது. இவர்கள் எல்லோரது குற்றம் மற்றும் வழக்குப் பற்றிய கதைகளை முழுமையாகச் சொல்ல முடியாது. அவர்களது பெயர்களைக்கூடச் சொல்ல முடியாது. அதனால் அதனைப் பிற்பாடு வைத்துக் கொள்வோம்.

சமீபத்தில் வந்தவர்களில் எனக்கு ஒருவரை நன்றாகத் தெரியும். அவர் பேராசிரியர் பிரேமானந்த். ஆனால் அவர்கள் அனைவரிடமும் முதலில் பேசும்போது கைதிகள் என்றே அழைத்தேன். அப்போது தான் சிறைக்கு வந்தபின் அவர்களது அரசியல் பார்வையில் ஒரு முழு மாற்றம் கிடைக்கும். அவர்கள் மற்றவர்களிடமிருந்து அவர்களது கொள்கைகள், தியாகங்கள், வழக்கு விவரங்கள், மற்ற புரட்சியாளர்களின் கதைகள், சதித் திட்டங்கள், வீர மரணங்கள் என எல்லாவற்றையும் கேட்டுத் தெரிந்துகொண்டார்கள். பிரான்ஸில் நடக்கும் போரைப் பற்றிய விவரங்களை அறிந்துகொண்டார்கள். இந்த நேரடித் தகவல்கள் அவர்களது நினைவிலும் நடவடிக்கையிலும் பெரிய மாற்றத்தை உண்டாக்கின. அவர்களுக்கு அரசியல் வாழ்க்கையைப் பற்றிய ஒரு அறிமுகத்தைக் கொடுத்து, இந்திய அரசியலில் அவர்கள் எத்தகைய பங்கைச் செலுத்தவேண்டும் என்பது பற்றி விளக்க நினைத்திருந்தோம். இந்தப் புதிய கைதி களுடனான நட்பு, அவர்களது ஆர்வம் பெரிய அளவில் வளர்ந்து அறிவை ஆழப்படுத்திக்கொள்ள உதவியது.

எனக்கு அவர்களில் பேராசிரியர் பிரேமானந்த் ஒருவரை மட்டும் தான் தெரியும். ஆனால் அவர்களில் பலருக்கு என்னைத் தெரிந்திருந்தது. என் கட்டுரைகளை மற்றும் புத்தகங்களை அவர்கள் படித்திருந்தார் கள். என் மீது வைத்திருந்த மதிப்பு காரணமாக என்னைப் பார்க்க வேண்டும் என்று அவர்கள் ஆர்வமாக இருந்தார்கள். அவர்களை என்னிடமிருந்து விலக்கி வைக்க சிறை அதிகாரிகள் முடிந்தவரை முயற்சி செய்தார்கள். ஆனால் அவர்களது எண்ணிக்கை அதிகமாக இருந்ததால் அதிகாரிகளால் இயலாமல் போனது. விரைவிலேயே என்னுடன் அவர்கள் மிக நெருக்கமானார்கள். அவர்கள் என்னிடம், 'கத்தார்'* என்னும் அமெரிக்கச் செய்தித்தாள், இந்தி, உருது, பஞ்சாபி ஆகிய மொழிகளில் என் '1857 இந்திய சுதந்திரப் போராட்டம்' என்ற புத்தகத்தை வெளியிட்டது என்று கூறினார்கள். கத்தார் இயக்கத்தின் முக்கியத் தலைவர்களில் ஒருவரான பண்டிட் ஜெகத்ராம் லாகூர் சதிவழக்கில் தன்மீது கூறப்பட்ட குற்றச்சாட்டை எதிர்த்து வாதாட மறுத்து மரண தண்டனை பெற இருந்தார் என்றும், கூடவே, தானே அக்குற்றங்களைச் செய்ததாக ஒப்புக்கொண்டார் என்றும் கூறினார்கள். ஒருவர், "நான் அரசியலில் ஈடுபாடு இல்லாத ஒரு சாதாரண ஆள். மகிழ்ச்சியைத் தவிர வாழ்க்கையின் எந்த ஒரு முக்கியத்துவத்தையும் அறியாதவன். அரசியல் பக்கம் ஒதுங்குவதே

---

* Gadar

கிடையாது. உங்கள் சிப்பாய்க் கலகம் பற்றிய புத்தகத்தைப் படித்தேன். பகலிலும் இரவிலும் முழுக்கப் படித்து ஒரே நாளில் முடித்தேன். அதையும் என் பழைய வாழ்க்கை முறையையும் சிந்தித்தேன். நாட்டின் சுதந்திரத்திற்காக உழைப்பேன் என்று உறுதி எடுத்தேன். இதோ, இப்போது உங்கள் முன் இருக்கிறேன்'' என்று கூறினார். பதிலுக்கு நகைச்சுவையாக, ''அப்படியென்றால் என் புத்தகம் உங்களுக்கு அந்தமானுக்கு டிக்கெட் வாங்கிக் கொடுத்து விட்டது'' என்று அவரிடம் சொன்னேன்.

இந்திய ராணுவத்தில் வெகுகாலம் பணியாற்றி, பிறகு சொந்தத் தொழில் மூலம் ஏராளமான சொத்துக்களைச் சம்பாதித்திருந்த ஒரு சீக்கியர் என்னிடம், கத்தார் பத்திரிகையில் வந்த என் கட்டுரை களைப் படித்தது, புரட்சிகர இயக்கத்தில் சேர்ந்து விடுதலைக்காகப் போராடும் எண்ணத்தைத் தூண்டியது என்று சொன்னார். அவர் இயக்கத்தில் சேர்ந்து, ஏராளமான தன் சொத்துக்களை, தன் பெயர் வெளியில் தெரியாமல், இயக்கத்துக்குக் கொடுத்ததாகக் கூறினார். அதன் பலனாக அவர் இப்போது தண்டனை பெற்று நாடுகடத்தப் பட்டு அந்தமானுக்கு வந்திருக்கிறார். என்னிடம் அதைப் பற்றிப் பேசிக்கொண்டிருந்தார். சீனாவில் இந்தியாவைப் பற்றியும் அதன் தற்போதைய போராட்டத்தைப் பற்றியும் அறிந்த முற்போக் காளர்கள் அவரிடம், ''மிஸ்டர் சாவர்க்கர் எங்கே இருக்கிறார்? அவர் எந்தச் சிறையில் அடைக்கப்பட்டிருக்கிறார்?'' எனக் கேட்டதாகக் கூறினார். அதற்கு அந்த வயதான மனிதர் அவர்களிடம் நான் பட்ட கஷ்டங்களைச் சொல்லி இருக்கிறார். அதைக் கேட்டு அவர்கள் மிகவும் வருந்தினார்களாம். நான் இங்கிலாந்தில் இருந்தபோது செய்தித்தாள்களில் டாக்டர் சன்யாட்சன் தலைமையில் நடந்த சீனப் புரட்சிகர இயக்கம் பற்றி எழுதுவது வழக்கம். 1915 மற்றும் 1916 ஆண்டுவாக்கில்கூட சிலர் அதனை ஞாபகம் வைத்திருக்கிறார்கள். என் பணிகள் வீணாகப் போகவில்லை என்ற ஆறுதல் எனக்குக் கிடைத்தது.

கோலுவைப் பற்றிக் குறிப்பிடுகையில், அதற்கு அமெரிக்காவில் கிடைத்த விளம்பரம் நினைவுக்கு வந்தது. அதன்மூலம் சில தைரியமான சீக்கியர்கள் எங்கள் இயக்கத்தில் இணைந்தார்கள். அவர்கள் இப்போது கைதிகளாக இங்கு வந்திருக்கிறார்கள். அவர்களில் ஒருவர் என்னிடம், ''அமெரிக்க செய்தித்தாள்களில், நீங்கள் எண்ணெய்ச் செக்கில் கட்டப்பட்டிருப்பதைப்போல ஒரு கார்ட்டூன் வெளியானது. நான் அந்தத் செய்தித்தாளைப் பார்த்தேன். அந்தக் காட்சியைப் பார்த்ததும் வேதனை தாங்காமல் எனக்குக் கண்ணீர் வந்துவிட்டது. நீங்கள் தேசத்திற்காக எல்லாவற்றையும்

தியாகம் செய்யும்போது நாங்கள் அங்கு மகிழ்ச்சியுடன் குடித்துக் கூத்தடித்துக் கொண்டிருந்தோம். அது எங்களை வெட்கித் தலைகுனிய வைத்தது.'' இந்தப் புரட்சி, வாழ்க்கையை அவர்களைத் தீவிரமாகப் பார்க்க வைத்தது. எங்கள் இயக்கத்தில் சேர்ந்தார்கள். சொத்துக்கள் இன்பங்கள் எல்லாவற்றையும் தியாகம் செய்தார்கள். அவர்கள் அமெரிக்காவிலிருந்து இந்தியாவிற்கு வந்து பிரிட்டிஷ் அரசை நீக்கும் சதி வேலைகளில் ஈடுபட்டனர். இப்போது எங்களைப் போலவே அந்தமான் சிறையில் நீண்டகால நாடுகடத்தல் தண்டனையை அனுபவித்துக் கொண்டிருக்கின்றனர்.

அவர்களது அனுபவங்களைப் பற்றி என்னிடம் பல கதைகள் சொன்னார்கள். நான் அவற்றுள் ஒன்றிரண்டை மட்டும் சொல்கிறேன். அதில் கடைசி ஒன்று மிகுந்த சந்தோஷமான ஆச்சரியத்தை அளித்தது. நான் கோலுவில் இருந்து திரும்பி என் அறைக்கு வந்து தனிமையில் இருக்கும்போது, நான் மூட்டிவிட்ட சுதந்திரத் தாகம் வெளியே நாடெங்கும் பரவி இருக்கிறது என்ற எண்ணத்தின் மூலம் ஆறுதல் கொள்வேன். அதற்காகவே என் வலியை எல்லாம் தாங்கிக் கொள்வேன். கூடவே ஒரு நம்பிக்கையின்மையும் எழும். உண்மையி லேயே என் முயற்சிகளெல்லாம் தூர தேசத்தில் இருப்பவர்களிடம் பரவி இருக்கிறதா என்ற சந்தேகம் வரும். இந்த எண்ணத்தைப் பற்றியும் அதை எப்படி என் வலிமையான எண்ணத்தினால் கட்டுப் படுத்தினேன் என்பது பற்றியும் ஏற்கெனவே சொல்லியிருக்கிறேன். என்னிடம் இந்த சீக்கிய நண்பர் அவரது கதையைக் கூறியபோது, இப்படி நினைத்துக்கொண்டேன், ''என் உழைப்பு வீண் போக வில்லை. அதற்கான பலன் தேவையான நேரத்தில் கிடைத்திருக்கிறது. அதனால் இதையெல்லாம் தாங்கிக் கொள்ளத்தான் வேண்டும். ஒரு போராட்டத்தின் வெற்றி, அதன் உண்மைத்தன்மையிலும், போராட்டக்காரர்களின் பொறுமையிலும்தான் உள்ளது. இதுதான் அதற்கு உதாரணம். காய்ந்த தேங்காயைச் செக்கில் போட்டுச் சுற்றும்போது கீழே சேரும் ஒவ்வொரு துளி எண்ணெய்யும் எரிந்து, நாட்டில் ஏற்கெனவே படர்ந்திருக்கும் நம்பிக்கையின்மையை விரட்டும். அதற்கான தெளிவான நிரூபணம் இது.''

1857 இந்திய சுதந்திரப் போராட்டம் பற்றிய எனது புத்தகம் பிரேசிலில் உள்ள ஒரு நண்பரின் கைக்குக் கிடைத்ததாக சீக்கியக் கைதி ஒருவர் சொன்னார். இந்தியர்கள் மத்தியில் மிகவும் பிரபலமான புத்தகம் என்பதால் அங்கு 150 ரூபாய்க்கு விற்கப்பட்டிருக்கிறது. இந்த தனிப்பட்ட செய்தியுடன் கூடுதலாக ஒரு செய்தியும் கிடைத்தது. சியாம், கனடா, சிங்கப்பூர், அமெரிக்கா, ஐரோப்பா, வங்கம், மற்றும் பஞ்சாப்பில் எங்கள் அரசியல் இயக்கத்தின் சதி

வேலைகள் காரணமாக என்ன நடந்தது என்பதை நேரடியாக அதில் ஈடுபட்டவர்கள் மூலம் தெரிந்துகொண்டேன். பஞ்சாப்பில் கொமகாட்டா மாரு வன்முறைச் சம்பவத்தில் தீவிரமாக ஈடுபட்டவர்கள், அதன் தலைவர்கள் மூலம் பல செய்திகள் நேரடியாகக் கிடைத்தன. அந்தச் சம்பவத்தைப் பற்றி ஓரளவுதான் வெளி உலகத்திற்குத் தெரியும். மீதி இன்னும் இருட்டில் புதைந்து கிடக்கிறது. அதனைப் பற்றி, 1909 தொடங்கி முதல் உலகப் போர் வரையிலான அதன் முழு வரலாற்றையும் அதில் ஈடுபட்டவர்களின் போராட்டங்களையும் எழுத முடிவெடுத்திருந்தேன். ஆனால் அந்தமான் சிறையிலிருந்து அதை எழுதுவது இயலாத ஒன்றாக இருந்தது. விடுதலையாகி, தேவையான நேரமும் அமைதியும் கிடைக்கும் என்பது உத்தரவாதம் இல்லாத நிலையில், நான் எழுத நினைத்திருந்த அந்த வரலாற்றை இனியும் எழுத முடியும் என்ற நம்பிக்கை எனக்கு இல்லை. ஆனால் நான் சந்தித்த சீக்கியக் கைதிகள் அதனை எழுதுமாறு தொடர்ந்து வற்புறுத்தினார்கள். அதற்கு அவர்களிடம், இந்தத் தலைமுறையின் வேலை வரலாற்றைப் படைப்பதுதான், அதை எழுதும் வேலை அடுத்த தலைமுறைக்கானது, அதை அவர்கள் செய்யலாம், செய்யாமலும் போகலாம் என்பேன். வரலாற்றை எழுதுவது இரண்டாம்பட்சம்தான், வரலாற்றைப் படைப்பதே முதன்மையானது.

பஞ்சாப்பில் லாகூர் சதிவழக்கில் கைது செய்யப்பட்ட கைதிகளின் முதல் பிரிவு அந்தமானுக்கு வந்தவுடன், சிறை அதிகாரிகள் அவர்களை முழுமையான கட்டுப்பாட்டில் வைத்திருக்க எல்லா முயற்சியும் எடுத்தார்கள். ஏற்கெனவே இருந்த அனுபவத்தினால், கோலுவில் பணிபுரிய அதற்கேற்ற நல்ல உடல் வலு இருந்தவர்களை மட்டுமே அனுப்பினார்கள். புதிதாக வந்தவர்களிடம், இதைக் கொஞ்சம் ஒத்துக்கொண்டாலும் முழுக்க மாட்டிக்கொள்வீர்கள், எனவே ஆரம்பத்திலேயே மறுக்குமாறு கூறினோம். நாங்கள் வேலை நிறுத்தம் செய்து கோலுவை எங்கள் தினசரிப் பணிகளில் இருந்து நீக்கியபோது இருந்த கைதிகளின் எண்ணிக்கையை ஒப்பிட்டால் இப்போது இங்கே அதிகம் கைதிகள் இருக்கிறார்கள் என்பதால், இந்த நாற்பது அல்லது ஐம்பது கைதிகளிடம் அதிகாரிகள் கடுமையாக இருக்கமாட்டார்கள் என்பது எங்களுக்குத் தெரியும். இதன் விளைவாக ஒரு வாரம் மட்டும் கோலுவில் வேலை செய்தால் போதும் என்று அதிகாரிகள் சொன்னார்கள். இந்த சமரசத்தை கைதிகள் ஒப்புக்கொண்டு வேலை செய்யச் சொன்னோம். அரசியல் கைதிகள் ஏற்கெனவே செய்த போராட்டங்களால் பிற்பாடு வந்தவர்களுக்கு நல்ல பலன் கிடைத்திருக்கிறது. ஆனால் இப்போது நார் உரிக்கும் வேலையில் சச்சரவு உண்டானது. இந்த இளைஞர்களில்

பெரும்பாலானவர்கள் மிகுந்த தைரியம் மிக்கவர்கள். அவர்கள் முதல்நாளே ஜமாதார்கள் மற்றும் துணை அதிகாரிகள் முன் மண்டியிட்டு வேலை செய்வார்கள் என்று எதிர்பார்க்க முடியாது. மாலையில் ஜமாதார்களிடம் சென்று அவர்கள் அன்றைய கோட்டா உற்பத்தியைத் தந்தபோது, ஜமாதார்கள் அவர்களிடம் கடுமையாக நடந்துகொண்டார்கள். அதற்கான தக்க பதிலடியையும் அவர்கள் பெற்றுக்கொண்டார்கள். ஜமாதார்கள் இந்தப் பிரச்சினையை ஜெயிலரிடம் முறையிட்டார்கள். இதன் காரணமாக அந்தக் கும்பலில் இருந்த தைரியமிக்க நபரான பரமானந்தம் என்பவர் மிஸ்டர் பாரியிடம் தனிப்பட்ட விசாரணைக்கு அனுப்பப்பட்டார்.

மிஸ்டர் பாரியை அடித்த கைதி

இந்த பரமானந்த், பேராசிரியர் பரமானந்தில் இருந்து முற்றிலும் வித்தியாசமானவர். சிறையில் கற்ற கல்விமூலம் பிற்காலத்தில் அவர் ஒரு நல்ல ஆசிரியராகவும் அறிவாளியாகவும் விளங்கினார். அதனால் இந்தச் சிறையைப் பழங்கால இந்தியாவில் இருந்த நாளந்தா பல்கலைக்கழகத்தோடு ஒப்பிடலாம். அவர்கள் வெறும் படிப்பினால் மட்டும் அல்லாமல், தங்கள் தியாகத்தினாலும் மேம்பட்டவர்கள். இளைஞரான பரமானந்த் மிஸ்டர் பாரியின்முன் கொண்டுவரப்பட்டார். மிஸ்டர் பாரி வழக்கம்போல் அவரை அவமானப்படுத்த ஆரம்பித்தார். முதலில் அவர் பரமானந்தைத் தனக்கு முன், மற்ற சாதாரண நபர்கள் நிற்பது போல நிமிர்ந்து நிற்கச் சொன்னார். அவர் நிமிர்ந்து நின்றபோதும் அதில் திருப்தி அடையாமல் கோபத்தில் அவரை அசிங்கமான வார்த்தைகளால் திட்டினார். அந்த இளைஞர் அதற்கெல்லாம் பழக்கப்படாதவர். அவர் திட்டியவுடன் அருகில் இருந்த வார்டர்களைத் தள்ளிவிட்டு அவர் முன்னே வந்து மிஸ்டர் பாரியின் முகத்தில் பளார் என்று அறைந்தார். புலி போல சீறிக்கொண்டு முன் வந்த அவரைப் பார்த்த மிஸ்டர் பாரி கத்திக்கொண்டே தனது இருக்கையில் இருந்து எழுந்து, ''அவரைப் பிடியுங்கள் பிடியுங்கள்'' என்று கத்தினார். காவலர் களால் பிடிக்கப்பட்ட பரமானந்த் பிரம்பால் அடிக்கப்பட்டார். அவரது உதடும் முகமும் வீங்கி ரத்தம் வர ஆரம்பித்தது. மிஸ்டர் பாரி உடனடியாக சூப்பரின்டென்டன்ட்டை ஃபோனில் அழைத்து, சிறையில் கலவரம் ஏற்பட்டிருக்கிறது என்றும், குடியிருப்புப் பகுதி முழுக்க ஒரே குழப்பம் நிலவுகிறது என்றும் சொன்னார். ஒரு வெடிகுண்டு சிறைக்கைதி, துணை அதிகாரிகளையெல்லாம் தூக்கி எறிந்துவிட்டு, மிஸ்டர் பாரியைத் தாக்கிய விஷயம் சிறை முழுக்கப் பரவிவிட்டது. சூப்பரின்டென்டென்ட் அங்கு வந்து பரமானந்தைப் பிரம்பால் அடிக்க உத்தரவிட்டார். அவர் கட்டிவைக்கப்பட்டு,

பிரம்பினால் அடிகள் கொடுக்கப்பட்டன. ஒவ்வொரு அடியும் அவர் உடலில் காயத்தை ஏற்படுத்த, ரத்தம் கொட்டியது. அவரது மொத்த உடம்பும் ரத்தக்களறியாக ஆனது. ஒவ்வொரு அடியிலும் சதை பிய்ந்து தொங்கியது. ஆனாலும் பரமானந்த் ஒரு வார்த்தைகூடப் பேசவில்லை. மிக மோசமான குற்றவாளிகள் இதுபோன்ற இரக்க மற்ற தண்டனைகளைப் பெறும்போது பார்த்திருக்கிறேன். ஆனால் பரமானந்த் அசையாமல் அப்படியே நின்று கொண்டிருந்தார். மிஸ்டர் பாரி ஆத்திரத்துடன், ''அவனை அடியுங்கள், உங்கள் பலத்தை எல்லாம் கொண்டு அவனை அடியுங்கள்'' என்று கத்தினார். அவ்வளவு கொடூரமான தண்டனை கொடுக்கப்பட்டபோதும், பரமானந்த் அதைத் தாங்கிக்கொண்டு அசையாமல் நின்றிருந்தார்.

அத்தனை காயம் பட்ட பிறகும், காயங்களுக்குச் சிகிச்சை செய்ய அவரை மருத்துவமனைக்குக் கொண்டுசெல்லாமல், அவரது அறைக்குக் கொண்டுசென்று அடைத்துப் பூட்டினார்கள். ஒரு அரசியல் கைதி இந்த விதத்தில் தண்டிக்கப்படுவது இதுவே முதல் தடவை.

பரமானந்த் கவலைப்படவே இல்லை. மற்ற அரசியல் கைதிகளும் அவருக்காகக் கவலைப்படவில்லை. ஏனென்றால் அவர்களுக்கு பரமானந்த்தான் மிஸ்டர் பாரியை அடித்தார் என்பது தெரியும். மொத்தச் சிறையும் மிஸ்டர் பாரியைப் பார்த்து பயந்து கொண்டிருக்கையில், அவரை இப்படி ஒருவன் அவமானப் படுத்தியது சரியே என்று அவர்கள் நினைத்தார்கள். அதுமட்டு மல்லாமல் பரமானந்த் செய்தது அவர்களுக்கு ஒரு பாடமாகவும் அமைந்தது. பரமானந்த் சிறை விதிகளை மீறியதனால் பிரம்பால் அடிக்கப்பட்டார். ஆனால் மிஸ்டர் பாரி பரமானந்தைத் திட்டியது தவறு, அதற்கு அவருக்கு உரிமை இல்லை. அவர் முதலில் திட்டியதால்தான் இவர் தனது எதிர்ப்பைக் காட்ட வேண்டியதாகி விட்டது. அதனால் அவர் மேல் பரிதாபப்பட்ட கைதிகள் சிறையில் ஒரு வேலை நிறுத்தத்தில் ஈடுபட்டனர். வேலை நிறுத்தத்தில் ஈடுபட்டவர்களை சூப்பரின்டென்டென்ட்டும் மிஸ்டர் பாரியும் சமாதானப்படுத்த முயன்றனர். கைதிகளிடம் இனிமேல் மிஸ்டர் பாரி யாரையும் திட்டமாட்டார் என்று சூப்பரின்டென்டென்ட் உறுதிமொழி கொடுத்தார். அவர்கள் எவ்வளவு வேலை செய்தாலும் சரி, அல்லது செய்யாவிட்டாலும்கூடப் பரவாயில்லை, வேலை நிறுத்தத்தை விட்டுவிட்டு வேலைக்குத் திரும்புமாறு வேண்டிக் கொண்டார். அதன்பிறகு வேலைநிறுத்தம் ஒரு முடிவுக்கு வந்தது.

முதல் பிரிவு கைதிகள் அடக்குமுறையை எதிர்த்ததால் அதன்பின் வந்தவர்களுக்குச் சிறை வாழ்க்கை கொஞ்சம் சுலபமானது.

ஆனாலும் அவ்வப்போது மைனர் அரசியல் கைதிகளிடமிருந்து கூடுதல் வேலையை வாங்க மிஸ்டர் பாரி தன் அதிகாரத்தைக் காட்டுவார். சில சமயம் அவர் அவர்களிடம் மூன்றுக்கு பதிலாக நான்கு பவுண்டுகள் கயிறு திரிக்கச் சொல்வார். அல்லது கூடுதலாக நார் உரிக்கச் சொல்வார். சில சமயம் அவர்களில் யாராவது ஒருவரை கோலுவுக்கு அனுப்ப முயற்சி செய்வார். ஆனால் சிறைக் கைதிகள் அவற்றையெல்லாம் பொறுத்துக் கொண்டிருக்கவில்லை. அவர் ஏதேனும் செய்வேன் என்று பயமுறுத்தினால் உடனே அனைவரும் வேலை நிறுத்தம் செய்வோம் என்று பதிலுக்குச் சொல்வார்கள். இப்படியாக மிஸ்டர் பாரியின் முயற்சிகள் அனைத்தையும், தைரியம் மிகுந்த அரசியல் கைதிகள் முறியடித்தார்கள். தினமும் யாராவது ஒரு அரசியல் கைதி மிஸ்டர் பாரியை எதிர்க்கவேண்டி வந்தது. சிறை விதிகள் குறிப்பிட்டதற்குமேல் கூடுதலாக அவர்கள் எந்தப் பணியும் செய்யவில்லை. சில சமயம் அவர்கள் குறைவாகவே செய்தார்கள். ஒவ்வொரு நாளும் பணிக்கு வந்தவர்கள் வராதவர்கள் யார் யார் என்று சிறை வாசலில் உள்ள பதிவேட்டில் குறிப்பிடவேண்டும். அரசியல் கைதிகள் வந்த பிறகு, வேலைக்கு வராதவர்கள் யாருமில்லை என்ற நிலையை எட்டவே இல்லை. எப்போதும் யாராவது வேலைக்கு வராமல் இருந்தார்கள். ஏதோ ஒரு விதத்தில் யாராவது ஒருவர் மிஸ்டர் பாரியை எதிர்த்துக் கொண்டிருந்தார்கள். இதனால் பாரியோ அல்லது சூப்பரின்டென்டோ அவர்கள் நினைத்தபடி கைதிகளை ஆட்டிப்படைக்க முடியாமல் போனது.

என் மீது புகார் கொடுத்த வரலாறுகள்

சென்ற அத்தியாயத்தில் என்னை அவர்கள் எப்படிச் சந்தேகத்துடன் சிறையில் நடத்தினார்கள் என்பதைப் பற்றிக் குறிப்பிட்டிருந்தேன். இந்தப் புதிய கைதிகள் சிறைக்கு வந்தவுடன் அவர்கள் என்னை நடத்தும் விதம் மேலும் கடுமையானது. ஏனென்றால் புதியவர்கள் என்னை மதிப்புடனும் அன்புடனும் பார்ப்பார்கள் என்பது அவர்களுக்குத் தெரியும். அதனால் அவர்களை என்னிடமிருந்து முடிந்தவரை பிரித்து வைக்கவேண்டும் என்பது அவர்களுடைய திட்டம். இதை முக்கியமாகச் செய்ய நினைத்தவர் மிஸ்டர் பாரி. ஆனால் இந்தத் திட்டம் தோல்வி அடைந்ததைக் கண்ட அவர், தனக்கு நெருக்கமான அரசியல் கைதி ஒருவர் மூலம் ஒரு மோசமான வேலையைச் செய்தார். அவர்கள் தங்களுக்குக் கிடைக்கும் எந்த ஒரு வாய்ப்பையும் தவறவிட மாட்டார்கள். என்னை அவமானப் படுத்தவும், மற்றவர்கள் மத்தியில் என்னைப் பற்றி மோசமான எண்ணத்தை விதைக்கவும் தவறவே மாட்டார்கள். மற்ற புதிய

கைதிகளிடமிருந்து என்னைப் பிரிக்க அவர்கள் பல முயற்சிகள் செய்தனர். இறுதி வரை முயன்றும் அவர்களுக்கு வெற்றி கிடைக்கவில்லை. சக கைதிகளிடம், "சாவர்க்கர் பின்னால் ஓடாதீர்கள். உங்கள் வாழ்க்கையை நாசமாக்கிக் கொள்ளாதீர்கள். அதிகாரிகளின் கோபத்தைச் சம்பாதித்துக் கொள்ளாதீர்கள். அவர் தந்திரமானவர், எல்லாவற்றிலுமிருந்து தப்பித்து விடுவார். அவர் சொல்வதை நம்பாதீர்கள். நான் சொல்வதைக் கேளுங்கள். உங்களுக்கு வேண்டிய வசதிகள் எல்லாவற்றையும் செய்து தருகிறேன். நான் சொல்வதை நம்பவில்லை என்றால் இவர்களைக் கேளுங்கள். இவர்களும் அரசியல் கைதிகள்தான். நான் சொல்வது உண்மை என்று இவர்கள் கூறுவார்கள். இவர்களுக்கு இந்தச் சிறையில் பொறுப்புள்ள நல்ல வேலை கொடுத்திருக்கிறேன். ஆனால் உங்கள் சாவர்க்கர் இன்னும் நார் உரிக்கும் அதே பணியில் ஈடுபட்டு அவர் அறையில் அழுகிக் கொண்டிருக்கிறார்" என்று பாரி கூறுவார். அவர்களிடம் பாரி இவ்வாறு பேசிவிட்டு உயரதிகாரிகளிடம் என்னைப் பற்றி முறையிடுவார். "இவர்தான் எல்லாப் பிரச்சினைக்கும் மூல காரணம். ஜெர்மனியைப் புகழ்கிறார். இங்கிலாந்து போரில் சந்திக்கும் தோல்வி பற்றிய செய்திகளைச் சிறையில் கைதிகளுக்குப் பரப்புகிறார். எதையும் முன்னின்று செய்யமாட்டார். தண்டனைக்குப் பயந்து பின்னாலிருந்து எல்லாவற்றையும் இயக்குவார். இவர்மீது சீக்கியர்களுக்கு இருக்கும் மதிப்பை வைத்துக்கொண்டு, நமக்கு எதிராக அவர்களைத் தூண்டி விடுவார். இவருக்குக் கைதிகளிடம் இருக்கும் மதிப்பைக் குலைக்க என்னால் ஒன்றும் செய்யமுடியவில்லை. பெரிய சதிகாரர் இவர்" என்று அவர் புகார் சொன்னார். நான் நிச்சயமாகப் புரட்சியாளன் என்று, விஷயத்தைத் திரித்து, இப்படி ஒரு அபாண்டமான குற்றச்சாட்டை என்னைப் பற்றி உயரதிகாரிகளிடம் அவர் கூறுவதற்குக் காரணம் இருந்தது. சிறையில் எனக்கு மேற்கொண்டு தடைகளை ஏற்படுத்திச் சித்திரவதை செய்ய வசதியாக இருக்கும். அதுமட்டுமில்லாமல் தான் ஒரு அப்பாவி என்று மேலதிகாரிகளுக்குக் காட்டவும் எளிதாக இருக்கும். "எல்லாம் மிஸ்டர் சாவர்க்கரின் தூண்டுதலால்தான்" என்பது எப்போதும் அவரது பிலாக்கணமாக இருந்தது.

பொய் சொல்வதில் தாம் நிபுணத்துவம் பெற்றவர் என்றும் மற்றவர்களை ஏமாற்றுவதில் வல்லவர் என்றும் மிஸ்டர் பாரி தன்னைப் பற்றி நினைத்துக்கொண்டிருக்கிறார். ஆனால் உண்மையில் அவர் அறிவு குறைந்த ஒரு முட்டாள். மற்ற சாதாரணக் கைதிகளை மிரட்டியதுபோல், அரசியல் கைதிகளான எங்களைத் தன் பொய்கள் மூலம் அவர் ஏமாற்ற முயலும்போது அவரது

அந்தமான் சிறை அனுபவங்கள் | 417

சிறுபிள்ளைத்தனத்தை நினைத்துச் சிரிப்புத்தான் வரும். ஒருநாள், உயர் அதிகாரிகளுக்கு என்னைப் பற்றி அவர் எழுதி இருக்கும் அறிக்கையில் சில குறிப்புகளைக் காண்பித்தார். அதைப் பார்த்ததும், சிறையில் தலைமையேற்று நடத்திக்கொண்டிருக்கும் இயக்கத்தைப் பயந்துபோய் நிறுத்திவிடுவேன் என்று அவர் எதிர்பார்த்தார். இந்த எண்ணத்தோடு அவர் என்னை ஒருநாள் தனது அலுவலகத்திற்கு அழைத்தார். ஆரம்பத்தில் என் படிப்பறிவு, பொது வாழ்வில் நான் காட்டும் துணிச்சல் போன்றவற்றைப் புகழ்ந்தார். இதே மிஸ்டர் பாரிதான் என் நண்பர்களிடம் நான் ஓடி ஒளிபவன் என்றும் கூறி வருபவர். பிறகு அவர் என்னிடம் நான் இந்த உயர்ந்த பண்புகளைத் தவறாகப் பயன்படுத்துவதாகக் குறை கூறினார். என்னிடத்தில் அவர் நல்ல மதிப்பு வைத்திருப்பதாகவும், ஆனாலும் இப்படி ஒரு அறிக்கையை அனுப்புவது தவிர தனக்கு வேறு வழி இல்லை என்றும், சிறை விதிகளை மீறி என்னிடம் அந்த அறிக்கையைக் காண்பிப்பதாகவும், அதற்குக் காரணம் அவர் என்மேல் கொண்டிருந்த அன்பு என்றும் கூறினார். பிறகு அவர் தன் டைரியை எடுத்து அதில் தான் எழுதியிருப்பதைப் படித்துக் காண்பித்தார். நான் மேலே சொன்னவை, அவர் டைரியில் எழுதி இருந்ததில் எனக்கு நினைவில் இருப்பவை. நான் அரசுக்கு அனுப்பும் ஒவ்வொரு கடிதத்திலும் அவர் தவறாமல் இக்குறிப்புகளை எழுதுவார். ''இது எல்லாமே பொய். அரசு தரும் சலுகைகளாலோ வசதிகளாலோ சாவர்க்கரை வெல்ல முடியாது. கடுமையான தண்டனைகள் கொடுத்தாலும் வழிக்குக் கொண்டுவர முடியாது'' என்று குறிப்பிட்டிருந்தார். முட்டாள்தனமாக என்னிடம் அதைக் காண்பித்து, அதை எவரிடமும் சொல்லக்கூடாது என்றும் சொன்னார்.

மிஸ்டர் பாரியின் கடுமையான அணுகுமுறை

அந்தமானில் நடந்த இந்தச் சம்பவங்கள் குறித்துக் குறிப்பிடும்போது நான் மிஸ்டர் பாரியின் நயவஞ்சக மனதைப் பற்றி அடிக்கடிக் குறிப்பிட்டாகத்தான் வேண்டும். அதே நேரத்தில் அவரது இன்னொரு பக்கத்தையும் குறிப்பிட்டாகவேண்டும். குற்றம் சாட்ட வேண்டிய நேரத்தில் மட்டுமே ஒருவரைக் குற்றம் சாட்டவேண்டும். மிஸ்டர் பாரி பணிபுரிந்த அந்தச் சிறை இந்தியாவின் மிக மோசமான குற்றவாளிகள் அடைக்கப்பட்டிருந்த சிறை. அதனை ஒழுங்காக நிர்வாகம் செய்யவேண்டும் என்றால், அவர் கொஞ்சம் கடுமையாகவும் தீவிரமாகவும் இருந்தாக வேண்டிய அவசியம் இருக்கிறது. அந்தக் கட்டுக்கடங்காத கூட்டத்தை அடக்க கடும் நடவடிக்கை எடுக்கவேண்டி இருக்கும். அவர் அப்படிச் செய்வதால் அவரைக் குறை கூறமாட்டேன் என்று பலமுறை அவரிடமே சொல்லி

இருக்கிறேன். பல வருடங்கள் அத்தகைய மக்களுடன் பழகி இருந்தது, அவரது மனதையும் அணுகுமுறையையும் பெருமளவில் மாற்றி, அவரது உள்ளார்ந்த பழக்கமாகவே அது ஆகியிருக்கும். அவரது சிறை நிர்வாகத்தைப் பொருத்தவரை அவருக்கு இது நிச்சயம் நிகழ்ந்திருக்கும் என்றே சொல்லலாம். அவர் மிகவும் கடுமையான கொடூரமான சர்வாதிகாரி. அவருக்கு நல்லது எது கெட்டது எது என்று பிரித்துப் பார்க்கத் தெரியாது. தன்னை போர்ட் பிளேயரின் ஒரு கடவுளாகவே கருதி வந்தார். இது அவரிடம் இருந்த ஒரு பெரிய குறை. ஆனால் சிறையிலிருந்து வெளியில் வந்த பிறகு அவரது நண்பர்கள் மற்றும் குடும்பத்தினருடன் இருக்கும்போது அவர் கொடூரமான மனிதரல்ல. அவரைப் புகழ்ந்து முட்டாளாக்க யாராலும் முடியும். அவர் நிறையப் படித்தவர் அல்ல என்றாலும், தான் படித்த சில ஆங்கிலக் கவிதைகளை அவ்வப்போது எடுத்துக் காட்டி, ஒரே மாதிரியான கேள்விகளைத் திரும்ப திரும்பக் கேட்பார். யாராவது அவரிடம் எதிர்க்கேள்வி கேட்டால், இதே ஐந்தாறு கவிதைகளைத் திரும்பச் சொல்லி, பிறவி நடிகர் போல முகத்தை வைத்துக்கொள்வார். சிலசமயம் என்னிடம் வந்து இதுபோலப் பெருமை அடித்துக் கொள்வார். மூச்சு விடாமல் அவற்றை என்னிடம் சொல்லிக் காண்பிப்பார். அவரது ஜெயிலர் அணுகு முறையைத் தவிர, அவர் என்னிடம் மிகுந்த மதிப்பு வைத்திருந்தார் என்பதை நான் சொல்லியாக வேண்டும். அந்தமானுக்கு எப்போதாவது வர்த்தகர்கள், பத்திரிகை ஆசிரியர்கள் அல்லது ராணுவ அதிகாரிகள் வந்தால், அவர்கள் சிறையில் என்னை வந்து பார்ப்பார்கள். போர் நடக்கும் காலத்தில் கடற்படை அதிகாரிகள் என்னைத் தேடி வந்து பார்த்துப் பேசிக் கொண்டிருந்தார்கள். அவர் என் மீது வைத்திருந்த மரியாதைக்கு இவையெல்லாம் ஒரு காரணம். அவரது குடும்பம் என்பது, ஆன்மிகத்தில் ஈடுபாடு கொண்ட அவரது மனைவியும், ரங்கூனில் மெட்ரிகுலேஷன் முடித்துவிட்டு, ஆசிரியர்ப் பயிற்சிக்கு டிப்ளமோ படித்துக் கொண்டிருந்த 17 வயதான பெண்ணும்தான். இந்த இரண்டு பெண்களால் மிஸ்டர் பாரியின் நடவடிக்கைகளில் கடுமை பெருமளவு குறைந்திருந்தது. இத்தனை கடுமை கைதிகள் மீது தேவையில்லை என்று அவர்கள் பாரியிடம் சொன்னதைக் கைதிகள் என்னிடம் கூறியிருக்கிறார்கள். அவரது மனைவி மற்றும் மகள் இருவருக்கும் என்மேல் பெரிய அனுதாபம் இருந்தது. பாரியின் மகள், அவரது சிறுவயதிலிருந்து மிஸ்டர் பாரியின் மரணம் வரை, எப்போதெல்லாம் ரங்கூனிலிருந்து விடுமுறைக்கு அந்தமானுக்கு வருவாரோ அப்போதெல்லாம் சிறைக்கு வந்து என்னைப் பார்த்துப் பல விஷயங்களைக் குறித்து அரை மணி நேரம்போலப் பேசிக்கொண்டிருப்பார்.

என்னிடமிருந்து விடைபெறும்போது ஆறுதல் தரும் வகையில் ஏதேனும் கூறிவிட்டுச் செல்வார். நானும் அதுபோன்ற சமயங்களில் மிஸ்டர் பாரியுடன் மிகவும் சுமுகமாகப் பழகுவேன். சில சமயங்களில் மிஸ்டர் பாரி தன் தோட்டத்திலிருந்து எனக்குப் பழங்களை அனுப்புவார். நான் அவருடன் சுமுகமாக இருக்க வேண்டும் என்ற நோக்கத்துடன் அதை அவர் செய்வார். நானும் அவற்றை வாங்கிக்கொண்டேன் என்பதை நன்றியுடன் இங்கு தெரிவித்துக் கொள்கிறேன். ஆனால், நான் சிறையிலிருக்கும் அரசியல் கைதிகளைக் கைவிடமாட்டேன், சுத்தி போன்ற செயல் பாடுகளை நிறுத்தமாட்டேன், சிறையில் கல்வியைப் பரப்பும் நடவடிக்கைகளை நிறுத்தமாட்டேன் என்பது தெரிந்தவுடன், அவர் என்மீது காட்டிய கருணைக்காகத் தன்னையே நொந்துகொள்வார். பிறகு சில நாட்களுக்கு மிகவும் கடுமையாக நடந்துகொள்வார். இத்தகைய கருணை வலையில் சிக்கிய சுயநலமிக்க அரசியல் கைதிகள் அவருடன் தனியாகப் பேசுவதற்கு அழைக்கப்படுவார்கள். ஆச்சரியமான விஷயம் என்னவென்றால், அப்போது அவர் என்னையும் அவர்களுடன் அழைப்பார். அதில் ஒரே ஒரு வித்தியாசம் என்னவென்றால், அவர்களுக்கு ஏதேனும் எழுதும் வேலை கொடுத்து அவர்களை நாற்காலியில் அமரவைத்துவிட்டு, என்னை அவர்கள் எதிரில் ஒரு சாதாரணக் கைதி போல் நிற்க வைத்திருப்பார். வேண்டுமென்றே என்னை அவர்கள் முன் அவமானப்படுத்த வேண்டும் என்ற நோக்கில் அவர் செய்வார். அவரது கருணையையும் மீறி நான் விடாப்பிடியாக நடந்துகொண்டதற்காக அவர் மேற்கொண்ட ஒரு நடவடிக்கை அது.

மிஸ்டர் பாரியும் அவரது குடும்பத்தினரும் மற்ற நண்பர்களும் நான் அவர்களுக்காக எழுதிய கவிதையை ஆர்வத்துடன் படிப்பார்கள். என் கதையை மிகுந்த ஆர்வத்துடன் கேட்பார்கள். அதனைப் பாராட்டவும் செய்வார்கள். இவற்றை அவர்களது நல்ல குணங்களில் ஒன்றாகச் சொல்லவேண்டும். பொதுவாக என்னிடத்தில் அவர்கள் மதிப்பு வைத்திருந்தார்கள். அவர்களுக்காக அவ்வப்போது ஆங்கிலத்தில் கவிதைகள் எழுதுவேன். வருடத்தில் ஒருநாள் நான் அவரிடம் மிகவும் சுமுகமாக இருக்கவேண்டும் என்று மிஸ்டர் பாரி ஒரு விதியை வைத்திருந்தார். அந்த நாள் கிறிஸ்துமஸ். அன்று அவர் தனது ஐரிஷ் ரோமன் கத்தோலிக்க மதத்தின் பாரம்பரியங்களை முழுமையாக விடமுடியாமல் இருப்பார். சில்வர் ஜெயிலின் கடுமையான சர்வாதிகாரியாகவும், போர்ட் பிளேயரின் கடவுளாகவும் விளங்கும் அவர், அன்று மிகவும் வித்தியாசமான கருணை குணம் நிறைந்தவராகக் காட்சியளிப்பார். அன்று எல்லா

அரசியல் கைதிகளும் அவரைத் தொந்தரவு செய்தாலும், அவரது முகத்தில் கோபமோ ஆத்திரமோ இருக்காது. கோபத்தின் சுவடோ அல்லது எரிச்சலோ கொஞ்சம்கூட வராது. புருவத்தைக்கூட உயர்த்த மாட்டார். எல்லோரையும் தன் அலுவலகத்திற்கு கிறிஸ்துமஸ் விழாவிற்கு அழைத்து, அவர்களுக்கு இனிப்புகள், பால், தேனீர் போன்றவற்றை வழங்குவார். அப்போது நான் அவரிடம் தேனீரும் இனிப்புகளும் வழங்குவதற்குப் பதில் எங்களுக்கு ஒன்றிரண்டு செய்தித்தாள்களை வழங்கினால் நன்றாக இருக்கும் என்று கூறுவேன். அவரும் எங்களுக்கு இனிப்புகளுடன் செய்தித்தாள் களையும் தருவார். நான் அன்று அவரது அலுவலகத்துக்குச் செல்ல இயலவில்லை என்றால், என் அறைக்கு இனிப்புகளை அனுப்பி வைப்பார். அன்று யாரையும் கடுமையாக நடத்தமாட்டார். கைதிகள் குறித்து வரும் புகார்களையும் இயன்றவரை கேட்கமாட்டார்.

யார் கட்டுக்கதை பரப்புபவர்கள்

மிஸ்டர் பாரியின் புத்திசாலித்தனமும் அவரது கருணையைப் போலவே குறைபாடுகள் நிறைந்ததாக இருக்கும். அவரது கருணையில் நயவஞ்சகம் இருக்கும். புத்திசாலித்தனத்தில் முட்டாள்தனம் இருக்கும். இந்த முட்டாள்தனத்தினால் அவர் தனது எல்லைகளை அறிந்துகொள்ளவே இல்லை.ஊதிப் பெரிதாக்கப் பட்ட தன் புத்திசாலித்தனத்தைக் கொண்டு சாதாரணக் கைதிகளை இந்தச் சிறையில் சமாளிப்பதில் உதவியிருக்கலாம். ஆனால், அதேபோல் எல்லாரையும் சமாளிக்கலாம் என்றும் அவர் நினைத்து விட்டார். அவர் தன் அலுவலகத்திற்கு என்னை அழைத்து தன் டைரியை எனக்குப் படித்துக் காண்பித்தது அவரைப் பொருத்தவரை என்னை வலையில் விழ வைப்பதற்கான புத்திசாலித்தனமான ஒரு காரியமாக இருக்கலாம். ஆனால் நான்தான் அந்த விளையாட்டில் ஜெயித்தேன். ஏனென்றால் அவர் மேலதிகாரிகளுக்கு என்னைப் பற்றி என்ன எழுதிக் கொண்டிருக்கிறார் என்பது எனக்குத் தெரிந்து விட்டது. அவர்தான் அம்பலப்பட்டாரே ஒழிய, நானல்ல. அவர் டைரியைப் படித்ததில் ஒரு நன்மை கிடைத்தது. அவர் என்னைப் பற்றிக் குறை கூறி எழுதியிருந்த பக்கங்களை மறைத்துவிட்டாலும், எங்களிடமிருந்து பிரிந்து அவரிடம் போய்ச் சேர்ந்தவர்களைப் பற்றி என்ன புகழுரைகளை எழுதி இருக்கிறார் என்பது தெரிந்துவிட்டது. நான் அவற்றைப் படித்து முடித்த பின்னர் பாரி என்னைப் பார்த்து, ''நீங்கள் என் டைரியைப் பார்த்தீர்கள். அதனைப் பற்றி என்ன நினைக்கிறீர்கள்?'' என்று தற்பெருமையோடு கேட்டார்.

அவரால் உருவாக்கப்பட்ட கைத்தடிகள் என்னைப் பற்றிய குற்றச்சாட்டுகளைக் கூறியவண்ணம் இருந்தனர். அதில் ஒன்றிரண்டு

உதாரணங்களை இங்கு கூறுகிறேன். ஒரு கிறிஸ்தவக் கைதி என் அறையிலுள்ள மலம் கழிக்கும் இடத்தில் ஒரு கத்தியை மறைத்து வைத்திருந்தார். பிறகு தன் நண்பரான ஒரு கைதியிடம், நான் அந்தக் கத்தியை ஒரு அதிகாரியைக் குத்துவதற்காக மறைத்து வைத்திருந்தேன் என்று சாட்சி சொல்லச் சொன்னார். நல்லவேளையாக அந்த ஹிந்துக் கைதிக்கு, நான் ஹிந்து சங்க இயக்கங்களின் தலைவன் என்பதால் என்னைப் பற்றித் தெரியும். அவர் என்னிடம் எல்லா வற்றையும் சொல்லிவிட்டார். நான் மிஸ்டர் பாரியிடம் அந்தச் சதித் திட்டத்தைப் பற்றிச் சொல்லி, இந்த விஷயத்தை அவர் ஒழுங்காக விசாரிக்காமல் அமைதியாக இருந்தால், சூப்பரின் டென்டென்ட்டிடம் முறையிடப் போவதாகச் சொன்னேன். மிஸ்டர் பாரி என் கோரிக்கைக்கு ஒத்துக்கொள்ள வேண்டி வந்தது. நானும் அந்தப் பிரச்சினையிலிருந்து பாதுகாப்பாக வெளியில் வந்தேன்.

இரண்டாவது சம்பவம்

என் அறைக்கு அருகே இருந்த ஒரு முஸ்லிம் கைதி, முஸ்லிம் வார்டர் ஒருவரைக் கைக்குள் போட்டுக்கொண்டு, தன் சிறையிலிருந்த இரண்டு இரும்புக் கம்பிகளை இரவு நேரத்தில் ஓரளவு அறுத்து வைத்திருந்தார். அவர் பிரம்படி தண்டனை பெற்றவர். கடைந்தெடுத்த கிரிமினல். அவரது திட்டம், முடிந்தால் அந்தச் சிறையிலிருந்து முக்கியக் கதவின் கம்பிகளை உடைத்துக்கொண்டு தப்பிச் செல்வது. அல்லது நான் தப்பிச் செல்வதற்காகக் கம்பிகளை உடைத்தேன் என்று என் மீது புகார் கொடுப்பது. இந்தத் திட்டத்தில் ஒரு பர்மாக் கைதியும் உடந்தை. ஒருவேளை அந்த முஸ்லிம் கைதியால் தப்பிச் செல்ல முடியவில்லை என்றால், என் மீது புகார் சொல்லி, அதனால் அவரிடம் மன்னிப்பைப் பெற்றுக்கொள்ள முடியும். மாலை வேளையில் அந்தப் பக்கம் வந்த ஒரு காவலாளி கம்பி லேசாக வளைந்திருப்பதைப் பார்த்தார். அன்றிரவுதான் அந்தக் கைதிகள் தப்பிச் செல்லத் திட்டமிட்டிருந்தனர். இதனால் அந்தச் சதித் திட்டம் கைவிடப்பட்டது. அந்தக் கூண்டில் இருந்த கைதி, உடனடியாக, நான்தான் அந்தக் கம்பிகளை வளைத்து உடைத்ததாகப் புகார் கூறினார். தங்களுடன் உடந்தையாக இருந்த அந்த பர்மா கைதிதான் இந்த ரகசியத்தை வெளியில் சொல்லி இருக்க வேண்டும் என்று அந்த இரண்டு முஸ்லிம்களும் சந்தேகப் பட்டனர். அதனால் அவரையும் இச்சதியில் மாட்டிவிட்டனர். ஆனால், அவரைக் கைது செய்து விசாரித்தபோது அவர் மொத்த உண்மையையும் கூறிவிட்டார். அந்த முஸ்லிம் கைதி, அவருக்கு உறுதுணையாக இருந்த முஸ்லிம் வார்டர், இருவரும் விசாரணையில் தவறு செய்தவர்கள் என்பது நிரூபணம் ஆயிற்று.

அந்த குற்றச்சாட்டிலிருந்து நான் தப்பினேன். நான் சூப்பரின்டென்டென்ட்டிடம் என்னை எப்படியாவது சிக்க வைக்க இந்தச் சிறையில் இவர்கள் எல்லோரும் எந்த அளவுக்கு முயல்கிறார்கள் என்பதையும், அதற்கு மிஸ்டர் பாரி எப்படி அவர்களைத் தூண்டுகிறார் என்பதையும், என் மீது எப்போதும் கவனமாக இருக்கும்படி அவர்களிடம் சொல்லி இருக்கிறார் என்பதையும் கூறினேன்.

மிஸ்டர் பாரி அத்துடன் விடவில்லை. இந்த மேற்கூறிய இரண்டு சம்பவங்களைத் தவிர அவர் வேறொரு சந்தர்ப்பத்திலும் என்னைத் தொடர்புபடுத்த முயன்றார்.

பஞ்சாப்பிலிருந்து சமீபத்தில் அந்தமானுக்கு அனுப்பப்பட்டிருந்த பெரும் கைதிகள் கும்பலில், சத்தார் சிங் என்ற ஒரு அரசியல் கைதி இருந்தார். அவர் சீக்கிய உயர்நிலைப் பள்ளியில் ஆசிரியராக இருந்தார். ஒரு ஐரோப்பிய உயரதிகாரி அந்தப் பள்ளியை மேற்பார்வையிட வந்தபோது அவரைக் கத்தியால் குத்த முயன்றிருக்கிறார். அவர் பஞ்சாப்பில் உள்ள ஒரு புரட்சிகர அமைப்பின் உறுப்பினர். அந்தக் குற்றத்திற்காக அவர் விசாரிக்கப்பட்டு ஆயுள்தண்டனைக் கைதியாக அந்தமானுக்கு அனுப்பப்பட்டிருக்கிறார். சத்தார் சிங் ஒரு முன்கோபி. சீக்கியர்கள் நீண்ட முடியையும் தாடியையும் வளர்த்துக் கொள்வார்கள். அவற்றைச் சுத்தம் செய்ய அவர்களுக்கு சோப்பு தேவை. இந்தச் சிறையில் அவர்களுக்கு அது கொடுக்கப்பட வில்லை. மேலும் அவர்கள் சிறையில் உள்ள வார்டர்கள் மூலம் தொடர்ந்து கொடுமைப்படுத்தப்பட்டார்கள். இந்த மோசமான அணுகுமுறையால் கோபமடைந்த சத்தார் சிங் ஒருநாள் சிறைக் கைதிகளைக் கண்காணிக்க வந்த சூப்பரின்டென்டன்ட்டைத் தாக்கினார். சூப்பரின்டென்டன்ட் நாற்காலியிலிருந்து உருண்டு விட்டதால், காயம் எதுவும் ஏற்படவில்லை. ஆனால் சூப்பரின் டென்டன்ட் தாக்கப்பட்ட செய்தி சிறையில் வேகமாகப் பரவியது. எல்லா வார்டர்கள், ஜமாதார்கள், அதிகாரிகள் அனைவரும் சூழ்ந்து கொண்டு சத்தார் சிங்கைக் கடுமையாகத் தாக்கினர். சூப்பரின் டென்டன்ட் அந்த இடத்துக்கு வந்து வார்டர்களிடமிருந்து சத்தார் சிங்கைக் காப்பாற்றினார். இந்தச் செய்தி கிடைத்ததும் மிஸ்டர் பாரி நான்தான் சத்தார் சிங் மூலம் சூப்பரின்டென்டன்ட்டைத் தாக்கச் சதி செய்கிறேன் என்று கூறினார். அதற்கு ஒருநாள் முன்பு நான் சூப்பரின்டென்டன்ட்டைச் சந்தித்தேன். அப்போது அவரிடம் இந்தியர்களுக்குச் சுயாட்சி உரிமை கொடுக்கப்படுவதை அவருக்கு உடன்பாடானதுதானா என்று கேட்டேன். அதனைச் சாக்காக வைத்துக்கொண்டு மிஸ்டர் பாரி நான்தான் சத்தார்சிங்கைத் தூண்டிவிட்டேன் என்றும், அதற்கு இதுவே சாட்சி என்றும்

கூறினார். சத்தார் சிங் செய்த காரியத்தை நான்கு அரசியல் கைதிகள் கண்டித்திருந்தனர். ஆனால் நான் அதுபற்றி எதுவும் சொல்ல வில்லை. மிஸ்டர் பாரி நான் மௌனமாக இருப்பதற்கான காரணத்தைக் கேட்டார். அப்போது நான் அவரிடம், ''இது நீங்கள் போட்ட உத்தரவு. ஒரு கைதியின் விஷயத்தில் இன்னொரு கைதி தலையிடக்கூடாது என்று கூறியிருக்கிறீர்கள், என் சகோதரர் உடல்நலம் இல்லாமல் இருந்தபோது அவனை மருத்துவமனைக்கு எடுத்துச் செல்ல வேண்டும் என்று கூறினேன், அப்போது நீங்கள், 'அது என் வேலை அல்ல, நீங்கள் வெளியில் சகோதரர்களாக இருக்கலாம், ஆனால் இங்கு சிறையில் நீங்கள் இருவரும் கைதிகள், அதனால் ஒருவருக்கொருவர் பேசிக்கொள்ளக் கூடாது' என்று கூறினீர்கள். இப்போது இந்த விஷயத்தில் நான் தலையிடவேண்டும் என்று நீங்கள் ஏன் எதிர்பார்க்கிறீர்கள்?'' என்று கேட்டேன். மேலும், சத்தார்சிங் தவறாக அப்போது அடிக்கப்பட்டதன் மூலம் தண்டனை பெற்றிருக்கிறார், சிறை விதிகளை மீறியதால் கிடைக்கும் தண்டனையைக் காட்டிலும் அதிகமாகவே அவர் வார்டர்கள் கையால் அடி வாங்கினார் என்று மற்ற கைதிகள் என்னிடம் சொன்னார்கள், ஆனால் அவரால் தாக்கப்பட்ட சூப்பரின்டென்டென்ட்டோ காயம் ஏதுமின்றித் தப்பித்துவிட்டார், அதனால் மேற்கொண்டு அவரை தண்டிக்க வேண்டிய அவசியம் இல்லை என்று சொன்னேன். இவற்றையெல்லாம் வைத்துக்கொண்டு மிஸ்டர் பாரி நான்தான் அந்தத் தாக்குதலுக்குப் பின்னாலிருந்து அவர்களை இயக்கியவன் என்று கூறினார். அன்று முதல் சத்தார் சிங் பல வருடங்களுக்குச் சிறையில் அடைக்கப்பட்டிருந்தார். பேராசிரியர் பரமானந்த் மூலம் கிடைத்த ஒரு தகவல் வழியாக இந்தப் பிரச்சினையை உருவாக்கியவர் மிஸ்டர் பாரி என்று பின்னர் தெரிந்தது. ''மிஸ்டர் பாரிதான் இந்த நாடகத்தை ஆடியவர். சிறையில் ஒரு குழுவாக இருக்கும் அரசியல் கைதிகளுக்கு எதிராக சூப்பரின்டென்டன்ட் மனதை மாற்ற இப்படிச் செய்தார். இப்படி நடந்துகொள்வதில் மிகவும் சந்தோஷம் கொண்டார். இந்தப் பொய்யை சாவர்க்கர் சகோதரர்களின் மீது சுமத்துவதன் மூலம், அந்தச் சிறையில் நிலவும் பிரச்சினையை அடியோடு நீக்கிவிடலாம் என்று நினைத்தார். இதனால் சாவர்க்கர் சகோதரர்கள் புரட்சி செய்தார்கள் என்ற எண்ணமும், அங்கிருந்த அதிகாரிகளுக்கு இதில் எந்தப் பங்கும் இல்லை என்ற எண்ணமும் வெளியே பரவும்படி செய்தார்'' என்று பேராசிரியர் பரமானந்த் தன் நினைவலைகள் என்ற புத்தகத்தில் எழுதி இருந்தார்.

உடல்நலம் குன்றியது

1915 மற்றும் 1916 ஆகிய வருடங்களில் என் உடல்நிலை மிகவும் மோசமாயிற்று. நான் 1910ம் வருடம் லண்டனில் கைதாகி, பிறகு

இங்கு வந்தது வரை எல்லாச் சித்திரவதைகளையும் என் உடல் தாங்கிக்கொண்டு இருக்கிறது. லண்டன் சிறையிலும் இந்தியச் சிறைகளிலும் இங்கு அந்தமான் சிறையிலும் பட்ட கஷ்டங்களை என் உடல் எதிர்கொண்டிருக்கிறது. சிறைகளில் உடல்ரீதியாகவும் மனரீதியாகவும் இழைக்கப்பட்ட எல்லா சித்திரவதைகளையும், கூடவே என் குடும்பம் தொடர்பான கவலைகளையும் நான் தாங்கிக் கொண்டிருந்தேன். அரசியல் நடவடிக்கைகளில் தொடர்ந்து ஈடுபட்டு அதன்மூலம் தொடர்ச்சியாக மன உளைச்சலுக்கும் எதிர்பார்ப்புகளுக்கும் ஆளானதால், என் உடலுக்குப் பல குறைபாடு களை வரவழைத்துக்கொண்டிருந்தேன். மோசமான உணவு, சுகாதாரமற்ற வாழ்க்கைச் சூழல், சிறையில் கடுமையான பணி போன்றவை 1919ம் ஆண்டுவாக்கில் என் உடல்நிலையை மிகவும் மோசமாக்கின. சிறையில் கொடுக்கப்பட்ட தரக்குறைவான உணவை அப்படியே முழுங்க வேண்டி இருந்ததால் ஜீரண சக்தி பெரிதளவில் பாதிக்கப்பட்டது. என் உடல்நிலை மோசமாகிக் கொண்டு போவதைப் பலமுறை சூப்பரின்டென்டென்ட்டிடம் தெரிவித்தேன். ஆனால் யாரும் அதைக் கண்டுகொள்ளவே இல்லை. அந்தச் சமயத்தில் ஓரிரு முறை எனக்குக் கடுமையான ஜுரம் வந்தது. ஆனால் என்னை சிகிச்சைக்காக மருத்துவமனைக்கு அவர்கள் அனுப்பவே இல்லை.

ஜுரம் குறைந்தவுடன் என்னை வழக்கம்போல் பணி செய்ய அனுப்பி விடுவார்கள். அதே உணவை உண்ணச் சொல்வார்கள். இதனால் எனக்கு வயிற்றுப்போக்கு வந்தது. நன்றாகப் பணி செய்தால் சாதாரணக் கைதிகளுக்குக் கொடுக்கப்படும் பால்கூட எனக்கு வழங்கப்படவில்லை. இதனால், சிறையில் மிக மோசமாகச் சமைக்கப்படும் அரிசி மற்றும் பருப்பை நம்பியே வாழ வேண்டி இருந்தது. எங்களுக்குக் கொடுக்கப்பட்ட பிரட் சரியாக சமைக்கப் படாமல் பச்சையாக இருக்கும். அதனால் அதனைச் சாப்பிடுவதை நிறுத்திவிட்டேன். எனவே என் உடல் எடை மிகவும் குறைந்தது. சிறிது நாட்களில் என் வயிறு பருப்பை ஜீரணம் செய்யும் சக்தியை இழந்தது. அதனால் நான் வெறும் சாதத்தில் தண்ணீரைக் குழம்பு போல் ஊற்றிக்கொண்டு சாப்பிட ஆரம்பித்தேன். திரும்பவும் வயிற்றுப்போக்கு வந்துவிடக்கூடாது என்பதால் இதே உணவைப் பல நாட்களுக்கு உண்டு வந்தேன். வயிற்றுப்போக்கு வந்தால் வயிற்றில் பயங்கரமான வலி வரும். அகால வேளைகளில் மலம் கழிக்க வேண்டிவரும். நான் இருந்த சிறையில் அது மிகவும் சிரமமானது. கிட்டத்தட்ட தினமும் ஜுரம் அடித்தது. அதேபோல் வயிற்றுப்போக்கும் அடிக்கடி வந்தது. ஒரு கட்டத்தில் என்னால்

சாதத்தையும் சாப்பிட முடியவில்லை. ஏனென்றால் அது மூன்று நான்கு நாள்களுக்கு ஒருமுறை சரியாக வேகாமல் தரப்பட்டது. வயிற்றுப்போக்கு மிகவும் மோசமாக இருந்தால்தான் டாக்டர் சிறைக்கு அழைக்கப்படுவார். அது மோசம் என்பதை ஜெயிலர்தான் தீர்மானிக்க வேண்டும். டாக்டர் வரும்போது அவர் எதிரிலேயே மலம் கழிக்க வேண்டி வந்தால் நன்றாக இருக்கும் என்று கடவுளை வேண்டிக் கொள்வேன். டாக்டர் அதைப் பார்த்து எனக்கு வயிற்றுப் போக்கு இருக்கிறது என்று சொல்லாவிட்டால், எந்தப் பிரச்சினையும் இல்லை. அவர் முன் மலமே வரவில்லை என்றாலோ அதில் ரத்தமே இல்லையென்றாலோ, அவர்கள் எனக்கெதிராக, நான் நோயால் பாதிக்கப்பட்டவன் போல நடிக்கிறேன் என்று கூறி விடுவார்கள். இந்த நாள்பட்ட உபாதையினால் இரவு நேரங்களில் கடுமையான வயிற்றுவலியும் ஜுரமும் வரும். தொடர்ந்து நான் மலம் கழிக்கும்போது அதில் ரத்தம் வரும். ஆனால் டாக்டர் வரும்போது இந்த அறிகுறிகள் மறைந்துவிடும். அதனால் டாக்டர் எனக்குச் சிகிச்சை எதுவும் தேவை இல்லை என்று கூறிச் சென்று விட்டார். எப்போதாவது டாக்டர் வரும்போது இந்த அறிகுறிகள் வந்தால் கடவுளுக்கு அதற்காக நன்றி சொல்வேன். ஏனென்றால் அப்போதுதான் எனக்கு வேறு உணவும் அதனுடன் பாலும் கொடுப்பார்கள். இதனால் என் உடல் ஓரளவு தேறி வரும். ஆனால் அப்படி உடல் தேறிய உடனேயே என்னைக் கடுமையான பணிக்கு அனுப்பி விடுவார்கள். தொடர்ந்து மீண்டும் உடல்நிலை சரியில்லாமல் போய்விடும். அதே உணவு, அதே கடுமையான வேலை, இதே போன்ற உடல்நிலை என்று பல மாதங்களுக்குத் தொடர்ந்து கொண்டிருந்தது.

இந்தச் சமயத்தில் என் சகோதரர் தனக்குத்தானே சமைத்துக் கொள்ளும் சலுகையைப் பெற்றார். 1914ம் ஆண்டு அரசியல் கைதிகள் செய்த வேலை நிறுத்தத்தின்போது ஏற்பட்ட ஒப்பந்தத்தின் காரணமாக இது நடந்தது. என் சகோதரருக்குத் தேவையான பொருட்கள் கொடுக்கப்பட்டன. தன் காலை வேலை முடிந்ததும் உணவைத் தன் சிறை அறையின் ஒரு ஓரத்தில் அமைக்கப்பட்ட சமையல் இடத்தில் தயாரித்துக் கொள்வார். விரைவிலேயே நாக்பூரைச் சேர்ந்த வாமன் ராவ் ஜோஷி என்பவருக்கும் இதே போன்ற சலுகை கொடுக்கப்பட்டது. அவரும் என் சகோதரருடன் சேர்ந்துகொண்டார். தங்கள் உணவைத் தாங்களே சமைத்து சாப்பிடத் தொடங்கியதும் அவர்களது உடல்நலம் முன்னேறியது. அதே போல மாணிக் தோலா வெடிகுண்டு வழக்கில் கைதான கைதிகள்

எல்லோருக்கும் அவர்களது உணவை அவர்களே சமைத்துக் கொள்ள அனுமதி வழங்கப்பட்டது. என் சகோதரர் தான் சமைத்த உணவிலிருந்து காய்களையும் ரொட்டியையும் யாரும் கவனிக்காத வண்ணம் எனக்குக் கொடுத்து அனுப்புவார். என் உணவை நானே சமைத்துக்கொள்ளும் சலுகை எனக்கு வழங்கப்படவில்லை. அப்படி வழங்கப்பட்டபோது என்னுடன் சேர்ந்து சமைக்க எந்தக் கைதியும் அனுமதிக்கப்படவில்லை. என் உணவைச் சமைத்தவுடன் எனக்குக் காய்ச்சல் வந்து விடும். ஏனென்றால் சமைப்பதற்குக்கூட உடம்பில் அப்போது தெம்பு இருக்கவில்லை. அதனால் என் சகோதரர் ரகசியமாக என்னிடம் கொண்டுவந்து தேங்காய்ச் சிரட்டையில் கொடுக்கும் உணவை நம்பியே வாழ்ந்து வந்தேன். அவர் கொடுத்த சப்பாத்தியும் காய்களையும் மிகவும் விரும்பி உண்டேன். அவரால் உணவு அனுப்ப முடியாத நாட்களில் சாதத்தைத் தண்ணீருடன் பிசைந்து உட்கொண்டேன். ஏனென்றால் சிறையில் கொடுக்கப்பட்ட கறி உண்ணவே இயலாத நிலையில் இருந்தது. மேலும், சாதத்துடன் கலந்துகொள்ள பால் கொடுக்கப்பட வில்லை.

இவை எல்லாமாகச் சேர்ந்து என் உடல்நலத்தை வெகுவாகப் பாதித்தது. இன்னொரு பக்கம் என் சிறை வேலைகள் கூடிக்கொண்டே போயின. ஒவ்வொரு நாளும் இரவு எனக்குக் கடும் காய்ச்சல் வரும். காலையில் அந்தக் காய்ச்சல் குறைந்து விடும். அதனால் அதிகாரி களுக்கு அதைப்பற்றி எதுவும் தெரியவில்லை. ஒவ்வொரு நாளும் சிகிச்சைக்கு மருந்துகள் எதுவும் இல்லாமல்தான் காலத்தைக் கழிக்க வேண்டியிருந்தது. என் சகோதரருக்குக் கடுமையான தலைவலி ஏற்பட்டது. மோசமான உணவுப் பொருட்கள் வழங்கப்பட்டதால் அவரது உடல் ஆரோக்கியமும் குறைந்தது. சிறிது காலம் கழித்து எங்கள் இருவருக்கும் கொஞ்சம் பால் கொடுக்கப்பட்டது. ஆனால் என் உடலுக்கு அதனை செரிக்கும் சக்தி அப்போது இருக்கவில்லை.

அப்போது கல்கத்தா பல்கலைக்கழகத்தில் எம்.ஏ படித்த ஒரு வங்கக் கைதி, தன் மோசமான உடல்நிலை காரணமாகத் தன்னால் தினமும் இரண்டு பவுண்டுகள் நார் உரிக்க முடியவில்லை என்று கூறி வேலை நிறுத்தம் செய்தார். அவர் மிகவும் நேர்மையானவர். புத்திசாலியும் கூட. தன் பணியை அவர் செய்துமுடித்தாகவேண்டும் என்று அதிகாரிகள் நிர்ப்பந்தித்தனர். அவர் அதற்காக அவ்வப்போது தண்டனை பெற்று வந்தார். கடைசியில் அவருக்குப் பிரம்படி வழங்கப்பட்டது. அந்தப் பட்டதாரி பொறுமையுடனும் தைரியத்துடனும் அதிகாரிகள் அவருக்குக் கொடுத்த தண்டனையைப்

பொறுத்துக் கொண்டார். இந்தப் போராட்டம் பல மாதங்களுக்கு நீடித்தது. அந்த நபரால் அதனைத் தாக்குப்பிடிக்க இயலவில்லை என்றாலும், மற்ற அரசியல் கைதிகளுக்கு ஒரு ஆதாயம் கிடைத்தது. அதிகாரிகள் மற்ற கைதிகளைக் கூடுதல் பணி செய்ய நிர்ப்பந்திக்க வில்லை. அவர்களுக்குக் கோலுவிலும் வேலை வழங்கப்பட வில்லை. அப்போது நிலைமை திடீரென்று மோசமாயிற்று. அதனால் நாங்கள் நான்காவது முறை வேலை நிறுத்தம் செய்ய வேண்டிய அவசியம் ஏற்பட்டது.

அத்தியாயம் 5

நான்காவது வேலை நிறுத்தமும் என் உடல்நலக் குறைவும்

சென்ற அத்தியாயத்தின் இறுதியில் நான் குறிப்பிட்ட துரதிர்ஷ்டவசமான சம்பவம் இதுதான். இங்கு பான் சிங் என்ற பெயரில் ஒரு அரசியல் கைதி இருந்தார். அவர் ஒரு சீக்கியர். அவர் தன் சிறை அதிகாரிகளிடம் தகராறு செய்ததால் சிறையில் அடைக்கப்பட்டிருந்தார். மிஸ்டர் பாரி அறைக்குள் நுழைந்தவுடன் அவரைத் திட்டினார். அந்தச் சீக்கியரும் பதிலுக்கு அவரைத் திட்டினார். அதைக்கேட்டுக் கோபம்கொண்ட மிஸ்டர் பாரி அந்த அதிகாரிகளிடம் அவரை நன்றாக அடிக்கச் சொல்லிவிட்டுப் போனார். உடனடியாக அவரது அறைக்குள் ஐந்து பேர் நுழைந்து கட்டைகளைக்கொண்டு அவரை அடிக்க ஆரம்பித்தனர். அந்தக் கைதி அவர்கள் அடித்த அடிகளைத் தடுக்க முயற்சி செய்தார். ஆனால் இங்கு வந்து நொடிந்துபோய் இருந்த அவரால் அவர்களை எதிர்த்து ஒன்றும் செய்ய முடியவில்லை. அவர்கள் அவரை அடித்துக் கீழே போட்டுவிட்டுச் சென்றுவிட்டனர். அவரது குரல் இரவுமுழுதும் கேட்டுக்கொண்டிருந்தது. "என்னால் ஒன்றும் முடியவில்லை, என்னைக் காப்பாற்றுங்கள்" என்று அவர் கதறிக் கொண்டிருந்தார். தரைத்தளத்தில் அவரது அறைக்குப் பக்கத்திலிருந்த நான்கு அல்லது ஐந்து அரசியல் கைதிகள் அவரது குரலைக் கேட்டு அவரது அறைக்குச் சென்று பார்த்தனர். அவர்களைத் தடுக்க நுழைவாயிலில் மிஸ்டர் பாரி நின்று கொண்டிருந்தார். இவர்கள் அனைவரும் வேகமாக ஓடி வருவதைப் பார்த்த அவர் அந்த இடத்திலிருந்து வேறொரு வழியாக மெல்ல நழுவிவிட்டார். அப்படிப் போவதற்குமுன் அடிப்பதை நிறுத்தச் சொல்லிவிட்டுப்போனார்.

இங்கே நான் சொன்னவை எல்லாம், இந்தச் சம்பவத்தை நேரில் பார்த்த அரசியல் கைதிகள் என்னிடம் சொன்னவை. மற்றவர்களும் இதை உறுதி செய்தார்கள். இதனை அவர்கள் எழுத்து மூலமாக அதிகாரிகளிடம் தெரிவித்தனர். அவர்கள் கொடுத்த மனுவில் இவைதான் சொல்லப்பட்டிருந்தன.

அடுத்த கட்டடத்தில் இருந்த ஒரு கைதியின் கூக்குரலைக் கேட்டவுடன் வழக்கம்போல் அதிகாரிகள் அந்தக் கைதியைப் போட்டு அடித்துக் கொண்டிருக்கிறார்கள் என்பதைப் புரிந்துகொண்டோம். அந்தப் பரிதாபத்திற்குரிய கைதி பான் சிங்தான் என்பதும் தெரிந்தது. மிஸ்டர் பாரியின் உத்தரவை நிறைவேற்ற அங்கு சென்றிருந்த ஒரு துணை அதிகாரி இதனைத் தெரிவித்தார். ஆனால் அவர் அந்தத் தாக்குதலில் ஈடுபடவில்லை. இரவு உணவுக்கான நேரத்தில் எங்களுடன் இருந்த இருவருடன் கலந்தாலோசித்து, இந்தச் செயலைக் கண்டிக்க வேண்டும் என்று கேட்டு, சில்வர் ஜெயிலில் ஏழாவது பிரிவில் இருந்த அனைத்துக் கைதிகளுக்கும் கடிதம் எழுதுவது எனத் தீர்மானித்தோம். அரசியல் கைதிகள் இந்தச் சம்பவத்தினால் அடிபணிவதற்கு மாறாகக் கொதித்தெழுந்தனர். மீண்டும் ஒரு வேலை நிறுத்தம் செய்வது பற்றி அவர்கள் விவாதித்தனர். அதில் ஒரு சிலர் மிஸ்டர் பாரியைக் கொன்றுவிடலாம் என்றுகூடச் சொன்னார்கள். ஆனால்...

இந்தக் கலவரத்தைக் கேள்விப்பட்ட மிஸ்டர் பாரி, விபரீதமாக ஏதோ ஒன்று தனக்கு நிகழப்போகிறது என்று நினைத்துப் பயந்து போய் அன்று மாலை என்னைப் பார்க்க வந்தார். பயப்படுவதுதான் அவரது இயல்பு. நான் அவரிடம் அவரது தீவிரவாதம் எல்லையை மீறிப் போய்க்கொண்டிருக்கிறது என்று வேதனையுடன் சொன்னேன். இனி அதனைப் பார்த்துக்கொண்டு சும்மா இருக்க முடியாது என்றும் சொன்னேன். அவர் அந்த பான் சிங் தன்னைக் கடித்ததாகச் சொன்னார். நான் அவரிடம், ''அப்படியே அது உண்மையாக இருந்தாலும் அதற்குத் தீர்வு அவரை அடிப்பது அல்ல, அவருக்கு எதிராக விசாரணை செய்து முறையாக நடவடிக்கை எடுத்திருக்கவேண்டும். நீங்கள் அடித்த அடியில் அவர் ரத்த வாந்தி எடுத்துக்கொண்டிருக்கிறார். இதனை இங்கே உள்ள கைதிகள் எல்லோரும் கூறுகிறார்கள். நீங்கள் இந்த உண்மையை நீங்கள் மறுக்க முடியாது'' என்று கூறினேன்.

அடுத்தநாள் சிறைக்கு வந்து சோதனையிட வந்த சூப்பரின்டென்டென்ட்டிடம் அரசியல் கைதிகளின் ஒரு குழு இந்தச் சம்பவம் குறித்து முழுமையான விசாரணை நடத்தவேண்டும் என்றும், இந்தச்

சம்பவத்திற்குக் காரணமான மிஸ்டர் பாரி தண்டிக்கப்படவேண்டும் என்றும் கோரிக்கை விடுத்தனர். ஆனால் சூப்பரின்டென்டன்ட் பான் சிங்கைக் காப்பாற்றியவர்களைத் தண்டிப்பதாக அச்சுறுத்தினார். இதுதான் சில்வர் ஜெயிலில் நான்காவது வேலை நிறுத்தத்திற்கான துவக்கப்புள்ளி.

அந்தச் சமயத்தில் இந்தியாவின் செகரட்டரி ஆஃப் ஸ்டேட் மிஸ்டர் எட்வின் மாண்டேகு புதிய சீரமைப்புகள் தொடர்பாக இந்தியா போய்க்கொண்டிருப்பதாகச் செய்தி வந்தது. எட்வின் மாண்டேகுவின் இந்திய வருகைதான் அந்தமான் சிறைக் கைதிகளைப் பற்றி வெளியில் செய்தி பரப்பிட சரியான தருணம் என்று கருதினேன். இந்தியாவின் கவனத்தை எங்கள் பக்கம் ஈர்க்க வேலை நிறுத்தம்தான் சரியான கருவி என்று முடிவெடுத்தேன். வேலை நிறுத்தத்திற்கான உடனடியான காரணம் மிஸ்டர் பாரி பாவப்பட்ட பான் சிங் மீது நடத்திய கொலைவெறித் தாக்குதல்தான்.

எங்களுடன் இருந்த சில அரசியல் கைதிகள் இந்த வேலை நிறுத்தத்தை மூத்த கைதிகள் முன்னின்று நடத்தவேண்டும் என்று கருதினார்கள். அதாவது, எங்கள் சார்பாகக் கோரிக்கைகளை வைப்பதற்கு இந்தச் சிறையில் அதிக வருடங்களைக் கழித்தவர் களிடம் பொறுப்பு கொடுக்கப்பட்டது. வேலை நிறுத்தத்தின் நோக்கம் இதுபோன்ற நடவடிக்கைகளினால் எப்படித் தோற் கடிக்கப்படும் என்பதை நான் அவர்களிடம் விளக்கினேன். நான் அவர்களுக்கு வெளிப்படையாகத் தலைமை தாங்கினால், சிறை விதிகளின்படி எனக்கும் மற்ற பழைய அரசியல் கைதிகளுக்கும் இங்கு கிடைக்கும் சலுகைகளை எல்லாம் நிறுத்திவிடுவதற்கு மிஸ்டர் பாரிக்கும் மற்ற அதிகாரிகளுக்கும் ஒரு வாய்ப்பு கிடைக்கும். என்னை மீண்டும் தனிமைச் சிறையில் அடைத்து விடுவார்கள். இதன்மூலம், கடிதத் தொடர்புகள் மற்றும் மற்ற அணுகுமுறைகள் மூலம் இந்த வேலை நிறுத்தத்திற்குக் கிடைக்க வேண்டிய விளம்பரம் கிடைக்காமல் போகும். செய்தித்தாள்கள் மூலம் இந்தியா பற்றிய செய்திகள் வருவதும், மற்ற முறைகளில் செய்திகளைப் பெறுவதும் தடைபடும். அவர்களிடமிருந்து நான் பிரிக்கப்பட்டால் ஒரு செயல் திட்டத்தை வகுத்து இவர்களை ஒருங்கிணைப்பது நடக்காத காரியம் ஆகிவிடும். இவர்களைப் பிரிப்பதற்கென்றே நடத்தப்படும் காரியங் களுக்கு எதிராக வேலை நிறுத்தங்களைச் செய்வது, அதிகாரிகளுக்கு அழுத்தம் கொடுப்பது என்று எதுவும் நடக்காது. அதுமட்டு மல்லாமல் மூத்தவர்களான நாங்கள் கூடுதலாகக் கஷ்டப்பட்டு, உடல்நிலை இன்னும் மோசமாகும். எங்களை மீண்டும் சங்கிலியில்

கட்டிப்போட்டுத் தனிமைச் சிறையில் அடைப்பார்கள். மறுபடியும் மோசமான உணவு, பிரம்படி போன்றவற்றை அனுபவிக்க வேண்டியிருக்கும். இது எங்கள் உயிருக்கேகூட ஆபத்தாக முடியலாம். இப்படிப்பட்ட ஒரு சாதாரண காரணத்திற்காக ஒரு தேசிய இயக்கத்தை நாம் பலவீனமடையச் செய்து விடக்கூடாது. வேலை நிறுத்தத்தில் நான் ஈடுபட்டால், அதிலிருந்து இடையே விலகிக் கொள்ளாமல் என்ன ஆனாலும் தொடர்ந்து நடத்த வேண்டும். அதனால் நம்மிடையே உள்ள இளைஞர்களும் சக்திமிக்க நபர்களும் இந்தப் பொறுப்பை ஏற்றுக்கொள்ளவேண்டும். நூற்றுக்கும் அதிகமான இளைஞர்கள் இந்தப் போராட்டத்தையும் அதன் தொடர்பான காரியங்களையும் தொடர்ந்து நடத்தவேண்டும். நான் இதற்குத் தலைமை தாங்காமல் இருப்பதற்கு இன்னொரு முக்கியக் காரணம், அதன்மூலம் நான் இந்தியாவிற்குக் கடிதம் அனுப்பும் என் உரிமையை இழந்துவிடுவேன். ஒரு வருடம் எந்த விதமான தண்டனையும் பெறாமல் இருந்தால்தான் ஒரு கைதியால் ஆண்டுக்கு ஒரு கடிதத்தை அனுப்ப முடியும். நான் வேலை நிறுத்தத்தில் ஈடுபட்டு தண்டனை பெற்றால் என் அந்த உரிமை போகும். அதன்மூலமாக வேலை நிறுத்தத்திற்குப் பாதிப்பு ஏற்படும். அதைவிட முக்கியமாக, இந்த அரசியல் கைதிகளின் விடுதலைக் காகப் பாடுபடும் வாய்ப்பும் போய்விடும்.

இந்தியாவில் என் தம்பி இந்தியச் சிறைகளில் இருக்கும் அரசியல் கைதிகளின் விடுதலைக்காக என் பெயரில் பிரசாரம் செய்து வருகிறான் என்பது எல்லோருக்கும் தெரியும். என் வருடாந்திரக் கடிதம் அவனது வேலைகளுக்கு வலு சேர்ப்பதாக இருக்கிறது. என் கடிதத்தைப் பிரதி எடுத்து இந்தியாவில் உள்ள எல்லாத் தலைவர் களுக்கும் அவன் அனுப்பி வைக்கிறான். அதில் சிலவற்றை உள்ளூர்ச் செய்தித்தாள்கள் பிரசுரித்து வருகின்றன. தேசப்பற்றாளர்கள் அவற்றைப் பத்திரமாகப் பாதுகாத்து வைத்திருக்கிறார்கள். என் கடிதம் பிரதி எடுக்கப்பட்டு பாரீஸுக்கு அனுப்பப்பட்டு அங்குள்ள இந்தியர்கள் அதைப் பாதுகாத்து வைத்திருக்கிறார்கள் என்று பாரிஸ்டர் அசாப் அலி என்பவர் ஃபோர்வேர்ட்* என்ற பத்திரிகையில் குறிப்பிட்டிருக்கிறார். என் வருடாந்திரக் கடிதத்தில் நான் இந்தச் சிறையிலுள்ள கைதிகளின் குற்றச்சாட்டுகளைப் பற்றிக் குறிப்பிட்டது கிடையாது. அந்தமானில் உள்ள அரசியல் கைதிகளுக்குப் பொது மன்னிப்பு வழங்குவதற்காக இந்தியாவில்

* Foreward

நடத்தப்படவேண்டிய போராட்டங்களைப் பற்றி மட்டுமே குறிப்பிட்டிருக்கிறேன். நம் தலைவர்கள் இந்தப் பிரச்சினையை எதிர்கொள்ள எவ்வாறு தயங்கினார்கள், இந்த அரசாங்கம் எப்படி என்னையும் மற்ற புரட்சியாளர்களையும் அரசியல் கைதிகளாக அங்கீகரிக்க மறுத்தது, எங்களை அரசியல் கைதியாக அங்கீகரிக்காதது எப்படிப்பட்ட தவறு, அதனால் மக்கள் இந்தக் கேள்வியை முன்னிறுத்தி எங்கள் நியாயத்திற்காகப் போராட வேண்டும் என்பதைக் குறிப்பிட்டிருக்கிறேன். என் அந்தக் கடிதத்தில் நம் நாட்டோடு தொடர்புள்ள சமூக மத அரசியல் விஷயங்களைப் பற்றி எழுதியிருக்கிறேன். போர் நடந்த காலத்தில் எங்கள் சிறையில் பரந்த மனதுள்ள ஒரு சூப்பரின்டென்டென்ட் இருந்தார். அவர் இந்த விஷயங்கள் குறித்தெல்லாம் என் சகோதரனுக்குக் கடிதம் எழுத என்னை அனுமதித்தார். இந்தச் சிறையில் நடக்கும் விஷயங்களைப் பற்றி எழுதுவதற்கு மட்டும் எதிர்ப்பு தெரிவித்தார். அப்படிப்பட்ட விஷயங்களை தணிக்கை செய்து விடுவார். மற்ற அனைத்தையும் மிஸ்டர் பாரியின் எதிர்ப்பையும் மீறி அனுமதிப்பார். அந்தப் பரந்த மனதுடைய சூப்பரின்டென்டன்ட் எனக்களித்த இந்த வாய்ப்பினை முழுமையாகப் பயன்படுத்திக்கொண்டு கடிதங்களை எழுதினேன். அந்தக் கடிதங்களுக்கு இந்திய செய்தித்தாள்களில் நல்ல வரவேற்பு கிடைத்தது. அனாமதேய செய்திகளுக்கும் என்னைப் போன்றவர் கள் எழுதும் கடிதங்கள் மூலமாகக் கிடைக்கும் உண்மையான செய்திகளுக்கும் ஏராளமான வித்தியாசங்கள் உண்டு. என் கடிதங்கள் கவுன்சில் ஹால் முதற்கொண்டு சாதாரண குடிமகன் வரை பல்வேறு நபர்களுக்குச் சென்று சேர்ந்திருக்கிறது. அதன்மூலம் பொது மக்கள் மனதில் பெரிய தாக்கம் ஏற்பட்டிருக்கிறது. 10 கடிதங்கள் ரகசியமாக அனுப்பினேன் என்றால் ஒரு கடிதம்தான் இந்தியாவிற்குச் சென்று சேரும். அதிலும் பாதிதான் செய்தித்தாளில் இடம்பெறும். ஆனால் என் வருடாந்திரக் கடிதம் அரசாங்கத்தின் அனுமதியோடு செல்வதால் அதற்கு இந்தியாவில் நல்ல வரவேற்பு கிடைத்தது. அதனால் அந்த உரிமை பறிபோகும் வகையில் எதையும் இந்தச் சிறையில் செய்வதில்லை என்று முடிவெடுத்திருந்தேன். அந்த உரிமை பறிபோய்விட்டால், இந்தச் சிறையில் அரசியல் கைதிகளின் நலனுக்காக நான் செய்யும் காரியங்கள் அனைத்தும் ஒரு முடிவுக்கு வந்துவிடும்.

இந்தக் காரணங்களுக்காகவும் வேறு பல காரணங்களுக்காகவும் இந்த வேலை நிறுத்தத்தை இளைஞர்கள்தான் முன்னின்று நடத்த வேண்டும் என்று கூறினேன். நானும் என்னைப் போன்ற

மூத்தவர்களான மிஸ்டர் வாமன் ராவ் ஜோஷி, என் மூத்த சகோதரர் போன்றோர் இதிலிருந்து விலகி இருப்போம் என்றேன். சிறையில் இருக்கும் என்னைப் போன்ற மற்ற அரசியல் கைதிகள் இதை முன்னெடுக்கும் பேச்சே கிடையாது. ஏனென்றால் இவர்கள்தான் மிஸ்டர் பாரிக்குப் பல கதைகளைக் கொண்டு செல்கிறவர்கள். அதுமட்டுமில்லாமல் பான் சிங்கை வார்டர்கள் அடித்த சம்பவம் பற்றிக் கேள்விப்படக்கூட இல்லை என்றவர்கள். வேலை நிறுத்தம் செய்யும் இரண்டு பேர், அரசியல் கைதிகளைச் சாதாரணக் கதைகள் போல் நடத்தக்கூடாது என்று கூறி அதற்கு சமீபத்திய பான் சிங் சம்பவத்தைக் குறிப்பிட்டுக் காட்டவேண்டும் என்று சொல்லி இருந்தேன். அந்த கோரிக்கையை அதிகாரிகள் நிராகரித்தால், திடகாத்திரமான உடல் உடையவர்கள் உண்ணாவிரதம் இருக்கப் போவதாக மிரட்டவேண்டும் என்று கூறினேன். அப்படி உண்ணாவிரதம் இருப்பவர்கள், தனிமைச் சிறையில் அடைக்கப்படும் அளவிற்கோ, உண்ணாவிரதத்தில் உயிர் போகும் எல்லைக்கோ போராட்டத்தைக் கொண்டுபோகக் கூடாது என்றும் சொன்னேன். இந்த வேலை நிறுத்தத்தைப் பற்றி உலகத்திற்குத் தெரிவித்து அதற்கான தார்மிக ஆதரவைப் பெற்றுத் தரும் பொறுப்பை நான் எடுத்துக்கொண்டேன். அந்த ஆதரவு மூலம் உருவாகும் போராட்டம் இதற்கான முடிவைக் கொண்டுவரும். அதேபோல் இந்த அந்தமான் குடியிருப்பில் மக்களிடையே கல்வியைப் பரப்பும் பணியையும் நான் தொடர்ந்து செய்வேன் என்று உறுதியளித்தேன். நான் இந்த வேலை நிறுத்தத்தில் பங்கு கொள்ளாமல் இருந்தது, மற்ற காரியங்களை ஒழுங்காக நடத்திச் செல்ல உதவியது. போராட்டக் குழுவை ஒன்றிணைக்கப் பயன்பட்டது. போராட்டத்தின் வலுவைக் கூட்டியது. வெற்றிக்குத் தேவையான ஒற்றுமையைக் கொண்டுவந்தது.

குறிப்பிட்ட நாளில் அரசியல் கைதிகளில் ஒவ்வொரு கட்டடத்திலும் இருந்த குறிப்பிட்ட பிரிவினர் வேலை நிறுத்தம் செய்தார்கள். வேலை நிறுத்தத்தில் கிட்டத்தட்ட 100 கைதிகள் ஈடுபட்டார்கள். இவ்வளவு பெரிய எண்ணிக்கையில் கைதிகள் வேலை நிறுத்தத்தில் இதற்குமுன் ஈடுபட்டதில்லை. அதிகாரிகளுக்குக் கைதிகள்மேல் இருந்த கட்டுப்பாடு முதல் வேலை நிறுத்தத்தில் இருந்து நான்காம் வேலை நிறுத்தம் வரும்போது வெகுவாகக் குறைந்து விட்டிருந்தது. இந்த வேலை நிறுத்தம் மிகவும் பலனளிக்கும் வகையில் இருந்தது. அந்தமானின் சரித்திரத்தில் இவ்வளவு பெரிய வேலை நிறுத்தம் இவ்வளவு நீண்ட நாட்களுக்கு நடந்ததே இல்லை.

ஆரம்பத்தில் இருந்து கடைசி வரை இந்த வேலை நிறுத்தத்தின்போது மிஸ்டர் பாரி அரசியல் கைதிகளின் மனதில் என்னைப் பற்றித் தவறான அபிப்பிராயத்தை ஏற்படுத்த முயன்றார். அந்தக் கைதிகளின் அறைக்கு முன் அரை மணி நேரம் நின்றுகொண்டு, ‘இங்கே பாருங்கள், மிஸ்டர் சாவர்க்கர் உங்களைத் தன் தாளத்திற்கேற்ப ஆட்டிவைக்கிறார். உங்களை ஏமாற்றுகிறார். தண்டனைக்குப் பயந்துகொண்டு அவர் பின்னணியில் இருக்கிறார். நீங்கள் எல்லாம் முட்டாள்கள்‘ என்று கூறினார். பிறகு தன் கைத்தடி ஆள் ஒருவனைச் சுட்டிக்காட்டி, ‘இங்கே பாருங்கள், இவரைப்போல் புத்திசாலியாக இருங்கள். இவர் வேலை நிறுத்தத்தில் ஈடுபடவில்லை. இதுதான் உங்களுக்கு நல்லது. நான் உறுதியாகக் கூறுகிறேன்‘ என்றார். ஆனால் கைதிகளுக்கு மிஸ்டர் பாரியைப் பற்றி நன்றாகத் தெரியும். சாவர்க்கர் பாரியின் ஆட்களைப்போல இருந்திருந்தால் அவர் நிலைமை எவ்வளவோ எளிதாக இருந்திருக்கும். ஆனால் சாவர்க்கர் மிஸ்டர் பாரியை தாஜா செய்து காரியங்களைச் சாதித்துக்கொள்ள முயலவில்லை. இது அவர்களுக்கு நன்றாகத் தெரியும். நான் நீண்ட காலமாக எப்படிப்பட்ட தண்டனைகளை இந்தச் சிறையில் அனுபவித்திருக்கிறேன் என்பதும் தெரியும். ஒரு சங்கிலி கையில் தொடங்கி அதன் மறுமுனை காலைப் பிணைத்திருக்கும். கால்களும் கைகளும் தனியாகவும் சங்கிலிகளால் கட்டப்பட்டிருக்கும். தோளிலும் சங்கிலி கட்டப்பட்டிருக்கும். தனிமைச்சிறையில் பெரும்பாலான நேரம் நான் வாடிக்கொண்டிருப்பேன். இதற்கிடையில் சில நாட்கள் உண்ணாவிரதம் வேறு. இதையெல்லாம் அவர்கள் சிறை ஆவணங்கள் மூலம் சரிபார்த்துக்கொள்ள முடியும். எல்லோரும் வேலை நிறுத்தத்தைத் தங்கள் கடமையாக நினைத்துச் செய்தார்கள். அதில் சிலர் மிகுந்த உணர்ச்சிவசப்பட்டு, வேலை நிறுத்தத்துடன் வன்முறையிலும் இறங்கவேண்டும் என்று சொன்னார்கள். என் வார்த்தைக்கு மதிப்பளித்து வன்முறையில் ஈடுபடாமல் இருந்தார்கள். மிஸ்டர் பாரி கூறிய பொய்கள், நான் போராட்டத்தில் கலந்துகொள்ளாததன் காரணத்தை அவர்களுக்கு உணர்த்தின. அவர்களில் சிலர் அவரைப் பார்த்துச் சிரித்து, ‘‘சாவர்க்கர் ஒரு பயந்தாங்கொள்ளி என்று நீங்கள் உண்மையிலேயே நினைத்தால், ஏன் அவரைப் பார்த்து இரவும் பகலும் நடுங்குகிறீர்கள்?’’ என்று கேட்டார்கள்.

எங்கள் உறவைக் கெடுக்க மிஸ்டர் பாரி செய்த முயற்சிகள் அனைத்தும் தோல்வியில் முடிந்தன. வேலை நிறுத்தம் வெகு ஜோராக நடந்துகொண்டிருந்தது. ஆனால் பான் சிங்கின் உடல்நிலையில் எந்த முன்னேற்றமும் ஏற்படவில்லை. அடுத்த ஒரு

வாரத்தில் அவர் ரத்த வாந்தி எடுத்ததால் சிகிச்சைக்காக மருத்துவமனைக்குக் கொண்டு செல்லப்பட்டார். அந்தச் சமயம் என் மோசமான உடல்நிலை காரணமாக நான் அங்கே இருந்ததால் அவரைச் சந்தித்தேன். தன் முதுகில் இருந்த காயத்தின் தழும்புகளை அவர் காண்பித்தார். அங்கே அவருக்கு காச நோய் வந்தது. இரண்டே மாதங்களில் நிலைமை மிகவும் மோசமடைந்து அவர் இறந்து போனார். அவர் ஒரு விவசாயி, ஆனால் அவரைப் போன்ற ஒரு தேசப்பற்று மிக்க நபரை இந்தியாவில் படித்தவர்களிடையேகூடக் காண முடியாது. அவர் இந்தியாவிலிருந்து ஆயுள் தண்டனை பெற்று அந்தமானுக்கு நாடு கடத்தப்பட்டார். இங்கு வந்து ஒன்றரை வருடத்தில் இறந்துபோனார். ஒவ்வொரு அரசியல் கைதிக்கும் அவரைப் பற்றி இதே நினைவுதான் இருந்தது.

வேலை நிறுத்தம் குறித்து இரண்டு கைதிகளின் பிரதிநிதிகள் கொடுத்த கோரிக்கையை அதிகாரிகள் ஏற்க மறுத்தனர். அதனால் ஏற்கெனவே தீர்மானித்தபடி அந்த இருவரும் உண்ணாவிரதத்தில் ஈடுபட்டனர். அதில் ஒருவர் 60 வயதான சீக்கிய அரசியல் கைதி சர்தார் சோகன் சிங். இன்னொருவர் பஞ்சாப்பில் இருந்து வந்த ரஜபுத்திர இளைஞர் பிரிதிவி சிங். அவர்கள் தங்கள் அறையில் 12 நாட்கள் உணவு எதுவும் உட்கொள்ளாமல் இருந்தனர். கடைசியில் அதிகாரிகள் அவர்களது கோரிக்கையை ஏற்றுக்கொள்ளச் சம்மதித்தனர். அந்தக் கோரிக்கையில் இங்கிலாந்தில் உள்ள அரசியல் கைதிகள்போலத் தாங்களும் நடத்தப்படவேண்டும் என்றும், தங்கள் தலைமுடியைத் தூய்மையாக்கிக் கொள்ள சோப்பும் நீரும் வேண்டும் என்றும் கேட்டிருந்தனர். அதிகாரிகள் அவர்களது கோரிக்கையை ஏற்றுக்கொண்டதால் அந்த அறுபது வயதான சீக்கியர் தன் உண்ணாவிரதத்தைத் திரும்பப் பெற்றார். ஆனால் அந்த ரஜபுத்திர இளைஞர் அவர் சொன்னதைக் கேட்காமல் தொடர்ந்து மேலும் இரண்டு வாரங்களுக்கு உண்ணாவிரதம் இருந்தார். இச்செயல் அவரது மனோதிடத்தைக் காண்பித்தது. அதிகாரிகள் அவருக்கு வலுக்கட்டாயமாக மூக்கில் ஒரு ட்யூபின் மூலம் பாலைக் கொடுக்க ஆரம்பித்தனர். அந்த இளைஞரின் உடல் மெலிய ஆரம்பித்தது. ஆனால் அவரது ஆன்ம உறுதி அதிகமாயிற்று. அவர் ஆடைகள் உடுப்பதைத் தவிர்த்தார். குளிருக்கு அடக்கமாக இருக்கக் கொடுக்கப்பட்ட போர்வையைப் போர்த்திக்கொள்ள மறுத்தார். பட்டினியில் நிர்வாணமாக சூட்டையும் குளிரையும் தாங்கிக் கொண்டு அவரது பூட்டிய சிறைக்குள் சிமிண்ட் தரையில் கிடந்தார். நானி கோபால் செய்ததைப்போலவே இதுவும் இருந்தது. அவர் யாரிடமும் பேசவில்லை. நாம் சொல்வதைக் கேட்கத்தயாராக

இல்லாத அவர்களிடம் எதற்காகப் பேசவேண்டும் என்பதே அவரது நிலைப்பாடாக இருந்தது. சொல்லவேண்டிய விஷயங்கள் அனைத்தும் ஏற்கெனவே மனுவில் சொல்லப்பட்டுவிட்டன. இதுவே அவர் மௌனமாக இருந்ததற்கான காரணம். அவர் சொல்ல விரும்புவது என்ன என்று கமிஷனர் அவரிடம் கேட்டார். ஆனால் அவர் ஒரு வார்த்தைகூடப் பேசவில்லை. தொடர்ச்சியாக ஆறு மாத காலத்திற்கு இதேபோல இருந்தார். எந்த உணவும் உட்கொள்ளாமல் உடையும் உடுக்காமல் பேசவும் செய்யாமல் திடகாத்திரமான அவரது உடம்பு மெலிந்து எலும்புக்கூடானது. மிகச்சிறந்த தேசப்பற்றாளரான, நேர்மையான அந்த இளைஞனின் உயிரைக் காப்பாற்ற நான் மிகவும் முயற்சி செய்தேன். ஒருவழியாக அவரைச் சந்தித்தேன். அவரைக் கடிந்துகொண்டேன். அவருக்கு ராணா பிரதாப் சிங்கின் கதையைச் சொன்னேன். ஹல்திகாட்டில் போர்க்களத்திலிருந்து பின்வாங்கி நான்கைந்து மைல்கள் ஓடி வந்தவர் அவர். எதிரியின் கையில் உள்ள வாளால் தானும் தன் படைகளும் சாவதைவிட தப்பித்து வந்துவிடலாம் என்று அவர் நினைத்தார். நான் அவரது காலத்தில் நடந்த போரைப் பற்றிக் கூறினேன். அவரது வாழ்க்கையில் நடந்த வீரமிக்க சம்பவங்களைப் பற்றிச் சொன்னேன். விலைமதிப்பற்ற நமது உயிரை எக்காரணம் கொண்டும் நாம் இழந்துவிடக்கூடாது. நாம் இழப்பது என்று முடிவெடுத்தால் போராடி இறக்கவேண்டும் என்றேன். தேசப்பற்று என்பது வீரம் நிறைந்த விஷயம். நம்முடைய தியாகம் பயனற்றதாக இருக்கக்கூடாது. ஒரு அறையில் எலியைப் போல் பட்டினியினால் ஒருவன் உயிர் இழக்கக்கூடாது. தன் தேசத்திற்காக ஒருவன் இந்தவகையில் தன்னை மாய்த்துக்கொண்டான் என்றால் அது அவன் தான் சார்ந்திருக்கும் கொள்கைக்கு எந்தவிதத்திலும் உதவப் போவதில்லை என்று கூறினேன். நான் கூறியதைப் புரிந்துகொண்ட அந்த ரஜபுத்திர இளைஞன் தன் வாழ்க்கையைத் தற்கொலை மூலம் முடித்துக்கொள்ளமாட்டேன் என்று உறுதி கூறினான். எனக்கு அது ஆறுதலாக இருந்தது.

ஆனால் இதனை அவரது நண்பர்களிடம் என்னால் தெரிவிக்க முடியாமல் போனது. அவரது உண்ணாவிரதத்தைக் கைவிட வற்புறுத்தாமல் வந்ததாக அவர்கள் என்னைக் குற்றம் சொன்னார்கள். பிரிதிவி சிங் என்னிடம் கொடுத்த வாக்குறுதியைப் பற்றி யாரிடமும் சொல்லமாட்டேன் என்று அவரிடம் கூறி இருந்தேன். அதனால் இவற்றையெல்லாம் அமைதியாகக் கேட்டுக்கொண்டிருந்தேன். அவருக்கு சிகிச்சை அளித்துவந்த டாக்டரிடம் அவரது உடல் நிலையைப் பற்றி எனக்கு அவ்வப்போது தெரிவிக்கச்

சொல்லியிருந்தேன். அதிலும் குறிப்பாக அவரது உடல்நலம் மோசமாகும் பட்சத்தில் என்னிடம் தெரிவிக்கக் கேட்டுக் கொண்டிருந்தேன்.

வார்டன்களும் துணை அதிகாரிகளும் அவரிடம் பேசும்போது மிகவும் கடுமையாகப் பேசுவார்கள். அப்போது ஏதாவது ஒரு வார்த்தை பதில் கூறுகிறாரா என்று பார்ப்பதற்காக அப்படிச் செய்வார்கள். ஒருநாள் அவருக்குப் பொறுமை எல்லை மீறியது. தன்னைத் திட்டும்போது பதிலுக்குத் திட்டமாட்டேன் என்று அவர் உறுதிமொழி கொடுத்திருந்தார். அவரது உடல் ஜுரத்தில் கொதித்துக் கொண்டிருந்தது. வார்டர்கள் கூறிய கெட்ட வார்த்தைகளை அவரால் பொறுமையாகக் கேட்டுக்கொண்டிருக்க முடியவில்லை. அதனால் வெறுத்துப்போன அந்த இளைஞர் எழுந்து சுவர் அருகே போய்த் தன் தலையைச் சுவரில் முட்டிக்கொள்ள ஆரம்பித்தார். இதைப் பார்த்து அவர்கள் பயந்துவிட்டனர். சூப்பரின்டென்டென்ட் இரண்டு வார்டர்களை அவரது அறையில் இருக்கச்செய்து, அவர் தற்கொலை செய்து கொள்ளாமல் இருக்க இரவு முழுதும் கண்காணிக்கச் சொன்னார்.

கடைசியாக டாக்டர் என்னிடம் ரகசியமாக ஒரு தகவலைச் சொன்னார். அவரது உடல்நிலை மிகவும் மோசமாகி இருப்பதாகவும், அதனால் ஒன்று அவர் இறந்து போவார் அல்லது அவருக்கு பைத்தியம் பிடித்துவிடும் என்று கூறினார். எல்லா அரசியல் கைதிகளையும், அவரது உண்ணாவிரதத்தைக் கைவிடும்படி அவருக்குக் கடிதம் எழுதச் சொன்னேன். அப்படி அவர் உண்ணாவிரதத்தைக் கைவிட்டால், அடி வாங்கியதால் கைவிட்டார் என்றோ துவண்டுபோய் கைவிட்டார் என்றோ கூற மாட்டார்கள் என்பதைத் தெளிவுபடுத்தினார்கள். இந்தக் கடிதம் அவருடன் இருக்கும் சக கைதிகளிடமிருந்து அவருக்கு வந்திருக்கும் ஒரு அங்கீகாரம். உண்ணாவிரதம் இருந்து தன் உயிரைப் போக்கிக்கொள்ள மாட்டேன் என்ற அவர் தந்த உறுதிமொழியைக் காப்பாற்ற வேண்டும். அந்த நேரம் வந்துவிட்டது. அந்தக் கடிதத்தில் என் பங்குக்கு நானும் எழுதியிருந்தேன். அந்த இளைஞன் ஒரு வழியாக உண்ணாவிரதத்தைக் கைவிட்டு உணவு உட்கொள்ள ஆரம்பித்தார்.

நான் அவர்களிடம் வேலை நிறுத்தம் போன்ற எப்போதாவது பயன்படுத்தப்படும் அணுகுமுறைகளின்போது உண்ணாவிரதம் இருந்து உயிரை விடுவது தவறான காரியம் என்று எப்போதும் கூறி இருக்கிறேன். எந்தத் தேசப்பற்றாளரும், எந்த ஒரு முக்கியமான அரசியல் கைதியும் தான் கொண்ட கொள்கைக்காக இந்த முறையில்

உயிரை விடவே கூடாது. சாதாரண வேலை நிறுத்தத்தின்போதே இப்படி உண்ணாவிரதம் இருக்க முடிவெடுத்திருக்கிறார்கள். ஆனால் நான் எப்போதும் அதனை ஆதரித்தது இல்லை. மாறாக எதிர்த்திருக்கிறேன். அதேசமயம் அவர்களது செயலைக் குறைத்துப் பேசியதுமில்லை. அவ்வாறு மரணத்தின் பிடியில் இருந்து நான் காப்பாற்றிய சிலர் இன்று தேசத்திற்காக அற்புதமான காரியங்களைச் செய்துகொண்டிருக்கிறார்கள். இந்த பஞ்சாப் வீரர் பிரிதிவி சிங் இன்று எங்கே இருக்கிறார், என்ன செய்கிறார் என்று தெரியவில்லை. அவரைப் பற்றித் தெரிந்துகொள்ளும்போது மேற்கொண்டு எழுதுகிறேன்.

சிறையில் வேலை நிறுத்தம் அறிவிக்கப்பட்ட அன்று அதிகாரி களிடத்தில் மிஸ்டர் மாண்டேகு அவர்களுக்குத் தனிப்பட்ட முறையில் கடிதம் ஒன்றை எழுத அனுமதி கேட்டேன். எங்கள் வேலை நிறுத்தத்தைக் குறிப்பிட்டு எள்ளல் செய்வதுபோல் மிஸ்டர் பாரி, 'நீங்கள் மிஸ்டர் மாண்டேகுவிற்கு அருமையான வரவேற்பை எழுதி இருக்கிறீர்கள்' என்று கூறினார்.

போர்ட் பிளேயரில் நாங்கள் செய்த வேலை நிறுத்தம் மிஸ்டர் மாண்டேகு அவர்களுக்கு வரவேற்பு போல் அமைந்தது என்பது உண்மை என்றாலும்,இந்தியச் செயலாளரான மாண்டேகுவுக்கு நான் ஒரு தனிப்பட்ட கடிதம் எழுதுவதற்கு, என்னை வேலை நிறுத்தத்திலிருந்து விலக்கி வைத்துக்கொள்ளவேண்டும் என்ற நிபந்தனையுடன், அனுமதி கொடுத்தார்கள். அதிகாரிகள் சட்டபூர்வமாக எனக்கு அனுமதி மறுக்க முடியாது. ஆனால் அதற்கு வேறு ஒரு காரணமும் இருந்தது.

மாண்டேகு தன் இந்திய நிர்வாகத்தில் கொண்டுவரவிருக்கும் சீர்திருத்தங்கள், இந்தியாவிலும் வெளியிலும் இருக்கும் அரசியல் கைதிகளுக்கு எந்த அளவுக்கு திருப்தி அளித்திருக்கிறது என்று தெரிந்துகொள்ள விரும்பினார். இதை, இந்தியாவிலிருந்து வந்த செய்தித்தாள்கள் மூலமும், சிறை அதிகாரிகளுடன் நான் நடத்திய விவாதங்கள் மூலமும் தெரிந்துகொண்டேன். மின்டோ - மார்லி சீர்திருத்தத்தின்போது நான் இங்கிலாந்தில் இருந்தேன். அப்போது இங்கிலாந்திலிருந்த உயர் அதிகாரிகளின் பேச்சிலிருந்தும் மிதவாதிகளான கோகலே போன்றோரின் பேச்சுக்களிலிருந்தும் அவர்களது நோக்கம் புரட்சியாளர்களைத் திருப்திப்படுத்துவது அல்லது மற்றவர்களை அவர்கள் பக்கம் போகவிடாமல் தடுப்பது தான் என்பதைப் புரிந்துகொண்டேன். 'மிதவாதிகளை ஒருங்கிணைப்பது' என்ற வார்த்தையை லார்ட் மார்லி அப்போது

பயன்படுத்தியிருந்தார். திலகர் போன்ற தலைவர்கள் ஒரே அணியாகச் சென்று சீர்திருத்தங்கள் குறித்து இந்தியாவுக்கு மாண்டேகு வரும்போது கோரிக்கை வைப்பார்கள். அப்போது அரசியல் கைதிகளான நாங்கள் அவர்களுக்கு ஆதரவு தெரிவிக்க வேண்டும். அதனால் மிஸ்டர் மாண்டேகு அவர்களிடத்தில், எத்தகைய சீர்திருத்தங்கள் செய்தால் நாங்கள் அமைதி வழிக்குத் திரும்புவோம் என்பதைக் கூறிவிடுவது என் கடமை என்று நினைத்தேன். மிஸ்டர் மாண்டேகு இந்தியாவில் உள்ள பல அரசியல் கட்சிகளின் பிரதிநிதிகளைப் பார்த்துப் பேசினார். எங்களைப் போன்ற ஒரு இயக்கத்தின் பிரதிநிதியை அவர் வெளிப்படையாகச் சந்தித்துப் பேச முடியாது. இருந்தாலும் எங்கள் கருத்து என்ன என்பதைத் தெரிந்துகொள்ள அவர் ஆவலாக இருந்தார். அதனால் நேரடியாக இல்லாமல் மறைமுகமாக அவர் என்னுடன் அதிகாரிகள் மூலம் தொடர்புகொண்டார். அவர்களுக்கு எங்களில் சிலர் சொன்ன பதில்கள் ஏமாற்றமாக இருந்தன. ''எங்களுக்கும் அரசியலுக்கும் சம்பந்தம் இல்லை. இந்தியாவுக்கு இந்தத் தருணத்தில் சுதந்திரம் கிடைப்பதை நாங்கள் விரும்பவில்லை. எங்களுக்குத் தேவை அமைதி. கடவுளைத் தியானித்துத் தொந்தரவு இல்லாத வாழ்க்கை வாழ்வதுதான் எங்களுக்குத் தேவை. நாங்கள் வேண்டிக்கொள்வது எங்களது தனிப்பட்ட விடுதலை குறித்துத்தான்' என்று அவர்கள் கூறினார்கள். வேறு சிலர் அதிகாரிகளிடத்தில் இந்தியாவின் விடுதலைக்காக அவர்கள் எடுத்துக்கொண்டிருக்கும் சபதத்தைப் பற்றிக் கூறினார்கள். இதைத்தவிர சொல்வதற்கு அவர்களிடம் வேறெதுவும் இல்லை. இத்தகைய சூழ்நிலையில் அதிகாரிகள் நான் மிஸ்டர் மாண்டேகுவுக்குக் கடிதம் எழுதுகிறேன் என்று சொன்னவுடன் அதனை வரவேற்றனர். எங்களுடைய நோக்கங்கள், அதற்கான வழிமுறைகள், என்னென்ன திட்டங்களை வைத்திருக்கிறோம், சீர்திருத்தங்கள் குறித்து எங்களுடைய கருத்துகள் என்ன என்பதைப் பற்றிய நியாயமான கருத்துகளை நான் எழுதுவேன் என்று அவர்கள் எதிர்பார்த்தார்கள். அவர்களது கைத்தடிகளான அரசியல் கைதிகள் அப்படி ஒரு கடிதத்தை எழுதி இருந்தால் மிகவும் சந்தோஷப்பட்டிருப்பார்கள். ஆனால் ஏனோ அவர்கள் யாரும் அப்படி ஒரு கடிதத்தை எழுத முன்வரவில்லை. இங்குள்ள அரசியல் கைதிகளின் சார்பாக நான் ஒரு கோரிக்கையைக் கையெழுத்திட்டு சமர்ப்பிப்பது நன்றாக இருக்கும் என்றும் வேறு அதிகாரிகளின் பின்னணி எதுவும் இல்லாவிட்டால் நல்லது என்றும் இந்தியாவில் உள்ள அதிகாரிகள் விரும்பினார்கள். நான் வேலை நிறுத்தத்தில் கலந்து கொள்ளாததால் சிறை விதிகளை மீறவில்லை. அதனால் மிஸ்டர் மாண்டேகு அவர்களுக்கு இந்தியாவின் கவர்னர் ஜெனரல்

மூலமாக ஒரு கடிதத்தை அனுப்ப எனக்கு அனுமதி கிடைத்தது. நானும் அந்தக் கடிதத்தை அனுப்பினேன்.

அந்தக் கடிதத்துக்கு எதிர்பார்த்த பலன் கிடைக்க, அதில் எழுதப் பட்ட விஷயங்கள் இந்தியாவில் உள்ளவர்களுக்குத் தெரிய வேண்டும். வெறும் கவர்னர் ஜெனரல் மட்டுமே அல்லது மிஸ்டர் மாண்டேகு மட்டும் படித்தால் போதாது. இல்லையென்றால், இந்திய நிர்வாகச் சீர்திருத்தங்கள் மூலம் இங்குள்ள புரட்சி யாளர்களை அமைதிப் பாதையில் திருப்புவதற்குத் தேவையான அழுத்தத்தை இந்தியத் தலைவர்கள் கொடுப்பதற்கான பலம் உருவாகாமல் போய்விடும். தற்போது நானிருக்கும் நிலையில் இருந்துகொண்டே அவர்களுக்கு என்னால் முடிந்த அளவு உதவி செய்யத் தயாராக இருந்தேன். ஆகவே என் சகோதரனுக்கு எழுதிய வருடாந்தரக் கடிதத்தில் நான் மிஸ்டர் மாண்டேகுவிற்கு என்ன எழுதப் போகிறேன் என்பதைக் கோடிட்டுக் காண்பித்தேன். அப்போது என் மனம் இருந்த நிலையையும், இந்தச் சிறையில் இருக்கும் என் நண்பர்கள் மற்றும் அரசியல் கைதிகளை விடுதலை செய்வதற்கு நான் என்னென்ன முயற்சிகள் எடுத்துக்கொண்டு இருக்கிறேன் என்பதையும் விளக்கும் மூலக் கடிதம் ஆங்கிலத்தில் புத்தகமாக வெளி வந்தது. அதன் பெயர் 'எக்கோ ஃப்ரம் த அந்தமான்ஸ்'. அந்தக் கடிதத்தை முழுமையாக அந்தப் புத்தகத்தில் பார்க்கலாம். நான் அந்தமானிலிருந்து இந்தியாவுக்கு அனுப்பிய எல்லாக் கடிதங்களையும் அந்தப் புத்தகத்தில் படிக்கலாம். இந்தக் கடிதத்தின் சுருக்கத்தைக் கூறுகிறேன்:

''மகாராஷ்டிர மாகாண மாநாடு* எல்லா அரசியல் கைதிகளுக்கும் கருணை அடிப்படையில் விடுதலை அளிக்கவேண்டும் என்று ஒரு தீர்மானம் நிறைவேற்றியிருப்பது எனக்கு மகிழ்ச்சியைத் தருகிறது. இதேபோன்ற ஒரு தீர்மானத்தை நாசிக் கூட்டத்திலும் நிறை வேற்றியது குறிப்பிடத்தக்கது. இதன்மூலமாக மற்ற எந்த மாகாண மாநாட்டைக் காட்டிலும்,பம்பாய் மாகாண மாநாடு எங்கள் விடுதலை குறித்துத் தீவிரமாகவும் தைரியமாகவும் செயல் பட்டிருப்பது தெரிய வருகிறது. இதற்காக அரசியல் கைதிகளாக நாங்கள் எல்லோரும் மாநாட்டுக்கு நன்றிக்கடன் பட்டிருக்கிறோம். எனக்குத் தெரிந்து இதேபோன்ற ஒரு தீர்மானம் ஐக்கிய மாநாட்டிலும், ஆந்திர மாநாட்டிலும் நிறைவேற்றப்பட்டது. ஆந்திர மாநாட்டுத் தீர்மானம் உண்மைத்தன்மை கொண்டது. இந்தியத் தாய்நாட்டிற்காக

* Maharashtra Provincial Conference

பாடுபட்டுத் தியாகம் செய்த வீரர்களுக்கு ஆந்திர மக்களின் அனுதாபம் இருப்பது எங்களுக்கு ஆறுதலைக் கொடுக்கிறது. இலக்கை அடைய நாங்கள் எடுத்துக்கொண்ட வழிமுறைகள் அந்த மக்களுக்குப் பிடிக்கவில்லை என்றாலும்கூட, அவர்கள் எங்களை ஆதரித்திருக்கிறார்கள். அரசியல் கைதிகள் சிறைக்குச் சென்று துன்பப்படுவது அவர்களுக்கு மன வேதனையைத் தருகிறது என்பதில் சந்தேகமே இல்லை. எங்கள் விடுதலை குறித்துச் செய்தித்தாள்களிலும் பத்திரிகைகளிலும் வந்த இந்தக் கட்டுரை களைப் பற்றி நீங்கள் எனக்கு எழுதி இருந்தீர்கள். என் மனதில் உள்ள கேள்வி, இந்தியத் தேசிய காங்கிரஸ் ஏன் இப்படி ஒரு தீர்மானத்தை நிறைவேற்றவில்லை என்பதே. குறைந்தபட்சம் எங்கள் மீது அனுதாபம் தெரிவித்தாவது ஒரு தீர்மானம் நிறைவேற்றி இருக்கலாமே? எங்களுக்காகப் போராட அவர்கள் ஏன் தயங்குகிறார்கள்? சென்ற வருடம் அவர்கள் ஒரு தீர்மானம் நிறைவேற்றினார்கள். ஆனால் அது போர்க்கைதிகள் குறித்து மட்டுமே. போர் முடிந்தவுடன் அவர்கள் விடுதலை செய்யப்படுவார்கள் என்பது அவர்களுக்குத் தெரியாதா? பல ஆண்டுகளாக சிறையில் வாடிக்கொண்டிருக்கும் எங்களைப் போன்ற மக்களைப் பற்றி அவர்கள் சிந்திக்கவே இல்லை. இந்தியத் தேசிய காங்கிரஸின் விசாலமான வசதியான கூடங்களில் உட்கார்ந்துகொண்டிருக்கும் அவர்கள், மாறாக, இங்கே வீட்டையும் குடும்பங்களையும் பிரிந்துவந்து இருட்டு அறைகளில் தனிமைச் சிறையில் சித்திரவதைகளை அனுபவித்துக்கொண்டிருக்கும் எங்களை நினைத்து ஒரு சொட்டுக் கண்ணீர்கூட விடவில்லை. போர்க்காலத்தில் தற்காலிகமாக இங்கு அனுப்பப்பட்ட கைதிகளைக் குறித்து அனுதாபப்பட்டவர்கள், அவர்களைவிடக் கூடுதலாக தொடர்ச்சியாகத் தேசத்திற்காகப் பாடுபட்டுத் தியாகங்கள் செய்த அரசியல் கைதிகளை ஏன் கவனிக்காமல் இருக்கவேண்டும்? அவர்களது எண்ணிக்கையைவிட எங்கள் எண்ணிக்கை அதிகமாக இருக்கிறது. போர் முடிந்தவுடன் அரசியல் கைதிகள் போர்க் கைதிகளைப்போல விடுதலை செய்யப்படமாட்டார்கள். அதனால் காங்கிரஸ் தங்களது சகோதரர்களான போர்க்கைதிகளுக்குத் தரும் அழுத்தத்தைவிட அரசியல் கைதிகளின் விடுதலைக்கு அதிக அழுத்தம் தரவேண்டும். இந்தியத் தேசிய காங்கிரஸின் உறுப்பினர்கள் தங்கள் கௌரவத்தையும் பாரம்பரியத்தையும் உயர்வாக நினைப்பவர்கள். ஆனால் ஆட்சியாளர்களைப் பார்த்துப் பயப்படுபவர்கள். போர்க்கைதிகளைப் பற்றிப் பேசுவது ஆபத்தான விஷயமல்ல. ஆனால் புரட்சியாளர்களான எங்களைப் பற்றி அவர்கள் ஒரு வார்த்தைகூட பேசவில்லை. ஏனென்றால், அது ஆட்சியாளர்களின் கோபத்தை சம்பாதிக்கும் என்பதோடு

ஐரோப்பியர்கள் இந்தியத் தேசிய காங்கிரஸின் மீது வைத்திருக்கும் கௌரவத்தையும் குலைக்கும். மக்கள் பிரதிநிதியாக இருக்க வேண்டியது அரசின் கடமை. தன் பணக்கார உறுப்பினர்கள் ஒரு சிலரின் பிரச்சினைகளுக்கு மட்டும் குரல் கொடுத்தால் போதாது. இந்தியாவில் உள்ள பல செய்தித்தாள்களும் மாநாடுகளும் எங்களைப்போன்று புரட்சி செய்து கைதான அரசியல் கைதிகளை விடுதலை செய்யச் சொல்லி கோரிக்கை விடுக்கும்போது, தன்னைத் தேசிய அமைப்பு என்று கூறிக்கொள்ளும் காங்கிரஸ் எங்கள் விடுதலை குறித்து ஒரு வார்த்தைகூடப் பேசாதது சரியல்ல. தன் தலைவர்களை விடுதலை செய்யக்கோரி இந்தியத் தேசிய காங்கிரஸ் தீர்மானம் நிறைவேற்றவேண்டும் என்று உலகமே எதிர்பார்க்கிறது. அயர்லாந்தைப் போல், தன் நாட்டுத் தலைவர்களின் விடுதலைக்காக இந்தியத் தேசிய காங்கிரஸ் அழுத்தம் கொடுக்கவேண்டும் என்று உலகமே எதிர்பார்க்கிறது. தென்னாப்பிரிக்காவும் ஆஸ்திரேலியா வும் தன் நாட்டு மக்களுக்காக உழைக்கின்றன. அதே நேரத்தில் இந்தியத் தேசிய காங்கிரஸ் நம் நாட்டு மக்களுக்காக எதுவும் செய்யாமல் இருப்பது அதற்குப் பெருமை சேர்க்காது. தைரியமாக வும் உறுதியாகவும் இருக்கவேண்டும் என்று காங்கிரஸை நாம் வற்புறுத்தவேண்டும். ஒருவேளை அதன் தலைவர்கள் பயந்து நடுங்கினால் அந்தத் தீர்மானம் நிறைவேற்றப்படும்போது அவர்கள் வேண்டுமானால் வெளியில் செல்லட்டும். ஒரு சில கோழை களினால் ஒட்டுமொத்த தேசமும் இத்தகைய அவமானகரமான மௌனத்தைச் சந்திக்கக் கூடாது.

"இத்தகைய தீர்மானங்கள் நிறைவேற்றப்படும்போது ஓரிரு விஷயங் களில் நாம் ஜாக்கிரதையாக இருக்கவேண்டும். செய்தித்தாள்கள் எங்களைப் பற்றி எழுதும்போது மிகுந்த 'ஜாக்கிரதை' உணர்வுடன் செயல்படுவார்கள். அதனால் செய்தித்தாள் என்ன சொல்ல வருகிறது என்பது அரசாங்கத்திற்குத் தெரியாது. அவர்கள் எழுதுவது போர்க் கைதிகளுக்கு ஆதரவாகவா அல்லது நாடுகடத்தப்பட்டவர் களுக்கு ஆதரவாகவா என்பது தெளிவாகத் தெரியாது. அரசியல் மற்றும் புரட்சிக் குற்றங்களுக்காகக் கைதான அரசியல் கைதிகளுக் காகத்தான் எழுதுகிறார்கள் என்பதை எப்போதும் குறிப்பிட மாட்டார்கள். ஜெனரல் போத்தா தென்னாப்பிரிக்காவின் தற்போதைய புதிய பிரதம மந்திரி. அயர்லாந்து காங்கிரஸ் கட்சியின் தலைவர் மிஸ்டர் ரெட்மாண்ட் பார்லிமென்டில் உறுப்பினரும்கூட. ஆனால் போத்தா அரசாங்கத்துக்கு எதிராகப் புரட்சி செய்தவர்களை விடுதலை செய்தார். மிஸ்டர் ரெட்மாண்ட் எதிர்க் கட்சி உறுப்பினர் களை விடுவித்தார். ஆனால் இந்தியத் தேசிய காங்கிரஸ்

புரட்சியாளர்களின் பெயரைக்கூட உச்சரிப்பது அவமானம் என்ற அளவுக்குத் தன்னை உயர்வாகக் கருதிக்கொள்கிறது. அத்தகைய குற்றத்தைச் செய்ய அது அஞ்சுகிறது! இப்படிப்பட்ட சூழ்நிலையில் அரசியல் கைதி என்கிற வார்த்தையின் சரியான அர்த்தத்தை விளக்க வேண்டியது அவசியமாகிறது. தேசத்தின் விடுதலைக்காக அரசியல் காரணங்களுக்காகப் போராடுபவர்களையும் அது உள்ளடக்க வேண்டும். அவர்கள் தண்டனை பெற்றவர்களாக இருந்தாலும் சரி அல்லது விசாரணைக் கைதிகளாக இருந்தாலும் சரி அவர்கள் குறுகிய காலத்திற்கு இங்கு அனுப்பப்பட்டிருந்தாலும் சரிஅல்லது நாடுகடத்தப்பட்டு இருந்தாலும் சரி அல்லது தேசத்திற்காகப் புரட்சிகரமான நடவடிக்கைகளை எடுத்திருந்தாலும் சரி, அவர்களது போராட்டம் தனிப்பட்ட நலனுக்கானதா அல்லது நாட்டு நலனுக்காகவா என்பதை அதன் நோக்கத்தின் மூலம்தான் முடிவெடுக்கவேண்டுமே ஒழிய மற்ற வழிகள் அல்ல. எந்த ஒரு நடவடிக்கையையும் அரசியல் ரீதியானது என்று உடனடியாகக் கூறிவிட முடியாது. தனிப்பட்ட காரணங்களுக்காக ஒருவர் வன்முறையில் இறங்கினால் அதனை அரசியல் என்று கூறமுடியாது. அதற்காக யாரும் அவருக்குக் கருணை காட்ட முடியாது. அது திருட்டு, கொள்ளை போன்ற மற்ற குற்றங்களைப் போன்ற ஒன்று தான். அரசியல் உரிமைகளைக் காத்துக்கொள்ள தனிப்பட்ட காரணங்களை யாரேனும் கூறினால் அது முற்றிலும் வித்தியாசமான ஒரு விஷயம். குண்டர்கள் பெரிய அளவில் சண்டை போடலாம். ஆனால் அதனால் அவர்களை நாட்டின் நலன் பேணுபவர்கள் என்றோ தேசப்பற்றாளர்கள் என்றோ கூற முடியாது. ஆனால் இங்கிலாந்தில் அரசருக்கு சவால்விட்டு, தன் வாக்கு உரிமைக்காகக் கடை ஜன்னல்களை உடைத்து, கட்டடங்களுக்குத் தீ வைத்துப் போராடும் பெண்களைக் கைது செய்யும் அரசாங்கம், அது அரசியல் ரீதியானது என்று கருதுகிறது. ஏனென்றால் அந்தப் பெண்ணின் போராட்டத்துக்குப் பின்னே தனிப்பட்ட நோக்கமோ காரணங்களோ இல்லை. வன்முறையில் ஈடுபட்டிருந்தாலும்கூட அந்தப் பெண் ஒரு பொது நோக்கத்துக்காகப் போராடி இருக்கிறார். நான் ஏற்கெனவே கூறியதுபோல, நோக்கம்தான் ஒரு செயலின் தன்மையைத் தீர்மானிக்குமே ஒழிய, அதனுடன் தொடர்புடைய மற்ற விஷயங்களல்ல. அந்த நோக்கம் பொதுமக்களின் நலனுக்காக என்று நிரூபணமானால் அந்தக் குற்றவாளி கண்டிப்பாக அரசியல் கைதி என்று அங்கீகரிக்கப்படவேண்டும்.

''நான் இந்த நீண்ட விளக்கத்தைத் தருவதற்குக் காரணம் ஒருவேளை பொதுமன்னிப்பு வழங்கப்பட்டால் - அந்த நம்பிக்கை எனக்கு

இல்லை, அப்படியே வந்தாலும் அது அரசியல் கைதிகளை உள்ளடக்கியதாக இருக்காது - அப்படி வழங்கப்பட்டால், யார் அரசியல் கைதி என்ற தெளிவான வரையறை இல்லாத காரணத்தைக் காட்டி, அது எங்களுக்கு எதிராகப் போய்விடக்கூடாது. ஏனென்றால் இப்போது நாங்கள் அரசியல் கைதிகளாக அங்கீகரிக்கப்பட வில்லை. பொது மன்னிப்பு வரும்போது நாங்கள் அதிலிருந்து விலக்கப்படக்கூடாது. அதனால், என் கடிதத்தை மையமாக வைத்து, நீங்கள் இதுகுறித்துச் செய்தித்தாள்களில் எழுதவேண்டும். இன்னமும் அவகாசம் இருக்கின்ற காரணத்தால் அரசியல் கட்சிகளின் சார்பாக அரசியல் கைதிகளின் விடுதலையை வலியுறுத்திப் போராட்டம் நடத்தவேண்டும் என்று விரும்புகிறேன்.

''இந்தியாவின் முன் பூதாகரமெடுக்கும் முக்கியக் கேள்வியான 'நாம் இப்போது என்ன செய்யவேண்டும்' என்பது குறித்துப் பட்டியலிடுகிறேன்.

1. அரசாங்கத்திற்கு ஒரு கடிதம் அனுப்புவது என்ற விஷயத்தைப் பொருத்தவரை, நான் ஏற்கெனவே இந்தச் சிறையிலிருந்து விடுதலையான ஒரு அரசியல் கைதி மூலம் உங்களுக்கு அதன் விவரங்களை அனுப்பி இருக்கிறேன். இந்தக் கடிதம் ஆயிரக்கணக் கான கையெழுத்துகள் மூலம் ஆதரவளிக்கப்படவேண்டும். எங்கள் விடுதலைக்கான போராட்டத்துக்கு ஒரு நிச்சயமான திட்டம் உருவாக்கப்படவேண்டும். அது என்ன திட்டம் என்பதை என் நண்பர் ஏற்கெனவே உங்களிடம் சொல்லி இருப்பார். அந்தக் கடிதம் உடனடியாக அனுப்பப்படவேண்டும். அதில் எந்தத் தாமதமும் நேரக் கூடாது. 2. எங்களுடைய விடுதலைக்கு ஆதரவு தெரிவித்து நாடு முழுவதும் கூட்டங்கள் நடத்தப்படவேண்டும். அவை வருடம் முழுவதும் ஒன்றன்பின் ஒன்றாக நடத்தப்படவேண்டும். இந்த நடவடிக்கைகள் தொடர்ந்து நடத்தப்படவேண்டும். 3. மொத்தத்தில் தொடர்ச்சியான போராட்டம் காங்கிரஸ் மூலமாக, மாநாடுகள் மூலமாக, பத்திரிகைகள், பொதுமக்களின் மனுக்கள் மற்றும் தனிப்பட்ட மனுக்கள் மூலமாகத் தொடர்ச்சியான போராட்டம் நடத்தப்படவேண்டும். இவை இம்பீரியல் லெஜிஸ்லேடிவ் கவுன்சில் மற்றும் ப்ரோவின்ஷியல் லெஜிஸ்லேச்சர் மூலமாக பிரிட்டிஷ் பார்லிமெண்ட் வரை கொண்டுசெல்லப்படவேண்டும். இந்த அரசியல் போராட்டக்காரர்கள் குறித்த இந்தக் கேள்வி பொதுமக்கள் முன்பு பெரிய அளவில் பேசப்படவேண்டும். எல்லா அரசியல் சீர்திருத்தங்களுக்கும் முன்னோடியாக இது செய்யப்பட வேண்டும் என்று வற்புறுத்தவேண்டும். இந்தக் கேள்வியைத்

தவிர்த்துவிட முடியாதபடி தொடர்ந்து போராட்டங்கள் பரவலாக தீவிரமாக நடத்தவேண்டும். ஒவ்வொரு பொதுக்கூட்டத்திலும் நான் கூறிய அரசியல் கைதி என்பதன் விளக்கம் பொது மக்களுக்குத் தெளிவாக விளக்கப்படவேண்டும்.

''நான் இந்த விஷயத்தை உங்களிடம் தர்மம் என்ற கண்ணோட்டத்தில் பேசி இருக்கிறேனே தவிர, நம் நோக்கத்திற்கு உடனடியாகக் கிடைக்கப்போகும் லாபங்கள் என்ற கண்ணோட்டத்தில் பேசவில்லை. அரசாங்கத்திடம் கொடுத்திருக்கும் மனுவில், 'நாட்டில் ஒட்டுமொத்த வளர்ச்சி மற்றும் சீர்திருத்தத்தை அறிமுகப் படுத்தும்போது, அனைவருக்கும் பொது மன்னிப்பு என்ற விஷயம் அரசியல் கைதிகளையும் தவறாமல் உள்ளடக்கியதாக இருக்க வேண்டும்' என்று ஏற்கெனவே எழுதி இருந்தேன். ஆதலால் கைதிகளின் பொதுமன்னிப்பு நம் உடனடி கோரிக்கை அல்ல. ஒவ்வொரு அரசியல் கைதிக்கும் இப்படிப்பட்ட உடனடி விடுதலையை நாம் எதிர்பார்க்க முடியாது. ஆனால் அப்படிப்பட்ட விடுதலைக்கு நாம் இப்போது உழைக்கவேண்டும். இது, பொது மக்கள் மற்றும் அரசின் மனதில் அழுத்தத்தை உருவாக்கும். தங்களுக்காகப் போராடிய தியாகிகள், வீரர்கள், ராணுவத்தினர் ஆகியோரைப் பற்றி மக்கள் நினைவுகூர்வார்கள். அவர்களது மனதில் அரசியல் கைதிகள் பட்ட கஷ்டங்களுக்காகக் கருணையைக் கொண்டுவரும். இவர்களது போராட்டத்தின் நோக்கம் புரியும். நம் நாட்டின் விடுதலைக்காகத் தொடர்ந்து போராடவேண்டும் என்ற எண்ணத்தை ஏற்படுத்தும். கடந்த காலத்தில் செய்த சேவைகளை நன்றியுடன் நினைத்துப் பார்ப்பது புதிய செயல்களுக்கு ஊக்கம் தரும். இது பல இளைஞர்களை ராணுவத்தில் சேர வைக்கும். போராட்டத்தைக் கடைசி வரை நீட்டிக்க வைக்கும்.

''நான் வைஸ்ராய்க்கும் மிஸ்டர் மாண்டேகுவிற்கும் எழுதிய கடிதத்தில் கீழ்க்கண்ட விஷயங்களை வலியுறுத்தியிருந்தேன். முதலாவதாக, இந்தியாவில் ஒரு சுதந்திரமான முற்போக்கு அரசியலை ஏற்படுத்தவேண்டும் என்ற எண்ணம் அவர்களுக்கு இருந்தால்,எங்களை இங்கே சிறையில் வைத்திருப்பதில் அர்த்தமே இல்லை. இரண்டாவது, சுதந்திரமான முற்போக்கு அரசியல்தான் இப்போதுள்ள சீர்திருத்தங்களின் மையக் கருத்து எனும் பட்சத்தில், அரசியல் கைதிகள் பொதுமன்னிப்பு வழங்கப்படாமல் போவார்கள் என்றால், அது இந்தியாவைப் பொருத்தமட்டில் அர்த்தமற்றதாக இருக்கும். ஏற்கெனவே மக்கள் பிரிட்டிஷ் அரசின் மீது நம்பிக்கையை இழந்து வருகிறார்கள். எனவே புதிய அரசியல் சீர்திருத்தங்கள் அந்த நம்பிக்கையை மீட்டுத்தர எந்த விதத்திலும் உதவாது. சுயாட்சி

கிடைத்ததன் மூலம் நாடு லாபம் பெறலாம். ஆயிரக்கணக்கான மக்கள் அரசியல் கைதிகளாக சிறையில் வாடிக்கொண்டிருக்கும் போது அதனால் இந்தியாவில் உள்ள ஒவ்வொரு வீட்டிலும் நிலவிக் கொண்டிருக்கும் துன்பம் எந்த வகையிலும் தீர்க்கப்படாது. குடும்பத்திலுள்ள ஆண்கள் ஆயிரக்கணக்கில் சிறையில் இருக்கும் போது, சகோதரர்கள் பிரிக்கப்பட்டு இருக்கும்போது, நாடுகடத்தப் பட்டிருக்கும்போது, மகனை சகோதரனை நண்பனை பெற்றோரை காதலனை இழந்து சோகப் பாலைவனத்தில் தவிக்கும் மக்களிடம் எத்தகைய திருப்தியை எதிர்பார்க்க முடியும்? அதேநேரம் அரசியல் கைதிகளுக்குப் பொது மன்னிப்பு வழங்குவது மட்டுமே போதாது; சுயாட்சிக்குத் தேவையான சீர்திருத்தங்கள் அதனுடன் வரவேண்டும் என்பதையும் மனதில் வைத்துக்கொள்ள வேண்டும். இல்லை யென்றால் அது தோல்வியடைந்துவிடும். இந்த உண்மைகளை என் கடிதத்தில் வெளிப்படையாகக் குறிப்பிட்டிருக்கிறேன். இதன் காரணமாக என் தனிப்பட்ட விடுதலைக்கு இடையூறுகள் வரலாம். சுதந்திரம் இல்லாத ஒரு நாட்டில் நான் மட்டும் எப்படிச் சுதந்திரமாக இருக்க முடியும்? ஒரு நாட்டை முன்னேற்றப் பாதைக்குக் கொண்டு செல்ல முயற்சிக்கும் ஒவ்வொரு செய்கையும் குற்றமாகப் பார்க்கப் படும்போது, அதற்காகச் சிறைத் தண்டனை கொடுக்கப்படும்போது, அங்கு வாழ்க்கை எப்படி நல்லபடியாக அமையும்? முன்னே வைக்கும் ஒவ்வொரு அடியும் சுல்தானுக்கு எதிராகப் பார்க்கப்படும் நாட்டில் எப்படி வாழமுடியும்? பின்னே வைக்கும் ஒவ்வொரு அடியும் தன்மானத்துக்கு இழுக்கு என்று பார்க்கப்பட்டால் வாழ்க்கை எப்படி இருக்கும்? பள்ளங்கள் நிறைந்த பாதையில் ஒருவர் பத்திரமாக நடந்து செல்ல முடியுமா? அதனால் சுயாட்சிக்கான சீர்திருத்தங்கள், கைதிகளுக்குப் பொது மன்னிப்பு, இரண்டும் சேர்ந்து வந்தால்தான் எதிர்பார்க்கும் பலன் கிடைக்கும். ஒன்றை மற்றொன்றோடு விலக்கி வைக்க முடியாது. ஒன்று வெற்றி பெற வேண்டுமென்றால் மற்றொன்றும் அதனுடன் சேர்ந்து வரவேண்டும். நான் என் விடுதலைக்காக இதனை எழுதவில்லை என்பதை மறக்காமல் அந்தக் கடிதத்தில் வலியுறுத்தியிருந்தேன். அனைத்து அரசியல் கைதிகளின் விடுதலையே என் நோக்கம். அவர்கள் விடுதலை செய்யப்பட்டு, நான் விடுதலை செய்யப்பட வில்லை என்றாலும் எனக்குக் கவலை இல்லை என்று உறுதியாகக் கூறுகிறேன். என்னை விடுதலை செய்யவேண்டும் என்ற ஒரே காரணத்தினால் என் நண்பர்களை விடுதலை செய்யாமல் இருந்தார்கள் என்றால், நான் என் விடுதலையை வலியுறுத்த மாட்டேன். அவர்களது விடுதலையே எனக்கு முக்கியம். மேலும் நான் பெரும்பான்மையினர் வாக்கெடுப்பில் தேர்ந்தெடுக்கப்பட்ட

ஒரு மத்திய நாடாளுமன்றம் (சென்ட்ரல் லெஜிஸ்லேச்சர்) இந்தியாவுக்கு அமைக்கப்படும் என்றால், இங்கிலாந்து மாகாண சபை (கவுன்சில் ஆஃப் ஸ்டேட்) அதில் ஆதிக்கம் செலுத்தாது என்றால், அதனை வரவேற்போம் என்று கூறினேன். இந்தியாவிலும் அந்தமானிலும் ஐரோப்பாவிலும் அமெரிக்காவிலும் இருக்கக்கூடிய இந்திய அரசியல் கைதிகள் அனைவருக்கும் பொதுமன்னிப்பு வழங்கப்பட்டால் அதனை நாங்கள் வரவேற்போம் என்றும், லெஜிஸ்லேச்சருக்கு நான் தேர்ந்தெடுக்கப்பட்டால் இந்தச் சீர்திருத்தங்கள் வெற்றி பெற உழைப்போம் என்றும் சொன்னேன். இந்த லெஜிஸ்லேச்சர் இதுநாள் வரை எங்களை வெறுப்புடனும் அலட்சியத்துடனும் நடத்தி வந்துள்ளது. இருந்தாலும் அவர்களுடன் நாங்கள் சேர்ந்து எங்கள் நோக்கம் நிறைவேற உழைப்போம் என்று உறுதி கூறுகிறேன். மிஸ்டர் மாண்டேகு அவரது திட்டங்களைப் பற்றி நாங்கள் என்ன நினைக்கிறோம் என்பது குறித்து அறிய ஆவலாக இருப்பதாகவும், நாங்கள் அதை ஏற்றுக்கொள்கிறோமா என்று அறிய ஆர்வமாக இருப்பதாகவும் தெரிவித்திருந்தார். அவரது திட்டங்கள் புரட்சியாளர்களை அமைதிப் பாதைக்குக் கொண்டுவரும் என்ற நம்பிக்கை இருப்பதாகத் தெரிவித்திருந்தார். அதற்குப் பதிலளிக்கையில் நான், நெருப்பில் குதித்து விளையாடுவதற்கு யாரும் முட்டாள்கள் அல்ல என்றும், கவனமில்லாமல் யாரும் ஆபத்துக்குத் தலைகொடுக்க மாட்டார்கள் என்றும் சொன்னேன். ஆபத்தான விஷயத்தை ஒருவர் தேர்ந்தெடுக்கிறார் என்றால் அவர் பொறுப்பற்றவர் என்பதல்ல. சில சமயங்களில் அது அவசியமானதாக ஆகிவிடுகிறது. ஒரு உண்மையான தேசப்பற்று மிக்க மனிதருக்கு மனித நேயமும் கண்டிப்பாக இருக்கும். அதனால் அவர் அமைதியான சட்டபூர்வமான முறையில் தீர்வு காண ஒரு வழி இருக்கும்போது வன்முறை தீவிரவாதம் போன்ற விஷயங்களைத் தேர்ந்தெடுக்கமாட்டார். அப்படி எந்த வழியும் இல்லாதபோது அவரிடம் சென்று சட்டபூர்வமான நடவடிக்கை குறித்துப் பேசுவது அபத்தம். இங்கிலாந்து மற்றும் அமெரிக்காவில் இருப்பது போல், இந்தியாவிலும் இதுபோன்ற சுதந்திரமான நிறுவனங்கள் ஏற்படுத்தப்பட்டுச் சட்டப்பூர்வமான முன்னேற்றங்களுக்கு வழிவகுக்கப்பட்டால், யாரும் புரட்சி வன்முறை போன்ற பாதைகளைத் தேர்ந்தெடுக்க மாட்டார்கள். ஏனென்றால் அது ரோஜா தூவப்பட்ட பாதையல்ல, மிகவும் மோசமான பாதை. மிஸ்டர் மாண்டேகு அவர்களுக்கு நான் அனுப்பிய கடிதத்தின் சாராம்சம் இதுதான்.

"நீங்கள் உங்கள் சென்ற கடிதத்தில் நான் கிளாஸ் 2 என்ற நிலைக்கு உயர்த்தப்பட்டதன் மூலம் என்ன வசதிகளைச் சிறையில் பெற்றிருக்கிறேன் என்று கேட்டிருந்தீர்கள். அந்தமான் சிறையில்

ஒரு கைதி வழக்கமாக 5 வருட காலத்திற்குப் பிறகு கிளாஸ் 2 என்ற நிலைக்கு உயர்த்தப்படுவார். 10 வருடங்களுக்குப் பிறகு கிளாஸ் ஒன்று என்ற நிலைக்கு உயர்த்தப்படுவார். அப்போது அவருக்கு அங்குள்ள குடியிருப்புப் பகுதியில் தனியாக வீடு ஒன்றைக் கட்டிக் கொள்ள அனுமதி வழங்கப்படுகிறது. ஆனால் எனக்குச் சிறையிலிருந்து வெளியே செல்லவே அனுமதி கொடுக்கப்படவில்லை. சுதந்திர மாக உட்கார்ந்து எழுத எனக்கு அனுமதி கொடுக்கப் பட்டிருக்கிறதா? இல்லை. என் சகோதரருடன் பேசுவதற்கு அல்லது அவருடன் தங்கி இருப்பதற்கு அனுமதி கொடுக்கப் பட்டிருக்கிறதா? இல்லை... எனக்குக் கடுமையான பணி கொடுக்கப்படுவதிலிருந்து ஓய்வு கொடுக்கப்பட்டிருக்கிறதா? இல்லை. என்னை அவர்கள் வார்டர் ஆக்கினார்களா? இல்லை. என்னை அவர்கள் லாக்கப்பில் வைத்திருப்பதிலிருந்து விடிவு கொடுத்தார்களா? இல்லை. என்னை அவர்கள் கொஞ்சமாவது நன்றாக நடத்தினார்களா? இல்லை. எனக்கு ஏதாவது மரியாதை காட்டினார்களா? இல்லை. எனக்கு வீட்டிற்கு ஒரு கடிதத்திற்கு மேல் எழுதுவதற்குச் சுதந்திரம் கொடுத்தார்களா? இல்லை. வீட்டிலிருந்து ஏதேனும் பார்சல் வந்தால் பெற்றுக்கொள்ள அனுமதி அளித்தார்களா? இல்லை. இந்தச் சலுகைகள் எல்லாம் ஐந்து வருடத் தண்டனை அனுபவித்த பின் ஒருவருக்கு அனுமதிக்கப்படும். ஆனால் எனக்கு எட்டு வருடங்கள் ஆகியும் இன்னமும் இந்த வசதிகள், சலுகைகள் எதுவும் வழங்கப்படவில்லை. அப்படி இருக்கும்போது கிளாஸ் 2 என்ற நிலைக்கு நான் உயர்த்தப்பட்டதாகக் கூறுவதில் என்ன அர்த்தம் இருக்கிறது? நான் கிளாஸ் 2, ஏனென்றால் நான் இப்போது கிளாஸ் 2ல் இருக்கிறேன் என்று மட்டும்தான் கூற முடியும் என்பதற்கு மேல் ஒன்றும் கூற முடியாது. நான் சொல்வது உங்களுக்கு புரிகிறதா டாக்டர்?

"இது சிறைக்கு வெளியே இருக்கக்கூடிய வசதிகள் பற்றியது. என் உடல்நலம் நன்றாக இருக்கும்போது இதையெல்லாம் தாங்கிக் கொள்ள முடிந்தது. ஆனால் இந்த வருடம் என் உடல்நலம் மிகவும் மோசமடைந்திருக்கிறது. வழக்கமாக நான் இதைப்பற்றி எழுதமாட்டேன் என்பது உனக்குத் தெரியும். ஆனால் இப்போது இதனை உன்னிடமிருந்து மறைக்கக்கூடாது என்று நினைக்கிறேன். நீ பயப்பட மாட்டாய் என்பதும் எனக்குத் தெரியும். பகவத் கீதையைப் படித்ததின் மூலமாக எல்லாத் துன்பங்களையும் தாங்கிக் கொள்ளும் சக்தி உனக்கு இருக்கிறது. எனது அருமை பால்*

---

* Bal

வருடத்தில் ஒருநாளாவது எனக்கு மிகுந்த மகிழ்ச்சி கொடுக்கக் கூடிய நாளாக இருந்தது, வீட்டுக்கும் உனக்கும் நான் கடிதம் எழுதிய நாள். இப்போது இன்று அந்தக் கடிதத்தை உனக்கு நான் எழுதும்போது உன் முகம் எனக்கு நினைவுக்கு வருகிறது. நான் உனக்கு என்றும் நன்றிக்கடன் பட்டவனாக இருப்பேன். ஆனால் என் உடலும் மனமும் அதீத அழுத்தத்தில் இருக்கும்போது என்னால் மகிழ்ச்சியாக இருக்க முடியவில்லை. மார்ச் மாதம் என் உடல் எடை 119 பவுண்டு இருந்தது. இந்த வருடம் நான் வெறும் 98 பவுண்டுதான் இருக்கிறேன். வயிற்றுப்போக்கு அடிக்கடி வருகிறது. அது என் உடல்நலத்தை வெகுவாக பாதித்திருக்கிறது. சரியான மருத்துவம் தேவை என்பதை உணர்கிறேன். என் உடல் வெறும் எலும்புக் கூடு போல் காட்சியளிக்கிறது. சிறை வாழ்க்கையின் சித்திரவதைகளை கடந்த எட்டு வருடங்களாக அனுபவித்துக்கொண்டிருக்கிறேன். பல இன்னல்களை அனுபவித்திருக்கிறேன். அவற்றையெல்லாம் என்னால் எழுதவே முடியாது. உனக்கு அவற்றைப் பற்றிக் கூறியதும் கிடையாது. ஆனால் இப்போது என் பொறுமை எல்லை மீறிவிட்டது. பயம், அச்சுறுத்தல்கள், துரதிர்ஷ்டம், கேவலமான ஏச்சுக்கள், கண்ணீர், ஏக்கம், துக்கம் எல்லாம் கலந்த ஒரு சூழ்நிலை கொஞ்சம் கொஞ்சமாக என் உயிர்த் தீபத்தை அணைத்துவிடும் போலத் தோன்றுகிறது. இவை எல்லாம் என்னை மூச்சு முட்ட வைக்கின்றன. இவற்றையெல்லாம் தாங்கிக்கொண்டு தைரியமாக இருக்கக்கூடிய மனதைக் கடவுள் எனக்குக் கொடுத்திருக்கிறார். சூழ்நிலையை எதிர்த்துப் போராடும் சக்தியைக் கொடுத்திருக்கிறார். ஆனால் இப்போது இந்த மனித உடல் கொஞ்சம் கொஞ்சமாக உடைய ஆரம்பித்திருக்கிறது. பளுவைத் தாங்க முடியாமல் அது சிதைய ஆரம்பித்திருக்கிறது. சமீப காலமாகத்தான் என் உடல் நிலையைப் பரிசோதிக்க மருத்துவ சூப்பரின்டென்டென்ட் வர ஆரம்பித்திருக்கிறார். இன்னமும் தினசரி கடுமையான பணிகளைச் செய்தாக வேண்டியிருக்கிறது. ஆனால் இப்போது மருத்துவமனையிலிருந்து நல்ல உணவு கிடைக்கிறது. அதாவது நன்றாக வேகவைத்த அரிசியும் பாலும் கிடைக்கின்றன. என் பயமெல்லாம் உடல் இவ்வளவு பலவீனமாகப் போய்க் கொண்டிருப்பதால், என்றாவது ஒருநாள் எனக்கு காச நோய் வந்து விடுமோ என்பதுதான். இந்தக் கஷ்டத்திலிருந்து விடுபட ஒரே ஒரு வழிதான் இருக்கிறது. அது, மாற்றம். மாற்றம் என்றால், சிறையின் நடவடிக்கைகளில் வரும் மாற்றமல்ல. மோசத்திலிருந்து மாறுவது. இங்கிருந்து இந்தியாவிலுள்ள ஒரு நல்ல சிறைக்கு மாறுவது. சுத்தமான காற்றும் வெளிச்சமும் அங்கே கிடைக்கலாம். இங்கிருக்கும் தனிமை என்னை வாட்டுகிறது. ஆனால் தேவையில்லாமல்

பயப்பட வேண்டாம். இந்தச் சூழ்நிலை மோசமாக இருந்தாலும் சமாளிக்க முடியாதது அல்ல. சிறை என்பது கைதிகளின் மன உறுதியைக் குலைக்கக் கூடியதுதான். அது ஒருவரை அணு அணுவாகச் சிதைக்கும், ஆனால் கொல்லாது. துன்பப்படுத்தும், ஆனால் அழிக்காது. நம்மைக் குலைத்து உண்ணத் தொடங்கும், ஆனால் சாம்பலாக்கிவிடாது. இது சித்திரவதைக்கான இடம்தான். இங்கு சிறையில் 80 வயது வரை வாழ்ந்தவர்களைப் பற்றி நான் கேள்விப்பட்டிருக்கிறேன். இவை எப்போதோ நடந்த அபூர்வமான விஷயங்கள் அல்ல. ஆகவே என் ஆரோக்கியம் மோசமாகிப் போய் விட்டதே என்று கவலைப்படவேண்டாம். என் உயிருக்கு எந்த ஆபத்தும் இல்லை. விபரீதமாக திடீரென ஏதாவது நடந்தால் தவிர, என்னைக் குறித்துக் கவலைப்பட வேண்டாம்.

''இது என் உடல்நிலையைப் பற்றி மட்டும்தான். சிதையில் என் மீது வைக்கப்படும் கொள்ளிக்கு எதிராகவும் போராடும் துணிவு என்று இப்போது சொன்னால் அது தற்புகழ்ச்சியாக அமையும். ஆனாலும் என்னால் உறுதியாகச் சொல்லமுடியும், நடுங்கும் இந்த உடலிலும் என் ஆன்மா பலமானதாகவே இருக்கிறது. ஒருவேளை நீண்ட துன்பத்தையும் புதிய வழக்குகளையும் இந்த வாழ்க்கை என் மீது சுமத்தினால் அதையும் சந்திக்கத் தயாராகவே இருக்கிறது. அதற்கான பொறுமையும் தைரியமும் என்னிடம் உள்ளது. என் மூத்த சகோதரருக்கு அடிக்கடி ஒற்றைத் தலைவலி வருகிறது. அதனால் அவருடைய எடை 106 பவுண்டுக்குக் குறைந்துவிட்டது. இருந்தாலும் அவர் என்னைவிட நல்ல நிலையில் இருக்கிறார்.''

இவையெல்லாம்,1918ம் ஆண்டு மிஸ்டர் மாண்டேகுவிற்கும் என் சகோதரனுக்கும் எழுதிய கடிதங்களில் குறிப்பிட்டிருந்தவற்றின் சில பகுதிகள். அரசியல் கைதிகளின் ஒட்டுமொத்த விடுதலைக்காகவும் நான் எவ்வாறு போராடிக்கொண்டிருந்தேன் என்பதையும், அந்தச் சமயம் என் ஆரோக்கியம் எப்படிப் பாதிக்கப்பட்டு இருந்தது, என் உணர்வுகள் எப்படி இருந்தன என்பதையும் இவை விளக்கும். என் சகோதரர் இந்தக் கடிதத்தைப் பிரதி எடுத்து அந்த வருடம் நடக்கவிருந்த இந்தியத் தேசிய காங்கிரஸின் கூட்டத்தில் கலந்து கொள்ள வந்த உறுப்பினர்கள் அனைவருக்கும் விநியோகித்தார். இந்தக் கடிதத்தின் பகுதிகள் 'அமிர்த பஜார் பத்திரிகா', 'பெங்காலி' போன்ற பத்திரிகைகளிலும் வேறு சில ஆங்கிலச் செய்தித்தாள் களிலும் வெளியாகியிருந்தன. என் மோசமான உடல்நிலை பலருக்கு அனுதாபத்தை ஏற்படுத்தியது. அந்தமானில் உள்ள அரசியல் கைதிகளின் நிலை குறித்து அவர்களது கவனத்தை ஈர்த்தது. என் வருடாந்தரக் கடிதத்தில் நான் எழுதியிருந்தபடி என் சகோதரன்

தொடர்ந்து போராட்டங்களை நடத்திக்கொண்டிருந்தான். அதன் மூலமாக இந்தியாவிலும் வெளியிலும் சிறைப்பட்டிருக்கும் அரசியல் கைதிகள் குறித்துச் சாதகமான ஒரு மனோநிலை மக்களிடையே உருவாயிற்று. நான் என் நண்பர்கள் வற்புறுத்தியபோது சிறையில் அந்த வேலை நிறுத்தத்தில் ஈடுபட்டிருந்தால், இந்த வேலையை என் நண்பர்களுக்காக இப்போது செய்திருக்க முடியாது. மிஸ்டர் மாண்டேகு அவர்களுக்குக் கடிதம் எழுதுவதற்கு நான் கேட்ட அனுமதியும் மறுக்கப்பட்டிருக்கும். ஆனால் நான் அவருக்கும் கடிதம் எழுதி, அது குறித்து என் சகோதரருனுக்கும் கடிதம் எழுத முடிந்திருக்கிறது. அந்தக் கடிதத்தை வைத்துக்கொண்டு என் சகோதரன் இந்தியாவில் எங்கள் எல்லோர் சார்பாகவும், நாங்கள் படும் கஷ்டங்களைச் சொல்ல ஒரு பிரசாரத்தையும் மேற்கொள்ள வாய்ப்பாக அமைந்திருக்கிறது. சில தலைவர்கள் இதைப் படித்து விட்டு அழுதார்கள் என்று தெரிந்துகொண்டேன். 'பத்ரிகா' என்ற பத்திரிகையில் 'ஒரு அரசியல் கைதிக்கு இழைக்கப்படும் அநீதி' என்ற தலைப்பில் ஒரு கட்டுரை வெளியிடப்பட்டிருந்தது. என் நண்பனின் உதவியால் எனக்கு இங்கு படிக்கக் கிடைத்தது.

அதிகாரபூர்வக் கடிதத்தில் இங்கு சிறையில் எங்களுக்கு ஏற்படும் தனிப்பட்ட பிரச்சினைகளைக் குறித்து எதுவும் எழுதவில்லை. ஆனால் என் தனிப்பட்ட கடிதத்தில் அதை எழுதியிருந்தேன். இந்தியாவிலிருக்கும் என் நண்பர்களுக்கு ரகசியமாக அனுப்பும் கடிதங்களிலும் அதை எழுதி இருந்தேன். ஒரு கடிதத்தை எழுதி அதைப் பல பிரதிகள் எடுத்து பண்டிட் மதன் மோகன் மாளவியா, திருமதி அன்னிபெசன்ட் மற்றும் சென்ட்ரல் லெஜிஸ்லேடிவ் கவுன்சிலுக்குத் தேர்வு செய்யப்பட்டிருந்த உறுப்பினர்களுக்கு அனுப்பி இருந்தேன். சில கடிதங்கள் அவர்கள் கைக்குக் கிடைத்தன. சில கடிதங்கள் தொலைந்துவிட்டன. அந்தமானிலிருந்து இந்தியாவிற்கு வந்திருந்த டாக்டர் தாமோதர் என்ற ஒரு நபர் இதையெல்லாம் தான் நேரில் கண்டு குறிப்பு எடுத்துக்கொண்டதாக எழுதியிருந்தார். அவர் ஏற்கெனவே 'நியூ இந்தியா' என்ற பத்திரிகையிலும் வேறு இரண்டு இந்தியப் பத்திரிகைகளிலும் அனாமதேயப் பெயரில் தொடர்ச்சியாக இதுகுறித்துக் கட்டுரைகள் எழுதி இருக்கிறார். அதனால் அந்தமானில் அதிகாரிகள் அவரது நடவடிக்கைகளை உன்னிப்பாகக் கவனித்து வந்தனர். டாக்டர் தாமோதர் சுதந்திரமான கருத்துகளை உடையவர். அவர் போர்ட் பிளேயரில் இருந்து இந்தியாவிற்குச் செய்திகளைக் கொண்டு போகும் எங்கள் ரகசிய இயக்கத்தில் ஒருவர். அந்தமானில் தன்னலம் பாராமல் எங்களுக்குப் பல வருடங்கள் உழைத்தவர். டாக்டர்

தாமோதர் சென்னையிலிருந்து வந்த தீண்டத்தகாத வகுப்பைச் சேர்ந்தவர். களையான முகமும் நல்ல கல்வியும் சுயமரியாதையும் தைரியமும் சுதந்திரச் சிந்தனையும் உடையவர். அவரைப் பார்த்த போது, இப்படிப்பட்ட ஒரு அருமையான மனிதரைக் கொடுத்த ஒரு சமூகத்திற்கு, நாம் எப்படிப்பட்ட அநியாயங்களைச் செய்திருக் கிறோம் என்ற எண்ணம்தான் தோன்றியது. இப்படிப்பட்ட ஆட்களைக் கொடுக்கக்கூடிய சமுதாயத்தையும் நம்முடைய தேசத்தையும் தீண்டாமை என்னும் சாபத்தினால் எந்த அளவுக்குப் பலவீனமாக்கி இருக்கிறோம்.அவர்களைச் சிறுமைப்படுத்தி நம்மை நாமே தாழ்த்திக்கொண்டுவிட்டோம். அவர்களுக்கு ஒரு வாய்ப்புக் கொடுத்தால் அவர்கள் முன்னேறி, ஹிந்துச் சமுதாயத்தில் முன்னேறியவர்கள் என்று சொல்லப்படுபவர்களையே நாண வைப்பார்கள். தாழ்த்தப்பட்ட சமுதாயத்தில் இருந்து வந்த இந்த அருமையான மனிதரை ஒவ்வொருமுறை பார்க்கும்போது இதுதான் எனக்குத் தோன்றும். அவர் ஒரு சுதந்திரமான மனிதர். அவருக்கு மேலிருந்த அதிகாரிகள் அவரைக் குறித்துப் பயத்தோடு இருந்தனர். வழியில் பார்க்கும் நபர்களுக்கு, குறிப்பாக ஐரோப்பியர்களுக்கு அவர் வணக்கம் செலுத்துவதில்லை என்று சிலர் அவர்மேல் குற்றம் சாட்டினர். டாக்டர் தாமோதர் இந்தியாவுக்குத் திரும்பி அதன் பின்னர் 1918ம் ஆண்டு இந்தியாவில் வந்த இன்புளூயன்சா என்ற கொள்ளைநோயில் மரணம் அடைந்தார். அவர் இப்போது இல்லை என்பதால் அவரது நினைவாக இந்த அஞ்சலியை நான் செலுத்துகிறேன். அவரது பணியை அவர் முடித்துவிட்டார். அவரது மறைவு நமக்குத்தான் பேரிழப்பு. அவர் நினைவுக்கு என்றென்றும் பெருமைதான்.

தினமும் சிறையில் செய்திகள்

எங்கள் சிறையில் வேலை நிறுத்தம் முழுமூச்சாக நடந்து கொண்டிருந்தது. வேலை நிறுத்தத்தில் ஈடுபட்ட கைதிகளுக்கு அவர் களுக்கு வழக்கமாகக் கொடுக்கப்படும் அளவு உணவு கொடுக்கப்பட வில்லை. அவர்கள் மிகப்பெரிய உடல்வாகு உடையவர்கள். வழக்கமாகக் கொடுக்கும் உணவு அவர்கள் பசிக்குப் போதுமானதாக இருக்காது. இப்போது தண்டனை காரணமாகக் குறைந்த உணவு கொடுத்தது அவர்களது நிலையை மேலும் மோசமாக்கியது. இந்தக் குறைபாட்டினைச் சமாளிக்க அவர்கள் சிறையில் கிடங்கில் வைக்கப்பட்டிருக்கும் தேங்காயை எடுத்து உண்ண ஆரம்பித்தனர். அவர்களுக்கு எங்கள் பக்கமிருந்த கைதிகளும் வார்டர்களும் சிறிய அதிகாரிகளும் ஒத்துழைத்தனர். அவர்களுக்குத் தட்டுகளில்

தேங்காய் அவர்கள் அறைக்கே கொண்டுபோய்க் கொடுக்கப் பட்டது. இரண்டு அல்லது மூன்று நாட்களுக்கு ஒருமுறை எங்களுக்கு ஒரு தினசரிச் செய்திதாளோ அல்லது வாரப் பத்திரிகையோ படிப்பதற்கு வழக்கமான எங்கள் ஆட்கள் மூலம் கொடுக்கப்படும். அது எப்படி எங்களை வந்து சேரும் என்பது ஒரு சுவாரஸ்யமான கதை. அது சிறைக் கதவுகளுக்கு ஒரு தண்ணீர் பைப் மூலம் வரும், அல்லது ஒரு கைதியின் ஆடைக்குள் மறைத்து வைக்கப்பட்டுக் கொண்டுவரப்படும், அல்லது உள்ளே வரும் குப்பைவண்டியில் அடியில் ஒளித்து வைத்துக் கொண்டுவரப்படும். விளைவுகளைப் பற்றிக் கவலைப்படாத தைரியமான ஆசாமி என்றால் அவர் அதனை நேரடியாக எடுத்து வருவார். பிறகு அது எங்களுடைய கட்டடத்திற்கு ரகசியமாகக் கடத்தி வரப்படும். அவற்றிலிருந்து முக்கியமான செய்திகளை வெட்டி எடுப்போம். அவற்றைத் தனியாக ஒரு காகிதத்தில் எழுதுவோம். பிறகு அவை சிறையில் எல்லோருக்கும் பரப்பப்படும். சிறையில் இருப்பவர் அங்கு வரும் வார்டரிடம் அதைக் கொடுப்பார். அவரும் சிறை ஆய்வின்போது அந்த மங்கலான வெளிச்சத்தில் படித்துவிட்டுப் பிறகு வேறு ஒருவரிடம் கொடுப்பார். இப்படியாகப் போரைப் பற்றி எங்களுக்குத் தினசரி செய்திகள் வந்துகொண்டிருந்தன. வேலை நிறுத்தத்தின்போது எங்களது நடவடிக்கைகள் உன்னிப்பாகக் கண்காணிக்கப்பட்டபோதும்கூட எங்களுக்குச் செய்தித்தாள்கள் கிடைத்துக்கொண்டிருந்தன. அவர்களில் சிலர் எங்களுக்குச் செய்திகளைக் கொண்டுவந்து தரும் வேலையும் செய்தனர். அப்படிச் செய்யும்போது மாட்டிக்கொண்ட நபர்கள் அங்கிருந்து இடமாற்றம் செய்யப்பட்டனர். ஆனால் அவர்களது இடத்தில் வந்து பணி செய்து வந்த நபர்களும் அதேபோல் கருணையுடன் நடந்துகொண்டனர். இந்த உலகத்தில் அன்பிற்கு அடிபணியும் மனிதர்கள் எல்லா இடத்திலும் உள்ளார்கள்.

நான் செலுத்தவேண்டிய தபால் செலவு

இந்தப் பரபரப்பில் சிலசமயம் எங்களுக்குச் செய்தித்தாளைக் கொண்டுவந்த நபர் மாட்டிக்கொள்வார். அப்போது அவரது முகத்தைப் பார்க்கப் பரிதாபமாக இருக்கும். துணை அதிகாரி, ஜமாதார் மற்றும் மிஸ்டர் பாரி ஆகியோரிடம் அவரைத் தண்டனையிலிருந்து காப்பாற்றுமாறு மத்தியஸ்தம் செய்வோம். பலமுறை அப்படி மாட்டிக்கொண்ட கைதிகளை விடுதலை செய்த பெருந்தன்மை மிஸ்டர் பாரியையே சாரும். அவரிடம் நான் நைச்சியமாக மன்றாடி வேண்டிக் கொண்டதன் விளைவாக அது

நடந்தது என்பதையும் குறிப்பிட்டாகவேண்டும். அங்கிருந்தபோது இந்தக் கலையில் நான் தேர்ச்சி பெற்றுவிட்டிருந்தேன். இந்தச் சமயத்தில் என் மீது இதுபோன்ற ஒரு குற்றச்சாட்டு புனையப்பட்டு வேறு ஒரு கைதியுடன் தண்டனை கொடுக்கப்பட்டேன். நானும் அந்தத் தண்டனையை ஏற்றுக்கொண்டிருந்தேன். அப்படி ஒரு குற்றத்துக்காகத் தண்டனை கொடுக்கப்பட்டு ஒரு வாரம் முழுக்க என் அறையில் சங்கிலியால் கட்டப்பட்டு நின்றுகொண்டிருந்தேன். என் கைகளில் சங்கிலி தொங்கிக்கொண்டிருந்தது. என் அறைக்கு வந்த மிஸ்டர் பாரி என்னைப் பார்த்துக் கிண்டலாக, "இது என்ன புதிதாக இருக்கிறது?" என்று கேட்டார். நான் அவரிடம், "நான் செலுத்த வேண்டிய தபால் செலவு இது" என்று கூறினேன். அவர் அதற்கு, "கொஞ்சம் எடை அதிகமோ?" என்று கேட்டார். அதற்கு நான், "இல்லவே இல்லை. மிகவும் விலை மலிவு" என்றேன். "செய்தித்தாள்கள் தபால் செலவுக்கும் சேர்த்து விலை கொடுக்கப் படவேண்டும். நானோ வெறும் தபால் செலவை மட்டும்தான் கொடுக்கிறேன். இதுபோல ஒரு வாரம் சங்கிலியால் கட்டப்பட்டு நின்று தபால் செலவைக் கட்டினால், பிறகு ஆறு மாதத்திற்கு எனக்குச் செய்தித்தாள் இலவசமாகப் படிப்பதற்குக் கிடைக்கும்" என்று சொன்னேன்.

சில கோரிக்கைகள் ஏற்பும் வேலைநிறுத்த முடிவும்

அரசியல் கைதிகள் சங்கிலிகளால் கட்டப்பட்டுத் தனிமைச் சிறையில் ஆறு மாதங்கள் இருந்ததன் காரணமாக அவர்களது உடல்நிலை மிகவும் பாதிக்கப்பட்டது. ஓரிருவருக்குக் காச நோயின் அறிகுறி தென்பட்டது. இந்த நோய்க்கு அந்தமானில் பல கைதிகள் பலியாகி இருக்கிறார்கள். நல்ல உடல்வாகுடைய உயரமான சீக்கிய விவசாயிகள், வேலையாட்கள், எல்லோரும் இந்த நோய் வந்ததால் மாண்டிருக்கிறார்கள். ஒரு சிலருக்குப் புத்தி பேதலித்துப் போயிருக் கிறது. அதனால் வேலை நிறுத்தம் செய்துகொண்டிருந்தவர்களிடம் அதனைக் கைவிட்டுவிட்டுக் குறைவான அளவு வேலைகளைச் செய்யச் சொன்னேன். அது ஒப்பீட்டளவில் குறைவான வேலையை யும் ஒரு மாற்றத்தையும் கொடுக்கும். இதைப் பற்றி பல விவாதங்கள் நடந்தபின் அவர்கள் வேலை நிறுத்தத்தை முடிவுக்குக் கொண்டு வந்தார்கள். விடாப்பிடியான சிந்தனைகொண்ட சிலர் ஒருவழியாக என் வார்த்தையைக் கேட்டுத் திரும்பவும் வேலை செய்ய ஆரம்பித்தனர். வேலை நிறுத்தத்தைத் தொடங்குவதற்கு முன்பு நாங்கள் எழுப்பியிருந்த கோரிக்கைகளில், இங்கிலாந்திலுள்ள அரசியல் கைதிகளுக்குக் கொடுக்கப்படும் அதே உரிமைகள்

எங்களுக்கும் வேண்டும் என்ற கோரிக்கை ஒன்றைத் தவிர இந்திய அரசாங்கம் மற்ற அனைத்தையும் ஏற்றுக்கொண்டது. நாங்கள் வீடுகளுக்குக் கடிதங்கள் அனுப்பும் உரிமையைப் பெற்றோம். குளிப்பதற்கு நல்ல தண்ணீர், சீக்கியர்களுக்கு சோப் மற்றும் எண்ணெய், கைதிகளுக்கு நல்ல உணவு, அது மட்டுமின்றி தினசரி வேலைப்பளு குறைவு ஆகியவை ஒப்புக்கொள்ளப்பட்டன. எங்கள் வேலை நிறுத்தத்தின் முக்கிய நோக்கம் இந்தியாவில் உள்ள தலைவர்களின் கவனத்தை எங்கள் பக்கம் ஈர்ப்பது. நாங்கள் மோசமான சூழலில் சிறையில் படும் கஷ்டத்தை அனைவருக்கும் தெரிய வைப்பது. அதிலும் வெற்றி கிடைத்தது. பானு சிங்கை அடித்ததற்கு மிஸ்டர் பாரிக்குத் தண்டனை கிடைக்கவில்லை என்றாலும் அது சம்பந்தமாக அவரிடம் விசாரணை நடத்தப்பட்டு அவர் அந்தக் குற்றச்சாட்டிலிருந்து தப்பிக்க மிகவும் சிரமப்பட்டார் என்பதை நாங்கள் தெரிந்துகொண்டோம். அந்த விசாரணையின் போது கிடைத்த அனுபவத்தின் காரணமாக, மேற்கொண்டு அது போன்ற மோசமான விளையாட்டில் ஈடுபடும் தைரியம் அவருக்கு இல்லாமல் போனது. வெளிப்படையான விசாரணை நடத்தித் தண்டனை கொடுக்கவேண்டும் என்று அரசை நிர்ப்பந்திக்க வேண்டும் என்றால் அது பத்திரிகைகளாலும் நாடாளுமன்றத்தாலும் இணைந்து மட்டுமே செய்யமுடியும். அரசியல் கைதிகள் தங்களால் இயன்ற எல்லாவற்றையும் செய்து அவரது செயல்பாடுகளை அம்பலப்படுத்திவிட்டனர்.

சிறையில் நடந்த இந்த நான்காவது வேலை நிறுத்தம் மிஸ்டர் பாரியை முழுவதுமாகக் காலி செய்துவிட்டது. அவர் இந்தியா முழுவதிலும் அவமானப்படுத்தப்பட்டார். அரசாங்கம் அவரைச் சந்தேகத்தோடு பார்க்க ஆரம்பித்தது. தங்கள் கோரிக்கைகள் எல்லாம் ஏற்றுக்கொள்ளப்பட்ட நிலையில் அரசியல் கைதிகளை அவரால் கட்டுப்படுத்த இயலாமல் போனது. தன்னை பயமே அற்ற போர்ட் பிளேயரின் கடவுள் என்று அதுவரை நினைத்துக்கொண்டிருந்தவர் இப்போது வெறும் கற்சிலையாகப் போனார். அவர் மிகவும் சோகமாகக் காணப்பட்டார். அவரது அதிகாரம், அச்சுறுத்தல்கள் எல்லாம் காணாமல் போயின. அவர் எஞ்சியுள்ள நாட்களைக் கழித்துவிட்டு அமைதியாக ஓய்வெடுக்க விரும்பினார். முன்பெல்லாம் அவர் என்னிடம், "சாவர்க்கர், நீங்கள் பல கோரிக்கைகளை வைக்கிறீர்கள். ஆனால் உங்கள் முயற்சிகள் எல்லாம் உங்கள் தலையை சுவரில் மோதிக் கொள்வதற்குச் சமம்" என்று கூறியிருக்கிறார். ஆனால் இப்போது நாங்கள் வைத்த ஒவ்வொரு கோரிக்கையும் ஏற்றுக்கொள்ளப்பட்டிருக்கிறது.

"எங்களுடைய முயற்சி சுவரில் தலையை மோதிக் கொள்வதா அல்லது அடுத்தவரை முட்டிக்கொள்ள வைக்கிறதா என்று பார்ப்போம். நான் இன்னும் தோற்கவில்லை என்று என் சகாக்கள் கூறுகின்றனர். இங்கு சுற்றாமல் வெறுமனே நின்றிருக்கும் எண்ணெய்ச் செக்கு அதற்குச் சாட்சியமாக இருக்கிறது" என்றேன்.

முகுந்தா

போர் பற்றிய கண்ணோட்டம் இப்போது முழுவதுமாக மாற ஆரம்பித்திருந்தது. முன்பு பலமாக முன்னேறிக்கொண்டிருந்த ஜெர்மனி இப்போது பலம் குறைந்து தோற்க ஆரம்பித்திருந்தது. அதேபோல் எங்களுடைய எதிர்பார்ப்பும் குறைய ஆரம்பித்திருந்தது. உற்சாகம் எல்லாம் வற்றிப் போய், சோகம் எங்களை வாட்டி யெடுக்கத் தொடங்கி இருந்தது. இங்கு சமீபத்தில் வந்தவர்கள்கூட 'நாளை நாம் கிளம்பி விடுவோம். இந்த இடத்தைவிட்டுச் சென்று விடுவோம்' என்று முழங்கிக்கொண்டிருந்தார்கள். இந்தியாவில் ஒன்றிரண்டு வாரங்களில் பிரிட்டிஷ் அரசு கவிழ்ந்து விடும் என்றெல்லாம் நம்பினார்கள். ஒரே ஒரு ஆளைத்தான் இதற்கு விதிவிலக்காக நான் பார்த்தேன். அவர் வயதான ஒரு மராட்டியர். அவரது பெயர் முகுந்தா. மன உறுதி மிக்கவர். அவர் மற்றவர் களிடம் இந்தியாவில் பிரிட்டிஷ் ஆட்சி அதுபோல் போகப் போவதில்லை என்று கூறுவார். அவர் ஒரு போராளி, மிகுந்த தைரியசாலியும்கூட. அந்தமானிலிருந்து மூன்று முறை தப்பிக்க முயற்சி செய்திருக்கிறார். ஏற்கெனவே தன் தண்டனைக் காலமான பத்து வருடங்களை முடித்துவிட்டார். அதன்பிறகு தப்பியும் போய் விட்டார். ஆனால் அவரது முதல் தண்டனைக்குக் காரணமான ஆளைக் கொன்றுவிட்டு ஆயுள்தண்டனை பெற்று நாடுகடத்தப் பட்டார். மறுபடியும் அவர் சிறையிலிருந்து தப்பிச் சென்றார். அவர் ஒரு மாத காலம் ஒரு படகில் கடலில் அலைந்துகொண்டிருந்தார். மற்ற கைதிகள் அவர் தப்பித்துவிடுவார் என்று மகிழ்ச்சியோடு காத்திருந்தார்கள். ஆனால், அந்தப் படகு மெட்ராஸ் அருகில் சென்றபோது அவர் பிடிபட்டார். இப்படி மாட்டிக்கொண்டதும் விடுதலையாகும் நம்பிக்கைகள் எல்லாவற்றையும் அவர் இழந்தார். தோல்வியால் துவண்டு போனார். யாராவது பிரிட்டன் தோற்கும் என்று சொன்னால்கூட, கோபத்துடன், "நான் மூன்று போர்களைத் தொடர்ந்து பார்த்திருக்கிறேன். ஐம்பது முறையாவது பிரிட்டன் இந்தப் போரில் ஜெயிக்காது என்று மற்றவர்கள் சொல்வதைக் கேட்டிருக்கிறேன். அவை எல்லாம் வீணான நம்பிக்கைகள். பிரிட்டன் எப்போதும் தோற்காது. அப்படிச் சொல்பவர் பொய் சொல்கிறார் என்று அர்த்தம்" என்று அவர்களிடம் சொல்வார். இதை

அவர் இங்கிலாந்துமேல் உள்ள பாசத்தினால் சொல்லவில்லை. இங்கிலாந்துக்காரர் ஒருவரைப் பழிவாங்கவேண்டும் என்று திட்டம் போட்டிருந்தார். முதன்மை கமிஷனரைக் கொலை செய்ய முயற்சி செய்து மாட்டிக் கொண்டவர் அவர்.

இந்த வேலை நிறுத்தத்தின்போது சிறையில் ஒரு சோகமான சம்பவம் நடந்தது. அதை இங்கே கட்டாயம் குறிப்பிட்டாக வேண்டும். ராம்ரக்ஷா என்ற பஞ்சாபி பிராமணர் சியாம் மற்றும் ரங்கூனில் ஆயுதப் புரட்சி ஏற்பட்டபோது ராணுவத்திடம் கலகத்தைப் பரப்பிய குற்றத்திற்காகக் கைது செய்யப்பட்டவர். அவர் சீனா மற்றும் ஜப்பான் ஆகிய நாடுகளில் பயணம் செய்து, பிறகு சியாம் மற்றும் ரங்கூனுக்கு வந்து சேர்ந்தார். அந்தக் குற்றத்திற்காகத் தண்டனை கொடுக்கப்பட்டு அந்த நாடுகளில் பல கொடுமைகளை அனுபவித்தார். ஒரு கைதியாக அவர் கொண்டுவரப்பட்டபோது சிறை விதிகளின்படி அவரது பூணூலைக் கழற்றச் சொன்னார்கள். அவர் மறுத்தார். பல நாடுகளுக்குப் பயணம் செய்த அவர் ஒரு பழமைவாதி அல்ல. ஆனால் ஒரு பிராமணரிடம் பூணூலைக் கழற்றச் சொல்வது அவரைப் பொருத்தவரையில் ஒரு பாவச்செயல், அதனால் அதைப் பொறுத்துக்கொள்ளப் போவதில்லை. அது அவரது மதச் சின்னம், அதனால் அதை நீக்க போவதுமில்லை. எனவே அவர் அந்த உத்தரவுக்குக் கீழ்ப்படிய மறுத்தார். அதிகாரிகள் முஸ்லிமின் மத உணர்வைப் புண்படுத்த மாட்டார்கள் என்பது இங்குக் குறிப்பிடப்பட வேண்டியது. ஆனால் அவர்கள் ஹிந்துவின் இதேபோன்ற கோரிக்கைகளைப் பொருட் படுத்தமாட்டார்கள். அவர்கள் அந்த ஹிந்துவின் உடலிலிருந்து பூணூலை அறுத்து எறிந்தனர். தன் மத உணர்வைப் புண்படுத்தும் அராஜகச் செயலைக் கண்டித்து உடனடியாக உண்ணாவிரதம் இருக்க ஆரம்பித்தார். மீண்டும் பூணூல் தன்னுடலில் போடப்படும் வரை உணவு உண்ணப் போவதில்லை என்று சொன்னார். இந்த விஷயத்தில் உறுதியாக இருந்தார். சொன்னதுபோலவே, உணவு, தண்ணீர் என்று எதையும் அவர் தொடவில்லை. தன் அறையில் உணவும் தண்ணீரும் இல்லாமல் அவர் பல நாட்கள் கிடந்தார். பதினைந்து நாட்களுக்குப் பிறகு அவருக்கு மூக்கு வழியாக வலுக்கட்டாயமாக உணவைச் செலுத்த முயற்சி செய்தனர். ஒரு மாதம் கழிந்தது. தான் எடுத்த சபதத்தில் அந்த மனிதர் உறுதியாக இருந்தார். அவர் ஏற்கெனவே சயாமில் பல இன்னல்களை அனுபவித்திருந்தார். அந்தமானுக்கு வந்து உண்ணாவிரதம் இருந்ததில் முழுமையாகச் சோர்ந்து போனார். அவருக்கு மார்பு வலி வந்தது. டாக்டர் வந்து பரிசோதித்துவிட்டு அவருக்குக் காச நோய்

வந்திருப்பதாகச் சொன்னார். எல்லோரும் அவரிடம் உணவு உட்கொள்ளும்படி கெஞ்சினர். ஆனால் அவர் அதைக் காதில் போட்டுக்கொள்ளவில்லை. உண்ணாவிரதத்தைக் கைவிடும்படி அவருக்குக் கடிதம் எழுதும்போது அவர் மரணத் தறுவாயில் இருந்தார். மிகுந்த பிரயாசைப்பட்டு நான் அவரை உணவு உண்ணச் சம்மதிக்க வைத்தேன். ஆனால் துரதிர்ஷ்டவசமாக நோய் விரைவாகப் பரவி, இரண்டு மாதத்தில் இறந்துவிட்டார்.

கர்மவீரர் ராம்ரக்ஷா

ஆனால் இந்தக் கதை இத்தோடு முடிந்துவிடவில்லை. இந்த விஷயம் உயர் அதிகாரிகளிடம் எடுத்துச் செல்லப்பட்டது. பத்திரிகை களிலும் வெளிவந்தது. இந்தியாவில் உள்ள சிறைகளின் நிர்வாகத்தைக் குறித்து ஆராய நியமிக்கப்பட்டிருந்த சிறப்பு கமிஷனுக்கும் கொண்டு செல்லப்பட்டது. அதன் காரணமாக சிறையில் பிராமணக் கைதிகள் பூணூல் அணிந்துகொள்ள அனுமதிக்கப்பட்டனர். ஆனால் இந்தச் சிறிய விஷயத்திற்காக கர்மவீரர் ராம்ரக்ஷா தன் உயிரை விடவேண்டி வந்தது. இப்போது பிராமணர்கள் மட்டும் அல்லாமல் ஹிந்து சமுதாயத்தைச் சேர்ந்த அனைத்துப் பிரிவினரும் தங்கள் மத நம்பிக்கையின் அடையாளமாகப் பூணூலை அணிந்துகொள்ள அனுமதிக்கப்படுகிறார்கள்.

போர் அதன் இறுதிக்கட்டத்தை நெருங்கும்போது ஜெர்மனி தோல்வி அடையும் என்பது உறுதியாகிவிட்டது. போரின் ஆரம்பக்கட்டத்தில் இங்கிலாந்து ஜெர்மனியை எதிர்த்து வெற்றி பெற்று முன்னேறுகிறது என்று பொய்ச் செய்திகளை ஆங்கிலேயர்கள் பரப்பிக் கொண்டிருந்தார்கள். இப்போது இந்தச் சிறையிலுள்ள கைதிகள் அதேபோல் ஜெர்மன் வெற்றி பெறுவதாகப் பொய்ச் செய்திகளைப் பரப்பித் தங்கள் நம்பிக்கைகளைக் கட்டமைத்துக்கொண்டிருந்தார் கள். போர் முடிந்தபிறகு அதிகாரிகள் கைதிகளுக்குச் செய்தித்தாள் களைக் கொண்டுவந்து அந்தக் கட்டுக்கதைகளை உடைக்க வேண்டும் என்று நினைத்தார்கள். ஏனென்றால் லண்டன் விழுந்து விட்டது, லாஹூரில் ஆமீர் கைது செய்யப்பட்டுவிட்டார் என்பது போன்ற கட்டுக்கதைகள் செய்தித்தாள்களில் வராது. சூப்பரின் டென்டென்ட் எனக்கு லண்டன் 'டைம்ஸ்' பத்திரிகையின் பிரதி ஒன்றைக் கொடுத்தார். அதைப் படித்து சிறைக் கைதிகளிடம் நிலவும் தவறான புரிதல்களை நீக்குவேன் என்ற எண்ணத்தில் தந்தார். துருக்கி தோற்றது எனக்கு மகிழ்ச்சியைக் கொடுத்தது. ஆனால் அது, சிறையில் உள்ள முஸ்லிம்கள் மட்டுமல்லாமல், எல்லாக் கைதிகளுக்கும் சோகமான செய்தியாக இருந்தது. ஆனால் என்

சந்தோஷத்துக்கான காரணத்தையும் விரைவில் புரிந்துகொண்டனர். ஜெர்மனியின் தோல்வி பற்றிப் படித்ததை அவர்களிடம் பகிர்ந்து கொண்டேன். அந்தச் செய்தியாளர் மீது அவர்கள் கோபம்கொண்டாலும் செய்திகளைத் தெரிந்து கொள்வதில் ஆர்வம் காட்டினார்கள். நான் அவர்களிடம் பொய்ச் செய்தியைக் கூற மாட்டேன். தாங்கள் விரும்பும் செய்தியைத்தான் அவர்கள் கேட்க விரும்புகிறார்கள் என்றால், எந்தச் செய்தியையும் சொல்லமாட்டேன் என்று நான் கூறினால், என்னிடம் மன்றாட ஆரம்பித்து விடுவார்கள். அவர்களுக்கு இந்த விஷயத்தைப் பற்றி விளக்குவதற்காக 'எதிரியின் தோல்வி' என்ற தலைப்பில் வாராந்திரக் கூடுதலில் பேச ஆரம்பித்தேன். "நமக்கு ஆதரவான செய்தியை மட்டும் கேட்பது என்பது ஒன்று. ஆனால் ஒரு தைரியமான மனிதனின் முதல் வேலை, தனக்கு எதிரான செய்திகளைக் கேட்பது. நெப்போலியன் போனபார்ட் தனக்கு எதிரான செய்திகளை முதலில் உடனடியாகத் தன்னிடம் தெரிவிக்கவேண்டும் என்று தன் ஆட்களிடம் உத்தர விட்டிருந்தார். அது நடு இரவாக இருந்தாலும், அவர் ஆழ்ந்த உறக்கத்தில் இருந்தாலும் எழுப்பிச் சொல்லவேண்டும், நல்ல செய்தியை மறுநாள் காலையில் சொன்னால்கூடப் பிரச்சினை யில்லை என்று சொல்லியிருந்தாராம். நல்ல செய்தியை வரவேற்பதற் கான ஒழுக்கமும் தயார் நிலையும் இந்தியாவிடம் இல்லை. இன்னும் கொஞ்ச நாட்களுக்குக் கெட்ட செய்தியைக் கேட்க வேண்டும் என்பது இந்தியாவின் தலை விதி. உண்மையை அறிந்து கொள்ள இந்தியா தயாராக இருக்கவேண்டும். அப்போதுதான் அதை எதிர்கொள்ள முடியும். பண்டைய நாட்களில் நல்ல செய்தி கொண்டு வருபவருக்குத் தங்க வளையல்களை அரசர்கள் பரிசாக அளிப்பார்களாம். அதேபோலக் கெட்ட செய்தியை, போரில் வெற்றி பெற்ற எதிரி அரண்மனைக்குள் நுழைந்து அவரைக் கீழே வீழ்த்திக் கொல்லும்போதுதான் கேட்பார்களாம். கோழையாக இருப்பதில் எந்த அர்த்தமில்லை." என் சக கைதிகளை இந்த விஷயத்தில் எந்தச் செய்தியாக இருந்தாலும் அதைக் கேட்பதற்கு மனதைத் தயார்ப்படுத்தி வைத்துக்கொள்ளச் சொன்னேன். போர்க் காலங்களில் எத்தகைய செய்திகளையும் கேட்பதற்கு அவர்களில் சில அறிவாளிகள் தயாரானார்கள். துருக்கியின் தோல்வி எப்படி இங்கு சிறையிலிருக்கும் முஸ்லிம்களின் ஆணவத்தை அழித்து இந்தியா குறித்த அவர்களது பார்வையை மாற்றும் என்பதை அவர்கள் புரிந்துகொண்டார்கள்.

சிறையில் இருந்த எல்லாக் கைதிகளின் உடல்நிலையும் போரினால் பாதிக்கப்பட்டது. அரசியல் கைதிகள் அதிகம் பாதிக்கப்பட்டார்கள்.

சிலர் தொடர்ந்து தனிமைச் சிறையில் இருந்ததால் பாதிக்கப் பட்டார்கள். ஒருசிலர் அந்தமானின் மோசமான வானிலை காரணமாகப் பாதிக்கப்பட்டார்கள். வேறு சிலரோ இங்கே இருக்கும் சுகாதாரமற்ற சூழ்நிலைகளால் பாதிக்கப்பட்டார்கள். இங்கு கிடைத்த உணவு மற்றும் போதிய காற்றின்மை ஆகியவற்றால் எல்லோருக்குமே பாதிப்பு இருந்தது. இங்கு இறுதியாக வந்த கைதிகளில் இருந்த நல்ல உடல்வாகு பெற்ற வலிமையான சீக்கிய மற்றும் பஞ்சாபி அரசியல் கைதிகள்கூடப் போரினால் ஏற்பட்ட சூழலால் உடல்நிலை பாதிக்கப்பட்டார்கள். மூன்று அல்லது நான்கு ஆண்டுகளுக்குள் அவர்களில் மிக உயரமாக இருந்த ஒருவர் காசநோயால் பாதிக்கப்பட்டு மிகவும் மெலிந்து போய்க் காணப்பட்டார். மற்றவர்கள் நாள்பட்ட வயிற்றுப்போக்கால் பாதிக்கப்பட்டார்கள். வேறு சிலர் தற்கொலை செய்துகொள்ளும் மனநிலைக்குத் தள்ளப்பட்டார்கள். மூன்று அல்லது நான்கு சீக்கியர்கள் என் கண் முன்னே காச நோயால் இறந்து போனார்கள். எனக்கும் அந்த நோய் இருக்கிறதோ என்ற சந்தேகத்தில் என்னை மருத்துவமனையில் கண்காணிப்பில் வைத்திருந்தார்கள். மரத்திலிருந்து இலை உதிர்வதுபோல ஒவ்வொருவராக இறந்து போகும்போது எனக்குப் பெரும் வருத்தம் உண்டாகியது. நானும் அதேபோல் சீக்கிரத்தில் இறந்து போய்விடுவேன் என்று எனக்குத் தோன்றியது. அவர்கள் மூன்று அல்லது நான்கு வருடங்களில் இறந்துபோனபோது நான் எட்டு அல்லது ஒன்பது வருடங்கள் தாக்குப் பிடித்திருந்தது நிச்சயம் ஆச்சரியமான விஷயம்தான்.

பாபு ஜோதிஷ் சந்திரா

ஜோதிஷ் சந்திரா என்ற இளைஞர் தன்னை இங்கிருந்து விடுவிக்க, ஜெர்மன் நீர்மூழ்கிக் கப்பல் திடீரெனத் தாக்கும் என்று காத்திருந்தார். அவர் ஒரு புரட்சிக் குற்றத்திற்காக வங்கத்தில் கைது செய்யப் பட்டவர். வங்கத்தில் உள்ள ஒரு புரட்சி இயக்கத்தின் உறுப்பினர். வங்காளி. அப்போது ஏற்பட்ட மோதலைத் தொடர்ந்து போலிஸ் அவரைக் கண்டுபிடித்தது. அதில் ஜோதிஷிற்குக் காலில் துப்பாக்கிக் குண்டினால் காயம் ஏற்பட்டது. பிடிபட்ட அவர் விசாரிக்கப்பட்டு, தண்டிக்கப்பட்டு, அந்தமானுக்கு நாடு கடத்தப்பட்டார். ஒருநாள் மாலை வேலைநிறுத்தம் நடந்துகொண்டிருந்தபோது வார்டர் அவருக்கு உணவை வழங்கக் கொண்டு சென்றார். தன் அறையில் இருந்த மலம் கழிக்கும் பானையை எடுத்துச் சென்று சுத்தமாக்கிக் கொண்டுவருமாறு ஜோதிஷ் கூறினார். அதன்பிறகுதான் அவர் கொடுத்த உணவை உண்பேன் என்று அவர் சொன்னார். சிறைக்குள்

பூட்டியிருக்கும்போது கைதிகள் எப்படித் தங்கள் அறையிலேயே மலம் கழிக்க வேண்டி இருக்கும் என்பதைப் பற்றி ஏற்கெனவே கூறி இருக்கிறேன். அந்த வார்டர் அவரை அறைக்குள் செல்லும்படி சொல்லி, ஜமாதார்கள் மற்றும் அதிகாரிகளின் உதவியுடன் உணவை உள்ளே வைத்துவிட்டுச் சென்றுவிட்டார். அந்தச் சம்பவத்தைப் பற்றி மிஸ்டர் பாரி எந்த விசாரணையும் மேற்கொள்ளவில்லை. ஜோதிஷ் இரவு முழுவதும் அந்தக் காற்றோட்டமில்லாத சிறிய அறையில் மலத்தின் நாற்றத்தினிடையே படுத்திருக்க வேண்டி வந்தது. இந்தச் சிறையில் அரசியல் கைதிகளுக்கு இதுபோன்று நடப்பது எங்களுக்குப் புதிதல்ல. ஜோதிஷ் பாபுவிற்குப் பொறுமை எல்லை மீறிவிட்டது. அவர் உணவை வீசி எறிந்துவிட்டு உண்ணாவிரதம் மேற்கொள்ள ஆரம்பித்தார். ஒரு சில நாட்களி லேயே அவரது மலத்தில் ரத்தம் வர ஆரம்பித்தது. அவர் அங்கிருந்து மருத்துவமனைக்குக் கொண்டுசெல்லப்பட்டார். நாங்கள் எல்லோரும் அவரை உணவு உட்கொள்ளும்படி வற்புறுத்தினோம். நான் தனிப்பட்ட முறையில் உண்ணாவிரதத்தைக் கைவிடும்படி அவரிடம் வற்புறுத்தினேன். ஆனால் அவர் கைவிடுவதாக இல்லை. உடைந்த உமியை ஒட்ட வைக்க முடியாது. சிறிது நாளில் அவரது மூளை பாதிக்கப்பட்டது. ஒரு மாதத்திலெல்லாம் அவர் முழுவது மாக மனநலம் பாதிக்கப்பட்டவராகிவிட்டார். அவரை மனநல மருத்துவமனைக்கு அழைத்துச் சென்றார்கள். அங்கு ஒரு வருட காலம் இருந்தார். பின்னர் குணமாகிவிட்டார் என்று சொன்னார்கள். ஆனால் அவர் இறந்தபிறகு நாங்கள் படித்த செய்தி இதுதான். அவரது உறவினர் ஒருவருக்கு அவர் அனுப்பிய செய்தி. ''என் ஆத்மா சொர்க்கத்தில் உறங்கும் என்று நினைக்காதீர்கள். என் தேசத்தின் மீது எனக்கிருக்கும் பற்று மிகவும் ஆழமானது, நிஜமானது என்பது உண்மையென்றால், உடனடியாக மீண்டும் பிறவி எடுத்து, தேசத்துக்குச் சேவை செய்ய திரும்பவும் வருவேன். இது உறுதி.''

பாவப்பட்ட ஜோதிஷ் இறக்கும் தறுவாயில் நல்ல மனநிலையில் இருந்ததாகச் சொல்கிறார்கள். இந்தச் செய்தியை அவர்தான் உண்மையாக எழுதியிருந்தார் என்றால், அவர் கண்டிப்பாக நல்ல மன நிலையில்தான் இருந்தார் என்றும் அவரது பிறழ்வு இடையில் சில நாள்களுக்குத்தான் இருந்தது என்றும்தான் கூறுவேன்.

லாலா ராம் சரண் தாஸ்

இவர் ஒரு பரந்த மனப்பான்மைகொண்ட, தீவிரமான ஹிந்து உணர்வுள்ள, பஞ்சாப்பைச் சேர்ந்த அரசியல் கைதி. இவரும் சிறையின் மோசமான சூழ்நிலையின் காரணமாக மரணத்தின்

தறுவாயில் சென்று, மனநிலை குன்றியவராக ஆனார். இதனால் நரம்புக் கோளாறு ஏற்பட்டு அதனால் தூக்கமின்மையும், தொடர்ந்து தலைவலியும் இருந்துவந்தன. அந்தச் சமயத்தில் பல அரசியல் கைதிகளுக்கு இந்தப் பிரச்சினை இருந்தது. அவர் மருத்துவமனை யிலிருந்து எனக்கு எழுதிய ஒரு கடிதத்தில், தனக்கு வாழ்க்கை அலுத்துவிட்டதாகவும், இந்தச் சூழ்நிலையில் தனக்குத் தற்கொலை செய்துகொள்வதைத் தவிர வேறு வழியில்லை என்றும் எழுதி இருந்தார். அப்படிப்பட்ட பொறுப்பற்ற செயலைச் செய்ய வேண்டாம் என்று அவரிடம் சொன்னேன். நம்முடைய தேசத்திற்கு நாம் படும் இன்னல்கள் மூலமாக நாம் தொண்டாற்றிக் கொண்டிருக் கிறோம், அதற்காக நாம் தொடர்ந்து வாழவேண்டும் என்று சொன்னேன். எனது இந்த முயற்சியினால் அவர் தப்பித்தார். இரண்டு வருடங்களில் உடல்நிலை நன்றாகத் தேறி, எளிதான வேலைகளைச் செய்ய ஆரம்பித்தார்.

அரசியல் கைதிகளின் அந்த மோசமான சூழ்நிலையில் மேலும் ஒரு அதிர்ச்சியைக் கொடுக்க மேலதிகாரிகள் லாலா ஹர்தயாள் கைப்பட எழுதிய கடிதம் ஒன்றைப் படிப்பதற்குக் கொடுத்தனர். ஒரு துண்டுக் காகிதத்தை வைத்துக்கொண்டிருந்தாலே ஒரு வாரம் சங்கிலியில் கட்டித் தொங்கவிடும் தண்டனையைக் கொடுத்த அதிகாரிகள், கெட்ட செய்தி என்பதால் இதனைப் படிக்கக் கொடுத்தனர். அந்தப் பெரிய போர் முடிந்ததும் லாலா ஹர்தயாள் பத்திரிகைகளில் இந்தியாவில் உள்ள புரட்சியாளர்கள் தனியே விடப்படவேண்டும் என்றும், இந்தியா இங்கிலாந்துடன் ஒத்துழைத்து சுயராஜ்ஜியம் அடைய முயற்சி செய்யவேண்டும் என்றும், இங்கிலாந்தின் உதவியுடன் மட்டும்தான் இந்தியா தன் லட்சியத்தை அடைய முடியும் என்றும் தான் நம்புவதாக அவர் எழுதியிருந்தார். மிஸ்டர் பாரி என்னையும் என் நண்பர்களையும் அழைத்து அந்தச் செய்தித்தாள் துண்டத்தைக் கொடுத்துப் படிக்கச் சொன்னார். அதைப்பற்றி நான் என்ன நினைக்கிறேன் என்று கேட்டார். நான் அவரிடம், "எனக்கு லாலா ஹர்தயாள் ஒரு நல்ல மனிதர் என்று தெரியும். அவரது நேர்மையானகருத்தை அவர் எழுதியிருக்கிறார்" என்று கூறினேன். இதற்குமேல் அதைப் பற்றி எதுவும் சொல்ல முடியாது என்று சொல்லிவிட்டு நான் மருத்துவமனைக்குத் திரும்பினேன். எங்களுடைய அடுத்த சந்திப்பின்போது அரசியல்கைதிகளுடன் அதனை விவாதித்தேன். நண்பர்களிடம் ஹர்தயாள் அவர்களின் வாழ்க்கையைப் பற்றிக் கூறி, அவர் கடந்து வந்த பாதைகளைப் பற்றிச் சொன்னேன். அவர் அவ்வப்போது சோகமான மனநிலையில் இருப்பார். அப்படி இருக்கும்போது அவர் என்ன நினைத்தாரோ

அதைச் சொல்லி இருக்கிறார். தன் கருத்துகளை பல தடவை மாற்றிக்கொண்டிருக்கிறார். இது தற்காலிகமான எண்ணம், அவரிடம் நீடித்து நின்ற ஒன்றில்லை. அப்படிப்பட்ட ஒரு தற்காலிக எண்ணத்தின் வடிவமே இந்தக் கடிதம். நான் கூறியதை நண்பர்கள் ஒப்புக்கொண்டனர். சிலர் அந்தக் கடிதம் உண்மையானது அல்ல, போலியானது என்று கூறினார்கள். நான் அதை ஒத்துக்கொள்ள வில்லை. அந்தக் கடிதத்தில் விவரிக்கப்பட்டிருக்கும் துருக்கியின் ஆசை, ஆப்கானிஸ்தான் அமீரின் நடவடிக்கைகள், இந்திய முஸ்லிம் களின் உணர்வுகள், அவர்கள் தேசியத்துக்கு எதிராக இருப்பதன் காரணம் என்று எல்லாமே ஒப்புக்கொள்ளக் கூடியதாகத்தான் இருக்கிறது. நானும் பல வருடங்களாக அவர்களிடம் இதைத்தான் கூறிக்கொண்டிருக்கிறேன் என்றேன். இதைத் தாண்டி அந்தக் கடிதம் எங்களுக்கு எவ்விதமான தாக்கத்தையும் தரவில்லை.

உண்மை தெரிந்தவுடன், 'இன்று விடுதலை நாளை வீடு' என்ற கோஷங்கள் அடங்கிவிட்டன. அந்த கோஷங்கள், அந்த எதிர்பார்ப்புகள் எல்லாம் பொய்யாகிவிட்டன. ஒருவேளை இந்த கோஷம் உண்மையாகி இருந்தால், நாங்கள் முன்பே சொன்னோம் என்று பல தீர்க்கதரிசிகள் உருவாகி இருப்பார்கள். ஆனால் அலை திசை மாறி அடித்துவிட்டது. இனி வாய்ப்பில்லை. எல்லோரும் சோகத்தில் ஆழ்ந்தனர். ஆனால் இப்போது மெலிதான வேறொரு நம்பிக்கை கிடைத்தது. போரில் வெற்றிபெற்ற பிரிட்டன் இப்போது பொது மன்னிப்பு வழங்க வேண்டிய நிர்ப்பந்தத்துக்கு உள்ளாகி இருக்கலாம். அப்படி வழங்கும்பட்சத்தில் நாங்களும் அதில் இருப்போம். இப்போது சிறையில் எல்லோரும் இதைப் பற்றிப் பேச ஆரம்பித்துவிட்டனர். அவநம்பிக்கையிலிருந்து புதிய நம்பிக்கையை நோக்கி மனம் ஊசலாடத் துவங்கியது. இதே நேரத்தில்தான் இந்தியாவில் அந்தமான் பற்றிய விவாதங்கள் நடந்தன. இங்குள்ள வானிலை, கைதிகளின் உடல்நலத்துக்கு ஏற்றதாக இல்லை என்பது குறித்த விவாதம் எழுந்தது. என் கடிதத்தில் நான் எழுதியிருந்தது, இந்தியப் பத்திரிகைகளில் வெளியாகி அதன்மூலம் பெரிய விவாதம் ஒன்று உருவானது. உடல் நலம் காரணமாக என்னை இந்தச் சிறையிலிருந்து இந்தியாவில் உள்ள ஒரு சிறைக்கு மாற்றவேண்டும் என்று எனக்கு எழுத்து மூலமாகத் தெரிவித்தனர். உடனே, பழைய அரசியல் கைதிகள் அனைவரும் இந்தியாவுக்குத் திருப்பி அனுப்பப்படப் போகின்றனர் என்ற வதந்தி சிறையில் பரவ ஆரம்பித்தது. அப்படி என்றால் என் நிலை என்ன? நான் சிங்கப்பூருக்கு அனுப்பப்படப் போவதாக ஒரு வதந்தி எழுந்தது! அதற்கு ஒரு சில நாட்களுக்குப் பிறகு, வாமன் ராவ்

ஜோஷி அவர்களும் வேறு இரண்டு பேரும் இந்தியாவிற்குக் கிளம்பத் தயாராகிக்கொண்டிருந்தார்கள். எப்படியோ அவர்கள் மருத்துவமனையில் என்னைச் சந்தித்து விடைபெற்றுப் போக வந்தார்கள். இந்த விசுவாசமுள்ள சகாக்கள் என்னுடன் சேர்ந்து எல்லாப் பிரச்சினைகளுக்கும் போராடியவர்கள். இப்போது விடைபெற்றுச் செல்கிறார்கள். கனத்த இதயத்துடன் வழியனுப்பினேன். அவர்கள் போய்விட்டனர். நான் தனியாக விடப்பட்டிருக்கிறேன். எனக்கும் என் சகோதரருக்கும் இந்த இடத்திலிருந்து வேறு இடத்துக்குச் செல்லும் மாற்றம் நடக்கும் என நான் எதிர்பார்க்கவில்லை. எங்களுக்கு ஆதரவாக எந்த அதிர்ஷ்டமும் வராது. எங்களுக்கு எந்த நம்பிக்கையும் இருக்க வில்லை என்பதால், எந்த விதமான ஏமாற்றமும் இல்லை. எந்த எதிர்பார்ப்பும் இல்லை என்பதால் எங்களால் எதையும் எதிர்கொள்ள முடிந்தது.

கடைசியாக இங்கிருந்தவர்களுக்கு மிச்சமிருந்த மெல்லிய நம்பிக்கை, அவர்கள் எப்படியும் வெற்றியைக் கொண்டாடுவார்கள் என்பது தான். ஆனால் அதுவும் பொய்யென்று தெரிந்தது. ஒவ்வொரு கைதிக்கும் தண்டனைக் காலத்தில் வருடத்திற்கு ஒரு மாதம் தண்டனைக் குறைப்பு கிடைத்தது. இதைத்தவிர வேறு பெரிய ஆறுதல் எதுவும் கிடைக்கவில்லை. சில வயதான கைதிகள் விடுதலை செய்யப்பட்டனர். வருடத்துக்கு ஒரு மாதம் தண்டனைக் குறைப்பிலிருந்து அரசியல் கைதிகள் விலக்கி வைக்கப்படவில்லை.

ஆனால் என் அதிர்ஷ்டத்தை என்னென்பது! எனக்கு முன்பு என்ன நடந்ததோ அதேதான் இப்போதும்! ஒருநாள்கூடத் தண்டனைக் குறைப்பு கிடையாது. எனக்கு விடுதலை என்றோ வேறு இடங்களுக்கு மாற்றவேண்டும் என்றோ எந்தத் தகவலும் இல்லை.

அத்தியாயம் 6

மரணப்படுக்கையில்

போர் நடந்துகொண்டிருந்தபோது என் உடல்நலம் முழுமையாகப் பாதிக்கப்பட்டது. இதைப்பற்றி என் சகோதரனுக்கு எழுதிய கடிதத்தில் குறிப்பிட்டிருந்தேன். எனக்குக் காய்ச்சல் தொடர்ந்து நூறு டிகிரிக்கு மேல் இருந்து வந்தது. அதோடு வயிற்றுப்போக்கும் இருந்தது. எனவே, சிகிச்சைக்காகவும் ஓய்வு எடுப்பதற்காகவும் சிறையிலிருந்த மருத்துவமனைக்கு என்னைக் கொண்டுசென்றார்கள். என் நோய்க்காகத் தொடர்ந்து சிகிச்சை கொடுத்தார்கள். மருத்துவமனை அதிகாரிகள் நன்றாக கவனித்துக்கொண்டார்கள். மருத்துவமனைக்குப் போகும் எல்லாக் கைதிகளுக்கும் அங்கு நல்ல ஓய்வு கிடைக்கும். என் உடல்நிலை மற்ற எல்லாக் கைதிகளின் உடல்நிலையைவிட மிக மோசமான நிலையில் இருந்ததால், சிறையில் எனக்கும் நல்ல ஓய்வு கிடைத்ததில் ஆச்சரியமில்லை. நான் இங்கு வந்து எட்டு வருடங்கள் ஆன பிறகு, எனக்கு இப்போது தான் ஓய்வு கிடைத்திருக்கிறது. இதற்கு முன்னர் நோய்வாய்ப் பட்டிருக்கும்போது எனக்குக் கிடைத்த சிகிச்சை, தனிமைச் சிறைதான்.

மருத்துவமனைக்குக் கொண்டுசெல்லப்பட்டதும் எனக்கு நல்ல சிகிச்சை அளிக்கப்படுகிறதா என்பதை சூப்பரின்டென்டன்ட் உறுதி செய்தார். எனக்கு உணவை அவ்வப்போது மாற்றிக் கொடுத்து அப்போதைய நிலையில் என் உடலுக்கு எந்த உணவு பொருந்துகிறது என்று பார்த்து அதைக் கொடுத்தார்கள். சிறை நிர்வாகத்தில் ஏற்பட்ட இந்த மாற்றங்களுக்குக் காரணம் பத்திரிகைகளிலும்

நாடாளுமன்றத்திலும் இதைப்பற்றி எழுந்த விமர்சனங்கள்தான். இங்குள்ள குறைகளை வெளி உலகத்துக்குத் தெரியப்படுத்துவதில் என் கடிதங்கள் பெரிதும் உதவின. ஆனால் என்னைப் பொருத்தவரை இந்தச் சீர்திருத்தங்கள் மிகவும் தாமதமாக ஏற்பட்டிருக்கின்றன. ஏனென்றால் மருத்துவமனையில் எவ்வளவுதான் நல்ல சிகிச்சை அளிக்கப்பட்டாலும், நலிந்துகொண்டிருந்த என் உடல்நிலையில் பெரிதாக முன்னேற்றம் எதுவும் ஏற்படவில்லை. அவர்கள் தொடர்ந்து குயினைன் மருந்துகளைக் கொடுத்துக்கொண்டிருந்தாலும் என் ஜுரம் இறங்கவே இல்லை. குயினைன் மருந்து உட்கொண்டதால் மலத்தில் ரத்தம் வர ஆரம்பித்தது. என்னால் சாதத்தையும் பாலையும் கூட ஜீரணிக்க முடியவில்லை. அவை அப்படியே வெளியே வந்தன. அந்தமானில் அதிலும் குறிப்பாக போர்ட் பிளேயரில் காசநோய், மலேரியா, வயிற்றுப்போக்கு ஆகியவை ஒன்றாக வரும். அவை பரவினால் ஏராளமானோர் இறந்து போவார்கள். எனக்கு ஏற்கெனவே வயிற்றுப்போக்கும் (டிசென்ட்ரி) மலேரியாவும் இருப்பதால், ஆறேழு மாதங்கள் கழித்து டாக்டர் எனக்குக் காசநோயின் அறிகுறி இருப்பதாகச் சந்தேகப்பட்டார். அந்த மருத்துவமனையில் என்னைவிட நல்ல திடகாத்திரமான பல நோயாளிகளையும் இந்த மூன்று நோய்களும் தாக்கியிருந்தன. நான் எட்டு வருடச் சிறைத் தண்டனையையும் கடுமையான பணியையும் அனுபவித்ததால் என் உடல் மிகவும் நலிவடைந்து போயிருந்தது. எனக்கு அந்த மூன்று நோய்களுமே இருக்கின்றன என்று சொன்னாலும் நான் ஆச்சரியப் பட்டிருக்கமாட்டேன். வயிற்றுப்போக்கால் எனக்குப் பசி குறைந்து போனது. என்னால் ஜீரணிக்க முடியவில்லை. அதனால் என் உடல் மேலும் பலவீனமானது. ஜுரம் தொடர்ந்து இருந்து வந்தது. மருத்துவமனையில் புத்தகம் படிப்பதைத் தவிர வேறு பொழுது போக்கு எதுவும் கிடையாது. எனது வாழ்க்கையிலிருந்த ஒரே ஆறுதல் அதுதான். நரம்புத் தளர்ச்சியினால் எனக்குப் படிப்பதும் உரையாடுவதும் சிரமமாக இருந்தது. அவற்றில் ஈடுபட்டால் காய்ச்சல் 102 டிகிரிக்கு உயர்ந்துவிடும். அதனால் நான் படிப்பதை நிறுத்திவிட்டேன். அருகில் இருந்தால் படிக்க தோன்றும் என்பதால் புத்தகங்களை அருகில்கூட வைத்துக்கொள்ளவில்லை. படுக்கையில் படுத்து எப்போதும் கண்ணை மூடிக்கொண்டிருந்தேன். சிறையில் மிகவும் சுமையாக இருந்த நேரம், இப்போது வயிற்று வலியும் காய்ச்சலும் தாங்க முடியாத அளவு இருந்ததால், மிகவும் நீளமாகவும் கடினமானதாகவும் ஆகியது. அப்படி இருந்தும் நான் சென்ற அத்தியாயத்தில் சொன்னபடி எல்லாக் காரியங்களையும் செய்துகொண்டிருந்தேன்.

நோய்வாய்ப்படும் நேரம், சிறையில் இருப்பது நரகம்போலவும் வெளியில் இருந்திருந்தால் இதைவிட நன்றாக இருந்திருக்கும் என்று நினைக்கிறேன். ஆனால் வெளியில் இருப்பவர்களுக்கும் இதுபோன்ற நோய்கள் எல்லாம் வந்துகொண்டுதான் இருக்கின்றன. அதனால் பழியைச் சிறைவாசத்தின்மீது போடுவது சரியல்ல. அரண்மனையில் இருப்பவர்களுக்குக்கூட வயிற்றுப்போக்கு, மலேரியா என்று எல்லா நோய்களும் வருகின்றன. இந்தியாவில் உள்ள பெரிய நகரங்களில் கொள்ளை நோய்களான பிளேக், இன்ஃப்ளூயன்சா போன்றவை பெருமளவில் வந்திருக்கின்றன. ஆயிரக்கணக்கான மக்கள் அவதிப்பட்டிருக்கிறார்கள். இவற்றால் ஆயிரக்கணக்கான வீடுகளில் ஓலம் கேட்டது. பம்பாய் நகரம் அப்படி ஒரு கொள்ளை நோயினால் பாதிக்கப்பட்டு ஒவ்வொரு வீட்டிலும் நான்கு நோயாளிகள் இன்ஃப்ளூயன்ஸா நோயால் பீடிக்கப்பட்டிருந்தார்கள். அதனால் நான் சிறையில் இருந்ததால் தான் மலேரியாவும் வயிற்றுப்போக்கும் வந்தது என்று ஏன் நினைக்க வேண்டும்? நோய்களும் வலிகளும் எல்லா இடங்களிலும் இருக்கின்றன. ஆயிரக்கணக்கான கிராமங்களில் ஆயிரக்கணக்கான ஏழைக் குடும்பங்களும் இதுபோன்ற நோய்களினால் பாதிக்கப் பட்டுச் சரியான மருத்துவ உதவிகூட இல்லாமல் தவித்துக் கொண்டிருக்கின்றனர். ஆனால் இங்கோ ஒரு மருத்துவமனையும் ஒரு டாக்டரும் மருந்துகளும் நர்ஸுகளும் இருக்கின்றனர். ஏழை மக்களுக்கு இதுபோன்ற எந்த ஒரு வசதியும் கிடையாது. இதனால் இங்குள்ளவர்களின் நிலை சுதந்திரமாக வெளியில் இருப்பவர்களின் நிலையைவிடப் பல மடங்கு நல்ல நிலையில் இருக்கிறது. அதனால் அமைதியாக இருந்து அவற்றையெல்லாம் தாங்கிக் கொள்ள வேண்டும். கைதி என்பதற்காகப் புலம்பக் கூடாது. அப்படிச் செய்து வலியை அதிகப்படுத்திக் கொள்ளக்கூடாது. எனவே, விடுதலை என்பது சிறையைவிடச் சிறந்தது என்று நினைப்பது, மற்ற காரணங் களுக்காக மட்டுமே சரியானது. உடல்நலமில்லாமல் சிறையில் இருக்கும்போது இதைப் பற்றி நினைக்காமல் இருப்பது நல்லது. சிறையில் இருப்பவர்களுக்கு நோய்களும் மரணமும் அடிக்கடி வருகின்றன என்பது உண்மைதான். ஆனால் வெளியில் இருப்பவர் களுக்கும் இதே நிலைதான். உலகமே அந்த விதத்தில் ஒரு பெரிய சிறைச்சாலைதான். இந்தச் சிறை அதில் ஒரு அங்கம்தானே?

இப்படி தத்துவார்த்தமாக ஆறுதல் சொல்லிக் கொள்ளலாம். ஆனால் உண்மை நிலவரம் வித்தியாசமாக இருக்கிறது. தேசவிடுதலைக்கான போராட்டம், ஒரு தனி மனிதனின் வாழ்க்கையில் அவன் நடத்தும் போராட்டங்கள் இரண்டுமே கடினமானவைதான்.

முக்கியமானவையும்கூட. இதைப்போலவே சிறை வாழ்க்கையும் கடினமானதுதானே? நம்மைப்போலவே ஒரு உயர்ந்த கொள்கைக்காக நம் நண்பர்கள் ஆயிரக்கணக்கான பேர் போராடிச் சிறைக்கு வருவது நல்ல விஷயம்தான். அதற்காகத்தான் இத்தனை வழக்குகளையும் சித்திரவதைகளையும் தாங்கிக்கொள்ள வேண்டி இருக்கிறது. இத்தகைய தியாகங்கள் சிறியதாக இருந்தாலும் பெரியதாக இருந்தாலும் மற்ற மனிதர்களின் சாதனைகளைப் போலவே உலக மேடையில் நிச்சயம் ஜொலிக்கும். ஜார் அலெக்ஸாண்டரைக் கொன்றதற்காகக் கைது செய்யப்பட்டு சைபீரியாவுக்கு நாடுகடத்தப்பட்ட கைதிகளின் கதையை மக்கள் மிகுந்த ஆர்வத்துடன் படிக்கிறார்கள். அதேபோல் ஜார் நிகோலஸின் வாழ்க்கையை விவரிக்கும் புத்தகத்தையும் ஆர்வத்துடன் படிக்கிறார்கள். அதேபோல மக்களை காம வலையில் விழவைத்த ஏமாற்றுக்காரர் ரஸ்புடினின் புதிர் நிறைந்த காதல் வழியும் காம வாழ்க்கையையும் சுவாரஸ்யத்துடன் படிக்கிறார்கள். மக்களுக்குத் தியாகிகளைக் குறித்து மதிப்பும் அனுதாபமும் இருக்கின்றன. ஆனால் இவர்களைப் பற்றியோ வெறுப்பும் பரிதாபமும்தான் உள்ளன. மாளிகையில் வாழ்பவர்களின் வாழ்க்கையைக் காட்டிலும், மக்களுக்காகப் போராடிச் சிறை சென்ற அரசியல் கைதிகளின் வாழ்க்கை அவர்களுக்கு மனதுக்கு நெருக்கமானதாக இருக்கிறது. அப்படி இல்லையென்றாலும், சுதந்திரத்திற்காக இயங்கிக் கொண்டிருக்கும் நாங்கள் இந்த இருள் சூழ்ந்த இடத்திலிருந்து விடிவு கிடைக்கும் என்று காத்துக்கொண்டிருக்க வேண்டியதுதான். முக்கிய நோக்கத்துக்கான முக்கியக் கடமை இது. அப்படி இருக்கும்போது வெளியில் இருப்பவர்கள் வாழ்க்கையைவிட இந்தச் சிறை வாழ்க்கை மதிப்புக் குறைந்தது என்று நான் எதற்காகக் கருதவேண்டும்?

சுதந்திரமான வாழ்க்கை என்றால் என்ன? யார் சுதந்திரமாக இருக்கிறார்கள்? மக்கள் எல்லோருமே நான்கு சுவர்களுக்குள்தானே இருக்கிறார்கள். இந்தச் சுவர்களுக்கு வெளியே பிரபஞ்சத்தின் சுவரும் இயற்கையின் சுவரும் இருக்கின்றன. மனது மட்டுமே சுதந்திரமானது. இதற்கு எல்லை நம் தலைக்கு மேலே உள்ள வானமும் கண் எட்டும் தூரத்தில் தெரியும் தொடுவானமும்தான். இந்தச் சிறை வாழ்க்கை உங்களைக்கட்டுப்படுத்துவதாக நினைத்தால், வெளியே சுதந்திரமாக இருப்பவர்களைக் கேட்டுப் பாருங்கள், எந்த அளவுக்குச் சூழ்நிலைகளால் கட்டுப்படுத்தப்பட்டிருக்கிறோம் என்பதைச் சொல்வார்கள். சுருங்கச் சொல்வதென்றால் வெளியே இருப்பதைப்போலவேதான் இங்கேயும். எந்தப் பெரிய வித்தியாசமும் இல்லை.

இங்கு பொழுதுபோக்கு அம்சங்கள் எதுவும் இல்லை என்று நினைக்கிறீர்களா? ஏராளமாக இருக்கின்றன. இந்தப் புத்தகத்தைப் பாருங்கள். இரண்டு பக்கங்களுக்கு உள்ளாகவே எறும்புகள் அவற்றின் தலைநகரைக் கட்டி எழுப்பி இருக்கின்றன.

நான் என் நோய் குறித்துச் சொல்லிக்கொண்டிருக்கிறேன். அதிலென்ன கஷ்டம்? அதிகமும் இல்லை, குறைவும் இல்லை. சிறையில் வாழ்க்கை பயனற்றதாக ஒரே மாதிரியானதாக இருக்கிறது என்று சிலர் கருதுகிறார்கள். ஆனால் இந்த உலகில் வாழ்க்கை என்பது என்ன? நீங்கள் ஒரு கைதி. ஆனால் உங்கள் ஜெயிலரும் சூப்பரின்டென்டென்ட்டும் கைதிகள் அல்ல. ஆனால் உங்கள் வாழ்க்கைக்கும் அவர்கள் வாழ்க்கைக்கும் என்ன வித்தியாசம் இருக்கிறது? அவர்கள் தினமும் காலையில் எழுந்து அலுவலகத்தில் உட்கார்ந்து எழுதுகிறார்கள், உணவு அருந்துகிறார்கள், படுக்கச் செல்கிறார்கள், மறுபடியும் எழுந்து செல்கிறார்கள், படுக்கச் செல்கிறார்கள். அவர்கள் வாழ்க்கையில் என்ன கிடைத்துவிட்டது? கல்யாணம், குழந்தைகள், ஓய்வு காலம், ஓய்வூதியம், இதுதானே அதன் ஒட்டுமொத்தப் பலன்கள்? குழந்தைகள் விளையாடுவதை விட இது ஒரு நிறைவான வாழ்க்கையா? இந்த வாழ்க்கை எந்த வகையில் சிறந்தது என்று உங்களால் சொல்லமுடியுமா? அவர்கள் வாழ்க்கை உங்கள் வாழ்க்கையைப்போல அச்சில் வார்த்ததுபோல ஒரே மாதிரி சுழன்றுகொண்டிருக்கிறது. அவர்கள் சுதந்திரமானவர்கள், நீங்கள் கைதி, அவ்வளவுதான். நாம் நம் பெற்றோர்களின் மடியில் தவழ்ந்து வளர்கிறோம். காலம் வரும்போது அவர்களை எரிக்கவோ புதைக்கவோ செய்கிறோம். பிறகு நம் குழந்தைகளை வளர்க்கிறோம். இறுதியாக நாமும் சுடுகாட்டுக்குச் செல்கிறோம். இதெல்லாம் என்ன? இப்படி ஒரு சுழற்சிதான் வாழ்க்கையா? இது வெறும் வாழ்க்கைச் சக்கரம்தானே? ஞானியான சங்கராச்சாரியார் ''அடுத்தது என்ன?'' என்று கேள்வியைக் கேட்கிறார். அது இந்த உலகில் நாம் வாழும் வாழ்க்கையைக் குறித்தும், அதற்குப் பிறகிருக்கும் வாழ்க்கையைக் குறித்தும் அவசியம் கேட்கப்பட வேண்டிய கேள்வி. இப்போது நடந்த இந்த மாபெரும் போர் குறித்தும் கேட்கப்பட வேண்டிய ஒரு கேள்வி. இதுபோன்ற போர்களில் பிரான்ஸூம் ஜெர்மனியும் ஏற்கெனவே ஈடுபட்டிருக்கின்றன. பிரான்ஸ் கால்களை* தாக்கினர். அதற்குப் பிறகு அவர்கள் அதுபோலப் பல போர்களைப் புரிந்திருக்கின்றனர். வெற்றி ஒரு

* Gauls

அதிசயத்தைக் கொண்டு வந்திருக்கிறது. அதிலிருந்து கற்றுக் கொண்டு அறிவை வளர்த்துக் கொள்ளவேண்டும். இது நம் நொந்து போன மனதிற்கு நிஜமான ஒரு மாற்றுச் சிந்தனை. மாபெரும் விஞ்ஞானிகள் அவர்கள் வாழ்க்கையையே இந்தப் பிரபஞ்சத்தில் உள்ள சிறிய விஷயங்களைப் பற்றித் தெரிந்துகொள்ளப் பயன்படுத்துகிறார்கள். அவர்கள் பூச்சிகளை, புழுக்களைப் பிடிக்கிறார்கள் அல்லது மிருகங்களைப் பற்றி, பறவைகளைப் பற்றி, அவற்றின் வாழ்க்கை, அவற்றின் பழக்கவழக்கங்கள் என்று எல்லாவற்றையும் பதிவு செய்கிறார்கள். எறும்புப் புற்றுகளையும் தேனீக் கூடுகளையும் பல ஆண்டுகளாகக் கண்காணிக்கிறார்கள். பிறகு பரிணாம வளர்ச்சி பற்றி எழுதுகிறார்கள். அவர்கள் வாழ்க்கை பயனற்றது என்று யாரும் கூற முடியாது. அதுபோலவே இந்தச் சிறை வாழ்க்கையும் பயனற்றது என்று கூற முடியாது.

இதோ இன்னொரு விஷயம். பூனைகள் இரவில் குரல் எழுப்புகின்றன. அப்போது ஒரு போட்டிப் பூனை அங்கே வருகின்றது. உடனே காதல் பாடல் ஒரு போர்ப் பாடலாக மாறுகிறது. பயங்கரமான சண்டையும் சத்தமும் அப்போது பயங்கரமாக இருக்கும். அந்தச் சத்தமும் கதறலும் நம் நரம்புகளைப் பாதிக்கும். அது அபத்தமானது, தேவையற்றது என்று நாம் நினைப்போம். ஆனால் யோசித்துப் பார்த்தால் நம் ராமாயணம் என்பது என்ன? இந்த இரண்டு பூனைகள் போல் ஒரு பெண்ணின் மீதான உரிமைக்காக இரண்டு ஆண்கள் சண்டை போட்டுக் கொள்கிறார்கள். சீதா மேலுள்ள மோகத்தால் ராவணன் அவளைக் கடத்துகிறான். சீதாவின் மேல் உள்ள காதலால் ராமர் போரிட்டு அவளைத் திரும்பக் கொண்டுவருகிறார். இந்தப் பூனைகள் தங்கள் நகங்களைக்கொண்டு பயங்கரமாகச் சண்டை போட்டுப் பெரிய சத்தத்தையும் எழுப்புகின்றன. அந்த மனிதர்கள் அம்பையும் வில்லையும் வாளையும் சூலத்தையும் வைத்துக் கொண்டு சண்டை போட்டார்கள். முரசால் ஒலி எழுப்பினர். உணர்வுகள், இச்சை, நடத்தை எல்லாம் ஒன்றுதான். ராமருக்கும் ராவணனுக்கும் இடையே நடந்த போரை நாம் காவியம் என்று கருதுவதைப்போல, இந்த இரண்டு பெரிய பூனைகள் போட்ட சண்டையை மற்றவைகள் காவியம் என்று கருதலாம். பரிணாம வளர்ச்சிக் கண்ணோட்டத்தில் பார்த்தால் இந்தப் பூனைகளின் சண்டை ராம-ராவண யுத்தத்திற்கு முன்னோடியாக இருக்கும். பரிணாம வளர்ச்சியைப் பற்றிப் பேசும்போது வாழ்க்கையின் அடிப்படையான இரண்டு உண்மைகளை அது விளக்குகிறது. ஒன்று, உயிர்வாழ்வதற்கான போராட்டம்; இன்னொன்று, தன் இனத்தைத் தக்க வைக்கும் போராட்டம். பசியும் காமமும் அதன்

முக்கிய அம்சங்கள். அதன்படி பார்த்தால் ராமருக்கும் ராவணனுக்கும் இடையே நடந்த போருக்கு, இந்தப் பூனைகளிடையே நடந்த சண்டை முன்னோடியாக இருக்கலாம். அதேபோல இன்னொரு அடிப்படை அம்சத்தைப் பொருத்தவரை, கிறிஸ்துவின் மேல் மேரிக்கு இருந்த அன்பு அல்லது கிருஷ்ணரின் மேல் யசோதைக்கு இருந்த அன்பு என்பது, தாய்ப் பூனை தன் குட்டியிடம் காட்டும் ஆதி உணர்வின் பரிணாம வளர்ச்சியாகத்தான் இருக்கும். அதேபோல டாக்டரின் பங்களாவில் முற்றத்தில் இருக்கும் கோழியைப் பாருங்கள். கொக்கரித்துக்கொண்டே தனது குஞ்சுகளுடன் எப்படி விளையாடுகிறது, பருந்து அவற்றைத் தூக்கிச் செல்ல வரும்போது அது எப்படிக் காப்பாற்றுகிறது என்று பாருங்கள். கிருஷ்ணரை பூதனை தூக்கிச் சென்றபோது யசோதை அதேபோல் நடுங்கிப் போய்க் கதறி இருப்பாள். அதுபோலவே தன் குழந்தைகளின் மீது விழும் பட்டத்தைப் பார்த்து மேடம் பார்லெட்டும் கதறி இருக்க வேண்டும். இந்த உலகம் எத்தனை மகோன்னதமானது! பள்ளிகளுக் கிடையே நடக்கும் போட்டிகளில் குழந்தைகள் விளையாடுவதைப் பார்க்க பெரியவர்கள் நுழைவுச் சீட்டுகள் வாங்கி இருக்கிறார்கள். இதோ இங்கே கோழிக்குஞ்சுகள் உதைத்துக்கொண்டும் தங்கள் அலகுகளால் உணவைக் கொத்திக்கொண்டும் ஒன்றோடு ஒன்று முட்டி மோதிக்கொண்டும் விளையாடிக்கொண்டிருக்கின்றன. குழந்தைகளின் பள்ளிப் போட்டிகளைப் போலவே இதுவும் சுவாரஸ்யமாக இருக்கிறதுதானே? இவற்றைப் பார்க்கும்போது நம் இதயங்களிலும் அதே உணர்ச்சி, அதேபோன்ற மகிழ்ச்சி வருகிறது. நம் வாழ்க்கையே அன்பு, சந்தோஷம், உள்ளுணர்வு போன்ற வற்றால் ஆனது. எதுவும் மலினமானதோ அல்லது மிக உயர்வானதோ கிடையாது. மிருகங்கள் மனிதனைப் போன்றவைதான், மனிதனோ மிருகத்தைப் போன்றவன்தான். நாம்தான் இரண்டையும் கருணைக் கண்ணோடு பார்க்கவேண்டும்.

மருத்துவமனையில் ஒரு வருடம் இருந்தபிறகு மீண்டும் நான் மூன்றாவது மாடியில் இருக்கும் 5ம் எண் கட்டடத்திற்கு அனுப்பப் பட்டேன். அங்கு தனியாக இருந்ததால் இதுபோன்ற விஷயங்களில் மனதைச் செலுத்திப் பொழுதைப் போக்கிக்கொண்டிருந்தேன். சிந்தனையை இவற்றில் செலுத்தி உடம்பிலும் மனதிலும் இருந்த பலவீனத்தைத் தாண்ட முயன்றேன். ஒன்று மாற்றி ஒன்று தாக்கிக் கொண்டே இருப்பதால் இந்த உடல் அதைத் தாங்கும் சக்தியை இழந்துவிட்டது என்று சிலசமயம் தோன்றும். எலும்பும் சதையுமான இந்த உடல் பழுதாகிப் போய்விட்டது. இந்த ஆத்மாவினால் மேற்கொண்டு இதனை உடுத்தியிருக்க

முடியவில்லை. இன்னொரு சமயம் என் ஆரோக்கியத்தில் நல்ல முன்னேற்றம் இருப்பதாக உணர்ந்தேன். ஆனால் எவ்வளவு நாள் இப்படிச் சிந்தித்துக்கொண்டிருப்பது? ஒன்றரை வருடங்கள் ஓடிவிட்டன. வயிற்றுப்போக்கு, மலத்தில் ரத்தம், காய்ச்சல் என்று ஒன்று மாற்றி ஒன்று தொடர்ந்துகொண்டிருந்தது. எல்லாவற்றையும் தாங்கிக்கொண்டிருந்தேன். அதனால் ஒரு முடிவுக்கு வந்தேன். என் வாழ்க்கையை முடித்துக்கொள்ள தீர்மானம் செய்தேன். என்ன ஆனாலும் இந்தச் சிறையிலிருந்து விடுதலையாவது என்பது நடக்காது. எனவே என் உடல் ஆரோக்கியமும் முன்னேறப் போவதில்லை. நாம் எல்லோரும் மகிழ்ச்சியாக இருப்பதற்காகதான் வாழ்க்கையில் எல்லாப் போராட்டங்களையும் சந்திக்கிறோம். யாராலும் எப்போதும் துன்பத்தில் அழுதுகொண்டிருக்க முடியாது. நான் எத்தனை நாட்கள் துன்பப்பட்டேன், எத்தனை நாட்கள் துன்பமில்லாமல் இருந்தேன் என்பதைத் தெரிந்துகொள்ள விரும்பினேன். ஒரு மாத அட்டவணையைத் தயாரித்து அதில் எந்தப் பிரச்சினையும் இல்லாமல் மகிழ்ச்சியாக இருந்த நாட்களையும், உடம்பில் வலி அதிகமாக இருந்த நாட்களையும் குறித்தேன். நோயோடு இருந்த நாட்களையும், நோயில்லாமல் இருந்த நாட்களையும் சுவரில் குறித்து வைத்தேன். பிறகு பார்த்தபோது 60 நாட்களில் 15 நாட்கள் தான் வலி இல்லாமல் நன்றாக இருந்திருக்கிறேன். மீதமுள்ள நாட்களெல்லாம் உடல்வலி காரணமாகத் துன்பப்பட்டிருக்கிறேன். இது அந்த அளவுக்கு மோசமில்லை என்று தீர்மானித்த நான் தற்கொலை முடிவை ஒத்திப்போட்டேன்.

ஆனால் தொடர்ந்து துன்பங்களோடு யார்தான் வாழ விருப்பப் படுவர்? மனம் பல பொய்யான விஷயங்களை நம்பி மனக்கோட்டை களைக் கட்டிக்கொண்டிருக்கிறது. நீண்ட நேரத்துக்குப் பிறகு மனம் யதார்த்தத்துக்குத் திரும்புகிறது. அப்போது மீண்டும் மனம் தற்கொலையைப் பற்றிச் சிந்திக்கிறது. மருத்துவமனையில் என் உடல் எடை 95 பவுண்டு ஆகிவிட்டது. என்னால் திட உணவு எதையும் உண்ண முடியவில்லை. காய்ச்சல் குறையவே இல்லை. என்னை அழைத்துப் பேச அங்கே யாரும் இல்லை. அடுத்த மூன்று மாதங்களில் உடல்நிலை மேலும் மோசமாகியது. மரியாதை யின்மை, நம்பிக்கையின்மை, அன்பாகப் பேசுவதற்கு ஒருவரும் அருகில் இல்லாத ஒரு நிலை, ஓரிடத்திலிருந்து இன்னொரு இடத்திற்குப் போவதற்குச் சுதந்திரமின்மை என்று எல்லா அரசியல் கைதிகளுக்கும் இதுபோன்ற நிலைமைதான் இருந்தது. எப்போது மரணம் வந்து என் வாழ்க்கையை முடிவுக்குக் கொண்டு வரும் என்று தெரியாமல் காத்துக்கொண்டிருந்தேன். வாழவேண்டும் என்ற ஆசை

இருந்தாலும், என் வாழ்வு முடியப்போகும் நேரம் நெருங்கிவிட்டது என்பதை உணர்ந்தேன்.

அப்படியென்றால் நான் மருத்துவமனையில் இறக்கப் போகிறேனா? இந்த எண்ணம் என்னை வேட்டையாடத் துவங்கியது. என் மனதில் பல தத்துவங்கள் வந்து போய்க் கொண்டிருந்தன. புத்தரின் கோட்பாடுகளான நிர்வாணம் முதல் யோகா தத்துவம் வரை, அறிவியலின் பொருளாதாரம் முதல் ஸ்பென்சரின் மோநிசம் வரை, அவர்கள் உருவாக்கிய பரிணாம வளர்ச்சி குறித்த கோட்பாடுகள் என்று எல்லாவற்றையும் மனதில் அசை போட்டுக்கொண்டிருந்தேன். வேதாந்தத்திலிருந்து மில்லரின் பயனறிமுறை [1] வரை இந்தத் தத்துவங்கள் எல்லாம் அமரத்துவத்தைப் பற்றியும் மரணத்தைப் பற்றியும் கடவுள் நம்பிக்கை பற்றியும் கடமை பற்றியும் என்ன கூறுகின்றன என்பது பற்றி என் மனம் அலசிக் கொண்டிருந்தது. இதையெல்லாம் சிந்தித்ததால் எனக்கு ஒரு கவிதை மனதில் உதித்தது. மரணப்படுக்கையில் இருந்த நான் மருத்துவமனையில் படுத்துக்கொண்டு ஒரு கவிதை எழுதினேன். அந்தக் கவிதையைப் படித்துப் பார்ப்பதற்கு நான் உயிரோடு இருப்பேனா என்றுகூட எனக்குத் தெரியாது.

நான் முதலில் கைது செய்யப்பட்டபோது மரண தண்டனையை எதிர்பார்த்தேன். அப்போது இரண்டு கவிதைகளை எழுதினேன். ஒன்று 'என் உறுதிப்பாடு' [2] என்ற தலைப்பில். இன்னொன்று 'முதல் காணிக்கை' [3] என்ற தலைப்பில். இப்போது இதை என் மரணப் படுக்கையில் எழுதியிருக்கிறேன். இந்தக் கவிதையை மரணத்துக்கும் எனக்குமான ஒரு உரையாடலாக எழுதி இருக்கிறேன். இந்த மூன்று கவிதைகளும் பிற்பாடு வெளியிடப்பட்ட 'அந்தமானின் குரல்கள்' [4] என்ற புத்தகத்தில் இடம்பெற்றிருக்கின்றன.

என் குடும்பத்துடன் முதல் சந்திப்பு

இந்த வருடம் எனக்கும் என் சகோதரருக்கும் எங்கள் குடும்பத்தினரை அந்தமானில் சந்திக்க அனுமதி கிடைத்தது. மற்றவர்களுக்கு

1. Utilitarianism

2. My Will

3. First offering

4. Echos from the Andhamans)

அவர்கள் குடும்பத்தினரைச் சந்திக்க ஐந்து வருடங்களுக்கு ஒருமுறை அனுமதி அளிக்கப்படும். அவர்கள் தங்கள் குடும்பத்தினருடன் இரண்டு நாட்கள் தங்கி இருக்கலாம். ஒரு சிலருக்கு இது வாரக்கணக்கில் கூட இருக்கும். எனக்கு இந்த அனுமதி எட்டு வருடங்கள் கழிந்தபின் கிடைத்திருக்கிறது. இந்த அனுமதியை ஏராளமான முயற்சிகள் செய்து கஷ்டப்பட்டுப் பெற்றிருக்கிறேன். என் தம்பியும் என் மனைவியும் பம்பாயிலிருந்து கல்கத்தாவிற்குப் புறப்பட்டபோது, அந்த அனுமதி திரும்பப் பெறப்பட்டது என்ற செய்தி அவர்களுக்குக் கிடைத்தது. இது ஒரு குரூரமான நகைச்சுவை. பம்பாய் அரசுக்கு எழுதினால், போர்ட் பிளேயரில் விசாரிக்குமாறு சொல்லப்படும். போர்ட் பிளேயர் கமிஷனரைக் கேட்டால் அவர் இந்திய அரசிடம் போய்க் கேட்கச் சொல்வார். இந்திய அரசுக்கு எழுதிக் கேட்டால் அவர்கள் இறுதி முடிவு பம்பாய் அரசின் கையில்தான் இருக்கிறது என்று சொல்வார்கள். இப்படியே 1918-19 வரை அலைக்கழிக்கப்பட்டு பிறகு ஒரு வழியாக நான் அவர்களைச் சிறையில் சந்தித்தேன். எங்களுடன் சிறையில் சூப்பரின்டென்டன்ட் இருந்தார். மராத்தி தெரிந்த ஒருவர் ரகசியமாக நின்றுகொண்டிருந்தார். நாங்கள் என்ன பேசுகிறோம், ஏதேனும் புதுச் சதித்திட்டம் தீட்டுகிறோமா என்பதை ஒட்டுகேட்க அவர் வந்திருந்தார். எட்டு வருடங்கள் கழித்து என் மனைவியையும் என் தம்பியையும் அவன் மனைவியையும் பார்த்தேன். என் தம்பி நல்ல ஆரோக்கியத்துடன் இருந்ததைப் பார்த்து மகிழ்ச்சியடைந்தேன். நாங்கள் ஒன்றரை மணி நேரம் மகிழ்ச்சியுடன் பேசிக்கொண்டிருந்தோம். பழைய சுகமான நினைவுகளைப் பற்றியோ இப்போதிருக்கும் கஷ்டங்களைப் பற்றியோ எதிர்காலத்தைக் குறித்த பயங்களைப் பற்றியோ நாங்கள் பேசவில்லை. அப்போது அந்தத் தருணத்தில் மகிழ்ச்சியாக இருந்தோம். ஆனால் என் மூத்த சகோதரரின் மனைவி இவர்களுடன் ஏன் வரவில்லை? எங்கள் அரசியல் நடவடிக்கைகள் காரணமாக வீட்டில் எல்லாப் பணிச்சுமையையும் அவர்தான் ஏற்றுக்கொண்டிருந்தார். எங்கள் அரசியல் நடவடிக்கைகளுக்கு அவர் ஒருபோதும் தடை சொன்னதில்லை. மிகவும் தைரியத்துடனும் பொறுமையுடனும் அவர் எல்லாவற்றையும் சந்தித்தார். சிறுவயதிலிருந்தே அவர்தான் எனக்குத் துணை. என் வாலிப வயதில் எனக்கு ஒரு தாய்போல இருந்தார். எங்கள் அரசியல் நடவடிக்கைகளில் திட்டமிடுதல், செயல்படுத்துதல், எல்லாவற்றிலும் நம்பிக்கையானவராக இருந்தார். கடந்த ஏழு வருடங்களாக அவரைப் பார்க்கவேண்டும் என்று காத்துக்கொண்டிருந்தேன். அவர்கள் ஏன் வரவில்லை? சீக்கிரமே தெரிந்துகொண்டேன். அந்த விளக்கு அணைந்துவிட்டது. அண்ணி

தெய்வத்துடன் கலந்துவிட்டார். என் நம்பிக்கை வீணானது, இதயத்தை நொறுக்கிவிட்டது. எல்லா தேசப் பணிகளிலும் எங்களுடன் சேர்ந்து செயலாற்றி, தன்னலமில்லாமல் எங்களுடன் இணைந்து தேசத்துக்காக உழைத்த என் அண்ணி, மனதுக்கு மிகவும் நெருக்கமான எங்களை விட்டுப் பிரிந்து வாழவேண்டிய கொடுமைக்கு ஆளான என் அண்ணி, இறந்து போய்விட்டார். சாம்பலாகிவிட்டார். தன் கணவரைப் பார்ப்பதற்கு, கருணை மிக்க டில்லி அரசாங்கம் அவருக்குக் கொடுத்த அனுமதி மிகவும் தாமதமாகிவிட்டது!

இந்தச் செய்தியை என் தம்பி கூறினான். பதிலேதும் பேசாமல் அந்தக் கசப்பான செய்தியை, விஷத்தை விழுங்குவது போல் விழுங்கினேன். இந்த உலகம் ஒவ்வொரு கணமும் உருமாறிக் கொண்டே இருக்கிறது. இன்று இருப்பது போல் நாளை இருப்பதில்லை. ஒன்றாக இருப்பவர்கள் எல்லோரும் ஒரு சமயத்தில் பிரிந்தே ஆகவேண்டும். கடவுள் எங்களை ஒன்றாகப் பல நாட்களுக்கு வைத்திருந்தார். இப்போது நானும் உடல்நலமில்லாமல் இருக்கிறேன். வாழ்க்கை எனும் நாடகத்தில் ஒவ்வொரு கதாபாத்திரமாக மறைந்தே ஆக வேண்டும். ஒவ்வொருவரும் இந்த உலகம் எனும் நாடக மேடையில் இருந்து வெளியேறியே ஆகவேண்டும். அவர்கள் அடுத்த உலகத்தின் மேடையில் தோன்றப் போகிறார்களா? யாருக்குத் தெரியும்? ஒவ்வொருவருக்கும் அவரவர் நம்பிக்கைகள். என் மூத்த சகோதரர் இறப்புக்குப்பின் வாழ்க்கை இருப்பதிலும், மறுபிறப்பிலும் நம்பிக்கை உடையவர். அவரது நம்பிக்கையின்படி, அவரது பிரியமான மனைவியின் ஆத்மா இப்போது நாங்கள் இந்த அந்தமான் சிறையில் குடும்பமாக ஒன்றுசேர்ந்து இருப்பதைப் பார்க்கும். நாங்கள் பேசுவது எல்லாம் கேட்டுக்கொண்டிருக்கும். என்னைப் போன்ற ஒருவருக்கு அதிலெல்லாம் நம்பிக்கை இருக்காது. என்னைப் பொருத்தவரை அத்தோடு எல்லாம் முடிந்துவிட்டது. தன் தாய் நாட்டிற்காக வீரமாக ஒரு பெண் போராடுகிறாள். போர்க் களத்தில் அவள் இறந்து விட்டாள். அவள் நேராக சொர்க்கத்துக்குப் போவாள் என்று கூறுகிறார்கள். அதற்கு என்ன பொருள்? அதன் பொருள், அவள் எல்லாப் போராட்டங்களிலும், எல்லாப் பொறுப்பு களிலும் இருந்து விடுபட்டு அமைதியை அடைந்தாள் என்பதே. நெருப்பு அணைவதைப்போல முழுமையாக மறைந்து விட்டார். சுகம் துக்கம் எல்லாவற்றையும் தாண்டிவிட்டார். நாம் அதற்காக அழவேண்டிய அவசியமில்லை. அவரை இனிமேல் காணமுடியாது என்பதால் நமக்குக் கவலை வருகிறது. என்னை இப்படியாக ஆறுதல்படுத்திக்கொண்டேன். அத்துடன் அந்த விஷயத்தை விட்டுவிட்டு, நாங்கள் வேறு விஷயங்களைப் பற்றிப் பேச

ஆரம்பித்தோம். தேச, மத மற்றும் வீட்டுப் பிரச்சினைகளைப் பற்றிப் பேசினோம். எனக்குத் தரப்பட்ட நேரத்தில் கொஞ்சம் தமாஷாகச் சிரித்துப் பேசிக்கொண்டிருந்தோம். அந்த மோசமான உடல்நிலையில் எனக்கு எங்கிருந்து அப்படிப் பேசுவதற்கு சக்தி கிடைத்தது என்று தெரியவில்லை. நாங்கள் மூன்று சகோதரர்களும் பன்னிரண்டு வருடங்கள் கழித்துச் சந்திக்கிறோம். 1906ம் வருடம் என்னை இங்கிலாந்துக்குக் கொண்டுசெல்லப்போகும் அந்தக் கப்பலின் அருகில் கடைசியாக நாங்கள் மூன்று பேரும் சந்தித்தோம். இப்போது 1919ம் வருடம் இங்கே போர்ட் பிளேயர் சிறையில் சந்திக்கிறோம். அதுவும் வெறும் ஒன்றரை மணி நேரத்திற்கு மட்டும்.

என் மனைவியைத் தனியாகச் சந்திப்பதற்கு அரை மணிநேரம்தான் அனுமதி கொடுக்கப்பட்டது. எங்கள் சந்திப்பு முடிந்தபிறகு என் தம்பி மற்றும் குடும்பத்தின் மற்ற உறுப்பினர்கள் உடனடியாக போர்ட் பிளேயர் கப்பலில் ஏற்றப்பட்டனர். அவர்கள் இங்கு அந்தமானில் மேற்கொண்டு ஒரு வாரம் தங்கி அந்தமானைச் சுற்றிப் பார்ப்பது மிகவும் ஆபத்தான விஷயம் என்று நினைத்தார்களோ அல்லது இங்கே இருக்கும் சமயத்தில் என்னை இந்த இடத்திலிருந்து ஒரு கப்பல் மூலமோ விமானம் மூலமோ தப்பிக்க வைக்கச் சதி செய்வார்கள் என்று நினைத்தார்களோஎன்னவோ. என் தம்பி வருகிறான் என்று தெரிந்தவுடன் பலர் அவனைச் சந்திக்க ஆர்வமாக இருந்தனர். ஆனால் எவரும் அவனைச் சந்திக்க அனுமதிக்கப்பட வில்லை. இந்தத் தடை இருந்தாலும், என்னுடன் இருந்த சில கைதிகள் அவனைச் சந்தித்தனர். அவனுக்குப் பழங்களையும் பூக்களையும் பரிசாக அளித்தார்கள்.

என் குடும்பத்தினர் கிளம்பிச் சென்றுவிட்டார்கள். அவர்கள் வந்து சென்றது, கடும் காய்ச்சலில் இருந்த எனக்கு ஆழ்ந்த தூக்கத்தில் வந்த ஒரு கனவைப்போல இருந்தது. அந்தக் கொஞ்ச நேர வாழ்க்கை புத்துணர்ச்சி தந்தது. எல்லாம் முடிந்து மீண்டும் என் பழைய வாழ்க்கைக்குத் திரும்பினேன். 5ம் கட்டடத்தில் மூன்றாவது மாடியில் தனி அறையில் அடைக்கப்பட்டிருந்தேன். இந்தச் சமயத்தில்தான் நான் மருத்துவமனையில் இருந்து அழைத்துவரப் பட்டேன். இது ஒரு தனிமையான இடம். ஆனால் இங்கிருந்து எனக்குக் கடலும் வானமும் ராஸ் தீவும் தெரிந்தன. இப்படிப்பட்ட நல்ல காட்சிகளைப் பார்க்கக்கூடிய வகையில் காற்றோட்டமான ஒரு அறை எனக்கு எதுவும் இதுவரை தரப்பட்டதில்லை. இந்த அறைக்கு வெளியே இருந்த வராண்டாவில் நடக்கவும் என்னை அனுமதித்திருந்தார்கள். அங்கே உட்கார்ந்து முன்னால் இருந்த

தீவைப் பார்த்துக்கொண்டிருப்பேன். இப்படிச் சிந்திக்கும்போது உணர்ச்சிகளில் தொலைந்துவிடுவேன். சில சமயங்களில் இந்த உணர்வுகள் என் சிந்தனையைத் தாண்டிக் கொந்தளிக்கும். அந்த நேரத்தில் உணர்வுப் புயல் ஓயும்வரை என்னை அதற்கு ஒப்புக் கொடுத்து அமைதியாக இருந்துவிடுவேன். சிறிது நேரத்தில் மீண்டும் சகஜ நிலைக்கு வந்து விடுவேன். இந்த உணர்ச்சி அலை களினால் குழப்பமே ஏற்படும். இந்த அலைகளில் விளையாடி, பின்னர் என் சிந்தனைகள் உணர்வுகளைக் கட்டுப்படுத்தி தன் இடத்தைப் பிடித்துக்கொள்ளும். இந்தச் சிந்தனைகளில் ஒரேயடி யாக மூழ்கிவிடக்கூடாது என்பதற்காக கண்முன்னே இருக்கக்கூடிய சாதாரண விஷயங்களைக் கவனித்துப் பார்ப்பேன். பசு மாடுகள் மேய்ந்துகொண்டிருப்பது, காக்கைகள் கூட்டமாக வந்து தேங்காய்த் துண்டுகளைத் தூக்கிச் செல்வது, ராஸ் தீவை நோக்கிச் சிறிய படகுகள் பயணித்துக்கொண்டிருப்பது போன்றவற்றைப் பார்த்துக் கொண்டிருப்பேன். சிறையில் ஒருவருடைய மனது தீவிரமான சிந்தனையில் ஆழ்ந்துவிடும். அதிலிருந்து வெளியே வந்து மற்ற விஷயங்களைக் கவனிப்பது மிகவும் கடினமாக இருக்கும். ஆனால் நம்மைச் சுற்றி இருக்கும் உலகத்தைக் கவனிக்கத் தவறினால், கவலையில் ஆழ்ந்து பழைய நினைவுகளில் நம்மைத் தொலைத்து விடுவோம்.

மூளை சோர்ந்திருப்பதால் படிக்க முடியாது. தீவிரமாகச் சிந்திப்பது, யோகா பயிற்சிகள் செய்வது போன்றவற்றைச் செய்யவே இயலாது. கடலில் அலைகள் எழுந்து கீழே வருவதைப் பார்க்கும்போது, சட்டென மனம் கடலின் ஆழத்தில் தொலைந்துபோகிறது. உடனே மனம் ஒருநிலைப்படுகிறது.கடலில் ஒரு மரகதம்போல மின்னும் ராஸ் தீவைப் பார்த்துக்கொண்டிருந்தபோது என் மனம் ஆழமான அமைதிக்குச் சென்றது. அங்கிருந்த தேவாலயமும் அதன் சிலுவையும் அந்தத் தீவிற்கு அழகூட்டின. ஆனால் அந்த அமைதியையும், தனிமையையும் என் பலவீனமான உடலாலும் தளர்ச்சி அடைந்த நரம்புகளாலும் தாங்க முடியவில்லை. கைவிடப் பட்ட என் இதயத்தாலும் அவற்றை எதிர்கொள்ள முடியவில்லை. இயல்பு நிலைக்குத் திரும்பியதும் மீண்டும் தலை வலிக்க ஆரம்பிக்கும். மூளையிலும் நரம்பிலும் ஏற்பட்ட பாதிப்பினால் முன்பைவிட பலவீனமாக உணர்ந்தேன். எனவே இந்தச் சிறிய சந்தோஷத்துக்குக்கூடக் கொடுப்பினையில்லை. இந்த நேரத்தில் புத்தரின் ஞாபகம் வரும். அவரும் உண்ணாவிரதத்திலிருந்து எழுந்தவுடன் மயக்கம் போட்டு விழுந்தார். தனது உடல் இழந்த ஆற்றலை, ஒருமுகப்பட்ட எண்ணத்தின் வலிமையை, தியானத்தின்

சக்தியை அவர் மீட்டெடுக்க வேண்டி வந்தது. தனது உடலுக்கு சக்தி தருவதற்காக வெண்ணெய், சர்க்கரை, அரிசி, பால் எல்லா வற்றையும், வழியில் என்னவெல்லாம் கிடைக்கிறதோ அனைத்தை யும் நன்றாக வேக வைத்துச் சாப்பிடுவார். அவருக்கே அப்படி இருக்கும்போது என்னைப் போன்றவர்கள் நிலைமை என்ன! மனம் கடுமையான உளைச்சலில் இருக்கும்போது, படிப்பது, சிந்திப்பது, தியானம் செய்வது, உன்னிப்பாகக் கவனிப்பது என்று எதுவுமே சாத்தியமில்லை. உடல்நிலை குன்றிய நிலையில் எந்தத் தீவிரமான வேலையையும் செய்ய முடியாது. பணிச்சுமை குறைக்கப்பட்டது. ஆனாலும் மனம் நிம்மதியடையவில்லை. நண்பன் இல்லாமல், யாருமே இல்லாமல், சிரிப்பில்லாமல், சிறை வாழ்க்கை ஒரு கொடும்கனவாகிப் போனது. எதிரே இருந்த டாக்டரின் வீட்டிலிருக்கும் கோழிகளைப் பார்க்கமுடியும். பறவைகள் பறப்பதைக் கவனிக்கமுடியும். கொசுக்கள் ரீங்காரமிடுவதைக் கேட்கமுடியும். இவைதான் எனக்கு ஆறுதல். சிறையிலிருந்த பொழுதுபோக்கு இவை மட்டுமே.

பறவைகள் என்றதும் அந்தமானில் இருக்கும் புல்புல் என்ற இந்திய நைட்டிங்கேல் பறவைகள் நினைவுக்கு வருகின்றன. அவற்றின் குரல் மிகவும் இனிமையாக இருக்கும். அவை உண்மையிலேயே மிக அழகானவை. சிறியவை, மிக நேர்த்தியானவை, ஜாக்கிரதை உணர்வு மிக்கவை. நன்றாக விளையாடும். வேகமாகப் பறக்கும். அவை எழுப்பும் ஒலி இனிமையாக இருக்கும். அவை கும்பலாக வந்து தேங்காய் கொட்டியிருக்கும் வெளியில் உட்கார்ந்து விளையாடும். அதை எடுத்துத் தின்னவும் செய்யும். எங்கள் அறைக்குப் பக்கத்திலே அவை எப்போதும் விளையாடிக்கொண்டிருக்கும். வேறு எதுவும் இல்லாதபோது இவைதான் ஒரே பொழுதுபோக்கு. எனக்கு அவற்றின் பாஷையும் மைனாக்களின் பாஷையும்கூடப் புரியும். மைனாக்களின் பத்துப் பதினைந்து ஒலிகளைப் புரிந்துகொள்வேன். அவற்றின் குரலைக் கேட்டவுடனேயே எனக்கு என்ன என்று புரிந்துவிடும். ஒவ்வொரு ஒலியும் ஒவ்வொரு வித்தியாசமான மனநிலையைக் குறிக்கும். ஒரு ஒலி ஒளிந்து விளையாடுவதையும், ஒரு ஒலி ஏக்கத்தையும், ஒரு ஒலி பயத்தையும், ஒரு ஒலி சந்தோஷத்தையும், ஒரு ஒலி அமைதியையும், ஒரு ஒலி காதலையும், ஒரு ஒலி தாய் அன்பையும், ஒரு ஒலி இணை சேர்க்கைக்கான அழைப்பையும், ஒரு ஒலி சண்டை போடுவதையும் குறிக்கும். இவையெல்லாம் அத்துப்படி ஆகிவிட்டது. மனிதர்களின் பேச்சைப் போல வழக்கமான வார்த்தைகள் ஆகிவிட்டன. என் மொழியை அவற்றுக்குக் கற்றுக்கொடுக்க முடியவில்லை. ஆனால் அவற்றின்

மொழியை எனக்கு அவை கற்றுக் கொடுத்துவிட்டன. பறவை களைக் கூண்டில் போட்டு வளர்க்க இங்கு அனுமதி கிடையாது. அது ஒரு குற்றம். அப்படியில்லை என்றால் என் அறையில் அவற்றை நான் வைத்துக்கொண்டிருப்பேன். அவற்றிற்குத் தேசபக்திப் பாடல் களைக் கற்றுக் கொடுத்திருப்பேன். எந்த வீட்டு ஜன்னலில் கிளியும் மைனாவும் வேதாந்தம் பற்றி விவாதம் நடத்திக்கொண்டிருக் கின்றனவோ அதுவே மண்டன மிஸ்ரர் வீடு என்று சங்கராச்சாரி யாரிடம் அடையாளம் சொன்னதுபோல, என்னைத் தேடி வருபவர் களிடம் என் அறைக்கும் இவற்றை வைத்து அடையாளம் சொல்லி அனுப்பி இருப்பார்கள். என் அறையைத் தேடி ஒரு புல்புல் பறவை வந்தால் கைதிகள் அதனிடம், 'எந்த அறையில் மைனாக்களும் புல்புல்களும் தேசபக்திப் பாடல்களைப் பாடிக்கொண்டிருக் கின்றனவோ அதுதான் புரட்சியாளர் சாவர்க்கரின் அறை' என்று அடையாளம் காட்டி இருப்பார்கள்.

காக்கைகள் எனக்கு மிகவும் பரிச்சயமான நண்பர்கள். ஒரு முஸ்லிம் கைதி என் உதவியுடன் ஒரு காக்கையை ரகசியமாக வைத்துக் கொண்டிருந்தார். ஆனால் சிறிது நாட்களிலேயே அது பர்மாக்காரர் களின் உணவு என்பதைத் தெரிந்துகொண்டேன். சிறையிலிருந்த முஸ்லிம்களும் பர்மாக்காரர்களும் அசைவம் உண்பவர்கள் என்பதால், அவ்வப்போது காக்கையைப் பிடித்துக் கொன்று உண்பார்கள். அதனைத் தொழிற்சாலையிலிருக்கும் நெருப்பில் சுட்டுச் சாப்பிடுவார்கள். அப்படிச் சுடப்பட்ட ஒரு துண்டு ஒரு அணா அல்லது நாலு புகையிலை என்ற விலைக்கு விற்பார்கள். காக்காயை முஸ்லிம் கைதி அதே நோக்கத்திற்காகத்தான் வளர்த்து வந்தார். மறுநாள் அந்த பர்மாக் கைதியிடம் அதனைச் சமைக்கக் கொடுத்த போது என் சந்தேகம் நிரூபணமானது.

முதலில் இங்கே வந்தபோது நான் தனிமைச் சிறையில் இருந்தேன். அப்போது கவிதைகள் எழுதுவதன் மூலம் பொழுதுபோக்கிக் கொண்டிருந்தேன். எட்டு வருடங்கள் ஆனபின் என் சக கைதிகள் எல்லா இடத்திற்கும் சுதந்திரமாகப் போக ஆரம்பித்தபின், வார்டர் களாக ஆனபின், நான்மட்டும் ஒரு அறையில் தனியாக அடைக்கப் பட்டிருக்கிறேன். என்னால் கவிதை எழுதவும் முடியவில்லை. எனக்கு வேறு உருப்படியான வேலைகள் வந்தபோது கவிதை எழுதுவதை நிறுத்தினேன். ஆனால் இப்போதிக்கும் உணர்ச்சிக் கொந்தளிப்பில் மீண்டும் கவிதை எழுத முடியவில்லை. அதனைக் கைவிட வேண்டியதாகிவிட்டது. நான் எழுதிய மூவாயிரம் முதல் நான்காயிரம் வரிகளை இப்போது என்னால் நினைவுக்குக் கொண்டுவர முடியவில்லை. இப்படி இருக்கும்போது எப்படிப்

புதிய கவிதைகள் எழுதுவது? இருந்தாலும் ஒவ்வொரு வாரமும் பழைய கவிதைகளை நினைவுகூர்ந்து அவற்றைச் சொல்லிப் பார்த்தேன். நான் எழுதிய கவிதைகளை முழுமையாகச் சொல்ல ஒருநாள் பகல் மற்றும் ஒரு முழு இரவு தேவைப்பட்டது. சாப்பிடும் நேரம் தவிர மற்ற நேரங்களில் ஒவ்வொரு வரியாகத் தொடர்ந்து சொல்வேன். என் நினைவில் இருப்பவற்றைச் சொல்லிக் கொண்டிருக்கும்போதுதான், இரண்டு வருடம் நோய்வாய்ப் பட்டிருந்ததால் எத்தனை வரிகளை மறந்துவிட்டோம் என்பதை உணர்ந்தேன்.

இதுதான், என் மோசமான உடல்நிலை மற்றும் அதன் காரணமாக நான் ஓய்வு எடுத்துக்கொண்டதைப் பற்றிய கதை. ஆனால் என் நடவடிக்கைகளை முற்றிலுமாக நிறுத்திவிடவில்லை. பழைய காரியங்களான சுத்தி, சங்கம், கல்வி, அரசியல் எழுச்சி ஆகிய வற்றைத் தொடர்ந்து பரப்பிக்கொண்டிருந்தேன்.

இந்தத் தனிமையான கட்டடத்தில் மூன்றாவது மாடியில் என்னைப் பார்க்க வருவதால் கைதிகள் அதிகாரிகளின் கோபத்திற்கு ஆளாகினர். சிறை விதிகளை மீறிய குற்றத்திற்காக எட்டு நாட்கள் அவர்கள் கைகளில் விலங்கிடும் தண்டனை வழங்கப்பட்டது. இவ்வளவு கஷ்டப்பட்டாலும் அவர்கள் எனக்கு வேண்டிய சேவைகளை முடிந்த அளவு செய்தார்கள். அவர்களுக்கு நன்றி தெரிவிப்பது என் கடமை. இதைச் செய்யாமல் என்னால் கடந்துசெல்ல முடியாது.

என்னை 5ம் கட்டடத்தின் மூன்றாம் மாடிக்கு அதிகாரிகள் மற்றும் டாக்டர் கொண்டுவந்து வைத்ததற்கு முக்கியக் காரணம் இங்கு கிடைக்கும் கடற்காற்றும் கடற்காட்சியும்தான் என்பதை நான் ஒப்புக்கொண்டாக வேண்டும். இந்த மாற்றம், கூடவே நல்ல உணவு, நல்ல சிகிச்சை ஆகியவை இந்த இரண்டு வருடத்தில் என் ஆரோக்கியம் முன்னேறுவதற்குக் காரணமாக இருந்தது. கொஞ்சம் கொஞ்சமாக என் உடல் உணவை ஜீரணிக்க ஆரம்பித்தது. உடல் எடையும் அதிகரிக்க ஆரம்பித்தது. காய்ச்சல் வருவது குறைந்தது. உறுதியாக காச நோய் வரும் என்பதற்கான அறிகுறிகள் குறைந்தன. ஒருவழியாக நான் படுக்கையிலிருந்து எழுந்து வந்தேன். மரணத்தை வென்றுவிட்டேன் என்ற நம்பிக்கை பிறந்தது.

என் சகோதரருக்குக் காசநோய்

ஆனால் சுருட்டி வைத்த என் படுக்கையை மீண்டும் விரிக்க வேண்டி வந்தது. இம்முறை என் மூத்த சகோதரருக்காக. அவரது உடல்நலம்

வெகு நாட்களாகவே கொஞ்சம் கொஞ்சமாக மோசமாகிக் கொண்டே வந்தது. நான் தேறி வந்தபோது, அவர் முழுமையாக நலிவடைந்துவிட்டார். அவர் ஒழுங்காகக் கவனித்துக் கொள்ளப்படவில்லை என்பது எனக்கு வருத்தம் தந்தது. ஒரு சம்பவத்தை உதாரணமாகக் கூறுகிறேன். என் சகோதரர் மருத்துவமனைக்கு ஒரு கரிய நிறக் கம்பளியை அணிந்துகொண்டு சிகிச்சைக்காகப் போய்க்கொண்டிருந்தார். வயிற்று வலி தாங்காமல் நிமிர்ந்து நிற்கமுடியாமல் வயிற்றைப் பிடித்துக்கொண்டு அவதிப் பட்டார். அவரது கல்லீரலும் மண்ணீரலும் பாதிக்கப்பட்டிருந்தன. அங்கே டாக்டர் போன்ற தோற்றத்தில் ஒரு மதராசி இருந்தான். சகோதரரிடம் சம்பந்தமே இல்லாமல் நிறையக் கேள்விகள் கேட்டான். பிறகு அவரது உடலுக்கு ஒன்றுமில்லை என்று கூறி அனுப்பிவிட்டான். அந்தச் சம்பவத்தால் அவமானப்பட்ட என் சகோதரர் இனி மருத்துவமனைக்குள் அடியெடுத்து வைப்பதில்லை என்று முடிவெடுத்துவிட்டார். இருமிக்கொண்டும் முனகிக் கொண்டும் இருந்த அவர் திரும்பவும் அவரது அறைக்கு அழைத்துச் செல்லப்பட்டார். அங்கு எந்தச் சிகிச்சையும் அளிக்கப்படாமல் கவனிக்கப்படாமல் உடல்நலமின்றி அவர் கிடந்தார். தன் கவனக் குறைவிற்கும் அலட்சியத்திற்கும் அந்த மதராசி பின்னர் கடுமையாக எச்சரிக்கப்பட்டார். பிறகு சூப்பரின்டென்டன்ட் அவரது சளியைப் பரிசோதனைக்கு அனுப்பினார். சிறையின் மருத்துவமனையைப் பார்வையிட்டு, அதன் முன்னேற்றத்துக்கான பரிந்துரைகளைச் செய்ய இந்தியாவிலிருந்து இங்கு வந்திருக்கும் சிறப்பு மருத்துவர் ஒருவர் என் சகோதரருக்குக் காச நோய் வந்திருப்பதை உறுதி செய்தார். ஆனாலும், சிறையில் அவருக்குத் தேவைப்பட்ட சிகிச்சை கிடைக்கவில்லை. அவரது இருமல் சத்தம் அவர் இருந்த இடத்திலிருந்து இரண்டு கட்டடங்களைத் தாண்டிக் கேட்டது. இருமல் அவரது சக்தி அனைத்தையும் உறிஞ்சியதில் அவருக்கு மூச்சுவிடவே சிரமமாக இருந்தது. உயிரே போய்விடும்போல் இருந்தது. ஒவ்வொரு நாளும் காய்ச்சல் 100லிருந்து 102 டிகிரி வரை இருக்கும். அத்துடன் மோசமான கல்லீரல் அவரை நிமிர்ந்து நடக்க விடாமல் செய்தது. கூடவே மிக மோசமான வயிற்றுப்போக்கும் இருந்து வந்தது. கடந்த ஒன்றரை வருடங்களாக அவர் சிறையில் எப்படித் தாக்குப் பிடித்தார் என்பது ஆச்சரியம்தான்.

அந்த ஒன்றரை ஆண்டு காலத்தில் சிறையிலிருந்து ஆயுள் தண்டனை பெற்ற 150 அரசியல் கைதிகள் மற்றும் கொள்ளை, திருட்டு போன்ற குற்றங்களில் தண்டனை பெற்ற, சிறைக்கு வந்து ஒரு ஆண்டு கூட ஆகியிராத கைதிகள் உட்பட 500 சாதாரணக் கைதிகள், போரின்

வெற்றி விழாக் கொண்டாட்டங்களின்போது தரப்பட்ட பொதுமன்னிப்பை ஒட்டி விடுதலை செய்யப்பட்டனர். ஆனால் பத்தாண்டு காலம் கடுமையான பணிகளைச் செய்து மோசமான ஆரோக்கியத்தை அடைந்திருந்த என் சகோதரர், போரின் வெற்றிக் கொண்டாட்டத்துக்காகவோ அதைத் தொடர்ந்து வந்த பொது மன்னிப்பு மூலமோ விடுதலை செய்யப்படவில்லை. அவரது விடுதலைக்கு அரசுத் தரப்பில் தெரிவிக்கப்பட்ட எதிர்ப்பு என்ன? அவர் பத்துப் பக்க கையேடு ஒன்றை எழுதிய தவறுக்காக ஆயுள் தண்டனை விதிக்கப்பட்டு நாடுகடத்தப்பட்டார். அதைத் தவிர இன்னொரு முக்கியமான காரணம், அவர் என் சகோதரர் என்பதும். அதனால்தான் காச நோயால் அவதிப்பட்டுக்கொண்டிருந்தபோதும் அவருக்குப் பொது மன்னிப்பு கிடையாது.

ஆனால் கர்மயோகியான என் சகோதரர் தன் தைரியத்தை இழக்க வில்லை. பதறப்படாமல்,தன் கொள்கைகளிலிருந்து விலகாமல், மரணம் தன்னை நெருங்குகிறது என்று தெரிந்தும்கூட, ஒரு அங்குலம்கூட அடிபணியாமல் வாழ்ந்தார்.

ஆனால் இதுவெல்லாம் அந்தமானில் மட்டும்தான். அவர் இங்கிருந்து இந்தியாவிலுள்ள சிறைக்கு மாற்றப்பட்டபோது இதைவிடப் பயங்கரமான கொடுமைகளை அனுபவிக்க வேண்டி இருந்தது. அந்தமான் சிறையில் பட்ட கஷ்டங்கள் எல்லாம் ஒன்றுமே இல்லை என்று கூறும் அளவுக்குப் பயங்கரமான அனுபவங்கள் அவருக்காக அங்கே காத்திருந்தன.

அத்தியாயம் 7

பஞ்சாப், குஜராத் கலவரங்கள் (1919-1920)

போர் முடிந்துவிட்டது. இந்தியாவில் இதன் தாக்கமும் ஒரு முடிவுக்கு வந்துகொண்டிருந்த நேரம். பஞ்சாப்பிலும் குஜராத்திலும் கலவரங்கள் நடக்கின்றன என்ற செய்தி அப்போது அந்தமானுக்கு வந்தது. செய்தியைப் படித்து நாங்கள் ஆச்சரியம் அடைந்தோம். அந்த மாபெரும் போரினால் உலகமே பாதிக்கப்பட்டிருந்தது. ஆனாலும் இந்தியாவில் அசம்பாவிதங்கள் பெரிய அளவில் எதுவும் நடக்க வாய்ப்பில்லை. ஆனால் இந்தக் கலவரங்கள், உறங்கிக் கொண்டிருந்தவர்களின் எழுச்சியையும், அதனால் வரும் பதற்றத்தையும் காண்பித்தது. இந்தக் கலவரங்கள் அகமதாபாத், விராம்கோன், டெல்லி மற்றும் பஞ்சாப்பில் உள்ள சில நகரங்களில் நடந்துகொண்டிருக்கின்றன. எதற்காக? பஞ்சாப்பிலிருந்தும் குஜராத்திலிருந்தும் ராணுவச் சட்டத்தின் மூலம் தண்டனை பெற்றவர்கள் கைதிகளாக இங்கு வந்திருக்கிறார்கள். ஆனால் அந்த மாநிலங்களிலிருந்து இதுவரை முஸ்லிம் அரசியல் கைதிகள் யாரும் வரவில்லை. ஆனால் இந்த முறை வந்த குழுவில் குஜராத்திலிருந்தும் பஞ்சாப்பிலிருந்தும் ஒரு சில முஸ்லிம் அரசியல் கைதிகளும் இருந்தார்கள். அவர்கள் எல்லோருக்கும் இரண்டு வருடங்கள் முதல் ஆயுள் தண்டனை வரை தண்டனை வழங்கப்பட்டு நாடு கடத்தப் பட்டிருந்தார்கள்.

1911ம் ஆண்டு நான் அந்தமானுக்கு நாடுகடத்தப்படும்போது என்னுடன் வந்த கைதிகளிடம், இப்படிப்பட்ட கப்பல்களில் முழுக்க முழுக்க அரசியல் கைதிகள் இந்தியாவிலிருந்து நாடுகடத்தப்படும்

நாள் ஒன்று வரும் என்று கூறினேன். நான் மட்டும்தான் அப்போது இந்தியாவிலிருந்து ஆயுள் தண்டனை பெற்று நாடுகடத்தப்பட்ட ஒரே அரசியல் கைதி. இந்த சில்வர் ஜெயிலை என்னைப் போன்ற அரசியல் கைதிகள் வந்து நிரப்பும்போது இந்தியாவிற்குச் சுதந்திரம் கிடைக்கும் என்று கூறியிருந்தேன். என்னைப் பொருத்தவரை இந்தச் சிறையில் அரசியல் கைதிகள் அதிகமாக வருவது, க இந்தியா உணர்வு பெற்று எழுகிறது என்பதற்கான குறியீடு. இப்படி நான் சொல்லியிருந்த வார்த்தைகள் நினைவுக்கு வந்தன. இப்போது போர்ட் பிளேயர் துறைமுகத்தில் இரண்டு கப்பல்கள் வந்திருக்கின்றன. அதில் வந்திறங்கியவர்கள் அனைவரும் அரசியல் கைதிகளே. சில்வர் ஜெயிலில் இருக்கும் அரசியல் கைதிகளின் எண்ணிக்கை 200ஐத் தொட்டுவிட்டது. அதில் பெரும்பாலானோர் பத்து வருடச் சிறைத் தண்டனையோ ஆயுள் தண்டனையோ வழங்கப்பட்டவர்கள். அவர்கள் எதற்கும் பயப்படாத துணிச்சல் மிக்கவர்கள். பத்து வருடக் காலத்தில் என் நாட்டில் பெருத்த மாற்றம் நிகழ்ந்திருக்கிறது. இதற்கு முன்னால் ஒரு தேசத் தொண்டனோ ஒரு அரசியல் தலைவரோ ஒரு வருடத் தண்டனை பெற்றாலும் அவரை மொத்த இந்தியாவும் தியாகி எனக் கொண்டாடும். ஆனால் இப்போது தேசத்துக்காகப் போராடி பத்து வருடச் சிறைத்தண்டனை பெற்றுச் சிறைக்கு வருவது எல்லாம் சர்வ சாதாரணமான விஷயமாகிவிட்டது. யாரும் இதைப் பற்றிப் பெரிதாக நினைப்பதில்லை. அப்படி இருக்கும்போது ஒரு வருடச் சிறைத்தண்டனையில் என்ன இருக்கிறது? கிட்டத்தட்ட அது சுதந்திரமாக இருப்பதைப் போன்றதுதான். "இரண்டு வருடம்தானா?" என்று சாதாரணமாகக் கேட்பது வாடிக்கையாகிவிட்டது.

இவ்வளவு மாற்றங்கள் நிகழ்ந்தாலும் சுதந்திரம் கிடைக்கும் அறிகுறியே இல்லை. அதனைப் பெற இந்திய மக்கள் இன்னும் மகத்தான தியாகங்களைப் புரியவேண்டும். இது வெற்றிக்கு நாம் கொடுக்க வேண்டிய விலை.

நாளந்தா விஹார்

அந்தமானில் இருக்கும் கைதிகளுக்கு இதைத்தான் சொல்லிக் கொண்டிருந்தேன். எத்தகைய கஷ்டத்தையும் எதிர்கொள்ள அவர்களுக்கு மன உறுதியை அது கொடுத்தது. புதிதாக வந்தவர்கள் எல்லோரும் கிராமத்திலிருந்து வந்தவர்கள். அவர்கள் அவ்வளவாகப் படிக்காதவர்கள், அறியாமை நிறைந்தவர்கள். ஆனால் தேசப்பற்றில் யாருக்கும் சளைத்தவர்கள் அல்ல. அவர்கள் சிறையில் பல வருடங்கள் இருந்தாகவேண்டும் என்றும், தேசப்பற்றுடன்

அறிவையும் வளர்த்துக்கொள்வது பற்றி அவர்கள் தீர்மானிக்க வேண்டும் என்றும் அவர்களிடம் கூறினேன். தங்கள் நாட்டைப் பற்றிய உணர்வுடன் கூடவே அவர்கள் பகுத்தறிவையும் வளர்த்துக் கொள்ளட்டும். அவர்கள் படித்துத் தங்களைச் சுற்றி நடக்கும் விஷயங்களைப் புரிந்து கொள்ளட்டும். அப்படிச் செய்யும்போது தேசப்பற்று என்பது வெறும் உணர்ச்சியாக இல்லாமல் அறிவுபூர்வ மானதாக ஆகும். அந்த வகையில் சிறை படிப்பதற்கான ஒரு பல்கலைக்கழகம். இது, புத்தக் கோவிலும் கல்விக்கூடமுமான எங்கள் நாளந்தா விஹார். இங்கு நன்றாகப் பயிற்சி பெறுங்கள், ஒழுக்கத்தையும் கல்வியையும் கற்றுக்கொள்ளுங்கள். நானும் என் சகா ஒருவரும் அவர்களுக்குக் கற்றுக் கொடுக்க ஆரம்பித்தோம். நாங்கள் அவர்களுக்கு எழுத்துகளிலிருந்து சொல்லிக் கொடுத்தோம். இவர்களில் கடை வைத்திருப்பவர்கள், விவசாயிகள், கிராமத்து மக்கள் என்று எல்லோரும் இருந்தனர். ஒரு சில குஜராத்திகளும் இருந்தனர். அவர்களுக்காக குஜராத்தி புத்தகங்களை வாங்கி வைத்தேன். மற்றவர்கள் பஞ்சாபிகள். அவர்களை குர்முகி மூலம் படிக்க வைத்தேன். மீதம் உள்ளவர்கள் ஹிந்தியில் கற்றுக்கொண்டார்கள். சிலருக்குக் காலையிலும் சிலருக்கு மாலையிலும் பாடம் எடுத்தேன். ஒவ்வொரு சிறைக் கூடத்திலும் வாழ்வின் கீதம் ஒலிக்க ஆரம்பித்தது. என் நண்பர்கள் மிகவும் தீவிரமாக இதை முன்னெடுத்தார்கள். இதில் பலர் என் பெயரை ஏற்கெனவே அறிந்திருந்ததால், என் மீதான மதிப்பு அவர்களுக்கு அதிகரித்தது.

போர்க்காலத்தில் அமெரிக்கப் போர்க் கப்பல்கள் அந்தமான் வழியே செல்லும்போது, அதிலிருந்த இந்தியர்கள், போர்ட் பிளேயரை நோக்கி இங்குள்ள அரசியல் கைதிகளுக்கு மரியாதை செலுத்தும் வண்ணம் கைகளை உயர்த்தி சல்யூட் அடிப்பார்கள் என்று புதிதாக வந்த கைதிகளும் வேறு சிலரும் சொன்னார்கள். இதுபோன்ற கதைகளைக் கேட்கும்போது, இங்கு நான் வந்த இரண்டாவது வாரத்தில் அடிக்கடி உச்சரித்த வார்த்தைகள் நினைவிற்கு வருகின்றன. ''இங்கு நடக்கும் அவமானங்களைக் குறித்துக் கவலைப்படாதீர்கள். இதே இடத்தில் எல்லோரும் தங்கள் கைகளை உயர்த்தி சல்யூட் அடித்து மரியாதை செய்யும் ஒருநாள் வரும்'' என்று நான் அன்று கூறுவேன். இதைப் பற்றி முதல் பாகத்தில் குறிப்பிட்டிருக்கிறேன். என் சக கைதிகள் படித்துக்கொண்டிருக்கும்போது அவர்களுக்கு உற்சாகத்தைக் கொடுக்க இதைச் சொல்வேன். அவர்களது துக்க நடு இரவின் வானத்தில் பொன் விடியலைக் கொண்டு வரும் இந்த வார்த்தைகள் வீணாகிப் போகவில்லை. இந்தியாவில் உள்ள மக்களில் ஒரு சிலர் இன்னமும் நம்மை நினைவில்

வைத்திருக்கிறார்கள். ஒட்டுமொத்த இந்தியாவும் நம்மை மறந்துவிடவில்லை.

மூன்று 'ஆர்'கள் பயிற்றுவிக்கப்பட்ட பிறகு, புதிதாக வந்தவர்களுக்கு வரலாறு மற்றும் புவியியல் பாடங்கள் கற்றுக் கொடுக்கப்பட்டன. ஒவ்வொரு நாள் மாலையும் உணவிற்குப் பிறகு அவர்களிடம் அரை மணி நேரம் இந்திய வரலாறு, புதிய சீர்திருத்தங்கள், ஐரோப்பிய வரலாறு, அரசியல், பொருளாதாரம் போன்றவை குறித்துப் பேசுவேன். இதே தலைப்பில் ஞாயிற்றுக்கிழமைக் கூடுதலின்போது 25 பேர் கொண்ட குழுவிடம் தொடர்ந்து பேசுவேன். இந்த நிகழ்ச்சிகளில் அவர்களுக்குப் புதிய உத்வேகத்துடன் தேசியக் கல்வி ஆழமாகக் கற்றுக் கொடுக்கப்படும். கடார்* பாடல்கள் பாடப்படும். கைதிகள், வார்டர்கள்,துணை அதிகாரிகள், ஜமாதார்கள் என்று எல்லோரும் அவரவர் அறையிலிருந்து வெளியே வந்து அவற்றைக் கேட்டுக்கொண்டிருப்பார்கள்.

இன்னும் ஒருபடி மேலே சென்றோம். சிறைத் தொழிற்சாலைக்கு அருகே இருக்கும் இடத்தில் அவர்கள் மல்யுத்தப் பயிற்சி பெற ஆரம்பித்தார்கள். புதிதாக வந்தவர்களில் ஓரிருவர் பயிற்சி பெற்ற ஜிம்னாஸ்டிக்ஸ் வீரர்கள். அவர்கள் இந்தப் பயிற்சியைக் கொடுக்க உடனே சம்மதித்தார்கள்.

அவர்களுக்குப் பயிற்சி கொடுக்கும்போது எனக்கு ஒரு எதிர்பாராத விரும்பத்தகாத அனுபவம் ஒன்று கிடைத்தது. அடிக்கடி அதை நினைத்து ஆச்சரியப்படுவேன். குஜராத்திக் கைதிகளில் ஒருவர் முஸ்லிம் கைதிக்கு குஜராத்தி கற்றுக்கொடுக்க லஞ்சமாகப் புகையிலை தர வேண்டியிருந்தது. அப்போது பஞ்சாப்பிலிருந்து ஒரு பிராமணக் கைதி வந்திருந்தார். அவர் பயங்கரமான கேடி. பஞ்சாப் கலவரத்தில் தண்டனை பெற்றிருந்தார். சக கைதிக்குப் பாடம் கற்றுத்தர அவர் என்னிடம் லஞ்சமாகப் புகையிலை மட்டுமில்லாமல், எனக்கு மருத்துவமனையிலிருந்து தரப்படும் பாலையும் கொடுக்கச் சொன்னார். இவ்வளவையும் பெற்றுக் கொண்ட அவர் அந்த வேலையை ஒழுங்காகவும் செய்யவில்லை. நான் அருகில் இருக்கும்போது சத்தம் போட்டுப் பாடம் எடுப்பார். இல்லையென்றால் இயன்றவரை தவிர்த்துவிடுவார். 50 வயதுக்கு மேல் ஆகி இருந்தபோதிலும், அந்த நபர் சிறுபிள்ளைத்தனத்தை விட்டொழிக்கவில்லை. நான் அவருக்குப் புகையிலை

* Gadar

கொடுக்கவில்லை என்றால் அவர் என்னிடம், சிலேட்டைத் தொலைத்துவிட்டேன், பென்சிலைத் தொலைத்துவிட்டேன் என்று ஏதாவது ஒரு சாக்கு சொல்வார். அவர் ஒளித்து வைத்திருப்பார் என்பது எனக்கு நன்றாகத் தெரியும். நான் அங்கிருந்து போகும் போது, "பாபுஜிதான் ஏமாந்தார், ஏமாந்தவர்தான் பாபுஜி" என்று பாட்டுப் பாடுவார். அதைக் கேட்டு எனக்குச் சிரிப்புதான் வரும். அதைத் திரும்பப் பாடுங்கள் என்று சொன்னால் அதற்கும் நான் புகையிலை தரவேண்டி இருக்கும். இந்தக் கிண்டலுக்காக அவரை அடிக்கப்போவதாகச் சிலர் பயமுறுத்துவார்கள். நான் தலையிட்டு அவரைக் காப்பாற்றுவேன். அந்தப் பாடலை நானும் முணுமுணுத்தேன், "பாபுஜிக்கு வேறு வழியில்லை, அவருக்கு வேறு வழியே இல்லை."

பலமுறை நான் அவர்கள் பின்னால் சிலேட், பென்சில் எடுத்துக் கொண்டு அவர்களைப் படிக்க வைக்க வற்புறுத்த வேண்டி இருந்தது. சிலர் என்னை ஒரு தொந்தரவாகக் கருதித் தவிர்க்க முயன்றனர். குஜராத்திலிருந்து வந்த 40 வயது விவசாயியான ஜீவா என்பவர் எழுத்துகளைப் படிக்கவே 40 முறை கற்றுத்தர வேண்டி வந்தது இன்னமும் நினைவிலிருக்கிறது. எல்லோரும் அவரைப் பார்த்துச் சிரித்தனர். அதில் நடந்த நல்லவிஷயம் என்னவென்றால், ஜீவா விடாப்பிடியாக அதைக் கற்றுக்கொண்டார். அவர்கள் மந்தமாகவும், வெறுப்புடனும், அறியாமையிலும் இருந்தார்கள். ஆனால் அவர்கள் மனம் கட்டித்தங்கம் போன்றது. நான் அவர்களுக்குக் கற்றுத்தர நினைக்கும் கல்வியைத் தவிர மற்ற விஷயங்களில் நேர்மையாகவும் எளிமையாகவும் அடக்கமாகவும் அர்ப்பணிப்புடனும் பணிவுடனும் இருப்பவர்கள். அவர்களில் பலருக்கு உடம்பில் குண்டு பட்ட காயங்களின் வடுக்கள் இருந்தன. நான் அவற்றைத் தொட்டுச் சொல்வேன், "இந்த வீரர்களையும் அவர்கள் அணிந்திருக்கும் பதக்கங்களையும் பாருங்கள். என் பார்வையில் இவை தங்கப் பதக்கங்களைக் காட்டிலும் மதிப்பு மிக்கவை. அவற்றைவிட நேர்மையாக வெல்லப்பட்டவை. இவை என்றென்றும் உங்களுடன் நிலைத்திருக்கும்."

மிஸ்டர் பாரி வெளியேறினார்

சிறையில் இந்த மாற்றங்கள் எல்லாம் அரசியல் கைதிகளிடம் நடந்துகொண்டிருக்கும்போது மிஸ்டர் பாரி எங்கே சென்றார்? போர்ட் பிளேயரின் கடவுள் என்று தன்னைக் கருதிக்கொண்டு, அரசியல் கைதிகள் மிஸ்டர் பாரியைப் பார்க்கும்போது தான் அவர்களைப் பார்க்காத மாதிரியும், தன்னை அவர்கள் பார்க்காத போது அவர்களைப் பார்த்தும், கண் விழித்திருக்கும் ஒவ்வொரு

நொடியும் கோபத்தில் கத்திக் கைதிகளைக் கீழாக நடத்தி அவமானப் படுத்திய அவர் எங்கே? அவர்தான் இப்போதும் ஜெயிலர். அவர் தன் அலுவலகத்தில்தான் இருந்தார். அவரிடம் யாராவது மோதினால் மட்டும் அவர் பதிலடி கொடுத்துக்கொண்டிருந்தார். இல்லை யென்றால் அவரால் எந்தத் தொந்தரவும் இல்லை. பத்து வருடங்கள் கைதிகளுடன் சச்சரவுகள், ஏகப்பட்ட பிரச்சினைகள், வேலை நிறுத்தங்கள், அவருக்கு ஏற்பட்ட கௌரவக் குறைவு, அதனால் அவருக்கு ஏற்பட்ட வருத்தங்கள் எல்லாம் அவரைச் சோர்வடையச் செய்திருந்தன. சிறையில் அரசியல் கைதிகளின் எண்ணிக்கை அதிகமானது. மூத்த அதிகாரிகளும் அவர்களிடம் கொஞ்சம் பொறுமையாகவும் விட்டுக்கொடுத்தும் நடந்துகொள்ள ஆரம்பித்தனர். ஒரு காலத்தில் நாங்கள் நான்கு பேர் சேர்ந்து பேசுவது அபூர்வமாக இருந்தது. ஆனால் இப்போது 25 பேர் வெளிப்படையாகச் சந்திக்கிறோம். யாரும் எங்களைத் தடுக்க வோகலைக்கவோ பார்த்தால் எதிர்க்கிறோம். மிஸ்டர் பாரி இதனைப் பார்த்துக் கண்டுகொள்ளாமல் இருக்கிறார். துணை அதிகாரிகளிடம் எந்த நடவடிக்கையும் எடுக்காமல் இருக்கச் சொல்கிறார். ''அவர்கள் நம் கண்ணெதிரிலேயே கூட்டங்களை நடத்தாமல் இருந்தால் போதும். அவர்களுக்கு எளிதான வேலைகளைக் கொடுங்கள். அவர்கள் விரும்பாத எதையும் தந்து, அவர்கள் எந்தப் பிரச்சினையும் செய்ய வழி வகுக்காதீர்கள். அது போதும்.அந்தப் பிசாசுகள் என்ன வேண்டு மானாலும் செய்து கொள்ளட்டும். நீங்களே அவர்களைப் பார்த்துக் கொள்ளுங்கள்.'' இப்படித்தான் அவரது அறிவுரை அமைந்தது.

அதுமட்டுமின்றி, 10 வருட காலக் கல்வி, துணை அதிகாரிகள், வார்டர்கள், ஜமாதார்கள் எல்லோருக்கும் எங்கள் சிந்தனையைப் புரிய வைத்திருந்தது. எங்களைப் பற்றிய கட்டுக்கதைகளை மேலதிகாரிகளிடம் சொல்வதை நிறுத்தியிருந்தனர். ஒரு சிலர் மட்டுமே இன்னமும் அதுபோன்ற ஈனத்தனமான வேலைகளைச் செய்துகொண்டிருக்கிறார்கள். இதனால் சிறையில் நடக்கும் பல விஷயங்கள் மிஸ்டர் பாரியின் கவனத்திற்குச் செல்வதில்லை. நான் ஒரு உதாரணத்தைக் கூறுகிறேன். விவசாய நிலத்தில் ஏற்பட்ட பிரச்சினை காரணமாகச் செய்த கொலைக்குத் தண்டனை பெற்ற ஒரு குஜராத்தி இங்கு இருந்தார். நான் வருவதற்கு நீண்ட காலத்துக்கு முன்பிருந்தே இங்கே இருக்கிறார். என்னைச் சந்தித்த பின் அவர் என் தொண்டனாகி விட்டார். என் சிந்தனைகளைக் கேட்டு அவரும் ஒரு முழுமையான தேசியவாதியாக மாறினார். வேலை நிறுத்தத்தின் போது தன் வேலையை ஒழுங்காகச் செய்தார். ஒருவரிடமிருந்து இன்னொருவருக்குத் தேங்காய் மூடிகள் மூலம் செய்தியை மறைத்து

எடுத்துக்கொண்டு செல்வார். வார்டரான அவருக்கு, சிறையி லிருந்து குப்பைகளை வெளியேகொண்டுபோய்க் கொட்டும் ஒரு கும்பலை மேற்பார்வையிடும் வேலை தரப்பட்டிருந்தது. அந்தக் குப்பைக் கூடைக்குள் செய்தித்தாள்களை மறைத்து வைத்துச் சிறையில் பல பகுதிகளுக்கு அவர் விநியோகித்துக்கொண்டிருந்தார். இதனால் அவரை நாங்கள் 'தபால்காரர்' என்றழைப்போம். மிஸ்டர் பாரி தன் அதிகாரத்தின் உச்சத்தில் இருந்தபோது எங்களுக்குத் துண்டுக்காகிதம், உடைந்த பென்சில் அச்சு போன்றவைகூட வருவதை அனுமதிக்கமாட்டார். அப்போது நாங்கள் எங்கள் தண்ணீர்ப் பானையின் மேல் உடைந்த கூர்மையான செங்கல்லால் எழுதிச் செய்திகளைப் பரிமாறிக் கொள்வோம். அப்போது இவர்தான் செய்திகளைப் பரிமாறுவார். எங்கள் பானையைக் கொண்டுபோய் எளிதாக அடுத்தவரிடம் கொடுப்பார். அதில் குப்பைகளுடன் இலைகளும்தூவப்பட்டிருக்கும். அவற்றை எடுத்துக் கொள்ளச் சொல்லி சைகை காட்டுவார். அந்த இலைகளில் முட்கள் மூலம் நாங்கள் எழுதிய செய்தி பரவும். யாருக்கும் துளிகூடச் சந்தேகம் வராது. அந்த மரம் இப்போது அதிகாரிகளால் வெட்டப் பட்டுவிட்டது. பொதுவிஷயத்தில் எங்களுக்கு மிகவும் விசுவாசமான ஒரு தொண்டராகவும் தன்னார்வலராகவும் இருந்து வந்த அவர், சில நாட்களில், அவரது நேர்மை காரணமாக ஜமாதார் பதவிக்கு உயர்ந்தார். அவர் என்னிடமிருந்து குஜராத்தி எழுத்து களைக் கற்றுக் கொண்டார். என் முன்னிலையில் மற்றவர்களுக்குப் படிக்கவும் எழுதவும் சொல்லித் தருவார். ஒரு ஜமாதாராக இதைச் செய்வதற்காகத் தண்டிக்கப்படலாம் என்பதால் அதனை மிகவும் ஜாக்கிரதையாகச் செய்தார். அவர் ஒரு நேர்மையான மனிதர், நல்ல உழைப்பாளி என்பது எங்கள் எல்லோருக்கும் தெரியும். அவருக்கு எந்தக் கெட்ட பழக்கமும் இருக்கவில்லை. அவர் ஒழுக்க விதிகளை ஒழுங்காகக் கடைப்பிடித்து வந்தார். எங்களிடம் கருணையோடு இருந்ததால் மிஸ்டர் பாரி அவரை எப்போதும் சந்தேகப்பட்டார். இருப்பினும் அவர் ஜமாதார் பதவிக்கு உயர்ந்தார். இதுவே அவரைப் பற்றிச் சொல்லப் போதுமானது.

எங்கள் இயக்கத்தின் மூலம் பயிற்சி பெற்றவர்கள் அந்தமான் முழுக்கப் பரவினார்கள். அவர்கள் அந்தமான் சிறையிலும் ஆதிக்கம் செலுத்தினார்கள். அரசியல் கைதிகளை எவ்வளவு முடியுமோ அவ்வளவு அமைதியாகப் பார்த்துக் கொள்ளும்படி மேலிடத்தி லிருந்து உத்தரவு வந்தது. மிஸ்டர் பாரி அடங்கிப் போன எரிமலை போலிருந்தார். அலுவலகத்தில் இருக்கும்போது எப்போதும் ஒரு பெரிய சுருட்டை வாயில் வைத்துப் புகைத்துக்கொண்டிருப்பார்.

அதில் இருந்து வரும் புகை, எரிமலையின் புகையைப்போலத் தோன்றினாலும், குளிர்ந்துதான் போயிருந்தது. சமீபகாலமாக அவரது உடல்நிலை சிறிது மோசமாக இருந்தது. அவருக்கு லம்பாகோ (மூட்டுவலி, முதுகுவலி) என்ற வியாதியால் பெரிதும் அவதிப்பட்டார். மிகவும் நொந்துபோனார். அதனால் நீண்ட கால விடுப்பு எடுத்துக்கொள்ள விண்ணப்பித்திருந்தார். போர்ட் பிளேயரிலிருந்து கிளம்பத் தயாராகிக்கொண்டிருந்தார்.

அவர் போர்ட் பிளேயரில் இருபதிலிருந்து முப்பது ஆண்டுகள் வரை இருந்திருக்கிறார். அதனால் அவரது பொருட்களை எடுத்து வைத்துக் கொள்வது ஒரு பெரிய வேலை. அவர் இப்போது ஓய்வுக் காலத்தை நெருங்கிக்கொண்டிருக்கிறார். அதற்கு முன்னாலேயே அவருக்கு விடுப்பும் வழங்கப்பட்டிருக்கிறது. இந்நேரத்தில், நான்கு வருடம் முன்பு அவர் விடுப்பு எடுத்துக்கொண்டு அயர்லாந்துக்குச் செல்ல விண்ணப்பித்த சம்பவத்தைக் கூறுவது பொருத்தமானதாக இருக்கும். அறிக்கைகளின்படி, அயர்லாந்திலிருந்து இந்தியாவிற்கு வந்தபோது மிகவும் ஏழ்மை நிலையில் அவர் இருந்தார். திரும்ப அயர்லாந்து செல்லும்போது அவரது பையில் சில ஆயிரம் ரூபாய்கள் இருந்தன. அப்போது அவர் என்னிடம், ‘‘மிஸ்டர் சாவர்க்கர், நான் அந்தமானில் இருபது ஆண்டுகால நாடுகடத்தல் தண்டனையை முடித்துவிட்டு இப்போது திரும்பிப் போகிறேன். உங்களைப் போல் என்றென்றும் இங்கிருக்க வேண்டிய அவசியம் எனக்கில்லை அல்லவா?’’ என்று கூறினார். அவர் கிளம்பத் தயாராக இருந்தார். ஆனால் அவர் இங்கு சிறையில் உள்ள அரசியல் கைதிகளுக்குக் கொடுமையான தண்டனைகள் வழங்கியிருந்தார். அதனால் இந்தியா வழியாகப் பயணம் செய்ய அவருக்குப் பயமாக இருந்தது. அவருக்கு முன்னால் ஓரிரு அதிகாரிகள் அதுபோலப் பயணம் செய்யும்போது அரசியல் கைதிகளால் கத்தியாலோ துப்பாக்கிக் குண்டாலோ சொர்க்கத்துக்கு அனுப்பப்பட்டிருக் கின்றனர். அந்தச் செய்திகள் இந்தியாவிலிருந்து மிஸ்டர் பாரியின் காதுகளை எட்டி இருந்தன. ஒருநாள் இந்த விஷயம் குறித்து அவரது அலுவலகத்தில் மிஸ்டர் பாரியும் அவரது ஐரோப்பிய நண்பர்களும் விவாதித்துக்கொண்டிருந்தனர். கல்கத்தா வழியாகப் பயணம் செய்வது ஆபத்தாக இருக்கும் என்று அவர்கள் முடிவுக்கு வந்தனர். ஏனென்றால் அவர் சிறையில் அரசியல் கைதிகளுக்கு இழைத்த கொடுமைகளைப் பற்றிக் கேள்விப்பட்ட ஏதேனும் ஒரு கலகக்காரன் அவரைக் கொல்ல முயற்சி செய்யலாம், அதனால் அவர் வேறு வழியாக அயர்லாந்து செல்லவேண்டும் என்று முடிவு செய்யப் பட்டது. இந்தச் செய்தி அவரது அலுவலகத்திலுள்ள கிளார்க்

மூலமாக எனக்குத் தெரிவிக்கப்பட்டது. உண்மையில் அந்த நேரத்தில் அது சரியான முடிவு என்று எனக்குத் தோன்றியது. அந்த விவாதத்தால் மிகவும் புளகாங்கிதமடைந்திருந்தார். அன்று மாலை மிஸ்டர் பாரி என் அறைக்கு வந்து முக்கியமான ஒரு விஷயத்தைச் சொல்வதுபோல, ''நல்லது மிஸ்டர் சாவர்க்கர், இந்தியாவிலுள்ள உங்கள் நண்பர்கள், நான் அங்கு போனவுடன், என் மீது குண்டு வீசப் போவதாகக் கேள்விப்பட்டேன்'' என்று கூறினார். நான் அவரிடம், ''அவர்கள் அப்படிச் செய்ய மாட்டார்கள். குண்டுகளைக் காக்கை குருவி மேலெல்லாம் வீசி வீணாக்கமாட்டார்கள். புலியைக் கொல்லப் பயன்படுத்தவேண்டிய குண்டைக்கொண்டு பாவப்பட்ட பறவைகளைக் கொல்லும் அளவுக்கு அவர்கள் முட்டாள்களாக இருப்பார்கள் என்று நினைக்கவில்லை'' என்று கூறினேன். நீரில் கரையும் களிமண்ணைப்போல அவரது பெருமிதம் காணாமல் போனது. எங்கள் மீது அவருக்கிருந்த பயம் என்ன ஆயிற்று என்பது குறித்து எனக்குத் தெரியவில்லை. அது சரியாகிவிடும் என்று நினைத்திருக்கலாம்.

இது அவரது சென்ற விடுமுறையின்போது நடந்த சம்பவம். இந்த விடுமுறை வேறொரு பிரச்சினையில் நிலைகொண்டிருந்தது. அவர் இங்கிருந்து நிரந்தரமாகப் போவதற்குத் தயாராகிக்கொண்டிருந்தார். அவர் உடல் ஆரோக்கியம் மிகவும் மோசமாக இருந்தது. அயர்லாந்துக்குச் சென்றபின் அவர் நீண்ட நாள் உயிர் வாழ்வார் என்பது நிச்சயமில்லை. இந்த சில்வர் ஜெயிலில் இருக்கும் பல அரசியல் கைதிகளின் சாபத்தால், இங்கிருந்து செல்ல வேண்டிய கப்பலுக்கு அவரை இரண்டு பேர் தூக்கிச் செல்ல வேண்டி வந்தது. அப்படிப்பட்ட மோசமான நிலையில் அவர் இந்தியாவைச் சென்றடைந்தார். அங்கு அவரது உடல்நிலை மேலும் மோசமாகி மரணமடைந்தார். இங்குள்ள அரசியல் கைதிகளுக்கு அவர் செய்த கொடுமைகளை யாரும் மறக்கவில்லை. அந்தக் கொடுமைகளின் வழியே அவர் நினைவுகூரப்பட்டார். இந்தப் புத்தகம் இருக்கும் வரையிலும் அவரது நினைவும் இருக்கும். இல்லையென்றால் யாருக்கும் தெரியாமல் மறைந்து போயிருக்கும். நிச்சயமாக அப்படித்தான் ஆகியிருக்கும். மிஸ்டர் பாரி எங்கள் மீது சித்திரவதை களைக் கட்டவிழ்த்துவிட அரசாங்கத்தின் ஒரு கருவியாக இருந்தார். அவர் அந்தமானில் ஜெயிலராக இருந்து மிகுந்த அவப்பெயரைச் சம்பாதித்துக் கொண்டார். அதிகாரத்தின் அனைத்துக் கொடுமை களையும் பற்றி ஆவணப்படுத்தும்போது, அறிந்தோ அறியாமலோ ஒரு கருவியாகச் செயல்பட்டவரின் பெயரையும் குறிப்பிட்டுத்தான் ஆகவேண்டும். அதனால் அந்தமானில் எங்கள் நீண்ட

வாழ்க்கையைப் பற்றிக் குறிப்பிடும்போது மிஸ்டர் பாரியைப் பற்றிக் குறிப்பிடாமல் இருக்கமுடியாது. அவர்களுக்குப் புகழையோ அவப்பெயரையோ தரும் திறமையோ திறமையின்மையோ அவர்களிடம் தனியே இல்லை.

மிஸ்டர் பாரியின் மனைவி மற்றும் மகளுக்கு நன்றி சொல்லாமல் அவரைப் பற்றிய குறிப்பு முழுமையடையாது. மிஸ்டர் பாரி என்னிடம் அனுதாபம்கொண்டு சில சமயங்களில் சில வார்த்தைகள் சொல்லி இருந்தால், அது, இவர்களால்தான்.அந்தச் சிறையில் நான் கழித்த கொடுமையான பத்து வருடத் தண்டனைக் காலத்தில் என் மீது மிகுந்த அனுதாபத்தைக் காட்டினார்கள் இவர்கள். இவரை நான் வேறு சூழ்நிலையில் சந்தித்திருந்தேன் என்றால்,ஒருவேளை என் ஆதரவாளர் ஆகியிருப்பார். அவரது டைரியில் அவர் என்னைப் பற்றி எழுதியிருந்ததைப் படிக்கும்போது எனக்கு இதுதான் தோன்றியது.

மிஸ்டர் பாரிக்குப் பிறகு மிர்ஸா கான்

மிஸ்டர் பாரி சென்றுவிட்டார். இப்போது அவரது தளபதியான மிர்ஸா கானை பார்ப்போம். எரிமலையே அமைதியாக அணைந்து விட்டது. அதிலிருந்து நெருப்பு பற்ற வைத்துக்கொண்டிருந்த ஆளைப் பற்றி என்ன சொல்வது? இங்கு அரசியல் கைதிகளின் எண்ணிக்கை கூடியது. பதான், சிந்தி, பலூச்சி அதிகாரிகள் வெளியேறி அதற்குப் பதில் நன்னடத்தை உள்ள மற்ற ஆட்கள் பதவியேற்றபின் அவர் தனித்துவிடப்பட்டார். மிர்ஸா கானின் அதிகாரங்கள் எல்லாம் போய்விட்டன. அவரது தாடியைப் பார்த்து எந்தக் கைதியும் பயப்படவில்லை. இப்போது அவன் ஒரு ஜமாதாராகத் தொடர்ந்து நீடிக்க வேண்டுமென்றால், தான் முன்பு காலில் போட்டு நசுக்கிய கைதிகளின் நன்மதிப்பைப் பெற வேண்டிய நிலையில் இருக்கிறான். அவனுடைய மதவெறி எல்லாம் அடங்கிப் போயிற்று. இவ்வளவு நாட்கள் காஃபிர்களுக்குத் தான் செய்த கொடுமைகளை இப்போது அவர்கள் திரும்பத் தனக்குச் செய்வார்கள் என்று பயந்துகொண்டிருந்தான். இதற்கு உதாரணமாக ஒரு வேடிக்கையான சம்பவத்தைக் கூறுகிறேன். அவனது கையில் ஏதோ நோய் வந்திருந்தது. என்ன செய்தாலும் வலி குறையவில்லை. மிஸ்டர் பாரிக்கு மூட்டு வலியினால் மொத்த உடலும் பிரச்சினைக் குள்ளானது போல் மிர்ஸா கானுக்குக் கைகளில் பிரச்சினை. ஆனால் மூடனான மிர்ஸா கான் நான் என் மந்திரச் சக்தியால் அவனுக்கு ஏதோ செய்வினை செய்துவிட்டேன் என்று முட்டாள்தனமாக நினைத்துக் கொண்டிருந்தான். 7ம் எண் அறையில் இருக்கும் கண்ணாடி போட்ட படா பாபுதான் இதற்குக் காரணம்! அவனுக்கு அதுகுறித்து எந்தச்

சந்தேகமும் இருக்கவில்லை. மிஸ்டர் பாரிக்கு இதுபோன்ற மூடநம்பிக்கைகள் எதுவும் கிடையாது. ஆனால் மிர்ஸா கானுக்கும் அவனுடைய உயர் அதிகாரிக்கும் நான் ஏதோ செய்வினை வைத்து விட்டேன் என்று எல்லோரிடமும் சொல்லிக்கொண்டிருந்தான். அதனால் தான் செய்த நூற்றுக்கணக்கான பாவங்களையெல்லாம் மன்னித்து விடுமாறு எனக்கு ஒரு செய்தி அனுப்பி இருந்தான். ''சாவர்க்கர் என்னை மன்னித்து விட்டால் எனக்கு எல்லாம் சரியாகிவிடும்'' என்று அவன் திரும்ப திரும்பச் சொல்லிக் கொண்டிருந்தான். ''என் கைகளைச் சரியாக்கும்படி அவரிடம் வேண்டிக் கொள்ளுங்கள், அவர் என்னைக் குணமாக்கிவிடுவார்'' என்று எல்லோரிடமும் சொல்லிக்கொண்டிருந்தான். அவனது நோய்க்கும் எனக்கும் எந்தத் தொடர்புமில்லை, எனக்குச் செய்வினை வைக்கத் தெரியாது, அதோடு எனக்கு அதிலெல்லாம் நம்பிக்கையும் கிடையாது என்று எவ்வளவோ சொல்லிப் புரிய வைக்க முயற்சி செய்தேன். ஆனால் அவன் புரிந்துகொள்ளவே இல்லை. அதனால் அவனைத் திருப்திபடுத்த அவனைக் குணமாக்குகிறேன் என்று கூறினேன். ''என் சக்தியின் மீது உனக்கு அவ்வளவு நம்பிக்கை இருந்தால், நான் கூறுவதைக் கேள். எனக்கு உன் மீது எந்தக் கோபமும் கிடையாது. உன்னை கடவுள் குணமாக்குவார்'' என்று கூறினேன். சிறிது நாட்களில் மிர்ஸா கானின் கைகள் குணமாகி, பழையபடி பலம் பெற்றன. ஆனால் அது என்னால் அல்ல, அவன் எடுத்துக்கொண்ட மருந்தினால். ஆனால் அவனோ அதை நான் செய்த மந்திரம் என்று நினைத்தான். ஆறு மாதங்கள் கழித்து வெற்றிக் கொண்டாட்டத்தின் காரணமாக 300 அல்லது 400 கைதிகள் விடுவிக்கப்பட்டபோது அவனும் விடுதலையாகிச் சென்றான். ஆனால் பல் பிடுங்கப்பட்ட விஷப்பாம்பாக வெளியே சென்றான். ஒரு காலத்தில் ஹிந்துக் கைதிகளுக்குச் சிம்ம சொப்பனமாக இருந்தவன், அவர்கள் முன்பு ஒரு ஆட்டுக்குட்டியைப்போல அடங்கி, சில்வர் ஜெயிலைவிட்டு வெளியே சென்றான். அவனுடைய முன்னாள் கூட்டாளிகளான பலூச்சி, சிந்தி, பதான்கள் எல்லோரும் எந்த முக்கியத்துவமும் இல்லாமல் போனார்கள். மோசமானவர்கள் நசுக்கப்பட்டதால், மற்றவர்கள் அவரவர் இடத்தில் வைக்கப் பட்டார்கள். இப்போது அந்தமான் சிறையில் வார்டர், ஹவில்தார், ஜமாதார் மற்றும் அலுவலகத்தில் காரியதரிசி, டாக்டர், கம்பவுண்டர் என்று எல்லாப் பணிகளுக்கும் ஹிந்துக்களையே நியமிக்கிறார்கள். அவர்களும் தகுதி மற்றும் நேர்மையின் அடிப்படையிலும் சிறையில் அவர்களது நன்னடத்தையின் அடிப்படையிலும் தேர்வு செய்யப் படுகிறார்கள். இங்கு மிச்சமிருந்த புதிய பதான் கைதிகள் தங்களுக்குப் பிடித்த அதிகாரிகளிடம், ''இங்கு ஹிந்து ராஜ்யம்

நடக்கிறது. வேறு என்ன சொல்லமுடியும்?'' என்று சொல்ல ஆரம்பித்தார்கள்.

இங்கு ஹிந்து ராஜ்யம்

சில மூத்த பதான் கைதிகள் இங்கு ஏற்பட்டிருக்கும் மாற்றங்கள் குறித்துக் கீழ்க்கண்டவாறு புகார் கூறுவார்கள்: ''சாஹிப், இப்போது போர்ட் பிளேயரில் ஹிந்து ராஜ்ஜியம் நடக்கிறது. ஹிந்துக்கள் எங்கள் மீது பொய் வழக்குப் போட்டு விடுவார்களோ என்று எங்களுக்குப் பயமாக இருக்கிறது. மிகவும் பயமாக இருக்கிறது'' என்பார்கள். பதான்கள் அதிகாரத்தில் இருந்தபோது ஹிந்துக்களின் மீது எந்த வழக்கும் போடாதது போல் பேசுவார்கள். அவர்கள் செய்த தவறினால்தான் இப்போது ஹிந்துக்களும் அதேபோல் செய்வார்களோ என்று பயப்படுகிறார்கள். ஹிந்து வார்டர்களும் துணை அதிகாரிகளும் ஜமாதார்களும் முஸ்லிம் கைதிகளை என்றுமே பழி வாங்கியதில்லை, மாறாக ஒழுங்காக நடந்துகொள்ளும் முஸ்லிம்களுக்கு உதவி செய்யவேண்டும் என்பது எங்களுக்குள் விதியாகவே இருந்தது. மிகவும் நியாயமாகவே நடந்துகொண்டோம். அவர்களுக்குப் பாடம் நடத்தி இருக்கிறேன். என் செல்வாக்கைப் பயன்படுத்தி அவர்களது விருப்பத்தை நிறைவேற்றி இருக்கிறேன். அவர்கள் சார்பாக மனுக்களை எழுதியிருக்கிறேன். அவர்களது வேலைகளில் உதவி இருக்கிறேன். பின்பு சிறிது அதிகாரம் என் கைக்கு வந்தபோது, நீதியுடனும் நியாயத்துடனும் அவர்களை நடத்தி இருக்கிறேன். இதைப் பற்றி அவர்கள் சொன்னவற்றைப் பிறகு உங்களுக்குக் கூறுகிறேன்.

மிஸ்டர் பாரி வெளியேறிய பிறகு அவரது பதவி நிரந்தரமாகவும் சில சமயம் தற்காலிகமாகவும் ஐரோப்பிய அதிகாரிகளால் நிரப்பப் பட்டது. ஒரு சிலர் உள்ளூர்வாசிகள், வேறு சிலர் இந்தியாவி லிருந்து அனுப்பப்பட்டவர்கள். அதில் ஒருவர் கைதிகளை மிஸ்டர் பாரி ஆரம்ப காலத்தில் எப்படிக் கடுமையாக நடத்தினாரோ அதேபோல் நடத்த ஆரம்பித்தார். கடைசி காலத்தில் அவர் பட்ட தோல்விகளை இவர் நினைவில் கொள்ளவில்லை. சில குஜராத்திக் கைதிகளை அவர் எண்ணெய்ச் செக்கில் வேலை செய்ய அனுப்பினார். இன்னொரு அதிகாரி அவருக்கு இதில் ஆதரவாக இருந்தார். எண்ணெய்ச் செக்கை அரசியல் கைதிகள் கிட்டத்தட்ட மூடும் நிலைக்குக் கொண்டுவந்து விட்டோம். இந்தச் சந்தர்ப்பத்தைப் பயன்படுத்திக்கொண்டு அந்த அதிகாரி செக்கைத் திரும்பவும் உயிரூட்டப் பார்த்தார். ஆனால் அதற்காக உடல்பலமுள்ள கைதிகளாக அவர் தேர்ந்தெடுக்கவில்லை. மிகவும் மெலிந்த தேகம்

கொண்டவர்களிடம் கொடுத்தார். அவர்கள் பணியை மறுக்க மாட்டார்கள் என்று அவர் நினைத்தார். அவர்கள் எல்லோரும் விவசாயிகள். அவர்கள் முதல்நாளே வன்முறை இல்லாத வேலை நிறுத்தத்தில் ஈடுபட்டார்கள். ஏனென்றால், இந்த கோலுவைப் பற்றி அவர்களுக்கு ஏற்கெனவே தெரியும். நான் இருந்த அந்தக் கட்டடத்தில் அவர்கள் இருவரும் இருந்தார்கள். நான் அவர்களுக்கு வழிகாட்டிக்கொண்டிருந்தேன். இந்த வேலை நிறுத்தத்தைக் கண்டு எரிச்சலடைந்து, மிஸ்டர் பாரியைப்போலவே கோபத்தில் கத்தி, அவர் அந்த இருவரையும் செக்கின் கைப்பிடியில் காளை மாடுகளைப்போலக் கட்டி, மற்றவர்களைக்கொண்டு அதைச் சுற்றச் சொன்னார். மற்றவர்கள் ஓடும்போது இவர்களும் செக்கிழுக்கும் மாடுகளைப்போல ஓடியாகவேண்டும்.அல்லது அதில் இழுபட்டுக் கொண்டு செல்லப்படுவார்கள். அதில் ஒருவர் ஓடாமல் நின்றார். அவரது கைகள் செக்கின் கைப்பிடியில் கட்டப்பட்டிருந்ததால் அவர் இழுக்கப்பட்டு அவரின் உடம்பெல்லாம் சிராய்ப்புக் காயங்கள் ஏற்பட்டன. இந்தச் செய்தி உடனடியாக சிறை முழுவதும் பரவியது. அது எங்கள் காலை உணவு நேரம். நாங்கள் ஒருவரை ஒருவர் சந்திக்கும் நேரம். இந்தச் செய்தி உண்மையா என்று பார்த்து வரச் சொன்னேன். விஷயம் இந்த அளவுக்குப் போய்விட்டதால் அப்போது அங்கே ஜெயிலர் வந்தார். நாங்கள் எல்லோரும் கையில் தட்டுடன், இந்தப் பிரச்சினைக்கு முடிவு கிடைக்கும்வரை உணவு உட்கொள்ள மறுத்து அவரது அறைக் கதவின் பக்கத்தில் நின்று கொண்டிருப்பதைப் பார்த்தார். அந்தப் புது ஜெயிலருக்கு இது ஒரு புதிய அனுபவம். முதலில் அவர் கைதி கோலுவில் இருப்பதையே மறுத்தார். அப்போது தைரியம் நிறைந்த ஒரு பஞ்சாபிக் கைதி ஒருவர், ''அப்படி என்றால் அந்தக் குஜராத்தி கைதி பொய் சொல்கிறாரா?'' என்று ஜெயிலரைப் பார்த்துக் கேட்டார். அவர் தன் கையிலிருந்த இரும்புத் தட்டை ஒரு கதையைத் தூக்குவது போல் தூக்கி, பொய் சொல்பவர்களின் தலையை உடைக்கப் போவதாக மிரட்டினார். எங்களுக்கு இந்த அநியாயத்தைச் செய்பவர்கள் யார் என்று பார்க்கப்போவதாக அவர் சொன்னார்.ஜெயிலர் ஒரு வார்த்தைகூடப் பேசாமல் திரும்பிச் சென்றார். அந்தக் கைதிகளை விடுவிக்கக் கோரி, எங்களை உணவு உட்கொள்ளச் சொல்லி செய்தி அனுப்பினார். இதுபோன்ற பிரச்சினைகள் இனி வராது என்று உறுதியளித்தார். சில நாட்கள் கழித்து அந்த இரண்டு கைதிகளும் நார் உரிக்கும் பணிக்கு அனுப்பப்பட்டனர். அந்த வேலை நிறுத்தம் ஒரு முடிவுக்கு வந்தது. என் நினைவு சரியாக இருக்குமானால், இந்த ஜெயிலரின் பதவிக்காலத்தில்தான் ஒரு கைதியை சிறை விதிகளை மீறி பலமாக அடித்துக் காயப்படுத்தினார்கள். அவர் எங்கள் நடவடிக்கைகளில்

கலந்துகொண்ட, எங்களுக்கு உதவி செய்த ஒரு சாதாரணக் கைதி. நான் இதற்கு முந்தைய அத்தியாயங்களில் சுத்தி இயக்கத்தைப் பற்றிக் கூறும்போது இவரைப் பற்றிக் கூறியிருக்கிறேன். இது போன்ற கைதிகள் மீது அதிகாரிக்கு எப்போதும் ஒரு கண் இருக்கும். அந்த இளைஞர் படிப்பில் நாட்டம் கொண்டவர். அவர் படித்துக் கொண்டிருந்ததைப் பார்த்த புதிய ஜெயிலர் அவரைத் தன் அலுவலகத்துக்கு அழைத்துக் கடுமையாகத் திட்டினார். இந்த எட்டு வருடங்களில் கைதிகளின் மனோபாவத்தில் பெருத்த மாற்றம் ஏற்பட்டிருக்கிறது. ஒரு காலத்தில் இதையெல்லாம் சகித்துக் கொண்டு இருந்தவர்கள் இப்போது அப்படி இல்லை. திருப்பி அதே வேகத்தில் திட்டினர். ஜெயிலர் கோபம்கொண்டு இரண்டு வார்டர்களை அழைத்து அவரைப் பிடித்துக்கொள்ளச் சொல்லி விட்டு அவர் நெஞ்சில் தன் கையால் குத்தினார். அவரது முகத்திலும் மார்பிலும் திரும்ப திரும்ப சரமாரியாகக் குத்தினார். கைதியின் முகம் வீங்கி வாயிலிருந்து ரத்தம் வர ஆரம்பித்துவிட்டது. பிறகு அவரை விடுவித்தார். அந்தக் கைதி ஏற்கெனவே ஸ்க்ரோஃபுலா* என்ற நோயால் பாதிக்கப்பட்டிருந்தார். கைதியைப் பழிவாங்கி விட்ட திருப்தியில் வார்டர் அங்கிருந்து சென்றார். மற்ற சாதாரணக் கைதிகள் அந்த இளைஞரிடம் எல்லாவற்றையும் பொறுமையாகச் சகித்துக்கொள்ளும்படி கூறினர். ''நாமெல்லாம் சாதாரணக் கைதிகள். அரசியல் கைதிகளைப்போல நாம் அவர்களை எதிர்த்துப் போராட முடியாது. உடனடியாக டாக்டரைப் போய் பார். கீழே விழுந்துவிட்டேன் என்று கூறி உன் காயத்திற்கு மருந்து போட்டுக் கொள். இல்லையென்றால் உன்னை மறுபடியும் அடிப்பார்கள். நாம் இவர்களை எதிர்த்து எதுவும் செய்ய முடியாது. நமக்கு எந்த முக்கியத்துவமும் கிடையாது. நாம் சாதாரணமானவர்கள்'' என்று கூறினார்கள். ஆனால் அந்த இளைஞர் கோழை அல்ல. அவரது கண்கள் கருத்துப்போய், முகம் வீங்கிப் போய் இருந்தது. அவர் டாக்டரிடம் ஜெயிலர் தன்னை அடித்ததாகக் கூறினார். டாக்டர் ஜெயிலருக்குப் பயந்து அந்தப் புகாரை ஏற்றுக்கொள்ளவில்லை. கைதி சூப்பரின்டென்டன்ட்டைப் பார்க்க ஜெயிலர் அனுமதிக்க வில்லை. நாங்கள் இந்த விஷயத்தை வெளிச்சத்திற்குக் கொண்டு வருவது எனத் தீர்மானித்தோம். முதன்மை கமிஷனர் சிறைக்கு வருவதாக இருந்தது. ஜெயிலர் அதை நினைத்துப் பயந்து கொண்டிருந்தார். இந்த விஷயத்தை அத்தோடு விடுமாறு

---

* காசநோய் அல்லது தைராய்டால் வரும் வீக்கம்

அந்தமான் சிறை அனுபவங்கள் | 497

கெஞ்சிக்கொண்டிருந்தார். ஆனால் அந்த இளைஞர் கமிஷனரிடம் எல்லாவற்றையும் பயமின்றியும், பாரபட்சமின்றியும் அப்படியே சொன்னார். அவரது நடத்தைக்காக ஜெயிலர் கடுமையாகக் கண்டிக்கப்பட்டார். அதற்குப் பிறகு நான் அங்கு இருந்தவரை இப்படி ஒரு சம்பவம் நடக்கவே இல்லை. எட்டு வருடங்களுக்கு முன்னால் இதுபோன்ற கைதிகளுக்குத் தன் அடியாட்களின் மூலம் பாடம் கற்பிப்பது ஜெயிலர்களின் வழக்கம். ''அவனைச் சரியாக்கு'' என்பதுதான் அவர்கள் பயன்படுத்தும் வார்த்தை. ஆனால் இப்போது நிலைமை அப்படி இல்லை. நான் மேலே குறிப்பிட்ட சம்பவம் அது போலக் கடைசியாக நடந்த ஒன்று. அதன்பிறகு நான் அங்கிருந்த ஒன்றரை வருடங்களுக்கு இதுபோல எதுவும் நடக்கவில்லை. அடிவாங்கிய பிறகும்கூட அந்த இளைஞன் எங்களுக்குச் செய்து கொண்டிருந்த உதவிகளை நிறுத்தவில்லை. அவன் ஏற்கெனவே சிறையில் 14 ஆண்டுகள் கழித்துவிட்டான். நான் சில்வர் ஜெயிலிலிருந்து வெளியே வரும்போதும் அவன் அங்கேதான் இருந்தான். பிறகு அவனுக்கு என்ன ஆயிற்று என்பது எனக்குத் தெரியாது.

மிஸ்டர் டிக்கின்ஸ்

பல மாற்றங்களுக்குப் பிறகு அந்தமான் சிறைக்கு நிரந்தரமாக மிஸ்டர் டிக்கின்ஸ் என்பவர் செயலராக நியமிக்கப்பட்டார் அவர் மிஸ்டர் பாரியின் மைத்துனர். இந்தப் பதவியில் நியமிக்கப் படுவதற்குமுன் அவர் அந்தமானில் பல பதவிகளை வகித்துள்ளார். அந்தமானில் உள்ள நிர்வாகச் சூழலில் ஒரு நல்ல மனிதரால் நிலைத்திருப்பது கடினம். அப்படி இருக்கும்போது, தான் வகித்த பல முக்கியமான பொறுப்புகளில் நியாயமாக நடந்துகொண்ட மிஸ்டர் டிக்கின்ஸ் பாராட்டுக்குரியவர். அவர் ஜெயிலராக நியமிக்கப்பட்டது எங்களுக்கு மகிழ்ச்சியைத் தந்தது. சிறையில் எல்லோராலும் வெறுக்கப்பட்டவர் மிஸ்டர் பாரி. ஆனால் மிஸ்டர் டிக்கன்ஸை எல்லோரும் நன்றியுடன் பார்த்தனர். அவருக்கு ஹிந்துக் கலாசாரத்தின் மீது பெரும் மதிப்பு இருந்தது. அவரும் அயர்லாந்து நாட்டைச் சேர்ந்தவர்தான். சமய விஷயங்களில் ஈடுபாடு கொண்ட ஆன்மிகவாதி. மிஸ்டர் பாரி ஆன்மிக விஷயங்களில் எப்படிப்பட்ட கருத்துகளை அடிப்படையாகக் கொண்டிருந்தார் என்பதை இந்து பூஷன் கதையைச் சொல்லும்போது உங்களுக்குக் கூறியிருக்கிறேன். ஆன்மிக விஷயங்களால் மூளை குழம்பி எப்படிப் பைத்தியமாகும் என்று மிஸ்டர் பாரி சொன்னதைப் பார்த்தோம். மிஸ்டர் டிக்கன்ஸ் ஆன்மிக விஷயங்களில் உண்மையான ஈடுபாடு கொண்டவர். இவரது நடவடிக்கைகளில் எவ்வித பைத்தியக்காரத்தனமும்

இல்லை. அவருக்கு ஏற்கெனவே பல பதவிகள் கொடுத்து,அவரது திறமையை அரசாங்கம் உறுதி செய்துகொண்டிருக்கிறது. மிஸ்டர் டிக்கன்ஸ் புதிய விஷயங்களைப் படிப்பதில் ஆர்வம் கொண்டவர். பண்பாடுள்ள மனிதர். கண்டிப்பான, நேர்மையான அதிகாரி. சிறையில் ஒழுக்க விதிகளைத் தீவிரமாகக் கடைப்பிடித்த அவர், அதேநேரம் கைதிகளை மனிதாபிமானத்தோடு நடத்த ஆரம்பித்தார். கைதிகளும் மனிதர்களே என்பதை அவர் ஒருபோதும் மறக்க வில்லை. சிறை ஒருவரைத் திருத்துவதற்கான இடமே தவிர, தண்டனை மூலம் அவர்களது சுமைகளை அதிகமாக்கி மிருகமாக்குவதற்கான இடமல்ல என்று நம்பினார். அதன் அடிப்படையில் தன்னால் முடிந்த வரை பணிபுரிந்தார். இதன் காரணமாக அவர் பலமுறை அவரது உயர் அதிகாரிகளின் அதிருப்திக்கு ஆளாக வேண்டி இருந்தது.

ஜெயில் கமிஷன்

சிறை நிர்வாகத்தில் இப்படியான மாற்றம் நடந்துகொண்டிருந்த போது இந்திய அரசாங்கம் சிறையிலும், அந்தமான் குடியிருப்பிலும் சீர்திருத்தங்கள் செய்வதற்கு ஒரு கமிஷனை நியமித்திருப்பதாக எங்களுக்குச் செய்தி வந்தது. இந்த கமிஷன் முன் இருந்த மிக முக்கியமான பிரச்சினை, அந்தமான் குடியிருப்பின் எதிர்காலம். இந்த கமிஷன் நியமிக்கப்படுவதற்கு ஒரு முக்கியமான காரணம் நாங்கள் இங்கும் வெளியேவும் செய்த போராட்டங்கள்தான். இந்தப் போராட்டங்களே இந்தியா மற்றும் ஒட்டுமொத்த நாடுகளின் கவனத்தை அந்தமான் கைதிகளின் அவல நிலையை நோக்கி ஈர்த்தன. இத்தனை நாட்களும் இங்கு எந்தத் தவறும் நடக்கவில்லை என்று உலகத்திற்கு காண்பிப்பதற்காகப்ஆதாரங்களை உருவாக்குவதில் போர்ட் பிளேயரில் உள்ள அதிகாரிகள் அப்போது மும்முரமாக ஈடுபட ஆரம்பித்தார்கள். இதேபோல் தொடர அனுமதிக்கவேண்டும் என்றும்கோரிக்கை வைத்தார்கள். நிர்வாகத்திலுள்ள குறைகளை எல்லாம் மூடி மறைக்கும் முயற்சியில் ஈடுபட ஆரம்பித்தார்கள். இதற்கெனத் தங்கள் சார்பாக சாட்சி சொல்லக்கூடிய கைதிகளுக்கு என்ன சொல்லவேண்டும் என்பதற்குப் பயிற்சி கொடுக்க ஆரம்பித்தார்கள். கமிஷனிடம் அதிகாரிகளைக் குறித்து நேரடியாகப் புகார் சொல்லக்கூடிய கைதிகளை ஒதுக்கி வைக்கும் முயற்சியில் ஈடுபட ஆரம்பித்தார்கள். அதேநேரம் கமிஷன் முன்னால் இங்கு நடக்கும் விஷயங்கள் அனைத்தையும் கூறி, சிறைக்குத் தேவையான மாற்றங்கள் ஒன்றுகூட கமிஷனின் கவனத்திலிருந்து விடுபட்டு விடக்கூடாது என்பதில் கவனம் செலுத்தித் திட்டமிட்டோம். கமிஷன் முன்னால் சொல்லப்படவேண்டிய சாட்சியங்களும் குறைகளும் மிகவும் நேரடியாகவும் ஒரேபோலவும் இருக்கவேண்டும் என்று

நாங்கள் கடிதங்கள் மூலம் குடியிருப்புகள் முழுக்கச் செய்தி அனுப்ப ஆரம்பித்தோம். குடியிருப்புகளில் உள்ள ஒவ்வொரு பகுதியும், ஒவ்வொரு மாவட்டமும், கமிஷன் முன்னால் தங்கள் தரப்பு விளக்கத்தைத் தரத் தயாராகினர். ஆனால் எல்லோரும் நான் அவர்களைத் தலைமை தாங்கி வழி நடத்தவேண்டும் என்பதில் குறியாக இருந்தார்கள். அவர்கள் எல்லோரைக் காட்டிலும் எங்கள் பிரச்சினைகளை கமிஷன்முன் எழுத்துபூர்வமாகவும் வாய்மொழி யாகவும் நான் மட்டுமே சரியாக எடுத்துரைக்கமுடியும் என்று நம்பினார்கள்.

ஆனால் கமிஷன் அந்தமானுக்கு ஒரு குறிப்பிட்ட குறிக்கோளோடு அனுப்பப்படுகிறது என்கிற தகவல் எனக்குக் கிடைத்தது. அந்தக் குறிக்கோள் என்னவென்றால், அவர்களிடம் சமர்ப்பிக்கப்படும் சாட்சியங்களை வைத்து அரசியல் கைதிகள் குறித்து ஒரு அறிக்கை தயார் செய்து, அவர்களில் யாருக்குக் கருணை அடிப்படையில் விடுதலை தரப்படலாம் என்பதை அறிவிப்பது. இத்தகைய ஒரு சூழ்நிலையில் நான் அவர்கள் தரப்பிற்குத் தலைமை தாங்கி நிர்வாகத்தையும் அதிகாரிகளையும் குறை கூறிப் புகார் அளித்தால், அவர்கள் எனக்கெதிராகக் கருத்துகளை உருவாக்கிக் கொள்வார்கள். நான் இந்தச் சிறையிலிருந்து விடுதலை ஆவது கடினமாகும். இப்படிப்பட்ட ஒரு ஆபத்தை எதிர்கொள்வதா வேண்டாமா என்பதே என் முன் உள்ள கேள்வி.

அதே நேரத்தில் நான் இங்குள்ள அரசியல் கைதிகளுக்கு இந்தச் சரியான நேரத்தில் உதவவில்லை என்றால், இதுநாள்வரை சிறையில் நான் தொடங்கிய காரியங்களுக்கெல்லாம் உதவி செய்த அவர்களுக்கு நான் நன்றி மறந்தவன் ஆவேன். கடந்த எட்டு வருடங்களில் என்னுடன் இருந்த காரணத்தால் அவர்கள் பல எதிர்ப்புகளையும் துன்பங்களையும் சந்தித்திருக்கிறார்கள். அதுமட்டுமல்லாமல் இந்தச் சிறையில் அதிகாரிகள் செய்யும் மனிதாபிமானமற்ற கொடுமைகளுக்கு முற்றுப்புள்ளி வைக்க நான் எடுத்த நடவடிக்கைகளுக்குச் சிகரம் வைத்தாற்போல் இப்போது ஒரு நல்ல வாய்ப்பு வாய்த்திருக்கிறது. நான் இதில் கலந்து கொள்ள வில்லை என்றால் அந்த வாய்ப்பினை இழந்தவனாவேன். இந்தச் சிறையிலிருக்கும் பத்தாயிரத்திற்கும் அதிகமான கைதிகளின் குறைபாடுகளைச் சொல்வதற்கான வாய்ப்பு மட்டுமல்ல இது. இங்கு நிகழப்போகும் சீர்திருத்தம், இனி வரப்போகும் கைதிகளுக்கும் நன்மை தரும். இதனை நான் தவறவிட்டால் இதுவரை நான் செய்த காரியங்கள் எல்லாவற்றுக்கும் அர்த்தமில்லாமல் போய்விடும். நாங்கள் இதுவரை செய்த போராட்டங்கள், செயல்பாடுகள், பட்ட

கஷ்டங்கள் எல்லாவற்றுக்கும் பலன் தரப்போவது இந்த கமிஷனும் விசாரணையும்தான். இந்த கமிஷனுக்கு முன்னால் என்னைத் தவிர யாரும் சிறப்பாக எங்கள் நிலையை எடுத்துக் கூற முடியாது என்பது எனக்கே புரிந்தது. இப்போது பின்வாங்குவது அவர்களைக் கைவிட்டதுபோலத்தான். அதனால் எனக்கு என்ன நேர்ந்தாலும் பரவாயில்லை என்று அவர்கள் குழுவுக்குத் தலைமை தாங்க முடிவெடுத்தேன்.

அந்தமானில் இருந்தபோது என் செயல்களுக்குப் பின்னால் எப்போதும் இருந்த எண்ண ஓட்டம், நேர்மையாக இருப்பதுதான். நான் அந்தமானில் இங்குள்ள மக்களுக்கு எந்த அளவு விழிப்புணர்ச்சியை ஊட்டினாலும் அது, இந்தியாவில் சுதந்திரமாக இருந்துகொண்டு செய்யக்கூடிய காரியங்களுக்கு ஈடாகாது. அதேநேரம் என் விடுதலையின் பொருட்டு என் நாட்டிற்கும் அதன் பெருமைக்கும் ஊறு ஏற்படுத்தும் வகையில் எந்த ஒரு மோசமான காரியத்தையோ, என்னை அடகு வைக்கும் செயலையோ செய்ய மாட்டேன். அப்படிக் கிடைக்கும் விடுதலை என் நோக்கத்தைச் சிதைத்து விடும். அப்படிச் செய்வது ஒரு ஒழுக்கக்கேடான செயல் என்று கருதினேன்.

இதைத் தவிர விடுதலையாவதற்கு எந்த ஒரு வாய்ப்புக் கிடைத்தாலும் அதைத் தவற விடுவதில்லை என்று உறுதிகொண்டிருந்தேன். அப்படி ஒரு வாய்ப்புக் கிடைக்கும் வரை காத்திருந்து, என்னை இங்கே கொண்டுவந்து சேர்த்த விதியின் காரணமாக என்னுடன் இருக்கும் சக கைதிகளின் மேம்பாட்டிற்காக உழைத்துக் கொண்டிருப்பேன். இந்த நோக்கத்துடன், சந்தேகத்துடனும் கோபத்துடனும் இருக்கும் அதிகாரிகளுடன் வேலை செய்து கொண்டிருந்தேன். ஒரு வேலையை வேறு எவரிடமும் கொடுக்க முடியாது என்ற நிலை வரும்போது, அதை நானே பொறுப்பு எடுத்துக்கொண்டு, எந்தப் பயமும் பாரபட்சமும் இல்லாமல் செய்வேன். என் கொள்கை, விடுதலைக்குக் கிடைக்கும் வாய்ப்புகள் எதையும் தவறவிடக்கூடாது, அதேநேரம் மற்றவர்களுக்கு கொடுமை இழைக்கப்படும்போது அதைப் பார்த்துக்கொண்டு சும்மா இருக்கவும் கூடாது என்பதுதான். எனக்கு என் நன்னடத்தை மூலம் விடுதலை கிடைக்காது என்பது நன்றாகத் தெரியும். இந்தியாவில் நடக்கக்கூடிய புரட்சிகளின் மூலமும், இந்திய அரசின்மீது கொடுக்கப்படும் அரசியல் அழுத்தத்தின் மூலமாகத்தான் எனக்கு விடுதலை கிடைக்க முடியும். ஆனால் அப்படி ஒரு மாற்றமும் அழுத்தமும் இந்தியாவிலிருந்து வருவதற்குமுன் இங்குள்ள

அரசியல் கைதிகளில் சிலர் மிஸ்டர் பாரி அவர்களுக்கு அடிபணிந்து செல்ல ஆரம்பித்துவிட்டனர். மற்றவர்கள் அவர்களை எதிர்க்கின்ற காரணத்தினால், அதிகாரிகள் பணிந்தவர்களைப் புத்திசாலிகள் என்று கூறினர். அப்படி அடங்கிப்போனவர்களை அதிகாரிகள் நன்றாக நடத்த ஆரம்பித்தார்கள். இதனால் மற்றவர்களும் தங்கள் கோபத்தையும் எரிச்சலையும் வெளியே காட்டிக்கொள்ளாமல் நடித்தார்கள். கோழைகளை கனவான்கள் என்று அதிகாரிகள் சொன்னார்கள். ஆனால் அடங்கி நடக்கிறார்கள் என்கின்ற ஒரே காரணத்தினால் அரசியல் கைதிகளை விடுதலை செய்ய அரசாங்கம் ஒன்றும் முட்டாள் இல்லை. எதிர்ப்பின் மூலமாக என்ன சாதித்து இருப்பார்களோ அதனை அவர்கள் அடங்கி நடப்பதன் மூலமாக சாதிக்கவில்லை. இந்தியாவிலுள்ள அரசியல் சூழல் காரணமாக வேண்டுமானால் அவர்கள் விடுதலை செய்யப்படலாம். கண்டிப்பாக அவர்கள் நன்னடத்தை காரணமாக விடுதலை செய்யப் பட மாட்டார்கள். இதை வரலாற்று நிகழ்வுகளின் மூலமும், என் சொந்த சிறை அனுபவத்தின் மூலமும் நான் தெரிந்துகொண்டேன்.

அந்தக் கொள்கையின் அடிப்படையில் நான் இந்த விஷயத்தில் நடுநிலை வகிக்கத் தீர்மானித்தேன். கமிஷனின் முன்னால் சென்று சாட்சியம் கூற ஒப்புக்கொண்டேன். இங்குள்ள ஆயிரக்கணக்கான கைதிகளின் கஷ்டத்தை என்னைவிட யாரும் சிறப்பாக கமிஷன்முன் சொல்ல இயலாது என்பது எனக்கே தெரியும். ஆனால் கமிஷன் என்னை அழைத்தால் மட்டுமே அங்கு சென்று சாட்சியம் கூறுவது என்றும், எனக்குத் தெரிந்த உண்மைகளை அவர்கள்முன் சொல்வது என்றும் முடிவெடுத்தேன். உண்மையைச் சொன்ன காரணத்தினால் என்னை இன்னமும் ஆபத்தானவன் என்று கருதி விடுதலை செய்ய வில்லை என்றால், அதனை ஒரு சாக்காக அரசாங்கம் சொல்கிறது என்றுதான் கருதுவேன். அதனால் கைதிகளுக்கு உதவாமல் போனால் நான் என் கடமையிலிருந்து தவறியவன் ஆவேன்.

சிறையைச் சுற்றிப் பார்க்க கமிஷன் வந்ததும் நான் எதிர்பார்த்த படியே நேரடியாக என் அறைக்கு வந்தார்கள். கமிஷனில் மிஸ்டர் ஜாக்சன் என்பவர் இருந்தார். அவர் வாழ்நாள் முழுக்க பம்பாய் பிரஸிடென்ஸியில் சிறைகளுக்கு இன்ஸ்பெக்டராக இருந்தவர். பனகல் அரசர் அதில் ஒரு உறுப்பினர். அவர்கள் என்னிடம் வந்து அந்தமானில் உள்ள குடியிருப்புப் பகுதிகள், சில்வர் ஜெயிலில் நிர்வாகம், அரசியல் கைதிகள் என்று பொதுவான விஷயங்கள் பற்றி விவாதிக்க ஆரம்பித்தனர். இதுபோன்ற விசாரணைக்காக என்னை முழுமையாகத் தயார் செய்துகொண்டிருந்தேன். எனக்கும்

கமிஷனின் உறுப்பினர்களுக்கும் இடையே நடந்த உரையாடலின் சில பகுதிகளை உதாரணத்திற்கு இங்கு தருகிறேன்.

சிறையில் பான் சிங்கிற்கு இழைக்கப்பட்ட கொடுமைகளைப் பற்றி முழுமையாக முன்பே இந்தப் புத்தகத்தில் கூறி இருக்கிறேன்.அந்த விவாதத்தின்போது ஐரோப்பிய உறுப்பினர்களைவிட ஒரு இந்திய உறுப்பினர் என்னிடம் மிகவும் கோபமாகவும் முரட்டுத்தனமாகவும் பேசினார்.அவர் என்னிடம் கீழ்க்கண்ட கேள்விகளைக் கேட்டார்.

''பான் சிங்கின் உடம்பில் இந்த காயங்கள் அவர் சிறையில் வாங்கிய அடியில் வந்தவைதான் என்று உங்களுக்கு எப்படித் தெரியும் மிஸ்டர் சாவர்க்கர்?''

நான்: ''ஏனென்றால் அவை வேறு எப்படியும் வந்திருக்க முடியாது.''

அப்போது இன்னொரு உறுப்பினர், ''பான் சிங் தலை சுற்றிப் படிக்கட்டிலிருந்து கீழே விழுந்தார். அப்படி விழும்போது ஏற்பட்ட காயத்தின் வடுக்களாகக்கூட அவை இருக்கலாமே. அவர் அடி வாங்கியதை நீங்கள் நேரில் பார்த்தீர்களா? யாரோ சொன்னதை நாங்கள் நம்ப முடியாது.''

நான்: ''நான் உங்களை ஒன்று கேட்கலாமா ஐயா. அவர் விழும்போது நீங்கள் அங்கே இருந்தீர்களா? நிச்சயம் இல்லை. அப்படி என்றால் நீங்களும் என்னைப்போலவே யாரோ சொன்னதன் அடிப்படையில் கொடுக்கப்பட்ட அறிக்கையைதான் நம்புகிறீர்கள். நான் சொல்வதை ஒத்துக்கொள்ள முடியாது என்றால் நீங்கள் சொல்வதையும் ஒதுக்கித் தள்ளத்தான் வேண்டும். சம்பவம் நடந்தபோது நீங்கள் பல நூறு மைல்கள் அப்பால் இருந்தீர்கள். ஆனால் நான் இங்கேயே இருந்தேன். எனக்கும் அவருக்கும் இடையே ஒரு சுவர்தான் இருந்தது. அவர் கதறியதைக் கேட்டேன். 'அவனை அடியுங்கள் அடியுங்கள்' என்று சொல்வதைக் கேட்டேன். அதன்பிறகு நடந்த அமளியைப் பார்த்தேன். சம்பவம் நடந்த ஐந்து நிமிடத்திற்குள் அதைப் பார்த்தவர்கள் என்னிடம் வந்து சொன்னார்கள்.''

உறுப்பினர்: ''எங்களுக்கு அதிகாரிகள் என்ன அறிக்கை கொடுக் கிறார்களோ அதை நாங்கள் நம்பத்தான்வேண்டும்.''

நான்: ''அதேபோல் நானும் அரசியல் கைதிகள் என்னிடம் சொல்வதை நான் நம்புகிறேன். சிறையில் உள்ள அதிகாரிகளைவிட அவர்கள் எந்த விதத்திலும் நம்பகத்தன்மை குறைந்தவர்கள் அல்ல. இந்தச் சிறையில் உள்ள துணை அதிகாரிகள் அலட்சியம் மிகுந்தவர்கள்.

அவர்கள் இங்குள்ள என் நண்பர்களான அரசியல் கைதிகளைக் காட்டிலும் செய்திகளைத் திரித்துக் கூறக் கூடியவர்கள். சம்பவம் நடந்தபோது மூத்த அதிகாரிகள் எவரும் சம்பவ இடத்தில் இருக்க வில்லை. அதுமட்டுமல்லாமல் மருத்துவமனைக்குக் கொண்டு போகும்போது அவரை அடித்த ஒரு பிரம்பு உடைந்து கிடந்ததை நான் என் கண்ணால் பார்த்தேன்.''

என்னுடன் விவாதித்துக்கொண்டிருந்த ஒரு உறுப்பினர், ''சிறையி லிருந்து விடுதலை செய்யப்பட்டால் நீங்கள் என்ன செய்வீர்கள்?'' என்று கேட்டார். அதற்கு நான் பதில் அளிப்பதற்கு முன் இன்னொரு உறுப்பினர் குறுக்கிட்டு, ''அவர் தன் பழைய வேலையான நாட்டில் பிரிவினை ஏற்படுத்தும் வேலையை மீண்டும் செய்வார்'' என்று கூறினார். நான் அவரிடம், ''என்னைப் பற்றி உங்களுக்கு அதிகம் தெரிந்திருக்கிறது. இல்லையென்றால் அதைக் கூறியிருக்க முடியாது. ஒருவேளை நான் பழையபடி வேலைகளைச் செய்தால் நீங்கள் என்னை திரும்பவும் சிறையில் போட முடியாதா? ஒரு கைதி விடுதலை செய்யப்பட்டால் திரும்பவும் பழைய காரியங்களைச் செய்வார் என்ற பயத்தில் எப்போதும் சிறையிலேயே வைத்துக் கொண்டிருப்பீர்களா? உங்கள் விதிமுறைகளின்படி என்னை விடுதலை செய்வதுதானே நியாயம். கடந்த ஐந்து வருடத்தில் என் மீது ஒரு குற்றச்சாட்டுக் கூடக் கிடையாது. இந்தச் சிறையிலிருந்து தப்பிச் செல்ல பலமுறை முயன்றவர்கள்கூட இங்கு ஒரு வருடத்திற்கு மேல் இருந்தது கிடையாது. விடுதலை செய்யப் பட்டிருக்கிறார்கள். என்னை இங்கிருந்து இந்தியாவில் உள்ள வேறு ஒரு சிறைக்கு அனுப்பாமல் நீங்கள் விடுதலை செய்தீர்கள் என்றால், நீங்கள் சொல்லும் எல்லா நிபந்தனைகளுக்கும் நான் கட்டுப் படுவேன். நான் அரசியலில் ஈடுபடக்கூடாது என்று கூறினீர்கள் என்றால், நான் சமுதாய, இலக்கியப் பணிகளில் ஈடுபடுவேன். வேறு வழிகளில் சமுதாயத்திற்குத் தொண்டு செய்வேன். அப்படி நான் நிபந்தனைகளை என்றாவது மீறினால் நீங்கள் என்னை மீண்டும் இந்தச் சிறைக்கு நாடுகடத்தலாம். உங்கள் சட்டமும் உங்கள் அதிகாரமும் சர்வ வல்லமை படைத்தவை'' என்று நான் கூறினேன்.

உறுப்பினர்: ''நீங்கள் சட்டத்தை மீறியும், பிடிபடாமல் போகலாம். தேசத் துரோகத்துக்காக நீங்கள் கைது செய்யப்படாமலும் வழக்கில் சிக்காமலும் போகலாம். ஆனால் அதற்காக நீங்கள் அந்தத் தவறுகளைச் செய்யவில்லை என்று அர்த்தமாகாது.''

நான் அவரிடம், ''அப்படியானால் நான் அதை செய்தேன் என்று உங்களால் உறுதியாகச் சொல்ல முடியாது'' என்றேன். கையும்

களவுமாகத் திருடனைப் பிடிக்கவில்லை என்றால், உங்களால் ஒரு ஆளை சந்தேகத்தின் அடிப்படையில் திருட்டு வழக்கில் கைது செய்ய முடியாது. இது தேசத் துரோகக் குற்றத்திற்கும் பொருந்தும். என் கருத்துகளை நான் கவர்னர் ஜெனரலுக்குப் பலமுறை அனுப்பி உள்ளேன். அரசியல் சட்ட சீர்திருத்தங்கள் மூலமாக நான் நாட்டிற்கு ஆக்கபூர்வமான பணிகளைச் செய்ய இயலும். நானும் அரசியல் சட்டத்திற்கு உட்பட்டு என் பணிகளைச் செய்வேன். இந்தப் பணிகளால் பலன் கிடைக்குமென்றால், ஒரு தெளிவான பாதையும் இலக்கும் எனக்குக் கிடைக்கும். அப்படியானால் என்னைப் போன்ற ஒரு அரசியல் புரட்சியாளன் தேவையற்ற ரத்தமும் கொலையும் நிறைந்த வன்முறைக்குப் பதில் அந்தப் பாதையையே விரும்புவான். வன்முறைப் பாதையில் சென்று தன் வாழ்க்கையையே பணயம் வைக்க மாட்டான். வேறு வழி இல்லாததால் நாங்கள் வன்முறைப் பாதையைத் தேர்ந்தெடுத்தோமே அன்றி, அதன்மீது எங்களுக்கு இருக்கும் நாட்டத்தால் அல்ல. நான் சொல்வதில் உங்களுக்கு நம்பிக்கை இல்லையென்றால், நான் ஒரு குறிப்பிட்ட காலத்திற்கு அரசியலில் ஈடுபடுவதில்லை என்று எழுதிக் கொடுக்கிறேன். என் நண்பர்களும் அதேபோல் எழுத்து மூலம் உறுதி அளிப்பார்கள். அந்த நிபந்தனையுடன் எங்களை விடுதலை செய்யுங்கள். ஏனென்றால் எங்களுக்கு இலக்கியம் மற்றும் சமுதாயப் பணிகள் ஏராளமாகச் செய்ய வேண்டி இருக்கின்றன. அதைச் செய்வதிலிருந்து எங்களை ஏன் தடுக்கிறீர்கள்? எங்களைப் போன்ற நேர்மையான, தைரியம் கொண்ட, தியாகம் செய்யும் மனநிலை உள்ள நேர்மையானவர்களை ஏன் சிறையில் கற்சுவருக்குள்ளே அடைத்து வைத்திருக்கிறீர்கள்? நீங்கள் அயர்லாந்தைச் சேர்ந்த குற்றவாளிகளை பத்து முறை விடுதலை செய்தீர்கள். பத்து முறையும் அவர்கள் நிபந்தனைகளை மீறினார்கள். ஆனாலும் நீங்கள் அதே நிபந்தனைகளுடன் 11வது முறை விடுதலை செய்திருக்கிறீர்கள். எங்களை ஏன் ஒருமுறையாவது நம்பக்கூடாது? எங்களுக்கு ஏன் ஒரு வாய்ப்பு அளிக்கக் கூடாது?''

இந்த விதத்தில் எங்கள் உரையாடல் ஒன்றரை மணி நேரம் நடந்தது. அதில் எனக்கு ஏற்பட்ட அனுபவங்களை, இந்தப் புத்தகத்தில் நான் ஏற்கெனவே குறிப்பிட்டவற்றுள் பெரும் பாலானவற்றை அவர்களிடம் சொன்னேன்.

அவர்களிடம் குற்றவியல் சட்ட தண்டனையின் அடிப்படைகள் பற்றியும் கூறினேன். இங்கிலாந்தில் உள்ள சிறுவர் சீர்திருத்தப் பள்ளியில் இருந்து அமெரிக்காவிலும் ஐரோப்பாவிலும் உள்ள சிறை நிர்வாகம் வரை எல்லாவற்றைப் பற்றியும் சொன்னேன். நாங்கள் அதைப் பற்றி ஒரு நீண்ட விவாதம் நடத்தினோம். எல்லாவற்றையும்

எழுத்து மூலமாக ஒரு மனுவாகச் சமர்ப்பித்தேன். அதன்பிறகு கமிஷன் என்னிடமிருந்து விடைபெற்றுச் சென்றது.

கமிஷன் மூன்று அல்லது நான்கு அரசியல் கைதிகளிடம் இதேபோல எழுத்து மூலமாக அறிக்கையைக் கேட்டிருந்தார்கள். நாங்கள் முன்பே ஏற்பாடு செய்திருந்ததுபோல, காலனியில் வேலை செய்யும் கைதிகளின் தலைவர்கள் மூலமாகக் குடியிருப்புப் பகுதிகள் எல்லாவற்றிலிருந்தும் கமிஷனுக்கு மனுக்கள் அனுப்பப்பட்டன. அவர்கள் வேலை செய்த மாவட்டங்கள் குறித்த சிறப்புப் பிரச்சினைகள் அவற்றில் இடம்பெற்றிருந்தன. அரசியல் கைதிகளில் இருவர் கொடுத்த மனுக்கள் நேரடியாக உண்மையைச் சொல்லின. நாங்கள் எல்லோரும் ஒருமித்த குரலில் எங்கள் விடுதலைக்காகக் குரல் கொடுத்தோம். அதேபோல அந்தமானில் உள்ள சிறை நிர்வாகத்தில் ஒட்டுமொத்தமாக மாற்றங்களைக் கொண்டுவர நாங்கள் வேண்டுகோள் விடுத்திருந்தோம். அரசியல் கைதிகளில் பெரும்பாலானவர்கள், அந்தமான் மேற்கொண்டு கைதிகளை சிறை வைக்கும் இடமாக இருக்கக்கூடாது என்று கோரிக்கை விடுத்திருந்தனர். இந்தியாவிலிருந்து வந்த செய்தித்தாள் களிலும் இங்குள்ள சிறைகளை மூடும்படி வேண்டுகோள் விடுத்திருந்தனர். கல்கத்தாவில் இருந்து வரும் 'பெங்காலி' பத்திரிகையில் இதுகுறித்துத் தொடர்ச்சியாகக் கட்டுரைகள் வந்தன. எவருக்கும் இதனைச் சீர்திருத்துவதற்கும் ஒட்டுமொத்தமாக மூடுவதற்கும் உள்ள வித்தியாசம் தெரியவில்லை. இந்தியாவி லிருந்த கைதிகளுக்கும் இதைப் பற்றி ஒன்றும் தெரியவில்லை. அதனால் அங்கிருந்து வந்த பத்திரிகைகளிலும் இதுகுறித்து ஒழுங்காக விளக்கப்படவில்லை. நான் இதுகுறித்து எல்லா உண்மை களையும் சொல்லியிருந்தேன். இந்தக் கருத்து வேற்றுமையினால் அந்தமான் சிறையில் இருந்த கைதிகளின் பொதுவான கருத்திற்கு நான் கடும் எதிர்ப்புத் தெரிவித்தேன். சிறை நிர்வாகம் பற்றிய சட்டம் மற்றும் யதார்த்தம் தொடர்பாக என் கருத்துகளைக் கீழே குறிப்பிட்டுள்ளேன்:

"சிறை நிர்வாகத்தின் நோக்கம் கைதியைத் திருத்துவது. அவரை உடல்ரீதியாகவும் அறிவு ரீதியாகவும் மேம்படுத்துவதுதானே ஒழிய, அவரைப் பழி வாங்குவது போல் தண்டனை கொடுப்பதில்லை. அவருக்குக் கொடுக்கப்படும் தண்டனையும் ஒழுங்குவிதிகளும் இதனை மனதில்கொண்டே கொடுக்கப்படவேண்டும்.

தண்டனைகள் மிகவும் அதிகமாக இல்லாமல் அவரைத் திருத்தும் வகையில் இருக்கவேண்டும். இது மிகவும் அவசியம். ஏனென்றால்

மனித இயல்பு அதன் கொடூர உள்ளுணர்வுகளை இன்னமும் விலக்கவில்லை. தண்டனை பற்றிய பயம் இருந்தால்தான் பல சாதாரணக் கைதிகள் மேற்கொண்டு குற்றங்களைச் செய்யாமல் இருப்பார்கள். தார்மிகப் பொறுப்பு போன்றவற்றுக்கு இதில் இடமில்லை. ஆகவே குற்றங்களுக்கு ஏற்றார்போல் தண்டனையும் கடினமாக இருக்கவேண்டும். பிரம்பால் அடிப்பது, தூக்கில் போடுவது போன்ற தண்டனைகளை இன்று முழுவதுமாக ஒழிக்க முடியவில்லை என்றால்,அரிதான சமயத்தில் தரப்படும் மிக அபூர்வமான தண்டனைகள் ஆக்கப்படவேண்டும். திருத்தவே முடியாது என்ற நிலையிலிருக்கும் கைதிகளுக்கு மட்டுமே தீவிரமான தண்டனைகள் கொடுக்கப்படவேண்டும். இளவயதுக் குற்றவாளி கள் சாதாரணக் குற்றவாளிகளுடன் சேர்க்கப்படக்கூடாது. அவர்கள் வயது, அவர்களைத் திருத்தக்கூடிய வாய்ப்பு ஆகியவை கணக்கில் கொள்ளப்பட்டு, அவர்கள் அதற்கேற்றாற்போன்ற கைதிகளுடன் வைக்கப்படவேண்டும். அவர்களை அனுதாபத்துடனும் கருணையுடனும் நடத்தவேண்டும். அவர்களுக்குக் கடுமையான தண்டனைகள் வழங்கப்படக்கூடாது. அதே நேரத்தில் சமூக விரோதிகளுக்குக் கடுமையான தண்டனைகளை வழங்கவேண்டும். அவர்கள் திருந்துகிறார்கள் என்றால் அவர்களை மற்ற கைதிகளுடன் இணைத்து வைக்கலாம்.அதேபோல் சாதாரணக் கைதிகள் இன்னும் மோசமானால் அவர்களை சமூக விரோதிகளுடன் இணைத்து வைக்கவேண்டும்.

கைதிகளுக்குக் கடுமையான பணி கொடுப்பது அவர் அடைக்கப் பட்டிருக்கும் சிறைக்கு லாபம் சம்பாதிப்பதற்காக அல்ல. அது அவரை முன்னேற்றவும் நேர்மையான நல்லமனிதராக ஆக்கவும் தான். பணிகளுடன் அவரைக் கல்வி கற்கவும் தூண்டவேண்டும். அந்தமானில் கைதிகளுக்குக் கல்வி கற்க எந்த ஏற்பாடும் இல்லை. தனிப்பட்ட முறையில் யாரேனும் அதற்கு முயற்சி செய்தாலும் அதிகாரிகள் அதனை ஊக்குவிப்பதில்லை. இது மிருகத்தனமான, மிக மோசமான அணுகுமுறை. சிறையில் வேலையைக் காட்டிலும் கல்வி கட்டாயமாக்கப்படவேண்டும். அது மனரீதியாகவும் தார்மிக ரீதியாகவும் மாற்றத்துக்கு வழிகோலவேண்டும். அவன் பிணைந்திருக்கும் சமூகத்தில் ஒரு மனிதனாகச் செயல்பட உதவ வேண்டும்.

சட்டத்தின் பார்வையில் எத்தகைய தவறுகளைச் செய்திருந்தாலும் 22 வயதுக்குக் கீழே இருக்கும் கைதிகள் நிச்சயம் திருந்துவார்கள் என்ற நம்பிக்கையுடன் அணுகப்படவேண்டும். அவர்களுக்குக்

கொடுக்கப்படும் தண்டனையின் நோக்கம் அவர்கள் எதிர்காலக் குடிமக்கள் என்பதை நோக்கமாகக் கொண்டதாக இருக்கவேண்டும். எல்லா ஒழுக்க விதிகளும் இந்த நோக்கத்தையே கொண்டிருக்க வேண்டும். அவர்கள் விடுதலையானதும் பிழைத்துக்கொள்ள உதவும்படி அவர்களுக்குக் கைத்தொழில் கற்றுக் கொடுக்கப்பட வேண்டும். ஒவ்வொரு கைதிக்கும் பொழுதுபோக்குவதற்காக சினிமா மற்றும் பாடல்கள் போன்றவை இருக்கவேண்டும். இது அவர்களை நல்லவர்களாகவும் பொறுப்புள்ளவர்களாகவும் ஆக்கும்.

நிச்சயம் சிறை சொகுசான வாழ்க்கை வாழ்வதற்கான இடமல்ல. தங்கள் வழக்கமான உலகத்தில் மகிழ்ச்சியுடன் இருந்த அவர்கள் விலக்கி வைக்கப்பட்டிருப்பது, சிறையில் எளிமையாக, மகிழ்ச்சி யாக வாழ்வதற்கல்ல. மாறாக, அவர்கள் வாழ்க்கையை ஒழுங்கு படுத்திக் கொள்வதற்காகவும், தேவையற்ற விஷயங்களை இனிமேல் செய்யக்கூடாது என்ற புரிதல் அவர்களுக்கு வரவேண்டும் என்பதற்காகவும் கொடுக்கப்படுகிற தண்டனை. அவர்களுக்கு விடுதலை வேண்டுமென்றால் அதற்கேற்ப அவர்கள் நடந்து கொள்ளவேண்டும். எவ்வளவு சீக்கிரம் திருந்துகிறார்களோ அவ்வளவு சீக்கிரம் வெளியே வர முடியும். சிறை ஒருவரை சீர்திருத்துவதற்குத்தானே ஒழிய சித்திரவதை செய்வதற்கல்ல.

'நாங்கள் பரம்பரைக் குற்றவாளிகள்' என்று ஒரு சில குடும்பங்களே கூறிக்கொள்ள முடியும். அவர்களை நாம் விதிவிலக்காகக் கருத வேண்டும். வழக்கமாக ஒருவரைச் சிறைக்கு அனுப்புவது, அவர் திருந்தி நல்ல மனிதராக வருவதற்காகத்தான். இனம், பரம்பரை போன்றவை மற்ற விஷயங்களைப்போல இன்னமும் விஞ்ஞானத்தால் நிரூபிக்கப்படாமல் இருப்பதனால், அவற்றை மறுக்கமுடியாத உண்மைகள் என்று கருதி, அதன் அடிப்படையில் எந்தவிதமான தண்டனையும் வழங்கப்படக்கூடாது.''

என் மனுவில் நான் குறிப்பிட்டிருந்த விஷயங்கள் தோராயமாக இவைதான். இதில் சில விஷயங்கள் படிப்பவர்களுக்கு ஒப்புதல் இல்லாமல் இருக்கலாம். ஆனால் நான் என் நேரடி சாட்சியத்தின் போது எல்லாவற்றையும் தெளிவாக விளக்கினேன். அந்தமானைக் குறித்து என் இறுதி முடிவு இதுதான். கடல்காற்று பலமாக அடிப்பதாலேயே இன்று இது ஆரோக்கியமான இடமல்ல. ஆனால் முறையான கட்டுமானமும் சுகாதாரத் துப்புரவு ஏற்பாடுகளும் இந்த இடத்தை விரைவிலேயே நல்ல இடமாக மாற்றக்கூடும். துப்புரவு, மலேரியாவுக்கு எதிரான நடவடிக்கை, சாக்கடை போன்றவை இந்த இடத்தை முன்னேற்றுவதில் உதவினால், ஆரோக்கியம் மற்றும்

நீண்ட ஆயுளை விரும்புபவர்கள் இங்கு வந்து குடியேறலாம் என்ற நிலை வரலாம். இன்றிருக்கும் நிலையிலேயேகூட இங்கு வந்து குடியேறி இருக்கும் ஐரோப்பிய மக்கள் நல்ல ஆரோக்கியத்துடன் இருப்பதைக் காணலாம்.

சமுதாயத்தில் மிகக் கொடூரமான குற்றங்களைச் செய்து அதற்கான தண்டனை பெற்ற கைதிகளை அந்தமானில் வந்து குடியேறும்படி கட்டாயப்படுத்தலாம். அவர்களைக்கொண்டு இங்கிருக்கும் குடியிருப்புகளை முன்னேற்றலாம். அவர்கள் இங்கு வந்து சமுதாய மேம்பாட்டிற்காக உழைக்கவேண்டும். அவர்கள் எந்தப் பயனும் இன்றிச் சிறையில் இருப்பதற்குப் பதில் இப்படி உபயோகமான காரியங்களை அதிகாரிகளின் கடுமையான கண்காணிப்பில் செய்யலாம். இதனால் தேசத்திற்கும் பலன் உண்டு. அவர்களுக்கும் சமூகத்தைப் புரிந்துகொள்ள ஒரு வாய்ப்புக் கிடைக்கும். அவர்கள் வாழ்க்கை சந்தோஷமாக மாறும். இதில் மிகவும் அடங்க மறுக்கும் குற்றவாளிகளைக் கட்டுப்பாட்டிற்குள் கொண்டுவந்து, அவர்களைப் பொறுப்புடன் கடமையாற்றச் செய்யமுடியும் என்பதை என் வேலைகளின் மூலம் உணர்ந்திருக்கிறேன். இவர்களை ஒட்டு மொத்தமாக ஒரு சமூகமாக மாற்றமுடியும். மிகக் கொடூரமான குற்றவாளிகள்கூட சிறையில் உள்ள விதிகளினால் களிமண்ணைப் போன்ற மென்மையான மனிதர்களாக மாறுவதை நான் பார்த்திருக்கிறேன். அவர்களை அடக்கி ஆளும் நபர்களிடம் அவர்கள் நம்பகமான அடிமைகளாக வேலை செய்வார்கள். ஆனால் அவர்கள் அப்படி இருப்பது பயனில்லை. அவர்களைக் குடியிருப்பில் சுதந்திரமாக விட்டு, திருமணம் செய்துகொள்ள அனுமதித்து, அவர்கள் வாழ்க்கையை அவர்கள் பார்த்துக் கொள்ளும்படி செய்யவேண்டும். இப்போது அவர்களது பணிவும் கீழ்ப்படிதலும் அவர்களுக்கு உதவியாக இருக்கும். அதனால் சமூகத்துக்குச் சுமையாக இருக்கமாட்டார்கள். அவர்களுக்குப் பிறக்கும் குழந்தைகள் அவர்களைவிட நல்லவர்களாக இருப்பார் கள். அந்தக் குழந்தைகளுக்கு முறையான பயிற்சி கொடுத்தால் அவர்கள் மிக நல்ல குடிமகன்களாக உருவாவார்கள். 14 வருடம் அல்லது அதற்கு மேலும் போட்டு அடைத்து வைத்திருப்பதனால் அவர்கள் திருமணம் மற்றும் குழந்தைகள் போன்றவற்றைப் பற்றிச் சிந்திக்கவே வாய்ப்பில்லாமல் போய்விடுகிறது. இது நாட்டிற்குப் பெரிய நஷ்டம். மாறாக அவர்கள் இந்தக் குடியிருப்பில் சுதந்திரமாக உழைத்து, தங்கள் குடும்பத்தைக் கவனித்துக் கொள்ளலாம் என்ற நிலை வந்தால், ஒன்று அல்லது இரண்டு தலைமுறைகளுக்குள் நாட்டுக்கு நல்ல குடிமக்கள் கிடைப்பார்கள். கனடா, ஆஸ்திரேலியா

ஆகிய நாடுகள் இதற்கு நல்ல உதாரணங்கள். அவை ஆரம்பகாலத்தில் கைதிகளின் குடியிருப்புகள்தான். ஆனால் அவை இப்போது வளமிக்க நாகரிகமான நாடுகளாக உருவாகி யிருக்கின்றன. அவர்களது அடக்கியாளும் எண்ணமும் குரூரமான மனப்பான்மையும் காட்டுப் பகுதிகளைக் குடியிருப்புப் பகுதிகளாக மாற்றுவதற்கு உதவிகரமாக இருக்கின்றன. மற்ற நாடுகளுக்குப் பிரச்சினையாக இருக்கும் இவர்கள் இந்தப் பகுதிகளின் தேவையாக இருக்கிறார்கள். இதேபோல் அந்தமானிலும் ஒரு நல்ல குடியிருப்புப் பகுதியை உருவாக்க, கைதிகளைக்கொண்டு நாம் முனையலாம். முதலில் அவர்களது தனிப்பட்ட முன்னேற்றத்துக்கும், பிறகு நம் நாட்டின் குடியிருப்பு என்ற வகையிலும் இது நன்மை பயக்கும். இந்திய அரசாங்கம் அந்தமானைக் குறித்து இத்தகைய கொள்கையைத்தான் கொண்டிருக்கவேண்டும்.

இந்தக் காரணங்களுக்காக சிறை காலனியாக இருக்கும் அந்தமானை மூடுவதற்கு நான் ஒப்புக்கொள்ளவில்லை. மாறாக, சிறையில் இன்றிருக்கும் கொடூரமான தண்டனைகளில் மாற்றங்கள் செய்து, இங்குள்ள வாழ்க்கை முறையை மாற்றி அமைக்கலாம். இப்போது சிறையில் உள்ள விதிமுறைகள், கைதிகளை அடிமையாக வைத்திருக்கவும் சித்திரவதை செய்யவும் மட்டுமே உதவுகின்றன. அவர்களிடம் கடுமையான வேலை வாங்குவது மட்டுமே குறிக்கோளாக இருக்கக்கூடாது. இந்த அணுகுமுறை மாறி, ஒவ்வொரு கைதியையும் அவரவர் நடத்தைக்கேற்ப நடத்தப்பட வேண்டும். அவர்களது பழைய செயல்பாடுகள், தற்போதைய நடத்தை போன்றவை கருத்தில் கொள்ளப்படவேண்டும். அவர்கள் குடியிருப்புப் பகுதியில் தங்கவிடப்பட்டு அவர்களை நல்ல குடிமகன்களாக ஆக்கவேண்டும்.அவர்களின் வாரிசுகள் அவர்களைக் காட்டிலும் உயரவேண்டும். அதன்மூலம் இந்தியாவின் கலாசாரம் மற்றும் சமூக வளர்ச்சிக்கு அவர்கள் உதவி புரிவார்கள்.

இத்தகைய சீர்திருத்தங்கள், அரசாங்கம் இதுநாள் வரை அந்தமானில் உள்ள சில்வர் ஜெயிலில் நிர்வாகத்திற்குச் செலவு செய்த கோடிக் கணக்கான ரூபாயைக் காட்டிலும் லாபம் தரும் ஒன்றாக அமையும். இது கண்டிப்பாக வீண் செலவு என்று நினைக்க எந்த முகாந்திரமும் இல்லை. அந்தமானுக்கும் முக்கியத்துவம் கிடைக்கும். இந்தப் புதிய அமைப்பு நாட்டின் ஒரு முக்கியப் பகுதியாக மாறும்.

நான் அந்தமானில் காலடி எடுத்து வைத்த நாள் முதல் இந்த இடம் இந்தியாவிற்கான ஒரு வலிமையான கப்பற்படைத் தளமாக மாற்றப்படலாம் என்ற எண்ணம் எனக்கு இருக்கிறது. இது

கப்பற்படை மற்றும் விமானப்படைக்கு ஏற்ற இடம். இந்தியாவை இந்தப் பக்கத்திலிருந்து எதிரி தாக்கும் பட்சத்தில் இங்கிருக்கும் போர்க் கப்பல்கள் மற்றும் விமானங்கள் மூலம் முதலில் அவர்களை எதிர்கொள்ளலாம். தாக்குதலை முறியடிக்க இது ஒரு வலிமையான படைத்தளமாக அமையக்கூடும். (பாகம்1, 7ம் அத்தியாயத்தைப் பார்க்கவும்.)

நான் கவர்னருக்குக் கொடுத்த மனுவில் இதுபோன்ற பல திட்டங்கள் குறித்துக் கூறியிருந்தேன். அவர்களிடம் அந்தமான் குறித்து விவாதித்தது அவர்களுக்குப் புதிய வெளிச்சத்தைப் பாய்ச்சியது. ஒரு சிலர் அதனை அலட்சியப்படுத்தினார்கள். ஆனால் மற்ற எல்லோரும் அதைத் தீவிரமாக கவனிக்க ஆரம்பித்தனர். அவர்கள் மூன்றாவது மாடிக்கு என்னைப் பார்க்க வரும்போது சிரித்துக்கொண்டே கடற்கரையைக் காட்டி ''அதோ உங்கள் கப்பற்படை தளம், அதோ உங்கள் போர்க்கப்பல்கள் எல்லாம் அலைகளில் மேலும் கீழும் ஆடிக்கொண்டிருக்கின்றன'' என்று கிண்டலாகக் கூறுவார்கள். அதற்கு நான், ''நீங்களும் நானும் அவற்றைப் பார்ப்பதற்கு இருக்க மாட்டோம். ஆனால் நம் குழந்தைகள் கண்டிப்பாகப் பார்ப்பார்கள்'' என்று கூறுவேன்.

கமிஷனுக்கும் எனக்கும் இடையே நடந்த இந்த உரையாடல் 1919-1920 ஆண்டுவாக்கில் நடந்தபோது நம் குழந்தைகள் அந்தமான் இந்தியப் பாதுகாப்புக்கான கப்பற்படைத் தளமாக மாறுவதைப் பார்ப்பார்கள் என்று கூறினேன். இப்போது 1926ம் ஆண்டில் இதை நான் எழுதிக்கொண்டிருக்கும்போது நானே அது அப்படி மாறுவதைப் பார்ப்பேன் என்று நினைக்கிறேன். கடந்த நவம்பர் மாதம் செய்தித்தாள் ஒன்றில் என் இந்தக் கருத்தை உறுதிப்படுத்தும் விதமாகச் செய்தி ஒன்றைப் படித்தேன்:

''கைதிகளைக் கொண்டு அடைப்பதற்கான இடமாக அந்தமான் இனிமேல் பயன்படுத்தப்படமாட்டாது. ஒரு சுய சார்புள்ள குடியிருப்புப் பகுதியாக மாற்றுவதற்கு இந்திய அரசாங்கம் வருடாந்திர நிதியாக நான்கரை லட்சம் ரூபாய் ஒதுக்கி இருக்கிறது. இதனை ஒரு கப்பற் படைத்தளமாகவும் ஒரு வயர்லெஸ் நிலையமாகவும் பயன்படுத்தப் போகிறது.''

அந்தமான் கடற்கரையில் கால் வைத்த 1910ம் ஆண்டு முதல் நான் கண்டு வந்த கனவு, அதைத் தொடர்ந்து நான் தந்த யோசனைகளால் நிஜமாகப் போகிறது என்பதை இந்தச் செய்தியின் மூலம் அறியும் போது மிகுந்த மகிழ்ச்சி ஏற்படுகிறது. அதேநேரம் அந்த மாதிரி ஒரு

கடற்படை மற்றும் விமானப்படைத் தளமாக இதை மாற்றுவதற்கு இங்குள்ள கைதிக் குடியிருப்புகளை நீக்கவேண்டும் என்ற அவசியமில்லை. நான் என் மனுவில் எழுதியிருந்ததுபோலவும், நேரடி சாட்சியத்தில் கமிஷனிடம் கூறியிருந்ததுபோலவும் அதனை மாற்றி அமைத்தால் போதும். அதைச் சரியாகவும் தீவிரமாகவும் செயல்படுத்தினால் அது அந்தமானின் ராணுவத்துக்கும் அந்தமானின் வளர்ச்சிக்கும் உதவும். இது 1919ம் ஆண்டு நான் கொண்டிருந்த கருத்து. இன்றும் அந்தக் கருத்தில் எனக்கு எந்தவித மாற்றமும் இல்லை.

அத்தியாயம் 8

பொதுமன்னிப்பும் அரசியல் கைதிகளும்

ஜெயில் கமிஷன் அந்தமானை விட்டுச் சென்றது. நான் அவர்களிடம் தெரிவித்த விவரங்கள், அவர்களுடன் நடத்திய விவாதங்கள் அவர்களுக்குத் திருப்தி அளித்திருக்கும் என்பதில் சந்தேகமே இல்லை. என் விடுதலைக்கு அவர்கள் பரிந்துரைக்க மாட்டார்கள் என்றும் நினைக்கிறேன். ஏனென்றால், சீர்திருத்தங்கள் வெற்றியடைந்தால் புரட்சியாளர்கள் அமைதிப்பாதைக்குத் திரும்புவார்கள் என்று கூறினாலும், அதற்குப் பல நிபந்தனைகளையும் கூடவே சொல்லி இருந்தேன். அதனால் அவர்கள் கோபப்பட்டார்கள்.

ஆனால் என்னுடன் இருக்கும் ஆயிரக்கணக்கான சக கைதிகளின் நலனுக்காக ஒரு காரியம் செய்தேன் என்ற திருப்தி இருந்தது. என்னை மேற்கொண்டு சிறையில் வைத்திருக்க அரசாங்கத்திடம் எந்த ஒரு நியாயமான காரணமும் இருக்கவில்லை.

ஜெயில் கமிஷன் இந்தச் சிறைக்கு வந்து தங்கள் வேலையைச் செய்து கொண்டிருக்கும்போதும், அதன்பிறகும், இந்தியாவில் அரசியல் கைதிகளை விடுவிக்க ஒரு பெரிய இயக்கம் துவங்கியது. எங்கள் விடுதலையை ஒரு தேசியப் பிரச்சினையாக அது ஆக்கியது. பம்பாயில் உள்ள நேஷனல் யூனியன் எங்கள் விடுதலையை வலியுறுத்தி 70,000 பேர் கையெழுத்திட்ட ஒரு மனுவை அரசாங்கத்திடம் அளித்தது. இதுபோன்ற ஒரு மனு அளிக்கப்படவேண்டும் என்று நான் எப்போதும் வலியுறுத்தி வந்துள்ளேன். நான் இங்கே எழுதியுள்ளதைப் படித்தாலும், என் தம்பிக்கு எழுதும் வருடாந்தரக் கடிதத்தைப் படித்தாலும், இது தெளிவாகும். பம்பாயிலும்

மஹாராஷ்டிரத்திலும் இருக்கும் எங்கள் தலைவர்கள் தங்கள் தொடர்ச்சியான முயற்சியின் காரணமாக ஒருவழியாக இதைச் சாதித்தார்கள். அரசாங்கம் எங்களைப் போன்ற அரசியல் கைதிகளுக்கு எந்த விதமான ஆதரவும், உலக நாடுகளின் அனுதாபமும் வராமல் பார்த்துக்கொண்டது. அதுமட்டுமல்லாமல் பெரும்பாலான மக்கள் எங்களை மோசமானவர்கள் என்றும், சுயநலம்கொண்ட புரட்சி யாளர்கள் என்றும், இந்த நாட்டிலுள்ள குற்றவாளிகளுக்கு நாங்கள் எந்தவிதத்திலும் குறைந்தவர்கள் அல்ல என்றும் நினைக்கிறார்கள் எனக் கூறியது. நேஷனல் யூனியன் 70 ஆயிரம் பேர் கையெழுத்திட்ட மனுவைச் சமர்ப்பித்தது, அரசாங்கத்தின் நிலைப்பாட்டிற்குத் தக்க பதிலடி கொடுப்பது போல் இருந்தது. இந்த நாட்டிலுள்ள மக்கள் எங்களைத் தேசப்பற்றாளர்களாகப் பார்க்கிறார்கள் என்பது இதன்மூலம் தெளிவாகத் தெரிந்தது. தங்கள் செயல்பாடு மூலம் நாங்கள் வேறுபட்டவர்கள் என்பதையும், நாட்டின் மிக முக்கியமான விஷயங்களில் எங்களின் நிலைப்பாடு மற்றும் எங்கள் தியாகங்களுக்கு அவர்கள் நன்றியுடன் இருக்கிறார்கள் என்பதும் தெளிவாயிற்று. எங்களுக்கு நியாயம் கிடைக்க இந்த அமைப்பு அரசாங்கத்துக்கு மனு அளிப்பதன்மூலம் நிர்ப்பந்தத்தை உருவாக்கக் கடமைப்பட்டிருக்கிறது. என் தம்பி என்னைப் பார்க்க அந்தமான் வந்தபோது இதைப் பற்றி நிறைய சொல்லியிருக்கிறேன். பம்பாயில் உள்ள நேஷனல் யூனியன் 70 ஆயிரம் பேரிடம் கையெழுத்து வாங்கி ஒரு மனுவை அளித்து நாட்டுக்குப் பெரிய சேவையைச் செய்திருக் கிறார்கள். அதில் பம்பாயிலிருந்தும் அதைச் சுற்றியுள்ள பாகூர் போன்ற கிராமங்களிலிருந்தும் 15 நாட்களுக்குள் மக்களிடம் சென்று கையெழுத்து வாங்கி இருக்கிறார்கள். இந்தப் பணியில் பெண்களும் ஈடுபட்டு, விளம்பரம் செய்து, வீடு வீடாகச் சென்று கையெழுத்து சேகரித்திருக்கிறார்கள். இது அரசியல் கைதிகள் வரலாற்றில் இந்தியாவில் நிகழ்ந்த ஒரு முக்கியமான நிகழ்வு என்றே கூறவேண்டும். இந்தக் காரியத்தை மக்களிடம் கொண்டுசேர்க்கும் பணியில் என் தம்பி பெரும்பங்கு வகித்திருக்கிறான். இது நம் நாட்டில் உள்ள பெரிய தேசிய எழுச்சிக்கும் அதன்பின்னே தைரியமாகத் திரள்வார்கள் என்பதற்கும் ஒரு உதாரணம். அரசியல் கைதிகள் என்றாலே மக்கள் ஒரு காலத்தில் அச்சத்துடன் பார்த்தார்கள். சாதாரணமாக சட்டத்துக்கு மீறி நடப்பவர்களைவிட புரட்சியாளர்கள் எந்தவிதத்திலும் உயர்ந்தவர்கள் அல்ல என்பதுபோல, முக்கியமான இந்தியத் தேசியத் தலைவர்கள்கூடப் புரட்சியாளர்களின் பெயர் களைத் தயக்கத்துடன்தான் உச்சரித்தார்கள்.

அந்த மனு புரட்சியாளர்கள் உள்ளிட்ட எல்லா அரசியல் கைதிகளின் விடுதலையையும் கோரியிருந்தது. என்னையும் என் மூத்த

சகோதரரையும் பற்றி தனியாகக் குறிப்பிட்டிருந்தது. ஏனென்றால் எங்களை விடுதலை செய்வதில் அரசாங்கத்திற்குப் பெரும் எதிர்ப்பு இருந்தது. பெரும்பாலான கையெழுத்துக்கள் மகாராஷ்டிர மாநிலத்திலிருந்து பெறப்பட்டவை. நேஷனல் யூனியனுக்கு மற்ற மாநிலங்களில் உள்ள மக்களைச் சென்று சந்தித்துக் கையெழுத்துப் பெறுவதற்கு அவகாசம் இருக்கவில்லை. அதற்கான அவகாசம் மட்டும் இருந்திருந்தால் நாடு முழுவதும் சென்று நேஷனல் யூனியன் மிகப்பெரும் கையெழுத்து இயக்கத்தை நடத்தி இதைப் போன்ற பத்து மடங்கு கையெழுத்துகளோடு அந்த மனுவைச் சமர்ப்பித்திருக்கும். ஆனால் இப்போதும் அந்த மனுவில் இந்தியாவிலுள்ள எல்லா மாநிலங்களிலிருந்தும் அதன் தலைவர்களின் கையெழுத்துகள் இடம்பெற்றிருந்தன.

அந்தமானில் இருந்த நாங்கள் என்ன நினைக்கிறோம் என்பதை 1920ல் நான் எழுதிய கடிதத்தில் வெளிப்படுத்தியிருந்தேன். அந்தக் கடிதத்தில் இருந்த கருத்துகளின் சுருக்கத்தை வாசகர்களுக்காக நான் இப்போது தருகிறேன்.

"தலைவர்களுக்கும் தேசப்பற்றாளர்களான பம்பாயைச் சேர்ந்த நேஷனல் யூனியனின் உறுப்பினர்களுக்கும் எங்கள் மனமார்ந்த நன்றி. இந்த அரசியல் கைதிகளின் விடுதலையை வலியுறுத்தி 75 ஆயிரம் பேரிடம் கையெழுத்து வாங்கி நாடாளுமன்றத்தில் சமர்ப்பிக்கப்பட்ட மனுவிற்காக நான் நன்றிக்கடன் பட்டிருக்கிறேன். மிகக் குறைந்த காலத்தில் நீங்கள் இந்த மாபெரும் காரியத்தைச் சாதித்திருக்கிறீர்கள். இதற்காக நீங்கள் பாராட்டப்பட வேண்டியவர்கள். இந்த மனு அரசை நேரடியாக இல்லாவிட்டாலும் மறைமுகமாக நிர்ப்பந்தப்படுத்தும். குறைந்தபட்சம், இந்த மனு மூலம் இங்குள்ள அரசியல் கைதிகளின் தார்மிகத் தகுதி உயர்ந்திருக்கிறது. இதற்காக இங்கே இதுவரை போராடித் தோற்றவர்களின் சேவைகள் அங்கீகரிக்கப்பட்டிருக்கின்றன. நான் விடுதலையாகவேண்டும் என்று மக்கள் விரும்புகிறார்கள். அவர்கள் விருப்பப்படி நான் விடுதலையானால் அதனை நான் வரவேற்பேன். என் உணர்ச்சியை விவரிக்க வார்த்தைகள் இல்லை. நான் நிறைய நன்றிக்கடன்பட்டிருக்கிறேன். சொல்லமுடியாத அளவுக்கு மகிழ்ச்சியாக இருக்கிறேன். எங்கள் தகுதிக்கு மீறி மக்கள் அன்பு காட்டியிருக்கிறார்கள். அதில் சந்தேகமே இல்லை.''

ஒரு சில நாட்களிலேயே அரசாங்கம் எல்லா அரசியல் கைதிகளுக்கும் நிபந்தனைகளின் பேரில் பொது மன்னிப்பு வழங்குவதாக அறிவித்தது.

அதற்கான பெருமை பம்பாய் நேஷனல் யூனியன் சமர்ப்பித்த மனுவிற்குச் சேரும். அதேபோலவே, அரசியல் கைதிகளை விடுதலை செய்யக்கோரியும் அந்தமானில் அவர்களது நிலையை மக்களுக்குச் சொல்லி எழுச்சியை உண்டாக்கவும் தேசம் முழுவதிலும் நடத்தப்பட்ட போராட்டங்களுக்கும் சேரும்.

ஒருநாள் மாலை பணி முடிவதற்குச் சிறிதுநேரம் முன் நான் சக கைதிகளுடன் நின்றுகொண்டிருந்தேன். அப்போது என் சீக்கிய நண்பர் ஒருவர் கைகளைத் தட்டிக்கொண்டே ஓடிவந்து, ''பாபுஜி, நீங்கள் விடுதலை ஆகி விட்டீர்கள். இந்தச் சிறையில் உள்ள எல்லா அரசியல் கைதிகளுக்கும் விடுதலை என்ற உத்தரவு வந்திருக்கிறது. நீங்கள் விடுதலை ஆகிவிட்டீர்கள் பாபுஜி, நீங்கள் விடுதலை ஆகிவிட்டீர்கள்'' என்று கூறினார்.

அந்த வார்த்தைகள் எனக்கு எத்தகைய மகிழ்ச்சியைக் கொடுத்தன என்பது,நாடுகடத்தல் தண்டனை பெற்றுச் சிறையில் தூக்கு மேடைக்குச் செல்லக் காத்திருக்கும் ஒரு நபரின் மனதிற்கு மட்டும் தான் தெரியும்.

என்னுடன் இருந்த கைதிகள் எல்லோரும் அப்படியே அதே இடத்தில் நின்றுவிட்டனர். எதிர்பாராதது நடந்துவிட்டது. அவர்கள் ஒருவருக்கொருவர் அதைப் பற்றி ரகசியமாகப் பேசிக் கொண்டிருந்தனர். ஆனால் நான் இந்த வார்த்தையைப் பலமுறை கேட்டிருக்கிறேன். என் நம்பிக்கை பலமுறை உடைந்தும் போயிருக் கிறது. என் மகிழ்ச்சி நீண்ட நேரம் நீடிக்காமலும் போயிருக்கிறது. அதனால் என் மனம் இதற்கு எவ்வித எதிர்வினையும் ஆற்றவில்லை. 1911ம் ஆண்டு மன்னர் முடிசூட்டுவிழாவின்போது இதேபோன்ற ஒரு செய்தியை ஒரு கைதி என்னிடம் வந்து சொன்னார். அப்போது கைதிகள் அவர்கள் படுக்கைகளை மடக்கி வைத்துக் கிளம்பத் தயாராக இருந்தனர். அது நடந்து எட்டு அல்லது ஒன்பது ஆண்டுகள் ஓடிவிட்டன. நான் அதே சிறையில் அப்போது இருந்ததைப் போலவே இருக்கிறேன். இதற்கிடையில் எத்தனையோ அரசியல் கைதிகள் அதன்பிறகு இங்கு வந்து போகவும் செய்துவிட்டார்கள்!

அதனால் நான் என் சீக்கிய நண்பரிடம், அந்தச் செய்திக்கான ஆதாரம் என்ன, யார் சொன்னார்கள், எப்படி உங்களுக்குச் செய்தி கிடைத்தது என்று கேட்டேன். இது தந்தியின் மூலம் வந்ததா அல்லது வேறு எப்படி வந்தது? செய்திகளைக் கொண்டுவர எங்களுக்கிருந்த தொடர்புகள் மிகவும் திறம்படச் செயல்பட்டுக்கொண்டிருந்தன. அதிகாரிகளுக்கு ஏதேனும் தகவல் வந்தால் உடனடியாக அது

எங்களுக்குத் தெரிந்துவிடும். அவர்களுக்குக் கொடுக்கப்படும் உத்தரவு நகல் அவர்கள் கையில் கிடைக்கும் அதே நேரத்தில் எங்களிடமும் வந்து சேர்ந்துவிடும். ஏழு கடல் தாண்டி, கண்காணிப்பு தாண்டி, சிறை தாண்டி அனைத்துத் தடைகளையும் மீறி அவை எங்கள் கைகளுக்கு வந்துவிடும். அந்த உத்தரவு வந்த தந்தி, அதேபோல் ஒரு வார்டர் கையில் கிடைத்து, அவர் அதை இந்த சீக்கியரிடம் கொடுத்திருக்கிறார். நான் அவரிடம் என்ன ஆதாரம் என்று கேட்டவுடன் அவர் உடனடியாக அந்தத் தந்தியை என் கைகளில் கொடுத்தார். "இப்போது திருப்தியா என்று என்னைக் கேட்டார். "இப்போதாவது என்னை நம்புவீர்களா?" என்று கூறி மகிழ்ச்சியுடன் வெற்றிக் களிப்பில் எனக்குக் கை கொடுத்தார்.

அந்தத் தந்தியைப் படித்தேன். அரசியல் கைதிகள் எல்லோரும் விடுதலை ஆகப்போவதில்லை. அமைதிக்கும் பாதுகாப்புக்கும் குந்தகம் விளைவிக்காத நபர்கள் மட்டுமே விடுதலை செய்யப் படுவார்கள் என்ற வரியை நண்பர்களுக்குப் படித்துக் காண்பித்தேன். அந்த நிபந்தனையின் அர்த்தம் மிகத் தெளிவாக இருந்தது. பொது மன்னிப்பு என்பது பொதுப் பாதுகாப்புக்கு ஒத்துப்போகும் நபர்களுக்கு மட்டும்தான். அதனால் நானும் என் சகோதரரும் அதே போல சில ஆக்ரோஷமான கைதிகளும் இந்தப் பொது மன்னிப்பினால் பயன்பெற மாட்டோம் என்பது எனக்கு உறுதியாகத் தெரிந்தது. அதுகுறித்த சந்தேகங்களை நான் வெளிப்படுத்தினாலும் அவர்கள் நான் கூறுவதைப் பொருட்படுத்தாமல் மகிழ்ச்சியுடன் இருந்தார்கள். அவர்களில் பெரும்பாலானோர் விடுதலை செய்யப் படுவார்கள் என்று அவர்களிடம் கூறினேன். அதனால் அவர்கள் எல்லோரும் கொண்டாடலாம் என்பது சரிதான். அவர்களுக்கு அது ஒரு தனிப்பட்ட வெற்றி என்றும் கூறினேன். ஆனால் எல்லோரும் விடுதலையாகப் போகிறோம் என்று கனவு காணவேண்டாம், ஏனென்றால் ஏமாற்றம் பெரிதாக இருக்கும் என்று சொன்னேன். ஒன்று மட்டும் உறுதி, நாங்கள் இங்கேயே இருந்து, போராடி, நொந்து மடியவேண்டும். இதைத் தவிர வேறு எந்தச் செய்தியும் உறுதியானது அல்ல.

நான் கூறியபடியே நடந்தது. அந்தப் பொது மன்னிப்பு எனக்குப் பொருந்தாது. எனக்கு மட்டுமல்லாமல் எனக்குப் பிறகு வந்த பல அரசியல் கைதிகளுக்கும் பொருந்தாது.

சிலர் இந்தியாவில் உள்ள சிறைகளில் இன்னும் வாடுகின்றனர். அவர்கள் எப்போது விடுதலை ஆவார்கள் என்று கடவுளுக்குத்தான் தெரியும்.

விடுதலையாகப் போகிறவர்களில் பெரும்பாலான அரசியல் கைதிகள் பஞ்சாப் மற்றும் குஜராத் மாநிலங்களைச் சேர்ந்தவர்கள். அவர்களில் பெரும்பாலானோர் அந்தப் பகுதிகளில் கலவரத்தில் ஈடுபட்ட இந்திய ராணுவ வீரர்கள். அவர்கள் இந்தச் சிறையில் இரண்டரை ஆண்டுகாலமாக இருந்திருக்கிறார்கள். இந்தப் பொது மன்னிப்பில் விடுதலை ஆகப்போகும் புரட்சியாளர்களான அரசியல் கைதிகள் பெங்காலி மாணிக் தோலா வெடிகுண்டு வழக்கில் கைதானவர்கள். மற்றவர்கள் பஞ்சாப்பிலும், பனாரஸ் விசாரணையிலும், பிரிவினை மற்றும் சதிக் குற்றங்களுக்காகக் கைது செய்யப்பட்டவர்கள். இந்த நாள் எங்கள் எல்லோருக்கும் மகிழ்ச்சியான நாள். எல்லோரும் சந்தோஷத்தில் திளைத்துக் கொண்டிருந்தபோதும், நான் இந்தியாவிற்கு இன்னும் சுதந்திரம் கிடைக்கவில்லை, அவர்கள் எல்லோரும் போராடியது இந்தியாவின் சுதந்திரத்திற்காகத்தான், அதுதான் நம் தேசிய லட்சியம் என்பதை நினைவுறுத்தத் தவறவில்லை. அந்தப் போராட்டத்திற்கு வெற்றி கிடைக்காதவரை நம் கொண்டாட்டம் எல்லாம் தற்காலிகமானது தான், இந்த மகிழ்ச்சிக்குப் பின்னே சோகத்தின் நிழல் நிச்சயம் இருக்கும், இதற்குப் பிறகும் நாம் பல போராட்டங்களில் ஈடுபட்டுப் பல துன்பங்களை எதிர்கொள்ள வேண்டியிருக்கும் என்பதை நினைவுறுத்தினேன். நம்முடைய நோக்கத்திற்காக இன்னும் பலர் தங்கள் உயிரைத் தியாகம் செய்யவேண்டியிருக்கும் என்பதையும் மறந்துவிடக்கூடாது என்று சொன்னேன்.

அந்தப் பொதுமன்னிப்பு அந்தமான் சிறையிலும் முக்கியமான தாக்கத்தைச் செலுத்தும். பொது மன்னிப்புப் பெற்றவர்களில் ஒருவர் இந்தச் சிறையையே, கடார் பத்திரிகையில் இருந்து வெட்டி எடுக்கப்பட்ட தேச பக்திப் பாடல்களைப் பாடி அதிரவைத்துக் கொண்டிருந்தவர். அவர் பாடும்போது சிறையில் உள்ள அனைத்துக் கைதிகளும் அவருடன் சேர்ந்து பாடுவார்கள். அந்தப் பாடல்கள் மிகவும் புரட்சிகரமாக இருக்கும். ஒரு உதாரணத்திற்கு அவற்றின் வரிகளைக் கூறுகிறேன். "உங்கள் கண்களை திறங்கள், ஓ இந்தியர்களே, நம் தேசம் மூழ்கிக்கொண்டிருக்கிறது." அவரது குரல் இன்றும் என் காதில் ஒலித்துக்கொண்டிருக்கிறது. அத்தகைய தீவிரமான தேசப்பற்றாளர்கள் மன்னிப்புக் கொடுக்கப்பட்டு விடுதலை செய்யப்பட்டது, அரசாங்கத்தின் கொள்கைகளில் ஏற்பட்டுள்ள மாற்றங்களையும், இந்த மாற்றங்கள் அரசாங்கத்தின் மீது செலுத்தும் அழுத்தத்தையும் காட்டுகிறது. இது அந்தமானில் கைதிகளின் நன்னடத்தைக்காகக் கொடுக்கப்பட்ட பரிசல்ல. நான் இதனைத் திரும்ப திரும்ப வலியுறுத்திக்கொண்டிருந்தேன். ஏனென்றால் இந்த

விடுதலை நன்னடத்தைக்குத் தரப்பட்டது என்று சிலர் தவறாகக் கட்டமைக்கக் கூடும். அதனால் சிறையில் மேற்கொண்டு எந்த விதமான ஒற்றுமையும் சிறைக் கைதிகளுக்கான மேம்பாட்டிற்கான போராட்டங்களும் நடக்காமல் போய்விடும். சிறையிலிருக்கும் தீவிரமான அரசியல் கைதிகளை இந்த எண்ணம் பாதித்து உணர்வை மங்கச் செய்துவிடும். ஒருவிதமான கோழைத்தனம் ஊடுருவி, சிறையில் நான் தொடரச் செய்திருந்த பல பயனுள்ள செயல்களைச் செய்யவிடாமல் ஆக்கிவிடும்.

இந்த விஷயங்கள் ஒருபுறமிருக்க என் வங்க நண்பர்கள் விடுதலை செய்யப்பட்டது குறித்து மகிழ்ச்சியுடன் இருந்தேன். அவர்கள் என் மூத்த சகோதரருடன் தோளோடு தோள் நின்று புரட்சிப் போராட்டத்தில் ஈடுபட்டவர்கள். அரசாங்கத்தின் பொது மன்னிப்பினால் விடுதலை வழங்கப்பட்டிருக்கிறது. நான் அவர்களைத் தனிப்பட்ட முறையில் சந்தித்து அவர்கள் எதிர்காலத்திற்காக வாழ்த்துகளைத் தெரிவித்தேன். அதில் சிலர் என்னிடம் மிகவும் நெருக்கமாகப் பழகியவர்கள். மிகச்சிறந்த தேசப்பற்றாளர்கள். அவர்கள் இங்கு ஆயுள் தண்டனை பெற்று அனுப்பப்பட்டிருந்தாலும் 4 வருடத் தண்டனையையே முடித்திருந்தார்கள். அவர்களில் விடுதலை செய்யப்பட்ட சீக்கியர்கள் திரும்பத் துறைமுகத்திற்குச் செல்லும்போது தேசபக்திப் பாடல்களைப் பாடிக்கொண்டே சென்றார்கள்.

அதைப்பார்த்த முதன்மை கமிஷனர் தன் அறிக்கையில், ''இந்த மூர்க்கர்கள் திரும்பவும் ஆயுள் தண்டனை பெற்று அந்தமானுக்குத் திரும்பி வரவேண்டியவர்கள்'' என்று கூறினாராம். இப்படி ஒரு செய்தி பரவியது. அவர் கூறியது உண்மைதான். ஏனென்றால் அவர்கள் அவ்வளவு புரட்சி சிந்தனையும் தேசப்பற்றும் கொண்டவர்கள்.

விடுதலையான இந்தக் கைதிகள் எல்லோரும் தாங்கள் இனிமேல் ஒரு குறிப்பிட்ட வருடங்களுக்குப் புரட்சி நடவடிக்கைகளிலும் அரசியலிலும் ஈடுபட மாட்டோம் என்று எழுதிக் கையெழுத்துப் போட்டுக் கொடுக்கவேண்டும். ஒருவேளை அவர்கள் அதை மீறி, தேசத்துரோக நடவடிக்கை நிரூபிக்கப்பட்டால், திரும்பவும் அந்தமானுக்குக் கொண்டுவரப்பட்டு ஆயுள் தண்டனையில் மீதிக் காலத்தைக் கழிப்பார்கள்.

அந்தத் தந்தி வந்தவுடன் எங்களுக்குள் சூடாக ஒரு விவாதம் நடந்தது. அது, நம் விடுதலையையும் கோரி ஒரு மனுவை எல்லோரும் கையெழுத்திட்டு அளிக்கலாமா வேண்டாமா என்பதுதான். நான் அவர்களிடம், அதில் ஒன்றும் தவறில்லை, அது தேசத்தின் நலனைக்

கருதியும் எதிர்காலத்தைக் கருத்தில்கொண்டும் சொல்லப்படும் விஷயம் என்று கூறினேன். அவர்களுக்கு சிவாஜியின் வாழ்க்கையிலிருந்து உதாரணங்களையும் கூறினேன். அவர் எப்படி ஜெய்சிங்கையும் அப்சல் கானையும் எதிர்கொண்டார் என்பதைப் பற்றிச் கூறினேன். குருகோவிந்த் சிங் சாம்கோர் சம்பவத்திலிருந்து எப்படித் தப்பித்தார் என்பதையும், பகவான் கிருஷ்ணரின் வாழ்க்கையிலிருந்தும் உதாரணங்களைக் கூறி, அவர்கள் செய்வது சரியான செயலே என்று சொன்னேன். ஆனால் அவர்கள் இந்த உதாரணங்களை எல்லாம் கேட்டுக்கொண்டாலும் திருப்தி அடையவில்லை. இத்தனை துன்பங்களுக்குப் பிறகும் அவர்கள் இந்த விஷயத்தில் பிடிவாதமாக இருந்தது, என் தேசத்தின் எதிர்காலம் குறித்த பெரிய நம்பிக்கையைக் கொடுத்தது. கடைசியில் அவர்கள் எல்லோரையும் ஒப்புக்கொள்ள வைத்தேன். சந்தேகங்கள் நீங்கி அவர்களும் அரசு கேட்டுக்கொண்டபடி கையெழுத்திட்டுக் கொடுத்தார்கள். அதனால் அவர்கள் எல்லோரும் விடுதலை செய்யப்பட்டனர்.

பலர் அடுத்தடுத்து குழுக்களாக அங்கிருந்து அனுப்பப்பட்டார்கள். அதில் பாய் பரமானந்த் விடுதலை செய்யப்பட்டது எங்கள் எல்லோருக்கும் பெருத்த மகிழ்ச்சியைக் கொடுத்தது. அவர் இங்கு வந்து 5 வருடங்கள்தான் ஆகி இருந்தன. ஆனால் இந்தச் சிறையின் மோசமான சூழ்நிலை அவரை உருக்குலைத்திருந்தது. அவரால் மூச்சு கூட விடமுடியவில்லை. அவர் சாகும் வரை உண்ணாவிரதம் மேற்கொண்டு ஒரு மாதம் ஆகியிருந்தது. அதைக் கைவிடுமாறு எவ்வளவோ வற்புறுத்தினேன். அதிகாரிகள் அவருக்கு மூக்கு வழியாக உணவைச் செலுத்தத் தொடங்கி இருந்தனர். இதுபோல் சில நாட்கள் சென்றபின் பொதுமன்னிப்புப் பற்றிய செய்தி எங்களுக்குக் கிடைத்தது. அந்தப் பொதுமன்னிப்பில் பாய் பரமானந்த் கண்டிப்பாக விடுதலை செய்யப்படுவார் என்று நம்பினேன். அவரும் அந்த நம்பிக்கையில் உணவு உட்கொள்ள ஆரம்பித்தார். இந்த நிகழ்ச்சி நடந்த ஒரு சில நாட்களுக்குப் பிறகு அவர் விடுதலையாகப் போகிறார் என்ற செய்தி வந்தது. அவர் என்னிடம் வந்து அன்புடனும் உணர்ச்சிப் பெருக்குடனும், ''நீங்கள்தான் முதலில் விடுதலை செய்யப்படவேண்டும். நீங்கள் இல்லாமல் வெளியே செல்வது எனக்குக் கஷ்டமாக இருக்கிறது'' என்றார். அவர் கண்களில் கண்ணீர் வழிந்தது. என்னிடம் பிரியாவிடை பெற்றுச் சிறையிலிருந்து விடுதலையானார். அவருக்கு நன்றி தெரிவித்து விடைகூறினேன். அவர் சிறையிலிருந்து விடைபெற்றுச் செல்வதைப் பார்ப்பதற்கு பெரும் மகிழ்ச்சியாக இருந்தது என்று அவரிடம் சொன்னேன். அன்று முழுவதும் அந்த மகிழ்ச்சியிலேயே நான் திளைத்திருந்தேன்.

நாளந்தா விஹாரின் பட்டதாரிகள்

இந்தச் சிறையிலிருந்து அரசியல் கைதிகள் பொது மன்னிப்பு வழங்கப்பட்டு விடுதலை செய்யப்படுவார்கள் என்ற செய்தி கிடைத்தவுடன் நான் அவர்களிடம் கல்வி கற்பதற்கான அவசியத்தை வலியுறுத்தத் தொடங்கினேன். கடைசி குழு விடுதலை பெற்று வெளியே செல்லும் வரை, ஒவ்வொரு கூட்டத்திலும் ஒவ்வொரு சந்திப்பிலும் இதன் அவசியத்தை வலியுறுத்தினேன். இப்போது விடுதலையாகப் போவதால் தேசிய விழிப்புணர்ச்சிக்கும் விடுதலைக்கும் இனி செய்யவேண்டிய காரியத்தைக் குறித்து நாங்கள் திட்டமிட்டோம். இந்தக் கைதிகள் இந்தச் சிறைக்குப் பல ஆண்டுகளுக்கு முன்பு வந்தபோது அவர்களுக்குத் தேசப்பற்றும், தியாக உணர்வும் இருந்தன. ஆனால் இங்கு வந்த ஐந்து அல்லது பத்து ஆண்டுகளுக்குள் அவர்கள் கல்வி கற்றுக்கொண்டதனால் பெரிய மாற்றம் நிகழ்ந்திருக்கிறது. அவர்கள் இந்த 'வீட்டுப் பல்கலைக் கழக'த்தில் இருந்து பட்டதாரிகளுக்கு இணையான அறிவுடன் வெளியே செல்கிறார்கள். அவர்கள் எங்கள் சிறையிலிருக்கும் 'நாளந்தா பல்கலைக்கழக'த்தில் படித்தவர்கள். இப்போது அவர்கள் சாதாரணச் சிப்பாய்கள் அல்ல. அவர்களில் சிலர் கேப்டன்களாகவும் ஜெனரலாகவும் இருக்கத் தகுதி படைத்தவர்கள். அவர்கள் தேசப்பற்று என்பது இப்போது வெறும் உணர்ச்சி மட்டுமல்ல. அதில் அறிவும் ஒழுக்கமும் சேர்ந்திருக்கின்றன. பொன்னிற ஒழுக்க ஜ்வாலை அவர்களிடம் உள்ளது. பல ஆண்டுகளாகப் பொறுமை யாகக் கடுமையாக உழைத்ததன் பலன் கிட்டியிருக்கிறது. அந்த ஜ்வாலை தீவிரமாக எரிவதை அவர்களிடம் நான் பார்க்கிறேன். அவர்கள் என் கண்முன்னே அடைந்திருக்கும் மாற்றம் மகிழ்ச்சியைத் தருகிறது. நான் பட்ட கஷ்டம் நாட்டுக்கு நன்மை தரப்போகிறது. என் ஆற்றலும் என் எண்ணங்களும் நாடு முழுக்கப் பரவப் போகின்றன. அவர்களால் இது நிச்சயம் நடக்கப்போகிறது என்பது என்னை மகிழ்ச்சியில் ஆழ்த்தியது. அவர்களில் பலரை நான் தற்கொலை விளிம்பிலிருந்து காப்பாற்றி இருக்கிறேன். இப்போது அவர்களது வாழ்க்கை, தேசத்தின் நலனுக்கும் முன்னேற்றத்துக்கும் பயன்படப் போகிறது என்பதை அறியும்போது மட்டற்ற மகிழ்ச்சி உண்டாகிறது. இந்த எண்ணங்களால், சிறையில் என் நிலை குறித்த கவலை எனக்குக் குறைந்தது.

எல்லோரும் எந்தப் பிரிவில் வந்தார்களோ அந்தக் குழுவினரோடு சென்றனர். 30 அரசியல் கைதிகள் மட்டும் இங்கே இருந்தனர். அவர்கள் எனக்கும் என் மூத்த சகோதரருக்கும் துணையாக இருந்தனர். எங்கள் விஷயம் எனக்குத் தெரியும். ஆனால் இந்தக்

கைதிகளை ஏன் விடுதலை செய்யவில்லை என்பது எனக்குப் புரியவில்லை. இவர்களைவிட மிகத்தீவிரமான குற்றம் புரிந்தவர்களும், புரட்சியாளர்களும், இந்தப் பொது மன்னிப்பில் விடுதலை செய்யப்பட்டிருக்கிறார்கள். ஒவ்வொரு தனிப்பட்ட விடுதலையையும் பற்றிக் கூர்மையாக ஆராய்ந்ததில் இருந்து, எனக்கு ஒரு விஷயம் புரிந்தது. இந்தப் பொது மன்னிப்பிற்கு எந்த ஒரு அளவுகோலும் அவர்கள் வைத்துக் கொள்ளவில்லை. இதன் காரணமாகத் தகுதி உள்ள சில பேர் விடுதலை செய்யப்படாமல் இங்கிருக்கிறார்கள். அதே நேரத்தில் அவர்களைக் காட்டிலும் மோசமானவர்கள் விடுதலை செய்யப்பட்டிருக்கிறார்கள்.

10 வருடம் நடந்த தீவிரமான போராட்டம் சிறையில் அரசியல் கைதிகளுக்குச் சாதகமாக அமைந்திருக்கிறது. ஆனால் நானும் என் சகோதரரும் தேவைக்கும் அதிகமாக இந்தக் கடற்கரைச் சிறைச் சாலையில் மீண்டும் ஒருமுறை தனித்துவிடப்பட்டிருக்கிறோம். என்னுடன் ஆயுள் தண்டனை பெற்று நாடு கடத்தப்பட்டவர்கள், எனக்குப் பிறகு எட்டு வருடங்கள் கழித்து இங்கு வந்தவர்கள் எல்லோரும் இந்தச் சிறையில் இரண்டு ஆண்டு தண்டனைக் காலத்தைக் கழிப்பதற்குள்ளாகவே விடுதலையாகி விட்டனர். ஆனால் எங்களுக்கோ தண்டனைக் காலத்தில் ஒருநாள்கூடக் குறைக்கப்படவில்லை. எங்களுக்கு இழைக்கப்பட்டிருக்கும் இந்த அநீதி இந்திய மக்களின் மனதில் பாதிப்பை ஏற்படுத்தியது. அரசாங்கம் எங்களை எவ்வளவு தூரம் நசுக்க முயன்றாலும் அந்த அளவுக்கு மக்கள் மனதில் எங்கள் நினைவு மேலோங்கி இருந்தது. டெல்லியில் இம்பீரியல் லெஜிஸ்லேடிவ் கவுன்சிலில், எல்லா அரசியல் கைதிகளுக்கும் பொது மன்னிப்பு வழங்கப்பட்டு விடுதலை செய்யப்பட்டபோது எங்களை ஏன் விடுதலை செய்யவில்லை என்ற கேள்வி எழுப்பப்பட்டது. செய்தித்தாள்களும் இதே விஷயத்தைக் குறித்து எழுதின. சாவர்க்கரையும் அவரது சகோதரரையும் மற்றும் பஞ்சாப்பைச் சேர்ந்த போகா மற்றும் ரத்தன் சவுத்ரி ஆகியோரை விடுதலை செய்யக் கோரி இந்தியத் தேசிய காங்கிரஸின் செயற்குழு தீர்மானம் ஒன்றை நிறைவேற்றியது.

கடைசியில் ஒரு வழியாக எங்களுக்கும் அதிர்ஷ்டம் அடித்தது. அந்தமானில் உள்ள சில்வர் ஜெயிலில் இருந்து நாங்கள் விடுதலை செய்யப்பட்டோம்.

ஆனால் எப்படிப்பட்ட விடுதலை? எங்கே இருந்து விடுதலை? மற்றவர்கள் எல்லோரும் சிறையிலிருந்து விடுவிக்கப்பட்டபோது நாங்கள் எங்கள் கட்டடத்தில் இருந்த தனிமைச் சிறையிலிருந்து

வெளியே கொண்டுவரப்பட்டு சிறையிலிருந்த முற்றத்தில் தங்க வைக்கப்பட்டோம். 10 அல்லது 15 மனுக்கள் கொடுத்த பிறகு எங்களை அலுவலகத்தில் கதவின் அருகில்கொண்டு சென்றார்கள். கைதிகளின் பெயர்களை அதற்கான படிவத்தில் எழுதும் வேலை எனக்குத் தரப்பட்டது. அந்தப் படிவத்தை எழுதி நான் அலுவல கத்திற்குக் கொண்டுசென்று கதவின் அருகில் நிற்கவேண்டும். உள்ளே நுழையக் கூடாது.

ஒருமுறை அந்தக் கதவும் எனக்கு மூடப்பட்டது. அதில் என் தவறேதும் இருக்கவில்லை. ஒரு அரசியல் கைதி இந்தியாவிற்குக் கடிதம் ஒன்றை எழுதும்போது அங்கே வந்த வார்டரிடம் மாட்டிக் கொண்டார். அந்தக் கடிதத்தில் அவர் சிறையில் உள்ள கைதிகளின் நிலை குறித்துப் பத்திரிகைகளுக்கு எழுதி இருந்தார். அந்தக் குற்றத்திற்காக அந்த வார்டரும் அந்தக் கைதியும் தண்டிக்கப் பட்டனர். ஆனால் அவர்களுடன் எனக்கும் தண்டனை வழங்கப் பட்டது. அதிலிருந்து ஒரு சில நாட்களுக்கு கதவின் அருகில் இருந்த என் இருக்கைக்கு வரக் கூடாது என்று தடை விதிக்கப்பட்டது.

இது எனக்கு எப்போதும் இருந்த தொந்தரவு. சிறையில் ஏதேனும் ஒரு அசம்பாவிதம் நடந்தால் அதற்கு நான்தான் காரணம் என்று கூறி என்னைப் பலிகடாவாக்கி எனக்குத் தண்டனை கொடுப்பார்கள்.

இப்படி என் துர்பாக்கிய நிலை தொடர்ந்துகொண்டிருந்தது. ஒருவழியாக நான் திரும்பவும் அலுவலகக் கதவின் அருகில் கொண்டுவரப்பட்டேன். பிறகு அலுவலகத்திற்குள் நுழையவும் அனுமதிக்கப்பட்டேன். உள்ளே ஒரு அடி எடுத்து வைக்கத்தான் முடிந்ததே தவிர அதற்குமேல் ஒன்றுமில்லை.

நான் இந்த நேரத்தில், சிறையில் பத்தாண்டுகால தண்டனையை முடித்து விட்டிருந்தேன். சரியாகச் சொல்லவேண்டும் என்றால் ஒன்பது ஆண்டுகாலம் முழுவதுமாக முடித்துவிட்டேன். நான் அதிகாரிகளிடத்தில் என்னுடன் சிறைக்கு வந்தவர்கள் வெளியே சென்று காலார நடக்க அனுமதிக்கப்படுகிறார்கள், அதில் ஒருவருக்கு வெளியே சென்று தங்குவதற்கு அனுமதி அளிக்கப்பட்டுள்ளது, பலருக்கு வெளியே சென்று பல வேலைகளைச் செய்ய அனுமதி வழங்கப்பட்டிருக்கிறது, எனக்குப் பிறகு வந்தவர்களுக்குத் தொழிற்சாலைகளில் உயர்பதவிகளிலும் அச்சுக் கூடங்களிலும் பணி செய்ய அனுமதி வழங்கப்பட்டிருக்கிறது, எனக்கும் அதே போல் வெளியே செல்லவும் சிறிது நேரம் வெளியே சென்று அமர்ந்திருக்கவும் அனுமதி வழங்கப்படவேண்டும் என்று மனு

கொடுத்தேன். ஆயுள் தண்டனை பெற்ற பல அரசியல் கைதிகளும் சாதாரணக் கைதிகளும் இரண்டு ஆண்டுச் சிறைத் தண்டனைக்குப் பிறகு விடுதலை செய்யப்பட்டிருக்கும்போது தொடர்ந்து 10 ஆண்டுகள் இங்கே சிறையிலிருக்கும் எனக்கு இந்த அனுமதி மறுக்கப்படக்கூடாது என்று கூறினேன். என் மனுவிற்கு, 'அனுமதி இல்லை' என்ற பதில் வந்தது. அதற்குக் காரணம், நான் இன்னமும் பத்தாண்டுகளை முடிக்கவில்லை என்று கூறி இருந்தார்கள்.

எனக்கு எதிரான விஷயத்தில் எப்போதுமே அவர்கள் விதிமுறை களை மிகவும் கறாராகக் கடைப்பிடித்தார்கள். எனக்குச் சாதகமான விஷயங்களில்அப்படி விதிமுறைகள் கடைப்பிடிக்கப்படவில்லை. இந்த விதிமுறைகளின்படி நான் என் குடும்பத்தினரை ஐந்து வருடங் களுக்குப் பிறகு சந்தித்திருக்கவேண்டும். ஆனால் 8 வருடங்கள் கழித்த பிறகும் எனக்கு அதற்கான அனுமதி வழங்கப்படவில்லை. இப்போது நான் இங்கு பத்து வருடங்கள் கழித்துவிட்டேன். ஆனால் என் மனு தள்ளுபடி செய்யப்படுகிறது.

ஆனால் இந்த விதிமுறைகள் தீவிரமாகக் கடைப்பிடிக்கப்படு கின்றனவா? இல்லவே இல்லை. பத்து வருடங்கள் சிறைத் தண்டனை அனுபவித்துவிட்ட எனக்கு, வெளியே செல்ல அனுமதி எப்போதோ வழங்கப்பட்டிருக்கவேண்டும். ஆனால் நான் இன்னமும் சிறையிலேயே வாடிக்கொண்டிருக்கிறேன்.

ஃபோர்மேன் தொழிலாளி

என்னை ஃபோர்மேனாக* நியமித்திருந்தார்கள். நல்ல சம்பளம், மாதம் ஒரு ரூபாய்!எனக்குச் செய்யும் உதவி இது என்ற நோக்கில் செய்தார்கள். இந்த உதவியை எனக்குச் செய்த அதிகாரிக்கு நன்றிக் கடன் பட்டிருக்கிறேன். இப்போது நான் ஒரு ஃபோர்மேன் என்றாலும் ஒரு மாற்றமும் இல்லை. பலர் என் காதுபட, ''உங்களுக்குப் பிறகு வந்தவர்கள் இங்கு பல உயர் பதவிகளை வகிக்கிறார்கள். அவர்கள் எல்லோரும் அதிகாரத்தைப் பயன்படுத்து கிறார்கள். ஆனால் உங்கள் அதிர்ஷ்டம், நீங்கள் இந்த எண்ணெய்க் கிடங்கில்** ஒரு ஃபோர்மேன்தான்.பாவம்'' என்றார்கள்.

நான் அவர்களிடம், ''எனக்கிருக்கும் அதிகாரம் உங்களுக்குத் தெரியவில்லை. பாபுவைப் பற்றி என்ன நினைத்தீர்கள்? மற்ற

---

* foreman

** Oil depot

கைதிகளெல்லாம், ஏன் சூப்பரின்டென்டன்ட்டும் கமிஷனரும்கூட ஒரு மேன் மட்டும்தான் (ஒரு ஆள்), ஆனால் நான் ஃபோர்மேன், அதாவது அவர்களின் தலைவன்" என்று நகைச்சுவையாகச் சொன்னேன். அரசாங்கத்திற்கு ஒரு வழியாக என் மதிப்பு தெரிந்து எனக்குப் பதவி கொடுத்து அங்கீகரித்திருக்கிறது. இது வைஸ்ராய்க்குக்கூடத் தராத ஒரு மதிப்பை அவர்கள் எனக்குக் கொடுத்திருக்கிறார்கள். மக்களுக்கு எல்லாம் தலைவனான ஃபோர்மேன். இதற்குமேல் எனக்கு என்னவேண்டும்?

தொழிற்சாலையில் இருந்த ஒரு பெரிய எண்ணெய்க் கிடங்குக்கு ஃபோர்மேனான நான்தான் பொறுப்பு. இந்தச் சிறை உலகத்தில் இந்த அலுவலகத்திற்கென்று ஒரு தனிப்பட்ட முக்கியத்துவம் இருந்தது.

எண்ணெய்க் கிடங்கில் ஒவ்வொரு மாதமும் உற்பத்தி செய்யப்படும் ஆயிரக்கணக்கான பவுண்ட் எண்ணெய் ஏற்றுமதி செய்யத் தயாரான நிலையில் வைக்கப்பட்டிருந்தது. தென்னந்தோப்புகள் நிறைந்த அந்தமானிலிருக்கும் மரங்களின் மூலம் கிடைக்கும் எண்ணெய்தான் முக்கியமான வருமானம். மூன்று பெரிய கிடங்குகளில், சிறையில் அரைக்கப்பட்ட எண்ணெய் நிரப்பப்பட்டிருந்தது. பெரிய பீப்பாய்களில் எண்ணெய் நிரப்பப்பட்டு ஏற்றுமதிக்காகத் தயாராக இருந்தன. அவை கல்கத்தாவிற்கும் ரங்கூனுக்கும் அனுப்பப்பட்டு அவற்றின் மூலம் ஆயிரக்கணக்கில் கிடைத்த வருமானம் சிறையில் ஒப்படைக்கப்பட்டது. வருடம் முழுவதும் நடக்கும் இந்த வியாபாரத்திற்கு இந்த எண்ணெய்க் கிடங்குதான் மையம். இந்த சில்வர் ஜெயிலின் நிர்வாகத்தை ஒருங்கிணைக்கும் முக்கியமான இடம் இதுதான். இப்படிப்பட்ட ஒரு இடத்தில் எனக்கு வேலை கொடுத்ததற்குப் பலர் பொறாமைப் பட்டார்கள். அதனால் என்னைக் கிண்டல் செய்ய ஆரம்பித்தார்கள். உண்மையில் இது முக்கியமான வேலைதான். எனக்கு இதில் பொறுப்பும் அதிகாரமும் இருக்கின்றன.

இது என்ன வேலை, நான் இதை எப்படிச் செய்தேன் என்பதைத் தனியாகவே ஒரு அத்தியாயத்தில் கூறுகிறேன்.

அத்தியாயம் 9

அந்தமானில் ஹிந்தியின் பரவல்

ஹிந்தி மொழிக்குத் தேசிய மொழி என்ற அந்தஸ்தைப் பெற்று அதைப் பரப்ப நான் 1906ம் ஆண்டு இங்கிலாந்தில் இருந்தபோது முயற்சி செய்ய ஆரம்பித்தேன். அபிநவ பாரதத்தின் உறுப்பினர்கள் தினமும் உறங்கச் செல்லும் முன் ஒரு சபதம் எடுத்துக் கொள்வார்கள். 'இந்தியாவுக்குச் சுதந்திரம் பெற்று அதை ஒரு தேசமாக உருவாக்குவது, அதனை ஒரு குடியரசாக மாற்றுவது, இந்தியாவின் தேசிய மொழியாக ஹிந்தியைக் கொண்டுவருவது, ஹிந்தியை எழுத தேவநாகரி எழுத்துகளைப் பயன்படுத்துவது' என்பவை அவை.

1911ம் ஆண்டுவாக்கில் அந்தமானில் இதற்கு ஒரு சரியான வாய்ப்புக் கிடைத்தது. ஹிந்தி மொழியை இந்தத் தீவில் பரப்புவதற்கு முக்கியத்துவம் கொடுத்து ஒரு திட்டம் தீட்டினேன்.

அப்போது ஹிந்தியைத் தேசிய மொழியாக ஆக்குவது குறித்து யாரும் யோசித்திருக்கவில்லை. பெரிய தலைவர்கள் என்றறியப் பட்டவர்கள் பலர் அந்த யோசனையை நிராகரித்தார்கள். அந்தத் திட்டத்திற்கு லோகமான்ய திலகரும் மகாத்மா காந்தியும் வெளிப் படையாக ஆதரவு கொடுத்தார்கள் என்பது சாதாரண மக்களுக்குத் தெரியாது. அதற்காக ஒரு போராட்டம் 1906ம் ஆண்டு நடந்த பிறகுதான் மக்களுக்கு அது பற்றித் தெரிய ஆரம்பித்தது. ஆர்ய சமாஜத்தைச் சேர்ந்த சில உறுப்பினர்களும் பெனாரஸ் நகரைச் சேர்ந்த நகரி பிரசார சபா உறுப்பினர்களும் முதலில் அதற்காகப் போராடினர். ஹிந்தியைத் தேசிய மொழியாக ஆக்கவேண்டும்

என்று முதலில் பிரசாரம் செய்த பெருமை ஆர்ய சமாஜத்தைத் தோற்றுவித்த சுவாமி தயானந்த சரஸ்வதியையே சேரும்.

இந்தச் சூழ்நிலையில்தான் 1911ம் ஆண்டு போர்ட் பிளேயரில் உள்ள சிறைக்கைதிகளை ஹிந்தி படிக்க வைக்கலாம் என்று தீர்மானித்தேன். முதலில் ஹிந்தி ஒரு மொழியா என்ற விவாதத்தில் இருந்து நான் ஆரம்பிக்க வேண்டி இருந்தது. மகாராஷ்டிராவில் இருந்து வந்தவர்களுக்கும் தென்னிந்தியாவிலிருந்து வந்தவர்களுக்கும் ஹிந்தி என்ற வார்த்தையே வினோதமாக இருந்தது. அவர்கள் ஹிந்தியை 'முஸ்லிம்களின் மொழி' என்று கருதினர். ஏனென்றால் தென்னிந்தியாவில் முஸ்லிம்கள் அதனைத் தாய்மொழியாகப் பயன்படுத்தினார்கள். அது அவர்களது சமுதாயத்திற்கான பிரத்யேக மொழியைப் போன்று இருந்தது. வடக்கிலிருந்து வந்த கைதிகளுக்கு அது 'ஹிந்துக்களின் பொதுமொழி' என்று நினைத்திருந்தார்கள். ஆனால் 8 கோடி ஹிந்துக்களும் முஸ்லிம்களும் இதனைத் தங்கள் தாய்மொழியாகக் கொண்டிருக்கிறார்கள் என்பதை அவர்கள் அப்போதுதான் தெரிந்துகொண்டார்கள். ஆனால் அவர்களும் இது தேசிய மொழியாக ஆகத் தகுதி படைத்தது இல்லை என்று கூறி வந்தார்கள். சிலர் இதில் இலக்கணம் இல்லை என்றும், சிலர் இலக்கியம் இல்லை என்றும் கூறினார்கள். மெட்ராஸில் இருந்து வந்தவர்கள் விலகிச் செல்வது புரிந்துகொள்ளக் கூடியது. ஆனால் அவர்களைப்போலவே வங்கத்திலிருந்து வந்தவர்களும் ஹிந்தியைக் கண்டு ஒதுங்கினார்கள். ஏனென்றால் அவர்கள் தங்கள் தாய்மொழியைத் தேசிய மொழியாகக் கொண்டுவரவேண்டும் என்ற ஆசையில் இருந்தார்கள். உண்மையில் ஹிந்தி மொழிக்குப் பிறகு வங்க மொழிதான் தேசிய மொழியாவதற்கான தகுதி படைத்தது. இந்தியாவில் 4 கோடி மக்கள் வங்க மொழி பேசுகின்றனர். அது எங்கள் மராத்தி மொழியைப்போலவே, இலக்கியத்தில் பல நல்ல படைப்புகளைக் கொண்டது. ஆனால் வங்கத்தைச் சேர்ந்த மித்ரா என்பவர் ஹிந்தியைத் தேசிய மொழியாகக் கொண்டுவர தன் ஒப்புதலைக் கொடுத்தார். இந்த நோக்கம் நிறைவேறுவதற்காக ஹிந்தி மொழியில் ஒரு பத்திரிகையை நடத்தும் அளவுக்குப் போனார்.

ஹிந்திக்கான எதிர்ப்புகளை எல்லாம் தவறு என்றும், இதில் இலக்கியம், இலக்கணம், நல்ல மொழிவளம் எல்லாம் இருக்கின்றன என்றும், இந்தியாவின் தேசிய மொழியாக இருக்க ஹிந்திக்கு எல்லாத் தகுதிகளும் உள்ளன என்றும் என்னால் நிரூபிக்க முடியும். அதுமட்டுமின்றி, அந்த மொழியைப் பேசும் மக்கள் ஏராளமாக இருக்கின்றனர். இதற்காகவே நான் ஹிந்தி மொழியில் பல செவ்வியல் ஆக்கங்களைக் கொண்டு வந்தேன். நவீன

இலக்கியத்தில் அது முன்னொரு காலத்தில் பின்தங்கி இருந்தது என்றும், அந்தக் குறையை அது எவ்வளவு வேகமாக நீக்கி வருகிறது என்பதைச் சுட்டிக் காட்டவும் இதைச் செய்தேன். நாம் எல்லோரும் சேர்ந்து உழைத்தால் ஐந்து வருட காலத்தில் அந்த மொழிக்கு தேசிய மொழி என்ற அந்தஸ்தைப் பெறுவதற்கான தகுதியைக் கொண்டு வந்துவிடலாம் என்று கூறினேன். ஹிந்தி எப்போதுமே நடைமுறையில் பரவலாக இந்தியாவின் தேசிய மொழியாகதான் இருந்து வந்திருக்கிறது. தேசிய மொழி அந்தஸ்தை அடைய புதிதாக எதையும் உருவாக்க வேண்டியதில்லை. ராமேஸ்வரத்தில் இருக்கும் ஒரு நபரும் ஹரித்துவாரில் இருக்கும் ஒரு நபரும் வியாபாரம் செய்ய இந்தப் பொதுவான முறையில்தான் பிரிதிவிராஜன் காலத்திலிருந்து பேசி வருகின்றனர். இதுபோன்ற விவாதங்களுடன் நான் அவர்களை ஹிந்தி மொழியைப் படிப்பதற்காக அழைத்து வந்தேன். சிறையில் உள்ள கைதிகளை வற்புறுத்திச் சம்மதிக்க வைத்தேன்.

அந்தப் பாடத்திட்டத்தில் கீழ்க்கண்ட விஷயங்கள் இருந்தன: ஒரு கைதி தன் மாநிலத்தின் மொழியைத் தவிர மற்ற மாநிலங்களின் மொழியையும் கற்கவேண்டும். இதற்கு அந்தமானில் ஒரு அருமையான வாய்ப்புக் கிடைத்தது. இதனடிப்படையில் வங்கக் கைதிகளுக்கு ஹிந்தி, மராத்தி;மகாராஷ்டிரா கைதிகளுக்கு ஹிந்தியையும் பெங்காலியையும்; பஞ்சாபி கைதிகளுக்கு ஹிந்தியையும் அவர்கள் சொந்த மொழியான குர்முகியையும் சொல்லிக்கொடுத்தேன். நான் சிறையில் இருக்கும் காலம் முழுக்க இந்தப் பணியைத் தொடர்ந்து செய்து வந்தேன். குஜராத்திகள் அங்கு கடைசியாக வந்து சேர்ந்தனர். அவர்களுக்கும் ஹிந்தி தெரிந்திருக்கவில்லை. குறைந்த நாட்களே இருந்ததால் நான் அவர்களுக்கு ஹிந்தி எழுத்துகளைப் படிக்கவும் எழுதவும் கற்றுக் கொடுத்தேன். மற்றவர்களுக்கு ஹிந்தியை முதலிலும் மற்ற மொழிகளை அதற்குப் பிறகும் கற்றுக் கொடுத்தேன். கிட்டத்தட்ட பத்து வருடக் காலத்திற்கு இந்தப் பணியைத் தொடர்ந்து செய்தேன். என் சகாக்கள் இந்த என் தன்னார்வப் பணிக்கு முழு ஒத்துழைப்புக் கொடுத்தார்கள்.

இதற்கு முந்தைய அத்தியாயம் ஒன்றில் நாங்கள் ஹிந்திப் புத்தகங்களைக் கொண்டு ஒரு சுழற்சி நூலகத்தை ஏற்படுத்தினோம் என்றும், எப்படி ஒருவருக்கு ஒருவர் புத்தகத்தைக் கொடுத்துக் கொண்டோம் என்பதைப் பற்றியும் கூறியிருக்கிறேன். சில மதராசி அதிகாரிகளுக்கு என் சகாக்கள் ரகசியமாக ஹிந்தி கற்றுக் கொடுத்துக் கொண்டிருந்தனர். ஒரு டாக்டர் தன் மனைவிக்கும் மகனுக்கும்

ஹிந்தி கற்றுக் கொடுத்தார். பிற்கு அவர்களை மற்றவர்களுடன் ஹிந்தியிலேயே உரையாடவும் வைத்தார். இதனால் அங்கே ஹிந்திமொழி பொதுமொழியாகும் என்று நினைத்தார். அவ்வப் போது அவர் எங்களுக்கு ஹிந்தி மொழிப் பிரசாரத்திற்கான நிதியாக ஐந்து அல்லது பத்து ரூபாய் கொடுப்பார். நாங்கள் இந்தப் பணிக்காக எப்படி நிதி திரட்டினோம் என்பதையும், ஒரு சில அதிகாரிகள் எங்களுக்கு எப்படித் தாராளமாக நிதி உதவி செய்தனர் என்பதையும் ஒன்றிரண்டு உதாரணங்கள் மூலம் விளக்குகிறேன்.

திவான் என்ற ஆர்ய சமாஜத்தைச் சேர்ந்த குற்றவாளி ஆயுள் தண்டனை பெற்று அந்தமானுக்கு வந்திருந்தார். விவசாயியான அவர் கொள்ளையடித்த குற்றத்திற்காகத் தண்டனை பெற்றிருந்தார். இங்கே சில்வர் ஜெயிலுக்கு வந்த பிறகு என் நெருங்கிய சிஷ்யன் ஆனார். எங்கள் ரகசிய இயக்கத்திற்கு அவர் பல வேலைகளைச் செய்தார். அவருக்கு மக்களை ஈர்க்கும் சக்தி இருந்தது. துரதிர்ஷ்டவச மாக இந்தத் தீவின் மோசமான வானிலை காரணமாகவும், இந்தச் சிறையில் தரப்பட்ட கொடுமையான வேலைகள் காரணமாகவும் இந்தச் சிறையிலேயே திவான் இளவயதிலேயே இறந்து போனார். அவரது முதலாம் ஆண்டு நினைவு நாளன்று ஒரு பெரிய விருந்து வைத்து கொண்டாடவேண்டும் என்று சில நண்பர்கள் தீர்மானித்தனர். அந்த நிகழ்ச்சிக்காக வசூல் செய்த பணத்தைக் கைதிகளுக்குத் தேவையான ஹிந்திப் புத்தகங்கள் வாங்குவதற்காகப் பயன்படுத்துமாறு கூறினேன். அவர்களும் அதை ஒத்துக்கொண்டு ஹிந்திப் புத்தகங்களை வாங்கி அதனைச் சிறையிலிருந்த கைதிகளுக்கு திவானின் நினைவாக இலவசமாகக் கொடுத்தனர். பிகாரி என்ற நபருக்கு மரண தண்டனை விதிக்கப்பட்டிருந்தது. அந்த மரண தண்டனை ஆயுள் தண்டனையாகக் குறைக்கப்பட்டால் கொஞ்சம் பணத்தை நிதி உதவியாகத் தருவதாகக் கடவுள் சாட்சியாக உறுதிமொழி கொடுத்திருந்தார். அதிர்ஷ்டவசமாக அவர் வேண்டிக்கொண்டபடியே அவரது தண்டனை குறைக்கப்பட்டது. அவர் எங்களிடம் பணத்தை எப்படிக் கொடுப்பது என்று கேட்டார். ஏற்கெனவே விருந்து வேண்டாம் என்று முடிவெடுத்துவிட்டோம். அவரிடம் அந்தப் பணத்தில் புத்தகங்கள் வாங்குமாறு கூறினேன். ஆனால் அதிலும் ஒரு சிக்கல் இருந்தது. சிறையில் இருந்து நிதி உதவியாகப் பெறப்பட்ட பணத்தில் தங்கள் மொழிப் புத்தகங்களை வாங்கவேண்டும் என்று ஒவ்வொருவரும் கூறினார்கள். அந்த முறை உருது மற்றும் ஆங்கிலப் புத்தகங்கள் வாங்கவேண்டும் என்று கூறப்பட்டது. வங்க மொழி மற்றும் பஞ்சாபி மொழிகளை அழிக்க வேண்டும் என்று நினைப்பதால் நான் ஹிந்தியைப் பரப்புகிறேன்

என்று ஒரு சிலர் கூறினார்கள். நான் அவர்களிடம் உருது அல்லது ஆங்கிலப் புத்தகங்களுக்குப் பணத்தை நான் தரமாட்டேன் என்றும் அதேபோல் மராத்தி மொழிப் புத்தகங்களுக்காகவும் பணத்தைக் கேட்க மாட்டேன் என்றும் உறுதி அளித்தேன். என்னை யாரும் மராத்தி மொழியை அழிப்பதற்காக அப்படிச் சொல்கிறேன் என்று குறை கூறமாட்டார்கள். ஆனால் ஹிந்திப் புத்தகங்கள் வாங்க வேண்டும் என்று சொன்னபோது அப்படிக் குறை கூறினார்கள். அதிலும் நான் பெங்காலி மொழியை நேசிப்பவன், மராத்தி அறிந்தவன், குர்முகி மொழியைக் கற்றவன்.இவை எல்லா வற்றையும் கற்றுக் கொடுக்கவும் தெரிந்தவன். அப்படி இருக்க ஏன் ஹிந்திப் புத்தகங்கள் கேட்கிறேன்? ஏனென்றால், எது தேசியமோ அது அங்கிருப்பவர்களால் நேசிக்கப்படவேண்டும்.நம் சுய விருப்பு வெறுப்பைக் கடந்து தேசிய நலனை மனதில்கொண்டு சிந்திக்க வேண்டும். கடைசியில் அந்த நபர் கொடுத்த நூறு ரூபாயை ஹிந்திப் புத்தகங்கள் வாங்கப் பயன்படுத்துமாறு அவர்களை வற்புறுத்தினேன். அந்தப் பணத்தில், அல் உதால் எழுதிய இந்திப் புத்தகங்களையும், பெனாரஸ் நகரைச் சேர்ந்த நகரி பிரசார சபா வெளியிட்ட புத்தகங் களையும் வாங்கினேன்.அல் உதால் எனக்குப் பிடித்த எழுத்தாளர் என்பதையும் குறிப்பிட்டுச் சொல்லவேண்டும்.

என் வங்க நண்பர்களுக்கு, ஹிந்தி ஒரு முழுமையாக வளர்ச்சி யடையாத மொழி, அதில் நல்ல இலக்கியங்கள் எதுவும் கிடையாது என்ற எண்ணம் இருந்தது. நான் அவர்களிடம், அது வளர்ந்து வரும் ஒரு மொழி, அதில் இப்போது நல்ல இலக்கியங்கள் வெளிவந்து கொண்டிருக்கின்றன என்று பதில் கூறுவேன். பஞ்சாப்பில் இருக்கும் குருக்கள் பதிப்பகம் வெளியிடும் சிறந்த புத்தகங்களையும், மற்ற பதிப்பகங்கள் வெளியிடும் புத்தகங்களையும் சுட்டிக் காட்டுவேன். என் விடாப்பிடியான அணுகுமுறையைக் கண்டவர்கள் கோபம் அடைந்திருக்கலாம், என் நோக்கத்திற்கு மோசமானது என்று நினைத்திருக்கலாம். ஆனால் சிறையில் உள்ள கைதிகள் ஹிந்தியைத் தேசிய மொழியாகக் கொண்டுவருவதன் அவசியத்தைப் புரிந்து கொண்டனர். அதனால் அது மேற்கொண்டு சர்ச்சைக்குரிய விஷயமாக இருக்கவில்லை. அனைவரும் ஒப்புக்கொண்ட விஷயமாகிவிட்டது. சீக்கியர்களை ஒப்புக்கொள்ள வைக்க நான் ஒரு வித்தியாசமான அணுகுமுறையைக் கடைப்பிடிக்க வேண்டி வந்தது. குரு கோவிந்த் அவர்களின் சிறந்த படைப்புகள் ஹிந்தியில் எழுதப்பட்டவை என்பது அவர்களில் பலருக்குத் தெரியாது. அவரது நாடகமான 'விசித்திரா' மற்றும் வரலாற்றுப் புத்தககமான 'சூரியபிரகாஷ்' போன்றவை பிரிஜ் பாஷாவில் எழுதப்பட்டவை.

பிரிஜ் பாஷா என்பது தூய்மையான ஹிந்தி. துளசிதாசர் பயன்படுத்திய மொழி. நான் அவர்களிடம் ஹிந்திதான் அவர்கள் மதத்தின் மொழி என்றும், அதற்குப் பயன்பட்ட எழுத்துகளும் பேச்சு வழக்குமே குர்முகி என்றும் என்று புரிய வைத்தேன். ஒரு தேசிய மொழியாக மட்டுமின்றி, தங்கள் சமுதாயத்தின் மொழியாகவும் ஹிந்தியை அவர்கள் ஏற்றுக்கொண்டார்கள்.

சிறையில் நான் வாசித்த புத்தகங்களின் வழியாக, குர்முகி எழுத்து களை சீக்கியக் குருக்கள் கண்டுபிடிக்கவில்லை என்ற கருத்து எனக்கு உருவாகி இருந்தது. அது ஏற்கெனவே பஞ்சாப்பில் உள்ள வணிகர்களும், சாதாரண மக்களும் பயன்படுத்தியதுதான். மராத்திய மொழிக்கு மோதி எழுத்துகள் எப்படியோ அதுபோல. பஞ்சாபியில் பல எழுத்து வடிவங்கள் இருந்தபோது, ஒரு குரு பழைய எழுத்து ஒன்றைத் தேர்வு செய்து, இதைத்தான் எல்லோரும் பின்பற்ற வேண்டும் என்று தன் அதிகாரத்தைக் கொண்டு உத்தரவிட்டார் என்பதை வரலாற்று ஆய்வுகள் நிரூபித்தன. அதனால் அதற்கு குர்முகி என்று பெயர் வந்தது. சீக்கியர்களின் மதப் புனித நூல்கள் நகரி அல்லது சாஸ்திரிக் எழுத்துகளில் இல்லாமல் குர்முகியில் எழுதப்பட்டிருக்கும். இது எளிய மக்களால் எளிதாகப் படிக்க முடியக்கூடியது. புத்தர் பாலி எழுத்துகளைக்கொண்டு எழுதிய நூல்களில் இதே நோக்கத்தில்தான் அதைப் பயன்படுத்தினார். இதுதான் விஷயம். ஹிந்தியை மையமாக வைத்து மட்டும் இங்கே இதைச் சொல்லியிருக்கிறேன். குர்முகியின் தோற்றம்,வரலாற்று வல்லுநர்களால் முழுமையாக ஏற்றுக் கொள்ளப்படவில்லை என்பது எனக்குத் தெரியும். ஆகவே இது சரியானதாக இருந்தாலும் இல்லாவிட்டாலும், எனக்குத் தெரிந்தவரை, இதைக் கண்டுபிடித்த பெருமை எனக்குத்தான். சீக்கிய மொழி மற்றும் வரலாற்று அறிஞர்களுடன் பலமுறை இதுகுறித்து விவாதித்திருக்கிறேன்.

நான் வேறு எந்த மாநிலத்தைச் சார்ந்தவர்களும் மராத்தி படிப்பதை அனுமதிக்கவில்லை. என் வரிசையில் ஹிந்தி அவர்கள் தாய்மொழிக்கு அடுத்தபடியாக இருந்தது. அடுத்ததாக, அவர்கள் மாநில மொழியைத் தவிர வேறு ஏதாவது ஒரு மாநிலத்தின் மொழி. எல்லோரையும் இப்படிப் பிற மாநில மொழி ஒன்றையாவது கற்றுக்கொள்ள வற்புறுத்தினேன். என்னால் தென்னிந்திய மொழி களான தமிழ், மலையாளம், தெலுங்கு, கன்னடம் போன்றவற்றைக் கற்றுக்கொடுக்க எந்த ஏற்பாடும் செய்ய இயலவில்லை. ஏனென்றால் எனக்கும் இந்த மொழிகள் எதுவும் தெரியாது. அதுமட்டுமல்லாமல் இங்குள்ள கைதிகளிலும் அவற்றைக் கற்றுக் கொடுக்கும் அளவுக்கு ஞானம் உள்ளவர்கள் எவரும்

இருக்கவில்லை. அதனால், அவற்றில் புத்தகங்களைத் திரட்டுவதும் இயலாத காரியமாக இருந்தது. மொழிகளைக் கற்றுக் கொடுக்கும் என் திட்டத்திலிருந்த இந்தக் குறை எனக்கு எப்போதும் உறுத்திக் கொண்டிருந்தது. அதை என்னால் இன்னமும் சரி செய்ய இயலவில்லை. மற்றபடி கடந்த பத்து வருடங்களில் கைதிகள் மராத்தி, பஞ்சாபி, வங்கமொழி, இவை தவிர பொது மொழியாக ஹிந்தி மற்றும் அவர்கள் தாய்மொழி ஆகியவற்றைக் கற்றுக்கொண்டிருக்கிறார்கள். அவர்களில் பெரும்பாலானவர்கள் மராத்தி மொழியில் முக்கியமான புத்தகங்களைப் படிக்கக் கற்றுக்கொண்டிருக்கிறார்கள். திராவிட மொழிகளில் வெளிவந்த முக்கியமான நூல்கள் குறித்துத் தகவல்களைச் சேகரித்து வைத்திருக்கிறேன். சூப்பரின் டென்டன்ட் மூலமாக அந்த மொழிகளில் உள்ள ஆரம்ப நிலைப் புத்தகங்களை வாங்குவதற்கு அனுமதி பெற்றேன். அவற்றுக்கான ஒரு பட்டியலைப் போட்டு அதற்கென நிதி ஒதுக்கி வைத்திருந்தேன். ஆனால் சில்வர் ஜெயிலிலிருந்து நான் திடீரென வெளிவர வேண்டி இருந்ததனால் இந்தத் திட்டங்கள் எல்லாவற்றுக்கும் ஒரு முற்றுப்புள்ளி வைக்கப்பட்டது. இன்று அந்தத் திட்டங்கள் எந்த நிலையில் இருக்கின்றன என்பது குறித்து என்னால் எதுவும் கூற இயலாது.

உருது மொழிக்குப் பின்னடைவு

அந்தமான் இந்தியாவின் பல்வேறு மாநிலங்களில் இருந்து வந்த மக்கள் இருக்கக்கூடிய ஒரு குடியிருப்பு. அதனால் அங்குள்ள பொதுமொழி ஹிந்தி. இங்குள்ள கைதிகளின் வாரிசுகளும் ஹிந்தியைத் தங்கள் பொதுமொழியாகப் பயன்படுத்த ஆரம்பித்தனர். இங்குள்ளவர்கள் குடும்பங்களுக்கிடையே திருமண பந்தங்கள் ஏற்பட்டன. இயல்பாகவே ஹிந்தியின் முக்கியத்துவம் அதிகரித்தது. இங்கு குடியேறியவர்களில் பெரும்பாலானவர்கள் மதத்தாலும் இனத்தாலும் ஹிந்துக்கள். அதனால் பள்ளிகளில் ஹிந்தி வழிக் கல்வியே இருந்தது. வீட்டிலும் அவர்கள் தாய்மொழி ஹிந்திதான். ஆனால் ஆரம்ப காலத்தில் இந்தப் பள்ளிக்கூடங்களில் நியமிக்கப் பட்ட ஆசிரியர்கள் பெரும்பாலானவர்கள் முஸ்லிம்கள். அவர்கள் பஞ்சாப் மற்றும் டெல்லி பகுதியிலிருந்து வந்தவர்கள். அவர்களுக்கு உருது மொழி மற்றும் எழுத்துகள் நன்றாகத் தெரியும். இதன் காரணமாக அந்தமானில் உள்ள பள்ளிக்கூடங்களில் உருது வழிக் கல்வி வந்தது. இதற்கு இன்னொரு காரணம், அந்தமானின் சிறை அலுவலகத்தில் உள்ள எழுத்தர்கள் பெரும்பாலும் முஸ்லிம் கைதிகள். அதனால் அலுவலக ஆவணங்கள் எல்லாம் உருது

மொழியில் இருக்கும். இந்தப் பள்ளிக்கூடத்தில் படித்து வந்தவர்கள் அவர்கள் கல்வியை உருது மொழியில் படித்திருப்பார்கள். அதனால் உருது மொழி தெரிந்தவர் என்ற முத்திரை குத்தப்படுவார்கள். இதன் காரணமாக இங்கு ஹிந்திவழிக் கல்வி முக்கியத்துவம் பெறவில்லை. கிட்டத்தட்ட அது உதாசீனம் செய்யப்பட்டது. பள்ளிகளின் எண்ணிக்கை அதிகமாகும்போது உருது மொழியின் முக்கியத்துவமும் அதிகமாயிற்று. அடிப்படையில் பார்த்தால், எழுத்துகளைத் தவிர ஹிந்தி மொழிக்கும் உருது மொழிக்கும் பெரிய வித்தியாசம் கிடையாது. ஹிந்தி மொழியை பாரசீக எழுத்துகளைக்கொண்டு எழுதினால் அது உருதுவாகிவிடும். அதனால் இவை இரண்டுக்கும் இடையே உள்ள வித்தியாசம் எந்த எழுத்தைப் பயன்படுத்துவது என்பதுதான். இந்தப் பள்ளிக்கூடங்களில் படித்த பெரும்பாலான மாணவர்கள் ஹிந்துக்கள். அவர்களது வீட்டில் ஹிந்தியைத் தாய்மொழியாகக் கொண்டிருப்பார்கள். அதனால் அவர்களுக்கு தேவநாகரி எழுத்தைக்கொண்டு ஹிந்தி மூலமாகத்தான் கல்வி கற்றுக் கொடுக்கப்பட்டிருக்கவேண்டும். அந்தப் பள்ளிக்கூடங்கள் ஹிந்துக்களின் வரிப்பணத்தில் கட்டப்பட்டவை. ஆனால் அந்தக் குழந்தைகள் பள்ளிக்கூடங்களில் உருது மொழியில் கல்வி கற்க வற்புறுத்தப்பட்டனர். இத்தகைய பள்ளிகளில் படித்த ஹிந்து சிறுவர் சிறுமியர்களுக்கு ஹிந்தி மொழியில் ஆனா ஆவன்னாகூடத் தெரியாது. அவர்களால் துளசிதாசரின் ராமாயணத்தையோ அல்லது பகவத்கீதை ஸ்லோகங்களையோ படிக்க முடியாது. ஆனால் பாரசீகக் கவிஞர்களின் கவிதைகளைத் தெரிந்து வைத்திருந்தார்கள். காளிதாசரைப் பற்றியோ சூரதாசர் பற்றியோ பிரேம் சாகர் பற்றியோ எதுவும் தெரிந்திருக்கவில்லை. ஹிந்தி மொழி ஆரம்பப் புத்தகம் அவர்களுக்கு லத்தீன் மொழிப் புத்தகம்போல இருந்தது. ஆனால் உருதுச் செய்தித்தாள்களை அவர்கள் சுலபமாகப் படித்தார்கள். அவர்கள் கற்பனைகள் எல்லாம் பாரசீக மற்றும் அரேபிய நதிகளில் மூழ்கடிக்கப்பட்டன. அந்த நாட்டின் வீரர்களைப் பற்றியே அவர்களுக்கு அதிகமாகத் தெரிந்திருந்தது. பாண்டவர்களைப் பற்றியோ பாரதத்தைப் பற்றியோ ராமாயணத்தைப் பற்றியோ பாகவதத்தைப் பற்றியோ எதுவும் அவர்களுக்குத் தெரிந்திருக்கவில்லை. இதில் ஒரு எழுத்துக்கூட இவர்களுக்குத் தெரியாது. நான் அந்தமானுக்கு வந்தபோது இந்த நிலையைக் கண்டேன். இந்தப் பகுதி மக்களிடம் ஹிந்துக் கலாசாரத்தையும் ஹிந்து மரபுகளையும் உயிர்ப்போடு வைத்திருக்கவேண்டும் என்றால், முதலில் குழந்தைகளுக்கு ஹிந்தி மொழியில் கல்வி கற்றுக் கொடுக்கவேண்டும். அவர்கள் ஹிந்தியில் மட்டுமே படிக்கவோ எழுதவோ செய்ய வேண்டும். அதனால், இங்கு குடியமர்ந்திருக்கும் ஹிந்துக்களுக்கும்,

அவர்கள் குழந்தைகள் படிக்கும் பள்ளிகளிலும், இதைப் பற்றிய ஒரு விழிப்புணர்வைக் கொண்டுவர ஒரு ஆர்ப்பாட்டம் அவசியம் என்று நினைத்தேன்.

இந்தப் பள்ளிக்கூடங்களில் ஹிந்தி மொழியில் கல்வி கற்றுக் கொடுக்கவேண்டும், அதற்கு தேவநாகரி எழுத்துகளைப் பயன்படுத்தவேண்டும் என்று சொன்னேன். சிறப்பு அனுமதியாக, அங்கிருக்கும் முஸ்லிம் மாணவர்களுக்கு உருது மொழியில் கற்றுக் கொடுக்கலாம் என்றும் கூறினேன்.

ஆனால் பள்ளிக்கூடத்தில் ஒரு மாற்றத்தைக் கொண்டுவர வேண்டு மென்றால் முதலில் மக்கள் மனதில் ஒரு மாற்றத்தைக் கொண்டுவர வேண்டும். அந்தமானில் குடியேறியிருந்த ஹிந்துக்களுக்குத் தேசிய சிந்தனை மிகக் குறைவாகவே இருந்தது. அவர்களுக்கு ஹிந்து மதம் என்பது கடந்தகால சில மூடப் பழக்க வழக்கங்கள் மட்டுமே. இந்த மூடப் பழக்கவழக்கங்களைத் தொடர்ந்து பின்பற்றுவதே அவர்களது ஹிந்து மதமாக இருந்தது. ஹிந்தி தேசிய மொழி என்பதை அவர்கள் உணரவே இல்லை. ஹிந்தியைப் பாராட்ட வேண்டுமென்றோ, காக்க வேண்டுமென்றோ, அம்மொழியில் உள்ள புனித நூல்களைப் படிக்கவேண்டும் என்றோ எந்தவிதமான பிரக்ஞையும் இருக்கவில்லை. சம்ஸ்கிருதத்தைப்போலவே இவை சாதாரண மக்கள் படிக்கவேண்டும் என்பதற்காக ஹிந்தியில் எழுதப்பட்டவை. தேவநாகரி எழுத்தும் ஹிந்தி மொழியும் அவர்களது புனிதச் சொத்து. ஆனால் அது குறித்து எந்தவிதமான விழிப்புணர்வும் அவர்களிடம் இருக்கவில்லை. உருது மொழி இரண்டு மூன்று தலைமுறைகளாக அவர்களிடம் ஆதிக்கம் செலுத்தி, அவர்களிடம் புழங்கும் தனிமொழியாக இருந்து வந்துள்ளது. அவர்கள் தங்கள் தாய்மொழியின் தொடர்புவிட்டுப் போய், இந்த மொழியைப் பெருமையுடன் ஏற்றுக்கொண்டார்கள். ஹிந்துவாக அவர்களது இனத்துக்கும் தேசிய அடையாளத்துக்கும் இது தற்கொலையைப் போன்ற செயல். ஆகவே நான் என் ஆட்களைக் குடியிருப்புப் பகுதியில் பிரசாரம் செய்ய அனுப்பினேன். அவர்கள் வீடு வீடாகப் போய், இந்தப் பிரச்சினையில் அவர்களது முக்கியமான பொறுப்பு என்னவென்று சொல்லி இவர்களிடையே விழிப்புணர்வை ஊட்டினர். இந்தக் கடினமான பணியைத் தொடர்ந்து செய்யவேண்டும் என்ற உறுதியுடனும் ஆர்வத்துடனும் செய்ய ஆரம்பித்தேன்.

எங்கள் இயக்கம், இங்கு குடியமர்ந்த மக்கள் மற்றும் கைதி களிடையே, விவாதங்கள் மூலமாகவும் புத்தகங்கள் மூலமாகவும்

தேசபக்திப் பாடல்கள் மூலமாகவும் எங்கள் ரகசியக் கூடுதல்களின் போது கொடுக்கப்படும் உரைகள் மூலமாகவும், எப்படி விழிப்புணர்வைப் பரப்பியது என்று நான் ஏற்கெனவே இந்தப் புத்தகத்தில் குறிப்பிட்டிருக்கிறேன். இந்தத் திட்டத்தின் முக்கிய நோக்கம், ஹிந்தி மொழியை அவர்களிடையே பரப்புவது, அதிலுள்ள இலக்கியங்களைப் பரப்புவது, அதனைத் தேசிய மொழியாக அவர்களை ஏற்றுக்கொள்ள வைப்பது. ஐந்து வருடங்கள் இடைவிடாது செய்த பிரசாரத்தின் விளைவாக அவர்களிடையே நல்ல விழிப்புணர்ச்சி ஏற்பட்டது. நாகரி எழுத்துகள் மூலம் ஹிந்தி மொழியைக் கற்பிக்க நாங்கள் பல ஆசிரியர்களை ஹிந்துக் குடும்பங்களுக்கு அனுப்பினோம். 1920ம் ஆண்டு நான் சிறையில் உள்ள எண்ணெய்க் கிடங்கில் ஃபோர்மேனாக நியமிக்கப்பட்ட பிறகு, இந்தக் குடியிருப்பிலுள்ள பல வியாபாரிகளுடன் நெருங்கிய தொடர்பில் வந்தேன். தேங்காய் எண்ணெய் வாங்கி விற்பதற்காக அவர்கள் அங்கு வருவார்கள். சிலர் என்னைப் பார்ப்பதற்காகவே வருவார்கள். சிலர் தேங்காய்ப் பிண்ணாக்கு அல்லது எண்ணெய் வாங்க வருவார்கள். அவர்கள் எல்லோரிடமும் நான் வழக்கமாகக் கூறுவது, "நீங்களெல்லாம் ஹிந்துக்கள். ஹிந்தி உங்கள் தேசிய மொழி மட்டுமல்ல, மதத்தின் மொழியும் கூட. உங்கள் மகன்களுக்கும் மகள்களுக்கும் அதனை நீங்கள் கற்றுக் கொடுக்க வேண்டும். அதுவும் உருது எழுத்துகளில் இல்லாமல் தேவநாகரி எழுத்துருவில் கற்றுக்கொடுக்கவேண்டும். நீங்கள் அதிகாரிகளிடம் ஒரு மனுவை இதற்காகச் சமர்ப்பித்து உங்கள் உரிமையை நிலைநாட்ட வேண்டும். அந்தமானில் உள்ள பள்ளிக்கூடங்களில் ஹிந்தியைப் பயிற்றுமொழியாக ஏற்படுத்த முயற்சி எடுக்க வேண்டும்'' என்று கூறுவேன். இப்படி ஒருங்கிணைந்த தொடர்ச்சியான செயல்பாடுகளின் மூலமாக மட்டுமே மாற்றங்களைக் கொண்டுவர முடியும். தனிப்பட்ட நபரால் இவ்வளவு பெரிய பிரச்சினைகளைச் சமாளிக்க முடியாது. அதேநேரம் அது செயல்படுத்தப்படும் வரை அவர்கள் வீட்டில் குழந்தைகளுக்கு தேவநாகரி எழுத்துகள் மூலம் ஹிந்தியைக் கற்று கொடுக்கவேண்டும். இதைத் தங்களுக்காகவும் தங்கள் குழந்தைகளுக்காகவும் செய்ய வேண்டியது அவர்களது குறைந்தபட்சக் கடமை. என்னைப் பார்க்க வரும் விருந்தாளிகள் எவராவது இதற்கு ஒத்துக்கொண்டால் உடனடியாக எங்கள் தொண்டர்கள் பணியில் இறங்கி விடுவார்கள். அவர்கள் வீட்டிற்குச் சென்று அவர்களது குழந்தைகளுக்குக் கற்றுக் கொடுக்க ஆரம்பிப்பார்கள். அவர்கள் இதனை ரகசியமாகத்தான் செய்யவேண்டும். ஏனென்றால் இங்குக் குடியேறியவர்களுடன்

கைதிகள் தனிப்பட்ட முறையில் எந்தவிதமான தொடர்பும் வைத்துக் கொள்ளக் கூடாது. குடியேறியவர்கள் கைதிகளுக்காகப் பரிந்து பேசக்கூடாது. நான் சந்திக்கும் ஒவ்வொருவரிடமும், அவர் ஒரு முன்ஷியாக இருந்தாலும் சரி, காரியதரிசியாக இருந்தாலும் சரி, டாக்டராக இருந்தாலும் சரி, அவர் ஹிந்துவாக இருந்தால் அவரிடம் நான் சொல்வது, ''போய் ஹிந்தி படியுங்கள்'' என்பதைத்தான். அவர்களை உடனடியாக இதனைச் செய்யச் சொல்லுவேன்.

இங்குள்ள ஹிந்துக்களிடையே ஹிந்தி மொழி பரவ ஆரம்பித்தது. நாங்கள் இங்கு குடியேறிய குடும்பத்தினருக்கும் சிறுவர்களிடமும் சிறுமியரிடமும் ஆரம்பப் பாடப் புத்தகங்களையும், ஹிந்தியில் வந்த மகாபாரதப் புத்தகங்களையும் சத்திரபதி சிவாஜியின் வாழ்க்கை வரலாற்றையும் மற்ற முக்கியமான வரலாற்றுத் தலைவர்களின் வாழ்க்கையையும் கொடுக்க ஆரம்பித்தோம். அவர்களுக்கு இந்திச் செய்தித்தாள்களைக் கொடுத்துப் படிக்கச் சொன்னேன். அல்லது மற்றவர்களை உரக்கப் படிக்கச் சொல்லி அவர்களைக் கேட்க வைத்தேன். நான் சிறையிலிருந்த கடைசி நாட்களில் சந்தித்த ராணுவ வீரர்கள் மற்றும் வியாபாரிகளுக்கு நானே நேரடியாக ஹிந்தி கற்றுக் கொடுத்தேன். இதனால், ஹிந்தி தேசிய ரீதியாகவும் இன ரீதியாகவும் தங்கள் மொழி, தேசிய மொழி மட்டுமல்ல, மதத்தின் மொழியும்கூட என்ற எண்ணம் அவர்களுக்குள் ஆழமாகப் பதிந்து விட்டது. இதன் காரணமாக, ஹிந்தியைப் பயிற்றுமொழியாகப் பள்ளிக்கூடங்களில் பயன்படுத்தவேண்டும் என்று அரசாங்கத்துக்கு அவர்கள் ஒரு மனுவை அளிக்கத் தீர்மானித்தார்கள்.

ஆனால் அரசாங்க ஆவணங்கள் உருது மொழியில் இருக்கும்வரை, மாணவர்களுக்கு உருது மொழியில் ஈடுபாடு வருவது இயற்கை. அதனால் அரசாங்க ஆவணங்களை உருது மொழிக்குப் பதிலாக ஹிந்தி மொழியில்கொண்டுவருவது எங்கள் அடுத்தகட்ட உடனடி நடவடிக்கையாக இருந்தது. அதற்காக உழைக்க ஆரம்பித்தேன். அலுவலகத்தில் உள்ள எல்லாப் பதிவுகளும் ஆங்கிலத்தில்தான் இருக்கும். ஆனால் அங்கு காரியதரிசிகளாக வேலை செய்பவர்கள் பெரும்பாலும் வடஇந்தியாவிலிருந்து வந்த கைதிகளாக இருப்பார்கள். அவர்களுக்கு உருதுமொழி ஆங்கிலத்தைவிட நன்றாகத் தெரியும். அதனால் ஆவணங்கள் உருது மொழியில் பதிவு செய்யப்படத் தொடங்கி, அதுவே வழக்கமாகிவிட்டது. இந்த ஆவணங்கள் சிறைக்கைதிகளின் ஆவணங்கள். அவர்கள் அந்தமானுக்கு அனுப்பப்படும்போது இந்தியாவிலிருந்து மொத்தமாக அனுப்பப்படுபவை. முன்ஷி அவர்கள் வாக்குமூலத்தை உருதுவில் எழுதிக்

கொள்வார். ஆகவே நான் அதிகாரிகளிடம், கைதிகள் தங்கள் வாக்குமூலத்தையும் மற்றும் இதர ஆவணங்களையும் அவர்கள் தாய்மொழியிலும் கொடுக்கவேண்டும், உருதுவில் மட்டும் பதிவு செய்யக்கூடாது என்று கேட்டுக்கொண்டேன். சில நாட்கள் கழித்து மராத்தி மற்றும் குர்முகி மொழிகளுக்கு அனுமதி கிடைத்தது. முன்ஷிக்கு ஆங்கிலமும் உருது மொழியும் மட்டுமே தெரியும். முன்ஷி ஒரு கடிதத்தை ஆட்சேபணை இல்லை என்று கூறினால் மட்டுமே அது சிறைக்குள் வரவோ அல்லது சிறையைவிட்டு வெளியே போகவோ முடியும். அப்படி அனுமதி வழங்கப்பட்ட பின் கைதி தனக்குத் தெரிந்த எந்த மொழியில் வேண்டுமானாலும் வாக்குமூலத்தைப் பதிவு செய்யலாம். லக்னோ, பஞ்சாப் மற்றும் வட இந்தியாவில் சில பகுதிகளில் பரவலாகப் பேசப்பட்ட மொழி உருது. அங்கிருந்து கடிதங்களை அனுப்புபவர்களிடமும், இங்கிருந்து அங்கே கடிதம் அனுப்புபவர்களிடமும் ஹிந்தியில் எழுதச் சொல்லி வற்புறுத்தினேன். என் மராத்தி மற்றும் வங்க நண்பர்களும் ஹிந்தியில் கடிதங்களை அனுப்பி, பெறவும் செய்தனர். அதனால் அதிகாரிகள் ஹிந்தி தெரிந்த முன்ஷிகளை நியமனம் செய்ய வேண்டியதாயிற்று. அந்தக் கடிதங்களைப் படித்துப் பரிசீலனை செய்ய ஹிந்தி தெரிந்த நபர்கள் நியமனம் செய்யப்பட வேண்டியது ஆயிற்று. ஏற்கெனவே இருந்த உருது தெரிந்த அதிகாரிகள் இப்போது ஹிந்தியையும் கற்கத் தொடங்கினார்கள். ஏதேனும் ஒரு கைதிக்கு எழுதத் தெரியவில்லை என்றால் எங்கள் தொண்டர்கள் அவருக்குப் பதில் எழுதிக் கொடுத்தார்கள். முன்பெல்லாம் தொண்ணூறு சதவிகிதக் கடிதங்கள் உருது மொழியில் இருக்கும். ஆனால் நாங்கள் பிரசாரம் செய்ய ஆரம்பித்தபின் தொண்ணூறு சதவிகிதக் கடிதங்கள் மற்ற மொழிகளில் இருந்தன. அதில் பெரும்பான்மை ஹிந்தியில் இருந்தன. மீதமுள்ளவை உருது மொழியில் இருந்தன. கிளார்க்குகளை நியமனம் செய்யும் அதிகாரம் படைத்த அதிகாரிகள் எங்கள் ஹிந்து சங்கத்தில் உறுப்பினர்களாக இருந்தனர். அவர்கள் ஹிந்தி தெரிந்த ஹிந்துக்களை மட்டுமே நியமனம் செய்தார்கள். அதனால் சிறையில் ஹிந்துக் கைதிகள் ஹிந்தி அல்லது தன் தாய்மொழியில் மட்டுமே கடிதத்தை எழுதவேண்டும் என்ற விதி உண்டானது. முஸ்லிம்கள் உருதுவில் எழுதிக் கொள்ளலாம். அவர்களுக்கு எந்த நிர்ப்பந்தமும் கிடையாது. ஹிந்துவிற்கு வரும் அல்லது வெளியே செல்லும் கடிதங்கள் உருதுவில் இருக்கவேண்டும் என்கிற கட்டாயம் இனி கிடையாது. நான் அலுவலகத்திற்குள் வந்தபோது, வரும் கடிதங்களில் எத்தனை ஹிந்துக்கள் இன்னும் உருதுவில் எழுதுகிறார்கள் என்று பார்த்தேன். அப்படி யாரேனும் எழுதினால்

அந்தமான் சிறை அனுபவங்கள் | 537

அவர்களை உருதுவில் கடிதம் அனுப்பவேண்டாம் என வற்புறுத்தத் தவறியதில்லை. கொஞ்சம் கொஞ்சமாகச் சிறையில் நிலைமை மாறியது. அங்கு முழுக்க ஹிந்து முன்ஷிக்கள் நியமிக்கப்பட்டனர். அதனால் எல்லாத் தகவல் தொடர்பும் ஹிந்தி மொழியில் நாகரி எழுத்தில் நடைபெற்றது. எங்களுக்கு வெளியிலிருந்து வந்த கடிதங்களும் ஹிந்தியிலேயே வந்தன. ஏனென்றால் வெளிநாட்டி லிருக்கும் எங்கள் உறவினர்களை ஹிந்தியிலேயே எழுதுமாறு சொல்லியிருந்தோம். ஆகவே உருது மொழிக் கடிதங்களின் எண்ணிக்கை குறைந்து, மற்ற மொழிகளில் வரும் கடிதங்களின் எண்ணிக்கை அதிகமாயிற்று. இதன் பயனாக அலுவலகத்தில் இருந்த ஹிந்து காரியதரிசிகள் எண்ணிக்கை கூட ஆரம்பித்தது. உருதுவின் மதிப்பு குறைய ஆரம்பித்தது.

அரசியல் கைதிகள் ஆங்கிலத்தில்தான் கடிதம் எழுதவேண்டும். ஏனென்றால் அவர்களது கடிதங்களை ஐரோப்பிய அதிகாரிகள் தனியாகத் தணிக்கை செய்யவேண்டும். ஆனால் கடிதங்களின் எண்ணிக்கை நூற்றுக்கணக்கில் உயர்ந்தவுடன் அவர்களும் தாய்மொழியில் எழுதிக் கொள்ளலாம் என்று அனுமதிக்கப் பட்டனர். ஏனென்றால் அவர்களில் பல பேருக்கு ஆங்கிலத்தில் பேசவோ எழுதவோ தெரியாது. மிகப் பெரிய முயற்சிக்குப் பின்னர்தான் இப்படி ஒரு சலுகை வழங்கப்பட்டது. ஆனால் கடைசி வரையில் நான் ஆங்கிலத்தில்தான் எழுத அனுமதிக்கப்பட்டேன்.

அதேபோல் பெயர்களைக் குறிப்பதிலும் பட்டியலிடுவதிலும் மாற்றங்கள் வந்தன. அலுவலகத்தில் உள்ள எல்லா வேலைகளும் ஹிந்தியில் நடக்க ஆரம்பித்தன. அலுவலக தகவல் தொடர்பும் மற்ற எல்லா விதமான எழுத்துகளும் ஹிந்தியிலேயே நடந்தன. இதுநாள்வரை இவையெல்லாம் உருது மொழியில் நடந்து வந்தன. ஹிந்தியும் நாகரி எழுத்துகளும் உருதுவை முழுமையாக நீக்க இயலவில்லை என்றாலும், இந்தச் சிறையில் முக்கியமான இடத்தைப் பிடித்தன. அது அதிகாரபூர்வமான மொழி என்று அறிவிக்கப்படும் முன்னரே அந்த இடத்தைப் பிடித்துக்கொண்டது.

இப்பகுதியில் வந்து குடியேறிய மக்கள் எல்லாவிதமான வரவேற்பு அட்டைகளையும் இதுநாள்வரை உருதுவில்தான் அச்சிட்டுக் கொண்டிருந்தார்கள். ஒரு சிலர் ஹிந்தியில் அச்சிட ஆரம்பித்தார்கள். ஆனால் பல பேருக்கு அதனைப் படிக்கத் தெரியாது என்ற காரணத்தினால் தயங்கிக்கொண்டிருந்தார்கள். படித்த ஹிந்து என்றாலே உருது தெரிந்தவர் என்ற எண்ணமே இருந்தது. வரவேற்பு அட்டைகளை ஹிந்தியில் அச்சிடச் சொல்லி அவர்களை

வற்புறுத்தினேன். ஒரு பக்கத்தில் ஹிந்தி, மறு பக்கத்தில் உருது என்று அச்சிடச் சொன்னேன். தவிர்க்கமுடியாமல் உருதுவில்தான் எழுதவேண்டும் என்றால் ஹிந்துக்கள் அனைவரும் கடிதத்தின் மேல் பகுதியில் ஓம் என்று எழுதச் சொன்னேன். அதேபோல கடிதத்தின் இறுதியில் ஹிந்தியில் நாகரி எழுத்துகளில் ஓரிரு வரிகள் எழுதச் சொன்னேன். தங்கள் தேசிய மொழிக்குக் குறைந்தபட்சம் இதையாவது செய்யும் புதிய வழக்கத்தை உருவாக்கினேன்.

அந்தமானில் ஹிந்துக்களுக்குப் பொது மொழியாக ஹிந்தியைக் கொண்டுவருவதில் இன்னமும் எதிர்ப்பு இருப்பதில் ஆச்சரிய மில்லை. ஆனால் இதில் ஆச்சரியமான விஷயம் என்னவென்றால், அந்த எதிர்ப்பு இங்குள்ள முஸ்லிம் அதிகாரிகளிடம் இருந்து அல்லாமல், ஐரோப்பியர்களிடம் இருந்து வந்ததுதான். அதற்கு ஒரு முக்கியக் காரணம் அவர்களில் பெரும்பாலானவர்களுக்கு உருது தெரியும், ஹிந்தி தெரியாது. இன்னொரு முக்கியமான காரணம், ஹிந்தியை ஆதரித்து நான் பிரசாரம் செய்கிறேன் என்பதுதான். அதனாலேயே அவர்கள் அது குறித்துச் சந்தேகப்பட்டனர். ஒரு கைதி ஒருமுறை இந்திப் புத்தகங்கள் கேட்டார். அதிகாரி அவரிடம், ஏன் உருதுவுக்குப் பதிலாக ஹிந்திப் புத்தகங்களைக் கேட்கிறார் என்றும் வழக்கம்போல உருதுப் புத்தகங்களை வாங்கிக்கொள்ளவும் அவரை வற்புறுத்தினார். பள்ளிக்கூடங்களில் எழுதுவதற்கு உருதுவிற்குப் பதிலாக ஹிந்தியைக் கொண்டுவர முயற்சிகள் நடந்த போது, சிஐடி அதிகாரிகளும் முஸ்லிம் ஜமாதார்களும் சிறையில் உள்ள உயர் அதிகாரிகளுக்கு அதன் பின்னால் இருப்பது நான்தான் என்று வெளிப்படையாகக் கூறினார்கள். அந்த முயற்சி வெற்றி பெற்றால் இந்தக் குடியிருப்புப் பகுதி முழுவதிலும் என் ஆதிக்கம் அதிகமாகும் என்றும் அவர்கள் சொன்னார்கள்.

ஹிந்தி மொழி மற்றும் தேவநாகரி எழுத்துகள் - இவற்றிற்கான போராட்டத்தை ஏற்பாடு செய்து முன்னின்று நடத்தியது இங்குள்ள ஆர்ய சமாஜத்தைச் சேர்ந்தவர்கள். அவர்கள்தான் சுத்தி இயக்கம், சங்க நடவடிக்கைகள், சிறையில் ஒத்துழையாமை இயக்கம் ஆகியவற்றுக்கும் உதவி புரிந்தவர்கள். சிறைக் கைதிகள் கல்வி கற்கப் போராடியவர்கள். அவர்கள் ஏற்கெனவே அதிகாரிகளால் கவனிக்கப்பட்டு வந்தார்கள். 'பயங்கரமான போராட்டக்காரர்கள், சந்தேகத்திற்கிடமான குணமுடையவர்கள்' என்ற பட்டியலில் இருந்தவர்கள். ஹிந்தி மொழிக் கல்விக் கோரிக்கை வைத்து அந்தமானில் சுதந்திரமாகக் குடியேறியவர்கள் என்றபோதும்கூட, இந்தத் தேவையற்ற சந்தேகத்தின் காரணமாக அரசாங்கம் அதனை அமல்படுத்தத் தயங்கியது. நான் சிறையில் இருந்த காலத்தில்,

பள்ளிகளிலிருந்து சிறுவர்களும் சிறுமிகளும் இன்னமும் உருது மொழியிலேயே கற்றுக்கொண்டிருந்தார்கள். ஹிந்தியில் பாடங்கள் கற்றுக் கொடுக்கப்படவில்லை. நான் அங்கிருந்த மக்களிடம், 'நீங்கள் அதற்காகத் தொடர்ந்து போராடுங்கள், அவர்கள் ஹிந்தி குறித்து படும் சந்தேகம் எல்லாம் அவசியமற்றது என்பதைப் புரிய வையுங்கள், போராட்டம் தொடர்ந்தால் இறுதியில் உங்களுக்கு வெற்றி கிடைத்து, குழந்தைகளுக்குக் கல்வி ஹிந்தி மூலம் கற்றுக் கொடுக்கப்படும், பள்ளிகளில் குறைந்தபட்சம் ஹிந்து மாணவர்களுக்காவது ஹிந்தியை அரசாங்கம் அனுமதிக்கும்' என்று தொடர்ச்சியாகச் சொல்லிக்கொண்டிருந்தேன்.

ஆண்களுக்கான பள்ளிகளில் உடனடியாக ஹிந்தியைப் பயிற்று மொழியாகக் கொண்டுவர முடியவில்லை என்றாலும் பெண்களுக் காக ஆரம்பிக்கப்பட்ட பள்ளிகளில் அதனை உடனடியாகச் செய்ய முடிந்தது. பெண்களும் வழக்கம்போல் உருது மொழியில் கற்றுக் கொள்ளும்படி சொல்லப்பட்டிருப்பார்கள். ஹிந்தியையும் நாகரியையும் கண்டுகொள்ளாமல் விட்டிருப்பார்கள். ஆனால் நான் பெற்றோர்களிடம், இது ஒரு அடக்குமுறை, இதற்கு அடிபணிவது அவமானம், உருதுமொழியை ஒரு முஸ்லிம் மௌல்வி கற்றுத்தரும் இடத்திற்கு உங்கள் பெண் குழந்தைகளை அனுப்பாதீர்கள் என்று கூறினேன். ஹிந்தி மற்றும் தேவநாகரி எழுத்துகளை, பள்ளிகளில் இந்தப் பெண் குழந்தைகளுக்கு தொடக்கம் முதலே அறிமுகப் படுத்த அதிகாரிகளை நிர்ப்பந்தப்படுத்தினேன்.

பஞ்சாப்பிலிருந்து வந்த அரசியல் கைதிகள் தங்கள் வீடுகளுக்குக் கடிதம் எழுதும்போது உருது அல்லது பாரசீக மொழியில் எழுதாமல் ஹிந்தியிலேயே எழுத ஆரம்பித்தனர் என்பதைத் தனியே சொல்ல வேண்டியதில்லை. அவர்களில் நல்ல எழுத்தாளர்களும் உருது மொழியில் கவிதைகளை இயற்றிய கவிஞர்களும் இருந்தார்கள். அவர்கள் என் செயல் குறித்து வருத்தம் தெரிவித்தனர். அவர்கள் ஹிந்துக்கள் என்பதை உணர்த்தி, உருதுவின் மீதுள்ள ஈர்ப்புக் காரணமாக எப்படி ஒரு வெளிநாட்டு மொழியை அனுமதித்து அதன்மூலம் தங்கள் தேசிய மொழியான ஹிந்தியை வெளியேற்று கிறார்கள் என்று விளக்கினேன். தாங்கள் உருதுவில் எதையுமே எழுதப்போவதில்லை என்றும் இனிமேல் ஹிந்தியில் மட்டுமே தங்கள் திறமையைப் பயன்படுத்துவோம் என்றும் உறுதிமொழி கொடுத்தனர். நான் அவர்களுக்கு 'ஆகாஷ்' (வானம்), 'வியாயாமா' (உடற்பயிற்சி) போன்ற எளிய வார்த்தைகளைக் கற்றுக் கொடுக்க ஆரம்பித்தேன். அவர்கள் வெகு விரைவிலேயே ஹிந்தி மொழியை

மகிழ்ச்சியுடன் கற்றுத்தேர்ந்து, செம்மையான ஹிந்தியை எழுதத் துவங்கிவிட்டனர். இது அவர்களது திறமைதான் என்பதைக் குறிப்பிட்டாகவேண்டும். நான் உருதுவை எதிர்த்துச் செய்த பிரசாரத்தில் எந்தவிதமான வெறுப்புணர்வோ கெட்டது செய்ய வேண்டும் என்ற எண்ணமோ இருக்கவில்லை. யாராவது வாசித்தால் இன்றும் எனக்கு உருது மொழி நன்றாகப் புரியும். முஸ்லிம்களுக்கும் ஹிந்துக்களுக்கும் இடையே ஒரு மொழியாக அது இருப்பது பற்றி எனக்கு ஆட்சேபம் எதுவும் இல்லை. என் நாட்டு முஸ்லிம்களின் மொழியாக உருது இருப்பது எனக்கு மகிழ்ச்சியே. ஆனால் ஹிந்துஸ்தானத்தில் உருது அதிகாரம் செலுத்தும் மொழியாகவோ, ஹிந்துக்களே ஊக்குவிக்கும் ஒரு மொழியாகவோ இருப்பதை என்னால் ஏற்றுக்கொள்ள முடியாது. அதிலும் ஹிந்துக்களின் ஆதரவுடன் அது இருப்பது என்னால் ஏற்றுக்கொள்ளவே முடியாது. ஹிந்தி மொழியின் இடத்தைப் பிடித்துக்கொண்டு தேசிய மொழியாக உருது வருவதை என்னால் ஏற்றுக்கொள்ள முடியாது. அப்படி ஒரு அச்சுறுத்தல் இருக்குமெனில் அதைத் தூக்கி எறியத் தயங்க மாட்டேன். என் எதிர்ப்பு இந்த அளவில் மட்டும்தான். நான் அந்தமானில் உருதுவை எதிர்த்ததற்குக் காரணம் அது இங்குள்ள ஹிந்துச் சமுதாயத்தின் மீது திணிக்கப்பட்டதுதான். அதுவும் ஹிந்துக்கள் நடத்திய பள்ளிக்கூடங்களில் அவ்வாறு நடந்தது என்பதற்காகத்தான். நான் இங்குள்ள பள்ளிக்கூடங்களில், ஹிந்தி மற்றும் நாகரி, எவ்விதக் கேள்விகளும் இன்றிப் பயிற்று மொழியாக இருக்கவேண்டும் என்று வற்புறுத்தினேன். ஹிந்துக் குழந்தைகளை உருது கற்கச் சொல்லி வற்புறுத்துவது, அவர்களது தேசியத் தன்மையை அழிக்கும் செயல். ஹிந்துக் கலாசாரத்தை நசுக்கும் செயல். ஒரு மொழி மட்டுமே என்ற வகையில், நாம் ஜெர்மன் கற்றுக் கொள்வதுபோல உருதுவையும் கற்றுக் கொள்ளலாம். ஆனால் ஒரு தாய்மொழியாக, ஒரு தேசிய மொழியாக, அதற்கு ஹிந்துக் கலாசாரத்தில் எந்த ஒரு இடமும் கிடையாது. சமஸ்கிருதத்தில் இருந்து தன் வேர்களைப் பெற்றிருக்கும் ஹிந்தியை, நாம் விரும்பும் ஹிந்து மதத்துடன் பல வகையில் கலாசாரத் தொடர்புகளைப் பெற்றிருக்கும் ஹிந்தியை, உருது எந்தவிதத்திலும் நீக்க முடியாது. உருது நம்மை ஆதிக்கம் செலுத்த அனுமதிப்பது, நம் அழிவுக்கு வழிவகுக்கும்.

நான் முதல் பாகத்தில் ஏற்கெனவே இந்தத் தீவில் இந்திப் புத்தகங்களின் கையிருப்பு மற்றும் சுழற்சி முறையில் படிப்பது குறித்து எழுதி இருக்கிறேன். நாங்கள் அவற்றை நடமாடும் நூலகத்திற்காகத்தான் வாங்கினோம். இதற்காக அரசியல்,

பொருளாதாரம், வரலாறு போன்ற தலைப்புகளில் இந்திப் புத்தகங்களை வாங்கினோம். இந்தப் புத்தகங்களைப் படித்த சாதாரணக் கைதிகள் இந்த முக்கியமான தலைப்புகளில் நல்ல அறிவைப் பெற்றனர். இந்தப் பயிற்சியில் பங்குபெற்ற சாதாரணக் கைதிகள் பயிற்சியின் முடிவில் வேறொரு நபராக உருவானார்கள். நான் அவர்கள் எல்லோரையும் சுவாமி தயானந்த சரஸ்வதி எழுதிய சத்யார்த்த பிரகாஷ் என்ற நூலைப் படிக்கச் சொல்லி வற்புறுத்தினேன். அதிலும் குறிப்பாக அரசியல் கைதிகள் அந்தப் புத்தகத்தை மீண்டும் மீண்டும் படிக்கவேண்டும் என்று வற்புறுத்தினேன். அந்தப் புத்தகம் குறித்து நிறைய சர்ச்சைகள் இருந்தாலும்கூட நம் ஹிந்து மதத்தையும் ஹிந்து கலாசாரத்தையும் பற்றிப் புரிந்துகொள்ள மிக அற்புதமான நூல் அது. இவற்றின் தேசிய முக்கியத்துவத்தை தைரியமாக முன்வைக்கும் நூல். இவை தொடர்பான அழகான பிரசாரமும் அந்நூலில் உண்டு. கைதிகள் மற்றும் வெளியே குடியேறிய சுதந்திரமான மக்கள் ஆகியோருக்கும் ஹிந்தி கற்றுக் கொள்பவர் களுக்கும் உதவித்தொகை வழங்க ஏற்பாடு செய்தேன். அவர்கள் கற்றுக்கொள்ள ஒரு தூண்டிலாக இதைச் செய்ய வேண்டியிருந்தது. ஆனால் வெகு விரைவிலேயே அவர்கள் புத்தகங்களைப் படிப்பதில் அதிக ஆர்வம் காட்ட ஆரம்பித்தனர். அதனால் அவர்களது தேவைக் கேற்ற அளவு புத்தகங்களை வழங்க எங்களால் இயலவில்லை. எங்கள் ஒவ்வொரு புத்தகமும் அலமாரியில் தங்காமல் கைகள் மாறி மாறி சுழற்சியில் போய் மீண்டும் மீண்டும் படிக்கப்பட்டுக் கொண்டே இருந்தது. அந்தப் புத்தகங்களை மிகவும் ஜாக்கிரதை யாகப் பயன்படுத்தச் சொன்னேன். ஏனென்றால் எந்தச் சூழ்நிலையிலும் அவை தொலைந்து போய்விடக்கூடாது. அதேநேரம் அவை பயன்படுத்தப்படாமல் நூலகத்தில் தூசி படிந்து கிடப்பதைவிட, இவர்கள் பயன்படுத்திக் கசங்கினாலும் கிழிந்தாலும் பரவாயில்லை.

அந்தமானில் எல்லோரும் உருதுவே பேசிக்கொண்டிருந்தார்கள். ஹிந்துப் பெண்கள் கல்யாணத்திற்கு ஷாதி என்ற வார்த்தையைப் பயன்படுத்துவார்கள். அதற்கு இணையான சமஸ்கிருத அல்லது ஹிந்தி வார்த்தை அவர்களுக்குத் தெரியாது. இப்படி இருந்த ஊரில் இப்போது அதிசயமான மாற்றம் ஏற்பட்டிருக்கிறது. ஒவ்வொரு ஹிந்துவும் ஹிந்தியைத் தேசிய மொழியாகவும் தங்கள் மதத்தின் மொழியாகவும் அங்கீகரித்து நேசிக்க ஆரம்பித்தார்கள். பெரியவர்கள் மட்டுமின்றி, சிறுவர்-சிறுமியருக்கும் இந்த உணர்வு பரவியது. இந்த மாற்றத்திற்கான பெருமை முழுக்க என் சக கைதிகளுக்கும், அந்தமானில் குடியேறியவர்களுக்குமே சேரும். அவர்களது

உற்சாகம் மற்றும் அர்ப்பணிப்பு ஆகியவையே மாற்றத்துக்கான காரணம்.

ஆனால் இந்தப் போராட்டத்தின் முழுப் பலன் இனிதான் கிடைக்க வேண்டும். அதற்கு, இந்தத் தீவின் கல்விக்கூடங்கள் முழுக்க ஹிந்தி மற்றும் நாகரி எழுத்துகள் பரப்பப்படவேண்டும். நான் செய்திருப்பது ஒரு துவக்கம்தான். இதன் தொடர்ச்சியாக என்ன நடக்கும் என்பதைப் போகப்போகத்தான் பார்க்கவேண்டும்.

அத்தியாயம் 10

மாதிரி ஹிந்து ராஜ்ஜியம்

நான் அந்தமானுக்கு வந்தபோது சிறையிலும் வெளியிலும் நடந்த ராஜ்ஜியத்தை பதான்களின் ராஜ்ஜியம் என்று சொல்லலாம். சுருக்கமாகச் சொல்வதென்றால், அதிகாரம் பதான்களின் கையில் இருந்தது. ஆனால் சிறையிலிருந்து நான் வெளியேறும் காலத்திற் குள்ளாகவே அவர்கள் ஆதிக்கம் முடிவுக்குக் கொண்டுவரப்பட்டது என்பதை ஏற்கெனவே சொல்லி இருக்கிறேன். பதான் ராஜ்ஜியம் போய் அந்த இடத்தில் ஹிந்து ராஜ்ஜியம் வந்துவிட்டது. இந்த எண்ணெய்க் கிடங்கில் அது முழுமையாகவில்லை. இந்த ராஜ்ஜியத்தின் தலைமையிடம் சிறையிலிருந்த எண்ணெய்க் கிடங்கு தான். முன்பே கூறியதுபோல் நான்தான் அந்த எண்ணெய்க் கிடங்கின் ஃபோர்மேன். அந்த இடத்திற்கு நான்தான் ராஜா. கிடங்கின் முன்னால் இருக்கும் கை உடைந்த நாற்காலிதான் என் சிம்மாசனம். மேற்கொண்டு அதைப் பற்றிச் சொல்கிறேன்.

சில்வர் ஜெயிலுக்கு எண்ணெய்க் கிடங்குதான் முக்கிய வருமானத்திற்கான ஆதாரம். அங்கு பொறுப்பில் இருப்பவர் அதனால் முக்கியத்துவம் வாய்ந்தவராக இருக்கிறார். மிஸ்டர் பாரி பொறுப்பில் இங்கு இருந்தபோது அவர் அந்தப் பதவிக்கு முஸ்லிம்கள் அல்லது பதான்களைத் தவிர வேறு யாரையும் நியமிக்க வில்லை. அவர்களிடத்தில்தான் அவருக்கு நம்பிக்கை இருந்தது. அரசியல் கைதிகள் இங்கு பெருமளவுக்கு வரும்போது இந்த நிலை இன்னும் தீவிரமானது. உயர்பதவியில் இருப்பவர் தனக்கு வேண்டப்பட்ட ஒருவரை மற்ற பதவிகளில் நியமிப்பது வழக்கமான

ஒன்றுதான். அதேபோல அந்த எண்ணெய்க் கிடங்கிலும் மேலிருந்து கீழ் வரை எல்லாப் பதவிகளிலும் முஸ்லிம்கள், குறிப்பாக பதான்கள் இருந்தனர். கைதிகள் தங்கள் தினசரி கோட்டா எண்ணெய்யை ஃபோர்மேனிடமும் அவருக்குக் கீழ் உள்ள அதிகாரிகளிடமும் கொடுக்கவேண்டும். தினமும் கோலுவில் தேங்காயை அரைக்கும் வேலை தரும் அதிகாரிகள் எல்லோரும் கைதிகளுக்குப் பெரும் அச்சுறுத்தலாக இருந்தனர். ஃபோர்மேன் கைதியிடம் சுலபமாக, ''நீ கொண்டு வந்திருக்கும் எண்ணெய்யின் அளவு உனது கோட்டாவை விடக் குறைவாக இருக்கிறது'' என்று கூறிவிடுவார். அப்போது ஜமாதார், துணை அதிகாரி என்று எல்லோரும் நடுங்குவார்கள். கிடங்கின் ஃபோர்மேனுக்கு கைதிகளை அடிக்கும் உரிமையும் இருந்தது. மிஸ்டர் பாரி அந்தக் கிடங்கின் ஃபோர்மேன் அல்லது காப்பாளர் பேச்சைஎவ்வித மறுப்பும் இன்றி அப்படியே கேட்பார். காப்பாளரோ கைதிகளுக்கு எதிரான கட்டுக்கதைகளைக் கூறுபவராக இருந்தார். சிறையில் இருப்பதிலேயே மிகவும் சுயநலம் படைத்த சூழ்ச்சி செய்யும் மோசமான நபர்தான் இந்தப் பணிக்கு எப்போதும் தேர்ந்தெடுக்கப்படுவார். நான் சிறையில் இருந்த ஏழு ஆண்டுகளில் இதுபோன்ற நபர்கள்தான் தேர்ந்தெடுக்கப்பட்டார்கள். இப்போது ஒன்பதாவது ஆண்டில் அந்தப் பதவி எனக்கு வந்திருக்கிறது.

நான் அந்தப் பதவிக்கு நியமிக்கப்பட்ட உடனேயே சிறையிலிருந்த முஸ்லிம் வார்டர்கள், துணை அதிகாரிகள் என்று எல்லோரும் பயப்பட ஆரம்பித்தார்கள். அந்த எண்ணெய்க் கிடங்கு ஃபோர்மேன் பொறுப்பை ஏற்றுக்கொண்ட நபர் கடவுளுக்கு இணையாகக் கருதப்படுவார். தங்கம் மற்றும் வெள்ளி கொண்டுதான் அவரைத் திருப்திப்படுத்த முடியும். கைதிகள் எண்ணெய்ச் செக்கில் மாட்டிக் கொண்டு அவதிப்படாமல் இருக்கவேண்டுமென்றால் அவர்கள் அந்த உப தேவதைக்குக் காணிக்கைகள் செலுத்தவேண்டும். இதுநாள் வரை சிறையிலிருந்த ஹிந்துக் கைதிகள் காணிக்கை செலுத்தினாலும் செலுத்தாவிட்டாலும் சிக்கலில் மாட்டிக்கொண்டு அவதிப்பட்டார்கள்.கடவுளுக்குக் காணிக்கை செலுத்தாவிட்டால், அந்தப் பாவத்துக்காக அவர்கள் துன்பத்துக்குள்ளாக்கப்படுவார்கள். காணிக்கை செலுத்தினால், அவர்கள் காஃபிர்கள் என்று அவதிக்குள்ளாக்கப்படுவார்கள். இப்போது அந்தப் பதவி ஹிந்து ஒருவருக்கு வந்திருக்கிறது. அதுவும் நினைத்தாலே எரிச்சலைத் தரும் சுத்தி இயக்கம் போன்ற காரியங்களினால் அவர்களால் மிகவும் வெறுக்கப்பட்ட ஒரு நபர். இந்த கண்ணாடி அணிந்த நபர்தான் இப்போது அவர்களுக்கு மேல் அதிகாரம் செலுத்துகிறார்! அவர்கள் பயந்து நடுங்குவதற்குக் காரணம் இல்லாமல் இல்லை. ஒவ்வொரு

துணை அதிகாரியும் என்னிடம் வந்து அடக்கத்துடன் பேச ஆரம்பித்தார்கள். இவர்கள்தான் இவ்வளவு நாட்கள் கருணையே இல்லாமல் கைதிகளை அடிமைகளாக்கிச் சித்திரவதை செய்து கொண்டிருந்தவர்கள். சித்திரவதை செய்வதில் இவர்கள் ஒருவருக் கொருவர் போட்டி வேறு போடுவார்கள். இப்போது என் முன் மண்டியிட்டு, கைகளைக் கூப்பி, "பாபு, பாபு, எங்களைக் காப்பாற்றுங்கள்" என்று கெஞ்சுகிறார்கள்.

ராம் ராம் சொல்வது குற்றம், சல்யூட் அடி

முஸ்லிம் துணை அதிகாரிகள் என்னிடம் கைகூப்பி வணக்கம் செலுத்தியபடி வந்தார்கள் என்பதைச் சொல்லி இருந்தேன். அதற்கு ஒரு காரணம் இருந்தது. நான் அந்தமானுக்குச் சென்றபோது ஹிந்துக்கள் முஸ்லிம்களை சலாம் என்று கூறி வணக்கம் தெரிவிப்பார்கள். ஹிந்துக்களும் ஒருவருக்கொருவர் அதேபோல் கூறிக் கொள்வார்கள். ஆனால் முஸ்லிம்கள் ஹிந்துக்களை எப்போதும் ராம் ராம் என்று கூறி வணக்கம் தெரிவித்ததில்லை. மிர்சா கானிடம் ஒருமுறை பணிவாக ராம் ராம் என்று கூறி வணக்கம் தெரிவித்ததற்கு அவர் கடுமையாக எச்சரித்ததாக ஒரு மராத்தி வார்டர் என்னிடம் கூறியிருக்கிறார். மிர்சா கான் அந்த மராத்தி வார்டரிடம், "காஃபிரே, என் காதுபட ராமன் பெயரைச் சொல்லாதே, எப்போதும் சலாம் என்றே கூறு" எனக் கூறி இருக்கிறான். அப்போது நான் இனி எந்த முஸ்லிமையும், அவர்கள் என்னை ராம் பெயரைக் கூறி வரவேற்கும் வரை, சலாம் என்று கூறி வரவேற்கக் கூடாது என்று தீர்மானித்தேன். மகாராஷ்டிராவில் இருந்து வந்த பல முஸ்லிம் களுக்கு அதுவரை ராமன் பெயரைச் சொல்லி வரவேற்பதில் எந்த மனத்தடையும் இருக்கவில்லை. அப்படிச் சொல்லும் முஸ்லிம் களுக்கு பத்துமுறை சலாம் சொல்வதில் எனக்குப் பிரச்சினை யில்லை. ஆனால் அடிப்படைவாதிகள் ராம் என்ற வார்த்தையைச் சொல்லவோ கேட்கவோ விரும்பவில்லை. ஹிந்துக்களை சலாம் சொல்ல வற்புறுத்தினார்கள். இதை எதிர்ப்பது என்று தீர்மானித்து, மற்ற ஹிந்துக் கைதிகளிடமும் எதிர்க்கச் சொன்னேன். இதனால் ஆரம்பத்தில் சிறு சச்சரவுகள் ஏற்பட்டாலும், உறுதியுள்ள ஹிந்துக் கைதிகள், முஸ்லிம்கள் சலாம் என்று கூறும்போது பதிலுக்கு ராம் ராம் என்றே கூறினர். அதனால் நான் ஃபோர்மேன் ஆனவுடன், என்ன எதிர்பார்ப்பேன் என்று முஸ்லிம்களுக்குத் தெரியும். ராம் ராம், நமஸ்காரம், வந்தேமாதரம் போன்ற ஹிந்து ரீதியிலான வரவேற்பு வார்த்தைகளைப் பயன்படுத்துவதில் பெருமை கொண்டேன். எண்ணெய்க் கிடங்கில் நான் நியமிக்கப்பட்டவுடன் பதறிப் போன முஸ்லிம்கள் என்னைத் திருப்திப்படுத்த முயன்றனர். அதுவரை

அவர்களுக்குப் பிடிக்காமல் போயிருந்த விதத்தில் முகமன் கூறியவாறு என்னிடம் வந்தார்கள். இரு கை கூப்பி நமஸ்காரம் என்று கூறினர். என்னைப் பொருத்தவரை, அவர்கள் சலாம் சொல்லக்கூடாது என்று யாரும் சொன்னதில்லை. ஹிந்துக்கள் ராம் ராம் என்று சொல்வதுபோல, நமஸ்கார் என்று சொல்வதுபோல, அது அவர்கள் உரிமை. ஆனால் முஸ்லிம்கள் ராம் ராம் என்று வரவேற்றால் அதற்குப் பதிலாக அவர்களுக்கு சலாம் சொன்னேன்.

அவர்களுக்கு எந்தத் தீங்கும் வரக்கூடாது என்பதற்காக அவர்கள் என்னை குஷிப்படுத்த முயன்றனர். அதற்கு அவர்கள் கைதிகளைப் பயன்படுத்திக்கொண்டனர். இதுபோன்ற நியாயமற்ற செயல்களுக்கு ஒரு முற்றுப்புள்ளி வைக்க முடிவெடுத்தேன். அதனால் எண்ணெய்த் தொழிற்சாலைக்கு எல்லோரையும் அழைத்தேன். அவர்களிடம் வெளிப்படையாகப் பேசினேன். 'நீங்கள் முஸ்லிம்கள் என்பதால் உங்களுக்கு நான் தொந்தரவு கொடுப்பேன் என்ற பயம் சிறிதும் வேண்டாம். அதே நேரத்தில் ஒரு கைதி ஹிந்து என்பதாலேயே அவருக்கு நீங்கள் எந்தக் கெடுதலையோ தொந்தரவையோ விளைவிக்கக்கூடாது. உங்களிடமிருந்து எந்த ஒரு பொருளையும் நான் ஏற்றுக்கொள்ள மாட்டேன். உங்கள் வேலையை ஒழுங்காகச் செய்யுங்கள். நீங்கள் அனாவசியமாகத் தொந்தரவு செய்யப்படாமல் இருப்பதை நான் பார்த்துக் கொள்கிறேன். ஆனால், நான் ஒரு ஹிந்து என்பதற்காக நீங்கள் செய்ய வேண்டிய வேலையைவிடக் குறைவாகச் செய்ய முயன்றாலோ, உங்களுக்குக் கீழே வேலை செய்யும் ஹிந்துக் கைதிகளிடமிருந்து பணத்தைப் பறிக்க முயற்சி செய்தீர்கள் என்றாலோ அதைப் பொறுத்துக்கொண்டிருக்கும் ஆளல்ல நான்!' என்று கூறினேன்.

நான் பொறுப்பில் இருந்தவரை அவர்களை ஒழுங்காக நடத்தினேன். நூற்றுக்கணக்கானவர்களில் ஒருசில முரட்டுத்தனமான நபர்கள், அவர்கள் உற்பத்தி செய்த எண்ணெய்யை எடுத்துக்கொண்டு, என்னையும் அதில் மாட்டிவிடப் பார்த்தார்கள். அவர்களை உடனடியாகப் பதவிநீக்கம் செய்தேன். அதன்பிறகு யாரும் அதுபோல் செய்யத் துணியவில்லை. எல்லோரும் ஆட்டுக்குட்டி போல அடங்கி நடந்தார்கள். வேலைநீக்கம் செய்தவர்களின் இடத்தில் ஹிந்து வார்டர்களை நியமித்தேன். என் ஆரம்ப காலச் சிறை வாழ்க்கையின்போது, தூக்கைவிட அதிகமான சித்திரவதையாக விளங்கிய கோலு, என் மேற்பார்வையின்போது ஒரு சாதாரண எண்ணெய் மில்லாக மாறியது. யாரையாவது தற்கொலை செய்து கொள்ளத் தூண்டவேண்டும் என்றால் கோலுவில்தான் போடுவார்கள். நான் யாரையும் அடிக்கவில்லை, கைவிலங்கிடவில்லை,

அல்லது அவர்கள் தினசரி கொடுக்கவேண்டிய எண்ணெய்யின் அளவு தொடர்பான எந்த அறிவுரையும் வழங்கவில்லை. எண்ணெய் போதுமான அளவு இருந்தது. வருமானமும் குறையவில்லை. இந்தச் சமயத்தில் மிஸ்டர் பாரியின் மைத்துனர் மிஸ்டர் டிக்கின்ஸ் பொறுப்பில் இருந்தார். அவரது நியாயமான நாகரிகமான அணுகுமுறை காரணமாக சிறையில் வேலைகள் எல்லாம் எந்தப் பிரச்சினையும் இல்லாமல் ஒழுங்காக நடந்தன. அவரைக் குறித்துக் கைதிகளுக்கும் எந்தப் புகாரும் இருக்கவில்லை. நான் பொறுப்பில் இருக்கும்போது கோலுவில் நடந்த சித்திரவதைகளை நீக்குவதற்கு அவர் பெரிதும் உதவியாக இருந்தார். அதற்காக ஹிந்துக் கைதிகள் எனக்கு நன்றி செலுத்தினர். தங்களது உணர்ச்சியை வார்த்தையில் வடிக்கமுடியாத அளவுக்கு என்னிடம் நன்றியுடன் இருந்தார்கள். அவர்கள் என்னிடத்தில் காட்டிய அன்பையும் மதிப்பையும் கண்டு நெகிழ்ந்து போனேன். அவர்களுக்கு நான் செய்தது என்ன? பெரிதாக எதுவுமில்லை. அவர்களை ஒழுங்காக நடத்தியதால், என்னிடம் வந்தார்கள். அவ்வளவுதான். அவர்களது அந்த அன்பு என்னை நெகிழ வைத்துக் கண்ணீரை வரவழைத்தது.

மூக்கை மூடிக்கொண்டு தண்ணீரைக் குடிக்கவேண்டும்

நான் எண்ணெய்க் கிடங்கில் பொறுப்பேற்றுக் கொண்டவுடன் சிறையில் மிகவும் அவதிப்பட்ட கைதிகளுக்கு சில உதவிகளைச் செய்ய முடிந்தது பெரிய மனநிறைவைத் தந்தது. அதேபோல குடியிருப்புப் பகுதிகளில் இருந்த குடும்பங்களுக்கும் சில உதவிகளைச் செய்ய முடிந்தது. முன்புபோல் அவர்கள் எவரையும் யாரும் இப்போது துன்பப்படுத்துவது இல்லை. முன்பு மலம் கழிக்கவேண்டும் என்றால் எட்டுப் பேர் வரிசையில் நின்றுகொண்டு ஒவ்வொருவராகப் போய் வரவேண்டும். ஜமாதார் அவர்களை வெளியே அழைக்கும்போது அவர்கள் வெளியே வந்துவிட வேண்டும். அப்போது அவர்கள் தங்களைச் சுத்தம் செய்து கொண்டிருந்தாலும் சரி, இல்லையென்றாலும் சரி, கழுவப் போதுமான தண்ணீர் இல்லையென்றாலும் சரி. இதுபோன்ற பல அசௌகரியங்களை அவர்கள் அனுபவித்து வந்தார்கள். இவை போன்ற மிருகத்தனமான, மனிதாபிமானமற்ற பழக்கங்கள் எல்லாம் மாறி இருக்கின்றன. முன்பெல்லாம் ஒரு ஹிந்துக் கைதி தண்ணீரை எடுத்துக் குடிக்கப் போனார் என்றால், அங்கிருக்கும் முஸ்லிம் வார்டர் அவர் குடிப்பதற்குத் தண்ணீர் எடுக்கும் தொட்டியில் காலை விடுவார். அந்த அழுக்குத் தண்ணீரைத்தான் அந்தக் கைதி பயன்படுத்தவேண்டும். அப்படிப் பயன்படுத்தினால் அதைக் கேலி

செய்வார் முஸ்லிம் கைதி. இதைப் பெருமையாக மற்றவர்களிடம் சொல்லவும் செய்வார். இப்போது இதுபோன்ற அவலங்கள் எல்லாம் கிடையாது. முஸ்லிம்களின் இந்த அராஜகங்கள் எல்லாம் முடிவுக்கு வந்தன. சிறையின் எல்லா இடங்களுக்கும் நல்ல தண்ணீர் கிடைக்கிறது. இது முன்பு நடந்த நிகழ்வை நினைவில் கொண்டுவந்தது. முன்பெல்லாம் சிறைக்குத் தண்ணீரை வெளியில் இருந்து கொண்டுவரமாட்டார்கள். சிறையிலிருக்கும் ஒரு கிணற்று நீரைத்தான் நாங்கள் குடிக்கவேண்டும். அந்தத் தண்ணீர் அழுக்காகவும் நாற்றம் அடிப்பதாகவும் இருக்கும். எனவே நாங்கள் எங்கள் மூக்கை மூடிக்கொண்டுதான் குடிப்போம். இதற்குக் காரணம் எங்களிடத்தில் மிஸ்டர் பாரி காட்டிய அலட்சியம்தான். ஆனால் அவரைப்பற்றிக் கைதிகள் சூப்பரின்டென்டன்ட்டிடம் புகார் கொடுக்கவில்லை. ஏனென்றால் அதை எப்படியிருந்தாலும் மிஸ்டர் பாரி மறுக்கத்தான் போகிறார். நான் ஒருமுறை என் பானையில் அந்தத் தண்ணீரை ஒரு டின்னில் நிரப்பி வைத்து அதை ஒளித்து வைத்துவிட்டேன். பிறகு சூப்பரின்டென்டென்ட் அங்கு வந்தபோது அவரிடம் ''நாங்கள் அருகில் இருக்கும் கிணற்றிலிருந்து தண்ணீர் குடிக்க வேண்டியிருக்கிறது. அந்தக் கிணற்றில் எல்லா விதமான குப்பைகளும் கொட்டப்படுகின்றன. நீண்ட நாட்களாக அந்தக் கிணறு சுத்தம் செய்யப்படவில்லை'' என்று சொன்னேன். மிஸ்டர் பாரி வழக்கம்போல் அதை மறுத்தார். அங்கிருந்த ஜமாதார் யாருக்கும் உண்மையைச் சொல்லி, எங்களுக்கு ஆதரவாகப் பேசும் தைரியம் இல்லை. நாங்கள் கூறுவதை நிரூபிக்க நான் ஒளித்து வைத்திருந்த அந்தத் தண்ணீரைக் கொண்டுவந்து அவரிடம் காட்டினேன். அது பயங்கரமாக நாற்றமடித்தது. அந்தத் தவறுக்காக சூப்பரின்டென்டென்ட் மிஸ்டர் பாரியை எங்கள் முன்னாலேயே கடுமையாகக் கடிந்துகொண்டதோடு, அலுவலகத்தில் வைத்தும் திட்டினார். அதன்பிறகு அதுபோன்ற அழுக்குத் தண்ணீர் எங்களுக்குக் குடிப்பதற்குக் கொடுக்கப்படவில்லை. மிஸ்டர் டிக்கின்ஸ் பொறுப்புக்கு வந்தவுடன், இதுபோன்ற மோசமான விஷயங்கள் எல்லாம் சரி செய்யப்பட்டன. அவரது காலகட்டத்தின்போது சிறையில் ஒருவர்கூடத் தற்கொலைக்கு முயற்சிக்கவில்லை. அதே மிஸ்டர் பாரி பொறுப்பில் இருந்த காலத்தில் ஒவ்வொரு மாதமும் ஒரு தற்கொலைச் சம்பவமாவது சிறையிலோ அல்லது வெளியில் உள்ள குடியிருப்புகளிலோ நடந்துகொண்டிருந்தது. இந்த மாற்றத்திற்குக் காரணம்,நான் சிறையிலிருந்த கடந்த பத்து வருடக் காலத்தில் நாங்கள் தொடர்ந்து செய்த போராட்டங்கள்தான்.

அந்தக் குடியிருப்பில் இருந்த அதிகாரிகள் பழைய முறைகளைக் கைவிட்டு இனி புதிய நிர்வாக அணுகுமுறைகளைக்

கடைப்பிடிக்கவேண்டும் என்பதைப் புரிந்துகொண்டார்கள். இன்னொரு காரணம், 1914ம் ஆண்டு நடைபெற்ற போருக்குப் பிறகு கைதிகளுக்குப் பொது மன்னிப்பு வழங்கப்படும் என்று எதிர்பார்த்துக் காத்திருந்தார்கள். அந்த எதிர்பார்ப்பு அவர்களைத் தற்கொலை செய்துகொள்ள விடாமல் தடுத்தது. ஜெயில் கமிஷன் முன்பு நான் சாட்சியம் சொல்லும்போது தற்கொலைச் சம்பவங் களின் எண்ணிக்கை குறைந்திருப்பதைச் சுட்டிக் காட்டி, இதனை உறுப்பினர்களின் கவனத்துக்குக் கொண்டுவந்தேன்.

கோலு துப்புரவாளர்களுக்கு ஒரு பள்ளிக்கூடம்

நான் எண்ணெய்க் கிடங்கில் ஃபோர்மேனாகப் பணிபுரிந்தபோது அந்தப் பதவியைப் பயன்படுத்திக்கொண்டு சுத்தி, சங்கப் பணிகள், அந்தமானை முன்னேற்ற மேற்கொண்ட கல்விப் பணிகள் ஆகியவற்றை இன்னும் தீவிரமாகச் செய்தேன். அது குறித்துச் சிலவற்றை இங்கே கூறுகிறேன். இஸ்லாம் மதத்திற்கு மாற்றப்பட்ட ஒரு ஹிந்துத் துப்புரவுப் பணியாளர் திரும்பவும் ஹிந்து மதத்திற்கு மாற்றப்பட்டார். அவர் குடுமியை வளர்த்துக்கொண்டு இருந்ததினால் முஸ்லிம்கள் அவரைத் தங்களுடன் உணவருந்த அனுமதிக்க வில்லை. ஹிந்துக்கள் அவர் துப்புரவுப் பணியாளர் என்பதாலும் தீண்டத்தகாதவர் என்பதாலும் அவரைத் தங்களுடன் ஒரே வரிசையில் அமர்ந்து உணவருந்த அனுமதிக்கவில்லை. ஒருநாள் அவரை எண்ணெய்த் தொழிற்சாலைக்கு வேலைக்கு அனுப்பி இருந்தேன். அவரது வேலை முடிந்தவுடன் அவரை அழைத்தேன். அவரைக் குளிக்கச் சொல்லி உடம்பை சோப்புப் போட்டுச் சுத்தமாக்கச் சொன்னேன். அவருக்குப் புதிய துணிகளைக் கொடுத்து உடுத்திக்கொள்ளச் சொல்லி, என்னுடன் அமர்ந்து உணவு உட்கொள்ளச் செய்தேன். நான் இப்படிச் செய்ததும் என் நண்பர்களுக்கும் தைரியம் வந்து அவரைத் தங்களுடன் அமர்ந்து உணவு உட்கொள்வதற்குச் சம்மதித்தார்கள். கொஞ்சம் கொஞ்சமாக மற்ற ஹிந்துக்களும் அவர்களுடன் உணவு அருந்த உட்காருவதை எதிர்க்காமல் இருந்தார்கள். இதனால் அவர் திரும்பவும் இஸ்லாம் மதத்திற்குப் போவது தடுக்கப்பட்டது. அந்தத் தீண்டத்தகாதவர் தினமும் துளசிதாஸ் பஜனைகளைப் பாடுவார். இந்தச் சிறையில் முன்பெல்லாம் உயர்ஜாதி ஹிந்துக்கள்கூட எண்ணெய்ச் செக்கில் வேலை செய்வதைத் தவிர்ப்பதற்காக தங்களுக்குத் துப்புரவுப் பணியாளர் வேலை கொடுக்குமாறு கேட்பார்கள். இதுபோன்ற கோரிக்கைகளில் பர்மாவைச் சார்ந்தவர்கள் மற்ற அனைவரையும் மிஞ்சி விடுவார்கள். அதனால் கோலு என்பது துப்புரவுப் பணியாளர்களுக்கான பள்ளிக்கூடம் என்று அழைக்கப்பட்டது. சிறை முழுவதிலும் இதை

அப்படித்தான் சொல்வார்கள். இப்போது கோலு குறித்த அச்சங்கள் எல்லாம் நீங்கிய நிலையில், இதே மனிதர்கள் தங்களுடன் ஒரு தீண்டத்தகாதவர் உட்கார அனுமதி மறுக்கிறார்கள்.

லோகமான்ய திலகர் இறந்த செய்தி

இந்தச் சமயத்தில், லோகமான்ய திலகர் இறந்துவிட்டார் என்ற செய்தி அந்தமானுக்கு வந்தது. அந்தச் செய்தி இரவில் ஒரு வதந்திபோல் வந்தது. மறுநாள் காலையில் உறுதி செய்யப்பட்டது. அந்தச் செய்தியைக் கேட்டதும் நான் மிகுந்த கவலை கொண்டேன். தாங்க முடியாத துக்கம் வந்து நெஞ்சத்தை அழுத்தியது. நாங்கள் அடைந்த துன்பத்தை எப்படி விளக்குவது? அன்று காலை 8 மணிக்கு அந்தமான் முழுவதிலும் எல்லோரும் ஒருநாள் உண்ணாவிரதம் இருக்கவேண்டும் என்றும், அதற்கு அடுத்த நாள் எல்லோரும் அஞ்சலிக் கூட்டங்களை அவரவர் இடத்தில் நடத்தவேண்டும் என்றும் தீர்மானம் செய்யப்பட்டது. இந்த முடிவை என் சகாக்களுக்கும் மற்ற பணியாளர்களுக்கும் தெரிவித்தேன். அவர்கள் தீவு முழுக்க, எங்கள் வழக்கமான செய்தித் தொடர்புகள் மூலம் இந்தச் செய்தியைப் பரப்பினார்கள். தந்திச் செய்திபோல இது அந்தமான் முழுக்க விரைவாகப் பரவியது. இரவு உணவின்போது, சில்வர் ஜெயிலில் மட்டுமல்லாமல் தூரத்தில் இருந்த ராஸ் தீவிலும் எல்லோரும் உணவு உட்கொள்ள மறுத்தது தெரிய வந்தது. இதன் காரணம் என்னவென்று அதிகாரிகளுக்குப் புரியவில்லை. யாரும் அவர்களிடத்தில் எதுவும் சொல்லவில்லை. அஞ்சலி செலுத்து வதற்காக உண்ணாவிரதம் இருக்கிறோம் என்று சொன்னால் அது அரசியலைப் பற்றிப் பேசுவது ஆகிவிடும். அந்தமானில் உள்ள கைதிகள் அரசியல் சம்பந்தமாக எதுவும் செய்யக்கூடாது. கைதிகளுக்கு அரசியல் அதாவது தேசிய உணர்வு என்பதே இருக்கக் கூடாது. அரசாங்கத்திற்கு சார்பாக ஏதாவது பேசினால் அது அனுமதிக்கப்படும். அப்படிப்பட்டவர்களை மட்டும் அனுமதித்தார் கள். போர்க்காலத்தில் ஆட்சியாளர்களுக்கு நிதி வசூல் செய்யச் சொன்னார்கள். அரசின் கஜானா காலியாகிவிடக்கூடாது என்பதுதான் காரணம். போர் முடிந்து எல்லோரும் கொண்டாடிக் கொண்டிருந்தபோது அதிகாரிகள் கைதிகளை அரை மணி நேரம் அமைதியாக இருக்கச் சொன்னார்கள். ஆனால் லோகமான்ய திலகர் இழப்பிற்கு அஞ்சலி செலுத்த எங்களுக்கு உரிமை இல்லை. கைதிகள் தாங்கள் அஞ்சலி செலுத்துவதற்காகத்தான் உண்ணா விரதம் இருக்கிறோம் என்பதைக் கூறினால், அது ஒரு குற்றமாகக் கருதப்பட்டு, விசாரணை செய்யப்பட்டு, அவர்களுக்கு அந்தக் குற்றத்திற்கு தண்டனை வழங்கப்படலாம்.

கைதிகள் அதனால் அதைக் குறித்து எதுவும் பேசாமல் அமைதியாக இருந்தார்கள். ஆனால் அதிகாரிகளுக்கு அவர்கள் உண்ணாவிரதம் இருப்பதன் காரணம் புரிந்துவிட்டது. மொத்த அந்தமான் சிறை வளாகமும் செய்தி கிடைத்த இரண்டு மணி நேரத்திற்குள் உண்ணாவிரதத்தை ஆரம்பித்துவிட்டது. இது அதிகாரிகளுக்கு ஆச்சரியத்தையும் கோபத்தையும் ஏற்படுத்தியது. சந்தேகமே இல்லாமல் இது ஆச்சரியம்தான். ஏனென்றால் ஒன்பது வருடங் களுக்கு முன்னால் அந்தமானில் இருந்த கைதிகளுக்கு திலகர் என்றால் யார் என்றே தெரியாது. இந்தச் சம்பவம் அந்தக் காலத்தில் நடந்திருந்தால் அவர்களில் ஒருவர்கூட அஞ்சலி செலுத்துவதற்காக உண்ணாவிரதம் இருந்திருக்க மாட்டார்கள். இந்த ஒன்பது ஆண்டுகாலம் பல மாற்றங்களை இங்கு ஏற்படுத்தி இருக்கிறது. கைதிகளிடையேயும் குடியிருப்பில் இருக்கும் மனிதர் களிடையேயும் மிகப்பெரிய அரசியல் விழிப்புணர்ச்சியும் ஒற்றுமையும் ஏற்பட்டிருக்கின்றன. அதனால்தான், செய்தி கிடைத்த இரண்டே மணி நேரத்தில் அது பல ஆயிரம் கைதிகளுக்குப் பரப்பப் பட்டு, அவர்கள் எல்லோரும் அந்த நாளை ஒரு தேசியத்துக்க நாளாகக் கருதி உண்ணாவிரதம் இருக்க முடிந்தது.

நாங்கள் நடத்திய கூட்டங்களின் நிலையும் அதேபோலத்தான். சில முக்கியக் கைதிகள், குடியிருப்பில் இருக்கும் மக்களிடையே அரசியல் குறித்த விழிப்புணர்வு ஏற்படுத்துவதற்காகக் கூட்டங்களையும் விவாதங்களையும் நடத்துவார்கள். அப்படி ஏற்பாடு செய்வது மிக ஆபத்தான விஷயம்தான். மிகவும் ஜாக்கிரதையாக அதனைச் செய்யவேண்டும். ஏனென்றால் கைதிகள் ஒரு மாவட்டத்திலிருந்து இன்னொரு மாவட்டத்திற்குப் போவது தடை செய்யப் பட்டிருந்தது. இத்தகைய கூட்டங்களில் கிட்டத்தட்ட நூறு கைதிகள் ஒன்றாக வருவார்கள். அவர்கள் குடியிருப்புப் பகுதியின் எல்லா இடங்களிலிருந்தும் வருவார்கள். இப்படிச் செய்ய முடிந்ததற்குக் காரணம், கைதிகளும் அதிகாரிகளும் எங்களுடன் கூட்டணியில் இருந்ததுதான். ஆனால் சில சமயம் எங்கள் திட்டங்கள் தோல்வி அடைந்து மொத்தக் கும்பலும் மாட்டிக்கொள்ளும் நிலை ஏற்படும். அப்படிப்பட்ட சூழ்நிலையில்தான் தலைவர்களுக்கு சோதனையும் ஏற்படும். அப்போது ஒரு பெரிய அமளியும் நெரிசலும் ஏற்பட்டு எல்லோரும் ஓட ஆரம்பிப்பார்கள். அதன்பிறகு எல்லோரையும் திரும்ப அழைப்பது என்பது மிகத் திறமையும் நிர்வாக அனுபவமும் தேவைப்படும் ஒரு காரியம். நான் ஒரு சம்பவத்தை உதாரணமாகக் கூறுகிறேன். அந்தமானில் பின்ஸ்பெக் என்று ஒரு மாவட்டம் இருந்தது. அந்த மாவட்டத்தில் ஒரு கூட்டத்தை நடத்துவது என்று

நாங்கள் தீர்மானம் செய்தோம். கைதிகள் ஒவ்வொருவரும் ஒரு காரணத்தைக் கூறி அங்கு வந்திருந்தனர். அதிகாரிகள் யாருக்கும் தெரியாமல் கூட்டம் பாதுகாப்பாக நடக்கவேண்டும் என்பதற்காகப் பலரை முக்கியமான இடங்களில் காவலுக்கு நிறுத்தி இருந்தோம். கூட்டம் மிக மும்முரமாக நடந்துகொண்டிருந்தபோது எங்களில் ஒருவர் போலிஸ் அதிகாரி ஒருவர் எங்களை நோக்கி வருவதைக் கண்டார். உடனே எல்லோரும் ஓட ஆரம்பித்தனர். பேசுபவர்கள், கேட்டுக்கொண்டிருந்தவர்கள் அனைவருக்கும் தேசிய உணர்வு எல்லாம் ஒரு நொடியில் காணாமல் போய்விட்டது. சிலர் புல்லுக்குப் பின்னால் சென்று மறைந்துகொண்டனர். சிலர் பாறைக்குப் பின்னால் போய் மறைந்துகொண்டனர். சிலர் வேலிகளைத் தாண்டிக் குதித்துப் பின்வழியாகத் தங்கள் கட்டடங்களுக்கு ஓடிப் போய்விட்டனர். எல்லோரும் தப்பித்துவிட்டார்கள். இரண்டே இரண்டு பேர் மட்டும் மாட்டிக்கொண்டனர். அந்த அதிகாரி எங்கள் நண்பர். எங்கள் கூட்டத்தைப் பற்றி யாரோ ஒருவர் தகவல் கொடுக்க அதன் அடிப்படையில் உயர் அதிகாரிகள் அவரைப் போய்ப் பார்க்கச் சொல்லி இருக்கிறார்கள். இல்லையென்றால் அந்தப் பக்கமே அவர் வந்திருக்கமாட்டார். அவரிடம் பிடிபட்டவர்கள் அதே மாவட்டத்தைச் சேர்ந்தவர்கள். இடைஞ்சலில்லாமல் நடக்க வேண்டும் என்பதற்காக ஞாயிற்றுக் கிழமைதான் கூட்டம் நடக்கும். அதனால், அவர் அவர்களைக் கண்டித்து விடுவித்து விட்டார். கூட்டத்தில் கலந்துகொண்ட மற்றவர்களின் பெயர்களை எல்லாம் அவர்களிடம் அவர் கேட்கவில்லை. இப்படி ஒரு கூட்டம் எதுவுமே நடக்கவில்லை என்று அவர் தலைமையகத்திற்கு அறிக்கை அனுப்பினார். ஆனால் விஷயம் அதோடு முடிந்துவிடவில்லை. எங்கள் கூட்டத்தில் கலந்துகொண்ட ஒரு முக்கியமான மராத்தியக் கைதி வேலையிலிருந்து நீக்கப்பட்டார். அவருக்குத் தண்டனை யாகக் கடுமையான பணியும் கொடுக்கப்பட்டது. இரண்டு வாரங்களுக்குள் நாங்கள் அவரை பழைய பணியில் திரும்பவும் அமர வைத்துவிட்டோம். எங்களுக்கு அதிகாரிகளிடம் இருந்த செல்வாக்கின் மூலம் அதைச் செய்தோம்.

அந்தமானில் தசரா தீபாவளி மற்றும் சமபந்தி போஜனம்

இந்தியாவைப்போலவே அந்தமானிலும் ஹிந்துக்கள் தசரா, தீபாவளி, ஹோலி போன்றவற்றை மிகவும் விமரிசையாகக் கொண்டாடுவார்கள். இங்கு மிகவும் பிரபலமான மூன்று ஹிந்துக் கோவில்கள் இருக்கின்றன. ஒன்று ஹிந்துக்களின் கோவில், இன்னொன்று சீக்கியர்களுடையது, மூன்றாவது ஆர்ய சமாஜத்தைச்

சேர்ந்தவர்களின் கோவில். அந்த மூன்று நாட்களும் எல்லாக் கைதிகளுக்கும் இங்கு விடுமுறை உண்டு. அன்று எல்லோரும் சுதந்திரமான மனிதர்கள்போல் காலையில் இருந்து மாலை வரை நடமாட அனுமதிக்கப்படுவார்கள். சில்வர் ஜெயிலில் இருந்த கைதி களுக்கும் விடுமுறை உண்டு. ஆனால் அவர்கள் சிறையைவிட்டு வெளியே செல்ல அனுமதி இல்லை. நான் இந்த விடுமுறைகளைப் பயன்படுத்திக்கொண்டு மக்களிடையே எங்கள் பிரசாரத்தைச் செய்வேன். வெளியில் இருப்பவர்கள், தேசிய முக்கியத்துவம் வாய்ந்த விஷயங்களைப் பேச, கூட்டங்களுக்கு ஏற்பாடு செய்வார்கள். கோவிலில் இருக்கும் பூசாரியும் எங்களுக்கு இந்த வேலையில் உதவுவார்கள். இந்தக் கொண்டாட்டங்களின்போது நாங்கள் சமபந்தி போஜனத்தை ஏற்பாடு செய்வோம். அந்த விருந்துகள் எல்லாமே தேசிய வழிபாட்டுடன் ஆரம்பிக்கும். கைதிகளை, பகவத்கீதைச் சொற்பொழிவுகளை ஏற்பாடு செய்யவும், ஆர்ய சமாஜ் உருவாக்கியிருக்கும் பஜனைகளைப் பாடவும் சொல்வோம். நூற்றுக்கணக்கான படிப்பறிவில்லாத ஹிந்துக்கள் இந்தப் புண்ணிய நாட்களில் தேசியத்தைப் பற்றி, தேசிய அரசியலைப் பற்றிப் பல விஷயங்களைத் தெரிந்து கொள்வார்கள். இந்த நாட்களில் அவர் களிடையே இந்த விஷயங்கள் குறித்த சிந்தனை விதைக்கப்படும். விதைக்கப்பட்ட சிந்தனைகள் என்றும் வீணாகப் போனதில்லை என்பதை நிரூபிக்க, சிலரின் பெயரை இங்கே குறிப்பிட ஆசையாக இருக்கிறது. அவர்கள் இங்கே சில்வர் ஜெயிலுக்கு முதலில் வந்தவர்கள். தண்டனைக் காலம் முடிந்த பிறகு வெளியே சென்று எழுத்தர்களாகவும் தொழிற்சாலையில் கண்காணிப்பாளர்களாகவும் பணிபுரிகிறார்கள். தங்கள் வேலையை மிகுந்த உற்சாகத்துடனும் அர்ப்பணிப்புடனும் செய்கிறார்கள். அவர்கள் செய்த பொதுச் சேவைக்கு நான் அவர்களுக்கு நன்றிக்கடன் பட்டிருக்கிறேன். ஆனால் அவர்களது நலன்கருதி, அவர்கள் பெயரை இந்தப் புத்தகத்தின் இந்த முதல்பதிப்பில் இந்த நேரத்தில் சொல்லாமல் இருப்பதுதான் நியாயமானது. ஆனால் அவர்களில் சிலர் நன்றாகப் படித்தவர்கள் என்பதையும், தார்வார், அகோலா, பீகார் போன்ற பகுதிகளில் இருந்து வந்த அரசியல் கைதிகள் என்பதையும் சொல்லலாம். மற்றவர்கள் திருட்டு மற்றும் கொள்ளை போன்ற குற்றங்களைப் புரிந்ததற்காக இங்கு வந்தவர்கள். மிக பயங்கரமான குற்றவாளிகள். ஆனால் எங்கள் பிரசாரமும் கல்வியும் அவர்களை முற்றிலுமாக மாற்றி இருக்கிறது. அவர்கள் செய்த பாவத்தின் கறை இப்போது அவர்களிடம் இல்லை. அவர்களிடம் ஏற்பட்டிருக்கும் இந்த மாற்றம் எனக்கு மிகப்பெரிய மகிழ்ச்சியைக் கொடுக்கிறது. போராளிகளான இவர்கள் எங்களுக்காக இந்தச்

சொற்பொழிவுகளை ஏற்பாடு செய்யும்போது பலமுறை மாட்டிக் கொண்டு ஆறு மாதம் முதல் ஒரு வருடம் வரை தண்டனையும் பெற்றிருக்கிறார்கள். குடியிருப்புப் பகுதியில் செய்துகொண்டிருந்த வேலையிலிருந்து நீக்கப்பட்டுச் சிறைத் தண்டனைக்காக இங்கே அனுப்பப்படுவார்கள். ஆனால் அவர்கள் அதை எல்லாம் தாங்கிக் கொண்டிருந்தார்கள். நேர்மையான பொதுச் சேவையாளராக அவர்கள் பெற்றிருக்கும் இந்த மாற்றம் எந்தப் பாராட்டுக்கும் அப்பாற்பட்டது.

அவர்கள் எவ்வளவு தைரியமானவர்கள் என்பது இந்தக் கதையைக் கேட்டால் தெரியும். அரசியல் கைதிகளுடன் பேசுவது எவ்வளவு ஆபத்தான விஷயம் என்பதைப் பற்றி நான் ஏற்கெனவே கூறியிருக்கிறேன். அந்தக் குற்றத்தைச் செய்ததற்காகச் சில சாதாரணக் கைதிகள் தங்கள் வேலையை இழந்திருக்கிறார்கள். மற்றவர்களும் எழுதுவது போன்ற எளிமையான வேலையிலிருந்து நீக்கப்பட்டு எண்ணெய்ச் செக்குக்கு அனுப்பப்பட்டிருக்கிறார்கள். ஆனால், கப்பலிலிருந்து இந்தச் சிறைக்கு ஏராளமான எண்ணிக்கை யில் ராணுவ வீரர்கள் அரசியல் கைதிகளாக வர ஆரம்பித்தபோது, போலிஸாரின் எச்சரிக்கையையும் மீறி,இவர்கள் பழங்களைக் கொடுத்து அவர்களை வரவேற்றனர். அரசியல் கைதிகள் சிறையி லிருந்து விடுதலையாகிப் போகும்போதும் அதேபோல் செய்தனர். அந்தமான் மக்களிடமிருந்து அவர்களுக்குத் தின்பண்டங்களையும் புதுத் துணிகளையும் வாங்கிக் கொடுத்தனர். அவர்களது வழிச்செலவுக்குத் தங்களிடம் இருந்த கொஞ்சம் பணத்தையும் கொடுத்தார்கள். இவற்றையெல்லாம் அவர்கள் ரகசியமாகச் செய்தனர். ஏனென்றால் இது அதிகாரிகளுக்குத் தெரிந்தால் அவர்கள் கடுமையாகத் தண்டிக்கப்படுவார்கள். இந்தக் காரியங்களை யெல்லாம் அவர்கள் தங்கள் கைக் காசைச் செலவழித்துச் செய்து கொண்டிருந்தனர்.

சிறையில் முதல் ஆரம்பப்பள்ளி

எனக்கு இப்போது கிடைத்திருக்கும் ஓரளவு சுதந்திரத்தையும், எண்ணெய்க் கிடங்கில் ஃபோர்மேனாக வேலை செய்வதனால் கிடைத்திருக்கும் அதிகாரத்தையும் பயன்படுத்தி, திட்டமிட்ட கல்வியைக் கைதிகளுக்குப் பரப்புவதில் ஈடுபடலாம் என்று தீர்மானித்தேன். கைதிகளுக்குரிய பல தடைகளையும் தாண்டி ஏற்கெனவே இதற்காகப் பல முயற்சிகள் எடுத்திருக்கிறேன். புதிதாக ஒரு காரியம் செய்யப் போகிறேன் என்றதும் பலர் எனக்கு ஆதரவு அளிக்க முன்வந்தார்கள். அவர்களுடன் திட்டத்தைக் குறித்து

விவாதித்த பிறகு சிறையினுள்ளே சிறுவயதுக் குற்றவாளிகளுக்காக ஒரு பள்ளிக்கூடம் ஆரம்பிக்கலாம் என்று தீர்மானித்தேன். அதற்கு நன்கு படித்த ஒரு அரசியல் கைதியை ஆசிரியராக நியமித்தோம். உலகம் முழுக்க உள்ள சிறைகளின் நிர்வாகம் பற்றிய எனது அறிவின் மூலம், ஒழுங்காகப் பயிற்சி கொடுத்தால் சிறுவயதுக் குற்றவாளிகள் மிக அருமையான குடிமகன்களாக உருவாவார்கள் என்பதைத் தெரிந்துகொண்டேன். அந்த ஆசிரியர் தன் பணியினை மிகத்திறமையாகச் செய்தார். வெறுமனே மூன்று ஆர்-களை மட்டும் கற்றுக் கொடுக்காமல் நாங்கள் வகுத்த திட்டத்தின்படி, அறநெறிகள் மற்றும் தேசியக் கல்வியை அவர்களுக்குச் சொல்லிக் கொடுத்தார். கீதையிலிருந்து ஒரு ஸ்லோகம், ஆன்மிகம் சம்பந்தப்பட்ட சில நல்ல வரிகள்,மதப் புத்தகங்களில் இருந்து எடுக்கப்பட்ட நல்ல தத்துவங்கள், அரசியல் செய்திகள் போன்றவை பள்ளியில் தினசரி அவர்களுக்குக் கற்றுக் கொடுக்கப்படும் விஷயங்கள். அவர்கள் ஹிந்தியில் படித்து நாகரி எழுத்துகளை எழுதவேண்டும். அந்தமான் மக்களுக்காக ஹிந்தியில் நான் எழுதிய தேசியப் பாடல்களை அவர்கள் படித்து மனப்பாடம் செய்யவேண்டும். இந்தத் தீவில் பாடப்படும் மற்ற ஹிந்தித் தேசியப் பாடல்களையும் அவர்களுக்குக் கற்றுக் கொடுத்தோம்.

சிறுவர்களுக்கான ஆரம்பப் பள்ளியை அமைத்த பிறகு அதே போன்ற ஒரு பள்ளியை மற்ற வகுப்புக் கைதிகளுக்காக எண்ணெய்க் கிடங்கில் ஆரம்பித்தேன். இதுநாள்வரை ரகசியமாகச் செய்தவற்றை இப்போது வெளிப்படையாகச் செய்ய ஆரம்பித்தேன். என் மேற்பார்வையில் தேங்காய் எண்ணெய் எடுக்கும் வேலையில் கிட்டத்தட்ட 150 கைதிகள் வேலை செய்துகொண்டிருந்தார்கள். அவர்கள் பள்ளிக்கூடத்திற்குச் செல்வதற்காகப் பகலில் 2 மணி நேரம் விடுப்பு கொடுத்தேன். அவர்கள் சிறு குழுக்களில் சுழற்சி முறையில் வந்து கற்றுக் கொண்டார்கள். ஞாயிற்றுக்கிழமைகளில், தற்போதைய புதிய விதிகளின்படி, அவர்கள் எல்லோரும் எவ்விதக் கட்டுப்பாடுகளும் இன்றி ஒரே நேரத்தில் வந்து கற்றுக் கொள்வார்கள். அதனால் சிறை நிர்வாகத்தால் எங்கள் ஞாயிற்றுக் கிழமை வகுப்பு அங்கீகரிக்கப்பட்டுத் தொடர்ச்சியாக நடந்தது. இப்போது எந்தப் பயமும் இல்லாமல் நாங்கள் இதைச் செய்தோம். எதற்கும் அஞ்சி ஓடவேண்டியதில்லை. இதுபோன்ற ஒரு சுதந்திர மான சூழ்நிலை கைதிகளிடையே ஒழுங்கீனத்தை வரவழைத்ததா? அவர்கள் தங்கள் வழக்கமாகச் செய்யும் வேலையைவிட குறைவாகச் செய்தார்களா? அந்த இடத்தின் மற்ற விஷயங்களில் தலையிட்டு குழப்பத்தை உண்டாக்கினார்களா? இல்லை. இதற்கு

முன்னால் அவர்களை வற்புறுத்தி வேலை செய்யச் சொல்ல வேண்டி இருந்தது. இப்போது அவர்களே வேலையைத் தங்கள் கடமையாகச் செய்தார்கள். அவர்களில் எவரேனும் ஒழுங்காக வேலை செய்யவில்லை என்றால், மற்றவர்கள் அந்த நபரிடம் வந்து, 'முட்டாளே, மிஸ்டர் டிக்கின்ஸ் மற்றும் பாபுஜி இருவரும் நம்மைக் கனிவுடன் நடத்தும்போது இப்படி நடந்துகொள்ள உனக்கு என்ன தைரியம்! உனக்கு மிஸ்டர் பாரி நம்மை எப்படி நடத்தினார் என்பது மறந்துவிட்டதா? ஏன் இப்படிச் செய்கிறாய்?'' என்று கோபித்துக் கொள்வார்கள். அதன்பிறகு எல்லாம் வழக்கம் போல் நடக்க ஆரம்பித்துவிடும்.

குரு கோவிந்த் சிங்கின் பிறந்தநாள்

புதிய சிறை விதிமுறைகளின்படி என்னால் முடிந்த பொது வேலை களை நான் வெளிப்படையாகச் செய்தேன். மற்ற விஷயங்களை நாங்கள் எப்போதும்போல ரகசியமாகச் செய்து வந்தோம். உதாரணத்திற்கு இந்த வருடம் நாங்கள் குரு கோவிந்த் சிங் அவர்களின் பிறந்தநாளைச் சிறையில் கொண்டாடுவது என்று தீர்மானித்தோம். இந்தப் பிறந்தநாள் கொண்டாட்டம் மிகவும் விமரிசையாக இருக்கவேண்டும் என்று நினைத்தேன். அப்போது தான் ஹிந்துக்களும் சீக்கியர்களும், தங்களுக்கிடையே உள்ள கலாசார ஒற்றுமையைப் புரிந்துகொண்டு, நெருங்கி வர வாய்ப்புக் கிடைக்கும். அவர்களிடையே ஒற்றுமை அதிகரிக்கும். அந்த விழா ஒரு ஞாயிற்றுக் கிழமை அன்று வந்தது. சிறையில் இருந்த ஒவ்வொரு பிரிவிலும் இருந்த கைதிகள் ஒரே இடத்தில் கூடலாம். ஒரு பிரிவில் இருக்கும் கைதிகள் இன்னொரு பிரிவிற்குப் போகக் கூடாது. அதனால் ஒவ்வொரு பிரிவிலும் இருக்கும் பள்ளிகள் தனித்தனியே வேறு வேறு நேரத்தில் பிறந்தநாள் கொண்டாட்டத்தை ஏற்பாடு செய்திருந்தனர். ஆனால் எல்லோரும் குரு கோவிந்த்சிங்கைப் பற்றி நான் என்ன பேசப் போகிறேன் என்பதைக் கேட்க ஆவலாக இருந்தனர். அதனால் நான் ஒவ்வொரு பிரிவுக்கும் போய் அங்கு சீக்கியர்களின் மிக முக்கிய குருவான குரு கோவிந்த் சிங் பற்றி உரையாற்றினேன். பல்வேறு கட்டடங்களில் நடந்த இந்த விழாக்களில் ஹிந்துக்களும் சீக்கியர்களும் சகோதரர்கள்போலக் கலந்துகொண்டனர். அவர்கள் ஒன்றாக பஜனைகள் பாடி குரு கோவிந்த் சிங்கின் வாழ்க்கை பற்றிய உரையைக் கேட்டனர். தாங்கள் ஒற்றுமையாக இருக்கவேண்டும் என்று சூளுரைத்தனர். அன்றைய தினம் கிடங்கில் ஒரு பூஜை செய்து பிரசாதம் கொடுத்தேன். இந்தப் பிரசாதத்திற்கு கடா என்று பெயர். இது சிறையில் உள்ள அனைத்துக் கைதிகளுக்கும் சாதி

வித்தியாசமில்லாமல் கொடுக்கப்பட்டது. ஞாயிற்றுக்கிழமையன்று கைதிகள் ஒரு குறிப்பிட்ட நேரத்தில் தங்கள் சிறைகளுக்குச் சென்று விடவேண்டும். கதவு பூட்டப்படவேண்டும். ஆனால் அன்று அவர்கள் அறைக்குச் சென்ற பிறகு கதவு திறந்து இருக்குமாறு ஏற்பாடு செய்தேன். எல்லா உயரதிகாரிகளும் அங்கிருந்து சென்றவுடன் அவர்களை திறந்த வெளி முற்றத்துக்கு வரச்சொல்லி அவர்களிடம் உரையாற்றினேன். பல கட்டடங்களில் இருந்தும் கைதிகள் அங்கு வந்து உரையைக் கேட்டனர். யாராவது ஒரு உயர் அதிகாரி ரகசிய ஆய்வுக்கு அங்கு வந்தால் எங்களை எச்சரிக்கை செய்யத் தயாராக இருந்தனர். சில துணை அதிகாரிகளும் அங்கிருந்தனர். இவர்கள் எங்கள் சிந்தனையைப் புரிந்துகொண்டு அதற்கு மாறியவர்கள். கிட்டத்தட்ட நூறு பேர் இதற்குப் பாதுகாவலாக இருந்தனர். மற்றவர்கள் கூட்டத்தில் கலந்து கொண்டனர். நாங்கள் தேசபக்திப் பாடல்களைப் பாடினோம். அவர்கள் என் உரையை உன்னிப்பாகக் கேட்டனர். இதில் முக்கியமான விஷயம் என்னவென்றால், ஒரு காலத்தில் கைதிகள் ஒருவருக்கு ஒருவர் பேசுவது குற்றம் என்று கூறித் தடை செய்யப் பட்டிருந்த அதே இடத்தில் நாங்கள் இன்று குரு கோவிந்த் சிங்கின் பிறந்தநாளைக் கொண்டாடுகிறோம் என்பதுதான். இதற்கு முன்பு தேசபக்தி குறித்துப் பேச இயலாமல் இருந்தது. இன்று தாய்நாட்டின் மீது சூளுரைத்தோம். இன்னொன்றையும் ஒப்புக்கொள்ள வேண்டும், அன்று ஒரே நாடு, ஒரே தேசியம், ஒரே தாய்மொழி என்று பேசியிருந்தாலும் நூறில் ஒருவருக்குக்கூடப் புரிந்திருக்காது.

கைதிகளுக்கு இந்தப் பயிற்சி தரவேண்டும், அவர்கள் முன்னேற வேண்டும் என்பதற்காக, எங்கள் கூட்டங்களைத் தொடர்ந்து கவனிக்கும் மாணவர்களுக்கு, சிறையில் எளிதான வேலைகளைக் கொடுப்பேன். நாங்கள் ஆரம்பித்தபோது, மாணவர்களுக்கு சிலேட், பென்சில் போன்றவற்றை எங்களிடமிருந்த நிதியிலிருந்து வாங்கிக் கொடுத்தோம். ஆனால் பிறகு மிஸ்டர் டிக்கின்ஸ் போன்ற படித்த, கல்வியைப் போற்றும் ஒருவர் பொறுப்பேற்றுக் கொண்டவுடன், அவரிடம், அரசாங்கமே எங்கள் மாணவர்களுக்கு சிலேட், புத்தகம் வாங்குவதற்குப் பணம் தரவேண்டும் என்று மனு கொடுத்தேன். பலமுறை மனுக்கள் கொடுத்த பிறகு அரசாங்கம் சிலேட் மற்றும் புத்தகங்களை அரசு செலவில் கொடுப்பதற்கு உத்தரவிட்டது. அரசு தந்த சிலேட்டையும் புத்தகங்களையும் பயன்படுத்தும்போது எங்கள் மாணவர்களுக்கு வரும் மகிழ்ச்சியை அதிகாரிகள் கவனத்துக்குக் கொண்டு சென்றேன். அதேபோல அரசியல் கைதிகளின் நூலகத்திலிருந்து புத்தகங்கள் பெற்றுக்கொள்ள மற்ற

கைதிகளுக்கு அனுமதி வாங்கிக் கொடுத்தேன். கைதிகளின் நூலகத்தில் அரசாங்கம் புத்தகங்களை வாங்கி வைக்கவேண்டும் என்று சொன்னேன். அப்படி என்ன புத்தகங்கள் வாங்குவது என்று பட்டியல் போடும் பொறுப்பு என்னிடம் தரப்பட்டது. முடிந்த வரை நான் தேசியக் கருத்துகள் கொண்ட புத்தகங்களைப் பட்டியலிட்டேன். நிறைய ஹிந்திப் புத்தகங்களைப் பட்டியலில் சேர்த்தேன். அவற்றில் சிலவற்றைத் தேவையில்லை என்று அதிகாரிகள் மறுத்தார்கள். மற்றவற்றுக்கு ஒப்புதல் அளிக்கப்பட்டது. இப்படியாக அரசின் உதவியோடோ அல்லது எங்கள் ரகசிய இயக்கத்தின் மூலமாகவோ தேசிய நலனுக்காக அந்தமானில் சிறையில் இருந்த காலம் முழுக்கப் பணி செய்துகொண்டிருந்தேன். நூலகத்தில் தமிழ், தெலுங்கு, மலையாளம், கன்னடம் ஆகிய மொழிகளில் ஏராளமான புத்தகங்களை வாங்கி வைத்தேன். அவை அனைத்தும் தேசிய எண்ணத்தையும் ஒருமைப்பாட்டையும் மக்களிடையே தூண்டக் கூடியவையாக இருந்தன.

கைதிகளிடையே 80% படிப்பறிவு

ஒருமுறை ஒரு அதிகாரி இதற்கெல்லாம் என்ன பலன் என்று என்னிடம் கேட்டார். உண்மையான பலனை அறிவதற்காக ஒரு கணக்கெடுப்பைச் செய்தேன். சிறையிலுள்ள கைதிகளில் எழுதப்படிக்கத் தெரிந்தவர்கள் யார், அதில் சிறைக்கு வந்த பிறகு கற்றுக் கொண்டவர்கள் யார் என்று கணக்கெடுத்தேன். அதன்மூலம் சிறையிலிருந்த கைதிகளில் 80 சதவிகிதம் பேர் படிப்பறிவு உள்ளவர்கள் என்பதைத் தெரிந்துகொண்டேன். இவர்களில் 90 சதவிகிதம் பேர் இங்கு வந்த பிறகு எழுதப் படிக்கக் கற்றுக் கொண்டார்கள் என்பதையும் தெரிந்துகொண்டேன். இந்தத் தகவலை சம்பந்தப்பட்ட அதிகாரியிடம் தெரிவித்ததும், அவர் அது உண்மையா என்று சோதித்துப் பார்க்க ஒரு ஞாயிற்றுக்கிழமை அன்று காலை எங்கள் கட்டடத்திற்கு திடீர் வருகை புரிந்தார். அங்கு அவர் பார்த்தது என்ன? ஒவ்வொரு அறையாக அவர் சென்றபோது அங்கு கைதிகள் புத்தகம் படித்துக்கொண்டிருப்பதைப் பார்த்தார். ஒருசிலர் தேசபக்திப் பாடல்கள் பாடிக்கொண்டிருப்பதைக் கண்டார். பத்து வருடங்களுக்கு முன்பு இதே சிறையில் கைதிகள் ஞாயிற்றுக்கிழமை அன்று சூதாட்டம் ஆடிக்கொண்டோ அல்லது ஒருவரோடு ஒருவர் சண்டை போட்டுக்கொண்டோ தங்கள் நேரத்தை வீணடித்துக் கொண்டிருப்பர். இந்த அதிகாரி அப்போதிலிருந்து இங்கு பணியில் இருப்பவர். அதனால் அன்றைக்கும் இன்றைக்கும் இடையே ஏற்பட்டுள்ள மாற்றத்தைப் புரிந்துகொள்ள முடிந்தது. அவருக்கு ஆச்சரியமாக இருந்தது.

வாக்களிப்பதற்குக் கல்வித் தகுதி

நான் சிறையிலிருந்த கைதிகளின் சராசரி கல்வி அறிவைப் பற்றிதான் குறிப்பிட்டிருந்தேன். நாங்கள் அவர்களுக்குக் கல்வி கற்கும் முறையின்மூலமும், எங்கள் பாடத்திட்டத்தில் உள்ள பாடங்கள் மூலமும், இந்தத் தேசத்தைப் பற்றியும், தற்போதுள்ள அரசியல் பற்றிய எல்லாவற்றையும் விரிவாகக் கற்றுக் கொடுத்திருந்தோம். அதனால் அவர்கள் நல்ல விழிப்புணர்வு உள்ளவர்களாகவும், தங்கள் வாக்களிக்கும் உரிமையை முறைப்படி பயன்படுத்தக் கூடியவர்களாகவும் இருந்தார்கள். அதுபோன்ற கைதிகள் இந்தச் சிறையில் கிட்டத்தட்ட 40 சதவிகிதம் பேர் இருந்தார்கள். ஐரோப்பிய நாடுகளில் உள்ள எந்த ஒரு வாக்காளரும் இதைவிட அதிகமாகத் தெரிந்து வைத்திருக்க மாட்டார். நாங்கள் கொடுத்த கல்வியின் மூல்மாக இங்குள்ள கைதிகள் லெஜிஸ்லேடிவ் கவுன்சில் தேர்தலாக இருந்தாலும், பஞ்சாயத்துத் தேர்தலாக இருந்தாலும் அதில் சரியாக வாக்களிக்கத் தகுதியுடன் இருந்தார்கள்.

நிலவொளியில் என் சகோதரருடன்

இந்த ஃபோர்மேன் வேலை எனக்கு ஓரளவு சுதந்திரத்தைக் கொடுத்திருந்தது. காலையில் மட்டுமல்லாமல் மற்ற நேரங்களிலும் என் அறையைவிட்டு வெளியே வர முடிந்தது. அப்போது திறந்த வெளியில் வந்து நிலவு வெளிச்சத்தில் நின்றுகொண்டிருப்பேன். பத்து வருடங்களாக அறையிலேயே அடைந்து கிடந்த எனக்கு இது மிகுந்த புத்துணர்ச்சியைக் கொடுத்தது. இந்தச் சுதந்திரத்தை நான் மிகவும் அனுபவித்து மகிழ்ந்தாலும் ஒரு ஓரத்தில் கவலையும் இருந்தது. இந்த நிலவு வெளிச்சத்தைக்கூட என்னால் சிறையினுள்ளே தானே அனுபவிக்க முடிகிறது. சுடுகாட்டில் ஒளிரும் நிலவு ஒளியைப் போன்றதுதானே இது?

ஒரு சில நாட்களுக்குப் பிறகு அந்த நிலவறையில் என்னுடன் என் மூத்த சகோதரரும் இருந்தார். நான் அந்த நிலவொளியில் அவருடன் சில மணிநேரங்கள் உட்கார்ந்துகொண்டிருந்தேன். ஆனால், அவரது துன்பங்கள், அவர் படும் இன்னல்கள் பற்றியே பேசிக்கொண்டிருந் தோம். அவரது உடல்நிலை மிகவும் மோசமாக இருந்தது. இருமிக் கொண்டே இருந்தார். அவருக்குக் காசநோய் அறிகுறி இருந்தது. இருமல் அவரை மிகவும் தொந்தரவு செய்தது. நீளமான கோட் அணிந்து ஒரு கம்பளியைப் போர்த்திக்கொண்டு ஒரு நாற்காலியில் உட்கார்ந்துகொண்டிருந்தார் அந்த உயரமான மனிதர். சிறந்த தேசப்பற்றாளரான என் சகோதரர் இப்போது உடல் மெலிந்து

சோர்ந்துபோய் இருந்தார். அவர்மீது பல தாக்குதல்கள் பல இன்னல்கள் தொடுக்கப்பட்டாலும் அவர் அதிலெல்லாம் துவண்டு போகாமல் இருந்தார்.

நான் நிலவொளியை அனுபவித்துக்கொண்டிருந்தேன். இது சிறையில் எனக்குக் கிடைத்திருக்கும் சிறிய சுதந்திரம். இன்னல் களைக் குறித்து எண்ணி வருந்தாமல், நான் எடுத்துக்கொண்டிருக்கும் காரியங்களைப் பற்றிச் சிந்திப்பது என்று தீர்மானித்திருந்தேன். இந்தச் சமயத்தில் ஒருநாள் காலை என் மூத்த சகோதரர் வேகமாக வந்து என்னிடம் ஒரு செய்தித்தாள் துண்டைக் கொடுத்தார். யாரும் கவனிக்காதபடி அதனைப் படித்தேன். அதில் அரசாங்கம் அந்தமானைக் கைதிகளுக்கான காலனியாக இனிமேல் தொடரப் போவதில்லை என்ற செய்தி வந்திருந்தது. இனிமேல் புதிதாக கைதிகளை சில்வர் ஜெயிலுக்கு அனுப்பப் போவதில்லை என்றும், ஏற்கெனவே இருக்கும் கைதிகள் அந்தமானில் தங்கியிருக்க விரும்பாத பட்சத்தில், சில நிபந்தனைகளுக்குட்பட்டு இந்தியாவில் இருக்கும் சிறைக்கு மாற்றப் போவதாகவும் அறிவிக்கப்பட்டிருந்தது.

அந்தமான் சிறைக்கூடமாகத் தொடராது

அந்தச் செய்தி எனக்கு மகிழ்ச்சியைக் கொடுத்தது. ஏனென்றால் நாங்கள் பத்து வருட காலமாகப் போராடியதற்கான பலன் அது. போர்ட் பிளேயரில் இருக்கும் கைதிகளின் பிரச்சினைகளை எல்லாம் நான் ஜெயில் கமிஷனிடம் கூறியிருந்தேன். ஆனால் நான் சொன்ன விதத்தால், எனக்கு இந்தச் சிறையிலிருந்து விடுதலை கிடைக்காது என்று நம்பினேன். எல்லோருக்கும் பொது மன்னிப்பு வழங்கப் பட்டாலும் எனக்கு வழங்கப்படாததற்குக் காரணம் அதுதான் என்று நினைத்தேன். எனக்கு விடுதலை கிடைக்கவில்லை என்றாலும், கைதிகளின் நலனுக்கு என்னால் முடிந்ததைச் செய்த வகையிலும், மற்றவர்களுக்குக் கிடைத்த விடுதலையில் எனது பங்கும் இருக்கிறது என்ற வகையிலும் எனக்கு மிகுந்த மகிழ்ச்சி இருந்தது.

சிறையிலிருந்த நூற்றுக்கணக்கான கைதிகள் என்னிடம் நன்றியைத் தெரிவித்துக்கொண்டார்கள். அவர்களுக்கெல்லாம் ஒரு விஷயம் மிக நன்றாகத் தெரியும். அவர்கள் என்னோடு சிறையிலிருந்த இந்தப் பத்தாண்டு காலமும் தொடர்ந்து சில்வர் ஜெயிலிலும் வெளியிலும் நடந்த கொடுமைகளை எதிர்த்துப் போராடிக் கொண்டிருந்தேன். அதுமட்டுமல்லாமல், பத்திரிகைகள் மூலமாகவும், மனுக்கள் மூலமாகவும், டெல்லியில் உள்ள இம்பீரியல் லெஜிஸ்லேச்சரில் கேள்விகள் கேட்க வைப்பதன் மூலமாகவும்,

கடிதங்கள் மூலமாகவும், இந்திய அரசாங்கத்தின் கவனத்தை அந்தமான் சிறையில் இருக்கும் கைதிகள் பக்கம் ஈர்த்தேன். என் விடாமுயற்சியின் காரணமாக இந்த விஷயம் ஜெயில் கமிஷன் வரும் வரை உயிர்ப்போடு இருந்தது. என்னைப் பாராட்டியவர் களிடம் நான், ''ஒருவழியாக அந்தமான் இனிமேல் காலனியாக இருக்கப்போவதில்லை, சில்வர் ஜெயில் மூடப்படப் போகிறது. இது ஒரு தனி மனிதனின் முயற்சியால் விளைந்ததல்ல. பத்தாண்டு காலம் நாம் அனைவரும் பல விதங்களில் போராடியதன் பலன். அதிலும் குறிப்பாக இந்தக் காலகட்டம் முழுவதும் அரசியல் கைதிகள் மிகப்பெரிய பங்களிப்பைக் கொடுத்திருக்கிறார்கள். இதில் கொஞ்சம் வெற்றி கிடைத்திருந்தாலும் கூட, அது உங்களையே சேரும்'' என்று கூறி, என் மனமார்ந்த பாராட்டுக்களை அவர்களுக்குத் தெரிவித்தேன்.

மிஸ்டர் பாரி இப்போது நம்முடன் இருந்தால் எவ்வளவு நன்றாக இருக்கும் என்றும் சொன்னேன். நான் கடும் முயற்சிகள் எடுக்கும் போதெல்லாம் அவர் ஏளனம் செய்வார். என் மண்டையைப் பாறையில் முட்டிக்கொண்டால் என் மண்டைதான் உடையுமே தவிர சுவர் உடையாது என்று சொல்லி, அதைப்போல என் முயற்சியால் எந்தப் பலனும் இல்லை என்பார். அப்போது நான் அவரிடம், ''மிஸ்டர் பாரி, நான் என் மண்டையை உங்கள் சிறைச் சுவர்களில் முட்டி அதனால் பல காயங்கள் ஏற்பட்டிருக்கின்றன. அதில் சந்தேகமில்லை. ஆனால் பாருங்கள், உங்கள் சுவர்களில் இப்போது விரிசல் விழுகின்றன. விரைவிலேயே அவை இடிந்து விழும். ஆனால் இந்தப் போராட்டத்தில் இத்தனை காயங்கள் பட்டாலும் இங்கு உயிரோடு இருக்கிறேன்'' என்று கூறுவேன்.

அந்தச் செய்தியைப் பற்றியே நான் அன்றிரவு முழுக்க நினைத்துக் கொண்டிருந்தேன். அந்தச் செய்தியில் அரசாங்கத்தை எந்த விஷயத்தில் எதிர்ப்பது, எந்த விஷயத்தில் ஆதரிப்பது என்பது குறித்து சிந்தித்துக்கொண்டிருந்தேன். நான் எடுக்கும் முடிவு மக்களிடையே எனக்கிருக்கும் மதிப்பைக் குறைக்கும் என்பதை உணர்ந்துகொண்டேன். ஆனால் அவர்களுக்காக நான் நல்ல முறையில் சேவை செய்யவேண்டும் என்றால் இந்த எதிர்ப்பைச் சந்திக்கவேண்டும். அந்தமானில் முதன்முதலில் சுத்தி இயக்கத்தை ஆரம்பிக்கும்போது இதுபோன்ற எதிர்ப்புகளைச் சந்திக்க வில்லையா என்ன?

சிறைக் குடியிருப்பை ஆதரிக்கிறேன்

ஆரம்பத்திலிருந்தே நான் இந்தச் சிறை காலனி மூடப்படுவதை எதிர்த்து வந்திருக்கிறேன். நான் இங்கே எதிர்ப்பதெல்லாம், தண்டனை பெற்று சிறைக்கு வரும் கைதிகளின் மீதான இங்குள்ள நிர்வாகத்தின் மிகக் கடுமையான அணுகுமுறைகள் மற்றும் கருணையே இல்லாத சில விதிமுறைகள் ஆகியவற்றைத்தான். இந்த காலனி, கனடா மற்றும் ஆஸ்திரேலியாவில் இருப்பதுபோல் தொடரவேண்டும். அங்கு இங்கிலாந்து தன் கைதிகளை அனுப்பி அந்தப் பகுதிகளைக் குடியிருப்புப் பகுதிகளாக மாற்றியது. இங்கிலாந்திலிருந்து மிக மோசமான குற்றவாளிகள் கனடாவிற்கு அனுப்பப்பட்டனர். அந்தக் குற்றவாளிகளின் ஆக்ரோஷமான உணர்வின் மூலமாக கனடாவைப் பண்படுத்தி, அங்கு பயிரிடல் ஆரம்பித்து, அங்குள்ள பழங்குடி மக்களின் முன்னேற்றத்திற்கும் நலன் ஏற்பட்டு, அங்குள்ள உயிரினங்களுக்கும் நன்மை ஏற்பட்டிருக்கிறது. அவர்கள் ஆக்ரோஷமான குணம், ஒழுங்கு மற்றும் கட்டுப்பாடுகள் மூலம் பண்படுத்தப்படும்போது அவர்களால் இந்த நிலத்தையும் பண்படுத்தி விளைச்சல் கொண்டுவரவும், அதன்மூலம் இங்கு நல்ல வளர்ச்சியையும் முன்னேற்றத்தையும் அமைதியையும் கொண்டுவரவும் முடிந்திருக்கிறது. காலனியக் கொள்கைகள், கைதிகளை நல்ல குடிமகன்களாக மாற்றுவதிலும் அவர்களைப் பயனுள்ளவர்களாக ஆக்குவதிலும் தான் இருக்க வேண்டுமே ஒழிய, அவர்கள் உணர்வைக் கொன்று அவர்களைப் பயனற்றவர்களாக ஆக்குவதில் இருக்கக்கூடாது. பழிவாங்கும் போக்கு இல்லாமல் முன்னேற்றத்தை மனதில் கொண்டிருக்கவேண்டும். கனடாவிலும் அமெரிக்காவின் ஒரு பகுதியிலும் ஆப்பிரிக்காவின் பல பகுதிகளிலும் இங்கிலாந்திலிருந்து அனுப்பப்பட்ட கைதிகள் சுதந்திரமாக இருக்க வைக்கப்பட்டனர். ஆனால் அவர்களுக்குக் கடுமையான ஒழுக்க விதிகளும் கட்டுப்பாடுகளும் இருந்தன. அதனைப் பயன்படுத்தி அவர்கள் நல்ல விஷயங்களை உருவாக்கினார்கள். அங்கிருந்த காட்டுப் பகுதிகளையும் மற்றும் விளைச்சல் இல்லாத நிலங்களையும் அவர்கள் விளைச்சல் நிலங்களாக மாற்றினர். பழைய நாட்டில் பயன்படாமல் இருந்த மனித சக்தி இந்தப் புதிய நாட்டில் அதன் சக்தியைவிட 100 மடங்கு அதிகமாகப் பயன்பட்டது. அதுமட்டுமல்லாமல் அவர்கள் மூலம் இங்கு ஜனத்தொகை அதிகமாகி, அதன்மூலம் இங்கு ஒரு அரசாட்சி ஏற்பட்டு, ஒரு தனி சுதந்திர நாடாக மாறிவிட்டது. இங்கிலாந்தின் மனிதவளமும் அதன் சாம்ராஜ்ஜியத்தின் வலிமையும் இவற்றின் மூலமாக அதிகமாயிற்று. இதன்

அடிப்படையில்தான், அந்தமான் கைவிடப்படாமல், அதன் கைதிகளைக்கொண்டு முன்னேற்றத்திற்காகத் திட்டமிடப்பட வேண்டும் என்று கூறினேன்.

எங்கள் போராட்டங்கள் அந்தமானை அழிப்பதற்காக அல்ல, அதனைத் தேசியக் கண்ணோட்டத்துடன் வளர்ச்சிப் பாதையில் அமைக்கவேண்டும் என்பதற்காக மட்டுமே. இத்தனை காலம் அந்தமானுக்குச் செய்யப்பட்ட செலவுகள் வீணாகிவிடக்கூடாது. ஏனென்றால் அந்தமானுக்குத் தண்டனை கொடுத்து அனுப்பப்படும் கைதிகள் இந்தியாவில் 14 வருடம் சிறையில் இருக்கவேண்டும். இந்தப் புதிய சூழ்நிலையில் அவர்கள் வாழ்க்கை அந்தமானில் உள்ளதைவிட நிச்சயம் மேம்பட்டதாக இருக்காது. அவர்கள் ஆக்ரோஷமான குணம், தைரியம், வாழ்வில் எதையும் சந்திக்கக் கூடிய மனோதிடம் ஆகியவற்றின் மூலமாகச் சமுதாயத்திற்கு எந்தப் பயனும் இல்லாமல் போகும் என்பதைக் கருத்தில்கொள்ள வேண்டும். குற்றவாளிகளின் எந்தக் குணம் நமக்கு மிகவும் வெறுக்கத்தக்கதாக இருக்கிறதோ அது இந்தத் தேசத்தை மிகவும் வளர்ச்சி உடையதாக ஆக்க முடியும். குண்டுகள்போல முறையாகப் பயன்படுத்தினால் அவை தற்காப்புக்கான சிறந்த ஆயுதங்களாக இருக்கும். ஆனால் அவை பாறை மேல் விழுந்த விதைகளைப் போல் வீணாகிவிடக் கூடாது. வளமான மண்ணில் விழுந்த விதைகளைப்போலப் பல்கிப் பெருகவேண்டும். கைதிகள் சிறையில் இருந்து மடிந்தால், அது தேசத்துக்கான மனித வளத்தின் இழப்பாக அமையும். சுதந்திரமாக இருக்கக் கைதிகள் அனுமதிக்கப்பட்டால், அவர்கள் திருமணம் செய்துகொண்டு, மக்கள்தொகை பெருகி, அவர்களது நாட்டிற்கு நன்மை விளையும்.

குற்றம் பரம்பரை சார்ந்ததா?

என்னைப் பொருத்தவரை குற்றத்திற்கும் பரம்பரைக்கும் எந்தவிதத் தீவிரமான தொடர்பும் கிடையாது. ஆனால் விஞ்ஞானிகள் அப்படி இருப்பதாக நம்புகிறார்கள். ஒருவேளை அதில் உண்மை இருக்குமானால் அது அரைகுறை உண்மையாகவே இருக்க முடியும். எல்லாக் குற்றவாளிகளின் குழந்தைகளும் பரம்பரை பரம்பரையாகக் குற்றவாளிகள் ஆவதில்லை. அதேபோல ஆணாக இருந்தாலும் பெண்ணாக இருந்தாலும் அவர்கள் பரம்பரையின் காரணமாக மட்டுமே குற்றவாளிகள் ஆவதில்லை. அதற்குப் பல காரணங்கள் இருக்கலாம். கல்வி, சூழ்நிலை, அவர்கள் தொடர்புகள் என்று பல காரணங்கள் ஒரு ஆளை குற்றச் செயலைச் செய்யத் தூண்டலாம் அல்லது பெற்றோரிடம் இருந்து பெற்ற குற்றச்

செயலைத் தவிர்க்கச் சொல்லலாம். நல்ல குணங்களும் கெட்ட குணங்களும் தந்தையிடமிருந்து மகனுக்குக் கண்டிப்பாக வரும் என்றால் சிவாஜி போன்ற ஒரு அரசருக்கு சம்பாஜி போன்ற ஒரு மகன் பிறந்திருக்க மாட்டான். அதேபோல கனடா நாட்டிற்கு அரசியல் கைதிகளாக அனுப்பப்பட்ட கைதிகள் கனடா போன்ற ஒரு தேசத்தைத் தங்கள் பரம்பரையின் வழியாக உருவாக்கி இருக்க மாட்டார்கள். கவிஞனின் மகன் கவிஞன் ஆவான் என்று உத்தரவாதம் இல்லை. அதேபோல குற்றவாளித் தந்தையின் மகனும் குற்றவாளி யாகத்தான் இருப்பான் என்று நிச்சயமாகச் சொல்ல முடியாது.

ஆயுள் தண்டனைக் கைதிகள் திருமணம் செய்துகொள்ள அனுமதி

ஆதலால் ஆயுள் தண்டனைக் கைதிகள் திருமணம் செய்துகொள்ளக் கூடாது என்ற தடை தேசத்தையே தண்டிப்பது போலாகும். அது அந்த தனிநபருக்கான தண்டனை மட்டுமின்றி அந்தத் தேசத்திற்கும் தண்டனையாகும். ஏனென்றால் அந்தத் தேசத்தின் ஜனத்தொகை அதனால் குறையும். இந்தக் கொடூரமான கொள்கைக்குப் பதிலாக இந்தக் கைதிகளைக்கொண்டு ஒரு சுதந்திரமான குடியிருப்பை ஏற்படுத்துவது, அவர்களிடையே கடுமையான ஒழுக்கத்தைக் கடைப்பிடிக்க வைத்து அங்கே வீடு கட்டிக்கொள்ள அனுமதிப்பது, திருமணம் செய்துகொண்டு குடும்பத்தை ஏற்படுத்திக்கொள்ள அனுமதிப்பது, அதன்மூலம் அங்கு ஒரு வளமான சமுதாயத்தை உருவாக்க அனுமதிப்பது போன்றவை நல்ல முடிவுகளாக இருக்கும். அப்படிப்பட்ட நல்ல சமுதாய ஒழுக்கங்களைக் கடைப்பிடித்து வளர்ந்து வரும் தலைமுறைகள் அந்தக் குடியிருப்பில் சுதந்திரமாக இருக்க அனுமதிக்கப்படவேண்டும். அதன்மூலம் அந்த நாட்டிற்கு நல்ல அனுகூலங்கள் கிடைக்கும்.

நான் அந்தமானில் விழிப்புணர்ச்சியை ஏற்படுத்துவதற்காகச் செய்த வேலைகள் எல்லாவற்றிலும் இந்த நீண்டகாலக் குறிக்கோளை மையமாக வைத்தே செய்தேன். ஆயுள் தண்டனை பெற்ற கைதிகளின் வாழ்க்கைத்தரத்தை உயர்த்துவது, அவர்கள் குழந்தைகளுக்கு நல்ல கல்வியைக் கொடுத்து நல்ல குடிமகன்களாக ஆக்குவது போன்றவை அந்தமான் நிர்வாகத்தைக் கையில் வைத்துக்கொண்டிருக்கும் அரசின் பொறுப்பாக இருக்கவேண்டும். இத்தகைய வளர்ச்சி ஏற்படும் வகையில் விதிமுறைகள் வகுக்கப்படவேண்டும். நான் இங்கு சில்வர் ஜெயிலில் இருந்த இந்தப் பத்தாண்டு காலம் இந்த நோக்கத்துடன்தான் உழைத்தேன். ஜெயில் கமிஷன் முன் நான் கொடுத்த வாக்குமூலம் மற்றும் என் எழுத்துரீதியிலான வாக்குமூலம் ஆகியவற்றிலும் இதைக் கூறியிருக்கிறேன். இதற்கென ஒரு

செயல்திட்டம் தயாரிக்கப்படவேண்டும் என்று வலியுறுத்தி வந்திருக்கிறேன்.

ஆனால் அரசாங்கம் என் வாக்குமூலத்தில் இருந்த இந்த ஆக்கபூர்வ மான பகுதிகளைத் தன் தீர்மானத்தின்போது ஒதுக்கிவிட்டது. அதேசமயம், அந்தமானின் நிர்வாகம் குறித்து நான் கூறியிருந்த கடுமையான குற்றச்சாட்டுகளை முழுமையாக ஒப்புக் கொண்டிருந்தது. இந்நிலையில், இந்தியாவிலிருந்தும் பர்மாவி லிருந்தும் வரும் கைதிகளுக்கு அந்தமானை ஒரு காலனியாகப் பயன்படுத்துவதை நிறுத்துவது என அரசு முடிவெடுத்திருந்தது. இங்கிருக்கும் கைதிகளை இந்தியாவுக்கு மாற்றுவது என்றும் யோசனை தெரிவித்திருந்தது. இப்படிப்பட்ட ஒரு முடிவு இங்கிருக்கும் பிரச்சினைகளுக்கு எந்தவிதத்திலும் தீர்வைத் தராது. எதிர்காலத்திலும் இந்தக் குடியிருப்பிற்கு எந்த நன்மையையும் கொடுக்காது. இப்போதிருக்கும் கைதிகளுக்கும் இதனால் எந்த நன்மையும் கிடையாது. அதனால் இந்த முடிவை எதிர்த்து அந்தமானிலும் இந்தியாவிலும் பிரசாரம் செய்யத் தீர்மானித்தேன்.

துரதிர்ஷ்டவசமாக, இந்த முறை இதுவரை என்னை எதிர்த்து வந்தவர்கள் எல்லோரும் என்னை ஆதரிக்க, அதேநேரம் இதுவரை எனக்கு ஆதரவு தெரிவித்தவர்கள் எல்லோரும் இந்த விஷயத்தில் என்னை எதிர்ப்பார்கள் என்பது எனக்குத் தெளிவாகத் தெரிந்தது. ஏனென்றால் அந்தமானில் குடியேறியிருந்த பிரிட்டிஷ் அதிகாரிகள் என்னைப்போலவே அந்த காலனி மூடப்படக்கூடாது என்று நினைத்தனர். குறைந்தபட்சம் தற்போது அங்கிருக்கும் ஆயிரக்கணக் கான கைதிகள் வேறு இடங்களுக்கு மாற்றப்படக் கூடாது என்று நினைத்தனர். அவர்கள் அப்படி நினைத்ததற்கான காரணங்கள் வேறாக இருக்கலாம். முதன்மை கமிஷனர் முதற்கொண்டு அங்கிருந்த பிரிட்டிஷ் அதிகாரிகள் தங்கள் வேலையை இழக்க விரும்பவில்லை. அந்தமானில் ஆயிரக்கணக்கான கைதிகளின் மீது மிதமிஞ்சிய அதிகாரத்துடன் இருந்த அவர்கள், வேறு எங்கு சென்றாலும் அதேபோன்று அதிகாரத்துடன் இருக்க முடியாது என்பது அவர்களுக்குத் தெரியும். இங்குள்ள பதவியைவிட குறைவான அதிகாரம்கொண்ட பதவிகளைத்தான் அவர்கள் ஏற்க வேண்டி இருக்கும். அதனால் இங்கிருந்த உயரதிகாரிகள், சிறையிலிருந்த கைதிகளின் ஒப்புதலோடு இந்தியாவிலிருக்கும் அதிகாரிகளுக்கு அழுத்தத்தைக் கொடுக்க முயன்றார்கள். அந்தத் தீர்மானம் நடைமுறைப்படுத்தப்படாமல் இருக்க முயன்றார்கள். இங்குள்ள கைதிகள் மற்றும் அந்தமானில் குடியேறியவர்கள் இங்கிருந்து வெளியேற்றப்படக் கூடாது என்பதற்காக என் வழியில் பணிகளைச்

செய்து செய்தேன். காரணங்கள் வேறாக இருந்தாலும் நானும் இங்குள்ள அதிகாரிகளும் ஒரே நோக்கத்திற்காக உழைத்தோம்.

ஆனால் இதுநாள் வரை என்னுடன் நெருக்கமாக இருந்த கைதிகளுக்கு இந்த வினோதமான கூட்டணி சந்தேகத்தை ஏற்படுத்தியது. இதுநாள் வரை நாங்கள் செய்த அரசாங்கத்திற்கு எதிரான போராட்டமும் இதர நடவடிக்கைகளும், அதிகாரிகள் தரப்பிலிருந்து எதைச் செய்தாலும் அதனைச் சந்தேகக் கண்கொண்டு கைதிகளைப் பார்க்க வைத்தது. இந்த எண்ணத்துக்குப் பின்னால் தவறான நோக்கம் இருக்கும் என்று நினைத்தார்கள். இங்குள்ள கைதிகள், ஒவ்வொரு செயலையும் அது நன்மையா தீமையா என்று எடை போட்டுப் பார்த்துத் தீர்மானிக்கும் சக்தி இல்லாமல் இருந்தனர். ஒருவரைப் பற்றி அவர்கள் தவறான எண்ணம்கொண்டிருந்தால் அவர்களிடமிருந்து ஏதேனும் நல்ல விஷயம் வந்தால்கூட அதை ஏற்றுக்கொள்ளத் தயங்குவார்கள். அதன் பின்னே வேறு நோக்கம் இருக்கிறது என்று நினைத்தார்கள். அனுபவம் உள்ள மல்யுத்த வீரர்கள் அனுபவம் இல்லாத ஒருவருடன் மோதுவதுபோல்தான் அவர்கள் அரசியலை எடுத்துக் கொள்வார்கள். அனுபவம் உள்ளவர் தன் கையைப் பின்னால் வைத்துக்கொண்டிருப்பார். அனுபவம் இல்லாதவர் அவரது கையின் மூலம் ஏதாவது செய்துவிடுவார் என்று அதைப் பிடிக்காமலேயே இருப்பார். அவரை எப்படி எதிர்கொள்வது எப்படி நிறுத்துவது என்று அவருக்குத் தெரியாது. இந்த சந்தேகத்தினால் பல நல்ல வாய்ப்புகளை அவர்கள் இழப்பர். அந்தமானில் உள்ள கைதிகள் நான் அதிகாரிகளுடன் ஒத்துப் போகிறேன் என்று சந்தேகித்து இந்த விஷயத்தில் அதேபோன்ற அணுகுமுறையைக் கொண்டிருந்தார்கள். உள்ளூர் அதிகாரிகள் அவர்களை அந்த மண்ணிலேயே தங்கச் சொல்லி வற்புறுத்தியபோது அவர்களுக்கு இங்கிருந்து வெளியேறவேண்டும் என்ற ஆர்வம் அதிகமானது. தங்களை இவ்வளவு நாள் கொடுமைப்படுத்திய அதிகாரிகள் எங்களை இங்கே தங்கச் சொல்வதால் அவர்கள் உடனடியாக இந்த இடத்தை விட்டுப் போகவேண்டும் என்று நினைத்தார்கள். அப்போது நான் அதிகாரிகளின் குரலை எதிரொலிக்கும் வகையில், இந்தியாவிற்கு இவர்கள் செல்வது நல்லதல்ல, இங்கேயே இருப்பது அதிக நன்மை தரும் என்று சொன்னபோது, அவர்கள் என் நிலைப்பாட்டினால் ஆச்சரியமும் குழப்பமும் அடைந்தார்கள். அதிகாரிகளைச் சந்தேகப்படுவதுபோலவே என்னையும் சந்தேகப் பட ஆரம்பித்தார்கள். அதனால் இதுநாள் வரை என் நெருங்கிய நண்பர்களாகவும் தொண்டர்களாகவும் இருந்தவர்கள்கூட என் கருத்துக்கு வெளிப்படையாக எதிர்ப்புத் தெரிவித்தார்கள்.

மக்கள் நன்மைக்காகப் பாடுபடுபவர்கள், அதற்காகத் தங்கள் உயிரைக்கூட இழக்கத் தயாராக இருப்பார்கள். ஆனால் அவர்கள் தங்கள் புகழை இழக்கத் தயாராக இருக்கமாட்டார்கள். புகழை இழக்கத் தயாராக இல்லாமல் இருக்கும் மனோபாவம், பல நல்ல நோக்கங்களுக்குச் சாவுமணி அடித்திருக்கிறது என்பதை என் பொது வாழ்க்கையில் அனுபவபூர்வமாக உணர்ந்தேன். இதனை நன்கறிந்தவன் என்பதால் என் புகழைத் தியாகம் செய்ய வேண்டி வரும்போது அதற்காகத் தயங்கியதே இல்லை. புகழைத் தியாகம் செய்யக்கூடாது என்ற எண்ணத்துக்கு இடம்கொடுத்ததில்லை. இது எனக்கு மிகப்பெரிய மனவருத்தத்தைத் தந்தாலும், எதை என் கடமை என்று கருதுகிறேனோ அதைச் செய்வது மட்டுமே முக்கியம் என்று கருதி அதனைத் தாங்கிக்கொண்டிருக்கிறேன். இவ்விஷயத்தில் எனக்கு இருவேறு கருத்துகள் தோன்றியதே இல்லை.

கைதிகள் என்னிடத்தில் அவர்கள் தலைவர்களை ஒவ்வொருவராக அனுப்பி இவ்விஷயத்தில் என் உண்மையான கருத்து என்ன என்பதைத் தெரிந்துகொள்ள முயற்சித்தனர். அவர்கள் எல்லோருக்கும் ஒரே அறிவுரையைத்தான் சொன்னேன்.

நான் அவர்களிடம், "இந்தச் சிறையில் உள்ள பெரும்பாலான கைதிகள் சமுதாயத்தில் கீழ்மட்டத்தில் மிகவும் ஏழ்மை நிலையில் இருக்கும் மக்கள். அவர்கள் இந்தியாவுக்குக் கொண்டுசெல்லப் பட்டு உடனே சுதந்திரமாக விடப்பட்டாலும் அவர்கள் நிலைமை எந்த விதத்திலும் இதைவிட மேலான ஒன்றாக இருக்கப் போவ தில்லை. அவர்கள் அப்படி விடுதலை செய்யப்படப் போவதில்லை என்பது ஒரு புறம். ஏனென்றால் அவர்கள் தங்கள் 14 வருட ஆயுள் தண்டனைக் காலத்தை, அந்தமானில் இல்லாவிட்டாலும் இந்தியாவிலுள்ள சிறையில் கழிக்க வேண்டியிருக்கும். இங்குள்ள காலனியை ஒழிப்பதன் மூலம் அவர்களுக்குத் தண்டனை ரத்து செய்யப்படும் என்று எண்ணிவிடக்கூடாது. அப்படியே அவர்கள் விடுதலை செய்யப்பட்டாலும் அவர்கள் திரும்பவும் வறுமை நிலைக்குத்தான் செல்வார்கள். அவர்களுக்கு ஏதேனும் நிலம் இருந்திருந்தாலும் அதனை அவர்கள் உறவினர்கள் எடுத்துக் கொண்டிருப்பார்கள். வீடு இல்லாதவர்கள் அதற்காக நீதிமன்றத்திற்குச் சென்று போராட வேண்டியிருக்கும். அல்லது அதைவிட மோசமாக அவர்களுடன் சண்டை போட வேண்டி இருக்கும். அப்படிச் செய்ய வில்லை என்றால் அவர்கள் தங்கள் வாழ்க்கைக்குப் பிச்சைதான் எடுக்கவேண்டும். கடைசியில் அவர்கள் ஏதேனும் குற்றத்தைச் செய்யத் தூண்டப்படுவார்கள். இந்த நிலை அவர்களுக்கோ நம் நாட்டிற்கோ நல்லதல்ல. மாறாக அவர்கள் அந்தமானில்

குடியேறினால் இங்குள்ள புதிய வாய்ப்புகளை முழுமையாகப் பயன்படுத்திக்கொண்டு நிலங்களை உழுது சுதந்திரமாகச் சம்பாதித்து வாழலாம். இதன்மூலம் வளமான ஒரு காலனியையும் உருவாக்கலாம். இது நாட்டிற்கும் நல்லது. தனிப்பட்ட வகையில் அவர்களுக்கும் நல்லது. அந்தமானில் இதற்கு முன்பு இருந்த ஒரு மிகப்பெரிய குறைபாடு என்னவென்றால் இங்கு பெண்களின் எண்ணிக்கை குறைவாக இருக்கும். அதனால் கல்யாணம் மற்றும் குடும்ப வாழ்க்கை போன்றவற்றிற்கு எந்தவிதமான வாய்ப்பும் இருக்காது. ஆனால், அதிகாரிகள் கைதிகளை ஐந்து வருடங்களுக்குப் பிறகு திருமணம் செய்ய அனுமதித்து, இங்கு வீடு கட்டிக் கொண்டு வாழ ஊக்குவித்தால், இந்தக் குறைபாடு நீங்கும். ஏனென்றால், அவர்களில் பெரும்பாலோர் இந்தியாவிலிருந்து தங்கள் குடும்பத்தைக் கொண்டு வருவார்கள் அல்லது அந்தமானில் உள்ள பெண்களைத் திருமணம் செய்து கொள்வார்கள். கைதிகள் இந்தத் தீவில் உள்ள சுதந்திரமான மனிதர்களுடனும் அவர்கள் குடும்பத்துடனும் தொடர்புகொள்ள தடை செய்யப்பட்டிருந்தது. இந்தப் புதிய ஏற்பாட்டில் அத்தகைய தடை எதுவும் இருக்காது. அப்படிப்பட்ட ஒரு சூழ்நிலையில் இங்கேயே தங்கி இங்குள்ள சமுதாய மற்றும் பொருளாதாரச் சூழ்நிலையை முன்னேற்றுவதற்கு உழைப்பதுதான் சிறந்த முடிவாக இருக்கும். இதை விட்டுவிட்டு இந்தியாவிற்குப் போய்ச் சிறையில் வாடுவது அல்லது ஒரு சிறிய நிலத்திற்காக நீதிமன்றத்தில் உறவினர்களுக்கு எதிராக வாதாடிச் சண்டை போடுவது போன்றவை தேவையற்றது. இங்கு அவர்கள் உபயோகத்திற்காக இலவசமாக நிலம் கிடைக்கிறது. அதனால் இங்கேயே தங்கி இங்குள்ள இடங்களில் விவசாயம் செய்து சந்தோஷமாக வாழலாம். இங்கு சுதந்திரமாக இருக்கும் மக்கள் ஒரு காலத்தில் அந்தமானுக்கு வந்த கைதிகளின் வம்சாவளிகள்தான். அவர்களும் இவர்களும் ரத்த உறவினர்கள்தான். அவர்களுடன் திருமண உறவு வைத்துக்கொண்டு குடும்பங்களைப் பெரிதாக்கலாம். இந்தியாவுக்குச் செல்வதைவிட இங்கு திருப்தியாக வாழ்வது எவ்வளவோ மேல். அங்கு அவர்களுக்குச் சமுதாய அந்தஸ்து கிடைப்பது, திருமணம் செய்து கொள்வது எல்லாம் கடினமாக இருக்கும். ஆனால் இங்கு அது சுலபமாக நடக்கும். அதுமட்டுமல்லாமல் இந்தியாவிற்கு அவர்கள் சென்றால் அவர்கள் ஜாதி மக்களே அவர்களைத் தீண்டத் தகாதவர்கள் என்று ஒதுக்கி வைப்பார்கள். பிஜி நாட்டிலிருந்து இந்தியாவுக்கு வந்த மக்கள் ஒதுக்கி வைக்கப்பட்டதால் அவர்கள் திரும்பிச் செல்லவேண்டிய நிலை ஏற்பட்டது. அவர்கள் தொழிலாளிகள். அவர்களுக்கே இந்த நிலைமை எனும்போது கைதிகள் நிலைமை பற்றிக் கேட்கவே

அந்தமான் சிறை அனுபவங்கள் | 569

வேண்டாம். முன்பெல்லாம் அந்தமானில் இருபது வருடங் களுக்குப் பிறகே கிடைத்த சுதந்திரத்தை, இப்போது, பத்து வருடத் தண்டனைக்குப் பிறகு பெற்று இங்கு சுதந்திரமாக வாழ்வது நல்லதல்லவா? அந்தச் சுதந்திரத்தைப் பயன்படுத்திக்கொண்டு இங்கேயே குடியேறி வாழ்வது நல்லதுதானே? இப்படிக் குடியேற ஒரு மனு அளித்தால் போதும். இப்போதெல்லாம் மூன்று வருடத் தண்டனைக்குப் பிறகு, இங்கு குடியேற டிக்கெட் கிடைத்து விடுகிறது. அதனால் விவசாயிகளாக மாறிச் சுதந்திரமாகச் சம்பாதித்து மகிழ்ச்சியாக வாழலாம். வெளிநாட்டுக்கு உங்கள் எதிர்காலத்தைத் தேடி வந்ததுபோல் இந்தத் தீவை நினைத்துக் கொள்ளுங்கள்.

"இதன்மூலம் சிறை வாழ்க்கையில் வரும் கஷ்டங்களைத் தவிர்க்கலாம். உங்களுக்கு மட்டுமின்றி, இது இந்தியாவிற்கும் உதவும். கிடைக்கும் வாய்ப்பைப் பயன்படுத்திக்கொண்டு நீங்கள் ஒருங்கிணைந்து பணியாற்றினால் இந்தத் தீவை வருங்காலத்தில் கனடா போலவோ கேப் காலனி போலவோ ஒரு வளமான காலனியாக மாற்ற முடியும். கிரேட் பிரட்டனைப்போல, பரந்த இந்தியாவை உருவாக்கமுடியும். நீங்கள் இங்கிருக்கும் வரை அந்தமானில் இந்தியாவின் கொடி பறக்கும். இது இந்தியாவின் கலாசார மற்றும் மத ரீதியான அழுத்தமான பதிவாக இருக்கும்.

"நிக்கோபாரைப் பாருங்கள். ஒரு காலத்தில் அது இந்தியாவின்வசம் வந்தது. ஆனால் இப்போது பர்மாக்காரர்களும் மலேயாக்காரர்களும் ஆக்கிரமித்துள்ளனர். ஏனென்றால் இங்கு ஹிந்துக்கள் வந்து குடியேறி காலனிகளை உருவாக்க மறுத்தனர். அதனால் இங்கு ஹிந்துக் கலாசாரம் பரவவில்லை. இங்கிருந்து ஹிந்துக் கைதிகள் வெளியேற்றப்பட்டால் அந்தமானுக்கும் இதே நிலைமைதான் ஏற்படும். இங்கும் வந்து பர்மாக்காரர்களும் மலேயா மக்களும் கைப்பற்றுவார்கள். மூன்று தலைமுறைகளாக இந்த மண்ணின் வளர்ச்சிக்குத் தங்கள் ரத்தத்தைச் சிந்திய ஹிந்துக்கள் காணாமல் போவார்கள். தங்கள் முன்னோர்கள் செய்த தியாகத்தை வாரிசுகள் அனுபவிக்க முடியாமல் போய்விடும். அந்தமான் இந்தியாவைச் சேர்ந்ததாக இருந்தாலும், இங்கு ஹிந்துக் கலாசாரம் இல்லாததால், இதன் ஆன்மா, சீனா, மலேசியா மற்றும் மங்கோலியக் கலாசாரத்துக்கு உரியதாக மாறிவிடும்.

"இந்தியாவுக்கு அந்தமான் அரசியல்ரீதியாக எவ்வளவு முக்கியம் என்பது உங்களுக்கு ஏற்கெனவே தெரியும். இந்தியாவின் பாதுகாப்பு அரணாக இந்தத் தீவுகள் எதிர்காலத்தில் விளங்கவேண்டும். இந்தத் தீவில் இந்தியாவின் கப்பல் மற்றும் விமானப்படையின் தளங்கள்

அமைக்கப்படவேண்டும். அப்படி அமைந்தால்தான் அந்நிய ஊடுருவலைத் தடுக்க முடியும். இந்தத் தீவில் உள்ள கைதிகளின் குழந்தைகள் ரத்தத்தாலும் உணர்வாலும் ஹிந்துப் பாரம்பரியத்தைச் சேர்ந்தவர்களாக இருப்பார்கள். அவர்கள் இந்தியாவின் கோட்டையான இந்தத் தீவைப் பாதுகாப்பார்கள்.''

விடுதலை அடைந்தாலும் இங்கேயே தங்குங்கள்

''இங்கு நமக்கு மகத்தான எதிர்காலம் காத்திருக்கிறது. இன்று நீங்கள் ஒரு கைதியாக, தண்டனை பெற்ற ஒரு குற்றவாளியாக இருக்கலாம். ஆனால் இந்தப் பொன்னான வாய்ப்பை நீங்கள் நழுவவிடக்கூடாது. இந்தியாவிற்குச் சென்று நல்ல அந்தஸ்தில் இருக்கவேண்டும் என்று நினைப்பவர்களில் சிலர் இங்கேயே தங்கி இந்தத் தீவினை ஒரு மிகப்பெரிய காலனியாக மாற்ற உதவவேண்டும். இது நம் தாய்நாட்டிற்கு நாம் செய்ய வேண்டிய ஒரு சேவை. இதை நம் தேசத்துக்குச் செய்ய நாம் கடமைப்பட்டிருக்கிறோம். இதனைச் செய்தால் நம் வாழ்க்கை முழுமை அடையும். கொள்கைக்காகப் பணி செய்கின்ற தலைவர்கள் ஒவ்வொரு நாட்டுக்கும் தேவை. அவர்கள் தங்களையே அர்ப்பணித்துக் கொள்வதால் அந்தக் கொள்கைகள் வெற்றியடையும். இந்தியாவுக்காக அந்தமானை வெற்றிகொள்பவராக நீங்கள் ஏன் இருக்கக்கூடாது?''என்று கேட்டேன்.

நான் அவர்களுடன் தொடர்ந்து இதே ரீதியில் பேசிக்கொண்டு இருந்தேன். முன்னாள் நண்பர்களும் சக கைதிகளும் மீண்டும் என் நிலைப்பாட்டுக்கு வரும்வரை திரும்ப திரும்ப இதே வார்த்தை களைச் சொல்லிக்கொண்டிருந்தேன். கடைசியில் ஒரு வழியாக அவர்கள் இந்தியாவுக்குத் திரும்பிச் செல்வது என்பது தங்களுக்குச் சுதந்திரம் கிடைத்ததாக ஆகாது என்பதை உணர்ந்தார்கள். இங்கிருந்து அவர்கள் அங்கு கொண்டு செல்லப்பட்டாலும் அங்குள்ள சிறையில் தான் அடைக்கப்படப் போகிறார்கள். என்னிடமிருந்து சிலருக்குத் தீவிரமான தேசபக்தி தொற்றிக்கொண்டது. அதனால் அவர்கள் தங்கள் கடமையை உணர்ந்தார்கள்.

ஆனாலும் அரசாங்கத்திடமிருந்து எந்த அளவு சலுகைகளைப் பெற முடியுமோ அந்த அளவு பெறவேண்டும். அதற்காக, அந்தமானில் தொடர்ந்து தங்கியிருக்கவேண்டும் என்றால் அதற்குச் சில நிபந்தனைகள் நிறைவேற்றப்படவேண்டும் என்றும், இல்லையேல், அவர்கள் இந்தியாவிற்கு அனுப்பப்படவேண்டும் என்றும் அவர்கள் எல்லோரையும் சொல்லச் சொன்னேன். அவர்கள் தங்கள்

நன்மைக்காகத் தாங்களே இந்த முடிவை எடுக்கவேண்டும் என விரும்பினேன். இவ்விஷயத்தில் எங்கள் கருத்துகளைக் கூறுவதற்காகக் கூட்டங்கள் நடத்த அதிகாரிகள் அனுமதித்தார்கள். இந்த வாய்ப்பைப் பயன்படுத்திக்கொண்டு நான் இந்தக் கூட்டங் களில் அவர்களிடம் நம் நாட்டின் அரசியல் மற்றும் சங்க நடவடிக்கைகளைப் பற்றி விரிவாகக் கூறினேன்.

இந்தியாவிற்குப் போவதால் சுதந்திரம் கிடைக்காது என்றால் இங்கேயே தங்கி விடுகிறோம்

அவர்களுக்கு உதாரணமாக இருக்கவேண்டும் என்பதற்காக நான் இந்திய அரசுக்கு ஒரு மனுவினை அளித்தேன். அதில், 'இந்தியாவுக்குச் சென்றால் நான் சுதந்திரமாக வைக்கப்பட மாட்டேன் என்றால் என் சிறைத் தண்டனை முழுவதையும் நான் அந்தமானில் கழிப்பதையே விரும்புகிறேன். நான் ஏற்கெனவே 10 வருடங்கள் தண்டனையைக் கழித்துவிட்டதால் என் மீதிக் காலத்தை அந்தமானில் குடியேறிக் குடும்பத்துடனோ அல்லது தனியாகவோ சுதந்திரமாக வாழ அனுமதிக்கவேண்டும் என்று கேட்டுக் கொள்கிறேன்' என்று எழுதினேன்.

அந்தமானிலிருந்து இந்தியாவுக்கு மாற்றம் செய்யப்படவேண்டும் என்று கைதிகள் இதற்குமுன் வேண்டிக்கொண்டபோது அவர்களுக்கு நான் மனுவைத் தயார் செய்து கொடுப்பேன். அந்த மனுக்கள் எல்லாம் இந்தியாவில் அவர்களுக்குக் கிடைக்கப்போகும் மருத்துவ மற்றும் இதர வசதிகளை அடிப்படையாகக் கொண்டு எழுதப் பட்டவை என்பதை வாசகர்கள் இந்தப் புத்தகத்தின் முந்தைய பக்கங்களில் பார்க்கலாம். ஆனால் இன்று நிலைமை மாறிவிட்டது. இங்கு இருப்பதன் மூலம் நூற்றுக்கணக்கான கைதிகளுக்கு நன்மை ஏற்படப்போகிறது. இங்கு ஏற்படப்போகும் வளர்ச்சியினால் இந்தியாவிற்கும் அரசியல்ரீதியாகவும் தேசியரீதியாகவும் நன்மை பயக்கும். அதனால் அந்த வளர்ச்சியில் ஈடுபட்டு என் வாழ்க்கையைக் கழிக்க நான் தீர்மானித்திருக்கிறேன். என் தீர்மானம் மற்றவர்களை யும் இதே முடிவை எடுக்கவைத்து, என்னுடன் இங்கே இருக்கத் தூண்டுகோலாக இருந்தது.

அந்தமான் தொடர்ந்து ஒரு சிறை காலனியாக இருக்க வேண்டுமென்று நான் எடுத்துக்கொண்ட முயற்சிகள் அங்கிருந்து சுதந்திரமாக வாழ்ந்து வருபவர்களுக்கு என் மீது மிகுந்த நன்றி உணர்ச்சியை ஏற்படுத்தின. சிறிதளவே இருந்தவர்களானாலும் அவர்கள் விளை நிலங்களைச் சொந்தமாக வைத்துள்ளனர். அந்த

விவசாயிகள் தங்கள் ஜீவனத்திற்குச் சிறையில் உள்ள கைதிகளை நம்பிக்கொண்டிருந்தார்கள். இங்குள்ள கைதிகள் எல்லாம் தீவிலிருந்து வெளியேற்றப்பட்டால், இவர்கள்தான் அதிகமாகப் பாதிக்கப்படுவார்கள். தாங்கள் விவசாயம் செய்யும் நிலம் தங்கள் உடைமையாக்கப்படவேண்டும் என்று அவர்கள் அரசாங்கத்திடம் மனு கொடுத்தனர். அவர்களுக்கு விதிக்கப்பட்ட வரிகள் முறையாக இல்லை என்று அவர்கள் புகார் அளித்தனர். அந்த நிலங்களில் இருந்து அவர்கள் முறைகேடாக வெளியேற்றப்பட்டார்கள் என்று அவர்கள் போராடி வந்தார்கள். தங்களுக்கு இழைக்கப்பட்ட இன்னல்களுக்குத் தீர்வு தேடிப் பிரசாரம் செய்து வந்தார்கள். அந்தமானில் சுதந்திரமாக இருப்பதும் கைதியாக இருப்பதும் ஒன்றுதான் என்று கைதிகள் கூறுவார்கள். ஏற்கெனவே சுதந்திரமாக வாழ்ந்துகொண்டு இருப்பவர்களை அரசாங்கம் நல்ல முறையில் நடத்தினால் இங்கு இருக்கவேண்டும் என்ற எண்ணம் மற்றவர்களுக்கும் ஏற்படும். அதற்காக அரசு நல்ல திட்டங்களை உருவாக்க வேண்டும். அப்படியான திட்டங்களையும் அதன் முழுப் பலனையும் அனுபவிக்க வேண்டுமென்றால் தொடர்ந்து போராடுவது மிகவும் அவசியம். அவர்களது தலைவர்கள் என்னை அடிக்கடி பார்க்க வருவார்கள். அவர்கள் அரசுக்குச் சமர்ப்பிக்கும் மனுவைப் பார்த்து, திருத்தி, மேம்படுத்திக் கொடுப்பேன்.

அந்தமான் குறித்த இந்திய அரசியல் அணுகுமுறையும் அதன் விளைவுகளும்

அந்த வருடம் இந்திய அரசியலில் பரபரப்பாகப் பேசப்பட்டவை கிலாஃபத் இயக்கமும் ஒத்துழையாமை இயக்கமும். நாங்கள் இந்த விஷயங்கள் குறித்து விவாதிக்கும்போது நான் அவற்றைக் கண்டனம் செய்தேன். "லோகமான்ய திலகர் இறந்துபோனதால் இத்தகைய இயக்கங்களும் அப்போது துளிர்விட ஆரம்பித்தன. ஒரு பெரிய மனிதர் இறந்து போனால், அதனை இயற்கையாலேயே தாங்கிக்கொள்ள முடியாமல், இயற்கைச் சீற்றங்களும், புயல்களும், கொள்ளை நோய்களும் உருவாகி உலகை அச்சுறுத்தும் என்பது நம் நம்பிக்கை. மிகப்பெரும் ஆளுமையான லோகமான்ய திலகர் இந்திய அரசியல் களத்திலிருந்து மறைந்தது, கிலாஃபத் இயக்கம் போன்றவை வளர்வதற்குக் காரணமாக ஆகிவிட்டது. ராட்டையைச் சுற்றினால் போதும், ஒரு வருடத்தில் சுயராஜ்ஜியம் வந்துவிடும் என்ற நம்பிக்கையோடு இயங்கும் ஒரு கும்பலோடு கிலாஃபத் இயக்கமும் சேர்ந்துகொண்டது. அஹிம்சை மற்றும் உண்மை ஆகிய

இரட்டைக் கொள்கைகளின் மூலம் சுயராஜ்ஜியம் கிடைத்துவிடும் என்று அவர்கள் நம்பிக்கொண்டிருந்தனர். சுயராஜ்ஜியத்துக்கான ஒத்துழையாமை இயக்கம் இத்தகைய இரட்டைக் கொள்கைகளின் அடிப்படையில் அமைந்தது. அதற்கு எந்த உள்ளார்ந்த சக்தியும் இருக்கவில்லை. அது நாட்டின் சக்தியை அழித்துவிடக் கூடியதாக இருந்தது. அது ஒரு மாயை. கற்பிதம். நாட்டையே அழிக்கக் கூடிய சூறாவளியைப் போன்றது. மடத்தனம், தன்னைத்தானே உயர்வாக எண்ணிக் கொள்ளும் மனப்பான்மை போன்றவற்றால் வரும் கொள்ளை நோய் போன்ற ஒன்று.

இந்தியாவில் கிலாஃபத் இயக்கத்தை எதிர்த்து முதலில் குரல் கொடுத்தவன் நான்தான். அது நாட்டுக்கு மிகவும் ஆபத்தானது என்று சொன்னேன். இது கிலாஃபத் அல்ல, வெறும் ஆஃபத்* என்று சொன்னேன். அது நாட்டிற்கு ஏற்படப்போகும் ஒரு ஆஃபத் அதாவது பேரழிவு என்று அந்தமானில் உள்ள ஒவ்வொரு வீட்டில் இருப்பவர்களுக்கும் தெரியும். அதேபோல அஹிம்சை என்பதற்குத் தரப்படும் விளக்கம் விளக்கமே அல்ல. மாறாக அது ஒரு வக்கிரமான அணுகுமுறை. அதேபோல் உண்மை என்று சொல்லிக்கொண்டு நாம் கடைப்பிடிக்கும் வழிமுறைகள், பொய்யானவை, பொருளற்றவை, ஏமாற்றுவேலை! ஒவ்வொரு நாளும் நூற்றுக்கணக்கானவர்கள் முன்னிலையில் இந்த இயக்கங்கள் எப்படிப் போலியானவை என்பதை எடுத்துச் சொல்லிக்கொண்டிருந்தேன். அந்த இயக்கங்களை அவர்கள் ஆதரித்தார்கள். அதனால் என் மீது சிறிது எரிச்சல் அவர்களுக்கு இருந்தது. நான் அமைதியாக அனைத்தையும் தாங்கிக்கொண்டேன். பொறுமையாக அவர்களுக்கு அந்தக் கொள்கைகளின் போலித்தனத்தை, யதார்த்த மின்மையை, உள்ளீடற்ற தன்மையைத் தோலுரித்துக் காட்டினேன். அது நாட்டுக்கு நன்மையைவிடக் கூடுதலாக அபாயத்தைத்தான் கொண்டுவரப் போகிறது, கண்டிப்பாக ஒரு வருடத்தில் சுயராஜ்ஜியத்தைக் கொண்டுவரப் போவதில்லை என்று கூறினேன். இப்படி வெளிப்படையாக உண்மையைப் பேசியதால், தொடர்ச்சி யாகப் பல சம்பவங்கள் நிகழ்ந்தன. அவற்றில் ஒன்றிரண்டை இங்கு கூறுகிறேன்.

அரசியல் கைதிகளாக இரண்டு தீவிரவாதிகள் அந்தமானுக்கு அனுப்பப்பட்டிருந்தார்கள். அவர்கள் பெயரைச் சொல்லப்

---

* ஹிந்தியில் ஆஃபத் என்றால் சங்கடம், அபாயம் என்று பொருள்

போவதில்லை. அவர்கள் பஞ்சாப்பில் கலவரத்தில் ஈடுபட்டவர்கள் என்பதால் அவர்களுக்கு வாரன்ட் கொடுக்கப்பட்டிருந்தது. ஆனால் அவர்கள் தலைமறைவாகிவிட்டனர். போலிஸாருக்கு அவர்கள் இருக்கும் இடம் பற்றி எந்தத் தகவலும் தெரியவில்லை. அவர்கள் கிட்டத்தட்ட ஆறு மாதக் காலத்திற்கு நாட்டின் பல்வேறு இடங்களுக்குச் சுதந்திரமாகச் சென்று தங்கள் வழக்கமான பணிகளைச் செய்து வந்தனர். யாராலும் அவர்களைக் கண்டுபிடிக்க முடியவில்லை. பாபு குரு தத்தா சிங் போல இவர்களும் பல ஆண்டுகள் சிஐடி போலிஸார் கைகளில் அகப்படாமல் பணியாற்றி யிருக்க முடியும். ஆனால் அவர்கள் ஒத்துழையாமை இயக்கத்தின் தலைவரான காந்திஜியைப் பார்க்கச் சென்றனர். அவரிடம் சென்று தங்கள் வாழ்க்கைக் கதையை முழுக்கச் சொன்னார்கள். ஆனால் துரதிர்ஷ்டவசமாக அந்தப் பெருந்தலைவர் கோபம்கொண்டு அவர்களைக் கடிந்துகொண்டார். அவர் அவர்களிடம், ''வாரண்ட்டை மதிக்காமல் பதுங்கி வாழ்வது கோழைத்தனம். உடனடியாகச் சென்று மாஜிஸ்ட்ரேட்டிடம் சரணடையுங்கள். இப்படிப்பட்ட உண்மைக்குப் புறம்பான நடவடிக்கையை என்னால் ஒத்துக் கொள்ளவே முடியாது'' என்று கூறினார். அவர்கள் அவரிடம் அப்படிச் செய்வது அரசுக்கு ஒத்துழைப்பதுபோல் ஆகாதா என்று கேட்டார்கள். அவர்கள் அவரிடம், ''நாங்கள் சட்டத்தைச் செயலற்றதாக ஆக்கிக்கொண்டிருக்கிறோம். ஒத்துழையாமையில் சரியான பாதையில் பயணித்துக்கொண்டிருக்கிறோம். எங்கள் பணியைச் செய்துகொண்டிருக்கிறோம். நாங்கள் பயத்தினால் மறைந்து வாழ்கிறோம், சட்டத்திலிருந்து விலகி இருக்கிறோம் என்று நீங்கள் எங்களைக் குறை கூற முடியாது. நீங்கள் கூறுவது போல் நடந்துகொள்வது அரசாங்கத்திற்கு ஒத்துழைத்துச் சட்டத்திற்குக் கட்டுப்பட்டு வாழ்வதாகிவிடும்'' என்று கூறினர். அவர்கள் தங்கள் வாதத்தைக் கூறி முடிப்பதற்குள் காந்திஜி கோபம்கொண்டு அவர் களிடம், ''அப்படிச்செய்யக்கூடாது நீங்கள் மாஜிஸ்ட்ரேட் முன்பு உடனே சரண் அடையவேண்டும் என்று உத்தரவிடுகிறேன். உடனடியாகச் செல்லுங்கள்'' என்று கூறினார். அவர்கள் தங்கள் செலவில் வட இந்தியாவுக்குத் திரும்பி டெல்லி மாஜிஸ்டிரேட் முன்பு சரணடைந் தார்கள். கைது செய்யப்பட்டு விசாரணை முடிந்து இப்போது அவர்கள் ஆயுள் தண்டனையை அனுபவித்துக்கொண்டு அந்தமான் ஜெயிலில் இருக்கிறார்கள்.

காந்திஜியைச் சென்று சந்தித்தது மிகப்பெரும் தவறு என்று அவர்கள் இப்போது வருத்தப்படுகிறார்கள். காந்திஜியை கண்டனமும்

செய்தார்கள். அந்த விஷயத்தில் குற்றம் அவர்மேல் மட்டும் அல்ல என்று அவர்களிடம் வெளிப்படையாகக் கூறினேன். அவர் கூறுவதை அப்படியே கடைப்பிடித்த அவர்கள் பலவீனமும் ஒரு காரணம். அதைத்தான் அதிகம் குறை சொல்லவேண்டும். காந்திஜியைவிடக் கூடுதலாகக் கண்டனம் செய்யப்படவேண்டியது இதைத்தான். அவர்கள் ஏன் அவர் சொல்வதைக் கேட்டார்கள்? தங்கள் அறிவுக்குச்சரி யென்று படுவதை யோசித்து ஏன் அதன்படி நடக்கவில்லை?

மற்ற சம்பவங்களைக் குறித்து விலாவாரியாகச் சொல்லாமல் இரண்டு வரிகளை மட்டும் சொல்கிறேன். அப்போது நடந்து கொண்டிருந்த சம்பவங்கள் குறித்த என் கருத்து உங்களுக்குப் புரிவதற்காகவும், அன்றைய என் நிலையைச் சொல்வதற்காகவும் இதைக் கூறுகிறேன். அவர்களுடன் நடந்த விவாதத்தில் இறுதியாக நான், ''நம்மைப் போன்ற புரட்சியாளர்கள் ஒரு விஷயத்தை எப்போதும் நினைவில்கொள்ளவேண்டும். நம் நடவடிக்கைகளை நம் கொள்கையின் மூலம் மட்டுமே வழி நடத்திச் செல்லவேண்டும். அரசியலில் ஒத்துழைப்பு, ஒத்துழையாமை என்று எதுவும் கிடையாது. அது பொறுப்புள்ள ஒத்துழைப்பு* மட்டுமே. வேறு எதுவும் கிடையாது. ஒத்துழைப்பின் மூலம் நாம் ஒரு படி முன்னேறுகிறோம் என்றால் எதிர்த்தரப்புடன் ஒத்துழைக்க வேண்டும். ஒத்துழைப்பின் மூலம் எந்தப் பயனும் இல்லை என்றால் நாம் ஒத்துழையாமையை ஆதரிக்கவேண்டும். சில சமயம் ஒத்துழை யாமை என்பது அஹிம்சை முறையில் இருக்கவேண்டும். ஆனால் ஒரு சில சமயங்களில் வன்முறையாக நடந்து கொள்வது தவிர்க்க இயலாதது. ஆனால் அத்தகைய வன்முறையும் புரட்சியும்கூட ஒரு தற்காலிக நடவடிக்கையாக மட்டுமே இருக்கவேண்டும். ஒத்துழையாமை என்பது ஒரு கொள்கையாக இருக்க முடியாது. அது ஒரு தற்காலிகத் தீர்வு மட்டுமே. எல்லோரோடும் எல்லோருடைய நன்மைக்காகவும் ஒத்துழைப்பது என்பது ஒரு நேர்மறையான அணுகுமுறை. அது நன்றாகச் செயல்பட்டு, காலமும் சூழ்நிலையும் சரியாக இருந்து எல்லோருக்கும் பயன் அளித்தால் அதனை பொறுப்புள்ள ஒத்துழைப்பு எனக் கூறலாம்'' என்று சொன்னேன்.

என் சக கைதிகளிடம் நான் இந்தப் பச்சோந்தி எவ்வளவு தூரம் போகும் என்பதைப் பற்றிச் சொல்லிக்கொண்டிருந்தேன். கிலாஃபத்

---

* Responsive cooperation

இயக்கத்தில் இணைந்து ஒத்துழையாமை இயக்கத்தை நடத்துவது பேராபத்து என்றும், இது நாட்டில் அடிப்படைவாத அலையை உருவாக்கி, ஒட்டுமொத்த இயக்கத்தையும் நிச்சயம் பொசுக்கிவிடும் என்றும், நினைத்துப் பார்க்கவே முடியாத பயங்கரமான விளைவுகள் இதனால் ஏற்படும் என்றும் எச்சரித்தேன். நான் அந்தமானில் இருந்த வரை என் சக கைதிகளிடம் இந்த உண்மைகளைத் தொடர்ந்து சொல்லிக்கொண்டிருந்தேன்.

அத்தியாயம் 11

குடும்பத்தை மீண்டும் சந்தித்தேன் அந்தமானில் கடைசி நாட்கள்

இந்தச் சமயத்தில் என் தம்பி அந்தமானுக்கு என்னைப் பார்க்க வந்தான். அப்போது என் விடுதலை குறித்து எனக்கு எந்த நம்பிக்கையும் இருக்கவில்லை. என் மூத்த சகோதரரின் உடல்நிலை தொடர்ந்து மோசமாகிக்கொண்டிருந்தது. அதனால் நாங்கள் சந்தித்தபோது இதுதான் எங்கள் கடைசிச் சந்திப்பாக இருக்கும் என்ற எண்ணமே எங்கள் மனதில் முதலில் தோன்றியது. இதற்குப் பிறகு இதுபோன்ற ஒரு அனுமதி ஒரு வருடத்திற்குப் பிறகுதான் கிடைக்கும். ஆனால் என் மூத்த சகோதரர் தேகம் மெலிந்து நலிந்த உடல்நிலையுடன் இப்போதிருக்கும் நிலையில் அவ்வளவு நாள் உயிர் பிழைத்திருப்பாரா என்பது சந்தேகமே. அந்த மோசமான உடல்நிலையில் அவர் ஒவ்வொரு நாளையும் கழிப்பதே கடினமாக இருந்தது. அதனால் நான் என் தம்பியிடம் இந்தக் கசப்பான உண்மையை வெளிப்படையாகச் சொன்னேன். "பால், உண்மை எப்போதுமே கசப்பாக இருக்கும். ஆனால் அதனை எதிர்கொள்ள வேண்டிய தைரியம் உனக்கிருக்கிறது என்று எனக்குத் தெரியும். அதனால் உன்னிடமிருந்து இதனை மறைக்க வேண்டியதில்லை. நேரடியாக திடீரென்று வரக்கூடிய சோகத்தைக் காட்டிலும் கொஞ்சம் கொஞ்சமாகப் பெறக்கூடிய சோகம் தாங்க முடியக் கூடியது. எங்களைப் பற்றிய துக்ககரமான செய்தி எதிர்காலத்தில் எந்த நேரத்திலும் வரலாம். அதற்குத் தயாராக இரு. நாங்கள் நீண்ட நாட்கள் உயிரோடு இருப்போம் என்ற நம்பிக்கை எனக்கில்லை. அதே நேரத்தில் எதிர்பாராத விஷயங்களும் நடக்கலாம். ஒருவேளை நாங்கள் உயிர் பிழைக்கவும் செய்யலாம். ஆனால்

அதற்கான வாய்ப்புகள் மிகவும் குறைவு. அதனால் இந்த உலகில் இதுவே நமது கடைசிச் சந்திப்பு என்று எடுத்துக்கொள்'' என்று கூறினேன். நான் சொன்ன வார்த்தைகள் ஒவ்வொன்றும் நெருப்பைப் போல் என் இதயத்திலிருந்து சென்றன. பாலின் முகம் இருண்டு போனது. ஆனால் நான் சொன்னவை எவ்வளவு கசப்பானவையாக இருந்தாலும், நாடித் துடிப்பைப் போன்று உண்மையை எதிரொலிப்பவை என அவன் உணர்ந்துகொண்டான். என் மனசாட்சியின் குரல் அது. அவன் அதனைக் கவனமாகக் கேட்டுக்கொண்டான்.

நான் இந்தச் சிறையில் பத்து வருடத் தண்டனையை அனுபவித்து விட்டதால் எனக்கு டிக்கெட்* அளிக்குமாறு அரசாங்கத்திடம் மனு கொடுத்திருந்தேன். அதற்குப் பதிலளித்த அரசு, எனக்கு டிக்கெட் வழங்கப்பட்டுவிட்டது என்றும், ஆனால் அது சிறைக்குள்ளேயே இருப்பதற்கான டிக்கெட் என்றும் கூறினார்கள். டிக்கெட் எனப்படுவது சுதந்திரமாகச் சிறைக்கு வெளியே வருவதற்கான அனுமதி. அங்கு வீடு கட்டிக்கொண்டு சுதந்திரமாகச் சம்பாதித்து வாழ்வதற்கான அனுமதி. சில்வர் ஜெயிலுக்கு வந்து மூன்று ஆண்டுகள் கழிந்ததுமே மற்றவர்களுக்கு இதுபோன்ற டிக்கெட் கொடுக்கப்பட்டது. எனக்கோ பத்து ஆண்டுகள் கழித்து, அதுவும் சிறைக்குள்ளேயே இருப்பதற்குத்தான் டிக்கெட் கொடுக்கப் படுகிறது. இந்தச் செயல் விதிமுறைகளுக்கு எதிரானது. இதன் பொருள் என்னவென்றால் நான் என் வாழ்நாள் முழுக்கச் சிறையில் கழிக்கவேண்டும், அந்தமானில்கூடச் சுதந்திரமாக ஒரு சொந்த வீட்டில் இருக்கமுடியாது என்பதுதான். இருந்தாலும் இப்படி ஒரு டிக்கெட்டை எனக்குத் தந்துவிட்டார்கள்! இது மிகவும் கசப்பான ஒரு விஷயம். என் இதயத்தைப் பிளக்கும் ஒரு செய்தி. இங்கிருக்கும் எல்லா விதிகளுக்கும் நான் விதிவிலக்காக வைக்கப்பட்டிருக் கிறேன். இங்குள்ள கைதிகளின் நலனுக்காகப் போராடி அவர்களை முன்னேற்றிய எனக்கு எந்தவிதமான நன்மையும் கொடுக்கப்பட வில்லை.

இப்படி அரசியல் கைதிகளுக்கு இந்தச் சிறையில் எல்லாத் தரப்பிலிருந்தும் நெருக்கடி கொடுக்கப்படும்போது அது தாங்க இயலாத அளவுக்கு மிகவும் கடினமாக இருக்கும். அவர்களையும் என்னையும் தற்கொலையில் இருந்து காப்பாற்றிக் கொள்வதற்காக, நம்பிக்கையான ஒரு சிலருடன் நாங்கள் ரகசியத் திட்டம் ஒன்றை

---

* சுதந்திரமாக அந்தமானில் வசிக்கும் உரிமை

வகுத்தோம். அந்தச் சதித்திட்டத்தில் ஒரு சில சாதாரணக் கைதிகளையும் சேர்த்துக்கொண்டோம். இங்கிருந்து வெளியேற எந்த வாய்ப்பும் எங்களுக்குக் கிடையாது என்னும்போது, நம்பிக்கையின் கடைசி நூலும் அறுந்துபோகும்போது, வேறு வழியின்றி நாங்கள் ஒன்று சேர்ந்து...

இப்படியாக அலுப்பூட்டும் இன்னுமொரு நாள் கழிந்துவிட்டதா? மாலை வேளை வந்துவிட்டது என்பதை அங்கு அடிக்கப்பட்ட மணி அறிவித்தது. கடினமான இன்னும் ஒருநாள் கழிந்தது. ஓய்வு, தூக்கம், மறதி, விடுதலையாகப்போகும் நாளை நெருங்குகிறோம் என்ற எண்ணம் எல்லாமாக மேலும் ஒருநாள் கழிந்தது. மரணமும் கூட விடுதலைதானே. தரப்பட்ட தண்டனையிலிருந்து ஒருநாள் கழிந்தது நிச்சயம் உண்மைதான். ஆனால் என் வாழ்க்கையில் இருந்தும் ஒருநாள் கழிந்துவிட்டது. இந்த எண்ணம் என்னை விடாமல் துரத்தியது.

இதுபோன்ற ஒருநாள். மாலை மணி அடித்தது. என் அறைக்குத் திரும்பத் தயாராகிக்கொண்டிருந்தேன். எண்ணெய்க் கிடங்கைப் பூட்டிச் சாவியை ஜமாதாரிடம் கொடுக்கச் சென்றுகொண்டிருந்தேன். எனக்கு டிக்கெட் தரப்பட்டிருந்தாலும் ஒவ்வொரு நாளும் மாலையில் நான் சிறையில் என் அறைக்கு வந்தாகவேண்டும். அதனால் சாவியைக் கொடுத்துவிட்டு என் அறைக்குத் திரும்பிக் கொண்டிருந்தேன். அப்போது வார்டர் ஒருவர் என் அருகில் வந்து என் கைகளில் ஒரு சிறிய காகிதத்தைத் திணித்தார். அவர் முகம் மகிழ்ச்சியாக இருந்தது. அது ஒரு நல்ல செய்தி என்று கூறிவிட்டுச் சென்றார். அதைப் படித்துப் பார்த்தேன். சாவர்க்கர் சகோதரர்களை இந்தியாவுக்குத் திருப்பி அனுப்புமாறு இந்திய அரசாங்கம் கமிஷனரின் தலைமை அலுவலகத்துக்கு உத்தரவு அனுப்பி இருந்தது. மும்பை அரசாங்கம் எங்களைத் திருப்பி அனுப்பச் சொல்லிக் கேட்டிருந்தது!

இதுபோன்ற செய்திகளைப் பல முறை நான் கேட்டிருக்கிறேன். ஆனால் அவை அப்படியே முடிந்துவிடும். நானும் சிறையிலேயே காலத்தை ஓட்டிக்கொண்டிருக்கிறேன். அதனால் இத்தகைய அறிக்கைகளில் நான் எந்தவித நம்பிக்கையும் வைப்பதில்லை. இது என் நண்பர்களுக்கும் தெரியும். எனவே அந்த உத்தரவைத் தங்கள் கண்ணாலேயே பார்த்ததாகவும், அதில் பொய் எதுவுமில்லை என்றும் கூறினார்கள்.

அந்தச் செய்தி உண்மையாக இருக்கலாம். காரணத்தை நான் எதிர்த்திசையில் யோசித்தேன். மூன்று வருடங்களுக்குப் பிறகு

கைதிகளுக்கு டிக்கெட் வழங்கப்படும்போது எனக்குப் பத்து வருடங்களுக்குப் பிறகு கொடுக்கப்பட்டது. அப்படிக் கொடுக்கப் பட்ட டிக்கெட் எனக்குச் சுதந்திரத்தைக் கொடுக்கவில்லை. இந்தச் சிறையிலேயே காலம் முழுவதும் இருப்பதற்கு அனுமதி கொடுத்தது. இத்தகைய நிலை நீண்ட நாள்களுக்குத் தொடர முடியாது என்றும், இந்த அவமானத்துக்கு ஒரு முடிவு வந்தே ஆகவேண்டும் என்றும் உணர்ந்தேன். இந்த அராஜகத்துக்கு இரண்டு தீர்வுகள்தான் உள்ளன. ஒன்று, நான் அந்தமானில் சுதந்திரமாக இருக்க அனுமதிக்கப்படவேண்டும், அல்லது இந்த அறிக்கையில் கூறியுள்ளபடி இந்தியாவிற்குத் திரும்ப அனுப்பப்படவேண்டும். அதிகாரிகள் என்னை இந்தியாவுக்குத் திரும்பக் கொண்டுசென்று அங்கே உள்ள சிறையில் அடைக்கத்தான் எப்போதும் விரும்பு வார்கள். அந்தமானில் அவர்களுடன் நானும் சுதந்திரமாக இருப்பதை அவர்கள் விரும்பமாட்டார்கள். நான் கேட்டபோதெல்லாம் கிடைக்காத ஒன்று, நான் கேட்காமலேயே இப்போது எனக்குக் கிடைத்திருக்கிறது. இதன்மூலம், அந்தமானில் பத்து ஆண்டுகள் தண்டனை கழித்தபின்னும் என்னை இந்தியாவில் உள்ள சிறையில் அவர்கள் வைத்திருக்க முடியும். அதுவும் எனக்குக் கருணை காட்டுகிறோம் என்ற பெயரில் இதைச் செய்யமுடியும். இந்த உண்மை புரியாமல், என்னைத் திரும்ப இந்தியாவிற்கு நாடுகடத்தும் இந்தச் செய்கையை எல்லோரும் போற்றுவார்கள். அவர்கள் இதனைக் கருணையான செயல் என்று நினைப்பார்கள்.

அன்றிரவு இதைப் பற்றித்தான் நினைத்துக்கொண்டிருந்தேன். மறுநாள் காலை ஜெயிலர் என்னை அலுவலகத்திற்கு அழைத்து என் பொருட்களைத் தயாராக எடுத்து வைத்துக்கொள்ளச் சொன்னார். நிச்சயம் இவை நான் இந்தியாவிற்குத் திரும்பப் போவதற்கான முன்னேற்பாடுகள்தான் என்பதை உணர்ந்துகொண்டேன்.

இந்தச் சந்தோஷமான செய்தியால் அந்தமான் முழுக்க ஒரு பரபரப்பு நிலவியது. ஆனால் நான் இந்தியாவிற்குச் சென்று சிறையில்தான் இருக்கப் போகிறேன் என்பது அவர்களுக்குத் தெரியாது. அதனால் மக்கள் இந்தச் செய்தியை எனக்குத் தரப்பட்ட விடுதலை என்றே கொண்டாடினார்கள். ஆசையே நம் எண்ண ஓட்டத்தின் தந்தை. அவர்கள், "பாபுஜி, உங்களை யாரும் மீண்டும் சிறையிலடைக்க மாட்டார்கள். நீங்கள் இந்தியாவுக்குச் சென்றவுடன் அங்கு சுதந்திரமாக இருப்பீர்கள். இது உறுதி" என்று கூறினார்கள். எல்லா இடங்களிலிருந்தும் எல்லோரும் என்னை வாழ்த்தினார்கள்.

ஆனால் நான் அதைப்பற்றி அதிகம் சிந்திக்க ஆரம்பித்தவுடன், அது குறித்த மாறுபட்ட எண்ணங்கள் தோன்றின. அந்தமானில் என் சகோதரருடன் இருந்தேன் என்ற ஆறுதல் இருந்தது. இந்தியாவுக்குச் சென்றால் நிச்சயமாக நாங்கள் இருவரும் வேறு வேறு சிறையில்தான் அடைக்கப்படுவோம். இந்தப் பத்து ஆண்டுகளில் அந்தமானில் எனக்குப் பல நெருங்கிய நண்பர்கள் கிடைத்தார்கள். இவ்வளவு நாட்கள் இங்கு தண்டனையை அனுபவித்த பிறகு எனக்கு இங்கு டிக்கெட் கிடைத்திருக்கிறது. இன்னும் கொஞ்ச நாளில் நான் இங்கு சுதந்திரமான மனிதனாக ஒரு வீட்டைக் கட்டிக்கொண்டு எனக்கென ஒரு குடும்பத்தையும் உருவாக்கிக்கொண்டு வாழலாம். ஆனால் இந்தியாவுக்குச் சென்றால் நான் மறுபடியும் சிறையிலேயே தனிமையில் அடைபட்டுக் கிடக்க வேண்டும். நண்பர்களை இழப்பேன். இந்த உறவுகள் எல்லாம் அறுபட்டுப் போகும். இந்தியாவில் இருந்து என் நண்பர்களைப் பிரிந்து இங்கு வந்தபோது நான் எப்படி இருந்தேனோ அதேபோல இப்போதும் உணர்கிறேன்.

பத்து வருடங்களுக்கு முன்பு இந்தியாவைவிட்டு வரும்போது எவ்வளவு துக்கமும் கஷ்டமும் எனக்கிருந்ததோ அதேபோல் இப்போதும் இருந்தது. அந்தமானிலிருந்து நான் திரும்பிப் போக வேண்டும் என்கிற எண்ணம் ஏதோ திரும்பவும் ஆயுள் தண்டனை பெற்று நாடு கடத்தப்படுவதுபோல் இருந்தது. என் புத்தகங்களை எடுத்து வைத்துக்கொண்டேன். அதில் பல புத்தகங்களைச் சிறையிலிருக்கும் நூலகத்திற்குக் கொடுத்தேன். சில புத்தகங்களை என் நண்பர்களுக்கும் சக கைதிகளுக்கும் கொடுத்தேன். கடைசி நாளன்று என்னைப் பார்ப்பதற்காக ஏராளமான மக்கள் வந்திருந்தார்கள். அவர்கள் காலையிலிருந்து மாலை வரை வந்து கொண்டே இருந்தார்கள். ஒவ்வொரு கணமும் அதிகாரிகள் அந்தக் கூட்டத்தைப் பார்த்து ஏதேனும் தவறாகப் புரிந்துகொண்டு அவர்களில் யாரையாவது கைது செய்து விடுவார்களோ என்று பயந்துகொண்டே இருந்தேன். ஆனால் அதிகாரிகள் கூட்டத்தைப் பெரிதாக சட்டை செய்யவில்லை. எல்லாம் நல்லபடியாக நடந்து முடிந்தது. எல்லோரும் தங்கள் அறையிலிருந்து எப்போது வேண்டுமானாலும் வெளியே போகவும் வரவும் அனுமதிக்கப்பட்டார்கள். கைதிகள் அதிகாரிகளைப் பார்த்துப் பயப்படவில்லை. அதேபோல அதிகாரிகளும் கடமையைச் செய்கிறேன் என்ற பெயரில் அவர்களை மிரட்டவில்லை. நான் வேண்டாம் என்று எவ்வளவோ முறை சொல்லியும் என்னை நேரில் பார்க்க முடியாத நண்பர்கள் சிறையின் கதவருகே வந்து பரிசுப் பொருட்களைத் தந்தனர். பழங்கள், பூக்கள்,

சோடா பாட்டில்கள், டப்பாக்கள், பிஸ்கட்கள் என்று பலவும் குவிந்திருந்தன. இந்தப் பரிசுகளை எனக்குத் தரும் இவர்கள் எல்லாம் யார்? அந்தமானில் சுதந்திரமாக இருந்த மக்கள் மற்றும் கைதிகள். அவர்கள் மதிப்பு என்ன? அவர்களில் பெரும்பாலானோர் மாதத்திற்கு 10 ரூபாய்கூடச் சம்பாதிக்க மாட்டார்கள். ஆனால் அவர்கள் அன்பும் பாசமும் விலைமதிப்பற்றது. அவர்கள் தங்கள் அன்பைப் பகிர்ந்துகொள்ள வாழைப்பழம், தர்பூசணி, பூக்கள் என்று பலவற்றைக் கதவருகே கொண்டுவந்து வைத்தார்கள். நான் மதியம் அந்தக் கதவருகே சென்றேன். அங்கிருந்த மக்களிடம் அவற்றை யெல்லாம் பகிர்ந்து கொடுத்தேன். என்னிடமிருந்து வாங்கிக் கொள்ள மாட்டார்கள் என்பது போன்ற பொருட்களை மட்டும் வைத்துக்கொண்டேன். அங்கேயே தங்கப்போகும் சில நெருங்கிய நண்பர்களிடம் உறுதிமொழி எடுக்கச் சொன்னேன். எங்கள் இயக்கத்தின் உறுதிமொழி பின்வருமாறு அமைந்திருந்தது:

ஒரு கடவுள் ஒரு தேசம் ஒரு இலக்கு
ஒரு ஜாதி ஒரு வாழ்க்கை ஒரு மொழி

நான் இந்த மந்திரத்தைச் சொல்லி அதன் உள்ளார்ந்த அர்த்தத்தையும் சொன்னேன். இந்த எதிர்பார்ப்பை, நம்பிக்கையை அடைய ஒவ்வொரு ஹிந்துவும் தயாராக இருக்கவேண்டும், சந்தர்ப்பம் கிடைக்கும்போது இதற்கெனத் தன் உயிரையும் கொடுக்க ஆயத்தமாக இருக்கவேண்டும் என்று கூறினேன். அதை எப்படிச் செய்வது என்பதையும் நான் விவரமாகக் கூறினேன். இந்த மகத்தான தியாகத்தைச் செய்வதற்கான வலிமையை ஒவ்வொரு ஹிந்துவும் தனிப்பட்ட வகையிலும் ஒரு சமூகமாகவும் வளர்த்துக்கொள்ள வேண்டும். இந்தச் சூழலிலேயே அந்தமானில் சில காரியங்களைத் தொடர்ந்து செய்யவேண்டும். இதுதொடர்பாக அவர்கள் தீவிரமாகச் செய்யவேண்டிய வேலைகள் என்ன என்பதை விவரமாகச் சொன்னேன்.

அப்போது ஒரு வார்டர் அருகே வந்து சாஹிப் வருகிறார் என்றும், என்னைச் சிறையில் இருந்து கொண்டுபோவதற்காக போலிஸ்காரர்களும் வந்திருக்கிறார்கள் என்றும் சொன்னார்.

நான் எழுந்தேன். இன்று இங்கு நான் இருக்கும் கடைசி நாள். 11 வயதில் நான் எடுத்துக்கொண்ட சபதத்தை இப்போது எங்களுடன் இருக்கும் நண்பர்களுடன் சேர்ந்து இப்போது மீண்டும் எடுத்துக் கொண்டது மிகவும் சந்தோஷத்தைக் கொடுத்தது. இங்கே இருந்து விடுதலையாவோம் என்கிற நம்பிக்கையை நான் இழந்து

விட்டேன். ஆனால் பத்தாண்டுகள் கழித்து இன்று நான் இந்தச் சிறையிலிருந்து வெளியே போகும் தருணத்தில் கடைசி நாளில் கடைசி நேரத்தில் சொல்லும் கடைசிச் செய்தி, இங்கு சிறைக் கைதிகளுக்குச் சொன்ன அதே செய்திதான். இதே செய்தியை இந்திய இளைஞர்களுக்குச் சொன்னதால்தான் நான் சிறைக்கு வந்தேன். இப்போது பத்து வருடங்கள் கழித்துச் சிறையிலிருந்து வெளியே போகும்போதும், இதே செய்தியை அந்தமானில் உள்ள இளைஞர் களுக்குச் சொல்லும் வாய்ப்பை கடவுள் எனக்கு அருளி இருக்கிறான்.

ஒரு கடவுள் ஒரு தேசம் ஒரு நம்பிக்கை
ஒரு ஜாதி ஒரு வாழ்க்கை ஒரு மொழி

இந்த வார்த்தைகளையே என் உதடுகள் முணுமுணுத்துக் கொண்டிருந்தன.

என்னையும் என் சகோதரரையும் சிறைக்கதவின் முன் நிற்க வைத்திருந்தார்கள். ஜெயிலர் எங்களை அங்கிருந்த போலிஸ்காரர் களிடம் ஒப்படைத்தார். அவர்கள் இந்தியாவிற்குச் செல்லவிருக்கும் கப்பலுக்கு எங்களை அழைத்துக்கொண்டு செல்லப் போகிறார்கள். கருணை உள்ளம் கொண்ட ஜெயிலர் எங்களைச் சங்கிலியால் கட்ட வேண்டாம் என்று அவர்களிடம் கேட்டுக்கொண்டார். நாங்கள் அவர்களுடன் நடந்து சென்றோம். அந்தப் பயங்கரமான சிறையின் இரும்புக் கதவுகள் திறந்து, வெளியே இருக்கும் பரந்த உலகத்துக்குச் செல்ல எங்களை அனுமதித்தன.

1909ம் ஆண்டு இந்தக் கதவு ஒருமுறை திறந்து என் மூத்த சகோதரரை உள்ளே இழுத்துக்கொண்டது. 1911ம் ஆண்டு அதேபோல இந்தப் பயங்கரமான கதவு ஒருமுறை திறந்து என்னை உள்ளே விழுங்கிக் கொண்டது. இதிலிருந்து உயிரோடு வெளியே வருவோம் என்ற நம்பிக்கை எங்களுக்கு அப்போது இருக்கவில்லை. எங்களை உள்ளே இழுத்துக்கொண்ட அந்த இரும்புக் கதவு இப்போது 1921ம் ஆண்டு கிறீச்சிடலுடன் மீண்டும் திறந்திருக்கிறது. நாங்கள் வெளியே வந்திருக்கிறோம்.

அந்த இரும்புக் கதவைக் கடந்து செல்லும்போது, அந்தமானை விட்டு உயிரோடு வெளியே செல்கிறோம் என்பதை உணர்ந்தோம். ''இந்த சிறிய நுழைவாயில்தான் வாழ்க்கைக்கும் மரணத்துக்கும் இடையே உள்ள எல்லை. மரணத்திலிருந்து வாழ்க்கையை நோக்கி இந்த எல்லையைக் கடந்து அடியெடுத்து வைத்துச் சென்று கொண்டிருக்கிறோம். ஆம், இதனை நாம் தாண்டிவிட்டோம். வாழப்போகும் உலகத்தில் கால்பதித்துவிட்டோம்'' என்று என்

சகோதரரிடம் கூறினேன். சரி, இனி? எதிர்காலத்தைப் பற்றி யெல்லாம் எல்லாம் நாங்கள் கவலைப்படவில்லை. எதிர்காலமே அதைப் பார்த்துக்கொள்ளட்டும் என்று விட்டுவிட்டோம்.

வெண்ணிறச் செண்பகப் பூ மாலை

என்னை வழி அனுப்பி வைப்பதற்காக வந்திருந்த கூட்டத்தைச் சமாளிக்க சிறைக்கு வெளியே பலத்த பாதுகாப்புப் போடப் பட்டிருந்தது. என்னைப் பார்ப்பதற்காக அங்கு ஏராளமான மக்கள் கூடி இருந்தார்கள். அந்தக் குடியிருப்பு முழுக்கப் பரவி இருக்கும் கைதிகள் அன்றைய தினம் வேலையில் இருக்கும்படி நிர்வாகத்தால் பார்த்துக்கொள்ளப்பட்டார்கள். அப்படி இருந்தும் பலர் ஏதாவது ஒரு காரணத்தைக் கூறி என்னைப் பார்ப்பதற்காக வந்திருந்தனர். நாங்கள் போர்ட் பிளேயர் செல்வதற்காகப் பாதுகாவலருடன் ஒரு சில அடி தூரம் நடந்திருப்போம். அப்போது குஷாபா என்ற மராத்திக் கைதி திடீரென்று பாதுகாவலரை மீறி எனக்குச் செண்பக மலர்களால் ஆன ஒரு மாலையை எல்லாக் கைதிகளின் சார்பாக அணிவித்தார். அவர் ஜமாதார் பதவி வகித்து வந்தவர். வெகு விரைவிலேயே அவருக்கு டிக்கெட் வழங்கப்படவிருந்தது. போலிஸார் அவரைத் தடுத்து நிறுத்துவதற்குள் அவர் என் பெயரை உரக்கச் சொல்லி என் காலில் விழுந்து நமஸ்கரித்து அங்கிருந்து கிளம்பிச் சென்றுவிட்டார். இந்தச் செய்கையினால் அவருக்கு நிச்சயம் வேலை போய்விடும். அவருக்குத் தண்டனையும் கொடுக்கப்படும். ஆனால் அவர் அதைப் பற்றிக் கவலைப் பட்டதாகத் தெரியவில்லை.

அந்த மராத்திக் கைதி எனக்கு மாலையிட வந்த அந்தக் காட்சியை நான் இன்னும் நினைத்துப் பார்க்கிறேன். போலிஸ் அதிகாரிகள் என்னை இழுத்துக் கையில் விலங்கிட முயற்சித்துக்கொண்டிருந்தார் கள். சிறை அதிகாரிகள் மக்களின் நினைவிலிருந்து என்னை அகற்ற 20 வருடங்களாகப் பாடுபட்டுக்கொண்டிருக்கிறார்கள். அந்த முயற்சியின் ஒரு அடையாளம்தான் இந்த போலிஸ் அதிகாரி. என் புகைப்படத்தை யாரும் வீட்டில் மாட்டி இருக்கக்கூடாது என்பதில் கவனமாக இருந்தார்கள். என்னையோ என் பணிகளையோ நினைவூட்டும் எந்த நினைவுகளும் அவர்களுக்கு இருக்கக்கூடாது. இத்தனை நாள் இவற்றையெல்லாம் தண்டனைக்குரியதாகச் சொல்லி இருந்தார்கள். இப்போது என்னைக் கப்பலுக்குக் கூட்டிச் செல்லும் இந்த போலிஸ் அதிகாரி எனக்கு மரியாதை செய்ய வரும் கைதிகளைத் தடுக்க கடைசியாக முயல்கிறார். ஆனால், எனக்கு அந்த ஜமாதார் கொடுத்த செண்பக மாலை என்மேல் விழுந்த

அன்பின் அடையாளம். என் நாட்டு மக்கள் பல்லாயிரம்பேர் என்மேல் இதுபோல் அன்புகொண்டிருக்கிறார்கள் என்பதன் அடையாளம். என் வாழ்க்கையும் என் பணிகளும் எப்போதும் இது போன்ற இரண்டு சக்திகளுக்கு இடையே நடக்கும் போராட்டமாகத்தான் இருந்திருக்கிறது. என் வாழ்க்கையில் நிகழும் செயல்கள் இப்படிப்பட்ட குறியீடுகளால்தான் அமைந்திருக்கின்றன. எனக்கு நடந்த அந்தக் காட்சியைப் பற்றி அவ்வாறுதான் உணர்ந்தேன். அதைப் பற்றி அருகிலிருந்த என் சகோதரரிடம் பலவிதங்களில் சொன்னேன்.

தங்க நகையைக் காட்டிலும் மதிப்பு மிக்கது

கடந்த பத்து ஆண்டுகளாக அந்தமானின் நிலையை மேம்படுத்த பாடுபட்ட எங்கள் முயற்சிகளுக்கான ஒரு அங்கீகாரம்தான் இந்தப் பூமாலை. எங்கள் பணிகளுக்குக் கிடைத்த அன்புப் பரிசாக நாங்கள் இதைக் கருதுகிறோம். இது, எந்த விலை உயர்ந்த தங்க நகையையும் விட எங்களுக்கு மதிப்பு மிக்கது. அவர் எனக்கு மாலையைப் போட்டதும் சுற்றியிருந்த மக்கள் கை தட்டித் தங்கள் மகிழ்ச்சியை வெளிப்படுத்தினர். அவரது இந்த அன்பும் நன்றி உணர்ச்சியும் என் இதயத்தைத் தொட்டது. அந்தமானில் குடியிருப்பவர்களுக்குப் பயத்தை உருவாக்க அதிகாரிகள் எடுத்துக்கொண்ட முயற்சிகளுக்கு இறுதியான பதிலடிபோல் அது அமைந்தது.

என் நெருங்கிய நண்பர்களுடனும் என்னுடன் பணிபுரிந்து கொண்டிருந்த சிலருடனும் கப்பலுக்குப் போவதற்கு முன்னர் ரகசியமாகப் பேசுவதற்குச் சிறிது நேரம் கிடைத்தது. விடைபெறும் முன் அந்தமானில் வசிப்பவர்களுக்கு அவர்கள் மூலமாக என் அறிவுரையைச் சொன்னேன். "அந்தமானில் தங்குங்கள். இங்குள்ள மண்ணை வளப்படுத்துங்கள். இங்கேயே திருமணம் செய்து கொள்ளுங்கள். குடும்பத்தை உருவாக்கி மக்கள்தொகையைப் பெருக்குங்கள். இதன்மூலம் இந்தத் தீவில் ஹிந்துக் கலாசாரத்தை வளர்க்க உதவுங்கள்" என்று கூறினேன். அவர்கள் செய்யவேண்டிய பணிகளுக்கான திட்டங்களையும் அவர்களுக்குக் கூறினேன். 10 ஆண்டுகளுக்கு முன்பு போர்ட் பிளேயரில் உள்ள சில்வர் ஜெயிலின் படிக்கட்டுகளில் ஏறும்போது, இந்தப் படிக்கட்டுகளில் திரும்ப இறங்கி வெளியே போவேன் என்பதை நினைத்தே பார்க்கவில்லை. ஆனால் இப்போது நான் இறங்கிச் சென்று அந்தக் கப்பலில் ஏறி இந்தியாவிற்குச் செல்லப் போகிறேன்.

இந்த எண்ணங்கள் என் மனதில் ஓடிக்கொண்டிருந்தபோது 'மகாராஜா' என்ற அந்தக் கப்பல் அங்கு வந்து சேர்ந்தது. அது கல்கத்தாவிற்குச் செல்லவிருக்கும் கப்பல். நாங்கள் அதில்

ஏறப்போகும்போது ஒரு வினோதமான உணர்வு என்னை ஆட்கொண்டது. சில்வர் ஜெயிலில் நான் அனுபவிக்க ஆரம்பித்திருந்த அந்தச் சிறிய சுதந்திரத்தை இழக்கப் போகிறேன், இந்தியாவில் எனக்குக் கடுமையான தண்டனை மீண்டும் முதல் நாளிலிருந்து துவங்கப் போகிறது என்று தோன்றியது. கப்பலுக்குள் நுழைந்ததும், தரைத்தளத்தில் இருந்த கைதிகளுக்கான கூண்டுக்குள் அழைத்துச் செல்லப்பட்டேன். அந்தமானுக்கு முதலில் வரும்போது இதேபோன்ற ஒரு கூண்டில்தான் அடைக்கப்பட்டுக் கொண்டு வரப்பட்டேன். அதை நினைத்ததும் என் உடலில் ஒரு நடுக்கம் பரவியது. இப்போது என் மூத்த சகோதரர் உடனிருக்கிறார். தொடர்ந்து இருமிக்கொண்டு நோய்வாய்ப்பட்டு மெலிந்துபோய் அமைதியற்ற நிலையில் ஒரு சோளத்தட்டை பொம்மைபோல இருக்கிறார். எங்கள் இருவரையும் ஒன்றாக உள்ளே அடைத்தார்கள்.

மனநிலை சரியில்லாதவர்களின் கூண்டில்

நாங்கள் அடைக்கப்பட்டிருந்த கூண்டின் உள்ளே முழுக்க மனநிலை சரியில்லாதவர்கள் இருந்தார்கள். அந்தக் கப்பலில்தான் அந்தமானிலிருந்த அத்தனை மனநிலை சரியில்லாதவர்களையும் இந்தியாவுக்கு அனுப்பிக்கொண்டிருந்தார்கள். இப்போது அவர்களுடன் சேர்ந்து நாங்களும் இந்தியாவிற்கு அதே கூண்டில் பயணப்படப் போகிறோம். அந்த மனநிலை சரியில்லாதவர்கள் ஒருவரை ஒருவர் திட்டிக்கொண்டு, மாறி மாறி பலமாகக் கத்திக் கொண்டிருந்தார்கள். ஒரு சிலர் தங்கள் கழுத்தை நெரித்துக் கொள்வதுபோலக் கைகளைக் கழுத்தில் வைத்துக்கொண்டிருந்தார்கள். இவர்களையெல்லாம் கண்காணிக்க, மனநிலை சரியில்லாம லிருந்து குணமான அவர்களில் ஒருவரையே நியமித்திருந்தார்கள். அவர்கள் எல்லோரையும் ஒவ்வொருவராக அடிப்பது அவரது வழக்கம். இந்தக் கும்பலில் எங்கள் இருவருக்கும் நகர்வதற்குக்கூட இடம் இருக்கவில்லை. என் மூத்த சகோதரருக்குப் பயங்கரமான காய்ச்சல் இருந்தது. மிகவும் மெலிந்திருந்த அவரும் இந்தக் கும்பலில்தான் அடைக்கப்பட்டிருந்தார்.

அந்த மனநிலை சரியில்லாதவர்கள் எதை எதையோ கற்பனை செய்துகொண்டு அதையே உண்மை என்று நம்பிப் பேசிக் கொண்டிருந்தார்கள். ஒரு சிலர் தங்கள் உடல் முழுக்க எலிகள் ஓடிக்கொண்டிருப்பதாகவும் அவை அப்படியே மார்பின் மேல் ஏறுவதாகவும் கற்பனை செய்தார்கள். ஒரு சிலர் அங்குள்ள எல்லோரும் அவர்களைத் திட்டுவதாக எண்ணிக்கொண்டார்கள்.

அவர்கள் இரவு நேரத்தில் எழுந்து அருகில் இருப்பவர்களின் மார்பில் ஏறி உட்கார்ந்து, அவரைத் திட்டவும் அடிக்கவும் ஆரம்பிப்பார்கள். ஒரு சிலர் வாந்தி எடுத்து மலம் கழித்து அதிலேயே உருண்டு கொண்டிருந்தார்கள். நாங்கள் அவர்களுக்கு நடுவே இருக்க வைக்கப்பட்டோம்.

யார் மனநிலை சரியில்லாதவர்?

ஒரு கணம் யார் உண்மையிலேயே மனநிலை சரியில்லாதவர்கள், யார் மனநிலை சரியாக இருப்பவர்கள் என்ற கேள்வி என் மனதில் தோன்றியது. எங்கள் புலன்கள் சொல்வது உண்மை என்று எப்படி நம்புவது? ஒருவேளை இந்த மனநிலை சரியில்லாதவர்களின் புலன்கள் சொல்வது உண்மையாகக்கூட இருக்கலாம். புத்தி பேதலித்தவர்களுக்கும் பேதலிக்காதவர்களுக்கும் அவர்களது புலன்கள்தான் சாட்சியங்களாக இருந்து வருகின்றன. ஒருவருடைய புலன்கள் தான் உணர்வதை உண்மையாக அவருக்கு எடுத்துச் செல்லும். நம் புலன்கள் இந்த மனநிலை சரியில்லாதவர்களுடையதைப் போல் இருந்தால் நாம் அவர்களைப்போல்தான் உணர்வோம். அப்படி இருக்கும்போது நாம் சரியானவர்கள் என்று நாம் எப்படித் தீர்மானிக்க முடியும்? அவர்கள் சரியாகக்கூட இருக்கலாம். அவர்களது வாந்திக்கும் மலத்துக்கும் நடுவில் உட்கார்ந்துகொண்டு, மிக மோசமான இடத்தில் இருக்கிறோம் என்று நினைத்துக்கொண்டிருக் கிறோம். ஒருவேளை நாம் மனநிலை சரியில்லாதவர்களாக இருந்து அவர்கள் புத்தி சுவாதீனத்தோடு இருப்பவர்களாகக்கூட இருக்கலாம்.

இந்தச் சிந்தனைகள் எனக்கு அதிர்ச்சியைக் கொடுத்தன. கப்பலின் சத்தமும் என்னைச் சுற்றியிருந்த இந்தக் குழப்பமான சூழ்நிலையும் அந்த மனநிலை சரியில்லாதவர்களின் அசிங்கமான பேச்சுக்களும் எனக்குத் திணறலை ஏற்படுத்தின. என் தத்துவவிசாரம் கொஞ்சம் கொஞ்சமாக நான் மனநிலை சரியில்லாதவனாக மாறுவதன் அடையாளமோ என்று எப்போதும் பயந்துகொண்டிருப்பேன். அதன்மூலம் கண்ணுக்குத் தெரிபவை எல்லாம் மாயையாக மறைந்து விடுகின்றன என்றும் நினைத்தேன்.

10 வருடம் சிறையில் இருந்தபோதுகூட நான் இந்த அளவுக்கு நிலைகுலைந்து போனதில்லை. ஆனால் அந்த வாழ்க்கையினால் தான் நான் இவ்வளவு பலவீனமாக ஆகியிருக்கிறேன் என்பதில் சந்தேகமில்லை. இந்தக் கப்பலில் பட்ட கஷ்டத்தைப்போல் அதற்கு முன் அனுபவித்ததே இல்லை என்று அந்த நேரத்தில் நினைத்தேன்.

நான் அங்கிருந்த அதிகாரிகளிடம் எதிர்ப்பு தெரிவித்து எங்களை அங்கிருந்து வேறு இடத்திற்குக் கொண்டுசெல்லுமாறு வேண்டிக் கொண்டேன். அந்தக் கப்பலின் ஒரு பகுதியில் இந்தியாவிற்குப் போகும் பயணிகள் இருந்தார்கள். அவர்களும் எங்களுக்குப் பரிந்து பேசினார்கள். தன் பெயர் சொல்ல விரும்பாத ஒருவர் எடுத்துக் கொண்ட விடா முயற்சியின் காரணமாக எங்களுக்கு இந்த மனநிலை சரியில்லாதவர்களிடமிருந்து கொஞ்சம் விலகி வேறொரு இடத்தில் உட்கார இடம் கிடைத்தது.

ஆனால் அந்தப் பக்கத்தில் காற்று வரவில்லை. அந்தக் கப்பலில் வேறு சில கைதிகளும் இந்தியாவிற்குக் கொண்டு செல்லப் பட்டனர். அவர்களில் நோய்வாய்ப்பட்டவர்களும் திருடர்களும் கொலைகாரர்களும் இருந்தனர். அவர்கள் இருந்த தளம் நல்ல காற்று வரும்படியாக இருந்தது. எல்லோரையும்விட மோசமான உடல் நிலையில் இருந்த என் சகோதரர் கீழ்த்தளத்தில் கப்பலின் அடிப்பாகத்தில், நான் ஏற்கெனவே விவரித்த கூண்டில் இருந்தார். ஏற்கெனவே நோய்வாய்ப்பட்டிருந்த அவரது உடல் காய்ச்சலால் கொதித்துக்கொண்டிருந்தது. எனக்கும் தீவிரமான பிரான்கிடிஸ் பாதிப்பு இருந்ததால் மூச்சுவிடவே சிரமப்பட்டுக்கொண்டிருந்தேன். எங்களை அப்படி ஒரு இறுக்கமான சூழ்நிலையில் வைத்திருந்தார்கள்.

எங்களுக்கு நல்ல காற்றுவேண்டும் என்று மீண்டும் கேட்டுக் கொண்டேன். எங்களுக்கு சுத்தமான காற்று நிச்சயம் வேண்டும் என்று அவர்களுக்கு எழுதினேன்.

அதற்கு அடுத்த நாள் அங்கிருந்த ஜன்னல் ஒன்று திறக்கப்பட்டது. ஒரு நாளைக்கு இரண்டு முறை எங்களுக்குச் சுத்தமான காற்று வரும்படி செய்யப்பட்டது. மேலிருந்து கீழே ஒரு பெரிய கோணி ஒன்று தொங்கவிடப்பட்டு அதன் வழியாக மேல் தளத்திலிருந்து காற்று உள்ளே வரும்படி செய்யப்பட்டது. பிறகு நாங்கள் ஒரு நாளைக்கு அரை மணி நேரத்திற்கு மேல்தளத்தில் பாதுகாப்பு அதிகாரியின் கண்காணிப்பில் உட்கார வைக்கப்பட்டோம். அங்கு நாங்கள் சுத்தமான காற்றைச் சுவாசித்தோம்.

அந்தத் தளத்தில் இருந்த பயணிகளும் அதிகாரிகளும் கீழே வந்து எங்களுடன் ரகசியமாகப் பேசுவார்கள். அதிலிருந்த இந்தியர்கள் எங்கள் மீது அனுதாபம் கொண்டிருந்தார்கள். அங்கிருந்த ஒரு சில ஐரோப்பியர்களும்கூட எங்களை மரியாதையுடன் நடத்தினார்கள். அதற்கு உதாரணமாக, படித்த ஆங்கிலோ இந்தியர் ஒருவர் எனக்கு

அந்தமான் சிறை அனுபவங்கள் | 589

மிகவும் பிடித்த புத்தகமான தாமஸ் கேம்பிஸ்ஸின் "Imitation of Christ' என்ற புத்தகத்தைப் பரிசளித்தார். அவர் நினைவாக நான் அதை வைத்துக்கொள்ளவேண்டும் என்று என்னிடம் கூறினார். தனிப்பட்ட முறையில் எங்களுக்கு நல்ல உணவை ஏற்பாடு செய்து கொடுத்தார்கள். அதிலிருந்த சோடா பாட்டில்களையும் மற்ற இனிப்புப் பண்டங்களையும், எனக்குத் தேவையில்லை என்பதால் திருப்பி அனுப்பினேன். அவர்களில் சிலர் எங்களுக்குப் பணம் கொடுத்து அதைப் பெற்றுக்கொள்ளக் கட்டாயப்படுத்தினார்கள். நான் மறுத்தேன். நாங்கள் திரும்பவும் இந்தியாவில் சிறைக்குதான் போகப் போகிறோம், அதனால் பணத்தினால் எங்களுக்கு எந்தப் பிரயோஜனமும் கிடையாது என்று கூறினேன். நான் என்னிடம் இருந்த இனிப்புப் பண்டங்களை மற்ற பயணிகளுக்கும் அங்கிருந்த மனநிலை சரியில்லாதவர்களுக்கும் விநியோகித்தேன்.

இரவு நேரத்தில் என் சகோதரர் அவரது சிறை வாழ்க்கையைப் பற்றி என்னிடம் சொல்லிக்கொண்டிருப்பார். நான் இந்தியாவைவிட்டு இங்கிலாந்துக்கு 1906ம் ஆண்டு சென்றேன். அதன்பிறகு இந்த 14 ஆண்டுகளில் நாங்கள் ஒருநாள்கூட ஒரே அறையில் தங்கியதில்லை. அதனால் எங்களால் பேசிக்கொள்ளவும் சிந்தனைகளைப் பரிமாறிக் கொள்ளவும் முடியவில்லை. நான் இங்கிலாந்திற்குச் சென்ற பிறகு அபிநவ பாரத இயக்கம் எப்படி நம் நாட்டில் வளர்ந்தது, அதில் சேர்ந்த உறுப்பினர்களின் பெயர்கள், அவர் எப்படிக் கைதானார், போலிஸ் அவரை எப்படிச் சித்திரவதை செய்து மற்றவர்களைப் பற்றிய தகவல்களைத் தெரிந்துகொள்ள முயன்றது, அவர் எப்படி யாரைப் பற்றியும் ஒரு வார்த்தைகூடச் சொல்லாமல் இருந்தார், சித்திரவதை செய்யும்போது அவர் எப்படி மயங்கி விழுந்தார் என்று எல்லாவற்றையும் அவர் சொன்னார். அவரிடமிருந்து மகாராஷ்டிரா மற்றும் பெங்காலில் நடந்த சதிகளில் என்னைப் பற்றிய தகவல் களைப் பெற போலிஸார் முயன்றிருக்கின்றனர். ஆனால் அவர்களால் முடியவில்லை. அவர் சொன்ன பரபரப்பான விஷயங்களை நான் ஆர்வத்துடன் கேட்டுக்கொண்டிருந்தேன்.

கப்பலில் இருக்கும்போது அந்தமானில் இருந்த என் நண்பர்களைப் பற்றி நினைத்துக்கொண்டிருந்தேன். அந்த எண்ணமும் அவர்களது பிரிவும் எனக்கு வெறுமையைக் கொண்டுவந்தன. திரும்பவும் அந்தமானுக்குச் சென்று அவர்களைச் சந்திக்கவேண்டும் என்ற எண்ணம் எனக்கு அடிக்கடித் தோன்றும்.

ஐந்தாவது நாள் நாங்கள் வழக்கம்போலச் சுத்தமான காற்றைச் சுவாசிக்க அரைமணிநேரம் மேல்தளத்தில் உட்கார வைக்கப்

பட்டோம். அப்போது ஒரு பெரிய சுவர் ஒன்றை என் எதிரில் கண்டேன். ஒரு பயணி நாம் இந்தியாவை நெருங்கிவிட்டோம், அந்தப் பெரிய சுவர்தான் இந்தியாவின் எல்லை என்றார். எனக்கு அதிர்ச்சியாக இருந்தது. இந்தியாவின் கோட்டை! இதைப் பார்க்கத்தான் உயிரைத் தக்க வைத்துக்கொண்டு இத்தனை நாள் அந்தமானில் காத்துக் கிடந்தேன். இப்போது அது என் எதிரே இருக்கிறது. இன்னும் சிறிது நேரத்தில் அங்கு கால் வைக்கப் போகிறேன். இது என் தாய்நாடு. மீண்டும் இந்தியத் தாயைப் பார்க்கிறேன். அவளது புனித மண்ணை என் தலையால் தொட்டு வணங்கவேண்டும். இந்தப் பிறப்பிலேயே நான் அவளைப் பார்க்கவும் தொடவும் போகிறேன். என் சகோதரரை நோக்கி, "அண்ணா, நம் பாரதத் தேசத்தை மீண்டும் ஒருமுறை பார்க்கப் போகிறோம்! இதோ அவள் கால்களை நீல நிறக் கடலின் அலைகள் கழுவிக்கொண்டிருக்கின்றன பாருங்கள்" என்று கூவினேன்.

நாங்கள் இருவரும் பக்தியுடனும் மரியாதையுடனும் எழுந்து நின்றோம். எங்கள் தேசத்தின் மீது உள்ள மதிப்பிலும் அர்ப்பணிப்பிலும் கைகளைக் கூப்பியபடி நின்றுகொண்டிருந்தோம். எங்கள் உடம்பில் ஓர் அதிர்வு பாய்வதுபோல் உணர்ந்தோம். நாங்கள் கீழ்க்கண்ட பிரார்த்தனையைச் சொன்னோம்.

சுதந்திர தேவிக்கு வெற்றி!
வந்தே மாதரம்!!

அத்தியாயம் 12

நாங்கள் கல்கத்தா துறைமுகத்தில் கப்பலில் வந்து இறங்கியவுடன் அலிப்பூர் சிறைக்குக் கொண்டுசெல்லப்பட்டுச் சிறை வைக்கப் பட்டோம். அந்தமானிலிருந்து கிளம்பும்போது எதை நினைத்துப் பயப்பட்டேனோ அது உண்மையாகிவிட்டது. நானும் என் சகோதரரும் வேறு வேறு சிறைகளில் அடைக்கப்பட்டோம். கைதி உடைகளை அணிந்துகொண்டு, எங்கள் படுக்கையைச் சுருட்டிக்கக் கத்தில் வைத்துக்கொண்டு, இன்னொரு கையில் பானையையும் தட்டையும் எடுத்துக்கொண்டு, சிப்பாய்கள் எங்களை வழிநடத்த, திருடர்களைப்போல நாங்கள் அவர்கள் பின்னால் சென்று கொண்டிருந்தோம். என் மூத்த சகோதரரைப் பக்கவாட்டில் இருந்த ஒரு பாதையில் சிப்பாய்கள் கூட்டிக்கொண்டு போனார்கள். என்னை வேறொரு பாதையில் கூட்டிக்கொண்டு போனார்கள். நானும் என் சகோதரரும் நிரந்தரமாகப் பிரிகின்றோம் என்று அப்போது நினைத்தேன்.

என்னை விட்டுப் பிரிந்து போகும்போது அவர் பலமாக இருமத் தொடங்கினார். பிறகு வெகுநேரம் இருமிக்கொண்டிருந்தார். கம்பளியால் ஆன நீண்ட அங்கியை அணிந்துகொண்டிருந்தார். கக்கத்தில் படுக்கையைச் சுமந்துகொண்டிருந்தார். 'அவரை யார் கவனித்துக் கொள்வார்கள்? இவருக்கு என்ன ஆகும்?' என்று யோசித்துக்கொண்டிருந்தேன். அந்தப் பக்கவாட்டுப் பாதையில் திரும்பிப் போகும்போது, அவர் என்னை விலகி மட்டும் செல்லவில்லை, வாழ்வின் பாதையில் என்னை விட்டுவிட்டு அவர் மரணத்தின் பாதையில் போய்க்கொண்டிருக்கிறார் என்று தோன்றியது. அவரைப் பார்ப்பது அதுதான் கடைசி முறையாக இருக்கும் என்று நினைத்தேன்.

அவரைக் கடைசியாக ஒருமுறை பார்த்துவிட வேண்டுமென்று நான் பார்த்துக்கொண்டிருந்தேன். அவரை இழக்கப் போகிறோம் என்ற எண்ணம் எனக்குத் துக்கத்தை வரவழைத்தது. எனக்குள் அழுது கொண்டு அமைதியாக நடந்தேன். அந்தச் சிறையிலிருந்த ஒரு தனிமையான அறைக்கு என்னைக் கொண்டுசென்றார்கள். எனக்காகவே அது காலி செய்யப்பட்டிருந்தது. நான் அதில் அடைக்கப்பட்டேன். துக்கம் என் நெஞ்சை அடைத்தது.

எனக்குக் காவல் இருந்த சிப்பாய்களைத் தவிர ஒரு வார்டரும் இருந்தார். அவர் 14 வருடம் ஆயுள் தண்டனை பெற்று நாடு கடத்தப் பட்டவர். ஆனால் மூன்று வருடச் சிறைத் தண்டனை முடிந்ததுமே பதவி உயர்வு பெற்று இங்கு வந்திருக்கிறார். இப்போது அவர் ஓரளவுக்குச் சுதந்திரமாக இருந்தார். அவரது அந்தச் சுதந்திரத்தைப் பார்த்து எனக்குப் பொறாமையாக இருந்தது. நான் என் தண்டனைக் காலத்தில் கிட்டத்தட்ட 12 ஆண்டுகளைத் தனிமைச் சிறையில் கழித்தேன். சிறை வாழ்க்கையின் கட்டுப்பாடுகள் எதிலிருந்தும் இன்னும் எனக்கு விடுதலை கிடைக்கவில்லை. அந்த வாழ்க்கையின் இன்னல்கள் எதிலிருந்தும் நான் வெளியே வரவில்லை. மாறாக, இப்போது அந்த வாழ்க்கை இன்னும் கடினமாக இருக்கும் என்று தோன்றுகிறது. நான் கதவின் கம்பிகளைப் பிடித்துக்கொண்டு நின்று கொண்டிருந்தேன். மாலை வேளை முடிந்து இரவு நெருங்கிக் கொண்டிருந்தது. ஒரு சிப்பாய் மெல்லிய குரலில் பேசிக் கொண்டிருந்தார். அதைக் கேட்டபோது அரசியல் குறித்த எவ்வளவு முட்டாள்தனமான நம்பிக்கைகள் மக்களிடம் இருக்கின்றன என்பது புரிந்தது. கல்கத்தாவில் நடக்கும் அரசியல் போராட்டத்தைப் பற்றி அவர் தனது கருத்தைக் கூறிக்கொண்டிருந்தார். அவர், ''நமக்கு இன்னும் இரண்டு மாதங்களில் சுயராஜ்ஜியம் கிடைக்கப் போகிறது. மிகவும் சக்தி வாய்ந்த யோகியான காந்தி அரசை எதிர்த்துப் போராட ஆரம்பித்துவிட்டார். அவரை எதிர்த்து எதுவும் செய்ய இயலாமல் பிரிட்டிஷ்காரர்கள் தவிக்கின்றனர். துப்பாக்கி குண்டுகள்கூட அவரை ஒன்றும் செய்யாது. அவரைச் சிறையில் அடைத்தாலும் எப்படி வெளியே வருவது என்று அவருக்குத் தெரியும். அப்படிப் பட்ட அமானுஷ்யமான சக்தி அவரிடம் இருக்கிறது. அவர் திடீரென்று சிறையிலிருந்து மாயமாகி, சிறைக்கு வெளியே நின்று கொண்டிருப்பார். இப்படிப்பட்ட வித்தைகள் அவருக்குத் தெரியும். இது பல முறை நடந்திருக்கிறது'' என்று கூறிக்கொண்டிருந்தார். மகாத்மாகாந்தி பலமுறை சிறைக்குச் சென்றிருக்கிறார். ஒவ்வொரு முறையும் சிறிது காலம் தண்டனைக்குப் பிறகு அவரை வெளியே விட்டுவிடுவார்கள். இதன் காரணமாக இந்த மனிதரும் இவரைப்

போன்ற பலரும் இப்படி வினோதமாக நினைத்துக்கொண்டிருக் கிறார்கள். நான் அந்தச் சிப்பாயிடம் சிரித்துக்கொண்டே சொன்னேன், ''நீங்கள் சொல்வது மிகச்சரி. மகாத்மா எப்போதெல்லாம் விடுதலை செய்யப்படுகிறாரோ, அப்போதெல்லாம் சிறைக்கு வெளியே கதவருகே நின்றுகொண்டிருப்பார். அவரை அரசு சிறையிலிருந்து விடுதலை செய்யும்போது வெளியே வந்து காட்சி கொடுக்க நினைப்பது அவரது வழக்கம்''என்று கூறினேன்.

கொக்கைன் விற்ற குற்றத்திற்காகக் கைது செய்யப்பட்ட ஒரு சீன இளைஞர் என் அறைக்குப் பக்கத்தில் சிறை வைக்கப்பட்டார். அவர் பாடிக்கொண்டும் ஆடிக்கொண்டும் சந்தோஷமாக இருந்தார். ஏனென்றால் இரண்டு நாட்களுக்குள் தான் விடுதலை செய்யப்பட்டு விடுவோம் என்று நம்பிக்கொண்டிருந்தார். அவரைப்போல மகிழ்ந்திருக்க எனக்கு அதிர்ஷ்டம் இருக்கவில்லை.

சுட்டால் உங்களுக்குக் காயம் வருமா?

அந்தச் சீன இளைஞனுக்கு சுன் யாட் சென்-னின் பெயர் தெரிந்திருந்தது. அவருடன் பேசிக்கொண்டிருந்தபோது அவருக்கு என் பெயரும் பரிச்சயமாகி இருந்தது தெரிந்தது. நான்தான் சாவர்க்கர் என்றதும் அவரால் தன் கண்ணையே நம்ப முடியவில்லை. எப்படி இவ்வளவு பெரிய மனிதர் ஒரு சாதாரணச் சிறையில் அடைக்கப்படலாம்! அவரைப் பொருத்தவரை பெரிய மனிதர் என்றால் அவர் அளவிலும் பெரியதாக இருக்கவேண்டும். சாதாரண மக்கள் பெரிய மனிதர்கள் குறித்துச் சில அளவுகோல்களை வைத்திருப்பார்கள். நேரில் பார்க்கும்போது அந்த அளவுகோல் களோடு ஒத்து வரவில்லை என்றால் அவர்களுக்கு அதிர்ச்சியாக இருக்கும். இந்தச் சீன இளைஞரும் அதேபோல் என்னிடம் ஒரு கேள்வி கேட்டார். ''குண்டால் சுட்டால் உங்கள் உடம்பில் காயம் ஏற்படுமா?'' அதற்கு நான், ''சந்தேகமில்லாமல் காயம் படும்'' என்றேன். அதைக் கேட்டதும் அவருக்கு ஏற்பட்ட ஏமாற்றம் அவரது முகத்தில் தெரிந்தது.

அதேபோல் இன்னொரு சிப்பாய் என்னிடம், ''நீங்கள் எத்தனை நாட்கள் கடலில் நீந்திக்கொண்டிருந்தீர்கள்?'' என்று கேட்டார். அவர் குறிப்பிட்டது மார்சிலஸ் துறைமுகத்திலிருந்து நான் தப்பி வந்த சம்பவத்தைப் பற்றி. அவரிடம், ''நாட்களெல்லாம் இல்லை, பத்து நிமிடம்தான் நீந்தினேன். அதற்குள் கரைக்கு வந்து சேர்ந்து விட்டேன்'' என்று கூறினேன். அந்தப் பதில் என் மீது மரியாதை வைத்திருந்த அவருக்குப் பெரிய அதிர்ச்சியைக் கொடுத்தது.

ஒருவேளை நான் அவரிடம் பொய் சொல்லி இருந்திருந்தால் அவருக்கு அதிர்ச்சி ஏற்பட்டிருக்காது. ஆனால் நான் சொன்ன உண்மை அவருக்கு ஏமாற்றத்தை அளித்துவிட்டது. துறைமுகத்தில் என்ன நடந்தது என்பதை அப்படியே கூறும் என் சுபாவத்தால் பல நண்பர்களை இழந்திருக்கிறேன்.

ஒரு வாரத்திற்குள் நான் கல்கத்தாவில் இருந்து வேறு ஏதோ ஒரு இடத்திற்கு அனுப்பப்பட்டேன். எந்தச் சிறைக்கு என்னைக் கொண்டு போகிறார்கள் என்று எனக்குத் தெரியவில்லை. சில்வர் ஜெயிலிலிருந்து போர்ட் பிளேயருக்குச் செல்லும்போது எனக்குக் கிடைத்த அனுபவம்போலவே இங்கு ரயில் பயணத்திலும் எனக்குக் கிடைத்தது. ரயிலில் மக்கள் என் பெட்டிக்கு வந்து பழம், செய்தித்தாள்கள் போன்றவற்றை ஒவ்வொரு ஸ்டேஷனிலும் அமைதியாகக் கொடுத்துவிட்டுச் சென்றார்கள். சில சமயம் அவர்கள் கும்பலாகக் கூடி நின்று என்னைப் பார்த்துக்கொண்டிருப் பார்கள். அதைப் பார்க்கும்போது, கல்கத்தாவிலிருந்து என்னை வேறு இடத்திற்குக் கொண்டுபோகும் செய்தி வெளியே பரவி இருக்கும் என்று தோன்றியது. எங்கள் ரயில் நாக்பூரை நெருங்கிய போது செய்தித்தாள்களில் நான் அந்தமானிலிருந்து விடுதலை ஆகி வருவது பற்றிய செய்திகள் பெரிய தலைப்புடன் வெளியிட்டு, தங்கள் மகிழ்ச்சியை வெளிப்படுத்தி இருந்தன. பல தலைவர்களும் அதுகுறித்துக் கட்டுரைகள் எழுதியிருந்ததைப் பார்த்தேன். என் இருக்கைக்குப் பக்கத்தில் இருந்த ஒருவர் செய்தித்தாளை விரித்து வைத்துப் படித்துக்கொண்டிருந்தார். நானும் அதனைப் பார்க்க வேண்டும் என்ற எண்ணத்தில் அவர் அந்தப் பத்திரிகையை எனக்கும் தெரியுமாறு வைத்துப் படித்துக்கொண்டிருந்தார். அந்தச் செய்தி மராத்தியில் இருந்தது. அதனால், எனக்குப் பக்கத்தில் இருந்த ஆங்கிலோ இந்திய அதிகாரிக்குத் தலையும் புரியாது வாலும் புரியாது. இன்னும் ஒரு வாரத்திற்குள் நான் விடுதலை செய்யப்பட்டு விடுவேன் என்று அந்தச் செய்தித்தாளில் போட்டிருந்தது என்பதைத் தெரிந்துகொண்டேன். என்னுடன் வந்த அந்த நபர் எனக்கு உதவி செய்யவேண்டும் என்ற எண்ணத்தில் அதே பெட்டியில் வந்திருந்தார். என் மேல் அனுதாபம் கொண்டு, அந்த அதிகாரி சந்தேகப்படாத வண்ணம், எனக்குப் புரியும்வண்ணம், அவர் அந்தச் செய்தியை வாசிப்பதுபோல் உரக்கப் படித்தார்.

என்னுடன் இருந்த ஆங்கிலோ இந்திய அதிகாரிகள் எனக்கு எந்தத் தொந்தரவும் கொடுக்கவில்லை. கடைசியில் நாங்கள் பம்பாய் சென்று அடைந்தோம். ஒரு சிலர் நாசிக் நாசிக் என்று சொல்வது என் காதில் விழுந்தது. இதிலிருந்து அந்த இரவில் எங்கள் ரயில் நாசிக்கை

அடைந்தது என்று தெரிந்துகொண்டேன். நானிருந்த ரயில் பெட்டியின் ஜன்னல் கதவுகள் ஏற்கெனவே அடைக்கப் பட்டிருந்தன. எனக்கு இருபுறமும் அதிகாரிகள் உட்கார்ந்திருக்க நான் நடுவில் அமர்ந்திருந்தேன். அதற்கு அடுத்த பெட்டியில் நாசிக்கில் சில பயணிகள் உள்ளே ஏறினர். நான் நாசிக்கை விட்டு வந்து 12 வருடங்கள் ஆகின்றன. இப்போது ரயில் மூலம் அந்த ஊரைக் கடக்கிறேன். இதற்கிடையில் ஒரு புதிய தலைமுறை வளர்ந்து வந்திருக்கும். இவ்வளவு பெரிய இடைவெளிக்குப் பிறகு இங்கு யாருக்கு என்னை அடையாளம் தெரியும்? ஆனால் நாசிக் என்ற அந்த வார்த்தையே என்னுள் பல நினைவலைகளைக் கிளறி விட்டது. இந்த ஸ்டேஷனில் பலமுறை வழியனுப்ப வந்திருக்கிறேன். கல்லூரிக்குச் சென்று வருவது, வறுத்த நவதானியம், தர்பூசணி, நண்பர்களின் மலர்ந்த முகங்கள், நான் இங்கிலாந்திற்குச் சென்ற போது என்னை வழியனுப்ப வந்த நண்பர்கள், என்னைப் பிரியும் போது அவர்கள் கண்களில் வந்த கண்ணீர், 'சுதந்திர தேவி வெற்றி உண்டாகட்டும்' என்று அவர்கள் குரல் கொடுத்தது, அவர்களில் சிலர் சிறையில் சங்கிலிகளுடன் இருந்தது, சிலர் தூக்குமேடைக்குச் சென்றது, இவை எல்லாம், இன்றையத் திரைப்படங்களில் வரும் காட்சிகள்போல என் மனக்கண் முன் வேகமாக வந்து போயின.

நான் பம்பாய்க்குச் சென்றவுடன் உடனடியாக ஒரு கப்பலில் ஏற்றப் பட்டேன். அந்தப் பயணம் முடிந்தபோது நான் இரவு 10 மணியளவில் திரும்பவும் ஒரு சிறையில் அடைக்கப்பட்டேன். அந்தச் சிறை ரத்னகிரியில் உள்ள சிறை.

ரத்னகிரி சிறை

ரத்னகிரி சிறையில் எனக்கு ஏற்பட்ட அனுபவங்களை என்னால் விலாவாரியாகச் சொல்ல இயலாது. சூழ்நிலை என்னைத் தடுக்கிறது. முக்கியமான காரணம், அவை சமீபத்தில் நடந்த சம்பவங்கள் என்பதுதான். மேலும் நம் மாவட்டத்தில் உள்ள சிறை என்பதாலும் தான். அதனால், என்ன சொல்லவேண்டுமோ அதைச் சுருக்கமாகச் சொல்கிறேன்.

ரத்னகிரி சிறையில் முதல் இரண்டு, மூன்று வாரங்களில் எனக்கு மோசமான அனுபவங்கள் ஏற்பட்டன. அந்தமானில் கடைசி நாட்களில் நன்கு சமைக்கப்பட்ட உணவும், கூடவே பாலும் கொடுத்தார்கள். அதனால் என் ஜீரணமும் உடல் ஆரோக்கியமும் வெகுவாக முன்னேறி, மோசமான நோயிலிருந்து தப்பித்தேன். ஆனால் ரத்னகிரி சிறைக்கு அனுப்பப்பட்டவுடன் இங்கு எனக்குப்

பால் தடை செய்யப்பட்டது. அந்தமானில் தரப்பட்ட சிறிய அளவு பால்கூட இங்கு தரப்படவில்லை. அதனால் பழையபடி வழக்கமான சிறை உணவான சரியாக வேகவைக்கப்படாத ரொட்டியைச் சாப்பிட வேண்டி வந்தது. இந்த மோசமான உணவை உண்டதால் தான் அந்தமானில் எனக்குத் தொடர்ந்து இரண்டு வருடங்களுக்கு உடல்நலமில்லாமல் இருந்து, கிட்டத்தட்ட இறந்துபோகும் நிலைக்குச் சென்றேன். அதனால் அங்கிருந்த அனுபவம் வாய்ந்த மருத்துவர்கள் எனக்கு நன்கு சமைக்கப்பட்ட உணவையும் பாலையும் குடிக்கச் சொல்லி பரிந்துரைத்தார்கள். இதனை ஏற்கெனவே இந்தப் புத்தகத்தில் கூறி இருக்கிறேன். ஆனால் இங்கு அதற்காகக் கோரிக்கை விடுத்தும் அவர்கள் ஏற்றுக்கொள்ளவில்லை.

போதாக்குறைக்கு நான் இங்கே தனியாகத் தங்க வைக்கப்பட்டேன். மற்றவர்களிடமிருந்து என்னைப் பிரித்து ஒரு தனிமைச் சிறையில் அடைத்து வைத்திருந்தார்கள். போர்ட் பிளேயரில் 12 வருடச் சிறை வாழ்வை அனுபவித்த பிறகு எனக்குத் தரப்பட்ட சலுகைகள் அனைத்தும் இங்கு நீக்கப்பட்டன. சில்வர் ஜெயிலில் அங்கிருந்த தண்டனைக்காலம் முடியும்போது எனக்கு நல்ல உடைகள், கடுமையான பணியில் இருந்து விடுதலை, வெறும் எழுத்து வேலை, காகிதம் பென்சில், மற்றவர்களுடன் கலந்து உறவாட அனுமதி ஆகியவை தரப்பட்டன. ஆனால் இங்கு முதல்நாளே சிறைக் கைதிகளுக்குரிய சீருடை தரப்பட்டது. என் மார்பில் 1960 என்ற எண், அதாவது என் விடுதலை நாளைக் குறிக்கும் எண் பொறிக்கப்பட்ட இரும்புத் தகடு மாட்டப்பட்டது. மீண்டும் தனிமைச் சிறையில் அடைக்கப்பட்டேன். அந்தமானிலிருந்து வந்த பிறகு ஏற்பட்ட இந்த மாற்றம் என்னால் தாங்க முடியாததாக இருந்தது. ஏனென்றால் இங்கு தண்டனையை மறுபடியும் ஆரம்பத்திலிருந்து அனுபவிப்பதுபோல் உணர்ந்தேன்.

மேலும், என் மூத்த சகோதரரைப் பற்றி எந்தச் செய்தியும் எனக்குக் கிடைக்கவில்லை. அவரும் என்னைப்போலவே கஷ்டத்தை அனுபவித்துக்கொண்டிருப்பார் என்று நினைத்தேன். இங்கிருந்த சூழ்நிலை அந்தமானிலிருந்த என் நண்பர்களைப் பற்றி வேதனையுடன் நினைக்க வைத்தது. பருத்தியில் இருந்து நூல் நூற்கும் வேலை எனக்குத் தரப்பட்டது. எனக்குப் பழக்கம் இல்லாததால் என்னால் அதனை நேரத்தோடு ஒழுங்காகச் செய்ய முடியவில்லை. நான் படிக்க அனுமதிக்கப்படவில்லை. அதனால் நேரம்போவது கடினமாக இருந்தது.

இறுதித் தற்கொலை எண்ணம்

வாசகர்களே, நீங்கள் ஆச்சரியப்படலாம். ஆனால் இந்தச் சிறையிலிருந்த ஒவ்வொரு கணமும் மனதுக்குப் பெரிய துன்பத்தைக் கொடுத்துக்கொண்டிருந்தது. பன்னிரண்டு ஆண்டுகளாக, இல்லை, நான் இங்கிலாந்திற்குச் சென்றதில் இருந்து, என் வாழ்வில் ஒவ்வொரு கணமும் எதிர்பாராத சம்பவங்களும் மிகப்பெரிய ஆபத்துகளும் நேர்ந்திருக்கின்றன. என் உடம்பும் மனதும் தொடர்ந்து கடுமையான சித்திரவதைகளுக்கு ஆளாகி இருக்கின்றன. இதன் காரணமாக என் மனம் எப்போதும் அழுத்தத்தில் இருக்கிறது. என் நரம்புகள் எல்லாம் தளர்ந்து போய்விட்டன. இவற்றின்கூடவே இப்போது புதிதாக ஒரு கஷ்டமும் சேர்ந்து கொள்ளும்போது, ஒரு வண்டியில் ஏற்றப்படும் கடைசி வைக்கோல்போல, அதனைத் தாங்க முடியவில்லை. எல்லாம் ஒரு முடிவுக்கு வந்துவிடுமோ என்று அஞ்சினேன். ஒருநாள் மிகவும் சோகத்தில் ஆழ்ந்திருந்தேன். எதையும் சிந்திக்கக்கூடத் தோன்றவில்லை. எவ்வளவு காலம் இந்த வாழ்க்கையைத் தொடர்ந்து வாழ்வது? இந்த வாழ்க்கையில் என்ன பயன் இருக்கிறது? இதைப் பற்றி இப்போது கவலைப்பட்டு எந்தப் பயனும் இல்லை. இந்த எண்ணத்தின்போது என் மனம் கொந்தளிக்கத் தொடங்கியது. அந்தச் சிறையில் மேலே அந்தமான் சிறையில் இருந்ததைப்போல ஒரு ஜன்னல் இருந்தது. அந்த ஜன்னலைக் கையால் பிடிக்கமுடியுமா என்று என் மனம் யோசித்தது. அதன் கம்பிகளில் ஒரு கயிற்றைக் கட்டி தூக்குப் போட்டுக்கொண்டு இறந்துவிடலாமா என்று யோசித்தேன். என் வாழ்வின் உயிர்ச்சுருள் என் தலைக்கு மேலே இருக்கும் ஜன்னல் கம்பியில் தொங்கி அழியவேண்டி இருக்கிறது போலும். ஒரு முனையில் கட்டப்படும் நூல் இன்னொரு முனையில் கட்டப்பட்டிருக்கும் முடிச்சை அறுத்துவிடும். என் மனதில் இருள் சூழ்ந்திருந்தது. ஒவ்வொரு கணமும் மேலும் இறுக்கமாகிக்கொண்டே வந்தது.

நான் இந்தப் பக்கங்களை ரத்னகிரியில் சிறைத் தண்டனையை அனுபவித்துக்கொண்டிருக்கும் இடத்திலிருந்து எழுதிக் கொண்டிருக்கிறேன். நான் இப்போது இருக்கும் இந்த இடத்திலிருந்து கூப்பிடும் தூரத்தில் அந்தச் சிறைச்சாலை இருக்கிறது. அங்குதான் என் வாழ்க்கையில் மிகவும் துக்ககரமான நிமிடங்களை நான் அனுபவித்தேன். அந்தமானில் இருந்த 14 ஆண்டு காலத்தில் அதுபோல ஒன்றிரண்டு அனுபவங்கள் எனக்கு ஏற்பட்டிருக் கின்றன. இதுதான் அதுபோன்ற துக்ககரமான சம்பவங்களில் கடைசியானது.

அன்று எனக்கு கடைசியாக அந்தச் சிந்தனை மீண்டும் வந்தது. ஆனால் அந்தக் காரியத்தைச் செய்வதற்காக இரவு வரை காத்திருந்தேன். அதற்கு இடைப்பட்ட காலத்தில் மெல்ல மெல்ல மனம் சமநிலைக்கு மீண்டது. நான் என் மனதுடன் விவாதித்துக் கொண்டிருந்தேன். ''அந்தமானில் இந்து பூஷன் முதல் பேராசிரியர் பரமானந்த் வரை பல வங்க பஞ்சாபி சீக்கிய அரசியல் கைதிகள் துன்பம் தாங்காமல் தற்கொலை செய்துகொள்ளும் எண்ணத்தில் இருந்தபோது அதைத் தவிர்க்கச் சொல்லி நீ வாதாடி இருக்கிறாய். அவர்களுக்குக் கூறிய அதே காரணங்கள் உனக்கும் பொருந்தும் என்பதால் நீ உன் வாழ்க்கையை முடித்துக் கொள்ளக்கூடாது. உன்னைப் பொருத்தவரை, இப்படி ஒரு செயலைச் செய்வதாக இருந்தால் அதற்கு ஈடான செயலை நூறு சதவிகிதம் பதிலுக்குப் பெற்றாகவேண்டும். எதிரிகள் தரப்பில் ஒருவரையாவது நீ கொன்று விட்டுத்தான் அதற்குப் பதிலாக உன் உயிரை முடித்துக்கொள்ள வேண்டும். இப்போது அப்படி ஒரு காரியத்தைச் செய்ய உன்னால் முடியுமா?''என்று என்னை நானே கேட்டுக்கொண்டேன்.

இரவு வந்தது. அன்றிரவு முழுக்க என் வாழ்க்கையைப் பற்றியும், அதன் பயனைப் பற்றியும் யோசித்துக்கொண்டிருந்தேன். முழுக்க இந்தச் சிந்தனையில் மூழ்கி இருந்தேன். என் வாழ்க்கையின் மிக முக்கியமான லட்சியத்தை அடைவதற்காக நான் செய்த காரியங் களை வெளியாளாக நின்று, முடிந்தவரை எண்ணங்களை ஒருமுகப் படுத்திச் சிந்தித்துப் பார்த்தேன். வாழ்க்கையுடன் இணைந்து வந்த மற்ற சிறிய இலக்குகள், நான் கடந்தே தீரவேண்டிய குறிப்பிட்ட வாழ்க்கைச் சூழ்நிலைகள் எல்லாவற்றையும் யோசித்துப் பார்த்தேன். இவை தொடர்பான என் செய்கைகளை மனக்கண் முன் நினைத்துப் பார்த்தேன். அன்று செய்ய வேண்டிய வேலை என்ன என்பதை நான் அப்போது தீர்மானித்தேன்.

எல்லாவற்றையும் தாங்கிக்கொள்ளவேண்டும்

தேசத்திற்குச் செய்யவேண்டிய முதன்மையான கடமையைக் கருதி எல்லாக் கஷ்டங்களையும் பொறுத்துக் கொள்வது என்று தீர்மானித்தேன். எந்த அளவுக்குச் செய்ய முடியுமோ அந்த அளவுக்கு என்னால் முடிந்த பணிகளைத் தொடர்ந்து செய்யவேண்டும் என்றும் முடிவெடுத்தேன். என்னால் தவிர்க்க முடியாததைப் பொறுத்துக்0 கொள்ள வேண்டும். குணப்படுத்த முடியாத ஒன்றைப் பொறுத்துக் கொள்ளத்தான் வேண்டும்.

இதுதான் என் இறுதி முடிவு. அதற்கு அடுத்த நாளிலிருந்து, நான் இதேபோல் பல வருடங்களுக்குமுன் தனிமையில் இருந்தபோது

எழுதிய ஒரு கவிதையின் வரிகளை எடுத்துக்கொண்டு, என் வாழ்க்கைக் கதையை எழுத ஆரம்பித்தேன். இங்கிலாந்தில் கைது செய்யப்பட்ட நாளில் இருந்து இங்கு ரத்னகிரிக்குக் கொண்டு வரப்பட்ட நாள் வரை என் வாழ்க்கைக் கதையை எழுதத் தொடங்கினேன். எல்லா நினைவுகளையும் ஒன்றாக்கி, அதற்கொரு வடிவத்தைக் கொடுத்து, சில பாகங்களில் எழுதத் தீர்மானித்தேன். அதற்கான அத்தியாயங்களையும் தலைப்புகளையும் பட்டியலிட்டேன். உண்மை நிகழ்வுகளை ஒன்றன்பின் ஒன்றாக நினைவுகூர்ந்து அவற்றைக் காகிதங்களில் உடனே எழுதி வைப்பதுபோல நினைவில் நிறுத்தினேன். ஒவ்வொரு பக்கமாக அந்தப் புத்தகத்தை முழுவதும் எழுதுவதுபோல நான் திரும்ப திரும்ப மனதில் நினைவு கூர்ந்தேன். ஒரு செங்கல் துண்டின் மூலமாகச் சிறையிலிருந்த சுவரில் அவற்றை எழுத ஆரம்பித்தேன். எனக்குக் கிடைத்த ஓய்வு நேரங்களில் இதைச் செய்தேன். வாய்ப்புக் கிடைக்கும் போதெல்லாம் அதை இந்த வேலைக்குப் பயன்படுத்திக் கொண்டேன். என் கதையில் இருந்த முக்கியத் தலைப்புகளை சில மாதங்களுக்கு இப்படி எழுதினேன். இந்தப் பணியை உற்சாகத்துடனும் ஈடுபாட்டுடனும் செய்து வந்தேன்.

அதனுடைய விளைவுதான் இந்தப் பணி

அந்தச் சுவரில் எழுதிய விஷயங்களும் என் ஞாபகத்திலிருந்து நான் எழுதி வைத்த குறிப்புகளும் இப்போது அச்சில் புத்தகமாகப் பிறந்திருக்கிறது. இந்த மூன்று மாதக் காலத்தில் இந்த வேலையில் நான் மும்முரமாக இருந்தேன். என் சூழலில் மிகப்பெரிய மாற்றங்கள் வந்திருக்கின்றன. எனக்கு உண்ணுவதற்கு நல்ல உணவு தரப்பட்டது. கல்கத்தாவில் இருந்து வரும் வாரப் பத்திரிகையான 'தி கேப்பிடல்' ஜெர்மன் நீர்மூழ்கிக் கப்பலான எம்டனுடன் என்னைத் தொடர்புபடுத்தி ஒரு கட்டுரை எழுதி இருந்தது. என் சகோதரன் அந்தப் பத்திரிகை மீது வழக்குத் தொடுப்பேன் என்று மிரட்டியதும் அவர்கள் மன்னிப்பு கேட்டுக்கொண்டு அதனைத் திரும்பப் பெற்றார்கள். நான் ரத்னகிரிக்கு வந்த முதல் சில நாட்களுக்குள் இந்தச் சம்பவம் நடந்தது. என் குடும்பத்தினர் அனுப்பிய பார்சல்களும் எனக்குக் கிடைத்தன.

கிலாஃபத்தின் பிரச்சினைகள்

ரத்னகிரி சிறைக்கு நான் வந்தபிறகு கிலாஃபத் போராட்டத்திலும் ஒத்துழையாமை இயக்கத்திலும் ஈடுபட்ட சில ஹிந்துக்களும் முஸ்லிம்களும் சிந்து மற்றும் நாட்டின் இதர பகுதிகளிலிருந்து

குற்றவாளிகளாக இங்கு வந்தனர். கிலாஃபத் இயக்கம், ஹிந்து முஸ்லிம் ஒற்றுமை மற்றும் அரசியல் குறித்த அவர்களது பொதுவான அபிப்பிராயங்கள் எனக்கு வினோதமாகவும் விபரீதமாகவும் தோன்றின. அவர்களது எண்ணங்கள் தவறானவை என்று விளக்க அவர்களுடன் பலமுறை முடிவற்ற விவாதங்களை நிகழ்த்தி, அவர்களது கருத்துகளைச் சாடி இருக்கிறேன். ஒரு சில நாட்கள் கழித்து அந்தமானில் செய்ததுபோலவே சிறையில் இதே தலைப்பில் வாராந்திரச் சொற்பொழிவுகளுக்கும் கூட்டங்களுக்கும் விவாதங்களுக்கும் ஏற்பாடு செய்தேன். நாங்கள் ரத்னகிரியில் ஒன்றரை ஆண்டு காலம் ஒன்றாக இருந்தோம். அவர்களை முதலில் சந்தித்த போது அவர்களில் ஒருவர், "மலபாரில் நடந்த கொடுமைகளை முஸ்லிம்கள் செய்யவில்லை. அவர்கள் மீது பொய்யான குற்றச் சாட்டுகள் வைக்கப்படுகின்றன" என்று கத்திக் கொண்டிருந்ததைக் கேட்டேன். இன்னொரு நண்பர், "அப்படியே அவர்கள் செய்திருந்தாலும் அதைப் பற்றிக் கவலை இல்லை. நடந்து முடிந்தவற்றை மறக்கவேண்டும். இதனால் ஹிந்துக்கள் இஸ்லாமுக்கு மதம் மாறவும் செய்யலாம். நமக்கு முக்கியமான விஷயம் சுயராஜ்ஜியம். அது வென்றெடுக்கப்படவேண்டும்" என்று கூறினார். உண்மை மற்றும் அஹிம்சை குறித்து அவர்கள் கொண்டிருந்த இதுபோன்ற அபத்தமான புரிதல்களுக்கு ஒரு அளவே இல்லாமல் இருந்தது. ஒத்துழையாமை மற்றும் கிலாஃபத் இயக்கங்களில் கலந்துகொண்ட தேசப்பற்றாளர்களின் மனநிலை எப்படி இருந்தது என்பதற்கு ஓர் உதாரணமாக, இந்தச் சிறையில் இருந்த ஒரு அரசியல் கைதியின் கதையைக் கூறுகிறேன்.

காந்தியத்தின் குழப்பங்கள்

அந்தமானில் செய்ததைப்போலவே ரத்னகிரியிலும் செய்திகளைப் பெறுவதற்கு சில உத்திகளைச் செய்தோம். வெளியில் இருந்து எங்களுக்குச் செய்தித்தாள்கள் குப்பைக் கூளங்கள் மூலமாகவோ அல்லது வெளியே வேலைக்கு அனுப்பப்பட்ட கைதிகள் மூலமாகவோ கிடைத்தன. ஒத்துழையாமை இயக்கத்தில் கலந்து கொண்ட என் நண்பர்கள் என்னுடன் சேர்ந்து அவற்றைப் படிப்பார்கள். திறந்த வெளியில் நடந்துகொண்டிருக்கும்போது அவர்கள் அவற்றைப் படிப்பதை இரண்டு மூன்று முறை நான் பார்த்திருக்கிறேன். எங்களில் ஒருவர் அப்படிச் செய்யவேண்டாம் என்று எச்சரித்தார். சிறையில் செய்தித்தாள் படிப்பது தடைசெய்யப்பட்டு இருந்தது. யாராவது அதிகாரிகள் அவர்கள் படிப்பதைப் பார்த்துவிட்டால் ரகசியம் வெளியே வந்துவிடும். எல்லாம் உடனே நிறுத்தப்பட்டு விடும். ஆனால் அந்த ஒத்துழையாமை இயக்கத்தவர், "நான் இந்தச்

செய்தித்தாளை ரகசியமாகப் படிக்கவேண்டும் என்று கூறுகிறீர்களா? நான் ஒத்துழையாமை இயக்கத்தைச் சேர்ந்தவன். உண்மைத் தத்துவத்திற்கு எதிராக ரகசியமாக எதைச் செய்யச் சொன்னாலும் நான் செய்யமாட்டேன்'' என்று கூறினார். நாங்கள் அவரிடம் அதுகுறித்து விவாதிக்கவில்லை. ஆனால் அவரிடம் செய்தித்தாள் துண்டுகளைக் கொடுப்பதை நிறுத்தினோம். அதனால் அவர் எங்கள் மீது கோபம் கொண்டார். அவர் அடுத்தநாள் அதிகாரியிடம் இந்த விஷயத்தைச் சொல்வேன் என்று சொன்னார். சிறைக்குள் புகையிலை ரகசியமாகக் கடத்திக் கொண்டுவரப்படுவது போலச் சில கைதிகள் செய்தித்தாள்களைக் கடத்திக்கொண்டு வருவதை அதிகாரிகளிடம் சொல்லிவிடுவேன் என்றார். உண்மையை மறைப்பது பாவம், உண்மையின் பாதையில் நடக்கும் ஒத்துழை யாமை இயக்கத்தவர்கள் அந்தப் பாவத்தைச் செய்யமாட்டார்கள் என்று அவர் கூறினார்.

நாங்கள் அவரிடம், அந்தக் காகிதத்தை அவர் படித்துக்கொண்டிருக்கும் போது அது ரகசியமாகக் கொண்டுவரப்பட்டது என்று அவருக்குத் தெரியும், அப்படி இருக்கும்போது அவர் ஏன் அதனைப் படிக்க வேண்டும், அது உண்மைத் தத்துவத்திற்கு எதிரானது அல்லவா என்று கேட்டோம். அப்படி ஒரு செய்தி தனக்குத் தேவையில்லை என்று ஏன் அவர் சொல்லவில்லை? இந்தச் சேவையைச் செய்த ஒரு கைதியின் பெயரை அதிகாரியிடம் சொல்வது அவரைப் பொருத்த வரை நம்பிக்கைத் துரோகம் அல்லவா? இதுதான் உண்மை என்றால் அவர் நரேந்திர கோஸைன் என்பவரைத்தான் உண்மையான ஒத்துழையாமை இயக்கத்தவராகக் கருதி வழிபடவேண்டும்.

எங்களது இந்த வாதத்தின் மூலம் அவர் நிச்சயம் அதிர்ச்சி அடைந்தார். அவர் மிரட்டியதுபோல் செய்யவில்லை. ஆனால் ரகசியமாகச் செய்தித்தாள்களைப் பெறுவது ஒரு தவறான காரியம் என்றும், ரகசிய இயக்கங்களை உருவாக்கிய மாஜினி போல அனைவரும் பாவம் செய்தவர்கள் என்றும் தொடர்ந்து கூறிக்கொண்டிருந்தார். ஒத்துழையாமை இயக்கத்தவர்கள் எதைச் செய்தாலும் வெளிப்படையாகச் செய்வார்கள், அவர்களிடம் கோழைத்தனமோ ரகசியமோ எதுவும் கிடையாது என்று உறுதியாகக் கூறினார். இந்த விஷயத்தைப் பற்றி அவர் தொடர்ந்து பல கதைகளைக் கூறிக்கொண்டிருந்தார்.

ஒருநாள் அவரைக் கிண்டல் செய்யும் பொருட்டு நாங்கள் உணவு உண்ணும்போது ஒரு திட்டம் தீட்டினோம். அந்த நபர் எப்போதும் சமையல்காரரை தாஜா பண்ணி ஒரு சப்பாத்தி சாப்பிடுவார். எங்கள்

எல்லோருக்கும் இரவு உணவிற்குச் சாதம்தான் தரப்படும். அன்று அந்த நபர் வழக்கம்போல் சப்பாத்தியைச் சாப்பிட்டுக் கொண்டிருக்கும்போது எங்களில் ஒருவர் திடீரென்று சூப்பரின் டென்டென்ட் வருகிறார் என்று எச்சரித்தார். உடனே அந்த நபர் சப்பாத்தியைத் தன் தட்டுக்கு அடியில் மறைத்து வைத்தார். பிறகு அமைதியாகத் தனது சாதத்தைச் சாப்பிட ஆரம்பித்தார். அவரைச் சுற்றி இருந்த எல்லோரும் பலமாகச் சிரிக்க ஆரம்பித்துவிட்டனர். பிறகு எல்லோரும் அவரிடம், ''நண்பா, சப்பாத்தியைத் தட்டுக்கு அடியில் மறைத்து வைப்பது பாவம் அல்லவா? இதுதான் உண்மையைப் பின்பற்றுவதா? உங்கள் நம்பிக்கையின்படி இப்படிச் சப்பாத்தியை ரகசியமாகச் சாப்பிடுவது சரிதானா?'' என்று கேட்டனர். அதற்கு மற்றொருவர் பதிலளிக்கும் வகையில் கிண்டலாக, ''ஒத்துழையாமை இயக்கத்தவர் ஒருவர், உண்மையை நேசிப்பவர், தன் வயிற்றை நிரப்புவதற்காகச் சிறிய சப்பாத்தியை ரகசியமாகச் சாப்பிடுவதைத் தவறு என்று நினைக்கமாட்டார். ஏனென்றால் இது அவசியமான காரியம். ஆனால் நீங்கள் ரகசியமாக நாளிதழ் படிப்பது உண்மைக்குப் புறம்பானது. தேசத்திற்கு எதிரானது. ரகசியமாக உணவை உண்பது கோழைத்தனமான காரியமல்ல, அது ஒரு மோசமான காரியமும் அல்ல. ஆனால் தேசத்திற்காகப் பொய் சொல்வது, ரகசியமாக எதையாவது செய்வது, இவையெல்லாம் மன்னிக்கவே முடியாத பெருங்குற்றம், பாவச்செயல், கோழைத்தன மான காரியம்'' என்று கூறினார்.

இது ஏதோ ஒரு தனிப்பட்ட சம்பவம் என்றால் நான் இதைப் பற்றிக் குறிப்பிட்டிருக்க மாட்டேன். ஆனால் நான் சிறையில் கண்ட ஒத்துழையாமை இயக்கத்தவர்கள் மற்றும் கிலாஃபத் இயக்கத்தவர் கள் பெரும்பாலானவர்களிடம் இந்தக் குணாதிசயத்தைக் கண்டேன். அதனால் இதனைக் குறிப்பிடவேண்டும் என்று எனக்குத் தோன்றியது.

மலபாரில் நடக்கும் சம்பவங்களைப் பற்றி அவர்களுக்குச் சரியான புரிதல்வேண்டும் என்பதற்காக அவர்களிடம் பலமுறை உரையாற்றினேன். அதன் வரலாற்றுப் பின்புலத்தோடு அவர்களுக்கு விளக்கினேன். அந்தச் சிறையிலிருந்த என் நண்பர்கள் பலர் என் சங்கதான் இயக்கத்திற்கு முற்றிலும் எதிரானவர்கள். ஒற்றுமைக் காகப் பாடுபடும் அவர்களிடம் இருந்த முரண்பாட்டைச் சுட்டிக் காட்டினேன். நாம் பலவீனமாகவும் பிரிந்தும் இருந்தால் ஹிந்துக் களிடையே பெரிய அளவில் ஒற்றுமை ஏற்படுவது கடினம் என்று கூறினேன். அரசியல் குறித்த விவாதங்களுக்கு முடிவு என்பதே இருக்காது.

ரத்னகிரியில் சுத்தி இயக்கம்

அந்தமானைப்போலவே ரத்னகிரியிலும் சிறையிலிருந்த பதான் மற்றும் முஸ்லிம் கைதிகள் அங்கிருந்த சிறுவயது ஹிந்துக் குற்றவாளிகளை இஸ்லாம் மதத்திற்கு மாற்றிக்கொண்டிருந்ததை விரைவிலேயே கண்டுகொண்டேன். சிறையிலிருந்த அதிகாரி களுக்கு இந்த விஷயம் குறித்து எதுவும் தெரிந்திருக்கவில்லை. இவர்கள் இந்தக் காரியத்தைச் செய்யும் முறைகள் பற்றி எனக்கு ஏற்கெனவே தெரிந்திருந்ததால் அதைத் தடுக்க முயன்றேன். அதனால், மதம் மாறியவர்களை மீண்டும் அவர்களது தாய் மதமான ஹிந்து மதத்திற்குக் கொண்டுவர சுத்தி இயக்கத்தை ஆரம்பித்தேன். உத்தரப் பிரதேசத்தைச் சேர்ந்த வயதான இரண்டு கைதிகள் மற்றும் சில சிறுவர்களை ஹிந்து மதத்திற்குத் திரும்பவும் கொண்டுவந்தேன். அவர்களுக்குத் தேவையான எல்லா நிதி உதவியையும் செய்தேன். சில நாட்களில் அந்த விஷயம் ஒரு பெரிய பிரச்சினையாக உருவாகியது. அந்தப் பிரச்சினை சூப்பரின்டென்டென்ட் வரை எடுத்துச்செல்லப்பட்டது. அந்தச் சமயத்தில் சிறையில் பதான்கள், சிந்திகள் உட்பட முஸ்லிம் கைதிகளின் எண்ணிக்கை அதிகமாக இருந்தது. அவர்கள் மராத்திய வார்டர்களுக்கும் மற்ற உயர் அதிகாரி களுக்கும் கடும் சிக்கலை ஏற்படுத்தினார்கள். நானும் அந்தப் போராட்டத்தில் சேர்ந்துகொள்ள வேண்டி வந்தது. அதில் ஒரு சிலர் சிறையில் எனக்கு அருகில் இருந்தவர்கள். அவர்கள் என்னைக் கடுமையாக உதைப்பேன் என்று மிரட்டினார்கள். அவர்கள் என்னை எப்படித் தொந்தரவு செய்தார்கள் என்பதை விளக்க நான் ஒரு சம்பவத்தை உங்களுக்கு உதாரணமாகக் கூறுகிறேன்.

அவர்களில் ஒரு சிலர் ஹிந்துக்களை வெறுப்பேற்றுவதற்காகக் காலையில் பாங்கு ஒலிக்க ஆரம்பித்தனர். அவர்கள் எல்லோரும் மிக மோசமான திருடர்கள். அவர்கள் என்றுமே நமாஸ் செய்தது கிடையாது. அல்லாவின் பெயரை உச்சரித்ததும் கிடையாது. இருந்தும் அவர்கள் காலையில் எல்லா முஸ்லிம்களையும் பிரார்த்தனைக்கு அழைப்பதற்காகக் குரல் கொடுத்தனர். இதன்மூலம் எங்கள் எல்லோருடைய தூக்கத்தையும் கெடுத்தனர். எங்களுக்கு இது ஒரு பெரிய தொந்தரவாகப் போயிற்று. இது மத விஷயம் என்பதால் சூப்பரின்டென்டென்ட் இதில் தலையிடமாட்டேன் என்றார். பெரிய அதிகாரிகளுக்கும் இவர்களை எப்படி நிறுத்துவது என்று தெரியவில்லை. இந்தத் தொந்தரவை நிறுத்த என் வழக்கமான உத்தியைக் கடைப்பிடிக்கத் தீர்மானித்தேன். இந்தச் சிறையிலிருந்த மிக மோசமான இரண்டு பேரைத் தேர்ந்தெடுத்தேன். அவர்கள் அங்கிருந்த திருடர்கள் மற்றும் கொலைகாரர்களுக்குத் தலைவர்கள்.

அதில் ஒருவர் தன் வாழ்நாள் முழுக்கச் சிறையில்தான் கழித்துக் கொண்டிருந்தார். நான்கு அல்லது ஐந்து தடவை அவர் கடுமையான சிறைத் தண்டனை பெற்று இங்கு வந்திருந்தார். இப்போது கடைசி முறையாகத் திருட்டுக் குற்றத்திற்குத் தண்டனை பெற்றிருக்கும் அவர் சிறையைத் தனது வீடுபோல் ஆக்கிக்கொண்டிருக்கிறார். அவருக்கு ஒரு பல் விழுந்திருந்தது. வயதும் ஆகியிருந்தது. நான் அவரிடம், முஸ்லிம்களின் பாங்கு ஒலி கேட்டதும் உரத்த குரலில் ராமர் பெயரைச் சொல்லிக் கத்தச் சொன்னேன். அவர் துளசிதாசரின் ராமாயணத்திலிருந்து சில வரிகளைச் சொல்லவும் கற்றுக் கொண்டார். முஸ்லிம்களின் குரலைவிட உரத்த குரலில் அவர் கத்தினார். வார்டர்கள் அவரை நிறுத்தச் சொல்ல வரும்போது நான் இடைமறித்து, ''எதற்காக அவரது பிரார்த்தனைக்கு நீங்கள் எதிர்ப்புத் தெரிவிக்கிறீர்கள்? ஒன்று, எல்லோரையும் நிறுத்தச் சொல்லுங்கள். அல்லது எல்லாரையும் பிரார்த்தனை செய்ய அனுமதியுங்கள்'' என்று கூறினேன். ஒரு முஸ்லிம் கைதி இரவு நேரத்தில் நமாஸ் செய்வதைப் பார்த்தால் ஹிந்துக் கைதி உடனே பஜன் செய்ய ஆரம்பிப்பார். முஸ்லிம்களுக்கு இதனால் மிகுந்த கோபம் உண்டாயிற்று. ஆனால் எங்களைத் தடுக்க அவர்களால் இயலவில்லை. ஹிந்துக்கள் தூக்கத்தை அவர்கள் கெடுத்தார்கள். இப்போது ஹிந்துக்கள் அவர்களுக்குப் பதிலடி கொடுக்கிறார்கள். இப்படியாக அந்தப் பிரச்சினை முடிவுக்கு வந்தது. ஒரு தொந்தரவு இன்னொரு தொந்தரவு மூலமாக முற்றுப் பெற்றது. தண்டனையால் அடக்க முடியாததை பதிலுக்குப் பதில் செய்த அராஜகத்தின் மூலம் அடக்கினோம். கிலாஃபத் இயக்கத்தவரும் பத்திரிகை ஆசிரியரு மான கைதி ஒருவரை இதேபோன்ற ஒரு பதிலடி மூலம் அடக்கினேன். அவர் ஹிந்துக்களின் தண்ணீரில் கையை வைத்து முஸ்லிம்களும் அவர்களைப்போலவே மனிதர்கள்தான் என்று கூறினார். அவர் கூறிய அந்த விஷயத்தில் அவருடன் முழுமையாக ஒத்துப்போன நான், அங்கு துப்புரவு வேலை செய்துகொண்டிருந்த தீண்டத்தகாத சமூகத்தைச் சேர்ந்த ஒருவரை அழைத்து, முஸ்லிம்களுக்கான தண்ணீரில் தனது பானையை முக்கித் தண்ணீர் எடுக்கச் சொன்னேன். அதுவரை எல்லோருக்கும் மனிதநேயத்தைப் போதித்துக்கொண்டிருந்த அந்த கிலாஃபத் இயக்கத்தவர், உடனே அந்தத் தீண்டத்தகாதவரிடம் கோபித்துக்கொண்டார். அது முஸ்லிம்களுக்காக வைக்கப் பட்டிருந்த தண்ணீர், அதனை அசுத்தப்படுத்த வேண்டாம், அசுத்தப் படுத்தப்பட்ட தண்ணீரை புனிதமான நமாஸுக்குப் பயன்படுத்த முடியாது என்று சொன்னார். இப்படி அவர்கள் இரண்டு அல்லது மூன்று முறை அவர்களது வேஷத்தைக் கலைத்ததும், அவர்கள்

ஹிந்துக்களுக்குத் தண்ணீர் வரும் குழாயில் அமைதியாக நீர் எடுத்துச் சென்றனர். ஹிந்துக்களின் தண்ணீரைத் தொடுவதை நிறுத்தினர்.

ரத்னகிரி சிறையில் கலவரம்

இந்தக் காலகட்டத்தில் சிறையிலிருந்த ஆணவம் பிடித்த பதான் மற்றும் சிந்தி கைதிகளுக்கும் ஜெயில் சூப்பரின்டென்டன்ட்டுக்கும் பெரிய சச்சரவு உண்டாயிற்று. சிறை விதிமுறைகளைக் கடுமையாக அமல்படுத்துவதில்தான் பிரச்சினை எழுந்தது. அதன் விளைவாக இந்தக் குண்டர்கள் சூப்பரின்டென்டன்ட்டை வழிக்குக் கொண்டுவர சிறையில் பெரிய கலவரத்தில் ஈடுபடுவது என்று தீர்மானித்தார்கள். இந்தக் கலவரத்தின்போது சிறையிலிருந்த ஹிந்துக் கைதிகள், சிப்பாய்கள், வார்டர்கள் மற்றும் எங்களைப் போன்ற அரசியல் கைதிகள் அனைவரையும் தாக்குவது என்று தீர்மானித்திருந்தார்கள். ஒருநாள் வழக்கமான உணவு வேளை முடிந்தபிறகு முஸ்லிம்கள் திடீரென ஒரு பிரச்சினையை உருவாக்கி ஹிந்துக்களைத் தாக்க ஆரம்பித்தனர். ஏற்கெனவே எச்சரிக்கை கொடுக்கப்பட்டிருந்ததால் இந்த எதிர்பாராதத் தாக்குதலைச் சமாளிக்க ஹிந்துக்கள் தயாராக இருந்தனர். ஒரு சில வார்டர்கள் ரத்தம் வரும் அளவுக்குத் தாக்கப் பட்டார்கள். முஸ்லிம் குண்டர்களும் இதில் தப்பவில்லை. அவர்களுக்கும் பலத்த காயம் ஏற்பட்டது. அவர்களும் பலத்த தாக்குதலுக்கு உள்ளானார்கள். அவர்கள் அங்கே இருந்து வெளியேறி எங்களைத் தாக்குவதற்காகக் கம்புகளையும் சங்கிலி களையும் எடுத்துக்கொண்டு நாங்கள் இருந்த கட்டடத்தினுள்ளே வர முயன்றார்கள். நான் என் அறையின் பக்கத்தில் நின்றுகொண்டு அவர்களைச் சந்திக்கத் தயாராக இருந்தேன். மேலும்,ஹிந்துக் கைதிகளை அவர்களை எதிர்த்துத் தாக்குமாறு தூண்டிவிட்டுக் கொண்டிருந்தேன். இதற்கிடையில் யாரோ எச்சரிக்கை மணியை அடித்தார்கள். அமளிதுமளியுடன் இரண்டு தரப்புக்கும் இடையே பலத்த சண்டை நடந்தது. சூப்பரின்டென்டன்ட் அங்கு வந்தார். அவருடன் ராணுவ வீரர்களும் வந்தனர். துப்பாக்கியால் சுட உத்தர விடுவேன் என்று அவர் பயமுறுத்தினார். முஸ்லிம் குண்டர்கள் பயந்து போயினர். அவர்கள் எல்லோரும் சுற்றி வளைக்கப்பட்டனர். அவர்களில் பெரும்பாலானோருக்கு ஹிந்துக்களிடமிருந்து நல்ல அடி கிடைத்திருந்தது. ரத்தக் காயமும் ஏற்பட்டிருந்தது. வழக்கு போடப்பட்டது. விசாரணைகள் நடந்தன. வன்முறையில் ஈடுபட்டவர்கள் முறையாகத் தண்டிக்கப்பட்டார்கள். தாக்குதலில் இருந்து சக கைதிகளைக் காப்பாற்றியதோடு தங்களையும் காப்பாற்றிக்கொண்டு, நீதியின் பக்கம் நின்று போராடிய ஹிந்து வார்டர்கள் பாராட்டப்பட்டார்கள்.

இந்தச் சம்பவமும் இதன் தொடர்ச்சியாக நடைபெற்ற சம்பவங்களும் என்னிடமிருந்து விலகி இருந்தவர்களை எனக்கு நெருக்கமாக்கியது. அவர்கள் சுத்தி இயக்கத்தில் என்னுடன் சேர்ந்துகொண்டனர். விரைவிலேயே நாங்கள் ஒரு முஸ்லிமை ஹிந்து மதத்திற்குத் திரும்பக் கொண்டு வந்தோம். இந்தச் சம்பவத்திற்காக முஸ்லிம்கள் என் மீது வழக்குத் தொடர்ந்தனர். இருதரப்பு வாதங்களையும் கேட்ட நீதிமன்றம் யாராக இருந்தாலும் கட்டாய மதமாற்றம் செய்வது தவறு என்று கூறியது. இதன்மூலம் முஸ்லிம்கள் ஹிந்துக்களை மதம் மாற்றிக்கொண்டிருந்தது தடுக்கப் பட்டது. இதற்குமுன் கிலாஃபத் இயக்கத்திற்கு ஆதரவு தெரிவித்து, அதற்கு உழைத்துக்கொண்டிருந்த கைதிகள் இப்போது சுத்தி மற்றும் சங்கதான் இயக்கத்தில் சேர்ந்துகொண்டனர். சிறையில் தங்கள் கண்முன்னே நடந்ததைக் கண்ட பின்னர், உண்மை எதுவென்று அவர்களுக்குப் புரிந்தது. சங்க இயக்கத்தில் அவர்களுக்குத் தரப்பட்ட விழிப்புணர்ச்சியின் காரணமாக அவர்கள் எல்லா வற்றையும் அலசி ஆராயத் தொடங்கினர். ஒத்துழையாமை இயக்கத்திற்குப் பதிலாக அவர்கள் பொறுப்புள்ள ஒத்துழைப்புக்கு ஆதரவு தெரிவித்தனர். சிறையிலிருந்து விடுதலையானவுடன் அவர்கள் அவரவர் மாகாணங்களில் ஹிந்து சங்கதான் பணிகளுக்குத் தீவிரமான ஆதரவு தெரிவிக்க ஆரம்பித்தனர்.

அந்தமானைப்போலவே ரத்னகிரியிலும் சிறையிலிருக்கும் சாதாரணக் கைதிகளுக்கு விழிப்புணர்ச்சி ஏற்படுத்தும் வேலையைத் தொடர்ந்தேன். ஒரு சிலருக்கு நானே கற்றுக் கொடுக்கவும் ஆரம்பித்தேன். அவர்கள் புத்தகங்களைப் படிக்கவேண்டும் என்பதற்காக என் செலவில் அவர்களுக்குப் பரிசுகளும் உதவித் தொகையும் கொடுத்தேன். சிறையிலிருந்த நூலகத்தில் நல்ல புத்தகங்கள் எதுவும் இருக்க வில்லை. புத்தகங்களை வாங்க நிதி ஒதுக்குமாறு பம்பாய் அரசாங்கத்திற்கு மனு எழுதிக் கேட்டுக்கொண்டேன். நீண்ட கோரிக்கைகளுக்குப் பின்பு நூலகத்திற்குப் புத்தகம் வாங்க 500 ரூபாய் நிதி ஒதுக்கீடு செய்யப்பட்டது. நான் வாங்கவேண்டிய புத்தகங்கள் பட்டியலைத் தயாரித்து, அதனை அனுமதிக்காக சூப்பரின்டென்டென்ட் மூலம் அரசின் கல்வித் துறைக்கு அனுப்பி வைத்தேன். அவர்கள் அனுமதி கிடைத்தவுடன் புத்தகங்கள் வாங்கப் பட்டு நூலகத்தில் வைக்கப்பட்டன. கைதிகள் புத்தகங்கள் படிப்பதில் மிகுந்த ஆர்வம் காட்டினார்கள். ஒன்றரை வருடங்களாக ஏற்பட்ட இந்த மாற்றத்தை சூப்பரின்டென்டென்ட் தனது அறிக்கையில் குறிப்பிட்டார். சிறையில் சண்டைச் சச்சரவுகள் பெரிய அளவில் குறைந்ததற்கு இது ஒரு முக்கியக் காரணம் என்று அவர் அதில் கருத்துத் தெரிவித்திருந்தார்.

முஸ்லிம்களுக்கு ஈத் அன்று பிரார்த்தனை செய்வதற்காகப் பொது விடுமுறை அளிக்கப்பட்டுள்ளது. அத்தகைய பிரார்த்தனையின் போது வெளியிலிருந்து வந்த ஒரு மௌல்வி பிரார்த்தனையை நடத்துவார். கிறிஸ்தவர்களுக்கும் அவர்கள் விடுமுறையின்போது இதேபோன்ற சலுகைகள் வழங்கப்பட்டன. ஹிந்துக்களுக்கு மட்டும் இதுபோன்ற எந்த உரிமையும் வழங்கப்படவில்லை. அதனால் அரசியல் கைதிகள் ஹிந்துக்களுக்கும் இதேபோன்ற உரிமைகள் வழங்கப்படவேண்டும், ஹிந்துப் பண்டிகைகளைக் கொண்டாட அனுமதி தரவேண்டும் என்று மனு அளித்தார்கள். அரசாங்கமும் அனுமதி அளித்தது. அதனால் கோகுலாஷ்டமி தினத்தை எங்கள் விடுமுறை நாளாகக் கொண்டாடினோம். அன்றைய தினம் நாங்கள் கீர்த்தனை ஒன்றுக்கு ஏற்பாடு செய்திருந்தோம். அரசாங்கம் அதற்கு எதிர்ப்புத் தெரிவிக்கவில்லை. அன்று விரதம் கடைப்பிடித்ததால் அதற்கேற்ற உணவை எங்களுக்குக் கொடுத்து உதவினர். சிறையில் கீர்த்தனை ஒரு பொது விழாவைப் போல் கொண்டாடப்பட்டது.

வழக்கம் கைவிடப்பட்டது

ஏற்கெனவே குறிப்பிட்டிருந்தபடி கைதிகள் மலம் கழிக்க அனுப்பப் படுவது மிகவும் கொடூரமான முறையில் ஏற்றுக்கொள்ளப்பட முடியாத வகையில் இருந்தது. அங்கிருந்த கழிப்பறைக்குக் கதவுகளோ இடைச்சுவர்களோ இருக்கவில்லை. வரிசையில் அமைக்கப்பட்டிருக்கும் லெட்ரின்களில் கைதிகள் ஒருவரோடு ஒருவர் இடித்துக்கொண்டு உட்கார வேண்டி இருந்தது. மேலே கூரை இருக்கவில்லை. அதனால் மழை வெயில் எல்லாவற்றையும் சகித்துக்கொள்ள வேண்டியிருந்தது. கழிப்பறைக்கு உள்ளே தண்ணீர் கொண்டுபோக அனுமதி அளிக்கப்படவில்லை. எல்லோரும் மலம் கழித்துவிட்டுச் சற்று தொலைவிலிருந்த குழாய்க்கு நடந்து சென்று தங்களைச் சுத்தப்படுத்திக்கொள்ள வேண்டி இருந்தது. இந்த விஷயங்கள் மாற்றப்படவேண்டும் என்று அரசியல் கைதிகள் போராடினார்கள். அந்தப் போராட்டத்தின் பலனாக இவை மாற்றப்பட்டன. கைதிகளுக்கு நல்ல சுத்தமான கழிப்பறைகள் கிடைத்தன. அதுமட்டுமல்லாமல் உணவின் தரமும் முன்னேற்றம் கண்டது. பொதுவாக அங்குள்ள வாழ்க்கைத் தரம் மேம்பட்டது. இது தொடர்பான சிறை விதிகள் தீவிரமாகக் கடைப்பிடிக்கப்பட்டன.

ரத்னகிரி சிறையில் இன்னொரு விஷயமும் நடந்தது. இது அந்தமானில் பாதியில் நின்ற ஒரு காரியம். வாசகர்களுக்கு

நினைவிருக்கலாம், என்னால் மேற்கொண்டு இந்தத் தேசப் பணியைச் செய்ய முடியாது என்ற நிலை வந்தபோது நான் மனதிலேயே ஒரு கவிதை எழுத ஆரம்பித்திருந்தேன். ஆனால் விஷயங்கள் என் கை மீறிப் போனபோது, இந்த வேலையை அப்படியே நிறுத்தி இருந்தேன். ரத்னகிரியில் இந்தப் பணியைத் தொடர்ந்து செய்ய ஆரம்பித்து, அந்தக் கவிதைகளை எழுதி முடித்தேன். ஏற்கெனவே எழுதியிருந்த சிறிய கவிதைகளை ஒன்றாக இணைத்து எழுதினேன். நீண்ட கவிதைகளை எழுதி அதன்மூலம் ஹிந்து மதம் என்றால் என்ன என்பதை விளக்கினேன். ஒரு சில எழுத்துகளை நான் அந்தமானில் இருக்கும்போதே வீட்டுக்கு அனுப்பி இருந்தேன். என் தம்பி அந்த மூன்று கவிதைகளை மொத்தத் தொகுப்பாக ஏற்கெனவே வெளியிட்டிருந்தான்.

கமலா, சப்தரிஷி மற்றும் கோமாந்தக்

இந்த மூன்று கவிதைகளும் பெயர் குறிப்பிடப்படாமல் வெளியிடப் பட்டன. நான்காவது என் சிறுகவிதைகளின் தொகுப்பு. அதுவும் பதிப்பிக்கப்பட்டது. ஆனால் அதில் நிறைய தவறுகள் இருந்தன. பிழை திருத்த நான் இல்லை என்பதால் இப்படி ஆகிவிட்டது. அதனால் இதன் மொத்தப் பதிப்பையும் நிறுத்தினேன். அந்தத் தொகுப்பிற்கு 'விராகோஸ்வாசா' (பிரிவின் ஏக்கம்) என்று பெயர். அதை விற்பனையிலிருந்து முழுமையாகத் திரும்பப் பெற்றுக் கொள்ள வேண்டியதாகிவிட்டது. கமலா, சப்தரிஷி, மகாசாஹரா ஆகியவை நான் எழுத நினைத்திருந்த காவியத்தின் பகுதிகள். இவற்றைத் தனிக்கவிதைகளாகவும் படிக்கலாம். ஆனால் இவை இடம்பெறவிருந்த முதன்மையான காவியம் இன்னும் எழுதப் படாமலேயே இருந்தது. முதன்மையான காவியம்தான் மரத்தைப் போன்றது. கமலா, சப்தரிஷி, மகாசாஹரா ஆகியவை அந்த மரத்தின் கிளைகளைப் போன்றவை. அதிகமான அழுத்தங்கள் இருக்கும் போது எழுதும் படைப்புகள் அரைகுறையாகவும் முழுமை பெறாமலும் இருக்கும்.

இந்தக் கவிதைகளை எழுதி முடித்தபின் நான் ஆங்கிலத்தில் ஹிந்துயிசம் என்ற புத்தகத்தை எழுதினேன். அதனை நாக்பூரைச் சேர்ந்த என் நண்பர் கேல்கர் பதிப்பித்தார்.

நான் ரத்னகிரியில் இருந்த ஆரம்ப நாட்களில் எனக்குப் படிக்க எந்தப் புத்தகமும் தரப்படவில்லை. அதன்பிறகு ராமதாசரின் புத்தகங்கள் படிக்கக் கிடைத்தன. அதில் தசபோதத்தை நான் இளைஞனாக இருந்தபோதே படித்திருக்கிறேன். நான் வைத்திருந்த ராமதாசரின்

புத்தகத்தில் இது மட்டுமே இருந்ததால் நான் இதைத் திரும்ப திரும்பப் படித்துக்கொண்டிருந்தேன். பிறகு அவர்கள் மற்ற புத்தகங் களையும் எழுதும் பொருட்களையும் கொடுத்தார்கள். அதனால் எழுதுவதையும் படிப்பதையும் திருப்தியுடன் செய்யமுடிந்தது. பல அருமையான புத்தகங்களை முழுமையாகப் படிக்க முடிந்தது. பிரிதிவிராஜன் கதை, பவிஷ்ய புராணம் போன்ற புராணங்கள்,தாஸ் எழுதிய வேதிக் இந்தியா போன்ற புத்தகங்களைப் படித்தேன்.

ஒருநாள் என் மூத்த சகோதரரைக் குறித்து எப்போதும் போல் விசாரித்தபோது அவரது உடல்நிலை மிகவும் மோசமான நிலையில் இருப்பதைத் தெரிந்துகொண்டேன். கல்கத்தாவில் என்னிடமிருந்து பிரிக்கப்பட்ட என் சகோதரர் பீஜப்பூர் சிறையில் அடைக்கப் பட்டிருந்தார். என் தம்பி அவரைக் காணச் சென்றிருந்தான். அவன் அணிந்திருந்த காதி உடையை மாற்றி வேறு உடை அணிந்தால் மட்டுமே சிறையில் சென்று அண்ணனைப் பார்க்க இயலும் என்று அவனுக்குச் சொல்லப்பட்டது.

அந்த நிபந்தனை தன்னை அவமானப்படுத்துவதுபோல் என் தம்பி உணர்ந்ததால் அதற்கு ஒத்துக்கொள்ள மறுத்தான். அதுகுறித்து கவர்னரிடம் முறையீடு செய்தான். அவர் அந்த உத்தரவை ரத்து செய்தார். பீஜப்பூர் சிறையில் என் அண்ணன் மிகவும் கஷ்டப் பட்டார். அவர் ஈரமான இருட்டு அறை ஒன்றில் தனியாக இருந்தார். அதே சிறையிலிருந்த ஒரு அரசியல் கைதிக்கு மனநிலை சரியில்லாமல் ஆகிவிட்டது என்று பிற்பாடு கேள்விப்பட்டேன். அந்த அறையிலேயே தங்கி இருந்ததால் என் மூத்த சகோதரரின் மனமும் பாதிக்கப்பட்டது. அவர் அங்கிருந்து அகமதாபாத் கொண்டு செல்லப்பட்டார். அவருக்கு தனிமை அவ்வளவு பெரிய பிரச்சினையாக இருக்கவில்லை. ஆனால் அவரது நோய்க்கு எந்தச் சிகிச்சையும் அளிக்கப்படவில்லை. அவர் உடல்நிலை மிகவும் மோசமானது. இதில் தன் உறுதியையும் பொறுமையையும் அவர் இழந்தார். சிறையிலிருந்து சிறை மருத்துவமனைக்கு அவர் கொண்டுசெல்லப்பட்டார். இந்தத் தகவல் எங்களுக்கு அங்கிருந்த ஒரு அரசியல் கைதி மூலம் தெரியவந்தது. அப்போது என் தம்பி அவரைச் சென்று பார்த்தான். அவர் அப்போது இறக்கும் தறுவாயில் இருந்ததைக் கண்டான். ஆனால் அவரது மனோதிடம் அசாதாரண மானது. எந்தக் கஷ்டமும் அவரது மனோதிடத்தை அசைத்துப் பார்க்க முடியவில்லை.

அந்தச் செய்தியைக் கேள்விப்பட்டவுடன் என் மூத்த சகோதரர் எந்த ஆதரவும் இல்லாமல் இறந்துகொண்டிருக்கிறார் என்று

உணர்ந்தேன். நாம் எல்லோருமே வாழ்க்கை எனும் வண்டியில் பயணிகள்தான். எல்லோரும் ஒருநாள் இந்த உலகை விட்டுப் போகத்தான் வேண்டும். ஆனால் என் சகோதரர் இன்ச் இன்ச்சாக இறந்துகொண்டிருக்கிறார். மற்றவர்களுக்காக பாடுபட்டே தன்னை இழந்தவர் அவர். அவரது கடைசிக் காலத்தில் ஒரு வாய் தண்ணீர் கொடுக்கக்கூட யாரும் அருகில் இருக்கவில்லை. சிறை அவரை உள்ளே அனுமதித்தது, அதே சிறைதான் அவரை விழுங்கிக்கொண்டிருக்கிறது.

ஐயோ! எதிரி அவரை ஒரு வழியாகக் கொன்றுவிட்டான். அவரை ஒரேயடியாகக் கொல்லவில்லை. கொஞ்சம் கொஞ்சமாக சித்திரவதை செய்து கொல்லப் போகிறான். அவரது முடிவுக்கு இதுதான் காரணம். என்னால் அதனைத் தாங்கிக்கொள்ளவே முடியவில்லை. இந்தத் துக்கத்தில் என்னால் மூச்சு கூட விடமுடியவில்லை.

அந்தக் கசப்பான தருணத்தில் நான் நிதானத்தை இழக்காமல் இருக்க முயற்சி செய்தேன். என் வழக்கம் இது. மனதை அமைதியாக வைத்துக்கொள்ள முயன்றேன். பிறகு எனக்கு நானே கேள்வி கேட்க ஆரம்பித்தேன். ''இவ்வளவு அல்லல் பட்டதன் பயன் என்ன? மூத்த சகோதரர் எதிரிகளின் கொடுமையினால் இறந்திருக்கிறார். இந்தத் தேசத்தின் எதிரிகளால் கொல்லப்பட்டிருக்கிறார்! தனிப்பட்ட முறையில் எனக்கு இது ஒரு இழப்பு என்று புலம்புவதைத் தவிர என்ன செய்யமுடியும்? இதற்காக நான் பழி தீர்க்க முடியுமா?'' அதீத சோகத்தில் என்னை நானே கேள்வி கேட்டுக்கொண்டிருந்தேன்.

சிறையிலிருந்து விடுதலையானது என் சகோதரரைக் கொன்றவர் களை பழி வாங்குவது என்று முடிவெடுத்தேன். அதன்பிறகுதான் அவரது இறந்த தினத்தை அனுஷ்டிக்கப் போகிறேன். இது மற்றவர்களுக்கு முன்னுதாரணமாக விளங்கும். இந்தச் சபதத்தை எடுத்துக்கொண்ட பின்தான் என் மனம் அமைதியாக ஆயிற்று. கொந்தளிப்புகள் அடங்கி என் பழைய நிலைக்குத் திரும்பினேன்.

ஆனால் பாபா விடுதலை செய்யப்பட்டார்

இந்தச் சம்பவம் நடந்து சில நாட்களுக்குப் பிறகு என் சகோதரர் சிறையிலிருந்து விடுவிக்கப்பட்டார். இந்தச் செய்தியைக் கேட்டு நான் மிகுந்த மகிழ்ச்சி அடைந்தேன். விடுதலை செய்யப்பட்டாலும் உணர்வற்ற நிலையில் அவர் வீட்டிற்குக் கொண்டுவரப்பட்டார். விடுதலை செய்ததன்மூலம், அவரது ஈமச்சடங்குகளுக்கு ஆகும் செலவை அரசாங்கம் தவிர்த்திருக்கிறது என்று நினைத்தேன். அவர் அங்கே கைதிகளுக்கு மத்தியில் இறந்திருந்தால் குறைந்தபட்சம் அங்கிருப்பவர்கள் அவரது உடலுக்கு அஞ்சலியாவது செலுத்தி

இருப்பார்கள். ஆனால் அதுவும் சந்தேகம்தான். எனவே சிறையில் இறப்பதைவிட அவர் விடுவிக்கப்பட்டது ஒருவகையில் நல்லது தான். அவருக்குத் தரப்பட்டது விடுதலை மட்டுமல்ல. சிறையில் உயிரற்ற ஜடமாக இருந்தவருக்கு இப்போது கிடைத்திருப்பது மறுபிறப்பு என்றே சொல்லவேண்டும். கடவுள் அருளாலும் அதிர்ஷ்டத்தாலும் அவரது உடல்நிலை கொஞ்சம் கொஞ்சமாக முன்னேற ஆரம்பித்தது. அதனால் நாடு முழுவதும் ஒரு மகிழ்ச்சி அலை பரவியது.

அதே வருடம் - வருடம் எனக்கு சரியாக நினைவில் இல்லை, காக்கிநாடாவில் நடந்த காங்கிரஸ் கூட்டத்தில் என் விடுதலையை வலியுறுத்தித் தீர்மானம் நிறைவேற்றப்பட்டது. இது தம்பி எடுத்துக்கொண்ட முயற்சிகளுக்குக் கிடைத்த தார்மிக வெற்றி. அரசியல் கைதிகள் மேல் கருணைகொண்ட தேசியவாதிகள் நடத்திய போராட்டத்திற்குக் கிடைத்த வெற்றி. நான் அந்தமானி லிருந்து ரத்னகிரிக்கு 1921ம் ஆண்டு மாற்றப்பட்டேன். 1923ம் ஆண்டு அங்கிருந்து எரவாடா சிறைக்குக் கொண்டுசெல்லப்பட்டேன். அப்படித்தான் நினைக்கிறேன். நான் சொல்கின்ற தேதிகள் சரியா தவறா என்று தெரியவில்லை. எனக்கு அவற்றைச் சரிபார்க்க வாய்ப்பும் நேரமும் இருக்கவில்லை. நான் சொல்லுகின்ற விஷயங்களின் தேதிகளில் ஒரு சில முன் பின் முரண்கள் இருக்கலாம். ஆனால் பெரும்பாலும் அவை சரியாகவே இருக்கும்.

அந்தமான் நண்பர்களுடன் சந்திப்பு

நான் எரவாடா சிறைக்கு வருவது இது இரண்டாவது முறை. முதலில் 1910ம் ஆண்டு இங்குதான் சிறை வைக்கப்பட்டேன். இப்போது 1923ம் ஆண்டு மீண்டும் இங்கு வந்திருக்கிறேன். அந்தக் காலத்தில் முல்ஷி சத்தியாகிரக வழக்கில் கைதான குற்றவாளிகளால் சிறை நிறைந்திருந்தது. அவர்கள் எல்லோரும் அரசியல் கைதிகள். அவர்கள் சிறைக்கு வந்து போய்க்கொண்டிருந்தார்கள். ஒரு சிலருக்குப் பிரம்படித் தண்டனை கொடுக்கப்பட்டது. அங்கேயே இருந்தவர்கள் அந்த எரவாடா சிறையில் நடந்த கொடுமைகளைப் பற்றி எனக்குக் கூறுவர். அதில் சிந்து, தார்வார் பகுதிகளிலிருந்து ஒத்துழையாமை மற்றும் கிலாஃபத் இயக்கங்களில் கலந்து கொண்டவர்கள் கைதிகளாக இருந்தனர். ஹிந்துக்களும் முஸ்லிம் களும் அரசியல் கைதிகளும் இருந்தனர். இன்னொரு அற்புதமான விஷயம், அரசாங்கத்தால் அந்தமானிலிருந்து இந்தியாவுக்குத் திருப்பி அனுப்பப்பட்ட என் நண்பர்கள் சிலரை அங்கு சந்தித்தேன். லாகூர் வழக்கில் கைதான சீக்கியர்கள், அந்தமானுக்கு ஆயுள்

தண்டனை பெற்று நாடுகடத்தப்பட்ட கைதிகள் சிலரை நான் அங்கு சந்தித்தேன். நான் அவர்களுடன் பேசுவதற்குத் தடைவிதிக்கப் பட்டிருந்தது. எப்படியோ ரகசியமாக அவர்களைச் சந்தித்தேன். அவர்களைச் சந்தித்தது எனக்கு என் குடும்ப உறுப்பினர்களைச் சந்தித்ததுபோல் மகிழ்ச்சியைக் கொடுத்தது. கண்ணீருடன் ஒருவரை ஒருவர் வரவேற்றுக்கொண்டோம். அந்தமானில் நாங்கள் ஒன்றாகச் சித்திரவதைகளை அனுபவித்தோம். எங்கள் இயக்கத்தின் ரகசியங் களைச் சொல்வதன் மூலமாகவோ அல்லது நண்பர்களைக் காட்டிக் கொடுப்பதன் மூலமாகவோ நாங்கள் ஒரே நாளில் விடுதலை அடைந்திருக்கலாம். ஆனால் அதுபோன்ற மோசமான எண்ணங்கள் வராதபடி கடவுள் எங்களைக் காத்துக்கொண்டிருந்தார். புரட்சி இயக்கத்தைச் சேர்ந்த நாங்கள் எல்லோரும், பாகனால் தலையில் குத்தப்படும் யானைகளைப்போல, எல்லாவிதமான சித்திரவதை களையும் தாங்கிக்கொண்டிருந்தோம். எப்பேறப்பட்ட கஷ்டம் வந்தாலும் நாங்கள் எங்கள் இயக்கத்தைக் காட்டிக் கொடுக்க வில்லை. எங்கள் நிலையிலிருந்து நாங்கள் கொஞ்சம்கூடப் பின்வாங்கவில்லை. எத்தனையோ கஷ்டங்கள் கொடுக்கப் பட்டாலும் எங்கள் நிலை தவறாமல் இருந்தோம். எங்களால் முன்னேறவும் முடியவில்லை, பின்வாங்கவும் முடியவில்லை. அதே இடத்தில் அப்படியே நின்றிருந்தோம். எங்களைச் சுற்றி வளைத்துக்கொண்டார்கள். சுற்றி இருந்தவர்கள் எங்களை அம்பாலும் ஆயுதங்களாலும் தாக்கினார்கள். புதிதாக வந்த ஒத்துழையாமை இயக்கம் மற்றும் கிலாஃபத் இயக்கத்தைச் சேர்ந்த கைதிகள் இவர்களை வீரர்களைப்போலவும், எங்களைப் பாவம் செய்தவர்களைப் போலவும் பார்த்தார்கள். ஏனென்றால் நாங்கள் ரகசிய இயக்கத்தைச் சேர்ந்தவர்கள், சதிகாரர்கள். பல ஆண்டுகள் சிறைத் தண்டனையை அனுபவித்த எங்களை, சிறைக்கு வந்து இரண்டு ஆண்டுகள் கூட ஆகியிராத இவர்கள் கீழானவர்களாகப் பார்த்தார்கள். அந்தமான் சிறையில் 10 ஆண்டுகளுக்கு மேல் தண்டனை அனுபவித்த எங்களிடம் வந்து அவர்கள் தங்கள் தியாகங் களையும், தாங்கள் பட்ட இன்னல்களைப் பற்றியும் பெருமையாகச் சொல்லிக் கொள்வார்கள். அப்போதுகூட தைரியசாலிகளான இந்தச் சீக்கியர்கள் தாங்கள் பட்ட இன்னல்களை அவர்களிடம் சொன்னது கிடையாது. எதற்கும் உதவாத தங்கள் சத்தியாகிரகத்தைப் பற்றியும், அதற்காக அவர்களுக்குக் கிடைத்திருக்கும் இந்தச் சிறிய தண்டனை பற்றியும், உண்மையான புரட்சிக்காரர்களான இவர்களிடம் வந்து அவர்கள் பெருமையாகப் பேசுவதோடு மட்டுமல்லாமல், இவர்களை மோசமாகவும் பேசுவார்கள்.

மரத்தின் மீதிருந்து பேசினேன்

காந்தியைப் பின்பற்றுபவர்களை, அவர்களால் சரியாகப் பார்க்க முடியுமா என்று கடுமையாக விமர்சித்தேன். அவர்களது கண்களுக்கு மருந்திட்டேன். அவர்கள் ஹிந்து சங்கதான் என்ற வார்த்தையே தேசத்திற்குக் கெடுதல் விளைவிக்கக் கூடியது என்று நினைத்து அதனை வெறுத்தார்கள். இவர்களது நேர்மையான ஆனால் தவறான சிந்தனையைக் குறை கூறினேன். நான் ஒரு மரத்தின் மீது ஏறிக் கொள்வேன். மற்றவர்கள் எதிர்ப்புறத்தில் இருந்த முற்றத்தில் கூடுவார்கள். அரசியல் கைதிகள் சுற்றி என்ன நடக்கிறது என்பதைக் கண்காணிப்பர். இப்படியாக நாங்கள் தினமும் அரசியல் குறித்து விவாதங்களை நடத்திக்கொண்டிருந்தோம். பிறகு முற்றத்திலேயே கூட்டத்தை நடத்தினேன். எங்கள் சந்திப்பு ஒருநாள் விட்டு ஒருநாள் தொடர்ச்சியாக நடந்தது. இந்தப் புதுவரவுகள் அரசியல் குறித்துக் கொண்டிருந்த குழப்பமான கருத்துகள் நீங்குவதற்காக நாங்கள் தொடர்ந்து இதைச் செய்துகொண்டிருந்தோம். அந்தமானில் கடைப்பிடித்த அதே வழிமுறைகளை இங்கும் கடைப்பிடித்தேன். கூட்டங்களை நடத்துவது, உரையாற்றுவது, விவாதங்கள் நடத்துவது போன்றவற்றை இங்கும் செய்தேன். கொஞ்சம் கொஞ்சமாக எல்லோரும் இதில் இணைந்துகொண்டார்கள். ராட்டையைச் சுற்றி சுயராஜ்ஜியத்தை அடைவது, கிலாஃபத் இயக்கத்தை ஆதரிப்பது தங்கள் கடமை என்று ஹிந்துக்கள் நினைப்பது, அஹிம்சை குறித்த அபத்தமான விளக்கங்கள் போன்றவை எல்லாவற்றையும் தர்க்க ரீதியாக விவாதித்து, அவர்கள் சொல்வது தவறு என்பதை வரலாற்று ரீதியாகப் புரிய வைத்தோம். நாங்கள் சொல்வதைப் புரிந்து ஏற்றுக் கொண்ட இந்த நேர்மையான இளைய தேசியவாதிகள், தங்களது மேம்போக்கான அரசியலைக் கைவிட்டு எங்கள் பக்கம் சேர்ந்தார்கள். அந்தமானிலிருந்த நம் தேசியப் படைவீரர்களுக்கு நாங்கள் கொடுத்த அதே அரசியல் பணிகளை இவர்களுக்கும் கொடுத்தோம். இப்போது இந்த ஒத்துழையாமை இயக்கத்தவர்கள் தாங்கள் முன்பு வெறுத்து ஒதுக்கிய சீக்கியப் புரட்சியாளர்களை மிகவும் நேசிக்கத் துவங்கிவிட்டனர். அதுமட்டுமல்லாமல் அவர்களுடையதுதான் உண்மையான வீரமும் தியாகமும் என்பதையும் ஒத்துக்கொண்டார்கள்.

இந்தப் புதிய வரவுகளுக்கு ஹிந்து சங்கதான் பற்றிய தவறான கருத்துகள் போதிக்கப்பட்டிருந்தன. அதனால் அவர்கள் அதை மிகவும் தீர்மானமாக எதிர்த்தார்கள். நான் அவர்களுடன் விவாதம் செய்து அதைப் பற்றி அவர்களுக்குப் புரியவைத்தேன். அவர்கள்

எங்களது தீவிரமான ஆதரவாளர்களாகும் வரை, எங்கள் போராட்டத்தின் நோக்கத்தை, கொள்கைகளை அவர்களுக்கு விளக்கினேன்.

மேஜர் முர்ரே

நான் எரவாடா சிறையிலிருந்து மாற்றப்பட்ட போது மேஜர் முர்ரே எரவாடா சிறைக்கு இன்ஸ்பெக்டராக நியமிக்கப்பட்டார். நான் அந்தமானில் சில்வர் ஜெயிலில் இருந்தபோது அவர் அங்கு சூப்பரின்டென்டென்ட்டாக இருந்தார். அந்தப் பதவியிலிருந்து அவர் பஞ்சாப்பிலுள்ள சிறைக்கு இன்ஸ்பெக்டர் ஜெனரலாகப் பதவி உயர்வு பெற்றுச் சென்றார். இப்போது எரவாடாவுக்கு மாற்றப்பட்டிருக்கிறார். நான் அங்கு மாற்றப்படுகிறேன் என்பதனால் அவரும் அங்கு நியமிக்கப்பட்டாரா அல்லது இது ஒரு தற்செயலா என்று சொல்லத் தெரியவில்லை. அவருக்கு என்னைப் பற்றி நன்றாகத் தெரியும் என்பதாலும், அவருக்கு என் கதை முழுக்கத் தெரியும் என்பதாலும், என்னை விடுதலை செய்யலாமா வேண்டாமா என்பது குறித்து அரசுக்கு அறிக்கை அனுப்ப வேண்டி இருந்ததாலும், அவர் அங்கே அனுப்பப்பட்டிருக்கிறார் என்றொரு பலமான வதந்தி சுற்ற ஆரம்பித்திருந்தது. எப்படி இருந்தாலும் எரவாடா சிறையிலிருந்த அரசியல் கைதிகள் அனைவரும் அவரது நியமனத்தை வரவேற்றனர். ஏனென்றால் மேஜர் முர்ரே மனிதர்களின் குணாதிசயங்களை நன்றாக அறிந்தவர். மிகவும் வெளிப்படையானவர். இவரது பதவிக் காலத்தில்தான் அந்தமானில் அரசியல் கைதிகள் பலமுறை வேலை நிறுத்தம் செய்தனர். அதனால் இவருக்கு அவர்களது பலம் மற்றும் குணாதிசயங்களைப் பற்றி நன்றாகத் தெரியும். எங்கள் கோரிக்கைகளில் நியாயம் இருந்தால் அதனை அவர் ஏற்றுக்கொள்ளத் தயங்கியதே இல்லை. தனது அதிகாரத்தைத் துஷ்பிரயோகம் செய்து எங்களைப் பொறுமை இழக்கச் செய்ததே இல்லை. எந்த ஒரு விஷயத்தையும் மிகத் தீவிரமாகப் போக விடமாட்டார். எப்போது விட்டுக்கொடுப்பது என்று இவருக்குத் தெரியும். இப்படிப்பட்ட அணுகுமுறையைக் கொண்டவர் என்பதால் அவர் எரவாடா சிறைக்கு மாற்றம் செய்யப்பட்ட செய்தி எங்களுக்கு மகிழ்ச்சி அளித்தது.

க்வினைன் எண்ணெய்க் கிடங்கின் முக்கிய அதிகாரி

அவர் பதவி ஏற்றுக்கொண்டவுடன் என்னைச் சிறையிலிருந்து நீக்கி அங்கிருந்த க்வினைன் தொழிற்சாலைக்கு முக்கிய அதிகாரியாக நியமித்தார். தொழிற்சாலையில் இருக்கும் மற்ற

தொழிலாளர்களுக்குப் பாடம் கற்றுக் கொடுக்க எனக்கு அனுமதி தந்தார். நான் ரத்னகிரியில் செய்ததைப் போலவே எரவாடா சிறையிலும் ஒரு நூலகத்தை ஏற்படுத்த ஆரம்பித்தேன். எரவாடா சிறையிலிருந்த செல்லரித்துப்போன புத்தகங்களை நீக்கிவிட்டுப் புதிய புத்தகங்கள் வாங்கி வைத்தேன். இன்னும் வாங்கவேண்டிய புத்தகங்களின் மொத்தப் பட்டியல் ஒன்றைத் தயார் செய்து, அவற்றை நூலகத்திற்கு வாங்குவதற்கு அரசாங்கத்தின் அனுமதியை யும் பெற்றேன். இப்படியாக எரவாடா சிறையிலிருந்த நூலகத்திற்கு நல்ல ஹிந்தி மற்றும் மராத்திப் புத்தகங்களை வாங்க ஏற்பாடு செய்தேன். நான் வாங்கிய புத்தகங்கள் அந்த நூலகத்திற்கு வந்து சேர்ந்தனவா என்று எனக்குத் தெரியாது. ஏனென்றால் அவற்றை வாங்க ஆலோசனை கொடுத்தபின் வெகுநாட்கள் நான் எரவாடாவில் இருக்கவில்லை.

எரவாடாவில் சுத்தி

சிறையில் மற்ற நடவடிக்கைகளுடன் கூடவே சுத்தி இயக்கத்தையும் ஆரம்பித்தேன். அந்த வேலையின்போது நான் செய்த காரியங்களில் ஒரே ஒரு உதாரணத்தை மட்டும் கூறுகிறேன். இங்குள்ள அதிகாரிகளில் ஒருவர் சென்னையிலிருந்து வந்தவர். அவர் ஐரோப்பியப் பாணியில் நாகரிகமாக உடை அணிவார். அவர் ஒரு கிறிஸ்தவர். தனது புதிய மதத்தைக் குறித்து மிகவும் பெருமையாக இருப்பவர். எங்கள் சிறையில் அவர் டாக்டராக இருந்தார். நாங்கள் இந்த விஷயம் குறித்து நிறைய விவாதித்தோம். கடைசியில் அவர் ஹிந்து மதத்திற்குத் திரும்ப வருவதற்கு ஆர்வமாக இருந்தார். ஆனால் அவர் திருமணமானவர். அவரது மனைவி கிறிஸ்தவர். இந்த இளைஞர் ஓரிருமுறை கிறிஸ்தவர்களுடன் உணவு உண்டதால் ஹிந்து பிராமணர்கள் அவரை விலக்கி வைத்திருந்தார்கள். இந்த விவரங்களை எல்லாம் அவர் என்னுடன் பேசும்போது சொல்லி யிருந்தார். இந்த விவாதங்களின்போதுதான் அவர் ஹிந்துவாக மீண்டும் மதம் மாறத் தயாராக இருப்பதாகச் சொன்னார். ஆனால் அவர் மதம்மாறிய பின் அவருக்கு மீண்டும் ஒரு குடும்பத்தை எப்படி ஏற்படுத்துவது? அவரது கிறிஸ்தவ மனைவி ஏற்கெனவே அவரை விட்டுப் பிரிந்துவிட்டார். அவர் என்னிடமிருந்து ஒரு கடிதத்தைப் பெற்றுக்கொண்டு நேராக மும்பையில் இருக்கும் என் தம்பியைச் சென்று பார்த்தார். அங்கிருக்கும் ஹிந்து மிஷனரி சொசைட்டி அவரது தாய்மதம் திரும்பும் சடங்குக்கு ஏற்பாடு செய்தது. பம்பாயில் அவரைப்போலவே கிறிஸ்தவராக இருந்த ஒரு நர்ஸை அவருக்குத் தெரியும். அந்தப் பெண் திருமணமாகாதவர். அந்த நர்ஸ் இவரைத்

திருமணம் செய்துகொண்டு ஹிந்துவாக மதம் மாறச் சம்மதித்தார். அந்தப் பெண்ணிற்கு ஒரு கணவன் தேவைப்பட்டது. இவருக்கு ஒரு மனைவி தேவைப்பட்டது. அதனால் அவர்களது சுத்தி சடங்கும் திருமணமும் ஹிந்து மிஷனரி சொசைட்டியின் ஏற்பாட்டில் பம்பாயில் நடந்தன. அந்த டாக்டர் ஹிந்துவைப்போல் உடை அணிந்து தனது புதிய மனைவியுடன் எரவாடா சிறைக்கு வந்தார். அவர் மதம் மாறியவுடன் கிறித்தவ மதத்துடன் சேர்த்து, ஐரோப்பியர்போல் உடை அணிவதையும் விட்டுவிட்டார். அவர் தலையில் தொப்பிக்குப் பதில் டர்பன் அணிந்திருந்தார். ட்ரவுசருக்குப் பதில் வேட்டி கட்டி இருந்தார். இந்தப் புதிய உடையுடன் அவர் எரவாடா சிறைக்கு வந்தபோது, பார்ப்பதற்கு ஒரு பூனா பிராமணரைப் போல இருந்தார். அவரது வீட்டு வாசலில் ரங்கோலி போடப்பட்டிருந்தது. வீட்டின் சுவர்களில் ராமர், கிருஷ்ணர் படங்கள் மாட்டப்பட்டிருந்தன. மனைவியின் நெற்றியில் குங்குமமும் அவரது நெற்றியில் திலகமும் இருந்தன.

டாக்டர் என்னிடம் வந்து ஒரு கேள்வி கேட்டார். ''மிஸ்டர் சாவர்க்கர் நான் ஹிந்து என்று அடையாளப்படுத்தப்பட வேறு என்ன செய்யவேண்டும்?'' நான் புன்சிரிப்புடன், ''வேறு எதுவும் தேவை யில்லை'' என்று சொன்னேன். கூடவே, ''நீங்கள் சத்யநாராயணா பூஜை செய்யலாம்'' என்றும் கூறினேன்.

அவர் அந்தப் பூஜை செய்தார். எரவாடா அருகிலிருந்த கிராமத்தவர்கள், காரியதரிசிகள் என்று எல்லோருக்கும் அழைப்பும் பிரசாதமும் கிடைத்தன. பூஜைக்கு அவரது வீட்டிற்குச் செல்ல வேண்டும் என்று ஏற்கெனவே எல்லோர் மனதையும் தயார்ப்படுத்தி வைத்திருந்தேன். 25 ஆண்டுகாலம் ஹிந்து மதத்திற்கு வெளியே இருந்த அந்த டாக்டர், இப்போது உண்மையிலேயே தன் தாய்மதத்திற்கு வந்துவிட்டதாக உணர்ந்தார். அதுகுறித்து மதராஸில் இருந்த தனது உறவினர்களுக்கும் நண்பர்களுக்கும் கடிதம் எழுதினார். நீண்ட காலம் தன் மனைவியுடன் தாய்மதம் திரும்பிய ஹிந்துவாக மகிழ்ச்சியாகக் குடும்பம் நடத்தினார் என்பதை நான் பிறகு தெரிந்துகொண்டேன்.

அந்தமான் சிறையில் முன்னாள் சூப்பரின்டென்டன்ட்டாகவும் இப்போது எரவாடா சிறையில் இன்ஸ்பெக்டராகவும் இருக்கும் மேஜர் முர்ரே என்னிடம் அடிக்கடி நான் விடுதலையானால் என்ன செய்யப் போகிறேன் என்று கேட்பார். நான் அவரிடம், அது அப்போதுள்ள சூழ்நிலையைப் பொருத்தது என்றும், நான் எந்த நிலையில் விடுதலை ஆகப்போகிறேன் என்பதுதான் என்

எதிர்காலத்தைத் தீர்மானிக்கும் என்றும் பதில் கூறுவேன். விவாதம் அத்தோடு நிற்காமல் நீண்டுகொண்டே போகும். கடைசியாக, எந்த நிபந்தனையும் இன்றி நான் விடுவிக்கப்பட்டால் என்னை முழுமையாக அரசியலில் ஈடுபடுத்திக் கொள்வேன் என்று கூறுவேன். அதற்கு அவரிடமிருந்து ''எந்த மாதிரியான அரசியல்?'' என்ற தவிர்க்க முடியாத கேள்வி அடுத்து வரும். அது அப்போதைய சூழ்நிலையைப் பொருத்தது என்று கூறுவேன். சீர்திருத்தங்கள் மூலம் மக்களுக்கு ஏதேனும் நன்மைகள் கிடைக்கும் என்றால், இதனால் மக்களுக்குக் கூடுதலாக அதிகாரம் கிடைக்குமென்றால், நான் தொடர்ந்து 'பொறுப்புள்ள ஒத்துழைப்பு' அணுகுமுறையில், அமைதி வழியில் சட்டரீதியான பணிகளில் என்னை ஈடுபடுத்திக் கொள்வேன் என்று சொல்வேன். நான் அரசியலில் பங்கு பெறக் கூடாது என்று தடை விதிக்கப்பட்டால் அந்தக் காலகட்டத்தில் மற்ற துறைகளில் ஈடுபடுவேன். நான் மேஜர் முர்ரேவிடம், பொறுப்புள்ள ஒத்துழைப்பு முறையைப் பின்பற்றுபவனாக, இதுபோன்ற சூழ்நிலைகளை ஏற்றுக்கொண்டு, சிறையில் இருந்தபோது செய்த பணிகளைவிடக் கூடுதலாக என் நாட்டுக்குச் செய்யவேண்டியது என் கடமை என்று கூறினேன். இதன்மூலம் நான் என் தாய்நாட்டிற்குத் தொண்டு புரிய இயலும். இது என் சமூகக் கடமை.

இது எனக்குப் புதிய விஷயம் அல்ல. அந்தமானில் அதிகாரிகளுடன் பேசிக்கொண்டிருக்கும்போது அவர்களும் இதேபோலத்தான் என்னிடம் பேசுவார்கள். ஆனால் இந்தப் பேச்சுகளின் மூலமாக இதுவரை எந்தப் பயனும் ஏற்பட்டதில்லை. அதனால் இந்த விவாதமும் ஏற்கெனவே நான் செய்த விவாதங்களைப் போலவே தான் இருக்கும் என்று தீர்மானித்தேன். இந்த விவாதத்தின் மூலமாக ஏதேனும் நடக்கும் என்ற நம்பிக்கை எல்லாம் எனக்கு இருக்கவில்லை. ஒரு மனிதனாக விடுதலைக்கு வேண்டிய எல்லா முயற்சிகளையும் நான் எடுத்துக்கொண்டுதான் இருந்தேன். அதே நேரத்தில் எதன் மீதும் நம்பிக்கை வைக்கவில்லை. சிறையில் என் தினசரிப் பொது வேலைகளைப் பொறுமையுடன் செய்துகொண்டிருக்கிறேன்.

சர் ஜார்ஜ் லாயிட்டுடன் ஒரு சந்திப்பு

ஒருநாள் தீவிரமான வயிற்று வலிக்காகச் சிறையிலிருந்த மருத்துவமனையில் சிகிச்சை பெற்றுக்கொண்டிருந்தபோது, பம்பாய் கவர்னர் சர் ஜார்ஜ் லாயிட் இரண்டு பெரிய அதிகாரிகளுடன் என்னைப் பார்க்க வந்துகொண்டிருப்பதாக எனது நம்பிக்கைக்குரிய அதிகாரி ஒருவர் கூறினார்.

வாசகர்களுக்கு இந்திய அரசின் உள்துறை உறுப்பினர் சர் ரெஜினால்ட் க்ரடாக் அந்தமான் சிறையில் என்னுடன் நடத்திய பேச்சுவார்த்தைகள் நினைவிருக்கும். அதன்மூலம் எனக்கு விடுதலை எதுவும் கிடைக்கவில்லை. அதேபோல் இந்தச் சந்திப்பாலும் எனக்கு எந்தப் பயனும் இருக்காது என்று தீர்மானித்தேன். எரவாடா சிறையில் பாம்பே கவர்னரைச் சந்தித்த போது என் விடுதலை குறித்து அதிகாரிகளிடம் என்ன சொன்னேனோ அதையே இவரிடம் சொன்னேன். இதையே பல முறை பல அதிகாரிகளிடம் சொல்லி இருக்கிறேன். விடுதலைக்கு நான் விதித்த நிபந்தனைகள் அவர்களுக்குத் திருப்தி அளிக்கவில்லை போலும். ஆனால் கவர்னர் நான் சொன்ன விஷயங்களைப் புரிந்துகொண்டு அதில் தனக்குத் திருப்தி இருப்பதாகக் கூறினார். பிறகு நாங்கள் தற்கால அரசியல் பற்றி விவாதித்தோம். ஏற்கெனவே எழுத்து மூலமாகவும் பலரிடம் பேசும்போதும் பலதடவை சொன்னதையே அவரிடமும் சொன்னேன். "நான் நிர்ப்பந்தத்தினால் புரட்சி பாதையைத் தேர்ந்தெடுக்க வேண்டியது ஆயிற்று. எந்த அமைதி யான அல்லது சட்டப்பூர்வமான வழிகளும் நான் நினைத்த இலக்கை அடைய எனக்கு உதவப் போவதில்லை என்பதைத் தெரிந்துகொண்டேன். ஆனால் இப்போதிருக்கும் சீர்திருத்தங்கள் அமைதியான வழியில் செல்ல நம்பிக்கை அளிப்பதாக இருக்கிறது. இதனால் நாங்கள் சட்டரீதியான முறைக்கு மாறுவோம். ஆக்கபூர்வ மான பணிகளைச் செய்வோம். பொறுப்புள்ள ஒத்துழைப்பு என்ற வழிமுறையைப் புரட்சியாளர்களான நாங்கள் கடைப்பிடிப்போம் என்று உறுதி சொல்கிறோம். இந்தப் புதிய சீர்திருத்தங்களை நாங்கள் முழுமையாகப் பயன்படுத்திக் கொள்வோம். எங்கள் ஒரே நோக்கம் தேசிய நலனே. அமைதியான வழிகளின் மூலம் அதனை அடைய முடியும் என்றால் எங்கள் பழைய வழிமுறைகளுக்கு நாங்கள் செல்ல வேண்டிய அவசியமே இல்லை" என்று நான் அவரிடம் வலியுறுத்திக் கூறினேன்.

ஆனால் இது அரசாங்கத்திற்குத் திருப்தி அளிக்கக்கூடிய விதத்தில் இருந்ததா? அரசாங்கம் எங்கள் நல்லெண்ணத்தை நம்புமா? மேற்கொண்டு இந்த விஷயத்தில் நாங்கள் என்ன செய்யவேண்டும்?

எப்படி இருந்தபோதும் ஒரு குறிப்பிட்ட காலத்திற்கு நான் அரசியலில் ஈடுபடுவதில்லை என்று ஒப்புக்கொண்டேன். எப்படி இருந்தாலும் சிறையில் என்னால் எந்த அரசியலிலும் ஈடுபட இயலாது. ஆனால் வெளியில் இருக்கும்போது கல்வி, ஆன்மிகம், இலக்கியம் போன்ற பிற துறைகளில் ஈடுபட்டு மக்களுக்குச் சேவை

செய்ய முடியும். போர்க் கைதிகளாக இருக்கும் ஜெனரல்கள் போர்க்களத்திற்குச் சென்று போரை முன்னின்று நடத்த முடியாது. போரின்போது நான் எந்த ஆயுதத்தையும் தொடமாட்டேன் என்று பகவான் கிருஷ்ணர் உறுதிமொழி அளித்ததைப்போல அவர்களும் ஒரு உறுதிமொழியை கையெழுத்திட்டுக் கொடுத்தால்தான் பரோலில் வெளியே செல்ல அனுமதிப்பார்கள். அப்படி அவர்கள் செய்வது ஒரு அவமானகரமான காரியம் என்று கருதக் கூடாது. அப்படிச் செய்யவேண்டியது தங்கள் கடமை என்றும் அவர்கள் கருதினார்கள். பிற்பாடு அவர்கள் சேவையைத் தேசம் வேறு வழிகளில் பெற்றுக் கொள்ளும். அவர்கள் மற்றவர்களை வழிநடத்துவதன் மூலமும் தலைமை தாங்குவதன் மூலமும் தங்கள் சேவையைச் செய்யலாம்.

இதனைக் கருத்தில்கொண்டு அந்தமானில் உள்ள அரசியல் கைதிகளிடம் அதுபோன்ற ஒரு உறுதிமொழியை கையெழுத்திட்டுக் கொடுக்கச் சொன்னேன். இதன்மூலம் அவர்களுக்கு இந்தப் புதிய திட்டத்தின் மூலம் வழங்கப்பட இருக்கும் பொது மன்னிப்பைப் பயன்படுத்திக் கொள்ள முடியும். அதுபோல உறுதிமொழியைக் கொடுத்துவிட்டு நூற்றுக்கணக்கானோர் விடுதலையாகினர்.

அதனால் அரசியலில் இருந்து விலகி இருப்பேன் என்ற உறுதி மொழியைக் கொடுத்துவிட்டு விடுதலையாவதில் எனக்கும் எந்தத் தயக்கமும் இருக்கவில்லை. இதற்கு முன்னால் இப்படி ஒரு உறுதிமொழியைக் கொடுத்திருந்தாலும் விடுதலை கிடைத் திருக்காது. என் கடந்த கால நடவடிக்கைகள், புரட்சிகர இயக்கங் களுக்கு உள்ள தொடர்பு ஆகியவற்றைக் கருத்தில்கொண்டு அவர்கள் எனக்கு விடுதலை கொடுப்பதை மறுத்து வந்தார்கள். என் புரட்சிகர நடவடிக்கைகளைப் பற்றி அதிகாரிகளிடம் முழுவதுமாகச் சொல்ல வேண்டும் என்று கருதுகிறார்கள். ஆனால் நான் பம்பாய் கவர்னரிடம் பழைய விஷயங்களைக் கிளற வேண்டாம், அதுகுறித்து என்னிடம் எந்தக் கேள்வியும் கேட்கவேண்டாம் என்று சொன்னேன். பழைய விஷயங்களை மறப்போம், நாம் எதிர்காலத்தைப் பற்றிப் பேசுவோம் என்று கூறினேன். பழைய விஷயங்கள் ஏற்கெனவே பதிவு செய்யப்பட்டு ஆவணப்படுத்தப்பட்டன, இனி எதிர்காலத்தைப் பற்றி நாம் சிந்திப்போம். இதைக் கேட்ட பின்பும் கவர்னர் அந்த விவாதத்தை நிறுத்தவில்லை. அவர் விடுதலை குறித்த விஷயத்தை பின்பு பேசலாம் என்றார். அரசியலில் பங்கேற்காமல் இருந்தால் என் விடுதலைக்காக அவர் முயல்வதாக என்னிடம் உறுதியளித்துவிட்டுச் சென்றார். ஒரு குறிப்பிட்ட பகுதிக்குள் ஒரு குறிப்பிட்ட காலம் வரை பரோலில் இருப்பது போன்ற விடுதலை அளிக்கப்பட முயல்வதாகக் கூறிவிட்டுப்

போனார். அவருக்கு அடுத்து கவர்னராக வரப்போகிற லெஸ்லி வில்சன் என்பவரிடம் இந்த விஷயத்தைப் பற்றி முழுமையாக விவரிப்பதாகவும் சொன்னார். இந்த உறுதிமொழியுடன் சர் ஜார்ஜ் லாயிட் என்னிடமிருந்து விடைபெற்றுக்கொண்டு, தன்னுடன் வந்த அதிகாரிகளுடன் சிறையைவிட்டு வெளியே சென்றார். என்னுடன் நடந்த உரையாடலின்போது பலசமயம் என்னைப் பாராட்டி நட்புடன் பேசினார். என் விடுதலைக்காக மேஜர் முர்ரே தீவிரமாகப் பரிந்துரைத்திருக்கிறார் என்பதை நான் இங்கு சொல்லியாக வேண்டும்.

நமது தியாகிகளைப் பற்றி ஒரு தொடர் உரை

இந்த உரையாடல் நடந்து முடிந்து பல நாட்கள் ஆகிவிட்டன. ஏற்கெனவே எனக்கு நடந்த பல அனுபவங்களைப்போல இதுவும் பொய்த்துப்போன ஒரு நம்பிக்கைதான் என்று நினைத்துக் கொண்டேன்.

ஆனாலும் நான் மேற்கொண்ட பணிகளைத் தொடர்ந்து செய்து வந்தேன். அவற்றை ஒரு மன உறுதியோடு மேற்கொண்டிருந்தேன். தனியாகவே ஒரு அத்தியாயத்தில், இந்தச் சேவைக்குப் புதிதாக வந்த ஒத்துழையாமை இயக்கத் தோழர்களும் கிலாஃபத் இயக்கத்தவர்களும், புரட்சி இயக்கங்களைப் பற்றியும் அவர்களால் உருவான அரசியல் மாற்றங்களைக் குறித்தும் எப்படி எந்தவிதமான விழிப்புணர்ச்சியும் இல்லாமல் இருக்கிறார்கள் என்பது பற்றிக் கூறியிருந்தேன். புதிதாக வந்த அவர்களில் ஒருசிலர் மிகுந்த தேசப்பற்றும் நாட்டிற்காக உழைக்கவேண்டும் என்ற தீவிர ஆர்வமும் கொண்டிருந்தார்கள். இந்த இயக்கங்களின் வரலாறு குறித்து அவர்களிடம் ஒரு தொடர் உரை ஆற்றினேன். அதன்மூலம் அவர்கள் இந்த விஷயங்கள் குறித்து விழிப்புணர்வு பெறுவார்கள். அவர்கள் எல்லோரையும் அழைத்து அரசியல் ஒற்றுமை, சுதந்திர இந்தியா என்பது போன்ற வார்த்தைகளின் அர்த்தம், அதன் விளைவுகள் ஆகியவற்றை விளக்கினேன். இந்தத் தலைப்புகளைக் கொடுத்து அவர்களைச் சுதந்திரமாக விவாதிக்கவும் சொன்னேன். இந்த விவாதங்களில் ஹிந்துக்களும் முஸ்லிம்களும் கலந்து கொண்டார்கள். அந்த முஸ்லிம் கைதிகளில் ஒரு சிலர் நாட்டின் சிறந்த தலைவர்களாகவும் இருந்தார்கள். பக்கத்து அறையில் மகாத்மா காந்தியே இருந்தார். அதனால் இங்கிருக்கும் கைதிகள் அடிக்கடி அவரைச் சென்று பார்த்து இந்த விஷயங்களில் அவரது கருத்து என்ன என்பதைக் கேட்டுவந்து என்னிடம் சொல்வார்கள். ஆனால் நான் அவரது கொள்கையையும் ஒத்துழையாமை

இயக்கத்தையும் விமர்சிப்பதை நிறுத்தவில்லை. கிலாஃபத் இயக்கத்துடன் இணைந்து செய்த ஒத்துழையாமை இயக்கம் தவறான ஒன்று என்பதையும் அம்பலப்படுத்தினேன்.

மதன்லால் திங்க்ரா பற்றி ஒரு உரை

நான் எரவாடா சிறையில் இருந்த கடைசி நாளன்று இந்தத் தொடரின் கடைசி உரை நடந்தது. அன்றைக்குப் பேசுவதற்காக நான் தேர்ந்தெடுத்த தலைப்பு மதன்லால் திங்க்ராவின் வாழ்க்கை. நான் ஏற்கெனவே அவர்களிடம் பிற தியாகிகளைப் பற்றிப் பேசியிருக்கிறேன். நாட்டிற்காக உயிரைத் தியாகம் செய்த, சிறைக்குச் சென்ற அபிநவ பாரத் மண்டலின் உறுப்பினர்களைப் பற்றிப் பேசியிருக்கிறேன். புதிய கைதிகள் இந்தத் தியாகிகளை மிகவும் நேசிக்கவும் மதிக்கவும் ஆரம்பித்தார்கள். அவர்களது அபிமானம் நாளுக்கு நாள் வளர்ந்தது. அன்று அந்த ரகசியக் கூட்டத்திற்கு 150 பேர் வந்திருந்தனர். சிறை அதிகாரிகள் வருகிறார்களா என்று கண்காணிக்க எல்லா இடங்களிலும் ஆட்கள் நின்றுகொண்டிருந்தார்கள். அசர வைக்கும் திங்க்ராவின் வாழ்க்கையைப் பற்றி நான் ஆற்றிய உரை, நாட்டுப்பற்று மிக்க அரசியல் கைதிகளுக்குப் புல்லரிக்கும் விதத்தில் இருந்தது.

அந்த உரை சூடுபிடிக்கும்போது ஒரு நபர் எங்களிடம் வந்து, கதவு திறக்கப்படுகிறது, யாரோ வருகிறார்கள் என்று எச்சரித்தார். உடனடியாக அந்தக் கூட்டம் அங்கிருந்து கலைந்து எதுவும் நடக்காதது போல் சென்றுவிட்டார்கள். அவரவர்கள் அவரவர் அறைக்குச் சென்றபோது, ஒரு சார்ஜென்ட் என்னை அழைத்தார். அவர் என்னைச் சிறையின் தலைமை அலுவலகத்திற்கு அழைத்துச் சென்றார். எனக்கும் அங்கிருந்த சூப்பரின்டென்டென்ட்டுக்கும் என் விடுதலை குறித்த பேச்சு நடந்தது. அவரிடம், ''இதுபோல எண்ணற்ற பேச்சுகள் நடந்துவிட்டன. எனக்கு அலுத்துப் போய்விட்டது. அதனால் இதுகுறித்து ஏதேனும் உத்தரவு இருந்தால் அதைப் பற்றிச் சொல்லுங்கள். அதுதான் எனக்குத் தேவை'' என்று சொன்னேன். அவர் தனக்கு ஒரு உத்தரவு வந்திருப்பதாகவும், அதில் விடுதலைக்காக நான் ஏற்றுக்கொண்டிருந்த நிபந்தனைகள் அனைத்தும் சேர்க்கப்பட்டுள்ளதாகவும் சொன்னார்.

அவரிடம், நான் இந்த நிபந்தனைகளை இவ்வளவு வருடங்களாகச் சொல்லிக்கொண்டுதான் இருக்கிறேன், அரசாங்கம் ஏன் இதை இவ்வளவு பெரிய விஷயமாக்கவேண்டும் என்று புரியவில்லை என்றேன்.

வரைவு அறிக்கை

உடனே அந்த சூப்பரின்டென்டென்ட் ஒரு காகிதத்தை எடுத்து அதில் நான் இவ்வளவு நாள் சொல்லிக்கொண்டிருந்த நிபந்தனைகள் எல்லாவற்றையும் எழுதி, அதனுடன் அரசாங்கத்திடம் இருந்து வந்த ஒரு அறிக்கையையும் என்னிடம் கொடுத்தார். அவை இரண்டையும் படித்துப் பார்த்தேன். 1920ம் ஆண்டு 'எக்கோ ஆஃப் தி அந்தமான்ஸ்' என்ற புத்தகத்தில் நான் எழுதி இருந்த கடிதத்தைக் குறிப்பிட்டு (அந்தப் புத்தகத்தில் 28 மற்றும் 89ம் பக்கங்களைப் பார்க்கவும்) அதன் அடிப்படையில் ஒரு அறிக்கையைத் தருவதற்குத் தயாராக இருப்பதாகக் கூறினேன். அதற்கேற்றபடி அரசாங்கம் அறிக்கையை மாற்றவேண்டும் என்றும் சொன்னேன். சூப்பரின்டென்டென்ட் என்னிடம் அப்படி ஒரு அறிக்கையைத் தயார் செய்யச் சொன்னார். அதில் ஏதும் பெருத்த மாற்றங்களைச் செய்யவேண்டாம் என்று எச்சரித்தார். ஒரு சில மாற்றங்கள் மட்டும் இருந்தால் அது என் விடுதலையை எளிதாக்கும் என்றார். இந்த வாய்ப்பை நான் எக்காரணம்கொண்டும் தவறவிட்டுவிடக் கூடாது என்றும் அவர் என்னிடம் சொன்னார்.

நான் என் அறிக்கையைத் தயார் செய்தேன். என் மூல அறிக்கையை விளக்கும்படியாக ஒரு சில வரிகளை அதில் சேர்த்தேன். அது மிகவும் நீளமாக இருப்பதாகக் கருதிய சூப்பரின்டென்டென்ட் அதனைக் கொஞ்சம் சுருக்கினார். நான் என் 'எக்கோ ஆஃப் தி அந்தமான்ஸ்' புத்தகத்தில், பக்கங்கள் 88லிருந்து 93வரை கொடுத்திருந்த வார்த்தைகளைத்தான் இதில் சேர்த்திருந்தேன். சூப்பரின்டென்டென்ட் என்னிடம், நான் எந்த விதத்தில் அந்த வார்த்தைகளைப் பயன்படுத்தி இருக்கிறேனோ அதே விதத்தில் எடுத்துக்கொள்ளப்படும், புரிந்துகொள்ளப்படும் என்று உறுதியளித்தார். அதனால் ஒரு சில வரிகள் அதிலிருந்து நீக்கப்படுவதற்கு ஒப்புக்கொண்டேன். அந்த அறிக்கை மேலதிகாரிகளுக்கு அனுப்பப் பட்டது. நான் என் அறைக்குத் திரும்பி வந்தேன்.

இப்போது சூழ்நிலைகள் வேறு விதமாக மாறிவிட்டன. நான் விடுதலையாகப் போகிறேன் என்பது கிட்டத்தட்ட உறுதியாகி விட்டது. சிறையில் இருந்த என் நண்பர்கள் எல்லோரும் மிகுந்த மகிழ்ச்சியுடன் இருந்தார்கள். ஆனால் 'கிட்டத்தட்ட' என்ற வார்த்தையை நான் அவர்களிடமும் சொன்னேன், எனக்கும் சொல்லிக்கொண்டேன். நான் விடுதலையாவது கிட்டத்தட்ட உறுதிதான். ஆனால் அதையே முழுமையாக நம்பிக்கொண்டிருக்கக் கூடாது. என் வாழ்க்கையில் பலமுறை ஏமாற்றங்களைச்

சந்தித்திருக்கிறேன். என் நம்பிக்கைகள் பலமுறை பொய்த்துப் போயிருக்கின்றன.

தண்டனையின் கடைசி இரவு

1924ம் ஆண்டு ஜனவரி மாதம் 5ம் தேதி இரவு, என் சிறைத் தண்டனையின் கடைசி இரவு. இப்போது உறுதியுடன் எழுதுகிறேன் என்றாலும், அன்று எரவாடா சிறையில் இத்தனை உறுதியுடன் இருந்தேன் என்று சொல்லமுடியாது. நான் நினைப்பதுபோல இதுதான் சிறையில் என் கடைசி இரவு என்றால், இதுதான் என் தண்டனையின் கடைசிக் காலம் என்றால், இனி வரப்போகும் இரவு எத்தனை மகிழ்ச்சியானதாக இருக்கும் என்று நினைத்துப் பார்த்தேன். இதே நேரம் நாளை என் அறையில் படுத்துக்கொண்டு, ஜன்னலைத் திறந்து வைத்து, வெளியிலிருந்த நிலவு வெளிச்சத்தைப் பார்த்துக்கொண்டிருப்பேன். என் தூக்கத்தைக் கெடுக்க வராண்டாவில் எந்தக் காவலாளியும் காவலுக்கு இருக்கமாட்டார். அதனால் என் தூக்கம் வரவில்லை. ஒருவேளை இது கடைசி இரவு இல்லை யென்றால்! நல்லது, அப்படியே ஆகட்டும். வேறு ஏதோ ஒருநாள் இரவு இந்தச் சிறையில் என் கடைசி இரவாக இருக்கத்தான் போகிறது. இந்த உலகத்திலிருந்து நான் பிரியும் நாளாகக்கூட அது இருக்கலாம்.

அன்றிரவு மிகவும் குளிராக இருந்தது. ஜனவரி மாதம் என்றாலும் அன்று நல்ல மழை பெய்தது. எங்களிடம் போதுமான அளவு குளிருக்கான ஆடைகள் இருக்கவில்லை. குளிரிலிருந்து பாதுகாத்துக் கொள்ள கம்பளிகளும் இருக்கவில்லை. என்னிடம் இருந்த இரண்டு சாதாரண போர்வைகள் குளிரைச் சமாளிக்கப் போதுமானவையாக இருக்கவில்லை. குளிருடன் சேர்ந்து மழையும் பெய்ததால் நிலைமை இன்னும் மோசமாயிற்று. ஜன்னல் வழியாக என் அறைக்குள் தண்ணீர் வர ஆரம்பித்தது. அந்தச் சூழ்நிலையில் தூங்குவது என்பது இயலாத காரியம். என் உடைகள் அனைத்தும் நனைந்து போய், அந்த அறையின் ஒரு மூலையில் போய் உட்கார்ந்துகொண்டு, என் உடம்பைக் குறுக்கி வைத்தபடி, அரைகுறையாக நனைந்திருந்த ஆடைகளைக் கொண்டு என்னை மூடிக்கொண்டேன். விடியும்வரை அப்படி உட்கார்ந்த நிலையிலேயே அரைகுறையாகத் தூங்கிப் போனேன்.

அப்படி ஒரு மூலையில் ஒதுங்கியபடி சிறையில் என் அறையில் பல நாட்கள் தூங்கி இருக்கிறேன். ஆனால் இந்த இரவை நான் நன்றாக நினைவில் வைத்திருக்கிறேன். ஏனென்றால் இது இந்தச் சிறையில் என் கடைசி இரவு. காலை என் வழக்கமான வேலைகளைச் செய்ய

ஆரம்பித்தேன். பத்து அரசியல் கைதிகளுக்கு திங்க்ராவின் வாழ்க்கையைப் பற்றிச் சொல்லிக்கொண்டிருந்தேன். அதை முழுமையாக முடிக்கமுடியவில்லை. அன்று ஒரு முழுக் கூட்டத்திற்கு ஏற்பாடு செய்து உரையாற்ற நேரமில்லை.

அப்போது சூப்பரின்டென்டன்ட்டிம் இருந்து அவரைச் சந்திக்குமாறு எனக்கு ஒரு அழைப்பு வந்தது. அப்போது எனக்கு நம்பிக்கையான ஒருவர் நான் விடுதலை ஆகிவிட்டேன் என்ற தகவலை என்னிடம் சொன்னார்.

என்னுடன் இருந்து வேலை பார்த்து சித்திரவதைகளை அனுபவித்த அரசியல் கைதிகள் எல்லோரும் அந்தச் செய்தியைக் கேட்டு மிகுந்த சந்தோஷத்தில் இருந்தனர். அவர்கள் கண்களில் கண்ணீர் நிறைந்தது. அவர்களைச் சிறையில் விட்டுவிட்டு, விலகி நடக்கும் போது எனக்கு உடம்பு நடுங்கியது. அவர்கள் என்னைப் பாராட்டினார்கள். அதில் 60 வயதை எட்டிய சில சீக்கியர்கள், ''பாபுஜி, அருகில் வாருங்கள், எங்களை மறந்து விடாதீர்கள்'' என்று கூறினார்கள். என்னை இறுக அணைத்துத் தங்கள் அன்பையும் மரியாதையையும் காட்டினார்கள். ''நீங்கள் எங்களுக்கு முன்பிருந்தே நாடு கடத்தப்பட்டு ஆயுள் தண்டனை அனுபவித்து வருகிறீர்கள். நாங்கள் அந்தமானுக்கு வந்தபோது நீங்கள் ஏழு அல்லது எட்டு ஆண்டுகள் தண்டனை அனுபவித்துவிட்டீர்கள். பிறகு ஏன் நாங்கள் சிறையில் இருக்கும்போது நீங்கள் விடுதலை ஆவதற்காகக் கவலைப்படுகிறீர்கள்? எங்களுக்கு முன்பே நீங்கள் விடுதலையாவது தானே சரி? நீங்கள் விடுதலையானால் அது நாங்கள் விடுதலையாவது போலத்தான். உண்மையைச் சொல்லப்போனால் உங்கள் விடுதலை எங்கள் விடுதலைக்கு வழிவகுக்கும். குறைந்தபட்சம் நம் தாய்நாட்டின் விடுதலைக்கு வழிவகுக்கும்'' என்று அவர்கள் சொன்னார்கள்.

நான் அவர்களிடம், ''எல்லாம் கடவுள் எனக்கு எந்த அளவு சக்தியைக் கொடுக்கிறார் என்பதைப் பொருத்தது. ஆனால் என் சகோதரர்களே, நான் இத்தனை நாள் இவ்வளவு சித்திரவதைகளை அனுபவித்து வந்தாலும், இந்த 14 ஆண்டுகாலம் அந்தமான் சிறைத் தண்டனை அனுபவித்தபோதும், இதோ இந்தக் கடைசி நாள்வரை என் கொள்கைகளைக் கைவிடாது பின்பற்றி வந்திருக்கிறேன். நம் தேசத்தின் தியாகிகள் எல்லோருடைய கதையையும் உங்களுக்குச் சொல்லி உள்ளேன். சூழ்நிலை நம்மை அழுத்தும்போது அதற்கு இடம்கொடுக்காமல் அதைத் தீவிரமாக எதிர்க்கவேண்டும் என்பதை உங்களுக்குக் கூறி இருக்கிறேன். நம் தேசத்தின் கொடியைத் தொடர்ந்து பறக்க வைத்திருக்கிறேன். எனக்கு 14 ஆண்டுகளுக்கு

முன்னால் தண்டனை விதிக்கப்பட்டபோது என் உதட்டில் நான் முணுமுணுத்துக்கொண்டிருந்த வார்த்தைகள் இவைதான். அதையே நான் அப்போதும் சொல்லிக்கொண்டிருந்தேன். என் சிறை வாழ்க்கையின்போதும் சொல்லிக்கொண்டிருந்தேன். இப்போதும் சொல்கிறேன். இதனை நீங்கள் உங்கள் மனதில் இறுத்தி இதயத்தில் பதிய வைத்துக்கொள்ளுங்கள். அது உங்கள் காதுகளில் ஒலிக்கட்டும். நாம் எல்லோரும் சொல்வோம். சுதந்திர தேவிக்கு வெற்றி உண்டாகட்டும்! நம் அன்னைக்கு வெற்றி உண்டாகட்டும்!'' என்று கூறினேன். நாங்கள் அனைவரும் இந்த வார்த்தைகளைச் சொல்லி வாழ்த்துகளைப் பரிமாறிக்கொண்டோம். பாரத மாதாவைப் புகழ்ந்து பேசிய பிறகு அவர்களிடமிருந்து பிரிந்து வந்தேன்.

நான் அலுவலகத்துக்குள் நுழைந்தவுடன் சூப்பரின்டென்டென்ட் என் விடுதலை உத்தரவைப் படித்தார். அதன்படி நான் விடுதலை ஆகி ஐந்து வருடங்கள் வரை அரசியலில் பங்கெடுத்துக்கொள்ளக் கூடாது. மேலும் ரத்னகிரியில் பரோலில் இருக்கும் கைதியாக இருக்கவேண்டும். இந்த இரண்டு நிபந்தனைகளும் அடிப்படை யானவை. இவற்றைக் குறைப்பது, நீக்குவது என்ற பேச்சுக்கே இடமில்லை. நான் உடனடியாக எரவாடாவிலிருந்து ரத்னகிரிக்குச் செல்ல உத்தரவிடப்பட்டது. என் கைதி உடைகள் நீக்கப்பட்டு, என் சொந்த உடைகள் அணிந்துகொள்ள வழங்கப்பட்டன. ஒரு கைதியாக நான் அடிபணிய வேண்டிய கடைசி உத்தரவு இதுதான்.

1910ம் ஆண்டு டோங்க்ரி சிறைக்கு அனுப்பப்பட்டபோது அங்கே என் உடைகள் நீக்கப்பட்டன. மீண்டும் 1924ம் ஆண்டு மே மாதம் ஆறாம் தேதி அணிந்துகொள்ள எனக்கு அவை வழங்கப் பட்டிருக்கின்றன.

என்னுள்ளே ஒருவித நிம்மதியும் அதேசமயம் ஒரு வெறுமையும் வருவதை உணர்ந்தேன். மகிழ்ச்சியும் சோகமும் கலந்த ஒரு மனநிலையில் இருந்தேன். சூப்பரின்டென்டென்ட் என்னை மனமார வாழ்த்தினார். எதிர்காலத்தில் ஜாக்கிரதையாக இருக்கும்படி வெளிப்படையாகவே எச்சரித்தார். மேஜர் முர்ரேதான் இப்படிச் சொன்னவர். அவரை விட்டுப் பிரியும்போது அவர் சொன்னது, ''எதிர்காலத்தில் கவனமாக இருங்கள்.'' என் சோகத்திற்கான காரணம் இந்த வார்த்தைகளில் பொதிந்துள்ளது.

ஜெயிலில் இருந்த என் சகாக்கள், கைதிகள், அதிகாரிகள், இளைஞர் களிடமிருந்து முதியவர்கள் வரை எல்லோரும் என்னைச் சுற்றி வட்டமாக நின்று கொண்டார்கள். அவர்கள் ஒரே குரலில்

"சாவர்க்கர், ராமன் நேசத்துக்குரிய அயோத்தியைவிட்டு 14 ஆண்டுகள் வனவாசம் சென்றது போல, நீங்களும் உங்கள் தேசத்திலிருந்து நாடுகடத்தப்பட்டு சிறையில் இருந்தீர்கள். அவரைப் போலவே நீங்களும் வழக்குகளையும் சோகங்களையும் கஷ்டங்களையும் அனுபவித்தீர்கள். சாவர்க்கர் வாழ்க! கடவுள் உங்களை ஆசீர்வதிப்பார். உங்கள் விடுதலையை இந்த நாடே கொண்டாடுகிறது. அந்த சந்தோஷத்துக்கு எல்லையே இல்லை" என்று கூறினர்.

அவர்கள் பாசத்துடன் கூறிய அந்தக் கருணைமிக்க வார்த்தைகள் அவர்கள் என் மீது வைத்திருந்த அன்பைக் காட்டின. நான் அவர்களிடம், "இந்த ஒப்பீட்டில் ஒரே ஒரு வித்தியாசம் உள்ளது. ராமர் வனவாசம் போனார். ஆனால் அவர் ராவணனைக் கொன்று போரில் ஜெயித்துத் திரும்பி வந்தார். நான் சிறைவாசம் போனேன். கஷ்டங்களை அனுபவித்தேன். ஆனால் ராவணன் இன்னும் உயிரோடுதான் இருக்கிறான். என்றைக்கு அந்தப் பணி முடிக்கப்படுகிறதோ அன்றே நான் சுதந்திரமானவனாக உணர்வேன். நான் தொட்ட சிறிய காரியங்களெல்லாம் நிறைவேறியது போல, கடவுளின் அருளால் அந்தப் பணியும் நிறைவேறும் என்ற நம்பிக்கை எனக்கு இருக்கிறது. என்றாவது எப்போதாவது அதுவும் நடக்கும். உங்களுக்கு அந்த வித்தியாசம் புரிந்தால், அதன் வலியும் புரியும்" என்று கூறினேன்.

என்னை அழைத்துக்கொண்டு போக என் உறவினர் ஒருவர் வந்திருந்தார். கதவு திறக்கப்பட்டு நான் அதிலிருந்து வெளியே வந்தேன். விடுதலைக்காக எத்தனை விதமான அணுகுமுறைகளைக் கையாண்டேன்! அப்போது எனக்குத் தோன்றியது, நான் திறந்த கதவுகளின் வழியே வெளியே வரவில்லை, அதன் சாவித் துவாரம் வழியே வருகிறேன் என!

கடைசியாக நான் இப்போது சுதந்திரமானவன்! என்னை நானே பார்த்துக்கொண்டு என் தண்டனைக் காலமான 50 ஆண்டு காலத்தை முடித்துவிட்டேன் என்று சொல்லிக்கொண்டேன். திரும்பவும் அந்தத் தண்டனையை அனுபவிக்க என்னைச் சிறைக்கு அனுப்ப மாட்டார்கள் என்று என்ன நிச்சயம்? சிறைக்குப் பிரியாவிடை கொடுப்பதற்கான நேரம் இன்னும் வரவில்லை என்று நினைத்தேன். இதனை இன்னும் நான் மறக்கக்கூடாது. மார்செல்ஸ் துறைமுகத்தில் நான் சுதந்திரமாக இருக்கவில்லையா? நான் அப்போது தப்பிக்கவில்லையா? இது அந்த அனுபவத்தின் இன்னொரு பகுதியாகக்கூட இருக்கலாம். இந்தியா இனிதான் சுதந்திரத்தை வென்றாகவேண்டும். அதனால் நம் போராட்டம் தொடரத்தான் வேண்டும்.

என் நண்பர்களிடம் இதுபோன்று பேசிக்கொண்டும் சிரித்துக் கொண்டும் இருந்தேன். நாங்கள் காருக்குள் நுழைந்தோம். கார் நகர்ந்தது. தண்டனையை அனுபவிக்கப் போன இடத்திலிருந்து வாழ்வதற்கான இடத்திற்குச் சென்றுகொண்டிருக்கிறேன். எல்லைக் கோட்டைக் கடந்துவிட்டேன். இப்போது உயிருடன் இருக்கிறேன், சுதந்திரமாகவும் இருக்கிறேன்.

நான் விடுதலையாகி உயிருடன் வெளியே வந்தது, நாட்டு மக்கள் பலரிடம் இருந்தும் வாழ்த்துகளைப் பெற்றுத்தந்தது. விடுதலையின் முதல்நாளில், சந்தோஷத்தில் காற்றில் மிதந்துகொண்டிருந்தேன். இந்தப் பதினான்கு ஆண்டு காலம் சிறையில் சித்திரவதைகளை அனுபவித்தபோது நான் பட்ட காயங்கள் எல்லாம், இவர்கள் என்னை ஹீரோ என்று வாழ்த்தும்போது கரைந்து போவதுபோல் தோன்றிற்று. இப்போது என்னிடம் இருப்பதெல்லாம் அங்குள்ள நினைவுகளே.

எனக்கெதிரே நீட்டப்பட்ட ஒரு கோப்பை விஷத்தைக் குடிக்கத் தயாராக இருந்தபோதும், மரணத்தின் நிழல் பரவியபோதும், என்னை தைரியப்படுத்திக்கொள்ள, 'அந்த இன்னொரு உருவம்' என்ற வார்த்தைகளின் மூலம் எந்த தேவியை வேண்டிக் கொண்டேனோ அதே தேவியை இன்று நன்றியுடன் நினைத்துக் கொண்டேன். நான் உயிரோடு இருப்பதற்கு அவளே காரணம். தலைகுனிந்து அவளுக்கு இறுதி விடைகொடுத்தேன். சொர்க்கத்தின் தேவி தற்போதைக்கு அவளது இருப்பிடத்துக்குப் போகட்டும் என்று வேண்டிக்கொண்டேன்.

அத்தியாயம் 13

அன்பார்ந்த வாசகரே

உங்களிடம் கதையைக் கூறிவிட்டேன். திரை மூடும் நேரம் இது. இரட்டை ஆயுள் தண்டனையை அனுபவித்துவிட்டேன். தண்டனைக் காலத்தில் என் அனுபவங்களை இந்தப் புத்தகத்தில் உங்களிடம் விவரித்துவிட்டேன். எந்த அளவுக்குச் சுருக்கமாகக் கூற முடியுமோ அந்த அளவுக்குக் கூறியிருக்கிறேன்.

நான் இந்த உலகத்துக்கு வந்தபோது கடவுள் எனக்கு ஒரு ஆயுள் தண்டனை கொடுத்தார். அது இந்த உலகச் சிறையில் நான் வாழ வேண்டிய ஆயுட் காலம் என்ற தண்டனை. இந்தப் புத்தகத்தில் நான் சொன்னவை, என் வாழ்க்கைப் புத்தகத்தில் ஒரு அத்தியாயம்தான். நீண்ட நெடுங்கதை இன்னும் முடிந்துவிடவில்லை. நான் இந்தப் புத்தகத்தை முடித்தபோது எப்படிப் பரம்பொருளை வேண்டிக் கொண்டு முடித்தேனோ, அதே போன்ற அர்ப்பணிப்புடன் என் வாழ்க்கைப் புத்தகமும் எவ்வித இடையூறும் மாறுபாடும் இன்றி முடிவடையும்.

இப்போது நான் சுதந்திரமானவன். என் கால்களில் போடப் பட்டிருந்த சங்கிலிகள் உடைக்கப்பட்டிருக்கின்றன. ஆனால் என் இதயத்தைப் பிணைத்திருக்கும் ஏக்கம் என்ற சங்கிலி இன்னமும் அப்படியேதான் இருக்கிறது. என்னைச் சுற்றி எழுப்பப்பட்டிருந்த கருங்கல் சுவர்களில் இருந்து வெளியே வந்து இருக்கிறேன்.

ஆனால், என் இலக்கை இன்னும் அடையாததால், என் இதயம் இன்னமும் சிறைபட்டுத்தான் இருக்கிறது. அந்தத் தொடுவானத்தை நான் இன்னும் கடந்துவிடவில்லை. அதனால் என் இதயம் அந்தச் சோகத்தில் கட்டுண்டு கிடக்கிறது.

அன்பார்ந்த வாசகரே, என் கதையைக் கேட்டு நீங்களும் சோர்ந்து போய் இருப்பீர்கள். அதில் பல விஷயங்களை நான் திரும்ப திரும்பக் கூறி உங்களுக்கு அலுப்பை ஏற்படுத்தி இருக்கலாம். படிக்கும்போது உங்களுக்கு எப்படி அலுப்பு ஏற்படுகிறதோ அதுபோல் எழுதிய எனக்கு அதைவிடக் கூடுதலாகச் சோர்வு ஏற்பட்டுவிட்டது. எனக்கும் நீண்ட அலுப்புத் தரும் பயணம்தான். நான் பட்ட சித்திரவதை களையும் அழுத்தங்களையும் இந்தப் புத்தகத்தில் பதிவு செய்வது மனதுக்குப் பெரிய அலுப்பைத் தரும் விஷயம். நான் பட்ட கஷ்டங்களை நீங்களும் உணர்ந்தீர்கள் என்றால் நான் இந்தப் புத்தகத்தை எழுதியதன் நோக்கம் ஈடேறும். நீங்கள் இதை ஒரே நாளில் படித்து முடித்துவிடலாம். ஆனால் நான் நாடுகடத்தப்பட்டு பதினான்கு ஆண்டுகள் அதை அனுபவித்திருக்கிறேன்.

படித்து முடித்தவுடன் உங்களுக்கு இது அலுப்பைக் கொடுக்கிறது என்றால், ஒரு விஷயத்தை நினைத்துப் பாருங்கள், இதை பதினான்கு ஆண்டுகள் அந்தச் சிறையில் அனுபவிக்கவேண்டும் என்றால் எப்படி இருக்கும்!அந்தச் சிறையில் ஒவ்வொரு நொடியும் என் மனதுக்கும் உடலுக்கும் உடனிருந்த சக கைதிகளுக்கும் துன்பம் சூழ்ந்திருந்தது. அது அலுப்பைத் தருவது மட்டுமல்ல, தாங்க0 முடியாததும் பயனற்றதும்கூட. எல்லோருக்கும் தாங்கமுடியாத கொடுமை அது. நான் இவற்றை எழுதுவதன் காரணம், அப்போது தான் எங்கள் அலுப்பை, துன்பத்தை, கொடுமையை, வலியை நாங்கள் உணர்ந்தது போலவே நீங்களும் உணரமுடியும் என்பதற்காகத் தான். நாங்கள் பட்ட கஷ்டத்தைப் பற்றிக் கொஞ்சமாவது உங்களுக்குப் புரிந்திருக்கும் என்று நம்புகிறேன்.

அன்பார்ந்த வாசகரே, என் பேனாவைக் கீழே வைக்கிறேன். உங்களிடம் இருந்து விடைபெறுகிறேன். இருந்தாலும், ஒரு விஷயத்தைச் சொல்லாமல் பேனாவை மூடி வைகக முடியாது. தங்கள் கொள்கைக்காக எவ்வளவு கஷ்டங்கள் வநதாலும், எத்தனை இடர்கள் வந்தாலும், அவற்றை ஏற்றுக்கொண்டு இறுதிவரை

உழைப்பவர்களை, வேள்வித் தீயில் கிட்டத்தட்ட தங்களையே ஆகுதியாக்கிக் கொண்டவர்களை, எதுவுமே அவர்களை அழிக்க முடியாது என்பதால் அந்த வேள்வித் தீயிலிருந்து உயிர்த்தெழுந்து வந்தவர்களை, நீங்கள் என்றும் மறக்கலாகாது. அன்பார்ந்த வாசகரே, இதுவே என் கடைசி வார்த்தை, தயவுசெய்து அவர்களை மறக்காதீர்கள். ஏனென்றால் எதிர்காலத்தில் அவர்கள் நினைவுகளே உங்களுக்கு வழிகாட்டும். அதுவே உங்களை மீட்டெடுக்கும். வேறொன்றும் அதைப்போல் உங்களுக்கு உதவாது.

நீங்கள் விரும்பும் புத்தகம் உங்கள்
வீடு தேடி வர அழையுங்கள்

Dial for Books

94459 01234 | 9445 97 97 97

WhatsApp No: 95000 45609

dialforbooks.in | amazon.in | flipkart.com

K i z h a k k u T o d a y . i n

ஒரு புதிய இணைய இதழ்